யுவன் சந்திரசேகர் கதைகள்

தொகுதி - 3

யுவன் சந்திரசேகர் கதைகள்

தொகுதி - 3

எழுத்து பிரசுரம்

Title: Yuvan Chandrasekar Kathaigal - PART-3
Author's Name: Yuvan Chandrasekar

Published by Ezutthu Prachuram

Ezutthu Prachuram
(An imprint of Zero Degree Publishing)
No.75 & 76, I Floor, Kuppusamy Street,
Balaji Nagar, Padi,
Chennai - 600050

Website: www.zerodegreepublishing.com
E Mail id: zerodegreepublishing@gmail.com
Phone: 89250 61999

Ezutthu Prachuram First Edition: December 2025
ISBN: 978-93-47206-98-6
TITLE NO EP: 615

Cover Design: Negizhan
Layout: Vijayan, Creative Studio
Printed at SAP Print Solutions Pvt Ltd., India

தனித்தனி நூல்களாக இவை வெளிவந்தபோது

சக எழுத்தாளரும் சிநேகிதியுமான அம்பைக்கும்

அகாலத்தில் மறைந்த என் பிரிய சூர்யாவின் நினைவுக்கும்

சமர்ப்பணம் செய்திருந்தேன். அவர்களுக்கே இப்போதும் சமர்ப்பிக்க விழைகிறேன்.

பொருளடக்கம்

சாம்பல் நிற வேளை

யூட்யூபில் கறுப்பு - வெள்ளைக் காலப் பாடல் காட்சிகளைப் பார்ப்பது கிட்டத்தட்ட போதைப் பழக்கம் மாதிரி ஆகிவிட்டிருக்கிறது. அது சலித்தால் ஃபேஸ்புக். அதுவும் சலித்தால் வாட்ஸாப். இதுவும் சலித்து யூட்யூபுக்குள் மறுபடியும் போகும்போது, அது புத்தம்புதிதாகக் காட்சி தரும்.

ஓய்வுபெற்ற பிறகு, முற்பகல் பொழுதுகளை சமாளிப்பதுதான் மிகப்பெரிய சவாலாக இருக்கிறது. மேற்சொன்ன சமாசாரங்களால் கண் சோர்வதற்கும், மதிய உணவு நேரம் வருவதற்கும் சரியாக இருக்கும். சாப்பிட்ட கையைக் கழுவும்போதே தூக்கம் அமட்டிவிடும். விழித்தபிறகு இருக்கவே இருக்கிறது மோட்டுவளை. அறுபது வருட ஞாபகங்களில் ஏதேனும் மேலெழுந்து வந்து கணிசமான நேரம் மூழ்க வைக்கும். அல்லது சற்றுமுன் ஏதாவது கனவு கண்டிருந்தால், அதை ஆராய்வதில் பொழுது போகும். பகலில் உறங்கும்போது வந்தாலும், அவை பகல்கனவுகள் இல்லையே - தம் போக்கில் இழுத்துப் போகும்...

இன்றைக்குக் கடைசியாகப் பார்த்தது, 'அமுதைப் பொழியும் நிலவே.' பி.சுசீலாவின் குரலில் உல்லாசமாகப் பாடி நடித்த ஜமுனா, இறுதியில் குகை மனிதன் தோற்றத்தில் வந்த சிவாஜியைப் பார்த்து அலறியதோடு முடிந்த பாடல், கனவில் தொடர்ந்தது. இந்த முறை, ஜமுனா செவிலியரின் தூய வெள்ளைச் சீருடையில்

'வசந்த முல்லை போலே வந்து' பாடலுக்கு அபிநயம் பிடித்தார். குதி உயர்ந்த ஷூக்களோடு எப்படித்தான் ஆடினாரோ, பாவம்.

பாடல் முடிவில் அவர் என்னைப் பார்த்து மிரண்டதும், குகை மனிதன் நின்றிருந்த இடத்தில் நான் நின்றதை நானே மூன்றாம் மனிதனாகப் பார்த்ததும், மேகம் கலைவதுபோலத் தன்னியல்பாக உறக்கம் தேய்ந்து விழிப்பு மலரும் அன்றாட வழக்கம்போலின்றி, விதிர்த்து நான் விழித்ததும் குறிப்பிடப்பட வேண்டிய சங்கதிகள்.

மோட்டுவளையில் என் சொந்த சினிமா ஓட ஆரம்பித்தது.

கதைகளுக்கும் கவிதைகளுக்கும் திரைப்படங்களுக்கும், ஏன் கனவுகளுக்கும் பொருத்தமான, லேசாகத் தூறல் போட்டுக் கொண்டிருந்த, முன்னிரவில் அந்த அறையில் குடியேறப் போய்ச் சேர்ந்தேன். அழைப்புமணியை அழுத்தியபோது, வீட்டு உரிமையாளரே வந்து கதவைத் திறந்தார். ஒரேயொரு சூட்கேஸுடன் நான் வாசலில் நிற்பதைப் பார்த்து,

இவ்வளவுதானா!

என்று ஆச்சரியப்பட்டார். அதற்காகத் தம்முடைய நிபந்தனைகளை இரண்டாவது தடவையும் மனப்பாடமாக ஒப்பிக்கத் தவறவில்லை.

இரவில் பத்து மணிக்குமேல் விளக்கெரிக்கக் கூடாது. நண்பர்கள் வந்தால் இரவு தங்க வைக்கக் கூடாது. குடி சமாசாரம் கூடவே கூடாது. தண்ணீரை சிக்கனமாகச் செலவழிக்க வேண்டும். மூன்று தேதிக்குள் வாடகையைக் கொடுத்துவிட வேண்டும். நல்லவேளை, சிகரெட் பிடிப்பது பற்றிப் பேச்சே இல்லை. அவரிடமிருந்து அழுத்தமாக சுருட்டு நெடி அடித்ததுகூடக் காரணமாக இருக்கலாம் - என்றாலும், இது ஒரு ஆறுதல்தானே.

மிக முக்கியமான நிபந்தனை, சக குடித்தனக்காரர்களுடன் அநாவசியமாகப் பேச்சுவார்த்தை வைத்துக்கொள்ளக் கூடாது. இந்தக் கடைசி ஷரத்து மட்டும் கொஞ்சம் எரிச்சலாக இருந்தது. தகராறு செய்யக்கூடாது என்றால் நியாயம். சாதாரணமாகப் பேசுவதற்குமா கட்டுப்பாடு? நானாகப் போய்ப் பேசவேண்டாம்; அவர்களாகவே வந்து பேசினால்? நாம் வந்திருப்பது குடியிருக்கவா, தனிமைச் சிறைக்கா!

இந்தியாவின் எத்தனையோ மாநிலங்களில் பணிபுரிந்திருக்கிறேன்; வாடகைக்கு விதவிதமான தங்குமிடங்கள் வாய்த்திருக்கிறது. ஆனால், உரிமையாளர்கள் மட்டும் கிட்டத்தட்ட ஒரே மாதிரியானவர்களாகத்தான் இருந்திருக்கிறார்கள். போகட்டும், ஆயுள் பூராவும் இங்கேயே வசிக்கப் போகிறோமா என்ன. எந்நேரமும் என்னைக் கண்காணித்துக்கொண்டே இருக்க முடியுமா அவரால்? தவிர, அக்கம்பக்கத்தில் என்னுடன் உரையாட விரும்பும் அல்லது நான் உரையாட விரும்பும் ஜீவன் ஏதாவது இருந்தால்தானே கேள்வியே?

படிக்கொன்றாக சமாதானங்களை அடுக்கியவாறு மாடியில் என்னுடைய அறைக்குப் போனேன். ஆனால், நம்முடைய தீர்மானங்களையும் சமாதானங்களையும் உடனடியாக ரத்து செய்வதற்கென்றே ஓர் அமைப்பு முழு நேர வேலை பார்த்துக் கொண்டிருக்கிறது அல்லவா? இந்த ஞானத்தை நான் எட்டுவதற்கு எத்தனையோ சந்தர்ப்பங்கள் உருவாகி உருவாகி நிகழ்ந்து இத்தனை வயது ஆகியும் விட்டது. ஆனால் அதற்கான முதல் விதை மறுநாள் அதிகாலையில் விழுந்தது.

குண்டூருக்கும் விஜயவாடாவுக்கும் இடையிலுள்ள சிறு நகரம் அது. பெயர் சுத்தமாக மறந்துவிட்டது. கூகிள் வரைபடத்தில் தேடினால் கிடைக்க வாய்ப்புண்டு; அவ்வளவு மெனக்கெட ஆர்வமில்லை. தவிர, 'வடை முக்கியமா, தொளை முக்கியமா' என்பது என் அம்மாவின் அபிமானப் பழமொழி. இவ்வளவும் சொன்னபிறகு, என் கலங்கலான ஞாபகம், மங்களகிரி என்கிறது. யார் கண்டது, அது சரியாகவும் இருக்கலாம்...

அப்போது எனக்கு சுமார் முப்பது வயது. திருமணமாகியிருக்கவில்லை. வணிகப் பிரதிநிதிகளுக்குப் பெண்கொடுக்க அந்த நாளில் அநேகம்பேர் விரும்பமாட்டார்கள். இந்தத் தகவலை எதற்காகச் சொல்கிறேன் என்றால், பார்வை விளிம்புக்குள் வரும் பெண்கள் அத்தனை பேரையுமே ஊடுருவிப் பார்க்கும் கண்கள் இன்னமும் மிச்சமிருந்த பிராயம் அது.

தயாரிப்பு மற்றும் வர்த்தக நிறுவனம் ஒன்றில் ஆரம்பநிலைப் பயிற்சி மேலாளராகப் பணியில் சேர்ந்திருந்தேன். முதன்முதலாக

நாலு இலக்கச் சம்பளம். எடுத்த எடுப்பிலேயே, மொழி தெரியாத பிரதேசத்தில் நியமிப்பது நிறுவனத்தின் பணிவிதிகளில் ஒன்று; சைகை மொழியின் மூலமாக இலக்கை எட்டும் திறன் இருக்கிறதா என்று பரிசோதிப்பதற்காகவோ என்னவோ.

பொதுவாக, கடைக்கோடி விற்பனையாளருக்கு எஞ்சும் கமிஷனைப் பொறுத்ததுதான் விற்பனை என்பது எளிய சூத்திரம். எங்கள் நிறுவனத்தின் பொருட்கள் அகில இந்தியப் புகழ்பெற்றவை என்பதால், விற்பனை தானாகவே நடந்துவிடும். அதனாலேயே கமிஷன் வீதம் மிகக் குறைவாக இருக்கும்; தரத்தில் குறைவான உள்ளூர்ப் பொருட்கள் எங்கள் சரக்கை சுலபமாக இடம்பெயர்க்கும் என்பதுதான் என் போன்றவர்களுக்கான சவால். நல்லவேளை, பயிற்சிக்காலத்தில், மாற்றுமொழிப் பிரதேசத்தில், நாங்கள் அதிகரித்தாக வேண்டிய விற்பனைக்கு இலக்கு என்று ஏதும் நிர்ணயிக்க மாட்டார்கள் என்பது ஓர் ஆறுதல்.

விற்பனையை விடுங்கள்; தனிநபருக்கு என்ன ஆகிறது என்பது முக்கியமல்லவா. ஒரு வருடம் கழித்து மனம் நிறைந்த அனுபவத்துடன் தாய்மொழி மாநிலத்துக்குத் திரும்பியபோது, அந்நிய மாநிலத்துக்கு வந்துசேர்ந்த மாதிரி உணர்ந்தேன் - இது எனக்கு மட்டும்தானா, மற்றவர்களுக்கும் இப்படித்தான் இருக்குமா என்பது உறுதியாகத் தெரியவில்லை.

ஆனால், நான் ஆந்திரம் சென்ற அதே காலகட்டத்தில் வடகிழக்கு மாநிலத்துக்குப் போய்ச் சேர்ந்த ஜயசீலன் போன்றவர்கள் எப்போதோ ஒரு தடவை பணிபுரியச் சென்ற இடம் உள்ளூரப் பிடித்துப் போனதினாலோ, உள்ளூருக்குத் திரும்பிவர இயலாதபடி சிக்கல் ஏதும் நேரிட்டிருந்ததாலோ, அந்த ஊர்ப் பெண்ணைக் காதல் திருமணம் செய்ததாலோ மாற்றுமொழி மாநிலத்திலேயே நிரந்தரமாகத் தங்கிவிட்டதும் உண்டு. பெரும்பாலும் ஒரே நிறுவனத்துக்குத் தாலி கட்டிக்கொண்டு குடித்தனம் செய்தவர்களும் உண்டு. என்னைப் போன்ற உருளும் கற்கள் சராசரி மூன்று ஆண்டுகளுக்கு ஒரு தடவை கிளை தாவிவிடுவோம்.

என்னுடைய பதினோராவது நிறுவனத்தின் அகில இந்திய விற்பனையாளர் கருத்தரங்கத்துக்கு வந்தபோதுதான் ஜயசீலனை முதன்முறையாகச் சந்தித்தேன். கிட்டத்தட்ட ஐம்பதை நெருங்கும் வயதில். 'நீ போ வா, அவனே இவனே' என்று பேசுமளவு

நெருக்கம் ஏற்பட, அயல்நாட்டு மால்ட் விஸ்கியின் இரண்டு ரவுண்டுகள் போதுமானதாய் இருந்தது... இப்படியே போனால், அவன் சொன்ன கதையை முதலில் சொல்லி விடுவேனோ என்று அச்சமாய் இருக்கிறது.

சரி, குண்டூருக்கு, அதுதான் மங்களகிரிக்கு, மீண்டும் வந்துவிடுகிறேன்.

என்னதான் மேலாளர் என்று பதவியின் பெயர் இருந்தாலும், தனியாக வீடு எடுத்துத் தங்குமளவுக்குப் பயிற்சிக்காலத்தில் உபரிச் சலுகை தரமாட்டார்கள். சம்பளம் உயர உயர வசதிகளின் சொகுசை அதிகமாக விழைந்து, கடன்களில் அமிழ்ந்து, மாதத் தவணைகளுக்கும் சம்பளத்துக்குமான சமன்பாட்டை எப்போதுமே குளறுபடியாக வைத்திருந்து என்று, கிட்டத்தட்ட பணிக்காலம் முழுவதுமே முதல் சம்பளம் அளவுக்கே மூச்சுத்திணறி வந்தது என் ஒருவனுடைய அனுபவமாக மட்டும் இருக்குமா என்ன.

ஒரே வீட்டைத் தடுப்புகளால் மனம்போலப் பகுத்து வாடகைக்கு விட்டிருந்த புரவலர், கிட்டத்தட்ட எண்ணூறு கேள்விகள் கேட்டுத் திருப்தியுற்ற பிறகு, எட்டடிக்கு எட்டடிப் பகுப்பு ஒன்றை எனக்கு ஒதுக்கினார். ஒரு கட்டில் போட்டது போக, ஓர் ஆள் விசாலமாக நடமாடும் நடைபாதை மட்டுமே கொண்டது அது. சுவர்கள் மரப்பலகையால் ஆனவை. அடுத்த பகுப்புக்காரரர் இருமினால் நம் தூக்கம் கெடும்.

அந்தக் குடியிருப்பின் ஒரே வசீகரம், அறைகளுக்குப் பொதுவாக இருந்த நீள வராந்தா. மற்றபடி, குடியேற வந்தபோது அவர் விதித்த நிபந்தனைகள்தாம் உங்களுக்கே தெரியுமே.

மறுநாள் காலையில் இதமான குளிருக்கும், புதிய ஊரின் நிர்மலமான சாம்பல் வெளிச்சத்துக்கும், நிர்ணயிக்க முடியாத அமைதிக்கும் கண்விழிக்கிறேன் - அவற்றை அனுபவிக்க விடாமல் குறுக்கே வந்து பாய்ந்தது ஓர் இன்ப அதிர்ச்சி. பின்னே, முதல்நாள் முழுக்க திகட்டத்திகட்டக் காதில் விழுந்திருந்த தெலுங்கு ஒலிக்கு மாற்றாக, பி சுசீலாவின் தமிழ்ப்பாட்டு கேட்டால்! நிதானமாகச் சுழன்றெழும் புகைபோல மாடியறையை நோக்கி உயர்ந்து வந்த

அரண்மனை அறிவான் அரியணை அறிவான்

என்ற வரியை ஆஆஆஆஅ என்று ஆலாபனை தொடர்ந்தது. சுசீலா என்ற தேவதையின் குரலில் மட்டுமே பிறக்கும் மாயம், இதோ வாத்தியங்களின் பின்னணியின்றி தொண்ணூறு சதவீதம் ஒலிக்கிறது. சறுக்குமரத்தில் ஏறியிறங்கி நேரடியாய்க் கேட்கும் ஒலி கிறக்குகிறது. ஆலாபனை முடிந்து, மீண்டும் அதே வரியைப் பாடிவிட்டு,

அந்தப்புரமொன்று இருப்பதை அறியான்...

என்ற வரிக்கு நகர்ந்தபோது குரல் மெலிதாக உடைந்தது.

அதில் படர்ந்திருந்த சன்னமான துயரத்தை ஆராயவிடாமல் வேறொரு அம்சம் உறுத்த ஆரம்பித்தது. ஆமாம், இந்தக் குரலில் எனக்கு மிகமிகப் பரிச்சயமான ஏதோவொன்று இருக்கிறது... மானசீகமாகப் பராமரித்து வரும் முகங்களின் தொகுப்பில் இந்தக் குரலுக்குரியது இருக்கிறதா என்று நிம்மதியாய்த் தேடிப் பார்க்க அனுமதிக்காமல், பாட்டில் நுட்பமான சங்கதிகள் உதிரும் இடங்களில் சுசீலாவின் மலர்ந்த முகம் இடைப்பட்டு தொந்தரவு செய்தது. ஒருமுறை சாவித்திரி முகம்கூட வந்து போனது.

இதற்குள், அடுத்த பாட்டு ஆரம்பித்துவிட்டது - அந்த நாள் இலங்கை ஒலிபரப்புக் கூட்டுத்தாபன 'ஒருபடப் பாடல்' நிகழ்ச்சியின் சாயலில். கர்ணன் படத்தின் 'கண்கள் எங்கே...' குழுவினரின் பகுதியையும் சேர்த்துத் தனியொரு குரலில் தானே பாடி அபாரமான இன்பமளித்த அந்தப் பெண்முகத்தை தரிசிக்க ஆவல் பொங்கியது - இன்னும் பாடச் சொல்லிக் கேட்கவேண்டுமென்ற பட்டியல் தன்னிச்சையாகக் கிளர்ந்தது.

எவ்வளவு தேடியும் அந்த முகம் அகப்படாத சோர்வில் மீண்டும் தூங்கத் தலைப்பட்டிருப்பேன் போல. அல்லது, 'கண்ணுக்கு குலமேது' என்று ஆரம்பித்த அடுத்த பாடலை முதல் வரியிலேயே ரத்து செய்து உரத்து ஒலித்த குக்கர் விசில்கூடக் காரணமாய் இருந்திருக்கலாம்.

மறுபடி விழிப்புத் தட்டி, அடடே வெய்யில் கனத்துவிட்டதே, நேரமாகி விட்டதோ என்ற பதட்டத்துடன் அவசரமாய் வராந்தாவில் வந்து நின்றபோது, வளாகத்தின் வாசலை நோக்கிப் போய்க்கொண்டிருந்த உருவம் தென்பட்டது. வெண்ணிறச் சீருடை, தொப்பி, ஷூ அணிந்து விசையாய் நடந்துபோன செவிலி.

பொதுவாகவே, கதை கேட்பதில் எனக்குள்ள ஈடுபாடு அலாதியானது. சொல்கிறவரின் மனோபாவமும் சேர்ந்து உள்ளே இறங்குமா, நடப்புக் கணத்தின் அலகுகளும் புனைவின் வசீகரம்கொண்டு கிளுகிளுக்க வைக்கும். சிலசமயம் எது நிஜம், நான் கதைகேட்கும் தற்போதைய வேளையா, அல்லது கேட்கும் கதையில் உருவாகும் மாயப்பொழுதா என்று திகைப்பும் ஏற்படும்.

முன்னமே ஒரு சிற்பியின் வழித்தோன்றலிடம் ஆந்திரத்தின் கடப்பா மாவட்டத்தில் கேட்ட கதையை விலாவரியாக விவரித்திருக்கிறேன். இந்தமுறை கேட்ட கதை குவஹாட்டியிலிருந்து வந்திருந்த சக ஊழியன் ஜயசீலன் சொன்னது. (அப்போதெல்லாம் அது கௌஹாட்டி.) ஆனால், அந்தக் கதை அவனே சொன்னது அல்ல - அஸ்ஸாமியரான மண்டல மேலாளர் தனக்குச் சொன்னது என்றான். கைமாறி வரும் சங்கதிகள் அனைத்துக்குமே உள்ள பிறழ்வுகளும் புளுகுகளும் இந்தக் கதையிலும் இருக்கக்கூடும். என்னைப் பொறுத்தவரை, இரண்டே அளவுகோல்கள்தாம் - ஒன்று, அந்தக் கதை கைக்கொள்ளும் தர்க்கம் சீராக இருக்கிறதா என்பது. இரண்டு, தர்க்கம் குலைந்தே கிடந்தாலும், உணர்வுபூர்வமாய் இருக்கிறதா. மூன்றாவதாக ஒன்றையும் சொல்லலாம்; நமக்கு அந்தக் கதையுடன் ஒட்டுதல் இருக்கிறதா. அவ்வளவுதான். நாம் கேட்கும் ஒவ்வொரு கதையுமே வரலாறாக இருக்க வேண்டிய அவசியம் உண்டா என்ன.

ஆனால், எவ்வளவு கதைகள் கேட்டு என்ன, பீடிகையில்லாமல் ஒரு கதையைத் திருப்பிச் சொல்லத் தெரியவில்லை. ஆனால், இந்தச் சிக்கல் எனக்கு உள்ளது மட்டுமல்ல, பெரிய பெரிய எழுத்தாளர்களுக்கே இந்தப் பிரச்சினை இருந்திருக்கிறது - இல்லாவிட்டால், ஒரு முழுப்பக்கம் சூழலையோ, கதாபாத்திரத்தின் பாவனைகள் மற்றும் அடையாளங்களையோ விவரித்து ஆரம்பமாகும் கதைகளுக்கு என்ன காரணம் இருக்கமுடியும்!

அந்த மட்டில், இப்போது சொல்லப்போகும் கதைக்கு ஒரேயொரு வரிப் பீடிகைதான். ஜெயசீலன் கதை சொல்லியிருக்காவிட்டால், ருக்மணியக்காவை இருபது வருடம் கழித்து இன்னொரு தடவை சந்தித்திருக்கமாட்டேன் - இந்த முறை மானசீகமாகத்தான் என்றாலும்.

அவன் சொல்லி முடித்த மாத்திரத்தில் அக்கா மின்னல்போல எனக்குள் வந்து போனாள் - உதித்த பிம்பம் அவள்தான் என்பது உறுதியாய்த் தெரியும். ஆனால், ஜயசீலன் சொன்ன கதையில் வந்தது அக்காவேதானா என்பது சரியாய்த் தெரியவில்லை. அவள் இவளை ஞாபகப்படுத்தினாள் என்பது முக்கியமல்லவா.

ஜயசீலன் சொன்னதை மீட்டுச் சொல்வதற்கு முன்னால், குண்டூரில் எனக்கு நடந்ததைச் சொல்லிவிடுகிறேன். அப்போதுதான் தானாய் எழும்பும் குறளிகளுக்கும் தீர்க்கமான தர்க்கப் பின்புலம் இருக்கிறது என்பது எனக்கே உறுதிப்படும்.

அன்று வேலை சீக்கிரம் முடிந்துவிட்டது. ஐந்தரை மணிக்கெல்லாம் வீடு திரும்பிவிட்டேன். அவ்வளவு சீக்கிரம் இருட்டாத ஊர் என்றுதான் கேள்விப்பட்டிருந்தேன். ஆண்டின் அந்தப் பருவத்தில் ஒருவேளை சீக்கிரம் இருட்டிவிடுமோ என்னவோ. வெளிச்சம் மெல்ல மெல்ல மங்கி மஞ்சள் கலந்த சாம்பல் நிறம் பூணுவதை இலக்கில்லாமல் கவனித்துக்கொண்டு, வராந்தாவில் நிரந்தரமாய்க் கிடக்கும் இரண்டு மூன்று நாற்காலிகளில் ஒன்றை இழுத்துக் கைப்பிடிச் சுவரருகில் போட்டு, இன்னொரு நாற்காலியைக் கால்போட வாகாய் அமைத்து, சாவகாசமாய் சிகரெட் பிடித்தபடி உட்கார்ந்திருந்தேன். மற்ற போர்ஷன்கள் அத்தனையும் பூட்டி இருந்தன.

கையைச் சுட்ட சிகரெட் துண்டை குனிந்து தரையில் அழுத்தித் தேய்க்கிறேன், வளாகத்தின் கதவு திறந்து அந்தச் செவிலி வந்தார். கோணலாகத் தலையில் பதிந்த தொப்பி இல்லாவிட்டால் முகத்தை இன்னும் கொஞ்சம் நன்றாகப் பார்க்கலாமே என்று நான் ஆதங்கப்படுவதை உள்ளுணர்ந்தவர் மாதிரி எனக்கு நேர்கீழே நின்று முகத்தை உயர்த்தினார். மேலே இருந்து தம்மை வெறித்துப் பார்க்கிறவன் யார் என்று பார்க்க அப்படிச் செய்திருக்கலாம். அல்லது அவரது தினப்படி வழக்கமாகக்கூட இருந்திருக்கலாம். எப்படியோ, உடனடியாக எனக்குள் மின்னல் வெட்டி, உடலெங்கும் மனமெங்கும் பரபரப்பு கிளர்ந்தது. உரத்துக் கேட்டேன்:

நீங்க ருக்மணியக்காதானே?!

அட...

என்றார் அவர். இப்போது அட! என்று ஆச்சரியப்படுவது என் முறை. பின்னே, நொடியில் அடையாளம் கண்டுவிட்டாரே - இத்தனைக்கும் சிறுவனாய் இருந்தபோது மறைந்துபோய், முதிர்ந்த வாலிபனாய் உதித்தவன்...

...எலே!... சுந்தரு...

லுங்கி பனியனோடு இருந்தவன் வேகமாகக் கீழே போனேன். அக்கா என் கைகளைப் பிடித்துக்கொண்டார். அவரது கண்கள் லேசாகக் கசிந்திருந்தமாதிரிப் பட்டது என்னுடைய பிரமையாகக்கூட இருக்கலாம். ஓரிரு வார்த்தைகள் பேசிவிட்டு,

இரு, ட்ரெஸ் மாத்திக்கிட்டு வந்தர்றேன்.

என்று உள்ளே போனார்.

நான் வீட்டு உரிமையாளரை எண்ணி சில விநாடிகள் விசனப்பட்டு விட்டு மாடிக்குப் போனேன். இந்தமுறையும் படியேறும்போது சில சமாதானங்கள் உதித்தன. சக குடித்தனக்காரருடன் அநாவசியமாகத்தானே பேசக்கூடாது; நானாகப் போய்ப் பேசவில்லையே; தவிர, என் பால்யத்தின் அழுத்தமான சின்னமாக எதிரில் நிற்கும் ருக்மணியக்காவை சக குடித்தனக்காரர் என்று சொல்வது தகுமா? எங்களுடைய நேசம் சகோதரப் பாசத்தைவிட ஒரு மாற்று அதிகமானது அல்லவா?

உண்மையில் நெப்போலியனுடன் சேர்ந்து காணாமல் போவது வரைக்கும், எங்கே சென்றாலும் என்னைத்தான் உடன் அழைத்துச்செல்வாள் அக்கா. நெப்போலியனைப் பார்ப்பதற்குக்கூட அழைத்துச் சென்றிருக்கிறாள். என்னைப் பார்த்தவுடனே கையில் பத்துப் பைசாவைக் கொடுத்து,

ஏதாச்சும் வாங்கித் தின்னு.

என்று அனுப்புவார் அவர். ஊர் எல்லையில் உள்ள தோப்பு என்பதால், நான் திரும்ப ஊருக்குள் போய் கடலை மிட்டாயோ காரக்கடலைப் பொட்டலமோ வாங்கித் தின்று விட்டு வருவதற்கு நேரம் சரியாக இருக்கும்.

ருக்மணியக்கா என் தோளில் கைபோட்டு, தன்னுடைய

வேகத்துக்கு என்னையும் தள்ளிக்கொண்டோ இழுத்துக்கொண்டோ போகும்போது, சில வேளை அவளுடைய வலது மார்பு என் காதருகில் அழுந்திய உணர்வு, நான் கல்லூரியில் நுழைந்த நாட்களில் முன்னிரவுத் தனிமையில் எவ்வளவோ உதவிகரமாய் இருந்திருக்கிறது. லுங்கியில் ஈரம் படிந்த மாத்திரத்தில் குற்றவுணர்வால் குமைவேன். பின்னர், நேரில் தென்பட ஆரம்பித்த என் சமவயது அழகிகள் அக்காவை இடம்பெயர்த்தார்கள். சிறுகச் சிறுகக் காணாமல் போனவள், இதோ, முழுசாக எதிரில் நிற்கிறாள்!...

ஆமாம், உடைமாற்றிக்கொண்டு வந்த ருக்மணியக்கா எதிரில் நின்றாள். சீருடையில் இருந்ததை விடவும் புடவையில் இன்னும் வடிவாக இருந்தாள். முன்னந்தலையில் ஓடைபோலப் பாய்ந்த நரை மட்டும் இல்லாவிட்டால் என்னைவிடப் பத்து வயது பெரியவள் என்று யாரும் நம்பமாட்டார்கள். அதிலும் அந்த முக்கோண முகமும், ரோமானிய மூக்கும், கையால் வரைந்தது போன்ற அடர்புருவங்களும், ஒரு இம்மி வெளிப்புறம் பிறழ்ந்த கண்களும்...

இந்த ஊருப்பக்கம் எப்பிடிரா வந்து சேந்தே!

என்றவாறு, எதிர் நாற்காலியில் அமர்ந்தாள்.

நீங்க எப்பிடி இங்கே...

என்று இழுத்தேன். அவள் என் முகத்திலிருந்து பார்வையை விலக்கி வளாக வாசல் பக்கமாக முகத்தைத் திருப்பிக்கொண்டாள். ஒற்றை மாடு இழுத்துச்செல்லும் பார வண்டி வாசலுக்கு நேரெதிராக வந்தது. யாரோ வீடு காலிபண்ணிப் போகிறார்கள் போல. நாலு பக்கமும் தொட்டி மாதிரிக் கட்டிய தார்ப்பாலினுக்கு வெளியே, உச்சியில் ஒரு நடைவண்டி மட்டும் அல்லாடிக்கொண்டிருந்தது - எந்த நிமிடமும் உருண்டு விழுந்துவிடப் போவது மாதிரி. பக்கவாட்டில் நடந்து வந்த வண்டியோட்டி, அவசியமேயில்லாமல் அதட்டி காளையின் முதுகில் சாட்டையை வீசினான். உரத்த பெருமூச்சுடன் ஒருமுறை ஏறித் தாழ்ந்தாள் அக்கா.

படபடவெனப் பேச ஆரம்பித்தாள். கிட்டத்தட்ட இருபது வருட அழுத்தமானது வெளியேறக் கிடைத்த வாய்ப்பை முழுசாகப் பயன்படுத்திக்கொள்ள ஆசைப்பட்டதுபோலப் பீறிப் பாய்ந்தது. அவள் பேசப்பேச மின்னல்போல எனக்குள் உதித்து மறைந்த

பழைய நாள் நினைவுகளையும் அடுத்தடுத்துச் சொன்னால்தான் எனக்கும் அடங்கும்.

> ... ஒரு வேகத்துல பொறப்புட்டுட்டோமெ யொளிசி, அன்னைக்கி மதுரேல ரயில் கிளம்புற வரைக்கி எங்க ரெண்டுபேத்துக்கும் இருந்த நடுக்கத்தெ இப்ப நெனைச்சாலும் கெதக்குங்குது. ப்ளாட்ஃபாரத்துலெ யாரெப் பாத்தாலும் ஊர்க்காரவுக மாரியே இருக்கு. அவரு யாரெப் பாத்தாலும் காலனிக்காரவுகளோண்டு பயப்புடுறாரு. 'கொஞ்சம் ரோசிச்சி நிதானமாப் பண்ணிருக்கலாமோ ருக்கு'ண்ராரு. 'விடுங்க, தலைக்கிமேலெ போயிருச்சு; வர்றதெப் பாத்துக்கிருவோம்'ண்டு நாஞ் சமாதானம் சொல்ற மாரி ஆயிப்போச்சு...

ஆமாம், இவர்கள் கிளம்பி வந்ததுக்கப்புறம், ஊரில் மிகப் பெரிய பிரச்சினை வெடித்தது. உயிர்ச்சேதம் ஏதும் இல்லையே தவிர, ஏகப்பட்ட பொருட்சேதம். ருக்மணியக்காவின் வயலில் அறுவடைக்குத் தயாராக நின்ற நெற்பயிருக்கு நள்ளிரவில் தீவைத்து விட்டார்கள். காலனிக்காரர்கள் மூட்டியது என்றும், சேர்வார் தனக்கு ஒரு சாக்கு வேண்டி, தானே ஆள்வைத்துக் கொளுத்திக் கொண்டார் என்றும் இரண்டு விதமான அபிப்பிராயங்கள் நிலவின. எப்படியோ, காவக்காரர் பார்த்து ஊர்க்காரர்களைத் திரட்டுவதற்கு முன்பே முக்கால் வயல் எரிந்துவிட்டது. ஆனால், அக்கா குடும்பம் தாங்கும் - தொடர்ந்து மூன்று போகம் சாவியடித்தாலும் தாங்கும்.

நெப்போலியன் குடும்பம் அப்படியல்ல. அடுத்தவேளைச் சாப்பாட்டுக்கே கையேந்தும் அளவுக்கு இழப்பு. அத்தனையும் பறிகொடுத்துத் தெருவில் நின்ற குடும்பத்தை, 'ஓடிப்போனவர்களைக் கொண்டுவந்து சேர்க்கும்வரை' ஊரை விட்டு விலக்கி வைத்தது பஞ் சாயத்து. நெப்போலியனின் அப்பாவை பதிமூன்று தடவை விழுந்து வணங்கச் சொன்னது. ஊரார் என்ன ஊரார், இத்தனை வருடம் கழித்தும் எதிரில் இருப்பவளை அக்கா என்று குறிப்பிடும் நான், அவளைவிட நாலைந்து வயது பெரியவரை பெயர் சொல்லித்தானே குறிப்பிடுகிறேன் - நேரிலும் பெயர் சொல்லி அழைத்திருக்கிறேன் என்பதை இந்த வயதில் அவமானமாக உணர்ந்து பிரயோசனமென்ன?

...அப்பறமென்ன, குருவிக்காரங்க மாதிரித் திரிஞ்சம். அங்குட்டுச் சுத்தி இங்குட்டுச் சுத்தி, மைசூருலெ போய்க் குடிவச்சம். இவுரு சேல்ஸு ரெப்பு ஆனாரு. மெத்தெக் கம்பெனி. என்னைய நர்ஸிங்லெ சர்ட்டிவிக்கேசன் படிக்கச் சேத்து விட்டாரு. ஒரு வருசம் போல நல்லாத்தான் போச்சு. சிறுகச் சிறுக அவருக்கு ஊரெ நோங்கீருச்சு. 'எங்க அப்பன் ஆத்தா என்ன கஸ்டப்படுறாகளோ; ஒரு தபா போயிப் பாத்துட்டு வந்துறணும் ருக்கு'ன்னு நெதோமும் பொலம்ப ஆரமிச்சாரு.

வந்தீங்களாக்கா?

அசட்டுத்தனமான கேள்வி என்று கேட்டதற்குப் பிறகு உணர்ந்தேன். வந்திருந்தால் பார்த்திருக்க மாட்டேனா. சாதாரணப் பிரளயமா நடந்திருக்கும். ஒருவேளை, இரவோடு இரவாக ரகசியமாக வந்து திரும்பியிருந்தால்?...

அதென்னான்னு வர்றது. உசிரோட திரும்ப முடியுமா?

அதுவும் சரிதான்.

'நாம் மட்டுமாச்சும் திருட்டுத்தனமாப் போயி அவுகளெப் பாத்துட்டு வந்துர்றனே'ம்பாரு. 'வேணா வேணா'ன்னு கிளிப்பிள்ளைக்கிச் சொல்லுற மாரி சொல்லுவென். இப்பிடியே பேசி, ரெண்டு பேத்துக்கும் நெதோம் சண்டெ வர ஆரமிச்சிருச்சு...

பெருமூச்சு விட்டாள். முகம் சிவந்து, கூம்பி, துயரத்தின் பேரழகு அவள் முகத்தில் பொலிந்தது. வைத்த கண்ணை அகற்றாமல் அவள் முகத்தையே பார்த்திருந்தேன்...

...'ஒனக்கென்னா, காறெவீட்டுக்காரி. என்னெப் பெத்தவுக குடுசையிலெ என்னா கஸ்டப்படுறாகளோ. என்னென்ன அவமானம் பட்டாகளோ'ன்னு வகெதொகெயில்லாமப் பேசுவாரு. நானும் சும்மா விடமாட்டெடன். 'தெரிஞ்சு தானெ கெட்டிக்கிட்டீக'ன்னு சரிக்குச் சரி மல்லுக்கு நிப்பென். நாசமாப் போன சண்டெயிலெ நான் செயிச்சித் தொலெச்சிருக்கலாம். அவரு அளுகெ தாங்கமாட்டாமெ, 'செரி வாங்க. ரெண்டுபேருமே போவோம். வாள்வோ சாவோ,

ரெண்டு பேரும் ஒண்ணா அனுபவிச்சிக்கிருவோம்'ன்னு சொன்னேம் பாரு. அளுகெ சாஸ்தியாயிருச்சு.

அப்பன்னா, வந்தீங்களாக்கா!

அட, இர்றா. இவன் ஒருத்தன். என்னைக்கிமே முந்திரிக் கொட்டெதானே நீயி!

என்றாள். குரலில் அபூர்வமான வாஞ்சை எழுந்தது. மெனக்கெட்டுத் தன் நாற்காலியிலிருந்து எட்டி, என் கன்னத்தில் செல்லமாகக் குத்தினாள். ஓரிரு கணங்கள்தாம்; பழையபடி மேகம் மூடிவிட்டது. ஆனாலும், வராந்தாவின் அழுது வடிந்த விளக்கில் தெரிந்த அவள் முகத்தின் காந்தி குறையவில்லை என்றே எனக்குப் பட்டது.

...அப்பறமென்னா, பொறப்புட்டுப் போனாரு. இந்தா, இன்னக்கி வரைக்கிம் திரும்பி வாறாரு. ஆனா, அவரு கிளம்பிப்போனது நம்ப ஊருக்கில்லே. வடக்கே ஏதோ ஒரு ஊருக்கு ஆபீஸ் விசயமாப் போனவரு... அப்பிடித்தான் எங்கிட்டெ சொல்லிட்டுப் போனாரு. பெரியமனுசன், எங்கெ போனாரோ. நா அவுக கம்பேனியிலே போயிக் கேட்டுப் பாத்தேன். அவுகளும், தாக்கல் ஒண்ணும் இல்லெயேம்மான்னு கைவிரிச்சிட்டாக. ஒரு மாசம் போலப் பொறுத்துப் பாத்தென். இன்னமே அந்தூர்ல தனியா இருக்குறது சரிப்பட்டு வராதுன்னு மனசுக்குப் பட்ருடுச்சு. இங்குட்டு வந்துட்டேன். அந்த மகராசன் புண்ணியத்துல வாங்குன சர்ட்டிவிக்கேட்டு இருந்துச்சு கையிலெ...

சிறு இடைவெளி விட்டாள். அவள் மூச்சுவிடும் சப்தம் உரத்துக் கேட்டது. வராந்தாவில் படர்ந்திருந்த மங்கல் வெளிச்சத்தில் இருளின் விகிதம் அதிகரித்து விட்ட மாதிரி உணர்ந்தேன். அவள் பொழிந்து முடித்தபிறகு, என்னுடைய பங்காக என்ன சொல்வது என்று மனம் தயங்கத் தொடங்கியது. அவளே தொடர்ந்தாள்:

...ஆனாக்கெ, இத்தன வருசத்திலே, ஒடம்பும் மனசும் மரத்துப் போச்சு. ஒங்கிட்டச் சொல்றதுக்கு என்னா தம்பி, மனசெ ஒடம்பு செயிச்சதாலெதானே ஓடியாந்தம்ன்னு நெனச்சுப் பாதி ராத்திரிலே குமுறிக்குமுறி அளுகக்கூடச் செஞ்சிருக்கென்....

ஆழமாக, உரத்துப் பெருமூச்சு விட்டாள். குரல் வெகுவாகத்

தழைந்து விட்டிருந்தது. நான் வளாக வாசல் கதவையே வெறித்துப் பார்த்துக்கொண்டிருந்தேன்.

இருட்டு அழுத்தமாக இறங்கியிருந்தது. யாரோ மாடிப்படியேறி வரும் ஒலி கேட்டது. வீட்டு உரிமையாளர்தான் வருகிறார், நாளைக் காலையில் என்னைக் காலிபண்ணச் சொல்லப் போகிறார் என்று நினைத்தேன். இரண்டுமே தவறு. வந்தவர் பக்கத்துத் தடுப்பில் தங்கியிருந்த கைத்தறி லுங்கி வியாபாரி. மறுநாள் காலி செய்தது நான் அல்ல... பயத்தின் வேர்கள் எத்தனை ஆழம் பாயக்கூடியவை என்பது யாருக்குத்தான் தெரியும்?

ருக்குமணி அக்கா தொண்டையைச் செருமினாள், தான் விவரித்த கதையின் கடைசி வரியைச் சொல்வதற்கு ஆயத்தமாகிறவள் மாதிரி.

> இத்தனெ வருசம் ஓடிப் போச்சே, இன்னமும் வாசல் கதவு சத்தம் கேட்டுச்சுன்னா, ஓடிப்போயி ஒளிஞ்சுக்கிறணும்னு கால் துடிக்கத்தான் செய்யிது, தம்பி. வேணுமின்னா விசாரிச்சு வந்துற மாட்டாகளா? ஆமா, மனசுலெ ஒரு பக்கம் வெளிச்சமா இருக்கும் - அவருதான் வந்துட்டாரோன்னு. இன்னொரு பக்கம், சண்டாளங்ய தேடிக் கண்டுபிடிச்சுட்டாங்யளோன்னு அப்பிடி ஒரு பயம். சித்தரவதெடா தம்பி. ஆயுசு முளுக்க எனக்கு விதிச்சது இதுதான் போல...

மேற்கொண்டு எதுவுமே பேசாமல் இறங்கிப் போனாள். வரும்போது நடையில் இருந்த துள்ளல் இல்லை இப்போது. என்னுடைய மனமுமே கூம்பித்தான் கிடந்தது.

மறுநாள் காலையில் பாட்டுச் சத்தம் கேட்கவில்லை. சாயங்காலம் அலுவல் முடிந்து திரும்பிவந்தபோது, அக்காவின் போர்ஷனில் பூட்டுத் தொங்கியது. நான் அங்கே இருந்த ஒருவருடத்தில் வெவ்வேறு மூன்று பூட்டுகள் அந்தத் தாழ்ப்பாளில் தொங்கிப் பார்த்திருக்கிறேன்...

வீட்டு உரிமையாளரிடம் கேட்கலாம். தெலுங்குத் தமிழில் சுருட்டு மணத்தோடு அவர் சொல்லக் கூடிய பதில் எனக்கே தெரிந்திருந்தது:

> ஒங்களுக்கு என்னாத்துக்கு அது?

ரிமோட் கண்ட்ரோலுக்குக் கிறுக்குப் பிடித்த மாதிரி, ஒன்றுக்கொன்று தொடர்பில்லாத காட்சிகள் தாமாகவே மாறுவதும், அடுத்தடுத்துக் கோத்துக் கொள்வதும் என்னுடைய மனத்தில் மட்டுமே நிகழ்வதா, எல்லார் மனத்திலும் அப்படித்தானா என்பதை எப்படித் தெரிந்துகொள்வது?

மேற்சொன்ன பத்தி தோன்றியதற்குக் காரணம், அக்கா இறங்கிப் போன காட்சியைத் தொடர்ந்து, மெல்ல முளைவிடும் விதைபோல எனக்குள்ளிருந்து நிதானமாக உயர்ந்த இன்னொரு காட்சிதான்.

பல ஆண்டுகளுக்குப் பிறகு, அதே ஆந்திரத்தின் தலைநகரில், ஐந்து நட்சத்திர ஓட்டல் உணவகத்துக்கு வெளியே வராந்தாவில் நிகழ்ந்தது இது. ருக்மணியக்காவுடன் பேசிக்கொண்டிருந்த காட்சியின் தொடர்ச்சி, என்று நானாக முடிச்சுப்போட்டு வைத்திருக்கிறேன்...

சரி, எனக்கே இன்னதென்று விளங்காத காட்சி; இன்னார் என்று தெரியாத சந்தர்ப்பம். இதைப் போய் யாரிடம் விசாரித்து உறுதி செய்துகொள்ள?

அப்போது நான் பணிபுரிந்த நிறுவனம் ஆண்டுதோறும் ஒரு விருந்து நடத்தும். ஏதாவது ஒரு மாநிலத் தலைநகரில், போகவர விமானச்செலவும் ஐந்து நட்சத்திர ஓட்டலில் தங்கும் செலவும் போய்வரும் காலத்துக்கான விடுப்பும் தந்து, நடத்தப்படும் இரண்டுநாள் விமரிசை. சுமார் ஐம்பது அதிகாரிகள் வரை கூடுவோம்.

> இதற்கெல்லாம் செலவு செய்வார்கள். சம்பளத்தில் பத்துரூபாய் கூட்டச் சம்மதிக்க மாட்டார்கள்.

என்று ஆதங்கப்பட்டவாறே, அதற்கும் சேர்த்து இன்னொரு ரவுண்டு குடித்துக் கலைவோம்.

அந்த முறை குழுமியதில் இரண்டே பேர்தான் தமிழர்கள். நானும், திண்டுக்கல்கார ஜயசீலனும். ஆளுக்கொரு கண்ணாடிக் கோப்பையில் விஸ்கியை எடுத்துக் கொண்டு, விருந்து அரங்கின் வெளிப்புறம் இருந்த புல்வெளியில் கிடந்த பிரம்பு நாற்காலிகளில் போய் அமர்ந்தோம். வழவழப்பாக வர்ணம் பூசிய சாதாரண நாற்காலிதான்; புட்டத்துக்கும் முதுகுக்கும் அணைவாய் இருந்த மெத்தை மட்டும் ஐந்து நட்சத்திர மெத்தை.

வருசத்திலே ரெண்டு நா மஹாராஜாவா இருக்குறது மட்டும்தான் நமக்குக் குடுத்து வச்சிருக்குது, சுந்தர். அப்பறம் பழைய கணக்குக்குத் திரும்பி மூச்சுத் திணறிக்கிற வேண்டியதுதான்...

என்று சிரித்துக்கொண்டே ஒரு மிடறு விழுங்கினார். காற்றேறும் பலூன் போலப் பெரிதாகிக்கொண்டே போன தலையை இன்பமாய் ஆட்டி ஆமோதித்தேன். அவர் தொடர்ந்தார்:

ஆனா, என்ன, திரும்பிப் போறதுக்கு நாம இருக்கோம். காத்திருக்க நமக்குக் குடும்பமும் இருக்குது...

எதற்கு இதைச் சொன்னார் என்று எனக்குப் புரியவில்லை. ஆனாலும், அமைதியாய் இருந்தேன். மது உள்ளே இறங்கியதும் அலாதியான சாந்தம் என்மீது படர்ந்து விடுவதாக நண்பர்கள் பலபேர் பலதடவை சொல்லியிருக்கிறார்கள். நேர்மாறாக, ஜயசீலன் நிறையப் பேசினார். படபடவென்று பேசினார்.

...எதுக்குச் சொல்றேன்னா, எத்தனையோ பேரு, வீட்டெவிட்டு வெளியே போறான் திரும்பி வர்றதுக்கு உத்தரவாதம் கிடையாது. இப்பிடித்தான், அஸ்ஸாம்லெ, ரொம்ப வருசம் முன்னாடி ஒரு மெத்தெக் கம்பெனிலே இருந்தன். எனக்கு ஒரு ஜோனல் மேனேஜர் இருந்தாரு. அவரு ஒரு கதெ சொன்னாரு. இதே மாதிரி மீட்டிங்கு. இந்தியா முளுக்க இருந்து ஆளுக வந்திருக்காக. காசிரங்காவுக்குப் பக்கத்துலெ ஏதோவொரு ரிசார்ட்லெ. பாதி விருந்துலே நாலஞ்சு பேர் வந்து ஒரு ரெப்போடெ பேசி வெளியெ கூட்டிட்டுப் போனாகளாம். அம்புட்டுத்தேன். அவெென் திரும்ப வரவேயில்ல. அந்த அதிகாரி ரெண்டு விசயம் சொன்னாரு: ஒண்ணு வந்தவிங்ய இவனுக்கு முன்னக்கூட்டியே தெரிஞ் சவுக மாதிரி இருந்தாலும், அந்தாளெ அவிங்ய கூட்டீட்டுப் போன மாதிரித் தெரியலே. ஒடம்பெத் தொடாமெ, தரதரன்னு இளுத்துட்டுப் போன மாதிரித்தான் இருந்துச்சாம். ரெண்டாவது, இந்தப் பையன் புதுசாச் சேந்தவன். தெக்கத்தியான்றது பாத்தவொடனே தெரிஞ்சுரும். ஆனா, எந்த ஸ்டேட்டுன்னு கேட்டாச் சொல்ல மாட்டானாம். 'சிரிச்சுக்கிட்டே நகந்துருவான்'னாரு. ஆனாலும், வந்தவிங்யளெப் பாத்தா தெக்கத்திக்காரங்யன்னுதான்

தோணுச்சாம். தமிளு தெலுங்கு கன்னடம் மலையாளம் எல்லாக் களுதையும் அவுகளுக்கு ஒண்ணாத்தானே தெரியும் - நம்மூர்க்காரவுகளுக்கு அஸ்ஸாம்காரனுக்கும் நாகாலாந்துக்காரனுக்கும் வித்தியாசம் தெரியுமா என்ன?!...

வராந்தாவையொட்டி, ஓட்டல் சுற்றுச்சுவர் வரைக்கும் வண்ணவிளக்குகளின் அலங்காரம் இருந்தது. சுவருக்குமேலே கடுமையான இருட்டு. இருளுக்குள் பதிந்த பார்வையை விலக்காமலே, கால்சட்டைப் பையிலிருந்து சிகரெட் பாக்கெட்டை எடுத்துத் திறந்தார் ஜயசீலன். அனிச்சையாக என்பக்கம் நீட்டிவிட்டு, தாமும் ஒன்றை எடுத்துப் பற்றவைத்தார். லைட்டரின் சுடரை என்னிடம் நீட்டியபோது அவருடைய கைகள் நடுங்கியதைக் கவனித்தேன். அளவைத் தாண்டிக் குடித்துவிட்டதோ, ஹைதராபாதின் வெட்டவெளியில் மண்டியிருந்த குளிரோகூடக் காரணமாய் இருக்கலாம்.

... இது நடந்து வருசக்கணக்கா ஆயிருச்சு. அவரு எங்கிட்டச் சொன்னம்போதே ரொம்ப வருசம் ஆயிருந்துச்சு. கதையெக் கேட்டப்ப எனக்கு ஒண்ணும் தோணலே. ஆனா, அந்த சண்டாளப்பாவி சொல்லி முடிச்சப்ப ஒதற ஆரமிச்சிருச்சு. சாதாரணமாச் சொன்னாரு: 'அந்தப் பயலும் கிட்டத்தட்ட ஒன் சாடைலதான் இருப்பான்...' அதுக்கப்பறம், வெளி மாநிலத்திலே மீட்டிங்ன்னாலே நிம்மதிக் கேடா ஆயிரும். நாமளும் வேற சாதிப் பொண்ணெத்தானெ கட்டியிருக்கம், ரெண்டு குடும்பத்துக்கும் இஸ்டமில்லாமெ...

கொக்குபோல ஒற்றைக்காலில் ஓங்கி நின்ற கோப்பையில் கணிசமாக மிச்சமிருந்ததைப் படுவேகமாக முழுங்கினார்.

என் அறைக்குத் திரும்பி, நிறை போதையிலும் அரைத் தூக்கத்திலும் புரண்டுகொண்டிருந்தபோது காரணமே இல்லாமல் ருக்மணியக்கா செவிலியர் உடையில் உதித்தாள். இத்தனை வருட இடைவெளிக்குப் பிறகு அவளுடைய உருவெளித் தோற்றம் என்முன் தோன்றியதற்கு என்ன தர்க்கம் இருக்க முடியும்? தவிர, முற்றிலும் புதியவனான என்னிடம் தன் அந்தரங்கத்தை லேசாகத் திறந்து காட்டினானே ஜெயசீலன், பன்மை விகுதியோடு எனக்குள் நுழைந்தவன், எந்த

விநாடியில் ஒருமைக்கு மாறினான் என்பதற்குப் போலவே, அக்கா உதித்ததற்கும்தான் என்ன தர்க்க அடிப்படை இருக்க முடியும்?

தொடர்ந்து விதவிதமான காட்சிகள் தோன்றித்தோன்றி அழிந்தன.

மேலப்பெருமாள் மேஸ்திரி வீதியில், இருள் இறங்கிய நேரத்தில், தரையில் குத்தவைத்து உட்கார்ந்திருந்த ஒருத்தரை ஐந்தாறுபேர் சேர்ந்து ஆளுக்கொரு கழியால் மண்டையிலும் முதுகிலும் தோளிலும் மாறிமாறித் தாக்கியது...

சென்னை மண்ணடிப் பகுதியில் கிளைத்திருந்த சந்து ஒன்றில் பட்டப்பகலில் பிச்சுவாக் கத்தியால் உதரவிதானத்தில் குத்துவாங்கிச் சரிந்த இளைஞன். கீழே விழுந்தபிறகும் சரமாரியாக வாங்கினான். பரபரப்பாக இருந்த அந்த இடம் ஒரே நிமிடத்தில் வெறிச்சோடிய விதம்...

கறுப்பு வெள்ளைப் படத்தில், தானும் அடர்கறுப்பு நிறமாய், விளக்குக் கம்பத்துக்கருகில் சாலையோர நடைபாதையில் அம்மணமாய் அமர்ந்து, காலிரண்டையும் நீட்டி, வேதனையாலோ அவமானத்தாலோ தலை கவிழ்ந்திருக்கும் நடுவயதைத் தாண்டியவர். சுற்றிலும் நின்று கெக்கலிக்கும் சின்னப்பயல்கள். பொட்டலம் மடித்து வரும் தாளையே முழுக்கப் படிக்கும் பழக்கம் உள்ள நான், முடிவெட்டக் காத்திருந்த போது, தேய்ந்த பெஞ்ச்சில் கிடந்த பத்திரிகையில் இந்தப் படத்தைப் பார்க்க நேர்ந்த விபரீதம்...

ஆந்திரத்திலோ, மத்தியப்பிரதேசத்திலோ, பகல் நேர விரைவு வண்டியில், வெயில் உறுத்தாத குளிர்பதனப் பெட்டியின் ஜன்னலோரம் வேடிக்கைபார்த்துப் போனபோது, ரயில்பாதையோரம் தலையற்றுக் கிடந்த சடலம்...

இத்தனை காட்சிகளும் வேவ்வேறு தருணங்களில் வெவ்வேறு வருடங்களில் நிகழ்ந்து கழிந்தபோதும், என் முன் தோன்றி அழிந்தது நிர்ணயிக்க முடியாத சாம்பல் நிற வெளிச்சத்தில்தான் என்பது இன்னமும் புரியாத ஆச்சரியமாய் எனக்குள் மீந்திருக்கிறது.

மற்றபடி, யார் யாரோ பெருக்கிய ரத்தப் பிரவாகத்தில் அமிழ்ந்து மூச்சுத் திணறித் தூங்கிப் போனேன் அன்று...

ஓலைச்சுவடி - இணைய இதழ் - இதழ் 6

வென்றவள்

சாயங்கால வெயில் வழக்கத்தைவிடவும் மிருதுவாக இருந்தது. வெண் மஞ்சள் நிறம் தானே செம்மஞ்சளாக மாறி சகலத்தின்மீதும் கவியத் தொடங்கிவிட்ட மாயாஜாலத்தை ரசித்தவாறே கோபுரவாசலைத் தாண்டி நுழைந்தாள். சுற்றுச்சுவரையொட்டி பதினைந்தடி இடைவெளிவிட்டுக் கட்டிய கம்பிவேலிக்கு உட்புறம் விரிந்திருந்த நந்தவனத்தில் உலகத்தின் அத்தனை நிறங்களையும் சுமந்து நின்ற பூச்செடிகள் இவளை வரவேற்றுத் தலையாட்டிய மாதிரி இருந்தது. அங்கீரிப்பவள்போல, தானும் தலையசைத்துக் கொண்டாள்.

ஆனால், செடிகள் வழங்கிய குதூகலம் அதிகநேரம் நீடிக்கவில்லை. வேலியைத் தாண்டி இந்தப்புறம் பிரகாரத்தை நோக்கித் தலைநீட்டிய பகுதிகளைத் தரித்திருந்தார்கள். வாரிப்போடப்படாத தாவரக் கழிவுகள் வேலியையொட்டி நெடுகக் கிடந்தன. வெட்டுப்பட்டுக் கிடந்த குட்டிக் கிளைகளில், முழுசாக மலர்ந்த பூக்களும் இருக்கத்தான் செய்தன. அதைவிட அரும்புகளின் எண்ணிக்கை அதிகமாய் இருந்தது. இளஞ்சிவப்பும் வெளிற ஆரம்பித்திருந்த ஒரு கொத்தைக் கண்டபோது, சட்டென்று மனம் கூம்பியது. கால்கள் பின்னின. மாதமொரு முறை நடக்கும் விஷயம்தானே. இன்றைக்கு ஏன் துக்கம் பொங்குகிறது எனக்குள்... கேள்வி தந்த சுதாரிப்பு, பொங்கும் பாலில் நீர் ஊற்றியதுபோல மனத்தை சமனப்படுத்திவிட்ட மாதிரி உணர்ந்தாள்.

பாக்கியம் இல்லை உங்களுக்கு. போகட்டும்.

என்று குரல் வெளிவராமல் தனக்குத்தானே பேசிக்கொண்டு, தொடர்ந்து நடந்தாள்.

வெளிப்பிரகாரத்தில் ஒருமுறை வலம் வந்தே சந்நிதிக்குள் இட்டுச் செல்லும் தாழ்வாரத்தில் நுழைவது வழக்கம். கோவிலுக்கு வரும் சுற்றுலாப் பயணிகளையும் அவ்விதமாகவே வழிகாட்டிகள் அழைத்துச் செல்வார்கள். நிலைவாசலுக்குள் நுழைந்து இடதுபுறம் திரும்பிய மாத்திரத்தில், தூக்கிவாரிப்போடும். நிஜப் பெண் உயரத்துக்கு ஓங்கு தாங்கான ஆகிருதியுடைய அம்பாள், சதாசர்வகாலமும் கண்மூடி, மலர்ந்த புன்முறுவலோடு, தேகமெங்கும் பொன்னாபரணங்களும், பட்டுப் புடவையுமாக ஜொலிப்பாள். அவளுடைய முகமும் கைகளும் மேல்பாதங்களும் கூடப் பொன்கவசத்தில் மினுங்கும். 'அவளுக்கென்ன, எந்நாளும் கல்யாணக் கோலம்...' என்று ஊர்க் கிழவிகள் சொல்லுவார்கள்.

தெற்குப் பிரகாரத்தில் நிதானமாக நடந்தாள். இவள் நெருங்கும்வரை அலுங்காமல் தரையில் தத்திக்கொண்டிருந்த ஏழெட்டுப் புறாக்கள், அருகில் வந்ததும் விருட்டென்று நகர்ந்து இடம் பெயர்ந்தன.

> உங்கள் கொள்ளுப்பாட்டி எள்ளுப்பாட்டி காலத்திலிருந்து நாள் தவறாமல் இதே நேரத்துக்கு வருகிறேன். இன்னமும் பயம் போகவில்லையாக்கும்!

என்று தனக்குள் சிரித்துக்கொண்டே நடையைத் தொடர்ந்தாள்.

மனத்துக்குள் உதித்த வாக்கியம் மனத்தின் சுவர்களிலேயே எதிரொலித்தபோது, உடம்பின் உட்புறம் கட்டெறும்பு கடித்த மாதிரி சுருக்கென்றது. சிரிப்பு அடங்கி மறுபடியும் முகம் கூம்பியது. காற்றின் சுழி சரியில்லையா இன்றைக்கு?... ஆமாம், நாள் தவறாமல்தான் வந்துகொண்டிருக்கிறாள். ஒன்றா இரண்டா. எழுபத்திச் சொச்சம் வருஷங்கள். நாளை பிறந்தால் எழுபத்தாறும் பிறந்துவிடும். மூன்று அல்லது நான்கு வயதில் அப்பாவின் சுட்டுவிரலைப் பிடித்துக்கொண்டு இதே பிரகாரத்தில் வலம் வந்தவள்தான் இன்றைக்குக் கிழவியாகியிருக்கிறாள்; அல்லது, இன்றைக்கு வருகிறவள் அவளே இல்லையோ...

ஓரிரு கணங்கள் பிரமித்து நின்றாள். அப்புறம் மனம் பழைய

நிலைக்குத் திரும்பியது. வெளிப் பிரகாரத்தின் கிழக்குச் சிறகுக்குத் திரும்பியபோது, முன்பே சன்னமாகக் கேட்டுக்கொண்டிருந்த தியாகராஜ பாகவதரின் வெண்கலக் குரல்,

...கல்லினுள் தே...ரைக்கும்
கருப்பை உயீ...ர்க்கும்....

என்று உரத்தது. சுற்றுச்சுவருக்கு வெளியில், வெளிவீதியின் மறுசிறகில் உள்ள பேக்கரியில் எந்நேரமும் பாட்டு ஒலிக்கும். பெரும்பாலும் கறுப்புவெள்ளைக் காலப் பாடல்கள். ஊரின் பழமைக்குப் பின்னணி ஒலியாக இருக்கவேண்டும் என்பது உரிமையாள முதலியாரின் நினைப்போ என்னவோ.

மூன்றாம் தடவை பாகவதர் அதே வரியைப் பாடும்போது போட்ட சங்கதியின் தொடர்ச்சியாக, அப்பாவின் நினைவு பொங்கியெழுந்தது. இந்த இடத்தை அப்பா பிரமாதமாகப் பாடுவார். பாகவதர் பாடல்கள் அத்தனையுமே கரதலப் பாடம் அவருக்கு. இளமையில் பாகவதர் க்ராப்கூட வைத்திருந்தாராம். பழுப்பேறிய புகைப்படங்களை எடுத்துக் காட்டும்போது முகத்தில் அவ்வளவு பெருமிதம் இருக்கும். முகச்சாயலுமே பாகவதர் மாதிரித்தான்; உருண்டை நெற்றி, விகிதாசாரம் கெடாமல் அமைந்த உதடுகளும் நாசியும். முகத்தில் உறைந்த அகலச் சிரிப்பு. நிறம் மட்டும் அட்டைக் கறுப்பு.

அதனாலென்ன, அதை ஈடுகட்டும்விதமாக வருமானம் இருந்ததே. உள்ளூரின் மையத்தில் உள்ள அயல்நாட்டு வங்கிக் கிளையில் கணக்கு வைத்திருந்தார். பணம் நிரம்பித் ததும்பும் கணக்கு. பட்டருக்கு எட்டு மொழிகள் பேசத் தெரியும். ஜெர்மன், ஃப்ரெஞ்ச் உட்பட. இதுபோக, சுற்றுலா வந்திருக்கும் குழுவைப் பொறுத்து, மேலும் எட்டு மொழிகளில் உளறவும் தெரியும். தமிழில் மட்டும் பிராமணக் கொச்சை கொடிகட்டும். அர்ச்சனைத் தட்டில் விழும் பணத்தாள் எந்த தேசத்தைச் சேர்ந்தது என்று பார்த்த மாத்திரத்தில் சொல்லிவிடுவார்.

பாகவதரின் குரல் தேய்ந்தடங்கி, அடுத்த பாடலுக்கான இடைவெளியின்போது வடக்குப் பிரகாரத்தில் திரும்பினாள். முன்னைவிட பலவீனமான ஒலியளவில்,

மன்மத லீலையை வென்றார் உண்டோ?

என்று விசாரிக்கத் தொடங்கியிருந்தார் பாகவதர்.

திரும்புமிடத்தில் வெறுமையாய்த் திறந்து கிடந்த மேடையின் இடது ஓரப் படிக்கட்டில் போய் உட்காரத் தோன்றியது. அதில் இப்போது வெம்மை இருக்காது. வலது ஓரத்தில் சாயங்காலம் ஏழுமணிவரை கதகதப்பு மீந்திருக்கும். இந்தப் பிரகாரம் முழுக்கவே காற்றின் ஓட்டம் அதிகம். மேடைக்குப் பின்புறம் தலைவிரித்து நின்றிருந்த அரச மரமும் துணையாய் நிற்கும் நாகலிங்க மரமும் அதை சதா ஆமோதித்துக்கொண்டிருக்கும்.

தன்னிச்சையாக மேடையை ஒருமுறை திரும்பிப் பார்த்தாள். எத்தனை எத்தனை நிகழ்ச்சிகள் நடந்த மேடை இது. ஹிந்துஸ்தானி, கர்நாடக இசை நிகழ்ச்சிகள், கதகளி, யட்சகானம், பரதநாட்டியம், குச்சிப்புடி என்று ஒரு வகை விடாமல் நடன நிகழ்ச்சிகள், பல்வேறுவிதமான புராண நாடகங்கள், உபன்யாசங்கள் கதாகாலட்சேபங்கள் என்று என்னவெல்லாமோ நிகழ்த்தித் தந்திருக்கும் மேடை. தவறான விசையில் ஓட்டப்பட்ட திரைப்படம் மாதிரி மின்னல் வேகத்தில் பாய்ந்து மறைந்தன காட்சிகள்.

படச்சுருள் அறுந்த ஒரு மாயக் கணத்தில் மேடை நிரம்பியது. முன்புறம் கட்டிய சாரத்தில் இருந்த வண்ண விளக்குகளென்ன, பின் திரையில் தத்ரூபமாக இருந்த பனிமலைக் காட்சி என்ன, விரித்த புத்தம்புது ஜமுக்காளத்தில் அமர்ந்த வாத்தியக் குழு என்ன, அவர்களின் மத்தியில் நாயகமாய் அமர்ந்து கைக்கோலால் பலகையில் தட்டி ஜதி சொல்லும் மங்கா டீச்சர் என்ன. இவளும் கற்பகமும் சிவனாகவும் பார்வதியாகவும் வேடம் தரித்து நாட்டியமாடுகிறார்கள். அந்த நாளில் மேடை கயிலாயமாகவே மாறியிருந்தது என்று மனம் லேசாகச் சிலிர்த்தது... அப்போதே தன்னிடம் ஆண்தன்மை மிகுந்திருந்ததோ, அதனால்தான் தன்னை சிவன் வேடம் போடச் சொன்னாளோ டீச்சர்?

இத்தனை வருடங்கள் திரும்பத் திரும்ப ஓடியிருக்கும் மானசீகக் காட்சியில், புதிதாக விழுந்த கறுப்புத்திரை மாதிரி இருந்தது அந்தக் கேள்வி. இங்கே வந்து உட்கார்ந்திருக்கக் கூடாது. பேசாமல் நடந்து கடந்திருக்க வேண்டும். ஆனால், உடல் தானாகவல்லவா உட்கார்ந்துவிட்டது. முழுக்க நரைத்துப் பஞ்சுப்பொதி ஆகியிருந்த தலையைத் தன்னிச்சையாகத் தடவியது இடது கை. அது உயர்ந்ததால் சற்றே விலகிய மாராப்பை வலது கை ஓடிச் சரிசெய்தது.

அல்லது, விலகவேயில்லையோ. வலது கைக்கு அந்த அனிச்சை பழகிவிட்டதோ.

திடீரென்று ஆலாட்ச மணியின் பிரம்மாண்ட ஒலி கிளம்பி கோவில் வளாகத்தை ஒலித் தொட்டிபோல நிரப்பியது. விநாடி நேரத்தில் தளும்பிய சப்தத் துணுக்குகள் சுற்றுச்சுவர் விளிம்பைத் தாண்டி வெளிப்புறம் வழிவதாக பிரமை தட்டியது. சாயரட்சை ஆரம்பித்துவிட்டதுபோல. நகராவும் மேளமும் ஜாலராவும் தானியங்கி யந்திரத்திலிருந்து கிளம்பித் தொடர்ந்தன. முதல் மணியோசைக்கு அதிர்ந்து கோபுர மாடங்களிலிருந்து பறந்த புறாக்கள் மீண்டும் வந்து அமர்ந்து விட்டன. ஆகாயம் மீண்டும் நிர்மலமாகி விட்டது.

ஒலிப் பிரளயம் சட்டென்று அடங்கி, கைமணியின் ஒலி மட்டும் இரண்டு மாத்திரை அளவு உபரியாகக் கேட்டுவிட்டு ஓய்ந்தது. பரம்பரை பாத்தியதைக்காரரான அப்பாவின் குரல் மானசீகத்தில் ஒலித்தது. ஒவ்வொரு தீபாராதனைக்குப் பிறகும் சம்பிரமமாகச் சொல்வார்:

> பூமத்திய ரேகெ அட்ச ரேகெ தீர்க்கரேகெ எல்லாம் சும்மா. இந்தோ இருக்காளே, இந்தப் பொம்மனாட்டிதான் பூமியோட மைய அச்சு. இவளைச் சுத்தித்தான் சகலமும் இயங்கறது. இவ பெத்துப்போட்டதுதான் அத்தனையும். லோக மாதா. மிச்சத் தலங்கள் மாதிரியில்லே, இங்கே அம்பாள் கண்ணெ மூடி தியானத்திலே இருக்காளாக்கும். இவ கண் திறக்கற நாள்லெ உலகம் அழிஞ்சு போகும்ங்கறது ஐதீகம்...

'எத்தனை அநியாயங்கள் தன்னைச் சுற்றி நடந்தாலும் பரவாயில்லை, கண்ணைத் திறக்கமாட்டேன் என்ற பிடிவாதத்துடன் இறுக மூடிக்கொண்டிருக்கிறாள் அம்பாள்' என்று ஒரு வாக்கியம் உள்ளே ஓடியது.

தீபாராதனை முடிந்து ஆலய வாசலை நோக்கி நடந்து போகும் கும்பல் இங்கிருந்தே தெரிந்தது. பாதிக்கு மேல் வெள்ளைக்காரர்கள். புதிதாய் வேலையில் அமர்ந்திருக்கும் வழிகாட்டி இளைஞன், அத்தனை பேருக்கும் பின்னால் போகிறான். சரிதானே, உள்ளே வரும்போதுதானே தலைமையேற்று நடத்திவர வேண்டும்...

கோவில் தெரு இந்த ஊரின் மிக அழகான தெரு. இரு சிறகிலும் சீராகக் கட்டப்பட்ட ஓட்டு வீடுகள். காறைக்கூரையோ மாடியோ அறவே இல்லாத தெரு. அம்பாளின் இல்லத்தைவிட அதிகமான உயரத்தில் வீடுகள் இருக்கக் கூடாது என்று எழுதப்படாத விதி உண்டு. பழமை கெட்டு, சுற்றுலா வருமானம் குறைந்துவிடக்கூடாது என்பது இன்னொரு காரணம்.

பழமையின் அழகைக் காட்டுவதற்காக சுற்றுலாப் பயணிகளை, சிலவேளை வீடுகளுக்குள்ளும் வழிகாட்டிகள் அழைத்து வருவார்கள். அநேகமாக அத்தனையுமே நாலு கட்டு ஐந்து கட்டு கொண்ட வீடுகள். அத்தனை வீடுகளிலும், நட்டநடுவில், கம்பி அழிக் கூரை கொண்ட திறந்த முற்றமும், நாலைந்து தென்னைகள் மற்றும் விதவிதமான பழ மரங்கள் நிற்கிற, தரை முழுக்கக் களைகள் மண்டியிருக்கிற புழக்கடையும் உண்டு.

தெருவின் இந்தக் கோடி முட்டி நிற்கும் இடம்தான் இந்த பிரம்மாண்டமான கோவில். ஐரோப்பியப் பயணிகள் கழுத்தில் செவ்வரளி அல்லது சாமந்தி மாலையும், நெற்றியில் பளீரென்ற அரக்குநிறத்தில் குங்குமமும் தரித்து வெளியில் வரும்போது கிழக்கு மேற்கு என்று இரண்டு தனித்தனித் திசைகள் கிடையாது என்றே நம்பத் தோன்றும்.

அம்பாள் தொடர்பாக இன்னொரு ஐதீகமும் உண்டு: இந்திய பக்தர்கள் வரும்போது மட்டும் அப்பா அதைச் சொல்வார். சாதாரணப் பெண்ணைப்போலவே மாதவிடாய்ப் பெருக்கு உண்டு அம்மனுக்கு. குருதி வழிவதை யாரும் பார்த்ததில்லை - ஆனாலும் நாட்கணக்கு வைத்து சரியாக இருபத்து மூன்று நாட்களுக்கொருமுறை, மூன்று தினங்கள் ரத்தச் சிவப்பு வஸ்திரம் சார்த்துவார்கள். அப்போது சந்நிதி திறந்திருக்குமே தவிர, கருவறைக்குள் பட்டர்களே நுழைய மாட்டார்கள். அபிஷேகம் நிவேதனம் அர்ச்சனை தீபாராதனை என்று எதுவுமே கிடையாது.

மானுடப் பெண்போல, காலாதிகாலமாய் விடாய்கொள்ளும் அம்பாள் வயோதிகத்தை எட்டவேயில்லை; இன்றுவரையிலும் குமரியாகவே இருந்து வருகிறாள் என்பதால்தான் அவள் அம்பாளாய் இருக்கிறாள் என்று உள்ளூர்க் குடிகளுக்குத் தெரியும்.

தலபுராண நூல்களில் இந்த விவரம் குறிப்பிடப்பட்டிருந்தாலும்,

மேற்கத்திய பக்தர்கள் இதில் ஆர்வம் காட்டவில்லை; குறிப்பாகப் பெண் பயணிகள் இதை ரசித்துக் கேட்பதில்லை என்பதோடு, இயற்கைச் சுழற்சியில் தவறென்ன இருக்கிறது, இதென்ன அசட்டுத்தனம் என்றெல்லாம் கேள்வி எழுப்புகிறார்கள் என்பதால் பட்டர்கள் அதை எடுத்துச் சொல்வதில்லை. ஆனால், அந்தப் பயணிகளுக்குத் தெரியாது, அது அத்தனை இயல்பான இயற்கையான விஷயம் அல்ல என்பது...

உடம்பின் இனந்தெரியாத ஆழத்திலிருந்து புறப்பட்ட மூச்சு சீறலாய் வெளியேறியது...

பழமையும், சீர்மையும் மட்டுமே அந்தத் தெருவுக்கு அக்காலக் கீர்த்தியை வழங்கிவிடவில்லை. இரண்டு பெண்கள். அவர்களின் பேரழகு. தானும் கற்பகமுமேதான் அவர்கள் என்ற எண்ணம் எழும்பி, கிழவியின் முகத்தில் புன்னகை அரும்பியது. அவள் பிறந்த தருணத்தில் விளையாட்டாகவோ, பக்திபூர்வமாகவோ எல்லாருமே சொன்னார்கள்:

அம்பாளே மகளாக வந்து பிறந்துவிட்டாளே.

பட்டர் அதைத் தீவிரமாக நம்பினார். நம்பிக்கை வீண்போகவில்லை. கூர்மையான நாசியும், செழிப்பான உதடுகளும், விசாலமான தட்டை நெற்றியும், அழுத்தி மூடினாலும் புடைத்துத் தெரியும் விழிகளும் தொட்டாலே கையில் பிசுபிசுக்கும் கருநிறமும் என்று அச்சு அசலாக அம்மன் வடிவாகவே இருந்தாள் இவள். இரண்டு வித்தியாசங்கள் உண்டு - ஒன்று, அம்பாளின் அருகில் போனாலே நாள்பட்ட எண்ணெய் மணமும், கருவறைக்குள் சதா நிலவும் தசாங்க மணமும் துளைக்கும். இவளுடைய சருமத்தில் புதுப்பூவின் மணம் இருந்தது அந்த நாளில், வாயில் நிரந்தரமாகத் தித்திப்பு மணம் வீசுகிறது என்று கற்பகம் சொல்வாள்.

இரண்டாவது வித்தியாசம் நினைவு வந்தபோது மனம் மறுபடி கூம்பியது. இன்றைக்கு எனக்கு என்ன ஆகிவிட்டது, தேவையில்லாத வழிக்குத் திரும்பத் திரும்ப மனம் ஓடுகிறது?... மெனக்கெட்டு கவனத்தை வேறுபுறம் திருப்பிக்கொண்டாள். பிரகாரத்தை வலம் வந்த குடும்பம் ஒன்று போகிறது. தாய் தகப்பனின் கையைப் பிடித்துக்கொண்டு நடுவில் குதித்துக் குதித்துப் போகிறது ஒரு

நண்டு. நாலைந்து அடிகளுக்கொருமுறை ஊஞ்சல்போலத் தூக்கி ஆட்டுகிறார்கள் பெற்றவர்கள். கால்களை உதறி ஆனந்திக்கும் போது கீழே இறக்குகிறார்கள் - குடைபோல விரிந்து அடங்குகிறது குட்டைப் பாவாடை...

படத்தைச் சுருக்கிக்கொண்ட பாம்புபோல அடங்கும் எண்ணவோட்டம், விட்ட இடத்திலிருந்து நூல் பிடிக்கிறது. இவள் அம்பாளின் நிறமாக இருக்கிறாள் என்பதில் சுற்றத்தாருக்குச் சற்று மனக்குறை உண்டு. தாயார் தகப்பன் என்று இருவருமே இருளின் நிறமாக இருக்கும்போது குழந்தை மட்டும் பால் நிறமாகவா பிறக்கும்?

அம்மா கறுப்பே தவிர, தீர்க்கமான முகம். கோவில் தூணிலிருந்து இறங்கிவந்த சிற்பம்போல ஒசியும் இடுப்பும் அளவாய்ப் புடைத்த புட்டமும் தனங்களும் என்று நளினமான உடல்வாகு. நடமாடும் சிற்பமேதான் அவள் என்பதற்கு இன்னொரு சான்று, அவள் சிரித்து யாரும் பார்த்ததில்லை. அழுதும்தான். ஆமாம், அம்மாவின் முகத்தை வைத்து அவள் மனநிலை மாற்றங்களைக் கணித்துவிட முடியாது. மாற்றம் ஏதும் இருந்ததாகவும் நினைவில்லை. இறுகியிருந்த முகமும் உடல்மொழியும் மாத்திரமில்லை - வாக்கியங்களாக அவள் பேசியும் ஞாபகமில்லை. பெரும்பாலும் ஒரு சொல்லில் அவளுடைய உரையாடல் ஓய்ந்துவிடும்.

கல்யாணமாகி இந்த ஊருக்கு வந்த புதிதில் கலகலவென்று இருப்பாளாம். ஓயாமல் சிரித்துக்கொண்டும், கோவில் தட்சணைத் தட்டு வருமானம் தந்த செழிப்பில் பூரித்துக்கொண்டும் இருந்தவள், இவளைப் பெறுவதற்காகப் பிறந்தகம் போய்த் திரும்பியதற்குப் பின்புதான் இப்படி ஆனாள் என்று மற்றவர்கள் சொன்னதுண்டு. ஆனால் அப்பா அதைப்பற்றிப் பேசிக் கேட்டதேயில்லை இவள்.

பள்ளிப்படிப்பை நிறுத்தி, வீட்டோடு இருக்க ஆரம்பித்த நாட்களில், சமபாவத்தில் தன்னை நடத்துகிறாள் அம்மா என்று இவளுக்குத் தோன்ற ஆரம்பித்தது. அடுப்பை இவளை நம்பி விட்டுவிட்டுக் கொல்லைப்புறம் போகும் அளவு நம்பவும் ஆரம்பித்திருந்தாள். இரவும் பகலும் வீட்டைவிட்டு வெளியே வராமலே இருக்கும் அம்மா, சாயங்கால வேளைகளில் இவளுடன் கோவிலுக்கு வர ஆரம்பித்தாள்.

பெரும்பாலான நாட்கள் சந்நிதிக்குள் வரமாட்டாள். இவள் வற்புறுத்திக் கையைப் பிடித்து இழுத்துவரும் நாட்களில் முகம் நிறைந்த வெறுமையோடு அம்பாளை வெறித்துக்கொண்டு நிற்பாள். நீள்வச கோலிக்காய்கள் போன்று புடைத்த விழிகளில் வெளிப்படையாக ஒருவிதக் குரோதம் தெரியும். அம்பாளுக்கும் பக்தர்களுக்கும் இடையே நிற்கும் அப்பா இந்தப் பக்கம் திரும்பும் அதேவேளையில், சூரியனுக்கு எதிர்ப்புறம் திரும்பும் சூரியகாந்திப் பூ மாதிரி அம்மாவின் முகம் வாசலைநோக்கித் திரும்புவது இவளுக்கு மிகுந்த ஆச்சரியமாக இருக்கும்...

இந்த மேடை கட்டப்பட்டு வந்த நேரம் அது. குவித்திருந்த மணல்மேல் உட்கார்ந்து வானத்தைப் பார்த்துக்கொண்டிருந்தாள் அம்மா. பிரகாரத்தில் சிதறலாக நடந்துகொண்டிருந்த ஆட்களும், ஆறுதலாக வருடிய அந்திக் காற்றும், வளாகமெங்கும் நிரம்பிய நாகலிங்கப்பூவின் நறுமணமும் என்று புலன்களை நிரப்பும் உலகத்துக்கு முழுக்க முழுக்க அந்நியமாக வேறெங்கோ ஆழ்ந்திருந்தாள். இவள் அவளுடைய தோளை உலுக்கி விளித்தது வேறேதோ அந்தரலோகத்திலிருந்து அவளுக்குக் கேட்டிருக்க வேண்டும். அல்லது இந்த விளி எட்டாத அந்தரலோகத்தில் அவள் இருந்திருக்கவேண்டும்...

என்ன?

இவள் எச்சிலைக் கூட்டி விழுங்கிக்கொண்டு,

நீ ஏம்மா சிரிக்கவே மாட்டடங்கிறே?

என்று கேட்டாள். அம்மா வெடித்துவிடுவாளோ என்ற அச்சம் உடனடியாய் ஆவியாகும் விதமாக,

எதுக்கு?

என்றாள் அம்மா. தைரியத்தின் அளவு அதிகரித்து, அவள் கழுத்தில் கைகளைக் கோத்தாள்:

அம்மா, என்னை நீ கொஞ்சவே மாட்டியாம்மா?

இவள் கண்களை ஏறிட்ட அம்மாவின் கண்கள் வழக்கமான வறட்சியை விலக்கி, ஒரு கணம் பளபளத்த மாதிரி இருந்தது இவளுக்கு. பிரமையாகக்கூட இருக்கலாம். சில விநாடிகள் கழித்து அம்மா பதில் சொன்னாள்:

எதுக்கு?

பதின்வயது வேகம் உடனடியாய் அடங்கியது. ஆனால், அம்மா ஒரு முழு வாக்கியம் பேசினாள்:

உன்னைப் பெத்தெடுக்கறதுக்காக நான் பிறந்தகம் போயிருக்கக் கூடாது...

இரண்டு முறை ஓங்கித் தலையில் அடித்துக்கொண்டாள்.

அவ்வளவுதான். தன் பழைய மௌனத்துக்குள் அமிழ்ந்துவிட்டாள். அந்த நாட்களில் கற்பகம் மட்டும் இல்லையென்றால் தன் இளமைப்பிராயம் முழு நரகமாகியிருக்கும் என்று தோன்றியது. பேசாமடந்தையோடு எத்தனை மணிநேரம்தான் இருக்க முடியும்? ஒரு வயது இவளைவிடச் சின்னவள் என்றாலும், நாலைந்து வயது பெரியவள் மாதிரிப் பேசவும், இவளைப் பார்த்துக்கொள்ளவும் செய்வாள் அவள்.

அதுவரை தெரியவந்த அத்தனை மனிதர்களுக்கும் சேர்த்துவைத்துப் பேசுவாள் கற்பகம். அச்சு அசல் இவளைப் போலவே இருப்பதாக எல்லாரும் சொல்வார்கள். முக அமைப்பு, உருவம், சிலவேளைகளில் பாவனைகளில்கூட இவளுடைய கண்ணாடிப் பிம்பம் போலவே இருப்பாள் அவள். ஆனால், ஒரு முக்கியமான வித்தியாசம் உண்டு. அவள் கறுப்பு இல்லை - அவளுடைய தாயார் மாதிரி, மஞ்சள் கலந்த அபிஷேகப் பால் நிறம்.

அவளுடைய அம்மாவும் இவளுடைய அம்மா மாதிரி ஊமைக்கோட்டான் இல்லை. சளசளவென்று பேசிக்கொண்டே இருப்பாள். பட்டர் பெண்டாட்டி இவ்வளவு உதாசீனம் செய்கிறாளே, அவளிடம் போய் எதற்காகப் பேசவேண்டும் என்று ஒருநாளும் நினைக்காதவள்போல, நினைத்து நினைத்து வீட்டுக்குள் வருவதும், புருஷனைப் பற்றியும் பெண்ணைப் பற்றியும் நாலு வார்த்தைகள் பேசிவிட்டு, ஜீனியோ காபிப் பொடியோ, சமைத்த பதார்த்தங்களேதானோ இரவல் வாங்கிக்கொண்டு போவதுமாக இருப்பாள். ஒருநாளும் எதையாவது திருப்பிக்கொடுக்க அந்த அம்மாள் வந்ததே கிடையாது.

பட்டர் ஆதரவு மட்டும் இல்லேன்னா, நாங்க நாறி நடுத்தெருவுலெ நின்னிருப்போம்.

என்று நாளுக்கு ஒருதடவையாவது சொல்லிவிடுவாள். பின்னே, ஒரேயொரு கோவிலில் வழிகாட்டியாகப் பணி செய்வதில் என்ன பெரிய வருமானம் இருந்துவிடும்? பட்டரின் தாசானுதாசனாக இருந்து எடுபிடி வேலைகள் செய்து ஒருமாதிரி ஈடுகட்டிக் கொள்வார் கற்பகத்தின் தகப்பனார். இவர்கள் வீட்டுக்கு நேரெதிரே அவர்கள் குடியிருக்கும் வீடும் இவர்களுடையதுதான். அதற்குக் குடக்கூலி என்று அப்பா எதையுமே வாங்கிக்கொள்ளவில்லை என்பது நினைவு வருகிறது.

தொடர்ந்து இன்னொரு நினைவும் ஊறிக் கிளைக்கிறது. அதை நினைவு என்று சொல்ல முடியாது - காட்சி. மனத்தின் உள்ளடுக்கு எதிலோ ஒளிந்திருந்து தேவையில்லாத நேரங்களில் தலையைக் காட்டும் காட்சி. ஆனால், தனியாக அது தலையைக் காட்டியதேயில்லை...

முதல் அங்கத்தில், நடமாட்டமே ஆரம்பித்திராத தெருவில் எதிர்வீட்டுத் திண்ணையில் படுத்திருக்கும் கற்பகத்தின் அப்பா. ஒருக்களித்துப் படுத்து, நன்கு மடக்கிய முழங்கால்களுக்கிடையே கைகள் இரண்டையும் அழுத்திச் செருகிப் படுத்திருப்பார். அந்த நிலையில் அவருக்குக் கழுத்துவரை யார் போர்த்திவிடுவார்கள் என்று கற்பகத்திடம் பலதடவை இவள் கேட்டிருக்கிறாள்.

நாம் பாத்ததேயில்லையேடீ!

என்று ஆச்சரியப்படுவாள் கற்பகம். இவளுக்குமே யதேச்சையாக ஒருநாள் பார்க்கக் கிடைத்த காட்சிதான் அது. வழக்கத்துக்கு விரோதமாக விடிகாலையில் எழுந்துவிட்டவள், கண்ணைக் கசக்கியபடியே அம்மாவைத் தேடிக்கொண்டு வாசலுக்குப் போன போது, எதிர்த் திண்ணையில் படுத்திருந்த மாமாவைப் பார்த்தாள்.

மேற்சொன்ன காட்சியின் இரண்டாவது அங்கமாக, அங்கவஸ்திரத்தை நேர் செய்துகொண்டே அப்பா வெளியே வந்தார், இரு பக்கங்களிலும் பார்வையை ஓட்டியபடி - எதிர்வீட்டிலிருந்து. அந்தக் காட்சி முதுகில் ஓங்கி விழுந்த அறையாகவே மனத்தில் பதிந்திருக்கிறது. அறைந்த வேகத்தோடு,

காலங்காத்தாலே இங்கே என்ன பண்றே சனியனே.

என்று அடங்கிய குரலில் வைதபடியே, தரதரவென்று வீட்டுக்குள்ளே இழுத்துப் போனாள் அம்மா.

இவளும் அம்மாவும் தினசரி படுத்துக்கொள்ளும் காமிரா அறையிலிருந்து எழுந்து வெளியே வர, கதவை ஓங்கி ஓங்கித் தட்ட வேண்டியிருக்கும். அம்மா வந்து வெளித்தாழ்ப்பாளை அகற்றினால்தான் விடுதலை கிடைக்கும். இந்த வழக்கம் மேற்சொன்ன நாளிலிருந்துதான் ஆரம்பித்ததா, அதற்கும் முன்பாகவேயா என்பது சரியாக நினைவிலில்லை.

இவள் எட்டாவது படித்துக்கொண்டிருந்தபோது, கற்பகத்தின் அம்மா ஒருநாள் படுவேகமாக வீட்டுக்குள் வந்தாள். இவள் பள்ளிக்கூடம் போக ஆயத்தமாகிக்கொண்டிருந்த வேளை. முற்றத்தின் சூரிய ஒளியில் அமர்ந்து தானாகவே தலை பின்னிக்கொண்டிருந்தாள். நெற்றியிலும் மேலுதட்டிலும் பனித்துளிகள் மாதிரி வியர்வை பூத்து, பளபளவென வந்து நின்றவளிடம்,

> என்ன மாமி, கப்பு ரெடியாயிட்டாளா!

என்று கேட்டாள்.

> இல்லடி கோந்தே. இனிமே சனிக்கெழமெதான் ஸ்கூலுக்கு வருவா...

என்று அந்த அம்மாள் சிரித்தாள். ஐயோ, கன்னத்தில் என்னமாய்க் குழி விழும் அவளுக்கு. அப்படியொரு நிறத்தில் இவர்கள் உறவுக்காரர்களில்கூட யாருமே கிடையாது.

அம்மா அடுக்களையிலிருந்து வெளியில் வந்தாள். ‘வா’ என்கிற மாதிரித் தலையாட்டினாள். ‘என்ன’ என்கிற மாதிரி புருவத்தைத் தூக்கினாள். அந்த அம்மாள் சொன்ன பதிலைக் கேட்டவாறே அடுக்களைக்கும் அப்பாவின் அறைக்கும் இடையிலுள்ள தாழ்வாரத்தில் பார்வையை ஓட்டினாள். புழக்கடை வாசல் வாசல்வரை பார்வை ஓடித் திரும்பியது. பின் வாசலுக்கு நேர் எதிரே இருந்த கழிவறையின் கதவு பாதியளவு திறந்து கிடந்தது.

தாழ்வாரத்தின் மறுகரையாய் இருந்த அப்பாவின் அறைக்குள் எட்டிப் பார்த்தாள். அப்பா சிக்குப் பலகையில் வைத்து ஏதோ கிரந்தத்தைப் படித்துக்கொண்டிருந்தார். அம்மா உள்ளே போய் அவரிடம் ஏதோ சொன்னாள். அவர் எழுந்து, தன் பீரோவைத் திறந்தார். அதனுள் இருந்த குட்டி அறைக்குள்ளிருந்து எதையோ

எடுத்துக்கொண்டு வெளியே வந்தார்.

கற்பகத்தின் அம்மாவிடம் கையை நீட்டினார். அவளுடைய விரித்த உள்ளங்கையில் ஒரு தங்கச்சங்கிலி விழுந்தது. அந்த அம்மாள் அவர்கள் இருவரையும் சாஷ்டாங்கமாக நமஸ்கரித்தாள். பெற்றவர்கள் இருவருக்கும் இடையில் ஓரடி இடைவெளி இருந்தது ஆச்சரியமாய் இல்லை - அவர்கள் சேர்ந்து நின்றதுதான் ஆச்சரியம். அதைவிட, நிரந்தரமாய் இறுகியிருந்த அம்மாவின் முகத்தில் அப்போதிருந்த கடூரமும், கண்களில் சுடர்ந்த வெறுப்பும் பேராச்சரியம்.

மிகச் சரியாக ஒன்றரை வருஷம் கழித்து, இன்னொரு சம்பவம் நடந்தது. அதிகாலை வேளையில், கொல்லைப்புறம் சென்று பல்தேய்த்துவிட்டு, முகம் முழுக்க ஈரத்துடன் இவள் திரும்பியபோது நடந்தது. வழக்கத்துக்கு விரோதமாக, அப்பாவின் அறை நிலைவாசலை மறித்தபடி அம்மா நின்றிருந்தாள். அப்பா மறுப்பாகத் தலையாட்டினார். அம்மா, குரலை உயர்த்திச் சொன்னாள்:

> ...தானா நடக்கும்ன்னு எனக்குத் தோணலை. ஏன்னா நாம்ப பண்ணியிருக்கிற பாவம் அப்பிடியாப்பட்டது...

அப்பா தலையை உயர்த்திப் பார்த்தார். அடிபட்ட மாதிரி வேதனை இருந்தது முகத்தில். ஒளியிழந்த கண்கள் 'என்னை விட்டுவிடேன்' என்கிற மாதிரிக் கெஞ்சின. அந்த பாவம் நிஜமேதானா, இல்லை அப்படியெல்லாம் யோசிக்கிற மாதிரித் தனக்கு வயதாகியிருந்தது காரணமா என்ற புதிர் என்றைக்கும் தீரப் போவதில்லை.

> இதெல்லாம் சரிப்பட்டு வருமா...

அப்பா முடிப்பதற்கு முன்பே மறுபடியும் முகத்திலடித்தாள் அம்மா.

> அதைப் பின்னாடி பாத்துக்கலாம். இப்போதைக்கி இந்த அபவாதத்தைத் தாண்டியாகணும். சும்மா இல்லை, என் பொண்ணுக்குப் பதினஞ்சு பிறக்கப் போறது.

பதிலுக்காகக் காத்திருக்காமல் திரும்பினாள். இவளைப் பார்த்த அதிர்ச்சியை உடனடியாக மறைத்துக்கொள்ளத் திணறினாள். அல்லது வழக்கத்துக்கு விரோதமாக நாலைந்து வாக்கியங்கள்தான் பேசிவிட்ட அதிர்ச்சியாகக்கூட இருக்கலாம்.

படீர் படீரென்று சப்தம் கேட்டது. இரண்டு பேரும் அப்பாவைப் பார்த்தார்கள். நெற்றியில் ஓங்கி ஓங்கி அறைந்தவாறு குலுங்கிக்கொண்டிருந்தார் அவர்...

ஊரே கூடிக் கொண்டாடியது. எவ்வளவு பரிசுகள். எவ்வளவு பட்டு, எவ்வளவு வெள்ளி, எவ்வளவு தங்கம். எவ்வளவு பேருக்குச் சாப்பாடு.

நாலாவது நாளிலிருந்து இவள் பள்ளிக்கூடம் போக வேண்டியதில்லை என்றாள் அம்மா.

> ஒண்ணுமே நடக்காததுக்கு ஏம்மா இவ்வளவு ஆர்ப்பாட்டம் பண்றே?

இப்போது அம்மா தலையிலடித்துக் கொண்டாள். ஆனால், அவள் நினைத்ததுதான் நடந்தது...

முதல் நாளில் இருட்டறைக்குள் உட்கார்ந்திருந்த இவளைப் பார்க்கக் கற்பகம் வந்ததும், அவளுடைய கேள்விகளுக்கெல்லாம் என்ன சொல்லவேண்டும் என்று அம்மா இவளுக்குச் சொல்லிக் கொடுத்திருந்ததும் நினைவில் வந்தது. அதே பதில்களைப் பிற்பாடு பலபேருக்குச் சொல்லவேண்டியிருந்தது. கற்பகத்தின் ஓரிரு கேள்விகளுக்கு இவளால் பதில் சொல்லமுடியாமல் போனது. அவள் கண்களில் கொஞ்சம் சந்தேகம் மிச்சமிருந்ததோ என்றுகூட இவளுக்குத் தோன்றியது.

ஆனால், பட்டருடைய பெண்ணுக்கு ஜாதகத்தில் அவ்வளவு பெரிய தோஷம் இருப்பதும், அதனால்தான் கல்யாணம் இப்படித் தட்டிக்கொண்டே போகிறது என்றும், எவ்வளவு செல்வம் குவிந்திருந்தால் என்ன அவரவர் தலையெழுத்துப்படிதானே நடக்கும் என்றும் பேசி மாளவில்லை ஊர் ஜனங்களுக்கு.

மேற்படி நிகழ்ச்சிக்குப் பிறகு ஆறேழு வருடங்கள் உயிரோடிருந்தார் அப்பா. சீக்கு வந்த நிலா மாதிரித் தேய்ந்துகொண்டே வந்தார். கட்டுப்படாத சர்க்கரை வியாதியா, கல்யாணமாகாமல் குதிராக நிற்கும் ஒரே மகளா எது காரணம் என்று யார் யாரோ விவாதித்தார்கள், பரிகாரம் சொன்னார்கள். கோவிலுக்கும் வீட்டுக்கும் மாறிமாறிப் போய்வருவதைத் தவிர்த்து, வேறு சுவாரசியங்கள் இல்லாமல் போன வாழ்க்கைமுறை கூட அவருடைய மரணத்தை சீக்கிரம் வரவழைத்திருக்கலாம். யார் கண்டது?

அப்பா காலமாகி மிகச் சரியாக ஆறு மாதம் கழித்து அதே திதியில் தானும் போய்ச்சேர்ந்தாள் அம்மா.

ஆனால், அப்பாவும் அம்மாவும் பரஸ்பரக் குரோதத்தை முழுக்க உதிர்த்துவிட்டு ஒன்றுசேர்ந்த நாள் ஒன்றும் உண்டு. வெட்டு விழுந்த நீர் மாதிரி உடனடியாக அவரவர் நிலைக்குத் திரும்பிவிட்டார்கள் என்றாலும், இப்போதுவரை ஒரு சொட்டுத் தேனாக அடி நாக்கில் இனிக்கவே செய்கிறது அந்த வேளை.

பிறந்தவீடு வந்திருந்த கற்பகத்துக்குப் பிரசவம் ஆகி ஒரு மாதம் ஆகியிருந்தது. இவள் தன்னுடைய அறைக்குள் உட்கார்ந்து கோலப் புத்தகத்தைப் புரட்டிக் கொண்டிருந்தாள். திடீரென்று கற்பகத்தின் நினைவு உயர்ந்தது. புத்தகத்திலிருந்த அறுபது புள்ளி அறுபது வரிசைத் தேர்க்கோலத்தை இருவருமாகச் சேர்ந்து கோவில் தெருவை அடைத்துப் போட்ட மார்கழி மாதம். தேர் கச்சிதமாக அமைந்துவிட்டது. கோவிலுக்குப் போகிறவர்கள் இரண்டு வீடுகளையும் ஒட்டி ஒற்றையடிப்பாதைபோல இருந்த ஓரடி இடைவெளியில் புருவத்தைத் தூக்கி வியந்தபடியே போனார்கள்.

கலர் போடலாண்டி...

என்றவாறே, சாயப்பொடிக் கிண்ணங்கள் வைத்திருந்த மரவையை எடுத்துவர வீட்டுக்குள் போனாள். அவள் திரும்பி வருவதற்குள் ஒன்றுக்குப் போய்விட்டுத் திரும்பலாம் என்று வீட்டுக்குள் வந்தாள் இவள்.

இருவரும் திரும்பி வருவதற்கும், கோலத்தின் நடுவில் நின்று திருப்தியாகச் சிறுநீர் கழித்து முடித்த காளை கோவில் திக்கில் சாவகாசமாக நடந்து முன்னேறவும் சரியாக இருந்தது. இவள் சிறகுக் கோலம் முழுமையாய் நசிந்தும், கற்பகத்தின் பக்கம் லேசாக அழிந்தும் இருந்த தேரைக் கண்டு, சிநேகிதிகள் ஒருவரையொருவர் பார்த்துக் கொண்டார்கள். யார் முதலில் சிரிக்க ஆரம்பித்தார் என்று தெரியவில்லை. அடக்க முடியாமல் பொங்கிப் பொங்கிச் சிரித்ததும், அவரவர் தாய்மார்கள் வந்து அதட்டி நிறுத்த முயன்ற போது சிரிப்பு இன்னமும் ஜாஸ்தியானதும் நினைவு வந்தது. சிரிப்பதற்கு முன்னால், திகைப்பின் உச்சத்தில், சாயப்பொடிகள் மொத்தத்தையும் கோலத்தின் மத்தியில் தேங்கியிருந்த சிறுநீரில்

அப்படியே கற்பகம் கொட்டியதும் நினைவு வந்த மாத்திரத்தில் அவளை உடனே பார்க்க வேண்டும் என்று உந்துதல் கிளர்ந்தது.

புத்தகத்தைக் கீழே வீசிவிட்டு, எழுந்து வாசலுக்கு வந்தாள். முற்பகல் பொழுதின் வெயிலுக்குக் கண்கூசியது. தெரு ஓசைகளற்று அடங்கியிருந்தது. வலது பக்க வீட்டில் ஊஞ்சல் போய்ப்போய் வரும் கிரீச்சொலி, காதுக்கு எட்டாத சங்கீதத்துக்குத் தாளமிடுவதுபோல சீராக இருந்தது.

ஆளோடியைக் கடந்து, கற்பகம் இருக்கும் முன்னறையின் கதவை மெதுவாகத் திறந்தாள். இன்னமும் முழுசாக விலகியிராத பிரசவக் கவிச்சி நாசியைத் தாக்கியது. உபரியாய், தாம்பூல மணமும், பூண்டு மணமும் கலந்த நெடி. எதிர்ச் சுவரில் சாய்ந்து அமர்ந்து, குழந்தைக்குப் பால் கொடுத்த நிலையில் அயர்ந்து விட்டிருந்தாள் கற்பகம். திறந்து கிடந்த இடது முலையின் காம்பில் ஒரு துளிப் பால் ஒட்டியிருந்தது. ரோஜா நிற உதடுகளைக் குவித்தபடியே தானும் உறங்கியிருந்த சிசு, தானாய்ப் புன்னகை புரிந்தது. அம்பாள் பூக் காட்டுகிறாள் போல. உறைந்து நின்றாள் இவள்.

திடீரென்று தன் மார் இரண்டிலும் குறுகுறுப்பு ஊறுவதையும், அடக்க முடியாத தினவாக அது உருமாறுவதையும் நெஞ்சில் இரும்புக் குண்டுகளைத் தொங்கவிட்ட மாதிரிப் பளுவாகக் கனக்கத் தொடங்குவதையும் உணர்ந்தாள்.

தன்வசமுள்ள ஒரு ஜதையை அறுத்தெறியும் தீவிரம் தொற்றியது. மறுகணம் அவளுடைய மடியிலிருந்து பறித்துத் தன் மடியில் கிடத்திச் சவைக்கக் கொடுக்க வேண்டும் என்று ஆவல் முட்டியது. இரண்டு முனைகளுக்கும் இடையில் சற்றுநேரம் அல்லாடியபின், தாயையும் மகனையும் முகத்தில் தலையணையை அழுத்திக் கொல்லும் வெறி பீறியது.

மின்னல் வேகத்தில் திரும்பி வீட்டுக்குள் நுழைந்து, அனாதரவாய்த் தரையில் கிடந்த கோலப்புத்தகத்தின் அருகில் சட்டடியாய் உட்கார்ந்தாள். நெஞ்சை அடைத்தது. குமுறிக் குமுறி அழ ஆரம்பித்தாள்.

எவ்வளவு நேரம் போயிற்றோ. அழுகை மட்டுப்பட்டபோது, ஒருக்களித்துத் திரும்பி மூக்கைச் சிந்திவிட்டு, கண்ணீரால் நனைந்திருந்த தாவணி நுனியால் துடைத்துக் கொண்டாள்.

மூச்சுத் திணறல் மெல்ல அடங்கிய மாத்திரத்தில், விசித்திரமான ஓர் உணர்வு எழுந்தது. கற்பகத்தின் அறையில் சுவரில் சாய்ந்து அமர்ந்திருந்த உருவம் கற்பகம் அல்ல; தானேதான். தானாய் விடியும் காலைப்பொழுதுபோல இந்த எண்ணம் முளை விட்டது சாதாரணக் கணமல்ல. மிக மிக விசித்திரமான கணம். ஆமாம், எதிரில் அமர்ந்திருந்தவள் கற்பகம் அல்ல, தானேதான்; இரண்டு வெவ்வேறு உடல்களில் நடமாடும் ஒரே வியக்தியைத் தரிசிக்கக் கிடைத்துவிட்ட திருப்தி கிளர்ந்தது. அடிமனத்திலிருந்து ஊறும் வாஞ்சையைத் தாளமுடியாமல் கன்னங்களில் நீர் இறங்கிப் புறங்கையில் சொட்டியது - ஐயோ, நிறமற்ற நீர் அல்ல அது; செக்கச் செவேலென்ற நிறத்தில். அம்பாளின் விடாய்க் காலப் புடவை நிறத்தில் இருந்தது.

உடல் விதிர்த்தது. குப்பென்று வியர்த்தது. அடுத்த கணம் நடந்ததுதான் கற்பனைக்கு அப்பாற்பட்டது. ஆமாம், காலங்காலமாக உடலுக்குள் தூர்ந்து கிடந்த சுனைகள் அனைத்தும் திறந்துகொள்கின்றன. குருதியின் நிறமும் பாலின் நிறமும் நிறமற்ற நிணத்தின் நிறமும் முட்டைக் கருவின் நிறமும் கொண்ட, விதவிதமான மணங்கள் கொண்ட, உணவாகவும் கழிவாகவும் அமுதாகவும் நஞ்சாகவும் பயன்கொள்ளும் விதவிதமான திரவங்களின் ஊற்றுக்கள் பெருக்கெடுக்கின்றன.

தாரைகள் பீய்ச்சிப் பெருக்கெடுத்து ஒன்றோடொன்று கலந்து நிறங்களின் பிரளயமான திரவத்தொட்டியாக இந்த அறை உருவெடுக்கிறது, தன்னிலிருந்து ஊறிய சாறுகளின் சங்கமத்தில் ஆனந்தமாக அமிழ்ந்து மூச்சுத் திணறுகிறாள் இவள், சற்று முன்பிருந்த திணறல் இல்லை இது. பேரானந்தமாக இருக்கிறது. சுவாசம் திணறி உயிர் பிரியும்போது அவ்வளவு உவகை பெருக்கெடுக்கிறது. துணி மறைக்காத மார்புகள் இரண்டிலும் ஏக காலத்தில் இரண்டு குழந்தைகள் பால் குடிக்கின்றன.

அமர்ந்த நிலையிலேயே இவள் பெரிதாகிக்கொண்டே போகிறாள். உடல் முழுவதும் மார்கள் துளிர்விட்டுக்கொண்டே போகின்றன. முளைக்க முளைக்க ஒவ்வொரு காம்பிலும் பிஞ்சு உதடுகள் உறிஞ்ச ஆரம்பிக்கின்றன. ஆகாயம்வரை வளர்ந்து பிரம்மாண்டமாகப் பரந்த உடம்பில், பலாப்பழ முட்களில் அமர்ந்த ஈக்கள்போல ஒட்டியிருக்கின்றன பல்லாயிரம் சிசுக்கள். முன்னறியாத

குறுகுறுப்பின் பரவசம் தாளாமல் ஓயாது விதிர்க்கிறது உடம்பு. முற்றிலும் புதியதானதோர் சிலிர்ப்பு எழுந்து உடல் முழுவதும் பரபரவென்று ஆகி இருக்கிறது. ஊறும் கிளுகிளுப்பின் பிறப்பிடம், மனத்தின் ஆழமா உடலின் ஆழமா என்று நிதானிக்கமுடியவில்லை.

யுகயுகமாய்த் தொடர்ந்து, நற்கனவா துர்க்கனவா என்று இனம் புரியாதபடி பீடித்திருந்த தோற்றம் மங்கி மறையும்போது அறை பழையபடியே இருக்கிறது. வியர்வை பொங்கி, உடுத்திய துணிகள் நீரில் மூழ்கி எழுந்தமாதிரி முழுக்க நனைந்திருக்கின்றன. உடல் தக்கைபோல லேசாகியிருக்கிறது. தன்னோடு சேர்ந்து அறையும், தெருவும், ஊரும், உலகமும் அந்தரத்தில் மிதக்கிற மாதிரி பிரமை தட்டுகிறது.

நீண்ட நெடுங்காலமாக அவள் இழந்திருந்த சிரிப்பு பொங்கிப் பிரவகித்தது. கோலத்தைக் காளை நசித்த நாளில் வெடித்த அதே சிரிப்பு. உரத்த குரலில் சிரித்தபடி கைகொட்டுகிறாள்.

மூடிய கதவுகளுக்குப் பின்னாலிருந்து கேட்கும் சிரிப்பொலியும் கைதட்டலும் கேட்டுப் பதறி ஓடிவரும் அப்பாவும் அம்மாவும் திகைத்துப் போய் மகளைப் பார்த்துக்கொண்டு நிற்கிறார்கள். ஒரே சமயத்தில் தலையிலடித்துக் கொள்கிறார்கள்.

இருவரும் ஒன்றாயிருந்து செய்த கடைசிக் காரியம் அது.

- காலச்சுவடு, மே 2019

ஒரு நாளும் இன்னொரு நாளும்

மூன்று வார விடுமுறையில் குடும்பத்தோடு வந்திருக்கிறான் மூத்தவன். மூன்று நொடிகள் போலப் பறக்கப்போகும் இருபத்தோரு நாட்கள். அப்புறம் அடுத்த முறை வருவதற்கு இரண்டு வருடமோ, மூன்று வருடமோ. மிஞ்சிப்போனால், இன்னும் நாலைந்து முறை அவன் வருவதற்குத்தான் தான் ஆயுசோடு இருக்க வாய்ப்பிருக்கும் என்று திடீரென்று தோன்றியது அங்குசாமிக்கு. அதாவது, பனிரெண்டு அல்லது பதினைந்து வாரங்கள் பேரக்குழந்தைகளோடு சேர்ந்திருக்கலாம்...

மற்றபடி, ஸ்மார்ட் டிவியில் அவர்களைப் பார்க்கலாம்; அதில் மாட்டிய காமிரா மூலம் அவர்களுடன் பேசலாம். மாதத்தில் ஓரிருமுறை அந்த பாக்கியம் வாய்க்கும். கண்ணாடிச் சுவருக்கு அந்தப்பக்கம் இருக்கும் மாயப் பிம்பங்கள் சிரிக்கும், தலையாட்டும், புதிதாய் வாங்கிய விளையாட்டு சாமான்களை இயக்கிக் காட்டும்; பறக்கும் முத்தம் கொடுக்கும். சகஜமாக, சரளமாகப் பேசுகிற மாதிரிப் பாசாங்கு செய்கிற பாட்டிக்காரி, திரை இருண்ட மாத்திரத்தில் குமுறிக் குமுறி அழுவாள்... வயிற்றிலிருந்து மேலேறிய பந்து நடுநெஞ்சில் அடைத்தது அங்குசாமிக்கு.

ஆனால், பரவாயில்லை, தகப்பனாருடன் தான் இருந்ததைவிட, மகன்களோடு அதிக காலம் இருக்க வாய்த்ததே பெரிய அதிர்ஷ்டம்தானே. என்னுடைய வாழ்க்கையில் நான் படியேறி வந்தது மாதிரி, அவர்களுடைய வாழ்க்கையில் அவர்கள் ஏறிப்

போயிருக்கிறார்கள். படிக்கட்டின் உயரத்தையும் தன்மையையும் தாங்களே நிர்ணயித்துக் கொண்டார்கள் என்பதும் பெருமிதமான விஷயம்தான்... சமாதானம் போதவில்லை - நெஞ்சு தொடர்ந்து கனக்கத்தான் செய்தது.

இன்னொரு விஷயமும் நெஞ்சை கனக்க வைத்ததுதான். வந்த மறுநாளே, அமேரிக்காவில் தான் வாங்கவிருக்கும் வீடு பற்றியும், துண்டுவிழும் தொகை பற்றியும் பேசினான். வெறும் தகவல் சொல்கிற தொனியில் சொல்லிவிட்டு அவன் நகர்ந்த மாத்திரத்தில், அம்மாக்காரி கேட்டுவிட்டாள்: 'இரண்டுபேர் மட்டும் வசிப்பதற்கு இவ்வளவு பெரிய பங்களா அவசியமா?'

அங்குசாமிக்குத் தமது தாயாரின் நினைவு வந்தது. எவ்வளவோ நெருக்கடிகள் வந்தும் இந்த வீட்டை விற்கும் யோசனையே அம்மாவுக்கு வந்தது கிடையாது.

> அவரு நடமாடுன காத்து இந்த வீட்டுலெ ஒவ்வொரு அங்குலத்திலியும் இருக்கு பாத்துக்கங்க...

என்று வீடு தேடிவந்து விலைக்குக் கேட்டவர்களிடமும், தரகர்களிடமும் கண்மல்கச் சொல்வாள். அப்போது, கண்ணில் இருக்கும் பாவம், மானசீகத் திரையில் இப்போதும் நடமாடும் கணவரைப் பார்த்துக்கொண்டிருப்பது போலவே இருக்கும்.

> ... அவரு போய்ட்டாருன்னா என்னா, எம் பொறந்தவூடு சும்மாவா விட்ரும்?

என்று அவர்கள் போனபிறகு அங்குசாமியிடம் சொல்வாள்.

சிலசமயம் அது சும்மா விடவும் செய்தது. சோமுத் தாத்தாவின் ஆதரவு மட்டும் இல்லையென்றால், சாப்பாட்டுக்கேகூட லாட்டரி அடிக்க நேர்ந்திருக்கலாம். பிரம்மச்சாரியான அவர், அம்மாவின் தாய்மாமா. சில சமயம், அந்த மாதச் சம்பளம் மொத்தத்தையுமேகூடக் கொண்டு வந்து கொடுத்துவிட்டுப் போவார். அவர் புறப்பட்டுப் போனபிறகு, பெரிதாக அழுவாள் அம்மா. தன் மாமனைப் பற்றிப் பேசும்போதெல்லாம், அவள் முகத்தில் நன்றியுணர்வு கண்ணீராய் வழியும்.

கண்சிமிட்டும் மின்விளக்குக்கு அடியில் புன்னகைக்கும் அம்மாவின் படத்தின் மீது பார்வை படிந்தது. 'உன்னோட ஆத்மா

சங்கடப்படும்ன்னு தெரியுதும்மா. என்னா, என் காலத்துக்குப் பின்னாடி கிரயமாகப் போகுற வீடுதானே. இப்பவே குடுத்தா, உன் பேரங்களுக்குத்தானே பிரயோசனம்?' என்று மனமுருகச் சொன்னார். தொண்டை வரை வந்த வார்த்தைகள் வெளியில் சிந்திவிடாமல் பார்த்துக்கொள்ளப் பெரும் பிரயாசை தேவைப்பட்டது. ஏற்கனவே நெஞ்சை அடைத்த பந்தோடு, வலிய விழுங்கிய வார்த்தைகளும் சேர்ந்து கனத்தைக் கூட்டின.

அதுசரி, இன்னும் மெத்த வருஷங்கள் பாக்கி இல்லையே. மகன்களுக்காக என்றால் தாய்க்காரி என்ன தியாகம் வேண்டுமானாலும் செய்வாள், பாவம். வீட்டைக் கிரயம் செய்துவிட்டு, சின்னதாக, இருவர் வசிக்கப் போதுமானதாக, இன்னொரு வீடு வாங்கிவிடலாம் - வாடகைக்குக்கூடப் போகலாம். அப்பா காலத்தில் என்றால்தான் சிரமமாக இருந்திருக்கும். அவர் வாங்கிச் சேர்த்திருந்த சாமான்களின் எண்ணிக்கை அப்படி... தன்னிச்சையாக ஒரு பெருமூச்சு வெளியேறியது - முழுக்க நரைத்த மீசையைப் பொசுக்குகிற மாதிரி.

கலைப்பொருள் சேகரிப்பதில் அங்குசாமியின் அப்பாவுக்கு அலாதியான ஈடுபாடு. தமிழ்நாட்டில் லாட்டரி வியாபாரம் வெளிப்படையாகக் கொடிகட்டிப் பறந்த காலம். முன்னணி விற்பனையாளர்களில் அப்பாவின் நிறுவனமும் ஒன்று. மத்தியப் பேருந்து நிலையத்தின் எதிரில் அமைந்த தலைமைக் கடையோடு, தமிழ்நாட்டின் சகல மாவட்டத் தலைநகர்களிலும் பேருந்து நிலைய வாசலில் கிளைகள் இருந்தன. எந்த ஊரிலிருந்து எந்த ஊருக்குப் பேருந்து ஏறினாலும், பயணச்சீட்டு வாங்குகிறார்களோ இல்லையோ, லாட்டரிச் சீட்டு வாங்கியவர்கள் அநேகம். தேசிய ஒருமைப்பாட்டின் மாபெரும் சான்றாக, மாநிலத்துக்கு ஒரு லாட்டரி புகழ்பெற்றிருந்த காலகட்டம்.

வாங்குபவர்களின் கண்களில் மினுங்கும் பேராசைக்கு நேர்விகிதத்தில், சாக்கு மூட்டைகளில் பணம் குவிந்தது. அப்பாவுடைய கலைப்பொருள் தாகமும் அதிகரித்துக்கொண்டே போனது. பழைய காலத்தின் தடயங்களைப் பிடிவாதமாய்ப் பற்றி இருத்திக்கொள்ள உள்ளூர ஆசைப்பட்டாரோ என்னவோ.

ஆலிலைக் கிருஷ்ணன் அம்மணமாய்ப் படுத்து, கால் கட்டைவிரலை இரண்டு கையாலும் பற்றி வாயருகில் கொண்டுபோகும் தஞ்சாவூர் ஓவியம் ஒன்று. அது மட்டும்தான் மிஞ்சியிருக்கிறது இப்போது - பூஜையறையில். அம்மா பக்தி மிகுந்தவள். கடல் மாதிரி வீடு எஞ் சியது என்றாலும், சாப்பாட்டுக்கு வழி பார்த்தாக வேண்டுமே.

கால் மணிநேரத்துக்கொரு தடவை சிட்டுக்குருவி எட்டிப் பார்த்து, நேரம் அறிவித்துக் கூட்டுக்குள் திரும்பும் சுவர்க் கடிகாரம், வெள்ளைக்காரரர் காலத்தில் பாடம் செய்யப்பட்டு, யாரோ ஜமீந்தாரின் மாளிகைச் சுவரை அலங்கரித்திருந்த கரடித் தலை, ஊமத்தம்பூ வடிவத்தில் பளபளக்கும் பித்தளை ஒலிபெருக்கி கொண்ட தேக்குமர கிராமஃபோன், பெல்ஜியம் கண்ணாடி பதித்த அசல் பர்மாத் தேக்கு ஒப்பனை மேஜை என்று அவர் தேடித்தேடிச் சேர்த்த பொருட்களை தானமாகப் பாதியும், விலைக்கு மீதியும் என்று கொடுத்துத் தீர்த்துவிட்டாள் அம்மா. ‘அவற்றைப் பார்க்கும் போதெல்லாம் புருஷன் நினைவு வந்து கொல்கிறது’ என்று காரணம் சொல்வாள்.

குடும்பம் படுவேகமாகப் படியிறங்கிப் போகிறது; அங்குசாமி தலையெடுக்கும் வரை தாங்குமா என்பதே சந்தேகம் என்பதுகூடக் காரணமாய் இருந்திருக்கலாம். ஆனால், உண்மையான காரணம், அப்பா சேகரித்தவற்றின்மீது அம்மாவுக்கு உள்ளூர இருந்த ரகசிய வெறுப்பு என்பதே இவன் எண்ணம். எப்படியோ, கல்லாகவும் மரமாகவும் உலோகமாகவும் இருந்த பொருட்கள், அரிசிப் பருக்கைகளாக மாறிய ரசவாதம் இன்றைக்கு நினைத்தாலும், மனத்தை நடுங்க வைக்கும்...

அம்மாவின் வெறுப்புக்கு, ராப்பகலாக உழைத்து இரண்டு கையாலும் சம்பாதித்த காசை இப்படி விரயம் செய்தாரே என்ற விசனம் மட்டும் அல்ல - அவர் அகாலமாய் இறந்ததற்கான காரணமும் காரணம். வீட்டுச் சுவரில், பளிங்குபோல ஒளிரும் கண்கள்கொண்ட கரடித்தலைக்குப் பக்கத்தில் ஒரு கேடயமும் அதன் குறுக்காகப் பெருக்கல் குறிபோலப் பொருத்தப்பட்ட வாட்களும் இருந்தன. நிஜப் போர்களில் பயன்பட்டவை அல்ல; உள்ளூர்ச் சிற்பி வடித்த வெண்கல நகல். எதையோ வாங்குவதற்காக ஏலத்துக்குப் போன அப்பா, இதன் திருத்தமான நயத்திலும், அழகிலும் சொக்கி வாங்கிவந்தார் - தம்முடைய விதியைத்தான் விலைகொடுத்து வாங்கி வருகிறோம் என்பதறியாமல்.

இரண்டே வாரங்கள். அந்த முற்பகல் பொழுதை மறக்கவே முடியாது. லாபத்தைப் பிரித்துக்கொள்வது தொடர்பாக வர்த்தகப் பங்குதாரரர்களுக்குள் நடந்த தகராறு அடிதடியாக மாறியபோது, அவர்களிலொருவர் மேற்படி வாட்களில் ஒன்றை உருவி அப்பாவின் பிடரியில் தாக்கினார். அப்பாவின் தலை தொய்ந்துவிட்டது. அம்மா கொண்டு வைத்து அவர்கள் சற்றுமுன் குடித்து முடித்திருந்த காஃபித் தம்ளர்கள் டீப்பாயிலிருந்து இடறி உருண்டு கலகலத்த ஒலி இன்னமும் காதுக்குள் ஒலிக்கிறது. அத்தனையும் வெள்ளித் தம்ளர்கள்...

ஞாபகத்திலிருந்து ஞாபகத்துக்கு இழுத்துச்செல்லும் பட்டை, தொய்வில்லாமல் நகர்கிறது. ஒட்டுமொத்த பூமியும் தான் சாய்ந்து அமர்ந்திருக்கும் ஈஸிச்சேரை அச்சாகக் கொண்டு சுழல்கிற மாதிரி பிரமை தட்டியது அங்குசாமிக்கு. ஆனால், அது இவ்வளவு வேகமாகச் சுழன்றும் தனக்குத் தலை கிறுகிறுக்கவில்லை என்பது வியப்பாகத்தான் இருந்தது.

அப்பாவின் சேகரிப்பில் மிக அதிகமானவை, விதவிதமான கடிகாரங்கள். பழைய காலம் நவீன காலம் என்ற பேதமில்லாமல் கைக்கடிகாரங்களையும் சுவர்க் கடிகாரங்களையும் வாங்கிவாங்கிச் சேர்த்தார்.

சில கடிகாரங்கள் ஞாபகத்தில் அழுத்தமாகத் தங்கியுள்ளன. இலக்கங்களே இன்றி வெறும் முட்கள் மட்டும் கொண்ட சுவர்க் கடிகாரம் ஒன்று. 'ஜீவராசிகளிலேயே மனிதக் குழந்தைக்கு மட்டும்தான் பிறக்கும்போதே கால உணர்வு இருக்கிறது' - என்று பின்னாளில் கல்லூரி இரண்டாமாண்டில் இயற்பியல் வகுப்பில் பேரா. ஸாம்வெல் தேவசகாயம் சொன்னபோது, மேற்படிக் கடிகாரம் மீண்டும் இவன் ஞாபகத்தில் மேலெழுந்தது.

அப்புறம், ஒவ்வொரு மணிக்கும் ஒவ்வொரு பறவை குரல் விடுக்கும் இன்னொரு கடிகாரம். முன்னரே சொன்ன குருவிக் கடிகாரம், அப்புறம், 2500 மீட்டர் ஆழத்துக்குக் கொண்டு போனாலும், நீர் ஏறாது, நிர்ணயம் தவறாது என்று அப்பா பெருமையுடன் சொல்லி, காண்பித்த கைக்கடிகாரம். 'அம்புட்டு ஆழத்துக்கு நாம போகப் போறமா என்ன?!' என்று நக்கலாகச் சொன்ன அம்மா

எதிர்பார்த்திருக்க மாட்டாள் - மறுமாதமே, அதைவிட அதிக ஆழத்துக்குப் போய்ச் சேர்வார் கணவர் என்று.

அவற்றில் ஒரு உருப்படியை இவன் ரகசியமாய் எடுத்து வைத்திருந்தான். பின்னர் தெரியவந்தபோதும், ஒன்றும் சொல்லாமல் விட்டுவிட்டாள் அம்மா. குழந்தை ஆசையாய் வைத்திருக்கிறான் - அதைப் போய்ப் பிடுங்குவானேன் என்று நினைத்திருக்கலாம். அல்லது, அதையெல்லாம் நல்ல விலை கொடுத்து வாங்கும் பைத்தியக்காரர்கள் அதிகம்பேர் இருக்க மாட்டார்கள் என்றுகூட நினைத்திருக்கலாம்.

சுமார் ஓரடி உயரம் உள்ள மணல் கடிகாரம். துல்லியமான கண்ணாடிக் குடுவைகளும், தேக்கு வில்லை மூடிகளும், அடிப்பாக வில்லையையும் உச்சிமூடியையும் இணைத்த மூன்று தேக்கந்தண்டுகளும் கொண்டது. தண்டுகளில் இருந்த வேலைப் பாடு, மன்னர்காலச் சரக்கோ என்று பிரமிக்க வைக்கும். நேரம் நகர்வது மாதிரியே, வெளிப்பார்வைக்குச் சட்டென்று புலப்படாத ரகசியத்துடன் மணல் சொட்டிக் கீழ்க் குடுவையில் சேகரமாகும்...

சும்மா இருக்கும்போதெல்லாம் அதை எடுத்து வைத்துக்கொண்டு, ஒவ்வொரு துகளாய்ச் சொட்டி, கீழ்ப்பாதியில் சேகரமாவதை உன்னிப்பாய்ப் பார்த்தவாறு அமர்ந்திருப்பான் அங்குசாமி. சீக்கிரமே, கவனம் அதன்மீது குவிந்து, வேறு எண்ணங்களே இல்லாமல் மனம் காலியாகிவிடும். உண்மையில், கூர்ந்து ஒரே இடத்தைப் பார்த்துக் கொண்டிருக்கும்போது எண்ணங்கள் தன்னிச்சையாக எங்கெங்கோ அலைகின்றன என்பது கொஞ்சம் வளர்ந்தபிறகுதான் தெரியவந்தது - ஆனால், அப்படித் தானாய் நகரும் பாதையில் துயரமோ சந்தோஷமோ பாவி இருக்காது. உணர்ச்சியின் பளுவற்ற ஞாபகங்களால் நிரம்பிய தானியங்கி யந்திரம் மாதிரி ஆகிவிடும் மனம்.

பின்னாளில், மிகப் பின்னாளில், சர்வதேசச் சாமியார் ஒருவர் நடத்திய யோகாசன வகுப்பின் பகுதியாய், தியானம் பயில அமர்ந்திருந்த வகுப்பில் அமர்ந்திருந்தபோது, அடக்கமுடியாமல் அரைக்கண் திறந்து சுற்றுமுற்றும் பார்த்தான் அங்குசாமி. தும்மலை அடக்குகிற மாதிரி, தூக்கத்தில் அமிழ்ந்த மாதிரி, வேதனையால் சிவந்தது மாதிரி,

போதையில் கிறங்கியது மாதிரி, அளவில்லாமல் அசட்டுத்தனம் ஊற்றெடுப்பது மாதிரி, துக்கம் தாளாமல் உதடு பிதுங்குவது மாதிரி என்று விதவிதமாகக் காட்சியளித்த முகங்கள். ஓரிருவர் இவனைப்போலவே சுற்றுமுற்றும் பார்த்துக்கொண்டிருந்தார்கள்.

இவ்வளவு மெனக்கெட வேண்டிய அவசியம் என்ன, ஆளுக்கொரு மணல் கண்ணாடியைக் கொடுத்து உற்றுப்பார்க்கச் சொன்னால் போதுமே என்று தோன்றியது.

> அப்பனுக்குப் பிள்ளெ தப்பாமெப் பெறந்திருக்கு பாரு. இப்பிடியா சாமியாருக பின்னாடி அலையும்? எல்லாம் காசுக்குப் பிடிச்ச கெரகம்…

என்று அம்மா அலுத்துக்கொள்வாள். ஆமாம், அப்பாவுக்கு இருந்த இன்னொரு ஆர்வம், சாமியார்களின் சகவாசம். முகத்தில் அப்பிய பவுடரும், தங்கச் சட்டக மூக்குக் கண்ணாடியும், பட்டுக் காவி வேஷ்டியும் தரித்த பணக்காரச் சாமியார் முதல், கிட்டப் போனாலே அழுகிய வாழைப்பழ நெடி மணக்கும் பராரிச் சாமியார் வரை யாரையாவது தேடிப் போய்க்கொண்டே இருப்பார். அவர்களின் பாதங்களில் கட்டுக்கட்டாகப் பணத்தை வைத்து வணங்குவார். மந்தகாசம் மிளிரும் முகத்தோடு உதவியாளரை எடுத்துவைக்கச் சொன்ன கெட்டிக்காரர்களும் உண்டு; இடது புறங்காலால் பணக் கட்டை உதைத்து எறிந்துவிட்டு, பழுப்பேறிய பற்களைக் காட்டி இளித்த மகான்களும் உண்டு.

அங்குசாமியின் சாமியார் ஆர்வங்கள் அப்பா சொன்ன சம்பவங்களால் உருவானவைதான் என்றாலும், அவர் அளவுக்கு வெறி கிடையாது. அவர்கள் யாருமே அப்பாவின் அகால மரணத்தைத் தடுத்து நிறுத்த முடியவில்லை என்பது அப்பா வழியாகவே உருவாகியிருந்த மயக்கத்தை வறள வைத்துவிட்டது. ஆனால், என்றோ நடந்ததையும் எப்போதோ நடக்கப்போவதையும் துல்லியமாய்க் கணித்துச் சொல்லும் அவர்களுக்குள் புழங்கும் கால அலகுதான் என்ன என்பது பற்றித் தீராத வியப்பு இருந்தது. அதிலும் கடைசியாய்க் குடும்பத்துடன் தரிசிக்க வந்தவரிடம்,

> ஆவணி மாசத்திலெ சாக்கிரதையா இரப்பா.

என்று மட்டுமே சுமார் ஐம்பது தடவை சொல்லிக்கொண்டிருந்த வல்லம்பட்டிச் சித்தர் இரண்டு கைகளிலும் தலா மும்மூன்று

கடிகாரங்கள் கட்டியிருந்தது நிரந்தரப் புகைப்படமாக உள்ளுக்குள் பதிந்திருக்கிறது. மேலோட்டமான பார்வைக்கே தெரியும், ஒவ்வொரு கடிகாரமும் ஒவ்வொரு நேரம் காட்டுவது. அடிக்கொரு தடவை ஏதாவது ஒரு கையை மடித்து உயர்த்தி மணிவேறு பார்த்துக்கொள்வார். எந்தக் கடிகாரத்தில் பார்த்தார் என்ற ஆச்சரியம் இன்றுவரை நீங்கவில்லை!...

வேறு பழக்கம் எதிலும் மகனுக்கு ஈடுபாடு இல்லை என்பதிலும், எவ்வளவு செலவு செய்தாலென்ன, அதற்குத் தகுந்த மாதிரிச் சம்பாதிக்கத்தானே செய்கிறான் என்றும் அலாதியான சமாதானம் கொள்ளுவாள் அம்மா... தவிர, ராணி மாதிரி வைத்துப் பராமரிக்கும் பிள்ளையைக் கண்டித்துப் பேசுவது அவ்வளவு சுலபமா என்ன. அதுதான் தரையைத் தொடப்போகும் தருணத்தில் மீண்டும் பறக்கத் தொடங்கிவிட்டதே குடும்பம் என்ற ஆறுதலாகக்கூட இருக்கலாம்.

ஆனால், தாயாரின் தலையீடு இல்லாமலே சாமியார்கள் சகவாசம் நீங்கிவிட்டது. அங்குசாமிக்குத் திருமணம் ஆன பிறகு. சிவகாமி வழியாகத் தனக்குள் இறங்கி நிரம்பிய உலகத்தில் அவர்களுக்கு இடமில்லாமல் போனது.

எத்தனையோ ஆண்டுகள் கழித்து, கடிகாரமுள் முழுச் சுற்று முடித்துத் திரும்பி வந்து சேர்ந்தமாதிரி, அதே பழக்கம் திரும்பவும் தனக்குள் எழும் காலம் வந்த போது, அங்குசாமி அர் விகுதிக்கு அருகதை பெற்றிருந்தார். மாநில அரசுப்பணியில் உயர்ந்த பதவி வகித்து ஓய்வுபெற்றிருந்தார். மகன்கள் இருவரும் வெளிநாட்டில் குடியமர்ந்திருந்தார்கள். பிரம்மாண்டமான மாளிகையிலும், சுற்றிலும் இருக்கும் தோட்டத்திலும் படிந்துவிட்ட வெறுமை வெறும் பிம்பம்தான், நிஜமான வெறுமை தனக்குள்ளேதான் நிலவுகிறது என்று உணர்ந்த மாத்திரத்தில், சகலத்தின்மீதும் கசப்பும் விரக்தியும் பெருகின. மனமொட்டாமல் படித்துக்கொண்டிருந்த தினத்தாளில் விளம்பரமாகியிருந்த சாமியாரின் பயிற்சி முகாம்மீது கவனத்தைப் படியவைத்தன.

எதிர்பார்த்தது போல இல்லை முகாம்; நிம்மதியை வழங்குவதற்குப் பதிலாக, அல்லாட்டத்தை அதிகரிக்க வைத்தது. நடத்தும் முகங்களிலும், பங்கேற்கும் முகங்களிலும் படர்ந்திருந்த இறுக்கம், ஒரு புதுவிதமான மனநோய்க்குள் கூட்டமாகப் போய் அடைக்கலமாகிறார்களோ என்று சந்தேகப்பட வைத்தது.

இப்படியொரு எண்ணம் வந்த மாத்திரத்தில், முகாம் தொடர்பான சகலத்தின்மேலும் புகாரும் விமர்சனமும் அவநம்பிக்கையும் தொற்றின.

பயிற்சி தரும் சீடர்கள் ரொம்பப் பேசுகிறார்கள் தேவைக்கதிகமாக முரட்டுத்தனமாய் இருக்கிறார்கள் தேவையில்லாத அளவுக்கு ஆங்கிலம் கலக்கிறார்கள் வகுப்புக்கு வந்தவர்கள்மீது உள்ளதைவிட வசூல்மீதுதான் அதிக கவனம் வைத்திருக்கிறார்கள் வகுப்பில் போட்டு வைக்கிற, சாம்பிராணிபோலப் புகையும் நறுமணம் கஞ்சாவைவிட அதிக லாகிரி கொண்டதாய் இருக்கிறது இடையிடயே தாகசாந்திக்குத் தரும் தண்ணீரிலும் கிறக்கும் ருசி இருக்கிறது குறுக்கே கேள்வி கேட்பவர்களைப் பின்வரிசைக்கு நகர்த்தி விடுகிறார்கள் தன்னிடம் இருக்கும் மணல் கடிகையில் குவியும் அளவுக்கு இவர்கள் பயிற்றுவிக்கும் தியானத்தில் கவனம் அமிழ மாட்டேனென்கிறது, என்று புகார்கள் அதிகரித்துக்கொண்டே போயின.

என்றாலும், சாமியார் கூறிய ஓரிரு விஷயங்கள், ஆயுளுக்கும் பயன்படக் கூடியவை என்றே தோன்றும். படபடவென்று பேசும் வழக்கம் உள்ளவரான அங்குசாமியை அடிக்கடி மௌனத்தில் அமிழ வைத்த விஷயங்கள். சிவகாமிக்கு இவருடைய மனநிலை பற்றி மெல்லிய அச்சமும் கவலையும் எழும்பின. இதிலெல்லாம் புதைந்து காணாமல்போகும் நிலையை அங்குசாமி எப்போதோ தாண்டிவிட்டிருந்தார் என்பது அவளுக்குத் தெரியாதல்லவா... சாமியார் ஒரு தடவை சொன்னார்:

> சொற்கள் பவித்திரமானவை. கெட்டவார்த்தைகள், வசவு வார்த்தைகள் கூடப் பவித்திரமானவைதாம். பிரபஞ்ச ஒலித்தாதுவிலிருந்து உதித்து, அதிலேயே போய் நிரம்பும் தன்மை கொண்டவை. தரையிலிருந்து நீரைக் கவர்ந்து மழையாகப் பொழிந்து நிரம்பும் சுழற்சிபோல நிகழ்பவை. குரல்வழி வெளியேறாதபோது அனந்தமான அர்த்தப்புலம் கொள்கிறவை.

கேட்டுக்கொண்டிருந்தவர்களில் எத்தனைபேருக்கு இந்த வாக்கியத்தின் பொருள் புரிந்திருக்குமோ. அவையில் நிலவிய மௌனத்தில் மேற்படி வாக்கியங்களின் சகல அர்த்தங்களும்,

அவற்றுக்கு அப்பாற்பட்ட மேலதிகச் சூட்சுமம் ஒன்றும்கூட இருந்த மாதிரிப்பட்டது அங்குசாமிக்கு... சாமியார் இன்னொரு பிரசங்கத்தில் சொன்னார்:

> சக உயிர்களுடன் உரையாடுவதற்கு எதுவுமே இல்லை. அவற்றுடன் சகலத்தையும் நீங்கள் பகிர்ந்துகொள்கிறீர்கள். அவரவர் அனுபவம் அவரவருக்கு. மற்றவரிடம் எவ்வளவு துல்லியமாய் நீங்கள் விவரிக்க முயன்றாலும், அது ஒலி அனுபவம் மட்டும்தான் - உணர்வனுபவமாக ஒருபோதும் மாறுவதற்கில்லை. மாற்றிக்கொள்ளும் மனம் தன் அனுபவத்தைத் தானே வடிவமைத்துக் கொள்கிறது. அவ்வளவுதான்.

வகுப்பில் அநேகர் ஒரே சமயத்தில் பெருமூச்சுவிட்டது சீறலாகக் கேட்டது. சற்றுக் காத்திருந்துவிட்டு, தொடர்ந்தார்:

> ஆமாம், நீங்கள் உரையாடுவதற்கு இரண்டே தரப்புதான் இருக்கிறது - ஒன்று இறந்தவர்கள்; மற்றது, இன்னும் பிறவாதவர்கள். என்ன, அவர்கள் சொல்லும் அனுபவம் உங்களுக்கு ஒருபோதும் புரியாது; உங்களுக்கு அனுபவிக்கக் கிடைக்கும்போது அது சொற்களாக இருக்காது!

இந்த உரைகேட்ட மறுநாள், வகுப்புக்குப் போவதில்லை என்று முடிவெடுத்தார் அங்குசாமி. காரணம் நேரடியானது.

வியாழக்கிழமை சிறப்பு வகுப்புக்கு, ஊழலுக்குப் பேர்போன மாநில ரவுடி மந்திரி தலைமை தாங்க வந்திருந்தார். சாமியாரின் உரைகளுக்கும், அதைக் கேட்க வந்த அநேகருக்கும் சம்பந்தமில்லாத மாதிரியே, சாமியாருக்கும் அவருடைய தலைமையின்கீழ் நடந்துவரும் நிறுவனத்துக்கும்கூடச் சம்பந்தம் கிடையாதோ என்று அங்குசாமிக்குப் பட்டது. நாலாயிரத்து ஐநூறு ரூபாயும் ஒரு ஜோடி பத்தாறு வேஷ்டியும் இருநூற்றைம்பது ரூபாய் பூவும் பழமும் தண்டமானதுடன் பயிற்சி முடிவுக்கு வந்தது.

ஆனால், அன்று இரவு நீண்ட கனவு ஒன்று வந்தது. கனவுதான் நீளமாக இருந்ததா, மறுநாள் இவராக அதை நீளம் என்று நினைத்துக்கொண்டாரா என்பதும் தெளிவில்லை...

இந்த முறை வந்த அன்றே பேரப்பிள்ளைகள் புண்ணியத்தில்

அந்தக் கனவின் ஞாபகம் திரும்ப எழுந்துவிட்டது.

> வேணாம்டா, வேணாம்டா. உங்க தாத்தாவுக்குத் தெரிஞ்சா உசிரையே விட்டுருவாருடா. அதெ வச்சிருங்கடா. ஆளுக்குக் கொஞ்சநேரம் நானே தர்றண்டா. அடே, சின்னவனே, இளுக்காதடா, இளுக்காதடா... ஐயோ...

சிவகாமியின் குரல் உடைவதற்கு ஒரு நொடி முன்னால் கலீர் என்று கண்ணாடி உடையும் சப்தம் கேட்டது.

இவர் எழுந்து படியேறிப் போனார். இன்னதுதான் நடந்திருக்கும் என்று துல்லியமாகத் தெரிந்துவிட்டதால், நிதானமாகவே ஏறினார். மாடியில் தனது தனியறையில், சுவர் அலமாரியின் கண்ணாடிக் கதவுக்குப் பின்னால் பலவருடங்களாக பத்திரப்படுத்தி வைத்திருந்த மணல்கடிகை பிராணனை விட்டிருந்தது. போகட்டும், பேரப் பிள்ளைகளை ஏதாவது சொல்ல முடியுமா! அவர்களைக் கைக்கொருவராகப் பிடித்துக் கொண்டு, போனதைவிட நிதானமாகப் படியிறங்கினார். தோட்டத்திலிருந்த சண்முகத்தைக் கூப்பிட்டு,

> யப்பா. சாணியெ உருட்டியெடுத்துக்கிட்டு மாடிக்கிப் போ. தரையிலே பாத்து சாக்கிரதையா ஒத்தியெடு. அம்புட்டும் கண்ணாடிச் சில்லு.

என்று உத்தரவிட்டார். பின்னோடு இறங்கிவந்த பாட்டியுடன் பேரன்கள் இருவரும் சமையலறைக்குப் போனார்கள். முன்பு உட்கார்ந்திருந்த அதே சாய்வுநாற்காலியில் கிடந்து தம்முடைய பழைய கனவை உயிர்ப்பிக்க முனைந்தார் அங்குசாமி.

...அப்பா கதவைத் தட்டுகிறார். கண்ணாடிக் கதவு. தலைகீழாக நிற்கிறார். அவர் முகமும் பதட்டமும் தெரிகிறது. குரல் மட்டும் கேட்கவில்லை. அங்குசாமியின் உடம்பு முழுவதும் சங்கிலிகளால் பிணைக்கப்பட்டிருக்கிறது. கடிகாரத்தின் விட்டத்துக்குள் தாம் சிறைப்பட்டிருக்கிற மாதிரித் தெரிகிறது - காலடியில் ஓர் ஊசல் ஓயாமல் ஆடும் சப்தமும், பார்வை திரும்பும் இடமெல்லாம் விதவிதமான வடிவத்தில் எண்கள் தட்டுப்படுவதுமாக மனத்தின் அடியாழத்தில் இனம்புரியாத அச்சம் மேலெழுகிறது.

உடல் முழுக்க வியர்த்துக்கொட்டி விழித்துவிட்டார் அங்குசாமி. கனவை முழுசாக மீட்டெடுக்க முனைந்தது மனம். தத்ரூபமான

காட்சியாய் விரியும் கனவில், அதைக் காணும்போது தென்படாத ஒரு சங்கதி புலனாகிறது. அப்பா இருந்தது கண்ணாடிக் கதவுக்கு வெளியில் அல்ல. கண்ணாடிக்கு வெளியில், அவ்வளவுதான். தான் இருந்தது ஒரு குடுவை போன்ற அமைப்புக்கு உள்ளே. உண்மையில் தலைகீழாய் இருந்தது தானேதான். குடுவையிலிருந்து பின்வாங்கி நகரும் பார்வைக்கு அது, தன்னிடமிருக்கும் மணல்கடிகையின் உட்புறமேதான் என்பது புரிந்தபோது இன்னும் கொஞ்சம் அதிகமாக வியர்த்தது...

இதில் சுவாரசியம் என்னவென்றால், அந்தக் கனவு வந்த மறுநாள் இளையவன் தொலைபேசி அழைத்தான். கல்பனா குழந்தை உண்டாகியிருப்பதாக உற்சாகமாய்ச் சொன்னான். தாய்க்காரி தாமரையாக மலர்ந்த முகத்துடன், பேறுகாலத் துவக்கத்தில் கடைப்பிடிக்க வேண்டிய கவனங்களை அடுக்கினாள். பேசி முடித்த பிறகு, அங்குசாமியின் கையைப் பிடித்து ஆவேசமாகக் குலுக்கினாள். இவரானால், தமக்குள் முகிழ்த்திருந்த சித்திரத்தில் ஆழ்ந்திருந்தார் - ஆமாம், வெளியிலிருந்து தட்டிக் கொண்டிருந்த அப்பா, மீண்டும் குடுவைக்குள் நுழைந்திருந்தார்.

பிள்ளைப் பிராயத்திலிருந்து திருமணமாகும் வரையில் தொடர்ந்த பீடிப்பாகவும், அதன் பிறகும் அவ்வப்போது தலைகாட்டும் பொழுது போக்காகவும் திகழ்ந்த மணல்கடிகார சகவாசத்தின்போது, திடீரென ஒருநாள் குறுக்கிட்டார் சோமுத் தாத்தா. அப்போது பத்தாம் வகுப்பை எட்டியிருந்தான் அங்கு.

பள்ளி ஆசிரியராக இருந்தவர். ஓய்வு பெற்றே இருபது வருடங்களுக்குமேல் இருக்கும். எண்பத்திச் சொச்சம் வயது என்று சொன்னால் யாரும் நம்பமாட்டார்கள். நடையின் வேகமும், பேச்சின் தீர்க்கமும் அப்படி. பிரம்மச்சரியம் தந்த வலு என்று அவர் இல்லாதபோது மற்றவர்கள் பேசிக்கொள்வார்கள்.

ஓய்வுக்குப் பிறகு நாட்டு மருந்து வியாபாரம் தொடங்கினார். ஒரு நாளைக்கு நாலைந்து வாடிக்கையாளர்கள் மட்டுமே வரும் கடை. எந்நேரமும் ஈயடிக்கும். கல்லாவில் அமர்ந்து, சித்தவைத்திய நூல் எதையாவது படித்துக்கொண்டிருப்பார் - நட்டு வைத்த மூங்கில் கழிபோல, அசைவேயில்லாது அமர்ந்திருப்பார். வழுக்கை எட்டிக்

கூடப் பார்க்காத, கறுப்புமுடி ஒன்றுகூட இல்லாத தலையுடன் மூக்குக்கண்ணாடி அணியாமல் வாசித்துக்கொண்டிருக்கும் கிழ உருவமே அமானுஷ்யமாய்த் தென்படும். எட்டத்தில் நெருங்கும்போதே தைல மணம் பெருகி வந்து தாக்கும்.

திடீரென ஞாபகம் வந்தவர் மாதிரி அம்மாவைப் பார்க்க வருவார். நாலைந்து நாள் தங்கிவிட்டுத் தன் இடத்துக்குத் திரும்புவார். மருமகள் அவர் கைச்செலவுக்கு என்று ஏதாவது கொடுப்பாள். தயங்காமல் வாங்கிக்கொள்வார்.

'அப்பிள்' 'வொரள்டு' என்று ஆங்கிலச் சொற்களின் விசித்திரமான உச்சரிப்பு, காக்கித் தாள் அட்டை போட்ட நாலைந்து புத்தகங்கள் வைத்த கதர்த் தோள்பை, மெட்ரிக் அளவு முறைகளுக்கு முந்தைய அளவீடுகளான வீசை, மணங்கு, ஃபர்லாங், வீசம்படி போன்ற சொற்கள் விரவிய பேச்சு, அன்றாட உணவுப் பதார்த்தங்கள் ஒன்றையும் நிம்மதியாய் உண்ண விடாமல் உதிர்க்கும் பத்திய விமர்சனங்கள் என அவர் வந்து தங்கும் நாட்களில் வீடு வேறு ஏதோ நூற்றாண்டில் சென்று செருகிக்கொள்ளும். சூட்சுமமான வைத்தியசாலை போல உருக்கொள்ளும்.

ஆரோக்கியத்தில் இவ்வளவு கவனம் கொண்டவர், மூக்குப்பொடி உபாசகராக இருந்தது சுவாரசியமான முரண். எட்ட இருக்கும்போதே தாக்கும் வேப்பெண்ணெய்யைவிட, கிட்டப் போகும்போது திணறவைக்கும் மூக்குப்பொடிக் கமறல் கொஞ்சம் தூக்கலாகவே இருக்கும். நாசித்துவாரமா, மழுங்கச் சிரைத்த மேலுதடா எதன் தொடுவுணர்வு மங்கிவிட்டதோ, டிகாக்ஷன் நிறத் திரவம் தடித்த கோடாக வாய்ப்பகுதியை நோக்கி இறங்கி நிலைத்திருக்கும். அந்தக் காட்சி தாள முடியாததாக ஆகும்போது, அம்மாவோ அங்குவோ அவருக்கு நினைவூட்டுவார்கள்.

சோமுத் தாத்தாவின் இன்னொரு சிறப்பு, விநோதமான விடுகதைகள். எதிர்ப்படும் நாலு பேரில் மூன்று பேருக்காவது ஏதேனும் விடுகதை போடுவார்.

> ஒரு கஜ நீளம் ஒரு கஜ அகலம் உள்ள கைக்குட்டையோட விலை ஓரணா. அரெ கஜ நீளம் அரெ கஜ அகலம் உள்ள கைக்குட்டை விலை என்ன?

அவசரமாக பதில் வரும்:

அரையணா.

அதுதான் இல்லை.

என்று சொல்லி, மூக்குப்பொடி இளுவிய பழுப்புநிறக் கைக்குட்டையை எடுத்து நாலாக மடித்து,

காலணா.

என்று நிறுவிச் சிரிப்பார்.

இதுபோக தீக்குச்சிகளைச் சித்திர வடிவில் அடுக்கி அவற்றில் ஓரிரு குச்சிகளை மட்டுமே இடம் மாற்ற வேண்டும் என்ற நிபந்தனையின் அடிப்படையில் வேறு வடிவங்களை வரவழைக்கும் விளையாட்டுகள்; கொச்சக்கயிறு பருமன் உள்ள சணல் கயிற்றில் விதவிதமான முடிச்சுப்போட்டு இரு முனைகளையும் வெறுமனே இழுப்பதன் மூலமே மீண்டும் நேர்க் கயிறாக்கும் வித்தைகள்; இரண்டு இணைகோடுகளையும் அவற்றின் மத்தியில் ஒரு நெளிகோட்டையும் ஒரே சமயத்தில் ஒரே கையால் மண்ணில் வரைந்து காட்டுவது என்று அநேகம் உண்டு.

வீட்டின் பக்கவாட்டில் முக்கால் மனை அளவில் இருந்த தோட்டத்தின் மத்தியில் சிமெண்டுப் பெஞ்ச்சில் அமர்ந்து, மணல்கடிகையைச் செல்லம் கொஞ்சிக் கொண்டிருந்த சிறுவனிடம் பேச்சுக் கொடுத்தார்.

அங்குத் தம்பீ, இதோடெ பேர் என்னா தெரியுமா?

தெரியாது, தாத்தா.

அவர்தான் அதன் பெயர் 'மணல்கடிகை' என்று முதன்முதலில் சொல்லிக் கொடுத்தார்...

இதுலெ ஒரு விசேசம் பாத்தியாப்பா. கெலண்டர்லெ மொத்தம் முன்னூத்திச் சொச்சம் நாள் இருக்கு. ஒரு தாளெக் கிளிச்சதும் ஒரு நாள் காணாமெப் போயிருதில்லையா. நீ வச்சிருக்கிற கடிகையிலெ பாரு. இருக்கிறது ரெண்டே நாள்தான். அதுலயும் ஒண்ணுகூட அப்பிடி மறையாது. நேத்தும் இன்னைக்கும்தான் அதிலெ இருக்கும். ரெண்டு

> நாளையும் ஒரே நேரத்திலெ பாக்கலாம். அது மட்டுமில்லே, அதுலெ நாளை எங்கிறெ சமாசாரமே கிடையாது.

இவன் புரியாமல் பார்த்தான்.

> நடைமுறைலே என்னா கணக்கு இருக்கு? நாளை இன்னைக்கின்னு ஆயி, இன்னைக்கி நேத்தாகி மறையுது இல்லையா. இதுல பாரு, இன்னைக்கிங்குறது ஒவ்வொரு சொட்டா இறங்கி சேகரமாகுது. முளுக்கக் கொட்டி முடிஞ்சதும் என்ன செய்யிறம்? தலைமாத்திக் கவுத்தி வைக்கிறம். அப்ப என்னா நடக்குது, இன்னைக்கா இருந்தது பழசாயிருது. அதாவது, நேத்தா மாறிருது. நேத்து ஒவ்வொரு துகளா இறங்கி இன்னைக்கி ஆகுது...

அட! என்று தோன்றியது. இதுவரை வந்த நாட்கள் அத்தனையும், இனி வரவிருக்கும் நாட்கள் அத்தனையும், முடிவில்லாத சீசா விளையாட்டின் இரண்டு முனைகள் மட்டும்தானோ, என்று தோன்றியது. கொஞ்சநாளில், தாத்தா சொன்னதும் இவர் புரிந்து கொண்டதும் மறந்தே போய்விட்டது. பின்னாளில், சாமியார்கள் சகவாசத்தை விரும்பிப் போனதுக்கு முதற்புள்ளி அன்றைக்கேகூட விழுந்திருக்கலாம்.

தாத்தா சொன்னதில் எளிமையான தர்க்கப் பிழை ஏதேனும்கூட இருக்கலாம்; தனக்குத்தான் கண்டுபிடிக்கத் தெரியவில்லையோ என்ற சந்தேகம் இன்றுவரை இருக்கத்தான் செய்கிறது. உதாரணமாக, கவிழ்த்தி வைத்த கடிகையின் மேற்புறம் சேகரமாகியிருப்பது நேற்றுத்தானா, நாளையா என்று ஒருநாள் யோசித்து யோசித்து, பிடி ஒன்றும் கிடைக்காமல் தலைவலி வந்ததுதான் மிச்சம். அப்புறம் அதைப்பற்றிய யோசனை தானாக வலுவிழந்து காணாமல் போனது.

ஆனால், அப்பா இறந்ததுக்கு மறுதினம் கடிகையைக் கவிழ்த்திப் பார்த்திருந்தால், மந்தமாய் உதிரும் ஏதோ ஒரு துகளில் அவர் உயிருடனிருந்திருக்க வாய்ப்பு உண்டோ என்ற மயக்கம் தட்டியதும், மாறிமாறி வரும் இரண்டே நாட்களில் ஏதோ ஒரு துகள்க்கொத்தில் இன்னமும் இருந்துகொண்டுதான் இருக்கிறாரோ என்று தோன்றியதும் மட்டும் மறக்கவேயில்லை.

பார்வை தன்னிச்சையாக வெளியில் பாய்ந்தது. வெம்மை இல்லாத தை மாத உச்சிவெயிலும் அது பரப்பியிருந்த மஞ்சள் நிறமும் இன்றைக்குரியவைதானா அல்லது நேற்றுக்கோ நாளைக்கோ சொந்தமானவையா என்று கேள்வி உதித்தது; அதுவா முக்கியம், இப்போதைய இதம்தானே விஷயம் என்று தன்னைத்தானே முறிக்கவும் செய்தது.

சிரித்துக்கொண்டார்.

- காலச்சுவடு பிப் 2020

மணம்

எங்கள் பகுதியில் நாலைந்து ஆஞ்சநேயர் கோவில்கள் உண்டு. ஒவ்வொருவருக்கும் ஒவ்வொரு பெயர். ஜயவீர ஆஞ்சநேயர், அபயஹஸ்த ஆஞ்சநேயர், பஞ்சமுக ஆஞ்சநேயர், தசபுஜ ஆஞ்சநேயர் என்று. சனிக்கிழமை தவறாமல் ஏதாவது ஒரு கோவிலுக்குக் குடும்பத்துடன் போய் வழிபட்டுத் திரும்புவோம். ஆஞ்சநேயர்களின் சிலா வடிவங்களிலும் பெயருக்கேற்ற மாற்றங்கள் உண்டு. மாறாத ஒற்றுமை, அத்தனை கோவில்களிலும் மண்டியிருக்கும் வெண்ணெய் மணம். இன்னொன்று, சடாரி சாத்தக் கையுயர்த்தி நெருங்கும் அர்ச்சகர்களின் வியர்வை மணம்.

அபயஹஸ்த ஆஞ்சநேயர் கோவிலுக்குத்தான் நாங்கள் அடிக்கடி செல்வோம். எங்கள் வாழ்க்கையின் ஓர் அங்கம் அவர். அந்தக் கோவிலில் அர்ச்சகராய் இருந்தவர் முதுகிழவர். சென்ற வருடம் காலமானபோது தொண்ணூற்று நாலு வயது. அவருடைய மூக்கு, கன்னங்கள், தாடைப் பகுதி எல்லாம் அனுமார் சாயலிலேயே இருக்கும். காலங்காலமாக ஒரே விஷயத்தில் ஈடுபட்டிருந்தால் அங்கங்களில் அதன் தடயம் படிவது இயல்புதான் என்று ஏதோ ஒரு உளவியல் புத்தகத்தில் படித்திருக்கிறேன்.

அந்தப் புத்தகத்தில் கொரில்லாவின் உடலசைவுகளை நகல் செய்யும் டார்ஜான், பெண்கள் புடைசூழ வளர்ந்ததால் ஒயில்கொண்ட இளைஞன் - ஏன், இளவயதிலிருந்தே மேடைநாடகங்களில்

ஸ்த்ரீபார்ட் போட்டதால், கிட்டத்தட்டப் பெண்ணாகவே மாறி, உறுப்பகற்று சிகிச்சை செய்துகொண்ட தமிழ்நாட்டுக்காரர் என்று பல உதாரணங்கள் தரப்பட்டிருந்தது. இவ்வளவு ஞாபகம் இருக்கிறது, புத்தகத்தின் தலைப்பும் ஆசிரியரும் மறந்துபோய்விட்டதே...

இருங்கள், நினைவு வந்துவிட்டது, அமெரிக்காவில் வசிக்கும் இந்தியரும் தமிழரும் நரம்பியல் நிபுணருமான வேங்கடராமானுஜம் எழுதியது. மதுரைக்காரர்தான். சரளமான, எளிய ஆங்கிலத்தில் எழுதப்பட்ட புத்தகம். விளையனூர் ராமச்சந்திரனின் நூல்கள் அளவுக்கு இது பிரசித்தி பெறாமல் போனது ஏன் என்று எனக்கு அடிக்கடி தோன்றும்; சரிதான், மனிதர்கள் மாதிரியே புத்தகங்களுக்கும் தலையெழுத்து என்று இருக்குமோ என்னவோ. தலைப்பு ஞாபகம் வந்ததும் சொல்கிறேன்.

உளவியல் நூலை, அதிலும் பிரபலமாகாத ஒன்றை, இவன் எதற்காகப் படித்தான் என்று ஆச்சரியப்படுவீர்கள். சிகிச்சைக்குப் போவற்கு முன்பே என் வியாதிக்கான அறிகுறிகளை நானே உணர்ந்திருந்தேன். மருந்து மாத்திரைகள் உதவியில்லாமல் நாமாகவே சரிசெய்து கொள்ள முடியுமா என்று முயன்றதன் பகுதிதான் அது.

உண்மையில், எனக்குப் பிணி உண்டானதன் காரணமே, நான் ஓயாமல் வாசிப்பதுதான் என்பது கமலியின் எண்ணம்.

> *அவுருக்கு அச்சடிச்ச காயிதம் இருந்தாப் போதும். இப்பிடியா ஒரு மனுசன் கிறுக்குப் பிடிச்சு அலையும். பொட்லம் மடிச்சு வந்த தாளுகூடத் தாவலெதான். பொண்டாட்டி, புள்ளெ ஒண்ணும் வேணாம். ஏதோ சாப்புடணுமே, சம்பளம் குடுக்குறானேன்னுதான் வேலைக்கே போறாரு, பாவம்...*

என்று பாதி கேலியாகவும், பாதி ஆதங்கத்தோடும் விருந்தினர்களிடம் என் காதுபடவே சொல்வாள். சரிதான், அவள் சதா நேரமும் சமையலறையிலேயே இருக்கிறாள்; ஒரு வேளை சாப்பாட்டுக்கடை முடிந்த மாத்திரத்தில் அடுத்த வேளைக்கான தயாரிப்புகளில் இறங்கிவிடுகிறாள். நான் அதைக் குறைசொல்கிறேனா. அவரவர் பீடிப்பு அவரவருக்கு. எப்போதாவது உல்லாசமான வேளைகளில்,

> *கமலா, பத்து நிமிஷம் இங்கே வாயேன், ஸி ஜி யுங் மனுஷ சுபாவத்தைப் பத்தி எப்பிடி விளக்குறார் பார்!*

என்பேன். என்னை உற்றுப் பார்த்துவிட்டு, அவள் முகத்தைப்

பேரழகாக்கி விடும் புன்முறுவலுடன் அருகில் வந்து, என் தலையில் லேசாகக் குட்டிவிட்டுப் போவாள்! அதற்கு என்ன அர்த்தம் என்பதை ஏதாவது உளவியல் புத்தகத்தில்தான் தேடிப் பார்க்க வேண்டும்; அல்லது டெஸ்மாண் மாரிஸ் போன்றவர்களின் 'மேன் வாட்ச்சிங்', 'பாடி வாட்ச்சிங்' போன்ற நூல்களில் தேடிப் பார்க்கலாம். அவருடைய 'த ஹ்யூமன் ஸூ' கிடைத்தால் படித்துப் பாருங்கள். நல்ல புத்தகம். இப்படித்தான் ஒருதரம்,

> இந்த மராத்திப் பொம்பளெ எழுதியிருக்கிற கட்டுரைப் புஸ்தகத்தெப் படிக்கிறப்ப, ஒரிஜினல் மஹாபாரதம் படிக்கிற அதே ஃபீலிங் கிடைக்கிதும்மா! அதுலயும் அஞ்சு பேர்ல பீமன் மட்டும்தான் த்ரௌபதியை நெஜமாவே காதலிச்சவன்னு ஒரு கட்டுரை இருக்கு. படிக்கிற யாருக்குமே கண்ணு கலங்காமெ இருக்காது...

என்று சொன்னேன். அவளிடமிருந்து 'ம்க்கும்' என்பதற்கு மேல் பதிலே இல்லை. அந்த ஆசிரியை பெயர் ஐராவதி கார்வே என்று சொல்லும் ஆவலுடன், மேற்படிக் கட்டுரையின் கடைசிப் பகுதியை வாசித்துக் காட்டும் ஆசையுடன் சமையலறைக்குப் போனால், 'மேலே படாதே. நான் குளிச்சாச்சு' என்கிற மாதிரி சைகை காட்டிவிட்டு, தொடர்ந்து பூக்களை சுவாமி படத்தின்மீது எறிந்தாள்.

திருமணமான புதிது என்பதால், லாசராவின் 'பாற்கடலை' நான் வாசிக்கக் கேட்டுத் தானும் கண்கலங்கிய அனுவின் நினைவு வந்துவிட்டது. கமலியை வெறித்துவிட்டு என் இடத்துக்குத் திரும்பினேன். என்ன, மேற்கொண்டு அந்தப் புத்தகத்தை வாசிக்க முனைப்பு இல்லாமல் போனது. வைத்துவிட்டேன். அதற்காக, வாசிப்பதை நிறுத்திவிட முடியுமா!அடுத்த புத்தகத்தை எடுத்தேன். கார்லோஸ் ஃபுயண்ட்டஸின் நாவல்... புத்தகங்களைச் சொந்தமாக வாங்கி வாசிப்பதில் இன்னொரு போதையும் இருந்தது. அச்சு மை மற்றும், கைபடாத தாளின் வாசனை என்னைக் கிறங்க வைக்கும். புதுப் புத்தகத்தைக் கையில் எடுத்த மாத்திரத்தில், நாலு பத்தி படிப்பது, காதலியின் முகம் போல அதை என் முகத்தோடு பொருத்திக்கொண்டு ஆழ்ந்து மூச்சிழுப்பது என்று ஒரு வித அனிச்சை இயக்கம் செயல்படும். புத்தகத்தின் உள்ளடக்கமும் தாள்களும் புழக்கத்தின் காரணமாய் சிறுகச் சிறுகப் பழமையடைந்த பின், வாசிப்பது மட்டும் நடக்கும்!

சிறு வயதிலிருந்தே எனக்கு நுகர்திறன் அதிகம் என்று மற்றவர்கள் சொல்வார்கள். தின்பண்டங்களை அம்மா எப்படி மறைத்து வைத்தாலும் கண்டுபிடித்து விடுவேன். சிகரெட் பழக்கம் உள்ள அப்பா, ஒருமணி நேரம் கழித்து முத்தமிட நெருங்கினாலும், முகத்தைச் சுளித்து விலக்கிவிடுவேனாம்.

> ஓம் மயென் போலீஸ் லாக்காலெ மோப்ப நாய் வேலைக்கித்தான் போவான் போலருக்கு...!

என்று சொல்லிச் சிரிப்பார் என்று சொல்லிச் சிரிப்பாள் அம்மா. இப்போதும், அடுப்பில் ஏதோ தீய்கிறதே என்று, வேறு வேலையில் இருக்கும் கமலிக்கு முன்னால் எனக்கு உறைத்துவிடும்...

வேறெங்கோ நகர்ந்துவிட்டேனே. புத்தகம் வாசிக்கும் பழக்கம் உள்ளவர்கள் பெரும்பாலும் நிறையப் பேசக்கூடியவர்களாகவும் இருப்பார்கள் என்றும், ஆரம்பத்தில் குறிப்பிட்ட அதே உளவியல் புத்தகத்தில் வாசித்திருக்கிறேன். கமலியின் கருத்துக்கு நேரெதிராக, என்னை மீட்டெடுக்கப் போவதே என் வாசிப்புப் பழக்கம்தான் என்று நான் உறுதியாய் நம்பினேன். ஆக, இந்தப் பழக்கம் தொடர்பாக வெளித்தெரியாத வழக்காடுமன்றம் எனக்கும் கமலிக்கும் நடந்துவந்தது. நடுவர் யாரென்று கொஞ்சநேரம் கழித்துச் சொல்கிறேன்,,, அதற்குமுன்னால் சொல்ல வேண்டியவை சில இருக்கின்றன.

அப்பாவின் அனுமானத்துக்கு மாறாக, இந்தியாவில், குறிப்பாகத் தமிழ்நாட்டில் உருவான இரண்டாம் தலைமுறைக் கம்ப்யூட்டர் எஞ்ஜினியர்களில் ஒருவன் ஆனேன். ஒரு வித்தியாசம், மற்றவர்கள் மாதிரி அமெரிக்காவில் சென்று வேரூன்றவில்லை. உலகம் முழுக்கப் பயணம் செய்கிற விதமாகப் பணி அமைந்தது எனக்கு. போவதற்கு முன்னால் அந்தந்த நாட்டு எழுத்தாளர்களை ஓரளவு வாசித்துவிட்டுப் போவேன். ஓய்வு கிடைக்கும்போது சுற்றுலாத் தலங்களைத் தவிர்த்துவிட்டு, அந்த நாட்டின் ஜீவன் மிளிரும் பிரதேசங்களைப் போய்ப் பார்க்க உதவியாய் இருக்கும் அது.

சௌகரியப்படும் பயணங்களில், கமலியையும் அழைத்துச் செல்வேன். இருதரப்புப் பெற்றோர்களும் சென்னையிலேயே குடிவந்துவிட்டதும், அமிர்தாவுக்குப் பாட்டியுடன் இருக்கப்

பிடிக்கும் என்பதும் பலவிதங்களில் உதவியாய் இருந்தது.

அப்படியொரு பயணத்தில்தான் எனக்குப் பிணி தொற்றியிருக்கிறது என்பதை உணரக் கிடைத்தது. நானே அதைக் கண்டுபிடித்துவிட்டேன். காரணம் என் மோப்பத் திறன். குறிப்பாக, விக்கோ டர்மரிக் மணம். இப்போதெல்லாம் அழகு சாதனங்கள் எவ்வளவோ உருமாறிவிட்டன. நான் சொல்லும் மணம் இன்னதென்றே தெரியாத தலைமுறை வந்து அது வாலிபத்தையும் எட்டிவிட்டது. அது ஏன், கமலி பயன்படுத்தும் பல திரவியங்களின் மணத்தை இனம் காண்பதே கடினம்தான். அவளுடைய ஒப்பனை மேசையருகில் போனால், பச்சைக் கற்றாழை, இளநீர், மல்லிகை, வாழைப்பழம், தேங்காய்த் துருவல் என்று பல்வேறு மணங்கள் தனித்தனியாகவும் கலவையாயும் வந்து தாக்கும்.

வாலிபத்தின் தலைவாசலில் நான் நுழைந்துவிட்டேன் என்பதை எனக்கு உணர்த்தியது விக்கோ டர்மரிக் மணம்தான். அனுவின் மணம் அது. இருபத்துநாலு மணி நேரமும் விக்கோ டர்மரிக் மணப்பவள் அவள். உள்ளூரில் புதிதாய்த் துவங்கியிருந்த பெண்கள் கல்லூரியில் புகுமுக வகுப்புப் படித்தாள். தொலைதூர உறவுக்காரப் பெண். மதுரையில் கல்லூரிப் படிப்பு நடந்தாலும், வாரம் தவறாமல் ஊருக்கு வந்துவிடுவேன். தங்கள் மீது கொண்ட பாசம்தான் காரணம் என்று நினைத்துக்கொண்டார்கள் என் பெற்றோர், பாவம்.

உடல் பொருள் ஆவி என எனது சகலத்தையும் தன்வசம் வைத்திருந்த அனுவே அந்த மறைமுக ஈர்ப்பு சக்தி என்று பிற்பாடு அவர்களுக்குத் தெரியவந்தபோதும், வீட்டில் எதிர்ப்பு ஏதும் எழவில்லை. அனுவின் பெற்றோருக்குமே அதில் பெரிய ஆட்சேபணை ஏதும் இல்லை என்றுதான் அவள் சொன்னாள். இருந்தாலும் நாங்கள் திருட்டுத்தனமாகவே சந்தித்து வந்தோம். பெரும்பாலும் எங்கள் பகுதிக்கு அப்பாலிருந்த, ஆள்நடமாட்டம் குறைவான, மூத்திரச் சந்துகளின் மறுகோடியில். மேலே சொன்ன மூன்று அயிட்டங்களில் முதலாவதைப் பகிர்ந்துகொள்ள அதுதான் வசதி. அதிலுமேகூட, அசாத்திய சுயக்கட்டுப்பாடுடன் நடந்துகொண்டோம். பாதுகாப்பு எல்லையை ஒருபோதும் மீறியதில்லை.

ஆனால், எப்போது வேண்டுமானாலும் மீறிவிடும் அளவு என்னை உந்திக்கொண்டிருந்தது விக்கோ டர்மரிக் மணம். பின்னே, நாலடி

தூரத்தில் இருந்தாலும் மனசைத் துளைக்கும்; சந்தின் நிரந்தர நெடியைத் தாண்டி என்னை வசீகரிக்கும். முத்தத்தின் நறுமணம் அது. மதுரையில், விடுதிநாட்களில் என்னோடு எந்நேரமும் இருந்து வந்தது.

எல்லாமே நல்லபடியாய்ப் போய்க்கொண்டிருந்தது. அவ்வளவு நல்லபடியாய் நாட்கள் நகர்வதில், மனக்குறை கொள்ளும் வியக்தி எதுவோ இருக்கவேண்டும் - எந்த மட்டத்தில் இருப்பவர்களின் நிம்மதியையும் சரளமாகக் குலைத்துவிடக் கூடியது அது. தங்களுடைய நல்வாழ்வுக்கே மேற்படி வியக்திதான் காரணம் என்று நம்பி, தங்கள் அந்தரங்கத்தை அதன் முன்னால் அவிழ்த்துக் கொட்டும் சமூகத்தைப் பார்த்தால் பாவமாக இருந்தது எனக்கு - அடுத்த சில வருடங்களுக்காவது. கொலைகாரனிடமே கத்தியைக் கொடுத்து பத்திரப்படுத்தும் அப்பிராணி ஜனங்கள்.

மேற்படிப் பத்தி எனக்குள் உருவாவதற்குக் காரணமான அந்தச் சம்பவத்தை என்னால் புரிந்துகொள்ளவே முடியவில்லை - இன்று வரை... விடுமுறையில் வந்திருந்தேன். முந்தின நாள் எங்கள் வழக்கமான மறைவிடத்தில் சந்தித்து இன்பத்தைப் பரிவர்த்தனை செய்துகொண்டோம். சந்தன சோப்பு போட்டுக் குளித்திருந்தாள் போல - மஞ்சளும் சந்தனமும் கொழும்புத் தேங்காயெண்ணெயும் பிச்சிப்பூவும் போட்டிபோட்டுக் கிறக்கின. மறுநாள் பகல்பொழுது தந்த அதிர்ச்சி நினைவு வரும்போதெல்லாம், அன்று மட்டுமாவது வழக்கமான எல்லைகளைக் கடந்து தொலைத்திருக்கலாமே என்று எத்தனை நாள் புழுங்கியிருக்கிறேன்... இன்றுவரை, ஞாயிறுகள் எனக்கு அளித்துவரும் ஒவ்வாமை, நான் சாகும்போதுதான் என்னை விட்டு விலகுமோ என்னவோ.

முட்டாள் அனு. எதற்காக அப்படியொரு முடிவெடுத்தாள்; உடனடியாகச் செயல்படுத்தவும் செய்தாள் என்றும் இன்று வரை புரியவில்லை. ஆனால், வெகுநாட்களாக அந்த எண்ணம் உள்ளே கனன்றுகொண்டே இருந்திருக்க வேண்டும். ‘செயல்படுத்துவது ஒரு திடீர்க் கணத்தில் என்றாலும், மானசீகத்தில் பலநாள் ஒத்திகை நிகழ்ந்திருக்கவே செய்யும்’ என்று பின்னாட்களில் ஏதோவொரு புத்தகத்தில் வாசித்தேன். நான் வாசிப்பதில் பெரும்பான்மை உளவியல் தொடர்பானவையாய் ஆனதற்கும்

அந்த ஞாயிற்றுக்கிழமையேகூடக் காரணமாய் இருக்கலாம்.

ஆமாம், மறுநாள் பட்டப்பகலில், தன் வீட்டில் வைத்தே தீக்குளித்து மாண்டாள் அவள். முந்தினநாள் முத்தத்தில் பாதியிலேயே தன்னைப் பறித்துக்கொண்டதும், வழக்கத்துக்கு விரோதமான நடுக்கம் அவளது உதடுகளிலும், உடல் முழுவதுமே கூட இருந்து கொண்டே இருந்ததும் மேற்படிச் செய்தி கிடைத்தவுடனே நினைவுவந்து பிறாண்ட ஆரம்பித்தன. மணத்துக்குக் கொடுத்த முக்கியத்துவத்தை பிற விஷயங்களுக்குக் கொடுக்காமல் போனேனே என்று கலங்கினேன். ஆனால், ஆவேசமாய்த் தழுவி முத்தமிடும்போது வேறு எதில் கவனம் செல்லும், சொல்லுங்கள்...

அரசாங்க ஆஸ்பத்திரியில் பொட்டலம் கட்டிக் கொடுத்தார்கள். வாங்கப் போன இடத்தில், தீக்காய வார்டின் வராந்தாவில், வாழையிலையால் போர்த்தப்பட்டு, வாழையிலையில் கிடந்து தன்நினைவின்றி நெளிந்துகொண்டிருந்த உடம்பைப் பார்த்தேன். இதுமாதிரியாவது என் அனு மீந்திருக்கலாமே என்றும்; இப்படி மீந்திருப்பதற்கு, போய் விட்டதே உத்தமம் என்றும் இரண்டாகப் பிளந்து என்னுடன் நானே குஸ்தி பயின்றதெல்லாம் என்னுடைய விரோதிக்குக்கூட நடக்கக் கூடாது. அதுசரி, ஒருவேளை, சேதமுற்ற உடம்போடு அவள் மீந்திருந்தால் எங்கள் உறவை அதேமாதிரித் தொடர்ந்திருப்பேனா?

பிரேதப் பரிசோதனை முடிந்து வரும் சடலத்தை வீட்டுக்குள் கொண்டுவரக் கூடாது என்று ஐதீகமாம். அனுவின் அம்மாவே, அடக்கமாட்டாமல் விம்மிக்கொண்டே இதைச் சொல்லியனுப்பியிருந்தாள். அந்த அம்மாளிடமிருந்து வீசிய மூக்குச்சளி நாற்றம் எட்ட இருந்த என்னையே வெகுவாகத் துன்புறுத்தியது.

அநியாயக் கறுப்பு படிந்த முகம் மட்டும் வட்டமாய்த் தெரியும் விதமாக, முழுக்க வெள்ளைத் துணியால் உறையிடப்பட்ட வெந்த உடலை, தெருவில் கிடத்திக் கொஞ்ச நேரம் அழுதுவிட்டு மேற்கொண்டு எரிக்கக் கொண்டுபோனோம். முழுக்க எரியவியலாத ஒன்று என்னுடனே திரும்பியிருக்க வேண்டும்...

ஆமாம், அந்த விக்கோ டர்மரிக் மணம் ஆண்டுக்கணக்காக என்னைச் சுற்றிச் சுற்றி வந்தது. அதை எந்த நெருப்பாலும் எரித்துவிட முடியாது என்று பட்டது.

மிஸ்டர் ராஜன், ஒருத்தர் செத்துவிட்டதால் வாழ்க்கையே அஸ்தமித்துவிடுமா என்ன?

என்று டாக்டர். ஜீவராம் எம் டி(சைக்கியாட்ரி) கேட்டார். 'இதுக்கு அப்பனான தத்துவமெல்லாம் நானே படிச்சிருக்கேன் சாமி' என்று எனக்குள் முனகிக்கொண்டேன். 'அதுனாலதானே, கல்யாணம் செஞ்சு, பிள்ளையும் பெத்துருக்கேன்?' என்று மனத்துக்குள் தொடர்ந்ததை அறியாமல் அவர் எனக்கு அறிவுரை சொல்லிக்கொண்டே போனார். யாரோ யாரிடமோ பேசுவதை விருப்பமில்லாமல் ஒட்டுக் கேட்கிற மாதிரி அமர்ந்திருந்தேன். அவருடைய கேள்விகள் அத்தனைக்கும் ஓரிரு சொற்களில் பதில் சொல்லிக்கொண்டும்,

குடுக்கவேண்டிய மாத்திரையைச் சீட்டில் எழுதிச் சீக்கிரமாய் அனுப்புமய்யா.

என்று திரும்பத் திரும்ப எனக்குள் அரற்றிக்கொண்டும் உட்கார்ந்திருந்தேன்.

சற்று முன்பு, டாக்டர் கட்டளையின் பேரில் அறையைவிட்டு வெளியேறிய கமலி அவரிடம் விவரித்தபோதும் அதேபோல்தான் அமர்ந்திருந்தேன். ஒரு சிறு வித்தியாசம், பயத்தையும் அழுகையையும் வெற்றிகரமாக அடக்கிக்கொண்டு துல்லியமாக அவள் வர்ணித்த அதே காட்சியை எனக்குள் தத்ரூபமாகப் பார்த்துக்கொண்டிருந்தேன்...

சுத்தமும் சுகாதாரமும் மணலுக்கு நிகராகப் பரந்திருந்த ஐரோப்பியக் கடற்கரை அது. கடலின் ஈர வாசனை தவிர வேறு எதுவுமே மணக்காத தூய்மை. அணிந்திருந்த ஜீன்ஸ் நனைய வேண்டாம் என்று இருவருமே தீர்மானித்ததால், நீர்விளிம்பிலிருந்து சற்றுத் தள்ளியே நின்றிருந்தோம். ஆள் நடமாட்டம் அதிகமில்லாத மணற்பரப்பு. ரம்மியமான சூழல். யாரோ ஆணையிட்ட மாதிரி, அறைக்குத் திரும்பலாம் என்று முடிவெடுத்தோம்.

சற்றுத் தள்ளி, மணல் வீடு கட்டி விளையாடிக்கொண்டிருந்தன இரண்டு குழந்தைகள். எட்ட விரித்த ஜமுக்காளத்தில் சாவகாசமாகப் படுத்திருந்த பெற்றோர். தகப்பன் வெறும் அரைக்கால் டவுசருடனும், தாயார் அரைகுறை உடையோடும் கிடந்தனர். மத்தியான வெயிலில்தானே சூரியக்குளியல் போடுவார்கள்; சாயந்திரத்தில் ஏன் இப்படி? என்று வியந்தவாறே அவர்களைத் தாண்டியபோது

மின் அதிர்ச்சி தாக்கியது என்னை. அந்தக் குழந்தைகளின் தாய் எங்கோ பார்த்த ஜாடையில் இருந்தாள். திரும்பத் திரும்ப எனக்குள் அலையாடிய அந்நிய முகத்தின் பரிச்சயத்தன்மை வேறு தளத்தில் உறுதிப்பட்டது.

ஆமாம், மறதியின் ஆழத்துக்குள் அடங்கிக் கிடந்த விக்கோ டர்மரிக் மணம் மேலெழுந்து பீறி, என்னை மூச்சுத் திணறவைத்தது. கமலியைத் திரும்பிப் பார்த்தேன். ஓட்டநடையில் என்னுடன் வந்துகொண்டிருந்தாள். ஒருகணம், அவளிடம் அனுவைப் பற்றிச் சொல்லலாமா என்று நினைத்தேன். அதுநாள்வரை சொல்லாமல் மறைத்தது குறித்து லேசான குற்றவுணர்ச்சிகூட எழுந்தது. ஆனால், பேச முடியாது. சீக்கிரமே அறைக்குப் போய், கட்டிலில் நீட்டி நிமிர்ந்து படுக்க வேண்டும் - அப்போதாவது சுவாசம் இயல்பு நிலைக்குத் திரும்பிவிடாதா. அறை சேர்ந்தபோது, இடையில் எழுந்த யோசனை தானாகவே ரத்து ஆகியிருந்தது.

ஆனந்தமாக அலைகளைப் பார்த்துக்கொண்டு நின்றவன்தானே, எவ்வளவு பிரியமாகக் கையைக் கோத்துக்கொண்டு நின்றான், அறைக்குத் திரும்புவதென்று இருவரும் சேர்ந்துதானே தீர்மானித்தோம், வாய்விட்டுச் சொல்லாத ரகசிய உந்துதலால்தான் அறைக்கு அழைக்கிறான் என்றல்லவா நான் நினைத்தேன், (இதைமட்டும் டாக்டரிடம் அவள் சொல்லியிருக்கத் தேவையில்லை என்று தோன்றியது; ஆனால், சொல்பவர்கள்தானே அதையெல்லாம் முடிவு செய்யவேண்டும். தவிர, எந்தத் தகவலிலிருந்து சிகிச்சையின் ஆரம்பப்புள்ளி அகப்படும் என்பது டாக்டருக்குத்தானே தெரியும்...) சாதாரணமாகத்தானே திரும்பி நடந்தான், திடீரென்று ஏன் இப்படித் தரதரவென இழுத்துக்கொண்டு போகிறான் என்று தான் குழம்பியதை டாக்டர். ஜீவராமிடம் அவள் விலாவரியாய்ச் சொன்னபோது எனக்குமே சுவாரசியமான கதை கேட்பது மாதிரித்தான் இருந்தது. ஆமாம், மனத்தில் விரிந்த காட்சியின் பின்னணிக் குரலாக அவள் ஒலித்தாள். பன்மையில்தான் என்னைக் குறிப்பிட்டாள்; என்னை நானே பன்மையில் சொல்லிக்கொள்ளக் கூச்சமாய் இருக்கிறது.

அவ்வளவு நிதானமாக, அத்தனை தெளிவுடன் எல்லாவற்றையும் சொன்ன கமலியின் குரல் சட்டென்று கம்மியது:

> கட்டில்லெ தொம்முன்னு உக்காந்து மூஞ்சியெ ரெண்டு கையாலயும் மூடிக்கிட்டு மூசுமூசுன்னு அளுவ ஆரமிச்சாரு

டாக்டர். எனக்கு ஈரக்கொலையைப் பிடுங்கீருச்சு.

புடவைத்தலைப்பால் முகத்தை மூடிக்கொண்டாள்.

சம்பவத்தன்று அவள் முகத்திலிருந்த திகைப்பு எனக்கு நன்றாக நினைவிருக்கிறது. ஆனால், அவளிடம் காரணத்தை எப்படிச் சொல்வது? கூடக் கொஞ்சம் நெஞ்சை அடைத்தது. நாசித் துவாரங்களில் பஞ்சுப் பந்துகள்போல கிண்ணென்று அடைத்த விக்கோ டர்மரிக், வாசனைப் பொருளாகப் படவில்லை. உயிர்பறிக்க வந்த விசை என்று தோன்றியது. அதைவிட, அந்த நறுமணம் மெல்ல மெல்ல சுடுகாட்டு வாசனையாக மாறியது எனக்குள் பீதியை அதிகரித்தது.

உண்மையில், அந்த மணம் எங்கிருந்து கிளம்பி எனக்குள் சேகரமாயிருந்தது என்பதும் எனக்குத் தெரியும். எரிவதற்கு எதுவுமே மிச்சமில்லாத கரிந்த உடலில்கூட அவ்வளவு நாற்றம் மீந்திருந்ததே ஆச்சரியம்தான். எங்கள் சாதியில், கொள்ளிவைத்த பிறகு, உடம்பை வைக்கோலால் மூடி ஈரமண் பூசி விடுவார்கள். வழுவழுவென்ற பூச்சில் அங்கங்கே இட்ட துளைகள் வழியே புகை கசியும். சிதைக்கு அருகாமையில், கால்மாட்டில் அமர்ந்தே மொட்டை போட்டுக்கொள்ள வேண்டும், கொள்ளிவைத்தவர். அனுவின் தகப்பன் கண்ணீர் உகுத்தபடி அமர்ந்திருந்த காட்சிக்கும் ஒரு மணம் இருந்தது. சுடுகாட்டு மணம்.

நெஞ்சுக்கூட்டில் காற்றுக்குப் பதிலாக நன்மணமும் துர்மணமும் மாறிமாறி நிரம்பி மூச்சுத் திணறவைத்ததுக்குக் காரணம் தேடித்தானே டாக்டரிடம் வந்திருக்கிறேன்? அவரானால், நிறுத்தாமல் இவ்வளவு பேசி என் அல்லாட்டத்தை அதிகப்படுத்துகிறாரே என்று எரிச்சலும் தவிப்பும் மண்டியது. ஆனால், காரணம் யாருக்கு வேண்டும்? மணத்தின் பீடிப்பிலிருந்து என்னைத் தப்பிக்க வைத்தால் போதாது? தப்பிக்கும் வேட்கை சட்டென்று உச்சமடைந்து கிட்டத்தட்ட இதயம் நின்றேவிட்ட மாதிரி மூச்சு முட்டியது.

நல்லவேளை, டாக்டரின் உதவியாளப் பெண் அறைக்குள் வந்தாள். மாதவிடாய் நாட்கள் போல - அழுத்தமான சரீர வாடை அவளிடமிருந்து பீச்சியடித்து என்னைக் காப்பாற்றியது. விஷம் விஷத்தை முறிக்கும் என்று பழமொழி இருக்கிறது, இல்லை?

மாத்திரைகள். மாத்திரைகள். மாத்திரைகள். வில்லைகள், காப்ஸ்யூல்கள், நீள்வட்டப் புடைப்புகள். எத்தனை வகைகள். எத்தனை நிறங்கள். எவ்வளவு கசப்பு. சாப்பாட்டுக்கு முன்னும் சாப்பாட்டுக்குப் பின்னும் சாப்பாட்டுக்கு பதிலாகவும். உடம்புக்குள் ரத்தமாக ஓடுவது ரசாயனங்கள் கரைந்த திரவம் என்று தோன்றும். நல்லவேளை, வெளியில் வந்தால் நாறும் ரத்தம் உடம்புக்குள் இருக்கும்போது நாறுவதில்லை என்று ஆறுதலாய் இருக்கும். ஆனால், உடம்பில் சதா உஷ்ணம் தகிக்கும். எல்லா இடத்திலும் அரித்துப் பிடுங்கும். உடனே ஓடிக் குளிக்கச் சொல்லும்.

மருந்து மாத்திரைகளின் புண்ணியத்தில் பகல் இரவு பேதம் சன்னஞ் சன்னமாக அழிந்து, உறக்கம் நிரந்தரமாக என்னை ஆட்கொண்ட நாட்கள் அவை. ஆனாலும், அலுவலகம் போவேன். அரை உறக்க நிலையிலும், மந்தபுத்தியுடன் என்னால் மிகச் சரியாக வேலை பார்க்க முடிகிறதே, அலுவலகப் பணி என் அனிச்சையில் சென்று தங்கிவிட்டதோ, கம்ப்யூட்டர் இஞ்ஜினியராய் இருப்பதும் சைக்கிள் விடுவது மாதிரித்தானா, மூளை என்ற கருவியை உடலை இயக்க மட்டும் பயன்படுத்தினால் போதுமோ என்றெல்லாம் விதவிதமான அவதானங்கள் யோசனைகள் கவலைகள் கரிசனங்கள் எனக்குள் ஊறியவாறிருக்கும். என்ன, அந்த நாளில் பிடிவாதமாகப் படித்த புத்தகங்களில் கணிசமான அளவு, ஞாபகத்தில் தங்காமல் போய்விட்டது.

சாதாரணமாகவே விதவிதமான ரசாயனத் திரவிய வாசனைகளுடன் அன்னங்கள்போல நடமாடும் சக ஊழியைகள் நடக்கவில்லை, மிதக்கிறார்கள் என்று தோன்றும். சரி, அவர்கள்தான் தங்கள் நளினத்தில் அக்கறை உடையவர்கள், இந்த ஆண்பிள்ளைப் பயல்கள் ஏன் மிதக்கவேண்டும் என்று எரிச்சலாய் இருக்கும். அவர்களும் வாசனை பொங்கத்தான் இருப்பார்கள். ஆனால், பெண்களின் வாசனை அளவுக்கு ஆகர்ஷணம் இருக்காது. நான் வாய்திறந்து யாரிடமும் பேசமாட்டேன். காரணம் இருக்கிறது; சாதாரண உரையாடலுக்கு இடமளிக்காத, வெளித்தெரியாத, மூச்சுத் திணறல்.

மணங்கள் என்னை வெகுவாகப் பீடித்திருந்த காலகட்டம் அது. பகல்பொழுதை வெளிச்சமும் இரவை இருட்டும் நிரப்பியிருப்பது யாருக்கும் தெரியுமல்லவா, எல்லாப் பொழுதுகளிலும் மணம் நிரம்பியிருப்பது மட்டும் யார் கவனத்தையும் ஏன் எட்டவில்லை

என்று ஆச்சரியமாகவும், கவலையாகவும் இருக்கும். சிலவேளை, கவலை முற்றி துக்கமாக மாறவும் செய்யும்.

குதிரைச் சாணம், நகச் சாயம், பெட்ரோல், உப்புக் கருவாடு, கற்பூரம், அன்னாசிப் பழம், ஈர சிமெண்ட், பச்சைப் பாசி, தசாங்கம், பூசணம் பிடித்த ரொட்டி, புத்துருக்கு நெய், துளசி தீர்த்தம், புதுப் புத்தக மணம் என்று என் உயிர் முழுக்க நாசியில் சென்று குவிந்திருந்த நாட்கள். இத்தனைக்கும், அலுவலக நேரம் தவிர மற்ற வேளைகளில் என் கட்டிலில் மட்டுமே இருப்பேன். ஆனாலும், மேற்சொன்ன பட்டியலில் உள்ளவை முறை போட்டுக்கொண்டு மாறிமாறி வந்து தாக்கும். எனக்குள்ளிருந்தேதான் அவை ஊற்றெ டுக்கின்றன என்பதை உணர்ந்தபோது, தாளமுடியாத அழுத்தம் மேலிட்டது.

சுற்றியிருக்கும் எதற்குமே மெல்லிய மணம் கிடையாதா - மூச்சுவிடுவதை பிரம்மப்பிரயத்தனமாக்கும் நெடிதான் நிஜமா? நாசித்துவாரங்கள் வெறுமனே நுகர்வது மட்டுமில்லாமல், வாசனையின் அடர்த்தியை வடிகட்டும் வேலையும் செய்கின்றனவா! நான் பாட்டுக்கு வியந்துகொண்டிருக்க, அந்தக்கால நாடகங்களின் உச்சகட்டத்தில் மேடை வெளிச்சம் விதவிதமாய் நிறம் மாறுவது மாதிரி, மாறிமாறி வரும் எந்த வாசனையும் கொஞ்சநேரம்தான். அதை அடக்கி விக்கோ டர்மரிக் மணம் மேலெழும். என்னைக் கொல்லும்வரை இது ஓயாதோ என்று அச்சம் கிளப்பும்.

அந்திம நாட்களைத் தொட்டுவிட்டேன் என்றே நம்ப ஆரம்பித்தேன். வாசனையில் புதைந்து சாகப்போகிறேன். பூர்வஜென்ம வாசனையின் தொலைவுக்கு எட்டிவிட்ட முன்னாள் காதலை தற்போதைய காதலிடம் இப்போதாவது விவரிக்கலாமா கூடாதா என்ற அறமும் தர்க்கமும் பிணைந்த கேள்வி வேறு விதவிதமாக வாட்டியெடுத்தது...

ஆனால், சட்டென்று ஒருநாள் விடுபட்டுவிட்ட மாதிரி உணர்ந்தேன். என் பிரிய கமலி மார்க்குவட்டில் என் முகத்தைப் புதைத்து அழுத்திக்கொண்ட ஒரு பொழுதில், மூச்சுமுட்ட வைக்கும் வியர்வையின் உப்புக் கவிச்சி, ஒரு கோடி அழகு சாதனங்களை விடவும் உசத்தியானது என்று தோன்றியது. அவள் வற்புறுத்தியதால் சிகிச்சைக்குப் போனது எவ்வளவு உத்தமமான காரியம் என்றும்தான்.

என் தரப்பு, தன் தரப்பு உறவினர்கள் யாருக்குமே என் பிணி

பற்றியோ, சிகிச்சை பற்றியோ தெரியாமல் கமலி என்னைப் பராமரித்தது வெறும் கடமைக்காகவோ, கட்டுப்பாட்டுக்காகவோ இல்லை - பத்தரைமாற்று அன்பின் காரணமாகவே என்பது உச்சி வெயில் மாதிரி உறைத்தது. ஆனால், அதில் பிரகாசம் மட்டுமே இருந்தது; வெம்மை துளியும் இல்லை. இந்த அனுபவப் பிளவு எனக்கு வேறொன்றையும் உணர்த்தியது. ஆமாம், நிஜமாகவே நான் வியாதியிடமிருந்து விடுபட்டுவிட்டேன் என்று துலக்கமாய்த் தெரிந்தது.

விருப்பமின்றிப் பள்ளிக்கூடம் போகும் குழந்தை மாதிரி, தயங்கித் தயங்கி ஆஸ்பத்திரிக்குள் நுழைகிறவன் இவ்வளவு உற்சாகமாய் முன்வந்து புறப்படுகிறானே என்னும் வியப்பு கமலியின் கண்களில் வெளிப்படையாய்த் தெரிந்தது. அப்ப்ப்பா, எத்தனை பெரிய, அழகான கண்கள்...

டாக்டர் ஜீவராம் உற்சாகமாக வரவேற்றார்.

> என்ன, மிஸ்டர் ராஜன், ரொம்பநாள் களிச்சு ஷர்ட்டெ டக்கின் பண்ணிருக்கீங்க! இதுதான் நல்லாருக்கு...!!

என்று என்னிடம் சொல்லியவாறு, கமலியை ஆழமாய் நோக்கினார். அவளும் ஆமோதிக்கிற மாதிரித் தலையாட்டினாள். ரத்த அழுத்தம் நாடித்துடிப்பு இதயம் அடித்துக்கொள்ளும் வேகம் அப்போதைய சர்க்கரை அளவு என்று மேலோட்டமாகச் சில பரிசோதனைகளைச் செய்துவிட்டு, 'புதன்கிழமை வாருங்கள், அதற்கப்புறம் மாத்திரைகளைக் குறைப்பது பற்றி முடிவெடுக்கலாம்' என்றார். அவர் தலைக்குப் பின்னால் மாட்டியிருக்கும் ஆஞ்சநேயர் படத்துக்குக் கீழே எரிந்து முடியும் தறுவாயிலிருந்த ஊதுபத்தியின் மணம் குளிர்பதன அறைக்குள் சுழன்று இதமளித்தது.

பின் அடித்த புத்தகம்போல் ஒன்று தயாரித்து வைத்திருந்தார். முன்னூறுக்குக் குறையாத கேள்விகள் கொண்டிருந்த புத்தகம். ஏ4 தாள்களில் எடுத்த கம்ப்யூட்டர் ப்ரிண்ட் அவுட்டை எனக்காகவென்றே தயார் செய்திருக்க வேண்டும். ஏழெட்டுக் கேள்விகளுக்கொருமுறை மணம் பற்றி ஒரு கேள்வி இருப்பதைச் சுட்டிக்காட்டினேன். சிரித்துக்கொண்டே,

> யோசிக்காமெ பதில் எளுதுங்க. ஒண்ணரை மணிநேரம்தான் டைம். வெறுமனே ஆமா, இல்லேன்னு டிக் பண்ணினாப் போதுமே.

என்றார்.

சரசரவென டிக் அடிக்க ஆரம்பித்தேன். சில கேள்விகளுக்கு மட்டும் ஆம்/இல்லை போதுமானதாக இல்லை. உதாரணமாக, தாம்பத்திய உறவில் நாட்டம் சகஜமாக இருக்கிறதா என்று கேட்டால் ஆம் அல்லது இல்லை என்ற கட்டத்தில் டிக் அடிக்கலாம். எத்தனை நாளுக்கொருமுறை என்ற கேள்விக்கு எழுதித்தானே ஆகவேண்டும். டாக்டர் ஜீவராம் கெட்டிக்காரர். சில கேள்விகளுக்கு நேரே கட்டங்களில்லை; கீழே ஒரு வரிக்கான இடைவெளி விட்டிருந்தார்.

பதில்களை வாங்கிக்கொண்டு சனிக்கிழமை வரச்சொன்னார். சாயங்காலம் ஆஞ்சநேயரைத் தரிசிக்கப் போகவேண்டுமென்பதால், இந்த ஒருதடவை மட்டும் காலையில் வருகிறோம் என்று கமலி சொன்னாள். அவர் இண்ட்டர்காமில் உதவியாளப் பெண்ணிடம் விசாரித்துவிட்டு, சம்மதித்தார்.

அந்தச் சனிக்கிழமை பொன்னாள். ஆமாம், நான் முழுக்க மீண்டுவிட்டேன் என்று உறுதி செய்தார் டாக்டர் ஜீவராம். உபரியாக இரண்டு உற்சாகங்கள் வழங்கினார். ஒன்று, நாங்கள் என்ன குடிக்கிறோம் என்று கேட்டு, மேசைமணி ஒலி கேட்டு வந்த பணியாளிடம் மூன்று கிளாஸ் அன்னாசிப் பழரசம் வாங்கிவரச் செய்தார். இதில் உற்சாகமடைய என்ன இருக்கிறது என்று தோன்றுகிறதுதானே? கிளாஸை எடுத்து வாயருகில் கொண்டு செல்லும்வரை அன்னாசி மணம் எனக்குத் தட்டுப்படவில்லை என்பது எத்தனை பெரிய விஷயம்!

இரண்டாவது உற்சாகமும் இதற்கு நிகரானதுதான். அலுவல் சார்ந்த வெளிநாட்டுப் பிரயாணங்களை தாராளமாக நான் மேற்கொள்ளலாம் என்று அனுமதி தந்தார்.

அந்த லண்டன் இரவு நான் மறக்க முடியாததாய் ஆகிவிட்டது. புறநகர்ப் பகுதி விடுதியொன்றில் நாங்கள் தங்கியிருந்தோம். ஏழெட்டு வருடம் கழித்து மேற்கொண்ட பயணமா, கமலியையும் அழைத்துப் போயிருந்தேன். இந்தப் பயணத்தில் புதிதாக ஒரு

வேலை சேர்ந்துகொண்டது. பத்துவயதைத் தாண்டியிருந்த அமிர்தாவிடம் இந்திய நேரத்தின் காலையிலும் முன்னிரவிலும் தினசரி தொலைபேசியில் உரையாட வேண்டியிருந்தது... பேசி முடித்தபிறகு கொஞ்சநேரம் மௌனமாய் இருந்தாள் கமலி. அப்புறம்,

பிள்ளையெ விட்டுப்புட்டு வந்துருக்கக் கூடாதுங்க.

என்று தனக்கே சொல்லிக்கொள்ளும் பாவத்தில் சொல்லிப் பெருமூச்சுவிட்டாள். இதை ஏன் நாலைந்து தடவை சொல்கிறாள் என்று தோன்றத்தான் செய்தது. மடிக்கணினியின் முன் உட்கார்ந்து இமைக்காமல் வேலை செய்கிறவனாயிற்றே, காதில் சரியாக விழுந்ததோ இல்லையோ என்று கவலைப்பட்டிருக்கலாம், ஒருவேளை.

இந்தியாவுக்குத்தானே இரவு. லண்டனுக்கு சாயங்காலம் அல்லவா. வெளிச்சமும் வேலையும் இன்னும் கொஞ்சநேரம் இருக்குமே. கமலி தனியாக இருக்கிறாள் என்று மீதி வேலையை அறையிலேயே பார்த்துக்கொள்ளும் உத்தேசத்துடன் திரும்பியிருந்தேன். மனம் சோரச்சோர வேலை பார்த்துவிட்டு, எந்திரம்போல இரவுணவு முடித்துவிட்டு, படுக்கைக்குப் போனேன். மனம் மட்டும்தான் சோர்ந்திருந்தது.

ஒருக்களித்துப் படுத்திருந்த கமலி, நடுவயதின் பேரழகுடன் ஒளிர்ந்தாள்.

முன்னிரவின் சாந்தம் நிரம்பிய அறை. நீலவிளக்கின் ஒளி காதல் மனைவியின் பிரியம் மாதிரி நிரம்பியிருந்தது. தங்குபவர்களுக்கு இதமளிக்கவெனப் பீய்ச்சப்பட்ட மெல்லிய லாவண்டர் மணம். காதல் உணர்வுக்கும் பிராயத்துக்கும் சம்பந்தமில்லை, பார்க்கப்போனால் உடம்புக்கும் காதல் உணர்வுக்கும்கூட சம்பந்தமில்லை என்றெல்லாம் மனம் அடுக்கிக்கொண்டே போனது. இதுவெல்லாம் எனக்கே தோன்றும் கருத்துகளா, ஏதாவது புத்தகத்தில் படித்து ஆழ்மனத்தில் புதைந்துகிடந்தது மேல்மட்டத்துக்கு எழுந்துவர நேரம் பார்த்ததா என்று எழுந்த குழப்பத்தை மூர்க்கமாக இடையறுத்தது ஒரு நாற்றம். புரண்டு படுத்தேன்.

பிணம் பொசுங்கும் வாடை. சதையும் மயிரும் நிணமும் பொசுங்கும்போது எழும் வாடைக்குப் பின்னணியாகப் படீர் படீர்

என்று ஒலிப்பது எலும்புகள் வெடிக்கும் ஓசையோ? ஆனால், முன்புபோல மூச்சுத் திணறவில்லை, மொத்த உடம்பும் இந்த மணத்தில் முழுக்கக் குவிந்துவிடவில்லை, தவிர, காதுகளும் வேலை செய்கின்றன என்பது ஆறுதலாய் இருந்தது. தவிர, ஏதோ மணம் கிளம்புகிற மாதிரி பிரமை தட்டுகிறதே தவிர, அந்த மணத்துக்கு இந்த இடத்தில் வாய்ப்பே கிடையாது என்று மனத்தின் இன்னொரு பகுதி அறிவுறுத்தியது. 'அட, இவ்வளவு குணமாகிவிட்டேனா என்ன!' என்று மானசீகமாக வியந்துகொண்டேன்.

பக்கத்தில் படுத்திருந்த கமலி, தன் அழகிய நாசியின் நுனியை வலது உள்ளங்கையால் அரக்கித் தேய்த்துக்கொண்டு சொன்னாள்:

ஏதோ பொசுங்குற மாதிரி நாறுதே? மூச்சு முட்டலே?

மூச்சை இறுக்கிப் பிடித்துக்கொண்டு, தூங்குவதுபோல நடித்தேன். லேசாகப் பொய்க் குறட்டை விட்டேன்.

இன்னொன்றும் செய்தேன். அபயஹஸ்த ஆஞ்சநேயருக்கு வடைமாலை சார்த்துவதாக மனமார நேர்ந்துகொண்டேன்.

பேசும் புதிய சக்தி - தீபாவளி மலர் - 2020

பொம்மை விளையாட்டு

> *அ*ப்பளாத்துருண்டே, விளக்கு வச்சாச்சு. வெளையாண்டது போறும், உள்ளெ வா.

என்று சத்தம் கொடுத்தாள் மாமி. பெற்ற பிள்ளையைவிட என்னை உசத்தியாகக் கருதும் ஒன்றுவிட்ட மாமி. பன்னிரண்டு வயது மருமகனை இன்னமும் மடியில் கிடத்திச் சீராட்டுபவள்.

கைக்கோலால் தட்டி ஓட்டிக்கொண்டிருந்த டயர் வண்டியை நிறுத்திக் கையில் பிடித்தபடி, நான் கிருஷ்ணனைப் பார்த்தேன். அவன் குறும்பாக என்னைப் பார்த்துக் கண்ணடித்தான். வீட்டைப் பார்த்துத் திரும்பிய என் கால்கள் தயங்கின. மாமிக்குக் கழுகுக் கண்கள்; மெல்லிய சினத்தோடு தொடர்ந்தாள்:

> அவனெப் பாக்காதே. அவண்ணா வந்து மிதிச்சாத்தான் அவன் உள்ளே வருவான். நீ சமத்தில்லையா. வந்துரு. பூச்சிபொட்டு வர நேரம். ஒன்னை பத்தரமாக் கொண்டு ங்கொம்மாட்டெச் சேக்கணுமேன்னு நாம் படறபாடு பகவானுக்குத்தான் தெரியும். ரெண்டுபேருங் கூட்டுச் சேந்து என்ன ஆட்டம் போடறேள்....

நான் வந்துவிடுவேன் என்ற நம்பிக்கையோடு வீட்டினுள் போகத் திரும்பினாள். என்னை நல்லவன் என்று நினைத்துக் கொண்டிருக்கிறாள், பாவம். இந்த விடுமுறையில் எனக்கு என்னவெல்லாம் தெரியவந்திருக்கிறது என்று அவளுக்குத் தெரியாது. ஏன், கிருஷ்ணனுக்கேகூடத் தெரியாது. குறிப்பாக, மத்தியானம் நடந்தது; எனக்கே அது நிஜமாகவே நடந்ததா, கனவா என்று

குழப்பமாய்த்தான் இருக்கிறது. ஆனால், உடம்பிலும் மனத்திலும் கிளர்ந்த பரபரப்பு இன்னமும் அடங்கவில்லை.

நிலைவாசலில் நின்று திரும்பிப் பார்த்தாள் மாமி. மடிசார் கட்டிய பொம்மை மாதிரி இருந்தாள். வடிவாய் இருக்கிறாள்; முகம் மிகமிக வசீகரமாய் இருக்கிறது என்று முதல்முறையாகத் தோன்றியது எனக்கு. வாலைச் சுருட்டிக்கொண்டு பின்தொடரும் நாய்க்குட்டி மாதிரி, அவள் ஆணைக்குக் கட்டுப்பட்டேன். வீட்டுக்குள் நுழைந்தவள், ஸ்விட்ச்சைத் தட்டினாள். கிருஷ்ணனை மாதிரியே கண்சிமிட்டிவிட்டு, பிரகாசமாய் ஒளிர்ந்தது குழல் விளக்கு.

> லோட்டாலெ காப்பியும் மோர்க்களியும் வச்சிருக்கேன்.
> மொதல்லெ, கையக் காலை அலம்பி விபூதி இட்டுண்டு வா.

என்றவாறு என்னைத் திரும்பிப் பார்த்த மாமி, முகத்தை உற்றுப் பார்த்தாள்.

> அது சரி, ஒன் மூஞ்சி ஏன் பேயறைஞ்ச மாதிரி இருக்கு?
> அக்னி நட்சத்திரம் பாழாகாமெ இப்பிடித் தெருச் சுத்தினா...?

என்றாள். நல்லவேளை, பதிலை அவளே சொல்லிவிட்டாள். தீவட்டிபோல எரிந்த சுவாமி விளக்கின் திரியைத் தணிக்க முனைந்தாள். இன்றைக்குக் குளிக்காமல் விபூதி இட்டுக் கொள்ளலாமா என்று குழம்பியபடி முகம் கழுவப் போனேன்.

ஏழாம் வகுப்பு விடுமுறையை மறக்கமுடியாததாய் ஆக்கியவை இரண்டு சம்பவங்கள். அல்லது, மூன்றோ? ஒன்று, தென்னந்தோப்பின் மோட்டார் அறைக்குள் வைத்து விநோதினி எனக்களித்த புது அனுபவம். அதை அப்புறம் சொல்கிறேன்.

அந்தக் கோடை விடுமுறை எனக்குக் கரட்டுப்பட்டியில் கழிந்தது. முழுசாக இரண்டு மாதங்கள். பெரியகுளம் போன்ற சிறுநகரத்தில் இல்லாத வசீகரங்கள் பல அங்கே உண்டு எனக்கு. 'அடிமைப்பெண்' சினிமாவில் பார்த்த பாலைவனம் மாதிரித் தத்ரூபமாக வறண்டு கிடக்கும் முல்லையாற்றின் மணற்பரப்பு, அதில் அங்கங்கே தோண்டிய நல்ல தண்ணீர் ஊற்றுகள், மாமா வீட்டு வளாகத்துக்குப் பின்புறம் உள்ள தென்னந்தோப்பின் மறுவிளிம்பில் இருக்கும் கொடுக்காப்புளி, நவ்வா மரங்கள், மாமாவுடைய கூரைவீட்டின்

எதிரே இருக்கும் சிமெண்ட்டுக் களமும், அதையொட்டிய மணல் திடலும், அரை டவுசரும் வெற்று மேலுடம்புமாக எந்நேரமும் விளையாடத் தயாராயிருக்கும் சிநேகிதர்கள், அவர்களை எனக்கு அறிமுகம் செய்து வைத்து, தானும் விளையாட வரும் என் ஒன்றுவிட்ட மாமா மகன் கிருஷ்ணன்…

கிருஷ்ணன் வழியாக எனக்கு ஏகப்பட்ட விஷயங்கள் கிடைத்தன என்றாலும், குறிப்பாகச் சொல்லச் சில உண்டு. விடுமுறைக்கு வந்த அன்றே அவன் பரிச்சயப்படுத்திய ராணுவ வீரர் சின்னக்காளை மாமாவின் மகன் பன்னீர்செல்வமும், டெய்லர் ஸ்ரீராமுலு மாமாவின் மகன் வினோதும். வீட்டுக்குத் தெரியாமல் நாயக்கர் தோட்டக் கிணற்றில், ரப்பர் ட்யூப் மற்றும் கனத்த தாம்புக்கயிற்றின் உதவியோடு நீச்சல் படித்துக் கொடுத்தான் பன்னீர். இந்தியா முழுவதும் கிறுக்குப் பிடிக்க வைத்திருந்த 'ரூப்தேரா மஸ்தானா, கோராக்கா கஸ்தா யே மன்னு மேரா' போன்ற தேவகானங்களை முறையான ஹிந்தி உச்சரிப்புடன் பாடிப் பழக்கிய விநோத். அப்புறம், கிருஷ்ணன் சேகரித்து வைத்திருந்த முத்து காமிக்ஸ் புத்தகங்கள். இரும்புக்கை மாயாவி என்ற ஒருத்தர் உண்மையாகவே இருந்தார் என்று நாங்கள் நம்பிய நாட்கள் அவை.

கிருஷ்ணன் ஒருதடவை சொன்னான்: மாயாவி தற்சமயம் நியூயார்க்கில் இருக்கிறார். ஆனால், எப்போது வேண்டுமானாலும் இந்தியா வரலாம். யார் கண்டது கரட்டுப்பட்டிக்கேகூட வருவதற்கு வாய்ப்பிருக்கிறது. அ கொ தீ க (என்று சுருக்கமாய் அழைக்கப்படும் அழிவு கொள்ளை தீமைக் கழக) ஆட்கள் இங்கே நாயக்கர் தோட்டத்திலோ, நமது தென்னந்தோப்பிலோகூட ஒளிந்திருக்கலாமே. ஆனால், மாயாவி பிஸியான மனிதர். அதிக நேரம் இங்கே இருக்க மாட்டார். மின்னல் மாதிரி வந்துபோகும்போது அவரிடம் ஒரு முத்து காமிக்ஸ் புத்தகத்தில் கையெழுத்து வாங்கிவிட வேண்டும். ஆனால், முழு உருவமாக வராமல், வெறும் இரும்புக்கை மட்டும் வந்ததென்றால், அவரிடம் எப்படிக் கையெழுத்து வாங்குவது என்று குழப்பமாய் இருக்கிறது…

கிருஷ்ணன் பின்னாளில் எழுத்தாளன் ஆனதற்கான அறிகுறிகள் அப்போதே தெரிந்தன என்பதற்காக இதைச் சொன்னேன்.

இந்த முறை இந்தியா வந்தபோது, அவனது சமீபத்திய சிறுகதைத் தொகுப்பை எனக்கு அன்பளித்தான். விமானத்தில் திரும்பும்போதே

படிக்க ஆரம்பித்தேன். முதல் கதை முடிந்தவுடன் பெருமூச்சுகளும் ஞாபகங்களும் பீறிக் கிளம்பி, மேற்கொண்டு வாசிக்கவிடாமல் செய்துவிட்டன.

அந்தக் கதையில், வீடு இருந்த தென்னந்தோப்பு வளாகம், தோப்புக்குள் இருந்த மோட்டார் ரூம் என்று சகலத்தையும் விவரித்திருந்தான். கதையில் வரும் பாவா என்ற அரைக்கிறுக்கன், அவனுக்கும் உள்ளூர் இளம் விதவை ஒருத்திக்கும் அந்த ரூமில் வைத்து நேரும் சம்பவம் என்றெல்லாம் விபரீதமாகப் போனது கதை. அது முழுக்க முழுக்க கிருஷ்ணனுடைய கற்பனையாகக்கூட இருக்கலாம். காலத்தின் துரு ஏறிய மோட்டார் ரூம் கிளப்பிவிடக்கூடிய கற்பனைகள் ஒரே சாயலில் இருக்க வாய்ப்புண்டு.

ஆனால், கிட்டத்தட்ட அதே மாதிரியான சம்பவம் நிஜமாகவே எனக்கு நடந்தது - அடுத்த முறை பேசும்போது, ஞாபகமாக கிருஷ்ணனிடம் சொல்ல வேண்டும்.

கிருஷ்ணனின் அப்பா, அதாவது என் மாமா, அர்ச்சகராயிருந்த பிள்ளையார் கோவிலுக்குப் போகும் வழியில், வரிசைவீடு ஒன்றில் பன்னீர்செல்வத்தின் குடும்பம் வசித்தது. விநோதின் குடும்பத்தார், எங்கள் தென்னந்தோப்பு வளாகத்துக்குள்ளேயே குடியிருந்தார்கள். ஸ்ரீராமுலு மாமாவின் தையல்கடை, பன்னீரின் வீட்டையொட்டி இருந்தது. பன்னீரும் விநோதும்தான் நண்பர்கள் - அவர்கள் குடும்பங்களுக்குள் அவ்வளவு சுமுகம் இல்லை என்பது நான் விடுமுறைக்கு வந்த ஓரிரு நாட்களிலேயே தெரிய வந்தது.

பன்னீரின் அம்மா ஸ்ரீராமுலு மாமாவிடம் ஏதோ தைக்கக் கொடுத்திருந்தார் போலிருக்கிறது. மாதக்கணக்காக அவர் தைத்துத் தரவில்லை. நான் வருவதற்கு முந்தின வாரம் இரண்டு மாத விடுமுறையில் வந்த கணவரிடம் புகார் சொல்லியிருக்க வேண்டும். விசாரிக்கப்போன இடத்தில் தகப்பன்மாருக்கிடையில் தகராறு ஆரம்பித்து, கைகலப்பு வரை போனது.

ஆனால், அதைக் கைகலப்பு என்று சொல்லக் கூடாது - சின்னக்காளை மாமா கன்னத்திலும் தோளிலும் கொடுத்த அறைகளுக்கு, ஸ்ரீராமுலு மாமா பதிலடி கொடுக்கவில்லை. ராணுவ உடம்பு வழங்கிய அடிகளை மற்றவரின் பூஞ்சை உடம்பு தாங்கியதே எனக்கு ஆச்சரியம். அதைவிட, ஒவ்வொரு அடி விழும்போதும்

அவரிடமிருந்து வெளிவந்த கேலிச் சிரிப்பு இன்னமும் ஆச்சரியமாய் இருந்தது. இவ்வளவு சந்தோஷமாக அடி வாங்க முடியுமென்றால், நானெல்லாம் அவ்வளவு மெனக்கெட்டுப் பாடப் புத்தகங்களைக் கட்டிக்கொண்டு அழ வேண்டாமே என்று தோன்றியது.

அடித்துச் சோர்ந்த சின்னக்காளை மாமா, சரமாரியாகக் கெட்டவார்த்தைகளை அள்ளிக் கொட்டிவிட்டு வீட்டுக்குள் போய்விட்டார். டெய்லர் மாமா கடையை இழுத்து மூடிவிட்டு வீட்டுக்குத் திரும்பினார். விளையாட்டை நிறுத்திவிட்டு சண்டையை வேடிக்கை பார்த்துக்கொண்டிருந்த நாங்கள், அவருக்கு ஆதரவாக வருவது மாதிரி அவர் பின்னோடு நடந்து வளாகத்துக்குத் திரும்பினோம்.

இதில் குறிப்பிட்டுச் சொல்லவேண்டிய இரண்டு செய்திகள் உண்டு; எங்களோடு நின்று வேடிக்கை பார்த்த விநோதின் முகத்தில், தகப்பன் அடிவாங்குவது பற்றிய வருத்தம் துளிக்கூடத் தெரியவில்லை. இரண்டாவது, அவனும் தகப்பனைப்போலவே கேலியாய்ச் சிரித்துக்கொண்டிருந்தான்.

இரண்டே அறைகள் கொண்ட வீடு அவர்களுடையது. இரண்டையும் வெளிப்புறமாய் இணைக்கிற நீண்ட திண்ணை உண்டு. வாசல் முற்றத்தில் ஃ போல வைத்த மூன்று கற்களில்தான் சமையலே நடக்கும். அடுப்பில் அலுமினியத் தவலை வைத்து, தானே வெந்நீர் போட்டார் ஸ்ரீராமுலு மாமா. தண்ணீர் கொதிக்கும்வரை திண்ணையில் உட்கார்ந்து வெறித்துக்கொண்டிருந்தார். அவ்வப்போது தலையை ஆட்டிக்கொண்டார்.

கணுக்காலுக்குச் சற்று மேலே நின்றுவிடும் பாவாடையும், ஆண்கள்போலச் சட்டையும் எப்போதும் அணிந்திருக்கும் விநோதினி செத்தைகளையும், விறகுச் சுள்ளிகளையும் தகப்பனின் கடையில் விழுந்த எச்சத் துணித் துண்டுகளையும் நீண்ட கோலால் அடுப்புக்குள் திணித்துக்கொண்டிருந்தாள். முழங்காலுக்குமேல் சுருட்டியிருந்தது பாவாடை. சுவாலைகளின் செந்நிறம் எதிரொளித்துப் பளபளக்கும் முன்னங்கால்களில், விலக்கிக்கொள்ள முடியாதபடி என் பார்வை சென்று ஒட்டியது. அதைவிட, எந்நேரமும் துருத்தித் தெரியும் அந்தக் குமிழ்கள்...

பின்னர் நான் தங்கியிருந்த நாட்களில் அந்தக் குடும்பம் தொடர்பான விநோதங்கள் ஒவ்வொன்றாகத் தெரியவந்தன. அக்காவுக்கும்

தம்பிக்கும் ஒரே மாதிரிப் பெயர்கள். அக்காவை விநோ என்றும் தம்பியை விநோது என்றும் கீச்சுக் குரலில் சத்தம் போட்டுக் கூப்பிடும் தாயார். அந்த அம்மாள் சமைத்து நான் பார்த்ததேயில்லை. விநோதை விட மூன்று வயது மூத்தவளும், எட்டாவதோடு படிப்பை நிறுத்திவிட்டவளுமான விநோதினியின் பொறுப்பு அது.

தாய்க்காரி பகல் பொழுதுகளில் திண்ணையில் ஒருக்களித்துப் படுத்து சும்மா வெறித்துக்கொண்டிருப்பாள். சிலநேரம், பிலாக்கணம் வைக்கிற மாதிரிப் பாடவும் செய்வாள். வண்டிவண்டியாய்த் துயரம் பொங்கும் தெலுங்கு மெட்டுக்கள். சாதாரணமாகவே, தெறிக்கிற மாதிரிப் பிதுங்கிய கண்கள் அந்த அம்மாளுக்கு. பாடும்போது வெளியில் உருண்டு விடுகிற மாதிரிப் புடைத்திருக்கும். சரியாக உடையாத முட்டையிலிருந்து கசிகிற வெள்ளைக்கரு மாதிரி, கண்ணீர் சதா உருளும்.

வறிய குடும்பம். நூலில் கோத்த கருகுமணி தவிர வேறு நகைகள் அணிந்திருக்க மாட்டாள் அந்த அம்மாள். பரட்டையாய் விரிந்த தலையும், அழுக்குப் புடவையும், முறைத்த கண்களும், கடுமையான திக்குவாயும் என பார்க்கும்போதே திகிலூட்டும் தோற்றம்...

வெந்நீர் ஆகிவிட்டது நானா.

என்கிற மாதிரித் தெலுங்கில் ஏதோ சொன்னாள் விநோதினி. அவர் எழுந்து வந்தார். இடுப்புத் துண்டை அவிழ்த்து இரண்டு கைகளாலும் வெந்நீர்த் தவலையை இறக்கி வைத்தார். அழுக்கால் பழுப்படைந்த கோவணத்தோடு நின்று குளிக்கத் தொடங்கினார். உச்சந்தலையிலிருந்து உடல் முழுக்க ஆவி பறந்ததைப் பார்க்க பயமாய் இருந்தது. அவ்வளவு சூடான வெந்நீரைத் தொட்டாலே எனக்கெல்லாம் தோல் கொப்புளித்துவிடும்.

மாமி சாப்பிடக் கூப்பிட்டாள். குழம்பில் உள்ள முள்ளங்கி வில்லையை எடுத்துக் கண்ணுக்கு முன்னால் உயர்த்திப் பிடித்து, அதில் ஒளி ஊடுருவுவதை வேடிக்கை பார்த்தேன். மாமிக்கு அந்தச் சண்டையை விவரித்துக் கொண்டிருந்தான் கிருஷ்ணன்.

தேவையில்லாத வேலையைப் பாத்திருக்கானே சின்னக்காளை. தேன் கூட்லெ போய்க் கையை வைக்கலாமா?...

என்று தனக்குத்தானே சொல்லிக்கொள்கிற மாதிரிப் பேசினாள் மாமி.

> ...அவம் பொஞ்சாதியும்தான், ஊருக்குள்ளெ செல்லம்மாட்டெக் குடுத்துத் தெச்சு வாங்க வேண்டியதுதானே. பொம்மனாட்டி ரவிக்கையெ ஆம்பளைட்டக் குடுத்துத் தைக்கச் சொல்வானேன்?... ஒர்த்தரும் சரியில்லே...

சாப்பிட்டுவிட்டுக் கையலம்பிக்கொண்டு, கொஞ்சநேரம் உட்கார்ந்திருந்தோம். வாசலில் விநோத் என் பெயரைச் சொல்லிக் கூப்பிடுவது கேட்டது. கிருஷ்ணன் தூங்கப் போகிறேன் என்றான். நான் வெளியில் போனேன்.

விநோத் தான் சேகரித்திருக்கும் தீப்பெட்டிப் படங்களைக் காட்டுகிறேன் வருகிறாயா என்றான். ஆர்வமாக கூடப் போனேன்.

அவர்கள் வழக்கமாகப் புழங்கும் அறைக்கதவு சாத்தியிருந்தது. படுக்கையறையாகப் பயன்பட்ட அடுத்த அறைக்குள், ஒரு ஜாதிக்காய்ப் பெட்டியில் தன் சேகரங்கள் அனைத்தையும் வைத்திருந்தான் விநோத். கடுமையாக ஆக்கர் வாங்கிய பம்பரங்கள், நிறம் வெளிறிய சாட்டைகள், கொத்துக்கொத்தாய்த் தீப்பெட்டிப் படங்கள், டப்பாக்கள் நிறைய பளிங்கு மற்றும் மாவு கோலிக்காய்கள், ஃபிலிம் துண்டுகள், சிகரெட் அட்டைகள், பத்தாயிரக்கணக்கில் இருந்தது மாதிரித் தெரிந்த புளியங்கொட்டைகள், அவற்றை வைத்துச் செதுக்குமுத்து விளையாடப் பயன்படும் சப்பட்டைச் சில்லாங்கல் நாலைந்து, கொண்டை கறுப்பாகவும் உடல் சிவப்பாகவும் உள்ள குண்டுமணிகள் ஏகப்பட்டது. இவற்றோடு, பரிட்சை அட்டை ஒன்றும் கிடந்தது... கிருஷ்ணனின் சேகரிப்பு எல்லாமே புத்தகங்களாக இருந்தது நினைவு வந்தது எனக்கு.

எழுந்து கிளம்பினோம் - இரண்டு அறைகளுக்குமான பொதுச் சுவரில் இருந்த தாழ்வான ஜன்னல் பக்கம் என் பார்வை சென்றது - அடுத்த அறைக்குள் விநோதின் அப்பா சம்மணமிட்டு உட்கார்ந்திருந்தார். சுமார் ஒரு சாண் நீளத்துக்கு மனித பொம்மை போன்ற ஒன்று அவர் கையில் இருந்தது. கறுப்புநிறத் துணிப்பொம்மை. அதன் உடலில் நாலைந்து ஊசிகள் செருகியிருந்த மாதிரிப்பட்டது. ஒரு பார்வைக்குள் இவ்வளவையும் அடக்கிக்கொள்வதற்கு முன்பே என் கையைப் பிடித்து அவசரமாக இழுத்துக் கொண்டு

வெளியே வந்தான் விநோத். திண்ணையில் அவனுடைய அம்மா படுத்திருந்தாள் - வழக்கம்போலப் பிலாக்கணம் வைத்தபடி.

மறுநாள் சாயங்காலத்தைத்தான் ஆரம்பத்தில் விவரித்தேன். அன்று பன்னீர் விளையாட வரவில்லை. ராத்திரி சின்னக்காளை மாமாவுக்கு வயிற்றுவலி ஜாஸ்தியாகிவிட்டதாகவும், ஆஸ்பத்திரிக்குப் போயிருக்கிறார்கள் என்றும் அவனுடைய பக்கத்து வீட்டு நாகராஜ் எங்களிடம் சொன்னான். எங்களுடைய புதுப் பம்பரங்களெல்லாம் விநோதின் அரதப்பழைய பம்பரத்திடம் கன்னாபின்னாவென்று ஆக்கர் வாங்கின. விளையாட்டு சீக்கிரமே போரடித்துவிட்டது.

முந்தினநாள் சாயந்திரம் மதுரையிலிருந்து சுந்தரம் அண்ணா வாங்கிவந்திருந்த பொன்னி காமிக்ஸைப் படிக்கப் போவதாகச் சொல்லிவிட்டுப் பிரிந்தான் கிருஷ்ணன். நாகராஜும் விநோதும் அவர் சைக்கிள் வாடகைக்கு எடுத்து ஓட்டக் கிளம்பினார்கள். என்னையும் கூப்பிட்டார்கள். எத்தனை தடவைதான் விழுவது. முந்தின நாட்களில் முழங்கால்கள் இரண்டிலும் பட்ட காயங்களே இன்னும் வலித்தன. மாமி வேறு கறாராகச் சொல்லியிருந்தாள்:

> இன்னிமே சைக்கிள் கிய்க்கிள் ஓட்டப் போனியோ, பொலி வச்சுருவேன் பொலி. ங்கொம்மாக்கு லட்டர் போட்டு வந்து கூட்டிண்டு போகச் சொல்லிடுவேன்.

நான் தென்னந்தோப்புக்குள் போனேன். நவ்வாப்பழம் பொறுக்கலாம். அல்லது, குறிதவறிக் குறிதவறிக் கல்லெறிந்து கொடுக்காப்புளி தட்டலாம்.

நாவல் மரம் பின்புறச் சுற்றுச்சுவரையொட்டி இருந்தது. அதன் இடதுபக்கத்தில், சச்சதுரமான, உட்சுவரில் பதித்த கல் படிகள் கொண்ட மிகப் பெரிய கிணறும், அதனுள்ளிருந்து மேலேறும் பருமனான குழாய்கள் கூர்மையற்ற 'ட'னா போல வளைந்து மோட்டாரில் பொருந்திக்கொள்ளும் அறையும் உண்டு. அறைக்கு இரண்டு தளங்கள். மோட்டார் இருக்கும் கீழ்த்தளம், அதிலிருந்து மரப்படிகள் ஏறி, மரத் தரையாய் விரியும் மேல் தளம். மேலறைக்குக் கதவும் தாழ்ப்பாளும் உண்டு என்றாலும், பெரும்பாலும் திறந்தே கிடக்கும். நாவல் பழங்களும், கொடுக்காப்புளியும், சிலநேரம் உதைப் புளியங்காய்களும் கைகள் நிறைய ஏந்தி வந்து சாவகாசமாக உட்கார்ந்து தின்ன ஏற்ற இடம்.

தோட்டத்தின் நடுவில் சிறு மண்டபம் இருந்தது. நாலுபக்கமும் சுவர்களற்ற, ஓட்டுக்கூரையைக் கற்தூண்கள் தாங்கிய மண்டபம். ஐந்தாறு பேர் நீட்டி நிமிர்ந்து படுக்க வாகான இடவசதி உள்ள, தரையிலிருந்து மூன்று படி உயரத்திலிருந்த, ஆனால் படிகள் இல்லாத, திண்ணை போன்ற மண்டபம்.

அதில் வழக்கம்போலப் பாவாடையை வழித்துக்கொண்டு உட்கார்ந்து தனியாகச் சொட்டாங்கல் ஆடிக்கொண்டிருந்தாள் விநோதினி. நான் தாண்டிப்போவதைக் கவனிக்காத மாதிரித் தொடர்ந்து ஆடியவள், மரங்களுக்கு அருகில் போனதும், வேகமாக எழுந்து வந்தாள்.

அபாரமாகக் குறிபார்த்து ஏழெட்டுக் கொத்து கொடுக்காப்புளி அடித்து, மடித்துக் கட்டிய பாவாடையில் சேகரித்தாள். என் கையைப் பிடித்து இழுத்துக்கொண்டு மோட்டார் ரூமுக்கு வந்தாள்.

பாவாடை மடிப்பைத் தளர்த்தி மரத்தரையில் கொட்டினாள். இருவரும் உட்கார்ந்து தின்னத் தொடங்கினோம். அவ்வளவு நேரமும் ஒருவார்த்தைகூடப் பேசிக்கொள்ளவில்லை என்பதை இப்போது நினைத்தால் ஆச்சரியமாக இருக்கிறது. கணிசமான அளவு தின்று, தொண்டையில் கரகரப்பு ஆரம்பித்த நேரத்தில், திடீரென்று என்னை இழுத்துத் தன் மடியில் போட்டுக்கொண்டாள். காத்திருந்த மாதிரி நானும் உடனே ஒத்துழைத்தேன்.

முழங்காலில் பொருக்குத் தட்டியிருந்த சைக்கிள் காயங்களை இதமாக வருடினாள். கைகள் மெல்ல மேலேறி வந்தன. எனக்குக் கூச்சமாக இருந்தாலும், வேண்டியும் இருந்தது. சட்டென்று முடிவெடுத்தவள் மாதிரி, என் ட்ரவுசர் பித்தான்களை அவிழ்த்தாள். எனக்குள் புதுவிதமான விறைப்பு கிளர்ந்தது. தன்னிச்சையாக நான் மோட்டார் ரூம் கதவைக் கவனித்தேன். அது ஒருக்களித்துச் சாத்தியிருந்ததோடு, நாங்கள் அமர்ந்திருந்த இடம் வெளியிலிருந்து பார்வைக்கு மறைப்பாய், கீழறைக்குப் படிகள் இறங்குமிடத்துக்கு அருகில் இருந்தது.

ஒருமுறை என் விறைப்பைத் தொட்டவள், தன் சட்டைப் பித்தான்களை நிதானமாக அவிழ்த்தாள். குமிழ்களை நேருக்குநேர் பார்த்தபோது எனக்கு மூச்சுமுட்டியது. அதற்கப்புறம் நடந்ததையெல்லாம் விலாவரியாகச் சொல்லக் கூச்சமாக இருக்கிறது. சுருக்கமாக

இப்படிச் சொல்லலாம்: பெரிதாக எதுவும் நடந்துவிடவில்லை. இப்போதும் மனத்துக்குள் மீந்திருக்கும் காட்சியில் ஆளுக்கொரு ஆளுயரப் பொம்மை வைத்து விளையாடிய, வளர்ந்த குழந்தைகள் போலத்தான் தென்படுகிறது.

ஆனால், வியர்க்குரு போல என் முன்னங்கைகளிலும், தொடைகளிலும் எழுந்த மயிர்க்கால் புடைப்புகள் அடங்குவதற்கு வெகுநேரம் பிடித்தது. துணிமறைத்த இடங்களை ஒருவருக்கொருவர் சரளமாகத் தொட்டுக்கொண்டோம். மெல்ல மெல்ல எங்கள் சுதந்திரத்தின் அளவும், அசைவுகளின் வேகமும் அதிகரித்துவந்தது.

மிகச் சரியாக இந்த நேரத்தில், 'விநோ.... விநோ...' என்று அவளுடைய தாயார் உரத்து அழைப்பது கேட்டது. பதறாமல் என்னை விலக்கியவள், அவிழ்த்தது போலவே நிதானமாகத் தன் சட்டைப் பித்தான்களை மூட்டியபடி, இறங்கும் படிகளைக் கண்ணால் சுட்டினாள்.

நான் அவசரமாகக் கீழே இறங்கி, மோட்டாருக்குப் பின்பக்கம் சுவரையொட்டி ஒண்டினேன். இறங்கும் குழாய்களுக்கு நேரெதிரே, கிணற்றின் சுவரில் நீட்டிய கல்படியில் அமர்ந்து என்னையே பார்த்துக்கொண்டிருந்தது ஒரு கொக்கு. அதன் நீட்டிய அலகைப் பார்த்தபடியே ட்ரவுசர் பித்தான்களைப் போட்டுக்கொண்டேன். பாதிப் பரிட்சை எழுதிக்கொண்டிருக்கும்போது, விடைத்தாளைப் பிடுங்கிவிட்ட மாதிரியான உணர்வு எனக்குள் நிலவியது. காதுகளை மேலே குவித்தேன். தாயார் ஏதோ கேட்பதும், 'கொடுக்காப்புளி, பாவாடை...' என்கிற மாதிரிச் சொற்கள் நிரவிய தெலுங்கில் விநோதினி பதில் சொல்வதும் கேட்டது.

குரல்கள் இரண்டும் தொலைவுக்கு நகர்ந்து தேய்ந்து மறைந்ததும் நான் மேலேறி வந்தேன். சன்னமான காற்றில் தலையாட்டிக்கொண்டிருந்த மரங்களும் செடிகளும் தமக்குள் மூழ்கியிருந்தன. உடல் மெல்ல மெல்ல சமனப்பட்டது. மனம் மட்டும் குதியாட்டத்தை இழக்க விருப்பமின்றித் துள்ளிக்கொண்டிருந்தது.

ஜூலை ஒன்று பள்ளிக்கூடம் திறக்கிறது. குழந்தையை நீங்கள் கொண்டு வந்து விடுகிறீர்களா, நான் வந்து கூட்டிக் கொள்ளட்டுமா என்று அண்ணாவைக் கேட்டு பதில் எழுதவும்.

என்றும், பிற வர்த்தமானங்களும் கேட்டு என் அம்மா எழுதிய போஸ்ட் கார்டு வந்த அன்றே எனக்கு விடுமுறை முடிந்துவிட்ட உணர்வு வந்துவிட்டது. ஆனால், அடுத்த பதினைந்து நாட்கள் கொடுத்த பரபரப்பில், நாட்கள் ஓடியதே உறைக்காத அளவுக்கு இந்த ஏக்கம் காணாமல் போனது.

அடுத்தடுத்து நேர்ந்த இரண்டு மரணங்களால், கரட்டுப்பட்டியே பரபரத்துக் கிடந்ததை இப்போது நினைத்துப் பார்த்தால், மர்ம நாவல் படிக்கிற மாதிரி இருக்கிறது.

விடிகாலை வேளையில் க்ரீச்சிட்ட பெரும் அலறல் எங்கள் வளாகத்தை நிரப்பியது. தென்னந்தோப்பு ஆரம்பிக்குமிடத்தில் ரைஸ் மில்லையொட்டிப் புதிதாக எழும்பும் கட்டட வேலைக்காக வந்திருந்த வெளியூர் ஆட்கள், சிமெண்ட்டுக் களத்தில் சாவகாசமாகப் படுத்திருந்தவர்கள், பதறி எழுந்துகொண்டிருந்த அதேநேரம், எங்கள் வீட்டுக் கதவும் திறந்து அத்தனைபேரும் வெளியே பாய்ந்தோம்.

விநோதின் அம்மாதான் அலறிக்கொண்டிருந்தாள். தெலுங்கில் இருந்ததாலும், உச்சஸ்தாயியில் இருந்ததாலும், ஏற்கெனவே திக்குவாய் என்பதாலும் அவள் இன்னதுதான் சொல்லி அலறுகிறாள் என்று யாருக்குமே புரிந்திருக்காது. சகோதரனும் சகோதரியும் ஆளுக்கொரு பக்கமாய் நின்று அவளுடைய புஜங்களைப் பிடித்திருந்தார்கள். அவர்கள் பிடியை உதறாமலே அவள் ஆகாயத்தைப் பார்த்தும், எதிரிலிருந்த திண்ணையைப் பார்த்தும் மாறி மாறிக் கைகளை நீட்டிக்கொண்டிருந்தாள். கைகளின் அசைவுக்கும், குரலின் ஏற்ற இறக்கத்துக்கும் ஏதோ சம்பந்தம் இருந்ததா, அல்லது எனக்குத்தான் அப்படிப்பட்டதா என்று தெரியவில்லை.

திண்ணையில் ஸ்ரீராமுலு மாமா அசையாமல் கிடந்தார். பெரியவர்கள் எங்களை விரட்டுவதற்கு முன்பே, ஆசைதீர அவரைப் பார்த்து முடித்து விட்டோம். மல்லாந்த உடலில் முகம் மட்டும் ஒருக்களித்துத் திரும்பியிருந்தது. நரையும் கருமையும் சரிவிகிதத்தில் கலந்த தலைமுடி கந்தர்கோளமாய்க் கலைந்திருந்தது. எப்போதும் சாதாரணமாய் இருக்கும் அவரது விழிகள், மனைவியின் விழிகளைப்போல் பிதுங்கி வெளிவந்திருந்தன. கோலிக்காய்கள் போல் உதிர்ந்து உருள்வதற்கு இன்னும் கொஞ்சூண்டுதான் பாக்கி என்ற நிலையில் உறைந்துவிட்டிருந்தன. திறந்த வாயிலிருந்து ரத்தக்கோடு இறங்கி, கீழே தேங்கியிருந்தது. இடது காதின் மடல்

அந்தச் சிறு குட்டையில் அமிழ்ந்துவிட்டிருந்தது. கைகள் இரண்டும் நெஞ்சிலிருந்து இடுப்புக்குப் போகும் வழியில், தாம்புக் கயிற்றின் பிரிகள் மாதிரி முறுக்கியிருந்தன. கால்கள் அகண்டு, பாதங்கள் எதிரெதிர்ப்புறமாகப் பக்கவாட்டில் புரண்டு தரையில் படிந்து கிடந்தன.

தாம் திருப்தியாய்ப் பார்த்து முடித்த மாத்திரத்தில், சுந்தரம் அண்ணாவுக்கு நாங்கள் நின்றிருப்பது நினைவு வந்துவிட்டது போல.

இங்கே என்ன ஜோலி? ஓடுங்கடா.

என்று கையை ஓங்கினார். இதற்குள் குழுமியிருந்தவர்கள் ஆளாளுக்குப் பேச ஆரம்பித்திருந்தார்கள்.

நாட்டாமெக்காரருக்குச் சொல்லணுமப்பா.

என்று ஒருத்தர் சொன்னார். பணியாரக்கடை ஆச்சி,

கொண்டம்மா, சொந்தக்காரவுகளுக்குச் சொல்லியனுப்ப வேணாமா?

என்று பரிவோடு கேட்டதற்கு, முன்பிருந்த அதே அலறும் குரலில் பதில் சொல்ல ஆரம்பித்துக் கூடுதலாகக் கொன்னினாள் டெய்லர் சம்சாரம். குரல் மட்டுமே வெளிவந்து, சொற்கள் பிடிபடாத சப்தம், அடிபட்ட மிருகத்தின் வீறல் போல ஒலித்தது. அண்ணாவுக்குப் பயந்து நாங்கள் நகரும்போது தாமும் நகர்ந்த ரைஸ்மில் ட்ரைவர் பெரியதம்பியண்ணன்,

இது முனியடிச்ச மாதிரியில்லப்பா இருக்கு.

என்று அருகில் இல்லாத யாரிடமோ சொன்னார்.

இத்தனை நடந்தபோதும், விநோதினியும் விநோதும் யாரையுமே கண்ணுக்குக் கண் பார்க்கவில்லை. அவள் என்னையும் பார்க்கவில்லை என்பது, இனம் தெரியாத ஏக்கத்தைக் கிளர்த்தியது எனக்கு. அப்போது மட்டுமல்ல, மோட்டார் ரூம் சம்பவத்துக்குப் பிறகு, ஸ்ரீராமுலு மாமாவின் மறைவுக்குப் பிறகு, நான் ஊரில் இருந்த பத்துப் பனிரெண்டு நாட்களில், என்னைத் திரும்பிக்கூடப் பார்க்கவில்லை. எதிரெதிராய் வந்தாலும், முன் பின் பார்த்தேயிராதவள்போல நேர்ப்பார்வையுடன் தாண்டிப் போனாள்.

முதல் அதிர்ச்சியின் தாக்கம் குறைவதற்கு முன்பே ஊரின் தலையில் அடுத்த இடி விழுந்தது. அன்று சாயங்காலமே என்னையும்

கிருஷ்ணனையும் அழைத்துக்கொண்டு பெரியகுளத்துக்கு பஸ்ஸேறி விட்டாள் மாமி. மாமாவையும் கூடவரும்படி வற்புறுத்தினாள். வளாகத்துக்கு வெளிப்புறம் தார்ச்சாலையை நோக்கி வாசலையும், வீட்டுக்குள்ளிருந்து நேரே போகும்படியான பின்வாசலையும் கொண்டிருந்த காஃபிக் கிளப்பை நடத்திவந்த மாமா,

> அப்பிடியெல்லாம் திடுதிப்புனு ஓட்டலைப் பூட்ட முடியுமா? பால்காரன் காய்க்காரனுக்கெல்லாம் சொல்ல வேணாமா. நீங்க முன்னாடி போங்கோ. நாளைக்கி விடிகார்த்தாலே நான் வந்தர்றேன்.

என்று சொல்லி பஸ்ஸேற்றிவிட்டார். பஸ்ஸுக்காகக் காத்திருந்தபோது ஊருக்குள் போலீஸ் தலைகள் ஏழெட்டு நடமாடிக்கொண்டிருந்தன...

அன்றைய காலைப்பொழுது ஏகப்பட்ட அமளியோடு விடிந்தது. லேசாய்த் தலை வலிக்கிறது; எட்டு மணிக்கு மேல்தான் ஓட்டலைத் திறக்கப்போகிறேன் என்று சொல்லிக்கொண்டிருந்தார் மாமா. தலைமாட்டில் தலையணை சைஸுக்கு இரண்டு மூன்று புத்தகங்கள் வைத்திருந்தார்.

> ஒங்க மாமாவுக்குப் படிக்கிறதுக்கு மூடு இல்லேன்னாத்தான் கடையைத் திறப்பார் பாத்துக்கோ.

என்று முன்னொருதடவை மாமி சொன்னது நினைவு வந்தது. பள்ளிக் கூட நாட்களில் யாராவது எழுப்பினாலும் எழ மனமில்லாமல் புரண்டுகொண்டிருக்கும் நான், கரட்டுப்பட்டி வந்ததிலிருந்து முதல் ஆளாக விழித்து எழும் விந்தையை இதனுடன் பொருத்திப் பார்க்க முடியுமா என்ற யோசனை, மாமி கொடுத்த காஃபியின் ருசியோடு எனக்குள் இறங்கியது.

மாமாவுக்கும் தனக்குமான காஃபித் தம்ளர்களுடன் வந்த மாமி, அவருக்கருகிலேயே தானும் உட்கார்ந்து பருகிக்கொண்டிருந்தாள்.

ரைஸ்மில் பெரியதம்பியண்ணன் தனது லொடக்கு சைக்கிளோடு வளாகத்துக்குள் வந்தார். முகம் கடுமையாக இருண்டிருந்தது. மாமா கேட்டார்:

> என்னாப்பா, என்னா எல்லாரும் தெக்கே ஓடுனீங்க?
>
> நம்ம மலையான் வெளிக்கிருக்கப் போன எடத்துலே பாத்துப்புட்டு ஓடியாந்து எல்லாரையும் உசுப்பிப்பிட்டான் சாமி.

ஏன் என்னா கதெ?

அதெ என்னாண்டுங்க சாமி சொல்ல?

என்று மாமியின் முகத்தைப் பார்த்தபடியே தயங்கினார் அண்ணன். விஷயத்தைச் சொல்வதற்கான உரிய வாக்கியங்களைத் தமக்குள் அடுக்கிக்கொண்டிருந்தாரோ என்று இப்போது தோன்றுகிறது. ஒரு முடிவுக்கு வந்தவராக, அவசரமாகச் சொன்னார்:

நம்ம சின்னக்காளை போய்ட்டான் சாமி.

அடடே, என்னப்பா சொல்றே? எப்போ?

நேத்துச் சாயங்காலத்துலேருந்து ஆளக் காணமாம். சரி மருதைக்கு எங்குட்டும் போயிருப்பாருண்டு நெனெச்சேன்றா அவெம் பொஞ்சாதி.

நீ நல்லாப் பாத்தியா பெரியதம்பீ?

என்று பதற்றமாய்க் கேட்டாள் மாமி.

ஆமாங்கம்மா. முனியாண்டி கோயிலுக்கு அங்குட்டு, ஆத்துக் கரெ மேல கெடக்குறான். யாரோ போட்டுத்தள்ளுன மாருதித்தேன் இருக்கு.

வருஷம் பூரா வடக்கெ இருக்குறவனுக்கு இங்கே யாருப்பா விரோதி இருக்கப் போறான்.

அண்ணன் எச்சில் முழுங்கினார். மாமியையும் என்னையும் திரும்பவும் ஒருதடவை பார்த்தார். பிறகு, மீண்டும் இறுகிய முகத்துடன்,

மனுசங்யெ பண்ணுன வேலெ மாருதித் தெரியலே சாமி.

என்றார்.

என்னப்பா சொல்றே?

என்று திரும்பவும் கேட்டார் மாமா. இப்போது அவர் குரலிலும் மெல்லிய பீதி இருந்ததை உணர முடிந்தது.

ஆமாங்க சாமி. ஆயுதம் போட்ட மாருதித் தெரியலே. தலையையும் ஒடம்பையும் துணுக்காப் பிச்செடுத்த மாதிரி இருக்கு.

அடடே.

சோளவந்தானுக்கு ஆள் போயிருக்கு. போலீசுலெ சொல்ல.

என்னமோ போ பெரியதம்பி, நம்ப ஊரு நம்ப ஊரு மாதிரியே இல்லாமெ ஆயிருச்சு... ஒரு வா காப்பி குடிக்கறயா?

என்று பெருமூச்சு விட்டாள் மாமி.

இருக்கட்டுங்கம்மா. ஏகப்பட்ட வேலெ கெடக்கு...

என்றவாறு நிறுத்தியிருந்த சைக்கிளின் ஸ்டாண்டை அகற்றி, கிளம்பத் தயாரானவர்,

...எங்கெ, இவிங்ய வந்ததுக்கப்பறந்தேன் எளவு எல்லாமே மாறிப்போச்சே.

என்று தனக்குள் முணுமுணுத்தபடி சைக்கிளில் உந்தியேறினார். பார்வை ஸ்ரீராமுலு மாமா வீட்டுப்பக்கம் முறைத்துப் பார்த்தபடி இருந்தது... மாமி மாமாவிடம் அறிவித்தாள்:

சாயங்காலக் காருக்கு இவனைக் கூட்டிக் கொண்டுபோய் அவம்மாட்டே விட்டுட்டு வந்துருவோம்ன்னா.

நாலைந்து நாள் லீவு பாக்கியிருக்கும்போதே போகவேண்டியிருக்கிறதே என்று ஆதங்கமாய் இருந்தது எனக்கு.

தலைக்குமேல் இருந்த ஒலிபெருக்கி கரகரத்து ஓயும்போதுதான் கவனம் திரும்புகிறது. விமானி ஏதோ அறிவித்திருக்கிறார். சுற்றிலும் பார்த்தேன். சகபயணிகள் எதுவுமே காதில் விழாத சாவதானத்துடன் அவரவர் நிலையில் உறைந்திருந்தார்கள். எந்த நாட்டுக் கடலுக்குமேல் பறந்துகொண்டிருக்கிறோம் என்றோ எத்தனை ஆயிரம் அடிக்கு மேல் என்றோ அறிவித்தாரோ என்னவோ. மேகக்கூட்டம்கூடத் தெரியாத இந்த உயரத்தில் எதற்காக இதையெல்லாம் சொல்கிறார்கள். ஒருவேளை ஒரே தினுசில் போய்க்கொண்டே இருக்கும் அலுப்பைத் தவிர்த்துக்கொள்வதற்காக இருக்கலாம்...

அதுசரி, எது எதுவோ ஞாபகம் வந்து பொழிந்து தள்ளவும் செய்து விட்டேன். இதையெல்லாம் கிருஷ்ணனிடம் சொல்லவேண்டும் என்று என்னை உந்திய இன்னொரு விஷயத்தைச் சொல்ல விட்டுப்

போய்விட்டதே. ஆமாம், அவனுடைய கதைகள் பலவற்றையும் படித்திருக்கிறேனா, சொல்லப்போகும் விஷயம்தான் அவனுடைய எழுத்துக்கு மிகவும் அருகில் இருக்கிறது என்றுகூடப் படுகிறது.

மாமியுடன் ஊருக்குக் கிளம்புவதற்கு முந்தின நாள் சாயங்காலம், சிமெண்ட்டுக் களத்தின் விளிம்பாக அமைந்த திட்டை ஒட்டி ஒரு 'ப'னா வரைந்து நானும் விநோதும் எக்கா விளையாடிக் கொண்டிருந்தோம். இரண்டு தாண்டு நீளத்துக்கு இந்தப்புறம் போட்ட வட்டத்தில் நின்று, கட்டத்துக்குள் இருக்கிற, எதிராளியின் சின்ன கோலிக்காய்களை எலுமிச்சம்பழ பருமன் உள்ள கோலியால் சிதறடித்து, கட்டத்தைவிட்டு வெளியேற்ற வேண்டும். ஒவ்வொரு வெற்றிக்கும் ஒரு ஃபிலிம் பணயம்.

மற்ற நண்பர்கள் இன்னும் வந்திருக்கவில்லை. கிருஷ்ணன்கூட என்னுடன் வரவில்லை - காரணம் ஞாபகமில்லை. விநோதினி சம்பவத்துக்குப் பிறகு, அவன் என்னுடன் வராமல் இருப்பதை நானே விரும்ப ஆரம்பித்திருந்தேன்.

விளையாட்டு மும்முரமாய் நடக்கும்போதும் என்னுடைய ஓரக்கண் விநோதினி வீட்டுப்பக்கம் அவ்வப்போது போய்வந்து கொண்டிருந்தது. அவள் ஒருதடவையாவது என்னைப் பார்த்துப் புன்னகைக்காவிட்டால், என்னால் சாதாரணமாக இருக்கவே முடியாது என்று உறுதியாய்த் தெரிந்தது. விநோதுக்கு இது எதுவும் தெரியாதா, அவன் ஃபிலிம் மேல் ஃபிலிமாக வென்றுகொண்டிருந்தான்.

அவனுடைய தகப்பனார் மரணத்துக்கு வந்திருந்த ஓரிரு குடும்பங்கள் இன்னும் ஊர் திரும்பவில்லை. அந்த வீட்டிலிருந்து தெலுங்கின் உரத்த பிரவாகம் நாங்கள் விளையாடிய இடம்வரை வந்து பாய்ந்தது. திடீரென்று ஒரு குட்டி உருவம் குடுகுடுவென்று வேகமாய் வெளிவந்தது. விநோதினியின் குரல் உரத்து ஒலித்தபடி பின்னால் வந்தது. அப்புறம் அவளே ஓடிவந்தாள்.

> ஒரேய், ஒரேய். அஸ்வினூ... தொங்க பிடுகா... ரௌடிப் பின்னாண்டு....

அய்யோ, அவனைத் துரத்தி வரும்போதுதான் அவள் எவ்வளவு அழகாய்த் தெரிந்தாள்!

இதற்குள் விநோத் அவனைப் பிடித்துவிட்டான். நாலைந்து வயதிருக்கும் குட்டிப் பையன். அவன் கையில் கறுப்பு நிறத்தில் ஒரு பொம்மை இருந்தது. கிட்டத்தட்ட ஒரு சாண் நீளம் உள்ள பொம்மை. அன்று ஜன்னல்வழியாக நான் பார்த்த அதே பொம்மை மாதிரித்தான் இருந்தது.

பையன் விடுபடுவதற்காகத் திமிறி அழும்பு செய்தான். விநோத் அவனை விட்டு விட்டு பொம்மையை இறுக்கிப் பிடித்தான். முந்தினதடவை பார்த்தபோது இருந்த ஊசிகள் எதுவும் இல்லாமல். மொழுக்கென்று இருந்தது பொம்மை.

இருவரும் ஆளுக்கொரு பக்கம் இழுக்க, எதிர்பாராத ஒரு தருணத்தில், அது நிகழ்ந்தது. விநோதின் கையில் பிடிபட்ட தலை தனியாகவும் பையனின் கையில் சிக்கியிருந்த முண்டம் தனியாகவும் பிய்ந்தன. நெருப்பைத் தொட்டவர்கள் மாதிரி இருவரும் ஒரே சமயத்தில் அவற்றைக் கீழே போட்டார்கள். தலையில் இரண்டு கையையும் வைத்துக்கொண்டு சட்டடியாக உட்கார்ந்தாள் விநோதினி. விநோத் அந்தப் பையனின் தலையில் ஓங்கிக் குட்டினான். அவன் உடனடியாக அழ ஆரம்பித்தான்.

என் கவனம் விநோதினியிடமிருந்து முழுக்க விலகி, தரையில் உருண்டு கிடந்த பொம்மைத் தலையிடம் குவிந்தது. அதன் கண்களாகப் பதிக்கப்பட்ட பருமனான குண்டுமணிகள் என்னையே பார்க்கிற மாதிரி உணர்ந்தேன். அப்பப்பா, அவற்றில் என்னவொரு சிவப்பு? அதுசரி, துண்டிக்கப்பட்ட தலை சிரிக்குமா என்ன? ஆமாம், ஒரு கணம் அது உயிரோடு அசைவதாகவும் என்னைப் பார்த்துப் பிரியமாகச் சிரிக்கிற மாதிரியும் உணர்ந்தேன். அடிவயிற்றைக் கலக்கியது.

கையிலிருந்த கோலிக்காய்களை வீசியெறிந்துவிட்டு, திரும்பிப் பார்க்காமல் ஓடி எங்கள் வீட்டுக்குள் புகுந்துவிட்டேன்.

இப்போது தோன்றுகிறது, அத்தனை நாளும் என்னைப் பீடித்திருந்த விநோதினியின் பிம்பத்திலிருந்து விடுவித்து என்னைக் காப்பாற்றியது அந்த அறுபட்ட தலையேதான். அதுதான் என்னை இங்கிலாந்துவரை கொண்டுவந்து சேர்த்திருக்கிறது.

- *சொல்வனம்,* நவம்பர் 2020

புகை

சமீபகாலமாகக் கனவுகள் நிறைய வருகின்றன. அநேகமாக அத்தனையுமே உருப்படாத கனவுகள். பலன் ஒன்றையும் தராத, எதையுமே குறிப்புணர்த்தாத, வெற்றுக் காட்சிகளை வைத்து என்ன செய்ய? பல சமயம், ஏதோ கனவு கண்டோமே என்று நினைவிருக்கும். இன்னது என்று சிறு தடயம்கூட எஞ்சியிருக்காது. அப்புறம்தானே அது நேர் மறையா எதிர்மறையா என்று இனம் காணுவதெல்லாம். ஞாபகமிருந்தால், ஒரு கனவின் வேர் எது என்று யூகித்துப் பார்க்கலாம். உண்மையில், பிரமாதமான பொழுதுபோக்கு அது. நானெல்லாம் ஒரேயொரு கனவை வைத்துக்கொண்டு நாலைந்து வாரங்கள்வரை ஓட்டியிருக்கிறேன். என்ன, கொஞ்சமும் வண்டல் படியாத பட்சத்தில், தம் போக்கில் அவை வந்து செல்வது பற்றிய மனக்குறையோடு பகல்பொழுதைக் கழிக்கலாம். மற்றபடி, கனவுகள்மீது நமக்கு ஏதாவது கட்டுப்பாடு இருக்க முடியுமா என்ன.

சில சங்கதிகளைச் சொல்லிவிட்டு, சில கனவுகளைச் சொன்னால் வாசிக்கிறவருக்காவது ஏதேனும் பலன் இருக்கிறதா என்று பார்க்கலாம். அவரவர் கனவுகள் பற்றி ஏதாவது திறப்பு கிடைக்குமோ என்ற அர்த்தத்தில் சொல்லவில்லை - அடுத்தவனின் அந்தரங்கத்தைத் தெரிந்துகொள்வதில் கிடைக்கும் இயல்பான இன்பமாவது வாய்த்தால் போதாதா?

நனவு அளவுக்கே கனவுலகும் தொந்தரவு தரக்கூடியதுதான். இதைச் சொல்லும் போது இவன் கனவுகளுக்கு விரோதியோ

என்று தோன்றுகிறதல்லவா - சொல்வது அனைத்தையுமே நேரடியாக எடுத்துக்கொள்ள வேண்டிய அவசியமில்லை. கனவுக்கு இருப்பதுபோலவே, நனவில் உதிர்க்கும் வாக்கியங்களுக்கும் உள்ளூறையாக ஏதேனும் இருக்க முடியும்.

இப்படித்தான், நரம்புத் தளர்ச்சியின் இடையீடு மிகமிக அதிகமாய் இருந்த காலத்தில் மடிப்பாக்கத்தில் ஒரு மருத்துவரிடம் போனேன். போனோம் என்று சொல்வதுதான் சரி - பத்மினியின் தொலைதூர உறவினர் அவர் என்பதாலும், பொது இடங்களில் புதிய நபர்களிடம் தகராறு செய்வதில் பெருவிருப்பம் என் ஆழ்மனத்தில் நிரம்பியிருப்பது அவளுக்குத் தெரியும் என்பதாலும், என்னைத் தனியாக அனுப்ப மறுத்துவிட்டாள்.

பிரசித்திபெற்ற மருத்துவர். நரம்பியல் மருந்தாளுகையில் நிபுணர். அயல்நாட்டில் சென்று முதுகலைப் பட்டம் வாங்கியவர். அதைவிட, தமது துறைக்குப் பொருத்தமற்ற நல்லுணர்வு கொண்டவர். விபரங்களைக் கேட்டார். அவ்வப்போது கதை கவிதைகள் எழுதுகிறவன் என்பது தெரிந்த மாத்திரத்தில், மிகுந்த பச்சாதாபம் முகத்தில் தெரிய - அல்லது எனக்கு அப்படித் தெரிய - விலை உயர்ந்த பேனா ஒன்றைத் தன் விலை உயர்ந்த மேசையின் இழுப்பறையிலிருந்து எடுத்து எனக்குப் பரிசளித்தார்:

இதெ வெச்சு எழுதிப் பாருங்கோ சார்.

ஏதோ மருந்துக் கம்பெனியின் பெயர் போட்டிருந்த பேனாதான். இருந்தாலும், அதைக் கொடுக்கவேண்டும் என்று என்ன இருக்கிறது? சும்மா சொல்லக் கூடாது; எந்தத் தாளில் எழுதினாலும் வழுக்கிக்கொண்டு ஓடியது பேனா. என்ன பிரயோசனம்? எனக்குத்தான் வெறுமனே கையெழுத்துப் போடுவதே சிரமமாயிற்றே? சில மாத்திரைகளையும் பரிந்துரைத்தார்.

எழுதும்போது மணிக்கட்டிலும் விரல் கணுக்களிலும் உயரும் வலியும் விறைப்பும் கணிசமாகக் குறைந்தன. வலது உள்ளங்கையில் கட்டைவிரலுக்குக் கீழே அநாவசியமாய் உயர்ந்து வேதனை தந்த புடைப்பு வற்றவும் ஆரம்பித்தது. கைநடுக்கம்கூட சற்றுக் குறைந்து, சாப்பிட எடுக்கும் கவளம் வழக்கம்போல அடிக்கடி சிந்தாமல், ஓரிரு முறை மட்டுமே கீழே தவறியது. கவளமாய்க் கொட்டாமல், பருக்கைகளாய் உதிர்ந்தது என்பதும் ஆறுதல்தானே.

ஆனால், எந்நேரமும் மந்தமாய் இருக்கிற மனமும்; முன்னிரவில் தொடங்கி, விடிந்ததுக்கு அப்புறமும் சடலம்போலக் கிடக்கும் உடலுமாய் வேறுவகையான அவஸ்தை ஆரம்பித்தது. உறக்கம் கலைந்து எழுவதே மலையைப் புரட்டுகிற சமாசாரம் என்பது போல ஆயாசம் தந்தது. இதெல்லாம் இருக்கட்டும், எழுத முடியாமல் இருப்பதா விஷயம், எழுதுவதற்கு ஒன்றுமே இல்லாமல் போவதுதானே அதிகப் பதற்றம் தரக்கூடியது?

இரண்டு வாரங்கள் தினந்தோறும் மரணத் தூக்கத்தில் ஆழ்ந்து கிடந்த பிறகு, மறுபடியும் இருவரும் போனோம் - மறுபரிசீலனைக்காக வரச் சொல்லியிருந்தார் டாக்டர். மருத்துவமனையில் நல்ல கூட்டம். மூன்று மணிநேரம் காத்திருந்தபோது நன்றாகத் தூங்கிவிட்டேன். முழுக்கத் திறக்காத கண்களுடனே அவரது அறைக்குள் நுழைந்தவுடன், முகமலர்ந்த சிரிப்புடன் வரவேற்றார்.

எப்பிடி இருக்கேள்?

என்று வாஞ்சையுடன் கேட்டார்.

நன்னா...

என்று பத்மினி ஆரம்பித்த அதே நேரத்தில், அதைவிட உரத்த குரலில் வேகமாய்ச் சொன்னேன்:

எனக்கு இந்த மருந்துகள்லாம் வேணாம் டாக்டர்.

இருவரும் என்னை அதிர்ச்சியுடன் பார்த்தார்கள். பழைய வேகத்திலேயே தொடர்ந்தேன்:

ரொம்பத் தூக்கம் வரது டாக்டர்.

அது நல்லதுதானே. நீங்க நிறைய வாசிக்கிறவர் - உங்களுக்குத் தெரியாததில்லை. நரம்புத் தொந்தரவுகளில் அநேகமும் மனம் தொடர்பானவை. தூங்கும்போது மனம் நன்றாகத் தளர்ந்துவிடும் அல்லவா. நரம்பியல் தொடர்பான மருந்துகளில் பெரும்பாலானவற்றில் உறக்கத்தைத் தூண்டும் தன்மை இருக்கத்தான் செய்யும்...

தமிழில் வரவேற்றுவிட்டு, ஆங்கிலத்தில் ஏன் விளக்கினார் என்று மனத்தின் ஒருபகுதி யோசித்துக்கொண்டிருக்கும்போதே - இந்த அவதானத்தை ஏதாவது ஒரு கதையில் பயன்படுத்தலாமே என்று

இன்னொரு பகுதி குறித்துக்கொண்டது. என்னுடைய பதிலுக்காக இருவரும் காத்திருப்பது உறைத்ததால் சுருக்கமாகச் சொன்னேன்:

கனவே வரமாட்டேங்குது டாக்டர்.

இருவர் முகத்திலும் ஆச்சரியம் பல்கிப் பெருகியது. செரிமானம் சரியில்லை என்பது போலவோ, முழங்காலை மடக்கினால் வலி உயிர்போகிறது என்பதுபோலவோ, அரையிடுக்கில் சதா அரித்துக்கொண்டேயிருக்கிறது என்பதுபோலவோ தொந்தரவு இல்லையே இது. யாரும் ஆச்சரியப்படத்தான் செய்வார்கள். நான் முழுநேர எழுத்தாளன் இல்லையென்றாலும் அந்த அளவுக்கு ஆர்வமும் உத்வேகமும் கொண்டவன் என்பது பத்மினிக்கே எந்த அளவு தெரியும் என்பது நமக்குத் தெரியாதபோது, டாக்டருக்கு எப்படித் தெரியும்?

எழுதுகிறவனுக்குக் கனவுகள் எவ்வளவு அத்தியாவசியமானவை என்பதை அனுபவபூர்வமாக உணர்ந்தவன் நான். சிலவருடங்களுக்கு முன் நான் எழுதிய கதை ஒன்று ஐநூறு பிரதிகள் மட்டுமே விற்ற, ஆறு இதழ்களுடன் நின்றுவிட்ட பத்திரிகையொன்றில் வெளியாகி, நானும் எழுதுகிறவன்தான் என்ற திருப்தியை எனக்கு வழங்குமளவு எதிர் வினைகளைச் சம்பாதித்திருந்தது. பாய்ஸ் கம்பெனி நாடக நடிகர்கள் தொடர்பான அந்தக் கதையின் அடிச்சரடு எனக்கு ஒரு கனவில்தான் கிடைத்தது.

தமிழின் முன்னணிக் கவிஞர் ஒருவர் கோடுபோட்ட அரையாடை அணிந்து - அதை பட்டாபட்டி என்றும் அழைப்பார்கள் - ஒரு நுனி மட்டும் இன்னமும் உள்ளாடைக்குள் சொருகியிருக்கும் வேஷ்டி இழுபட ஓடிக்கொண்டிருக்கிறார். பம்பைத் தலை வெகுவாகக் கலைந்து பரட்டையாய்த் தெரிகிறது. கையில் லத்தியுடன் இரண்டு போலீஸ்காரர்கள் அவரைத் துரத்துகிறார்கள். இல்லை இல்லை என்பது போலவோ மாட்டேன் மாட்டேன் என்றோ தலையாட்டிக்கொண்டே ஓடிவந்த கவிஞர் என்னைக் கடந்தபோது முக அடையாளம் துல்லியமாகத் தெரிந்ததா, பொல்லென்று வியர்த்து உடனடியாக விழித்து விட்டேன்...

அந்த ஒரு காட்சி போதுமானதாக இருந்தது - மேற்சொன்ன கதை தானாகவே எனக்குள் படர்ந்து வார்த்தைகளாகவும் வாக்கியங்களாகவும் விரியத் தொடங்கியது. முழுக்க எழுதி

முடிக்கும்வரை எனக்குள் அந்த ஒற்றைக் காட்சி மீண்டும் மீண்டும் எத்தனை முறை நிகழ்ந்தது என்கிறீர்கள்?

கவிஞரின் பெயரைத்தான் சொல்லமாட்டாய், வழக்கம்போல; கதையின் தலைப்பையாவது சொல்லக்கூடாதா என்று ஒரு அபூர்வமான வாசகர் கேட்கலாம்; இதைச் சொன்னால் அது தெரிந்துவிடும் என்றே அஞ்சுகிறேன். பாய்ஸ் கம்பெனி என்று ஆரம்பித்து ஒரு குறிப்பைக் கொடுத்துவிட்டீர்களே சார் என்று இன்னும் அபூர்வமான ஒருத்தர் கேட்கக்கூடும் - பணி ஓய்வு பெற்றுவிட்டேன் என்பதால் பொதுவாகவே புதியவர்கள் அனைவரும் மரியாதையாய்த்தான் விளிக்கிறார்கள் - பழையகால நாடகக் கம்பெனிகளையும், நாடகங்களையும் களமாக வைத்தே ஆறேழு கதைகள் எழுதியிருக்கிறேன். கவிஞரைப் போலீஸ் துரத்தும் சம்பவம் மட்டும் மூன்று கதைகளில் வெவ்வேறு விதமாகப் பதிவாகியிருக்கிறது! அதுபோக, கவிஞர் இன்னமும் உயிரோடுதான் இருக்கிறார்...

மேற்படி மாத்திரைகள்மீது உடனடி வெறுப்பு எனக்குள் வேர்பிடித்ததற்குக் காரணம், உறங்கும்போது மாத்திரமல்ல, விழித்திருக்கும்போதும் எனக்குள் நிலவிய கனவுப் பதத்தை வறள வைத்துவிட்டன என்பதுதான். ஆமாம், காக்காயை வெறும் கரும்பறவை என்று மட்டுமே பார்க்கவும், மத்தியான வெயிலை தொட்டியில் நிரம்பிய வெளிச்சத் திரவமாகப் பார்க்காமலிருக்கவும் நாமென்ன ஜே கிருஷ்ணமூர்த்தி வகையறா தத்துவவாதியா? பார்க்கக் கிடைத்த அளவு பார்ப்பதும், பிறருக்குப் பார்க்க வாய்க்காத அளவுக்கு அதை வளர்த்தெடுப்பதும் எனக்குள் நிகழ்வதற்கு, கனவின் ஈரவாடை சதா நிலவுவது முக்கியமல்லவா.

இப்பேர்ப்பட்ட கனவுப் பிரியன், ஐயோ ஐயோ என்று பதறுமளவுக்குக் கனவுகளால் துரத்தப்பட்டதுதான் தற்போதைய இடைஞ்சல். கடந்த ஒரு மாதமாக, படாதபாடு படுகிறேன்.

முதல் கனவில், நான் இளைஞனாய் இருந்தேன். இளம் தகப்பன் என்று சொல்ல வேண்டும். நானும் பத்மினியும் எங்கள் குழந்தைகள் இருவருடனும் ஒரு ரயில்நிலைய நடைமேடையில் நடந்து வருகிறோம். இவர்களைக் கொண்டுபோய் வீட்டில் விட்டுவிட்டு

நான் அலுவலகம் போயாக வேண்டும். வருடாந்திரத் தணிக்கை நடந்துகொண்டிருக்கிறது என்பதால், தாமதமாக வருவதற்கு முன்அனுமதி வாங்க முடியாது. அதற்காக, தவிர்க்க முடியாத வெளியூர் விசேஷங்களைத் தவிர்க்க முடியுமா என்ன?

திங்கள்கிழமைக் காலையில் ஊர்வந்து சேர்ந்துவிட்டோம். இதிலும் ஒரு உள் மடிப்பு இருக்கிறது பாருங்கள், எனக்குத் தெரிந்து என் வாழ்க்கையில் தெரிய வந்த உள் மடிப்புகள் அத்தனையுமே கூசிக் குறுக வைப்பவை. இதுவும் விதிவிலக்கல்ல. பின்னே, நான் அலுவலகம் போக வேண்டியிருப்பதைப் பற்றிச் சொன்னேன் - பத்மினியும் போக வேண்டும்; குழந்தைகள் பள்ளிக்குச் செல்லவேண்டும் என்பதெல்லாம் எனக்குக் கனவிலும் உறைக்கவில்லையே.

வலது கையில் ஒரு சூட்கேஸையும், இடது கொடுங்கையில் இரண்டு வயது மகளையும் சுமந்திருக்கிறேன் - அந்த நாட்களில் சக்கரம் வைத்த பெட்டிகளும் பைகளும் கிடையாது. இரண்டு கைகளிலும் கனத்த பைகள் தூக்கிவரும் பத்மினியின் முன்னங்கையைப் பற்றியபடி என் மகன் ஓட்ட நடையில் வருகிறான்.

ஒரு சாய்பாதையில் ஏறி வெளியே போனால் பிரதான சாலை வந்துவிடும்.

நிலைய மேற்கூரையைத் தாங்கி நிற்கும் கடைசிக் கம்பத்தருகில், தோள் துண்டை மடித்துத் தலைக்கு வைத்திருக்கும் உருவம் சடாரென்று எழுகிறது - ஆச்சரியம், வெளிநாட்டில் வசிக்கும் கவிஞர் அவர். ஆரம்ப நாட்களில் என்னுடன் மிகுந்த நெருக்கமும் அன்பும் காட்டியவர். தொடர்ந்து வந்த வருடங்களில் எங்களுக்குள் இடைவெளி அதிகரித்துக்கொண்டே போனது. என்னுடைய எழுத்தைத் தவிர வேறு காரணம் எதுவும் இருப்பதற்கில்லை; சாமியார்கள், சன்யாசிகளைப் பற்றிய சம்பவங்களையும்; கோவில்கள், சாந்நித்தியங்களையும் களமாக வைத்து எழுதியதால் திடீர் மதவாதியாக என் அடையாளம் மாற்றமுற்றுவிட்டதற்கு அவரும்தான் என்ன செய்வார், பாவம். இப்படியொரு போக்கு எனக்குள் எழும்பியதற்கு, ரிச்சர்ட் ஃபெய்ன்மேன், ரிச்சர்ட் டாக்கின்ஸ், ரிச்சர்ட் பாக்ஹ் (என்னவொரு பெயர் ஒற்றுமை, இல்லை!) போன்றவர்களின் நூல்களும் காரணம்; அவர்களில் எவருமே மதவாதி அல்ல என்பதை ஒவ்வொரு கதைக்கும் அடிக்

குறிப்பாகப் போட முடியுமா என்ன? இந்தக் குறிப்பு கனவில் வந்தது அல்ல; சமகாலத்திய இலக்கிய நிலைமை பற்றியது.

மற்றபடி, தற்சமயம் நான் விவரித்துக்கொண்டிருக்கும் கனவுக்குள் நிலவிய காலமே, மேற்சொன்ன ஆரம்ப நாட்கள்தாம். சிமெண்ட் தரையில் படிந்த எண்ணெய்ப் படலம்போல வழுக்குப் பிராந்தியமாகவும் வண்ணமயமாகவும் மீந்திருக்கும் அந்த நாட்களுமே கனவின் தொலைவுக்கு விலகிப்போய்விட்டன என்பதையும் சேர்த்துச் சொல்லலாம்...

அயல்தேசத் தமிழ்க்கவிஞர் எழுந்து என் குழந்தையை நோக்கிக் கைநீட்டுகிறார். அவரை முன்பின் பார்த்திராத குழந்தை உடனடியாக அவரை நோக்கித் தாவுகிறாள். அதை நினைத்தா, கவிஞரைப் பார்த்ததாலா, தாமதமாகிறதே என்ற கவலையா தெரியவில்லை - எனக்கு மூத்திரம் முட்டுகிறது. என்ன தேசம் இது, சுத்தமும் சுகாதாரமும் கொண்ட ஒரு பொதுக் கழிப்பறைகூட இல்லாமல் என்று எழுத்தாளனுக்குரிய கவலையும், அலுவலகத்தை எண்ணிப் பதற்றமுறும் சாமானியனின் அழுத்தமும் சேர்ந்து அவஸ்தை இன்னும் கூடுகிறது.

சிமெண்டுக் கிராதி விளிம்புகொண்ட சாய்பாதையருகே அவர்கள் மூவரையும் சுமைப்பொதிகளுடன் விட்டுவிட்டு நிலையத்தின் வெளிச்சுவரையொட்டிய கடைவரிசையில் இருக்கும் கட்டணக் கழிப்பறைக்குப் போய்விட்டு வந்துவிடலாம் என்று கிளம்புகிறேன்.

சுமையைத் தூக்கி நடந்துவந்த அலுப்போ, சின்னவளை சமாளிக்க வேண்டியோ, பத்மினி நடைபாதை விளிம்பில் உட்கார்கிறாள்.

இடப்பக்கம் திரும்பி நீளும் நடைபாதையில் சுமார் பத்தடி தூரம் நடக்கிறேன் - பாதையின் முக்கால் பங்கை மறைத்துக்கொண்டு ஒரு பூக்காரம்மா முக்காலிபோட்டு அமர்ந்திருக்கிறாள். பூப்பந்துகள் வைத்த மேசை, சாலையில் இருக்கிறது. மேலும் பூக்களை எடுத்துத் தொடுத்தவண்ணமிருக்கிறாள். அவளுக்குப் பின்புறம் ஓர் ஆள் செல்ல இடைவெளி இருக்கிறது. அதனுள் நான் நுழைகிறேன், எதிரிலிருந்து வந்த, ஊஞ்சல் சங்கிலியை நினைவுறுத்துகிற தடித்த தங்கச்சங்கிலியும் அதை சுதந்திரமாய் வெளிக் காட்டுகிற எரிக்கும் மஞ்சள்நிற வட்டக்கழுத்து பனியனும் அணிந்த, பிரம்மாண்டமான தொந்தியைச் சுமந்த, நடுத்தர வயதுக்காரன் தானும் நுழைகிறான்.

அறிமுகமில்லாத ஆசாமியை அவன் இவன் என்கிறேனே என்று உறுத்தலாம் - இன்னும் சில வரிகள் போனதும் உங்களுக்கே அப்படிச் சொல்லத் தோன்றிவிடும். கேவலமாகத் திட்டக்கூடச் செய்வீர்கள்.

அவனுடைய வயிறு என் நடுமுதுகில் அழுந்தி உரச, பூக்காரப் பெண்மணியின் முதுகில் என் வயிறு உரசிவிடக்கூடாதே என்று நான் கூச, கடுமையான வியர்வை நெடியுடன் என்னைக் கடந்து செல்கிறான். பார்வைக்குத் தெரிந்த அளவு கடினமாய் இல்லை அந்தத் தொந்தி; கடல் நுரைபோல அது மிருதுவாய் இருப்பது அருவருப்பை இன்னமும் கூட்டுகிறது.

பத்து நிமிட மூத்திர நெருக்கடி கலையும்போதே இவ்வளவு ஆசுவாசமாய் இருக்கிறதே, இரண்டு குழந்தைகளைப் பத்துப் பத்து மாசம் சுமந்து வெளியேற்றியபோது பத்மினிக்கு எப்படி இருந்திருக்கும் என்று வியந்தவாறே கட்டணக் கழிப்பறையை விட்டு வெளியே வருகிறேன். சிந்தனையெல்லாமா கனவில் ஓடும் என்று கேட்பவர்களுக்கு, சிந்தனையில்லாமல் அவர்கள் இருந்த ஒரு விநாடியை எடுத்துரைக்கும்படி வேண்டுகோள் விடுக்கிறேன். சிந்தனை இருப்பதால்தான் நான் இருப்பதே எனக்குத் தெரிகிறது என்று யாரோ ஒரு தத்துவஞானி சொல்லவில்லை? தவிர, கனவிலும் நான் எழுதுகிறவனாகத்தான் இருப்பேன்; என்ன, நனவில் இருப்பதுமாதிரி செயலிலும் வார்த்தையிலும் கட்டுப்பாடு இருக்காது. லேசாக ஒருவித அசட்டுத்தனம் மேவியிருக்கும்.

ஆயிற்றா, வெளியில் வந்து நின்றதும், காற்சட்டைப்பையிலிருந்து சிகரெட் பாக்கெட்டை எடுத்து ஒன்றைப் பற்ற வைக்கிறேன். கிட்டத்தட்ட பதினைந்து வருடங்களாகக் கிடைத்துவரும் அதே ஆனந்தம் என் நெஞ்சுக் கூட்டுக்குள் நிரம்புகிறது. இரண்டாவது உறிஞ்சலுக்குள் அந்தக் காட்சி.

உட்கார்ந்திருந்த பத்மினி எழுந்து நிற்கிறாள். ஐயோ ஐயோ என்று அலறுகிறாள். குழந்தைகளும் உரத்துக் கதறும் ஓசை கேட்கிறது. மஞ்சள் பனியன்காரன் தன் இரண்டு கைகளையும் உயர்த்தி, என் மனைவியின் கழுத்தில் கிடந்த தாலிக்கொடியை ஊஞ்சல் போல ஆட்டிக்காட்டிவிட்டு ஓடத் தொடங்குகிறான். அவ்வளவு பெரிய தொந்தியைத் தூக்கிக்கொண்டு என்னமாய்ப் பறக்கிறான்!...

அலறிக்கொண்டே பத்மினி என்னைப் பார்த்துவிட்டாள். நான் ஓடிச் சென்று செய்வதற்கு ஏதுமில்லை. நானும் வேண்டுமானால் கூவலாம். இடையில் இடுப்பளவு கிராதிச் சுவர் வேறு இருக்கிறது.

அவளை நோக்கி, 'பொறு பொறு' என்று கையைக் காண்பித்துவிட்டு சிகரெட்டைக் கடைசியாக ஒருதடவை ஆழ்ந்து இழுத்துவிட்டு வாய்க்குள் இருக்கும் மிச்சப் புகையுடன் சுற்றுச் சுவரை உந்தித் தாண்டுகிறேன். என்னை இறுகக் கட்டிக்கொள்ளும் பத்மினியின் கூச்சல் செவிப்புனலுக்குள் பாய்ந்ததாலா, கடுமையான வியர்வையா, அல்லது, விடாமல் கடைசிவரை சிகரெட்டைப் புகைத்த குற்றவுணர்ச்சிதான் காரணமா, தெரியவில்லை. விழித்துக்கொண்டு விட்டேன். லேசாக வாய்பிளந்து சன்னமான குறட்டையுடன் பக்கத்தில் படுத்துறங்கும் பத்மினியின் கழுத்தில் திருமாங்கல்யம் இருந்தது எவ்வளவு ஆசுவாசமாக இருந்தது என்கிறீர்கள்...

இன்னொரு சந்தர்ப்பம் என்றால் சிகரெட் புகைப்பதற்காகப் படுக்கையறையை விட்டு வெளியேறிக் கழிவறைக்குள் நுழைந்திருப்பேன். இப்போது வாய் முழுக்கப் பொங்கியெழுந்த நமைச்சலை அடக்கிக்கொண்டு திரும்பிப் படுத்தேன். தூக்கம் வர மறுத்தது.

இவ்வளவு நீளமாக ஒரு கனவு நினைவில் தங்குமா என்று யாராவது கேட்கலாம். அவர்களை, தாங்கள் கடைசியாய்க் கண்ட கனவை நினைவுகூரும்படி தாழ்மையுடன் கேட்டுக்கொள்கிறேன். கனவுகள் நீடிப்பதே சில விநாடிகளுக்குத்தான் என்று சொல்கிறார்களே என்று கேட்க முனையும் புத்திசாலி, இரண்டு அம்சங்களைக் கணக்கில் எடுக்க வேண்டும்: 1 அது மூன்றாம் மனிதரின் கணக்கீடு. கனவு கண்டவர் யாரும் அப்படி விண்டு சொல்லியிருக்கிறார்களா? 2 பௌதிகக் காலம் என்பதும், அனுபவக் காலம் என்பதும் ஒரே அலகால் அளக்க முடிபவை அல்ல என்றுகூடத்தான் சொல்லியிருக்கிறார்கள். நானென்ன அதை வலியுறுத்திக்கொண்டா இருக்கிறேன்?

இரண்டாவது கனவு பற்றிச் சொல்வதற்குள், இன்னொரு மருத்துவரிடம் சென்றதைச் சொல்லிவிடுகிறேன். எப்போது எதைப் பேசினாலும் என் சமநிலையைக் குலைத்துவிடும் சம்பவம் அது;

சொல்லவிருக்கும் கனவைக்கூட நிம்மதியாக விவரிக்க விடாது என்று தோன்றுகிறது.

வலது கை நகங்களுக்கும் இடது கை விரல்களுக்கும் வெவ்வேறு விதமான தனிப் படிப்புகள் என்கிற அளவுக்கு நிபுணத்துவம் அதிகரித்துவிட்ட காலம் அல்லவா இது. ஆனால், எங்களுடைய மருத்துவ விசுவாசம், பொது மருத்துவரான டாக்டர். வைத்தீஸ் வரன் எம்பிபிஎஸ்ஸிடம்தான் இருந்து வருகிறது. தமது கைமீறிய சங்கதி என்று அவர் சொன்னாலொழிய சிறப்பு மருத்துவரிடம் போவதில்லை. வைத்தியின் அனுபவம் ஒரு காரணம்; குடும்ப உறுப்பினர் போலவே எங்களுடன் அவர் ஒன்றிவிட்டது இன்னொரு காரணம். கைராசிக்காரரர் என்பது பத்மினியின் காரணம். நள்ளிரவில்கூட வீட்டுக்கு வந்து வைத்தியம் செய்யக்கூடியவர் என்பது பொதுக் காரணம்.

யாருக்குமே தெரியாத, எனக்கு மட்டும் தெரிந்த இன்னொரு காரணமும் உண்டு - என் அப்பா காலத்தில், நாங்கள் கரட்டுப்பட்டியில் வசித்த காலத்தில், சோழவந்தானில் தொழில்புரிந்த; வெள்ளை, ஊதா என்று இரண்டே நிற டானிக்குகளில் அநேகமாய் எல்லா வியாதிகளையும் குணப்படுத்திய; டாக்டர் உன்னிகிருஷ்ணப் பணிக்கர் எம்பிபிஎஸ் என்ற பொது மருத்துவரின் முழுமையான சாயல் திரு.வைத்தீஸ்வரனிடம் இருந்தது என்பது. அதிலும், அந்த முழு வழுக்கையின் பிரகாசம்...

பணி ஓய்வு பெற்ற மறுவாரம், இருமல் அதிகமாய் இருக்கிறது என்று போனால், எக்ஸ்-ரே எடுக்கச் சொல்லிவிட்டார். வழக்கமான பாசம் நிரம்பிய குரலும், வாஞ்சை ததும்பும் முகமும் இப்போதும் இருந்தன. பொதுவாக, அநாவசியச் செலவு வைக்கிறவர் அல்லவே என்ற குழப்பத்தோடும், எனக்கு வந்திருக்கும் வியாதி என்னவாய் இருக்கும் என்ற பெரும் பட்டியலோடும் வெளியே வந்தேன். மறுநாள், எனக்கே முரசொலிபோலக் கேட்கும் நாடித் துடிப்புடனும், எக்ஸ்-ரே ஃபிலிமோடும் போனால், கையிலிருக்கும் பென்சிலின் கூர்முனையால் நுரையீரலில் தெரியும் வெள்ளைப் புள்ளிகளைக் காட்டிச் சொல்கிறார்:

> நண்பா, நுரையீரலில் தெரிகிற மேகமூட்டத்தை சுலபமாய்க் கலைத்துவிடுவேன். ஆனால், கவலை தருவது இந்தப் புள்ளிகள்தாம். பதினைந்து நாள் மருந்து தருகிறேன்.

அதற்கப்புறமும் பிடிவாதமாக இவை இருந்தால், வேறுவிதமான பரிசோதனைகள் மேற்கொள்ள வேண்டிவரும். வேறு டாக்டர்களைப் பார்க்க வேண்டி வரும். அதுவரையும், அதற்கப்புறமும் சிகரெட் பிடிக்காமல் இருப்பது நல்லது.

இந்த டாக்டர்கள் எல்லாருமே பயமுறுத்தும்போது ஆங்கிலத்துக்கு மாறிவிடுகிறார்களே, ஏன், தமிழ் சினிமாவின் தாக்கமா, அல்லது இவர்களுடைய செல்வாக்குதான் அங்கே ஆதிக்கம் செலுத்துகிறதா என்று நான் யோசித்துக்கொண்டிருக்க, பத்மினி இடைமறித்தாள்:

அந்தப் புள்ளிகள் எதோடெ அறிகுறி டாக்டர்?

அவள் குரலில் இருந்த பயம் என்னையும் உடனடியாகத் தொற்றியது.

சாதாரணக் கபமாக இருக்கலாம். ப்ராங்க்கிக் நிமோனியாவாக இருக்கலாம், எலும்புருக்கி நோயின் ஆரம்பமாகக்கூட இருக்கலாம். வேறே பெரிய ஏதாவதொன்றின் ஆரம்பத் தடயமாகக்கூட இருக்கலாம். அதையெல்லாம் இப்போது எதற்கம்மா பேச வேண்டும்? ரிஸ்க் எடுக்காமல் இருப்பது நல்லதல்லவா?

'மரண பயம் மட்டும் வந்துவிட்டதென்றால், எதை வேண்டுமானாலும் விட்டுவிட முடியும் - உயிரைக் கூட' என்று ஒரு சிறுகதையில் வேடிக்கையாக எழுதியிருக்கிறேன். எழுத்து வேறு, தனிப்பட்ட வாழ்க்கை வேறு என்று நடந்துகொள்ளும் அற்பன் அல்ல நான். இப்போது தெரிகிறதா, முந்தின கனவு முடிந்ததும் படுக்கையைவிட்டு ஏன் எழுந்து போகவில்லை என்று?

இரண்டாவது கனவு இன்னும் வீரியமானது. எனக்குக் கொஞ்சமும் முன்பரிச்சயமில்லாத இடத்தில் உட்கார்ந்திருக்கிறேன். அப்படிச் சொல்வதுகூடத் தவறுதான். முதல் பார்வைக்குத்தான் அப்படித் தோன்றியிருக்கிறது. அந்த இடத்தின் அமைப்பும் அங்கிருந்த அமரிக்கையான மங்கல் விளக்கொளியும் கண்ணாடித் தடுப்புகளும் குளிர்சாதனம் வழங்கிய குளுமையும் மென்மையான நறுமணமும் என்று எல்லாமே எனக்குப் பழக்கமானவைதாம். எங்கள் வங்கியின் வட்டாரத் தலைமை அலுவலகம் அது.

சாதாரணமாகக் கம்பளி தேவைப்படுமளவு குளிர் நிரம்பிய

அறையில் காத்திருக்கும்போது, எனக்கு என்னமாய் வியர்த்திருந்தது என்கிறீர்கள்?

பின்னே, மரணதண்டனை என்றால் சும்மாவா? இத்தனைக்கும் எங்கள் அலுவலக விதிமுறைகளின்படி நான் செய்தது மைனர் துர்நடத்தைதான். அலுவல் வேளையில் தூங்குவது, அன்றைய பணியை முடிக்காமல் வீட்டுக்குக் கிளம்புவது, வாடிக்கையாளர்களிடம் தகராறு வளர்ப்பது, ஒரே மாதத்தில் தொடர்ந்து பலநாட்கள் தாமதமாக அலுவலுக்கு வருவது, கையாடல் செய்வது போன்றவையெல்லாம் மேஜர் துர்நடத்தைகள். இவைபோக, மைனர் துர்நடத்தைகள் என்று இன்னொரு பட்டியல் இருக்கிறது. விளக்கம் கூடக் கேட்கமாட்டார்கள். வெறும் எச்சரிக்கைக் கடிதத்துடன் விஷயம் முடிந்துபோகும்; அப்படி முடிவதற்கும் தொழிற்சங்கத்தின் அனுமதி வேண்டும் என்று வையுங்கள். சங்கம் நினைத்தால் மைனர் துர்நடத்தை விவகாரத்தையே, பணிக்காலம் முழுக்கப் புழுங்கு மளவுக்கு நீட்டிக்கலாம். காத்திருக்கும்போது இது நினைவுவந்தது என்பதால், இதையும் கனவின் பகுதியாகவே சேர்த்துக்கொள்ள வேண்டும்.

பொது இடங்களில் புகைபிடிப்பது குற்றம் என்று அரசு அறிவித்தபிறகு, மேற்படி மைனர்ப் பட்டியலில் புதிய விதியொன்று இடம்பிடித்தது என்பது சரிதான். அதற்காக, அலுவலகக் கழிப்பறையில் புகைப்பதையும் குற்றம் என்று சொல்லலாமா? அது பொது இடமா என்ன. ஐம்பதுபேர் ஒன்றாகச் சேர்ந்தா மலம் கழிக்கிறார்கள்?

தமது அறைக்கு அழைத்து எச்சரித்த மேலாளரிடம் இந்தக் கடைசிக் கேள்வியைக் கேட்கும்போது என்னையறியாமல் குரல் கடுமையாக உரத்துவிட்டது; பின்னே, புகைஞர்களின் வேதனை அரசாங்கத்துக்குத்தான் தெரியவில்லை என்றால், கூடவே இருக்கும் மேலாளருக்கும் தெரியாமல் போகலாமா? எனது உரத்த குரல் வெளியில் இருக்கும் வாடிக்கையாளர்களின் காதுவரை கேட்டதால், மேலாளரின் மானம் கொஞ்சம் சேதப்பட்டுவிட்டது; மைனர் பட்டியலில் இருந்த சிகரெட் குற்றம், 'மேலதிகாரிக்குக் கீழ்ப்படியாமை' என்று அடையாளம் பெற்று, மேஜர் பட்டியலுக்குள் தவளைபோலத் தாவிக் குதித்து அமர்ந்தது.

ஒரேயொரு சிகரெட்டைக் குடித்ததற்கு, ஒருவருடத்துக்கும் மேல் விசாரணைகள் நடந்து மண்டல மேலாளர் தீர்ப்பெழுதிவிட்டார்; மரணதண்டனை விதித்தெழுதிய பேனாவின் முனையை மரமேஜையில் குத்தி உடைத்தாரா என்பதைப் பார்க்க விட்டுப்போய் விட்டதே என்ற கவலை, காத்திருக்கும்போது என்னுள் எழுந்தது.

எது எதற்கோ பொங்கிப் பிரலாபிக்கும் சமூக ஊடகங்களில், மேலதிகாரிக்குக் கீழ்ப்படியாதது என்ற எளிய காரணத்துக்காக ஒரு வங்கி ஊழியனுக்குத் தூக்குத் தண்டனை விதித்தது பற்றி ஒரு பேச்சும் இல்லையே என்ற துக்கமும் பெருகியது. சாதாரணமாக டாக்டரிடம் போகும்போதெல்லாம் உடன்வரும் பத்மினி, இந்த முக்கியமான சந்திப்புக்கு என்னை மட்டும் அனுப்பியிருக்கிறாளே என்ற ஆற்றாமையும் பொங்கியது. இதுவே, சிகரெட் தொடர்பில்லாத வழக்கு என்றிருந்தால், தானும் உடன் வந்திருக்க மாட்டாள்? ஒரு சிகரெட் குழலின் புகையிலையை முழுக்க இடம்பெயர்த்துவிட்டு, உலகத்தின் துக்கமெல்லாம் அதன்வழி என் தலைமீது கொட்டி உடல்முழுவதும் பரவுகிற மாதிரி இருந்தது.

உதவிப் பொதுமேலாளரைச் சந்திப்பதற்காகக் காத்திருக்கிறோம்; தேக்கிவைத்த கண்ணீரை அவர் முன்னால்தான் சிந்த வேண்டும்; இப்போதே வீணடித்துவிடக்கூடாது என்று சுதாரித்துக்கொண்டேன். முன்னமே ஒருதடவை, வாடிக்கையாளருடன் நேர்ந்த ஒரு தாவா காரணமாக இவரை இதே இடத்தில் வந்து சந்தித்திருக்கிறேன்; அப்போது பத்மினியும் என்னுடன் வந்திருந்தாள். வழக்கம்போல இவருமே பத்மினியின் வெகுதூர உறவினர்தான். அவளுக்குத்தான் எத்தனை வகையான உறவினர்கள் - உச்சநீதிமன்ற வழக்கறிஞர் முதல், சரித்திரப் புகழ்பெற்ற உள்ளூர்க் கோயிலின் பட்டர்வரை. அத்தனை பேர் சேர்ந்தும் என் வழக்கில் நீதியை வரவழைக்க முடியவில்லையே. என்னுடைய உறவினர்கள் சிறிய அளவில் ஓட்டல் வைத்திருக்கிறார்கள்; பிராமணார்த்தம் சாப்பிடுகிறார்கள்; சமையல் வேலைக்கும் கீழமாசிவீதி மண்டிகளில் கணக்கெழுதவும் போகிறார்கள் என்பதுதானே காரணம்? தெரிந்துதானே பெண் கொடுத்தீர்கள்... ஆனால், எனக்கா கொடுத்தீர்கள்? என் வங்கி உத்தியோகத்துக்குத்தானே... புகைக்கிறவன் என்று முன்னமே தெரிந்திருந்தால் பெண் கொடுத்திருக்க மாட்டீர்களாக்கும்?...

கண்ணீர் மறுபடியும் சிந்தட்டுமா என்று வினவும் வேளையில்

உபொமேயின் உதவியாளரான கடைநிலை ஊழியர் கதவைத் திறந்து வெளியில் வந்து அதிகாரி என்னை அழைப்பதாகச் சொன்னார். அவருடைய முகத்தில்தான் எவ்வளவு இளக்காரம், உதாசீனம்...

உள்ளே போனேன். ஏகப்பட்ட கோப்புகள் அடுக்கிய அலமாரி திறந்திருக்க, அதனருகில் நின்று, கையில் பிரித்த கோப்பை வாசித்தபடியே வரவேற்றார் அவர். என் வழக்கு தொடர்பான கோப்பைத்தான் பார்த்துக் கொண்டிருக்கிறாரோ என்ற ஐயமும், முகம் பார்த்துப் புன்னகைக்காத மனிதரிடம் தண்டனைக் குறைப்புக்கு மன்றாடுவது எப்படி என்ற தயக்கமும் என்னை இரண்டாகப் பிய்க்க, நான் என்ன கேட்டேன் என்பது எனக்கே தெளிவாய்த் தெரிவதற்கு முன்,

> அதெல்லாம் முடியாதுங்க. தீர்ப்பை எழுதினவரே நினைச்சாலும் மாத்த முடியாது. ஹெட் ஆஃபீஸ்லே அலோ பண்ண மாட்டாங்க.

என்று கறாராகச் சொன்னார். வைபவங்களிலும், இல்லங்களிலும் சந்திக்கும்போது பிராமண பாஷை பேசியவர், இப்படியொரு மொழியில் என்னிடம் பேசுகிறாரே என்று எனக்கு மனம் உடைந்து விட்டது.

தலைகுனிந்து வெளியில் வந்தவன், நேரே தூக்குமேடையைப் பார்த்துப் போனேன். தனியாகத்தான் நடந்துபோனேன் என்றாலும், அந்த இடத்தை நெருங்க நெருங்க எனக்குள் உறுதி அதிகரித்துக்கொண்டே போனதை இப்போது நினைத்தாலும் ஆச்சரியமாய்த்தான் இருக்கிறது. என்ன பெரிய, சாகப் போகிறோம்; அவ்வளவுதானே!

மேடைக்குக் கீழே நின்றிருந்த, முகம் தெரியாத ஆசாமிகளில் ஒருவர், என்னுடைய கடைசி விருப்பம் என்ன என்று கேட்டார். ஒரு சிகரெட் வேண்டும் என்றேன். பதினைந்து வருடமாக நான் புகைத்துவரும் ப்ராண்ட், தலைமையக வட்டாரத்தில் எங்குமே கிடைக்காது; வேறெந்த ப்ராண்டாவது கிடைத்தால் பரவாயில்லையா என்று அவர் வினவினார். போகுமிடமெல்லாம் எனக்கு முன்னால் சென்று காத்திருக்கும் தலைவிதியை நொந்தபடி,

> ஊதுபத்தியோ தசாங்கமோ கிடைச்சாக்கூடப் போதும்ங்க. புகை வந்தா சரிதான்.

என்று எரிச்சலோடு பதில் சொன்னேன்.

எங்கள் தலைமையகம் கடற்கரைக்கு அருகில் இருப்பது. முரட்டுத்தனமாகக் காற்று வீசிய போதும், ஒரே குச்சியில் பற்றவைத்து ஆனந்தமாக இழுத்தேன்.

சிகரெட் தந்த நிறைவுடன் படியேறிச் சென்று சுருக்குக் கயிறை நானே இழுத்து மாட்டிக்கொள்வதற்கு முன்னால், கறுப்புநிற உறையைக் கழுத்துவரை கவிழ்த்துக்கொண்டு புன்னகைத்தபோது, பார்வையில் முழு இருட்டுக் கவிந்த மாத்திரத்தில், விழிப்பு வந்துவிட்டது... கண்ணைத் திறந்து பார்த்தேன். இருட்டுதான். இரண்டு இருட்டுகளுக்கும் எவ்வளவு வித்தியாசம்!

நெருங்கிய உறவினர் வீட்டுத் திருமணத்தையொட்டி, குழந்தைகள் இருவரும் வந்திருந்தார்கள். குழந்தைகள் என்ற சொல் உங்களுக்குள் உருவாக்கிய பிம்பங்களுக்கு நீங்கள்தாம் பொறுப்பே தவிர நான் அல்ல. திருமணமாகி, அவரவர் குழந்தைகளுடன் வந்திருந்தார்கள் என்றாலும், முதல் கனவில் வந்த அதே வடிவில்தான் என் அகக் கண்ணில் உலவுகிறார்கள் என்பதால்தான் 'குழந்தைகள்' என்றேன்.

ஆனால், நான் பிரஸ்தாபிக்க விரும்புவது அவர்களுடைய உருவத்தையோ, பிராயத்தையோ, என்னுடன் அவர்களுக்கு இருக்கும் விருப்பும் வெறுப்புமான இரண்டுங்கெட்டான் உறவையோ, பூமித்தாய்போல அவர்களிடம் பொறுமை காட்டி நிரந்தர விருப்பை மட்டுமே சம்பாதித்திருக்கும் பத்மினிமீது எனக்குள்ள ஆற்றாமை பற்றியோ அல்ல - சர்வசாதாரணமாக அவர்களிடம் அவள் சொன்ன வாக்கியம் பற்றித்தான்.

அடுத்துவரும் கனவையும் சேர்த்து என் குழந்தைகளிடம் விவரித்தபோது அவர்களுடைய முகங்கள் தீவிரமடைந்துகொண்டே வந்தன. அப்பாவின் மனநலம் கெட்டுவிட்டிருக்கிறதோ என்ற கரிசனமும் அச்சமும் மாறிமாறித் துலங்க அவர்கள் கேட்டு முடிக்கும்போது, பிரமாதமான காஃபியின் மணத்தை முன்னால் அனுப்பிவிட்டு, நாலைந்து தம்ளர்கள் கொண்ட தட்டை எடுத்துக்கொண்டு எங்கள் மத்தியில் வந்து அமர்ந்த பத்மினி எவ்வளவு சுலபமாக அந்த இடத்தின் சூழலைக் குலைத்துவிட்டாள்... ஏன், அடுத்தவன் கொஞ்சம் அனுதாபம் சம்பாதிப்பதில் உனக்கென்ன

அவ்வளவு அதிருப்தி?

சரி, அதை அப்புறம் சொல்கிறேன். இன்னும் ஒரு கனவுதான் மிச்சமிருக்கிறது. குழந்தைகளிடம் விவரிக்கும்போதுதான் பத்மினி குறுக்கிட்டுக் கெடுத்து விட்டாள்; உங்களிடமாவது முழுமையாய்ச் சொல்லிவிடுகிறேன். யாருக்கும் ஒரு தீங்கும் இழைக்காத ஒரு அப்பிராணி மனிதனுக்கு, புவிவாழ்வு எத்தனை சிடுக்கானதாக, தப்பிக்க வழியில்லாத கூண்டாக இருக்கிறது என்பது நேரடி வாழ்விலும்கூட, கனவுலகத்தில் மாதிரியே அப்பட்டமாகத் தெரியத்தான் செய்கிறது...

சென்னையில் வந்து குடியமர்ந்த நாளிலிருந்து என் இருசக்கர வாகனத்தை ஒரே இடத்தில்தான் நிறுத்திவிட்டுச் செல்கிறேன். சுமார் இருபத்தைந்து வருடங்கள். வெண்ணெயில் வழுக்கிச் செல்லும் கத்திபோல சுமுகமாக இருந்து வந்திருக்கும் சமாசாரம், ஒரே நொடியில், சொரசொரப்பான உப்புத்தாளாக, ஏன், அதைவிடவும் உக்கிரமாக, மாறும் என்று கொஞ்சமாவது எதிர்பார்த்திருப்பேனா?

நிறுத்திய வண்டியை எடுக்கப் போனபோது, புதிதாக வேலைக்குச் சேர்ந்திருந்த பையன் தரக்குறைவாகப் பேசிவிட்டான். சொல் பொறுக்காதவன் நான். இது சம்பந்தமாக ஒரு குறள்கூட உண்டு - சட்டென்று ஞாபகம் வரமாட்டேனென்கிறது. அதுசரி, கண் முன்னால் ஒரு அவமரியாதை நிகழும்போது, குறளா நினைவுவரும்? ரத்தக் கொதிப்புக்கும் ஞாபக சக்திக்கும் ஒருவிதமான எதிர்விகித சமம் நிலவுகிறதோ என்னவோ. இந்த இரண்டு மூன்று வாக்கியங்கள் கனவின் பகுதி அல்ல என்பதை நான் மெனக்கெட்டு எடுத்துச் சொல்ல வேண்டியதில்லை என்றே தோன்றுகிறது. சுமார் ஆயிரம் வண்டிகள் நிற்கும் இடத்தில், புகையும் சிகரெட்டோடு நான் நுழைந்தது தவறுதான் என்பது பிற்பாடு உறைத்தது என்றாலும், என் மகனைவிட இளையவனாகத் தோன்றுகிறவன், தன் பாட்டி வயதான பெண்மணியைத் தவறாகக் குறித்தது தவறில்லையா?

வங்கியிலும் இளந்தலைமுறையினர் என்னைப் போன்ற முதியவர்களை மதிக்காமல் இருப்பது வழக்கம்தான்; எனக்குமே சுமார் பத்துவருடங்களாக அது பழகிவிட்டிருந்தது என்றாலும், சைக்கிள் ஸ்டாண்ட் பையனுக்கெல்லாமா நான் இளப்பமாய்ப்

போய்விட்டேன்? இவன் என் தாயாரைப் பழித்து ஒரு சொல் வீசிவிட்டான்; அலுவலகத்தில் அந்த மாதிரி வார்த்தைகள் புழங்காது. குதுகுதுவென்று எனக்குள் வெப்பம் உயர்வதன் இன்பமும் தினவும் தாளமுடியாமல், இன்னது செய்கிறேன் என்றே தெரியாமல், அருகில் கிடந்த மண்வெட்டியை எடுத்து அவனைத் தாக்கிவிட்டேன்.

அடி பிடரியில் விழுந்தது. பையன் சுருண்டுவிழுந்தான். சலனம் முற்றாக ஓய்ந்துவிட்டது. மின்னல் வேகத்திலா பிரேதக்களை தட்டிவிடும்? அப்போது தெரியாது, இன்னும் சிறிது நேரத்தில் நிஜமாகவே மின்னல் வெட்டப் போகிறது என்று. தெரிந்திருந்தால், சிமெண்ட்டைக் குழைத்துப் பூசியிருக்கலாம். இதற்குள், பையனின் வயிறு ஏறித்தாழவில்லை என்பதே என் வயிற்றைத் தொய்ய வைத்தது. ஸ்விட்ச்சைப் போட்டு வெகுநேரம் கழித்து எரியும் விளக்குபோல எனக்குப் புரிந்தது - அடடே, என்ன காரியம் செய்து விட்டேன்? தலையோடு கால் பதறியது. அடுத்தவர் அறியாமல் இதை மறைத்தாக வேண்டுமே.

அதே மண்வெட்டியால், வண்டி நிறுத்துமிடத்தின் வேலிக்கு வெளியில் பள்ளம் தோண்டத் தொடங்கினேன். நல்லவேளை, அந்தச் சமயத்தில் வண்டியெடுக்க வந்த யாருக்கும் என்னைத் தெரியவில்லை - அதாவது நான் செய்துகொண்டிருக்கும் காரியம் தென்படவில்லை. வெறும் முள்கம்பி வேலிதான் இடையில் இருந்தது என்றாலும், கனத்த இரும்புச் சுவர் மாதிரி அது என்னை மறைத்ததை நல்லூழ் என்றுதான் கொள்ள வேண்டும். பையனின் உடலை இழுத்துக் குழிக்குள் போட்டு, தோண்டிய மண்ணையே சரித்து இறுக்கமாகக் காலால் செம்மினேன். ஷூவுக்குள் கொஞ்சம் மண் புகுந்துவிட்டது என்றாலும், தரை சீக்கிரமே கெட்டிப்பட்டுவிட்டது. நல்லபடியாகப் புதைத்து முடித்த திருப்தியில், அடுத்த சிகரெட்டைப் பற்ற வைத்தேன்.

சார் கொஞ்சம் நெருப்பு குடுங்க சார்.

என்ற குரல் என் பிடரியருகில் கேட்டபோது அதிர்ந்தே போனேன். நிறுத்துமிடத்தின் உரிமையாளர். சிகரெட்டை நீட்டும்போது அடுத்த அதிர்ச்சி தாக்கியது - அவர் என்னுடைய முதல் இரண்டு நூல்களையும் பதிப்பித்த நண்பரேதான். 'அட, உலகம்தான் எவ்வளவு சிறியது!' என்றொரு வாக்கியமும், 'அது இவ்வளவு சிறிதாக இருந்து தொலைத்திருக்க வேண்டாமே?' என்ற ஆதங்கமும் ஒரே சமயத்தில்

பொங்கி சிகரெட் புகை புரையேறியது. புகை உணவுக்குழாய்க்குள் போகும் சரக்கு இல்லையே என்று கேட்கும் சந்தேகப் பிராணிகள், முந்தைய கனவை எப்படி எதிர்கொண்டிருப்பார்கள் என்று கேட்டுத் தெரிந்துகொள்ள வேண்டும்.

நியாயமாக, இந்த இடத்தில் கனவு கலைந்திருக்க வேண்டும். விதிவசமாக, அப்படி நடக்கவில்லை.

புகையும் சிகரெட்டை வாயில் கவ்வியபடி வண்டியை உருட்டிக்கொண்டு வெளியே வருகிறேன் - நுழைவாயில் அருகில் காத்திருந்த பத்மினி, தன் கைப்பைக்குள்ளிருந்து இரட்டை மடக்குக் குடையை எடுத்துப் பிரிக்கிறாள். ஆமாம், தூற்றல் போடுகிறது. வலுக்குமோ என்று நான் எனக்குள் கேட்டு முடிப்பதற்குள்ளாகவே, பேய்மழை கொட்ட ஆரம்பித்துவிட்டது. அசாத்தியமான மழை. அத்தனை மழையிலும் என் சிகரெட் கொஞ்சம்கூட நனையவில்லை என்பதற்கு ஆச்சரியப்பட அவகாசமில்லை - மழைத்தண்ணீர் ஓடி அரித்தால், நான் புதைத்திருக்கும் சடலம் வெளித்தெரிய ஆரம்பித்துவிடுமே... ஐயய்யோ என்று மனத்துக்குள் அலறுகிறேன் - விழிப்புத் தட்டிவிட்டது.

அடப்பாவி, கொலைகாரனாப்பா நீ?!

என்று என் மகள் சிரித்தாள். காரணமே தெரியாமல், அவள் மடியில் படுத்திருந்த என் பேரனும் சிரித்தான். அல்லது, காரணம் தெரிந்திருக்குமோ என்னவோ. குழந்தைக் கதை என்றில்லாவிட்டாலும் குழந்தைத்தனமான கதை காதில் விழுந்தால், அவர்களின் உள்ளுணர்வில் தெரிந்துவிடுமோ என்னவோ!

அந்தக் குழந்தையைப் போலச் சிரித்துவிட்டுக் கடந்துவிட வேண்டியதுதானே. நீயென்ன பெரிய உளவியல் மருத்துவரா? எனக்கு வந்த கோபத்துக்கு என் மகளை என்ன வேண்டுமானாலும் செய்திருப்பேன் - ஆனால், நான் கோபிப்பதே தெரியாமல், பத்மினி சொன்ன வாக்கியத்தில் என் சப்த நாடியும் ஒடுங்கிவிட்டது. மகளிடம் சொல்கிறாள் அவள்:

> சிகரெட் பிடிக்க முடியலேல்லியோ, ஒங்கப்பாவுக்குக் கெட்ட சொப்பனமா வரது. கொஞ்சநாள் போனாப் பழகிடும், போ.

எது பழகிவிடும் மேடம், துர்க்கனவுகள் வருவதா, சிகரெட் புகைக்காமல் இருப்பதா?!

கனவில் போலவே நனவிலும் என் உணர்ச்சிகள் சடுதியில் மாறக்கூடியவைதாம். மேற்சொன்ன வாக்கியம் ஆரம்பிக்கும்போது எனக்குள் உயர்ந்த கோபம், பத்மினி சொல்லி முடித்தபோது ஆவேசமான அன்பாக மாறிவிட்டிருந்தது. உங்களிடம் சொல்வதற் கென்ன, என் குழந்தைகள் மட்டும் எதிரில் இல்லாமலிருந்தால், அவளை இறுகத்தழுவி உதட்டில் முத்தியிருப்பேன்!

பேசும் புதிய சக்தி - தீபாவளி மலர் 2019

தந்தையொடு...

1

அந்த நிலப்பரப்பை என்னால் மறக்க முடியாது. ஆயுள் முழுக்க என் ஆழ்மனத்தில் நிரந்தர பிம்பமாய்த் தங்கியிருந்து எதிர்பாராத இரவுகளில் கனவுக்குள் பரந்து விரியப்போவது என்றே நினைக்கிறேன். ஆனால், கனவில் வரும்போது ஆறுதலாய் இருக்குமா, பீதியைக் கிளப்புமா என்று தெரியவில்லை.

அகலமான, சுத்தமான, போக்குவரத்து ஒழுங்குமிக்க தார்ச்சாலையின் இரண்டு பக்கமும் புல்வெளிகள். பேருக்கு ஓரிரு மரங்கள்; பச்சைப் பசேலென்ற புல்வெளிமீது பரிபூரணமான நிசப்தம் படிந்து, ஒருவித மாயத்தன்மையேற்றி இருந்தது. பிறந்ததிலிருந்தே, ஜனங்களும் ஓசைகளும் நிரம்பி மண்டிய பழுப்புத் தரைக்குப் பழகியவை என் கண்கள்; வெறுமனே வேடிக்கை பார்ப்பதிலிருந்து மெல்ல மெல்ல நீங்கி அமிழத் தொடங்கின.

அந்தப் பசுமைவெளியின் அந்தரங்கத்துக்குள் நுழைய ஆரம்பித்திருந்தேன். மிகமிகத் தனியாக, மிகமிக சாந்தமாக நான் கரைந்துகொண்டே போகிற மாதிரி உணர்ந்தேன். கொஞ்சதூரம் ரம்மியமாக இருந்தது. பிறகு அச்சுறுத்த ஆரம்பித்தது. பார்வையால் தொடுவதற்கு ஆட்களேயற்ற தனிமை என்னை மிரட்டியது.

காரோட்டி வந்த ஸாலி பேக்கரைத் திரும்பிப்பார்த்தேன். ஆங்கிலேயப் பெற்றோர்களுக்குப் பிறந்து ஆங்கிலம் பயிற்றுவிக்கும் கல்விமுறையில் வளர்ந்து தற்சமயம் வடக்கு வேல்ஸில் வசிக்கும் பெண்மணி. சுலபமாக ஒட்டிக்கொண்டுவிடும் மனப்போக்கு உள்ளவர். மிகுந்த குறும்பும் நகைச்சுவையுணர்வும் கொண்ட பேரிளம் பெண். ஸாலியிடம் ஒரு வார்த்தை பேச வேண்டும் என்று தோன்றியது.

இந்தப் புல்வெளிகள் புறம்போக்கு நிலங்களா?

இல்லை. அவை தனியாருக்குச் சொந்தமானவை. வளர்ப்புச் செம்மறிகளுக்கான மேய்ச்சல் நிலங்கள்.

என்று பின்னிருக்கையிலிருந்த மிஸ்.வுல்ஃப்காங் சொன்னார். ஜெர்மனியின் ஹைடல்பர்க் பல்கலைக்கழகத்தில் ஜப்பானிய மொழிப் பேராசிரியராகப் பணியாற்றி ஓய்வு பெற்றவர். தமக்கு ஜப்பானை மிகவும் பிடிக்கும் என்றும், தமது தந்தை நாட்டுடன் இணைந்து உலகப்போரை எதிர்கொண்டது மட்டுமே காரணம் அல்ல என்றும், மேல் தட்டில் காணக் கிடைக்கும் ஜப்பானிய சமூகவாழ்க்கையின் அடியில் ரகசியமாக ஓடும் புராதன மரபு மனநிலை மிக முக்கியமான உபரிக் காரணம் என்றும் சொல்லி யிருக்கிறார். ஜென், ஸாமுராய், இகபானா, ஒரிகாமி, நோ நாடகங்கள், தேநீர் விருந்து, மன்னராட்சியின் எச்சங்கள் என்று வரிசையாக அடுக்கிக்கொண்டு போவார்.

அவருடைய முழுப்பெயர், மிஸ். ஸாரா வுல்ஃப்காங் ஷமோனி. என்னைவிட இருபது வயது பெரியவர். என் ஒன்றுவிட்ட சகோதரியின் சாயலில் இருந்தார். என்னைப்போலவே சுமாராக ஆங்கிலம் பேசக்கூடியவர். சிலசமயம் ஆங்கில வார்த்தைகளுக்கு அவர் தடுமாறும்போது நான் எடுத்துக்கொடுப்பேன் என்றால் பார்த்துக் கொள்ளலாம். உதாரணமாக, நாங்கள் நடக்கப் போகும்போது, மரங்களின் உடலைத் தழுவி உச்சிவரை போகும் கொடிகளைப் பற்றி விளக்க ஆரம்பித்தார். அந்தக் கொடியின் ஜப்பானியப் பெயர், ஜெர்மானியப் பெயர், ஆங்கிலப் பெயர், வெல்ஷ் பெயர் மற்றும் தாவரவியல் பெயர் என்று அனைத்தையும் சொன்னார். எவ்வளவைத்தான் நினைவில் நிறுத்திக்கொள்வது!

இந்தப் பற்றுக்கொடிகளுக்கு சாமானியப் பரிமாணம் ஒன்று

இருக்கிறது. அதைத் தாண்டி அவை உச்சிவரை வளரும் பட்சத்தில் மரத்துக்குக் கேடுதான். புற உடம்பை மட்டுமல்ல, ஆன்மாவையும் உறிஞ்ச ஆரம்பித்துவிடும் - மரணம் பற்றிய துர்க்கனவு மாதிரி...

என்று முடித்தார். சில மரங்களில், ஓராள் உயரத்தோடு மேற்படிக் கொடியின் தண்டு வெட்டப்பட்டிருந்தது. கீழே உயிருடனும், வெட்டுக்கு மேல்புறம் பட்டுப்போயும் இருந்த கொடிகளைப் பார்த்ததும்,

இதைப் பார்க்கும்போது... எனக்கு என்ன தோன்றுகிறது என்றால்... இந்த மரங்களில் இப்படிக் கொடிகள் தொற்றியிருப்பது... எனக்கு எப்படிப்படுகிறது என்றால்...

என்று சொல்லிக்கொண்டே வந்தவர், ஏதோ ஒரு சொல்லுக்காகத் தடுமாறுகிறவர் போன்ற முகபாவத்துடன் இலக்கற்றுப் பார்த்துக்கொண்டேயிருந்தபோது, சட்டென ஒரு உபாயம் தோன்றிவிட்டவராகத் தமது புறங்கையை என்னிடம் காட்டினார்.

ரத்த நாளங்கள்?

என்றேன். உற்சாகமாகிவிட்டார்.

அதேதான். அதையேதான் சொல்ல நினைத்தேன்.

உண்மையில், முதுமையின் காரணமாகவோ என்னவோ, அவருடைய புறங்கையின் நாளங்கள் வெகுவாகப் புடைத்திருக்கும். கைகளில் எலும்பே கிடையாது, நாளங்களும் நரம்புகளும் பிணைந்த வலைப்பின்னலைத் தோலால் இழுத்து மூடியிருக்கிறது என்கிற மாதிரித் தென்படும்...

இப்போது, புல்வெளிகள் தொடர்பாக ஸாலியிடம் நான் கேட்ட கேள்வியின் தொடர்ச்சியாய் உபகேள்வி எழுந்தது. அதையும் கேட்டேன்:

இவ்வளவு நேர்த்தியாக இருக்கிறதே, இவற்றை யார் பராமரிக்கிறார்கள்?

இதற்கும் மிஸ். வுல்ஃப்காங்கே பதில் சொன்னார்:

ஆடுகள்தாம்!

மூவரும் சிரித்து ஓய்ந்தபிறகு விளக்கினார்:

> ஆடுகள் மேய்ந்தே இந்த நிலப்பரப்பை சீராக்கிவிடும். குளிர்காலம் முடியும் தறுவாயில் மீந்திருக்கும் புல்லை யந்திரங்களைக் கொண்டு வெட்டிப் பதனப்படுத்துவார்கள் - மழைக்காலத்துக்காக.

பெதஸ்தா என்ற சின்னஞ்சிறு நகரத்துக்குப் போகும் வழியில் நடந்த உரையாடல் அது. பெதஸ்தாவை கொஞ்சம் பெரிய கிராமம் என்று சொல்லலாம். அந்த ஊருக்குப் போவதற்கு முதன்மையான இலக்கியக் காரணம் ஒன்று இருந்தது... காரடோக் ப்ரிட்சார்ட் என்ற வெல்ஷ் எழுத்தாளர் 'ஒரு நிலாக்கால இரவு' என்ற தலைப்பில் நாவல் எழுதியிருக்கிறார். அதன் களமும், அவர் பிறந்து வளர்ந்த இடமும் பெதஸ்தா.

மேற்படி நாவலைப் பற்றியே ஒரு நூல் எழுதியிருக்கும் பெண்மணியைச் சந்தித்து உரையாடுவதும், நாவலில் இடம்பெறும் இடங்களைப் பார்ப்பதுமே எங்கள் உத்தேசம்.

இரண்டுவிதமான பொருளாதாரத் தரங்கள் நிலவும் இடம் அது. கிராம எல்லையை ஒட்டிய சிலேட்டுக் கல் குவாரிகளைச் சார்ந்து வளர்ந்த ஊர். சிலேட்டு என்பது தகட்டு இழைகளாகப் பிரிக்கக்கூடிய பாறை. இந்தியாவின் ஆந்திரத்தில், கடப்பையிலும் அதைச் சுற்றியுள்ள பகுதியிலும் கிடைக்கும் மென்கற்கள் போன்றது.

அறுபதுகளில் நான் சிறுவனாக இருந்தபோது, என்னுடைய ஆரம்பக் கல்வியை சிலேட்டில் எழுதித்தான் கற்றேன். அவ்வளவு நேரம் அந்தப் பாறைகளையும் வெட்டி எடுத்து நிராகரிக்கப்பட்ட சிதிலங்களையும் பார்த்துக்கொண்டிருந்தபோது எனக்கு உறைக்காதிருந்த இந்த விஷயம், மிஸ்.வுல்ஃப்காங் சொன்ன மாத்திரத்தில் திறந்துகொண்டது. அவரும் தமது இளமைப் பருவத்தில் சிலேட்டில் எழுதிப் படித்தி ருக்கிறாராம்!

இதை ஸாலியிடம் பகிர்ந்துகொண்டோம். முந்தைய வருடமொன்றில் நைஜீரியாவிலிருந்து வந்திருந்த எழுத்தாளர், சிலேட்டுப் பாறைகளைப் பார்த்ததும் படு உற்சாகமாகிவிட்டாராம். 'நான் இதில் எழுதித்தான் படித்தேன்' என்று கூவினார் என்றார் ஸாலி. அவர்கள் நாடுகளிலுமே

இப்போது நோட்டுப்புத்தகங்கள் நுழைந்து, மடிக் கணினியுடன் குழந்தைகள் பள்ளிக்கு வரும் காலகட்டம் மலர்ந்து விட்டிருக்கலாம்.

தொடர்ந்து, காரடோகின் வாழ்வில் நடந்த பல சம்பவங்களை, அவற்றின் பின்னால் உள்ள உணர்ச்சி மோதல்களை விரிவாகச் சொல்லிக்கொண்டு வந்தார் ஸாலி. உதாரணமாக, காரடோக் இரண்டு மாதக் குழந்தையாய் இருக்கும்போது தகப்பனார் மரணமடைகிறார். மூத்த சகோதரர்களில் ஒருவன், முதலாம் உலகப்போரில் பங்கேற்கச் சென்றவன், போர் முடிந்தபின் இங்கிலாந்தில் தங்கிவிடுகிறான் - குடும்பத்தைக் கைகழுவிவிட்டு.

இரண்டாமவன், குவாரியில் வேலைக்குச் செல்கிறான். மெல்ல மெல்லக் குடிகாரனாகி, வேலையை இழந்து தறுதலையாகத் திரிகிறான். மூன்றாவது மகனான காரடோக், பள்ளித்தேர்வில் தோல்வியுறும்போது தாயாரின் மனநலம் குன்றுகிறது. பள்ளிப் படிப்பை முடித்து, இங்கிலாந்தில் பத்திரிகையாளனாகப் பணிபுரியச் செல்கிறான் அவன்.

நாவலில், நாயகன் தன் பெற்றோருக்கு ஒரே குழந்தை. ஆனால், தாயாரின் சகோதரர் ஒருவர் வீட்டுக்கு வருகிறார் - கடுமையாகக் குடித்துவிட்டு வந்து தகராறு செய்கிறார். தாயார் சித்தசுவாதீனமற்றவளாக முழுக்க ஆவதற்கு அந்தச் சம்பவமே காரணமாகிறது. அது காரடோகின் தாய்மாமனாக இல்லாமல் இருக்கலாம் - அவருடைய இரண்டாவது அண்ணனாகவே இருக்கக்கூடும் என்றார் ஸாலி.

அவர் பேச்சில் இரண்டு இடங்களில் நான் குறுக்கிட்டேன். ஒன்று, கிட்டத்தட்ட நனவோடை உத்தியில் மேற்படிப் புத்தகத்தை எழுதியிருக்கிறார் என்று அவர் தெரிவித்தபோது.

> எங்கள் மொழியிலும் சரி, பொதுவாக ஆங்கிலத்தில் படிக்கக் கிடைக்கிறவற்றிலும் சரி, நனவோடை உத்தி என்பது மிகவும் சிடுக்கானதாக, அதிகபட்ச சூழல்மொழி கொண்டதாக இருப்பதைப் பார்க்கிறேன். இந்த நாவலும் அப்படித்தான் எழுதப்பட்டிருக்கிறதா?
>
> இல்லை. நாயகன் ஏதோவொன்றைப் பார்க்கும்போதெல்லாம் தூண்டுதலுற்று, நினைவலைகளில் மூழ்குகிறான். அதன் காரணமாக நாவலுக்குள் விவரிக்கப்படும் நிகழ்வுகளின்

காலஅடுக்கு நேர்கோட்டில் இல்லை - அவ்வளவுதான். மற்றபடி, உலிஸெஸ் போன்று சிடுக்கான நாவல் இல்லை இது. ஒட்டுமொத்தமான பார்வைக்கு நேர்கோட்டு நாவல் என்றேகூடச் சொல்லிவிட முடியும்.

இரண்டாவது முறை, அவர் தமது கைப்பையிலிருந்து எடுத்த வாழ்க்கை வரலாற்று நூலில் காரடோகின் இறுதிக்காலப் புகைப்படத்தை நூலின் பின்னட்டையிலும், நூலுக்குள் இடம்பெற்றிருந்த காரடோகின் தாயாருடைய இளமைக்காலப் படத்தையும் எங்களுக்குக் காட்டியபோது.

தாயாரை விட மகன் வயது கூடியவராய்த் தெரிகிறாரே!

என்றேன். எல்லாரும் சிரித்தார்கள். அவ்வளவுதான் - நான் இருக்கிறேன் என்பதை எல்லாருக்கும் தெரிவித்துவிட்ட திருப்தி எனக்குள் நிரம்பியது.

காரடோக் வசித்த இடங்களைப் பார்க்க அழைத்துச் சென்றார்கள். உண்மையில், ஓர் எழுத்தாளனை முன்வைத்து தங்கள் சமூகத்தின் வாழ்நிலையை, வரலாற்றின் ஒரு பகுதியை எடுத்துக்காட்ட எங்களை அழைத்துச் செல்வதுதான் அவர்களுடைய நோக்கம் என்று பட்டது எனக்கு.

சின்னஞ்சிறு நகரம். அதன் சீரான சிமெண்ட்டுத் தரையும், ஒழுங்காக அமைந்த வீடுகளும் மறைக்க முடியாதபடி வெளிப்பட்டவாறிருந்த ஆன்மா, கரட்டுப்பட்டிக்கு அருகில் இருக்கும் சோழவந்தானுடையதே என்று தோன்றியது எனக்கு...

காரடோகின் தகப்பனார் சிலேட்டுக் குவாரியில் வேலை பார்த்தவர். முதலாளிகளுக்கு எதிரான பல காரியங்களிலும் ஈடுபட்டவர். அங்கே பதினெட்டாம் நூற்றாண்டு வாக்கில் மிகப்பெரிய வேலைநிறுத்தம் நடந்ததாகவும், சுமார் மூன்று வருடங்கள் அது தொடர்ந்ததாகவும் சொன்னார் ஸாலி. ஆனால், முதலாளிகள் வெளியூர்கள் மற்றும் வெளிநாடுகளிலிருந்து தொழிலாளிகளைக் கொண்டுவந்து வேலையைத் தொடர்ந்ததாகவும், உள்ளூர்த் தொழிலாளர்கள் வறுமையின் அழுத்தம் தாளமுடியாமல் சிறுகச் சிறுகப் பணிக்குத் திரும்பியதாகவும் சொன்னார்.

உபரியாக இன்னொன்றும் சொன்னார். மூன்று 'எஸ்'கள்தாம் வேல்ஸின் பொருளாதாரத்தை நிர்ணயம் செய்தன. ஒன்று Slave Trade. அடிமை வணிகத்தில் ஈட்டிய பொருளைக்கொண்டே சிலேட்டுக் குவாரிகள் தொடங்கப்பட்டனவாம். இரண்டாவது, Slate. மூன்றாவது. Sugar. சர்க்கரை ஆலைகளுக்கும் முக்கியப் பங்கு உண்டு. ஆக, மேற்படி விஷ முக்கோணமே பெதஸ்தா என்ற சிறுநகரத்தை ஆக்கவும் அழிக்கவும் வல்லதாய் இருந்திருக்கிறது.

காரடோகின் தகப்பனார், வேலைநிறுத்தம் முடிந்த கொஞ்சநாளில், பணித்தலத்திலேயே மர்மமான முறையில் இறந்து போனார். இப்போதுபோல யந்திரமயமாகாத காலகட்டம் அல்லவா. கயிற்றில் தொங்கும் உரியைப் பலநூறு அடிகள் கீழே இறக்கித்தான் சிலேட்டுப் பலகைகளை வெட்டுவார்கள். உரியைத் தாங்கிய கயிறு அறுந்து கீழே விழுந்து இறந்தார் என்றார் ஸாலி.

> *கயிற்றை அவர் தாமே அறுத்துக்கொண்டிருக்க வாய்ப்பில்லை அல்லவா!*

என்று என்னைப் பார்த்துக் கேட்டார் மிஸ். வூல்ஃப்காங்.

இப்போது காற்று வலுத்தது. குளிரும் அதிகரித்தது. போதாக்குறைக்கு, கூரான மழைத்துளிகளும் வீழ்ந்தன. அவசரமாக ஓடி ஒரு கூரைக்கடியில் ஒண்டினோம்.

சற்று ஒதுங்கி நின்று சிகரெட் பற்றவைத்தேன்... மழை கழுவிய சாம்பல் நிறப் பாறைகள் மெல்ல வெள்ளைக் கரடு ஆகின்றன. வானளாவ உயர்ந்த பாறைத் தொடரின் மறுபுறம் இருப்பது கரட்டுப்பட்டியேதான் என்று நம்பினேன்.

கயிற்றுக் கட்டிலில் அமர்ந்து, முட்டாள் தகப்பன் கொடுத்த வரத்துக்காக வனவாசம் செல்லும் ராமனின் கதையைச் சொன்ன அப்பா, மறுகணம் சடலமாகக் கிடந்தார். வைத்திய வசதி போதாமல் மகோதரத்துக்கு பலியான அவரது மரணத்தை முன்னிட்டு மதறாஸிலிருந்து வந்திருந்த அவரது ஒன்றுவிட்ட சகோதரர் பொன்னுச் சித்தப்பா அரற்றுகிறார்:

> எத்தனைவாட்டி சொன்னேன், பட்டணத்துக்கு வா. வைத்தியம் பாக்கலாம்ன்னு. கேக்க மாட்டேனுட்டானே. என்ன விவேகம் இருந்து என்ன, இப்பிடியா முட்டாள்தனமா

ஆத்மஹத்தி பண்ணிப்பான். முட்டாள்... முட்டாள்...

என்று நெஞ்சில் அறைந்துகொள்கிறார்... சம்பந்தாசம்பந்தமில்லாமல் அப்பாவின் கரகரத்த குரல் எனக்குள் ஒலித்தது.

தாயோடு அறுசுவைபோம் தந்தையொடு கல்விபோம்...

இரண்டுமே எனக்கு நடக்கவில்லை. அம்மாவின் சமையலுக்குச் சற்றும் குறையாத ருசி பத்மினியின் சமையலில் உண்டு. அப்பா இறந்தபிறகு, என்னுடைய வாசிப்பு அகலமாகவும் ஆழமாகவும் விரிந்தது. ஆனால், அதற்குக் காரணம் அப்பா கொடுத்த மாற்றுக் கல்விதான்.

இன்று எழுதுகிறவனும் ஆகி, அந்த ஒரே தகுதியில் உலகின் வேறொரு பகுதிக்கு வந்து, ஐரோப்பிய சிலேட்டுப் பாறைகளின் உள்ளே ஒளிந்திருக்கும் கரட்டுப்பட்டியை தரிசித்து நிற்கிறேன்... உடம்புக்குள் சிறு சிலிர்ப்பு ஓடி அடங்கியது, செல்லும் இடமெல்லாம் அருவமாக என்னுடன் வந்துகொண்டிருக்கும் தகப்பனார் சிலாம்புத் துண்டுபோல உறுத்த, கண்கள் சட்டென்று கலங்கின.

யாரோ என் முன்னங்கையைப் பற்றினார்கள். மிஸ்.வூல்ஃப்காங். அவருடைய கண்களும் லேசாகக் கலங்கியிருந்த மாதிரிப் பட்டது. கண்ணீர்த் திரை மறைந்த என்னுடைய கண்களின் பிரமையாகக்கூட இருக்கலாம். அவருமே அவ்வையார் அளவுக்கு முதுகிழவிதான்.

2

இது நடந்து நான்கு வருடங்கள் ஓடிவிட்டன. திடீரென்று, மிஸ்.வூல்ஃப்காங்கிடமிருந்து ஒரு மின்னஞ்சல் வந்தது - பத்துப் பதினைந்து நாள் முன்பு. சுருக்கமான கடிதம்தான். ஆனால், அதன் பின்னிணைப்புகள் இரண்டும் சற்று நீளமானவை. இரவு சுமார் எட்டரை மணிக்குப் படிக்க ஆரம்பித்தேன். முடிக்கும்போது பதினோரு மணி இருக்கும். விகிதப் பொருத்தமற்று நேரம் எடுத்ததற்குக் காரணம் அவற்றின் நீளம் அல்ல, தொனியும் கனமும்தான்.

இரண்டு வரிகள் படிப்பேன்; கொஞ்சம் இடைவெளி விடுவேன். கண்ணைமூடி, இமையின் உட்புறம் அடர்ந்த பழுப்புத் திரையில்

மின்மினிகள் போலப் போய்வரும் மஞ்சள் புள்ளிகளைப் பார்த்தபடி அமர்ந்திருப்பேன். பெருமூச்சுகள் உயர்வதைக் கட்டுப்படுத்த முடியாமல் ஆகும்போது வெளியே சென்று ஒரு சிகரெட் பிடிப்பேன். திரும்ப வந்து கணிப்பொறியை முடுக்குகையில், சமநிலை மீண்டுவிட்டதாகத் தோன்றும். ஆனால், அடுத்த பத்தி முறித்துவிடும்.

நான் அல்லாடுவதை பத்மினி கவனித்திருக்கக்கூடும். ஆனால், எதுவும் கேட்கவில்லை. பெரும்பாலும் கேட்கமாட்டாள். கவனத்தை ஆழ்ந்து ஈர்க்கிற சமாசாரங்களை வாசிக்கும்போது நான் கொஞ்சம் சிரமப்படுவேன் என்பது அவளுக்குத் தெரியும். நடைமுறை உலகத்துக்கு நான் மீண்டு வந்து சேரும்போது, அல்லாட்டத்தின் சிறு தடயம்கூட மிஞ்சியிருக்காது என்பதையும் அறிவாள்.

மின்னஞ்சலையும் அதன் இணைப்புகளையும் ஏதாவது ஒரு பத்திரிகையில் பிரசுரிப்பது என்று முடிவெடுத்திருக்கிறேன். மிஸ் வூல்ஃப்காங்கின் வெளிப்படையான விண்ணப்பம் மட்டும் காரணமல்ல - அவை பேசும் விதமும், ஆழமும்கூடத்தான். இந்த முடிவை நான் எடுத்தபோது மணி பதினொன்றரை. இருப்பிலிருந்த கடைசி சிகரெட்டைப் புகைத்து முடித்திருந்தேன். சில வாக்கியங்கள் மட்டும் எனக்குள் பிடிவாதமாக மிதந்து கொண்டிருந்தாலும், உறக்கம் வந்துவிடும் என்கிற நம்பிக்கை கிளைத்திருந்தது...

முடிவெடுத்ததற்கு மற்றொரு முக்கியக் காரணம், அவற்றை மொழிபெயர்ப்பது சற்றும் கடினமாய் இருக்காது என்பது. கனத்த விஷயத்தைப் பேசினாலும், கடிதத்திலும், இணைப்புகளிலும் கலைச்சொல் என ஏதும் இடம்பெறாதது ஆறுதலான விஷயம். மருந்துகளின் பெயர்கள், சிகிச்சை முறைகள் மற்றும் அறிகுறிகளின் பெயர்கள் ஏதாவது குறிப்பிடப்பட்டிருந்தால், ஒருவேளை தயங்கியிருப்பேன் - அல்லது, அவற்றை விடுத்துவிட்டு மொழி பெயர்க்க முனைந்திருப்பேன்; அப்புறம் தாளாத குற்றவுணர்ச்சியால் அவதிப்பட்டிருப்பேன்.

ஆனால், இதுபோன்ற சமாசாரங்களில் தவிர்க்க முடியாதபடி பொங்கிப் பெருகிவிடக் கூடும் கலைச்சொற்கள் இடம்பெறாமல் போனதற்கு இரண்டு காரணங்கள் தோன்றுகிறது. மேற்படி இணைப்புகளின் ஆன்மா இருப்பது வெறும் கலைச்சொற்களில் அல்ல என்பது ஒன்று. இரண்டாவது, 'ஐரோப்பிய மொழிகளிலிருந்து

கீழைத் தேச மொழிகளுக்குப் பெயர்க்கப்படும் எதுவுமே தோராயமானதுதான்; நூறு சதவீதம் வந்து சேர வாய்ப்பேயில்லை' என்று மிஸ்.வூல்ஃப்காங்குடனான ஓர் உரையாடலில் நான் தெரிவித்த கருத்தின் மீது அவருக்கு மெய்யான ஒப்புதல் இருந்திருக்கலாம்.

எப்படியோ, கட்டாயம் மொழிபெயர்த்துப் பிரசுரம் செய்வேன். ஏனெனில், அந்நிய நாட்டிலிருந்து வந்த சிநேகிதியின் கோரிக்கை அது - உடன் இருந்த இரண்டு வாரங்களில் அபாரமான பிரியத்தைக் காட்டியவர். தன் மொழியின் முக்கியமான கவிஞராக இருந்தும் உலகப் பிரசித்தி அடையாதவர். முதுமையின் கனத்தைக் கொஞ் சமும் பொருட்படுத்தாது இறகுபோல இலகுவான மனத்துடன் பழகியவர். இவற்றைவிட, அவர் கடிதத்தில் இருந்த இரண்டு அம்சங்கள் என்னை ஈர்த்தன.

> க்ருஷ், என் தகப்பனார் குற்றமற்றவர் என்பதை நிரூபிக்கும் பொறுப்பு என்னுடையதுதானே? உலக சமூகமும், தந்தை நாடும் அவரைக் கைவிட்டபின், நானாவது அந்தப் பொறுப்பை மேற்கொள்ள வேண்டாமா?
>
> நம்முடன் பங்கேற்ற பதினாறு நாட்டு எழுத்தாளர்களில், உன்னிடம் மட்டும்தானே இந்த விண்ணப்பத்தை வைக்கிறேன். நண்பர்களைத்தானே குற்றவுணர்ச்சியில்லாமல் துன்புறுத்த முடியும், க்ருஷ்! உன்னளவு சிநேகிதமான இன்னொரு ஆத்மாவைக் காணும்போது அதனிடமும் இந்தப் பொறுப்பின் இன்னொரு பகுதியை ஒப்படைப்பேன். இப்போதைக்கு மூன்றாவது ஆள் நீ. முதலாமவன் ஒரு திபேத்தியன். அவன் எழுதிக்கொண்டிருக்கும் நாவலில் இந்த உண்மைகளையும் சேர்த்துக்கொள்வதாக வாக்களித்திருக்கிறான். இரண்டாமவள் நமீபிய மாது. தனது பயண நூலில் எனக்கொரு தனி அத்தியாயம் ஒதுக்குவதாகச் சொன்னாள். நீ என்ன செய்யவேண்டும் என்பதை நீயே முடிவு செய்துகொள்.
>
> ஆனால், ஒரு விஷயத்தில் நான் உறுதியாய் இருக்கிறேன். தத்துவக் கட்டுரை வடிவிலோ, தட்டையான ஆவணம் போலவோ இவை வெளியாவதில் எனக்கு விருப்பமில்லை. கலையின் கவசத்துக்குள் ஒளிந்திருக்கும் எண்ணற்ற உண்மைகளுடன் இதையும் கொண்டு சேர்த்துவிட வேண்டும் என்பதே என் ஆசை. செய்வாயா, க்ருஷ்?

3

இந்த இடத்தில் சிறு இடையீடு. பொறுத்துக்கொள்ளுங்கள். ஆனால், உங்களுக்கும் வேறு வழியில்லை. மிஸ்.வூல்ஃப்காங் யாரென்றே தெரியாவிட்டால், அவருடைய விருப்பத்தின் மூலகாரணத்தை, அதை ஏன் என்னிடம் தெரிவித்தார் என்பதை, எப்படி அறிவீர்கள்?!

பன்னாட்டு எழுத்தாளர் முகாம் ஒன்றில் அவரைச் சந்தித்தேன். இரண்டு வாரங்கள் சேர்ந்திருந்தோம். 2010 டிசம்பரில். எனக்குக் கம்பளிச் சட்டை தேவைப்பட்ட சீதோஷ்ணத்தில், மிஸ்.வூல்ஃகாங்குக்கு வியர்வை கொப்பளித்தது. இளமைக்கும் முதுமைக்குமிடையிலான சாம்பல்நிறப் பிரதேசத்தில் நுழைந்திருந்த இரண்டுங்கெட்டான் நான். சருமத்தில் ஏகப்பட்ட சுருக்கங்களும், கவனமாய் வரையப்பட்டவை போன்ற வரிகள் நிரம்பிய நெற்றியும் கன்னங்களுமாய் முதுமையின் உச்சத்தைத் தொட்டிருந்தார் அவர்.

எழுபத்தைந்து வயது. விநோதத் தேய்மானம் ஒன்றுக்கு ஆட்பட்டிருந்த அந்த முகம், தனது காகேஸியச் சாயலைக் கொஞ்சம் கொஞ்சமாக இழந்து மங்கோலிய முகம்போல அடையாளம் பூண ஆரம்பித்திருந்தது. ஆஞ்சநேயர் கோவிலில் பல பத்தாண்டுகள் பூசை நிகழ்த்திவரும் அர்ச்சகருக்கு முக அமைப்பும் ஆஞ்சநேயர் போலவே மாறிவிடும் என்று என் அம்மா சொல்வாள் - மிஸ்.வூல்ஃப்காங்கின் ஜப்பானியக் காதல் காரணமாக இருக்குமோ!

தினமும் காலை ஏழு மணி சுமாருக்கு நடக்கக் கிளம்புவோம். இரண்டு மணி நேரத்துக்குக் குறையாத நடை. திடீரென்று நின்றுவிடுவார். பேச்சு எங்கெங்கோ அலையும். கிட்டத்தட்ட ஒரு சிற்றுரை என்கிற மாதிரி. எவ்வளவோ விஷயங்கள். கவிதை பற்றி, பூச்சிகள் பற்றி, தாவரங்கள் பற்றி, உலகின் வெவ்வேறு பகுதிகளில் நிலவும் இசைமரபுகள் பற்றி, மனித நாகரிகம் இவ்வளவு மாற்றங்களை எதிர்கொண்ட பின்னரும், இன்னமும் பிடிவாதமாக நாடோடி வாழ்க்கையையே கடைப்பிடிக்கும் இனக்குழுக்கள் பற்றி, அவர்களுக்குள் நிலவும் கண்ணியம் பற்றி, நிலைப்பட்ட நாகரிகங்களுக்குள் ஊடுருவியிருக்கும் அநாகரிகம் பற்றி...

அநேகமாய் அவர்தான் ஓயாமல் பேசுவார். சன்னமான, இதமான, தந்திவாத்தியம் போன்ற குரல். நான் கேட்டுக்கொண்டிருப்பேன்.

ஆனால், பொதுவிஷயங்கள் அவ்வளவு பேசுவாரே தவிர, தமது தனிப்பட்ட வாழ்க்கை பற்றி ஒரு சொல்லும் உதிர்த்ததில்லை. ஏதோ ஒரு சந்தர்ப்பத்தில், தாம் மணமாகாதவர் என்று மட்டும் குறிப்பிட்ட ஞாபகம்.

ஓரிரு முறைகள் மேம்போக்காகக் கேட்டுப் பார்த்தபின், நானும் விட்டுவிட்டேன். தவிர, என்னுடைய கவனம் முழுக்க வேறு இடத்தில் சென்று செருகிவிட்டது. ஒரு தமிழ் எழுத்தாளனாக நான் எப்பேர்ப்பட்ட கிணற்றுத்தவளை என்று கனத்த தாழ்வுணர்ச்சி ஒருபுறம். உலக அறிவு மற்றும் விவேகத்தின் ஐரோப்பியச் சொட்டு ஒன்றுடன் தற்காலிகமாகவாவது கலக்கக் கிடைத்த பெருமிதம் மறுபுறம் என்று ஊசலாடினேன்.

அவர் தொடர்பாக சில நினைவுகள் எனக்குள் ஆழப் பதிந்திருக்கின்றன. ஒன்று, அவரது இயல்பான தொடுகை. சிலவேளைகளில் நான் ஏதாவது சொல்லி, அவருக்கு அது பிடித்திருந்தால், நெஞ்சோடு அணைத்துக்கொள்ளவும் செய்வார். சன்னமான லாவெண்டர் மணமும் என்னைத் தழுவும். ஆளுயரப் பறவையொன்று தன் சிறகின் வெதுவெதுப்புக்குள், பஞ்சுபோல மிருதுவான அடிவயிற்றுடன் சேர்த்து என்னைப் பொதிந்துகொண்ட மாதிரி இருக்கும்.

இரண்டாவது, சேர்ந்திருந்த பதினைந்து நாட்களிலும் ஒரு வேளைகூடத் தனியாக உணவருந்தியதில்லை - வேறு எழுத்தாளர்கள் யாராவது அழைத்தாலும், 'என் மகன் வந்துவிடட்டுமே' என்பார்!

மூன்றாவது, அவருடைய சின்னஞ்சிறு கண்களில் நிலவிய வெகுளித்தனமும், அவற்றின் அபாரமான வெண்மை நிறமும். அவற்றுக்குப் பொருத்தமில்லாமல், அந்தக் கண்கள் நிலைத்து ஒரே இடத்தைப் பாராமல் அலைபாய்ந்தபடி இருப்பது.

இறுதியாக, இலவசமாய் வழங்கப்பட்ட மதுவகைகளில் நாங்கள் ஊறித் திளைத்தபோது, ஒரு மிடறுகூட அருந்தாமல் அவர் காத்த விரதம். அதற்காக, எங்களை விட்டு விலகியிருக்கவும் மாட்டார். ஒருமுறை யாரோ தனது கோப்பையை அவரிடம் நீட்டியபோது, 'எனக்குக் கவிதையின் போதை மட்டும் போதும்' என்று சொல்லிச் சிரித்தார்.

ஒரு சம்பவம் மிக அழுத்தமாக நினைவிருக்கிறது.

எங்கள் முகாம் நடைபெற்றது ஒரு கலைக் கிராமத்தில். ரஷ்ய

நடனக்குழுவொன்று எங்கள் அண்டைக் குடிலில் வந்து தங்கியது. ஒரு வாரம் மட்டும். பாலே நடனக் கலைஞர்கள். அவர்களுடைய ஒத்திகை நிகழ்ச்சியைக் காண எங்களையும் அழைத்தார்கள். அபிநயத்தைவிட, சுழற்சிக்கு அதிக இடம் அளிக்கும் நடன முறை அல்லவா அது.

ஒரு பேரழகி வந்து நின்றாள். மெல்ல மெல்ல வேகமெடுத்தாள். தாளகதி உச்சத்தில் சென்று நிலைத்தபோது, நிறுத்தாமல் பம்பரம் போல வெகுநேரம் சுழன்றாள்.

வெறித்துப் பார்த்துக்கொண்டேயிருந்த மிஸ்.வூல்ஃப்காங் சட்டென நிலைகுலைந்தார். என் தோளில் தலைசாய்த்துக்கொண்டார். மெல்ல எழுந்து அந்த இடத்தைவிட்டு அகன்றோம்...

கடந்த நான்கு வருடங்களில் சின்னஞ்சிறு குறிப்புகளாக மட்டுமே மின்னஞ்சல் தொடர்பில் இருந்துவந்தவர், திடீரென்று இப்படியொரு நீண்ட கடிதம் எழுதியிருக்கிறார்.

இனி, மிஸ்.வூல்ஃப்காங்கின் மின்னஞ்சல்.

4

அ

...என்னை, என் குடும்பப் பின்னணியைப் பற்றி நீ எத்தனையோ விதமாகக் கேட்டும் நான் பதில் சொல்லாமலே இருந்து விமானமேறிவிட்டேன் அல்லவா, க்ருஷ்.

எனக்குக் கொஞ்சம் அவகாசம் தேவைப்பட்டது. அவற்றை உன்னிடம் உரிய விதத்தில் தெரிவிக்க வேண்டும் என்று. நான்கு வருடமாகவா ஒருத்தி காத்திருப்பாள் என்று உனக்கு வியப்பாய் இருக்கும். நான் காத்திருந்தது உன்னிடமிருந்து ஒரு குறிப்பிட்ட உணர்வு வெளிப்படுவதற்காக.

உனது பழைய மின்னஞ்சல் ஒன்றை சமீபத்தில் யதேச்சையாகப் படிக்க நேர்ந்தது. உன்னுடைய நாவலின் முன்னுரையில் உன் தகப்பனார் பற்றி நீ எழுதியிருப்பதாகக் குறிப்பிட்டிருந்த வரிகளை இப்போது படிக்கும்போது எனக்குள் ஒரு மின்னல் வெட்டியது... //இறந்து எத்தனை வருடங்களாகியும் என்ன, சொடக்குப் போடும் நேரத்தில் என் முன்னால் தத்ரூபமாக வந்து நின்றுவிடுகிறார் என்

தந்தை. புறப்பார்வைக்கு அது உருவெளித்தோற்றமாக இருக்கலாம். என் அகநிலையிலோ, முழுக்க முழுக்க நடைமுறையான மெய்ம்மை அது. என் பருவுடலால் என் தந்தையின் பருவுடலைத் தீண்டவியலாதுதான். ஆனால், என்னுடைய மானசீகத்தில் அவருடைய தழுவலுக்கு நான் ஆளாவது மிகமிக மெய்யான அனுபவம்.//

மேற்படி வாக்கியங்களே எனது மௌனத்தைக் கலைத்தன என்பதை நீ அறிய வேண்டும் க்ருஷ். அவற்றைப் படித்தவுடன், பெதஸ்தாவில் நம் இருவருக்கும் ஒரே சமயத்தில் ஊறிய கண்ணீர் நினைவு வந்துவிட்டது.

என்னுடைய தந்தைக்கும் எனக்கும் ஐம்பத்தைந்து வயது வித்தியாசம் க்ருஷ். ஆமாம், அவருடைய வயோதிகத்தின் வீரியத்துக்கு பௌதிகச் சான்று என என்னைச் சொல்லலாம்! என் அன்னைக்கும் அவருக்குமே முப்பது வயது வித்தியாசம். ஜெர்மானியப் பல்கலைக்கழகம் ஒன்றில் உளவியல் பேராசிரியராக இருந்தவர் திரு. ஜோஸஃப் வூல்ஃப்காங் ஷமோனி. ஆசிரியர் பணிக்கு வெளியே, தனிப்பட்ட முறையில், உளவியல் சிகிச்சைமுறைகளில் பயன்படும் வேதிப்பொருட்கள் தொடர்பாக ஆராய்ச்சி மேற்கொண்டிருந்தார்.

அறிவியலின் எந்த முனையுடனும் சம்பந்தப்படாதவள் அம்மா. அப்பாவின் பலவீனங்களில் ஒன்று ஆங்கிலம். அம்மாவுடைய ஆங்கிலப் புலமை அபாரமானது. அந்த ஒரே காரணத்தால் அவருடைய செயலாளராக நியமனம் பெற்றாள். அந்த மனிதரின்மீது ஊறிய காதலால், பின்னர் மனைவியானாள். என்னைப் பெற்றாள். சடாரென ஒருநாள் அவர் தற்கொலை செய்துகொண்டதும், நிர்க்கதியானாள். கணவரின் நினைவுகளும், கல்லூரிப் படிப்பை முடித்திருந்த ஒரே மகளான நானும் தவிர வேறெதுவும் மிஞ்ச வில்லை அவளுக்கு.

> காலம் என்ற வியக்தியை ஆராயும் அருகதை அறிவியலுக்குக் கிடையாது. அதை ஆன்மிகம் பார்த்துக்கொள்ளட்டும்.

என்று ஐன்ஸ்டீனிடம் ஹென்றி பெர்க்ஸன் நேருக்குநேர் எடுத்துரைத்த பாரிஸ் கூட்டத்தின் முன்வரிசையில் அமர்ந்து கேட்க அழைக்கப்பட்ட முக்கியமான பார்வையாளர்களில் என்

தந்தையும் ஒருவர். தன் காலத்தின் தலைசிறந்த உளவியலாளர்களில் ஒருவராக, ஸி ஜி யுங்குக்கு அடுத்த தலைமுறையில் தவிர்க்க முடியாத இடம் உள்ளவராகப் பெயரும் புகழும் ஈட்டியிருக்க வேண்டியவர்.

> இவ்வளவு ஆய்வுகளும், இத்தனை தெளிவுகளும் கொண்ட நீங்கள், இவற்றை ஏன் பிரசுரிக்க மாட்டேன் என்கிறீர்கள்?

என்று நான் ஒருமுறை கேட்டேன். அப்போது முற்பகல் வேளை. சூழப் படர்ந்திருந்த வெண்ணிறத்தில் மெல்லிய கடுமை ஏறியிருந்தது. பாதையின் இருமருங்கிலும் இருந்த மரங்கள், நிதானமாக நடை போகும் தகப்பனையும் மகளையும் தலைகுனிந்து கவனித்ததை நான் கவனித்தது இன்னமும் எனக்கு மறக்கவில்லை. அப்பாவின் பதில் இது:

> இன்னும் நான் உத்தேசிக்கும் இடத்தை எட்டவில்லை, ஸாரா. எனது முடிவான முடிவை வெளியுலகுக்குத் தெரிவிக்கும்போதுதான் நான் கடந்து வந்த பாதை முழுவதிலும் மின்வெளிச்சம் பரவும். அதுவரை, அந்தப் பாதைக்கு எந்த முக்கியத்துவமும் கிடையாது...

'உளப் பிறழ்வு என்பது நரம்பியல் போதாமை' என்று அறிவியல் கருதுகிறது. 'சூழலின் தாக்கமும், மரபணுக்களும் விளைவிக்கும் அகநிலையே அது' என்பது சமூகவியலின் முடிவு. 'இவை இரண்டுமே கிடையாது அது ஒரு ஆன்மிக சமாசாரம்' என்ற அடிப்படையில் தமது ஆய்வை முன்னெடுத்தவர் எனது தந்தை.

இனக்குழுக்களின் வாழ்க்கை, சக்கரத்தின் ஆரங்கள் போன்றது. விண்ணோக்கி இருக்கும் ஆரம் தரை தொடுவதும், தரையில் அழுந்தியவை வானோக்கி உயர்வதும் சுழற்சி இலக்கணத்தின் தவிர்க்கவியலாத மாற்றங்கள்: இதற்கான விழைவும் இச்சையும் மனிதகுலத்தின் கூட்டு நனவிலியில் பொறிக்கப்பட்ட செய்திகள் என்பது அவரது அவதானம்.

ஆக, சொல்லப்படாத ஒரு மாயப் புலம் விளைவிக்கும் குற்றவுணர்ச்சியே, உச்சத்தில் இருக்கும் ஓர் இனக்குழு, தான் தரைநோக்கிப் பாய்வதற்கான சகல காரியங்களையும் தானே மேற்கொள்ள முற்படுவதன் காரணம் என்பது அவரது கருத்து. 'வதைமுகாம்களில் சிக்கிய லட்சக்கணக்கான அப்பாவிகள் தமது

கவுரவத்தை, உயிரை இழக்க நேர்ந்ததற்கான ஊற்று ஷைலக் என்ற ஒரேயொரு கதாபாத்திரத்தில்கூட இருக்கக்கூடும்' என்பார் அவர்.

இதன் மறு சிறகாக, 'கலையிலும் இலக்கியத்திலும் அறிவியலிலும் உன்னத உயரங்களை எட்டிய ஜெர்மானிய சமூகம், தன் வெற்றியின் நிறைவைத் தானே அழித்துக்கொள்ளும் முனைப்பிலேயே ஃப்யூரர் என்ற தனிமனிதனைப் பிதுக்கி மேலேற்றித் தலைமையில் அமர்த்தியது' என்றும் சொல்வார்.

அவருடைய ஆய்வில் மிக முக்கியமான இன்னோர் அம்சம், உடலின் வளர்சிதை மாற்றத்துக்கு இசையத் தன்னியல்பாக ஊறும் சக்தியை மனத்துக்குள் சேகரமாகாமல் தடுப்பது எப்படி என்பது பற்றியது. மனிதக் குழந்தைகளின் உடம்பில் சதா ஊறிக்கொண்டேயிருக்கும் திராணியும், முனைப்பற்று அது வெளிப்பாய்ந்து விஷமங்களாக நடைமுறைப்படுவதும் கவனத்துக்குரியவை என்பது அவரது ஆரம்பப் புள்ளிகளில் ஒன்று.

மனிதமனத்தில் சுனைபெருகிக் குவியும் சக்தியானது, பெரும்பாலும் எதிர்மறையான விஷயங்களுக்கே பயன்படுவது ஏன் என்பதும், இதைவிடப் பலமடங்கு அதிகமாய் ஊறும் சக்தியை விலங்கினங்கள் எவ்விதம் செலவழிக்கின்றன என்பதும் இதன் தொடர்ச்சியான ஆய்வு.

பேராசிரியர். திரு. ஜோஸஃப் வூல்ஃப்காங்குக்கு அபாரமான புகழையும் உலகளாவிய ஏச்சுக்களையும் பெற்றுத் தந்திருக்கக்கூடிய கருத்துக்கள் இன்னும் அநேகம் இருந்தன - உரிய விதத்தில் அவை பதிப்பிக்கப்பட்டு உலகின் கவனத்தை ஈர்த்திருக்கும் பட்சத்தில் அவ்வாறு நடந்திருக்கவும் கூடும்.

ஆனால், தமது மரணத்துக்குச் சில மணிநேரங்கள் முன்பே, தமது காகிதப் பொக்கிஷங்கள் அனைத்தையும் ஒன்று பாக்கிவிடாமல் எரித்துப் பொசுக்கியிருந்தார் அவர்.

ஆ

இரண்டாம் உலகப்போர் முற்றியிருந்த காலகட்டத்தில் மூன்று வருடங்கள் காணாமல் போயிருந்தார் பேராசிரியர். திரும்பவும் வந்து சேர்ந்தபோது, உலகம் முழுக்க முன்னாள் நாஜிக்களையும்

அவர்களது ஆதரவாளர்களையும் தேடித்தேடிக் கண்டுபிடித்து விசாரித்துத் தீர்ப்பளித்து அழித்தொழிக்கும் நடைமுறை விசையாகத் தொடர ஆரம்பித்திருந்தது.

முதல் சுற்றில் இவரது பெயர் கவனத்துக்கு வரவில்லை என்பதில் பெரும் ஆறுதல் கொண்டது குடும்பம். ஆனால், கிட்டத்தட்டப் பதினைந்து ஆண்டுகள் கழித்து, முந்தைய ஜென்மத்தில் வாங்கிய சாபம்போல, அது வாசல் தேடிவரும் என்பதை யாருமே எதிர்பார்த்திருக்கவில்லை.

அப்பாவின் நண்பரும், தொழில்முறை மலையேறியுமான ருடால்ஃப் வீடு தேடி வந்து இவரை எச்சரித்துத் திரும்பிய அன்றிரவில், நிலவறைத் தளத்தில் துப்பாக்கிச் சத்தம் கேட்டுப் பதறிப் படியிறங்கினாள் அம்மா. நானும் பின்னால் பாய்ந்தேன்.

இடது கையின் பிடிப்பு நெகிழ்ந்த விரல்களினிடையே கைத்துப்பாக்கியும். நெற்றிப் பொட்டில் குழிந்த கருந்துளையும், முகத்திலும் மேற்சட்டையிலும் தெறித்த பச்சை ரத்தமுமாய் சாய்வு நாற்காலியில் சரிந்திருந்தார் அப்பா. அவருடைய முகம் அடர் செந்நிற ரோஜாபோல இருந்தது என்று பின்னாளில் எனக்குப் பலமுறை தோன்றியதுண்டு.

குரூரமான காட்சியை ஓர் அழகியல் சித்திரமாக மனம் பதிவுகொள்கிறதே, இதுபற்றியும் அப்பாவின் ஆய்வில் ஏதேனும் இருந்திருக்குமோ என்றும் தோன்றும். எங்கே, அவருடைய ஆவணங்கள் எஞ்சியிருந்தாலும் நாமாகத் தேடிப் பார்த்திருக்கலாம். எதுவுமே மிஞ்சவில்லையே. அவ்வளவுதான், ஒரேயொரு துப்பாக்கிக் குண்டை முன்வைத்து, உளவியலின் தீர்க்கமான ஆய்வுமனம் தன் செயல்பாட்டை நிறுத்திக்கொண்டுவிட்டது.

அப்பாவின் மரணம் தேசம் முழுவதும் இல்லாவிட்டாலும், எங்கள் நகரின் பேசுபொருளாகச் சில மாதங்கள் நீடித்தது. அவற்றில் சிலவேனும், அவருடைய தனிப்பட்ட ஆராய்ச்சி பற்றியும் பேசின. அதாவது, வெளியுலகத்துக்குத் தெரியாது என்று அவர் எண்ணியிருந்த ஆராய்ச்சிகள் பற்றி. அவற்றை வெளியுலகம் கொஞ்சம் தெரிந்து வைத்திருந்தது என்பதே எனக்கும் அம்மாவுக்கும் சற்று ஆச்சரியமளித்தது.. ஆனால், அவருடைய ஆய்வின் மையக் கருதுகோள்கள் பற்றி யாருக்குமே தெரிந்திருக்கவில்லை என்பது இன்னோர் ஆறுதல்.

திரு. ஜோஸஃப் வூல்ஃப்காங், தமது இளம் பிராயம் முதல் பேராசிரியராகப் பணிபுரிந்து நிகழ்த்திய சாதனைகளைப் பற்றி, ஜெர்மனியின் இருண்ட காலத்துக்கு அவருடைய எதிர்வினை என்னவாக இருந்தது என்பது பற்றி, தமது யூத நண்பர்களுடன் கொண்டிருந்த நட்பை அவர் என்ன செய்தார் என்பது பற்றி, வாழ்நாள் முழுவதும் இறைநம்பிக்கை அற்றவராகவும், திருச்சபையின் கட்டளைகளுக்கு எதிரானவராகவுமே தம்மைக் காட்டிக்கொண்டார் என்பது பற்றி, என எந்த முனையில் ஆரம்பித்தாலும் அவர்கள் அனைவருமே வந்து சேர்ந்த இடம் ஒன்றே. ஆமாம், அவர் தலைமறைவாக இருந்த மூன்று வருடங்கள்.

அப்பா காணாமல் போயிருந்த அந்தக் காலகட்டத்தில், 'யூத வதை முகாமொன்றில் தமது ஆய்வுப் பிராணிகளைக் கண்டடைந்தார்; அவற்றில் பெரும்பான்மை பெண்களே' என்றது ஒரு தரப்பு. ஆனால், எந்த மாதிரியான ஆய்வு என்பதுவும், அப்போதைய அரசு மேற்படி ஆய்வுக்கு எவ்வளவு தூரம் சலுகைகளும், வசதிகளும், அனுமதியும் அளித்தது என்பதுவும் தீராத மர்மமாகவே இருக்கிறது என்றும் சொன்னது அது.

காதல் உணர்வைக் கட்டுப்படுத்தும் மருந்து ஒன்றைக் கண்டுபிடிக்கும் முயற்சியில் ஈடுபட்டிருந்தார் அப்பா. மனித மனத்தில் நிரந்தரமாக ஊற்றெடுத்தபடி இருக்கும் மேற்படி உணர்வை வேண்டும்போது தூண்டவும், வேண்டாத வேளைகளில் மரத்துப் போகச் செய்யவும் உதவக் கூடியதான மருந்து அது. உண்மையில், அந்த ஆய்வின் விவரங்கள் முழுமையாய்த் தெரியவந்திருக்கும் பட்சத்தில், மிகப் பெரிய விமர்சனத்தையும் கண்டனத்தையும் என் தந்தை அடைந்திருக்கக் கூடும் - பிறக்கவிருக்கும் குழந்தைகள் தொடர்பான தேர்வு ஆள்பவர்கள் வசம் கிடைக்கக் காரணமாயிருந்திருக்கும் என்பதால்.

நல்லவேளை, தமது குறிப்புகளை அவரே எரித்துவிட்டார்.

என்று சொன்னாள் அம்மா.

தான் ஒரு அறிவியல் மாணவியாக இல்லாதபோதிலும், அவருடைய நேர்முக உதவியாளராக இருந்த காரணத்தால், சிற்சில விஷயங்களை அறிந்திருந்தாள் அம்மா.

வேதிப்பொருட்களின் புதிய சேர்மானக் கோவைகளுக்கு

விலங்கினங்கள் கொடுத்த அதே எதிர்வினையைத்தான் மனித உடல்களும் மனங்களும் கொடுத்தனவா என்று ஆராயப் போயிருந்திருப்பாரோ என்னவோ என்று என்னிடம் ரகசியமாகப் பகிர்ந்துகொண்டாள்.

அந்த நாட்களில் அவர் ஜெர்மனியிலேயே இல்லை; கவிதைகளும், புனைகதையும் விரித்துவைக்கும் ஆழ்மனத் தாழ்வாரங்களில் மனித மனத்தின் புதிய இண்டு இடுக்குகளும் மரணக் குகைகளும் வெளிப்பட வாய்ப்புண்டா என்று தேடி, கிரேக்கத்தின், ஆப்பிரிக்காவின் நாடோடிக் குழுக்களுடன் வாசம் செய்யப் போயிருந்தார் என்பது அவரைக் காக்க முயற்சித்த இன்னொரு தரப்பின் வாதம்.

'இறந்தவர் எக்கேடும் கெடட்டும், மீந்திருக்கும் மனைவியும் மகளும் புதிய துன்பங்களை அனுபவிக்கவேண்டாமே' என்று இந்தத் தரப்பு மிகவும் கவலைப்பட்டதை நாங்கள் உணர முடிந்தது. அப்பாவின் நெருங்கிய சிநேகிதரும், முன்னாள் நாஜிகளை இனம் காணுவதில் புதிய அரசுக்குப் பேருதவியாக இருந்தவர்களில் ஒருவருமான ருடாஃல்ப் இந்தத் தரப்புக்குத் தலைமை தாங்கினார் என்பது எங்களது ஐயம். ஆனால், ஒருமுறை நாஜியென்றால், வாழ்நாள் முழுவதும் நாஜிதான்; அந்த அடையாளத்தின் கறை அழியவே அழியாது என்பது உலகம் முழுவதும் நிலவிய அந்த நாள் நம்பிக்கை.

பேராசிரியர் ஐரோப்பாவிலேயே இல்லை, ஆசியாவில் கீழை மனங்களின் ரகசியச் சலனங்களை வேவு பார்க்கச் சென்றிருந்தார் என்று இன்னொரு செய்தியும் உலவியது இரண்டாம் தரப்பே இதையும் கசியவிட்டிருக்கலாம், அவர்களுக்குள் கருத்தொற்றுமை இல்லாததால் இன்னொரு விதமாகப் பரப்பினார்களோ என்ற ஐயம் எனக்குண்டு. இருவேறு செய்திகள் பரவும்போது இரண்டுமே புளுகு என்ற முடிவுக்கு மற்றவர்கள் வந்துசேர வாய்ப்பிருக்கிறது என்பதை எப்படிக் கவனிக்காமல் விட்டார்கள் என்றும் வியந்திருக்கிறேன். (ஆனால், இரண்டாவது இணைப்பில், இந்த இரண்டாவது செய்திக்கான தடயம் இருப்பதாகவே நம்புகிறேன்.)

ஓர் உளவியலாளர் என்ற முறையில், வேற்றின மக்கள் மத்தியில் வசித்து அவர்களது ஆழ்மனத் தடங்களை ஒற்றறிய அவர் போயிருக்கலாம் என்பதுதான் மேற்படிச் செய்திகள் இரண்டிலும் உள்ள அடியோட்டம். அவருடைய முன்னாள் மாணவர்கள் சேர்ந்து

உருவாக்கிய ஓர் அமைப்பு இரண்டாவது கருத்தைப் பிரசாரம் செய்வதில் முன்னின்றது.

'மனித மனம் என்பது ஒற்றைக்கல் வடிவம் அல்ல, இந்தோ - இரானிய மனமும், கறுப்பின மனமும் ஒரேவிதமாக உலகைக் காண்பதற்கு ஒரு நியாயமும் இல்லை - உதாரணமாக 'அச்சம் என்ற ஓர் அம்சத்தை எடுத்துக்கொள்வோம். ஆப்பிரிக்கக் கறுப்பின ஆழ்மனத்துக்கு, சிங்கம் என்பது வளர்ப்புப் பிராணியின் வன வடிவம் அன்றி வேறில்லை - ஆசிய மனமோ, சிங்கத்தைத் தன் மரணபயத்தின் நடமாடும் பிம்பமாகக் காணும். அதுபற்றியே தங்கள் இனக் கடவுளரின் வாகனமாக சிங்கத்தை உருமாற்றிவைத்தது -எஜமானரின் அனுமதியின்றி எவர்மீதும் பாயும் அதிகாரமற்ற பிராணியாக' என்று தங்களுக்கு வகுப்பெடுத்தபோது அவர் ஆற்றிய உரையைச் சான்றாகக் காட்டியது அந்த அமைப்பு. 'ஆழ்மனப் பிம்பங்களும், அவற்றைப் பேணும் அச்ச உறையும்' என்பது அவருடைய வகுப்பின் தலைப்பு.

அம்மாவோ வேறு மாதிரி அபிப்பிராயப்பட்டாள். தமது நிலவறை ஆய்வுக் கூடத்தை விட்டு அவர் ஒருநாளும் நீங்கியதில்லை என்று சத்தியம் செய்தாள். என்னுடைய அனுபவம் வேறுமாதிரியானது. சிறுகுழந்தையாக நான் இருந்தபோது, ஒரு குறிப்பிட்ட காலகட்டத்துக்கு அப்பாவைப் பார்க்கக் கிடைக்கவில்லை என்பதே உண்மை. ஆனால், அந்த இடைவெளியை வாரங்களிலோ, வருடங்களிலோ அளக்குமளவுக்கு விவரம் தெரியாத வயது. ஆனால், இன்னொரு உண்மையையும் இங்கே பதிவு செய்தாக வேண்டும்.

ஆம், தனது வாழ்வாதாரமாய், தனது அந்தரங்கத்தின் கருவூலமாய் இருந்த மனிதரைப் பிரிந்த அதிர்ச்சியில் அம்மாவுக்குமே சித்தசுவாதீனம் சற்றுத் தவறியிருந்தது; 'தந்தை உயிருடன் இருந்த நாட்களிலேயே பிறழ்ந்துவிட்ட மனத்தில் உருவான உருவெளித்தோற்றமே கணவருடைய சாந்நித்தியம்' என்று அப்பாவின் நெருங்கிய நண்பரும், அவருடைய மரணநாளின் மாலைப்பொழுதில் வந்து ஒரு தேநீர் அருந்தி விடைபெற்றுப் போனவருமான ருடால்ஃப் பின்னர் தெரிவித்ததுண்டு.

ஆனால், இந்தக் கடைசி நியாயத்தை அத்தனை சுலபமாக ஏற்றுக்கொள்ள முடியாது க்ருஷ். காரணம், பிற விஷயங்கள்

அனைத்திலுமே நடைமுறையான சித்தநிலை கொண்டிருந்த அம்மா, கணவர் விஷயத்தில் மட்டும் சித்தம் பிறழ்ந்தவளாக எப்படி இருந்திருக்கக் கூடும்?

கணவர் தொடர்பாக எண்ணற்ற சம்பவங்களை விவரித்திருக்கிறாள் அம்மா. அவற்றில் என்னால் மறக்க முடியாத ஒன்று உண்டு...

தமது ஆய்வுப் பணிக்காக ஒரு விலங்குப் பண்ணையே வைத்திருந்தார் என் தந்தை. நாலைந்து குதிரைகள், எண்ணற்ற முயல்கள், வெள்ளை எலிகள் இவற்றோடு ஒரு மனிதக் குரங்கும் அதில் இருந்தது. அதனுடைய பெயர் ஜோ. ஆமாம், ஒவ்வொரு மிருகத்துக்கும் ஒரு பெயர் சூட்டியிருந்தார் என் தந்தை.

அப்பா ஓர் ஊசி மருந்தை ஏற்றிய ஒரு மணிநேரம் கழித்து தட்டாமாலை சுற்ற ஆரம்பித்தது ஜோ. தோட்டத்தின் புல்தரையில் கால் பாவாமல் சுழலும் பம்பரம்போல ஓயாமல் சுழன்றது. இரண்டு கைகளையும் உடம்போடு ஒடுக்கிக்கொண்டு சுழன்றது என்பதால், உடலில் சமநிலையைப் பேணிய விசையும் அதன் உடலுக்குள்ளிருந்தே ஊறியிருக்க வேண்டும்.

ஏழு நாட்கள், முழுசாக ஏழு நாட்கள், ஒரு விநாடி கூட ஓய்வின்றிச் சுழன்றுகொண்டே இருந்த ஜோ, எட்டாவது நாள் முற்பகல் வேளையில் அடித்தண்டு வெட்டப்பட்ட மரம்போலத் தடாலென்று வீழ்ந்து உயிரைவிட்டானாம்.

அன்றிலிருந்து என் அம்மாவுக்கும் அப்பாவுக்குமான பேச்சுவார்த்தை நின்று போனது. ஆனால், அப்படிச் சொல்வதுகூடத் தவறுதான். மிகச் சரியாகப் பத்து நாட்கள் கழித்து அவர்கள் இருவரும் ஒருமுறை பேசிக்கொண்டார்கள் - கொஞ்சமும் சுமுகமற்ற ஓர் உரையாடல் அது.

மருந்து நிரப்பிய சிரிஞ்சை ஒரு கையில் ஏந்தி, கூண்டுக்குள் இருந்த வெள்ளெலி ஒன்றை மறுகையால் பற்ற அப்பா முனைந்தபோது, அதே கூண்டுக்குள் அம்மாவின் வலது கை நுழைந்தது.

அந்த மருந்தை எனக்குச் செலுத்திச் சோதியுங்கள்.

என்று கறாரான குரலில் சொன்னாள் அம்மா. கடுமையான குரலில் அப்பா அதட்டினார்:

கையை எடு மார்த்தா. ஆய்வுப்பணியில் விளையாட்டுக்கு அவகாசமில்லை.

விளையாடுவது நான் அல்ல. உயிர்களின் பெறுமானம் அறியாமல் அவற்றுடன் விளையாடுவது யாராம்?

வார்த்தைகள் தடித்தன. ஆனால், கடைசியில் வென்றது அம்மாதான். கடும் சினத்துடன் சிரிஞ்சைக் கீழே போட்டு, ஷூக் காலால் நொறுக்கிவிட்டு வீட்டுக்குள் திரும்பினார் அப்பா.

இன்னொரு சம்பவமும் முக்கியமானது என்று கருதுகிறேன் - இது நான் நேரடியாய்ச் சம்பந்தப்பட்டது. அப்பாவின் மரணத் தறுவாயில், நான் இருபது வயதை எட்டியிருந்தேன். எந்தத் தொழில் சார்ந்து என் உயர்படிப்பை மேற்கொள்வது என்பது பற்றி சற்றுக் குழப்பத்தில் ஆழ்ந்திருந்தேன்.

அப்பாவும் நானும் தினசரி காலை நடை செல்வோம். முந்தைய தினம் லேசாக மழைபெய்து, பாதையெங்கும் அங்கங்கே நீர் தேங்கியிருந்தது. குடியிருப்புப் பகுதியைத் தாண்டி, இரண்டு பக்கமும் வயல் கொண்ட பாதைக்குள் நுழைந்தபோது அந்த அதிசயத்தைக் கண்டோம்.

நூற்றுக்கணக்கில் மரவட்டைகள். மிகமிக நிதானமாக, மிகமிகத் தீர்மானமாக, வலதுபுறம் இருந்த எதிர்வயல் நோக்கி ஊர்ந்தன. இவற்றுக்கு நேர் எதிர்த்திக்கில், கிட்டத்தட்ட இதே எண்ணிக்கையிலான மரவட்டைகள் - இடதுபுற வயல் நோக்கி ஊர்ந்தன.

அப்பாவிடம் ஆச்சரியமாய் அதைச் சுட்டிக்காட்டினேன் - அவருடைய எதிர்வினை எதிர்பாராத முனையிலிருந்து வந்தது:

ஸாரா, நீ ஏன் இலக்கிய மாணவியாகக் கூடாது?!

மறுநாள் அவர் இறக்கப் போகிறார் என்பதும், அவரது கடைசி ஆலோசனை என்பதாலேயே அதை விசுவாசமாகக் கடைப்பிடிக்கப் போகிறேன் என்பதும் அப்போது எனக்குத் தெரியாது, க்ருஷ்.

அப்பா மேலும் இரண்டு விஷயங்கள் சொன்னார்: ஒன்று, இருக்கும் இடத்தில் அதிருப்தி கொண்டதால் எதிரெதிர் வயல்கள்

நோக்கி மரவட்டைகள் செல்கின்றன என்று நீ எடுத்துக்கொள்ள வேண்டியதில்லை - அந்தக் கருத்தே உன் ஆச்சரியத்தின் ஆதாரம் என்று படுகிறது. ஊர்வதைத் தமது வாழ்வியல்பாகக் கொண்டவை மரவட்டைகள். அவற்றுக்கு இங்கும் அங்கும் கிடையாது. இருக்குமிடம் ஒன்று மட்டுமே அவற்றின் அனுபவமாக இருக்க முடியும். இன்னோர் இடம் பற்றிய எதிர்பார்ப்பும், ஆவலும் கொள்ளுமளவு மொழியடிப்படை கொண்ட முதிர்ந்த மனம் அவற்றுக்கு இருக்க வாய்ப்பில்லை.

இரண்டாவது, மரவட்டைகளைக் குறியீடாகவோ, முன்னுதாரணமாகவோ கொள்ள வேண்டியதில்லை - ஈசாப் கதை வாசகப் பிராயத்தை மனிதகுலம் தாண்டி வெகுகாலமாகிவிட்டது. துப்பாக்கிக் குண்டுகளின் ஓசையும், வெடிமருந்தின் மணமும் பூமியின் நிரந்தர குணாம்சங்கள் ஆகியிருக்கின்றன. சூரியனுக்குச் சமமான வெப்பம் கொண்ட மனங்களின் ஆளுகைக்குள் வந்து சேர்ந்துவிட்டோம். மற்றபடி, மரவட்டைகள் தமது உடல்சார் வாழ்க்கையை வாழ்கின்றன - மனித இனம் அவ்விதமாகத்தான் தனது வாழ்க்கையை வடிவமைத்துக்கொண்டிருக்கிறதா என்பதே நம் முன்னால் உள்ள மகத்தான கேள்வி...

சிறு தயக்கத்துடன் இன்னொரு தகவலையும் இந்த இடத்தில் பதிவுசெய்ய வேண்டும் க்ருஷ். போர்க் குற்றவாளிகளின் பட்டியலில் அப்பாவின் பெயரும் இருக்கிறது என்று திரு.ருடால்ஃப் நேரடியாக வந்து தெரிவித்தது பற்றிச் சொன்னேன் அல்லவா - அது நடந்தது முன்மதியப் பொழுதில்.

அதற்குப் பிறகு ஓரிரு மணிநேரம் சென்றிருக்கலாம். டாலியா செடியின் அருகில் இருந்த நாற்காலியில் அமர்ந்து, இலக்கில்லாமல் வெறித்தபடி அமர்ந்திருந்தார் அப்பா. எங்கள் தோட்டவீட்டின் வாசலில் ஒரு வாடகைக் கார் வந்து நின்றது. அதிலிருந்து ஒரு பெண்மணி இறங்கி வந்தாள். பார்த்தமாத்திரத்திலேயே என் உள்ளுணர்வில் பட்டுவிட்டது: அவள் ஒரு யூதப் பெண்மணியேதான். (பிற்பாடு இதை என் அம்மாவும் உறுதி செய்தாள்)

நானும் அம்மாவும் முதல் மாடியில் இருந்தோம். எங்கள் மூவருக்குமாக தேநீர் தயாரிக்க முனைந்திருந்தாள் அம்மா. கண்ணாடி

ஜன்னல் அருகில் அமர்ந்து ஏதோ படித்துக்கொண்டிருந்தேன். கார் வந்து நிற்கும் ஒலி கேட்டதும் என் பார்வை வெளியே பாய்ந்தது. மர அலமாரியிலிருந்து பிஸ்கட்டுகளை எடுத்து ட்ரேயில் நேர்த்தியாக அடுக்க ஆரம்பித்திருந்த அம்மாவை கையால் சைகை செய்து அருகில் அழைத்தேன்.

முப்பரிமாண ஓவியத்தில் சலனங்கள் நிகழ்வதுபோல இருவரும் உரையாடுவதை நாங்கள் பார்த்தோம். வந்தவள் மிகவும் நிதானமான அசைவுகளுடன் பாவமே யில்லாத முகத்துடன் ஏதோ சொல்கிறாள். அப்பா மறுப்பாகத் தலையாட்டுகிறார். அவள் பேசப்பேச இவருடைய தலை இன்னும் வேகமாக ஆடுகிறது. அவருடைய உடல் முழுவதும் ஒருவிதப் பரபரப்பு தொற்றியிருந்தது என்பதில் எனக்கும் அம்மாவுக்கும் முழு ஒப்புதல். தொலைவிலிருந்து பார்த்ததாலும், இடையில் கண்ணாடி ஜன்னல் கதவு இருந்ததாலும், அப்பாவின் கைகள் நடுங்கினவா என்று உறுதியாகச் சொல்ல முடியவில்லை.

சில நிமிடங்கள். அந்தப் பெண்மணி எழுந்தாள். அப்பாவை நோக்கிக் கையை ஆவேசமாக ஆட்டியவாறு வேகமாக ஏதோ சொன்னாள். சவால் விடுகிற மாதிரியும், நான் யார் என்று காட்டுகிறேன் பார் என்று மிரட்டுகிற மாதிரியும் இருந்தது அவளது பாவனை.

விடுவிடுவென்று வாசலை நோக்கிப் போனாள். தேநீர் நிரப்பியிருந்த நாலாவது கோப்பையை, ட்ரேயிலிருந்து அகற்றினாள் அம்மா.

நாங்கள் கீழிறங்கிப் போனபோது, அப்பா தமக்குத்தாமே சொல்லிக் கொள்கிற மாதிரி,

பதினேழு பேர்... பதினேழு பேர்...

என்று உரத்து முனகிக்கொண்டிருந்தார்.

அன்றிரவு நடந்ததைத்தான் முன்னமே சொல்லிவிட்டேனே.

அவரைப் பற்றி சிறு புத்தகம் எழுதுமளவுக்குத் தகவல்கள் சேர்த்திருக்கிறேன். சில பகுதிகளை எழுதவும் செய்திருக்கிறேன். என்னுடைய மறைவுக்குப் பின்னர் நூல் வெளியாகவேண்டும் என்று என்னுடைய ஏஜெண்ட்டிடம் நிபந்தனை விதித்திருக்கிறேன். ஒரு முன்னோட்டமாக, உலகின் வெவ்வேறு பகுதிகளில்

இந்தக் குறிப்புகள் பிரசுரமானால் தேவலை என்ற எண்ணமும் சமீபகாலமாகத் தோன்றிவருகிறது - அதன் விளைவுதான் நீங்கள் மூவரும்.

அப்பாவின் நிலவறைத் தளத்தில், எழுதுமேஜை இழுப்பறையின் உட்புறம் மடங்கிக் கிடந்த சில தாள்கள் தற்செயலாய்க் கிடைத்தன. இரண்டை இணைத்திருக்கிறேன். இன்னும் சிலவற்றை, எனது நூலில் சேர்க்க உத்தேசம். இவை முழுமையான படைப்புகள்தாமா, அல்லது, முழுப் படைப்பு ஒன்றிற்கான ஆரம்பக் குறிப்புகளா என்பதும், ஆய்வுக்குறிப்புகளைத் தேடித்தேடி எரித்தவர் இவற்றை விட்டுவைத்தது யதேச்சையாய்த்தானா என்பதும் எனக்கிருக்கும் ஐயங்களில் சில.

பழுப்பேறி, கிட்டத்தட்ட ஒடியும் பக்குவத்தில் உள்ள தாள்களில் இருப்பது அவருடைய மனத்தின் இன்னொரு பக்கமா, அல்லது ஆய்வுகளை மேற்கொண்ட அதே மனத்தின் மற்றொரு தோற்றமா என்பது எனக்குத் தெரியவில்லை. இவை புனைகதைகளா, அல்லது ஆய்வில் மூழ்கிச் சோர்ந்த மனம் தனக்கொரு ஆறுதலாக உருவாக்கிக்கொண்ட கற்பனைப் பிராந்தியமா என்பதும் புரியவில்லை. ஆனால், எரிக்கப்பட்ட ஆய்வுகளையும், மீந்திருக்கும் தாள்களையும் பிணைக்கும் அந்தரங்கமான அடியோட்டம் இருக்கிறதாகவே நம்புகிறேன். ஆய்வுப் பகுதிகளைத் தட்டச்சு செய்யும் வழக்கமுள்ளவரான என் தந்தை, இவற்றை மட்டும் கையால் எழுதியிருப்பதில் ஏதேனும் உள்ளர்த்தம் இருக்குமா என்றும் யோசித்துக்கொண்டிருக்கிறேன்.

அன்பும் நன்றியும் மீதூர,

ஸாரா வூல்ஃப்காங் ஷமோனி

இதுவரைதான் மொழிபெயர்த்திருக்கிறேன். பின்னர் அவகாசம் கிடைக்கும்போது பின்னிணைப்புகளில் கைவைக்க வேண்டும்.

நம் நற்றிணை - ஜூலை - செப்டம்பர் 2018

புழுதிப் புயல்

'நெல்லிக்காய் மூட்டை சிதறிய மாதிரிப் பயணிகள் இறங்கிப் பிரிந்து பரவினார்கள்' என்று சொன்னால் பொருத்தமாக இருக்கும் - அந்த நாட்களில், பிரயாணச் சலிப்பு தீர்வதற்காக வாசிக்க நேர்ந்த சஞ்சிகைகளிலும் நூல்களிலும் இதுமாதிரியான உவமானங்கள் ஏகப்பட்டது இருக்கும். இன்னும் 'ஹாவென்று இருந்தது, ஜாஜ்வல்யமாக ஜொலித்தது' என்று எவ்வளவோ வாக்கியங்கள் ஞாபகம் வருகின்றன. குறிப்பாக, 'திகைப்பூண்டை மிதித்ததுபோல' என்று ஒன்று. தமிழ்தான் எவ்வளவு வேகமாக நவீன மடைந்துவிட்டது - ஆனால், மேற்படி வாக்கியங்கள் காணாமல் போய்விட்டனவே தவிர, வாசிப்பவருக்குள் அவை நிறுவ முயன்ற உணர்வுகள் மாறவேயில்லை என்றுதான் சொல்வேன். அதிலும் அந்தக் கடைசி வாசகம்...

மிகப் பழைய கோட்டை அது. சுடாத களிமண் செங்கற்கள் கொண்டு கட்டப்பட்டவை மாதிரிப் பழுப்பு நிறத்தில் இருந்த சுவர்கள். அதன் விஸ்தீரணத்தைச் சொல்ல வேண்டுமென்றால், கோட்டையின் குதிரை லாயத்தில், நம் ஊரின் பிரதான அரசியல் கட்சிக் கூட்டத்தை நடத்திவிட முடியும்; அதன் பிரதான தலைவர் உரையாற்றும் கூட்டத்தை.

இவ்வளவு பெரிய அரண்மனையின் நீச்சல்குளம் எவ்வளவு பெரியதாய் இருந்திருக்க வேண்டும். ஹம்ப்பியில் நான் பார்த்த விஜயநகர சாம்ராஜ்ய நீச்சல்குளம் எத்தனை விஸ்தாரமாகவும், சுத்தமாகவும் இருந்தது. இங்கே அப்படியில்லை; வட இந்தியப் பயணிகள்

பற்றிக் கேலியாக ஒரு ஐதீகம் உண்டு - காசியில் நீராடிவிட்டுக் கிளம்பினார்கள் என்றால், அடுத்த குளியல் ராமேஸ்வரத்தில்தான் என்று. இதை நிரூபிப்பது மாதிரி அவர்கள் குழுவிடமிருந்து ஒருவிதமான மணம் எழும்பி நாசியைத் துளைக்குமல்லவா? அது அவர்களுடைய பாரம்பரியத்தில் இருக்கிறதுபோல - குளிப்பதில் அவ்வளவாக நாட்டமில்லாத இளவரசிகளுக்கு நீச்சல் தொட்டியே போதாதா. குளம் எதற்கு? தவிர, ஹம்ப்பி தொல்பொருள் துறையின் கட்டுப்பாட்டில் இருப்பது. இது தனியார் வசம் இருந்தது - சுற்றிப் பார்க்கக் கட்டணம் உண்டு; சுற்றுலா நிறுவனமே கட்டிவிடும். ஆனால், கழிவறை வசதியில்லையே, அதை எப்படிச் சமாளிப்பது?

வழிகாட்டி வழி சொன்னார். குளிக்குமிடத்தைத் தாண்டி இருக்கும் சிறு வாசல் வழி வெளியேறினால், முழுக்க பொட்டல்வெளிதான்; பெண்களுக்கென்று தனிவசதி இல்லை; அவர்கள் கோட்டைச் சுவர் மறைப்பில் வடக்குப் பக்கம் போகலாம். அங்கே ஆண்கள் யாரும் வரமாட்டார்கள்.

தவிட்டு நிறத்தில் வறண்ட கரம்பை மண் தூசாய்ப் படிந்த பொட்டல்வெளி. ஏதேதோ காலகட்டங்களின் ஞாபகங்கள்தான் அடர்ந்த புழுதிப்படலம்போல அங்கே படர்ந்திருக்கிற மாதிரி உணர்ந்தேன். பொட்டலை மாபெரும் ஆட்டுரல் என்று கொண்டால், மையக் குழிக்குள் நெட்டுக்குத்தாய் நிற்கும் குழவிபோல ஓர் ஆலமரம் நின்றிருந்தது. அதை நோக்கிப் போனேன். விழுதுகளின் உதவியால் இன்னமும் நிமிர்ந்திருந்ததே தவிர, தாய் மரம் பிராணனை விட்டு வெகுகாலமாகியிருக்க வேண்டும். விழுதுகளே தனித்தனி மரங்கள் போன்ற பருமனும் அடர்த்தியும் கொண்டிருந்தன. தானே ஒரு தனி சாம்ராஜ்யம் மாதிரி நின்றிருந்த மரத்தின் அருகில் போகும்போதே எனக்குள் அமானுஷ்யமான நடுக்கத்தை உணர்ந்தேன். இன்னொரு விநோதம், டெல்லியிலும், வந்தவழி முழுக்கவும் இதமான சீதோஷ்ணம் இருந்தபோது, இந்த இடத்தில் மட்டும் கத்திரி வெயிலின் மத்திய நாட்கள்போல தகித்தது.

கோட்டைச்சுவர் அருகிலேயே தங்கள் அவசத்தைத் தணித்துக் கொண்டவர்களுக்கு, மரத்தை நோக்கி நடந்த நான் விசித்திரமாகத் தென்பட்டிருப்பேன் - அவர்களுக்குத் தெரியுமா, நானாக நடந்து போகவில்லை; புலப்படாத ஒரு காந்தவிசை என்னை இழுத்துச் செல்கிறது என்று. கோட்டைப்பக்கம் தெரிந்தது மரத்தின் முகம்

என்றால், அதன் முதுகுப்பகுதியை நோக்கி வேகமாகப் போனேன் - திரும்பவும் சொல்ல வேண்டுமா என்ன, இழுபட்டேன்.

தமிழ் சினிமாக்களில் பஞ்சாயத்து நடக்குமே, அதுபோன்ற மண்மேடை மரம் மற்றும் விழுதுகளின் விட்டத்துக்கு வெளியில்வரை பரந்திருந்தது. மறுபக்க மேடையில் இரண்டு பெண்கள் அமர்ந்திருந்தார்கள். கண்ணுக்கெட்டியவரை விரிந்திருந்த பொட்டலில் எவ்வளவுதூரம் நடந்து வந்திருப்பார்கள், இங்கே எதற்காக உட்கார்ந்திருக்கிறார்கள், இருவர் முகத்தையும் சல்லாத்துணியாலான முக்காடு மறைத்திருந்தாலும் ஒருத்தி முதியவள் மற்றவள் இளம்பெண் என்று அவரவர் உடல்வாகிலேயே தெரிகிறதே, அவர்களுக்கிடையிலான உறவுமுறை என்ன, இதோ கொஞ்சநேரத்தில் வந்தவழி திரும்பி விடப் போகிற அந்நியனான எனக்கு அதைத் தெரிந்துகொள்ளும் ஆவல் பீறிடுவதேன், துணி மறைக்காத முன்னங்கைகளின் நிற வேறுபாடு காரணமோ... அது இருக்கட்டும், என்னை மூச்சடைக்க வைத்தது எது, மேற்சொன்ன கேள்விகளா, முதியவளின் உதடுகளும் தொண்டைக்குழியும் அசைந்தாலும் அசரீரிபோலவே அந்தரத்திலிருந்து கேட்ட அவளுடைய குரலா?...

இங்கே எப்படி வந்துசேர்ந்தேன் என்பதை இப்போதே சொல்லி விடுகிறேன் - அப்புறம் நேரமிருக்குமோ என்னவோ.

> ஒரு மணிநேரம் அவகாசம் இருக்கிறது. சரியாகப் பனிரெண்டு மணிக்குப் பேருந்துக்குத் திரும்பிவிடுங்கள். வரத் தவறுகிறவர்களைப் பொருட்படுத்தாமல் பேருந்தைக் கிளப்பிவிடுவோம்; எங்கள் பணிவிதிகள் அப்படி. கவனக் குறைவாக இருந்துவிட்டு, அப்புறம் எங்களைக் குறைசொல்லக் கூடாது...

புன்னகை மாறாத முகத்துடன்தான் சொன்னார் என்றாலும், அவருடைய குரல் கறாராக இருந்தது - உடனடியாக எனக்குள் எரிச்சல் மூண்டது. எனக்குப் பிரச்சினையில்லை - நேரந்தவறாமைக்காக எங்கள் அலுவலகம் வழங்கும் பரிசை வருடந் தவறாமல் வாங்கி வருபவன். அலுவலகத்தில் மட்டுமில்லை, நண்பர்கள் உறவினர்கள் வட்டாரத்திலும் இந்த விஷயத்தில் நற்பெயர் வாங்கியவன்.

இத்தனைக்கும், சிறு வயதிலிருந்தே கைக்கடிகாரம் கட்டும் வழக்கம் கிடையாது எனக்கு. அம்மா சொல்வாள்:

> நம்ம தொரெப்பய இருக்கானே, செவ்வெண்ணெ வளிக்கிறப்பவே கடியாரத்தெ முளுங்கிப்பிட்டான்!

நாமாகக் கடைப்பிடிப்பதில் பிசகில்லை; அதையே இன்னொருவர் நிபந்தனையாக விதிக்கும்போது எரிச்சல் வருமா இல்லையா? தவிர, நாம் என்னமாதிரியான மனநிலையில் வந்திருக்கிறோம், எதற்கு வடிகாலாக இந்தப் பயணத்தை மேற்கொண்டிருக்கிறோம் என்பதெல்லாம் தெரியாத நேர அட்டவணையால் என்ன பிரயோசனம்?

இதற்குத்தான் சுற்றுலா நிறுவனங்கள் ஏற்பாடு செய்யும் பயணங்களில் பங்கேற்க விரும்ப மாட்டேன். உங்கள் காசை, உங்கள் நேரத்தை, உங்கள் ரத்த அழுத்தத்தை, உங்கள் ரசனையின் வீரியத்தை, அதற்காக நீங்கள் செலவிடும் அவகாசத்தை எதற்காக இன்னொருவர் கையில் ஒப்படைக்க வேண்டும்? அவர்களானால், கடிகாரத்தைவிடவும் நிர்த்தாட்சண்யமாக இருப்பார்கள்...

ஆனால், அந்தமுறை வேறு வழியில்லாமல் போய்விட்டது. மூன்று நாட்கள் பிடிக்கும்; அவ்வளவு வாதாடவும் மன்றாடவும் வேண்டியிருக்கும் என்று நினைத்து வந்த வேலை, அரை மணிநேரத்தில் முடிந்துவிட்டது. புதிய அதிகாரியின் பார்வைக் கோணமும், என்னுடையதும் அவ்வளவு பிரமாதமாக ஒத்துப்போனதால் வள்ளிசாக இரண்டரை நாட்கள் மிச்சமாகிவிட்டன.

சரி, ஊர் திரும்பிவிடுவதுதானே என்று ஆலோசனை சொல்லக் கிளம்பிவிடாதீர்கள் - நான் பணிபுரிந்து ஓய்வுபெற்ற நிறுவனமே இந்த மாதிரிக் கேள்விகளையெல்லாம் கேட்டதில்லை. தவிர, இப்போது நடக்கும் சமாசாரமில்லை இது; முப்பது வருடப் பழையது. விமான சேவைகள் மத்தியதர வர்க்கத்தின் கையெட்டும் தொலைவுக்கு வந்திருக்கவில்லை; டெல்லியிலிருந்து சென்னை திரும்புவதற்கு ஒரே விரைவு ரயில்தான் இருந்தது. இன்னொரு வயிற்றெரிச்சல், வாரம் நான்கு நாட்கள் மட்டுமே ஓடும் இரண்டாவது ரயில் தினசரி ஓடத் தொடங்க இன்னும் நான்கு மாதங்களே இருந்தன என்பது எனக்கு அப்போது தெரியாது - தெரிந்தாலும் என்ன செய்திருக்க முடியும்!

சரி விடப்பா, விஷயத்துக்கு வா; இந்திய ரயில்வேயின் வரலாற்றுத் துணுக்குகளைத் தெரிந்துகொள்வதற்காகவா இதை வாசிக்க ஆரம்பித்தது என்று சடைத்துக்கொள்ள வேண்டாம். அபூர்வமாக நிகழ்ந்த ஒரு சம்பவத்தை, எதேச்சையாக நினைக்கும் போதெல்லாம் மூச்சுத் திணறவைக்கும் ஒன்றை, அவசரஅவசரமாகச் சொல்லிவிட முடியுமா? அதைச் சொல்வதற்கான மன அவகாசம் முக்கியமில்லையா? தவிர, ஞாபகங்களைத் துல்லியமாகத் தொகுத்துக்கொள்வதற்கு மிகுந்த பிரயத்தனம் மேற்கொள்ள வேண்டிய வயதை எட்டிவிட்டேனல்லவா? இப்போதுகூட, மேற்படி சம்பவம் நடந்தது பஞ் சாப் எல்லையிலா, உத்தரப்பிரதேச எல்லையிலா என்பது தெளிவில்லாமல் இருக்கிறது. கதையில் வந்த ஒரு பாத்திரத்தின் பின்னொட்டுப் பெயர் சிங்கா, சிங்காலா என்றும் குழப்பம் இருக்கிறது. இரண்டு மாநிலங்களுமே குறுநில மன்னர்களுக்கும் ஜமீந்தார்களுக்கும் குறைவில்லாத வரலாறு கொண்டவை. உத்தரப்பிரதேசத்தையே இரண்டாகவோ மூன்றாகவோ பிரித்து விட்டார்கள் அல்லவா இப்போது...

விஷயம் இதுதான். முழுசாக இரண்டு நாட்கள் நான் டெல்லியில் கழித்தாக வேண்டும். முன்பே பலமுறை விஜயம் செய்த மாநகர்தான் என்பதால், ஊருக்குள் சுற்றிப் பார்க்க விருப்பமில்லை. குளிர்காலம் முடிந்து கோடை ஆரம்பிக்கட்டுமா என்று உதார் விடும் பிப்ரவரி மாதக் கடைசி. முழுக்கக் கனிவதற்கு ஓரிருநாட்கள் முந்தைய உதைப் பழம் போல அபூர்வமான வசீகரம் கொண்டிருந்தது. ‘ஓட்டல் அறையிலேயே மல்லாந்து கிடக்க வேண்டியதுதானே?’ என்கிற மாதிரிக் கேட்டுவிட வேண்டாம் - பெரியவர்கள் பார்த்த பெண்ணொருத்தியைப் பார்த்துவிட்டு வந்திருந்தேன்; முடிவை இன்னும் சொல்லாமல். எல்லா இளைஞர்களையும் மாதிரியே எனக்கு வரவேண்டியவளின் நனவுப் பிம்பமாக ஒரு சினிமாத்தாரகையை வரித்துக்கொண்டிருந்தவன்தான் நானும் - நான் பார்த்துவந்த பெண்ணும் மேற்படித் தாரகையும் எதிரெதிர்த் துருவங்கள்போல இரண்டு பக்கமும் நின்று கயிறிழுக்கும் போட்டி ஆடினர்; அந்தக் கயிறு நானேதான். முழுக்க முழுக்க இரண்டு நாட்கள் தனியாகக் கிடந்து இழுபட முடியுமா?

மிகப் பிரபலமான அந்த சுற்றுலா நிறுவனத்துக்குப் போய்ப் பதிவு செய்து கொண்டேன். அவர்கள் நீட்டிய கையேட்டில், ஆக்ரா,

ரிஷிகேஷ், கார்பெட் நேஷனல் பார்க் இவற்றையெல்லாம் கடந்து, எளிதில் மனத்தில் பெயர் தங்காத ஓர் இடத்தைத் தேர்ந்தெடுத்ததற்கு இரண்டு காரணங்கள்: ஒன்று, புகைப்படத்தில் தெரிந்த கழுதை நிறக் கோட்டை. இரண்டாவது, அடிக்கடி புழுதிப்புயல் வீசும் பிரதேசம் என்ற குறிப்பு. ஆமாம், அதை மெனக்கெட்டுத் தேடிப்போய்ப் பார்க்க நினைப்போமா! போகும்போதும் வரும்போதும் சில பூங்காக்கள், சில அரண்மனைகள், நாகரிகமான விடுதியில் ஓர் இரவு தங்கல், ருசியான வட இந்திய உணவு என்று மேலும் சில வசீகரங்களும் இருந்தன.

துரைப்பாண்டி என்ற என் பெயரை, துரை பாண்டி என்று அந்த அழகி இந்தியில் எழுதியதைக் குற்றம் சொல்ல முடியாது - இப்போதெல்லாம் தமிழிலேயே அந்த மாதிரி எழுதுவது சரளமாகிவிட்டதல்லவா. அவள் கையெழுத்து அச்சுக் கோத்ததுபோல அழகாய் இருந்தது. பேச்சிலும் கிளி கொஞ்சியது. ஆனால், குரலின் வசீகரத்துக்கும் பிராயத்துக்கும் சம்பந்தமில்லை என்பது மறுநாளே எனக்கு உறைத்துவிட்டது. அதைவிட, தோற்றமும் ஒப்பனையும் மனோபாவமும் நேர்விகிதத்தில் இருக்க வேண்டியதில்லை என்பதைப் பின்னாட்களில் உணர்வதற்கான விதையும் அன்றுதான் விழுந்தது!

தம்பீ, பார்ப்பதற்குத் தெற்கத்தியான்போலத் தெரிகிறாய். உங்கள் ஊரில், ஹிந்தி படிக்கமாட்டார்களாமே. எனக்குமே ஹிந்தி தெரியாது. எங்கள் இனத்தின் மொழி ஹிந்தியின் சாயல் உள்ளதுதான் என்றாலும், ஹிந்தியைத் தாய்மொழியாய்க் கொண்டவர்கள் எங்களை உதாசீனம்தான் செய்வார்கள். இவ்வளவு காலம் கழித்து நீ ஒருத்தன் வந்திருக்கிறாய். இளைஞனாக வேறு தெரிகிறாய். உன்னிடம் இல்லாமல் வேறு யாரிடம் என் வேண்டுகோளை வைப்பது?

நாங்கள் ஒரு இடத்தில் ஸ்திரமாக இருந்து வாழ்க்கை நடத்தும் பாக்கியம் செய்தவர்கள் இல்லை - இன்றிருக்கும் தலத்தில் நாளை இருப்போம் என்பதற்கு உத்தரவாதம் கிடையாது. என்ன, எங்கள் உடைகளில் இவ்வளவு புழுதி படிந்திருக்க வேண்டுமென்றால், எவ்வளவு காலமாக இங்கே அமர்ந்திருந்திருக்க வேண்டும் என்று யோசிக்கிறாயா? இந்த இடத்தின் வாகு அப்படி, சாத்வீகமாகத் தெரியும் தரை, புழுதிப் புயல் கிளம்பும்போது பார்வைக்கே

தெரியாதவண்ணம் மாயமாகிவிடும்; ஒரே விநாடியில் பலநூறு வருஷ அழுக்கை வாரித்தட்டிவிடும்.

எங்கள் இனத்துக்கு ஒரு தொழில் இருந்தது. பொம்மலாட்டம். ராஜஸ்தானிய கத்புத்லி பாணி. ஆமாம், எங்கள் முன்னோர் ஒரு காலத்தில் ராஜஸ்தானில்தான் இருந்திருக்கிறார்கள்; அங்கேயிருந்து இடம்பெயர்ந்து கட்வால் பிராந்தியத்துக்குப் போனபோது எங்கள் மொழியுமே கட்வாலியாக மாறிவிட்டது - என்று என் அப்பா சொல்வார்.

நாங்கள் பயன்படுத்தியது வெறும் காகிதக்கூழ் பொம்மைகளை அல்ல, மர பொம்மைகளை. சமையலுக்கும் உடுத்துவதற்குமான பொருட்களின் சுமையைவிட, அதிகக் கனமுள்ள பொம்மைப் பெட்டிகளைத் தலையில் சுமந்து பாரதம் முழுவதும் சுற்றியிருக்கிறோம். புருவத்தை உயர்த்தாதே, உங்கள் மாநிலத்துக்கும் வந்ததுண்டு. பாஷை தெரியாத ஊர்களில் தொழில் நடத்துவது எப்படி என்று நான் என் தகப்பனாரிடம் கேட்டிருக்கிறேன். அவர் மிகுந்த பிரியத்துடன் சொன்னார்:

> ராமாயணமும் பாரதமும் பாஷையில் நிகழ்வதில்லை அம்மா. காலங்காலமாக ஜனங்களின் மனங்களில்தான் நிகழ்கின்றன.

விரல்களில் மாட்டிய நூல்களின் நுனியில் தொங்கும் பொம்மைகளின் சாயல் ஒன்று போலவே இருந்தாலும், வாலிக்கும் சுக்ரீவனுக்கும் வித்தியாசம் தெரிவதில்கூட எந்த மாநிலமும் சுணங்கியதில்லை. ஆனால், இன்னொன்றையும் சொல்லவேண்டும் - என்னுடைய தந்தையார் பத்துப் பதினைந்து குரல்களில் பேசவும் பாடவும் செய்வார். குரலின் ஏற்றஇறக்கத்தை வைத்தே, பேசுவது இந்திரஜித்தா, கும்பகர்ணனா என்று தெரிய வைத்து விடுவார். நிகழ்ச்சி இல்லாத நாட்களில், எனக்கும் சில நுணுக்கங்களைச் சொல்லித் தந்திருக்கிறார்:

> அட, அது ஒன்றுமில்லையம்மா. கும்பகர்ணன் பேசும்போது, கொஞ்சம் தூக்கக் கலக்கத்தைக் குரலில் வரவழைத்துக்கொள்ள வேண்டும். அவ்வப்போது கொட்டாவி விடுகிற சத்தமும் கொடுத்தால் இன்னும் விசேஷம்.
>
> இந்திரஜித்துக்கு?!

> அது இன்னமும் சுலபம். எங்கேயோ தொலைதூரத்திலிருந்து கேட்கிற மாதிரி குரலைக் கொஞ்சம் தழைத்து எதிரொலி மாதிரி ஒலிக்க வேண்டும். அவன் சதா மேகங்களிலேயே சஞ்சரிப்பவனில்லையா!

ஆனால், இதெல்லாம் வித்தகர்களின் ஞானம். இதுவொன்றுமே அறியாமல் ஒரே குரலில் பேசி, ஒரேவிதமான அபஸ்வரத்துடன் பாடி, சொந்த மாநிலத்தில் தவிர வேறு எங்குமே கதை நடத்த முடியாத மூடர்களும் இருக்கத்தான் செய்தார்கள் - என் புருஷன் மாதிரி.

மறுபடியும் புருவத்தைத் தூக்காதே. தங்க ஊசி என்பதற்காகக் கண்ணில் குத்திக்கொள்ளவா முடியும்? இத்தனைக்கும் என் சொந்த மாமன் மகன்தான். என்னைத் துரத்தித்துரத்திச் சுற்றினான். உன்னிடம் சொல்வதற்கென்ன, எனக்குமே அவனிடம் ஒரு வித மயக்கம் இருக்கத்தான் செய்தது. அப்பா எவ்வளவோ சொல்லிப் பார்த்தார்:

> உனக்கு இருக்கும் வித்தைக்கும் விவேகத்துக்கும் அவன் சரிப்பட்டு வர மாட்டானம்மா. பொறாமையின் பலம் உனக்குத் தெரியாது.

தாய்தகப்பன் சொல்வதைக் கேட்பதற்கா காதலில் விழுகிறோம்? அவனுக்கு முடியாவிட்டால், நான் வித்தை காட்டிவிட்டுப் போகிறேன். ஆணுக்கு ஆணாக, பெண்ணுக்குப் பெண்ணாக என்னாலும் ஐந்தாறு குரல்களில் பேசமுடியுமே. என்ன, ராவணப் பிரபுவின் குரலில் கர்ஜித்த மறுநாள் ஒரு வார்த்தை பேசமுடியாது. தொண்டை கடுமையாகக் கட்டிக்கொண்டுவிடும். ஆனால், எல்லா நாளும் ஒரே காண்டத்தையா நடத்தப்போகிறோம். பால காண்டத்தில் நாலு குழந்தைகளின் குரலை வித்தியாசப்படுத்திக் காட்ட முடியுமே எனக்கு? அதிலும் சத்ருக்கனன் குரலில் பொழியும் மழலைக்கு, அவ்வளவு கரகோஷம் இருக்குமாக்கும். தவிர, திரைக்குப் பின்னால் இருப்பது ஆணா பெண்ணா என்பது சபைக்குத் தெரியவா போகிறது? இல்லை, ஆண்கள் சமைப்பதால் சப்ஜியின் மணமும் ருசியும் மாறிவிடுமா?

என் காதலுக்கு வீரியம் கொடுத்தது அம்மாவின் ஆதரவும்தான். தம்முடைய சகோதரி மகனிடம் என்னை ஒப்படைப்பதற்காகத்தான் அப்பா இந்தக் காதலை மறுக்கிறார் என்று அவளுக்கு அபிப்பிராயம்.

ஆனால், அந்த அகிலேஷ் பிரமாதமான பொம்மலாட்டக்காரன். வெறும் ராமாயண மஹாபாரதக் கதைகளிலேயே ஏகப்பட்ட புதுமைகள் செய்யக்கூடியவன். பாகவதக் கதைகளில் விற்பன்னன்; நஞ்சுப் பாலூட்ட வந்து மாரில் கடிபட்ட பூதனையின் வேதனைக் குரலைத் தத்ரூபமாய் எழுப்புவான்; அசுர மூர்க்கமும் தாய்மையின் வேதனையும் ஒருங்கே தொனிக்கும். அரக்கக் குரலின் கனமும், பெண்மையின் நளினமும் ஒரே சமயத்தில் ஒலிக்கும் வன்மை கொண்ட குரல். இன்னமும், சிங்கத்தின் உறுமலும், மயிலின் அகவலும், குயிலோசையும் கண்ணனின் குழலோசையும்கூட சுருதி பிசகாமல் எழுப்ப முடியும் அவனால்.

தன்னுடைய பலகுரல் வித்தைக்கு ஏற்ற விலங்குராசிகளைக் கதைக்குள் நுழைப்பதும், அவற்றுக்கேற்ற பொம்மைகளைத் தானே உருவாக்கி வர்ணம் பூசுவதும் என அபாரமான தொழில்காரன். சாதாரண பொம்மைதானே என்று நினைத்துவிடாதே - உயிருள்ள வடிவங்கள் மாதிரியே கால்களையும் காதுகளையும் வாயையும் வாலையும் அவை அசைத்தாக வேண்டுமே.

ஆனாலும், அகிலேஷ்மீது எனக்கு ஆர்வமில்லாததற்கு, கைகால்கள் முளைத்த மூங்கில் கழிபோல இருந்த அவனது உடலமைப்புதான் காரணமாயிருந்திருக்க வேண்டும். அது ஒருவகையில் நியாயம்தானே - நாமென்ன, குரலைத் தழுவியா சுகம் பெறப் போகிறோம்?

வித்தையில் எவ்வளவு பலவீனமானவனாய் இருந்தால் என்ன, பொம்மைப் பெட்டிகள் மூன்றை ஒரேசமயத்தில் தூக்கிவரும் வலு இருந்ததே என் புருஷனுக்கு. அந்த புஜங்களில் பதிந்த என் கண்களை, இதோ இருக்கிறாளே, இவள் பிறக்கும்வரை என்னால் அகற்றிக்கொள்ள முடியவில்லையே.

முதல் குழந்தை பிறக்கும்வரை, அவருக்குமே என்னிடம் அபாரமான மோகம் இருந்ததுதான். அப்புறம் மெல்லமெல்ல எதிர்முனை நோக்கி நடக்க ஆரம்பித்து, ஐந்தாவதும் பெண்குழந்தையாகப் பிறந்தவுடன் வெறுப்பில் போய் நிலைகொண்டுவிட்டார். எங்கள் இனத்தில், ஆண் குழந்தைகளுக்குத்தான் அவ்வளவு மவுசும். அதனால், இவளுடைய தகப்பனுக்கு வந்த விரக்திக்கும் ஒரு நியாயம் இருக்கத்தான் செய்தது. அதனாலென்ன, என்னுடைய தகப்பனார்போல என் குழந்தைகளுக்கு நான் வித்தை கற்றுத்தர மாட்டேனா? போகட்டும், என் புருஷனுக்கு அவரளவு விவேகம்

இருந்தால், தொழில்மீதும் கவனமும் அக்கறையும் இருந்திருக்காதா? என்னோடு, பெண்கள் தொழில் நடத்தும் வழக்கமும் எங்கள் வம்சத்தில் அற்றுப் போயே விட்டது...

வலுவான புஜங்கள் கொண்ட ஆண்மகன்மீது பார்வை பதிக்காத ஒரேயொரு பெண் ஜன்மத்தைக் காட்டேன், பார்ப்போம். தவிர, ஒவ்வொரு பிரசவத்துக்குப் பிறகும் கொஞ்சங்கொஞ்சமாகச் சரியும் தனங்கள்போல அல்லவே புஜங்கள். ஆக, நான் ஒருவிதமாய்க் காட்சிகள் நடத்த, என் காதல் புருஷன் வேறொருவிதக் காட்சிகளை நடத்திக்கொண்டிருந்தார்..

ஆனால், என் அப்பாவை தீர்க்கதரிசி என்றுதான் சொல்லவேண்டும். ஒவ்வொரு புது ஊரிலும் முதல்நாள் நிகழ்ச்சியை நான்தான் செய்தாக வேண்டும். அடுத்தடுத்த நாட்களில் என் புருஷன் நடத்துவார் - கூட்டமும் வசூலும் குறையத் தொடங்கும். ஒரு முறை, இடையில் ஒருநாள் நான் நிகழ்த்த, அதை எதிர்பார்த்து மறுநாளும் குவிந்த கூட்டம் என் கணவரின் பாணியில் அலுப்புற்று, கலவரமே வந்துவிட்டது. பாதியிலிருந்து நான் தொடர்ந்து நடத்தினேன். அன்று முதல், இவருடைய குடியின் அளவும் அதிகரித்து விட்டது.

என்மீதான வெறுப்பு உச்சத்தை எட்டிய ஒருநாளை விசேஷமாகச் சொல்ல வேண்டும்.

சீதையின் அக்னிப்பிரவேசக் காட்சி அன்று. காலையில் ஏதோ தகராறு. எங்கள் சண்டைகள் எல்லாமே பாணப் பிரயோகங்கள்தாம். என்னைக் குத்த வரும் ஒரு சொல்லையும் தனியாகக் கிடக்க விட்டதில்லை நான். ஆமாம், அவர் என்னைப் பரத்தை என்றால், நான் அவரைப் பொலிகாளை என்று திட்டுவேன். தன் சொற்கள் தோற்றுத்தோற்று உதிர்வதை அந்த ஆளும் எவ்வளவுநேரம்தான் கையாலாகாமல் பார்த்துக்கொண்டிருப்பார்?

எட்டி உதைக்க வந்த குடிகாரக் கணவரின் காலை இடதுகையால் தடுத்தபோது மணிக்கட்டு பிசகிவிட்டது. அன்றைக்கு நிகழ்ச்சி இருந்தது. மனத்தின் லயத்தை வெளிப்படுத்தச் சிரமப்படும் விரல்களில் பொம்மைகளையும் இழுத்துத் தூக்க வேண்டியிருக்கும். கவனம் முழுக்கக் கையில் குவிந்தால், சாஹித்தியத்தைப் பிறழாமல் ஒலிப்பது எப்படி?

கோபம் காரணமாக மதியம் சாப்பிடவும் இல்லை. குரல்

வளத்துக்காக, நிகழ்ச்சி தொடங்குமுன் என் மகள் கொண்டுவைத்த மஞ்சள் கலந்த பாலை அருந்தவில்லை; வால் மிளகை வாய்க்குள் அதக்கிக்கொள்ளவுமில்லை.

ராமன் தன் மனைவியைத் தீயில் இறங்கச் சொன்ன மாத்திரத்தில், ஆண்டுக்கணக்காக எனக்குள் முதிர்ந்துவந்திருந்த ஆத்திரம் படீரென்று வெடித்துவிட்டது. சீதையின் முன்னால் நின்றிருப்பது ராமபிரான் அல்ல; காலங்காலமாகப் பெண்களை நெருப்பில் இறக்கிவரும் ஆண்குலத்தின் ஏகப் பிரதிநிதி என்று ஒரு கணம் தோன்றியது. அவ்வளவுதான், வழக்கத்துக்கு மாறாக சீதை வெடித்துவிட்டாள்:

> நீரும்தான் பதினாலு வருஷம் தனியாக இருந்திருக்கிறீர். நான் உடன் இருக்கும்போதே ஒருத்தி உம்மிடம் வந்து வலைவீசியிருக்கிறாள். இல்லாதபோது எத்தனை பேரோ? வெட்டி வா என்றால் கட்டி வரும் சகோதரன் எந்நேரமுமா உம்முடைய வால்போலத் தொடர்ந்திருப்பான்? அல்லும் பகலும் அறுபது நாழிகையும் அரக்கிகள் சூழ உட்கார்ந்திருந்த நானா, வனத்தின் சுதந்திரத்துக்குள் திரிந்த நீரா - அக்னி குண்டத்தில் இறங்க வேண்டியவர் யார்?

அன்றைக்கு சபையில் பெண்கள் கூட்டம் அதிகமாயிருந்தது போல. எங்கள் பொம்மலாட்ட பொம்மைகளுக்குக் கால்கள் கிடையாது. அந்தரத்தில் தொங்கிய ராமன் தலைகுனிந்து நின்ற மாத்திரத்தில் இடியோசை மாதிரிக் கரகோஷம் எழுந்தது. தாயார்கள் கைகொட்டுவதைப் பார்த்து குழந்தைகளும் உரத்துக் கைகொட்டியிருக்க வேண்டும் - நிறுத்தாமல் புளியம்பழத்தை உதிர்ப்பது மாதிரி எவ்வளவு நேரம் அந்தக் கரவொலி கேட்டது தெரியுமா!

இன்னொன்றையும் சொல்லவேண்டும், வெறும் ஹீனாவாக இருந்து அந்தக் கேள்வியை நான் உருவாக்கவில்லை; ஒட்டுமொத்தப் பெண்குலத்தின் சார்பாகக் கேட்ட மாதிரித்தான் உணர்ந்தேன்; உன்னுடைய அம்மாவுக்கும் சகோதரிகளுக்கும் சேர்த்துத்தான்...

ஆனால், அந்த நிகழ்ச்சிக்கு மறுநாள் காலை இரண்டு சம்பவங்கள் நேர்ந்தன. ஒன்று, எங்கள் இனத்தவரின் பஞ்சாயத்து கூடி, இனிமேல் நான் பொம்மலாட்டம் நிகழ்த்தக் கூடாது என்று தடைவிதித்தது. பார்க்கப்போனால், பெண்கள் நிகழ்ச்சி நடத்தக்கூடாது என்ற

தடை அமலுக்கு வந்ததே அதற்கப்புறம்தான். ஆண்களுக்காக ஆண்கள் எழுதி ஆண்களின் நீதியைப் பரிபாலிக்கும் கதைகளைப் பெண்கள் எதற்காக நடத்துவது என்று யாரோ அன்று கேட்ட கேள்வி இன்னமும் என் காதில் ஒலித்துக்கொண்டிருக்கிறது.

ஆனால், அந்தக் கூட்டத்திலும் சில நியாயவான்கள் இருக்கத்தான் செய்தார்கள்: ஆண்மகன் இல்லாத குடும்பத்தைப் பராமரிப்பது கூட்டத்தின் பொறுப்பு என்றும் அதே கூட்டத்தில் இன்னொரு தீர்மானம் நிறைவேறியது. அப்போது எனக்குத் தெரியாது, அந்தச் சலுகையைப் பெறவிருக்கும் முதல் குடும்பம் என்னுடையதாகத்தான் இருக்கப்போகிறது என.

ஆமாம், பெரும் ஆவேசத்துடன் அன்றைக்கு என்னை அடித்து உதைத்துப்போட்டு விட்டுக் கூடாரத்தை விட்டு வெளியேறியவர்தான் என் கணவர். இன்றுவரை நாங்கள் சந்திக்கவில்லை. ஆனால், காணாமல் போனவர் சும்மா இருக்கவில்லை என்று பிற்பாடு தகவல் வந்தது...

'சும்மாயிரு அம்மா...'

என்றது பக்கத்திலிருந்த உருவம். தாய்க்காரி நீண்ட பெருமூச்சு விட்டாள். அவள் முகத்தை மூடியிருந்த சல்லாத்துணி இப்போது என் கண்களுக்குப் பழகியிருந்தது. சும்மா சொல்லக்கூடாது, சுற்றுலா நிறுவனக் குமாஸ்தாவை அழகி என்றேனே, அவள் இவளுடைய முதுமையின் லாவண்யத்துக்கு உறைபோடக் காணமாட்டாள். எதேச்சையாகப் பார்ப்பதுபோல, அருகிலிருந்தவளைப் பார்த்தேன். அய்யோ, இந்தக் கிழவியின் மகளா இவள்? அவளுக்கு உறையின் குஞ்சமாக இருக்கக்கூடத் தகுதியற்றவள். சல்லடைத் துணியை மீறிப் புலப்பட்ட, மையிட்ட கிழவியின் அழகிய கண்களில் விரிந்த சௌந்தரியத்தின் தொலைதூரச் சாயல்கூட இவளிடம் இல்லை...

பேருந்து புறப்படும் சமயமாகிவிட்டதோ என்று எனக்குள் லேசாக ஐயம் எழுந்தது. கோட்டையின் பின்வாசலைத் திரும்பிப் பார்த்தேன். இல்லை, என்னுடன் வந்திருந்த பலரும் வரவும் போகவுமாக இருந்தனர். என் இருக்கைக்கு நேர் முன்னால் இருந்த சீக்கிய ஜோடி இப்போதுதான் வெளிவந்தது. சர்தாருக்கு எண்பது பிராயம் இருக்கலாம்; இன்றைக்கு வேண்டுமானாலும் ராணுவத்தில்

சேர்த்துக்கொள்ளலாம் - அப்படியொரு உடற்கட்டு. சர்தாரிணி அதற்கு நேர்மாறாக இருந்தாள். பரோட்டாவுக்காகப் பிசைந்து வைத்த மைதாமாவுப் பேருருண்டை நகர்கிற மாதிரி. ஆனால், அவர்களைப் போன்ற காதலர்களை நான் பார்த்ததே கிடையாது - உதட்டோடு உதடு முத்தம் கொடுக்காததுதான் பாக்கி.

இப்போதும், தளர்ந்து நடக்கும் மனைவியின் முன்னங்கையைப் பற்றி நடத்தி வந்தார் சர்தார் - பேரரசன் போன்ற கம்பீரம் கொண்ட நடை.

...இன்னொரு விஷயத்தைச் சொல்ல மறந்துவிட்டேனே. எங்களுடைய பூர்விகம் கட்வால் பிரதேசம் கிடையாது, நாங்கள் இடம்பெயர்ந்து வந்தவர்கள்தாம் என்று சொன்னேனில்லையா, பத்துப் பதினைந்து தலைமுறைகளுக்கு முன்னால், நாங்கள் ராஜஸ்தானியர்கள். மேவார் சமஸ்தானத்தில் வாழ்ந்தவர்கள். மற்ற சமஸ்தானங்களில் இல்லாத ஒரு விசித்திர வழக்கம் எங்கள் மேவாரில் உண்டு. பட்டத்து இளவரசனைவிட, ஜாகீர்தார்களுக்குச் செல்வாக்கு அதிகம். அவர்களிலும் சோலா, பட்டி, கோல் என்று படித்தரங்கள் உண்டு.

எங்களுடைய முன்னோர்களில் ஒரு பாட்டியை, சோலா ஜாகீர்தார் ஒருவரின் மகன் விரும்பியிருக்கிறான். இனக்குழுவுக்கு வெளியில் திருமண உறவு கூடாது என்ற பிடிவாதமான கொள்கை உள்ள கூட்டமல்லவா, நாடோடிகளாக மாறிவிட்டோம். ஆனால், ஜாகீர்தார் வம்சம் சுலபத்தில் விடுவதாயில்லை. எங்கள் ஒவ்வொரு தலைமுறையிலும் உள்ள உச்சபட்ச அழகியைத் தூக்கிச் செல்ல, அவர்கள் வம்சத்தவர் உருவிய வாளோடு குதிரைகளிலேறி வருவதும், எங்கள் இனத்தின் விசுவாசிகளான ஒற்றர்கள் முன்கூட்டியே வழங்கிவிடும் உளவுத்தகவல்களையொட்டி நாங்கள் இடம்பெயர்ந்து ஓடுவதுமாக எங்கள் வாழ்க்கை போய்க்கொண்டிருக்கிறது.

குலத்தொழிலாக நாங்கள் செய்துவரும் பொம்மலாட்டத்தின் கடவுள் உருக்கள்தாம் எங்களைக் காத்து வருகின்றன...

மறுபடியும் பெருமூச்சு விடுத்தாள். இனம்புரியாத ஓர் அச்சம் எனக்குள் உதித்தது. இத்தனை பயணிகளில் என்னை மட்டும்

இங்கே ஆகர்ஷித்த விசை எது; அன்றாடம் வந்துபோகும் பயணிகளில் யாருமேவா இந்த மரத்தடிக்கு வந்திருக்க மாட்டார்கள், அத்தனை பேரையும் விட்டு என்னிடம் ஏன் இந்தக் கிழவி இப்படி முழுக்கதையையும் சொல்லிக்கொண்டிருக்கிறாள்; இந்தத் தலைமுறையின் உச்சபட்ச அழகி என்கிறாளே, என் கண்ணுக்கு வேறுமாதிரியல்லவா தெரிகிறாள் இந்தப் பெண்; ஒருவேளை, அவர்கள் இனத்தில் அழகு என்பது வேறு அடிப்படைகள் கொண்ட சமாசாரமோ?... கண்ணுக்குத் தெரியாத பொறி ஒன்றில், விவரம் தெரியாமல் சென்று சிக்கிக்கொண்டிருக்கிறேனோ.

கிழவியும் அவள் மகளும் எந்தக் காலகட்டத்தைச் சேர்ந்தவர்கள், இந்த அத்துவானக் காட்டில், மரத்தடியில் அவர்கள் அமர்ந்திருப்பது நிஜமாகவே தற்செயல்தானா; தங்கள் பொம்மைகளுக்குக் கால்கள் கிடையாது என்றாளே, இவர்களுக்குக் கால்கள் இருக்கிறதா என்று பார்க்கவேண்டுமே என்றெல்லாம் எனக்குள் கேள்விகள் எழுந்து கிலேசம் என்னை ஓர் உறைபோல மூடத் தொடங்கியது. பார்வையைக் கீழ்நோக்கி நகர்த்த முனைந்தேன்.

அந்தப் பெண், இவ்வளவு நேரமும் கிழவியின் துணிமூடாத இடுப்பில் தன் இடது கைச் சுட்டுவிரலால் குத்திக்கொண்டே இருந்தாள் - எதையோ நினைவுபடுத்துபவள் போலவும், எதையோ சொல்லாமல் தடுக்க முனைபவள் போலவும். குத்திய இடத்தைப் பசுமாடுபோலச் சுழித்துக்கொண்டு விடாமல் தொடர்ந்தாள் கிழவி. தவிர்க்கவியலாமல், அவள் முகத்தையே பார்க்க வேண்டியதானது.

என்னை விட்டுப் பிரிந்த கணவர் நேரே அந்த ஜாகீர்தாரின் மாளிகைவாசலுக்குப் போனதாகக் கேள்விப்பட்டேன். இத்தனை நாள் யூகத்தின் அடிப்படையில் எங்களைத் தேடியும் துரத்தியும் வந்த ஜாகீர்தார் படை இப்போது நேரடியாக வந்து விடும். தன் மகன் செத்தாலும் பரவாயில்லை, மருமகள் தாலியறுக்கவேண்டும் என்று பழமொழி சொல்வார்களே, கேட்டிருக்கிறாயா? அதன் ஆண்வடிவம்தான் என் கணவன்.

இவ்வளவையும் உன்னிடம் கொட்டியதற்குக் காரணம் உண்டு அய்யா. இதோ இருக்கிறாளே, இவள் என் ஐந்தாவது மகள். இவளுக்கு மூத்தவர்களெல்லாம், வெவ்வேறு வயதில் இறந்துபோனார்கள். எஞ்சியிருப்பவள் இவள் மட்டும்தான். பத்திரமாய் ஒருவன் கையில்

ஒப்படைத்துவிட்டு, ஜாகீர் வாளுக்கு இரையாகிவிடலாம் என்று தீர்மானித்திருக்கிறேன். உன்னைப் பார்த்தமாத்திரத்தில் நீதான் பொருத்தமானவன் என்று தோன்றிவிட்டது. இந்த அபலைக் கிழவிக்காக இதைச் செய்வாயா நீ?...

*த*லை தானாக அசைந்துவிடக் கூடாதே என்று பிரயாசைப்பட்டு சிலை மாதிரி நின்றேன். ஆனாலும், என்னையும் மீறி என் பார்வை அந்தப் பெண்ணின் கண்களில் சென்று படிந்தது. அவற்றில் இருந்த பாவம் என்ன. 'சரி என்று சொல்லேன்' என்ற வேண்டுகோளா, 'தயவுசெய்து மறுத்துவிடு' என்ற இறைஞ்சலா, 'நிற்காதே ஓடிப்போய்விடு' என்ற எச்சரிக்கையா...

அவள் கண்களை அவசரமாகத் தவிர்த்து விலகி அவள் பார்த்த திக்கில் பார்த்தேன். என் வயிற்றினுள் இருந்த சகலமும் விசைகொண்ட சுருள்வில்போல் பாய்ந்து நெஞ்சிலும் தொண்டையிலும் அடைத்துக்கொண்டன. கானலின் கரைக்கு மறுபுறம், மாபெரும் புழுதிப்படலம் திரைமாதிரி உயர்ந்திருந்தது. மேகம்வரை உயர்ந்த திரை மெல்ல மெல்லத் தணிந்து அடங்கத் தொடங்கியபோது, அதனூடே பாய்ந்து வரும் உருவங்கள் துலக்கம் கொண்டன. ஆஹா, குதிரைகள். அவற்றின்மீது அமர்ந்து உடைவாளை ஓங்கியபடி வரும் வீரர்கள்...

ஓடுறா துரை. திரும்பிப்பார்க்காமல் ஓ...

என்று எனக்குள் விசையாக ஒலித்த குரல் வெட்டுண்டது. இல்லை, வெட்டுப்பட்டது என் பிடரி. துணிக்கப்பட்டுக் கீழே உருண்ட என் தலை தரையில் வீழ்ந்துவிடாமல் இரண்டு கைகளாலும் தாங்கிக்கொண்டேன். கழுத்திலிருக்கும்போதைவிட, துண்டிக்கப்பட்ட தலை கனமே இல்லாமல் எவ்வளவு லேசாக, தூண்டிலில் மாட்டிய தக்கைபோல எத்தனை மிருதுவாக இருந்தது தெரியுமா!

அதன் கீழ்ப்பகுதியில் கொட்டும் ரத்தம் முழுக்கக் காலியாவதற்குள் கோட்டைக்குள் நுழைந்து, தலையைப் பாதுகாப்பாக வைத்துவிட வேண்டும் என்று பதற்றம் உயர்ந்தது எனக்குள்.

மரணத்தின் போதை மீறியதால், வேகமாக நடக்க முடியவில்லை. நான் நடக்க நடக்க கோட்டையும் அதே வேகத்தில் பின்னுக்கு

நகர்ந்து போகிற மாதிரிப் பட்டது. பக்கவாட்டில் சாய்ந்தாடியபடி எத்தனை ஆயிரம் மைல்கள் நடந்தேன், எத்தனை நூற்றாண்டுகள் என்பதையெல்லாம் கணக்கிட்டுச் சொல்வது சாத்தியமே இல்லை. தவிர, நேர்கோட்டில்தான் செல்கிறேனா, நின்ற இடத்திலேயே சுற்றிச் சுற்றி வருகிறேனா என்பதும் எனக்கே தெளிவில்லை...

முயற்சியைக் கைவிட வேண்டியதுதான் என்று தோன்றிய கணத்தில், காலெட்டும் தூரத்தில் இருந்த கோட்டைக்குள் நுழைந்து பிரதான வாசலை நோக்கிப் போனேன். பக்தன் ஏந்திய தாம்பாளம்போல சலனமின்றி என் கையில் இருந்தது என் தலை...

என்ஜின் உறுமிக்கொண்டிருந்தது. படிக்கட்டில் நின்றிருந்த வழிகாட்டி, வேகமாக வரச்சொல்கிற மாதிரிக் கையை ஆட்டினான்.

பால்யத்தில் விழுங்கிய கடிகாரம் என்னை முதல்தடவையாகக் கைவிட்ட ஆதங்கத்தோடு வேகமாக ஓடி வண்டியில் ஏறினேன். எனக்கு வழிவிட்டு மேலேறி ஒதுங்கியவன்,

> நல்லவேளை வந்தீர்கள் ஸாப், விநாடி நேரம் தாமதித்திருந்தாலும் கிளம்பிப் போயிருப்போம்.

என்று மிகுந்த அதிருப்தியுடன் சொல்லும்போதுதான் கவனித்தேன், எப்படியோ தலை மீண்டும் கழுத்தில் பொருந்திவிட்டிருந்தது.

பிடரியைத் தடவியபடி என் இருக்கையில் சென்று அமரப் போனேன். தாடியும் மீசையும் மறைத்ததுபோக மிச்சம் தெரிந்த முகத்தில் அலாதியான குறும்புடன் காதருகில் குனிந்து எதையோ சொன்ன சர்தாரின் தலைப்பாகையில் செல்லமாய்த் தட்டிச் சிரித்துக் குலுங்கினாள் சர்தாரிணி.

க்ளைமேட், மே 2019

அகழ்வாராய்ச்சி

எல்லாமே மாறிவிட்டன. நான் படித்த அரசுப் பள்ளிக்கூடமே இன்று கிடையாது - மாணவர்கள் அதிகம் சேருவதில்லை என்று அரசாங்கமே இழுத்து மூடிவிட்டது. நாலு கிலோமீட்டர் தள்ளி உள்ள தனியார் பள்ளிக்கு நடந்து சென்று, பணம் கட்டிப் படிக்கிறார்கள் என்று பால்ய நண்பன் ஒருத்தன் சொன்னான். இது நான் பிறந்த கிராமத்தில்.

பிற்பாடு நான் பட்டம் படித்த, வனம்போலப் பசுமை நிரம்பியிருந்த, சிறுபான்மையினர் நடத்தும் கல்லூரியில், ஏகப்பட்ட மரங்களை வெட்டி, கட்டடங்கள் கட்டிய மணியமாக இருக்கிறார்கள் என்று புலனாய்வுப் பத்திரிகை ஒன்றின் பேட்டியில் முன்னாள் மாணவரான திரைப்பட இயக்குனர் கவலை தெரிவித்திருந்தார். நிர்வாகக் குழுவுக்கும் முதல்வருக்கும் கட்டடப்பணியை யாருக்கு ஒதுக்குவது என்பது தொடர்பாக ஆரம்பித்த தகராறு, பின்னர் நீதிமன்ற வழக்கு, பொதுமக்கள் போராட்டம் என்று பெரிதானதால் பத்திரிகைகள் கல்லூரிக்குள் நுழைந்திருந்த சமயம் அது. கொஞ்ச நாள்தான்; புதுக் கட்டடங்கள் மினுங்க, கல்லூரி நடந்துவருகிறது. கலைத் துறைக்கும் விளையாட்டுத் துறைக்கும் இரண்டும் கலந்த அரசியல் துறைக்கும் இப்போதும் நட்சத்திரங்கள் அங்கிருந்து உருவாகின்றனவா தெரியவில்லை.

எப்படியோ, பழைய ஞாபகங்களின் சுமையுடன், புதுப்புது வருகைகளை எதிர்கொள்வதில் ஒருவித இயலாமையுடன், மாநகரில்

போகவும் வரவுமாய் எத்தனை வருடங்கள் கழிந்துவிட்டது. நேற்றுச் சாயங்காலம், குடியரசுத் தலைவரின் வருகையையொட்டி, பாதசாரிகளையும் ஓரங்கட்டி நிற்கச் சொல்லிவிட்டது காவல்துறை. பெரும் கலவரம் நடந்து ஓய்ந்த பிரதேசம் போல, எங்கள் அலுவலக வாயில்வழி போகும் பிரதான சாலை வெறிச்சோடி விட்டது.

வழக்கம்போலக் கைபேசியை நிரடவும் மனமின்றி சும்மா நின்று வெற்றுச் சாலையைப் பராக்குப் பார்த்துக்கொண்டிருந்தபோது, சம்பந்தா சம்பந்தமில்லாமல் ஞாபகம் திமிறிப் பாய்ந்தது. இஷ்டப்படி உருட்டிய கலைடாஸ்கோப்பில் தோன்றும் கன்னாபின்னா உருவங்களில், தோராயமான பிம்பங்களை யூகிக்கும் குழந்தைப் பிராயம் எனக்குள் மீண்டும் உதித்துவிட்ட மாதிரி உணர்ந்தேன்...

எனக்கு ஒன்றுவிட்ட சித்தப்பா ஒருத்தர் இருந்தார். எம்ஜியாரைவிட ஐந்து வயது இளையவர். அவரது பரம ரசிகர் - நடிப்பு காரணமில்லை; பொன்னியின் செல்வனைத் திரைப்படம் ஆக்கப் போவதாகச் சொல்லிக்கொண்டிருந்தார் அல்லவா, அதனால். குழந்தைகளுக்கு மந்தாகினி குந்தவை பூங்குழலி வானவன்மாதேவி என்று பெயர் சூட்டியிருந்தார். மிகவும் ஆசாரமான குடும்பம். 'சாதம்' என்பதற்கு பதிலாக 'சோறு' என்று சொன்னதற்காக தோசைத்திருப்பியால் அடிவாங்கித் தையல் போட்ட தழும்பு கடைக்குட்டி அக்காவின் மேல் நெற்றியில் இருக்கும். தானும் தன் பெயரும் பள்ளிக்கூடத்தில் பட்ட பாட்டைக் கதைகதையாய்ச் சொல்வாள் அவள். அப்பாக்காரரோ, ஆண்குழந்தை பிறந்தால், ஆதித்த கரிகாலன் பெயர் சூட்டத் திட்டமிட்டிருந்ததாகவும், கடைசிவரை பலிக்காமலே போனது என்றும் ஆதங்கப்படுவார்.

கல்யாணம் ஆன மறுமாதமே, புருஷன் சம்மதத்துடன், ரமா என்று அரசாங்க கெஜட்டில் பெயர் மாற்றிக்கொண்டவளும்; தனது முப்பத்தெட்டாவது வயதில், உறங்கும் கணவனின் தலையை அம்மிக்குழவியால் சிதைத்துவிட்டு, ஆறுவயதுக் குழந்தைக்கு நஞ்சு புகட்டி, தானும் அருந்தி உயிர்துறந்தவளுமான வானவன்மாதேவி சம்பந்தமான கதைதான் இது. எலும்புக் கூட்டின் வசீகரம் கொண்டவள் அந்த அக்கா. அத்தனை ஒல்லி உடம்பில் அத்தனை பெரிய குமிழ்களைப் பார்க்கும் யாரும் திகைத்துப் போவார்கள்.

அது இருக்கட்டும், என் கதைகளைத் தொடர்ந்து வாசிக்கிறவர்கள், ஒரு பொது அம்சத்தைக் கவனித்திருக்கலாம். கதாபாத்திரங்களின் பெயர்கள் பெரும்பாலும் மாற்றப்பட்டவை; இவர்களின் குணாம்சமும் இவர்களுக்கு நேர்ந்ததும் நிஜமானவை என்பதால். இந்தக் கதையில் ஊரின் பெயரையுமே மறைக்க வேண்டியிருக்கிறது.

ரமா அக்கா ஒரு வீராங்கனை என்பதாகவே என் மனக்குறிப்பில் பதிவு இருக்கிறது. அந்த நாளிலேயே சைக்கிளில் காற்றாய்ப் பறப்பாள். தண்ணீர்ப் பாம்பை வெறுங்கையால் பிடித்துச் சுழற்றித் தரையில் அடித்துக் கொல்வாள்; அதைவிட, அது தண்ணீர்ப் பாம்பு என்று எப்படி அடையாளம் காண்பாள் என்பதுதான் எனக்குப் பேராச்சரியம். அவர்கள் குடியிருந்த ஒண்டுக்குடித்தனக் காம்பவுண்டில், யார் வீட்டில் என்ன பிரச்சினை என்றாலும் 'கூப்பிடு வானுவை' என்று குரல் கேட்கும்.

அவளுக்குள் ரகசியமாக இருந்த ஒரு பயத்தையும், எனக்கு இன்றுவரை புரியாத இன்னொரு உணர்வையும் பற்றித்தான் சொல்லப் போகிறேன்.

பள்ளியிறுதி முடித்தபிறகு, கல்லூரி திறப்பதற்கு முன்னால், இரண்டு மாதம் அவர்கள் வீட்டில் போய்த் தங்க நேர்ந்தது. பள்ளிச் சகவாசம் சரியில்லை எனக்கு என்றும், தகப்பனில்லாத பையன் என்ற பச்சாதாபத்தைத் தவறாகப் பயன்படுத்துகிறேன், நகரத்தின் வேறு பகுதியில் இருந்தால் லோக்கல் நட்புறவுகள் கொஞ்சம் தேயலாம் என்றும் அண்ணா - அம்மா சதியாலோசனைக் கூட்டமைப்பின் ஏற்பாடு இது.

முதல் காரணத்தைப் பொறுத்தவரை, வெகுசுலபமாகத் தாண்டிவிட்டேன். திருட்டு சிகரெட் குடிப்பதற்கு, சமவயது நண்பர்கள் கிடைப்பது எந்த ஊரின் எந்தப் பகுதியிலும் கடினமில்லை. அப்புறம், ஒரேயொரு சிகரெட்டை முன்வைத்து, தானாய்த் திறந்துகொள்ளும் அந்தப் பிராயத்தின் உலகம்.

அப்படித்தான் வரதா கிடைத்தான். சிவஞானம் காம்ப்பவுண்டில் இடப்பக்க அண்டைவீட்டான். சித்தப்பாவின் கணிப்பில், வீரபாண்டிய ஆபத்துதவிப் படையில் இருந்திருக்க வேண்டியவன். 'கிரமவித்தனோட ரொம்பச் சேராதே' என்று அடிக்கடி எனக்கு

அறிவுறுத்துவார். வெளிப்படையாகத் தெரிந்த ஒரே ஒரு காரணம், பள்ளியிறுதியில் ஃபெயிலாகியிருந்தான் என்பது. தான் கற்று வைத்திருந்த வித்தைகள் அனைத்தையும் ஆர்வமாய்ச் சொல்லித் தந்தான். இன்றுவரை மறக்க முடியாத இன்னொரு சங்கதி, அந்தக் காலகட்டத்தில் நான் பீடியே அதிகம் பிடித்தேன்.

அவன் மூலம்தான் ஏழுமலை சகோதரர்கள் பற்றித் தெரிந்து கொண்டேன். பெரிய ஏழுமலை எண்ணெய்ப் பலகாரக் கடை நடத்திவந்தார். கடையின் பின்புறம் பலகாரம் தயாரிக்கும் தொழிலகம் இருந்தது. வீதியின் இரண்டு கோடிகளிலும் நுழைந்த மாத்திரத்தில் கமறல் எடுக்கும் அளவுக்குப் பெரிய வியாபாரம். அவரானால், உடல் முழுக்கப் பனிரண்டு திருமண், சாய வேட்டி, தோள்துண்டு மறைக்காத திறந்த மார்பு, புஜங்கள் இரண்டிலும் சூட்டுத் தழும்பு, கிட்டத்தட்டத் துறவி போன்ற சாந்தம் தவழும் முகத்துடன் கல்லாவில் அமர்ந்திருப்பார்.

படு தீவிரமான வைணவக் குடும்பம். ஆண் குழந்தைகள் இருவருக்குமே ஏழுமலை என்றுதான் பெயர். பெருமாளின் வாசஸ்தலமான பாற்கடல், அமிர்தமும் நஞ்சும் ஒருங்கே உற்பத்தியான இடம் என்பதன் கலிகாலச் சான்று ஏழுமலை சகோதரர்கள் என்பாள் ரமா அக்கா. அண்ணன் வடக்கு வீதியில் தொழில் நடத்தினார். சின்னவர் தெற்கு வீதியில்...

ஏழுமலை சைக்கிள் நிலையம் மிகப் பிரபலமான இடமாக விளங்கியதற்கு, அதன் வாசலில் கிடந்த மரபெஞ்ச் ஒரு முக்கியக் காரணம். நீதிஸ்தலமாக இலங்கிய இடம் அது. பெரும் தொகையைக் கடன் கொடுத்தவன் கண்ணீருடன் தலைகுனிந்தும், திருப்பித் தர மறுக்கும் கடனாளி நிமிர்ந்த பீடுநடையுடனும் திரும்பிப் போகும் அளவுக்கு ஒருபால் கோடாத நீதி. தலைமை நீதிபதி சின்ன ஏழுமலையேதான். வெறும் இருபத்தைந்து வயதே ஆன ஏழுமலை, வலது கையில் சுற்றிய சைக்கிள் செயினுடன் எதிரில் நின்றால், நீதிதேவதையே மாற்றுப் பாதையில் போகத்தான் விரும்புவாள்.

ரமா அக்காவும் அதையே செய்தாள். அதற்கு முன்னால், அந்தப் பகுதியின் அமைப்பைச் சற்று விளக்கிவிடுகிறேன்.

ரயில் பாதை இரண்டாகப் பிளந்து செல்லும் பிராந்தியம் அது. தரை ஊர்திகள் கடந்து செல்ல வாகாக, ரயில் பாதையின் கூரைபோல

மேம்பாலம். பாலத்தின் கிழக்குப் பகுதியில் உட்புறம் நோக்கி நீண்டு செல்லும் வீதிகள் இரண்டு உண்டு. அவற்றைக் குறுக்காக இணைக்கும் தெருக்கள் ஏழெட்டு இருந்தன.

முதல் வீதியின் நட்ட நடுவில் சைக்கிள் நிலையம் இருந்தது. ஆண்டில் ஓரிரு மாதங்களாவது சிறையில் வசித்துவிட்டு வருவார் சின்ன ஏழுமலை. அந்த நாட்களில் மட்டும் பாலம் வரைக்கும் நேரே செல்வாளாம் ரமா அக்கா. கடைவாசல் பெஞ்ச்சில் அவர் இருந்தால், முந்தின தெருவில் நுழைந்து, சுமார் ஐம்பது வீடுகள் தொலைவு நடந்து, அடுத்த தெருவில் இன்னும் ஐம்பது வீடுகள் தாண்டி, முதல் வீதிக்குள் மீண்டும் வெளிப்பட்டு ரயில் பாதை நோக்கிப் போவாள். அதாவது நேர்கோட்டில் போகாமல், ஒருக்களித்துப் படுத்த 'ப'னா போலத் தன் பாதையை வகுத்துக்கொள்வாள். ரயில் பாதைக்கு மறுபுறம்தான் அவள் கல்லூரி செல்வதற்குப் பேருந்து பிடிக்க வேண்டும்.

ஆள் இல்லை என்று நினைத்து நேராகப் பாலம் நோக்கிப் போன ஒரு நாளில், கடைக்குள் இருந்த சின்ன ஏழுமலை, மெனக்கெட்டு எழுந்து வந்து அக்காவை வேகமாகக் கடந்து செல்லும்போது ஒரு தடவை, அதைவிட வேகமாக எதிர்ப்புறம் திரும்பி வந்து ஒரு தடவை வலுவாக இடித்துவிட்டுப் போனார். முதல் தடவைக்குத் தோளை அழுத்தித் தடவி முடித்திருக்கவில்லை அவள். இரண்டாம் தடவையில் குமிழ் நசுங்கியதால் அவள் கண்ணில் நீர் கோத்திருந்தது.

உடன் நடந்து வந்த என் கையை இறுகப் பற்றிக்கொண்டு இரண்டு வாக்கியங்கள் உதிர்த்தாள்.

1 இந்தச் சனியன் இருக்குன்னு தெரிஞ்சிருந்தா, வழக்கம்போலத் தலையைச் சுத்தி மூக்கைத் தொட்டுத் தொலைச்சிருப்பேன்.

2 இவனுக்கெல்லாம் நல்ல சாவே வராதுடா, கிஷ்ணா.

ரிப்பேர் செய்த சைக்கிளை ஓட்டிப்பார்க்கப் போன சின்ன ஏழுமலை, நிலையம் நெருங்குவதால் மந்தமாக வந்த சரக்கு ரயிலில் அடிபட்டு உடம்பு இரண்டாகி இறந்துபோனார். கடன்சுமை தாங்காமல் தற்கொலை என்றும் நீதி கிடைக்கப்பெற்ற யாரோ திட்டமிட்டுச் செய்த கொலை என்றும் உள்ளூர்த் தினசரிகள்

இரண்டிலும் இரு விதமான காரணங்கள் சொல்லப்பட்டிருந்தன. போலீஸார் தீவிரமாக விசாரித்து வருகிறார்கள் என்பது இரண்டிலும் இருந்த பொதுச் செய்தி.

தண்டவாளத்தையொட்டிய மைதானத்தின் மூலையில் குடிசை போட்டுத் தொழில் நடத்திய லோகேஸ்வரியுடன் ஏற்பட்ட பிணக்கினால் தற்கொலை என்று ஒரு செய்தி என்று பீடிப்புகையோடு வரதா சொன்னான். மறுநாள் அவளை எனக்குக் காட்டவும் செய்தான். இன்றுவரை புரியாத இன்னொரு சங்கதி அது. போயும் போயும் அவளுக்காகவா?...

ஒரு வாரம் கழித்து நான் என் தாய்வீட்டுக்குத் திரும்பினேன். அப்புறமென்ன, வழக்கம்போல எல்லாரும் சின்ன ஏழுமலையை மறந்துவிட்டு அவரவர் வேலைக்குத் திரும்பியிருப்பார்கள்... ஆனால், இன்றுவரை என்னால் மறக்க முடியாத இன்னொரு சங்கதி உண்டு.

சின்ன ஏழுமலையின் மரணத்தை சுடச்சுட ரமா அக்காவிடம் தெரிவித்தவன் நான்தான். கல்லூரி விட்டுத் திரும்பி சாவகாசமாக வாசல்படியில் அமர்ந்திருந்தவளிடம் தகவலைச் சொல்லிவிட்டு மூச்சிரைத்தேன். அவள் வைத்திருந்த பீங்கான் தேநீர்க்கோப்பை கைதவறி விழுந்து நொறுங்கியது. கண்ணில் நீர் நிரம்ப அவள் எழுந்து நின்ற அந்தக் காட்சியைவிட எங்கள் உரையாடல் இன்னும் அழுத்தமாகப் பதிந்திருக்கிறது:

> நீ எதுக்குக்கா இப்பிடி டென்ஷனாறே? அவன் என்ன தர்மதொரையா?
>
> அதுக்காண்டி? கெட்டவன்னா, ரயில்லெ அடிபட்டுச் சாகணும்ன்னு இருக்கா?

அவளுடைய அபிமானத் தெருநாய் வெள்ளையன், சிதறிய தேநீரை ருசித்து நக்கிக்கொண்டிருந்ததை வெறித்துப் பார்த்தாள். மளுக்கென்று ஊறியிருந்த கண்ணீர் வழிந்துவிடாமல் அவள் கட்டுப்படுத்திய யுக்தியெல்லாம் என்றைக்குமே எனக்குக் கைவராது...

இதுவும் அதே சித்தப்பா சம்பந்தப்பட்டதுதான். சும்மா இருக்கும் நேரங்களில் என்னை இழுத்துவைத்து, பழைய கதைகள் எதையாவது பேசிக்கொண்டிருப்பார். என்னை வெளியில் சுற்றப் போகவிடாமல்

செய்ய ஒருவிதத் தந்திரம், முன்னரே குறிப்பிட்ட கூட்டமைப்பின் புதிய உறுப்பினரோ இவர் என்றெல்லாம் சந்தேகம் எழத்தான் செய்யும். சில காரணங்களால், பொறுமையாக உட்கார்ந்து கேட்பேன்.

1 திமிறி எழுந்தால் சுதந்திரத்தைப் பாதுகாத்துக்கொள்வது கடினம்; தவிர, நல்ல பையன் என்று பெயர் ஈட்டுவது, திரைமறைவுக் காரியங்களுக்குப் பெரும் வசதி செய்துதரும்.

2 சித்தப்பா சொல்லும் கதைகள் சுவாரசியமானவை. ஒரு சிலவற்றைத் தவிர, மிகப் பலவற்றை நானே பயன்படுத்தியிருக்கிறேன் - எழுத்தாளன் என்று ஆன பின்பு. என்ன, சிலசமயங்களில் அவர் சொன்ன கதையைக் குடைசாய்த்துத் தலைகீழாக மாற்ற வேண்டி வந்திருக்கிறது. அரசியல் சரித்தன்மை என்பது ஒரே சீராக எல்லாக் காலகட்டத்திலும் நிலவுமா என்ன!

3 வணிகப் பத்திரிகைத் தளத்தில்தான் என்றாலும், அவருக்குக் கொஞ்சம் வாசிப்புப் பழக்கம் உண்டு. குறிப்பாக, சரித்திரத் தொடர்கதைகள். அவரிடம் செல்லும்வரை, 'பொன்னியின் செல்வன்' என்ற நூலைப் பற்றிக் கேள்விப்பட்டிருந்தேனேயொழிய, எடுத்துப் படிக்க வேண்டும் என்ற ஆர்வம் எனக்குள் கிளர்ந்ததில்லை. 'கண்டது கற்றவன் பண்டிதனாவான்' என்ற பழமொழியை அவர் சொல்லித்தான் முதன் முதலாகக் கேட்டேன்.

4 அரசாங்க நிறுவனத்தில் குமாஸ்தாவாக வேலை பார்த்தவர். வீட்டில் மற்ற அனைவரும் பிராமணக் கொச்சையில் கொட்டி முழக்க, இவர் மட்டும் அதிலிருந்து முற்றாக விலகியிருந்த பேச்சுப் பாணி எனக்குக் கொடுத்த விசித்திரமான கிளர்ச்சி. பூணூல் அணிந்தவரும், தினசரி நியமங்கள் இல்லாதபோதும் சுயஜாதிச் சடங்குகள் எதையுமே தவிர்க்காதவருமான சித்தப்பா, பேச்சுவழக்கில் மட்டும் தமது ஜாதியை எப்படித் தாண்டினார் என்பது இன்றுவரை ஆச்சரியமாகத்தான் இருக்கிறது. அவருடைய பேச்சில் சரளமாகப் புழங்கும் வசவு வார்த்தைகள் உபரிக் கிளர்ச்சி. பேச்சினளவில் முழுக்கத் தாண்டியும், ஆழ்மனத்தில் ஜாதி அடையாளமும் அதன் பிடிமானமும் கொஞ்சமும் அசங்காமல் இருந்த ஆச்சரியம் இன்னமும் பெரியது.

5 இது மிக அந்தரங்கமான காரணம். அப்பா இறந்ததோடு,

எனக்காகத் திறந்து கிடந்த கதைக்களஞ்சியம் நிரந்தரமாக மூடிக்கொண்டது அல்லவா. இந்தச் சித்தப்பா அதன் இன்னொரு பக்கத்தைத் திறந்துவிட்டார். கதைகளின் வீரியம் குறைவாக இருந்தது என்று நான் நினைத்ததற்கு, என் பதின்ம வயதின் வளர்ச்சி படுவேகமாக இருந்ததும் காரணமாக இருக்கலாம். ஆனால், மனத்தின் இனம்புரியாத ஆழத்தில் எனக்கிருந்த ஏக்கத்தை மிகக் கச்சிதமாகப் பூர்த்திசெய்த பிம்பம் சித்தப்பாவுடையது.

சரி, விஷயத்துக்கு வந்துவிடுகிறேன். சென்ற நூற்றாண்டின் ஐம்பதுகளில் இந்தச் சம்பவம் நடந்ததாகச் சொல்வார் சித்தப்பா.

பின்னாட்களில், பல சந்தர்ப்பங்களில், பலவிதமான காதுகளிடம் அடிக்கடி அவர் சொல்லிக் கேட்க நேர்ந்திருக்கிறது. வருடமும் மாதமும் ஒவ்வொரு தடவையுமே மாறும் - என்றாலும் மூன்று அம்சங்கள் முக்கியமானவை. நாற்பதுக்கோ, அறுபதுக்கோ எட்டி நகர்ந்ததில்லை என்பது ஒன்று. இரண்டாவது, சித்தப்பாவின் வயது அறுபது. பணி ஓய்வுபெற்று இரண்டாண்டுகள் முடிந்திருந்தன. மறதிக்கான சலுகையையாவது வழங்க வேண்டாமா? அவர்கள் வீட்டில் இருந்த நாட்களில், என்னிடமே இரண்டு தடவை சொல்லிவிட்டார்; ஆனால், அப்போது வருட மாதங்கள் சீராகவே இருந்தன.

அப்படியே மாறிவிட்டால்தான் என்ன, கோழி குருடு என்றாலும் குருமா ருசிக்குமல்லவா என்கிறது பழந்தமிழ்ச் சொலவடை. சங்ககாலத் தமிழர் உணவில் கோழிக் குருமா இடம்பெற்றிருந்ததற்கான ஒரே வரலாற்றுச் சான்று.

என்ன, ஒரே கதையைத் திரும்பத்திரும்பச் சொல்கிறாரே மனிதர், வார்த்தைகளைக்கூட மாற்றுவதில்லையே என்ற ஆதங்கம் எழலாம். ஆனால், நிறையப் பேரிடம் சொல்லிவிட்டதால், கதை கேட்காதவர்கள் எண்ணிக்கை வெகுவாகக் குறைந்து விட்டது. யாரிடம் சொன்னோம், யாரிடம் சொல்லவில்லை என்பதை நிதானிக்க, மேலே சொன்ன மறதி அனுமதிப்பதில்லை. தவிர, கேட்பவர்களில் அநேகர் சமவயதினர். அவர்களுக்குமே இன்று கேட்டது இன்றே மறக்க வாய்ப்பு உண்டே.

சித்தப்பாவைப் பொறுத்தவரை, அந்தக்காலம் இந்தக்காலம் என்ற எதிர்த் துருவங்களின் இடையிலான தொலைவைச் சுட்ட இந்தக்

கதை வாகாக இருந்தது. மாற்றங்களின் துர்ப்பலனைத் தவிரப் பேசுவதற்கு வேறேதும் இல்லை அவருக்கு. தவிர, நாளுக்குநாள் மேற்படித் தொலைவு அதிகரிப்பதான உணர்வும் சதா இருந்தது. அது வெறும் தொலைவு அல்ல பெரும் தொந்தரவு என்ற சங்கடமும்கூட யாருக்குத்தான் இல்லை. மந்தாகினியின் மகளும் நாலாம் வகுப்புப் படித்தவளுமான பூரணி சொல்வாள் - 'சண்முகம் ஆட்டோலெ போனப்பல்லாம், நான் சீக்கிரமே வீட்டுக்கு வந்துருவேன்ல்ல தாத்தா'...

சித்தப்பா ஆறாவது ஃபாரம் முடித்திருக்கிறார். அந்தக்காலப் பள்ளியிறுதி. வசதியில்லாத குடும்பம். படிப்பையே வெளியூரில் தாய்மாமன் வீட்டில் தங்கித்தான் முடித்தாராம். தாய்மாமன் சம்சாரம் வெறும் பெண்ணில்லை, மனித வடிவில் உலவிய அன்னபூரணி என்பார்.

> எங்கெ, இன்னைக்கி அப்பிடி ஒரு பொம்பளையக் காட்டூரு பாப்பம்...

என்பது தவறாமல் உதிரும் வாக்கியங்களில் ஒன்று. மூத்தமகள் மந்தாகினியின் மகளும், இவருடைய பேத்தியும், குறித்த தேதிக்கு ஒரு மாதம் முன்பே பிறந்துவிட்டதால் சுமார் மூன்று வாரம் கண்ணாடிப் பேழைக்குள் வளர்ந்தவளும் தனது பெயர் நவீனமாய் இல்லை என்ற நிரந்தர ஆதங்கம் கொண்டவளுமான அன்னபூரணிக்கு அந்தப் பெயர் வாய்த்ததற்குத் தாய்மாமிதான் காரணம்... தவிர, சம்பந்தி வீட்டாரிடம் போராடி, இரண்டாவது மகளுக்காவது தங்கள் பக்கத்துப் பெயர் சூட்டியே ஆகவேண்டும் என்று அனுமதி வாங்கிய சித்தப்பாவும் காரணம். தாய்மாமியைப் பற்றிய சம்பவங் களை விவரிக்கும்போது, இன்னொரு வாக்கியமும் தவறாது:

> தாளி, ஆயிரந்தேன் சொல்லு, தாய்வளி ஒறவுக தாங்குற மாதிரி தகப்பன்வளி ஒறவுக ஆதரவா இருக்குறதில்லே, என்னா சொல்றே? எம்புட்டு விசயங்க மாறட்டுமே, இது ஒண்ணு மட்டும் மாறவே செய்யாது.

இந்த இடத்தில் உபதகவலாக, அந்தக்காலத்தில் கடலுக்குள் முத்துக் குளிக்க இறங்குபவர் இடுப்பில் கட்டிய உயிர்க்கயிற்றை மேலே படகில் இருக்கும் மைத்துனன்மார்தாம் பிடித்திருப்பார்கள்

என்ற செய்தியும், எதிர்ப் பரிமாணத்தில் 'மச்சினன் தயவிருந்தா மலையேறிப் பொளைக்கலாம்' என்ற பழமொழியும் உதிரும்.

இதற்குள்ளே, எதை முன்னிட்டு இந்தக் கதையைச் சொல்ல ஆரம்பித்தோம் என்பதே சித்தப்பாவுக்கு மறந்துபோனதும் உண்டு. அனுபவமில்லாதவர்கள் எடுத்துக் கொடுப்பார்கள். அனுபவஸ்தர்கள் நல்லதாய்ப் போயிற்று என்று ஆசுவாசப்படுவார்கள். விதிவசமாக, அதை நீடிக்க விடமாட்டார் பெரியப்பா. எதிராளி முகத்தில் ஒளிரும் நிம்மதி, விட்ட இடத்தை கவனமாக நினைவூட்டி விடுமோ என்னவோ.

வசதியுள்ள சக மாணவர்கள் கல்லூரி வாசல்களைத் தேடிப் போனபோது, தாய்மாமா இவரை ஓட்டல் எதிலாவது வேலைக்குச் சேர்த்துவிடலாம் என்று முடிவெடுத்தார். குடும்பம் நிமிர அது ஒரு நல்ல வழி என்பதோடு, ஒரு ஆள் சாப்பாட்டுச் செலவு குறையுமே. சம்பளம் சுளையாக வீடுவந்து சேர்ந்துவிடுமல்லவா. குறுக்கே விழுந்து அந்த யோசனையை ரத்து செய்தவள் அன்னபூரணி மாமியேதான்...

> சொளைன்னாலே இன்னதுன்னு தெரியாமெத்தானே இந்தநாள் பசங்க இருக்கானுக...

என்பார் சித்தப்பா. அவர் சொல்லச்சொல்ல, இரண்டு காலகட்டங்களுக்கிடையே வெறும் திரைமாதிரி ஆரம்பத்தில் தென்பட்ட பிளவு, கனத்த காங்க்ரீட் சுவராக உருமாறி, சீனப் பெருஞ்சுவரின் அகலத்துக்குப் பரந்ததாகவும் நீண்டதாகவும் ஆகிக் கொண்டே போகும்.

என்றைக்குமே மாறவியலாத இன்னொரு சங்கதி, நாலைந்து இளைஞர்கள் ஒன்றுசேர்ந்தால் குட்டிச்சுவர் அல்லது பேருந்து நிறுத்தம் அல்லது கோவில்வாசல் அல்லது... இன்னும் நாலைந்து இடங்கள் (பட்டியலின் உள்ளடக்கமும், நீளமும் அவருடைய மனநிலையைப் பொறுத்து நீளவோ குறையவோ செய்யும்) உண்டு - அங்கே குழுமியிருந்து, போகும்வரும் பெண்களைப் பார்வையால் மேய்வது.

அரட்டையடித்தவாறு இவர்கள் நின்றிருக்கிறார்கள். தொலைவில் நீலகண்டன் வாத்தியார் வருகிறார். அளபெடைகள் பற்றி

அவரை மாதிரி இன்னொருத்தர் சொல்லித் தந்துவிட முடியாது. சங்கீதக்காரனின் இழுவை, கீரைக்காரியின் கூவல், வியாதியஸ்தனின் அலறல் என்று வெவ்வேறு உதாரணங்களை வைத்து, மறக்க முடியாதபடி சொல்லித் தந்திருக்கிறார். இப்போதெல்லாம் அவ்வளவு அக்கறையாக இலக்கணம் படிக்கிறவர்கள் இருக்கிறார்களா என்ன. உச்சரிப்பு சுத்தம்கூட மிச்சம் இல்லை...

வாத்தியார் இவர்களைப் பார்த்துவிட்டார். சித்தப்பாவைச் சொடக்குப் போட்டு அழைத்தார். மடித்துக் கட்டிய வேட்டியைத் தழையவிட்டவாறு அருகில் போனார் இவர். இடுப்பு மடிப்பிலிருந்து எடுத்த மட்டையை மறுகை ஆள்காட்டி விரலால் ஓரிரு முறை தட்டி ஒரு சிட்டிகை எடுத்தபடி வாத்தியார் கேட்டார்:

என்னாடா, இன்னம் சும்மாத்தேன் இருக்கயா?

ஆமாங்கய்யா.

மதுரேலெ என் ஸ்டூடண்ட்டு ஒர்த்தன் இருக்கான். அவனைப் போயிப் பாக்கிறியா. நான் அனுப்புனேன்னு சொல்லு.

தாய்மாமாவும் கூடப் போனார். அருணாசலம் முதலாளி உடனடியாக வேலை போட்டுத் தந்தார். சம்பளம் குறைவு. ஆனால், மதியச் சாப்பாடும் தினசரி மதுரைக்குப் போய்வரப் பேருந்துச் சத்தமும் தமது பொறுப்பு என்றார். ரொம்ப ராசியான மனிதர். இரண்டே வாரம் அவருடைய மண்டியில் வேலைக்குப் போனார் இவர். பதினாறாவது நாள் வீடு திரும்பினால் அரசாங்கக் கடிதத்தோடு சாணித்தாள் உறை காத்திருக்கிறது.

யெப்பா, மகராசா, பாதியிலே நிண்டுக்கிற மாட்டியே?!

என்று முதலாளி கேட்டது இவருக்கும் மாமாவுக்கும் திரும்பத்திரும்ப நினைவு வந்தது. சரி, எதற்கும் கேட்டுப் பார்ப்போம் என்று இந்தத் தடவையும் மாமா உடன்வந்தார் - அந்தச் சமயத்தில் எதேச்சையாக வீட்டுக்கு வந்திருந்த தாய்மாமாவின் மைத்துனர், ‘அதெல்லாம் என்னத்துக்கு அத்திம்பேர், செத்தம் காட்டாமே நின்னுற வேண்டியதுதானே’ என்று சொல்லிப் பார்த்தார். அன்னபூரணி மாமி, ‘சேச்சே, அதெல்லாம் நம்ம கூட்டாளி செய்யறதாடா? செய்நன்னி மறக்கலாமா.’ என்று கறாராகச் சொல்லிவிட்டாள்...

முதலாளியானால், முதலாளி மாதிரியே பேசவில்லை.

> அட, இதுக்கா இம்புட்டுத் தூரம் வந்தீக? தம்பி சொன்னாப் பத்தாதா? சர்க்கார் உத்யோகம்ல்ல. சும்மாவா? இதே ஏம் மகேன்ண்டா என்னா செஞ்சிருப்பேன்?

என்றெல்லாம் கேட்டவர்,

> இத்தனெநா வேலெ பாத்துருக்கான். ஆசையாப் பாத்துருக்கான். அதுக்கு உண்டான கூலியெக் குடுக்க வேண்டாமா?

என்று பதினைந்துநாள் சம்பளத்தைக் கையில் கொடுத்து ஆசீர்வதித்தாராம்.

> அப்பிடியாப்பட்ட ஆளுகளே இன்னிக்கி ஒரு ஆள், ஒரேயொரு ஆள், காட்டு பாப்பம். என்ன ரசவாதமோ, ஒரே கொத்தாக் காணாமெப் போய்ட்டான்களே.

என்று வயிற்றெரிச்சலோடு சொல்லி முடிப்பார் சித்தப்பா. உபரியாக, தாம் ஓய்வு பெற்ற தினத்தில் நீலகண்டன் வாத்தியாரும் அருணாசலம் முதலாளியும் நினைவில் பொங்கி நெஞ்சை அடைத்ததால் கண்களிலிருந்து நீர் வழிவதைக் கட்டுப்படுத்த முடியவில்லை என்று கண்ணைத் துடைத்துக்கொள்வார்.

கேட்பவர்கள் பெரும்பாலும் சமவயதினரல்லவா, தாமும் கண்ணைத் துடைத்துக்கொள்வார்கள். அது வெறும் தாட்சண்யத்தினால் இருந்திருக்க வாய்ப்பில்லை என்றுதான் சொல்லவேண்டும்...

குடியரசுத் தலைவர் பாதுகாப்பாக ராஜ்பவன் போய்ச் சேர்ந்துவிட்டார். இங்கே காவலுக்கு நின்றிருந்த போக்குவரத்துக் காவலர் தொப்பியைக் கழற்றி, மறு கைக் கைக்குட்டையால் உச்சந்தலையைத் துடைத்தவாறே, தொப்பிக் கையை ஆட்டி, ஒதுங்கி நின்றவர்கள் அசையலாம் என்று அனுமதித்தார். வாகனங்கள் நீர்ப் பிரவாகம்போலப் பொங்கின. இந்த இடத்தில் இன்னொரு மர்மம் அகன்றது. அந்தக் காவலருக்கு அச்சு அசல் என் சித்தப்பாவின் சாயல்...

மின்சார ரயிலைப் பிடிப்பதற்காகக் காத்திருந்தபோது தோன்றியது - வீட்டிலிருந்து இருசக்கர வண்டி, குறிப்பிட்ட நிலையம்வரை மின்சார ரயில், அதன்பிறகு நாலைந்து நிறுத்தங்கள் தொலைவுவரை படுநெரிசலான நகரப் பேருந்து. சுமார் இருபத்தைந்து வருடங்கள் இப்படிக் கழித்திருக்கிறேன். இத்தனை இடுக்கண்களிலும் நகுவதற்குக் காரணமாய் இருந்தது இந்த மின்சார ரயில் பயணம்தான். எத்தனைவிதமான மனிதர்கள், எத்தனைவிதமான தருணங்கள், எத்தனைவிதமான அவமானங்கள், எத்தனைவிதமான பயங்கள்...

மேற்சொன்ன பட்டியலைப் பல்வேறு கதைகளில் எழுதியும் பார்த்திருக்கிறேன். ஆனால், இத்தனை வருடமாக வெளிப்படாமல் நினைவில் அழுந்திப் பொதிந்திருந்த ஒரு சம்பவம் இன்றைக்கு மேலெழுந்து வந்ததற்கு, நினைவோட்டம் ஆரம்பித்த இடம்கூடக் காரணமாக இருக்கலாம். அல்லது பின்வரும் சம்பவத்தின் நாயகர் அல்லது எதிர்நாயகருக்கு மேற்படிச் சித்தப்பாவின் சாயலை நானே சூட்டி மகிழ்ந்ததும் கூடக் காரணமாய் இருக்கலாம்... ஆழ்மனத்தின் சகதிப் பரப்பிலிருந்து தலைநீட்டி எழும் தாவரங்களுக்குத் துல்லியமான தர்க்கப் பின்னணி இருக்குமா, இருக்கத்தான் வேண்டுமா என்று தெரியவில்லை.

ரயிலின் தலைவிளக்கு தெரிகிறது. கடுமையான நெரிசலுடன் வரும் வண்டிக்குள் நுழைந்து வாகைசூட, காத்திருக்கும் பெருங் கூட்டம் தயாராகிறது. எவ்வளவு கூட்டமானாலும் உள்ளே நுழைந்துவிடும் லாகவம் இயல்பாகப் படிந்துவிட்டிருக்கிறது எனக்குள்.

அனிச்சைச் செயல்களுக்கான கட்டளை, மூளையிலிருந்து பிறப்பதில்லையாம்; முதுகுத்தண்டிலிருந்தே அவசர உத்தரவு பிறந்துவிடுமாம் - எங்கோ படித்திருக்கிறேன். என் தண்டுவடத்தில் ரசாயனக் கிளர்ச்சியை உணர்ந்தேன். இதை எழுதும்போது தோன்றுகிறது - அப்படியானால் மூளை நடைமுறைக் காலத்தோடும், தண்டு வடம் எல்லாக் காலத்துக்குமான உடனடிக் கால அலகுகளோடும் இருக்கின்றனவா என்ன!

சட்டை உடல் தோள்பை மனம் என்று சகலமும் கசங்கி, வண்டிக்குள் அடைந்து நின்று புழுங்கிய நேரத்திலும், அடிமனத்தில் மாறாமல் மலர்ந்திருந்த புன்னகைக்கு அந்தச் சம்பவம்தான் காரணம். இத்தனைக்கும், எனக்கு நடந்தது அல்ல அது. மாநகரத்துக்குக் குடிவந்தபோது நான் பணியமர்ந்த கிளையில் சக ஊழியனாய்

இருந்த வேணு விவரித்தது.

முப்பது வயதுக்குப் பிறகு ‘போடா வாடா’ நண்பன் கிடைப்பது எவ்வளவு அபூர்வம். அப்படி எனக்குக் கிடைத்தவன் வேணு. கிளையில் இருந்த சமவயதினர் பலரும் அவனுக்கு நெருங்கிய நண்பர்களாய் இருந்தவர்கள். பின்னாளில், வங்கி முழுவதும் கணினிமயமான நாட்களில், ஒரு உச்சி மதியவேளையில், வேணுவுக்குப் பணி மாற்றல் உத்தரவு வந்தது. வாடிக்கையாளர் கூட்டம் கிளைமுழுவதும் நிரம்பி, வாசலைத் தாண்டியும் வரிசை கட்டியிருந்த பொழுதில், உடனடியாகப் பல்லாவரத்துக்குப் போய்ப் பணியேற்கும்படி தொலைபேசி உத்தரவு.

நண்பர்களிடம் முறையாகப் பிரிவுபசாரம் பெறக்கூட அவகாசமின்றி, சிவந்த கண்களுடன் சக ஊழியர்களிடமும், காத்திருந்த வாடிக்கையாளர்களில் அவனை மிகவும் நேசித்த நாலைந்து பேரிடமும் பிரியாவிடை பெற்றுக் கிளம்பிப் போனான். அன்று சாயங்காலமும் இதேபோன்ற நெரிசலில் சிக்கி வீடு திரும்பும்போது, நண்பனைப் பிரிந்த துக்கத்தையும் தாண்டி, இதேபோன்று புன்னகையை மலர்த்தியது இதே சம்பவம்...

வேணுவை அவனுடைய நெருங்கிய நண்பர்களே அவ்வளவாக நம்பமாட்டார்கள். சொல்வதில் பாதிக்குமேல் புளுகு என்று தங்களுக்குள் பேசிச் சிரித்துக்கொள்வார்கள். அதுதான் தெரிகிறதே, பிறகு ஏன் நண்பர்களாய் இருக்க வேண்டும் என்று தோன்றுகிறதல்லவா. நியாயம்தான். ஆனால், எந்த ஒரு சங்கதிக்காவது பின்புலமாக ஒரேயொரு நியாயம் இருந்திருக்கிறதா? தவிர, நட்பு என்றால் பொய்மைக்கு அப்பாற்பட்டது என்பது நாமே ஆசையாய்க் கைக்கொள்ளும் கற்பிதம்தானே!

வேணுவின் பொய்களுக்கு இரண்டு அடிப்படைகள் உண்டு. முதலாவது, சுவாரசியம். ஒரு உதாரணம் சொன்னால் விளங்கிவிடும்.

பல ஆண்டுகளுக்கு முன்பு, திருச்சியில் அவன் பணிபுரிந்த தொண்டு நிறுவனத்துக்கு வெளிநாட்டவர் அடிக்கடி வந்து போவார்கள் (நிறுவனத்தின் நிதிமூலம், அதில் நடக்கும் தில்லுமுல்லு என்று ஒரு குடி இரவில் வேணு அடுக்கியவை மட்டும் நூறு சத உண்மைகள் என்பதே நண்பர்களின் எண்ணம்). இப்படித்தான்,

ஒரு ஆஸ்திரியப் பெண்மணி வந்திருக்கிறார். ஏக்கர் கணக்கில் வளைத்துப்போட்ட புறம்போக்கு நிலத்தின் ஒரு மூலையில், மாபெரும் கட்டடத்தில் இயங்கிவந்தது வேணுவின் நிறுவனம். கூட்டம்கூட்டமாக நின்றிருக்கும் பழமரங்களையும் அவற்றில் கெச்சட்டமிடும் அந்திப் பறவைகளையும் பார்த்துப் படுஉற்சாகமாகி விட்டார் வந்தவர். சரளமாகச் சுமந்து வந்திருந்த, ஆளுயரக் குதிர்போன்ற முதுகுப்பையை அவசரமாய்த் திறந்து, விலையுயர்ந்த புகைப்படக் கருவியையும், அதில் மாட்ட முழங்கைப் பருமனும் நீளமும் கொண்ட லென்ஸையும் எடுத்திருக்கிறார். வேணுவைப் பார்த்துச் சொன்னாராம்:

ஐயாம் எ பெர்ட் வாட்ச்சர்.

இவன் சமத்காரமாக பதிலளித்தானாம்:

பட் ஐயாம் எ மேன் வாட்ச்சர்.

கருவிகளை அப்படியே மேசையில் கிடத்திவிட்டு வேணுவுடன் போரிடத் தயாராகி விட்டார் அவர். அது என்னமாய் ஆண்பாற் சொல்லை அவன் பயன்படுத்தலாம், ஹ்யூமன் வாட்ச்சர் என்றல்லவா சொல்லியிருக்க வேண்டும்; பெண்களை அவன் கவனிக்கவே மாட்டானா, அவர்களில் கவனிப்பதற்கு ஏதுமே இல்லையா, பார்க்கப்போனால் பெண்களின் சம அளவு பங்களிப்பு இல்லாவிட்டால் மனிதகுலம் இன்றிருக்கும் நிலையை எட்டியிருக்க முடியுமா என்றெல்லாம் பொரிந்து தள்ளிவிட்டார்.

இவன் நிதானமாகச் சொன்னான்: ஒரேயொரு சொற்றொடரை சுத்தம் செய்வதன் மூலம் ஒட்டுமொத்த சமூகத்தையும் தூய்மையாக்கிவிட முடியாது; சரித்திரத்தின் பக்கங்களில் பெண்ணினத்துக்கு நேர்ந்த இழிவுடன் ஒப்பிட்டால், தற்கால நிலை எவ்வளவோ உத்தமம்; வரலாற்றின் வண்டல் படியாத தனிமனம் இருக்க வாய்ப்பேயில்லை; கேவலம் ஒரு வேணுவை ஆணினத்தின் பிரதிநிதியாகக் கருதுவது முறையல்ல; தவிர, பெண்களை அவதானிக்க விரும்பாத ஆண் இருக்க முடியுமா என்ன!

கடைசி வாக்கியத்தில் ஆஸ்திரியப் பெண்மணியின் சினம் பல்கிப் பெருகிவிட்டதாம். நள்ளிரவுவரை யுத்தம் தொடர்ந்தது என்றான் வேணு. அவனுடைய பிரத்தியேகப் பொய்களில் ஒன்றாகத்தான் இருக்க முடியும் இது - அவ்வளவு பெரிய கருத்துக் குஞ்சலம்

அல்ல அவன். தவிர, தமிழறிந்த அளவு ஆங்கிலம் அறிந்தவனும் அல்ல. ஆஸ்திரியர்களின் ஆங்கில அறிவு பற்றி விசாரித்துத்தான் தெரிந்துகொள்ள வேண்டும்...

மேற்படி உதாரணத்திலேயே அவனுடைய புளுகுகளின் மற்றதொரு அடிப்படையும் புரிந்திருக்குமே - தன்னலத்தை முன்னிறுத்தாத வெற்றுப் பொய்கள் அவை. யாருக்கும் தீங்கு பயக்காதவை. கற்பனையின் வளமான வசீகரம் கொண்டவை...

சென்னையில் வேணுவை மிகவும் கவர்ந்த அம்சம், மின்சார ரயில். மனித உடலின் மேற்பெருஞ்சிரை கீழ்ப்பெருஞ்சிரைபோல போகவும் வரவுமாக இருக்கும் மின் ரயில் தண்டவாளங்களைப் பார்க்கும்போதெல்லாம் தனக்குள் கிளர்ச்சி பெருகுவதாகச் சொல்வான். அது ஒரு தனி உலகம் என்றும், எண்பது ஆண்டுகளுக்கு மேலாகப் புழக்கத்தில் இருக்கும் போக்குவரத்து சாதனம், தமிழ் வெகுஜனக் கலையிலும் சரி, சீரிய கலையிலும் சரி தனக்குரிய முக்கியத்துவத்தைப் பெறவேயில்லை என்பான்.

> எத்தனெ நாவல்லெ, சிறுகதையிலெ, சினிமாலெ எலக்ட்ரிக் ட்ரெயின் வந்துருக்கு சொல்லு...

என்று அங்கலாய்ப்பான். அதனால்தானோ என்னவோ, அவன் சொல்லும் கதைகளில் பெரும் விகிதம் மின்சார ரயிலைச் சுற்றியே நகரும். அதிலும் மீட்டர்கேஜாக இருந்த காலகட்டத்தில் நடந்த சம்பவங்களே ஏகப்பட்டது சொல்வான். அதில் ஒன்றுதான், எனக்கு நினைவுவந்த சம்பவம்:

தாம்பரத்திலிருந்து கடற்கரை போகும் ரயிலில் ஏறியிருக்கிறான். இவன் ஏறும்போது காலியாய் இருந்த பெட்டி, வண்டி புறப்படுமுன் முழுக்க நிரம்பிவிட்டது. பொதுவாக ஒரு வண்டிக்கும் மற்றதுக்கும் அவ்வளவு இடைவெளி இருக்காது. அன்று ஏதோ பிரச்சினை. நடைமேடையில் அத்தனை ஒலிபெருக்கிகள் பொருத்தி இருந்தாலும், தாமதத்துக்கான காரணத்தை அறிவிக்கவே மாட்டார்கள் - காத்திருக்கும் பயணிகளுக்கு அதையெல்லாம் தெரிவிப்பது அநாவசியம் என்று நினைப்பார்களோ என்னவோ.

இருவர் அமரும் இருக்கையில், இவன் ஜன்னலோரம். அடுத்தது, ஒரு

கடா மீசைக்காரர். இடையில் கொஞ்சம் இடைவெளி இருந்தது. அரை ஆள் பொருந்தும் அளவுக்கு. வேணு ஈர்க்குச்சிபோல இருப்பான்.

அலுவலக நேர நெரிசல் சுமந்து நிறைமாசம்போல நிதானமாய் நகர்ந்தது ரயில். அடுத்த நிலையத்தில் ஏறி அவசரமாய் வந்தவர்களில் தாட்டியமான ஒருவர் இருந்தார். வேணுவுக்கும் மீசைக்காரருக்கும் இடையில், முழுசாகச் செருகிக்கொண்டார். பன்னிரண்டு திருமண் பொறித்த, வியர்வை மண்டிய உடம்பிலிருந்து திருத்துழாய் மணம் கவிச்சியாய்ப் பீறியது. 'நாராயணா' என்று உரத்து அரற்றினார். மீசைக்காரர் முகம் சுளித்தார்.

ஒவ்வொரு நிலையத்திலும் ரயில் நின்றாலும் சென்றாலும் கூட்டம் அதிகரித்தாலும் குறைந்தாலும் யாராவது தும்மினாலும் இருமினாலும் யாருக்காவது செல்ஃபோன்[1] அழைப்பு வந்தாலும் நின்றாலும் இவர் 'நாராயணா' என்று அலறுவார். அவன் எந்தக் கூட்டத்தில் எங்கே சிக்கியிருந்தானோ, பாற்கடல் அலையோசையில் செவி மடுக்க மறந்தானோ, பாதம் பிடித்துவிடும் இணையின் காதலில் அமிழ்ந்து கிடந்தானோ, சதா காக்கும் தொழில் செய்து அலுத்த மனநிலையில் வேண்டுமென்றே முகந் திருப்பியிருந்தானோ, வரிசையில் முறை வர இவர் அழைப்பைக் காத்திருப்பில் போட்டானோ என்று வேணுவின் மனம் அடுக்கிக்கொண்டே போனதாம்.

எதிர் இருக்கைக்காரர் முறைத்ததைத் தொந்தியர் கவனித்துவிட்டார். உரத்த குரலில் கேட்டார்:

> என்னங்காணும் முறைக்கிறீர்? நான் யார் தெரியுமா? சாட்சாத் ஆழ்வார்க்கடியான் வம்சமாக்கும்... நாவலோ நாவல்... நாராயணா.. நாராயணா...

இந்த முறை கூவலின் தொனி இன்னும் உயர்ந்திருந்தது.

பதினோராவது நிலையத்தில் எண்பதாவது அழைப்புக்கு கடாமீசை பதிலளித்தார். சுளீர் என்று முகத்தில் ஓர் அறை. பக்தர் 'நாராயணா... ஆ... ஆ...' என்று கதறினார். வைகுண்டத்துக்கே கேட்டிருக்கும்.

1. அந்தக் காலகட்டத்தில் செல்ஃபோன் பரவலாக புழக்கத்துக்கு வந்திருந்ததா என்பதும் ஐயத்துக்குரியதுதான்

பிறகு அமைதியாகிவிட்டார். வேணு நண்பர்களிடம் இப்படிச் சொன்னான்:

> *அடுத்த ஸ்டேஷன்லெ ஏகப்பட்ட கூட்டம் ஏறிச்சு. நம்மாளு கூப்புட்ட நாராயணன் அவிங்கள்லெ இருப்பாரோன்னு தேடிப் பாத்தேன். ம்ஹூம். ஆளுக முகத்தெ வச்சுப் பேரெக் கண்டுபிடிக்க முடியுமா என்ன!*

நண்பர்கள் சிரித்தோம். பனிரண்டாவது நிலையத்தில், மீசைக்காரர் இறங்க எழுந்தார். பின்புறம் முரட்டுத்தனமாக அசைய அவர் நுழைவாயிலை நோக்கிப் போகும்போது வேணுவுக்குச் சட்டென்று உறைத்ததாம். ஒருவேளை, பெரியவரை அறைந்ததே நாராயணன்தானோ.

நண்பர்கள் மறுபடியும் சிரித்துவைத்தோம் - இதுவரை சொன்னதில் எத்தனை சதவீதம் உண்மை என்ற சந்தேகத்துடன்தான். ஆனால், அடுத்து வேணு உதிர்த்த வாக்கியத்தில் அத்தனை சந்தேகமும் உறைபனி மாதிரித் திடமாகிவிட்டது.

அந்த நிலையத்திலிருந்து ரயில் கிளம்பும்போது, நடைமேடையிலிருந்து கனத்த குரல் ஒன்று கேட்டமாதிரி இருந்ததாம் வேணுவுக்கு:

> *நா யாரு தெரியுமில்லே? சின்னப் பளுவேட்ரையர் பரம்பரெடா.*

அது தனது பிரமையாகவும் இருக்கலாம் என்று சொன்னான் வேணு - முதல் தடவையாக.

உயிர்மை, செப்டம்பர் 2018

மாயக் கண்ணாடி

1

இதேவழியில் முன்பும் வந்திருக்கிறார் தணிகாசலம். ஐம்பது வருடங்களுக்கு முன். அப்போது வார் வைத்த டவுசர் போட்டிருந்தார். இருபுறமும் புட்டப் பகுதி இற்று படுக்கைவசமாகக் கிழிசல்கள் கொண்ட வழக்கமான காக்கி டவுசர் இல்லை - வெளியில் போகும்போது மட்டும் அம்மா அணிவிக்கும் ஊதா நிற டவுசர். அந்துருண்டை மணமும், காலங்காலமாய்ப் பெட்டிக்குள் கிடந்ததால் ஒருவிதப் புழுக்கை நெடியும் கலந்து வீசுவது. தணிகாசலத்துக்கு மிகவும் பிடித்த வாசனை.

பேருந்துக்காகக் காத்திருக்கும்போது, ‘எலே, போஸ்ட்டாபீசு’ என்று சதா கேலி செய்யும் பள்ளித்தோழர்களில் ஒருவனாவது இப்போது வரக்கூடாதா, கிழியாத டவுசரைப் பார்த்து வியக்கக்கூடாதா என்று ஏங்கியது மனம். ஆனால், விடுமுறை நாளில் விடியற்காலை எழுந்து பேருந்து நிறுத்தத்துக்கு வர அவர்களுக்கென்ன கிறுக்கா பிடித்திருக்கிறது...

அம்மாவுமே தாலிச் சரட்டோடு, புதுக்கருக்கு மங்காத கவரிங் சங்கிலி ஒன்றும் அணிந்திருந்தாள். மங்கிப் பழுப்புத் தட்டிய வெண்ணிறத்தில் நீலநிற வட்டங்கள் பதிந்த நைலக்ஸ் புடவை, அம்மா முகத்தில் நிரம்பியிருந்த இருட்டின் காரணமாகவோ என்னவோ, பளீரென்ற வெண்மையுடன் பொலிந்தது. டவுசரின் அதே மணம் அம்மாவின் புடவையிலும் வீசியது.

ஆனால், அரை நூற்றாண்டு கடந்தும் அந்த நாளும், அந்தப் பயணமும் தணிகாசலத்தின் நினைவில் அழுத்தமாக இருப்பதற்கு, ஊதா டவுசரோ, அம்மாவின் புடவையோ, அந்த அதிகாலையில் மனம் முழுக்க மண்டியிருந்த இனம்புரியாத ஏக்கமோ காரணம் அல்ல; பெற்றவர்கள் நிரந்தரமாகப் பிரிவதற்கு முன் அம்மாவுடன் வந்த பயணம் அது என்பதுதான்.

அம்மா ஓயாமல் விசித்துக்கொண்டு வந்தது நினைவிருக்கிறது. மகனை அவ்வப்போது அணைத்துக்கொண்டாள். அவளுடைய உடம்பு தொடர்ந்து நடுங்கியதும், தாக்கப்பட்டதுபோல அவ்வப்போது விதிர்த்ததும் மறக்கவில்லை. அம்மாவின் அப்போதைய முகம் மிகப் பசுமையாக மனத்தில் பதிந்திருக்கிறது. சற்றே சதுரமான முகம். அகலமான மூக்கு. அப்பாவைப்போல அட்டைக் கறுப்பு இல்லை - கறுப்பை விட்டுக் கொஞ்சமேகொஞ்சம் தள்ளி நிற்கும் நிறம் - 'புதுநிறம்' என்று சொல்லிக்கொள்வாள்.

இருவருமே வேலை பார்த்தும், அம்மாவின் கழுத்தில் மஞ்சள் சரடும் காதிலும் மூக்கிலும் கவரிங் நகைகளும் இருந்தது அந்த வயதில் வித்தியாசமாகத் தெரியவில்லை. பள்ளிப்படிப்பில் படியேறிச் சென்ற நாட்களில் என்றோ எப்போதோ மங்கலாகப் புரிய ஆரம்பித்தது. புகை மது சூது என்று ஒன்று விடாமல் பழகியிருந்தவர் அப்பா. இதைவிட மோசமும் தீவிரமுமான பழக்கங்களுடன் சுமுகமாக வாழ்க்கை நடத்திய தம்பதியர் எத்தனை பேரை இவரே பார்த்திருக்கிறார்...

இருவருக்குமிடையில் பிணக்கு உருவாக இன்ன காரணம்தான் இருந்திருக்கக்கூடும் என்பதை தணிகாசலம் உணர ஆரம்பித்த நாட்களில், அம்மாவுக்கும் இவருக்கும் நடுவில் கனத்த திரையாக மௌனம் கவிந்திருந்தது. அப்பாவின் மறுமணமும் இவர் வாலிபத்தின் முதற்படியில் இருந்ததும் அம்மாவின் சகஜமான பேச்சை முழுக்கவே ஓய வைத்திருக்கலாம். தனக்குள் புடம் போட்டுப்போட்டு

இறுக்கிய தனிமையின் நிசப்தத்தை நிரந்தரமாகப் பூண அவள் முடிவெடுத்திருக்கலாம். அல்லது, தாய் மகன் இருவருக்குமே தெரிந்த ரகசியத்தை விண்டு பேசும் அவசியம் இருவருக்குமே இல்லாமல் போயிருக்கலாம்.

ஆனால், சேர்ந்திருந்த காலத்திலும் பெற்றவர்கள் நேரடியாகச் சண்டை போட்டு தணிகாசலம் பார்த்ததில்லை. பிரியமாகப் பேசியும் பார்த்ததில்லை. வெளியுலகத்துக்குத் தெரியாத தங்கள் பிரத்தியேக உலகத்தில் வன்மத்தையும் குரோதத்தையும் வளர்த்து வந்திருக்கிறார்கள்போல என்று இப்போது தோன்றுகிறது.

சமாதானம் செய்துவைத்துப் பிரயோசனமில்லை என்று அம்மன் தீர்மானித்திருக்கலாம் - அதை சூட்சுமமாக அம்மாவிடம் தெரிவிப்பதற்காக அவளுடைய கனவில் தரிசனம் தந்து இங்கே வரச்சொல்லிக் கட்டளையிட்டிருக்கலாம்.

> "அவ கூப்புட்டான்னுதானே அன்னைக்கி வந்தேன். இப்பிடி முடிவு சொல்லுவாண்டு தெரிஞ்சிருந்தா, ஒண்ணு ரெண்டு வருசம் பிந்திக்கூடப் போயிருப்பனே. என்னமோ, அன்னைக்கி இருந்த வேகத்துக்கு, பொட்ணத்தெப் பிரிச்சோன முடிவெடுத்துட்டென். இப்பொப் படுற கஸ்டத்தெப் பாத்தா, அவ குடுத்தது வரமா சாபமாண்டே புரியலயே..."

என்று கண்ணீர் மல்க சக ஆசிரியைகளிடம் அம்மா புலம்புவதை ஒரு நாள் கேட்டார் தணிகாசலம். அப்போது பத்தாம் வகுப்பை எட்டியிருந்தார்.

ஆமாம், பிரிந்துவிடலாமா என்று அம்மனிடம் பூக்கட்டிப் போட்டுக் கேட்கத்தான் வந்திருந்தாள் அம்மா. அதற்கு முன்பும் பலதடவை இந்தக் கோயிலுக்கு வந்திருக்கக் கூடும். ஆனால், கடைசியாக வந்தது மட்டும்தான் நினைவிருக்கிறது.

அம்மாவிடம்தான் வளர்ந்தார் என்றாலும், பின்னர் ஒருமுறைகூடக் கோயிலுக்கு வந்த ஞாபகமில்லை. அவள் தனியாக வந்து சென்றதாகவும்தான். சிவப்புப்பூ வழங்கி மணவாழ்வை முறித்தவளை இனி எதற்காகப் பார்ப்பது என்று முடிவெடுத்தாளோ. அம்மா மறைந்ததுக்கு அப்புறமும் இவர் வந்ததில்லை. மேற்படிக் காரணம் தான் காரணம்.

அம்மாவை நினைக்கும்போதெல்லாம் எந்நேரமும் துயரம்

நிரம்பிய அவளது கண்களும்; அவற்றில் நீர் ஊறும்போதெல்லாம் தன்னிச்சையாகத் துடிக்க ஆரம்பித்துவிடும் கன்னங்களும்; சற்று அழுத்தமாகவே கருமை தெரியும் பூனைமீசையும்; இவர் பணியமர்ந்து, பின்னர் குடும்பஸ்தராக ஆன பிறகும் கடைசிவரை பிடிவாதமாகத் தனியே வசித்து அவள் காலமானதும்; முழுக்க மஞ்சள் அப்பி, ரூபாய் அகலப் பொட்டும் வைத்தும் முகத்தில் சாவுக்களைக்குப் பதிலாக துயரமே படிந்திருந்திருந்த காட்சியும்; அது நிஜமா தனக்குள் மட்டும் ஊறும் பிரமையா என்று புரியாமல் தான் தவித்ததும் தணிகாசலத்துக்குள் சலனப்படமாக ஓட ஆரம்பித்து, உள்ளூர ஒரு நடுக்கம் கிளம்பிவிடும்.

“வண்டிய ஓரங்கட்டுங்க தம்பி. ஒண்ணுக்குப் போகணும்.”

நிஜமான காரணம் அது அல்ல என்று பின்னால் உட்கார்ந்திருக்கும் மூவருக்குமே தெரியும். இது வழக்கம்தானே என்பதுபோல, அனங்காமல் இருந்தார்கள்.

கார் நின்றதும் வேகமாக இறங்கிப் போனார். ஓரிரு நிமிடங்கள் கழித்து, ஒரு சிகரெட்டை எடுத்துப் பற்றவைத்தார். நெஞ்சில் புகை மண்டியதும், படபடப்பு சற்றுக் குறைந்த மாதிரி இருந்தது. இதுவும்கூட பிரமைதானோ? என்று அனிச்சையாகத் தனக்குள் கேட்டுக்கொண்டே அடுத்த கொத்தை உறிஞ்சினார்.

பேருந்துகள் அடிக்கடி உள்ள மார்க்கம். இருந்தும் காரில் வந்திருக்கிறார்கள். வயதும் நேரச் சிக்கனமும் சொகுசும் மட்டும் இல்லை - குடும்பத்தின் பொருளியல் வளர்ச்சியும் காரணம். இன்னொன்று, பின்னிருக்கையில் வயோதிகத்தால் சாத்வீகமடைந்துவிட்ட மனைவிக்கும், மருமகளுக்கும் இடையில் அமர்ந்துள்ள மூத்த மகன். தகப்பனாரை நிரந்தரமாகத் தன்னுடன் கூட்டிச்செல்ல வந்திருக்கிறான். செல்லமாக வளர்ந்தவன்- பேருந்துப் பிரயாணம் பிடிக்காது.

கோவிலுக்குச் சென்று வழிபட்டுவிட்டு ஊர்திரும்பிய அன்று காலையிலேயே அவன் அலுவலகம் போகவேண்டும் - அதிகப்படி அலுப்பு உடம்பில் சேர்ந்துவிடக் கூடாதே. தவிர இந்தத் தலைமுறையின் மனோபாவம் அப்படி - தானாகப் பணம் சேர்கிறதா, சேமிப்பைவிட செலவில் ஆர்வம் அதிகமாக உள்ள தலைமுறை.

அம்மா எவ்வளவு ஒழுங்காகவும், கட்டுப்பாட்டுடனும் வளர்த்தாள். பைசாக் கணக்குப் பார்ப்பதில் கெட்டிக்காரி. ஒரு காசுகூட விரயமாகக்கூடாது என்பதில் கறாராக இருப்பாள். தெய்வங்களுக்கும் அதே விதிதான். பிரார்த்தனையை நிறைவேற்றினால்தான் நேர்த்தியைச் செலுத்துவாள் - அதுவரை, பழுப்புநிற நாற்பது பக்க நோட்டில் உள்ள பட்டியலுக்குள் கிடந்து தவமிருக்க வேண்டியதுதான் அந்தக் கடவுள்.

அதே நடைமுறையை அப்பாவிடமும் கொண்டுசெலுத்த முயன்றது அவர்கள் பிரிந்ததற்கான உபரிக் காரணமோ என்று பலமுறை தோன்றியிருக்கிறது. கையில் சிகரெட் புகையாத, சீட்டுகளைப் பிடிக்காத அப்பாவின் பிம்பம் எதுவுமே தணிகாசலம் ஞாபகத்தில் இல்லை. ஆனால், அது மட்டுமோ, அல்லது தாமே யூகித்தறிந்த சுண்ணாம்புக்காரத்தெருத் தொடர்போ, அப்பா அங்கேயே போய் நிரந்தரமாக ராத்தங்க ஆரம்பித்ததோகூடக் காரணமாய் இருக்கலாம் - என்னவாய்த்தான் இருக்கட்டுமே, அதை ஆராய்வதற்குத் தாம் யார் என்று தம்மை அடக்கிக்கொள்வார். அப்பா - அம்மாவேதான் என்றாலும், அது வேறு இணை; தனக்கேயுரிய ரகசியங்களும் மர்மங்களும் அந்தரங்கப் பூசல்களும் கொண்டது அல்லவா.

அதெல்லாம், மிகப் பழைய கதை. ஆரம்பத்திலேயே சொன்னமாதிரி, அரை நூற்றாண்டுக்கு முந்தையது. தணிகாசலம் நல்ல விதமாகப் பணிஓய்வு பெற்றவர். 'நல்ல விதமாக' என்பதை அழுத்திச் சொல்லவேண்டும். இவர்கள் துறையில், ஓய்வு பெறும் நாளன்று மதியம் மூன்றுமணிக்கு, தலைமையக ஃபேக்ஸ் வந்து தற்காலிக இடைநீக்கம் பெற்றவர்கள் அநேகர். ஓய்வுக்கால நிவாரணங்கள் பெரும்பாலும் ஓய்வூதியரின் மரணத்துக்குப் பிற்பாடு வாரிசுகளிடம் வந்துசேரும் - அரசாங்கக் கருணைக்கு விளிம்பும் கிடையாது, எல்லையும் கிடையாது அல்லவா. சூறைவிடும் அளவுக்குத் தாராளமானது அல்ல ஓய்வூதியம்; என்றாலும் அது தவறாமல் கிடைப்பது முக்கியம் இல்லையா. பணப்பை நிரம்புவதைவிட மனம் நிரம்புவதுதானே முக்கியம்?

ஆக, வரம்போலக் கிடைத்த புதுவாழ்வைத் தொடங்குவதற்குமுன், அம்மனிடம் ஒரு வார்த்தை சொல்லிவிடுவதுதான் முறை என்று ஏனோ தோன்றிவிட்டது; பிரிவதற்கான அனுமதியை அம்மாவுக்கு வழங்கிய அதே கரங்கள்தாம் இத்தனை காலம் நீடித்த, நிம்மதியான

மணவாழ்க்கையைத் தனக்கு அருளியது என்று திடீரென்று ஒருகணத்தில் தோன்றியதுதான் காரணம்.

மதுரையிலிருந்து வத்தலக்குண்டு வழியாகப் பெரியகுளம் செல்லும் மார்க்கம். கண்மாய்க்கரையில், அந்த அத்துவானத்தின் வெறுமைக்கும் கருவேல மரங்கள் மண்டிய வறட்சிக்கும் பொருத்தமில்லாத பெரிய அளவுக் கோயில். முன்பக்கமும் பின்பக்கமும் சமமான விஸ்தீரணம் கொண்ட கற்சுவர் வளாகத்தின் மையப் புள்ளியாகத் தலைவிரித்து நிற்கும் அரசமரத்தினடியில் வீற்றிருக்கிறாள் அம்மன். சற்றுப் பெரிய அளவிலான மாடப்பிறை போன்ற ஒற்றைக்கூட்டினுள் எரியும் அகலுக்கு ஒரு தனி சந்நிதி.

கடுமையான மழைப்பொழிவின் காரணமாக கண்மாயிலும் அதிலிருந்து கிளைபிரியும் கால்வாய்களிலும் வெள்ளம் பெருக்கெடுத்துப் புரண்டோடி, நிலமெங்கும் நீர் பொங்கிப் பிரவகித்த நாட்களிலும், அம்மன் இருக்கும் திக்கில் ஒரு சொட்டு கூட வழிந்தது கிடையாது என்பார்கள். சூறாவளி நாளிலும் தூங்காவிளக்கு அணைந்தது கிடையாது.

கோவில் வளாகம் கொஞ்சமும் மாறவில்லை. பூமி தோன்றிய நாளிலிருந்து இன்றுவரை கடந்துசென்ற சகல கணங்களையும் தன்னுள் சேகரித்து வைத்திருக்கிற நிறைவும் மர்மமும் கொண்டிருந்தது. சகலமும் அறிந்தும் எதையும் வெளிவிடாத அழுத்தமும் பூண்டிருந்தது.

பிரதான வாசல் கடந்து நுழைந்த மாத்திரத்தில், உடம்பிலிருந்து விடுவித்துக் கொண்டது மனம். கால்கள் பிரகாரத்துக்குள் மெல்ல நடக்கும்போதே, அதற்கு நிகரான வேகத்தில் மனம் பின்னோக்கித் தத்தியது.

போனதடவை அம்மாவுடன் வந்தபோது நடந்ததெல்லாம் வரிசையாய் ஞாபகத்தில் மலர ஆரம்பித்தன. அறுபதைக் கடந்து விட்ட தணிகாசலம், அவசரஅவசரமாகச் சிறுவனானான். உடல் தளர்ந்து நடக்க, மனம் பால்யத்தின் துறுதுறுப்புக்குள் பாய்ந்து குறுகுறுத்தது...

வாசலில் இருந்த தொட்டியில் எட்டிப்பார்த்தான் அன்று. நிர்மலமான தண்ணீர் பளிங்குபோல இருந்தது. இவன் முகத்தைத் துல்லியமாகக்

காட்டியது. உள்ளே பிரகாரச்சுவர் முழுவதும் வெவ்வேறு அளவுகளில் வெவ்வேறு பழமைகளில் கண்ணாடிகள். நேர்ச்சை பூர்த்தியானவர்கள் கொண்டுவந்து மாட்டியவை. இவனுடைய உயரத்துக்கு எட்டியவற்றில் தன் முகத்தைப் பார்த்துக்கொண்டே அம்மாவுடன் நடந்தான்...

ஆஹா, அம்மன் சந்நிதியின் பின்பக்கம், மேற்குச் சுவரில் பதித்த கண்ணாடி நினைவு வந்துவிட்டது. உண்மையில், கண்ணாடி இல்லை. எவ்வளவோ காலத்துக்கு முன்னால் பளபளவென மெருகேற்றப்பட்ட பளிங்குக்கல். கண்ணாடியைவிடத் துலக்கமாகக் காட்டுவது. அன்று தொடர்ந்து பார்த்தபோது, நீர்ப்பரப்பில்போல, மெல்லிய வளையங்கள் எழுந்தன அதில். அந்த வயதின் பிரமையாக இருக்கலாம்...

மனைவியையும் மகனையும் முந்திக்கொண்டு வேகமாக நடந்து அதைப் பார்க்கப் போனவர், அதிர்ந்தார். அதே இடத்தில், புதுக்கருக்கு மங்காமல் இருந்த கல் கண்ணாடியில் தெரிந்தது தற்போதைய முகம் அல்ல; அம்மாவின் கைபிடித்து வந்திருந்த எட்டுவயதுச் சிறுவனின் முகம்... பிடிபட்ட பறவையின் மார்க்கூடுபோல, ஓயாமல் எதுவோ துடிக்க ஆரம்பித்தது நெஞ்சுக்குள்...

தரிசனம் முடித்து வெளியில் வந்தார்கள். மனைவி மறைவிடம் தேடிப் போனாள். மருமகள் அவளுக்குத் துணையாய்ப் போனாள். மறைவிடத்துக்கும் தகப்பனுக்கும் காருக்கும் சமதொலைவில் விழுந்த மானசீகப் புள்ளியில் தனித்து நின்றான் மகன். பாட்டியின் சாயல் அவனுக்கு. காருக்கருகில் நின்றிருந்த ஓட்டுநரின் கவனம் எங்கோ தொலைவில் புதைந்திருந்தது. சலனமேயற்று, சீருடை அணிந்த சிலை போலத் தென்பட்டார்.

தணிகாசலம் திகில் அடங்காத மனத்துடன் கோவில்நிலையின் அருகிலிருந்த திண்டில் போய் அமர்ந்தார்.

கையில் புகையும் பீடி, எதிரில் சங்குநிறத்தில் பழுப்பேறிய திருவோடு, திரிகள் கோத்த சடாமுடி என அமர்ந்திருந்த காவியுடைக்காரர் - சந்யாசியா, யாசகரா என்று புரியவில்லை - தாமாகப் பேச்சுக் கொடுத்தார். பணிஓய்வு பெற்ற முதியவரை 'தம்பீ' என்று சரளமாக

அழைக்கும் பிராயம் கொண்டவர்.

> என்னா தம்பீ, ஆத்தாளெப் பாத்தீகளா? சாதாரண மனுசி இல்லே, மனுச கொலத்தையே பெத்தெடுத்தவ... 'உயர்வுபெற உறுதுணையாய், தாழ்வுகளில் ஆறுதலாய் இருந்திடுவாய் தாயே. ஊழியில் நிலைத்தவளே, ஆழியின் நீரூற்றே. பேரண்டம் அழியுமட்டும் குன்றாமல் சுடர் மினுங்கும் திருவிளக்கே...'

என்று அபசுரமாக ராகம் போட்டவருடன் ஆரம்பித்த சிறு உரையாடலின் கடைசியில் தமது குழப்பத்தைத் தெரிவித்தார் தணிகாசலம். பிரமையாய் இருக்குமோ என்றும் கேட்டார். மற்றவர் சர்வசாதாரணமாக பதில் சொன்னார்:

> ஆச்சரியப்படுறதுக்கு இதிலெ என்னா இருக்கு? அன்னைய பொளுதுக்குத் திரும்பிப் போகுறப்ப, வச்ச அத்தனையும் வச்ச எடத்துலெ இருக்குறது சகசந்தானெ!

அட, அப்படியானால், அந்தப் பளிங்கின் சேகரத்தில் அம்மாவும்கூட இப்போது உயிரோடும், அன்றைய பிராயத்திலும் இருப்பாளா என்ன! நெஞ்சை அடைத்து உள்ளூர உயர்ந்தது பாசத்தின் நடுக்கமா, இனம்புரியாத அச்சமா என்று புரியவில்லை...

அவர்கள் இருவரும் காரை நோக்கிப் போகிறார்கள். பெரியவரிடம் ஐம்பது ரூபாய்த் தாளைக் கொடுத்துவிட்டு எட்டி நடந்தார். மனம் புதிய கேள்வியைப் பெற்றெடுத்தது:

மணமான புதிதில் அம்மாவும் அப்பாவும் இதே கோவிலுக்கு வந்திருப்பார்கள்தானே? முறிவு பற்றி ஆலோசனை கேட்டு வந்தபோது அம்மாவுக்கு அவளுடைய பழைய முகத்தைக் காட்டவில்லையா கல்கண்ணாடி? ஒருவேளை, காட்டித் தொலைத்ததோ என்னவோ...

வரும்போது இருந்ததைவிட திரும்பிப் போகும்போது மனம் இன்னும் கனத்து இறுகிக் கிடந்தது. இரண்டு மூன்று தடவைகள் வண்டியை ஓரங்கட்டச் சொல்ல வேண்டியதாயிற்று. வண்டி ஓடுவதும் நிற்பதும் சிகரெட் புகைவதும் தீர்வதும் தீராத மர்மமொன்றின் கண்ணுக்குப் புலனாகாத நிலப்பரப்பில் நடப்பதான பிரமை தட்டியது. இன்றைய எண்ணவோட்டம் முழுவதிலும் பிரமைகள் பதித்திருக்கிறதே என்று ஒரு கணம் ஆச்சரியப்பட்டார். அதைவிட, எதையெடுத்தாலும் காரணம் கற்பிக்கும் வேலையும் நடந்துகொண்டேயிருக்கிறதே...

சாலையில் படர்ந்த வெயிலின் பரப்பில் கார் ஓடுகிறதா, நீந்திச் செல்கிறதா என்ற குழப்பம் முன்னோக்கிச் செல்ல, நினைவு இலக்கில்லாமல் பின்னோக்கிச் சென்றது. வருடம் மாதம் தேதி கிழமை என எதுவுமே நினைவில் இல்லாத நாள் எதிலோ சென்று நிலைகுத்தி நின்றது...

2

சட்டென்று விதிர்த்து விழித்தார். கண் அசந்துவிட்டது போல. வண்டியின் முன் மேடையில் பதித்த கடிகாரத்தைப் பார்த்தது நினைவு வந்தது. சே! மூன்று நிமிடம்தான் தூங்கியிருக்கிறார்.

ஓட்டுநரிடம் கையமர்த்தினார். அவர் மரநிழல் தேடி நிப்பாட்டினார். அனிச்சையாக ஜிப்பாப் பையில் இருக்கும் சிகரெட் பாக்கெட்டை வலது கை தொட்டுப் பார்க்க, இடது கை கதவைத் திறந்தது.

எதிரில் கண்ணுக்கெட்டியவரை, வெயில் மிதக்கும் கட்டாந்தரை. சிகரெட் புகையை ஆழ்ந்து இழுத்த ஒரு கணத்தில், ஓசைகள் ஏதும் இல்லாத, கண்ணாடிச் சுவருக்கு மறுபுறம் தெரியும் காட்சிபோலத் தென்பட்டது. தற்போதைய காட்சிகூட ஒரு கண்ணாடித் தளத்தில்தான் பதிந்திருக்கிறதோ? அம்மாவுடன் வந்த பயணமும், இன்று காலையில் நின்றிருந்த கோவில் வளாகமும் ஒரே தொலைவில் ஒரே ஆழத்தில் ஒரே சமதளத்தில் நிகழ்கின்றனவே - இரண்டுக்கும் இடையில் இருந்த வருஷங்களெல்லாம் எங்கே போய் மறைந்தன? தவிர, அந்தக் கண்ணாடி ரசம் பூசியதா, பூசப் படாததா?

இப்போது நின்றிருக்கும் இடமும், இந்த வேளையும்கூட அதே கண்ணாடிப் பரப்புக்குள் போய்த்தானே சேகரமாகும்? தன் முன்னால் கண்ணுக்குத் தெரியாத ஒரு மகாசலனம் நிகழ்கிற மாதிரியும் அது தன்னையும் இழுத்துச் செல்கிற மாதிரியும் பிரமை தட்டியது. உண்மையில், இரண்டு வருஷங்களுக்கு முன், கண்ணாடிச் சாமியாரைப் பார்த்துப் பேசிவிட்டு வந்ததுக்கப்புறம்தான் இந்தமாதிரி உருவெளித்தோற்றங்கள் அதிகரித்துவிட்டன... ஆனால், அப்படியும் சொல்வதற்கில்லை. கடைசி நாளில் அம்மாவைப் பார்க்க ஆஸ்பத்திரிக்குப் போனபோது என்ன சொன்னாள்...

அப்பாவைப் பிரிந்த பிறகு அம்மாவின் பேச்சு கடுமையாகக் குறைந்துவிட்டது. அந்த மனிதர் இவளுடைய குரல்நாண்களைப் பிடுங்கிக்கொண்டு போய்விட்டாரோ என்றுகூட விளையாட்டாக நினைத்துப் பார்த்திருக்கிறார் தணிகாசலம்.

தரகர் பொன்னுச்சாமி மாமாவிடம் சொல்லி, பெண்பார்க்க ஆரம்பித்த சமயத்தில், எழுகடல் தெருவில் தற்செயலாகச் சந்தித்தபோது வாய்விட்டுப் புலம்பினார்.

> என்னாதான் நம்ப குடும்பத்தெப் பத்தி எடுத்துச் சொன்னாலும், மாமியா பேசவே மாட்டேங்குறாளே, ராங்கிக்காரியா இருப்பாளோண்டு நெனச்சுற மாட்டாகளா மாப்ளே?

ஆசிரியையாகப் பணிபுரிந்த காலத்தில், கணீரென்று ஒலித்த குரலுமேகூட, சீக்குப் பிடித்த பூனை மாதிரிப் பலவீனமாய் மாறத் தொடங்கிவிட்டதை இப்போது நினைத்தாலும் மயிர்க்கூச்செறிகிறது... ஆரம்பநாட்களில் குமுதவல்லி எவ்வளவு புலம்பியிருக்கிறாள்.

> என்னாங்க, எங்க வூட்டுப் பளக்கம் ஒருமாரி இருக்கும். இங்கெ உள்ள ருசிக்கி உப்பொறப்பு சரியா இருக்கா இல்லயான்னு ஒரு வார்த்தெ சொன்னாத்தானே தெரியிம்? குனுஞ்ச தலெ நிமுராம அவக்அவக்குன்னு முளுங்கி வச்சாக்க, சாப்பாட்டெத்தாம் புடிக்கலயா, இல்லே நம்மளையே புடிக்கலையான்னு தெரிஞ்சுக்கிர்றது எப்பிடி?

விசித்து அழுதவளைத் தன்னோடு இறுக்கிக்கொண்டார்.

> விடு. எனக்கு ஒன்னையும் புடிச்சிருக்கு. ஒன் சமையலையும் புடிச்சிருக்கு. பத்தாதா!

என்று கண்ணீர் வழிந்த கன்னத்தில் முத்தமிட்டார். உண்மையில், அவள் வலுத்தும் உரத்தும் பேசும்போதைவிட, அழும்போது அவள்மீதான காதலும், வேட்கையும் அதிகரிப்பதை விநோதமாக உணர்ந்தார். எனக்கு மட்டும்தானா, எல்லாருக்குமே இப்படித்தான் இருக்குமா என்று யோசனை வேறுபக்கம் திரும்பிவிட்டது...

ஆனால், குமுதாவின் சிரமம் அதிக நாள் நீடிக்கவில்லை. தனது பூர்விக கிராமத்தில் தனியாகப் போய் வசிக்கவிருப்பதாக ஒருநாள் அறிவித்தாள் அம்மா. அங்கே பூட்டிக்கிடக்கும் வீடு மாளிகை

மாதிரிப் பெரியது. வருடத்தில் ஓரிரு தடவை போய், ஆள்வைத்து ஒட்டடை அடித்துக் கூட்டிப் பெருக்கித் திரும்புவதே பெரிய வைபவம். அம்மாத் தாத்தா அந்தக் கிராமத்தில் கர்ணமாய் இருந்தவர்... அப்போதும் குமுதா அழத்தான் செய்தாள்.

> என்னாங்க இது? வந்தவ ராச்சசி. மாமியாளெ வூட்டெவுட்டே தொரத்தீட்டான்னு அக்கம்பக்கத்துலே, சாதிசனத்துலே பேசிக்கிற மாட்டாகளா?

> அடப் போத்தா, யாரு என்னா சொன்னா என்ன? நான் இருக்கன்லெ ஒனக்கு?

குறைந்தபட்ச சாமான்களோடு அம்மாவைக் கொண்டுபோய் விட்டுவிட்டுத் திரும்பிய நாளில்தான் முதன்முறையாய் ஓங்கரித்து வாந்தியெடுத்தாள் குமுதா. கோவிந்தம்மாள் டாக்டர் புன்னகை தவழ அறிவித்தார் - பெரியவன் குமுதா வயிற்றுக்குள் வந்திருந்தான்.

அம்மாவுக்கு உடல்நலம் சரியில்லை என்று செய்தி கிடைத்ததும், அவசரமாகக் கிளம்பிப் போனார்கள். வீடு பூட்டியிருந்தது. பக்கத்துவிட்டு ராமலச்சுமியம்மா தகவல் சொன்னார். அவருடைய மகன்தான் சிவகங்கை ஆஸ்பத்திரியில் கூட்டிப் போய்ச் சேர்த்திருக்கிறான். பயப்பட ஏதுமில்லை. நெஞ்சுவலி என்று தானாகவே நடந்து வந்து சொன்னாளாம் அம்மா.

> வாயுக் குத்தா இருக்கும் தம்பி. இன்னமே என்ன, பதினோரு மணிக் காருக்குத்தானெ போக முடியும்? இருங்க, ஒரு வா காப்பித்தண்ணி குடிச்சுட்டுப் போங்க. வேனா வெய்யில்லெ வந்துருக்கீக, பிள்ளையையும் தூக்கிக்கிட்டு...

மறுக்க முடியவில்லை. குடிக்கவும் முடியவில்லை. ருசி நன்றாகத்தான் இருந்தது. மனம்தான் ரசிக்க மறுத்தது.

ஆஸ்பத்திரியில், அறைக்கதவைத் தாண்டி அம்மாவின் குரல் கேட்டது. அப்போது தெரியாது, தன் வாழ்வின் இறுதிநாளை, பழைய பொன்னுத்தாயாக இருந்து கழித்துவிட்டுப் புறப்படும்படி அம்மாவின் உள்ளுணர்வு தூண்டியிருக்கக் கூடும் என்று.

இவர்களைப் பார்த்ததும் முகம் மலர்ந்தது. மூக்கினுள் ஓடிய சிறு குழாய் விலகிவிடாமல், இரண்டு கன்னங்களிலும் ஒட்டிய

பிளாஸ்திரி பிடித்துவைத்திருந்தது. கட்டிலின் தலைமாட்டில் நின்ற ஒற்றைக்கால் கம்பியிலிருந்து வவ்வால் மாதிரித் தொங்கிய பாட்டிலிலிருந்து இறங்கிய குழாய் இடது மணிக்கட்டின் உட்புறம் நுழைந்தது. அதன்வழி இறங்கும் திரவத்தை உடனடியாக வெளியேற்றுவதுபோல, புடவைக்குள்ளிருந்து அதே பருமனில் வெளியேறிய குழாய் கட்டிலின் கீழ் விளிம்பில் தொங்கிய பாலித்தீன் பைக்குள் சேர்ந்தது. எத்தனை வருடம் பாக்கியிருந்தாலும், மானசீகக் காட்சியாய்ப் பார்க்கும்போதே சங்கடம் தரும் அந்த மாதிரித் தருணங்கள் இல்லாமல் போய்ச் சேர்ந்துவிட வேண்டும் என்று உள்ளூர ஒரு பிரார்த்தனை எழுந்தது தணிகாசலத்துக்கு...

பக்கத்தில் உட்கார்ந்திருந்த லெட்சுமணனிடம் சொன்னாள் அம்மா:

> ரெண்டு வீடு, ஏகப்பட்ட சீதனத்தோடெ பொண்ணு வந்துச்சு. ஒரே பொண்ணு. தகப்பன் இல்லாத பொண்ணு. இவன் மாட்டேன்னுப்பிட்டான். இவனெவுட ஒரு இஞ்சு ஒசரமாம். இருக்கட்டுமே, நான் இப்பிடிப் புதூ நெறம். இவுக அப்பா அட்டெக் கறுப்பு. குடுத்தனம் நடத்தி இவனெப் பெத்துப்போடலே?

லெட்சுமணனுக்கும் இவர் வயதுதான். இன்னும் மணமாகவில்லை. என்ன எதிர்வினை செய்வது என்று தெரியாமல் திகைத்தான். சொன்னது போதாது என்றோ என்னவோ, அம்மா அடுத்த வாக்கியத்தையும் உதிர்த்தாள்:

> கட்டுனா இவளெத்தான் கட்டுவேன்னு ஒத்தக் கால்லெ நின்னுட்டான்.

பெண்பார்த்து ஏற்பாடு செய்தவளே இவள்தான்; காதல் திருமணம்போல வர்ணிக்கிறாளே என்று தணிகாசலத்துக்குச் சிரிப்பு வந்தது. பெரியவனை இடுப்பில் வைத்துக்கொண்டு நின்ற குமுதவல்லியை அனிச்சையாகத் திரும்பிப் பார்த்தார். அவள் கண்கள் இவரைப் பார்த்து ரகசியமாய்ச் சிரித்தன... அன்று இரவு, உறக்கத்திலேயே அம்மா காலமானாள்.

அது சரி, முணுக்முணுக்கென்று அழுகிறவளாய் இருந்த இந்தக் குமுதா, எதற்கும் அழாதவளாக உருமாறியது எப்போது, அதுவும் எதிரே இருக்கும் கண்ணாடிப் பரப்பில் பதிந்திருக்குமோ, தேடிப்பார்த்தால் கிடைக்குமோ. மீந்த துண்டைக் காலால்

நசுக்கிவிட்டுக் காரில் ஏறும்போது ஒரு சந்தேகம் உதித்தது - நிஜத்தில் நடக்கும் அதே வேகத்தில்தான் கண்ணாடிப் பரப்பிலும் சகலமும் சென்று பதிகிறதா?

பின்னிருக்கையில் ஆழ்ந்து உறங்கும் குமுதவல்லியைத் திரும்பிப் பார்த்தார். தூங்கும் முகத்தில்தான் எவ்வளவு சாந்தம்! முதுமை அவளுக்கு விசேஷமான வசீகரத்தை வழங்கியிருக்கிறது. கல்யாணமான புதிதில் இருந்த, சதா ஆறுதல் வேண்டிய படபடப்பான பெண்மணி இல்லை இவள். சுற்றியுள்ள சகலருக்கும் ஆறுதல் வழங்கும் இடத்துக்கு நகர்ந்துவிட்டவள்.

கனவின் ஆழத்தில் புதைந்து கிடைக்கும் பழைய காட்சியின் புகைப்படமும் சரி, இப்போதைய காட்சியின் தத்ரூபமும் சரி, நிஜமேதானா; இல்லை தனக்குத்தான் அப்படித் தோன்றுகிறதா என்று குழப்பம் எழுந்தது. யாரிடம் கேட்டு சரிபார்த்துக் கொள்வது!

> கனவிலருந்து நனவுக்கும் நனவிலருந்து கனவுக்கும் ஓயாமெ ஆடுற ஊசல்தானப்பா மனுச மனசு. இந்த அல்லாட்டம் நிக்கிறதெத்தான், உசுரு போயிருச்சுன்னு மனுசக் கூட்டம் அர்த்தம் செஞ்சுக்குது. வாஸ்தவத்துலெ, டக்குனு ஒரு ஆளெப் பிடிச்சு, 'அட, எங்கப்பா இருக்கெ நீயி, கனவுலயா நெசத்துலயா'ன்னு கேட்டம்னா, தெகச்சுப் போவான். ஆமா, இங்குட்டு ஒரு காலு, அங்குட்டு ஒரு காலுன்னு ஊணித்தானே மனுசகொலம் நிக்கிது...!

என்று கண்ணாடிச் சாமியார் ஒருதடவை சொன்னதும், அப்போது அவருடைய தடித்த கண்ணாடியில் மிளகுப் பருமனில் தெரிந்த விழிகள் இரண்டும் ஒளிர்ந்து உருண்டதும் நினைவு வருகிறது...

> ஒரு டீ குடிச்சுக்கிர்றன் சார். கண்ணு அமட்டுது.

வண்டியை நிறுத்தினார் ஓட்டுநர். அட, வாடிப்பட்டி! பின்னிருக்கையில் இருந்த மூவருக்கும், வண்டி நின்றதுகூடத் தெரியாது. அப்படியொரு தூக்கம். வெயில் ஏறிவிட்டது. குளிர்பதனத்தின் சுகத்திலேயே நீடிக்கலாமா, இறங்கி இன்னுமொரு சிகரெட் பிடிக்கலாமா என்று சற்றுக் குழம்பியது மனம். அப்புறம் வெயிலில் இறங்கவேண்டாம் என்று முடிவெடுத்தது.

சாமியார் சொன்னது சரிதான். பழைய நாள் ஒன்றையும், பழைய கனவு ஒன்றையும் நினைத்துப் பார்க்கும்போது இரண்டும் ஒரே மாதிரித்தானே இருக்கின்றன?

மூடிய காரின் முன்கண்ணாடியில் நீண்டிருக்கும் தார்ச்சாலையின் கருமையும், கடந்து செல்லும் வாகனங்களின் ஒலியும் மந்தமடைந்து, காட்சியின் நிஜத் தன்மை குறைகிற மாதிரி உணர்ந்தார்.

3

பணி ஓய்வு பெறுவதற்கு முந்தின நாள் தணிகாசலம் ஒரு கனவு கண்டார். அதிகாலையில் காணும் கனவுகள் நூறு சதவீதம் பலிக்கும் என்றொரு ஐதீகம் உண்டல்லவா. ஒருவேளை கனவுகளின் மெய்ப்பொருள்தான் பலிக்குமோ என்னவோ. இன்னொன்றும் சொல்லலாம் - எதிரிலிருப்பதை விட்டுவிட்டு, எதிர்காலத்தைக் காட்டியது கண்ணாடி, முதன்முறையாக. அதனால்தான் இன்றுவரை அது துல்லியமாக நினைவில் இருக்கிறதோ என்னவோ!

...அரசுத் துறையில் இவருடன் பணிபுரிந்து, ஐந்து வருடம் முன்பே ஓய்வுபெற்ற சந்தானமும் இவரும் ஒரே நிறுவனத்தில் அன்றுதான் பணியமர்ந்திருக்கிறார்கள். தனியார் நிறுவனம். அடிக்கடி பயணம் மேற்கொள்ள நேரும். வெளிநாடுகளுக்கும் போகவேண்டும். கடவுச்சீட்டுகளை நிறுவனம் வாங்கி வைத்துக்கொள்ளும். இன்ன வேலை என்று தெரியவில்லை - ஆனால், கடும் நெருக்கடி தரும் வேலை.

மாபெரும் வணிக வளாகத்தின் உட்புறம் இடது பாரிசத்திலுள்ள நீளக் கட்டடத்தின் தரைத்தள ஓரறைக் கடையொன்றில் நிறுவனம் இயங்குகிறது. அவ்வளவு பெரிய நிறுவனத்துக்கு இவ்வளவு சிறிய அலுவலகமா என்று யோசிக்க அவகாசமில்லை. வளாக வாசலில் மழைநீர் தேங்கிச் சேறாக இருப்பதால் பின்வாசல் வழியாகப் போய் வரவேண்டும். கட்டடத்தின் வால்பகுதியில் ஒரு தேநீர்க்கடை இருக்கிறது. சிகரெட்டும் கிடைக்கும். சந்தானம் சொல்கிறார்:

> கொளும்புலெ நாம்ப குடிக்கிற சிகரெட் கிடைக்காதய்யா.
> நான் நாலஞ்சு பாக்கெட் வாங்கிட்டு வந்துர்றேன்.

நேர் எதிரில் நின்றுகொண்டே கைபேசியில் இதைச் சொல்கிறார். ‘இருவரும் வாலிபர்களாக இருந்த நாளில் கைபேசி என்ற சமாசாரமே

கிடையாதே' என்று தூக்கம் கலைந்த பிறகு வியந்தாலும், அப்போது அது இருந்ததும் அதில் அவர் பேசியதும் உண்மையேதான்.

இதற்கிடையில் சந்தானம் காணாமல்போய் அதே இடத்தில் அதே வேளையில் அதே நிலையில் தற்போதைய அரசு அலுவலகத்தின் கடைநிலைப் பணியாளர் நிற்கிறார். உடைத்த பொட்டுக்கடலைபோல அவர் நெற்றியில் ஒட்டியிருக்கும் சந்தனம் மஞ்சள்நிற ரேடியப் புள்ளியாக ஒளிர்கிறது. அவர் சொல்கிறார்:

> நீங்க மட்டும்தாண்ணே கொளும்பு போறீங்க. சந்தானம் அண்ணனெ ஆமதாபாத் போகச் சொல்லீட்டாங்க.

அடடே, தன்னையும் அங்கேயே அனுப்பியிருக்கலாமே. பணியமர்ந்த அன்றே கிடைத்த உயிர்த்தோழனை உடனடியாகப் பிரிவதா. கண்ணீர் முட்டுகிறது. அல்லது, சிகரெட் பாக்கெட்டுகள் எல்லாம் அவரோடு போய்விடுமே என்றுதான் அழுகை வருகிறதோ? என்ற சந்தேகம் தட்டிய மாத்திரத்தில், கண் உடனடியாக வறள்கிறது.

கொழும்பு போகும் மார்க்கம் அத்தனை நேரடியானது அல்ல. திருநெல்வேலி வரை ஜீப்பில் சென்று, அங்கிருந்து ராமேஸ்வரத்துக்கு சரக்கு லாரியில் போக வேண்டுமாம். ஓட்டுநர் இருக்கைக்கு அருகில் ஏறி ஜீப்பில் அமர்கிறார் தணிகாசலம். பின்னிருக்கையில் உள்ள மூவரில் நடுவில் இருப்பவர் சந்தானமேதான்.

> கவலைப்படாதீருமய்யா, ப்ளேன் டிக்கட் எடுக்குறதுலெ ஏதோ சிக்கலாம். கப்பல்லெ கூட்டிக்கிட்டுப் போறாங்ய.

ஜீப் புறப்பட தாமதமாகிறது. வளாகச் சுற்றுச் சுவரையொட்டிப் பின்புறம் வருகிறார் தணிகாசலம். அங்கே முன்னமே நின்றிருக்கும் சந்தானம் பாண்ட் பைக்குள்ளிருந்து சிகரெட் பாக்கெட்டுகள் இரண்டை உருவித் தருகிறார். சட்டையை உள்ளடக்கி, தொப்புளுக்குமேல் ஏறிய பாண்ட். புதிய பறவை படத்தில் சிவாஜி கணேசன் அணிந்திருப்பது மாதிரி. அந்தப் படத்தில் சரோஜாதேவியின் தளுக்குதான் என்ன அழகு! ஆளுக்கொரு சிகரெட் பற்றவைக்கிறார்கள். புகையினூடே சொல்கிறார் சந்தானம்:

> இந்த வேலெ மட்டும் கிடைச்சிருக்காட்டி, ஃபில்ட்டர் சிகிரெட்டே குடிச்சிருக்க மாட்டம். சார்மினார்தான் கதி...

என்னவொரு விவேகம்! சந்தானத்தை ஆரத் தழுவுகிறார் தணிகாசலம். இப்பேர்ப்பட்ட நண்பனையா பிரியவிருக்கிறோம். முன்னர்

முட்டிய கண்ணீர் இப்போது கன்னத்தில் வழிந்து சந்தானத்தின் தோள்பட்டையை நனைக்கிறது. சந்தானம் செல்லமாகக் கடிந்துகொள்கிறார்:

அட, என்னய்யா இது சின்னப் பிள்ளையாட்டம்...

மறுகணம் மின்னல் வேகத்தில் பறக்கிறது ஜீப். ஓட்டுநரைத் தவிர்த்து அதே நாலுபேர். போகும் வழியெல்லாம் தார்ச்சாலையில் கடிகாரப் படம் வரைந்து வைத்திருக்கிறது. பனிரெண்டைத் தொட்டிருக்கும் மூன்று முட்களும் சக்கரவட்டமாக நகர்வதற்குப் பதிலாக, ஓடும் ஜீப்புக்கு முன்னால் நீண்டுகொண்டே போகின்றன. பக்கவாட்டு எண்களெல்லாம் நிலைத்து நின்றிருக்க, பனிரெண்டு மட்டும் துரத்தும் முட்களின் நுனியில் கனவேகமாகப் பாய்ந்து செல்கிறது.

வண்டியின் வேகத்தையும், வேகமுள் தொட்டு நிற்கும் இடத்தையும், வெளியே அசுர வேகத்தில் எதிர்ப்புறம் விரையும் சாலையோர மரங்களையும் காணும்போது, எதுவேண்டுமென்றாலும் நடக்கக் கூடும் என்று தமக்குள் உயரும் பதற்றத்தைச் சமாளிக்கும் விதமாக விதானத்தின் இடதுபுற இறக்கத்தில் உள்ள கைப்பிடியை இறுகப் பற்றுகிறார் தணிகாசலம். அட, அது கைப்பிடி அல்ல. கூர்முள். கடிகார முள்ளாகவேகூட இருக்கலாம். அழுத்திப் பிடித்த விரலில் ரத்தம் கசிகிறது.

பின்னாலிருந்து சந்தானத்தின் கை நீண்டு தணிகாசலத்தின் தோள்பட்டையில் ஆதுரமாகத் தட்டுகிறது. ஆறுதலாக ஒரு வாக்கியமும் சொல்கிறார். வேறு மொழி மாதிரி ஒலிக்கிறது. புரியாமல் திரும்பிப் பார்க்கிறார் - அது சிங்களம் என்று விளக்குகிறான் ஓட்டுநன்.

அட என்னய்யா இது.

என்று அர்த்தமாம். அவனுடைய கடலைப் பொட்டு மினுங்குகிறது. ஆமாம், அதே கடைநிலைப் பணியாளர். வாலிபனாக.

ராமேஸ்வரம் கடற்கரையில் ஏகப்பட்ட கூட்டம். பெற்றோமாக்ஸ் விளக்குகளும், சீமெண்ணெய் லாந்தர்களும், ஏலக்காரர்களின் காடா விளக்குகளும் அகற்ற முனைந்ததால் மெலிவடைந்த கும்மிருட்டு. அந்த இருட்டிலும், அது இந்தியக் கடற்கரை அல்ல.

ஏதோவொரு புராதன அரேபியக் கடற்கரை - இல்லாவிட்டால் காட்சியின் நிறம் இத்தனை பழுப்பாக இருக்குமா, ஆண் பெண்களின் உடைகளில்தான் இவ்வளவு மாற்றம் இருக்குமா என்று தோன்றுகிறது தணிகாசலத்துக்கு. ஒவ்வொருத்தரும் புடைத்த இரண்டு பலூன்களுக்குள் கால் நுழைத்த மாதிரி உடையணிந்திருக்கிறார்கள். மேல்சட்டைக்கு மேல் ஒரு அரைக்கைச் சட்டை - பெரும்பாலும் கறுப்பு நிறம். இரட்டைப் பின்னலைத் தலையைச் சுற்றிக் கட்டியிருக்கும் மாதர்களும், தலையில் படிந்த அரைத்தொப்பி அணிந்த ஆடவர்களும்.

அட, காட்சியைத் தமக்குத்தாமே விவரித்துக்கொள்கிற மாதிரி வார்த்தைகள் எப்படி மாறுகின்றன! ஆனால், கடலிலிருந்து வரும் உப்புக்காற்றுக்கு இந்த ஊர் அந்த ஊர் என்றோ, இந்த நாள் அந்த நாள் என்றோ பேதம் இருக்குமா என்ன... நிறுவன வாசலில் புறப்பட்ட அதே வேளையில் இங்கே நின்றிருப்பது பற்றி வியப்புத் தெரிவிக்கிறார் இவர்.

> வாயுவேகம் மனோவேகம்ன்னு சொல்லுவாங்களே, அது இதுதான். இருந்துக்கிட்டே இருப்போம், டக்குன்னு இல்லாமெப் போயிருவோம். பாத்தா, வேற எடத்துலெ இருப்போம்.

என்று சிரிக்கிறார் சந்தானம்.

கிளிஞ்சல் விற்கும் இளம்பெண் நரிக்குறவப் பெண்போல உடுத்தியிருக்கிறாள். முன்னங்கைகளைக் கல்தூணில் ஊன்றி, முழுக்க விலகிய தாவணியைப் பொருட்படுத்தாமல், அலட்சியமாக நிற்கிறாள். கங்குகள்போல ஒளிர்கின்றன கல்லாமைப் பருமனில் திரண்ட முலைகள்.

> அண்ணே, வந்த வேலையப் பாக்கலாம்ண்ணே.

என்கிறான் பொட்டழகன்.

> கப்பல் நிரம்பிருச்சு; ஒங்களெ யானைமேல ஏத்தி அனுப்பப்போறோம்.

என்கிறார் ஏலக்காரனின் அருகில் நின்றிருக்கும் நிறுவன மேலாளர். யானை உயரம் எழும்பும் அலைகளில் யானை சமாளித்து நீந்தி கொழும்பு சேர்ந்துவிடுமா என்று அச்சம் தட்டுகிறது.

ராமேஸ்வரத்துலெ அலை ஏதுய்யா. அலை மாதிரித் தெரியுறதெல்லாம் அலையாயிருமா?

என்று பிடரியில் கைவைத்து அழுத்திச் சொல்கிறார் சந்தானம்.

அகல முதுகுள்ள யானெமேல தம்பியெ ஏத்தி வுடுங்க சார்.

என்று சிபாரிசு செய்கிறார். 'அகமதாபாத் போகவேண்டிய ஆள் இப்படி நம்முடனே வந்துகொண்டிருக்கிறாரே, பாவம்.' என்று கவலைப்படுகிறார் தணிகாசலம்.

அடக் கூகெ, நானும் உன்னோடதான்யா வர்றேன். இன்னமுமா புரியலே உனக்கு!

என்று கேலிசெய்யும் சந்தானத்தை இரண்டாவது தடவையாக இறுக்கிக் கட்டிக் கொள்கிறார் தணிகாசலம். இப்பேர்ப்பட்ட உத்தம நண்பனுக்கு ஏதாவது வாங்கித்தர ஆசைப்படுகிறார்.

ஏலக்காரனிடம் பேரம் பேசி ஒரு குர்த்தா வாங்கிப் பரிசளிக்கிறார். சணலால் ஆனது போலவும், கொச்சக்கயிற்றின் தென்னைநார் இழைகளால் ஆனது போலவும் இருக்கிறது அந்தத் துணி. கீழ்விளிம்பில் தீக்கொழுந்தின் சித்திரம்.

இப்போது சந்தானம் கண் மல்குகிறார். கடலுக்குள் நீளும் மரப் பாலத்தில் இருவரும் நடந்து கப்பலை நோக்கி நடக்கிறார்கள். ஆமாம், கப்பலை நோக்கித்தான். முன்னால் செல்லும் சந்தானத்தி டமிருந்து ஐந்தடி பின்னால் தள்ளித் தொடர்ந்தார் தணிகாசலம்.

எதிர்பாராத ஒரு கணத்தில், காலடிப் பலகை அகன்று, நீருக்குள் வீழ்ந்தார் சந்தானம். மிகவும் இயல்பாக, அந்த இடத்தில் விழுவதற்கென்றே இத்தனை தூரம் வந்தவர் மாதிரி, ஓசையே எழுப்பாமல் விழுந்து மறைந்தார். அவர் புதைந்த இடத்தில், குமிழ்போல நீர் எழுந்து அழிந்தமாதிரித் தென்பட்டது...

விழிப்புத் தட்டியது. உடம்பு நடுங்கிக்கொண்டிருந்தது. உள்ளங்கைகள் இரண்டையும் விரித்துப் பார்த்தார். ஒருபோதும் சிடுக்குப் பிரிக்க முடியாத நூல்கண்டு தன் கை விரல்களில் சிக்கி முடக்கிப் போட்டுவிட்ட மாதிரி பிரமை தட்டியது. நிஜமாகவே இவ்வளவு விஷயங்களும் எண்ணங்களும் கனவுக்குள் இருந்தனவா, அல்லது மீட்டு நினைத்துப் பார்க்கும்போது

வந்துசேர்கின்றனவா என்று குழப்பமாக இருந்தது. ஒருவேளை, அதில் தாம் பார்க்கவும் சேர்க்கவும் நினைக்கும் சகலமும் பிற்பாடு இணைந்துகொள்கின்றனவோ?

மேற்படிக் குழப்பத்தைப் பிற்பாடு தீர்த்துக்கொள்ளலாம்; இப்போதைக்கு, நாளைய பிரிவுபசார விழாவுக்கு சந்தானத்தை நேரில் சென்று அழைக்க வேண்டும். போகும்போது காதி பவனில் முழுநீளக் குர்த்தா ஒன்று வாங்கிப் போக வேண்டும். கனவில் வந்த குர்த்தாவின் அதே துணியில், அதே நிறத்தில் கிடைக்கிறதா என்று பார்க்க வேண்டும். ஆனால், பலவண்ணக் கனவுகள் வருவதற்கு வாய்ப்பேயில்லை; கறுப்பு-வெள்ளைக் கனவுகள் மட்டுமே சாத்தியம் என்றுகூட யாரோ எப்போதோ சொல்லியிருக்கிறார்களில்லை?

தமக்கு மட்டும் ஏன் வாழ்க்கை இவ்வளவு புதிராகவும் மாயத் தன்மையோடும் இருந்து தொலைக்கிறது? அல்லது எல்லாருக்குமே இப்படித்தானா? வாழ்க்கை என்பதே புதிரும் மாயமும் நிரம்பியதுதானோ? உள்ளூர இது புரிந்ததால்தான் எல்லாம் சகஜமாக இருக்கும் பாவனையை எல்லாரும் அணிந்துகொண்டிருக்கிறார்களோ?

இப்படியெல்லாம் தோன்றுகிறதே, இந்தவிதமாக, எல்லார் சார்பாகவும் யோசிப்பதற்குத் தமக்கு என்ன யோக்கியதை இருக்கிறது?... லேசாகத் தலை வலிக்கிற மாதிரி இருந்தது. உடனடியாகப் படுக்கையைவிட்டு எழுந்தார்.

சாயங்காலம் அலுவலகத்திலிருந்து நேரே காதி பவனுக்குப் போனார். இவர் நினைத்திருந்த நிறத்தில் தங்களிடம் ஆடைகள் கிடையாது என்றார், பொட்டுக் கடலையை ஒட்டியதுபோல ஒளிரும் சந்தனப்பொட்டு வைத்திருந்த கடைச் சிப்பந்தி. ஊதா நிறத்தில் ஒரு ஜிப்பா வாங்கினார். செய்தித்தாளில் சுருட்டி சணலால் கட்டிக் கொடுத்தார்கள்.

சந்தானத்தின் தெரு முனையில் எதற்காகவோ பள்ளம் தோண்டிப் போட்டிருந்தது.

> தெருவுக்குள் நுழைய மறுமுனையை உபயோகிக்கவும், சிரமத்துக்கு வருந்துகிறோம்.

என்றது மாநகராட்சியின் தற்காலிக அறிவிப்புப் பலகை.

காலூன்றி வண்டியை நிறுத்தி, பள்ளத்தில் தேங்கிய மழைநீரில் தெரியும் தன் முகத்தைப் பார்த்தார். வலிப்புக் காட்டியதுபோல ஒருகணம் கோணியது பிம்பம். சன்னமான பூச்சி ஏதோ குறுக்கே பாய்ந்திருக்க வேண்டும். நின்றது போதுமென்று கிளம்பினார்.

நீளமாக, ஏகப்பட்ட கோணல்களோடு இருக்கும் அந்தத் தெருவின் மறுமுனையில்தான் சந்தானத்தின் வீடு. வண்டி தெருவுக்குள் நுழையும்போதே சந்தானத்தின் வீட்டு வாசலில் ஷாமியானா அமைப்பதில் இரண்டுபேர் ஈடுபட்டிருப்பதும், தமக்கு முன்னால் போன வண்டியிலிருந்து வெள்ளைநிறப் பிளாஸ்ட்டிக் நாற்காலிகளை இருவர் இறக்குவதும் பார்வையில் பட்டது.

சொல்வனம் - இணைய இதழ் 229 - ஆகஸ்ட், 2020

இருளின் வடிவம்

இந்த ஊரில் பொதுவாகவே மழை குறைவு. மழைக் காலத்தில்கூட, சராசரி மழை அளவு மிகவும் குறைவாக இருக்கும். ஒவ்வொரு கோடையிலும் ஒவ்வொரு தெருவிலும் புழுதி பறக்கத் தண்ணீர் லாரிகள் குறுக்கும் மறுக்கும் ஓடிக்கொண்டிருக்கும். புதிதாக ஆழ்கிணறுகள் தோண்டும் ஓசை அதிர்ந்துகொண்டிருக்கும். நிலத்தடி நீர் என்ன, ஞாபகங்களா? தோண்டத் தோண்ட ஊறுவதற்கு?

எப்போதுமே இல்லாவிட்டாலும், எப்போதாவது சில தடவை மழை பெய்யும்போது செந்திருவின் ஞாபகம் வந்துவிடும் எனக்கு. ஒவ்வொரு வேளையிலும் ஒவ்வொரு முகபாவத்துடன், ஒவ்வொரு நிலையில் அவள் சித்திரம் உதிக்கும். கேலியாக ஓரிரு வார்த்தைகள் உதிர்ப்பாள்; குறுகுறுவென்று உற்றுப் பார்ப்பாள்; 'இரு இரு, ஓடாதே' என்று பதட்டமாக அழைப்பாள்; கிசுகிசுத்துக் கலங்கும் இருளுருவமாகத் தெரிவாள். எப்படியானாலும், உடனடியாக என் உச்சந்தலையை வருடுவாள். அப்போது, இருளின் செதில்கள் முற்றாக உதிர்ந்து, நிலைத்து நிற்கும் சுடர் ஆகிவிடுவாள்.

மழைதான் என்றில்லை, தொடுத்த கனகாம்பரப் பூக்கள், சற்றே உள்ளூர் மணம் கமழும் முகப்பவுடர் வாசம், எண்ணெய் அகல் அணைந்தவுடன் எழும் தீய்ந்த திரி வாசனை, துலக்கமற்ற இருட்டுப் பரவிய பின்னந்தி வேளை என்று எது வேண்டுமானாலும் செந்திருவை நினைவுபடுத்தும். விளைந்த ஆண்மகனின் குறுகுறுப்பும், சின்னஞ் சிறு வயதின் வெகுளித்தனமும் ஒருங்கே நிறைந்து தளும்பும் என் மனம்.

ஆமாம், எனக்குள் முழுமையாக நுழைந்த முதல் பெண்ணுருவம் செந்திருதான். பெண் என்னும் அனுபவம் இருளா, வெளிச்சமா என்ற சஞ்சலம் ஆரம்பித்ததும் அவளிடமிருந்துதான். வாஸ்தவத்தில் அவள் அத்தனை அழகியாகக்கூட இல்லாமல் இருந்திருக்கலாம்; நினைவின் ஆழத்தில் புதைந்துகிடக்கும் தொல்படிவத்தை (fossil என்பதை அப்படித்தானே சொல்கிறார்கள்? அதனுள் உறைந்து மீந்திருக்கும் வண்டலை உயிர்ப்பிக்க முடியும் என்கிற மாதிரிக்கூட எங்கேயோ வாசித்த நினைவு) நினைக்க நினைக்க அந்த உருவத்தின் அழகு கூடத்தான் செய்கிறது - முதன்முதலாக உள்ளே நிரம்பிய பெண்பிம்பம் என்பதாலோ என்னவோ.

இடையில் ஒரு தடவை நேரிலேயே செந்திருவைப் பார்க்கக் கிடைத்தது - அப்போது நாற்பதைத் தாண்டியிருந்தேன். ஹோஸ்பெட் கடைத்தெருவில். ஹம்ப்பியின் உஷ்ணத்தில் விஜயநகர சாம்ராஜ்ய இடிபாடுகளைப் பார்த்துவிட்டு சோர்ந்த மனத்துடன் திரும்பியிருந்தேன். கடைவீதியில் இருந்த குறுந்தகடுகள் விற்பனைக் கடையில் ஏதாவது தேறுமா என்று பீராய்ந்துகொண்டிருந்தபோது, அபூர்வமான திரவிய வாசனை என்னை ஈர்த்தது.

உரசாத குறையாகப் பக்கத்தில் நின்று, அடுத்த பெட்டியிலுள்ள குறுந்தகடுகளைப் புரட்டத் தொடங்கிய இளம்பெண்ணை ஓரக்கண்ணால் பார்த்தேன்; ஆஹா, செந்திரு!

ஒரு கணம்தான். அந்த முகமும் உடலும் தத்ரூபமாக செந்திருவேதான். என்றாலும், வெளிறிய வெண்கலத் தோலின் நிறம் காட்டிக் கொடுத்துவிட்டது. வெளிநாட்டுப் பெண். கிரீஸ்காரியாகவோ, இத்தாலியப் பெண்ணாகவோ இருக்கலாம். சிற்பத்தைப் போலத் திருத்தமாய்ச் செதுக்கிய முகம், ரத்தச்சோகை கண்ட மாதிரி வெளுத்திருந்தது. நான் நடுவயதை எட்டியபிறகும், செந்திரு மட்டும் அதே பிராயத்தில் இருப்பது எப்படி சாத்தியம் என்று மானசீகமாகத் தலையில் குட்டிக்கொண்டேன்.

ஆனால், பக்கத்தில் நின்ற வதனத்தின் பேரழகு, திரும்பத்திரும்ப ஓரக் கண்ணால் பார்க்கத் தூண்டியது. கண்களின் வெண்மையும் ஆழமும், நாசியின் கூர்மை, நிரந்தரக் குறும்போடு சுழித்திருக்கும் கீழுதடு... இன்னும் பொருத்தமாக, லேசாகக் கொசுத்தூறல் வேறு போட்டது அப்போது!

ஆனால், அவள் செந்திரு இல்லை என்பதை அழுத்தி உரைத்த மிக முக்கியமான இன்னொரு வித்தியாசம், மூக்கு. செந்திரு, மூக்கின் இரண்டு புறங்களிலும் அகலமான மூக்குத்திகள் அணிந்திருப்பாள். அவற்றினளவே பெரிய தோடுகளும். காதிலும் மூக்கிலுமிருந்து ஒளிவீசிய வெள்ளைக் கற்கள். அவள் முகத்துக்குள் ஒரு விளக்கு பொதிந்திருக்கிற மாதிரி பிரமை தட்டும். பளபளக்கும் புடவை - பட்டாகக்கூட இருக்கலாம். அப்புறம் அந்தக் கண்கள். அவ்வளவு பெரிய கண்களை பின்னர் நான் பார்த்ததேயில்லை. அவற்றில் இருந்த சிரிப்பையும்தான். நிரந்தரச் சிரிப்பையும் தாண்டி அவற்றில் பார்க்கக் கிடைத்த துயரத்தின் நிழல். இந்த ஒரு அம்சம் நான் நேரடியாகப் பார்த்தபோது எனக்குத் தெரியவில்லை - பிராயம் முற்றியபோது திரும்பத்திரும்ப நினைவில் வந்து பீடித்த விழிகளில், ருசியின் வேரில் மறைந்த நஞ்சுபோலப் பதிந்திருந்த துக்கம் எனக்குப் புரியவந்தது.

சராசரியைவிட சற்றுப் பெரிய உதடுகள். தாம்பூலப் பற்கள் தெரியப் புன்னகைக்கத் தயாராய் இருந்த அவற்றின் சுழிப்பு. சிற்பம்போல இருந்த உடலின் மினுங்கும் ஐம்பொன் நிறம். செந்திரு இன்றிருந்தால் எண்பதைத் தாண்டியிருக்கும் வயது. இன்னமும் இருக்கிறாளா என்று யாருக்குத் தெரியும்? ஆனால், எனக்குள் இருக்கும் பிம்பம் இளமை குன்றாமல் தகித்தபடிதான் இருக்கிறது.

சும்மா நாலைந்து புள்ளிகள் மட்டுமே வைத்து எனக்குள் வரையப் பட்ட கோலம் அவள். நினைவுக்கு வருகிறவற்றை மட்டும் சொல்லட்டுமா?

நித்யகல்யாணப் பெருமாள் சந்நிதியில் நிசப்தம் மண்டியிருக்கும். கைநிறையத் துளசியை வாங்கிக்கொண்டு நகர்வோம். ஆடு தழை தின்கிற மாதிரி, நாக்கு மதர்க்கமதர்க்கத் திருத்துழாய் மெல்லுவதற்கு எனக்கு ரொம்பப் பிடிக்கும். கவுரிதான் என்னைத் தடுத்தாண்டவன்; 'தொளசியெ ரொம்பத் திங்காதடா, அப்பறம் பொண்டுகனாயிருவ.' என்று எச்சரித்தான். எனக்குக் கொஞ்சங்கூடப் புரியவில்லை. ஏதோ குறைபாடு நேர்ந்துவிடும் என்கிற அளவுக்கு அச்சம் தட்டி, அதற்கப்புறம் ஓரிரு இலைகளை மெல்லுவதோடு நிறுத்திக்கொண்டேன்.

தொடர்ந்த உரையாடல்கள், வேறு பல அறிமுகங்கள் வழியே, அவன் விடுத்த மிரட்டலின் உண்மையான பொருள் எனக்குப் புரியவந்தபோது, கவுரிசங்கரின் குடும்பம் ஊரைவிட்டே போயிருந்தது. கோடை விடுமுறை என்பதால், அதிக சிக்கல்கள் இல்லாமல் உடனடியாக வெளியேறி விட்டார்கள்.

அவன் கதையையும் இன்னொரு நாள் விரிவாகச் சொல்லவேண்டும். அதாவது, அவன் அப்பாவின் கதை. தனியார் பள்ளியில் விளையாட்டு ஆசிரியராய் இருந்த, எப்போதுமே அழியாத பிறைச்சந்திரன்போல நெற்றியில் கோபிச்சந்தன முத்திரை தரித்த, அழித்தால் நாலு ஆள் செய்யுமளவு ஆகிருதி கொண்ட, எல்லாரிடமும் சிரித்துப் பேசுகிற, கோபமே வராது என்ற சிறப்பியல்பு கொண்ட அபிராமன் சாருக்கு அப்படியொரு முடிவு சம்பவிக்கும் என்று யார்தான் எதிர்பார்த்திருப்பார்?

போலீஸ் நாய் பெருமாள் கோவில்வரை ஓடி நின்றுவிட்டது என்றும், மோப்பப் பாதையில் மிளகாய்ப்பொடியைத் தூவினால் அதனால் சரியாக நுகர முடியாது என்றும் அகிலா மாமி என் அம்மாவிடம் சொன்னபோது, பூகோளப் புத்தகத்தில் மனத்தைச் செலுத்த முடியாமல் நானும் அதே இடத்தில் இருந்தேன்.

அதை அப்புறம் சொல்லலாம். பெருமாள் சந்நிதி பற்றித்தானே சொல்லிக்கொண்டிருந்தேன்? திருத்துழாய் வாசனையும், பச்சைக் கற்பூரமும் நைவேத்திய நெய் மணமும் சாந்தமும் நிரம்பிய சந்நிதியில் கண்மூடிக் கைகூப்பி நின்றிருந்த என்னை ஆள்காட்டி விரலால் இடுப்பில் குத்தி, “டேய், செந்திருடா. செந்திரு.” என்று பரபரத்தான் கவுரி. குழம்பியவாறு கண்ணைத் திறந்த எனக்கு, அதற்குப் பிறகு மூட முடியாமலானது. அவன் கண்ணால் சுட்டிய திசையில் பார்த்துத் திகைத்தேன்.

பின்னால் நின்ற பக்தை பெருமாளை வேண்டிக் கண்களை மூடியிருக்க, அவள் இடுப்புக் குழந்தை செந்திருவின் நீண்ட ஜடையைப் பற்றி இழுத்தது. திரும்பிப் பார்த்தவள் புன்சிரித்தபோது, சுவாமி சந்நிதி முழுக்க உபரியாக ஒளி பரவிவிட்ட மாதிரிப் பட்டது.

வழக்கத்தைவிட வேகமாக லொட்டென்று என் தலையில் சடாரியை வைத்தார் பட்டர்; இமைக்காமல் நான் பார்த்துக்கொண்டிருந்ததைப்

பார்த்துவிட்டாரோ என்னவோ. இந்த வயதிலேயே போட்டியாக வருகிறானே என்ற கோபம்கூடக் காரணமாய் இருந்திருக்கலாம். ஆமாம், சந்நிதியில் சகலருமே, பெருமாள்மீது ஒரு கண்ணும் செந்திருமீது ஒரு கண்ணுமாகத்தான் நின்றிருந்தார்கள் - பெண்கள் உள்பட.

நாலைந்து நிமிடங்கள் அந்தப் பெண்மணியைப் பார்த்துக்கொண்டே இருந்திருப்பேன். மின்னல்போல ஓடிய நிமிடங்கள். கோவிலுக்கு வெளியே இழுத்து வந்த கவுரி, கோவில் மதிலுக்குத் தென்புறத்தில், ஊரைவிட்டு வெளியேறும் இரட்டைச் சாலைக்கு மறுசிறகில், பிரம்மாண்டமாய்ப் படர்ந்திருந்த தாசிக் குளத்தின் கரைமீது கூட்டிப் போனான்.

பாண்டிய ராஜா காலத்தில் இந்த ஊரில் கோலோச்சிய தெலுங்குதேச தாசியொருத்தி, தன் சொத்து அத்தனையும் விற்று வெட்டிய கண்மாய் இது என்று கதை உண்டு. ஊர் ஜனங்களின்மீது அவளுக்கு அவ்வளவு பிரியம் ஊறியதற்கு என்ன காரணம் என்று பின்னாட்களில் பலதடவை வியந்திருக்கிறேன்... ஆனால், அவளால் எத்தனை குடும்பங்கள் நிலைகுலைய நேர்ந்ததோ, குறிப்பாக ஏதாவது குடும்பத்தின் சாபத்தைத் தவிர்க்க முனைந்திருப்பாளோ என்றெல்லாம் தோன்றியது ஒருதடவை. எனக்குள் இருக்கும் எந்த நூற்றாண்டு ஆசாமிக்கு இந்த மாதிரி யோசனை ஓடுகிறது என்று விதிர்த்து, இது சரியில்லையே என்று மானசீகமாகத் தலையில் குட்டிக்கொண்டேன்...

நீர்ப்பரப்பின் மையத்தில் அடர்த்தியாய் மண்டியிருந்த கருவேலம்புதர்களுக்குள் இருள் மண்டியிருந்தது. நீச்சல் தெரியாத எனக்கு அந்தப் புதரைப் பார்க்கும்போதெல்லாம் நடுமுதுகில் அச்சம் ஊறும். கண்ணுக்குப் புலப்படாத கையொன்று, என் கணுக்கால்களைப் பற்றி நீருக்குள் இழுக்கிற மாதிரி பிரமை தட்டும். கால்களை ஊன்றி நிற்பதற்கே பெரும் பிரயத்தனம் வேண்டியிருக்கும். ஆனால், அன்றைக்குக் குளத்தில் நிரம்பி நிலவொளியில் அலையாடும் நீரைப் பார்த்தபோது அத்தனை பரவசமும் கிளர்ச்சியும் ஊறியது ஏன் என்று அன்றும் புரியவில்லை; இன்றும் புரியவில்லை.

குளத்தின் கரையிலிருந்து பார்த்தால் கோவில் மதிலுக்கு இணையாகப் போகும் தெற்குரத வீதி வீடுகள் பத்துப் பதினைந்தின் பின்புற வரிசை

தெரியும். அவற்றில் ஏதோவொன்றைச் சுட்டிக்காட்டி, “அதான் அவ வீடு” என்றான் கவுரி. அத்தனை வயதான, அவ்வளவு அழகான பெண்மணியை ஒருமையில் சொல்கிறானே என்று தோன்றியது. அடுத்து அவன் சொன்ன வாக்கியம் நிஜமாகவே புரியவில்லை - “ஹூம். காசிருந்தா நாமளும் போகலாம்.” ஒரு பெருமூச்சு வேறு விடுத்தான்; பெரிய மனிதன் மாதிரி. ஆனால், செந்திருவைப் பன்மையில் குறிப்பிட்ட யாரையுமே நான் பார்த்ததில்லை என்பதும் நிஜம்தான்; இத்தனை வருடம் கழித்து, நானுமே ‘அவள் இவள்’ என்றுதானே சொல்கிறேன்?

கவுரி என்னைவிட ஒரு வயது பெரியவன். ஒன்பதாம் வகுப்புப் படித்த அவன் மட்டும் இல்லாதிருந்தால், அந்த ஊரின் பல இடங்களுக்கு நான் போகவே வாய்த்திருக்காது. பல சமாசாரங்கள் தெரியாத அசடனாகவே நான் பெரியவனாகியிருப்பேன். பின்னால் ஒரு தடவை தோன்றியது: அப்படியும் சொல்வதற்கில்லை - இரண்டு மூன்று வருடங்கள் பிந்தி நானாகவே தெரிந்துகொண்டிருக்கக் கூடும். சீக்கிரமே தெரிந்ததால் எனக்கு விளைந்தது நன்மைதானா என்றுகூட சந்தேகம் எழுந்ததுண்டு.

பெண்களை அவர்கள் அறியாமல் உறுத்துப் பார்த்துப் பின்தொடர்வதை ஒரு கலையாகவே பயின்றுவைத்திருந்தான் கவுரி. எனக்கும் சில நுணுக்கங்கள் சொல்லிக் கொடுத்தான் - ஆனால், அந்த சமாசாரங்களையெல்லாம் அவ்வளவு சுலபமாகக் கற்றுக்கொண்டுவிட முடியாது. அன்றைக்கேகூட, நாலைந்து தடவை செந்திருவின் கண்களை என் பார்வை நேரடியாய்ச் சந்திக்கிற மாதிரித்தான் ஆகிவிட்டது.

செந்திரு. பின்னாளில் ஏதோ ஒரு சிறுகதையிலோ நாவலிலோ இந்தப் பெயரைப் பார்த்தேன். லாசராவா ஜானகிராமனா நினைவில்லை. வயது ஆக ஆக மறதி கூடிக்கொண்டே போகிறது. சமீபத்தில் நடந்தவை வேகமாக மறக்கின்றன. என்றோ எங்கோ ஆழத்தில் புதைந்தவை தற்சமயம்போலத் தத்ரூபமாக மானசீகத்தில் நிகழ்கின்றன. எனக்கு மட்டும்தான் இப்படியா எல்லாருக்குமேவா என்று தெரியவில்லை. ஆனால், ஒவ்வொருமுறை நினைவிலெழும்போதும், தொட்டுவிடும் தூரத்தில் செந்திரு நிற்பது மட்டும் மாறுவதில்லை.

எப்படியோ, அவளை எனக்குச் சுட்டிக்காட்டிய கவுரிசங்கர் பிற்பாடு என்ன ஆனான் என்பதே தெரியாமல் போய்விட்டது.

தகப்பனாரின் அகால மரணத்தையொட்டி அவர்கள் குடும்பம் வேறு ஊருக்குப் போய்விட்டது. விசாரணைக்கு வந்த காவல் அதிகாரி, அந்தக் குடும்பத்தை உண்டு இல்லை என்று ஆக்கிவிட்டார் என்று அகிலா மாமி அம்மாவிடம் சொன்னாள்.

கவுரியின் வீட்டுக்கு நான் அடிக்கடி போவேன். காமிக்ஸ் புத்தகங்கள் ஏகப்பட்டது வைத்திருந்தான். வாசிக்கவும் தருவான். அவனுடைய அப்பா வேலைபார்த்த தனியார் பள்ளியில் பிரமாதமான நூலகம் இருந்தது. அவர்வேறு இவனுக்கு ஏகப்பட்ட புத்தகங்கள் கொண்டுவந்து தருவார்.

நீ ஏன் ஒங்கப்பா ஸ்கூல்லெ படிக்கல்லே கவுரீ?

என்று ஒருநாள் கேட்டேன். உதட்டைப் பிதுக்கினான். வலதுகை சுட்டுவிரலையும் கட்டைவிரலையும் சேர்த்து ஒருமாதிரி சுண்டிக் காண்பித்தான். எனக்கு உடனே புரிந்து விட்டது - இந்த மாதிரி மறைமுகக் கல்வியொன்றை எனக்குப் போதித்ததால்தான் இன்றுவரை கவுரியை மறக்க முடியாமல் இருக்கிறது. அவன் நுட்பமாகத் தெரிவிக்கும் சில விஷயங்கள் புரிந்துவிட்டதாக உணரும் மாத்திரத்தில், எனக்குக் கொஞ்சம் வயதும் உயரத்தில் ஓரிரு அங்குலங்களும் கூடிவிட்ட மாதிரி உணர்வேன்.

ஆனால், அவர்கள் வீட்டுக்குப் போனால், அதிக நேரம் இருந்து பேச அமையாது. கைக்குக் கிடைத்த புத்தகங்களை எடுத்துக்கொண்டு, அவசரஅவசரமாகத் திரும்புகிற மாதிரி ஆகிவிடும். கவுரி வெளிப்படையாய்த் தெரியாதபடி என் புட்டத்தில் தார்க் குச்சியால் குத்திக் கிளப்பிவிடுகிறான் என்று தோன்றும். அவனுடைய அம்மா எப்போது கத்த ஆரம்பிப்பார் என்று சொல்வதற்கில்லை. எந்நேரமும் படுத்தே கிடப்பார் அவர். எப்போதுமே தலைவிரிகோலமாக இருப்பார். கத்தும் வேகத்தில் குமுறி அழவும் செய்வார். அழுக்கேறிய மஞ்சள் கயிறு, மூக்கில் காதுச் சவ்வுகளில் செருகிய ஈர்க்குச்சி, மூட முனையும் மேலுதட்டுக்குள் அடங்கமறுக்கும் பற்கள், அவற்றினிடையே பெரும் இடைவெளி என இருக்கும் சதைப் பிடிப்பற்ற முகம் எண்ணெய் படிந்து, இன்னும் விகாரமாகித் தெரியும்.

கவுரியின் தாய்மொழி கன்னடம். 'பேக்கு, பேடா, மசிரு' என்கிற

மாதிரிச் சில சொற்கள் மட்டுமே அவனுடைய உபயத்தால் எனக்குத் தெரியவந்திருந்தன. அந்த அம்மாள் பேசும் அல்லது திட்டும் வேகத்தில் கன்னடக்காரர்களுக்கே புரியுமா என்பது சந்தேகம்.

ஒருமுறை, நான் இருக்கும்போதே ஆத்திரம் வலுத்து பீட்டி மாஸ்டர்மீது சப்பாத்திக் குழவியை விட்டெறிந்தார். மாஸ்டர் தலைகுனிந்து பொறுத்துக்கொண்டிருந்தார். கவுரி என்னை அவசரமாக வெளியில் அழைத்துக்கொண்டு வந்தான். அவன் முகத்தில் அவமானம் கறுப்பாகப் படர்ந்திருந்தது.

> பாவம், அம்மாவுக்கு ஏதோ மனசு சரியில்ல போல.

என்று நான் கேட்காமலே சொன்னான்.

> ஒன்னையும் ஒன் தங்கச்சியையும் இப்பிடித்தான் அடிப்பாங்களா கவுரீ?

என்று சந்தேகம் கேட்டேன். அசட்டுக் கேள்விகள் நிரம்பிய குப்பைக்கூடை மாதிரி அந்த நாட்களில் இருந்தேன் என்பதை நினைத்தால் சிலசமயம் எனக்கே கூசிக் குறுகி விடுகிறது. ஆனால், கவுரி நிதானமாகச் சொன்னான்:

> எங்களெத் திட்டக்கூட மாட்டாங்கடா சம்பத்து. அப்பாமேலதான் கோபத்தைப் பூரா காட்டுவாங்க. ஏன்னே தெரியலே.,,,

என் மனத்தில் ஊறிய கேள்வியைத் தானே முன்னுணர்ந்தவன் மாதிரி, அடுத்த விநாடியே தொடர்ந்தான்:

> இந்த மனுஷனுக்குக் கோபமே வராதுடா. ப்ராக்ரஸ் ரிப்போர்ட்டெக் காட்டும் போதுகூட, ‘அடுத்தவாட்டி நல்ல மார்க்கு எடுத்துரணும் கவுரி? என்னா, எடுப்பேல்ல?’ன்னு கேப்பாரு. அவ்வளவுதான். அதுக்கு மின்னாடியே கையெளுத்துப் போட்ருவாரு.

ஓரிரு மார்க்குகள் குறைந்தாலே இலுப்பக்கரண்டியைத் திருப்பிப் பிடித்துக்கொண்டு ஆவேசமாய் நெருங்கும் அம்மாவின் நினைவு வந்தது எனக்கு. அந்தக் கரண்டியை அடுக்களையிலிருந்து என்னையே எடுத்துவரச் சொல்லுவாள், பழிகாரி...

கோடை விடுமுறைக்குத் தானும் தங்கையும் சித்தப்பா வீட்டுக்கு

நஞ்சன்கூடு போகப் போவதாக கவுரி சொன்னபோது, எனக்குள் ஒரு பள்ளம் விழுந்தது. புத்தகப் பஞ்சம் ஏற்பட்டுவிடுமே என்பதைவிட, சாயங்காலப் பொழுதுகளை எப்படிக் கழிப்பது என்று பெரும் கவலை படிந்தது எனக்குள்.

ஆனால், நல்லவேளையாக, 'விளக்கு வைக்கறச்சே வீடு திரும்பிறணும்' என்கிற விதியைத் தளர்த்தியிருந்தாள் அம்மா - ஏழாம் வகுப்பு முடிந்த பிறகு. 'டாண்ணு எட்டு மணிக்கு வீட்டுலெ இருக்கணும்.' என்று ஆக்கினாள். ஆனால், கவுரி இல்லாமல் தெருவில் அலைவதில் என்ன சுவாரசியம் இருக்கப் போகிறது? சுரத்தே இன்றித் தலையாட்டினேன்.

> எங்கிட்டெ இருக்குற காமிக்ஸ் மொத்தத்தையும் குடுத்துட்டுப் போறேண்டா. கவலெப்படாதே.

என்று பிரியமாய்ச் சொன்னான் கவுரி. கிட்டத்தட்ட ஐம்பது புத்தகங்கள். பாவம், அவதிஅவதியாய் ஊரைவிட்டுப் போகும்போது அவற்றைத் திரும்பி வாங்கிக்கொள்ள மறந்துவிட்டான். ஊருக்குப் போய், 'என் பிரிய சம்பத்துக்கு' என்று ஆரம்பித்த போஸ்ட்கார்டில், 'அந்தப் புஸ்தகங்களை என் அன்பளிப்பாக வைத்துக்கொள்ளவும்' என்று எழுதியிருந்தான். அந்த வரியை எத்தனை தடவை படித்திருப்பேன் என்கிறீர்கள்? ஒவ்வொரு முறையும் மளுக்கென்று கண் நிரம்பிவிடும்.

பிற்பாடு, பால்யத்தின் இறகுகள் உதிரஉதிர, அந்தப் புத்தகங்களும் ஒவ்வொன்றாய்க் காணாமல் போன விதம் இப்போதுவரை மர்மமாய்த்தான் இருக்கிறது.

அதைவிட மர்மமான சமாசாரங்களெல்லாம் அந்த விடுமுறையிலேயே நிகழக் காத்திருந்தன.

<u>ஊ</u>ர் எல்லைக்கும் வெளியில் இருந்தது நித்யகல்யாணப் பெருமாள் கோவில். வாரத்தில் இரண்டு நாட்களாவது அங்கே அழைத்துச் செல்வான் கவுரி. சந்நிதித் தெருவில் நுழையும்போதே,

> இன்னிக்குக் கல்கண்டு சாதம்டா.
>
> இன்னிக்கி சக்கரைப்பொங்கல்.

என்று முன்னறிவிப்பு செய்வான். வெகுநாட்களுக்கு என்னை ஆச்சரியம் பீடித்திருந்தது. எப்படி இவனுக்கு முன்பே தெரிந்திருக்கிறது? அக்கார அடிசில் விநியோகமான அன்று சூட்சுமம் புரிந்தது - அன்றைக்கு வழக்கத்தைவிடவும் கொஞ் சமாய்க் கொடுத்தார் பட்டர். இரண்டாம் தடவை கைநீட்டவே அனுமதிக்கவில்லை. கரண்டியாலேயே 'தள்ளிப்போ' என்று விலக்கினார்.

இப்பிடி மூக்குப்பீ அளவு குடுத்தா எப்பிடி வோய்? கடவாய்லெ கூட ஒட்டாது.

என்று முனகியவாறே கருடாழ்வார் சந்நிதி நோக்கி நடந்தான் கவுரி. தீபாராதனை காட்டிக்கொண்டிருந்த சேமியா என்ற சௌமியநாராயணன் இவனைப் பார்த்ததும் 'இரு' என்று சைகை காட்டினான். தூபத்தட்டில் விழுந்த இரண்டு ரூபாயை எடுத்து மடியில் சொருகிக்கொண்டு வெளியில் வந்தான். பிறகென்ன, தன் பெரியப்பாவிடம் சொல்லி, இரண்டு தொன்னைகள் நிறையக் கொண்டுவந்து தந்தான். நெய் மணம் அபாரமாய் இருந்தது. என்ன, நாலாவது வாய் விழுங்கும்போது திகட்டியது.

ஆனால், கவுரி ஊருக்குப் போன மறுநாள் நான் போனபோது, என்னைத் தெரிந்தமாதிரியே காட்டிக்கொள்ளவில்லை, அந்த சேமியா. நல்லவேளை, அன்றைக்கு வெண்பொங்கல்தான்.

உண்மையில் அன்றைக்கு பெருமாள்கோவில் போக நான் உத்தேசித்ததற்குக் காரணம், கவுரி ஊரிலில்லாதது அல்ல; கைக்குழந்தையோடு தமையன் வீடு வந்திருந்த ராஜி அத்தை திரும்பிப்போய்விட்ட பிறகு, வீடு முழுவதும் நிரம்பிவிட்ட வெறுமையோ, மானசீகத்தின் செவியில் அவ்வப்போது ஒலித்து மங்கிய கொலுசுச்சத்தத்தின் பிரமையோகூட அல்ல; அத்தை புறப்பட்டுப்போன கொஞ்சநேரத்தில், காபிப் பொடி இரவல் வாங்கிப்போக வந்த அகிலா மாமி.

செம்பா, அது யாரு ஜட்காலே ஏறிப்போனது, நம்ப ராஜியா?

என்றாள். அம்மா சாவதானமான குரலில் சொன்னாள்:

என்னாச்சு மாமி? பகல்லெயே பசுமாடு தெரியமாட்டேங்கறதே!

சிரித்தாள். மாமியின் முகம் மாறியது.

> இல்லே, கனகாம்பரத்தை இவ்வளவு அள்ளி வச்சுண்டுருக்காளே, செந்திருவாட்டம்? அதான் அடையாளம் தெரியல்லே...

என்று பதிலடி கொடுத்தவுடன், அம்மாவின் முகமும் மாறிவிட்டது. மாமியுடனான உரையாடலில் நிலவிய சகஜபாவம் சட்டென்று காணாமல் போனது. மாமியின் அபிப்பிராயத்துக்குப் பதில் சொல்லாமல், தொடர்ந்து சாய்பலகையில் கடுகை உருட்டினாள். கொஞ்சம் நிறையவே அள்ளி, வேகமாக உருட்டின மாதிரி எனக்குத்தான் பட்டதோ என்னவோ. மனமொட்டாமல் ஏதோ பதில் சொல்லிக்கொண்டிருந்தாள். கொஞ்ச நேரத்தில் மாமிக்கும் அலுத்திருக்க வேண்டும். வந்த நோக்கத்தைத் தெரிவித்தாள். அம்மா வேகமாக பதில் சொன்னாள்:

> அடாடா, இன்னிக்குக் காத்தாலெதான் தீந்தது மாமி. மார்க்கட்டுக்குப் போனா, எனக்கும் காக்கிலோ வாங்கிண்டு வரேளா.

என்று கண்களில் சிரிப்பேயில்லாமல் அம்மா சொன்னது நினைவு வருகிறது. நேற்றுத்தானே அப்பா க்காபிப்பொடி வாங்கி வந்தார்? சம்புடம் நிறையக் கொட்டி வைத்தாளே அம்மா? சின்னவர்கள் மட்டும்தான் பொய் சொல்லக்கூடாது போலிருக்கிறது... அம்மா அப்படிக் கடுகடுவென்று முகத்தை வைத்துக்கொண்டதற்குக் காரணத்தை யூகிக்க முடிந்தது - அத்தைமீது அம்மாவுக்கு அத்தனை பிரியம்.

அம்மாவிடம் இரண்டு சந்தேகங்கள் கேட்டேன். ஒன்று, வழக்கமான அசட்டு சந்தேகம்.

> காபிப்பொடி நேத்தித்தானேம்மா வாங்கிண்டு வந்தது? மாமி கேட்டப்ப ஏன் அப்பிடிச் சொன்னே?

அம்மா முறைத்தாள். சம்பந்தமில்லாத பதில் சொன்னாள்:

> கண்ணையும் காதையும் மூடிண்டு படிக்கற வேலையப் பாத்தாத் தேவலெயே. ஏற்கனவே மார்க்கு ஒவ்வொண்ணும் தலைகீழாத் தொங்கறது - வவ்வாலாட்டம்.

வழக்கமாக இந்த இடத்தில் நான் கேட்டிருக்கக்கூடிய பதில் கேள்வியே வேறு. 'கண்ணை மூடினா எப்படிப் படிக்கறதாம்?'

என்று கேட்டு மேற்கொண்டு வசவு வாங்கியிருப்பேன். ஆனால், அன்றைய நிலைமையில், இரண்டாவதை முன்னிட்டுத்தான் முதல் கேள்வியே எழுந்ததா, இயல்பாகத் தாவிவிட்டேன்:

செந்திரு மாதிரின்னு அத்தையைச் சொன்னதாலெயா?!

இந்த முறை அம்மா என்னைப் பார்த்த பார்வையின் அர்த்தம் கொஞ்சம்கூடப் புரியவில்லை - அதில் இருந்தது பிரியமா, பெருமிதமா, தர்மசங்கடமா, ஆச்சரியமா. ஆனால், தரையில் எனக்கருகில் உட்கார்ந்திருந்தவள் எழுந்தாள். என் தலையை ஒரு தடவை அழுத்திக் கலைத்துவிட்டு உள்ளே போனாள்...

எனக்கு செந்திருவைப் பார்க்கவேண்டும் என்று தோன்றிவிட்டது. எப்படிப் பார்ப்பது? கவுரி இருந்தால் ஏதாவது திட்டம் உருவாக்கியிருப்பான். ஆனால், அவனிடம்கூட என் விருப்பத்தை வெளிப்படையாய்த் தெரிவித்திருப்பேனா என்ன!

கோவிலின் உட்பிரகாரத்தை மூன்றுமுறை வலம் வந்துவிட்டேன். எங்கேயும் செந்திருவைக் காணவில்லை. ஒருவேளை தினசரி வரும் வழக்கம் கிடையாதோ? மனத்தில் லேசாக சோர்வு படிந்தது. அத்தோடு, இன்னொரு ஏமாற்றமும் சேர்ந்து கொண்டது. பெருமாள் கோவிலில் நுழையும்போதுகூட, அறிகுறியேயில்லை; வெண் பொங்கலில் நிரடிய முழு மிளகைக் கடித்த காரம் நாவோரத்தில் கணகணக்க, கருடாழ்வார் சந்நிதி நோக்கிப் போகும்போது கொசுத்தூறல் போட்டது. பக்கத்தில் வந்தவரிடம், 'டைம் என்னண்ணா' என்று கேட்டேன் - அனிச்சையாக மணிக்கட்டை உயர்த்தியும் காட்டினேன்; கவுரி இப்படித்தான் கேட்பான்.

ஏழேகால்...

என்று சொல்லிவிட்டுப் போனார். எட்டுமணிக்குள் வீட்டை எட்டிவிட வேண்டுமே என்று பதட்டமானது. கோவில் வாசலை விட்டு வெளியேறுகிறேன், தூறல் வலுத்தது. நனைந்த தலையுடன் வீடு திரும்பினாலும் அம்மா திட்டத்தான் செய்வாள்.

திடீரென்று மழை வேகமெடுத்தபோது, சந்நிதித்தெருவில் நேரேயோ, அல்லது திரும்பவும் கோவிலுக்குள்ளோ ஓடாமல் தெற்குரத வீதி நோக்கி ஏன் ஓடினேன் என்பது இன்றுவரை புரியவில்லை.

ஆழ்மன சமிக்ஞை எதுவோ தூண்டித்தான் நான் ஓடியிருக்க வேண்டும். தாசிக்குளத்தின் கரையிலிருந்து பார்த்தபோது பின்புறம் தெரிந்த வீட்டின் அடையாளம் எனக்கே தெரியாமல் எனக்குள் பதிந்திருந்ததோ என்னவோ.

தரையில் கால் பாவாமல் நான் ஓடியபோது பின்னோக்கிப் பாய்ந்த எந்த வீட்டிலும் ஒண்டுவதற்கில்லை. எல்லா வீடுகளிலும் திண்ணைகளைக் கம்பி அழியால் மூடியிருந்தது. அந்த வீட்டில் மட்டும்தான் மூடாத திண்ணை. வாசல் சார்ப்பில் இருள் படர்ந்திருந்த வீட்டின் முன்முற்றப் படிக்கட்டை அண்டினேன். தலையிலிருந்து நீர் சொட்டிக்கொண்டிருந்தது. உடல் லேசாக நடுங்கியது... கதவுத் தாழ்ப்பாள் விலகும் சப்தம் லொடக்கென்று கேட்டது. சட்டென்று வாசலில் ஜமக்காளம் விரித்த மாதிரி நெடுக்குவசத்தில் வெளிச்சம் படர்ந்தது.

உள்ளாறெ வா தம்பீ.

என்று இதமாக வெதுவெதுத்த குரலுக்குரிய முகம் எட்டிப்பார்த்தது. சொட்டச்சொட்ட நனைந்தது வீண் இல்லை.

மூன்று படிகள் இறங்கிவந்து, என் முன்னங்கையைப் பிடித்து லேசாக இழுத்துக்கொண்டு போனாள்.

அடெடே, இப்பிடியா நனைவாக?

என்றவாறு, கொடியில் கிடந்த தேங்காய்ப்பூத் துவாலையை எடுத்து என் தலையைப் பரபரவெனத் துவட்டினாள். துவாலையில் இருந்தா, அவள் மெலிதாகப் பூசியிருந்த பவுடரிலிருந்தா என்று தெரியவில்லை - மிருதுவான மணம் எழும்பி என்னைக் கிறக்கியது. விளக்கு வைக்கும் நேரத்தில் அம்மா ஏன் பவுடர் போட்டுக்கொள்வதில்லை என்று கேள்வி எழுந்தது. அதைக் கலைத்தபடி, உள்ளறையிலிருந்து சீப்புடன் திரும்பினாள் செந்திரு. தானே தலையை வாரிவிட முனைந்தவளிடம், அவசரமாகச் சீப்பைப் பிடுங்கினேன்.

ஏன் நான் வாரிவிடக் கூடாதாக்கும்? ஐயமாரு வூட்டுப் புள்ளையா!

அந்தக் குரலில் இருந்த கேலி எனக்குப் பிடித்திருந்தது. தொடர்ந்து கேலி செய்ய மாட்டாளா என்று ஆசையாகவும் இருந்தது. அவள் மறுபடியும் உள்ளே போனாள். உடம்பில் மெலிதாக சூடு

ஏறுவதும், அவளுடைய அருகாமையை இன்னமும் வேண்டி ஆவல் துளிர்ப்பதும் என்று எனக்குள் நடந்த எல்லாமே புதுசாக இருந்தன. அதேசமயம் இனம் தெரியாத பயமும் எழுந்தது. ஏனோ, யாராவது பார்ப்பதற்குள் அந்த வீட்டை விட்டு இறங்கி ஓடிவிடவேண்டும் என்று தோன்றியது.

திரும்பியவள் கையில் இருந்த சிறு எவர்சில்வர் தட்டில் ஒரு லட்டும், தேன் குழலின் ஒரு பாதியும் இருந்தன.

> கவுரி சேக்காளிதானே நீயி. அவென் ஊருக்குப் போயிட்டான்னு, தனியாக் கோயிலுக்கு வந்தியாக்கும்? எடுத்துக்க. ஓம் பேரு என்னா...

> சம்பத்து...

என்று எனக்கே சன்னமாகக் கேட்கும்படி நான் தயங்கியதற்குக் காரணம், அவளுக்கு என்னைத் தெரிந்திருக்கிறதே என்பதுதான்; அவளானால் தவறாகப் புரிந்துகொண்டு விட்டாள் போல.

> ...எங்க வூடுகள்லெயெல்லாம் சாப்புட மாட்டீங்கல்ல?!...

கடைசி அட்சரம் முடிவதற்கு முன்பாகவே முழு லட்டை வாயில் திணித்திருந்தேன். அவள் தொடர்ந்து ஏதோ கேட்டாள் - வாய் திறந்து பதில் சொல்ல முடியாமல் தவித்தது நினைவிருக்கிறது. சுவரில் மாட்டியிருந்த பழங்கால மரக் கடிகாரத்தின்மீது என் பார்வை தன்னிச்சையாய்ப் பதிந்தது. ஐயோ, எட்டு மணி...

> இரு தம்பீ, இன்னம் தூறல் முளுக்கா விடலே...

என்று அவள் பதறும் குரல் முதுகில் கேட்க, தலையை ஆட்டிக் கொண்டே வேகமாக வெளியே வந்தேன். பரவாயில்லை, மழை பெருமளவு விட்டிருந்தது. வீதியில் ஆள் நடமாட்டம் தொடங்கியிருந்தது. வேகமாக வீடு நோக்கி நடந்தேன். லட்டு வாசனை அம்மாவுக்குத் தெரியாமலிருக்க வேண்டுமே என்று புதுக் கவலை உதித்தது...

இதற்கு மிகச் சரியாகப் பத்து நாள் கழித்து, கவுரியின் குடும்பம் ஊர் திரும்பியது. ஆனால், அவனுடன் தனியாக இருந்து பேச வாய்க்கவில்லை. சந்தர்ப்பம் அப்படி. எந்நேரமும் அவர்கள் வீட்டு

வாசலில் போலீஸ்காரர்கள் இருந்தார்கள். வீட்டுக்கு யார் வந்தாலும் துருவித்துருவி விசாரித்தார்கள். இரண்டு நாட்களாக அந்தத் தெருவே கொஞ்சம் பரபரப்பாகத்தான் இருந்தது. தினத்தந்தியில் வந்திருந்த செய்தி வேறு பரபரப்பை அதிகப்படுத்தியிருந்தது. எங்கள் வீட்டில் வாங்குவது தினமணி. அதில் சிறு குறிப்பாகக் கூட வராத சமாசாரம், தந்தியில் நாலு பத்திக்கு வந்திருந்தது நினைவிருக்கிறது...

ஆசிரியர் மரணத்தில் மர்மம்!

என்று கொட்டை எழுத்திலும், அதைவிடச் சற்றுச் சிறிய அளவிலான உபதலைப்பில்,

கொலையா தற்கொலையா - போலீஸ் விசாரணை!!

என்றும் போட்டிருந்தது.

உண்மையில், பரக்கத் திறந்திருந்த ஜன்னல் வழி, தொங்கும் பாதங்கள் மட்டும் தெரிந்ததைப் பார்த்து மிரண்டுபோன பேப்பர்க்காரப் பையன்தான் அக்கம்பக்கத்துக்குத் தகவல் சொல்லியிருக்கிறான்; அப்புறம் போலீஸ் வந்தது. ஆனால், சித்ரா முடி திருத்தக பெஞ்ச்சில் கிடந்த தந்தியில், 'நள்ளிரவில் ஏதோ ஒலி கேட்டதாக அண்டை வீட்டார் சொல்கிறார்கள்' என்றெல்லாம் போட்டிருந்தது.

தினத்தாளில் வராத சில தகவல்களை, அகிலா மாமி அம்மாவிடம் தெரிவித்தாள். கவுரி வீட்டுக்கு மூன்றாவது வீடு அவர்களுடையது. தற்கொலை செய்துகொண்டவருக்குத் தொடையில் காயம் இருக்குமா? ஆனால், கொலை என்னும் பட்சத்தில், வீடு உள்பக்கம் தாழிட்டிருந்தது எப்படி? அதிலும், பூட்டிய வீட்டுக்குள் பீடித்துண்டுகள் வேறு கிடந்ததாம்; அபிராமன் சாருக்கு புகைப்பழக்கம் கிடையாது என்பது எல்லாருக்கும் தெரிந்த விஷயம். இன்னும் சில கேள்விகளை அகிலா மாமி எழுப்பினாள். எனக்குக் கோவையாக நினைவில்லை. இடையில் ஒரு தடவை அம்மாவின் காதோடு ஏதோ சொன்னாள் - உதட்டசைவுகூடத் தெரியாத நெருக்கத்தில் அவள் சொன்னது என்னவென்று அம்மாவிடம் கேட்டால் தொலைத்து விடுவாள் தொலைத்து.

ஆனால், அவர்கள் யாருக்குமே தெரியாத ஒரு சங்கதி எனக்குள் இருந்தது. கடைசிவரை கவுரியிடம் அதைப் பகிர்ந்துகொள்ள இயலாமல் போனது பற்றிய ஆதங்கம் இதை மீட்டுச் சொல்லும் இப்போதுகூட எனக்குள் இருந்துகொண்டுதான் இருக்கிறது...

கவுரியின் குடும்பம் ஊர் திரும்புவதற்கு இரண்டு நாள் முன்னால், பெருமாள் கோவிலுக்கு மறுபடி போனேன். இந்த முறை செந்திருவைப் பார்க்கும் ஆவலால் அல்ல - கவுரியும் இல்லாமல், அவன் கொடுத்த படக்கதைப் புத்தகங்களும் படித்துத் தீர்ந்தபிறகு, பாறாங்கல் மாதிரி கனத்த சாயங்காலத்தைப் புரட்டி நகர்த்தியாக வேண்டும். தவிர, துணைக்கு யாருமில்லாதபோது, தாசிக்குளத்தின் நீர்ப்பரப்பைக் கொஞ்சநேரம் பார்த்துக்கொண்டிருந்து, 'நான் பெரியவனாகிவிட்டேன்' என்பதை எனக்கே ஊர்ஜிதப் படுத்திக்கொள்ளவேண்டும்...

பெருமாள் கோவிலுக்குச் சற்று முன்னால், குறிப்பாகச் சொல்வதென்றால், பாலன் தியேட்டர் இருக்கும் சாலையில், ஒரு சிவன் கோவில் இருந்தது. பெருமாளைச் சேவித்துவிட்டு, தாசிக்குளத்தின் கரையில் அதிக நேரம் தனியாக நிற்கப் பிடிக்காமல் - பயமாக இருந்தது என்றே சொல்லலாம் - திரும்பிவரும் வழியில் சிவனையும் பார்த்துவிடலாம் என்று என் கால்கள் தாமாக முடிவெடுத்தன.

பெருமாள் கோவில் அளவுக்கே பெரிய கோவில்தான் இதுவும். ஆனால், அங்கேயிருக்கும் கோலாகலச் சூழலும், கூட்டமும் இங்கே இருக்காது. மொத்த ஊருமே சிவனைக் கைவிட்டுவிட்டது என்கிற மாதிரித் தென்படும். வெளிப்பிரகாரத்தின் பின்பகுதி கிட்டத்தட்ட இருட்டாகவே இருக்கும். அந்தக் கோவிலில் இருக்கும் நறுமணத் துக்கு நேர்மாறாக, இந்தக் கோவிலில் நுழைந்த மாத்திரத்திலேயே ஒருவிதப் புழுக்கை மணமும், எண்ணெய்ப்பிசுக்கு மணமும் மூச்சை அடைக்கும்.

முன்பு ஒரு தடவை வந்தபோது இந்தக் கோவில் குருக்கள் தன் நண்பரிடம் சொல்லிக்கொண்டிருந்தது ஞாபகம் வந்தது:

> பின்னே, இவருக்கு ஒய்ஃபோடெ என்னைக்கும் ஒரசல்தானே ஓய். பொறந்தாத்துக்கு வெரட்டறது, மாமனாரோடெ தகராறு, பொண்டாட்டியோடெ சரிக்குச் சரியா டான்ஸாடித் தோக்கடிக்கறது... போறாக்கொறைக்கி, அவ பக்கத்திலே இருக்கும்போதே சின்னவீட்டைத் தலைல தூக்கி வச்சிக்கறதுன்னு எவ்வளவு அழிச்சாட்டியம்? இதே மச்சினனைப் பாரும், அஃபீஷியலா ரெண்டு சம்சாரம்.

ஊரறிய எத்தனையோ கோபிமார்களோடெ சகவாசம். ஆனா, அத்தனைபேர்ட்டயும் பேதமில்லாதெ அபிமானம். பொம்மனாட்டிகள் கூட்டம் அவரெப் பாக்கத்தானே ஆசெப்படும்?!

இவர் பேசப்பேச மற்றவர் குலுங்கிக் குலுங்கிச் சிரித்தபடியே, நெற்றியில் அப்பியது போக மீந்த திருநீறை முன்னங்கைகளில் தடவிக்கொண்டார்...

தாசிக்குளத்தின் கரையில் விட்டுவந்த அச்சம், தனியாக இருந்த சிவனைப் பார்த்தவுடன் மீண்டும் துளிர்த்தது. சந்நிதி பூட்டியிருந்தது. வெளியில் இருந்த தூணில் யார்யாரோ சிந்திப் போயிருந்த விபூதியை எடுத்து இட்டுக் கொண்டேன். இதுவரை ஒழுங்காக இருந்த மனம் திடீரென்று ஏனோ குரங்குச்சேட்டை ஆரம்பித்தது. வெளிப் பிரகாரத்தின் பின்னம்பக்கத்தில் படர்ந்திருக்கும் இருட்டைப் பார்க்க விழைந்தது.

இப்போதுவரையிலும் இந்தக் குழப்பம் நீடிக்கிறது. கொஞ்சம்கூட உத்தேசித்தே இராத வேலைகளைக் கணநேர முடிவில் செய்து ஆறாத் தழும்புகளை உருவாக்கிக்கொள்ளும் வழக்கம் என் மரணத்தோடுதான் நிற்கும் என்றே படுகிறது.

பின்னே, மின் ரயில் புறப்படும்வரை காத்திருந்துவிட்டு, புறப்பட்ட நொடியில் ஏற்பட்ட திடீர்த் தீர்மானத்தில் இறங்க முடிவெடுத்து, நாலைந்து பேரை முழங்கைகளால் இடித்து அகற்றி, வேகமெடுக்க முனைகிற ரயிலிலிருந்து குதித்து இறங்கி, கால் இடறி நடைமேடையில் விழுந்து, முன்பின் தெரியாத சகலரிடமிருந்தும் ஏச்சுகளையும் அறிவுரைகளையும் ததும்பத்ததும்ப வாங்கிக்கொண்டு தலைகுனிந்து நடை மேம்பாலம் நோக்கி நடப்பதையெல்லாம் எந்தக் கணக்கில் வைப்பது?

ஆயிற்றா, பயம் நிரம்பிய பூனை மாதிரி பம்மிப்பம்மிப் பிரதட்சிணம் தொடங்கினேன். மேற்குப் பிரகாரம் ஆரம்பித்துச் சற்றுத் தள்ளிவரை மங்கலான வெளிச்சம் இருந்தது. அது இருளாக மாறும் இடத்தில் மனித உருவங்கள் இரண்டு நின்றிருந்தன.

தொடர்ந்து கதைகள் வாசித்து, நிகழ்வுகள் மற்றும் புனைவுகள் நகரும் திக்கையும் தடத்தையும் அறியும் வித்தை கைவரப்பெற்ற யாருக்கும், அந்த உருவங்கள் இன்னார் என்பது இப்போது

தெரிந்திருக்கும். ஆனால், அந்தப் பிராயத்தை எட்டியிராதவன் என்பதால் எனக்குள் பெரும் திகைப்பு கவிந்தது. அதை என்றுமே என்னால் விவரிக்க முடியாது. ஆனாலும், உங்கள் யூகத்தில் ஒரு பாதி சரி. பெண்ணுருவம் செந்திருவேதான். அந்த உருவத்தின் வடிவம் அவ்வளவு துல்லியமாக எனக்குள் பதிந்திருந்தது. தவிர, அவள் அங்கே இல்லை என்றால், என் உள்ளுணர்வு அந்த இடத்துக்கு என்னை இழுத்து வந்திருக்கக் காரணமேயில்லை...

மற்ற உருவத்தைப் பற்றித்தான் குறிப்பாக ஏதும் சொல்ல முடியவில்லை. அது ஆணுருவம் என்பதில் சந்தேகமேயில்லை. அபிராமன் சார் போலவே இருந்தது என்னுடைய பிரமையாகக்கூட இருக்கலாம். பின்னர் வந்த நாட்களில் நடந்த சம்பவங்களையொட்டி, அது அவர்தான் என்று என்னளவில், நானாகவேகூட, உறுதி செய்து கொண்டேனோ என்னவோ.

பெண்ணுருவம் மெலிதாக அழுதுகொண்டிருந்தது; ஆணுருவத்தின் அசைவுகளில் அபாரமான பிரியமும் ஆறுதலும் தெரிந்தது. ஓரிரு விநாடிகளில் ஆணுருவத்தின் தோளில் சாய்வதற்கு முன்னேறியது பெண்ணுருவம். அவர்கள் இருவரும் இறுக்க்க்கி அணைத்துக் கொண்டதை நிஜமாகவே நான் பார்த்தேனா, அல்லது பின்னாளைய யூகம் பூர்த்திசெய்து தந்த காட்சியா அது என்பதும்கூட தெளிவில்லாமல்தான் இருக்கிறது.

ஆனால், அந்தக் காட்சி மானசீகத்தில் நிரம்பும்போதெல்லாம் தன்னியல்பாக உள்நாக்கில் பரவும் லட்டுவின் ருசியில் தித்திப்பு சற்றும் குறையவில்லை. சில நாள் கனவுகளில், அந்த ஆணுருவம் நானாகவேகூட இருந்ததுண்டு...

இது அனைத்தையுமே தெர்மோகோல் மாளிகையாக ஆக்கும் வேறொரு கேள்வியும் இருக்கத்தான் செய்கிறது - அத்தனை விஷயங்கள் அறிந்து வைத்திருந்த கவுரிசங்கருக்கு இந்த விஷயம் தெரியாமல் இருந்தது எப்படி?

அல்லது, தெரிந்தேதான் சொல்லாமல் இருந்தானோ?

ஓலைச்சுவடி - இதழ் 9, பிப்ரவரி 2021

வந்ததும் போனதும்

கடைசி நாலு கிலோ மீட்டர்களைக் கொஞ்சம் வேகமாகவே கடக்க வேண்டியதாகிவிட்டது. வழக்கத்தைவிட வேகமாக இருட்டு இறங்குவதாக உணர்ந்தேன். எனக்குள் ஒருவிதமான உஷ்ணம் உயர்ந்திருந்தது. இருபத்தெட்டாவது ஹேர்பின் வளைவைத் தாண்டியதும் ஒரு குடிசைக் கடை உண்டு. வறுமையின் குழந்தைகளான தேயிலைத் தோட்டத் தொழிலாளர்களை மூலதனமாகக் கொண்டு நடந்துவந்த சிறு கடை. மளிகைப் பொருட்களோடு, மலிவான நாட்டுச் சரக்கும் அங்கே கிடைக்கும். நான் ஸிங்கிள் மால்ட் ஸ்காட்ச் விஸ்கி மட்டுமே குடிப்பேன் - இந்த முறை கூட ஒரு முழு சீசா வாங்கி வந்திருக்கிறேன்.

ஆனால், தவறாமல் அந்தக் கடையருகே காரை நிறுத்தி ஒரு சிகரெட் பிடிப்பது வழக்கம். இன்னும் சரியாக எட்டு வளைவுகள் மட்டுமே பாக்கி என்பதும், அந்த இடத்திலிருந்தே தண்மையின் ஆதிக்கம் அதிகரித்துவிடும் என்பதும் காரணம். இன்னும் வலுவான இன்னொரு காரணம், கடையின் உரிமையாளரான பெண்மணியின் கொழுந்தன் மருதையன் என்னுடைய பண்ணைவீட்டுப் பணியாள். நான் வந்திருக்கிறேன் என்பதையும், மறுநாளைக்கான என் தேவைகளையும் அவனிடம் தெரிவித்துவிட்டே மேற்கொண்டு மலையேறுவேன்.

இன்னும் சில வழக்கங்களும் உண்டு - எல்லா விஷயத்துக்குமே ஒன்றுக்கு மேற்பட்ட பரிமாணங்கள் இருக்கிறதா என்று பார்ப்பது; என் தொழிலின் காரணமாக, மனம் என்ற சொல்லையோ அம்சத்தையோ கோக்காமல் எதையுமே பார்க்கவியலாமல் போவது என்று. முன்கோபத்தையும் சேர்த்துக்கொள்ளலாம்! ஆனால், என்றைக்குமே முதல்கோபம் பட்டதில்லை; பதில்கோபம் மட்டும்தான்...

மேற்படிக் கடையருகே, மலை ஓடையின்மீது கட்டப்பட்ட பாலம் ஒன்று இருந்தது. புட்டம் குளிர அதில் அமர்ந்து திரும்பிப் பார்த்தால், கீழே, வெகுதொலைவில், நான் வசித்து வரும் நகரின் பறவைக்கோணக் காட்சி பரந்திருக்கும். காணத் தெவிட்டாத காட்சி. இந்தக் கோணத்தில் எடுத்த புகைப்படம் ஒன்றைத்தான் என் பண்ணை வீட்டின் வரவேற்பறையில் மாட்டி வைத்திருக்கிறேன்.

இன்றைக்குக் கடைப்பாலத்தில் சாவதானமாக அமர்ந்ததால்தான் தாமதமாகி விட்டது. மருதையனைப் பார்த்தபிறகு, சிகரெட் மட்டும் குடித்துவிட்டுக் கிளம்பியிருந்தால் பரவாயில்லை; கையோடு கொண்டு வந்திருந்த புத்தகத்தை விரித்துப் பார்த்தது தவறு. அதன் பொருளடக்கப் பட்டியலைப் பார்த்து முடித்து, முன்னுரையை வாசிக்கத் தொடங்கிவிட்டேன். சற்றே நீளமான முன்னுரை. ஏழெட்டுப் பக்கங்கள் படித்த பிறகுதான், நேரம் வேகமாகக் கரைந்துவருவது உறைத்தது. அதற்குள் கழுத்துவரை நிரம்பி விட்டது இருள்.

இரவில், இந்த மலைப்பாதையில், அதிலும் ஏறுமுகமாக, வண்டியோட்டுவதில் ஆபத்துக்கள் நிறைய. அபூர்வமாகக் கீழிறங்கும் வண்டிகள், வழக்கமான மலைப்பாதைகளில்விடச் சற்று வேகமாகவே வரும். இத்தனைக்கும் உச்சியில் இருக்கும் கிராமத்துக்கு அதிகப்பேர் வருவதில்லை; பிரிட்டிஷ் காலத்திலிருந்தே தேயிலை எஸ்டேட்டுகள் இருந்துவரும் குன்றுதான் என்றாலும், சுற்றுலாத்தலமாக ஆகவில்லை இது. உச்சியில் இருக்கும் கிராமம் தமுக்கம் திடலுக்குச் சற்றே பெரியது; மதுரைக்காரர்களுக்குத் தெரியும் தமுக்கம் திடலின் விஸ்தீரணம் - சுமார் இருநூறு குடிசைகளும் அவற்றுக்கிடையிலான தெருக்களும் கொள்ளும். அவ்வளவுதான். அதுகூடக் காரணமாய் இருக்கலாம்; இது ஒரு தலமாக வளராததற்கு.

இதிலும் சில அனுகூலங்கள் இருந்தன. பியர் குடித்துவிட்டு போத்தலை வீசியெறிந்து நொறுக்குகிற, சீஸ் தடவிய ரொட்டித் துண்டுகளை விட்டெறிந்து தவறான உணவுக்குக் குரங்குகளையும் இன்ன பிற பிராணிகளையும் பழக்குகிற, நெருப்பு அணையாத சிகரெட் எச்சங்களை ஓடும் காரிலிருந்து அஜாக்கிரதையாக எறிகிற, நாராச அலறலாலும், உரத்த கார் ஸ்டீரியோ ஓசையாலும் மலைப் பிரதேசத்தை நடுங்கச் செய்கிற, விடலைக் கும்பல்களின் வருகை அநேகமாக இல்லவே இல்லை. செந்நாய்களும், யானைகளும், கீரிப்பிள்ளைகளும், குரங்குகளும் மலிந்த மலைப்பகுதியாகவே இன்னமும் மீந்திருப்பதற்கு அது ஒரு காரணம். ஓரிரு சிறுத்தைகளும், வரிப்புலிகளும்கூட இருப்பதாகச் சொல்கிறார்கள் - பார்க்கக் கிடைத்ததில்லை எனக்கு. பெரும் மலைத்தொடரின் சிறு கண்ணி இந்தக் குன்று என்பதால், இருக்கவும் கூடும்.

என்னைப் போன்ற உயர் மத்தியதரப் புதுப்பணக்காரர்கள்கூட நிலம் வாங்க இயல்கிற அளவு விலை சல்லிசாக இருந்தது இன்னொரு அனுகூலம். ஆனால், ஒரு துண்டு நிலம் வாங்கி, சிறு பண்ணை வீட்டை நிர்மாணிக்கும் அளவுதான் என்னிடம் நிதிவசதி இருந்தது. அதைச் சம்பாதிப்பதற்குள்ளேயே அதிகபட்ச நஷ்டத்தை எதிர்கொண்டாகிவிட்டது.

ஆமாம், நேரே நீதிமன்றத்திலிருந்துதானே காரோட்டி வந்திருக்கிறேன்.

இந்தப் பகுதியில் செந்நாய்கள் அதிகம். கூட்டம் கூட்டமாக வரும். சிக்கும் உயிர்ப்பொருளை கீறிக் கிழித்துச் சின்னாபின்னமாக்கிவிடும். ஆனால், இதுவரை மனிதர்களைத் தாக்கியதாக செய்தி இல்லை; நான் முதல் ஆளாக ஆகிவிடக் கூடாதே. வலது காலை இன்னும் அழுத்தி, காரின் வேகத்தைக் கூட்டினேன்.

திடீரென்று எனக்குள் எழுந்து மடங்கி வீழ்ந்து துடித்த கேள்வியால் லேசாக நடுக்கம் உண்டானது; அப்படியே உயிர் போய்விட்டால்தான் என்ன? யாருக்கு நஷ்டம்? வடிவின் கையைப் பிடித்தவாறு - அல்லது அவள் கையில் சிக்கியிருந்தாளோ? - என்னைத் திரும்பித்திரும்பிப் பார்த்துக்கொண்டே போன செல்லாவின் பிஞ்சுமுகம் காரின் முன்கண்ணாடியில் காட்சியாகத் திரண்டு அடிவயிற்றைக் கலக்கியது. தொடர்ந்து, உணர்ச்சி வறண்டு நீதிமன்ற வாசலைத் தாண்டிப்போன வடிவின் முகம் படர்ந்து, ஒருவிதக் கொலைவெறியைக் கிளப்பியது.

ஆனால், இன்னொருவரைக் கொல்வதைவிட...

சுற்றுச்சுவர்க் கதவு, வராந்தாவின் கம்பி அழிக் கதவு, வரவேற்பறையின் மரக் கதவு என்று ஒவ்வொன்றாகத் திறந்து நுழையும்போது, பிரம்மாண்டமான கோவிலின் பல நிலைகளைக் கடந்து கருவறைக்குள் போகிற மாதிரியும், அம்மாவின் வயிற்றுக்குள் திரும்ப நுழைகிற மாதிரியும் பிரமை தட்டும். மாதம் முழுக்கப் பூட்டிக் கிடந்த வீட்டினுள் மண்டியிருக்கும் மட்கிய வாடை அத்தனை இதமானதாய் இருக்கும். என் தனிமையின் வாசனை அது. இயலுமானால், ரொட்டித் துண்டுகள்போல அந்த மணத்தை வெட்டித் தின்னத் தோன்றும் - அத்தனை திடமாய்த் தெரிவது.

வெளிநாட்டு சோப்புகளுக்கு நிகரான வாசனை கொண்ட, விலை உயர்ந்த உள்நாட்டு சோப்பின் நறுமணம் கமழத் தலைதுவட்டியவாறே, மறுகையால் மது சீசாவையும், சுவரலமாரியின் கண்ணாடிக் கதவுகளுக்குப் பின்னால் ஒற்றைக் காலில் சாந்தமாய், அதேசமயம் கம்பீரமாய் வீற்றிருந்த ஸ்படிகக் கண்ணாடிக் கோப்பைகளில் ஒன்றையும் எடுத்து டீப்பாயின்மேல் வைத்தேன். அந்த நேரத்தில் டீப்பாயில் இருந்தவை மட்டுமே சில ஆயிரம் பெறும். மற்றவர்களுக்காக இல்லை, எனக்கே இந்த விதமான டாம்பீகம் வேண்டியிருந்தது; மதுரையின் காக்காத்தோப்புத் தெருவில் ஒண்டுக்குடித்தனத்தில் பிறந்து வளர்ந்தவன் பல நூறு படிகள் ஏறி வந்துவிட்டான் என்பதை அவனுக்கே உணர்த்தும் சான்றுகளல்லவா அவை? எதிரிலிருந்த ஒற்றை நாற்காலியின் முதுகில் துவாலையை விரித்துப் போட்டுவிட்டு சமையலறைக்குள் போனேன்.

இந்த வீட்டின் அல்லது இந்தப் பிரதேசத்தின் சிறப்பம்சம் ஒன்று உண்டு - மாதக்கணக்காகப் பூட்டியிருந்தாலும் ஒரு இம்மிகூடத் தூசி படியாது. எழுவதற்குப் புழுதியும் இல்லை, எழுப்புவதற்கு வாகனப் போக்கும் இல்லை. மலையின் அந்தரங்கத்தில் சருகுகளும், உயிரினங்களின் ரகசிய மரணமும்தான் உண்டே தவிர, வேறு மாசு எதுவுமே கிடையாது. அவையும் ஒன்று, மட்கிவிடும்; அல்லது பிற ஜீவராசிகளுக்கு உணவாகிவிடும் - குறைந்தபட்சம் புழுக்களுக்கும் பூச்சிகளுக்கும்.

தோல் பையில் மேலாக வைத்திருந்த சாப்பாட்டுப் பொட்டலத்தை

எடுத்து வைத்தேன். பொதுவாக, ஒரு அளவுக்குமேல் குடித்துவிட்டால் சாப்பாடு இறங்காது அல்லவா - எனக்கு அப்படி இல்லை. மிதமிஞ்சிக் குடித்திருந்தாலும், வயிறு முட்டச் சாப்பிட முடியும். அது மட்டுமல்ல, பார்வையும் மனமும் சற்றும் குழறாமல் வாசிக்க வும் முடியும். ஆமாம், வாசிப்பில் அநியாயக் கிறுக்கு உள்ளவன் நான். புனைகதைகள் படிப்பதில் அலாதியான இன்பம் காண்பவன். தனிமையின் உறுத்தலுக்கு மிகப் பெரும் ஒத்தடமாக, விதவிதமான மனிதர்களுடன் ஒரே சமயத்தில் புழங்க வைப்பது என்பதோடு, என் தொழிலுக்கு மிகவும் அவசியமானது அது என்ற எண்ணமும் உண்டு. தாஸ்தாயெவ்ஸ்கியிடமிருந்து சிக்மண் ஃப்ராய்டுக்குச் சில அறிதல்கள் கிடைக்கவில்லை?

பாலத்தில் அமர்ந்து வாசிக்க ஆரம்பித்த புத்தகத்தை முந்தின வாரம் வாங்கியிருந்தேன். வாசிப்பதற்கான மனநிலை அன்றுவரை அமையாமலிருந்தது. எவ்வளவு குடித்தாலும் சுயப்பிரக்ஞை தவறாதவன் என்பதைத்தான் சொன்னேனே. மூன்றாவது அல்லது நான்காவது ரவுண்டுக்குப் பிறகுகூட, என்னால் ஊன்றிப் படிக்க முடியும். ஆனாலும், உரிய மனநிலை அமையாததால் ஒத்திப்போய்விட்டது. மேற்படிப் புத்தகம் சற்று வித்தியாசமானது. பல்வேறு நாடுகளில் எழுதப்பட்ட, தற்கொலை முயற்சிக் கதைகளின் மொழிபெயர்ப்புத் தொகுப்பு.

இருவர் அமரக்கூடிய பிரம்பு ஸோஃபாவில் கிடத்தியிருந்த புத்தகத்தை தியானித்தவாறே முள்ளங்கி, வெள்ளரி, தக்காளி, வெங்காயம் அனைத்தையும் சிறு சிறு துண்டுகளாக்கி முடித்தேன். ஒரு எலுமிச்சம்பழத்தை நாலு துண்டுகளாக வகிர்ந்து வைத்தேன். வந்தவுடனே முடுக்கிவிட்டிருந்த குளிர்பதனப் பெட்டியில் ஐஸ் கட்டிகள் சேர்ந்திருந்தன. வளாகத்தின் பின்புற வேலிக்கு வெளியே இறங்கிப்போகும் சிற்றோடையிலிருந்து ஒரு பெரிய கேத்தலில் நீர் சேந்தி வந்தேன். விரல்களில் நீர் பட்ட இடம் உறைந்ததுபோலக் குளிர்ந்தது.

சம்பிரமமாகச் சாய்ந்து அமர்ந்தபோது வெள்ளை நிறத்தில் நீலக் கட்டங்கள் போட்ட சாரத்தின் சலவை மணம் தூக்கலாக எழுந்தது. எனக்கு அந்த மணம் பிடிக்கும். இன்னும் நகப் பூச்சு, டீஸல், விக்கோ டர்மரிக், புதுப் புத்தகத்தின் அச்சு மை என்று எத்தனையோ மணங்கள் ஈர்க்கும் என்றாலும், ஸ்காட்ச் சீசாவின் தக்கையை

அகற்றியதும் எழும் நறுமணத்துக்கு ஈடு உண்டா? சம்பந்தமில்லாமல் வடிவின் அக்குள் நெடி எனக்குள் நிரம்பியது. கடைசியாய் நுகர்ந்து மூன்று வருடங்களுக்குப் பிறகும் என்னைவிட்டு நீங்காமல் இருக்கும் மணத்தை - அது எப்படி நீங்கும்? என் காதலின் வாசனையல்லவா அது! - வியந்தபடியே, கோப்பையை இடது கையில் ஏந்தி, வலது கையால் புத்தகத்தை விரித்தேன்.

Suicide Notes என்ற தலைப்புள்ள அந்தப் புத்தகமே சற்று வித்தியாசமானது. உலகின் பல்வேறு மொழிகளில் வெளியாகிய, தற்கொலையைக் கருவாகக் கொண்ட சிறுகதைகளின் ஆங்கில மொழிபெயர்ப்புத் தொகுப்பு. மானுடவியல் பேராசிரியையான, லாரா ஹண்ட்டர் என்ற ஆஸ்திரேலியப் பெண்மணி தொகுத்தது. தன்னுடைய முயற்சி ஒன்று தோல்வியில் முடிந்த சமயத்தில், ஹராகிரி செய்துகொண்ட ஸாமுராய் ஒருவனைப் பற்றிய கதை வாசிக்கக் கிடைத்ததாகவும், தனது பிரயத்தனம் மட்டும் வெற்றி பெற்றிருந்ததோ, இந்தத் தொகுப்பே உருவாகியிருக்காது என்றும், அந்த ஜப்பானியக் கதையின் தலைப்போ எழுதியவர் பெயரோ தமக்குக் கொஞ்சமும் நினைவில் தங்காமல் போனது துரதிர்ஷ்டமே என்றும், தன்னைப்போன்ற யாருக்காவது உதவக்கூடும் என்ற எண்ணத்திலேயே இவற்றைத் தொகுக்க முனைந்ததாகவும் தமது விரிவான முன்னுரையில் சொல்லிச் செல்கிறார். துயரத்தில் நசுங்கும் போது தப்பிக்கும் மார்க்கமாகத் தற்கொலையை விழைந்து நோக்காத மனிதமனம் ஒன்றாவது இருக்க முடியுமா என்றும் கேட்கிறார்.

இறுதிப் பத்தியில் அவர் எழுதியிருந்த வாக்கியம் ஒருபோதும் மறக்காது. ‘வாழ்க்கைக்குள் நீங்கள் வந்து சேர்வதுபோலவே வெளியேறிப் போவதும் மிகமிக எதேச்சையானதுதான்.’ சூறாவளி கருக்கொள்வதுபோல, ஒரு எரிமலை சீறுவதுபோல, சமுத்திரம் கரைமீது ஏறிச் சாடுவதுபோல, புலப்படாத மகா மனம் ஒன்று (Great Mind என்கிறார்) எடுக்கும் தீர்மானத்தின் பிரகாரமே அது நடக்க முடியும் என்கிறார். குழலிலிருந்து பிதுக்கி வெளியேற்றும்வரை பற்பசை ஆயத்தமாய்க் காத்திருப்பது மாதிரித்தான்; அதுவரை, நீங்களாக எடுக்கும் முயற்சிகளை முறித்து, மீண்டும் வாழ்க்கைக்குள் அழுத்திச் செலுத்தும் மகா மனம், விஷமக்காரக் குழந்தையைக் கையாளும் தகப்பனுக்கொப்பானது என்கிறார்!

வழிக் கடை அருகில் அமர்ந்திருந்தபோது முன்னுரையை வாசிக்காமல் புறப்பட்டிருந்தால், இப்போது இரண்டு ரவுண்டுகள் முடிந்திருக்கக் கூடும். நல்லவேளை, முதல் கதையின் தலைப்பு ஈர்த்தாலும் வாசிக்காமல் கிளம்பிவிட்டேன். இருந்தும் மூன்று சிகரெட்டுகள் பிடிக்குமளவு தாமதமாகிவிட்டது. ஆனால், எனக்குள் நிரம்பியி ருந்த நீதிமன்றக் காட்சியை, அதன் தாட்சண்யமற்ற ப்ளாஸ்ட்டிக் தன்மையை முழுமையாக அகற்ற அப்படியொரு இடைவேளை தேவைப்பட்டதோ என்னவோ.

முதல் கதையை வாசிக்கத் தொடங்கினேன். ஸ்பானியக் கதை. காதலியுடனான பிணக்குக்குப் பின் களத்தில் இறங்கும் காளைச்சண்டை வீரன் பற்றியது. எர்னஸ்ட்டோ டாரஸ் என்ற, அதிகப் பிரசித்தி பெற்றிராத மூத்த தலைமுறை எழுத்தாளர் எழுதியது.

ஒவ்வொரு விநாடியும் கூர்த்த விழிப்புணர்வைக் கோரும் ஒரு வீர விளையாட்டின் அடிப்படைகள், 'செம்மண் தரையில் நீங்கள் எதிர்கொள்ளவிருப்பது அன்றாட வாழ்வில் பார்க்கக் கிடைக்கும் காளையை அல்ல; மரணத்தின் பருவடிவையாக்கும்' என்பது போன்ற கவித்துவ வரிகள், அன்றையப் பொழுதின் சீதோஷ்ணத்தில் இருக்கும் மெல்லிய துயரம், கூடியிருக்கும் கூட்டத்தின் மேல் தயங்கிப் படிந்திருக்கும் மஞ்சள் வெயிலில் ரீங்கரிக்கும் சன்னமான துக்கம், பார்வையாளர்களில் எத்தனை பேருக்குக் காளை ஜெயிக்க வேண்டும் என்ற அந்தரங்க ஆவல் இருந்ததோ என்ற விசாரம் என சரளமான ஆங்கிலத்தில் நகர்ந்தது கதை. சற்று நீளமானதுதான். ஆனால் தொய்வில்லாமல் சென்றது.

45 டிகிரி கோணத்தில், கவைவடிவில், நேர்கோடுகளாக நீண்ட கூர்கொம்புகள் வெளிப்புறம் சற்றே விலகிப் பிறழ்ந்த இளமுலைகளாகத் தெரிய, ஆவேசமாகப் பாய்ந்துவரும் காளையின் முகத்தில் மரியாவின் கவிழ்த்த முக்கோண முகம் படிவதைக் காண்கிறான் நாயகன். அந்த ஒரு கணத்தில் செயலூக்கத்தை, தொழில்முறை அனிச்சையின் பரபரப்பை மெனக்கெட்டுக் கைவிட்டு, 'அவளுடைய தாக்குதலுக்கு ஒப்புக்கொடுத்தான் ரஃபேல். பார்வையாளர் படிக்கட்டில் 'ஓ' வென்று எழுந்த அவல ஒலி வானுலகை எட்டியது.' என்று முடிந்தது கதை.

கோப்பையில் மீந்திருந்த விஸ்கியை ஒரே மிடறில் விழுங்க முயன்றேன். வாயின் கொள்ளளவுக்குச் சற்று அதிகமிருந்திருக்கும் போல. டீ ஷர்ட்டில் லேசாய்ச் சிந்தியது. ஃப்ரெஞ்சுத் தாடியின் வேர்கள் குறுகுறுக்க வழியும் விஸ்கித் துளிகளை வெறுங்கையால் துடைத்தேன். அடுத்த ரவுண்டுக்கு நிதானமாகக் கோப்பையைப் பாதியளவு நிரப்பி, சோடா சீசாவைத் திறந்து ஊற்றினேன். வாயுவின் வேகம் கொஞ்சம் குறைந்திருந்தது. துருவப் பிரதேசக் கடலின் பனிப்பாறைகள்போல நாலைந்து பனிக்கட்டிகளை மிதக்கவிட்டேன்.

மீண்டும் பொருளடக்கப் பக்கத்துக்குத் தாவினேன். பொதுவாக, நாவல் படிப்பதுபோலச் சிறுகதைகள் வாசிக்க மாட்டேன். நேரோட்டமாகப் போவதில்லை. மனப்போக்கில் நகர்வேன். பெரும்பாலும், தலைப்புகளின் வசீகரத்தைப் பொறுத்து படிக்கும் வரிசை அமையும். ஆகத் தட்டையான தலைப்புகொண்ட கதையை ஆகக் கடைசியில் வாசிப்பது வழக்கம். இன்னொரு தொகுப்பில் இதற்கு நேரெதிராகச் செய்யவும் கூடும்.

இந்தத் தொகுப்பின் முதல் கதையையே முதலாவதாக வாசித்ததற்கு, Touching the Live Wire with Bare Hands என்ற தலைப்பே காரணம்.

அடுத்ததாக, The Man in Decent Attire என்ற பத்தாவது கதையைத் தேர்ந்தெடுத்து வாசிக்க முனைந்தேன். கதைக்கு முன்னால் இருந்த சிறு குறிப்பில் அந்த ஆச்சரியம் காத்திருந்தது. தமிழ்க் கதையின் மொழிபெயர்ப்பு அது! இன்னும் பெரிய ஆச்சரியம், மூலக்கதையை எழுதியவர் என்னை மாதிரியே மதுரைக்காரரர் என்பது!! நடுவயதில் இறந்துபோனவர். 'வாழ்வின் ஒவ்வொரு கணத்தையும் பிடிவாதமாக மரணத்தை நோக்கி நகர்த்துவதும் ஒருவிதத் தற்கொலை மனோபாவம்தானே' என்ற கேள்வியுடன் முடிந்தது குறிப்பு.

கதைக்குள் நுழையுமுன், மூத்திரம் முட்டியது. எழுந்து கழிவறை நோக்கிப் போனேன். விளக்கைப் போடுவதற்குமுன்னே கண்ணாடிச் சாளரத்தின் வழி பாய்ந்த ஒளி கழிவறையை நிரப்பியது. அதன் தொடர்ச்சியாக, பலத்த இடி குமுறி மிரட்டி ஓய்ந்தது. சிறுநீர் காலியாகும் தருணத்தில், உடலும் மனமும் விதிர்த்துக்கொண்டன...

அந்த இரவின் ஒவ்வொரு சலனமும் எப்படி அழுத்தமாக நினைவிருக்கிறது, பாருங்கள். எல்லாம் இருபது வருடப்

பழங்கதை. இடையில் நடந்த எத்தனையோ நிகழ்வுகள் சுத்தமாக மறந்துவிட்டன. ஆனால், அந்த விசித்திர இரவு மட்டும் மிகத் துல்லியமாய்ப் பதிந்திருக்கிறது... திரும்பி வந்து அமர்ந்த பின்னும், மனத்தின் வேகம் அடங்குவதாயில்லை.

அவ்வளவாகப் பிரபலமாகியிராத மலைவாசத்தலத்தில், தேயிலைத் தோட்டங்களின் மத்தியில் சிறு பண்ணைவீடு வாங்குமளவு என் தொழில் அபிவிருத்தி கண்டிருந்தது வாஸ்தவம்தான். உளவியல் ஆலோசகருக்கான தேவை சமூகத்தில் அதிகரித்து வருவது அத்தனை ஆரோக்கியமான சங்கதியில்லை என்பது எனக்கும் தெரியும் - ஆனால், அது என் பணப்பெட்டியை அமோகமாக நிரப்பிவந்ததே.

தொழில் வேகத்தின் உபவிளைவுகளில் ஒன்று, மனைவியுடன் அதிக நேரம் செலவழிக்க அவகாசமில்லாமல் போனது. அல்லது, அதுதான் பிரதான விளைவோ. பெரும் பணக்காரனான பிறகு, இந்தத் தொழிலையே நான் விட்டுவிடவும், அதன் பிறகு, முழுக்கமுழுக்க வடிவுடனே நேரத்தைச் செலவழிக்கவும் வாய்ப்பிருந்தது; எத்தனை முறை எவ்வளவு வலுவாக எடுத்துச்சொன்னாலும் அவள் கேட்டுக்கொள்வதாயில்லை. நியாயமான குரலில் ஒவ்வொரு முறையும் சொல்வாள்: 'தலையும் பிராயமும் மனமும் நரைத்த பிறகு, நீ என்னுடன் இருந்தாலென்ன, இல்லாமலே போனால்தா னென்ன?'

இன்னைக்கிப் பசிச்சா நாளெக்களிச்சுச் சாப்புடுவீங்களா?

அந்த வாக்கியம் ஒலிக்கும் விதமும், அதன் ஆங்காரமான தொனியும் எனக்குள் நிரந்தரமாய் இருக்கிறது. ஆனாலும்கூட, நிரந்தரமாய்ப் பிரிவதற்கு நான் சம்மதம் தெரிவித்ததற்கான காரணம் இது அல்ல. மூன்று வருடம் தகப்பன் வீட்டில் வசிக்கக் குழந்தையைத் தூக்கிக்கொண்டு அவள் போனபோதும், குடும்ப நீதிமன்றத்தில் போய் நின்றபோதும்கூட நான் எதிர்ப்புத் தெரிவிக்காமல் தழைந்தே இருந்தேன். 'என்னை நேசித்தாலே ஆயிற்று' என்று யாரையாவது வற்புறுத்த முடியுமா என்ன?

வக்கீல் சொல்லிக் கொடுத்தாரோ, அல்லது தானே அப்படி உணர்ந்தாளோ, தன்னுடைய ஆழ்மனத்தை நான் சதா வேவுபார்க்கிறேன் என்று நீதிமன்றத்தில் புகார் சொன்னாள். நான் சுக்குநூறாக நொறுங்கிப் போனேன். தான் நினைத்தே

பார்க்காததையெல்லாம் அவள்மேல் சுமத்தி வதைக்கிறேன் என்று கண்மல்கிச் சொன்னபோது, குடும்ப நீதிபதியின் முகம் வதங்கிவிட்டதைப் பார்த்தேன் - நீதி எந்தப் பக்கம் சாயப்போகிறது என்பதை உணர முடிந்தது. நான் கற்கோட்டை எனக் கற்பிதம் செய்து வைத்திருந்தது, வெறும் நெட்டிப் பொம்மை என்பதும் புரிந்தது.

சவப்பெட்டியின் மீதான கடைசி ஆணியாக, என்னிடம் ஆலோசனை நாடி வரும் பெண்கள் ஓரிருவருடன் எனக்குத் தொடர்பிருப்பதாக சந்தேகம் உள்ளதென்றும் சொன்னாள். இதற்குள் என் மனம் வெகுவாக மரத்துவிட்டிருந்தது. தவிர, வழக்கை வலுப்படுத்துவதற்காக வக்கீல்தான் இந்தக் கற்பனையைப் புனைந்து அவளுக்குப் பயிற்றுவித்திருப்பார் என்று உறுதியாகத் தெரியுமே எனக்கு? காசுக்காக வாதாடும் வக்கீலா நான், அவளுடனான காதலை ஆசையாகப் பேணிய கணவனல்லவா?

வழக்குக் காலத்தில்கூட, வடிவு என்னைவிட்டுப் பிரிந்துபோவாள் என்று நான் நினைத்தே பார்த்ததில்லையா, மனம் தாளமுடியாத கனம் கொண்டது. வற்புறுத்தலால் விவாகரத்துக்கு இணங்கிய கணவன் ஆசுவாசமாகவா உணர்வான்? என்னுடைய பிறந்தநாளன்று இறுதித் தீர்ப்பு வந்ததில் உபரிக் கனம் சேர்ந்துவிட்டது. வடிவுக்குமே அந்த இரவில் மனம் கலங்கித்தான் இருந்திருக்கும். சட்டபூர்வமாகப் பிரிந்து விட்டாலும், வறண்ட முகத்துடன் நீதிமன்றத்தைவிட்டு வெளியேறினாலும், மனமொன்றி வாழ்ந்த நாட்களில் ஒன்றாவது, உயிரைப் பருகும் வேட்கையுடன் பகிர்ந்துகொண்ட ஒரு முத்தமாவது, நினைவுக்கு வந்து துன்புறுத்தியிருக்காதா?

செல்லாவின் பிஞ்சுக் கண்களில் கோத்திருந்த கண்ணீர் மறுபடியும் நினைவு வந்து அடிவயிற்றைக் கலக்கியது. நீதிமன்றம் அளித்த சலுகையின்மீது காறித் துப்பத் தோன்றியது. கூடவே இருப்பதும் வாரம் ஒருதடவை பொது இடத்தில் பார்ப்பதும் ஒன்றாகிவிடுமா என்ன? மூன்று வருட இடைவெளிக்குப் பின்னும், தகப்பனின் பிம்பம் அந்தப் பிஞ்சு மனத்தில் அப்படி அழுந்தியிருக்கும் என்று நான் நினைத்தே பார்த்ததில்லை. 'ஒரு காலோ, வாலோ, மேல்நோக்கி உயர்ந்த செவிமடலோ இழந்த குதிரையைக்கூட, அது குதிரையேதான் என மனிதமனம் அடையாளம் கண்டுவிடும்' என்று வாசித்ததில்லையா? இன்னும், பல ஆண்டுகள் கழித்தும்

தகப்பனின் உருவம் ஒரு தழும்புபோல செல்லாவின் மனத்தில் எஞ்சியிருக்கக் கூடும். என்னுடன் கழித்த நாட்கள் என்றோ கண்ட துர்க்கனவின் மங்கலான எச்சம்போல மீந்து துன்புறுத்தக் கூடும்.

எனக்குள்ளும்தான், குழந்தையின் பிம்பம் சிறுகச்சிறுகத் தேய்ந்துவந்து அநேகமாய் இல்லாமலே போய்விட்டது. கடந்த மாதம் வந்திருந்த திருமண அழைப்பிதழில், தாயின் பெயரும், வேறு யாரோவொரு ஆடவர் பெயரும் இருந்தாலும், அந்த 'மீனாட்சி சுந்தரி' என் மகளேதான் என்பது உறைத்தாலும், தினத்தாளில் வாசிக்கும் விபத்துச் செய்திபோலத் தொலைவில் தென்பட்டது. ஆமாம், வைரக்கல்லையும் அரித்துத் துகளாக்கி விடும் வல்லமை கொண்டது தனிமை...

நிகழ்ந்து சில மணிநேரமே ஆன நீதிமன்றக் காட்சிகள் மூச்சுத்திணற வைத்தபோது, அட, கோப்பையையும் புத்தகத்தையும் மறந்து என்ன யோசித்துக்கொண்டிருக்கிறோம் என்று உறைத்தது. வரிப்பள்ளத்தில் ரகசியமாய்த் தங்கியிருக்கும் ஒலியை மீட்டெடுக்க முனையும் கிராமஃபோன் ஊசிபோல எனக்கான நிம்மதியைத் துழாவலானேன். இரட்டை போதை என்னை மீண்டும் ஆக்கிரமித்தது.

தற்கொலைக்காக மாடி உத்தரத்தில் சுருக்குக் கயிறைத் தொங்க விட்டுத் தயாராகும் விலைமகள், கீழ்த்தளத்தில் வாடிக்கையாளர் வந்திருக்கும் ஓசை கேட்டு அந்த எண்ணத்தை ஒத்திப்போடுவாள். இதமான அந்த வருகை மேற்படி எண்ணத்தை ரத்து செய்துவிடும். ஆனால், நிஜமாக யாரும் வரவில்லை; தற்கொலையைத் தவிர்க்க அவளது ஆழ்மனமே உற்பத்தி செய்த உருவெளித்தோற்றம் அது என்று வாசகர் புரிந்துகொள்கிற மாதிரிக் கதை முடிந்தது. தாய்மொழிக் கதை என்பதால் சற்று அதிகமான நெருக்கத்தை உணர்ந்தேன். தேடிப்பிடித்துத் தமிழிலும் அதை வாசித்து விட வேண்டும் என்று தோன்றியது. Decent என்பதைத் தமிழில் எப்படிச் சொல்வது? நாகரிகம், கண்ணியம், நாசூக்கு என்று மனத்தின் ஒரு பகுதி சொற்களை அடுக்கிக்கொண்டு போனது.

மறுபகுதியில் உதித்த எண்ணத்தில் உடல் சிலிர்த்து, மீண்டும் சிறுநீர் முட்டியது. ஆமாம், இனி வாழ்வதில் அர்த்தமேதுமில்லை என்பது உறுதியாய்ப்பட்டது. பண்ணைவீட்டுக்குப் போகும்போது,

சத்தியமாய் அப்படியொரு யோசனையே இருந்திருக்கவில்லை எனக்கு.

உடனடியாக மனம் பட்டியலிடத் தொடங்கியது. உத்தரம் இல்லாத வீட்டில், கதையில் வந்தவள்போல, மின்விசிறிக் கொண்டியைத் தேர்ந்தெடுக்கலாம்; சிற்றோடை சரியும் அதே பாறைப்பள்ளத்தாக்கில் கண்ணை மூடிக்கொண்டு குதித்து உருளலாம்; மயக்கநிலைக்குள் அமிழ்த்தும் மருந்தை அளவுக்கதிகமாக உடலில் ஏற்றிக்கொள்ளலாம்; மூன்று வருடங்களாகப் பயன்படுத்தி வரும் உறக்க மாத்திரைகள் ஒரு பட்டை நிறையக் கைவசம் உண்டு; தரையிலும் சுவர்களின் பாதி உயரமும் பதித்த மரப்பலகைகளில் நெருப்பிட்டு மத்தியில் ஜென் துறவிபோலச் சம்மணமிட்டு அமரலாம்.

உளவியலைச் சிறப்புப் பாடமாகப் பயின்ற, தொழில்முறை மருத்துவனல்லவா? குறைந்தபட்ச வலியோடு அதிகபட்ச நிம்மதிக்குள் நுழையும் மார்க்கத்தைத் தேர்ந்தெடுத்துவிட்டேன். அதை வெளிப்படையாகச் சொல்வது, சமூகத்துக்கு நல்லதல்ல.

ஏற்பாடுகளை முழுமையாக முடித்துவிட்டு, செயலில் இறங்க முனைந்தபோது, மழை கொட்ட ஆரம்பித்தது. நிம்மதியற்று நாய்கள் ஊளையிடும் ஓசை வேறு. கம்பிக் கதவில் யாரோ அவசரமாகத் தட்டும் ஒலி கேட்டது. எழுந்து போனேன். வாசல் விளக்கைப் போட்டேன்.

சுற்றுச்சுவர்க் கிராதிக் கதவருகே ஒரு வயோதிகத் தம்பதி நின்றிருந்தார்கள். மழையின் பகுதிபோல முழுக்க நனைந்து விட்டிருந்தார்கள். நரிக்குறவர்கள் என்றே முதல் பார்வைக்குப் பட்டது. ஆனால், அவர்களுடைய உடைகளும், கதவின் தாழ்ப்பாளை ஓரிருமுறை ஆட்டி ஓசையெழுப்பிவிட்டு, அமைதியாகக் காத்திருந்த நாசூக்கும் அவர்கள் நாடோடிகள் இல்லை என்று தெரிவித்தன.

உள்ளே திரும்பி, குடையை எடுத்துக்கொண்டு போய்க் கதவின் பூட்டைத் திறந்தேன். சுமார் இருபது அடி தூரமுள்ள நடைபாதையில் வயோதிகர்கள் இருவரும் நனைந்தவாறும், இளைஞனான நான் குடைபிடித்தபடியும் நடந்து வந்த அபத்தம் அப்போது உறைக்கவில்லை - இப்போது நினைவிலேறும் காட்சியைக் காணக் கூசுகிறது.

கணநேரம் கவனமிழந்தாலும் பார்க்கக் கிடைக்காத எரிகல்போல என் வீட்டுக்குள் நுழைந்துவிட்டார்களே என்று அடங்காத வியப்புடன் நான் தத்தளித்தது நினைவிருக்கிறது. ஆனால், அவர்கள் வந்ததை முன்னிட்டு என் மதுப்புட்டியையும் கோப்பையையும் மறைத்துவைக்க முனையாத சுவாதீனம் எனக்குள் உடனடியாகப் படிந்தது மேலதிக வியப்பைத் தருகிறது.

வராந்தா விளக்கின் மங்கிய ஒளியில், அவர்கள் நின்ற இடத்தில் சின்னஞ்சிறு நீர்க் குட்டைகள் தேங்கின. கிழவரின் தோளில் தொங்கிய பையைத் திறந்து வராந்தாவிலேயே உடை மாற்றிக்கொள்ள முனைந்தார்கள். நான் என் இடத்தில் போய் அமர்ந்து ஓரிரு மிடறுகள் அருந்தினேன்.

உள்ளே வந்தார்கள். அவர் என்னுடன் இரட்டை ஸோஃபாவில் அமர, ஒற்றை நாற்காலியின் முதுகில் கிடந்த தேங்காய்ப்பூத் துவாலையால் தலைதுவட்டிவிட்டு, அதையே தன் முகத்தில் அழுத்தி யூடிகொலோனின் மென்மணத்தில் தோய்ந்த அந்த அம்மாள் நிறையப் பேசினார். கணவர் பிறவியிலேயே வாய்பேச இயலாதவர்போல மௌனமாய் இருந்தார்...

ஒரு காலத்தில் பெரும் பணக்காரர்களாய் இருந்தார்களாம். அவர் ஏதோ தனியார் நிறுவனத்தில் உயர் அதிகாரியாய் இருந்திருக்கிறார். அந்த அம்மாள், அவருடைய பணி நெருக்கடிக்கு ஆசுவாசமாகக் குடும்பத்தை நடத்தி வந்தவர். மூன்று பிள்ளைகள். மூவருமே சரியாகப் படிக்கவில்லை. சாதாரண குமாஸ்தாக்களாக வாழ்க்கை அமைத்துக்கொண்டவர்கள். தகப்பனாரிடம் சொத்தைப் பிரித்துக் கொடுக்கும்படி நச்சரிக்க ஆரம்பித்தார்கள்.

> ஏம் புள்ளைக அப்பிடிப்பட்டவன்களே இல்லே, மகனே. வந்தவள்க மூணு பேரும் கிராதகிக.

என்று அந்த அம்மாள் குமுறியபோது, முதல் தடவையாய் வாய்திறந்தார் கிழவர்.

> நம்ம பிள்ளைகளெச் சொல்லத்தான் நமக்கு அதிகாரமிருக்கு. அடுத்தவீட்டுப் பிள்ளெகளைக் குத்தம் சொல்லலாமா?...

மீண்டும் மௌனமானார். எங்கள் மூவருக்குமிடையில் செத்தபாம்புபோலக் கிடந்தது நிசப்தம். ஓரிரு நிமிடங்கள் கழித்து,

தான் சொன்ன வாக்கியம் அரைகுறையாய் இருக்கும் அதிருப்தி தெரியும் குரலில்,

> ...ஊசி இடம் குடுக்காமெ நூல் நுழையுமா?

என்றார். அந்தப் பழமொழி அசந்தர்ப்பமாக விழுந்ததா, பிரக்ஞை பூர்வமாகத்தான் சொன்னாரா என்று கொஞ்சம் குழம்பினேன். இப்போதைய நிலைமைக்கும்கூட அது பொருந்தத்தானே செய்கிறது என்று வியப்பும் தட்டியது.

> வாசாலமாப் பேசுறதுலெ கொறைச்சலில்லே. நடுத்தெருவுல நிக்க வேண்டி வரும்னு ஒரு நிமுசமாவது நினைச்சுப் பாத்திருந்தாத்தானே?

அந்த அம்மாள் என்னைப் பார்த்துத்தான் சொன்னாள். அவர்கள் இருவரும் என்னைக் குறிவைத்துப் பேசிக்கொண்டிருக்கிறார்களே தவிர, தங்களுக்குள் ஒரு வாக்கியம்கூடப் பேசவில்லையே?! சரி, வரும் வழி முழுக்கப் பரஸ்பரம் பேசிக்கொண்டுதானே வந்திருப்பார்கள் என்று சமாதானம் தோன்றியது.

அல்லது, ஒருவருக்கொருவர் பேசிக்கொள்ள அவசியமில்லாத அளவு மனவொற்றுமையை எட்டிவிட்ட தாம்பத்தியமோ என்னவோ? வடிவின் நினைவு மூர்க்கமாக எழுந்து என் சமநிலையைக் குலைத்தது. இப்படியொரு இடத்தை வந்தடையும்வரை உனக்குப் பொறுமையில்லாமல் போனதே கண்ணே! காவியத் தம்பதியாகும் வாய்ப்பைத் தவற விட்டுவிட்டாயே?

> போகட்டும், நம்மளைத்தான் நல்லா வச்சிக்கிறலே. கட்டின புருசனையாவது பாசமா நடத்தலாமில்லே?

இந்தக் கேள்வியையும் என்னைப் பார்த்துத்தான் கேட்டாள். கிழவர் உடனடியாக வாய் திறந்தார். பார்வை என் முகத்தைவிட்டு அகலவில்லை.

> எல்லாப் பொம்பளையும் ஒன்னைய மாதிரியே இருப்பாகளா? மாசச் சம்பளத்தெ வச்சுக் குடுத்தனம் நடத்துறதே பெரும்பாடா இருக்குறப்ப, பாசமாவது காதலாவது?

மறுபடியும் நிசப்தம் கவிந்தது. இந்த முறை தர்க்கபட்சமான நீளத்தைவிட அதிக நேரம் நீடித்தது. நான் தலைகுனிந்தபடி அடுத்தடுத்த மிடறுகளை விழுங்கினேன். சமிக்ஞையால் எத்தனை

முறை கூறியும், அவர்கள் காய்கறித் தட்டிலிருந்து ஒரு துண்டம்கூட எடுத்துக்கொள்ளவில்லை. ஒருவேளை, நான்தான் அவர்களிடம் நெருக்கமாக உணர்கிறேனோ? அவர்கள் ஒரு அந்நியனிடம் பேசுகிறோம் என்று தெளிவாகவும் கறாராகவும் இருக்கிறார்களோ?... என் எண்ணத்தை முறிக்கிற மாதிரி, முதல்முறையாக என்னை நோக்கிய வாக்கியம் ஒன்றை உதிர்த்தார் கிழவர்:

> பெத்த குழந்தைக சிரமப்படும்போது நாம மட்டும் வசதியாய் இருந்தா நம்ம மனசே நம்மளெக் குத்திக்காட்டாதா தம்பீ? புரியாமெக் குத்தஞ் சொல்லுறாளே, தெனோமும் ராத்திரிப் பொலம்பித் தள்ளுனது யாரு?

பலநாள் புழங்கிய இடம் போலவும், தன்னுடைய வீடேதான் இது என்பதுபோன்ற நிதானத்துடனும் அந்த அம்மாள் எழுந்து சமையலறைக்குள் போனாள். சில நிமிடங்களில் தேநீர் மணம் எழுந்தது. ஆஹா, என்னவொரு ருசிகரமான மணம்? வடிவு தேநீர் கலந்தாலும் இப்படியேதான் நறுமணம் கமழும். எனக்கெல்லாம், தேநீர் நிறமுள்ள வெந்நீரைக் காய்ச்சிக் குடிக்கத்தான் தெரியும்.

தங்களுக்கு மட்டும் ஆளுக்கொரு கையாகத் தேநீர் எடுத்துக்கொண்டு வந்தாள். விஸ்கி குடித்துக்கொண்டிருப்பவன் குறுக்கீட்டை விரும்பமாட்டான் என்று தானாகவே எடுத்த முடிவு எனக்கு மிகவும் இதமாக இருந்தது. நான் வீழ்ந்துகொண்டிருந்த பாதாளத்தின் தன்மை அப்படி; சின்னஞ்சிறிய சல்லிவேர் அகப்பட்டாலும் தடித்த கொம்புபோல நினைத்துப் பற்றிக்கொண்டது மனம்.

தேநீர் வாசனை கிடக்கட்டும், கனிந்த குரலில் அந்த அம்மாள் ‘மகனே' அழைத்தது எவ்வளவு ஆறுதலாய் இருந்தது? நேரடியாகவும் நெருக்கமாகவும் உரையாடும்போதும் என்னை அந்நியனாகவே உணரவைத்த கிழவரின் குரலும் விளியும்கூட எனக்குள் புகார் எழுப்பவில்லை. எல்லாரும் ஒரே தொனியில் பேசுவார்களா? எனக்குமே, ஆண்களைவிட, பெண்களிடத்தில்தான் அதிகமாகவும் விரைவாகவும் சுலபமாகவும் இணக்கம் கொள்ள முடியும்.

ஆனால், பின் மண்டையில் ஒரு உறுத்தல் இருந்துகொண்டே இருந்தது; அந்த அத்துவானத்தில், அந்த அகால வேளையில் எதற்காக வந்தார்கள், எப்படி மிகச் சரியாக இந்த வீட்டு வாசலுக்கு வந்து சேர்ந்தார்கள், இரவில் வன மிருகங்கள் நடமாட்டம்

இருக்கும் என்பதால் என்னை மாதிரி இங்கே வசிப்பவர்களே வெளியில் போகமாட்டோமே; கிழங்களுக்கு எப்படித் துணிச்சல் வந்தது என்பதெல்லாம் எவ்வளவு யோசித்தாலும் புரிவதில்லை; அவர்களிடமே ஏன் கேட்காமல் விட்டேன் என்பதும்தான்...

ஆக, சொத்தைப் பிரித்துக் கொடுத்துவிட்டார்கள். மிகப்பெரிய முட்டாள்தனம், நாலு பங்காகப் பிரிக்காதது;

> பிள்ளைகளைப் பத்தி யோசிச்ச மனுசன், பொண்டாட்டியை நெனைச்சே பாக்கல்லையே மகனே.

எந்த ஆண்பிள்ளைதான் அப்படி யோசித்துப் பார்ப்பான்? என்று ஒரு கேள்வி தோன்றியது. அப்படியெல்லாம் பொதுமைப்படுத்த வேண்டியதில்லை என்று உடனடியாகத் தானே மறுப்பும் தெரிவித்தது மனம். வடிவை நினைத்துக்கொள்ளாமல் எதையாவது நான் செய்ததுண்டா? தப்புக்காரியங்கள் ஓரிரண்டு செய்ய நேர்ந்தபோதும், மனைவியின் ஞாபகம் பின்திரையாக இருக்கத்தானே செய்தது? அவள் அம்மன் போலவும், நான் அவளுடைய சந்நிதியில் இருக்கும் உபாசகன் என்பதுபோலவும் மானசீகமாக ஒரு நிரந்தரக் கற்பிதம் எனக்கு இருந்ததா இல்லையா? என் எண்ணத்தின் ஒலி வடிவம் போலக் கிழவரின் கரகரத்த குரல் ஒலித்தது:

> 'நாம இருக்கோமே அவளுக்கு'ன்னு ஒரு நெனைப்பு தம்பி. அதுசரி, அவளுக்குன்னு நான் வாங்கிக் குடுத்த நகைகளைக் கொண்டுபோய் மருமக்க களுத்திலெ நானா போடச்சொன்னேன்? காசு பணம் சொத்துன்னு மட்டுமில்லே தம்பீ, மனுசங்ககூடத்தான் - பிரியணும்ன்னு தலைவிதி இருந்தா கையைவிட்டுப் போறதை யாருமே தடுக்க முடியாது...

அவர்களுக்குள் இன்னொரு ஒத்திசைவைக் கவனித்தேன். ஒருவர் பேசி முடிக்கும்வரை அடுத்தவர் பேசுவதில்லை. கிழவி உணர்ச்சிமயமாகப் பேசும் வாசகங்களுக்கு, நிதானமாகவும், அனுபவ அறிவின் அடர்த்தியோடும் கிழவர் என்னிடம் பதில் சொல்வார்; அதற்கு அந்த அம்மாள் எதிர்வினை செய்யமாட்டாள். ஆமாம், அது தொடர் உரையாடல் அல்ல. பேச்சுத் துணுக்குகள். அவ்வளவுதான். பலமுறை ஒத்திகை பார்த்தவர்கள்போல சீராக அவர்கள் நடந்துகொண்டது பெரிதில்லை; அதற்கு நானும் கச்சிதமாக இசைந்துபோனேன் என்பது இன்றுவரை என்னை

வியக்கவைக்கும் விஷயம்...

கிழவர் பேசிமுடித்த பிறகு, இலக்கின்றி எங்கோ வெறித்தபடி, நீண்ட அமைதியில் இருவருமே ஆழ்ந்துவிடுவார்கள் - மாறிமாறித் தங்கள் முகங்களைப் பார்த்துக்கொண்டிருக்கிறான் ஒருவன் என்ற பிரக்ஞையே இல்லாதவர்கள் மாதிரி. சதா பேசிக்கொண்டிருந்தால், என்னுடைய குடி நிம்மதி கெட்டுவிடும் என்று நினைத்தவர்கள் போல அவர்கள் நடந்துகொண்டது எனக்கு எவ்வளவு சௌகரியமாக இருந்தது தெரியுமா...

ஆயிற்று, மிகச் சரியாக ஆறே மாதங்களில் எல்லாப் பிசகுகளையும் உணரக் கிடைத்தது அவர்களுக்கு.

யாசகர்கள் போன்று, அழுக்குமூட்டையோடு தெருவில் இறங்கிவிட்டார்கள். உண்மையில், அவர்களுடைய உடைகளிலும் மூட்டையிலும் இருந்த பழுப்பு நிறமானது, சகலமும் பளபளக்கும் என் வீட்டின் சூழ்நிலைக்குக் கொஞ்சமும் பொருந்தாமல் இருந்தது. உயர்தர மரம், நயமான சுவர்ப்பூச்சு, வசீகரமான மென்னிற வர்ணங்கள், ஸாட்டின் திரைச்சீலைகள், கண்ணாடி அலமாரிகள் என்று செல்வத்தின் செழிப்பு நிறைந்த வீடு இது. கீழே நகரத்தில் இருந்த வீடும் இதேபோலத்தான். விலை உயர்ந்த பொருட்கள் நிரம்பி, அருங்காட்சியகம் போன்ற சுத்தத்தோடு இருக்கும்.

ஆந்திராவில் ஒரு மருத்துவமாநாட்டுக்குச் சென்று திரும்பியபோது, யாளிச் சிற்பம் ஒன்று வாங்கி வந்திருந்தேன். சுடுமண் சிற்பம். நான் அழைத்ததற்கு வேகமாக ஓடிவந்த வடிவு சற்றே நிலைதடுமாறி உரசியதில் அது கீழே விழுந்து நொறுங்கியது. பொம்மை உடைந்ததைவிட, வெண்பளிங்குக் கல் தரையில் சிவப்புநிற மண் திப்பிகள் சிதறிய காட்சி என்னை உசுப்பியதோ என்னவோ. அதிர்ச்சியடைந்து தரையில் விழுந்திருந்த வடிவை எட்டி அறைந்துவிட்டேன். ஆறுவருடத் தாம்பத்தியத்தில் நான் கைநீட்டிய ஒரே முறை என்றாலும், அன்று அவள் முகத்தில் மண்டிய அதிர்ச்சியும் திகைப்பும் கசப்பும்கூட நீதிமன்றம்வரை கூட்டிச் சென்றிருக்கலாம் என்று பின்னர் பலமுறை தோன்றியிருக்கிறது...

இதை எதற்காகச் சொல்லவந்தேன் - கண்ணாடி, பீங்கான் பாத்திரங்களும், வெள்ளி மேசைக் கரண்டிகளும் மண்டிய என் வீட்டுக்குள், அவர்களுடைய மூட்டையை நகர்த்திவைத்தபோது

கேட்ட அலுமினியப் பாத்திரங்களின் ஒலி விநோதமாய் இருந்தது.

பார்க்கப்போனால், செல்வம் ஒன்றைத் தவிர, எனக்கும் அவர்களுக்கும் வேறுபாடு என்ன இருக்கிறது? அநாதைகளில் உசத்தியென்ன, தாழ்த்தியென்ன? சட்டென்று எனக்குள் ஊறிய கனிவும் பரிவும்தான் அந்தக் கேள்வியைப் பிறப்பித்திருக்க வேண்டும் -

> பேசாமெ என்னோடெ இருந்துர்ரீங்களா? நானும் தாய்தகப்பன், பொண்டாட்டி புள்ளே யாரும் இல்லாமெத் தனியாத்தான் இருக்கேன்...

அவர் அமைதியாய் இருந்தார். அந்த அம்மாள்தான் குரல் கம்ம பதில் சொன்னார்:

> அதெல்லாம் சரிப்பட்டு வராது மகனே. சொமந்து பெத்ததுகளே இல்லேன்னு ஆயிருச்சு...

ஐயோ, அந்தப் பெருமூச்சு, மழையில் நனைந்த தோட்டங்கள் அனைத்தையும் ஒரு வீச்சில் பொசுக்கிவிடக் கூடியது என்று பட்டது.

> தோணும்போதெல்லாம் பாத்துக்கிறலாம். ரத்தபந்தத்தெவிட, பிரியம் பெரிசில்லையா? பேப்பர் பேனா குடுங்க, விலாசம் எழுதித் தர்றேன்.

என்றார் முதியவர். பள்ளிச்சிறுவன் போன்ற விநயத்துடன் எடுத்துத் தந்தேன்; அவர் எழுதுவதை எட்டிப் பார்த்தேன் - விரல்கள்தான் நடுங்கினவே தவிர, எழுத்து அச்சடித்த மாதிரித் திருத்தமாய் இருந்தது. என்ன இருந்தாலும், ஒரு மருத்துவப் பரிந்துரை அளவு கிறுக்கலாக மற்றவர்களால் எழுத முடியுமா!

> சாப்புட ஏதாச்சும் செஞ்சு தரட்டா?

என்று கேட்டார் அந்த அம்மாள். வேண்டாம் என்றேன். தவிர சமையலறையும் அடுப்பும் உண்டே தவிர, உப்பு புளி அரிசி எதுவும் இல்லாத வீடு அல்லவா?

> காலையிலே என்ன செய்வே, மகனே?

அட, முதல் தடவையாய் என்னை ஒருமையில் விளிக்கிறார்!

> மருதையனெ வாங்கீட்டு வரச் சொல்லியிருக்கேன்.

அது யார் என்று அவர்களும் கேட்கவில்லை. எனக்கும் விவரிக்கத்

தோன்றவில்லை. ஆனால், அவர்கள் சாப்பிட வேண்டுமே?

இல்லே, வர்ற வழியிலெ வயிறு ரெம்பச் சாப்பிட்டுட்டோம்.

எனக்குள் எழுந்த கேள்வி, தனக்குள் ஒலித்த மாதிரி, வேகமாய்ச் சொன்னார் கிழவர். அந்த ஒரு காரணத்துக்காகவே காலையில் இன்னொரு தடவை, அவர்களை என்னுடன் வசிக்கக் கோர வேண்டும் என்று நினைத்துக்கொண்டேன்.

படுக்கையறைக் கட்டிலில் அவர்களைப் படுத்துக்கொள்ளச் சொல்லிவிட்டு, நாங்கள் அமர்ந்து பேசிக்கொண்டிருந்த பிரதான அறையின் மரத்தரையிலேயே படுத்துக்கொள்ள முடிவெடுத்தேன்.

பின்வாசல் கதவைத் திறந்தேன். மூத்தோர் இருக்கிறார்களே என்று இவ்வளவு நேரமும் ஒத்திப்போட்டிருந்த சிகரெட் வேட்கை உன்மத்தம்போல எனக்குள் திரண்டிருந்தது. இரண்டு படிகள் இறங்கி நின்றேன். வெற்றுக் கால்களுக்கு, பனிப்பாளம் போலச் சில்லிட்டது மண் தரை. ஒரே நொடியில், சாயங்காலம் வரும்போது எனக்குள் நிரம்பியிருந்த உஷ்ணம் ஒரு சொட்டு பாக்கியில்லாமல் வடிந்து அந்தக் குளிரில் கரைந்துவிட்ட மாதிரி உணர்ந்தேன்.

அளப்பரிய ஆறுதலாக என் வாயிலும், தொண்டைக் குழியிலும், நுரையீரல்களிலும் நிரம்பியது சிகரெட் புகை. யாரோ என்னை இமைக்காமல் பார்க்கிற மாதிரிக் குறுகுறுத்தது. இணைபிரியாத் தம்பதிபோல அரசுடன் பிணைந்து நின்றிருந்த வேம்பின் கிளையிலிருந்து தீக்கங்குகள் இரண்டு என்னை வெறித்தன. முதுகுத் தண்டில் ஒரு மின்னல் ஓடி இறங்கியது.

அட, பயப்பட ஏதுமில்லை. வழக்கமாக இந்த மரத்தில் வந்து அடையும் ஆந்தையேதான்.

திரும்பி வந்து படுத்தபோது, மனம் சமனப்பட்டிருந்தது. கால்பந்தினளவு பெருத்திருந்த தலை மெல்லமெல்லச் சுருங்கி, சமநிலையைப் பாதிக்காத இதமான போதையாகக் கனிந்திருந்தது. கனவுகளற்று இருளின் பெருவெளியில் ஓடம்போல மிதக்கலானேன். ஓடம் நடுக்கடலையும் தாண்டி நிச்சிந்தையாக, தனித்து, தன்னுள் ஆழ்ந்து போய்க்கொண்டே இருந்தது.

பொழுது விடிந்தபோது நான் அடைந்த அதிர்ச்சி, பல்லாயிரம் வோல்ட் கொண்ட உயர் மின் அழுத்தம்போலத் தாக்கியது. ஆனாலும், யாருமே யூகிக்கக் கூடியதுதான் - என் வீட்டின் நிலைவாசலும், சுற்றுச்சுவர்க் கதவும்கூட அனாதரவாய்த் திறந்து கிடந்தன. முகவரி எழுதிய தாள் வெற்றுக் காகிதமாய் இருந்ததுகூட தர்க்கபூர்வமானதுதான் என்று பின்னாளில் எனக்கே தோன்றியிருக்கிறது.

ஆனால், இன்றுவரை நான் பத்திரப்படுத்தி வைத்திருக்கிறேனே, பளபளக்கும் கண்ணாடி ஷோகேஸில் ஒவ்வாமல் அமர்ந்திருக்கும் அலுமினியக் குவளை? அன்றைக்கு சமையலறை மேடையில் அது சாதுவாக அமர்ந்திருந்ததைத்தான் ஜீரணிக்கவே முடியவில்லை...

நிலவெளி, மார்ச் 2020

அடையாளம்

விருப்ப ஓய்வு பெற்றபோது முப்பத்தைந்து வருட வங்கிப் பணியை நிறைவு செய்திருந்தேன். எத்தனை சம்பவங்கள், எத்தனைவிதமான வாடிக்கையாளர்கள், எத்தனை வித உரசல்கள். எத்தனையெத்தனை அனுகூலங்கள், எத்தனையெத்தனை அவமானங்கள், எத்தனையெத்தனை இழப்புகள்...

பழைய பத்து ரூபாய் நோட்டைப் பார்த்திருக்கிறீர்களா, அறுபதுகளிலோ, எழுபதுகளிலோ புழக்கத்திலிருந்திருக்கலாம் - நான் வேலைக்குச் சேர்ந்தபோது நடைமுறையில் இருந்த நூறு ரூபாய் நோட்டின் பரிமாணங்களும், கிட்டத்தட்ட அதே நிறமும் கொண்டிருக்கும். வேலையில் சேர்ந்த முதல் மாதத்தில், ஒரு ரூபாய் இரண்டு ரூபாய்த் தாள்கள்கூட நெளியும் பாம்புகள்போல என் பார்வைக்குப்பட்ட சமயத்தில், இப்போது போல சரளமாகக் குளிர்சாதன வசதியில்லாத காலகட்டத்தில், அக்னிநட்சத்திரப் பருவத்தில், மாவட்டத் தலைநகர்க் கிளையில், கடுமையான கூட்ட நேரத்தில், பழைய பத்து ரூபாயைக் கொடுத்து மாற்று நோட்டு வாங்க வந்தவரிடம் நூறு ரூபாயைக் கொடுத்து அனுப்பிவிட்டேன் என்பது சாயங்காலம் தலைமைக் காசாளரிடம் கணக்கை ஒப்படைக்க முனைந்தபோது உறைத்தது. தொண்ணூறு ரூபாய் கைப்பிடித்தம். என் அப்போதைய சம்பளமே முன்னூற்றிச் சொச்சம் ரூபாய்தான்.

விஷயம் என்னவென்றால், நோட்டை மாற்றிப்போன நபரின் முகம் அன்றைக்கு சுத்தமாக மறந்துபோய், அடுத்த சம்பள தினத்தில்

மின்னல்போல ஞாபகம் வந்தது - இன்றுவரை நினைவிருக்கிறது. பற்பல வருடங்கள் கழித்து, அதேபோன்ற வெயில் காலக் கூட்ட நேரத்தில் வியர்வைக் கசகசப்பில் 'பாஸ்ட்டர்ட்' என்று கத்தி, பதிலுக்கு அதைவிடக் கேவலமான தமிழ்வசவை என்னிடமிருந்து பெற்று, அடுத்த வாரத்தில் கூட்டமில்லாததொரு வேளையில் கவுண்டருக்குள் கைவிட்டு என் கையைப் பற்றிக் கண்கலங்க மன்னிப்புக்கேட்டு, என்னையும் கலங்கவைத்த ஆங்கிலோ இந்தியரான ஆலனில் தொடங்கி ஓராயிரம் பத்திகள் எழுதுமளவு முகங்களும் நிகழ்வுகளும் நினைவில் பதிந்திருக்கின்றன. உட்கார்ந்து எழுதப் பொறுமை இல்லை - படிப்பதற்கும் எத்தனை பேர் ஆர்வமாய் இருப்பார்கள்...

தவிர, அந்த நாட்களில் நான் வரித்திருந்த அடையாளம் பற்றி எனக்கே சற்றுத் தெளிவில்லாமல் இருந்திருக்க வேண்டும் - வாடிக்கையாளர்கள் வங்கியைப் பற்றி அவதூறாகப் பேசினால், என்னையே திட்டுகிற மாதிரி எடுத்துக்கொண்டு ஆவேசப்படுவேன். ஓய்வெடுக்கும் விருப்பத்தை வங்கிக்குத் தெரிவித்துவிடுவது என்ற முடிவை நோக்கி நகரும்போதுதான் தெரிந்தது; நான் வங்கி அல்ல என்று. நான் நானுமே அல்ல என்பதை அறியவைக்கிற புத்தகங்கள் ஏகப்பட்டது முன்னரே படித்திருந்தேன் என்றாலும், அவற்றையெல்லாம் அனுபவமாக உணர்வதற்கு என்னிடம் நுகர்முனைகள் இல்லாமல் இருந்திருக்கவேண்டும். புத்தகங்கள் வழியாய்க் கிட்டிய எத்தனையோ தகவல்கள் போல அதையும் மனத்தில் வாங்கிப் போட்டு வைத்திருந்தேனோ என்னவோ.

சாவகாசமாகப் பேசிக்கொண்டிருந்தபோது, பணித்தலச் சம்பவங்கள் சிலவற்றை மூத்த எழுத்தாள நண்பரிடம் விவரித்தேன். நான் புனைகதைகள் எழுத ஆரம்பித்திருந்த காலகட்டம். அவர் இயல்பாகக் கேட்டார்:

இதையெல்லாம் வச்சு நீங்க ஒரு நாவல் எழுதலாமே!

அது கஷ்டம் சார். சீக்கிரமே பழசாயிரும். இருபதாம் நூற்றாண்டு ஆரம்பத்திலெ இருந்த பாங்க்கிங் சிஸ்டமா இன்னைக்கி இருக்கு?

இல்லேன்னா சொல்றீங்க!

என்று ஆச்சரியமாய்க் கேட்டார். நான் தொடர்ந்தேன்:

பண்டமாற்று முறையிலேர்ந்து கரன்ஸி முறைக்கு மார்றதுக்குத்தான் அதிகநாள் பிடிச்சிருக்கும் சார். இப்போப் பாருங்க, கையிலே ஒரேயொரு கரன்ஸி நோட்டு கூட இல்லாமெ, நீங்க உலகம் முழுக்கச் சுத்தி வந்துறலாம். பாக்கெட்ல ஒரு ப்ளாஸ்ட்டிக் அட்டை இருந்தாப் போதும்...

என்று சிரித்தேன். அவரும் சிரித்துவைத்தார். இந்த நாட்களில் அட்டைகூட வேண்டியதில்லை, மொபைல் ஃபோன் இருந்தாலே போதும். ஆனால், முன்னோடி ஆச்சரியப்பட்டது இப்போது வேறுவிதமாகப் புரிகிறது. ஆமாம், செயல்பாட்டு முறைகளில்தான் ஏகப்பட்ட மாற்றம் வந்திருக்கிறதே தவிர, வங்கி என்னும் கோட்பாடு மாறிவிட்டதா என்ன! அமரராகிவிட்டவரின் முகம் நினைவு வருகிறது; வெட்கத்தைக் கிளர்த்தி விடுகிறது. இப்படித்தான், வெட்கமோ அவமானமோ இல்லாமல் பழைய நாள் ஒன்றை நினைவுகூரவே முடிவதில்லை எனக்கு...

அதை விடுங்கள். எத்தனையோ ஆயிரம் வாடிக்கையாளர்களை எதிர்கொண்டிருக்கிறேன். உறுமீன்கள்போல என் மனத்தில் ஆழமாகப் பதிந்திருப்பவர்கள் சிலபேர்தான். அவர்களில் முதன்மையானவர் திரு. ஆதி வராஹன். பாதுகாப்பு அமைச்சகத்தின் ஆராய்ச்சிநிலையத்தில் உயர்நிலை அதிகாரியாகப் பணியாற்றி ஓய்வுபெற்றவர். பெரும்பாலும் இரண்டாவது வாரத்தில், அதுவும் அலுவல் முடியப்போகிற நேரத்தில் வருவார். வந்தனம் சொல்கிற மாதிரித் தலையாட்டிவிட்டு, கடைசி ஆளாக என்னிடம் வருவதற்காகப் பொறுமையாய்க் காத்திருப்பார். வந்த வேலை முடிந்த பிறகு,

வாங்களேன், ஒரு சிகரெட் பிடிப்பம்.

என்று வாஞ்சையுடன் கூப்பிடுவார். சிலசமயம் அரைமணி நேரம்வரைகூடப் பேசிக்கொண்டிருப்போம். நான் கதைகள் எழுதுகிறேன் என்பதில் அவருக்கு இனம்புரியாத பெருமிதம். என்ன, பாவி மனிதர், தன் பணிக்காலத்தில் நேரிட்ட பல சம்பவங்களை விரிவாக விவரித்துவிட்டு,

இதையெல்லாம் எளுதி வச்சிராதீங்க க்ருஷ்ணன். வேறெ ஏதாவது எளுதும்போது உதவியாயிருக்கலாம்ன்னுதான்

இவ்வளவு விரிவாச் சொல்றன். இதெல்லாம் ஒரு மாதிரி ரகசியம். நேர்ப்பேச்சிலெ பேசிக்கிறலாம். பதிவு பண்ணி டாக்குமெண்ட் ஆக்கிறக் கூடாது...

என்பார். அடையாளங்களைக் கொஞ்சம் புரட்டிப்போட்டு அந்தக் கதைகளைத் தொகுத்தால் ஒரு நாவல் எழுதலாம். அவர் காலமானதற்குப் பிறகும்கூட எனக்குத்தான் துணிச்சல் வரமாட்டேனென்கிறது.

எதற்குச் சொல்கிறேன், போனவாரம் இலங்கையில் சில தேவாலயங்களிலும் நட்சத்திர விடுதிகளிலும் குண்டுவெடிப்பு நடந்து நூற்றுக்கணக்கானவர்கள் இறந்தார்கள் அல்லவா, அவர்களில் பலபேர் துப்பாக்கியைக்கூட நேரில் பார்த்திராதவர்களாய் இருந்திருப்பார்கள், பாவம். ஆனால், ஆயுதங்கள், அவற்றுக்கான உலோக மற்றும் ரசாயனச் சேர்மானங்கள், ஆயுதங்களை மேம்படுத்துவதற்கான உத்திகள், ஆயுதம் மற்றும் போர்த் தொழில்நுட்பங்களை முன்னிட்ட பன்னாட்டுப் பயணங்கள் என்று பணிக்காலம் முழுவதும் புழங்கிய ஆதி சார், மதியப் பொழுதில் குட்டித்தூக்கம் போடப் போனவர், அலுங்காத முகத்துடன் நிரந்தரமாய்த் தூங்கியே போனார் என்பது எவ்வளவு பெரிய முரண் நகை! - என்று தோன்றியது. யாருக்குத் தெரியும், அன்று தூங்கியெழுந்து வங்கிக்கு வரும் திட்டம்கூட அவருக்கு இருந்திருக்கலாம்...

குண்டுவெடிப்புச் செய்தியைப் பார்த்ததிலிருந்து, ஆதி சார் ஞாபகமாகவே இருக்கிறது...

மனத்தில் இனம்புரியாத நடுக்கமும் இருந்துகொண்டே இருக்கிறது. தேவனின் சந்நிதியில் அல்லவா அது நடந்திருக்கிறது. அடைக்கலம் வேண்டிப்போன இடத்தில் முதுகில் கத்திக்குத்து வாங்கி இறந்த மாதிரியல்லவா இருக்கிறது. உலகத்தில் எந்த இடம்தான் பாதுகாப்பானது? ஆண்டவனின் முன்னிலைகூடப் பாதுகாப்பில்லாத இடமாகி விட்டதே. இப்படியெல்லாம் உளைச்சல் கொள்வதற்கும் நான் எழுத்தாளன் என்பதற்கும் எந்தவித சம்பந்தமும் இல்லை - ஒருவேளை, எழுதவே வந்திருக்காவிட்டாலும் இந்தப் பதற்றம் எனக்குள் நிலவியிருக்கும் என்றுதான் படுகிறது - மேற்படிப் படுகொலைகளைத் திட்டமிட்டவர்கள் தவிர பிற மனிதர்கள் அத்தனைபேருக்குமே அது அதிர்ச்சியாய்த்தான் இருந்திருக்க வேண்டும்.

அன்றொருநாள் ஆதி சார் வந்தபோது எங்களுக்குள் ஒரு உரையாடல் நிகழ்ந்தது... பக்கத்துக் கவுண்ட்டர்க்காரரான தாமஸ் செல்வகுமார் விடுப்பில் போயிருந்தார். வழக்கமாக மாடியில் பணிபுரியும் விஜயலட்சுமி மேடம் அவர் இடத்தில் அமர்ந்து, தன் இயல்பான நிதானத்துடன் ரூபாய்த்தாள் ஒவ்வொன்றையும் கசக்கியும் பிதுக்கியும் பரிசோதித்துக்கொண்டிருந்தார். என்னிடம் காசோலை கொடுத்துப் பணம் வாங்கிக் கொண்ட பின், கண்ணால் பக்கவாட்டில் சுட்டியபடி, பாவனையாகத் தன் முகத்தில் கொடுவாள் மீசை வரைந்து காட்டி, சைகையால் எங்கே என்று கேட்டார் ஆதி சார்.

'சொல்கிறேன்' என்னும் விதமாகத் தலையசைத்துக் காட்டினேன். உண்மையில், தாமஸ் சம்பந்தமாக எவ்வளவோ விஷயங்கள் எனக்குள் அலைமோதின. அவ்வளவையும் அவரிடம் சொல்லலாமா, வேண்டாமா என்று முடிவெடுக்க முடியாமல் திணறினேன்.

தாமஸுடைய பெற்றோரின் காலத்தில் மதம் மாறியிருந்தார்கள். ஆனால், தமது மதாபிமானம் பற்பல தலைமுறைகளைத் தாண்டி, கிட்டத்தட்ட கிறிஸ்துவின் காலத்திலிருந்தே தொடர்ந்து வருகிற மாதிரி நடந்துகொள்வார் தாமஸ்; அல்லது நமக்கு அப்படித் தெரியும்.

எனக்கு சுயஜாதி அபிமானம் அறவே கிடையாது; நான் பக்தி செலுத்துவது உருவமோ, பெயரோ, ஏன், அடையாளமேகூட அற்ற பெருநிலையின் மீது. தாமஸுக்கு இது நன்றாகவே தெரியும். அதனால்தானோ என்னவோ, எங்கள் நட்புக்குள் கடவுள் ஒரு பேசுபொருளாக இருந்ததேயில்லை.

ஒரேயொரு தடவை, எனக்கு ஒரு ஈமெய்ல் அனுப்பினார் - பரலோக சாம்ராஜ்யம் சமீபித்துவிட்டதாகவும், கர்த்தரே நமது ஒரே மீட்பர் என்றும், அவர் என்னை அற்புதங்களைக் காணப் பண்ணுவார் என்றும் தெரிவித்தது அந்தக் கடிதம். நான் அவருக்கு பதில் அனுப்பினேன் - 'என் பிரியத்துக்குரிய தாமஸ், வேறு யாருக்கோ அனுப்ப வேண்டிய மெய்லை, கவனக்குறைவால் எனக்கு அனுப்பிவிட்டீர்கள் போல; உரியவருக்கு அது கிடைக்காது போனால், வீண் பதற்றம் உருவாகிவிட வாய்ப்புண்டு என்பதாலேயே இந்தப் பதிலை அனுப்புகிறேன்' என்று குறிப்பிட்டிருந்தேன்.

தாமஸ் புத்திசாலி. அதன்பிறகு என்னிடம் இந்த மாதிரி சங்கதிகளை கவனமாய்த் தவிர்த்துவிடுவார். நானுமே என் சக ஊழியர்களிடமோ, குடும்பத்திலோ இதைப் பற்றித் தெரிவித்ததில்லை. சுற்றியிருக்கும் அத்தனைபேரும் விவேகிகள் என்பதற்கான சான்று ஏதும் இருக்கிறதா என்ன?

ஆனால், இன்று ஆதி சாரிடம் ஒரு விஷயத்தைச் சொல்லியே ஆகவேண்டும் என்று பட்டது. வாடிக்கையாளர் நேரத்தை முடித்து வெளியில் வந்து தேநீரும் சிகரெட் புகையும் இதமாக உள்ளே இறங்கிய பிறகு, சொன்னேன்:

தாமஸுக்கு இரண்டு குழந்தைகள்; ஒரு பெண், ஒரு ஆண். மூத்தவளுக்கு ஏதோ நோய்த்தொற்று ஏற்பட்டபோது, பெற்றவர்கள் இருவருமே, மருத்துவமனைக்கு இட்டுச் செல்வதில்லை என்று தீர்மானமாய் இருந்தார்கள். மறுநாள் காலை கண்கள் இரண்டும் வெகுவாகச் சிவந்தும், இமைகள் புடைத்தும் பக்கத்துக் கவுண்ட்டரில் அவர் வந்து அமர்ந்தபோது, காசுக் கணக்கில் கூடக்குறைய ஆகிவிடக் கூடாதே என்ற கரிசனத்தால், வழக்கத்தைவிட இரண்டு மடங்கு அதிக வேகத்தில் வேலை பார்த்தேன்.

உணவு இடைவேளையில், தாமஸ் என்னிடம் தகவல் தெரிவித்தார். இரவு முழுவதும் உறங்காமல், மகளின் படுக்கையருகில் முழந்தாளிட்டுப் பிரார்த்தனை செய்து கொண்டிருந்தாராம். இவரைவிடவும் பக்திவயப்பட்டவரான இவர் மனைவி, தற்போதும் பிரார்த்தித்துக்கொண்டிருப்பார் என்றும் சொன்னார்.

இப்படியே சுமார் ஒருவாரம் போனது - குழந்தை இறந்துவிட்டாள். துக்கம் கேட்கப் போனபோது, தாமஸின் குடும்பத்தில் கலக்கத்தின் அறிகுறியே இல்லாதிருந்தது எனக்குள் பெரும் பீதியைக் கிளப்பியது. 'கொடுத்தவரே எடுத்துக்கொண்டார்' என்கிற மாதிரி எனக்கு சமாதானம் சொன்னார் தாமஸ்.

இறந்தவள் சும்மா போகவில்லை - தன் தம்பிக்கும் கிருமிகளை வழங்கிவிட்டுப் போயிருந்தாள். ஆமாம், அது வெறும் நோய்த் தொற்று அல்ல; தொற்று நோய். இரண்டு வாரங்களில் அடுத்தவனும் படுத்த படுக்கையானபோது சுற்றமும் நட்பும் வெகுவாகப் பதறிப்போனது. பெற்றவர்களை முற்றுகையிட்டு, இந்தக் குழந்தையை அவர்களிடமிருந்து பறித்து, மருத்துவமனைக்குக்

கொண்டு சென்றார்கள். நல்லவேளை, வெகுவாக முற்றிவிடவில்லை என்பதால், டாக்டர்கள் உயிரை மீட்டுக் கொடுத்துவிட்டார்கள். இந்தத் தவறை இழைக்க நேர்ந்ததற்காக, தாமும் மனைவியும் ஒரு வாரம் சிறப்புப் பிரார்த்தனை செய்ததாக தாமஸ் என்னிடம் சொன்னார்; நான் இன்னமும் கலங்கிப் போனேன்...

ஆதி சார் ஏதாவது சொல்வார் என்று அவர் முகத்தையே பார்த்தேன். அவர் நிதானமாகச் சொன்னார்:

க்ருஷ்ணன், நீங்க இன்னும் கேஷ் முடிக்கல்லேல்ல?

ஆமா சார்.

என்றவாறே, மணிக்கட்டைத் திருப்பிப் பார்த்தேன். அட, நேரமாகி விட்டது. தலைமைக் காசாளர் இதற்குள்ளேயே உள்ளூரத் திட்ட ஆரம்பித்திருப்பார்.

நீங்க முடிச்சுட்டு வாங்க. நான் வெய்ட் பண்றேன். கொஞ்ச நேரம் பேசிக்கிட்டுருந்துட்டு, நானே உங்களை ஸ்டேஷன்லெ ட்ராப் பண்ணிர்றேன்.

அபரிமிதமான கூட்டத்துடன் வரும் நகர்ப்பேருந்தில் தொற்றிக் கொண்டு ரயில் நிலையம் போகவேண்டாம் என்பது மிகப் பெரிய ஆசுவாசமாக இருந்தது எனக்கு. தமது உயர்ரகக் காரை ஆதி சார் ஓட்டும்போது வெண்ணெயில் வழுக்கிக்கொண்டு போவதுபோல சுகமாக இருக்கும்...

காசையும் கணக்கையும் ஒப்படைத்துவிட்டு, வாடிக்கையாளர் கூடத்தில் எனக்காகக் காத்திருந்த ஆதி சாரை நெருங்கும்போது அந்தக் கேள்வி எனக்குள் எழுந்தது:

அதெப்படி, அன்பையும் விவேகத்தையும் போதிக்கும் மதம், அடுத்தவரின் நோயையும் மரணத்தையும் பற்றி இப்படியொரு உதாசீனத்தை வழங்கும்?

நல்ல கேள்விதான்.

என்று உதட்டிடுக்கில் ஆமோதித்தவாறே, என்னுடைய சிகரெட்டையும் தம்முடையதையும் பற்றவைத்தார் ஆதி சார். முதல் கொத்துப் புகையை வெளியேற்றியவாறு சொன்னார்:

எங்க குடும்பம் எத்தனை தலைமுறைக்கு மின்னாடி தமிழ்நாட்டுக்கு இடம் பெயர்ந்ததுன்னு சொல்லியிருக் கேன்ல்ல?

ம்.

அப்பறம் ஏன் என் பசங்களுக்கு ஸ்தாணுநாதன், த்ரிவிக்ரமன், சுகதகுமாரின்னு பேர் வச்சேன்?

எனக்குத் திகைப்பாய் இருந்தது. புரிந்த மாதிரியும் புரியாத மாதிரியும் இருந்தது. ஒருவேளை என் கேள்வியை அவர் சரியாய் வாங்கிக்கொள்ளவில்லையோ என்று குழப்பமாய் இருந்தது. இன்னொரு முறையும் சவுக்கை வீசினார் ஆதி சார்.

போகட்டும், சுய ஜாதி அபிமானம் இல்லேன்னு சொல்லிப்பீங்களே, 'அது எனக்கும் உரியதுதான்; நான்தான் என் பங்கை எடுத்துக்கலையாக்கும்'ங்குற பெருமிதம்தானே அப்பிடிச் சொல்ல வைச்சிது? மறுதரப்போட பார்வையிலே, 'வெளிப்படையாச் சொல்ல முடியாத கோழைத்தனம்'னு இதைப் பார்க்க முடியுமால்லியா? வீரியத்துலேதான் ஏத்த இறக்கம் இருக்குமே தவிர, இந்த மாதிரி பேதங்களுக்கு முழுக்கத் தப்பிச்ச மனுஷ மனம் இருக்கும்ன்னு நான் நம்பலே க்ருஷ்ணன்.

பலவீனமாகத் தலையாட்டினேன். இன்னும் பலவீனமான குரலில், அவரை நோக்கி எனக்குள் உயர்ந்த கேள்வியைக் கேட்டேன்.

இருந்தாலும், மரணபயம் எல்லா உயிர்களுக்கும் பொதுவானதுதானே சார்?

அவர், வழக்கம்போலவே உணர்ச்சியற்ற முகத்துடன்,

அட நீங்க வேறெ. தன்னுடைய மரணத்தையே ஆசையாய் எடுத்து மடியிலெ போட்டுக்கிட்ட ஆட்களையெல்லாம் பாத்துருக்கேன், தெரியுமா?

என்று சொல்லிக்கொண்டே அடுத்த சிகரெட்டைப் பற்ற வைத்தார். வழக்கத்துக்கு விரோதமாக அவருடைய கைகள் நடுங்குவதைப் பார்த்தேன். அவருடைய இயல்புக்குப் பொருந்தாத வகையில், வேகமாகக் கேட்டார்:

இன்னொரு டீ குடிப்பமா?

முதல் மிடறை அருந்திய மாத்திரத்தில் மடமடவெனப் பேச ஆரம்பித்தார் - அவருடைய குரலிலுமே மெல்லிய நடுக்கம் இருந்தமாதிரிப் பட்டது. உண்மையில், என்னிடம் முழுக்கச் சொல்லி முடித்துவிட்டு, கார் நிறுத்துமிடம்வரை மௌனமாக நடந்து போகும்போதும் காரோட்டும்போதும்கூட, அவரிடம் எந்நேரமும் இருக்கும் நாசூக்கும் நளினமும் உணரக் கிடைக்கவில்லை; இல்லை, அது என் பிரமையோ...

க்ருஷ்ணன், போன தலைமுறை நெனைச்சாவது பாத்திருக்குமா - டீ ங்கிற அற்புதமான பானத்தோட மணம் குணம் நிறம் எதுவுமே இல்லாத சாய வெந்நீரை ஜனங்கள் கூட்டம்கூட்டமாக் குடிப்பாங்கன்னு? காலங்காலமா எத்தனையோ விஷயங்கள் மாறிக்கிட்டு வர்றப்ப, யுத்த தந்திரங்கள் மட்டும் மாறாமெ இருக்குமா என்ன?

இந்தக் கடைசி வாசகத்தை ஏன் சொன்னார் என்று புரியவில்லை. ஆனாலும், ஆதி சார் பேசுவதைக் கேட்க எனக்கு மிகவும் பிடிக்கும். எங்கே சுற்றி வளைக்க வேண்டும், எங்கே பட்டுக் கத்தரித்த மாதிரி நகர வேண்டும் என்பதையெல்லாம் அவர் யோசித்துப் பேசுகிற மாதிரி இருக்கும். தேர்ந்த எழுத்தாளன் சொல்லும் கதைகள் மாதிரி. மொழியின் வேகமும், விவரிப்பின் சுகமும் கேட்பவரை - அதுதான், என்னை - சொக்க வைக்கும்.

...அப்போது ஏதோவொரு ஆப்பிரிக்க நகரத்துக்குப் போயிருந்தார் ஆதி சார். உலக வரைபடத்தில் ஒரு சிறு கொக்கி அளவே இருப்பது என்றாலும், அதீதமான கனிம வளம் கொண்ட நாடு அது. நகர்ப்புறத்தில் ஐரோப்பியச் சாயலும், கிராமாந்தரங்களில் பூர்வகுடி வாழ்வும் நிலவ, ஒரே நேரத்தில் இரண்டு வெவ்வேறு நூற்றாண்டுகளில் பாதம் பதித்திருக்கும் தேசம். உண்மையில், கிராமப்புறத்தில் வசித்த பூர்வகுடிகளுக்கும், நகரவாசிகளுக்கும் இடையில் நிலவிய வெறுப்புணர்வுமே பல நூற்றாண்டு வரலாறு கொண்டதுதான். ஆமாம், ஒரே மதத்தின் இரு பிரிவினருக்கிடையில் குத்துப்பழி வெட்டுப்பழியாக விரோதமும் குரோதமும் நிலவிய நாடு. விதியின் அபூர்வமான விளையாட்டுகளில் ஒன்றாக,

ஆட்சியதிகாரம் சிறுபான்மையினர் வசமே காலங்காலமாக இருந்து வந்தது. பெரும்பாலான நகரங்களில் அவர்களே வசித்தனர். விளைவு, தீராத அமைதியின்மை நாடு முழுவதும் பரவியிருந்தது. நகரங்களில் பரவலாகப் படுகொலைகள் நிகழ்ந்தவண்ணமிருந்தன. நம்மூரில் காவல்துறையின் பிரசன்னம் மாதிரி அங்கே அத்தனை நகரங்களிலும் ராணுவத்தின் நடமாட்டம் மிக அதிகமாம்.

ஆனால், அவ்வளவு பதற்றம் நிலவும் நாடு என்பது முதல் பார்வைக்குக் கொஞ்சம்கூடத் தெரியாது. தூதரக அதிகாரி ஒருவருடன் காலைச் சிற்றுண்டியோடு பேசிக்கொண்டிருக்கையில், அவர் சொன்னாராம்:

> இந்த அமைதியின்மையின் பின்புலம், ஆட்சி அதிகாரத்துக்கான போட்டி அல்ல. உள்நாட்டு நிலவரத்தைக் குழப்பி மீன் பிடிக்க நினைக்கும் வல்லரசுக்கு யார் அதிக நெருக்கமாக இருந்து கனிம வளத்தைச் சுரண்டித் தருவது என்பதையொட்டிய தகராறு மட்டுமே.
>
> இல்லையே, உலக ஊடகங்கள் தரும் செய்திகள், ஒரே மதத்தின் இரு பிரிவுகளுக்கிடையில் பிரச்சினை என்றல்லவா சொல்கின்றன?
>
> மனிதக் குழுக்களுக்கிடையிலான விரோதங்களில் கடவுள் எங்கே வந்தார்? பார்க்கப்போனால், இந்தமாதிரி உள்நாட்டு யுத்தங்களில், பாவம், அவர்தான் முதல் பலி ஆவார்...

அதிகாரி சிரித்தாராம். எதிர்ச்சுவரில் மாட்டியிருந்த நேர்த்தியான புகைப்படத்தில், தேசத்தின் மலைத்தொடரில் உள்ள குன்றுகள் நாலைந்து பறவைப்பார்வையில் பிடிபட்டிருந்தன. பசேலென்று மரகதமாய் ஒளிர்ந்த ஒவ்வொரு குன்றும் ஒவ்வொரு எரிமலை போலப் பட்டதாம் ஆதி சாருக்கு. தூதரக அதிகாரியிடம் சொன்னார். அவர் மீண்டும் சிரித்தபடி தலையசைத்துவிட்டு,

> இல்லையில்லை, ஒவ்வொன்றும் ஒவ்வொரு ராட்சத வெடிகுண்டு.

என்றார்.

அங்கே போகக் காரணமான அலுவல் முடிந்த தினத்தின் சாயங்கால நேரம். ஆதி சார் தங்கியிருந்த விடுதி சிறுபான்மையினர்

பெருவாரியாய் வசிக்கும் பகுதியில் அமைந்திருந்தது. நட்சத்திர வசதிகள் கொண்ட விடுதி. உணவும் மதுவும் தூதரகச் செலவில் அங்கேயே கிடைக்கும்தான். ஆனால், இவருக்கு வெளியே போகலாம் என்று தோன்றியது.

> ஒவ்வொரு கணமும் வந்துசேர்வதே உங்களை எங்கோ இழுத்துக்கொண்டு போகத்தான் க்ருஷ்ணன். ஆனால், ஸ்தூலமாக நகர்வதை மட்டுமே உணர்கிற அளவு, சிலவேளைகளில் அதையும்கூட உணராத அளவு, புலன்களின் தளையில் சிக்குண்டிருக்கிறது மனித மனம்...

புகையை ஆழ்ந்து இழுத்தார். நீண்ட பெருமூச்சாக வெளியேறியது அது. உண்மையில், அவர் சொல்லும் சம்பவத்தைவிட, இந்த மாதிரி வாக்கியங்களில் எனக்கு ஈர்ப்பு அதிகம். கூடுமானவரை அவற்றை, அவருடைய ஆங்கில அமைப்பிலேயே, வீட்டில் வந்து எழுதி வைத்துக்கொள்வேன்...

ஆயிற்றா, காலாற நடந்துவரக் கிளம்பினார் ஆதி சார். நடக்கும்போது ஏதோவொரு ஹிந்திப்பாட்டின் மெட்டு நினைவு வந்துவிட்டது. தமக்கு மட்டும் கேட்கிற மாதிரி சீட்டியடித்துக்கொண்டே நடந்தார்.

> அப்படியொரு பொழுது சாமான்யத்தில் கிடைத்துவிடாது க்ருஷ்ணன். உடம்பும் மனமும் சருகாய் மிதக்க, அந்த அந்திப்பொழுதின் மஞ்சள் வெளிச்சமும், இதமான காற்றும் நகரின்மேல் ஒருவித மாயக் கம்பளத்தை விரித்திருந்தது. அதன் மீது ஏறி, எங்கும் போகாமலே எங்கெங்கும் போய்விட முடியும் என்று பட்டது எனக்கு...

அந்த மாலைப்பொழுதின் கிறக்கம் இப்போதும் அவருடைய கண்களில் ஒரு துளி ஒட்டியிருந்தது...

மிகுந்த கலையுணர்வுடன் உருவாக்கப்பட்ட மேஜைகளும் நாற்காலிகளும் கிடந்த மதுக்கூடம் ஒன்று எதிர்ப்பட்டது. சென்று உட்கார்ந்தார் - பரபரப்பான சாலையின் கரையாக அமைந்த நடைபாதையின் பகுதியாகவே தென்பட்ட வெளிவராந்தாவில்.

எதிர்ச்சாரியில் பிரம்மாண்டமான, சிறு நகரம் போன்ற, வணிகவளாகம் இருந்தது. கறுப்பு நிறக் கறையான்கள்போலப் போய்வந்துகொண்டிருந்த ஜனங்களை வேடிக்கைபார்த்தபடி, குவளைகுவளையாக அருந்திக்

கொண்டிருந்தார். மெல்லமெல்ல இருளும் குளிரும் இறங்கி வருகின்றன. ஒரு மிடறுக்கும் இன்னொன்றுக்கும் இடையே ஒரு துளி சாந்தம் சொட்டி அந்த வேளையினுள் ஒருவித அமரத்தன்மையை நிரப்பியது. ‘சாயங்கால வெளிச்சம் சகலத்தின் மீதும் ஸ்வர்ணத்தை உருக்கி ஊற்றியிருந்தது’ என்றார் ஆதி சார்.

> அது ஸ்வர்ணமில்லை, கனலும் தீப்பிழம்பின் நிறம் என்பதை என்னால் அப்போது கொஞ்சம்கூட உணரமுடியாமல் போயிற்றே க்ருஷ்ணன்...

என்று, அரற்றும் குரலில் சொன்னார். அந்தத் தருணம் முழுக்க முழுக்கப் புவிவாழ்வுக்கு வெளியில் நிகழ்ந்து கொண்டிருந்தது. சுபிட்சமும் சுமுகமும் ஆசுவாசமும் புவிமீது வந்து இறங்கியாகி விட்டது - அபூர்வமான பிரியத்தின்பேரில், பூமிப்பரப்பில் ஆகாயம் கொண்டுவந்து கொட்டிய பொக்கிஷம் அது. சமாதானத்தின் வேளை. அவரவர் போக்கில் பரபரப்பாக இயங்கிக்கொண்டிருப்பவர்கள், கணநேரம் நின்று கவனித்தால் போதும் - அந்த வேளை தரும் போதையினுள் அமிழ்ந்துதான் ஆகவேண்டும். தப்புவதற்கு வாய்ப்பேயில்லை; மதமாவது மண்ணாங்கட்டியாவது, நிம்மதியைவிடப் பெரிய வரத்தை எந் தக் கடவுளால் கொடுத்துவிட முடியும் என்று ஆதி சாருக்குத் தோன்றியதாம் - உலகத் தரமான உள்ளூர் மதுவகையின் கிறுகிறுப்பு தமக்குள் நிரம்பியிருந்ததால்கூட அப்படித் தோன்றியிருக்கலாம் என்றார்.

இந்த மயக்கத்தில், கைப்பை மடியைவிட்டு நழுவிக் கீழே விழுந்திருந்ததைக் கூடக் கவனிக்கவில்லையாம். பின்புறமிருந்து இவரைத் தாண்டிச் சென்ற இளைஞன், ஒரு கணம் நின்றான். அசாதாரணமான கனம் தெரிந்த முதுகுப்பையை மாட்டியிருந்தவன், சாவதானமாகக் குனிந்து கைப்பையை எடுத்து இவரிடம் நீட்டினான். சீராகக் கத்தரிக்கப்பட்டு, முகம் முழுக்க அடர்ந்திருந்த தேனடைத் தாடி, அவனுடைய புன்சிரிப்பை இன்னும் பிரகாசமானதாய் ஆக்கியது. அவனைப் பார்க்கும் யாருக்குமே சந்தோஷம் தொற்றிவிடும். தேவதூதன் மாதிரி இவருக்குத் தென்பட்டானாம் - பின்னே, பாஸ்போர்ட், விசா, பண அட்டைகள், மொபைல்ஃபோன், பயணம் முடியும்வரை சில்லறைத் தேவைகளுக்கான அந்த ஊர்க் கரன்ஸி என்று ஏகப்பட்டவை இருந்த பை அது.

புன்சிரிப்பு மாத்திரமல்ல, விவரிக்க முடியாத கனிவும் வாஞ்சையும் வசீகரமும் நிரம்பிய முகம் அது. அடங்கிய குரலில் இவர் தெரிவித்த நன்றியைக் காதில் வாங்காதவன்போல அமரிக்கையாகத் தெருவில் இறங்கி, வணிகவளாகத்தை நோக்கி சாவதானமாக நடந்து போனான்.

ஆனால், இடுப்பை வளைத்துத் தரைநோக்கிக் குனிந்தவன், அத்தனை பொறுமையாகவும், மெதுவாகவும் நிமிர்ந்தது ஏன் என்று இவருக்குள் ஒரு கேள்வி எழுந்ததாம். அவனுடைய உடல்வாகுக்குப் பொருத்தமில்லாத மந்தம் அவனுடைய அசைவுகளில் இருந்ததோ என்றும் தோன்றியதாம். தனது தொழில் சார்ந்து ஐயங்களை உற்பத்தி செய்யும் தனது அனிச்சையைத் தானே கடிந்துகொண்டது மனம்.

அப்புறம், சில விநாடிகளிலேயே அது மறந்துபோனது. காந்தம்போன்ற முகமும், அது தந்த நிறைவும்கூட மறந்து போயின. ஆனால், வாழ்நாள் முழுக்கத் தமக்குள் பீடித்திருக்கப் போகும் முகம் அது என்று தெரிவதற்கு, மறுநாள் பொழுது விடிய வேண்டியிருந்தது. அதற்குள் என்னவெல்லாம் நடந்துவிட்டது...

> இன்னமும் நடுராத்திரிலெ அந்த முகம் ஞாபகம் வந்திருது க்ருஷ்ணன். அய்யோ, எவ்வளவு பிரியமாச் சிரிச்சான்ங்கிறீங்க? அந்தப் பிரியத்தெ நெனச்சா அவ்வளவு பயம்மா இருக்கும்...

இன்னும் இரண்டு ரவுண்டுகள் மது வரவழைத்து அருந்தி முடித்த மாத்திரத்தில், மாபெரும் வெடியோசை எழும்பி நகரை நிரப்பியது. உலக உருண்டையே வெடித்துப் பிளந்துவிட்டதோ என்கிற மாதிரி இருந்ததாம். சட்டென்று ஆகாயத்தைத் தீண்டும் வேகத்துடன் தீச்சுவாலைகளும், அவற்றைத் துல்லியமாகப் பார்க்கவிடாத கரும்புகையும் ஏக காலத்தில் உயர்ந்தன. பொசுங்கும் நாற்றம் மூச்சடைக்க வைத்தது.

வீதியில் மிரண்டோடிய ஜனக்கூட்டத்துடன் தாமும் எழுந்தோடினார் ஆதி சார். முறுக்கிய கயிறு அறுந்த மாதிரி, போதை சட்டென்று இறங்கிவிட்டது. எந்தத் திக்கில் ஓடுகிறோம் என்ற கவனம் இல்லை; குடித்ததற்கான பணத்தைச் செலுத்த அவகாசமில்லை. அதுபற்றிய குற்றவுணர்ச்சியும் இல்லை. மதுக்கூடச் சிப்பந்திகளும் ஓடியிருப்பார்கள். ஓங்கி உயர்ந்து நின்ற வணிக வளாகம், வெறும் காறைத்துண்டுகளாகச் சரிவதைப் பார்த்தபடியே ஓடினார். இடையில்

குறுக்கிட்ட சந்தியில் இடப்புறம் திரும்பச் சொன்னது உள்ளுணர்வு. காலில் ஏதோ இடறுகிறதே என்று பார்த்தால், முழங்கையிலிருந்து துண்டிக்கப்பட்ட, அழகான கைக்கடிகாரம் அணிந்த, பெண் கரம். ரத்தப் பிசுபிசுப்பு இன்னமும் உலர்ந்திருக்கவில்லை. வெகுதூரம் பறந்த ஆயாசத்தால் சலனமிழந்த பறவைபோல மல்லாந்து கிடந்தது.

அறைக்குப் போய்ச் சேரும்வரை இவருடைய ஓட்டம் அடங்க வில்லை. உள்ளுக்குள் உயர்ந்திருந்த படபடப்பு, கழிவறைக் கோப்பையில் ஓங்கரித்து வாந்தியெடுத்த பிறகும் குறையவில்லை. அபாரமான கிளுகிளுப்புத் தந்த மது முழுவதும், பார்க்கவே சகிக்காத, நாற்றமெடுக்கும் மஞ்சள் திரவமாகக் கோப்பையில் நிரம்பியதைக் கையாலாகாமல் பார்த்தபடி குனிந்து நின்றிருந்தாராம்... ஓரிரு கணங்கள் தமக்குள் ஆழ்ந்து மௌனமாய் இருந்தவர், ஆழ்ந்த பெருமூச்சு ஒன்றை விடுத்துவிட்டு,

> வாங்க போவம்.

என்று நடந்தார்.

காரில் ஏறும்வரை, பின்னர் வழக்கத்தைவிட மெதுவாக அதைச் செலுத்தும்வரை, ரயில் நிலையக் கட்டடம் பார்வைக்குத் தென்படும் வரை, எதுவும் பேசாமல் வந்தவர், அவசரமான குரலில் சொன்னார்:

> மறுநாள் நியூஸ்பேப்பர்லே, தலைப்புச்செய்திக்குக் கீழே, மதுக் கூட சிசிடிவி பதிவை ஃபோட்டோக்களாப் போட்டிருந்தாங்க க்ருஷ்ணன். அந்த முகத்தை நான் அவ்வளவு கிட்டத்தில் பார்த்துத் தொலைச்சிருக்கக் கூடாது...

என்னை இறக்கி விட்டுவிட்டு விலகி நகர்ந்த காரை, ஓரிரு கணங்கள் வெறித்துப் பார்த்தபடி நின்றேன். சென்னையின் மிகப் பரபரப்பான சாலைகளில் ஒன்று அது. சாலையைக் கடப்பதற்கே சுரங்கப்பாதையைப் பயன்படுத்துமளவு நெரிசல் கொண்டது. அத்தனை வாகனங்களுக்கும் மத்தியில் ஆதி சாரின் கார் தனியாக ஊர்கிறது என்று தோன்றியது எனக்கு.

அவர் வெளிப்படையாகச் சொல்லவில்லை என்றாலும், இதையும் எழுதக்கூடாது என்ற நிபந்தனை இருக்கிறதுதானே. கடைசிவரை எழுதியிருக்கவும் மாட்டேன்; நம்பிக்கைத் துரோகம் செய்யலாகுமா? ஆனால், இலங்கையில் நடந்ததும், அதைப்பற்றி

செய்தி ஊடகங்களிலும் சமூக ஊடகங்களிலும் கணந்தோறும் ஏதேதோ தகவல்களும் பின்விளைவுகளும் முன்கதைகளும் வெளியாகியவண்ணம் இருக்கும்போது, ஆதி சாரும் அவர் சொன்ன சம்பவமும் அதிகப்படி சுமையாகக் கனத்தன. சரி, அவர் எந்த அடையாளமுமே குறிப்பிடாமல்தானே இதைச் சொன்னார்; அப்படியே திருப்பிச் சொல்வதில் பாதகமில்லை என்று தோன்றியது...

அதற்கப்புறம், ஒரு தடவையோ இரண்டு தடவையோதான் நாங்கள் சந்தித்திருந்தோம். ஒருநாள் காலை, ஆங்கிலத் தினசரியின் நீத்தார் அஞ்சலிப் பகுதியில் ஆதிவராஹன் சாரின் புகைப்படத்தைப் பார்த்து அதிர்ந்தேன். அவருடைய சேமிப்பு, ஓய்வூதிய, வைப்புக் கணக்குகளை முடித்து, தொகையைத் தங்களிடம் ஒப்படைக்குமாறு கோரி, ஸ்தாணுநாதனும் சுகதகுமாரியும் (இளையவன் தகனம் முடிந்த அன்றே ஸ்வீடன் திரும்பிவிட்டானாம்) கிளைக்கு வந்தபோது விசாரித்துத் தெரிந்துகொண்டேன். சார் இறந்த விதம் பற்றியும், அன்று காலையில்கூட என்னைப் பற்றித் தமது மனைவியிடம் குறிப்பிட்டார் என்பது பற்றியும் சொன்னார்கள். என்ன சொன்னார் என்று கேட்க, சுய நாகரிகம் இடந்தரவில்லை.

ஆனால், அன்று பகல் முழுக்கவும், அடுத்துவந்த ஐந்தாறு நாட்களுக்கும் ஆதி சார் ஞாபகம் என்னைச் சுற்றிச்சுற்றி வந்தது - காலைநடையில், துரத்தத் துரத்த முகத்தை நச்சரிக்கும் ஈபோல. விதவிதமான உரையாடல்கள் மேலெழும்பியவாறிருந்தன; இப்போது மாதிரியே...

காவேரிக்கரை ஊருக்கு அடிக்கடி போய்வருவார். ஒரு தடவை போனபோது, நாட்கணக்கில் தங்க வேண்டியதானது. வாரிசுகள் இல்லாத பெரியப்பா ஒருவர் இறந்து போயிருந்தார். இறுதிக் கிரியைகளை இவர்தான் செய்யவேண்டும் என்பது அவருடைய ஆயுட்கால விருப்பம். ஏழ்மையான குடும்பப் பின்னணி கொண்டவராயிற்றா, ஆதி சார் அந்தப் பெரியப்பாவின் தயவில்தான் படித்துப் பட்டம் பெற்றிருந்தார். அவர் இவரைச் செல்லமாக,

வாடா மோனே, சிவக்காடு!

என்றுதான் கூப்பிடவே செய்வாராம்.

சார் நாத்திக மனோபாவம் கொண்டவர். ஆனால், பெரியப்பாவுக்குக் குல ஆசாரப்படி கிரியைகள் செய்து வழியனுப்பத் தீர்மானித்தார்.

> ஆமா, க்ருஷ்ணன், வாழ்க்கெ முளுக்க கஷ்டப்பட்டு ஆத்திகரா இருந்த மனுஷனெ, செத்ததுக்கப்பறம் நாத்திகராக்குறது ஞாயமா, சொல்லுங்க?

என்று சிரித்துக்கொண்டே புகையை உறிஞ்சினார்.

இவருடைய வகுப்புத்தோழர்தான் புரோகிதராக வந்திருக்கிறார். எரிப்பது முதல், சுபகாரியம்வரை அங்கே இருந்த நாட்களில் தினசரி சந்தித்திருக்கிறார்கள்.

> அவனோடெ பேசிக்கிட்ருக்கும்போது, நானும் பழைய ஆளாயிட்டேன்னு தோணுச்சு க்ருஷ்ணன். காவிரி கரெபொரண்டு ஓடின நாட்களுக்கு மனசு திரும்பிப் போயிரும்...

புரோகித நண்பரின் தகப்பனாரும், ஆதி சாரின் பெரியப்பாவும் நெருங்கிய நண்பர்கள். இன்னொரு கூட்டாளியும் இருந்தார். உள்ளூரில் மிகப்பெரிய கல்லூரி நடத்திவந்தார். அந்தக் கல்லூரியில்தான் சார் படித்ததே. பிடிவாதமான நாத்திகர். வாய்ப்புக் கிடைக்கும் போதெல்லாம் அதை வெளிப்படையாய்த் தெரியப்படுத்தவும் செய்வார். ஆனால், கல்லூரியில் தினசரி கடவுள் வாழ்த்தும், உரிய காலங்களில் சரஸ்வதி பூஜை மாதிரியான வைபவங்களும் தவறாமல் நடக்கும்.

வியாபாரத் தலம் என்றால் சில சமரசங்கள் இருக்கத்தானே செய்யும் என்று யாராவது நினைத்தால், அது தவறு. அவருக்கு இருந்த எண்ணற்ற வணிகங்கள் ஈட்டித் தந்த லாபத்தில் பெரும்பங்கு இந்தக் கல்லூரியை நடத்துவதில் செலவாகி வந்தது; வட்டாரத்திலேயே மிகக் குறைந்த கல்விக் கட்டணமும், வறிய மாணவர்களுக்கு அவர்கள் கனவிலும் நினைத்திராத சலுகைகளும் வழங்கிய நிறுவனம் அது. தவிர, அந்த 'நிஜமான கல்வித்தந்தை' (ஒவ்வொரு முறையும் ஆதி சார் அப்படித்தான் குறிப்பிடுவார்) நண்பர்களிடம் ஒருதடவை சொன்னாராம்:

> *இங்கே நல்ல தரத்துலெ பாடம் சொல்லித்தர ஏற்பாடாயிருக்கு. உரிய விதத்துலே புத்தி வளர்றவன், தானாவே நம்ம வளிக்கி வந்துட்டுப்போறான்!*

அப்பேர்ப்பட்ட மனிதர், நெடுஞ்சாலைக் கார்ப்பயணத்தின்போது, தறிகெட்ட வேகத்தில் வந்த அரசுப் பேருந்து மோதியதால், தலத்திலேயே மாண்டு போனார். பின்னிருக்கையில் அமர்ந்து உறங்கிக்கொண்டு வந்தாராம். உறங்கியநிலையிலேயே மீட்டிருக்கி றார்கள். அன்று காலைதான் ஓர் ஐரோப்பிய நாட்டிலிருந்து சென்னை திரும்பியிருந்த ஆதி சார், விமான நிலையத்திலிருந்தே காரில் கிளம்பிப்போனார் - அஞ்சலி செலுத்த.

புரோகித நண்பரின் வீட்டுக்குப் போய் அவரோடு சேர்ந்து போவதாகத் திட்டம். படுத்த படுக்கையாய் இருந்த, அதற்கப்புறமும் நாலைந்து வருடம் இழுத்துப் பறித்துக்கொண்டு கிடந்துவிட்டுப் போய்ச் சேர்ந்த சாஸ்திரி, இவரிடம் வாஞ்சையாகப் பேசினார்:

> என்னடா, நாடுநாடாப் போயிண்டிருக்கியாமே? சகட யோகக்காரனா நீ?! ஆம்படையா, கொழந்தேள்லாம் சௌரியமா இருக்காளா?

நண்பர் வரும்வரை கிழவருடன் பேசிக்கொண்டிருந்தார்.

> ...ஆனாலும் ஒரு விஷயம் புரியவே மாட்டேங்கறதுடா ஆதி. கலியனெப் பாரு, வாழ்நாள் முழுக்க நாஸ்திகனா இருந்தான். இமைக்கற நேரத்துலே, இன்ன நடக்கறதுன்னு தெரியறத்துக்கு மின்னாடியே போய்ச்சேந்துட்டான். 'வலிக்கறதே'ன்னு நினைக்கக்கூட அவகாசம் இருந்துருக்காது. நாம் பாரு, விவரம் தெரிஞ்ச நாள்லேர்ந்து பூஜையும் புனஸ்காரமுமா இருக்கேன். இந்தோ, கக்கூஸ் போறதுக்குக் கூடப் பொறத்தியார் ஆதரவு வேண்டியிருக்கு. இன்னும் எத்தனைநாள் படப் போறேனோ....

மதியவேளை நியமத்தை முடித்துவிட்டு, தோள்துண்டில் கையைத் துடைத்துக்கொண்டே வந்த நண்பர் (அவருடைய பெயரைச் சொல்வதில் எனக்கு ஒரு தயக்கமும் இல்லை - ஆனால், என்னைத் தன் அந்தரங்க நண்பன் என்று அடிக்கடி குறிப்பிடும் ஆதி சார், மறந்துகூட இன்னார் என்று சொல்லவில்லையே.)

> அதுலெ ஒரு தர்க்கம் இருக்கத்தான் சேயறதுப்பா. நீ பக்திமானா இருந்தது சம்பாத்தியத்துக்கும் சேத்து. அப்பறம், ஒன்னைக் காட்டிலும் அவர்தான் அதிக நேரம் ஈச்வர ஸ்மரணையோட இருந்திருப்பர்...!

ஆதி சார் பேசும்போது பிராமணச் சொற்கள் மலையாளத் தன்மையோடும் சமஸ்கிருத அழுத்தத்தோடும் ஒலிப்பது எனக்கு சுவாரசியமாக இருக்கும்.

ஆனால், மேற்சொன்னவற்றையெல்லாம் விட, அவர் சொன்ன இன்னொரு சம்பவம்தான் இன்றுவரை ஜீரணிக்கமுடியாமல் கனக்கிறது. இந்த நூற்றாண்டை விழித்தெழ முடியாமல் செய்யும் அடுக்குப் போர்வைகள்போல எத்தனை நூற்றாண்டுகள் இதன்மீது படிந்திருக்கின்றன என்று தோன்றி, கொஞ்சநேரம் மூச்சு முட்டியது. ஆழ்ந்த பெருமூச்சு ஒன்றை விடுத்து சமனப்படுத்திக்கொள்கிறேன்...

ஆதி வராஹன் சாரின் சொந்த ஊர் காவிரிக்கரையில் உள்ள சிறுநகரம். உண்மையில் அது அவருடைய பூர்விக ஊர் இல்லை. அறிமுகமான காலத்தில், அவருடைய உச்சரிப்பில் இருந்த அழுத்தமான மலையாள வாசனையைக் கண்டு, கேட்டேன்:

சாருக்குக் கேரளாவா!

எப்பிடிக் கண்டுபிடிச்சீங்க? பேச்சிலே தெரியுதோ?!...

சிரித்தார்.

...ஏழெட்டுத் தலைமுறைக்கி மின்னாடி, மாமாங்கம் பாக்க வந்த குடும்பம் திரும்பிப் போகல்லியாம். உள்ளூர் மடத்திலே சமையக்காரராச் சேந்திருக்கார் எங்க எள்ளுத்தாத்தாவோட எள்ளுத்தாத்தா. ஆனா, பாஷையோடெ வாசனை மட்டும் குடும்பத்துக்குள்ளே தங்கீட்டுது. இங்கே தமிழ்நாட்டுலே இருந்தாலும், பொண்ணு குடுக்குறது, எடுக்குறது எல்லாமே கேரளாவுலேர்ந்துதான்! ஆமாம், எங்க வம்சமே, 'நினைவில் காடுள்ள மிருகம்'தான்...!!

என்று உரத்துச் சிரித்தார்.

அதெப்பிடி சார். திருவிழாப் பாக்க வந்த இடத்துலே நிரந்தரமா செட்டில் ஆனாங்க?

கொஞ்சநேரம் கண்மூடி இருந்தார். பிறகு, ஆழ்ந்த குரலில் சொன்னார்:

> அந்த நாள்லெ காவேரிக்கரை பச்சுனு இருந்துருக்கும். அவ்வளவு செழிப்பு. ஆனா, கேரளாவுலே இல்லாத பசுமையா, செழுமையா? கடன் தொல்லை தாங்கமுடியாமெப் போயிட்டதுங்குறதுதான் நெஜமான காரணம்னு எங்க தாத்தா சொல்லுவார்...

ஆதி சார் சொன்னதைச் சொல்வதற்கு முன்னால் ஒரு சிறு குறிப்பு தந்துவிடுகிறேன். ஒவ்வொரு முறையும் புரோகித நண்பர் என்று நீளமாகச் சொல்வதற்கு அலுப்பாக இருக்கிறது. இனி வரும் வாக்கியங்களில் 'நண்பர்' என்று மட்டுமே சொல்லிச் செல்கிறேன்...

பணி ஓய்வு பெறுவதற்கு முந்தைய வருடம், குடும்பத்தோடு பூர்விக ஊருக்குப் போனார் ஆதி சார். இளைய மகன் மட்டும் வரவில்லை - அவன் ஒரு ஸ்வீடிஷ் பெண்ணை மணந்து அங்கேயே குடியுரிமையும் வாங்கிவிட்டவன்.

> இங்கே வர்றதுக்கும் வாரக்கணக்குலே தங்குறதுக்கும் அவ்வளவாப் பிரியப்படமாட்டான். 'நம்மளையெல்லாம் ஏதோ ஆதிவாசிகள்ன்னு நினைக்கிறானோப்பா?!' ன்னு பெரியவன் சொல்லிச் சிரிப்பான்!

என்று தானும் சிரித்தபடி சொன்னார் ஆதி சார். ஆனாலும், அந்நியனாகிவிட்ட மகனை நினைத்தோ என்னவோ, அவருடைய கண்களில் ஒரு பளபளப்பு இருந்தது - அல்லது எனக்கு அப்படித் தெரிந்தது.

ஊருக்குப் போன அன்று சாயங்காலம் நண்பரைப் பார்க்கப் போனார். பழைய ஞாபகங்களோடு ஊரைப் பொருத்திக்கொள்வது மிகவும் சிரமமாய் இருந்ததாம். அன்றிருந்த அதே புழுதியுடன் இருந்தாலும், என்னென்னவோ மாற்றங்கள் வந்துவிட்டன என்றும் தோன்றியதாம். அவற்றைச் சட்டை செய்வதில்லை என்று பிடிவாதமாக இருக்க முயல்கிறது ஊர் என்றும் தோன்றியது...

நடுக்கூடத்தில், குடுமியும் வேஷ்டியும் தரித்த இரண்டு சின்னஞ்சிறுவர்கள் அமர்ந்து ஐப்பியெல் கிரிக்கெட் பார்த்துக் கொண்டிருந்தனர். நண்பரின் பேரன்கள் வயதிருக்கும். அவர் தரையில் அர்த்தபத்மாசனமிட்டு அமர்ந்து, கையிலிருந்த ஸ்மார்ட் ஃபோனைத் துழாவிக்கொண்டிருந்தார். வராந்தாவில் நிழலாடுவதைப் பார்த்து நிமிர்ந்தவர்,

யாரு?

என்றார். வெளிச்சத்துக்குள் இவர் வந்ததும்,

அடேடே. ஆதீ! என்னடா இது, சொல்லாமெக் கொள்ளாமே? பாகீ, இஞ்ச பாரு, யாரு வந்துருக்கான்னு...!

என்றார். இதற்கிடையில், அவருடைய குரல் கேட்டு, பையன்கள் இருவரும் திரும்பிப் பார்த்தனர். உடனே மறுபடியும் திரும்பி, கிரிக்கெட்டில் அமிழ்ந்தனர். பக்கவாட்டில், இருட்டும் சுட்ட அப்பளம் லேசாகக் கரிந்த மணமும் மண்டியிருந்த சமையலறைக்குள்ளிருந்து நண்பரின் மனைவி வெளியே வந்தார் - முன்னரே மூடியிருந்த மடிசார்ப் புடவைத் தலைப்பை இன்னமும் இழுத்து மூடியபடி.

வாங்கோ. எவ்ளோ நாளாச்சு? கொழந்தேள் மாமி எல்லாரும் விச்சாருக்காளா?

திருநெல்வேலியில் பிறந்து வளர்ந்தவள் அந்த அம்மாள். இவர் தலையாட்டினார். இதற்குள் நண்பருக்குத் தொலைபேசி அழைப்பு வந்தது. கருவியில்லாமலே கேட்கும் அளவு உரத்துப் பேசினார்.

நானும் எத்தனையோ தேசம் போயிருக்கேன் க்ருஷ்ணன். மொபைல் ஃபோனை இவ்வளவு மோசமாகப் பயன்படுத்தும் இன்னொரு நாட்டைப் பார்த்ததேயில்லை. நாராச சங்கீதமோ, பலத்த உரையாடலோ காதில் விழாமல் இங்கே ஒரு பயணம் நீங்கள் மேற்கொள்ளவே முடியாது!

என்று ஏனோ ஆங்கிலத்தில் சொன்னார் ஆதி சார்.

நண்பர் பேசி முடிக்கும் சமயத்தில், இரண்டாம் முறையாக சமையல் கட்டிலிருந்து வெளியே வந்தார் அந்த அம்மாள். கையில் பாக்கு மட்டைத் தட்டில் பலகாரங்களும், மறு கையில் காஃபித் தம்ளரும் இருந்தன. முன்பெல்லாம் எவர்சில்வர் தட்டில்தானே கொடுப்பார்கள் என்று மின்னல்போல ஓடிய யோசனையை அறுக்கிற மாதிரி, பாகீரதியின் வால் போல ஒரு சிறுமி ஒட்டிக்கொண்டு வந்தாள். பத்துவயது இருக்கலாம். மலர்ந்த அழகான கண்களால் கையில் இருந்த தண்ணீர்த் தம்ளரை உன்னிப்பாகப் பார்த்தபடி வந்தாள். முதல் பார்வைக்கே அந்த முகத்தின் சௌந்தரியம் ஆதி சாரை வெகுவாகக் கவர்ந்துவிட்டதாம். அதைவிட, வயதுக்குப்

பொருத்தமில்லாமல், அவள் அணிந்திருந்த ஏழு கல் தோடு. வைரமாய் இருக்கலாம் - அப்படி மின்னியது.

அந்த அம்மாள் தன் கையிலிருப்பவற்றைத் தரையில் வைப்பதற்குக் காத்திருந்து விட்டு, தம்ளரை வைத்தது குழந்தை. பிறகு, நண்பரின் அருகில் சென்று குடுமி போக மிச்சமிருந்த மொட்டைத்தலையைப் பிரியமாகத் தடவியது. குடுமியைத் தட்டி விளையாடியது. குழந்தையைத் தன்னோடு வாரி இறுக்கிக்கொண்டார் நண்பர். ஓரிரு கணங்கள் இருந்துவிட்டு, தன்னை விடுவித்துக்கொண்டு சமையலறைக்குள் குதித்தோடியது.

உள்ளூர்ப் பாடசாலையில் பாடம் சொல்லித்தருகிறார் என்பதால், நண்பரின் வீட்டில் சிறுவர்களைப் பார்ப்பது அதிசயமில்லை. ஆனால், பெண் வாரிசுகளே பிறக்காத வம்சம் - அங்கே ஒரு சிறுமியைப் பார்த்தது இவருக்குப் பெரிய ஆச்சரியமாய் இருந்ததாம். ரொம்ப நேரம் அடக்கிக்கொள்ள முடியவில்லை. நண்பரிடம் கேட்டுவிட வேண்டியதுதான்; இல்லாவிட்டால் உரையாடலில் கவனம் தோயாது என்று தோன்றியது. கேட்ட பின்புதான், இனிமேல் நண்பருடன் சகஜமாக உரையாடவே முடியாது என்பது தெரிய வந்தது. அவர் இயல்பாகச் சொன்னார்:

> என் பேரன் காஞ்சிபுரத்திலே அத்யயனம் செய்கிறானில்லையா, அவனோட பார்யாள்தான் இவ...

காதுகள் சரியாய்த்தான் கேட்கிறதா என்று ஒரு கணம் சந்தேகம் வந்துவிட்டது என்றார் ஆதி சார்.

> ஆமாடா. என்ன அப்பிடி முழிக்கறே. போன மாசம்தான் பாணிக்கிரஹணம் பண்ணி அழைச்சினு வந்தோம். அக்கம் பக்கத்திலேயே யாருக்கும் தெரியாது. ஊர் உலகத்தோடெ நிலைமை அப்பிடித்தானே இருக்கு. அவனவன் ஸ்வதர்மத்தை நிம்மதியாய் அனுஷ்டிக்க முடியறதா. பால்ய விவாஹம்னு பத்துப்பேர் பொறப்புட்டு வந்துருவானே... குடும்பத்தோடெ உள்ளெபோய் யார் களி திங்கறது?! நீ ஆப்தனாச்சேன்னு ஒங்கிட்டே சொன்னேன்.

அதன் பிறகும் ஆதி சார் ஒரு கால்மணிநேரம் அங்கே இருந்தாராம். ஆனால், இன்னது பேசினோம் என்பதே மனத்தில் பதியவில்லை என்றார்.

இந்தச் சம்பவத்தைச் சொல்லும்போது அவருடைய முகத்தில் இருந்த பாவத்தை என்னவென்று புரிந்துகொள்வது என்று இன்றுவரை புரியவில்லை எனக்கு. அவ்வளவு இருட்டு அவர் முகத்தில் படிந்து நான் பார்த்ததில்லை என்று வேண்டுமானால் சொல்லலாம்.

ஆனால், நான் பார்த்தறியாத ஒரு குழந்தையின் முகம் நான் பார்க்க நேரும் பெண்குழந்தைகள் அத்தனைபேர் முகத்திலும் இன்றுவரை பதிந்து பதிந்து விலகிக்கொண்டுதான் இருக்கிறது. அந்தப் பையன்களோடு உட்கார்ந்து ஐப்பியெல் பார்க்காமல், அவள் மட்டும் ஏன் அடுக்களையில் இருந்தாள் என்ற கேள்வியும்தான்.

கனலி இணைய இதழ் - எண் 9

கடலில் எறிந்தவை

அதிகாலையிலேயே எங்கள் வளாகத்தில் ஆள் நடமாட்டம் தொடங்கிவிடும். வளாகத்தின் பின்புறம் இருந்த தென்னந்தோப்பில் காய் இறக்க வருகிறவர், பசு மாடும் நிஜக் கன்றுமாக வந்து பால் கறந்து ஊற்றுகிறவர், ததும்பத் ததும்ப வெற்றிலை குதப்பிக்கொண்டு வரும் கீரைக்காரம்மாள், தோப்புக் கிணற்றில் குளிக்க வருகிற, வெளியூரிலிருந்து கிடை போட வந்திருக்கும் கீதாரிகள், பிள்ளையார் கோவில் மைதானத்தில் கூடாரமடித்திருக்கும் குருவிக்காரப் பெண்கள், சாணை பிடிப்பவர், அனுமனைப் போலவும், கிருஷ்ணனைப் போலவும் சாட்சாத் ராமபிரான் போலவும், வலப்பாகம் ஆணாக இடப்பாகம் பெண்ணாகவும் ஒப்பனை பூண்ட பலவேசக்காரர்கள், சாமியார் வேடமிட்ட யாசகர்கள், சிலவேளை நிஜமாகவே சாமியார்கள் என்று யாராவது வந்துகொண்டேயிருப்பார்கள்.

அப்பா காலமாவதற்கு ஆறு மாதம் முன்பு, பொழுதுவிடிவதற்கு முன்பாகவே, தாழிட்ட கதவைத் துளைத்துப் புகுந்த குடுகுடுப்பைச் சத்தமும், அதைத்தொடர்ந்து குறிசொல்லக் கிளம்பிய குரலும், எனக்குக் கொஞ்சமும் புரியாத அதன் மொழியும் இன்னமும் நினைவிருக்கிறது. அம்மாவின் வயிற்றில் காலைப் போட்டுக்கொண்டு உறங்குவேன். நான் பிறந்த பிறகு நிரந்தரமாக ஊதிப் பெருத்துவிட்ட வயிறு, மெத்தைபோல இருக்கும். குடுகுடுப்பைச் சத்தம் கேட்க

ஆரம்பித்தவுடன் பதற ஆரம்பித்த அடிவயிறு, அந்தக் குரல் முனியாண்டி கோயில் திசையில் முல்லையாற்றுப் பாலத்தில் சென்று தேய்ந்த பிறகும் வெகுநேரம் அடங்கவில்லை.

குடுகுடுப்பை வந்து சென்ற மறுவாரம் அப்பா சின்னத் திண்ணைக்கு இடம் பெயர்ந்தார். திண்ணையின் ஒரு ஓரத்தில் தென்னந்தட்டி வைத்து மறைத்திருக்கும். தட்டியை விலக்கி, உட்கார்ந்தவாறே, திண்ணைக்கு மறுபுறம் அவர் சிறுநீர் கழிக்க வசதியாய் இருக்கும் என்று குடும்பம் முடிவெடுத்திருந்தது.

திண்ணையை ஒட்டி இருக்கும் பயிர்க்குழியை நோக்கி சின்னத்தம்பியண்ணன் சிறு கால்வாய் மாதிரி வெட்டிவிட்டிருந்தார். வளாகத்திலிருந்த அரிசிமில்லில் ஓட்டுநராய் இருந்த அவரது குடும்பமும் வளாகத்துக்குள்ளேயே வசித்தது. அவருடைய ஒரே மகளுக்கு வலது கை மணிக்கட்டுக்குக் கீழே மொண்ணையாய் இருக்கும். என்னுடைய சின்னக்காவின் சொட்டாங்கல் மற்றும் பல்லாங்குழி விளையாட்டுத் தோழி அவள். விரல்கள் உள்ள ஒரே கையால் படுவேகமாக விளையாடுவாள்.

சின்னக்கா திருமணமாகிப் போய் ஐந்து வருடங்கள் ஆகியும், நாகமணிக்கு ஆகவில்லை. இவ்வளவுக்கும் இவள் அவளைவிட இரண்டு மூன்று வயது பெரியவள். சின்னத்தம்பியண்ணன் சம்சாரம் என் அம்மாவிடம் பேசிக்கொண்டிருக்கும் சாயங்காலங்களில் இதைப் பற்றிய விசனமும் தவறாமல் இடம்பெறும். எடுத்ததுக்கெல் லாம் அக்காவை சின்னத்தம்பியண்ணன் வெறுங்கையாலும், சாட்டைக்கம்பாலும் சிலவேளை தாம்புக்கயிறாலும் வெளுத்து வாங்குவார். சிலசமயம் வீட்டுக்கு வெளியே சிமெண்ட்டுக் களத்தில்கூட அடி விழும். மறுவார்த்தை பேசாமலும், ஒரு சொட்டுக் கண்ணீர் சிந்தாமலும் வாங்கிக்கொள்வாள் நாகமணியக்கா. இரவில் குடித்துவிட்டு வந்தபிறகு,

> ஏ... செல்ல மகளே. தெரியாமச் செஞ்சுட்டண்டா. என்னைய மன்னிச்சுர்றா.

என்று எங்கள் வீட்டுக்குக் கேட்குமளவு அழுது புலம்புவார் சின்னந்தம்பியண்ணன். அவள் காலைப் பிடித்துக்கூடக் கெஞ் சியதுண்டு என்று சொல்லும் அவர் சம்சாரம்,

> நாயெ அடிப்பானேன், பீயெச் சொமப்பானேன்.

என்றும் அம்மாவிடம் சொன்னபோது, நாகமணியக்காவை இந்த அம்மாள் ஏன் நாய் என்கிறார் என்று எனக்குத் தோன்றியது.

என்னமோ, அவனோட ஆத்தாமைதான் போ.

என்று அம்மா ஆறுதல் சொல்வாள்.

நாகமணியக்கா பற்றி மூன்று தகவல்களை இந்த இடத்தில் சொல்லிவிட வேண்டும்.

1 அப்பாவுக்கு உடம்பு முடியாமல் போன பிறகு, தனியாக எப்படிச் சமாளிக்கப் போகிறேன் என்று மலைத்தாள் அம்மா. பாத்திரங்கள் தேய்க்க, முல்லையாற்றிலிருந்து நீர் சேந்திவர, துணிகள் துவைக்க, காய்ந்தபிறகு மடித்துவைக்க என்று சகல வேலைகளுக்கும் ஒத்தாசையாக நாகமணியக்கா வந்து சேர்ந்தாள். சின்னத்தம்பி யண்ணனுக்கு ரைஸ்மில்லில் கிடைத்த சம்பளத்தில் பாதியளவுக்கு அவளுக்குக் கொடுத்ததாக, பின்னர் ஒரு சந்தர்ப்பத்தில் அம்மா சொன்னாள். ஆனால், அந்தத் தொகைக்காக வேலைபார்க்கவில்லை அக்கா; ஆத்மார்த்தமாகச் செய்தாள் என்பதையும் சேர்த்தே சொன்னாள்.

அப்பாவுக்கு ரோகம் முற்றி படுக்கையிலேயே மலம் கழிக்க ஆரம்பித்தபிறகு, படுக்கையருகே இருக்கிற, மூடியிட்ட பீங்கான் சட்டியைப் பொருத்தவும் அகற்றவும் உதவுவாள். அம்மாவை அனுமதிக்க மாட்டாள்.

ஒவ்வொருமுறை அவள் பணிவிடை முடிந்ததும் அவளுடைய உச்சந்தலையில் கைபதித்து ஆசீர்வதிப்பார் அப்பா. ஓரிரு முறை அவர் கண்கலங்கியும் பார்த்திருக்கிறேன்.

2 பயிர்க்குழிக்குப் பக்கத்தில் துணிதுவைக்கிற கல்லையொட்டிப் போட்ட சிமெண்ட் வட்டத்தின் விளிம்பில் அமர்ந்து பாத்திரம் தேய்ப்பாள் நாகமணியக்கா. அப்பாவின் பக்கவாட்டில் இருக்கும் தென்னந்தட்டியை, அண்டக்கொடுத்த மூங்கில் கழிகள் பகல் முழுக்கத் தாங்கி உயர்த்தி இருக்கும். ஆனால், நாகமணி பாத்திரம் தேய்க்கும்போதும், துணி துவைக்கும்போதும் அந்தத் திக்குக்கு முதுகைக் காட்டி ஒருக்களித்துப் படுத்திருப்பார். மகோதர வயிறு அவருடைய உடம்புக்குத் தொடர்பில்லாத தனி மூட்டை மாதிரிப் பக்கத்தில் தனியாக உருண்டு கிடக்கும்.

அந்த வயதில் தெரியவில்லை எனக்கு; பின்னாட்களில், குத்த

வைத்து அமர்ந்து அவள் பாத்திரம் தேய்த்த சித்திரம் மனத்தில் மேலெழும்போதெல்லாம், அப்பா அந்தப்புறம் திரும்பாதிருந்ததன் காரணம் புரியவந்தது. ஆமாம், நாகமணியக்காவின் மார்ப் பிளவு, தன்னிச்சையாகத் திரண்டு வெளித்தெரியும். பளீரென்ற முழங்கால் முட்டியும் பார்வையை ஈர்க்கும். பெண்களை உறுத்துப் பார்க்கும் பழக்கம் எனக்கு அப்போதே ஆரம்பித்திருக்கவேண்டும் என்று இப்போது தோன்றுகிறது.

3 இதே நாகமணியக்காவை, முன்னர் எழுதிய ஏதோவொரு கதையில், ஓரிரு வரிகளில் வந்து போகும் உபபாத்திரமாக நான் எழுதியிருக்கிறேன். எந்தக் கதையில் என்று ஞாபகமில்லை. ஆனால், எங்கள் ஊரில் இருந்த வாத்தியார் ஒருவருடைய மகள் என்று எழுதி வைத்திருப்பதாகத்தான் ஞாபகம். ஏனோ, இப்போது நேரடியாகச் சொல்லும்போது பெயரையும் அடையாளத்தையும் எதற்காக மாற்றவேண்டும் என்று தோன்றிவிட்டது. அவளும், கூழாங்கல்போல முடிகிற அவளுடைய வலது கையும் என்னை வெகுவாகப் பீடித்திருந்ததால், இன்னொரு கதையின் நாயகியாகவே வந்திருக்கிறாள் என்றும் நினைவு - தொகுப்பை எடுத்துப் படித்துப் பார்த்தால் தெரியும். அந்தக் கதையிலும் அவள் வாத்தியார் மகள் என்றே ஞாபகம்.

அரிசிமில் ஓட்டுநர் மகளை, அப்பாவின் ராமாயண சிநேகிதர் மகளாக அந்தக் கதையில் ஏன் மாற்றினேன் என்பதற்கு இப்போது ஒரு காரணம் தென்படுகிறது...

வேலுக்கோனார் மாதிரியே, துரைச்சாமி வாத்தியாரும் அப்பாவின் பேச்சுத் துணைவர். ஆனால், கோனாரிடம் இருக்கும் குறும்பும் வாஞ்சையும் இவரிடம் வெளிப்படையாக இருக்காது. ராமாயணத்தைப் பற்றி இவர்கள் மூவரும் பேசிக்கொண்டிருந்த ஒரு சம்பவம் நினைவு வருகிறது.

> ஏய்யா தொரச்சாமி, பொம்பளைட்டப் போயி வீரத்தைக் காமிச்சவந்தானெய்யா ஒங்காளு? அவென் சின்ன வயசிலேர்ந்தே அப்பிடித்தான்யா. கூனப் பொம்பளயெ மண்ணுருண்டையால அடிக்கிறது, கொஞ்சம் ஓங்குதாங்கா இருந்த அப்புராணிப் பொம்பளைய வாத்தியாரு சொன்னாருண்டு கொண்டு போடுறது... "பெண்ணல்ல

பேயிவள் ராமா..."

வேலுக்கோனாரின் குரல் அதே அபஸ்வரத்தோடு இன்றுவரை என் காதுக்குள் ஒலித்துக்கொண்டு இருக்கிறது. கோனாரின் முகத்தைக் கொஞ்சநேரம் முறைத்துப் பார்த்தார் வாத்தியார். பிறகு அப்பாவைப் பார்த்துத் திரும்பினார்.

அய்யிரே, இப்பத் தெரியிதா, இவென் இருந்தாண்டா நா ஏன் காம்பவுண்டுக்குள்ளாறெ மொளையிறதில்லேண்டு...

அப்பா சிரித்தார். வாய்பார்த்துக்கொண்டு அருகில் அமர்ந்திருக்கும் என் தலையைத் தடவியவாறே இருவருக்கும் பொதுவாக பதிலளித்தார்:

என்கிட்டே ஏன் பராதி சொல்றே? ரெண்டுபேரும் இன்னிக்கித்தான் மொத மொதல்லே பாத்துக்கிறீங்களாக்கும். வேலுவோட கிண்டலுக்குப் பாரபட்சம் உண்டா? அவன் நம்மளைக் கேலி பண்ற மாதிரியே தன்னையும் பண்ணிக்கிர்றவன்தானே?

வேலுக்கோனார் கையைத் தட்டிக்கொண்டு ஆர்ப்பாட்டமாகச் சிரித்தார்.

அப்பிடிச் சொல்லு அய்யிரே. இவனெ மாதிரி, அதெல்லாம் காவியம், கடவுள் சமாசாரம்ண்டு நெனைக்கிறவங்களா; இல்லே, என்னைய மாதிரி அவுகல்லாம் நெசம்மாவே இருந்தவுக, அதுங்காட்டி, அவுக செஞ்சதிலே உள்ள நாய அநியாயத்தையும் பேசித்தான் ஆகணும்ண்டு எடுத்துப் பேசுறவுகளா - யாருக்காக அம்புட்டையும் எளுதி வச்சிட்டுப் போயிருக்காங்ய?

அதுக்காக, எந்நேரமும் கோளாறுகளையே பேசிக்கிட்டுத் திரியிறதா?

இப்ப என்னா கோளாறெப் பேசிப்புட்டாக?

பின்னே, மனுசப் பிறவி எடுத்தாச்சுண்டா தெய்வமாயிருந் தாலும் கொறைகள் இருக்கத்தான் செய்யும்ண்டு காட்டுறதுக்காண்டித்தானே சூர்ப்பனகெ மானபங்கத்தையும் வாலிவதையையும் அதுக்குள்ளாறெ சொருகி வச்சிருக்குறது? எளுதுனவென் நெனச்சிருந்தா மறைச்சிருக்க முடியாது?

என்னமோ இவந்தான் கண்டுபிடிச்ச மாதிரி, திரும்பத் திரும்ப அதையே சொல்லிக்கிட்ருக்குறதா?...

சிறு இடைவெளி விட்டார். திரும்பவும் வேலுக்கோனாரை முறைத்தார். அப்பாவிடம் திரும்பிச் சொன்னார்:

...இவனுக்கு இதே சோலியாப் போச்சு அய்யிரே. அன்னைக்கி வாடிப்பட்டிச் சந்தையிலே இவன்கிட்டெ மாட்டிக்கிட்டேன். பிரியமாப் பொடிமட்டைய நீட்டுனான். ஒரு சிமிட்டா எடுத்து இளுக்குறதுக்குள்ள நெஞ்செ வகுந்துட்டான்.

அப்பிடி என்னத்தெச் சொன்னான்?!

என்று மறுபடியும் சிரித்தார் அப்பா.

ராமயாணமும் செரி, பாரதமும் செரி, வெறும் பொம்பளை சமாசாரத்தாலே வந்த தாவாதான்; வேற தத்துவப் புண்ணாக்கு ஒரு மண்ணும் கெடயாதுண்டான். அப்பறம், கூச்சநாச்சமில்லாமெப் பொம்பளைகளெத் துன்புறுத்துற கதைகதான் ரெண்டும்னு வேறெ சொல்லி மனசெ ஒடைச்சிட்டான்...

அப்பா வாய் திறந்தார்:

கேலியோ கிண்டலோ, வேலு சொல்றதுலெ ஒரு அர்த்தம் இருக்கத்தானே செய்யிது தொரச்சாமி. ஆம்பளைக அகங்காரத்துக்குப் பலியாகுறது எப்பவுமே பொம்பளைகதானே? ரெண்டு காவியத்திலயும், நிம்மதியா இருக்குற ஒரேயொரு பொம்பளையைக் காட்டு பாப்பம்.

வேலுக்கோனார் குதித்துக் கைதட்டினார்.

கரைக்ட்டாச் சொன்னெ அய்யிரே. ராசா பொஞ்சாதிண்டா என்ன, ராச்சசன் பொஞ்சாதீண்டா என்ன? லோல் படுறதுலே வித்தியாசம் உண்டா?

அம்மா கொடுத்துவிட்ட காஃபித் தம்ளர்களுடன் நாகமணியக்கா வந்ததால் பேச்சில் கொஞ்சம் இடைவெளி விழுந்தது. முந்தைய தடவை இவர்கள் மூன்றுபேரும் இதேபோல உட்கார்ந்து பேசிக்கொண்டிருந்த ஒரு சாயங்காலத்தில், சிமெண்டுக் களத்தில் வைத்து, ஹல்லரில் நெல்லைக் குத்தி இறக்க உதவும் மூங்கில் கம்பால் சின்னத்தம்பியண்ணன் தன் மகளை சரமாரியாக வெளுத்தது

எனக்கு ஞாபகம் வந்தது. துரைச்சாமி வாத்தியாருக்கும் ஞாபகம் வந்ததோ என்னவோ. அவர் நீண்ட பெருமூச்சு விட்டார். முதல் மிடறு காஃபி இறங்கும்போது அவருடைய குரல்வளைப் புடைப்பு விசித்திரமாக ஏறி இறங்கியது.

அட போப்பா, ரெண்டுபேரும் கறுப்புக் கச்சிக்காரனெ மாதிரிப் பேச ஆரமிச்சுட்டீக.

என்று சுரத்தில்லாத குரலில் சொன்னார். வேலுக்கோனார் சிரிக்காமல் சொன்னார்:

ஆனாலும், அந்தப் பொம்பளைய நாசூக்காத் திருப்பியனுப்பியிருந்தா இம்புட்டுப் பிரச்சினெ வந்துருக்குமா? அந்த ஒரு காரியத்தெச் செய்யலேண்டா கதையோட போக்கே மாறிப் போயிருக்காது?

துரைச்சாமி வாத்தியார் எரிச்சலோடு சொன்னார்:

ஆமாமா. அத்தைக்கி மீசெ மொளைச்சிருந்தா, சொந்தச் சித்தப்பனாயிருப்பான்...

மற்ற இருவரும் மறுபடியும் சிரித்தார்கள். காலித் தம்ளர்களை எடுத்துப்போக நாகமணியக்கா மறுபடியும் வந்தாள். வாத்தியாரின் குரல் தழைந்தது. தமக்குத் தாமே சொல்லிக் கொள்கிறவர் மாதிரி அந்த உரையாடலின் கடைசி வாக்கியத்தை உதிர்த்தார்:

...ஆம்பளையோடெ வாழ்க்கைக்கி அர்த்தம் உண்டாக்குறதும் அவுகதானே. பாக்கப்போனா, தப்புகளையும் சேத்துச் சொன்னதுனாலெதான் ரெண்டும் காவியமாச்சு.

அவர்கள் போனபிறகு, அப்பாவை இறுக்கிக் கட்டிக்கொண்டு படுத்திருந்தபோது கேட்டேன்.

கோனார் மாமா சொன்னது சரிதானேப்பா? மூக்கை அறுத்ததாலெதானே யுத்தமே வந்தது?

தீவிரமான குரலில் அப்பா சொன்னார்:

வேலு புரியாமெப் பேசறான். அப்பிடி நடக்காம இருந்தா அவதார நோக்கம் நிறைவேறியிருக்காதே.

இதையேம்ப்பா நீங்க அப்பொச் சொல்லலே?

அவாளோட தாவாவெ அவாளே தீத்துக்கட்டும்ன்னுதான்...

மத்தவன் நியாயம் தெரியாமலா பேசறான் ரெண்டுபேரும்... அவா சிநேகிதத்தோடெ தன்மெ அப்பிடி. சும்மா செல்லக் கடி கடிச்சுப் பொழுதைப் போக்கிக்கறான்கள்...

மெல்லச் சிரித்தார் அப்பா.

மறுநாள், இரண்டு அதிசயங்கள் நிகழ்ந்தன. காலையில் என் தாய்மாமா வந்திருந்தார் - அப்பாவை நலம் விசாரிக்க. அம்மாவின் மூன்று சகோதரர்களில் நடுவிலுள்ளவர். அம்மாவே அவரை 'திருவாழத்தான்' என்றுதான் குறிப்பிடுவாள். மூத்த மாமாவும் கடைசி மாமாவும் பட்டாளத்தில் இருக்க, இவர் மட்டும் உள்ளூரில் என்னென்னவோ செய்து வருமானம் ஈட்டினார். அவற்றில் பல செயல்களை 'வெளியிலே சொல்லவாவது முடியுமா' என்று அம்மா அங்கலாய்ப்பாள். எனக்கு அவர் தொடர்பாக ஒரு சுவாரசியம் உண்டு - வலது காது மடலில், துவாரத்தை மூடி ஒரு நாணயத்தைச் செருகி வைத்திருப்பார் - 'அப்புறம் எப்படிக் காது கேக்கும்?' என்று ஆச்சரியப்படுவேன்; கேட்டதில்லை. அவ்வளவு இணக்கமாக பதில் சொல்பவரில்லை அவர்.

அப்பாவும் அவரும் பேசிக்கொண்டிருந்தபோது, கடைசிப் பரீட்சையை முற்பகலில் எழுதிவிட்டு, மத்தியானம் ஒரு தூக்கமும் போட்டு முடித்திருந்த நானும் திண்ணையில் இருந்தேன். பிற்பகல் சாயங்காலமாக மாறத் தொடங்கியிருந்தது.

வளாகத்துக்குள் ஒரு ஆள் நுழைந்தான். பரட்டைமுடியை ஒருமாதிரி அடக்கிக் கட்டி உருமால் அணிந்திருந்தான். திமிறி அசைந்த சிகை பிடரியிலும் உச்சந்தலையிலும் பிதுங்கி வழிந்தது. அழுக்குச் சட்டை வேட்டி. வட்டமான பிரம்புக் கூடைகள் நாலைந்தைத் தோளில் மாட்டி முதுகுப்புறம் ஒதுக்கியிருந்தான். பேருந்தின் வெளிப்புறம் ஓட்டுநர் இருக்கை ஜன்னலையொட்டி மாட்டியிருக்கும் ரப்பர் ஹாரனை ஞாபகப்படுத்தும் விநோதமான வாத்தியம் ஒன்றை இரண்டு கைகளாலும் பிடித்திருந்தான். அதன் கீழ்ப்புறம் நீட்டியிருந்த இரண்டு கோல்களில் புல்லாங்குழல்போலத் துவாரங்கள் இருந்தன. எங்களுக்கு நேர் எதிரில் வந்து ஊத ஆரம்பித்தான். சத்தம் கேட்டு வேகமாக வெளியில் வந்த அம்மா ஏதும் சொல்வதற்குள், அவனை நோக்கிக் கையமர்த்தினார் மாமா. ஊதுவது உடனடியாக நின்றது.

நல்லது வச்சிருக்கியாடா?

என்று வந்த ஆளிடம் கேட்டார் மாமா. கறிகாய்க்காரியுடன் அம்மா பேசும் அதே தொனிதான் இருந்தது.

இருக்கு சாமி.

எங்கெ காட்டு பாப்பம்.

அப்பா, 'அடே, அடே' என்று பதறுவதற்குள், வந்தவன் தரையில் குந்தி உட்கார்ந்து வட்டக்கூடைகளில் ஒன்றைத் திறந்தான். அதனுள் சுருண்டிருந்ததின் தலைப்பக்கம் புறங்கையால் செல்லமாகக் குத்திய மாத்திரத்தில் ஜிவ்வென்று படமெடுத்து உயர்ந்தது. ஐயோ, பார்க்கப் பார்க்க பயமாகவும், பார்வையை விலக்க முடியாமலும் நான் அவஸ்தைப்பட்டது இன்னும் மறக்கவில்லை. பலூன்மாதிரி உப்பிய கன்னங்களுடன் இடவலமாகத் தலையை ஆட்டியபடி அவன் வாசிக்க, பாம்பு 'ஆகட்டும், ஆகட்டும்' என்று படத்தை ஆட்டியது. அந்தக் கண்ணாடி வழுவழுப்பைக் கையால் தீண்டிப் பார்க்க வேண்டும் என்று எனக்கு ஆசையாக இருந்தது. சரிசமமாக, இனம் புரியாத பீதியும் உயர்ந்தது.

திடீரென்று அவன் ஏதோ சமிக்ஞை செய்ய, வால் நுனியை ஊன்றி ஒரு கோல் போல நெட்டுக்குத்தாக எழுந்து நின்றது பாம்பு. பின்னாளில் 'தென்னிந்தியப் பாம்பாட்டிகள்' என்ற தலைப்புள்ள மொழிபெயர்ப்பு நூலின் அட்டையில் கோட்டோவியமாக அதே காட்சியைப் பார்க்கக் கிடைத்தது...

பெரியவர்கள் மூவருமே பதறினார்கள். ஆமாம், மாமாவும்தான். காதில் செருகியிருந்த எட்டணா நாணயத்தை அவனை நோக்கிச் சுண்டி,

கிளம்பு, கிளம்பு.

என்று வேகமாகச் சொன்னார். அவன் சிரித்துக்கொண்டே, பாம்பை மீண்டும் சுருள வைத்து, கூடையை மூடினான். காசை எடுத்துக்கொண்டு நகர்ந்துவிட்டான். அவன் பார்வை மட்டும் சின்னத்தம்பியண்ணன் வீட்டின் திசையில் ஊன்றிப் பதிந்திருந்தது. மற்றவர்கள் இதைக் கவனித்தார்களா தெரியவில்லை - அல்லது, அதைப் பெரிதாக எடுத்துக்கொள்ளாமல் இருந்திருக்கலாம். வளாகத்தைவிட்டு அந்த ஆள் வெளியேறும்வரை காத்திருந்துவிட்டு,

வெறும் பாம்பாட்டியில்லேக்கா இவன். மைவித்தைக்காரன். பாம்பு எப்பிடி நட்டமா நின்னது பாத்தியா.

இவன்களையெல்லாம் அதிக நேரம் நம்ம இடத்திலே இருக்கவிடக் கூடாது.

என்றார் மாமா.

மெனக்கிட்டு அவனை உக்கார வச்சது யாரு?

என்று கேட்டுவிட்டு முகத்தைத் திருப்பிக்கொண்டார் அப்பா.

ஒரு கால் மணி நேரம் போயிருக்கும். தண்டோராபோல ஒன்றைக் கழுத்தில் மாட்டிக்கொண்டு இன்னொரு ஆள் உள்ளே வந்தான். பிள்ளையார் கோவில் திடலில் அன்றும் மறுநாளும் தோல்பாவைக் கூத்து நடக்க இருக்கிறதாம்.

...வூட்லெ எல்லாரும் வந்து பாக்கணும் சாமி.

என்று நயமாய்ச் சொன்னவாறே, இளநீல நிற நோட்டீஸ்கள் இரண்டை நீட்டினான். யாரும் பதில் சொல்வதற்கு முன்பே சின்னத்தம்பியண்ணன் வீட்டை நோக்கிப் போனான்.

இவனுக்கும் அந்தப் பாம்புக்காரனுக்கும் அபாரமான முக ஒற்றுமை இருந்த மாதிரிப் பட்டது எனக்கு. ஆனால், பெரியவர்கள் மூவருமே அதைப் பற்றிப் பேசிக்கொள்ளவில்லை என்பதால், அது என் தனிப்பட்ட பிரமையாக இருந்திருக்கலாமோ என்று இப்போது தோன்றுகிறது - இரண்டு முகங்களுமே இன்னமும் என் மனத்தில் அழுத்தமாக மீந்திருப்பதால், அது நிஜமேதான் என்றும் படுகிறது. என்ன சொல்ல, படமெடுத்த பாம்பு நீட்டிக்காட்டிய நாக்குப்போல இரண்டு திரிகளாக எஞ்சியிருக்கிறது அந்த ஞாபகம்.

எதையெடுத்தாலும் அப்பாவிடம் கேள்விகேட்டுக் கொல்லும் வழக்கமுள்ள நான் மேற்சொன்ன ஜாடை ஒற்றுமையைப் பற்றிப் பேசாமலிருந்தது ஏன், அல்லது எது என்னைக் கேட்காமலிருக்க வைத்தது, அல்லது, எனக்கு மட்டும் அப்படித் தெரிவானேன் என்றெல்லாம் பலநாள் குழம்பியிருக்கிறேன். பிள்ளைப்பிராயத்தின் அபூர்வச் சுழிகளில் ஒன்றாக என்னுடன் தங்கிவிட்டது அது.

அந்த வாத்தியத்தின் பெயர் 'மகுடி' என்றும், அதில் பாட்டெல்லாம் வாசிக்க முடியாது என்றும், நாதசுரக்காரர்கள் 'மகுடி' என்றே ஒரு அயிட்டம் வாசிப்பார்கள்; அதை வாசித்த சபைகள் சிலவற்றில் நிஜமாகவே பாம்பு வந்திருக்கிறது என்றெல்லாம் அன்றிரவு சொல்லிக்கொண்டிருந்தார் அப்பா. மறுநாள் நான் பள்ளிக்குக் கிளம்பிய அதே சமயத்தில் மாமா ஊர்திரும்பக் கிளம்பினார்.

கோடைவிடுமுறைக்கு முந்தைய கடைசி வேலை நாள் அது.

அன்று பரீட்சையும் கிடையாது, பாடங்களும் கிடையாது. பகல்பொழுது முழுக்க உற்சவம்போலக் கழியும். அத்தனை வகுப்பையும் ஒன்றாய் உட்கார்த்தி, அத்தனை ஆசிரியர்களும் ஒன்றாய் உட்கார்ந்து, அவ்வளவு பேருக்கும் நிழல் தருமளவு தலை விரித்திருக்கும் மரத்தடியில் நடக்கும் பெரும் கொண்டாட்டம். அவரவரும் பாடலாம், ஆடலாம், கதைசொல்லலாம். பெரும்பாலும் என்னை முதலில் பாடச் சொல்வார்கள் - 'விநாயகனே வெவ்வினையை வேரறுக்க வல்லான்' என்று நான் ஆரம்பித்துப் பாடி முடித்தவுடன்,

இது கரட்டுப்பட்டிக்கே கேட்டிருக்குமேடா!

என்றார் தலைமையாசிரியர். ஆசிரியர்கள் அனைவரும் சிரித்தார்கள். ஜெபமணி டீச்சர் என்னை அருகில் அழைத்து, குட்டிக்கூரா பவுடர் மணக்கக் கட்டிக்கொண்டார்கள். நாற்காலியில் அமர்ந்திருப்பார்களா, இடதுபக்கம் எடுத்த கோணல்வகிடும், தலையில் பூசிய ஹேர் ஆயில் மணமும் எனக்குள் அழுத்தமாகப் பதிந்தன.

அன்றைக்கு எங்களுக்கு ஒரு விந்தை காத்திருந்தது. மாயவித்தைக்காரர் ஒருவர் ஊருக்குள் வந்திருந்தார். மாணவர்களுக்கு வித்தை காட்ட அவரைப் பள்ளிக்கூடத்துக்கு வரவழைத்திருந்தார் தலைமையாசிரியர்.

காலித் தொப்பிக்குள்ளிருந்து புறா எடுப்பது, சிவப்புக் கைக்குட்டையை நீலமாக மாற்றுவது, பூங்கொத்தைப் பூனைக்குட்டியாக மாற்றுவது, கோலிக்காயை வைத்து மூடிய கையை லேசாகத் திறந்து காட்டினால், அது உயிருள்ள கோழிக்குஞ் சாகத் தெரிவது, ஜெபமணி டீச்சருக்கு மட்டும் கரட்டாண்டியாய்த் தெரிந்தது, முதல் வரிசையில் அமர்ந்திருந்த என்னை அழைத்து, என் மூக்குத் துவாரத்திலிருந்து ஒரு பந்து அளவுக்குத் திரளக்கூடிய நூல் கண்டின் திரியை இழுத்துக்கொண்டே இருந்தது, உச்சமாக ஜெபமணி டீச்சர் அமர்ந்திருந்த நாற்காலியில், தோகையை விரிக்காத ஆண்மயில் ஒன்று அமர்ந்திருப்பதைக் காட்டி பிரமிக்க வைத்தது (இந்த ஒரு காட்சியை மட்டும் அன்று பார்த்தேனா, வேறெங்கோ பார்த்ததை அந்த நாளுக்கு என் மனம் நகர்த்திக்கொண்டதா என்று குழப்பமாய் இருக்கிறது) என்று நிஜமும் மாயமும் மாறி மாறி எங்களை அலைக்கழித்த பேரானந்தம் கிடைத்தது அன்று.

ஆனால், விஷயம் அது அல்ல - அந்த மந்திரவாதியின் முகமும், முந்தினநாள் வீட்டு வாசலுக்கு வந்த பிடாரனின் முகமாகவே

இருந்ததுதான் என்னைக் கிறங்க வைத்தது. ஒருவித அச்சமும் எனக்குள் கிளர்ந்தது - இந்த இரண்டு நாளாக, அந்நிய ஆண்கள் அத்தனைபேருக்கும் ஒரே முகம் இருக்கிற மாதிரித் தெரிகிறதே எனக்கு?

நாகமணியக்காவைப் பற்றிப் பேசிக்கொண்டிருக்கும்போது, வித்தைக்காரனைப் பற்றி இவ்வளவு நீண்ட ஞாபகம் மேலெழுவது போலவே, ஒருபோதும் விளங்காத புதிர்தான் அதுவும்...

ஏனோ, அதையும் அப்பாவிடம் சொல்லத் தோன்றவில்லை. எது தடுத்தது என்றும் தெரியவில்லை; பார்க்கப்போனால், எனக்குள் சேகரமான முதன்முதல் ரகசியமாக அது இருக்கலாம்.

இரண்டாவது ரகசியத்தைத்தான் இப்போது சொல்லப் போகிறேன்.

லீவு விட்டதைக் கொண்டாட, என்னைப் பாவைக்கூத்துப் பார்க்க அனுப்ப முடிவெடுத்தார் அப்பா. துணைக்கு யார் போவது? என்று அம்மா விசனப்பட்டாள்.

ஏன், அந்தக் கொழந்தையை அனுப்ப வேண்டியதுதானே?

சாயங்காலம் முல்லையாற்றிலிருந்து, தலையிலும் வலது இடுப்பிலும் தண்ணீர்க் குடங்களோடு வந்த நாகமணியக்காவிடம் அம்மா கேட்டாள்:

நாகு, தம்பியோடெ போய்ட்டு வர்றியா?

அக்காவின் முகம் உடனடியாக மலர்ந்தது. அப்பா ஏனோ அக்காவின் முகத்தை மிகுந்த கனிவோடு பார்த்தார். பிற்பாடு அடிக்கடி சொல்லிப் புலம்பிக்கொண்டிருந்தார், தமது இறுதிநாள்வரை:

மனசுக்கு ஏதோ பட்டுது. ஆனா, இம்புட்டுப் பெரிய அபவாதமா முடியும்ன்னு நினைக்கல்லியே....

நாங்கள் போனபோது, ஆட்களை உள்ளே அனுமதிக்க ஆரம்பித்திருந்தார்கள். நாலு புறமும் அழுக்குநிற வெள்ளைத் துணிச்சுவர் கொண்ட சிறிய கூடாரம் அது. வாசலுக்குக் கொஞ்சம் தள்ளி மடக்கு மேசையும் மடக்கு நாற்காலியும் போட்டு சீட்டுக் கொடுத்துக் கொண்டிருந்தான் ஒரு ஆள். சிறுவர்களுக்குப் பத்துப் பைசா. பச்சைச் சீட்டு. பெரியவர்களுக்கு நாலணா. ரோஜா நிறச்சீட்டு.

இந்த ஆளிடம் வாங்கிய சீட்டை நுழைவாசலில் நிற்பவனிடம் கொடுத்தால், அவன் இரண்டாகக் கிழித்து, பாதியைத் தன்னிடம் வைத்துக்கொண்டு மீதியை எங்களிடமே கொடுத்தான். மீதிகளை அக்கா இடது கையால் என் சட்டைப் பையில் திணித்தாள். எனக்கு நெஞ்சு கூசியது. நாற்பது ஐம்பதுபேர்வரை அமர வசதிகொண்ட கூடாரம். உள்ளே பெண்களுக்கும் சிறுவர்களுக்கும் கயிறு கட்டி ஒதுக்கிய இடத்தில் இருவரும் அமர்ந்தபோது எனக்கு நினைவு வந்தது - வாசலில் சீட்டைக் கிழித்தவன், முந்தினநாள் நோட்டீஸ் கொடுத்துக்கொண்டு வந்த தண்டோராக்காரனேதான்!

ஆட்கள் வரவர சபையில் சலசலப்பு அதிகரித்தது. எதிரே இருந்த திரையின் இருபுறமும் வைத்த ஸ்பீக்கர்களில்,

நான் ஏழு வயசிலே எளனி வித்தவ...

என்ற பாட்டு நாராசமாய் உரத்து ஒலித்தது.

அந்தப் பாட்டு முடிந்ததும், தண்டோராக்காரன் உள்ளே வந்து, துணிக்கதவாக இருந்த படுதாவை நாடாவால் இழுத்துக் கட்டி முடிச்சுப்போட்டான். முன்னால் இருந்த தூயவெள்ளைத் திரையில் சட்டென்று வெளிச்சம் பாய்ந்தது. திரைக்குப் பின்புறம் ஓரிரு ஆட்கள் நடமாட்டத்தை உணர முடிந்தது.

தட்டையான விநாயகர் குதித்துக் குதித்து வந்து நின்றார். அவர் அசையாமல் நின்றிருக்க, தொடர்ந்து ஒரு கோமாளி வந்தான். மொட்டைத்தலையின் பின் மண்டையிலிருந்து வழியும் உச்சிக்குடுமி குதித்துக் குதித்து ஆட, அவனுடைய உருவம் திரையில் படிந்து படிந்து விலகியது.

கணபதியே வருவாய் - அருள்வாய்

என்று கைகளைக் கூப்பியும் விலக்கியும் ஆடினான். சீர்காழியின் குரலெங்கே, இந்த ஆளின் அழுகைக்குரலெங்கே என்று எனக்குள் ஒப்பீடு உயரும்போதே, வேறேதோ உணர்வு தட்டியது. யாரோ என்னை உறுத்துப் பார்க்கிறார்கள். நெருக்கியடித்து அமர்ந்திருந்த நாகமணியக்காவிடமிருந்து அவசரமாக விலகி உட்கார்ந்தேன். இடது புற ஸ்பீக்கருக்கருகில் தண்டோராக்காரன் நின்று எங்களையே உன்னிப்பாய்ப் பார்த்துக்கொண்டிருந்தான். எனக்கு உடம்பு முழுவதும் ஏதோ பூச்சி ஊர்வதுபோல இருந்தது.

நான் நெளிவதை அறிந்த மாதிரி, தன் வலது கையால்

என்னைத் தடவிக் கொடுத்தாள் அக்கா. முதுகில் கூழாங்கல்லை வைத்து உருட்டுவதுபோல உணர்ந்தேன். ஆனால், அவள் அனிச்சையாகத்தான் செய்திருக்க வேண்டும்; ஏனென்றால், அவளுடைய பார்வை தண்டோராக்காரன்மீது அழுத்தமாகவும், அசையாமலும் படிந்திருந்தது. ஒரே நேரத்தில் நடக்கும் இரண்டு நிழல்கூத்துகளில் எதைக் கவனித்துப் பார்ப்பது என்று நான் குழம்பியது இன்னமும் நினைவிலிருந்து அகலவில்லை. பெரிதாக ஏதும் நடக்காவிட்டாலும், நிஜ மனிதர்கள் சம்பந்தப்பட்ட இந்தக் கூத்து திரையில் நடப்பதைவிட சுவாரசியமாக இருந்ததும் பசுமையாக நினைவிருக்கிறது. பாத்திரம் தேய்க்கிற, சொட்டாங்கல் விளையாடுகிற நாகமணியக்காவின் உருவம் அல்ல அது; அவளுடைய கண்களும், கைகளும், ஏன், மொத்த உடம்புமே வேறுவிதமான பாவனைகளால் நிரம்பியிருந்தன அப்போது. எவ்வளவு நேரம் இப்படியே கழிந்தது என்று நினைவில்லை.

இதற்கிடையில், திரையில் காட்சி மாறியிருந்தது. கோவர்த்தன கிரியைத் தூக்கிய அலுப்பில் தூங்கப் போய்விட்டிருந்தார் கிருஷ்ணன். வேறு ஒரு சூத்திரதாரியின் குரலில் வைத்திய சேட்டும், அவரிடம் சிகிச்சைக்கு வந்த கோகுலத்தின் சோனிப் பிரஜை ஒருவரும் துள்ளித்துள்ளி உரையாடிக்கொண்டிருந்தனர். வியாதியஸ்தரின் பின்மண்டையில் இருந்த நீளக் குடுமி இன்னும் வேகமாகத் துள்ளியது. இவரும் முதலில் வந்த கோமாளியும் ஒரே ஆள்தானோ என்று தோன்றியது எனக்கு. கீச்சுக் குரலில் வைத்தியர் கேட்டார்:

> இன்னாபா செய்யிது…
>
> காத்துலெ போன்னா குட்டுமி பர்றக்குத்து சாமி. வெய்யில்லெ போன்னா எணல்லு கூட்டவே வருத்து சாமி. நடக்கிறப்பல்லாம், ஒட்டம்பும் பின்னோட்டவே வருத்து சாமி…

ஜலதோஷக்குரல் ஏறியேறி இறங்க, புட்டத்தை வேறு ஆட்டிஆட்டிப் பேசினார் விகடர். சபையில் குதூகலம் பொங்கியது.

> …ஒர்ரு நாள்ளைக்கி ஆய்யிரத்தி ஐன்னூத்தி இர்ருப்பத்தி மூண்ணரைக் குசு போகுத்து சாமி.

என்று முடித்தார் அவர். 'குசு' என்ற சொல்லை மட்டும் அழுத்தாமல் சொன்னாரா, மற்ற சொற்களை வேண்டுமென்றே அழுத்துகிறார் என்று பட்டது. கூட்டமானால், வெடிச்சிரிப்பில் ஆழ்ந்தது. சிரிப்படங்கக் காத்திருந்துவிட்டு, சேட்டு வைத்தியர் மருந்து சொல்லத் தொடங்கினார்:

இந்தாப்பா அரெக்குசுத் தம்பீ, கேட்டுக்கோ...

ம்.

சோளவந்தான் மாணிக்கம் மொதுல்யாரு கடேக்கிட்டப் போய்க்கோ.

ம்.

ஆலாம்பட்டே...

ம்.

அரசாம்பட்டே...

ம்.

சூனாம்பட்டே...

ம்.

சூத்தாம்பட்டே...

கிறுக்குப் பிடித்த மாதிரிக் குலுங்கியது சபை. பேரொலி அடங்கும்வரை மௌனமாய் இருந்த வைத்தியர் தகரத்தில் ஆணியால் கீச்சும் குரலில் தொடர்ந்தார்:

ஒண்ணொண்ணும் ஒவ்வொரு பலம் வாங்கிக்கோ...

சூத்த்தாம்பட்ட்டெ நம்ம்பக்கிட்ட்ட இருக்க்குர்றதே பத்த்தாத்துங்களா சாமீ?

கூட்டம் மறுபடியும் அதிர்ந்தது.

குறுக்கே பேசுனா வைத்தியம் பலிக்காது பாத்துக்கோ...

மன்ன்னாப்ப்பு சாமி மன்ன்னாப்ப்பு சாமி. சொல்ல்லுங்கோ சாமி. சொல்ல்லுங்கோ சாமி.

வியாதியஸ்தர் சாஷ்டாங்கமாக மூன்றுதடவை நமஸ்கரித்தார்.

நாலையும் வாங்கூனயா, ஒரு தொன்னெ தேன்லெ எல்லாத்தையும் பொடிச்சுப் போட்டயா?

ஆம்மாங்ங்கோ சாமி.

நெல்லா கோளிப்பீ கோளிப்பீ நக்கு.

கூடாரம் சரிந்துவிடுமோ என்கிற அளவு சிரிப்பொலி மிகுந்தபோது எனக்குள் அச்சம் தட்டியது. திடீரென்று அக்காவின் ஞாபகம் வந்து திரும்பிப் பார்த்தேன் - அவளும் சிரிக்கிறாளா என்று. அக்காவின் முகத்தில் அலாதியான தீவிரம் படர்ந்திருந்தது. திரையில் பொம்மைகளின் அசைவுகளுக்கேற்ப, அவளுடைய முகத்தில் நிழல் படிந்து படிந்து விலகியது. இயல்பாக என் பார்வை தண்டோராக்காரனிடம் நகர்ந்தது. அவன் அங்கே இல்லை.

சபையின் அதிர்வெடிச் சிரிப்பு அடங்குவதற்கு முன்பே, அவசரமாய் எழுந்தாள் அக்கா. கூழாங்கல்லால் என்னை மிருதுவாகத் தொட்டு,

தம்பீ, இங்கிணெயே இரு. அக்கா ஒண்ணுக்குப் போயிட்டு வந்தர்றேன்.

என்று சொல்லிவிட்டு அவசரமாக எழுந்து வெளியே போனாள்.

அதற்குப் பிறகு நான் அவளை இருபத்தைந்து வருடங்கள் கழித்துத்தான் பார்த்தேன்.

இவ்வளவு நினைவுகளும் இப்போது பீறிட்டு எழுந்ததற்கு இரண்டு காரணங்கள் தோன்றுகின்றன. ஒன்று, அப்பாவின் நாற்பத்திரண்டாவது சிரார்த்தம் நேற்றுக் காலையில் நடந்தது. இறந்து கிட்டத்தட்ட அரை நூற்றாண்டாகப் போகிறது - இன்னமும் உயிரோட்டத்தைக் கொஞ்சமும் இழக்காமல் எனக்குள் நடமாடிக்கொண்டிருக்கும் அப்பா. இரவு முழுவதும் என்னால் சரியாய்த் தூங்க முடியவில்லை. அயரும்போதெல்லாம் ஒரு கனவு உதித்து ஒவ்வொன்றிலும் அப்பா வந்தவண்ணமிருந்தார், அசைந்துகொண்டிருக்கும் புகைப்படங்களாக - நிறைகர்ப்ப வயிற்றுடன் தள்ளாடி நடப்பவராக, ராமநாடகக் கீர்த்தனை பாடியபடியே என்னை முதுகில் தட்டித் தூங்க வைப்பவராக, வலதுகையில் நெடுக்குவசமாக நீள்வட்டம் போடும் தூபத் தட்டும் இடதுகையில் ஓயாமல் குலுங்கும் கைமணியுமாகப் பிள்ளையார் முன் கண்மூடி நிற்பவராக, இடதுகையைத் தரையில் ஊன்றி அரைச் சம்மணமிட்டு அமர்ந்து, தட்டைச் சுற்றிலும் பருக்கைகள் சிதற, ஒவ்வொரு கவளத்தையும் தமது வாய்நோக்கி வீசுபவராக,

தொலைவில் எங்கோ வெறித்த பார்வையுடன் என் தலையை வருடுகிறவராக...

அது ஒரு காரணம் என்றால், இன்னொன்று, என் மகன் தரவிறக்கி வைத்திருந்த ஒரு திரைப்படம். ‘இல்லூஷனிஸ்ட்’ என்று பெயர். 1900ங்களின் வியன்னாவைக் களமாகக் கொண்டது. அதன் நாயகனான மந்திரவாதி, அரசகுலத்தவளான தன் காதலியை மாயமந்திர சாகசம் செய்து தூக்கிக்கொண்டு போவான்; அவனுடைய சாயல், மேலேசொன்ன தண்டோராக்காரனுடையதுபோலவே இருந்தமாதிரி எனக்கு ஒரு கணம் பிரமை தட்டியது...

ஆனால், எதற்காகக் காரணங்கள் சொல்ல வேண்டும். நான் என்ன கொலைக்குற்றமா புரிந்துவிட்டேன், பொருத்தமாக நியாயம் கற்பிப்பதற்கு? ஒரு ஞாபகம் மேலெழுந்து வருவதற்கு நான் நேரடிப் பொறுப்பாக முடியுமா என்ன? இதைச் சொல்லும்போது, ஒரு உதாரணம் நினைவு வருகிறது - என் சொந்த உதாரணம் அல்ல. நார்வீஜியச் சிறுகதையொன்றில் படித்தது. கதையின் தலைப்போ எழுதியவர் பெயரோ சுத்தமாக நினைவில்லை; மாய யதார்த்தக் கதை என்பதும், அதில் வந்த உதாரணமும் மட்டும் முழுசாக நினைவிருக்கிறது.

கடற்கரையில் விளையாடிக்கொண்டிருக்கும் சிறுவனுடைய தோல் செருப்பு அறுந்து போகும். அதையும் மற்றதையும் கடலுக்குள் விட்டெறிவான். இளைஞனான பிறகு, அதே கடற்கரைக்குத் தன் காதலியுடன் வருவான். அத்தனை வருடங்கள் கழித்து அதே செருப்புகள் ஜோடியாக மிதந்து வந்து கரையொதுங்கும். இந்த இடத்தில் ஆசிரியர் ஒரு உவமை சொல்லியிருப்பார் - ‘ஏதோவொரு பிராயத்து ஞாபகங்கள்போல அவை கரையில் ஒதுங்கின’.

இருபத்தைந்து வருடங்கள் கழித்து நாகமணியக்காவைப் பார்த்தேன் என்று சொன்னேனில்லையா, அதையும் சொல்லி முடித்துவிடுகிறேன்.

சிறுநகரமொன்றில் கொஞ்சகாலம் வசித்தேன்; எவ்வளவோ விஷயங்களைக் கூச்சமோ, தயக்கமோ இல்லாமல் சொல்லிவரும் நான் சில விஷயங்களில் மர்மமானவனாக ஆகிவிடுவதற்கு, அந்தந்த விஷயத்துக்கேயுரிய காரணங்கள் இருக்காதா என்ன? மேற்படி நகரத்தின் பெயரைச் சொல்லாமல் விடுவதற்கு நேரடியான ஒரேயொரு காரணம்தான்...

நாகமணியக்காவை நான் மீண்டும் சந்தித்த அந்த வருடத்தில், அந்த ஊர்க் கோயிலின் தேரோட்டத்தின்போது நடந்த ஜாதிக் கலவரம். தேர் இழுப்பதற்கு உரிமையுள்ள ஜாதிக்கும், தேர்ச்சக்கரங்கள் உரிய இடங்களில் திரும்புவதற்குத் தடி போடும் உரிமையுள்ள இன்னொரு ஜாதிக்கும் பெரும் மோதல் வெடித்து, நடுவீதியில் தேரை நிறுத்திவிட்டு ஒருவரையொருவர் அடித்துக்கொண்டும் துரத்திக்கொண்டும் இருந்தபோது, என் கண்முன்னால் இரண்டுபேர் வெட்டுப்பட்டு மாண்டார்கள். கல் விழுந்த காக்காய்க்கூட்டம்போல, கலவரக்காரர்களும் பக்தர்களும் உடனடியாக மாயமானார்கள். தேர்த்தட்டில் சிக்கிய அர்ச்சகரை, போலீஸ் வந்துதான் இறக்கிவிட வேண்டியதானது. இன்றுவரையிலும் அந்த ஊரின் பெயரை தினத்தாளில் பார்த்தால்கூட மனம் உதற ஆரம்பித்துவிடுகிறது. சிலவேளை, கடுமையாக வியர்த்து, வாய் குழற ஆரம்பித்துவிடும்.

கலவரம் வெடிப்பதற்கு முந்தின நிமிஷத்தில் நாகமணியக்காவைப் பார்த்தேன். என்னை அவள்தான் முதலில் அடையாளம் கண்டாள்.

எலே, தம்பீ...

என்று என்று அரற்றியபடி, ஆழமான வாஞ்சையுடன் என் கையைப் பற்றுகிறாள், பின்னால் டமார் என்று சப்தம் கேட்டது. யாரோ விட்டெறிந்த இரும்புத் தடி தேரின் மரச் சக்கரத்தில் மோதி விழுந்த ஓசை அது. அதே கணத்தில் நாட்டு வெடிகுண்டு வெடித்த சப்தம் கேட்டு ஆளுக்கொரு திசையில் ஓடத் தொடங்கினோம்.

அக்கா எங்கிருந்து வந்தாள், வந்த வேகத்தில் எப்படி மாயமானாள் என்பதெல்லாம் இன்றுவரை விளங்காத புதிர். அவள் என்னை வலது கையால் பற்றினாளா, இடதுகையாலா என்பதைக்கூட நினைவுகூர முடியவில்லை. ஆனால், தோற்பாவைக் கூத்தின் நடுவில் என்னைப் பரிவோடு தொட்டுவிட்டு வெளியேறினாளே, அப்போது வலதுகையின் உள்ளங்கையும் ஐந்து விரல்களும் முழுசாக இருந்தன. அது மிகத் துல்லியமாய் நினைவிருக்கிறது.

•

உடன் இருத்தல்

1

வடக்கு வேல்ஸிலிருந்து லண்டன் வரையிலான ரயில் பயணத்தில் அவரைச் சந்தித்தேன். பர்மிங்ஹாமில் ஏறினார். என் வலதுபக்க இருக்கையில் வந்து அமர்ந்தார். இடப்புற ஜன்னல்வழி, எதிர்ப்புறம் விரையும் வெட்டவெளியில் லயிக்க முயன்றேன். ரயிலேறிய நிமிடத்திலிருந்து இதே முயற்சிதான். முடியவில்லை. காட்சிகளும் ஒலிகளும் வாசகங்களும் எனக்குள் அலைபாய்ந்துகொண்டிருந்த விதம் அப்படி. அடம் பிடிக்கும் குழந்தைபோல புறக்காட்சியுடன் ஒன்ற மறுத்து தனக்குள்ளேயே அமிழ முற்படும் மனத்துடன் போராடுகிறவனுக்கு, புதியவரின் வருகையும் அருகாமையும் இடையூறு என்றே பட்டது. ஆனால், மிகப் பெரிய ஆறுதலாக வந்து சேர்ந்திருக்கிறார் அவர் என்று அப்போது எனக்குத் தெரியாது.

ஏனோ, நிமிடத்துக்கொருதடவை வலதுபுறம் திரும்பிப் பார்க்கத் தோன்றியது. இப்போது யோசித்தால், அவரிடமிருந்து அழுத்தமான ஜவ்வாது வாசனை தாக்கியது முதல் காரணம். ஐரோப்பிய அருகாமைகளின் ரசாயன நறுமணத்துக்கே பழகிய நாசியல்லவா, கீழைத்தன்மை கொண்ட இந்த மணம் என்னை வெகுவாக ஈர்த்தது. திரு.ஆடியபாதத்திடமிருந்து எந்நேரமும் வீசும் நெடி அது. வாசனைப்பிரியர் அவர்.

இரண்டாவது காரணம், திரு.ஆடியபாதமேதான். என் சொந்த மைத்துனர். உடன்பிறந்த சகோதரனைவிடப் பரிவும், பாசமும் காட்டிய மனிதர். இன்றுவரையிலான என் வாழ்க்கை ஓட்டத்தை

உரிய இடங்களில் திசைதிருப்பி, வேகத்தைக் கட்டுப்படுத்தி, வண்டி மிகச் சரியான இலக்கை நோக்கிச் செல்ல உதவியவர். வேணியுடைய குடும்பத்தின் தலைமகன். மிகப்பொருத்தமாக, கான்வெண்ட் ஒன்றின் தலைமையாசிரியராகப் பணிபுரிந்தவர். ஓய்வுபெற்ற பிறகும் ஆசிரியராகவே தொடர்கிறார் என்று தோன்றும்.

பதினேழு வயது இளையவளான தங்கையை மகள்போல நடத்துவார். கிருஷ்ணவேணி எட்டாவது குழந்தை - அதனால்தான் அந்தப்பெயரே. மூத்த சகோதரனை, 'அப்பா' என்று அழைக்காத குறையாக நடத்துவாள்...

முதல் வெளிநாட்டுப் பயணத்தின்போது, பர்ஸை எடுக்கும் போதெல்லாம், உள்ளூர் நாணயத்துக்கும் இந்திய நாணயத்துக்குமான செலாவணி வேறுபாட்டைத் தன்னிச்சையாய் பெருக்கிப் பார்க்க முனையும் என் மனம். மைத்துனரின் வாசகம் உடனே எழுந்து அதன் தலையில் தட்டும்.

அம்மண நாட்லெ கோமணம் கட்டினவன் பைத்தியக்காரன்யா!

உண்மையில், இந்தப் பழமொழிக்கும் பொருளாதார விசனத்துக்கும் நேரடி சம்பந்தம் ஏதும் இருக்கிறதா என்பது இப்போதுவரை தெரியவில்லை. ஆனால், அந்நிய மண்ணில் இருக்க நேரும்போதெல்லாம் எனக்கு வழிகாட்டும் வாசகம். தவிர, ஒரு ஞாபகம் ஏன் மேலெழுகிறது, எந்தவிதமான மன அழுத்தத்தை விளைவிக்கிறது என்பதற்கெல்லாம் நேரடிக் காரணங்கள் புலப்படும் சந்தர்ப்பங்கள் குறைவுதானே... பொருத்தமற்ற வாசகம் அடிக்கடி எனக்குள் எதிரொலிக்கும் என்றால், மிகப் பொருத்தமான இன்னொரு வாசகமும் அவ்வப்போது மேலெழுவது உண்டு. இதுவும் என் பிரிய மைத்துனர் அடிக்கடி சொல்வதுதான்.

இறைக்கிற கிணறுதானய்யா ஊறும்.

இது பணத்தை உத்தேசித்து அவர் சொல்வதுதான்; ஆனால், ஞாபகங் களுக்கும் செல்லுபடியாகும் போலிருக்கிறது. காலையிலிருந்து அடிமனத்திலிருந்து சம்பவங்களும் தருணங்களும் பீறிக் கிளம்பி அலைபுரளும் வேகத்தைப் பார்த்தால் அப்படித்தான் தோன்றுகிறது.

அது கிடக்கட்டும். திரு.ஆடியபாதம் பழமொழி வித்தகர் என்பதைச் சொல்லத்தான் முற்பட்டேன். ஆனால், அவர் என் நினைவுகளில் பின்னிப் பிணைந்திருப்பது வேறொரு காரணத்துக்காக...

தொழில்ரீதியாக, பத்துப் பனிரெண்டு முறை வெவ்வேறு நாடுகளுக்குப் பயணம் செய்திருக்கிறேன். ஒவ்வொரு முறையும் கையில் எடுத்துப் போகவேண்டிய அந்நியச்செலாவணியை திரு.ஆடியபாதம்தான் மாற்றித் தருவார். ஆசிகூறி, திருநீறு பூசி, விமானநிலையம்வரை வந்து வழியனுப்புவார்.

ஊர்திரும்பியதும் கணக்கை நேர்செய்வேன். காசு அட்டைகளும் கடன் அட்டைகளும் பெருகிவிட்ட இந்த நாட்களிலும் அதே நடைமுறைதான். ஒவ்வொரு முறையும் மனம் ததும்ப நன்றி சொல்வேன். அவர் சாதாரணமாய்ச் சொல்வார்:

> அட, நீர் வேறே. மனுசங்க கூட்டமா வாளணும்னு விதி உண்டாக்குனதே, ஒர்த்தருக்கொருத்தர் அனுசரணையா இருக்கணும்ன்றதுக்காகத்தானேய்யா?

செயலிலும் காட்டியவர். என்போன்ற நெருங்கிய உறவினர்கள், நாலைந்து சுற்றுகள் தொலைதூர உறவுகாரர்கள், குடும்ப நண்பர்கள், சக ஆசிரியர்கள், தெருக்காரர்கள், அவருடைய வகுப்புத்தோழர்கள், சபரிமலைக்குப் போகும் சக சாமிகள் என்று அவரைச் சார்ந்திருந்தவர்களின் பட்டாளம் மிகப் பெரியது. முகம் சுளிக்காமல் அத்தனைபேருக்கும் நிழல்தரும் ஆலமரம் அது...

இன்னொரு சிறப்பம்சத்தையும் சொல்லவேண்டும் - சுபாவமாகவே திரு.ஆடியபாதம் கம்பீரமான மனிதர். முகத்தில் நிரந்தரமாக ஒரு பெருமிதம் இருக்கும். பிரச்சினையோ, நெருக்கடியோ முற்றி அவரிடம் சென்று அடைக்கலமாகும்போது, பொருத்தத்தோடோ, பொருத்தமின்றியோ ஒரு கதை அல்லது சம்பவத்தை விரிவாக விவரிப்பார். அதன் புதுமையும், விவரிக்கும் குரலில் இருக்கும் ஆதுரமும் நம்மைக் குளிர்வித்து, என்ன காரணத்துக்காக வந்தோம் என்பதே கிட்டத்தட்ட மறந்துபோயிருக்கும்! அப்புறம், தாமே நினைவூட்டி, நமக்கான உதவியைச் செய்தும் முடித்தபிறகு, அந்த முகத்தின் நிரந்தரப் பெருமிதம் அத்தனை அழகாகத் தென்படும்!

என் சகபயணிக்கு, திரு.ஆடியபாதத்தின் முகச்சாயல் தத்ரூபமாக இருந்தது என்பது, நான் சொல்ல முனைந்த இரண்டாவது காரணத்தின் உள் அடுக்கு. நிறம்தான் வேறு. இப்போது வேறுமாதிரித் தோன்றுகிறது - தோற்றத்தில் தெரிந்த மிக மெல்லிய ஒற்றுமைகளை பூதாகாரமாக்கி நான் புரிந்துகொண்டிருக்கவும் கூடும்.

அன்றைக்கு இருந்த மனநிலை அப்படி. ஆனால், முகஜாடையை விட்டுத்தள்ளுங்கள்; திரு.ஆடியபாதத்தின் பெருமிதத்தில் இருந்தது ஒரு புலியின் சாயல் என்கிற மாதிரி நான் உணர்ந்தபோது கிடைத்த விசித்திர உணர்வு இருக்கிறதே, அப்பப்பா, இப்போது நினைத்தாலும் சிலிர்க்கிறது...

மூன்றாவது காரணத்தை நெஞ்சடைக்காமல் சொல்ல முடியாது; ஆமாம், இனி அடுத்தடுத்த பயணங்களில், நானேதான் அந்நியச் செலாவணி மாற்றிக்கொள்ள வேண்டும். என் அன்பு மைத்துனர், முந்தின நாள் நள்ளிரவில் தாக்கிய மார்வலியால் காலமாகிவிட்டார்.

நான் ரயிலேறுவதற்கு இரண்டு மணிநேரத்துக்குமுன் தொலைபேசியில் அழைத்துக் கதறிய வேணியின் குரல் என்னை விடாமல் சுற்றிச்சுற்றி வருகிறது - சாவகாசமான காலைநடையின் நிம்மதியைக் குலைக்கும்விதமாக, எவ்வளவு துரத்தியும் காதருகே வந்து நொய்யென்று ஒலியெழுப்பும் பிடிவாதமான ஈ போல.

நல்லவேளை, ஆங்கிலேய ஆடியபாதம் பேச்சுக்கொடுத்தார். இல்லையோ, துக்கத்தால் மறுகிக் குமைந்திருப்பேன் - உடனடியாய் ஊருக்குத் திரும்ப முடியாதபடி, சமுத்திரங்கள் அல்லவா பிரித்துவைத்திருந்தன...

பிரமாதமான காலைப்பொழுது, இல்லை!

குளிர்பதனம் செய்யப்பட்ட பெட்டிக்குள், இளங்காலை வெயிலின் பூஞ்சையான மஞ்சள்நிறம் மட்டும்தானே தெரிகிறது, இதில் என்ன பிரமாதத்தைக் கண்டார் இந்த ஆசாமி என்று எனக்குத் தோன்றும்போதே, அச்சு அசல் ஆடியபாதம் போலவே புருவத்தைச் சுருக்கிப் புன்னகைத்தார்... அரை மனத்துடன் சொன்னேன்:

ஆமாம்.

இந்தியரோ!

ஆமாம்.

எனக்கு மிகவும் பிடித்த நிலவெளிகள் அங்கேதான் இருக்கின்றன... குப்பையும் கூச்சலும் புழுதியும் தூசியும் இல்லாத இந்தியாவை என்னால் கற்பனை செய்துகூடப்

பார்க்க முடியாது. அதுதானே இயற்கையான சூழல்?! இங்கே பாருங்கள், தூசிதும்பு இல்லாத புல்வெளிகள். ஏக்கர்க் கணக்காய்ப் பரந்திருக்கும் இவற்றின் ஏதோ ஒரு ஓரத்தில் மேயும் நாலைந்து செம்மறிகள்... இந்த ஏற்பாடு எத்தனை செயற்கையாய் இருக்கிறது, இல்லை?...

சிரித்தார். நானும் சிரித்துவைத்தேன். அவருடைய ஒப்பீட்டில் ரகசியமான கிண்டல் எதுவும் இருக்கிறதோ என்ற சந்தேம் நிரடியது - என் முகத்தில் தெரியவில்லை போல. இயல்பாய்த் தொடர்ந்தார்:

...முதுமைக் காலத்தில் இந்தியாவில் வந்து குடியமர்ந்துவிட வேண்டும் என்று ஒரு தீர்மானம் இருக்கிறது. நைனிடாலுக்கு அருகே என்று முடிவெடுத்திருக்கிறேன். நான் தொடர்ந்து பேசுவது உங்களுக்குத் தொந்தரவாக இல்லையே!

அடடே. அப்படியெல்லாம் இல்லை.

பின்னே, அந்தக் கேள்விக்கு 'ஆமாம்' என்றா சொல்ல முடியும்!

எதனால் அப்படியொரு தீர்மானம் என்று கேட்கவில்லையே...

சொல்லுங்கள்.

ஒரு புலிக்கு வாக்குக் கொடுத்திருக்கிறேன். இது அந்த ஜென்ட்டில்மேனுக்குத் தெரியாதுதான்... என்றாலும், எனக்குத் தெரியுமே!..

இதுவரை இருந்த குழைவான முகபாவம் சட்டென்று தீவிரமடைந்தது. என்னைத் தாண்டி, ஜன்னல்வழி தெரிந்த வெட்டவெளியை வெறித்தார். முதல்முறையாக, அவர் தொடர்ந்து பேசவேண்டுமே என்று ஆவல் எழுந்தது எனக்கு. ஆமாம், இந்தியப் புலியுடன் இவருக்கு என்ன சம்பந்தம் இருந்திருக்கும்?!

ஆங்கிலத்தில் 'அவர்' என்பதற்கும் 'அவன்' என்பதற்கும் ஒரே சொல்தானே இருக்கிறது. உரையாடல் முழுவதுமே, 'அந்த ஜென்ட்டில்மேன்' என்றே குறிப்பிட்டார் என்பதால், முழுக்க முழுக்க 'அர்' விகுதி போட்டே சொல்கிறேன்...

...அப்படி நான் போகும்போது, அவர் இருப்பாரா என்பதற்குக்கூட உத்தரவாதமில்லை. இருபது வருடங்களுக்கு முன் நாங்கள் சந்தித்தபோதே நன்கு விளைந்திருந்தார். தவிர,

அந்த முறை, எங்கள் ஜீப்பைத்தாண்டி நாலைந்து ஜீப்கள் போயின. என்னுடைய ஓட்டுநர் மிகுந்த உவகையுடன் சொன்னார் - மிகப் பிரபலமான திரைநட்சத்திரம் தன் சகாக்களுடன் போகிறாராம். வேட்டையாடத் தடைசெய்யப்பட்டவை, அழிந்துவரும் இனம் என்றெல்லாம் எந்தக் கணக்கும் கிடையாது. இரண்டு மூன்று நாட்கள் ஆசைதீர வேட்டுத் தீர்த்துவிட்டு, பேருக்கு ஓரிரு மான்களின் சடலத்தை எடுத்துக்கொண்டு திரும்புவார்களாம்... வனத்துறை அதிகாரிகளுக்கென்ன, நடிகருடன் நின்று புகைப்படம் எடுத்துக்கொண்ட பாக்கியம் போதாதா!...

பெருமூச்சு விட்டார். முதல்முறையாக, சொந்த வாழ்க்கைக்கு வெளியிலும் துக்கம் கொண்டாட முடியும் என்பதை நேரடியாய்ப் பார்த்தேன்.

...வெறியைத் தணித்துக்கொள்ள வேட்டையாடுவார்கள் போல. என்னுடைய பள்ளி ஆசிரியர் ஒருவர் இருந்தார். இந்தியா பற்றிக் குறிப்பிடும்போதெல்லாம், 'மஹாராஜாக்களின் தேசம்' என்பார். பழைய மஹாராஜாக்கள் போய், தற்போது புதிய மஹாராஜாக்களின் காலம் நடக்கிறதல்லவா அங்கே!

கசப்போடு சிரித்தார். 'நடிகர்கள் மட்டுமில்லை; அரசியல்வாதிகள், தொழிலதிபர்கள் போன்ற பணமுதலைகளுக்கு உங்களிடமிருந்து கிடைத்த சுதந்திரமும், எங்களை மாதிரி சாதாரணர்களுக்குக் கிடைத்த சுதந்திரமும் ஒரேமாதிரியானவை அல்ல நண்பரே' என்று சொல்ல நினைத்து, மொத்தத்தையும் விழுங்கிவைத்தேன்.

உண்மையில், இந்தியாவின்மீது எனக்கு உண்டான பெருவிருப்பத் துக்கு திரு.ட்ரெவர்தான் காரணம் - நான் சற்றுமுன் குறிப்பிட்ட ஆசிரியர்...

என்றவர்,

...நாம் அறிமுகப்படுத்திக்கொள்ளவேயில்லையே! நான் ஜேக்கப் வில்லியம்ஸ்.

என்று கைநீட்டினார்.

சங்கரமூர்த்தி.

என்று பெயர்சொல்லிக் குலுக்கும்போதே, மடியில் வைத்திருந்த தோல்பையின் பக்கவாட்டிலிருந்து மறுகையால் ஒரு விஸிட்டிங் கார்டை எடுத்து நீட்டினார். ஒரு கணம் அதிர்ந்தேன். தத்ரூபமான, துல்லியமான புலியின் முகம் - நேருக்குநேராக முறைத்துக்கொண்டு நின்றது. பக்கவாட்டில், 'ஜேக்கப் வில்லியம்ஸ், கானுயிர்ப் புகைப்படக்காரர்' என்ற வரிகளுக்குக் கீழே ஒரு ஈமெய்ல் முகவரி, கூட்டல் குறியை முன்னொட்டாகக் கொண்ட இரண்டு தொலைபேசி எண்கள் இருந்தன.

> இன்னும் ஐந்தாறு ஆண்டுகள்... இப்போதே 'போதும்' என்றுதான் தோன்றுகிறது; ஆனாலும், மனத்தின் இன்னொரு பகுதியில், காட்டுக்குள் திரிவதற்கான வேட்கை அடங்காமலே இருக்கிறது. தவிர, கென்யா, வியத்நாம், லிபியா என்று வெவ்வேறு நாட்டு நண்பர்கள் அழைக்கும்போது மனத்தை அடக்க முடிவதில்லை. இந்தியாவுக்கே நாலைந்துதடவை வந்திருக்கிறேன் - ஒவ்வொரு முறையும் ஒவ்வொரு சரணாலயத்துக்குப் போவோம். ஆஸாம், மாத்ய ப்ரடெஸ் என்று எனது வங்காள நண்பர் அஞ்சன் ஸென்னுடன் சேர்ந்து தென்கோடிவரை போயிருக்கிறேன். மூண்டான் துரை, மூடுமலா என்று பல இடங்கள்...

நெடில்களும் குறில்களும் அழுத்தங்களும் இடம் மாறி, விநோதமான மழலை உச்சரிப்பும் சேர்ந்துகொள்ள, அந்தப் பெயர்களைத் தமிழ்ப்படுத்திக்கொள்ள சிரமப்பட்டேன். ஆனால், இன்ன இடத்தைச் சொல்கிறார் என்று புரிந்த மாத்திரத்தில், குழந்தை மாதிரிக் கிளுகிளுத்தது மனம்!

> நானே அங்கெல்லாம் போனதில்லை...

என்றேன்.

> அதில் தவறில்லை, நான் மட்டும் இங்கிலாந்தை முழுக்கப் பார்த்துவிட்டேனா என்ன!... உங்கள் பெயர் என்ன என்று சொன்னீர்கள்?

சொன்னேன். வாய்விட்டு உச்சரித்துப் பார்த்தார். கடினமாய் உணர்ந்திருக்க வேண்டும். முகம் சிவந்ததுக்குக் காரணம் வெட்கமா, அவமான உணர்வா என்று நிதானிக்க முடியவில்லை. இதமாய்ச் சொன்னேன்:

நீங்கள் என்னை ஷாங்க் என்று கூப்பிடலாம். எனது பிரிட்டிஷ் நண்பர்கள் அப்படித்தான் அழைப்பார்கள்...

தாங்க் யூ ஷாங்க். தாங்க் யூ வெரிமச். பெயர் சொல்லி அழைக்காமல் என்ன நட்பு வேண்டிக்கிடக்கிறது! நீங்கள் என்னை 'வில்லி' என்று அழைக்கலாம். ஒதியாம்போ உள்ளிட்ட அயல்நண்பர்கள் அப்படித்தான் அழைப்பார்கள்!!

இருவரும் புன்னகை பரிமாறிக்கொண்டோம். கன்றிய சிவப்பு முழுக்க வடிந்து, இயல்பாகியது அவர் முகம்.

2

திரு.ட்ரெவர் எனக்கு மிக விசித்திரமான முறையில் இந்தியாவை அறிமுகப்படுத்தினார். ஜிம் கார்பெட்டின் நூல்கள் சிலவற்றை நூலகத்திலிருந்து எடுத்துத் தந்தார். கிட்டத்தட்ட அதே சமயத்தில்தான் புகைப்படக் கலையின்மீது எனக்கு நாட்டம் விழுந்திருந்தது. ஜிம்மின் விவரிப்பில் உயிர்கொண்டு எழுந்த போவல்காட் பிரம்மச்சாரியை ஒத்த மகத்தான புலிகளை நேரில் பார்க்கவேண்டும் என்று ஆவல் பிறந்தது. ஆனால், என்னுடைய உத்தேசமே வேறு. அவரைப்போலப் பரண் அமைத்துக் காத்திருந்து, துப்பாக்கியால் சுட்டு அவர்கள் கதையை முடிப்பதல்ல - நுட்பமான, நேர்த்தியான புகைப்படங்கள் மூலம் அவர்களுடைய ஆயுளை நிரந்தரப்படுத்துவது...

கொஞ்சநேரம் மௌனமாய் இருந்தார். இன்னொருதடவை அந்த விஸிட்டிங் கார்டைப் பார்த்தேன். ஆவலாய்க் கேட்டேன்:

இந்தப் படம் நீங்கள் எடுத்ததா! அற்புதமாய் இருக்கிறது. முப்பரிமாண ஓவியம் மாதிரி...!

நன்றி ஷாங்க். இதே பாராட்டை ஆண்டு முழுவதும் கேட்டுவருகிறேன்; அதனால்தான், இத்தனை ஆண்டுகளாக, அட்டையின் நிறத்தை, எழுத்துருக்களை, தகவல்களை மாற்றியபோதும், படத்தை மட்டும் மாற்றாமல்

வைத்திருக்கிறேன். பாராட்டுகளை உரியவரிடம் அவ்வப்போது சேர்த்ததும் உண்டு!...

என்று சிரித்தார்.

...ஆமாம். இது நான் எடுத்த படம் அல்ல. என் கென்ய நண்பர்; கறுப்பு-வெள்ளைக் காலம் தொடங்கி, பலவண்ணக் காலம்வரை கானுயிர்ப் புகைப்படக் கலையில் பிரசித்திபெற்றுத் திகழ்ந்த என் குருநாதர், ஒதியாம்போ கிப்ரோட்டிச் எடுத்தது. ஜிம் கார்பெட் எனக்குள் விதைத்ததை பிரம்மாண்ட மரமாக்கியவர் அவர்தான். எனக்கு ஒரு நடைமுறை இருக்கிறது; ஆண்டில் ஆறுமாதம் காமிராவும் கையுமாய்க் காடுகளுக்குள் திரிவேன். மீதிக் காலம், நான் எடுத்த புகைப்படங்களை வைத்து உலகின் பல்வேறு பகுதிகளில் கண்காட்சி நடத்துவேன்... பிழைப்பு நடக்க வேண்டுமே!

அது ஒரு முழுநேரத் தொழில் என்பதே எனக்குப் புதிதாய் இருந்தது. அவ்வளவு வருமானம் தரக்கூடியது என்பது பேராச்சரியமாய் இருந்தது. அவர் தொடர்ந்தார்:

...ஒதியாம்போ அப்படியல்ல. கோடி கொடுத்தாலும் கானகத்தைவிட்டு வெளியே வரச் சம்மதிக்க மாட்டார். தான்ஸானியாவில், ஸெரெங்கெட்டி தேசியப் பூங்காவின் உள்விளிம்பிலிருந்து ஓரிரு கிலோமீட்டர்கள் உட்புறம் தள்ளி வசித்தவர். வன இலாகாவிடம் அதற்கான சிறப்பு அனுமதியைப் பெற்றிருந்தார்...

ஒரு மாத ரேஷனை வாங்க எல்லையில் உள்ள டிப்பார்ட்மெண்ட்டல் ஸ்டோருக்கு வந்தபோது அறிமுகமானார். வரிக்குதிரைகளைப் படமெடுக்கும் என் ஆசையைத் தெரிவித்தேன். உடனே சம்மதித்துத் தன் வண்டியில் அழைத்துப் போனார். பருத்த இரண்டு மரங்களின் தோள்பகுதிகளைப் பாலம்போல இணைத்துக் கட்டப்பட்ட தமது மரவீட்டில் இரண்டு முழு நாட்கள் தங்கவைத்து உபசரித்தார். நூலேணியில் ஏறி அந்த வீட்டுக்குள் நுழைந்தபோது, கிழப்பறவையின் கூட்டுக்குள் புகுந்தது போலவே உணர்ந்தேன்! இருவரும் ஏறியபின், ஏணியை

மேலே தூக்கிச் சுருட்டி மாட்டினார் - ஒட்டுமொத்த உலகத்திலும் நாங்கள் இருவர் மட்டுமே இருந்த மாதிரி உணர்வு தட்டியது! காடு முழுவதும் நிரம்பியிருந்த பச்சை வாசனை கிறங்கடித்தது...

அந்த இரண்டு இரவுகளையும் என்னால் ஆயுளுக்கும் மறக்க முடியாது. முதல்நாள் இரவில் கொஞ்சம்கூட உறங்க முடியவில்லை. சமவெளியின் இரவும் கானக இருளும் ஒன்றல்ல, ஷாங்க். காட்டின் ஆழத்துக்குள்ளிருந்து திடீரென்று ஒரு உறுமல் கேட்கும். தொடர்ந்து ஒரு ஊளை, ஒரு பிளிறல், ஒரு கூவல், ஒரு ஓலம், ஒரு க்ரீச்சொலி என்று மாறிமாறிக் கேட்கும். ஒவ்வொரு ஒலியும் ஒவ்வொரு அடர்த்தியில், ஒவ்வொரு திக்கிலிருந்து கேட்குமா, வனம் நிஜமாகவே எல்லாப்புறமும் திறந்திருக்கிறது என்று உணர முடியும். உச்சமாக, ஒரு பலத்த கர்ஜனையும் அதன் எதிரொலியும் கேட்ட மாத்திரத்தில், காடு தனது பழைய அமைதிக்குத் திரும்பிவிடும். மீண்டும் பிற ஒலிகள் கேட்க ஓரிரு மணிநேரம் பிடிக்கும். இடைப்பட்ட வேளையின் அமைதிக்குள் அலாதியான பீதி ஒளிந்திருக்கும்!...

அதன்பிறகு, தான்ஸானியா செல்லும்போதெல்லாம் அவருடன்தான் தங்குவேன். ஒதியாம்போ எனக்குக் கற்றுக்கொடுத்தது ஏராளம். அவரைப் பார்த்து நானாகக் கற்றுக்கொண்டதும் அநேகம் - உதாரணமாய், என்னுடையது போன்ற தொழில் வாய்த்தவர்கள் மணவாழ்க்கைக்குள் போய்ச் சிக்குவது அத்தனை உசிதமல்ல என்பது!...

தான் ஒரு தனியர் என்பதைப் பூடகமாய்த் தெரிவித்ததனாலோ என்னவோ, வில்லியம்ஸின் முகத்தில் பெருமிதம் ஒளிர்ந்தது.

...சாதாரண உரையாடலையே கானுயிர்கள் பற்றிய அபாரமான உரையாக மாற்றிவிடுவார் ஒதியாம்போ. பார்க்கப்போனால், புலிகள் பற்றிப் புதிய திறப்பு எனக்குக் கிடைத்ததற்கே, அவருடைய நட்பு வாய்த்ததுதான் காரணம்...

ஓரிரு கணங்கள் மௌனமாய் இருந்தார். 'இந்தியப் புலியைப் பற்றிச் சொல்லப்போகிறார் என்று காத்திருந்தால் ஆப்பிரிக்காவுக்குப் போய்விட்டாரே' என்று குழம்பத்தான் செய்தேன்.

ஆனாலும், ஒலிப்புத்தகம் கேட்கிற மாதிரி சுவாரசியமாய்ப் போய்க்கொண்டிருந்தது பேச்சு என்பதால், ஆர்வம் குறையாமல் கேட்டுக்கொண்டிருந்தேன்; குறுக்கிடாமலும்தான்...

3

> **வ**ரிக்குதிரை நெருப்புக்கோழி ஒட்டகச்சிவிங்கி போன்ற சாகபட்சிணிகளைப் படமெடுப்பதில் பெரிய சாகசம் இல்லை நண்பா. சிங்கம் புலி சிறுத்தை என்று எடுக்க முனையவேண்டும். அந்தப் படங்களுக்கு விலையும் அதிகம் கிடைக்கும்!

என்று கேலிக்குரலில் சொல்லி, என் வாழ்க்கைப்போக்கையே திசைமாற்றியவர் ஒதியாம்போதான்.

> எல்லாரும் நினைத்துக்கொள்கிறார்கள் - வனத்தின் அரசன் சிங்கம்தான் என்று. பிடரிமயிரின் தோரணை, முகத்தில் எந்நேரமும் தெரியும் தூக்கக் கலக்கம், வேட்டையாடும் ஆர்வம் கொஞ்சமும் புலப்படாத மந்தமான அசைவுகள், எண்ணிக்கையின் ஆகக் குறைவான விகிதம் என்பதையெல்லாம் முன்னிட்டு யாரோ புனைந்த கதை அது. வனத்தின் நிஜமான அரசன் வேங்கைப் புலி. வனத்துக்குள் உயிர்ச் சமநிலையைப் பேணுவது யாருடைய பொறுப்பு என்கிறாய்? வேங்கைப்புலி வசம்தான் அது இருக்கிறது. கவனமான மேற்பார்வையாளன்போல ஓய்வில்லாமல் வனத்துக்குள் நடமாடித் திரியும் ஜீவன் அது... வரிக்குதிரையின் கோடுகளைப் பற்றி வியக்கிறாயே - அது வெறும் கறுப்புவெள்ளைதானே வில்லீ. புலியின் உடற்கோடுகளுடைய வசீகரம் வருமா! அது கிடக்கட்டும், அழுக்குப் பிடித்த சருமம் உள்ள புலியைப் பார்க்கவே முடியாது தெரியுமா?...

என்று சிறு இடைவெளி விட்டார். நான் அவர் முகத்தையே பார்த்துக்கொண்டிருந்தேன்.

> ...அத்தனை சுத்தமாக்கும் அது.

என்றார் ஒதியாம்போ. சற்று அடங்கிய குரலில் கேட்டேன்:

பூனைக்குடும்பப் பிராணிதானே. தன் நாவால் உடம்பு முழுவதையும் நக்கி சுத்தப்படுத்திக்கொள்ளும் பூனைகளைப் பார்த்திருக்கிறேனே.

நீ சொல்வது சரிதான். ஆனால், தன்னுடைய புறங்கழுத்தையும் நெற்றியையும்கூட புலி தானே நக்கி சுத்தப்படுத்திக் கொள்ளுமோ?!

என்று கேட்டுச் சிரித்தார். அப்புறம் சொன்னார்:

நானாக ஒரு விஷயம் யூகித்து வைத்திருக்கிறேன். சிலவகைத் தாவரங்களின் இலைகளில் நீர் ஒட்டுவதில்லை அல்லவா - அதைப்போல, புலியின் சருமத்திலும் அழுக்குப் படிவதில்லையோ என்று தோன்றுகிறது...

என்று சொல்லிவிட்டு மௌனமானார். சில நிமிடங்கள் கழித்துக் கேட்டேன்:

இவ்வளவு சொல்கிறீர்கள், ஜிம் கார்பெட்டானால் ஆட்கொல்லிப் புலிகளின் பெரும் பட்டியலையே தருகிறாரே! புலி என்ற சொல்லே 'மானுட விரோதி' என்று பொருள்படுகிறமாதிரி?

அவர் யார் ஜிம் கார்பெட்?

குரலில் தெரிந்தது ஆர்வமா கேலியா என்று புரியவில்லை - ஆனாலும், எனக்குத் தெரிந்த அளவில் சொன்னேன்.

நான் அப்படி ஒரு பெயரைக் கேள்வியே பட்டதில்லை. ஆனால் ஒன்று சொல்வேன். புலிகளின் அடிப்படை இயல்பு, மனிதர்களைத் தாக்குவதல்ல. விசையாய் வேட்டையாட முடியாத அளவு முதுமையை எட்டியதாலோ; சாப்பாட்டில் இருக்கும் எலும்பு குத்தி, ஈறுகளில் சீழ்பிடித்து இயலாமையை எட்டிவிடும்போதோ; விடாய்க் கசிவின் காலத்தில், அறியாமல் நெருங்கி வந்துவிடும் பெண்மணிகளின் வாசத்தால் தூண்டுதலுற்றோ மனிதர்களைத் தாக்கினால் உண்டு. மற்றபடி, புலிகள் இயல்பான மனிதவிரோதிகள் அல்ல என்று உறுதியாய்ச் சொல்வேன்...

இன்னும் ஏகப்பட்ட தகவல்கள் சொல்லியிருக்கிறார். அத்தனையையும் சொல்வதென்றால், இந்த ஒரு பயணம் போதாது.

தவிர, உங்களுக்கும் எந்த அளவு சுவாரசியமாய் இருக்கும் என்று தெரியவில்லை... அப்புறம், அவர் கூறிய தகவல்கள் பலவும் புத்தகங்களிலும் இணையத்திலும் கிடைக்கக்கூடியவைதாம். உண்மையில், ஆட்கொல்லிப் புலிகள் உருவாகும் விதம் பற்றி ஜிம் கார்பெட்டின் எழுத்திலேயே வாசித்திருக்கிறேன் - எந்த நூலில் என்று நினைவில்லை. ஆனால், ஒதியாம்போவுக்கு வாசிக்கும் பழக்கமே கிடையாது. அத்தனையும் அனுபவ ஞானம். ரஷ்யாவிலும், இந்தியாவிலும், பர்மாவிலும் பல வருடங்கள் இருந்து புலிகளைத் தேடி அலைந்தவர்.

ஒதியாம்போவின் புலிக்காதலை நூறு சதவீதம் தெரிவிக்கும் செய்தி ஒன்றும் உண்டு. கானகத்துக்குள் கரடி தாக்கி, நாலைந்து மாதம் படுக்கையில் கிடந்து உயிரிழந்தார் அவர். தற்செயலாக அந்த வழியே வந்த வேட்டைக்காரர்களின் ஜீப் ஓசை கேட்டதும் இவரை விட்டுவிட்டு ஓடியதாம் கரடி. அதற்குள்ளாக, போதுமான சேதத்தை விளைவித்திருந்தது. குற்றுயிராய்க் கிடந்தவரைத் தூக்கிவந்து, சிகிச்சைக்குச் சேர்த்திருக்கிறார்கள். எப்பேர்ப்பட்ட மனிதர்! தகவலறிந்து, உடனடியாக விமானமேறிப் பறந்தேன். மருத்துவ மனைப் படுக்கையில் கிடந்தவர் என்னைப் பார்த்துச் சொல்கிறார்:

> என்ன இருந்து என்ன வில்லீ, ஒரு புலியின் கையால் இறக்க நேர்ந்திருந்தால் எவ்வளவு பெருமையாய் இருந்திருக்கும்? என்னைத் தாக்கிய கரடியின் நினைவு வரும்போதெல்லாம் அதனிடமிருந்து வீசிய துர்நாற்றம்தான் மனம் முழுக்க நிரம்புகிறது!

அந்த முறைதான், என்னை ஆற்றுப்படுத்திய ஆப்த வாக்கியத்தைச் சொன்னார்:

> நீ போகவேண்டிய தேசம் இந்தியா. எண்ணற்ற வேட்டைகளுக்குப் பிறகும், எண்ணற்ற புலிகள் உள்ள தேசம் அது. நானே அங்கே சென்று குடியமரத்தான் விரும்பினேன். அனுமதி கிடைக்கவில்லை. ஒருவேளை கிடைத்திருந்தால், புலியிடம் சிக்கி இறக்கும் அதிர்ஷ்டம்கூட வாய்த்திருக்கலாம்!

என்று சிரித்தபடி மூச்சு வாங்கினார். என் கண்கள் கலங்கின. நான் அவரைக் கடைசியாய்ப் பார்த்த சந்தர்ப்பம் அது...

4

இந்த நினைவுகளோடுதான் இந்தியா வந்து சேர்ந்தேன். அங்கே எனக்குக் கிடைத்த நண்பர் அஞ்சன் ஸென் வேறுமாதிரியான ஆசாமி. இருவரும் சேர்ந்து பயணம் செய்த நாட்கள் முழுக்க, இந்தியத் தொன்மங்களிலும் புராணங்களிலும் செவிவழிக் கதைகளிலும் எங்கெல்லாம் வனவிலங்குகள் இடம்பெற்றிருக்கின்றன என்று சொல்லிக்கொண்டே வருவார். உங்கள் கடவுள்களில் ஒருவர் புலியின்மீது சவாரி செய்வாராமே! (இந்த இடத்தில், என் மைத்துனர் 'வன்புலி வாகனனே' என்று உரத்த குரலில் தொடங்குவதும், சிஷ்யக்கூட்டம் அதைவிட உரத்தும் ஒருமித்தும் பின்தொடர்வதும் நினைவில் வந்தது. மிகமிகச் சிரமப்பட்டு, வாய்திறக்காமல் இருந்தேன்.)

அது பெரிதில்லை, மனித மனத்தின் கற்பனைகளுக்கு எல்லையுண்டா என்ன! ஆனால், தானே கடவுளாக இருந்த ஒரு புலியைப் பற்றிச் சொல்ல முற்பட்டுத்தான் இத்தனைதூரம் போய்விட்டேன்!...

கடைசியாக நான் மேற்கொண்ட இந்தியப் பயணத்தில் அஞ்சன் ஸென் என்னுடன் இணைய முடியாமல் போனது. முன்னரே தாம் ஒரு வெளிநாட்டுப் பயணத்தைத் திட்டமிட்டு, ஏற்பாடுகள் செய்திருந்தார்.

எனக்கு விநோதமான ஆசை எழுந்தது. அடுத்த ஒரு மாத காலத்துக்கு ஜிம் கார்பெட் போலவே வாழ்ந்து பார்த்தால் என்ன! அதாவது, ஜிம் நடந்து திரிந்த இமாலயப் பகுதிகளை, அவர் நூல்களில் குறிப்பிட்டிருக்கும் இடங்களை, நேரில் சென்று பார்ப்பது என்று.

ஆனால், ஜிம்முக்கு ஒருபோதும் வாய்த்திராத பேரனுபவம் ஒன்று எனக்கு வாய்த்தது...

ரிஷிகெஷ் தாண்டி, மேலே கங்கையின் உபநதி ஒன்றின் படுகையையொட்டி இருந்த சுற்றுலா விடுதியில் தங்கிக்கொண்டு, கால்நடையாக மலையேறி நடப்பேன். இரண்டு மூன்று நாட்களுக்கான உணவும் தண்ணீரும், காமிராப் பையுமாய் நானே ஒரு வனவிலங்காகிவிட்டதுபோல சுதந்திரமாய்த் திரிவேன். தற்காப்புக்காகக் கைத்துப்பாக்கி வைத்திருப்பேன் -

ஆனால், அதைப் பயன்படுத்தும் சந்தர்ப்பம் என்றுமே வாய்த்தது இல்லை, ஷாங்க்! மனிதர்களைத் தவிர வேறு எந்த ஜீவராசியும் மற்றவர்களை அநாவசியமாய்த் தாக்குவதில்லை - இதை என் அறுதி வாக்கியமாகவே எடுத்துக்கொள்ளலாம். எந்தப் பிராணிக்குமே மனிதன் இயற்கையான உணவு இல்லை... ஆமாம், மனிதர்களைத் தவிர வேறு யாருமே உகக்காத உயிரினம் மனிதன்!!

அன்று காலையிலிருந்தே, இனம்புரியாத பரபரப்பு எனக்குள் ஊறியவாறிருந்தது. சாதாரணமாகவே, சமவெளியில் நடமாடுவது போல விரைவாகவும், அழுத்தமாகவும் வனத்துக்குள் நடக்கக்கூடாது என்று ஆரம்ப காலத்திலேயே ஓதியாம்போ எனக்குச் சொல்லித் தந்திருந்தார். அன்று ஏனோ, வழக்கத்தைவிடவும் மிருதுவாகப் பாதம் பதித்து நடந்தேன். பகல்பொழுதின் வெயிலும் பஞ்சுப்பொதிபோன்று மிருதுவாகத் தென்பட்டது. ஆனாலும், முன்னமே சொன்ன பரபரப்பின் காரணமாகவோ என்னவோ, சீக்கிரமே முழங்கால்கள் சோர்ந்துவிட்டன.

உச்சிவேளை. எங்காவது ஒரு மரத்தடியிலோ, பாறையிலோ அமர்ந்து இரண்டு ப்ரட் துண்டுகளை உண்ணலாமா என்ற சிறு தயக்கம் வயிற்றில் எழுந்தது. சாய்ந்து அமர்வதற்கு வாகாக, அகலமான தண்டு உடைய தேவதாரு மரம் ஒன்று கண்ணில் பட்டது.

விச்ராந்தியாய் அமர்ந்தேன். பொருளேற்காத ஒலிகளையும் தோற்றங்களையும் வேற்றுக்கிரக ஆள்போல அவதானித்தபடி, இலக்கற்றுக் கவனித்துக்கொண்டிருந்தது சிந்தை. சிலபல நிமிடங்கள் போயிருக்கலாம்.

சூழலில் விசித்திரமான ஏதோ நடப்பது உணர்வில் தட்டியது. குரங்குகள் நிம்மதியற்றுத் தாவின. அந்த வேளையில் அத்தனை விதமான பறவைகள் ஒன்றுசேர்ந்து பறப்பது வழக்கமில்லை; அவை ஒரே திசையில் பறந்து கடந்தன என்பதும் விநோதமாய்ப் பட்டது. ஆட்காட்டிப் பறவையின் குரல் சற்று அருகிலிருந்து அவ்வப்போது ஒலித்தது. மிக முக்கியமான காட்சி எதுவோ சமீபித்திருக்கிறது என்று என் உள்ளுணர்வுக்குப் பட்டது. சுமைகளை இறக்கி வைத்தேன். அச்சம் காரணமாகவா அசட்டுத்தனம் காரணமாகவா தெரியவில்லை, காமிராப் பையையும் அவற்றுடன் வைத்தேன் -

முட்டாள்தனம்கூடக் காரணமாய் இருந்திருக்கலாம். இடுப்பில் செருகிய துப்பாக்கி பத்திரமாய் இருக்கிறதா என்று தொட்டுப் பார்த்துக்கொண்டேன்.

எந்தத் திக்கில் முன்னேறுவது என்று சற்றுக் குழம்பினேன். உடனடித் தீர்வாக, கிட்டத்தட்ட என்னை உரசிக்கொண்டு நாலைந்து மான்கள் தலைதெறிக்க எதிர்த்திசையில் ஓடின. அவை வந்த திசையில், நுனிக்கால் ஊன்றிப் பூனைபோல மெத்துமெத்தென்று நடந்தேன். அதிக தூரம் போக வேண்டியிருக்கவில்லை. நூதனமான மணமொன்றை என் நாசி உணர்ந்தது என்னுடைய பிரமையாகவேகூட இருக்கலாம். ஆனால், எதிர்ப்பட்ட காட்சி நிஜமேதான்.

ஒரு பெண்மணி நின்றிருந்தாள். தெய்வசந்நிதியில் நிற்பவள் மாதிரிக் கைகூப்பி நின்றவளின் பார்வையைத் தொடர்ந்து, வலது பக்கம் பார்த்தேன். ஆஹா, அத்தனை பெரிய புலியை அதுவரை நான் பார்த்ததேயில்லை - அதற்குப் பின்னும்கூடத்தான். சுமார் பத்தடி நீளம் இருக்கும். சாதாரணமாய் நின்றபோதே அதன் பாவனையில் ஒரு கம்பீரம் இருக்கத்தான் செய்தது.

இருவரும் நேருக்குநேர் பார்த்துக்கொண்டு நின்றார்கள். அவள் காலடியில், கனத்த சுள்ளிக்கட்டு ஒன்று கிடந்தது. புலி நேர்ப்பார்வையாய் அவளைப் பார்த்துக்கொண்டு நின்றது. சன்னமான குரலில் அவள் தொடர்ந்து ஏதோ பேசினாள். எனக்கு அந்தப் பிரதேசத்தில் புழங்கும் மொழி கொஞ்சமும் புரியாது. 'பக்வான், பக்வான்' என்ற சொல் அடிக்கடி வந்து விழுவதும், புலியிடம் மனிதமொழியில் ஏதோ இறைஞ்சுகிறாள் அந்த அபலை என்பதும் மட்டும் புரிந்தது.

ஆனால், எனக்குள் திடீரென்று ஒதியாம்போவின் முகமும், அஞ்சன் ஸென்னின் முகமும் எழுந்ததன் காரணமென்ன என்பது மட்டும் இன்றுவரை புரியவில்லை. ஸென் வார்த்தைக்கு வார்த்தை இந்தியாவை 'புண்ணியபூமி' என்று சொல்வது நினைவில் வந்தது. நான் என்னுடைய மானசீகப் பிரார்த்தனையைத் தொடங்கினேன் - அந்தப் புலியிடம்தான்...

> ...இதோ பார், இந்தப் பெண்மணி உனக்கான இரை இல்லை. இவள் உன்னிடமிருந்து தப்பிப்பதற்காக ஓடக்கூட முனையவில்லை. ஒருவேளை இவளைப் புசிப்பது என்று

முடிவு செய்தாலும் வெறும் எலும்பாக நிற்கும் இவள் உன் பசிக்குப் போதமாட்டாள். அதற்காக, 'நன்கு உருண்டு திரண்டு நிற்கிறேனே; என்னை எடுத்துக்கொள்' என்று விண்ணப்பிக்குமளவு நான் புராணப் பாத்திரம் அல்ல; புண்ணியாத்மாவும் அல்ல. மனிதர்களைவிடவும் நல்லெண்ணம் அதிகம் கொண்டது புலி என்று ஓதியாம்போ அடிக்கடி சொல்வாரே - அதை நிரூபிக்கும் சந்தர்ப்பம் உனக்குக் கிடைத்திருக்கிறது. செய்து காட்டு. நீ இவளைத் தாக்காமல் விட்டுவிட்டால், நான் ஒரு வாக்குறுதி தருகிறேன். என் இறுதிநாட்களில், இந்தப் பிரதேசத்தில் வந்து குடியமர்கிறேன். அஞ்சன் சொல்கிறபடி இது புண்ணியபூமி என்பதால் அல்ல - நீ நடமாடிய இடத்தின் பவித்திரத்தை சுவாசிப்பதற்காக...

சொல்வதற்குத்தான் இவ்வளவு நேரம் எடுக்கிறதே தவிர, மின்னல்வேகத்தில் எனக்குள் ஓடிக்கடந்த வாக்கியங்களின் சாராம்சம் இதுதான். ஊசலாடும் மனத்தின் திகைப்பும் பதற்றமும், அது எத்தனை விசையுடன் பறக்கும் என்பதும், யாருக்கும் தெரிந்ததுதானே...

சில நிமிடங்கள் போயிருக்கலாம். சில மணிநேரம் போயிருக்கலாம். சில யுகங்கள்கூடக் கடந்திருக்கலாம். எங்கள் மூவரையும் இணைத்த முக்கோணத்தின் விஸ்தீரணம் கொஞ்சம்கூடக் குறையவில்லை என்பதே பின்னர்தான் எனக்கு உறைத்தது - எல்லாம் நடந்து முடிந்த பிறகு.

அவளுடைய பேச்சு நின்றுவிட்டது. இருவரும் கண்ணிமைக்காமல் ஒருவரையொருவர் பார்த்துக்கொண்டு நின்றனர். அவள் கண்ணை மூடிக்கொண்டாள். இதுவரை கேட்ட சன்ன ஒலிகூட அடங்கி, உதடுகள் மட்டும் நடுங்கிக்கொண்டிருப்பது தெரிந்தது. இல்லை, அது நடுக்கமில்லை; ஏதோ உச்சாடனம்.

காது மடல்களை மட்டும் ஓரிரு தடவை அசைத்த புலி, திடீரென்று உறுமியது. என் முதுகுத்தண்டு கூசியது. அவள் கண் திறந்தாள். புலி முன்னால் ஓரடி எடுத்துவைத்தது.

அதற்குப் பிறகுதான் அந்த விந்தை நிகழ்ந்தது.

சாவகாசமாகத் திரும்பி, தன் வழியே நடந்தது புலி. இவள் நெடுஞ் சாண்கிடையாக வீழ்ந்து, புலிபோன திக்கை வணங்கினாள்.

அவ்வளவு நேரம் நான் அங்கே இருந்ததையோ, அவள் வீழ்ந்து வணங்கிய அதே நொடியில் நானும் முழந்தாளிட்டுப் பிரார்த்தனை செய்தேன் என்பதையோ கவனித்திருக்க மாட்டாள் - கீழே கிடந்த சுள்ளிக்கட்டை எடுத்துத் தலையில் கிடத்திக்கொண்டு, சர்வ சாதாரணமாக எதிர்த் திக்கில் நடந்து போனாள். வழக்கமான, சரளமான, துரிதமற்ற நடை....

பொருட்களை வைத்திருந்த மரத்தடிக்குத் திரும்பினேன். இயல்பாக நடக்கமுடியாத அளவு கால்கள் நடுங்கின. அஞ்சன் ஸென் ஒருமுறை, அவர்கள் மாநில விஞ்ஞானி ஒருவரின் கண்டுபிடிப்பை வியந்து கூறிக்கொண்டிருந்தது நினைவு வந்தது - 'மனிதர்கள் போலவே தாவரங்களுக்கும் உயிரும் உணர்வும் இருக்கிறது' என்று கண்டறிந்து சொன்னாராம் அவர். 'அவர் காலத்திய நிறவெறியின் காரணமாக நோபல் பரிசு மறுக்கப்பட்டவர்' என்றும் சொன்னார்...

'புலிகளுக்கும் நுட்பமான உணர்வோட்டம் இருக்கிறது போல' என்று சேர்த்துக்கொண்டேன் நான். ஆமாம், திரும்பிப்போன புலியின் நடையில் அபூர்வமான சாந்தமும், அலாதியான பெருமிதமும் இருந்த மாதிரிப் பட்டது எனக்கு. வரமளிக்கிற யாருக்குமே உள்ளூர அப்படி இருக்கத்தானே செய்யும்!

5

லண்டன் நெருங்குகிறது.

என்றார். 'அடடா, அதற்குள் வந்துவிட்டதே' என்று தோன்றியது எனக்கு. ஆனால், அவர் இன்னும் இரண்டு வாக்கியங்கள் வைத்திருந்தார்:

> யதேச்சையான ஒரு ஒற்றுமையைச் சொல்லாமல் விட முடியாது, ஷாங்க். மேற்சொன்ன சம்பவம் நிகழ்ந்த தினமும் இதே பிப்ரவரி பத்தாம் தேதிதான். அதைவிட, மிஸ்டர். ஓதியாம்போ கிப்ரோட்டிச்சின் நினைவு தினம் இன்று..

என்று சொல்லிவிட்டு, திரு.ஆடியபாதம் போலவே வயிறு குலுங்கச்

சிரித்தார். ஒரு நாளில்தான் எவ்வளவு தற்செயல்கள் என்று விம்மியது என் மனம். அடக்கிக்கொண்டு,

அடடே.

என்றேன்.

லண்டன் நிலையத்தில் வந்து நின்றது ரயில். அழுத்தமாய்க் கைகுலுக்கிவிட்டு இரண்டு கைகளிலும் முதுகிலும் பெட்டிகளும் சாமான் பைகளுமாக இறங்கி நடந்தார் ஜேக்கப் வில்லியம்ஸ்.

திடீரென்று என் முதுகில் சொடுக்கியது. இந்த நேரத்துக்கு இந்தியாவில் தகனம் நடந்து முடிந்திருக்கும். மைத்துனரின் மரணத்தை மறக்கடிக்கும் விதமாக இவ்வளவு நேரமும் உடன் இருந்துவிட்டு இறங்கிப்போகிறவரைப் பார்த்துக்கொண்டே நின்றேன்.

காரணம் தெரியாத கண்ணீர் பெருகி என் பார்வையை மறைக்கும் தறுவாயில், ஒரு கனவுபோலக் கூட்டத்தில் கரைந்து போனார் அவர்.

வல்லினம், இணைய இதழ், ஜூலை 2022

சங்கிலி

பணி ஓய்வுபெற்ற நாளிலிருந்தே, விசித்திரமான கனவுகளும், ஆசைகளும் உதித்து உதித்து மறைகின்றன. முதன்முதலாய் வேலைக்குச் சேர்ந்த ஊரைப் போய்ப் பார்க்க வேண்டும்; ட்ரவுசர் அணிந்து அழுதபடி சென்று சேர்ந்த ஆரம்பப்பள்ளிக் கட்டடம் இப்போது என்னவாய் இருக்கிறது என்று காண வேண்டும்; முதல் முத்தம் வழங்கி என்னை இறுக்கிய இந்து இன்னமும் அதே ஆர்வத்துடன் இருக்கிறாளா; முல்லையாற்றில் பிணங்கள் மிதப்பது இப்போதும் தொடர்கிறதா; உடம்பு முழுக்க வழியும் நல்லெண்ணெயின் பளபளப்பும் மணமும் தூக்கலாய்த் தெரிய அமர்த்தலாய் அமர்ந்திருக்கும் பிள்ளையார், சார்வாகனின் 'அமரபண்டிதர்' குறுநாவலில் வரும் பிள்ளையார் மாதிரி என்னைப் பார்த்துக் கண்சிமிட்டுகிறாரா என்றெல்லாம் பார்க்க வேண்டும்.

சும்மா இருக்கும் வேளைகளில், காட்சிகள் தாறுமாறாக ஓடுகின்றன. எரிகல்லின் விசையுடன் பாய்கிற காட்சியை, நிறுத்திப் பிடித்து, அதில் எத்தனை நிறங்கள் ஒளிர்கின்றன என்று பார்க்க ஆவல் மீறுகிறது.

உச்சமாக, ஒரு புதிர் உதித்தது - ஐம்பது வருடங்களையும் ஒவ்வொன் றாகக் கோத்துக்கொண்டே வந்திருக்கிறேனா, உதிர்த்துக்கொண்டு வந்திருக்கிறேனா. குழப்பத்தைத் தீர்த்துக்கொள்ள ஒரே வழி, நினைவில் பதிந்த சம்பவங்களை ஒன்றுவிடாமல் இப்போதே உடனே பார்த்துவிடுவதுதான் என்று ஆவேசம் கிளம்பியது. மூடின

கண்களுக்குள் காட்சிகள் மட்டும்தானே தெரிகிறது, நேரில் போய்ப் பார்த்தால் ஓசையும் மணங்களும்கூடப் புலப்படுகிறதா என்று சோதிக்க வேண்டும்...

சபாபதி உடனடியாய் பதில்போட்டான்.

கிட்டத்தட்ட ஐம்பது வருடங்களுக்குப் பிறகு சைக்கிள் சவாரி. சைக்கிளுக்குமே அத்தனை வயதிருக்கலாம். சக்கரக் கம்பியிலும் மட்கார்டிலும் துருவோடும், ஏகப்பட்ட முனகல்களோடும் உருண்டது. ஆற்றின் கரையாக இருந்த மேல்நாச்சிகுளச் சாலை மண்பாதை. வண்டிச்சக்கரங்கள் உருவாக்கிய தடத்தில் பள்ளமாகவும், நடுப்பகுதியில் மேடாகவும் இருந்தது சைக்கிளுக்கு இன்னும் வசதியாகிப் போனது. சபாபதி வேறு உழட்டி உழட்டி ஓட்டினான். அறுபது வயசுக்கு, மடித்துக் கட்டிய லுங்கியோடு டபிள்ஸ் அடிக்கிறான் என்பதே எவ்வளவு பெரிய விஷயம் என்பது சொகுசுக் காரின் மெத்தை இருக்கைக்குப் பழகிய புட்டத்துக்குப் புரியவில்லை. கேரியரின் இரும்பு அழுத்தம் தாளாமல், 'என்னெ விட்டுரு, என்னெ விட்டுரு' என்று கெஞ்சியது...

நேரெதிராக, மனம் வெகுவாகப் பரபரபரத்தது.. முல்லையாற்றைப் பார்த்துப் பார்வை திரும்பும்போதெல்லாம், மெல்ல நகரும் நீர்ப்பரப்பில் அசையாமல் பதிந்திருக்கும் அப்பாவின் முகம் தென்பட்டது.

ஓடும் நீரில் மிதவை நீச்சல் செய்து காட்டுவார் அப்பா. வண்டிச்சத்தம் காலணா கொடுப்பதற்கு வசதி கிடையாது என்பதால், சலவை வேஷ்டியை உருமாலாய்க் கட்டிக்கொண்டு நீரில் இறங்கி மிதக்க ஆரம்பிப்பாராம். மிகுந்த உடன்பாட்டுடன் வாடிப்பட்டிக்கு இழுத்துச் செல்லும் ஆறு. கரையேறி, ஈரம் காய வெயிலில் நின்று உலர்ந்ததும், உருமாலை எடுத்து இடுப்பில் கட்டிக்கொண்டு, சொந்தச் சகோதரியின் ஓட்டலில் சரக்குமாஸ்டர் வேலைக்குப் போவார்... நண்பரிடம் தொலைபேசி உரையாடலில் இதை விவரித்தபோது,

அவரு வேறெ எங்கெயோ போயிருக்காரு ன்னு தோணுதுங்க.

என்று ஆச்சரியப்பட்டார். முல்லையாற்றில் எப்போதோ ஒருமுறை முதலை வந்ததாம் என்று பேச்சினூடே சொல்லிவிட்டு, பலசரக்குக்கடை குடுமிச் செட்டியார் போன பிறகு,

அதெல்லாம் வெறும் புருடா.

என்று சிரித்தார் அப்பா. அன்றைக்குத்தான், நிச்சலனமாக மிதப்பவரை 'பொணம் போகுதுடோய்...' என்று கத்தியபடி தொடர்ந்த சிறுவர்களை நோக்கி, வலதுகையை உயர்த்தி ஆட்டி பீதியடைய வைத்த சம்பவத்தை வெகு ரசமாய்ச் சொன்னார். அவருடைய வாசகங்களை மானசீகத்தில் ஒலிக்கவிடாது, ஓயாமல் பேசிக்கொண்டு போனான் சபாபதி..

யப்பா, பெருசு வீடுதேன் மொதோ வரும். மொதக்கா அங்க போவமா.

ம்.

என்றேன். பேருந்து நிறுத்தத்தில் அவனைப் பார்த்தவுடன் பொங்கிய குதூகலம் பலவீனமடைந்திருந்தது. எனக்கு இரண்டு தலைமுறைகள் முந்தையவன் மாதிரிப் பேசினான்; நடந்துகொண்டான். பேசாமல், மதுரையிலிருந்து காரிலேயே வந்திருக்கலாம். பழைய கிருஷ்ணனாகவே கரட்டுப்பட்டிக்குள் நுழையும் ஆசை தடுத்துவிட்டது.

'பெருசு' என்று அவன் குறிப்பிட்டவர், எங்கள் தலைமை ஆசிரியர். நான் ஆறாவது வகுப்புப் படித்தபோது, வேறேதோ ஊரிலிருந்து மாற்றலாகி வந்தவர், இந்த ஊரின் ஆற்றுக்கரையும், தென்னந்தோப்புகளும் சுத்தமான காற்றில் நிலவும் சாந்தமும் பிடித்துப்போனதால் இங்கேயே நிரந்தரமாய்க் குடியமர்ந்ததாகச் சொல்வார்.

அவர் மட்டுமல்ல, பணிமாற்றலில் இங்கே வந்த ஆசிரியர்கள் அத்தனைபேருமே வீடு வாங்கிக் குடியேறிவிட்டார்கள். இரண்டு வித்தியாசங்கள், அவர்களுடையதைவிட, தலைமையாசிரியரின் வீடு மிகப் பெரியது. இரண்டாவது, மற்றவர்களுக்கெல்லாம் சொந்தமாய் ஓரிரண்டு குழந்தைகள் இருந்தன. ஆய்வை முடித்துவிட்டு, கேரியர் சாப்பாட்டை எச்செம் ஸாருடன் பகிர்ந்துகொண்ட தலைமைக் கல்வி அலுவலரிடம், ஸார் சொன்ன பதில் ஜன்னலுக்கு வெளியே ஒலித்தது இப்போதுபோல இருக்கிறது:

அதனாலென்னாங்க, மொத்த ஸ்கூலுமே என் குழந்தைங்கதான்.

வெறும் வாய்வார்த்தை இல்லை அது என்று அரைநூற்றாண்டுக்கு அப்புறம் புரிகிறது - ஆமாம், என்னை நினைவு வைத்திருந்தார்;

அத்தோடு, என் வகுப்புத்தோழர்களையும் ஒருவர் விடாமல் நினைவு வைத்திருந்தார்; விசாரிக்கவும் செய்தார்... எனக்கும் சபாவுக்கும் அநேகம்பேரைப் பற்றி எதுவும் தெரிந்திருக்கவில்லை. ஞாபகங்களின் கனம் தாளாமல்தான் ஸாருக்குக் கூன் போட்டிருக்கிறது என்று பட்டது எனக்கு.

வந்த ஆசிரியர்கள் எல்லாரும் தங்கிவிட்டதற்கு, அருகில் இருக்கும் பொம்மன்பட்டியில் இருந்த மிகப்பெரிய தேவாலயம் ஒரு காரணம் என்று சொல்வார்கள். அங்கே போதகராக இருந்த ஆஸ்டின் அய்யாவும்தான். தலைமை ஆசிரியர் எழுதி, பெரிய வகுப்பு மாணவர்கள் நடித்த 'நவயுகக் கர்த்தர்' நாடகப் பாத்திரம், 'அதிராத குரல்; மிருதுவான சொற்கள்; உதார குணம்; உத்தமமான நடத்தை' என்று ஆஸ்டின் அய்யாவின் சீலங்களை விவரிக்கும். நாடக நாயகருக்கு முன்மாதிரியே அய்யாதான் என்று பெருமிதமாய் வகுப்பில் தெரிவித்தார் ஸார்.

நாங்கள் ஊரைவிட்டுக் கிளம்பிய வருடம், கயிற்றை அறுத்துத் திமிறிக்கொண்டு பாய்ந்துவந்த கரட்டுப்பட்டிக் காளை, ஆஸ்டின் அய்யாவின் நடுவயிற்றில் கொம்பைச் சொருகித் தூக்கி வீசியது. தலத்திலேயே அவர் உயிர் பிரிந்தது. கிராமத்தில் புதிதாகத் தொடங்கி, தினமும் அதிகாலையில் கஸரத்தும் சிலம்பமும் பயிற்றுவிக்கும் சங்கக் கிளையின் நிறுவன அமைப்பாளர் மாணிக்கம் சேர்வை ஒரு முத்து உதிர்த்தார்:

இது முனியாண்டிக்கி நேந்துவிட்ட காளையில்லே. அதான்.

நான், சுந்தரம் அண்ணா, அம்மா மூன்றுபேரும் பெரியகுளத்துக்கு பஸ்ஸேறக் காத்திருந்தபோது, மாணிக்கம் சேர்வையைக் கைவிலங்கிட்டு நடத்திவந்தது சோழவந்தான் போலீஸ். எதிர்ப்புறப் பேருந்து வருவதற்காகக் காத்து நின்றார்கள். சங்கத்துக்காக வந்த நன்கொடையைக் கையாடிவிட்டார் என்று புகாராம்.

நாலு கல்படிகள் ஏறி, கல் பாவிய முற்றத்தில் பதறிக் கலைந்த கோழியையும் குளுதாடியிலிருந்து முகத்தை உயர்த்தி உற்றுப் பார்த்த பசுவையும் கடந்து, அகலவசத் தாழ்வாரத்திண்ணையை அணுகி, வீட்டுக்குள் நுழைந்தோம். சமையல் மணம் வெளியேறிய இடதுஓர அறையிலிருந்து எட்டிப் பார்த்து, வலது உள்ளங்கையைப் புருவங்களுக்கு அணைவாய், கண்மறைப்பாக வைத்து,

யாரு.

என்றார் டீச்சர்.

நாந்தேன்.

என்றான் சபா.

எலே, நொங்கு எடுத்தாறவனா நீயி!

என்று சிரித்தார் டீச்சர். பழையமாதிரியே பௌடர் பூச்சும் கண்மையுமாய் இருந்திருந்தால் அறுபது வயதுகூட மதிக்க முடியாத உடல்வாகு. இளவயதிலேயே தொடங்கிவிட்ட நரை, இப்போது முழுமையாய்ப் படர்ந்து அசல் வயதைக் காட்டியது. ஸாரைவிட நாலுவயது இளையவர். ஸாருக்கு எண்பத்தொன்பது என்று வரும் வழியிலேயே சபா சொல்லியிருந்தான்.

இருவரையும் நிற்கவைத்து நெடுஞ்சாண்கிடையாய் வீழ்ந்தேன். பாவனையாக வணங்குவேன் என்று நினைத்திருந்தார்கள் போல - பதறிப்போனார்கள் இருவரும்.

கர்த்தரே...

என்று என் பின்னந்தலைக்கு நேர்மேலே அவர்களின் பதற்றம் ஒலித்தபோது, எனக்குள் மளுக்கென்று முறிந்து கண்களை நோக்கிப் பாய்ந்தது அரை நூற்றாண்டு அழுத்தம். விரித்த பாயில் என்னை நெருங்கி உட்கார்ந்து மெற்றாஸ் வாழ்க்கை, என் குழந்தைகள் குழந்தைகளின் குழந்தைகள் என்று விசாரணை நடத்தினார்கள். நான் வாங்கிவந்திருந்த ஆப்பிள்களை நறுக்கி எங்களுடன் சேர்ந்து காலிசெய்தார்கள்...

அரைமணி நேரம்போலப் பேசிக்கொண்டிருந்துவிட்டு, கிளம்பும் போது உபசாரமாய்ச் சொன்னேன்:

பாக்கலாம் ஸார்.

அவர் என்னைக் குறுகுறுவென்று பார்த்தார். கண்களில் அசாத்தியக் குறும்பு மிளிர்ந்தது.

இனி எங்கெ பாக்கப்போறோம்!

என்று வெற்றிலை சிவந்த வாய் புன்சிரித்தது. சுரீர் என்று ஒருபக்கம் வலித்தாலும், மறுபக்கம், நிறைவான புன்னகை என்று கற்பிதம் செய்துகொண்டேன்.

கிளம்ப முற்பட்டபோது, வீட்டுக்குள் இன்னொரு முதியவர் நுழைந்தார். டீச்சர் உற்சாகமான குரலில்,

புஸ்ப்பராஜ் ஸார். யாரு வந்துருக்குறது, பாருங்க.

என்று கூவினார். உடனடியாக எனக்கு அடையாளம் தெரிந்துவிட்டது. ஓயாமல் ஆடிய தலையுடன் வந்து அமர்ந்தவருக்கு எவ்வளவு முயன்றும் ஞாபகம் வரவில்லை என்பது வெளிப்படையாய்த் தெரிந்தது. தட்டில் மிச்சமிருந்த ஒற்றை ஆப்பிள் துண்டை நடுங்கும் கையால் எடுத்து வாய்க்குக் கொண்டுபோனபோது, பிடி நழுவி விழுந்தது. மறுபடியும் எடுத்து, மறுகையால் வலதுகையை இறுக்கிப் பிடித்து வாய்க்குள் சேர்த்தார். என்னைக் குறுகுறுவெனப் பார்த்துவிட்டு, மையமாய்த் தலையாட்டினார். ஞாபகம் வந்துவிட்டதாம்!

எனக்கு மறக்கவில்லையென்றால் காரணம் இருக்கிறது. கணக்குப் பாடத்தை என் மண்டைக்குள் செலுத்த அவர் என்ன பாடு பட்டிருப்பார்! என் தொடையில் எத்தனை நிமிட்டாம்பழம் திருகியிருப்பார்!! இன்னொரு சம்பவமும் உண்டு.

எச்சம் ஸார் அட்டெண்டென்ஸ் ரிஜிஸ்தரை வாங்கியாரச் சொன்னாரு.

என்று வந்து நின்ற வில்ஸன் ஞானராஜிடம்,

ஏண்டா, எச்சம் எச்சம்ன்றியே எந்தப் பறவையோட எச்சம்டா!

அவரிடம் சிவப்பு மைப்புட்டி இரவல் வாங்க வந்திருந்த திரேஸ் டீச்சர் ரசிப்பதற்காகவே உதிர்த்த நகைச்சுவை அது என்று பின்னாளில் பலதடவை தோன்றியிருக்கிறது...

புஷ்பராஜ் சாரும் எங்களோடு கிளம்பிவிட்டார். இறக்கை தளர்ந்த கிழப்பறவையொன்று இணையாக நடந்துவருகிற மாதிரி உணர்ந்தேன்.

சைக்கிளில் காற்று இறங்கிவிட்டது என்று வேல்ஸ் கடையில் நிறுத்தினான் சபாபதி. வேல்ஸின் மகன் நடத்திவரும் கடை. தகப்பன் ஜாடையிலேயே இருந்தான். ஓயாத குடியினால் கல்லீரல் சேதமாகி வேல்ஸ் இறந்தே பதினைந்து வருடம் ஆகிறதாம்.

என் கையோடு உரசி நடந்து வந்த புஷ்பராஜ் ஸார், எங்கள்

இருவருக்கும் மட்டுமாகக் கிடைத்த தனிமையை உடனடியாய்ப் பயன்படுத்தினார்:

தம்பு, ஒரு டென் ருப்பீஸ் இருந்தாக் குடுத்துட்டுப் போயேன்.

கிசுகிசுப்பாய் அவர் குரல் கேட்டபோது, எனக்குள் ஆழத்தில் எதுவோ கூசியது. அவசரமாய்ப் பர்ஸை எடுத்து, நூறு ரூபாய் நோட்டை உருவி அவர் கையில் அழுத்தினேன்.

அவரிடம் விடைபெற்று, அவர் மெல்லப் பின்தங்குவதைத் திரும்பித் திரும்பிப் பார்த்தபடி சைக்கிளில் கிளம்பியபோது, ஞாபகசக்தியில்தான் வித்தியாசமே தவிர, எச்செம் ஸாரும் புஷ்பராஜ் ஸாரும் எனக்குள் ஒரே தொலைவில்தான் இருக்கிறார்கள் என்று தோன்றியது.

ரூபாய் நோட்டை அழுத்தியபோது கைநடுக்கம் ஒருகணம் நின்றது. கண்ணை இடுக்கி ரூபாய் நோட்டை ஒருதடவை பார்த்துவிட்டு, அபத்தமாய்த் தென்பட்ட புன்னகையுடன்,

எனக்கு நல்லா நாவுகம் இருக்கே. நம்ப ரமணாதானே நீயி...!

என்று பொக்கைவாய் நிறைய அவர் சிரித்ததும், ஆமோதிக்கிற மாதிரி நான் மௌனம் சாதித்ததும் சற்றுமுன் அல்ல; பல நூற்றாண்டுகளுக்கு முன் நடந்தவை என்பதுபோல பிரமை தட்டியது.

ரமணாவை எனக்கு நன்றாக நினைவிருக்கிறது. எனக்கு இரண்டு வகுப்பு மூத்தவன். யாரோடும் சேராமல் தனியாய் இருப்பான். அவர்கள் குடும்பம் சிற்றுண்டிக் கடை நடத்தியது. மொத்தக் குடும்பமுமே ஊருடன் ஒட்டாமல்தான் இருக்கும். இரண்டு தலைமுறைக்கு முன் வெளிமாநிலத்திலிருந்து வந்து இங்கே குடியமர்ந்ததின் பாதுகாப்பின்மையோ, இன்னமும் உள்ளூர் பாஷையை சரளமாகப் பேச வந்தாகவில்லை என்பதோ, நட்புப் பாராட்டினால் கடனுக்கு போளியும் போண்டாவும் கொடுக்க வேண்டிவரும் என்பதோ, அடுத்தடுத்து மூன்று அழகிகள் பிறந்த குடும்பம் என்பதோ - எது வேண்டுமானாலும் காரணமாய் இருக்கலாம்.

ஒருமுறை சோழவந்தானில் பஸ்ஸேறியபோது, ஓட்டுநருக்கு நேர் பின் இருக்கையில் ரமணாவின் மூத்த அக்கா அமர்ந்திருந்தார். என்னைப் பார்த்துப் புன்னகைத்தார்.

கிருஷ்ணந்தானேடா!

சங்கீதத்துக்குத் தோதான குரல்.

ஆமாங்க்கா.

என்றவன், அத்துடன் நிறுத்த மனமின்றி,

ஒங்களுக்கும் சேத்து டிக்கெட் எடுத்துர்றேங்க்கா.

என்றேன். நான் புதிதாக வேலையில் சேர்ந்திருந்த நேரமா, யாரைப் பார்த்தாலும் எதற்காக வேண்டுமானாலும் செலவுசெய்து, என் செல்வச் செழிப்பை நிறுவிக்காட்ட ஆசைப்பட்ட காலகட்டம் அது...

வேணாம் வேணாம். மாமா எடுத்திருப்பாங்க.

என்று பின்புறம் கையைக் காட்டினார்.

பின்புறம் திரும்பிப் பார்த்தேன். மொத்தமே பத்துப் பனிரண்டு பேர்தான் இருந்தார்கள். பென்சில் கோட்டு மீசை, தோள்துண்டு சகிதம் ஜன்னல் வழியே வெளியே பார்த்தபடி வெற்றிலை மென்றுகொண்டிருந்த முத்தையா அண்ணன் கண்ணில் பட்டார். ஏகப்பட்ட நிலபுலன்களும், நாலைந்து காரைவீடுகளும், சுமார் ஐம்பது பண்ணையாட்களும் கொண்ட மிராசுதாரர்.

நாங்கள் ஊரில் இருந்தபோதே இதைப் பற்றி அரசல்புரசலாகப் பேச்சு இருந்தது. இப்போது உறுதி செய்கிறார் மிருதுளா அக்கா, அவ்வளவுதான். ஆனால், இதை முன்னிட்டுத்தான், அவர்கள் குடும்பத்தின் ஒரே மகனான ரமணா வீட்டைவிட்டு ஓடிப்போனான் என்றுகூடத்தான் பேச்சு உலவியது. மதுரையில் பதினொன்றாவது படிக்கும்போது, சபாபதியின் கடிதம் வழியாய்த் தெரியவந்த செய்தி. அவனைத் தவிர யாரிடம் அதை உறுதி செய்துகொள்வது...

அச்சு அசலாகத் தம்பியின் ஜாடை கொண்டிருந்த மிருதுளா அக்காவிடம் ரமணாவைப் பற்றி விசாரிக்காமல் கவனமாகத் தவிர்த்தேன்.

முத்தையா அண்ணன் தொடர்பாக இன்னொரு ஞாபகமும் உண்டு - அவருடைய மகள் செல்வி. ரமணாவின் வகுப்புத் தோழி. அதே வகுப்பில் படித்த வில்ஸன் ஞானராஜுடன் எந்நேரமும் ஒரண்டை

இழுத்துக்கொண்டிருப்பாள். தாவணிக்குள் அடங்காத மதர்த்த உருவமும், பளிச்சென்ற முகமும், லேசில் அடங்காத புன்னகையும் என அவள் இருக்கும் இடமே பிரகாசமாய் இருக்கும்.

ஆறாம் வகுப்பு படித்த நானே அப்படி உணர்ந்தேன் என்றால் சமவயதுக்காரனான ஞானராஜ் என்ன பாடு பட்டிருப்பான்! நெற்றியில் விழுந்து ஆடும் சுருள் முடியும், சிரித்தால் குழிவிழும் கன்னங்களும், கத்திபோலக் கூரான மூக்கும், பார்ப்பவர் கண்கூச வைக்கும் வரிசையான வெண்பற்களும் கொண்ட ஞானராஜ்... உண்மையில், நாங்கள் ஊரைவிட்டு வந்தபிறகும், என் பிராயக் கனவுகளில் செல்வியின் பிம்பம் வெகுநாள் நீடித்தது.

அதைவிடவும் அதிகநாள் நீடித்த பிம்பம் ஒன்று உண்டு. இரண்டு மணிக்கட்டுகளையும் சேர்த்துக்கட்டிய தாம்புக்கயிறை ரேக்ளா வண்டியின் பின்பக்கத்தோடு பிணைத்து, வண்டியிழுக்கும் ஒற்றை மாட்டை தார்க்குச்சியால் விளாசி விரட்டிய முத்தையா அண்ணன்; கயிற்றின் வேகத்துக்குத் தரையில் இழுபடும் ஞானராஜ். வயிற்றிலும் மாரிலும் அடித்துக்கொண்டபடி, இழுபடும் மகனைத் தொடர்ந்து ஓடுவது தவிர வேறு ஏதும் செய்ய இயலாத பெற்றவர்கள் என்று ஒரு கொடும் சித்திரம். இதை நான் நேரில் பார்க்கவில்லை; வழக்கு நடந்த காலத்தில், அப்போதுதான் வெளிவரத் தொடங்கியிருந்த தமிழ்ப் புலனாய்வுப் பத்திரிகையின் ஒரு தொடரில் இடம்பெற்ற விவரணை.

அப்புறம், ஞானராஜ் ஒரு நாளிலும், செல்வி இரண்டு வாரம் கழித்து இன்னொரு நாளிலும் செத்துப்போனார்கள். அவரவர் சாதிக் கிணற்றில் மிதந்தார்களாம். இரண்டுமே தற்கொலை என்றும்; இல்லை, ஒன்று மட்டும்தான் என்றும் ஊரில் பேசிக்கொள்கிறார்கள் என ஏகப்பட்ட எழுத்துப் பிழைகளுடன் சபாபதி எழுதியிருந்தான்.

சாப்பாட்டு வேளைக்கு சபாபதியின் வீட்டுக்குப் போனோம். பேரிளம்பெண்ணாக முதிர்ந்திருந்த அவன் மனைவி, எவர்சில்வர் தம்ளரில் தண்ணீர் கொண்டுவந்து நீட்டியபடி,

வாங்க.

என்றாள். கூடலழகப் பெருமாள் கோவிலில் அவர்கள் திருமணத்தின்போது பார்த்த முகம் வெகுவாக முதிர்ந்து அடையாளம் முற்றிலும் மாறியிருந்தது. இன்று வரும் வழியில் கருப்பட்டியில் ஏறிய பெண்மணியின் ஜாடையில் தெரிந்தாள்...

கருப்பட்டியில் ஏறி, நான் இறங்கிய பின்னும் பயணம் தொடர்ந்த அந்தப் பெண்மணி வேறொரு வகையில் பேரதிர்ச்சி தந்தாள். முகச் சாயல்தான் வேறேயொழிய, வால்விட்டுக் கட்டிய கண்டாங்கிச் சேலை, ஒருபக்கமாய் ஒதுங்கிய சேவல்கொண்டை, அல்லையில் முழங்கையால் சேர்த்துப் பிடித்த பிரம்புக்கூடை என ஏறியவளின் தோற்றம் என்னை ஐம்பதாண்டுகளுக்கு முன் தூக்கிப்போனது - தரையில் திரியும் கோழிக்குஞ்சை அலாக்காகக் கவர்ந்து பறக்கும் பருந்து மாதிரி.

ஆமாம், அவள் அச்சு அசல் சற்குணமேதான். அன்றுபோலவே இன்றும், மாராப்பு மாராப்பாக இல்லாமல், எதையுமே மறைக்காமல், சாவகாசமாய்க் கிடந்தது. அதெப்படி, எல்லாமே மாறிவிட்ட பிறகும், சற்குணம் மட்டும் அதே பிராயத்தில் தேங்கியிருக்கிறாள்!

ஓட்டைப் பிரித்து இறங்கிப் பிடிபட்டு, கம்பத்தில் கட்டுப்பட்டுக் கிடந்தவன் 'தண்ணி, தண்ணி...' என்று அரற்றியபோது பித்தளைச் செம்புடன் அவனை நெருங்கிய சற்குணம், டெய்லர் ஆனந்தனின் காலால் உதைவாங்கினாள். செம்பு ஒருபுறமும், அவள் இன்னொருபுறமும் தனித்தனியாய் உருண்டார்கள். எழுந்து நின்றவள், இலக்கற்ற திசையைப் பார்த்து உரத்துக் கேட்டாள்:

> தப்புச் செஞ்சவெ ண்டாக்க, தண்ணிகூடவா தவிக்காது?
> இதென்னாடி அக்குருமம்!

அப்புறம் புழுதியை வாரித் தூற்றிவிட்டு வீடுபோய்ச் சேர்ந்தாள். இந்தக் கண்ணியோடு, நாலைந்து வருடம் கழித்த இன்னொரு கண்ணி தானாய்க் கோத்துக்கொள்கிறது.

சேர்வகாரர் வீட்டுக்குப் புதிதாய் வந்த மருமகள், ஆனந்தனிடம் ரவிக்கை அளவுகொடுக்கப் போனாள். ஒரே ரவிக்கைக்கு அளவுகொடுக்க, நாலைந்து தடவை போனாள். ஒருமுறை வீடு திரும்பியவள், துணிமணியை எடுத்து ட்ரங்க்குப் பெட்டியில் அடுக்க ஆரம்பித்திருக்கிறாள். குடும்பம் பதறிப்போனது. 'வாழ்ந்தால் இனிமேல் ஆனந்தனுடன்தான்' என்று அடித்துச் சொல்லிவிட்டாள்.

குடும்பத்து ஆண்கள் டெய்லரைத் தேடிப் பிடித்துவந்து, திருடனைக் கட்டிய அதே கம்பத்தில் கட்டினார்கள். சாமிகும்பிடுக்கு ஊர்ப்பணம் தண்டல் செய்யப் போனவர்களைக் கேவலமாய்ப் பேசினான் என்று புகார். பெற்றவர்களோடும் பெண்டாட்டியோடும் ஊரைவிட்டே போய்விடுகிறேன் என்று எழுதிக்கொடுத்து விடுபட்டபோது,

ஆனந்தனால் சுயமாக நிற்கமுடியாமல் கால்கள் துவண்டதும், மூக்கிலும் காதிலும் முறையாக மூட முடியாத வாயிலும் ரத்தம் அப்பிக் கிடந்ததும் சற்றுமுன்போல நினைவிருக்கிறது.

மூன்றாவது கண்ணியும் பாக்கியிருக்கிறது. மதுரை சித்திரைப் பொருட்காட்சியில், டெய்லரைக் காதலித்த புதுப் பெண்ணும், சேர்வகாரர் பேரனும் ஆளுக்கொரு குழந்தையைப் பிடித்தபடி எதிர்ப்பட்டார்கள். புதுப்பெண் பழையவளாகியிருந்தாள் என்பதைத் தவிர, பார்ப்பவர்களுக்கு வேறொன்றும் புலப்பட்டிருக்காது குழந்தைகளோடு சேர்ந்து, ராமர் பட்டாபிஷேகப் படத்தில் லட்சுமணனும் சத்ருக்கனனும் பற்றியிருக்கும் கவரி அளவு பெரிய பஞ்சுமிட்டாயைத் தாங்களும் ஆளுக்கொன்று தின்றபடி நின்றார்கள்.... எனக்குள் இப்படியான உதாரணங்கள் ஊறத் தொடங்கியிருந்த பருவம்.

> ஏம்ப்பா, இவ்வளவு பேசுறவென், கல்லூரி மலருக்கு ஒரு கதெ குடுக்க வேண்டியதுதானெ!

என்று சுடரைத் தூண்டிவிட்ட ஹாலிம் அஹமது சாரை இப்போதும் நன்றியுடன் நினைவுகூர வேண்டும்...

கடைசியாய், ஊருக்குள் யாருக்குமே தெரியாது என்று சேர்வகாரர் குடும்பம் நினைத்துக்கொண்டிருந்த மேற்படி ரகசியக் கதையை, சின்னத் திண்ணையில் என் அம்மா உட்கார்ந்திருக்க, அவளுக்குப் பல அடிகள் தள்ளி, சாணம் மெழுகிய முன்வாசலில் உட்கார்ந்திருந்த சற்குணமேதான் விவரித்துச் சொன்னாள்.

> தவிச்ச வாய்க்கித் தண்ணிகுடுக்கப் போனவளெ அப்பிடி எத்துனானே, லவுக்கையெச் சும்மா தச்சுக் குடு ண்டாக் குடுப்பானா? அந்தந்த வேலைக்கின்னு உண்டான கூலியெக் குடுத்துறணுமால்லியா...

பேச்சு முடிந்துவிட்டது என்று காட்டுகிற சாக்கில் அம்மா எழுந்தாள்.

உருண்டு போன பித்தளைச் செம்பு ஒரு முழு வட்டம் முடித்து சற்குணம் கைக்கே வந்துசேர்ந்தமாதிரி உணர்ந்தேன் இப்போது.

அந்தக் கம்பத்தில் தொங்கும் பலகை மதுரைக்கு வெகு அருகில் திருவேடகத்தை ஒட்டி இருக்கும் வீட்டடி மனைகள் சல்லிசான விலைக்குக் கிடைக்கும் என்று அறிவித்தது. மதுரைக்கும்

திருவேடகத்துக்கும் உள்ள தொலைவு என்ன என்று தானாக யோசித்துத் தோற்றது மனம்.

அந்த நாளில் கம்பம் தனியாக நின்ற திறந்தவெளித் திடலுக்கு வேலி பிடித்த மாதிரி, இப்போது ஏகப்பட்ட கொடிக்கம்பங்கள் நின்றன. வெவ்வேறு நிறங்களில் பட்டொளி வீசிப் பறந்த கொடிகளில் எந்தக் கட்சியினுடையவை என்றே எனக்குத் தெரிந்திராத சிலவும் இருந்தன...

சற்குணத்தை ஊருக்கே தெரியும் என்றாலும், அவளை யாரும் எதுவும் செய்ய முடியாமல் இருந்ததற்கு இரண்டு காரணம் சொல்வார்கள். முனியாண்டி கோவில் சாமியாடிக்கு அவளிடம் இருந்த நெருக்கம். ஊருக்குள் நுழையும் பேய்களை சவுக்கால் அடித்துத் துரத்திவந்து, உச்சிமுடியுடன் கொத்தாகச் சேர்த்து ஆணியறைந்து அவர் கட்டிப்போடும் புளியமரத்தை ஒட்டி அவள் குடிசை இருந்தது. இயல்பான இன்னொரு காரணம், சுளுக்கு எடுப்பதில் மகா கெட்டிக்காரி அந்தப் பெண்மணி.

முல்லையாற்றிலிருந்து கிளைபிரியும் சிறு ஓடை, முனியாண்டிகோவில் பின்புறம் உள்ள தாமரைக் குளத்தில் வந்து முடியும். கோடையில் முல்லையாறு எலும்பெல்லாம் தெரிய வற்றிக் கிடக்கும்போதும், தாமரைக் குளத்தில் நீர் ததும்பும். ஆற்றுத் தண்ணீர் மட்டுமில்லாமல், அந்தரங்கமாக நாலைந்து ஊற்றுகளும் சுரந்த தண்ணீர் அது என்பார்கள்.

காவக்காரரர் வீட்டு அலமாரிச் சாவி தொலைந்தபோது, சூடம் ஏற்றி கோடாங்கி அடித்து பாட்டுப் பாடி தேடி எடுத்துக் கொடுத்தார் சாமியாடி. சாவி கிடைத்த இடம்தான் விநோதமானது - குளத்துத் தாமரை மொக்கு ஒன்றுக்குள் அலுங்காமல் கிடந்தது அது...

தண்ணீர் என்றதும் சாமியாடியின் சொந்தச் சகோதரர் நினைவு வருகிறது. ஒரு கண் இடுங்கியும் மற்றது மலர்ந்தும் உள்ள முகத்தை காக்காய்போல ஒரு கோணத்தில் சாய்த்து வைத்திருப்பார். அவர்களுடைய இன்னொரு சகோதரர் நடத்திவந்த மிலிட்டரி ஓட்டலுக்கும் முல்லையாற்றுக்கும் இடையில் சதா நடந்தவண்ணம் இருப்பார். தண்ணீர்க்குடத்தைத் தோளில் சுமந்து சுமந்தே அவர் கழுத்து ஒருபுறமாய்ச் சாய்ந்துவிட்டது என்பார்கள். உதடு பிரியாமல் ஏதேனும் ஒரு பாட்டை முனகியபடி செல்வார்:

'நாயகர் பச்சமடீ... எனக்கது ஆயிர லச்சமடீ...'

அவரைக் கண்டதும் ஓட்டமாய் ஒதுங்குவேன். ஆரம்பத்தில் ஓரிரு தடவை எதிர்ப்பட்டபோது, என் அரையிடுக்கில் கையைவைத்து ஏந்திவிட்டு,

குஞ்சாமணி பத்தரமா இருக்காண்டு பாத்தன்...!

என்று இடுங்கின கண்ணை மேலும் இடுக்கிச் சிரித்தார். குரலும் முகமும் பெண்களுடையவை மாதிரி இருந்ததைக் கவனித்தேன். அவர் நடையுமே கொஞ்சம் நளினமானதுதான்...

சோழவந்தானுக்குள் நுழைகிறது பேருந்து. கண்ணுக்குத் தெரியாத சங்கிலியில், வெளித்தெரிந்த கண்ணிகளை அடுக்கிப் பார்த்துவிட்டேன். அடையாளமற்றுப் புதைந்தவை எத்தனையோ. சங்கிலியின் ஒரு முனை நான்; மறு முனை எது! அது சரி, நிஜமாகவே அது சங்கிலிதானா, நிரடும் சகலத்தையும் சமப்படுத்தும் திமிசுக்கட்டையா!!...

வியப்பு அடங்காமலே இறங்கினேன். மதுரை செல்லும் பேருந்து குளிர்காய்ச்சல் தொற்றிய பாவனையில் அதிர்ந்துகொண்டு காத்து நின்றது. ஏறினேன். நாலைந்து பயணிகள்தான் அமர்ந்திருந்தார்கள். ஜன்னலோரம் வாகாக அமர்ந்து, வெளியே பார்த்தேன்.

நிலையத்தின் வாசலுக்கு எதிரே, கடும் குதிரை வீச்சத்தோடு இருந்த ஜட்கா ஸ்டாண்டு இப்போது இல்லை; நாலைந்து காரைக்கட்டடங்களைக் கொண்ட வரிசை நின்றது. செல்ஃபோன் கடை, கேபிள் டீவிக் கடை, புரோட்டாக்கடை இவைபோக, மரச்செக்கு நாட்டிய எண்ணெய்க்கடை ஒன்றும், நாட்டுமருந்துக் கடை ஒன்றும் இருந்தன.

முக்கால் அளவு நிரம்பிவிட்டதால் என் பேருந்து கிளம்பவும், எனக்குள் விடுபட்டிருந்த கண்ணி ஒன்று பூதாகாரமாக எழவும் சரியாக இருந்தது. 'மதுரை' என்று சொல்லி, தேவையான பணத்தைக் கொடுத்து, பயணச்சீட்டையும் மீதிச் சில்லறையையும் வாங்கிக்கொள்ளும் பொறுப்பை அனிச்சையே மேற்கொள்ள, ஆழத்தில் புதைந்திருந்த கண்ணியை நிதானமாக மறுவிஜயம் செய்து பார்த்தது மனம்.

பிள்ளைத்தாய்ச்சியான பெரியக்காவுக்குக் கால் பிசகிவிட்டது. சற்குணத்தைக் கூட்டிவரச்சொல்லி என்னை அனுப்பினாள் அம்மா. எதிரில் வந்த தண்ணிக்காரருக்கு ஒதுங்கிக் காத்திருந்து, குடிசை வாசலுக்குப் போய்ச் சேர்ந்தேன்.

நாலைந்து தடவை குரல் விடுத்தும் பதில் இல்லை. ஏதோவொரு துணிச்சலில், படல் கதவை உட்புறமாய்த் தள்ளினேன். எதிர்ப்பின்றித் திறந்துகொண்டது. சற்குணம் இல்லை.

சின்னஞ்சிறிய குடிசை. இரண்டுபேர் நீட்டிப் படுக்க மட்டுமே விசாலம் கொண்டது. படுப்பவர்கள் தலைமாட்டில் ஆக்குப்புரை. அதாவது, இரண்டு சுடுமண் அடுப்புகள் பதித்த ஓரடி உயர மேடை. சாணம் மெழுகிச் சுத்தமாய் இருந்தது. அடுப்புகளுக்குள்ளும்கூட சாம்பலின் தடயமே இல்லை. சொல்லத்தெரியாத மணம் ஒன்று குடிசைக்குள் முழுக்க நிரம்பியிருந்தது. தற்போதைய நினைவில் அந்த மணம் எனக்குப் பிடித்திருந்ததா இல்லையா என்பது துல்லியமாய்ப் புலப்படவில்லை... போதமின்றி ஒரு காலை உள்ளே வைத்தேன்.

அப்போதுதான் அந்த மாயம் நிகழ்ந்தது.

நான் பார்த்துக்கொண்டிருக்கும்போதே, குடிசை பலூன் மாதிரிப் பெருத்தது. வைக்கோல்கூரை, காரைவிதானமாக மாறி அதிலிருந்து நீண்டு இறங்கிய கனத்த சங்கிலிகளின் நுனியில் அகலமான ஊஞ் சல் பலகை தொங்கியது. வத்தலக்குண்டில் என் பாட்டி வீட்டில் இருக்கும் ஊஞ்சலின் அளவு கொண்டது.

ஊஞ்சல் முழுக்க பெரியவர்களும் குஞ்சுகுளுவான்களும் அடர்ந்திருக்க, இரண்டு ஓரத்திலும் ஊஞ்சலை உந்தித் தள்ளும் சிறுவர்கள். ஆட்டம் தொடங்கியதும் அவர்கள் தொற்றியேறி அமர்ந்துகொள்ள வாகாக, இரண்டு ஓரங்களிலும் காலியிடம். ஊஞ்சலுக்குப் பின்னணியாய் இருந்த நெற்குதிரின் உச்சிவரை உயர்ந்தேறியது ஊஞ்சல்.

மீண்டும் கீழ்நோக்கி இறங்கவில்லை. அதே இடத்தில் நிலைத்து நின்றது.

பின்வாங்கி வெளியேறவும் முடியாமல், உள்ளே நுழையவும் தைரியமில்லாமல், அதே இடத்தில் நானும் நின்றேன்.

காலச்சுவடு, மார்ச் 2022

சரிசெய்ய முடியாத சிறு தவறுகள்

சரிசெய்யவே முடியாத தவறுகள் ஏகப்பட்டவை செய்திருக்கிறேன். பெரியதா சிறியதா என்பதா விஷயம் - அவை சரிசெய்ய முடியாதவை என்பதும் தவறு தவறுதான் என்பதும்தானே முக்கியம். இதைத்தான் முதல் வரியிலேயே சொல்லிவிட்டாயே, மறுபடியும் ஏன் சொல்கிறாய் என்று யாராவது கேட்கலாம். பிறர் கவனிக்குமளவு நடந்துவிட்ட இன்னொரு சிறு தவறு என்று வைத்துக்கொள்வோமே. அல்லது, முதுமையின் உபவிளைவு என்றும் வைத்துக்கொள்ளலாம்.

மேற்சொன்ன பட்டியலில் ஒன்று, நேற்று யதேச்சையாகக் கண்ணில் பட்டது. இதுதான் சாக்கு என்று சமர்த்துக் குழந்தைகள் போல ஓடிஓடி வந்து வரிசையில் நின்றவை மட்டுமே அறுபதுக்குமேல் இருக்கும். சராசரிக் கணக்குப்படி, வருஷத்துக்கு ஒன்று என்பது மிதமான விகிதம்தான். ஆனால், ஆரம்ப வருடங்கள் சிலவற்றையாவது கழித்துவிட்டுக் கணக்குப் பார்ப்பதுதானே முறை.

நேற்றுக் கண்டதை முதலில் சொல்கிறேன். அப்புறம் ஞாபகம் வர வரப் பார்த்துக் கொள்ளலாம். ஆரம்பநாள் கதைகளிலொன்றை, என் தாய்வழிப் பாட்டியை நாயகியாக வைத்து எழுதியிருக்கிறேன். மரணத்தறுவாயில் தன் வாழ்க்கைச் சம்பவங்களை அவள் நினைவுகூர்ந்து அடுக்குவதாக நகரும். ரொம்பப் பேருக்குப் பிடித்த கதை அது. நாலைந்து சந்தர்ப்பங்களில் மறுபிரசுரமும் ஆகியிருக்கிறது - நேற்று ஒருத்தர் தொலைபேசியில் அழைத்தார்.

தாங்கள் தயாரிக்கிற தொகுப்பில் சேர்த்துக்கொள்ள அனுமதி கேட்டார். சம்மதித்த கையோடு, உடனே எடுத்து இன்னொரு முறை படிக்கத் தோன்றியது. இத்தனை வருடங்களில், முதல்தடவையாய் அந்தப் பிசகு கண்ணில் பட்டுத் தொலைத்தது - 'சரிசெய்ய முடியாதது' என்ற உணர்வு உடனடியாய்த் தட்டியது. துயரமும் ஆதங்கமும் தோய்ந்த தலைப்புச் சொற்றொடரும் அப்போதுதான் உருவானது... கதையில் ஓர் இடத்தில் பாட்டி சொல்கிறாள்:

> கையிலே துட்டு ஏறினவொடனே ஒங்கப்பனுக்குத் திமிர் ஜாஸ்தியாயிடுத்து. எம்புட்டு இருந்தா என்ன, ஒம் பணம் ஒன்னோடெ. அதுக்காக எல்லாரும் நெடுஞ்சாங்கடையா ஒன் கால்லெ விழுந்து கெடப்பாளா? அம்பட்டங் கடெ மசிரா நாங்க?

முன்னிலை விளியில், சற்றுக் கடுமையான வார்த்தைகளில் அவள் பேசியதற்கு, ஜாடையில் நான் அப்பாவை உரித்துவைத்துப் பிறந்திருக்கிறவன் என்பது அல்ல; அவளுடைய அந்திமகாலப் பேச்சுத்துணையாக நான் மட்டுமே இருந்தேன் என்பதுதான் காரணம் - என்று அதில் ஒரு வரி எழுதியிருப்பேன். எனக்கு என் பிழைகள் ஞாபகம் வருகிற மாதிரி, அவளுக்கு தான் பட்ட அவமானங்கள் வரிசை கோத்ததோ என்னவோ.

இதில் தவறு எங்கே வந்தது என்று தோன்றுகிறதல்லவா?

மிகச் சரியாக, குடும்பம் பொருளாதாரச் செழுமையை எட்டப்போகிற சந்தர்ப்பத்தில் இறந்துபோனவர் என் அப்பா. அதைவிட, அத்தனை பிரியமான, அதிர்ந்துகூடப் பேசாத விவேகியை, திமிர்பிடித்தவர், அதிலும், பணத்திமிர் பிடித்தவர் என்று பாட்டிக் கிழவி சொன்னபோது, ஒரு வார்த்தையாவது எதிர்த்துச் சொல்லியிருக்க வேண்டாமா நான்? இப்போது வருந்திப் பிரயோசனமில்லை. பாட்டி இறந்தே கிட்டத்தட்ட நாற்பது வருடம் ஆகிவிட்டது.

சாகக் கிடக்கிறவளிடம் வம்பு வளர்க்காதது சரிதானே என்று சமாதானம் செய்துகொள்கிறேன். ஆனாலும், எழுதும்போதாவது அவள் பேசிய வசனத்தை மாற்றியிருக்கலாமே? இறுதிநாட்களில் புத்தி எந்த அளவுக்குப் பிறழ்ந்திருந்ததோ அவளுக்கு. யார் இழைத்த அகௌரவத்தை என் அப்பாமீது சுமத்திச் சொன்னாளோ

என்றெல்லாம் கொசுக்கள்போல ராத்திரி முழுக்கச் சுற்றிவந்த ஞாபகங்கள் என் தூக்கத்தை முழுசாகப் பறித்துவிட்டன.

உபரியாகச் சில தவறுகளைச் சொல்வதென்றால், என் அப்பா இறந்து பத்து வருடங்கள் கழித்துத்தான் கிழவி இறந்தாள். கதையை நிகழ்த்தும்போது, அவர் ஜீவியவந்தராய் இருந்ததுபோல ஒரு ரகசியச் சித்திரம் உருவாகிறதல்லவா, அதற்கு நான்தானே பொறுப்பு. தவிர, அமரர்களைக் குறைசொல்ல யாருக்கும் கூசத்தானே செய்யும்? ஒரு வேளை அவள் 'ஓங்க சித்தப்பன்' என்றோ, 'ஓங்க மாமன்' என்றோ கூறியதை நான் தவறாக நினைவு வைத்திருந்தால்? தவிர, அவளுடைய அந்திமவேளையில் கூட இருந்தேன் என்று எழுதியிருப்பதும் சரியல்ல - தொண்ணூற்றாறாவது வயதில் பாட்டி காலமானது அம்பாலா கண்டோன்மெண்ட் ராணுவ தளத்தில் பணிபுரிந்த கடைசி மகனிடம் இருந்தபோது. நாங்கள் யாருமே போக இயலவில்லை.

ஆக, அந்தக் கதையில் இடம்பெற்றவற்றில் எதுவுமே உண்மையில்லை - எழுதுகிற யாருமே எடுத்துக்கொள்ளும் சுதந்திரம்தான்; 'கற்பனை என்பதே, ஆழ்மனத்தின் கட்டற்ற சிறகடிப்புத்தான்' என்று தனுஷ்கோடியே ஒருதடவை ஒத்துக்கொண்டிருக்கிறார். அப்படியிருக்க, உண்மைக்கதை என்று கோரினால்தான் தவறு. ஆனால், வேறு சில தவறுகள் நேர்ந்துவிட்டன.

உதாரணமாக, பாட்டியின் மரணமும், அவள் பேசின வசனங்களும்தான் கற்பனையே தவிர, பாட்டியும் அவள் வசித்த சிற்றூரும் நிஜத்தைவிட நிஜம். அப்படியிருக்க, ஒரு சாஸ்திரி, ஒரு அர்ச்சகர், ஒரு கோவில், ஒரு யாசகி, ஒரு பிச்சி, ஒரு பால்காரர், என் தாய்மாமன்கள் இருவர் என்று அநேகம் பேருடைய ஒரிஜினல் பெயரையே எழுதித் தொலைத்திருக்கிறேன். சாதாரணத் தவறு என்று ஒதுக்கிவிட முடியுமா என்ன? ஏதோ, வாசிக்கிற பழக்கம் தமிழ் சமூகத்தில் பரவலாக இல்லையோ, பிழைத்தேனோ. இல்லாவிட்டால், இத்தனை வருடங்களில் எத்தனை பேருக்கு பதில் சொல்லவேண்டி வந்திருக்கும்...

இதையெல்லாம்விடப் பெரியதாக நான் கருதுவது வேறொன்று. கிழவிக்கும் அவள் மருமகனுக்கும் இருந்த உறவை, அல்லது அதன் சீர்கேட்டை, அவள் வாயாலேயே சொல்லக் கேட்டாலும், எழுதிவைக்க வேண்டிய அவசியம் என்ன வந்தது? எந்த இரண்டு

பேருக்கும் இடையிலான உறவின் மேன்மையோ கீழ்மையோ அவர்களுக்கு மட்டும்தானே தெரிந்திருக்கும்? இரண்டாமவர் அனுமானித்து அறிந்தது என்றால், இன்னும் மோசம். அவமானப்படுத்தியவரான முதலாமவருக்கேகூடத் தெரிந்திருக்காது. மூன்றாவது ஆள் அதை பகிரங்கமாக எழுதி வைப்பது சாதாரணத் தவறா?

இதே, எனக்கும் இந்திராவுக்குமான விவகாரத்தை என்றாவது எழுதியிருக்கிறேனா? அட, இப்போது சொல்லும்போதும் அவளுக்கு ஒரு கற்பனைப் பெயரைச் சூட்டித்தானே சொல்கிறேன்? இந்த முன்ஜாக்கிரதை, ஆரம்ப நாட்களில் இல்லாமல் போனதே...

பாட்டியிடமிருந்து தன்னியல்பாக விலகி, இந்திராவிடம் சென்று நிலைத்தது ஞாபகம். நாங்கள் குடியிருந்த வரிசை வீட்டில், இடப்புறப் போர்ஷனில் வசித்தவள் அவள். வரிசைக்கெட்டாகப் பதினாறு வீடுகளின் இளைஞர்கள் இளைஞிகள் அனைவருக்குள்ளும் அபாரமான நட்புறவு நிலவியது. மிகச் சிலபேர் மட்டும் அடுத்தகட்டத்துக்கு நகர்ந்தனர். நாலைந்து இணைகள் திருமணமும் செய்துகொண்டன. இருபக்க சம்மதத்துடன்தான். அத்தனை வீடுகளிலும் ஒரே ஜாதிக்காரரர்களைக் குடியமர்த்திய உரிமையாளரின் சாமர்த்தியத்தை மெச்சுவதா (இத்தனைக்கும் அவர் வேறு ஜாதிக்காரர்!), உட்கிளைகள் வெவ்வேறாய் இருந்தாலென்ன, ஜாதி மாறாமல் காதலித்தார்களே என பெற்றவர்கள் அடைந்த ஆசுவாசத்தை மெச்சுவதா என்று நகர்வதற்குப் பதிலாக, ஆரம்ப கட்டத்திலேயே நாசக்காடாகி, பொருக்குத் தட்டி, தழும்பும் விட்டுவிட்ட என்னுடைய சமாசாரத்தை நக்கி நக்கி சுகம் காண ஆரம்பித்தது மனம்.

இன்னும் கொஞ்சநாள் பொறுத்திருந்திருக்கலாம். என் வாழ்க்கையே வேறுவிதமாக மாறியிருக்கக் கூடும். அவரசப்பட்டுக் காரியத்தைக் கெடுத்துக்கொண்டோமே என்று எவ்வளவோ மறுகியிருக்கிறேன். ஆமாம், சரிசெய்ய முடியாத ஒரு தவறைச் செய்ததுதான் காரணம்.

கல்லூரி முடித்து, வெறும் பதினோரு மாதம்தான் காத்திருந்தேன் - வங்கியில் வேலை உத்தரவுக் கடிதம் வருவதற்கு. பதினோரு யுகங்கள் போல ஒவ்வொரு நாளையும் சுமந்தது நினைவிருக்கிறது.

'எதிர்காலம் நிச்சயமற்றதாய்த் தோன்றுவது யாருக்கும் நடப்பதுதான். வாழ்தலுக்கு ருசி கூட்டுவதற்காக இயற்கை செய்த ஏற்பாடு அது' என்றுகூட தனுஷ்கோடி சொல்லியிருக்கிறார். நிச்சயமின்மையின் அழுத்தத்தைச் சமாளிக்க என்வயமாகச் சில வழிகள் கண்டுபிடித்து, அன்றாடம் செயல்படுத்த முயன்றுகொண்டிருந்தேன். இந்திராவை மணந்து நல்வாழ்வு நடத்துவது தொடர்பான பகல்கனவுகள் அதிலொன்று.

என் போர்ஷன் படியில் அமர்ந்து, மடியில் கிடத்திய சாண்டில்யன் நாவலில் மனம் தோயாமல் மேய்ந்துகொண்டிருந்தபோது, யாரோ ஒரு இளவரசியின் பிருஷ்ட வர்ணனையில் சனி காத்திருந்தது. அல்லது, கொங்கை விவரிப்பாய் இருக்கலாம். எப்படியோ, அந்த வரிகள் நேரே இந்திராவிடம் சென்று நின்றன. உடனடியாய் அவளைப் பார்க்க ஆவல் மீறியது.

அதே சமயம் தோசை மணம் வெளியேறி வந்தது. புத்தகத்தைப் படிக்கட்டில் வைத்துவிட்டு, எழுந்து போனேன். அவர்கள் போர்ஷன் கதவு தாழிடாமல்தான் இருந்தது. தள்ளிக்கொண்டு உள்ளே போனேன். பதினாறு வீடுகளிலும் யாரும் யார் வீட்டிலும் கடைசிவரை நுழைந்து வெளியேறலாம் என்ற பேசப்படாத பொதுச்சலுகை நிலவியதையும், அதன் அந்தரங்கக் காரணத்தையும் ஏற்கனவே சொன்னேனே...

வீட்டில் யாரும் இருப்பதற்கான அறிகுறியே இல்லை. ஆனால் தோசை மணம் வருகிறதே. சமையலறைவரை போனேன். இந்திராவேதான். தனியாய் நின்று தோசை வார்க்கும்போதும் பகல்கனவுகள் ஓடத்தான் செய்யும் போல என்று அனுமானித்தது முதல் தவறு. அவ்வப்போது அவள் பார்த்துவந்த பார்வைகளுக்கும், சிறு சிறு வார்த்தைகளுக்கும் தோற்றத்தைவிடக் கொஞ்சம் பெரியதான அர்த்தத்தை நான் தொடர்ந்து ஏற்றிக்கொண்டே வந்திருந்தது இரண்டாவது தவறு. அன்றுதான் என் அந்தரங்கத்தைத் தெரிவிப்பதற்கு உகந்த நாள் என்று அந்தக் கணத்தில் முடிவெடுத்தது மூன்றாவது. அதற்குத் தேர்ந்தெடுத்த முறைமை ஆகப் பெரிய தவறு; நான் நிகழ்த்தியேவிட்ட பெருந் தவறு. மேற்சொன்ன பட்டியலைக் கிருமிபோல அது நுண்மையாக்கியதைத்தான் சொல்ல முற்பட்டேன்.

யார் என்று திரும்பிப் பார்த்தவளின் இடதுபுஜத்தை இறுகப்

பற்றி என்னை நோக்கி இழுத்தேன். அடுத்த விநாடியில் என் அணைப்புக்குள் இருந்தாள். அத்தனை மிருதுவாக இருப்பாள் என்று நான் எதிர்பார்த்திருக்கவேயில்லை. வலதுகையால் அவள் பின்னந்தலையைப் பற்றி, முகத்தை என்னை நோக்கித் திருப்பினேன். உதடுகளில் என் உதடுகளை அழுத்த முனைந்தேன். அவ்வளவு வலுவாக இருப்பாள் என்றும் எதிர்பார்த்திருக்கவில்லை - இரண்டு கைகளையும் முரட்டுத்தனமாக என் நெஞ்சில் அழுத்தித் தள்ளினாள். கண்களில் தீ பறந்தது. ஏதோ பொசுங்கும் வாசனை. என் கனவுதான் பொசுங்கியது என்று ஜாலமாகச் சொல்லத்தான் ஆசை. ஆனால், நிஜமாகப் பொசுங்கியது, கல்லில் கிடந்த தோசை. 'போயிரு வெளியே' என்று ஆள்காட்டிவிரலை ஆட்டி, கண்களால் ஆணையிட்டாள்.

மறுநாள், பொதுவெளியில் பார்க்கும்போது அப்படியொரு சம்பவம் நடந்த மாதிரியே இருவரும் காட்டிக்கொள்ளவில்லை. அதன்பிறகுதான், இந்திராவை இழந்த ஏக்கம் எனக்குள் பல்கிப் பெருகியது. அத்தனை நாகரிகமான, இங்கிதமான, நாசூக்கான, துணிச்சலான, பெருந்தன்மையான ஒருத்தியை நிரந்தரமாய் இழந்துவிட்டேனே என்று.

இன்றுவரை தீராத சந்தேகம் ஒன்றும் இருந்துதான் தொலைக்கிறது - நான் அணைத்ததற்கும், அடுத்த நிலைக்கு நகர முயன்றதற்கும் இடையில் சில விநாடிகள் இடைவெளி இருந்தது. முழு சம்மதத்தோடு என்னுடன் பிணைந்திருந்தாள் அவள்; அப்படிப் பட்டதால்தானே அடுத்த அடி எடுத்தே வைத்தேன்? அந்தச் சில விநாடிகளில் நான் யாராய் இருந்தேன் அவளுக்கு!... விடுங்கள், இதையெல்லாம் கேட்டா தெரிந்துகொள்ள முடியும்?

ஆனால், நான் மட்டுமே இந்த மாதிரித் தவறுகள் செய்துவிடவில்லை என்ற ஆறுதலை எனக்கு வழங்கியவன் சம்பத். தவிர, சரிசெய்ய முடியாத தவறுகளை நாமேதான் செய்யவேண்டும் என்பதில்லை, நம் சார்பாக மற்றவர்களும் செய்யமுடியும் என்று உணர்த்தியவன். அதிர்ஷ்டத்தில் என்னைவிடப் பல படிகள் உயரத்தில் இருந்தவன். பின்னே, தனியார் மயமும் தாராள மயமும் பரவலாகியிராத அந்த நாட்களில், படித்து முடித்த வருடத்திலேயே பொதுத் துறை நிறுவன வேலை கிடைத்தது அவனுக்கு என்பதிலேயே தெரியவில்லையா.

அந்தக் குறிப்பிட்ட ஆண்டில் மட்டும், குறிப்பிட்ட ஜாதிக்காரர்கள் ஏராளமானவர்கள் மேற்படி நிறுவனத்துக்குத் தேர்வானார்கள் - எங்கள் ஜில்லாவில். அதற்குக் காரணம் தேர்வுக் குழுவில் அந்த ஜாதியைச் சேர்ந்தவர்கள் பெரும்பான்மையாய் இருந்தார்கள்; நேர்முகத் தேர்வு முடிவுகளின்மீது விசாரணை நடத்த வேண்டும் என்றெல்லாம் பராபரியாய்ப் பேச்சு உலவியது. ஆனால், ஏனோ, அடுத்த கட்டத்துக்கு நகரவில்லை. சம்பத்தெல்லாம், போன மே மாதம் பணி ஓய்வே பெற்றுவிட்டான். இப்போது யோசித்தால், தேர்வுக்குழுவைத் தேர்வு செய்தவர்களின் தவறு என்று அதைச் சொல்வதா, மிகச் சரியான நேரத்தில் நேர்முகத் தேர்வுக்குப் போன சம்பத் போன்றவர்களின் பாக்கியம் என்பதா.

எப்படியோ, பெருங்காற்று அடித்தபோது கூடவே பறந்துபோன சருகு என்று சம்பத்தைச் சொல்வது பொருத்தமாய் இருக்கும். ஆனால், அதுவா விஷயம், பறந்தானா இல்லையா. முதல் வகுப்பில் வணிகவியல் பட்டம் வாங்கிய நானும், பி ஏ வரலாறு தமிழ் மீடியத்தில் படித்தவனும் ஒரே மாதத்தில், கிட்டத்தட்ட ஒரே சம்பளத்தில் வேலைக்குச் சேர்ந்தோம் என்பது சாதாரண விஷயமா.

ஆனால், சரிசெய்ய முடியாத ஒரு தவறில் அவனும் சிக்கினான், பாவம். ஆறு வருடம் சர்வீஸ் முடித்தபிறகு, பதவி உயர்வுக்குத் தயாரானான், சான்றிதழ்களைப் பரிசீலிக்கும்போது, புகுமுக வகுப்பு தேர்வான சான்றிதழைக் காணவில்லை என்று தெரிய வந்தது. அந்த வகுப்புக்கு, ஒரு மதிப்பெண் பட்டியல் மட்டுமே கொடுப்பார்கள் - எல்லாப் பாடத்திலும் குறைந்தபட்ச மதிப்பெண்களை வாங்கி, கால் இடறாமல் அடுத்த பாத்திக்குப் போய்ச்சேர்ந்த பெருமையை மட்டுமே தெரிவித்த தாள் என்பதால் சம்பத்தேகூடத் தவறுதலாக எங்காவது வைத்திருக்கக் கூடுமே என்றுதான் அவனுடைய புதுமனைவி உட்பட எல்லாரும் நினைத்தோம்.

ஆனால், அப்படி நடந்திருக்க வாய்ப்பேயில்லை என்று அடித்துச் சொன்னான் அவன். அவனுடைய சான்றிதழ்கள், மதிப்பெண் பட்டியல்கள், ஜாதகம் என்று எல்லாவற்றையும் தமது பொறுப்பில் வைத்திருந்த அப்பாதான் காரணம் என்று கோபமாய்ச் சொன்னான். சாதாரணமாகவே அவர்கள் இருவருக்கும் ஆகாது. ஒத்த வயதுத் தகப்பன்மாரெல்லாம் சிகரெட்டுக்கு மாறிய பிறகும் பிடிவாதமாகப் பொடி போடும் பழக்கத்தைப் பேணுகிறார் என்பதில் தொடங்கி,

அவர் சம்பந்தமாக அவனுக்கு இருந்த மனக்குறைகளைச் சொல்லித் தீராது.

மகனுக்குப் பெண் பார்க்கப் போன இடத்தில், வரதட்சிணைப் பேச்சு தொடங்கி, பேரம் மும்முரமாக நடக்கும் நேரத்தில் இந்த மனிதர் பொடிமட்டையைப் பரிவாகத் தட்டி, ஒரு சிட்டிகையை அள்ளி இழுத்திருக்கிறார். இரண்டு தரப்பையும் சேர்ந்த ஏழெட்டுப்பேர் ஒரே சமயத்தில் தும்மியதால் சரியாய்ப் போயிற்று - இல்லையென்றால் சகுனம் சரியில்லை என்று தட்டிப்போயிருக்கும் என்று பரிதாபமாய்ச் சொன்னான்.

அவனுக்கு வாய்த்த மேலதிகாரியும் பிரமாதமான குணசித்திரம். 'அதுதான், பட்டப்படிப்புச் சான்றிதழ் இருக்கிறதே, பதவி உயர்வுக்கு அதுதானே முக்கியம்' என்று கேட்டால், அதெப்படி, புகுமுக வகுப்புப் படிக்காமல் ஒருவர் பட்டப் படிப்பு சேரமுடியும் என்று திருப்பிக் கேட்டிருக்கிறார். 'அதைத்தானே நாங்களும் சொல்கிறோம்?' என்று ஊழியர் சங்கப் பிரதிநிதி வலியுறுத்தினாராம். 'இந்தமாதிரி விஷயத்திலே எனக்கு அதிகாரம் கிடையாதுங்க, ஹெட் ஆஃபீஸிலே பேசிக்கங்க' என்று முறித்துவிட்டார் அதிகாரி. 'புகுமுக வகுப்பு என்ற ஒன்றேயே எடுத்துட்டாங்களே ஸார், அதையாவது கன்ஸிடர் பண்ணுங்க' என்று முறையிட்டிருக்கிறார்கள். 'அதுனாலதாங்க அந்த சர்ட்டிஃபிக்கேட் அவசியம் தேவைங்கிறேன்' என்று பதில் வந்திருக்கிறது.

'இப்பிடிப் பண்ணிட்டியேப்பா?' என்று நியாயம் கேட்கப் போனவனை எதிரில் வைத்துக்கொண்டே, கூரைவிசிறிக்கு நேர்கீழே அமர்ந்திருந்தவர், ஒரு கொத்துப் பொடியை அள்ளி மூக்கில் திணித்துவிட்டுக் கையை உதறினாராம்.

தும்மிக்கிட்டே வெளியே வந்தேன்டா, வேறென்ன செய்றது.

என்று அலுத்துக்கொண்டான்.

நல்லவேளை, அது நான் செய்த தவறுகள் போலில்லை, சரி செய்யக் கூடியதுதான் என்று நிரூபணமானது. என்ன, தலைமை அலுவலகத்திலிருந்து கடிதம் வந்து இவனுக்குப் பதவி உயர்வு கிடைப்பதற்குள், ஏழெட்டு வருடங்கள் ஓடியிருந்தன. சம்பத்துக்குப் பின்னால் பணியில் சேர்ந்த பலர், இவனுக்கே அதிகாரிகள் ஆகிவிட்டிருந்தார்கள். இன்னும் விசேஷமான தகவலைச் சொல்லி

இந்த விவகாரத்தை முடித்துவிடலாம். மிகச் சரியாக, சம்பத்தின் அப்பா சிவலோகப் பதவி அடைந்த பதினாறாம் நாள், அவருடைய இறுதிக் கிரியையின் சுபகாரியத்துக்கு மறுநாள், பணிக்குத் திரும்பிய அன்று, ஃபேக்ஸில் செய்தி வந்ததாம்.

எனக்குச் சட்டுன்னு கண்ணு கலங்கீருச்சுடா.

என்று சொன்னான் சம்பத். நல்லவேளை,

ங்கொப்பா பொடி போட்டது ஞாபகம் வந்திருச்சாக்கும்!

என்று எனக்குள் தானாக உதித்த கேள்வியை, மனத்துக்குள்ளேயே ரத்து செய்துவிட்டேன். சம்பத்தின் அப்பா படுக்கையில் விழுந்ததே, ஒரே மகனுடன் வாய்ச்சண்டை முற்றியபோது அவர் கழுத்தை நெரிக்கிற மாதிரி இவன் கையைக் கொண்டுபோனதில் மனமுடைந்ததால்தான் என்று ஒரு தகவல் உலவியதையும்தான். 'நெல் சிந்தினால் அள்ளலாம், சொல் சிந்தினால் அள்ள முடியுமா?' என்று அடிக்கடி என் அம்மா சொல்வாள்...

அதுசரி, இந்திராவுடன் உனக்கு நடந்த விஷயமும், சம்பத் விஷயமும் ஒன்றா? என்றுதான் தனுஷ்கோடி இதை வாசித்தால் கேட்பார். அவர் சாதாரண ஆளில்லை; இந்தக் கதையின் ஆரம்பப் பகுதியிலேயே விரிவாக இடம்பெற்றிருக்க வேண்டியவர். வெகு தீவிரமான வாசகர். அதைவிடத் தீவிரமான விமர்சகர். இப்படியெல்லாம் தன்னைக் கருதிக் கொள்பவர் என்பது இன்னும் முக்கியம். பார்க்கப்போனால், அந்தப் பிரசித்தி பெற்ற கேள்வியை என்மீது முதன் முதலில் வீசியவர் அவர்தான். அதுவுமே, முதல் பத்தியில் இடம்பெற்ற தாய்வழிப் பாட்டி கதையையொட்டித்தான்.

தீப் பிடிக்கிற மாதிரி சமாசாரங்கள் சமூகத்திலே நடந்துக்கிட்டிருக்கும்போது, தரையிலே தலையைப் புதைச்சுக்கிட்ட தீக்கோளி மாதிரி, பாட்டி பல்லாங்குளீன்னு என்னென்னத்தையோ எளவுகூட்டுறீங்களேய்யா!

என்று என்மீது ஆதங்கப்பட்டவர். அவர் சொன்னதை இப்படிப் புரிந்துகொண்டேன்: 'சமுதாயத்தைப் பாதிக்கும் எவ்வளவோ சங்கதிகள் நடந்துகொண்டிருக்கும்போது, ஒரு நார்மடிக் கிழவியின் அந்திம ஞாபகங்களைத் தொகுத்து எழுதுவது அநாவசியம்; அதனால் யாருக்குமே பயனில்லை' என்கிறார் போல.

‘கற்பனை ன்றது சமுதாயத்துக்குப் பலன் தருகிற மாதிரி இருக்க வேண்டும்’ என்று அடிக்கடி சொல்வார். ‘கற்பனை என்பதே ஆழ்மனத்தின் சுதந்திரமான சிறகடிப்புத்தான் என்று எங்கோ வாசித்திருக்கிறேனே, தனுஷ்கோடி சார்’ என்று பலதடவை சொல்ல முனைந்து, கடைசி நொடியில் தவிர்த்திருக்கிறேன். இப்போதே பாருங்கள், இப்படியொரு வாக்கியத்தைக் கொஞ்சம் முன்னால் எழுதினோமோ என்ற சந்தேகத்தில் மேலே சென்று பார்த்தால், ஆமாம், சொல்லியிருக்கிறேன். ‘அவர் ஒத்துக்கொண்டார்’ என்று வேறு எழுதியிருக்கிறேன். கடுங்கோபத்துடன் என்னை முறைத்துவிட்டு, எழுந்து போய்விட்டார் என்பதுதான் நிஜத்தில் நடந்தது. இப்படித்தான், கண்மூடித்தனமாய் இழுத்துச் செல்லும் நீரோட்டம் கூழாங்கல் முள்செடி என்ற பேதமில்லாமல் அனைத்தின்மீதும் உரசிப் புண்பட வைக்கிறது.

அடுத்துச் சொல்லவிருக்கும் ஞாபகத்தைக் கேள்விப்பட்டால், கொந்தளித்திருப்பார் தனுஷ்கோடி. பாவம், கட்சி கைவிட்ட உளைச்சல் தாங்காமல் தற்கொலை செய்து கொண்டுவிட்டார் மனிதர். அது இருக்கும், இருபது வருடத்துக்கு மேல்.

தனுஷ்கோடி சம்பந்தமாக இன்னொன்றையும் சொல்லவேண்டும். பாடப்பகுதிக்கு வெளியிலும் பாடம் கேட்க முடியும் என்பதை எனக்குக் கற்றுத்தந்தவர் அவர்தான். பாடப்பகுதியில் வரும் விஷயங்களுக்கு, நடைமுறைவாழ்வில் வேறு அர்த்தங்கள் கொள்ள முடியும் என்று பயிற்றுவித்தவர்.

> பௌதிக மாற்றங்களுக்கும் ரசாயன மாற்றங்களுக்கும் உள்ள வேறுபாடு மாதிரியே மனித உறவிலும் இருவகையான மாற்றங்கள் இருக்கு நண்பரே.

என்று ஒரு தடவை சொன்னார். ஆமாம், ‘நண்பரே’ என்றுதான் என்னையும் பிற சிநேகிதர்களையும் அழைப்பார். எங்களுக்கு ஏகப்பட்ட புத்தகங்கள் கொடுத்துப் படிக்கச் சொல்வார். அவை சிரமப்படுத்தும் இடங்களை எளிதாக விளக்க முயலுவார். பாவம், தோற்றுத் தோற்றுத் திரும்புவார். வாஸ்தவத்தில், அவர் விளக்க ஆரம்பித்தபிறகு, அவை இன்னமும் புரியாதவையாய் ஆகிவிடும். உபரியாக, நன்றாகப் புரிகிற நடைமுறை சமாசாரங்களும் கூட, புரியாத் தொலைவுக்கு நகர்ந்துவிடும். நம் வீட்டுக் குழாயில்

தண்ணீர் வரவில்லை என்பதை அனைத்துலக சதி என்று உணர ஆரம்பித்துவிட்டால், சாமானிய ஜனங்களின் சாவு மட்டுமில்லை, அவர்கள் உயிரோடிருப்பதும்கூட ஏதோ ஒரு அமைப்பின் வஞ்சகத் திட்டப்படிதானோ என்று சந்தேகம் தட்டிவிடாதா?

ஆனால் தனுஷ்கோடி விளக்கிய மேற்படி வாக்கியம், புரியாமல் போகமுடியாத அளவு எளிமை நிரம்பியது. இருந்தாலும் விரிவாய் எடுத்துரைக்கத்தான் செய்தார்: அவருக்கும் எனக்கும் இடையில் தோன்றும் சச்சரவுகள் தண்ணீர் பனியாவதுபோல. எப்போது வேண்டுமானாலும் பழைய ஸ்திதிக்கு மீண்டுவிட முடியும். ஆனால், சிலவித உறவுகளில் உண்டாகும் உரசல்கள் முட்டைக்கோஸ் பொரியலாக மாறுவது மாதிரி; ஒரு போதும் கோஸாக மறுபடி ஆகமுடியாது என்றார். எதற்காக இந்த உதாரணம் சொன்னார் என்று நினைவில்லை. உதாரணம் மட்டும் மறக்கவில்லை.

ஆறாவதா ஏழாவதா என்று நினைவில்லை. நிச்சயம் அந்த இரண்டு வகுப்புகளில் ஒன்றுதான். ஏனென்றால், ஐந்தாவது வரை கரட்டுப்பட்டி. எட்டாவதுக்குப் பெரியகுளம் என்றுதான் என் பள்ளிப்படிப்பு நடந்தது. தவிர, நான் சொல்லவிருக்கும் சம்பவம் நிகழ்ந்தது நாயக்கர் தோப்புக்கு அருகே. முல்லையாற்றுக்கரை மேல் மேல்நாச்சிகுளம் போகும் வண்டிப்பாதையின் இடுப்பில் இருந்தது, நாயக்கர் தோட்டம் என்றும் மைனர் தோப்பு என்றும் இருவிதமாகப் பெயர் வழங்கிய வளாகம். நான் சொல்லும்போது மூன்றாவது பெயர் உதித்துவிட்டது பாருங்கள். இப்படித்தான், நினைவில் இருக்கும் பல சங்கதிகளும், சந்தடியின்றி, சரளமாக உருமாறிவிடுகின்றன.

பள்ளிவிட்டுத் திரும்பும்போது, சுற்றுச்சுவர்க் கதவருகில் ஆள் இல்லையென்றால், உள்ளே சென்று மாங்காயோ கொய்யாவோ கொடுக்காப்புளியோ அடிப்பதும், காவல்காரர் வரும் அரவம் கேட்டால் பாய்ந்தோடி வெளியேறுவதும் சுவாரசியமான விளையாட்டு எங்களுக்கு. சிலவேளை, கரட்டுப்பட்டி வரைக்குமே ஓடிவர நேரலாம். வீட்டை நெருங்குவதற்குமுன், இரைக்கும் மூச்சை சமனப்படுத்த வேறு வேண்டும்... சமகாலத்தில் வங்கிக் கடன் வாங்குவதும், கட்ட முடியாமல் விழி பிதுங்குவதும், கட்டிமுடித்த

ஆசுவாசத்தை முழுக்க அனுபவிக்குமுன்பே அடுத்த கடனுக்கு முனைவதும் என்று நகரும் வாழ்க்கையின் தீவிரத்துக்குக் கொஞ்சமும் குறையாதது அது என்றே சொல்வேன்... யோசித்துப் பார்த்தால், தவிர்க்கவும் முடியாதது.

எங்களைத் தலைமை தாங்கி நடத்துபவன் எப்போதுமே கனகுதான். தீரன். தென்னை உட்பட எந்த மரமானாலும் ஏறுவான். ஆசிரியர்கள் சக மாணவர்கள் என்று யாரிடம் வேண்டுமானாலும் தகராறு செய்வான். அப்படித்தான், சலவை உடையோடு வந்த தமிழய்யா முதுகில் பேனாவால் மை அடித்துவிட்டான். யாரும் பார்க்கவில்லை என்று நினைத்தால், படுபாவி மணி பார்த்திருக்கிறான். ஹெட்மாஸ்டர் தன் அறைக்குப் போகும் வழியில்,

என்னா சம்பந்தம், முதுகுபூரா இங்க்கா இருக்கு!

என்று வியந்துவிட்டுப் போனார். அய்யாவிடம் நல்லபெயர் வாங்குவதற்காகவோ என்னவோ, 'கனகுதான் அந்த வேலையைச் செய்தவன்' என்று போட்டுக்கொடுத்து விட்டான் மணி. கடும் திக்குவாய் உள்ளவன், அவ்வளவு சிரமப்பட்டு அந்த உண்மையைத் தெரிவிக்கும் வெறி ஏன் கூடியது என்று தெரியவில்லை. ஆனால், இந்த மாதிரி சமாசாரங்களெல்லாம் வேறு எங்கோ முடிவாகிறவை போல.

அன்று காலைதான், 'இன்னா செய்தாரை ஒறுத்தல்' என்று பாடம் நடத்தியிருந்தார் அய்யா. கனகுவைக் கூப்பிட்டார். மணலில் முட்டிபோடச் சொல்லிவிட்டார். பள்ளி கலைந்து எல்லாரும் போனபிறகும் அதே நிலையில் இருந்தான், பாவம். பின்னாளில் மதுரையில் பாரத் சர்க்கஸ் பார்க்கப் போனபோது, கூண்டுக்குள் இருந்த சிங்கத்தைப் பார்த்தேன். கனகுவின் நினைவு வந்தது. அவனுடைய முதன்முதல் சட்டசபைப் பேச்சில், 'கூண்டு திறந்தது - சிறுத்தையே வெளியில் வா' என்ற பாரதிதாசன் வரியை மேற்கோள் காட்டி, கைதட்டலை அள்ளினான் என்று செய்தித்தாளில் படித்தபோது, அவன் முட்டி போட்ட நாள் இன்னொரு தடவை நினைவில் வந்தது. பிற்பாடு என்ன ஆகப் போகிறான் என்பதற்கான அறிகுறி அன்றே தென்பட்டிருக்கிறது; எனக்குத்தான் புரியவில்லை என்பதும்தான்.

இப்படித்தான், சரிசெய்ய முடியாத சிறுசிறு தவறுகள் நடந்து

விடுகின்றன. முந்தின பத்தியின் ஆரம்பத்தில், அய்யா நடத்திய குறள் பாடம் பற்றிச் சொன்னேனல்லவா - அன்றுதான் நடத்தினாரா என்பது அத்தனை துல்லியமாய் நினைவில்லை; ஆனாலும், விவரிப்பில் சிறு நாடகீயம் சேரவில்லை என்றால், கேட்பவர்களுக்கு ரசிக்குமா. இந்தப் பத்தியிலுமே ஒரு பிசகு இருக்கத்தான் செய்கிறது. ஆரம்ப வரியில் நான் குறிப்பிட்ட தவறு குறள் பற்றி என்றுதானே அர்த்தமாகியிருக்கும், நிஜமான தவறு, கனகு முட்டி போட நேர்ந்ததுதான்.

பள்ளி விட்டு முக்கால் மணிநேரம் கழித்து, கடுமையான எச்சரிக்கையுடன் தமிழய்யாவும் ஹெட்மாஸ்டரும் கனகுவை விடுதலை செய்தார்கள்.

> நீங்க ரெண்டுபேரும் ஏண்டா இன்னும் வீட்டுக்குப் போகாம ஒக்காந்திருக்கீங்க?

என்று எங்களைப் பார்த்துக் கேட்கவும் செய்தார்கள். உயிர்த்தோழன் கனகுவை விட்டுத் தனியாய் வீடு திரும்ப விருப்பமின்றி நான் காத்திருந்தேன் என்பதில் ஒரு நியாயம் இருக்கிறது. மணி எதற்காக உட்கார்ந்திருந்தான் என்று இன்றுவரை எனக்குப் புரியவில்லை. புலப்படாத ஏதோவொன்றின் ஆணைதான் அப்படி நடத்தி வைத்திருக்க வேண்டும்.

கனகுவின் முழங்கால் முட்டிகள் இரண்டும் வீங்கியும், சிவந்தும் இருந்தன. நடக்கவே கொஞ்சம் சிரமப்பட்ட மாதிரித்தான் இருந்தது. பாவமாய் இருந்தது. ஆனால், எங்கள் இருவருடனும் சேர முடியாமல் சுமார் நூறடி தொலைவில் தனியாக நடந்து வந்த மணியைப் பார்க்க, இன்னும் பாவமாக இருந்தது.

கனகு அவன்புறம் திரும்பாமலே நடந்துவந்தான். நான் அவ்வப்போது திரும்பிப் பார்த்துக்கொண்டு வந்தேன். மணி எங்கள்மீது பதிந்த பார்வை விலகாமல் பின் தொடர்ந்தான்.

நாயக்கர் தோப்பருகில் வந்தபோது, சிறுநீர் பெய்வதற்காக ஒதுங்கி நின்றான் கனகு. அவனுடைய பையை இன்னொரு தோளில் மாட்டியபடி நான் நடுப் பாதையில் நின்றேன். மணியின் பக்கம் பார்வை திரும்பியது. சடாரென்று கீழே விழுந்தான் அவன். கைகால்களை விசுக்விசுக்கென்று உதறிக்கொண்டான். நாலைந்து தடவை. அப்புறம் அசைவற்றுக் கிடந்தான்.

ஐயோ.

என்று கத்தியபடி அவனைச் சுட்டிக்காட்டினேன். மணியின் அருகில் போக முனைந்தான் கனகு. அவன் கையை இறுக்கிப் பிடித்துத் தடுத்தேன். அவன் பையைக் கீழே எறிந்துவிட்டு, கரட்டுப்பட்டிப் பாதையில் ஓடத் தொடங்கினேன். வேறு வழியில்லாமல், கனகுவும் கூடவே ஓடி வந்தான். முல்லையாற்றுப் பாலத்தில் இடதுபுறம் திரும்புகிறோம். மலையான் சைக்கிளில் எதிர்ப்பட்டார்.

அண்ணே, மணிப்பய... மணிப்பய...

என்று மூச்சு வாங்கிக்கொண்டே இடது கையால் கரைப்பாதையைக் காட்டினான் கனகு. சைக்கிளை வேகமாக மிதிக்கத் தொடங்கினார் மலையான். ஆனால், அவர் போய்ச்சேர்வதற்குள் மணி இறந்துவிட்டிருந்தானாம்.

பாம்பு கடித்ததுதான் காரணம் என்றும், இல்லையில்லை வழக்கம்போல காக்காய் வலிப்பு வந்துவிட்டது என்றும் இருவிதமாகப் பேசிக்கொண்டார்கள் பெரியவர்கள். 'பாவம், இந்தப் பயக ஓடியாந்து சொல்லியும் ஒண்ணும் புரோசனமில்லாமெப் போச்சு' என்று ரொம்பநாள் ஆதங்கப்பட்டுக் கொண்டிருந்தார் மலையான்.

கனகுவைப் பற்றித்தான் சொன்னேனே. அவன் ஏறிப்போன படிக்கட்டே வேறு. பொது விஷயங்களில் அவனுக்கிருந்த பதற்றம் இப்போதும் எனக்கு மறக்கவில்லை...

இன்றுவரை என்னால் பேனாவை ஒழுங்காய்ப் பிடித்து எழுத முடியாது. 'இந்தப் பீடிப்பு தொடங்கிய நாள் அதுவாகக்கூட இருக்கலாம்' என்று இடையில் இரண்டு ஆண்டுகள் சிகிச்சை அளித்த மருத்துவர் அனுமானித்துச் சொன்னார். இருக்கலாம். அந்த நேரத்தில் மணியைத் தனியாய் விட்டுவந்த குற்றவுணர்வு என்னை நெடுநாள் பீடித்திருந்தது. கூட நின்றிருந்தால் மட்டும் என்ன செய்திருப்பேன் என்று யூகிக்கத் தெரியவில்லை. ஆனால், செத்துக்கொண்டிருக்கும் ஒருத்தனுக்கு கடைசியாய்ப் பார்க்கக் கிடைத்த தெரிந்த முகமாய் அங்கேயே நின்றிருந்திருக்கலாமே என்று, வாலிப வயதை எட்டிய பிறகும்கூட மறுகினது நினைவிருக்கிறது. அருகில் இருக்க முற்பட்டவனையும் தடுத்திருக்கிறேன். எத்தனையோ நள்ளிரவுகளில் விழித்து விதிர்ப்பேன்...

தவறுகள் செய்வதும், அதற்கான பழி சுமப்பதும் யாருக்கும் இயல்பாகவே நடப்பதுதான்; சிலவேளை, செய்த தவறுகள் இரண்டாம்பேர் அறியாமல் மறைந்துவிடுவதும்கூட எனக்கே பலதடவை நடந்திருக்கிறது. ஆனால், செய்யாத தவறுக்குப் பழி சுமப்பது எவ்வளவு சிரமமானது...

சோழவந்தானில் ஒரு வயலின் கலைஞர் இருந்தார். அப்பாவின் நண்பர். அவருக்குப் பூர்விகம் சோழவந்தான் அல்ல; மதுரைக்காரர். அரியக்குடி செம்பை செம்மங்குடி ஜி என் பி மணி ஐயர் என்று மதுரைக்குக் கச்சேரி செய்ய வரும் ஜாம்பவான்கள் பலருக்கும் பக்கவாத்தியம் இசைத்தவர். அப்பாவுக்கு சாஸ்திரீய இசையில் பரிச்சயம் உண்டானதற்கும், அவர் வழியாக எனக்கும் தொற்றுவதற்கும் காரணகர்த்தா என்று ராமானுஜ மாமாவைத்தான் சொல்ல வேண்டும். ஆனால், அவரை நான் பார்த்ததேயில்லை என்பதுதான் விசித்திரம்.

நான் பிறந்தது **1961** டிசம்பர் பதினாலாம் தேதி. அதிகாலையில் நான் கரட்டுப்பட்டியில் பிறக்கிறேன். அதே நாள் மதியம் இரண்டரை மணிக்கு மதுரை மேலாவணி மூலவீதி பத்மா க்ளினிக்கில் வைத்து மரணமடைகிறார் ராமானுஜம் மாமா. குழந்தை பிறந்த தீண்டலோடு சாவுக்குப் போகக்கூடாது என்று அப்பாவை மற்றவர்கள் தடுத்துவிட்டார்களாம். அப்பா சொல்லிச் சொல்லி வருந்துவார்:

அவன் கடைசி முழிகூடக் கிடைக்காமெப் போச்சே.

எங்கள் குடும்பத்தில் இதுமாதிரி நிகழ்வது இரண்டாம் தடவை. என் அம்மாவின் சொந்தத் தம்பி ஒருவர், தமக்குத் தலைச்சன் குழந்தை பிறந்த தினத்தன்று எல்லாருக்கும் கொடுப்பதற்காக ஸ்வீட் வாங்கப் போனவர், எதிரில் தலைதெறிக்க வந்த கரும்பு லாரி மோதி, ஸ்தலத்திலேயே மாண்டுவிட்டார். தலைச்சனுக்கு சுந்தர் என்று பெயர் வைத்து, 'துக்கிரி' என்று எல்லாரும் கூப்பிடுவார்கள் - அவன் பெரியவனாகி, சுயமாகக் குடி பழகி, யாரை வேண்டுமானாலும் தூக்கிப்போட்டு மிதிக்கும் வல்லவனாகும்வரை. பெற்ற அப்பனைத் தூக்கி முழுங்கிவிட்டான் என்பதுதான் அவன்மீது விழுந்த பழி.

அதே காரணத்தை என் சம்பந்தமாகவும் சொல்வார்கள் - நான் ராமானுஜம் மாமாவை முழுங்கிவிட்டேனாம். ஆளாளுக்குச்

சொல்லிச் சிரிப்பார்கள். செய்யாத தவறுக்குப் பழிசுமந்த இரண்டுபேரில் நான் கோமாளி மாதிரியும், மற்றவன் கொலைகாரன் மாதிரியும் நடத்தப்பட்டதை ஒருநாள் தனுஷ்கோடியிடம் விரிவாக விவரித்துப் பேசிக்கொண்டிருந்தேன். அவ்வப்போது ஓரிரு சொட்டுக் கண்ணீர் சுரந்தது என்னை முன்னிட்டா, சுந்தருக்காகவா என்று நான் குழம்பிக்கொண்டிருக்க,

> அடுத்த வேளைச் சாப்பாட்டுக்கே வழியில்லாம கோடானுகோடிப்பேர் இருக்காங்களே, அவங்களுக்காகவும் ஒரு சொட்டுக் கண்ணீர் விடலாம்ன்னு உங்களுக்குத் தோணவே மாட்டேங்குதே சார்...

என்று பொருத்தமாக பதில் சொன்னார் அவர். அவரைச் சந்திப்பது சிறுகச் சிறுகக் குறைய ஆரம்பித்தது அதன் பிறகுதான்...

ஆனால், பகுத்தறிவின் தாசானுதாசரான தனுஷ்கோடி தனி நபரல்ல; அவருக்கு எதிராக வேலை செய்கிற, சாதாரண வாழ்க்கையிலேயே மலிந்து கிடக்கிற அம்சங்கள் கொஞ்சநஞ்சமல்ல என்று எனக்கு அறிவுறுத்தியவர் ஒரு ஜோசியர். ஆச்சரியமாக இருக்கிறது, இல்லை!

பள்ளியிறுதிப் பொதுத்தேர்வுக்கு மிகச் சரியாக ஒரு மாதம் முன்னால், எனக்குக் குடல்வாலில் பிரச்சினை தோன்றியது. அசாத்தியமான வயிற்றுவலியும், தேர்வை நினைத்துக் கிலேசமுமாய் நான் அல்லாடிக்கொண்டிருந்தபோது, திருவேடகம் ஜோசியரைக் கெஞ்சிக் கூத்தாடி வீட்டுக்கே கூட்டி வந்தார் அண்ணா.

நிலைக்கு மறுபுறம் உட்கார்ந்து, குரலை மட்டும் வெளியே அனுப்பிக் கேள்விகள் கேட்டாள் அம்மா. கரட்டுப்பட்டியைவிட்டு வெளியேறி, மதுரையில் குடியமர்ந்து வருடங்கள் ஆன பின்னும், பிடிவாதமாகக் கரட்டுப்பட்டிக்காரியாகவே இருக்க முயன்றவள் அவள் - இறுதிநாள்வரை வெற்றிகரமாகத் தொடரவும் செய்தாள்.. ஜோசியர் சர்வசாதாரணமாகச் சொன்னார்:

> பையனுக்கு உடம்பில் கத்தி படற நேரம் வந்துட்டது. இந்தமட்டோடு போச்சேன்னு சந்தோஷப்பட்டுக்க வேண்டியதுதான். பரிட்சையெல்லாம் நன்னா எழுதுவான். நல்ல மார்க்கு வாங்குவான். வித்யாபலம், உத்யோகபலம்

> எல்லாமே பிரமாதமாய் இருக்கு. ஆனா ஒண்ணு, எல்லாமே தடுமாறித் தடுமாறித்தான் கிடைக்கும்... காரணம் என்னன்னா...

இந்த இடம் வரைக்கும் அவர் பேசிய உதிரி வாக்கியங்களை ஒருவிதமாய்க் கோத்து அடுக்கிவிட்டேன். இதன் பிறகு கண்கள் சொருகி, கடுமையான மௌனத்தில் ஆழ்ந்தார். வெண்படலம் மட்டும் தெரிந்து பீதி கிளப்பிய விழிகளிலிருந்து கரகரவெனக் கண்ணீர் வழிந்தது. ஆஞ்சநேய உபாசகர்; விரல் அகலப் பட்டையாக நெடுக்குவசத்தில் தீற்றியிருந்த செந்தூரம், கிட்டத்தட்ட முழுக்கத் திறந்த நெற்றிக்கண் மாதிரியே ஒளிர்ந்தது. பத்துநிமிஷம் போல உறைந்திருந்தவர், கண் திறந்து சொன்னார்:

> ஏதாவது கோசாலைக்கு தர்மம் பண்ணுங்கோ. போன ஜென்மத்திலே காராம் பசுவுக்குப் பாஷாணம் வச்சிருக்கான் அம்பி...

மதுரையின் புறநகரில் இருந்த ஏதோ ஒரு மடத்தில் கொண்டுபோய்ப் பணம் கட்டிவிட்டு வந்தார் அண்ணா.

ஆக, பிறப்பதற்கு முன்னாலேயே தவறுகள் செய்ய ஆரம்பித்தவன் நான். பிறந்ததே தவறு என்று புழுங்கும் அளவுக்கான காரியங்கள்வேறு ஏகப்பட்டவை நடந்திருக்கின்றன. எவ்வளவைத்தான் அடுக்கிக் கொண்டு போவது...?

மிளிர், ஏப்ரல் 2022

தேஷ் ராகம்

நான்கு நட்சத்திர ஓட்டல் அறையின் ரசாயன நறுமணத்தை ஆழ்ந்து நுகர்ந்தவாறே பெட்டியையும் தோள்பையையும் வைத்துவிட்டு, ஷூக்களைக் கழற்றி ரப்பர் செருப்பை அணிந்து, வெளியே வந்தேன். மெல்லிய வெளிச்சம் நிரவிய நீண்ட வராந்தா. ஐந்து மாடிக் கட்டடத்தின் நாலாவது மாடியில் அமைந்திருந்தது என் அறை. வழக்கமாகத் தங்கும் ஓட்டல். வழக்கம்போலவே தனக்குள் ஆழ்ந்து கிடந்தது. ஆனால், பாதுஷாகார் ஊர் பரபரப்புக்குப் பெயர்பெற்றது - சரித்திர காலத்திலிருந்தே. இன்று என்னவோ, ஒட்டுமொத்த ஊரே மௌனவிரதம் அனுஷ்டிக்கிற மாதிரி நிசப்தத்தில் ஊறிக் கிடந்தது.

அறை வாசலுக்கு ஏழெட்டடி தள்ளி, எதிர்ச் சிறகில், மேலேறிப் போவதற்கான மாடிப்படி. வெட்டவெளியில் நின்று பாதுஷாகிரிக் குன்றின் பசுமையை ரசித்தவாறு சாவதானமாகப் புகை பிடிக்கலாம் என்று தோன்றியது. படியேறிப் போனேன்.

இந்த மாவட்டத்தின் பெயருமே பாதுஷாகார்தான். உள்ளூர்க்காரர்கள் 'பாத்ஷா கட்' என்று உச்சரிப்பார்கள். ஊரின் பல பகுதிகளுக்கு நவாப் கால அரசாங்கத்தை, அதன் அங்கங்களை நினைவூட்டும் வண்ணம் பெயர்கள் இருக்கும்.

அரண்மனை போன்ற மாடங்களும், மொகலாயக் கோபுரங்களும் கொண்ட புராதனக் கட்டடங்கள் அதிகம். அவற்றின் பக்கச்சுவர்களில்

மாட்டியிருக்கும் குளிர்சாதனப் பெட்டிகள் பிடிவாதமாகச் சமகாலத்துக்கு இழுத்துவர முயல்கிறதாக எண்ணிக்கொள்வேன். மேற்படி எண்ணத்தின் குறுக்காக, ஒட்டகம் இழுத்துப் போகும் தட்டு வண்டிகள் நகரும். காதிலும் கழுத்திலும் மூக்கிலும் கணுக்காலிலும் கைகால் விரல்களிலும் வரிவரியாய் வெள்ளி ஆபரணங்கள் அணிந்த அழகிகள் நடமாடுவார்கள். பழமையின் பூசணம் எங்கெங்கும் படர்ந்த நகரம். அலுவல் காரணமாகத்தான் வந்துசெல்வேன் என்றாலும், வேறு நூற்றாண்டுக்குள் சுற்றுலா மேற்கொண்ட மாதிரித்தான் ஒவ்வொரு தடவையும் உணர்வேன். இனம்புரியாத லாகிரியில் அமிழ்ந்து திளைக்கும் மனம்.

ஆண்டுதோறும் வருகிற ஊர்தான். என்றாலும், முன்னமே சொன்னபடி, இன்றைக்கு ஏதோவொரு இறுக்கம் உள்ளுணர்வில் தைத்தது. அல்லது, காற்றின் அசைவேயற்ற, குளிரடங்காத முற்பகலின் சலனமின்மைகூட அப்படித் தோன்ற வைத்திருக்கலாம்...

இல்லை, உள்ளுணர்வின் திறன் லேசுப்பட்டதல்ல - லைட்டரை அழுத்திய விரல் நடுங்கியது. ஆமாம், புகை அத்தனை சாதாரணமான விஷயம் கிடையாது என்பதைக் கண்கூடாகக் காண வாய்த்தது. நகரின் ஒருகோடி ஆகாயத்தை நோக்கிக் கரும்புகை கொத்தாக எழுந்து விரவியது. அடடா, மிகப் பெரிய தீவிபத்து நேர்ந்திருக்கிறதா என்ன.

இதற்குள், விடுதியின் வாசலோடு போகும் வீதியில் பேரோலம் கேட்டது. அவசரமாகப் பார்வையைத் தணித்தேன். ஆழத்தில், கூவென்று கத்திக்கொண்டு ஒரு கும்பல் ஓடியது. இருபது இருபத்தைந்துபேர் இருக்கலாம். அத்தனைபேர் கையிலும் ஆயுதங்கள். தடிகள், வாள்கள், குத்தீட்டிகள், இரும்புக் கம்பிகள். கடைகளின் சுருள்கதவுகள் படபடவென இறங்கும் ஓசை கொஞ்ச நேரம் கேட்டது. அடுத்த சில நிமிடங்களுக்குள் மயானக் களை பூண்டது வீதி.

இப்போது, நகரின் மறுகோடியில் புகை எழுந்தது. முன்னர் தெரிந்த அதே அடர்த்தியுடன், அதே நிர்த்தாட்சண்யத்துடன், அதே நிதானத்துடன். கொஞ்சநேரம் முன்பு நிர்மலமாய் இருந்த ஆகாயம், பருவமழைக் காலம்போல இருண்டுவிட்டது. தீய்ந்த மணம் நாசியில் உறுத்தியது. கீழே ஓடிய கும்பலும் இரண்டு கோடிகளிலும் எழுந்த புகையும் வேறு வேறானவை அல்ல என்று

தெரியாத அளவுக்கு அப்பாவியா நான்.

சிகரெட் முடிந்ததே தெரியாமல் புகைத்துத் தீர்த்துவிட்டு, படியிறங்கி வந்தேன். அறைவாசலில் நின்றிருந்த ஓட்டல் பணியாளர் புதியவர்போலத் தெரிந்தார். அழைப்பு மணிப் பித்தானில் வைத்த கையை அவசரமாகக் கீழே இறக்கிவிட்டு,

> ஸாப், வெளிவேலைகள் எது இருந்தாலும் இன்றைக்கு ரத்து செய்துவிடும்படி சொல்லச் சொன்னார் எங்கள் மேலாளர்...

அவருடைய பேச்சுவழக்கு இந்தியை, நான் அறிந்துவைத்திருந்த இலக்கணசுத்தமான இந்திக்கு மாற்றிப் புரிந்துகொள்ளக் கொஞ்சம் அவகாசம் தேவைப்பட்டது. அதை ஈடுகட்டும் விதமாக,

> ஓ...

என்று விட்டேற்றியாய்ச் சொன்னேன். எனக்குப் புரியவில்லை என்று நினைத்தாரோ என்னவோ. தொடர்ந்து இன்னும் கொஞ்சம் பேசினார்.

> ஆமாம். நகரம் பற்றி எரிகிறது. ஊரடங்கு போட்டு விட்டார்கள்...

> நன்றி. மிஸ்டர் லால்சந்துக்கு அவகாசம் கிடைக்கும்போது கூப்பிடச் சொல்லுங்கள். வந்து பார்க்கிறேன்...

அடுத்த அறையை நோக்கிப் போனார் அவர். எனக்கு டிசம்பர் மாத வட இந்தியக் குளிரையும் தாண்டி வியர்த்துக்கொட்டியது.

இந்தப் பிராந்தியங்கள் அப்படிப்பட்டவை. சிறு சுடர் போதும், மாதக்கணக்காய் எரிய வல்லவை. இரண்டு மதத்தவரும் சம அளவில் இருப்பதாய்ப் புள்ளிவிபரம் உண்டு; ஆனாலும், தேசம் முழுவதுமா சமமாய்ப் பரவியிருக்கிறார்கள்? இல்லை, மற்றவருக்கு நஷ்டம் ஏற்படுத்துவதிலும், தமது நஷ்டத்தைப் பலமடங்கு பெருக்கிச் சொல்வதிலும் ஒருவருக்கொருவர் சளைத்தவர்களா.

ஒவ்வோர் ஆண்டும் இப்படித்தான். டிசம்பர் வந்துவிட்டால் இரு தரப்புக்கும் விறைப்பு அதிகரித்துவிடும். தவிர, அரசாங்கமே கவனமாக நினைவுபடுத்தும். தடுப்புகளை சோதனைகளை ரோந்துகளை மீறி, அல்லது அவற்றினால்தானோ என்னவோ, கனத்த உறையாக அச்சம் இறங்கி மூடும். மிகச் சரியாக டிசம்பர்

மாதத்தில் விந்திய மலைக்கு அந்தப்புறம் இருக்க நேர்கிறமாதிரிப் பயணத் திட்டம் வகுக்கும் என் நிறுவனத்திடம் முறையிடவெல்லாம் முடியாது - அப்புறம் வேறு வேலைதான் தேடவேண்டியிருக்கும். நானறிய, இந்த அளவு சம்பளம் தரும் இன்னொரு நிறுவனம் இல்லவே இல்லை...

கடந்த ஏழெட்டு வருடங்களாகவே இதே நடைமுறைதான்.

ஆனால், புத்தாயிரம் பிறக்கவிருந்த அந்த டிசம்பர் மாதத்தை என்னால் மறக்க முடியாது. மிகப் புதிய யுகமொன்றுக்குள் நுழையவிருக்கிற மாதிரி உலகம் வெகுவாக அலட்டிக்கொண்டது ஒருபுறம் இருக்கட்டும்; தானுண்டு தன் வேலையுண்டு என்று இருக்கும் தனிமனிதனான எனக்கு அது தந்த அனுபவம் நேரடியாய் வாய்த்திருக்கும் பட்சத்தில், யாராலுமே அதை மறக்க முடியாது. உண்மையில், அந்த அனுபவம் எனக்குள் விளைவித்த உணர்வு இன்னது என்பது இன்றுவரை விளங்கவில்லை. அதிலும் அந்த சனிக்கிழமை நகர்ந்த விதம். அதை இப்போது நினைத்தாலும் மயிர்க்கூச்செரியும்.

அதுவரை இருந்த ராமசுந்தரம் காணாமல் போய், அதே உடம்பும், அதே உயிரும், புதிய மனமும், புத்தம்புதிய கிலேசமும் கொண்ட இன்னொரு ராமசுந்தரம் பிறப்பெடுத்த மாதம் அது. அதாவது பழைய பாத்திரத்தில் புதிய நம்பிக்கைகளும் புதிய பீதிகளும் நிரம்பிய சந்தர்ப்பம். தோற்றம் ஒரு பொருட்டே அல்ல, சாராம்சத்தை அறிவதே முக்கியம் என்கிற மாதிரியும், இன்னும் பல மாதிரியும் குழப்பங்கள் எனக்குள் சேகரமாக ஆரம்பித்ததும் அப்போதிலிருந்துதான்.

இப்படியெல்லாம் பூடகமாகப் பேசும் பழக்கம்கூட அந்த மாதத்தில்தான் உருவானது என்றும் சொல்லலாம். ஒருவகையில், அதைப் பூடகம் என்று சொல்வதும் சரியல்ல...

சுற்றிலும் நடக்கும் சகலத்தையும் சந்தேகக்கண் கொண்டு பார்க்கவேண்டும் என்றும், மனித வாழ்க்கை குகை போன்ற அமைப்பு அல்ல; எல்லாப் பக்கமும் திறந்திருக்கும் திடல் என்றும் ஒரே சமயத்தில் அறியத் தந்த மாதம் அது. இலக்கற்றுப் பறக்கும் தட்டாரப் பூச்சிக்கு திசையறியும் அவசியம் ஏதும் கிடையாது

என்றும் அந்த டிசம்பரில்தான் அறியக் கிடைத்தது.

இப்படியெல்லாம் சுற்றி வளைப்பதைவிட, நேரடியாய் விவரித்துவிடுவதே உத்தமம்...

ஆரம்பத்தில் சொன்னது மாதிரி, ஒரு வாரம் அறைக்குள்ளேயே அடைந்து கிடந்தேன். நட்சத்திர ஓட்டல் என்பதால் வசதிக்குக் குறைவில்லை. புத்தகம் வாசிக்கும் பழக்கமும், இசை கேட்கும் ஆர்வமும் இல்லாமலிருந்தால் பைத்தியம் பிடித்திருக்கும். கறிகாய் மண்டிகளும் அடைத்துக் கிடந்ததால், கடைசி ஒரு நாள் வெறும் பிரட் மட்டுமே மூன்று வேளையும் கிடைத்தது. சிகரெட் இருப்பு வேகவேகமாகத் தீர்வதை முன்னிட்டு, கணக்குப்போட்டும், ஒத்திப்போட்டும் புகைக்கிற மாதிரி ஆனது. வெள்ளிக்கிழமை புகைக்கவே முடியாது என்கிற மாதிரி நிலைமை. சனியன்று காலை ஊரடங்கு விலகியதற்குப் பிறகு தான் சிகரெட்டே வாங்க முடிந்தது.

ஆனால், திரு லால்சந்த் எனக்கு நெருங்கிய நண்பரானதும் அந்த வாரத்தில்தான். அவருக்கு அவகாசமிருக்கும்போதெல்லாம் அழைப்பார் - கீழே சென்று ஹோட்டலின் முன்வாசலில் நின்று உரையாடிக்கொண்டிருப்பேன். சாதாரண அரட்டைபோலத் தோன்றினாலும், மின்னல் போன்ற வாக்கியங்களை உதிர்ப்பதிலும் வித்தகர் அவர். ஒரு பேச்சில் கேட்டார்:

> கலவரங்களிலும் யுத்தங்களிலும் போருக்குப் பின்னான சூறைகளிலும் பெண்கள் இறப்பதும் மானபங்கமடைவதும் செய்தியாகியிருக்கிறதே தவிர, அவர்கள் ஆரம்பித்து வைத்தார்கள் என்றோ, முன்னணியில் நின்று தாக்கினார்கள் என்றோ ஒரு முறையாவது தெரிய வந்திருக்கிறதா?...

'அட, ஆமாம். இப்படி எனக்குத் தோன்றியதே இல்லையே!' என்று எண்ணியவாறே, அவர் நீட்டிய லைட்டரின் சுடரில் அவர் வழங்கிய சிகரெட்டைப் பற்றவைத்து உறிஞ்சினேன்.

> ...இன்னமும் மனித சமூகத்தில் கொஞ்சமாவது சுமுகநிலை மிச்சமிருக்கிறதென்றால், பெண்கள் மட்டுமே அதற்குக் காரணம்...

என்று சொல்லி முடித்துவிட்டு, நாசித் துவாரங்களில் அடர்ந்து வெளித்தெரியும் ரோமங்களைக் கடந்து புகையை வெளியேற்றினார் திரு. லால்சந்த்.

முந்தைய தடவைகளிலேயே அவரது நட்பு வாய்க்காதிருந்தால், அவரும் புகைப்பவராய் இல்லாதிருந்தால், தேவைக்குக் கொஞ்சம் அதிகமாகவே இருப்பு வைத்துக்கொள்ளும் பழக்கம் இல்லாதவராய் இருந்திருந்தால், நிச்சயம் அந்த வெள்ளிக்கிழமையன்று துணிகளைக் கிழித்துக்கொண்டிருப்பேன்...

அன்று அவர் அன்போடு வழங்கிய சிகரெட்டைப் புகைத்தபடி, வழக்கத்தைவிட அதிகநேரம் பேசிக்கொண்டிருந்தோம்...

> எவ்வளவு சாந்தமாய் இருந்த ஊர். இதன் அந்தரங்கத்தில் இவ்வளவு வன்மம் இருக்கும் என்று நான் நினைத்தே பார்க்கவில்லை, மிஸ்டர்.லால்.
>
> ஸாப், நகச்சுற்றி வந்திருக்கிறது என்பதற்காக இதயத்தில் கோளாறு என்று சந்தேகப்படுவார்களா யாரும்!

கொஞ்சம் சுற்றிவளைத்துப் பேசும் மனிதர் என்பது எனக்கு முன்னமே தெரியும்தான். ஆனால், வசீகரமாய்ப் பேசுவார். பேச்சுதான் வாலாயமாய்ச் சுழலுமே தவிர, அபிப்பிராயங்கள் பொட்டில் அறைந்த மாதிரி நேரடியாய் இருக்கும்.

> அப்படியா சொல்கிறீர்கள்!
>
> பின்னே, ஜனங்களுக்குக் கடவுளைவிடவும், நம்பிக்கைகளை விடவும் தங்கள் வயிற்றின்மீதுதான் அதிக கவனம் ஸாப். இதற்கெல்லாம் அவகாசம் கிடையாது அவர்களுக்கு.
>
> பிறகு ஏன் வருடந்தவறாமல் இப்படி நடக்கிறது?
>
> இதில் ஈடுபடுகிறவர்கள் நிஜமாகவே தங்கள் கடவுள்மீதும், மதத்தின்மீதும் இருக்கும் அக்கறையினால்தான் இவ்வளவு கலவரம் செய்கிறார்கள் என்று நினைக்கிறீர்களா என்ன?

கேள்வியைத் தொடர்ந்து, 'அட, பைத்தியக்காரா!' என்கிற மாதிரி என்னைப் பார்த்தார். நான் மௌனமாய் இருந்தேன். திரு லால்சந்த் ஏதோ சொல்ல முனைகிறார்; குறுக்கே பேசாமல் இருந்தால் இன்னும் சுலபமாகச் சொல்லக்கூடும் என்று பட்டது.

> ஸாப். நான் இதே ஊரில் பிறந்து வளர்ந்தவன். எனக்கு இரண்டு தரப்பிலும் வகுப்புத்தோழர்கள் இருக்கிறார்கள். நிரந்தர சம்பாத்தியம் இல்லாதவர்கள் பரஸ்பரம்

அடித்துக்கொள்வதையும், பிற்பாடு அதுபற்றிய நிரந்தரக் குற்றவுணர்ச்சியில் ஆழ்ந்துபோய் யாரையும் முகம் பார்த்துப் பேசமுடியாமல் தளர்ந்துவிடுவதையும் பார்த்துக்கொண்டுதானே இருக்கிறேன்? இதோ, நட்சத்திர ஓட்டல் நிர்வாகியாய் இருக்கிறேன். கைநிறையச் சம்பாதிக்கிறேன். என்னுடைய இறைநம்பிக்கை எனக்கு மிகமிக முக்கியம்தான்; அதற்காக, உருவிய வாளுடன் தெருவில் இறங்குவேனா என்ன!...

முழுசாக ஒரு கொத்துப் புகையை வெளியேற்றினார். வரவேற்பில் தொலைபேசி ஒலித்தது. அந்தத் திக்கில் நோக்கினார். கண்ணாடித் தடுப்புக்கு மறுபுறம் இருந்த உதவியாளன் எடுத்துப் பேசுவதைப் பார்த்தார். மீண்டும் என்னிடம் கவனம் திருப்பினார்...

...அரசாங்கத்தின் மீதுள்ள கோபமோ, அல்லது தனது பொருளாதார நிலை பற்றிய அதிருப்தியோ அரிவாளாகவும் பெட்ரோல் குண்டாகவும் வெளிப்படுகிறது என்றுதான் நினைக்கிறேன். மற்றபடி, பாத்ஷாகடுக்கு மதபேதம் புதிதா என்ன? நவாப் காலத்திலிருந்தே இருந்து வந்திருப்பதுதானே; வருடம் முழுக்க அடங்கிக் கிடந்து, டிசம்பரில் மட்டும் வெடிக்குமாக்கும்! கலவரக்காரர்கள் என்ன பிதுர்க்கடனா கொடுக்கிறார்கள்?!

சிகரெட் கையைச் சுட்டது. இடுப்புயர ஆஷ்ட்ரேயில் நிரப்பிய மணலில் இட்டுப் புதைத்தேன்.

...இன்னொன்றும் சொல்லவேண்டும். முன்விரோதங்கள், கட்சித் தகராறுகள், கொடுக்கல்வாங்கல் பிரச்சினைகள், என்று பழைய கணக்குகளை சுலபமாய்த் தீர்த்துக்கொள்ள ஒரு வாய்ப்பு கிடைக்கிறது பாருங்கள்! யாரையும் அவ்வளவு சுலபமாய் தண்டித்துவிட முடியாது... அப்புறம், புதிய தலைவர்கள் உருவாவதற்கும் ஏதுவாய் இருக்கிறது...! ஆளுங்கட்சிக்கு இன்னும் கொஞ்சம் பொய்கள் சொல்லித் திருப்திப்படும் வாய்ப்பு... கொத்துக்கொத்தாய் ஜனங்கள் செத்திருக்கிறார்கள். கலவரத்தில் இறந்தவர்களின் நிஜமான எண்ணிக்கையை அரசாங்கம் ஒருபோதும் சொல்லப்போவதில்லை - இருதரப்பிலும் சேர்த்தே பனிரெண்டு பேர் என்றுதான் அறிக்கை அளித்திருக்கிறது...

கைப்புடன் சிரித்தார் திரு.லால்சந்த்.

ஆமாம், அதிலும் எந்தத் தரப்பில் எத்தனை பேர் என்ற தகவல் இல்லை என்று நான் யோசித்துக்கொண்டிருக்கும்போதே, இன்னொரு அழைப்பு தொலைபேசியில். பேசும்பகுதியைக் கையால் மூடிக்கொண்டு, இவர்தான் வேண்டுமாம் என்று சைகை செய்தான் உதவியாளன். என்னை நோக்கித் தலையசைத்துவிட்டு உட்புறம் நோக்கி விரைந்தார் அவர்.

செய்தி ஊடகத்தில் பணிபுரியவேண்டியவர், ஓட்டல் நிர்வாகத்தில் சிக்கியிருக்கிறாரே என்று தோன்றியது எனக்கு...

வந்த அன்று வரவேற்பில் காணக் கிடைத்த அழகிகள் இருவரும் அன்றிலிருந்தே பணிக்கு வரவில்லை; அவர்கள் அமர்ந்திருந்த நாற்காலிகள் இரண்டும் காலியாகவே இருந்ததை, அந்த இடங்கள் ஆளுயரப் பொத்தல்களாக எனக்குக் காட்சியளித்ததைக் கண்களாலும், திரு லால்சந்திடமிருந்து எதிர்பாராமல் வெளியாகிய சிற்றுரையை மனத்தாலும் பரிசீலித்தபடி, லிஃப்ட்டை நோக்கி நடந்தேன். அவர் கூறிய அளவு அத்தனை எளிமையான சமன்பாடுகளின் வழி இந்தக் கலவரத்தைப் புரிந்துகொள்ள முடியுமா என்றும் குழப்பமாய் இருந்தது...

மறுநாள் சனிக்கிழமை. ஊரடங்கு வாபஸ் ஆன நாள். சாயங்காலம் வெளியே நடந்தேன். ஊரில் இவ்வளவு ஜனங்கள் இருந்திருக்கிறார்கள் என்பதே பேராச்சரியமாய் இருந்தது. ஒருவர் பாக்கியில்லாமல் தெருவுக்கு வந்துவிட்டார்கள் போல. அசைவுகளில் அசாதாரணமான துரிதமும் விசையும் தென்பட்டன. அதைவிட என்னை வியப்பிலாழ்த் தியது, முழுக்க மலர்ந்த முகங்களும் அவை வெளிப்படையாய்க் காட்டிய மகத்தான விடுதலையுணர்வும். ஆமாம், ஒரு வாரச் சிறை போதுமானதாய் இருந்திருக்க வேண்டும் - அச்சவுணர்வு முற்றாக வடிந்து வெளியேற. இத்தனை உயிரோட்டத்தையும் அடக்கிக்கொண்டுதான் மயானம்போல அமைதிபூண்டு கிடந்ததா பாதுஷாகார் என்ற திகைப்பு அடங்காமலே, கால்போன போக்கில் நடந்து நடந்து, நகரின் மையத்துக்கு வந்து சேர்ந்தேன்.

தொடர் மின்விளக்குகள் அலங்கரித்த உயரமான ஷிக்காராவும், அதைச் சுற்றி வளைத்துப் பொதிந்திருக்கும் பிரம்மாண்டமான வளாகச் சுவரும் கண்ணில் பட்டன. சுற்றுச் சுவரிலும் வண்ணவிளக்குகளின்

நீண்ட வரிசை இருந்தது. நேற்றுவரை மௌனத்திலும் அச்சத்திலும் புதைந்துகிடந்த ஊர் இது என்று சத்தியம் செய்தாலும் யாரும் நம்ப மாட்டார்கள். அத்தனை கோலாகலம் மினுமினுத்த அலங்காரம்.

வளாக நுழைவாயிலில் ஓர் அறிவிப்புப் பலகை இருந்தது. வருடாந்தர இசைவிழா ஒரு நாள் தள்ளி ஆரம்பித்திருக்கிறது என்றும், இரண்டாம் நாள் நிகழ்ச்சிகளிலிருந்து ஆறாம் நாள் வரை மாற்றமின்றி நடைபெறும் என்றும் தகவல் கூறியது. அருகிலிருந்த இன்னொரு பலகையில், இன்றைய கச்சேரிகள் என்று சிறு பட்டியல் ஒன்று இருந்தது. அத்தனையும் ஹிந்தியில். எனக்கு மட்டும் வாசிக்கத் தெரிந்திராவிட்டால், மேற்கொண்டு நடந்து போயிருப்பேன்...

உள்ளே போனேன். ஜனங்கள், குறிப்பாகப் பெண்கள், நிறப் பிரளயமாய்க் காட்சி யளித்தனர். தேவி ஆலய வளாகம் அது. முந்தைய வருகையொன்றில் இந்தக் கோவிலுக்கு வந்திருக்கிறேன். ஆனால், அது மே மாதத்தில். கடுமையாய் வெயில் சுட்டெரித்த நாள். சாயங்காலப் பொழுதுகூட உச்சிவேளைபோலத் தகிக்கும் பருவம். அப்போதைய பிராந்திய மேலாளர் திரு.சௌஹானுடன் காரில் போகும்போது, பிரம்மாண்டமான வளாகமாய் இருக்கிறதே என்று வியப்பைத் தெரிவித்தேனா, 'உள்ளே சென்று பார்க்கலாம், வாருங்கள்.' என்று வற்புறுத்தி அழைத்துப் போனார்.

மாவட்டத்தின் அந்தப் பகுதியில் சதி ஆலயங்கள் ஏழெட்டு உண்டு. இந்தக் கோவிலின் சிறப்பு, வேறுவிதமானது. இதைக் கட்டியவர் உடன்கட்டை ஏற மறுத்துவிட்ட ராஜமாதா; அவரது இஷ்டதெய்வமான அம்மனை மையமாய்க் கொண்ட ஆலயம் என்பதுதான் இதன் தனித்துவம் என்று விவரித்தார் திரு சௌஹான்.

கைகளை ஆட்டியபடி, முகத்தில் சட்சட்டென்று பாவங்கள் மாற அவர் கதை சொன்ன விதமே சுவாரசியமாய் இருந்தது. விஸ்தாரமாக அவர் சொன்ன கதையின் சாரம் இதுதான்:

பெரும்பாலான தருணங்களில் போலவே, மன்னரின் மனைவி உடன்கட்டை ஏற விரும்புவதாக அறிவிப்பு வெளியானது. அந்த நேரத்தில், இளம் கணவரைப் பறிகொடுத்த துக்கத்தை மட்டுப்படுத்தும் விதமாக, அபின் கலந்த பானத்தை ராணிக்கு அருந்தக் கொடுத்திருந்தார்கள். மயக்கத்திலிருந்து விடுபடுமுன்பே சிதையில் தள்ளிவிட்டு, ராஜ்யத்தைத் தங்கள் வசம் கொண்டுவந்துவிட

சில அமைச்சர்களும் அதிகாரிகளும் தளபதிகளும் கொண்ட கும்பல் திட்டமிட்டுக் காய் நகர்த்தியிருந்தது. அவர்கள் நவாபின் ஆட்கள் என்பாரும் உண்டு; ஈஸ்ட் இந்தியா கம்ப்பெனியின் கையாட்கள் என்றும் பேச்சு உண்டு. அரண்மனை உப்பைத் தின்று கொழுத்த உறவினர்களின் ஏற்பாடு என்றும், இவையெதுவுமே இல்லை, உள்ளூர் அதிகார வெறியர்கள்தாம் சதிசெய்தவர்கள் என்றும்கூடச் சொல்வார்கள். உண்மையில், வாரிசில்லாத அரசைக் கைப்பற்ற ஏகப்பட்ட தரப்புகள் முயன்ற சமயம். எந்தவொரு அரண்மனை விவகாரத்தையும் போலவே, கடைசிவரை உண்மை வெளிவராமல் போன மர்மம் அது.

ராஜ்யத்தின் அதிர்ஷ்டமோ, சதிகாரர்களின் துரதிர்ஷ்டமோ, தகன ஸ்தலத்துக்குக் கொண்டுவரப்படும் வழியில் ராணிக்கு சுயநினைவு திரும்பிவிட்டது. சூட்டிகையான பெண்மணி. உடனடியாய்ப் புரிந்துகொண்டார். திரையை அகற்றிப் பார்த்தார். அதிர்ஷ்டத்தின் உயிர்ப் பரிமாணம் பல்லக்குக்கு இணையாக நடந்து வருகிறது.

ஆம், இவரது நம்பிக்கைக்குரியவனான இளம் தளபதி, தொங்கும் தலையும் தளர்ந்த நடையுமாய் உடன் வந்துகொண்டிருக்கிறான். திரை விலகுவதைக் கண்டு, அருகில் நெருங்கினான். காதோரம் சில ஆணைகள் பிறப்பித்தாள் அரசி.

தகனத்துக்கு முன் ஜனங்களிடம் சில சொற்கள் பேசவிருக்கிறார் ராணி என்று அறிவிக்கப்பட்டது... ஓங்கி நின்று, கம்பீரமான குரலில் பிரகடனம் செய்தாள்:

> என் அன்புக்குரிய குடிமக்களே! என் கர்த்தாவைத் தொடர்ந்து செல்லவே விரும்பினேன். ஆனால், சற்றுமுன் என் எதிரில் அவரது பிம்பம் வந்து இட்ட கட்டளையை மீறுவதற்கில்லை. 'கண்ணே, நான் விட்டுச் சென்ற பணிகளை முடித்த பிறகு நீ என்னை வந்தடைந்தால் போதும். நமக்கு வாரிசுகள் இல்லாத குறையைத் தீர்த்தவர்கள் நம் பிரஜைகளே. அவர்களை அநாதரவாக விட்டுவிட்டு ஒரே சமயத்தில் இருவரும் நீங்குவதற்கு நமக்கு உரிமையில்லை' என்று ஆணித்தரமாய்ச் சொன்னார். இதில் உங்களுக்கும் ஒப்புதல் இருந்தால், உரத்துக் கரகோஷமெழுப்பித் தெரிவிக்க வேண்டுகிறேன்...

எழுந்த கரகோஷத்தின் ஓசை ராஜாங்கம் முழுவதும் கேட்டதாம்!

இதற்கிடையில், விசுவாசத் தளபதியின் உத்தரவுப்படி,

பிரச்சினைக்குரிய பிரமுகர்கள் ஒவ்வொருவரையும் சூழ்ந்து தலா மும்மூன்று வீரர்கள் வந்து நின்றார்கள் - உருவிய வாளுடன்.

பிறகென்ன, ராணி முடிசூட்டிக்கொண்டாள். சதிகாரர்கள் ஒவ்வொருவராக உயிரிழந்தார்கள். ஒரு உயிரைப் பறிக்கத் திட்டமிட்ட சுமார் இருபத்தைந்து உயிர்கள் ஒரே வாரத்தில் பலியாகின. அவர்கள் இன்னாரென்பதற்கும், இன்ன கோஷ்டியினர் என்பதற்கும் வரலாற்றுப் பதிவுகள் இல்லாதவண்ணம் பார்த்துக்கொண்டாள் ராணி. குறிப்பாக, அவரவர் மதத்தின் பிரகாரம் அவர்கள் எரிக்கப்பட்ட, அல்லது புதைக்கப்பட்ட இடங்களின் அடையாளம் வெளித்தெரியாமல் பார்த்துக்கொண்டாள்.

முக்கியமான இன்னொரு செய்தியும் உண்டு. மேற்படி நிகழ்வின் முதல் ஆண்டு விமரிசைகளின் பகுதியாய், முன்னமே சொல்லப்பட்ட தளபதியைக் கணவராக வரித்தாள் ராஜமாதா. ஆனால், அவர் ராணியின் கணவர் மட்டுமே; மன்னரல்ல...

வெண்கலச் சிலைகளாக நிற்கும் ராஜதம்பதியை எனக்குக் காட்டினார் திரு.சௌஹான். மொத்தக் கதையையும் ஆங்கிலத்தில்தான் சொன்னார். அன்றைய என் ஹிந்தி அறிவு, இன்றைவிட மோசமாக இருந்தது. மற்றவர்கள் பேசும் அதே வேகத்தில் புரிந்துகொள்ளுமளவு முதிர்ந்திருக்கவில்லை. நல்லவேளை, திரு.சௌஹானின் ஆங்கிலம் அனுசரணையானது; இலக்கணப் பிழைகள் மண்டியிருந்தாலும், சொல்லவந்ததைத் துல்லியமாய்ச் சொல்லிவிடுவது.

தொடர்ந்து நடந்து, ஆலயத்தின் பின்புறத்துக்கு வந்து சேர்ந்தோம். அதுவரை சன்னமாகக் கேட்டுவந்த பஜனை ஒலி, இப்போது நேருக்குநேரே வந்தவுடன், உரத்துக் கேட்டது. பின்புறப் பிரகாரத்தில் போடப்பட்டிருந்த நீண்ட ஷாமியானாவின்கீழ் இருந்த பெண்கள் கூட்டம்தான் கைத்தாளக் கருவிகளை இசைத்துக்கொண்டு பாடுகிறது. பாடினார்கள் என்பதைவிட, கூச்சலிட்டார்கள் என்பது பொருத்தமாய் இருக்கும்.

வெள்ளை உடை தரித்து முக்காடிட்ட பெண்கள் சுமார் அறுபது எழுபதுபேர். அவர்கள் மத்தியில் ஒரு இளம்பெண், ரத்தநிறச் சேலை உடுத்தி அமர்ந்திருப்பதைக் கண் டேன். அவளும் முக்காடிட்டு, தலைகுனிந்து அமர்ந்திருந்தாள். உடலின் தோற்றத்தை வைத்தே அவளை இளம்பெண் என்று யூகிக்க முடிந்தது.

இப்போது இன்னொரு விஷயம் கண்ணில் பட்டது. ஷாமியானாவின் வெளித் தூணைப் பிடித்தவாறு ஓர் இளைஞன் நின்றிருந்தான். பாடல் முடிந்த இடைவெளியில்,

மாஃப் கரோ பஸந்த்தீ... கர் ஆஜா மேரே ஸாத்...

என்று கூவினான். இன்னும் ஒரு வாக்கியமும் சொன்னான் - எனக்குப் புரியவில்லை. படுவேகமாக, இன்னும் உரத்து, அடுத்த பாடல் ஆரம்பித்தது. திரு.சௌஹான் குறும்பாகச் சிரித்துக்கொண்டே என்னிடம் சொன்னார்:

பெண்டாட்டியை அடிப்பானேன், இவர்களிடம் வந்து கெஞ்சுவானேன்!

பாதுஷாகார் பிராந்தியத்தில் அப்படியொரு வழக்கம் உண்டாம். புருஷன் வதைத்தால் இந்தப் பெண்களிடம் வந்து முறையிடலாம். பஜனையில் ஈடுபட்டிருப்பவர்கள் கைம்பெண்கள் என்பதால், அவர்களுடைய சாபத்தை வாங்குவது உசிதமல்ல என்று ஐதீகம். புருஷன்காரனின் கடைசி வாக்கியம், 'இனிமேல் அடிக்கமாட்டேன்' என்று உறுதி சொல்வதாய்ச் சொல்லிச் சிரித்தார்.

பஜனைக்காரர்கள், பெண்ணை அழைத்துச்செல்வதற்கு விதிக்கும் அபராதத்தை வேறு கட்டியாக வேண்டும்; அப்புறம்தான் கூட்டிப்போக முடியும்...

அப்புறம், நாங்கள் போன வேலை முடிந்து ஓட்டலில் கொண்டு இறக்கிவிடும்போது சொன்னேன்:

அந்த தம்பதியை நினைத்தால் கவலையாய் இருக்கிறது, மிஸ்டர் சௌஹான்!

அட, நீங்கள் வேறே. அதெல்லாம் ஒரு நாடகம்தான். சம்பந்தப்பட்ட மூன்று தரப்புக்குமே இது தெரியாது என்றா நினைக்கிறீர்கள்? அவள்தான் இருந்துவிடுவாளா, அவன்தான் இன்னொரு தடவை அவளை அடிக்காமல் இருப்பானா! அனுப்ப மாட்டோம் என்று அறுதியாய்ச் சொல்லும் அதிகாரம் அந்தக் கிழவிகளுக்கு உண்டா என்ன! ஒரே ஒரு மணிநேரம் செலவிட்டால், மூன்று தரப்புக்கும் ஒரு நிறைவு கிட்டி விடுகிறதா இல்லையா!!

திரு. சௌஹான் அதிர்ந்து சிரித்தார். ஏனோ, இந்தத்தடவை எனக்கு எரிச்சலாய் இருந்தது...

திரு.சௌஹானுடன் போனது, இடதுபுறத்தையொட்டி. இப்போது, நுழைவாயிலின் வலதுபுறம் மிக நீண்ட பந்தல் போட்டிருந்தது. தரை நெடுகிலும் விரித்த செந்நிறக் கம்பளத்தில் கொஞ்சம்கொஞ் சமாகக் கூட்டம் சேர ஆரம்பித்திருந்தது. இரண்டு ஓரங்களிலும் இருந்த நடைபாதையில் அங்கங்கே இருந்த கணப்புகளிலிருந்து இளம் புகையும் கதகதப்பும் கசிந்துகொண்டிருந்தன. மெல்ல மெல்ல நடந்து முன்னால் போய்ச் சேர்ந்தேன்.

வாய்ப்பாட்டுக் கச்சேரி. எனக்கு பீம்ஸேன் ஜோஷி தெரியும். ஜஸ்ராஜ் தெரியும். மல்லிகார்ஜுன் மன்ஸூர் கேள்விப்பட்டிருக்கிறேன். அவர்களையுமே பிரபலங்கள் என்பதால் தெரியுமே தவிர, பெயரைத் தாண்டி எதுவும் தெரியாது. வடக்கத்தி சங்கீதம் என்று இல்லை, இசை பற்றியே ஒரு மண்ணும் தெரியாது. வேடிக்கை பார்ப்பதில் இருக்கும் அடங்காத ஆர்வம்தான் என்னை நடத்திப் போனது.

வாசல் பலகையில் பார்த்திருந்த பெயர் சற்றும் அறிமுகமில்லாதது. ஏதோ மிஸ்ரா என்கிற அளவில் மட்டுமே நினைவில் தங்கியது. மேடையில் பார்த்தபோது, பழைய தலைமுறைக்காரர் என்பது தெரிந்தது. காதோரம் வைத்து சுருதியைப் பரிசோதித்துவிட்டு, தம்பூராவை பின்னால் இருந்த யுவதியிடம் ஒப்படைத்துக் கொண்டிருந்தார். அவரை நன்கு பார்க்கும் கோணத்தில் அமர்ந்தேன்.

பளபளக்கும் நீலநிறக் குர்த்தாவில் ஏகப்பட்ட சரிகை வேலைப்பாடு, நடு நெஞ்சில் உள்ளங்கை அகலப் பதக்கம் தெரியும்படி காலருக்கு மேலே அணிந்த தடிமனான சங்கிலி, பிடரியில் வழிந்து தவழ்கிற நரைத்த கேசம், அநேகமாய் ஒரு பல்கூட இல்லாத பொக்கை வாய், நெற்றியில் புருவ மத்தியிலிருந்து வகிடுவரை வாள்போல நீண்ட குங்குமப் பொட்டு என்று விசித்திரமான தோற்றத்தில் இருந்தார். வெறும் பார்வைக்கே சங்கீத வித்வான் என்று தெரியவேண்டும் என்பதற்காக ரொம்பவே மெனக்கெட்டிருந்தார் என்று தோன்றியது. தொடர்ந்து ரொம்பநேரம் அவரைப் பார்த்துக்கொண்டிருக்க முடியாது என்றும் பட்டது. குரலைக் கேட்டுத்தான் பார்ப்போமே என்று காத்திருந்தேன்.

அந்த தினத்தின் ஆச்சரியங்கள் தொடங்கின. ஆமாம், அவர் மெல்ல முனகிய போதே அந்தக் குரலும் அதில் சொரிந்த வாஞ்சையும் என்னைத் தொற்றிக்கொண்டன. சுருதியில் ஆழ்ந்து நிலைகொண்ட ரீங்காரம் என்னில் மேவி நிறைந்தது. தொடர்ந்து ஏதோவொரு ராகம் அலையலையாகப் பாயத் தொடங்கியது. அபூர்வமான கற்பனைகள் நிறைந்த பாடாந்தரமாய் இருக்க வேண்டும் - சபை 'வாஹ் வாஹ்' என்றும், 'க்யா பாத் ஹை' என்றும் கொண்டாடித் தள்ளியது.

காரணமற்ற உல்லாசத்தை எனக்குள் உணர்ந்தேன். முழுக்க அமிழ்ந்தபிறகும் மூச்சுத் திணறவைக்காத பேரானந்தம் அவை முழுக்க நிரம்பத் தொடங்கியது. பிரபலமாவதற்குத்தான் எத்தனையோ சமாசாரங்களின் அனுசரணை தேவை - வித்தையில் உச்சத்தை எட்டுவதற்கு, அவரவருடைய உழைப்பும் மனோதர்மமும் மட்டும் போதும் என்பதற்கான நடைமுறைச் சின்னமாக அந்த மிஸ்ரா ஓங்கி உயர்ந்துகொண்டிருந்தார்.

தோற்றம் உருவாக்கிய திகட்டல் மெல்ல அடங்கி, அவர் குரல் இழுத்த திக்கில் வளர்ப்புப் பிராணிபோல வாலாட்டிக்கொண்டு செல்ல ஆரம்பித்தேன். உண்மையில், ஒலியின் பேரழகு மனித உருக்கொண்டு மேடையில் சம்மணமிட்டு அமர்ந்திருந்தது. சொக்கிக் கிடந்த என்னைப்போலவே, அவையும் கிறங்கிவிட்டிருந்தது என்பதை உணர முடிந்தது - சுமார் ஆயிரம் சிலைகளை ஒரே இடத்தில் பரப்பி அடுக்கியதுபோன்ற அசைவின்மை படர்ந்திருந்தது, அந்த ராகம் திரவம்போல நிரம்பியிருந்த பந்தலுக்குள்...

திடீரென்று அவன் எழுந்தான். இறைஞ்சுபவன்போல மேடையை நோக்கி இரண்டு கைகளையும் நீட்டினான்.

நிறுத்துங்கள்.

என்று ஓலமிட்டான்.

சபை திடுக்கிட்டுவிட்டது என்பது நிசப்தம் கலைந்து எழுந்த கசமுச ஓசையில் வெளிப்பட்டது. முன்வரிசையில் அமர்ந்திருந்த ஒருவர் வேகமாய் எழுந்தார். அமைப்பாளர்களில் ஒருவர் என்று அனுமானித்தேன், அதற்குள், பாட்டை நிறுத்திவிட்டிருந்த பாடகர், அவரைக் கையமர்த்திவிட்டு, வெகுசாந்தமாகக் கேட்டார்:

எதற்காக மகனே!

'பேட்டா' என்று விளித்த விதத்தில், அவர் பாட்டைவிட அதிகமான வாத்சல்யம் தென்பட்டது.

இத்தனை பெரிய கொடூரம் நடந்திருக்கிறது. நூற்றுக்கணக் கானவர்கள் செத்திருக்கிறார்கள். அந்த வேதனை ஆறுவதற்கு முன்னே ஆட்டமும் பாட்டமும் தொடங்கிவிட்டீர்களே... உங்களுக்கெல்லாம் மனசாட்சியே கிடையாதா!

அவன் குரலில் ஆத்திரம் இல்லை; குமுறல்தான் தொனித்தது. இனம்புரியாத சங்கடம் எனக்குள் ஊறியது. அவனை ஊன்றிக் கவனித்தேன். இருபத்திச் சொச்சம் வயதிருக்கலாம். உடை சற்று அழுக்காகவும் கசங்கியும் இருந்தது. கலைந்த தலை. பாடகரைப் போலவே, நெட்டுக்குத்தாக முன்மயிர்வரை ஓங்கி உயர்ந்த குங்குமத் தீற்றல்... வார ஆரம்பத்தில், கையில் ஆயுதத்துடன் ஓடிய கும்பலில் பொருந்தக்கூடியவன்போலத்தான் தெரிந்தான். அசௌகரியமான நிசப்தம் சபையின்மீது கவிந்தது. பாடகர் சபையைப் பார்த்துப் பேச ஆரம்பித்தார்:

இந்தப் பிள்ளை கேட்பது நியாயம்தானே. இதே கேள்வியை நான் வேறுவிதமாய்க் கேட்டேன்; அதிக நேரமாகிவிடவில்லை, மேடைக்கு வருவதற்கு ஒரு மணிநேரம் முன்னால்தான் கேட்டேன். இதோ, தபலாவுடன் அமர்ந்திருக்கிறாரே, ஜனாப், இவரிடமேதான் கேட்டேன். 'இப்படிப்பட்ட சூழ்நிலையில் நாம் கச்சேரி செய்வது நியாயம்தானா?' ஜனாப் பதிலுக்குக் கேட்டார்: 'குழந்தை மாதிரிக் கேட்கிறீர்களே ஜீ! வெட்டுக்காயம் ஆறுவதற்குக் களிம்பும் தைலமும் போதுமா? உள்ளுக்குச் சாப்பிட மருந்து வேண்டாம்? இதோ, பாத்ஷாகடின் ஆன்மா காயப்பட்டிருக்கிறது. நம்மாலான விதத்தில் ஒத்தடம் தருவது நம் கடமையில்லையா...' விவேகிகளால்தான் அப்படியொரு வாக்கியத்தைக் கூற முடியும். கலவரச் சூழ்நிலையில், கண்ணனின் பெருமையைப் பாடும் மிஸ்ராவுக்குப் பக்கவாத்தியம் வாசிப்பதற்கோ, நமது முனீர்கான் ஸாஹப் அளவுக்கு விவேகம் வேண்டும்...

அவருடைய குரல் இப்போது தழுதழுத்தது. கைகளையும் தலையையும் தொங்கப் போட்டு நின்றிருந்த இளைஞனின் புறம்

திரும்பினார்:

> இப்போது புரிகிறதா மகனே? மனசாட்சி இருப்பதால்தான் கச்சேரி மேடைக்கே வந்தோம்...

கூட்டத்தில் சிறு சலசலப்பு. அபூர்வமாக ஓரிரு கைதட்டல்கள் கேட்டன. அவையும் உடனடியாய் அடங்கின. சொல்லத் தெரியாத தர்மசங்கடம் சபைக்குள் நிலவுவது மாதிரி ஓர் இறுக்கம் நிலவியது. ஸ்ரீ மிஸ்ரா அவனிடம் தொடர்ந்து கேட்டார்:

> அது சரி, கச்சேரி கேட்க வந்தபோது இல்லாத ஆவேசம், இவ்வளவு நேரம் கழித்து, திடீரென்று ஏன் எழுந்தது மகனே?

அவன் மெல்ல விசும்பினான். இப்போதுதான் உறைத்தது - கச்சேரிதான் நின்றிருந்தது; தம்பூரா ஓயவில்லை. சன்னமாக ஒலிக்கும் சுருதியின் பின்னணியில்தான் அவர்களுடைய உரையாடலே நடக்கிறது! இளைஞன் தழைந்த குரலில் சொன்னான்:

> என் சொந்த அண்ணன் நினைவு வந்துவிட்டது ஜீ. மிகப் பெரிய இசை ரசிகன் அவன். ஜோக் ராகம் என்றால் கிறங்கிப் போவான். போனவாரம் அவனைக் கொன்றுவிட்டார்கள்...

ஒரே சமயத்தில் ஏகப்பட்ட பெருமூச்சுகளின் ஓசை எழுந்து அடங்கியது. இளைஞன் மேற்கொண்டு ஏதும் சொல்வதற்கு முன்னால், நாலு வரிசை தள்ளி ஓர் இளம்பெண் எழுந்து நின்றாள்.

முன்பொருதடவை, கைம்பெண்கள் மத்தியில் அமர்ந்திருந்த அதே பெண்தானோ என்று ஒரு கணம் என் மனம் விதிர்த்தது. பிற்பாடு, அன்றிரவு படுக்கையில் கிடந்து உழன்று கொண்டிருந்தபோது 'எனக்கு ஏன் அப்படித் தோன்றியது?' என்று வியப்புத் தட்டியது. மனம் தானாய்க் காரணங்களை எழுப்பி சமாதானம் கொண்டது - இந்தப் பகுதியில் பெரும்பாலான பெண்கள் சிவப்புச் சேலைதான் அணிகிறார்கள்; மானாவாரியாகச் சம்க்கிகள் ஒட்டப்பட்ட சேலையை. அநேகம்பேர் ஒல்லியான உடல்வாகுள்ளவர்களாய் இருக்கிறார்கள்; விவசாயத்துக்குப் பேர்போன பிரதேசம். சரும நிறமும் கிட்டத்தட்ட ஒன்றுபோலவே இருக்கிறது; இங்கே நிலவும் குளிருக்கு, வேறுவிதமாக இருப்பது அபூர்வம். முக்காடு இட்டு, பாதிக்கும் மேற்பட்ட முகத்தை மூடிவிடுகிறார்களா, அடையாளம் துலக்கமாவதில்லை; ஒரே ஊர், ஒரே வளாகம் என்பதால் எனக்குள் அப்படியொரு பிரமை தட்டியிருக்கவும் வாய்ப்பிருக்கிறது...

அத்தனையும் இருக்கட்டும், பின்னால் வந்த சமாதானமா முக்கியம்? அந்த வேளையில் எனக்கு என்ன தோன்றியது என்பதுதானே விஷயம்... தழுதழுத்த குரலில் இறைஞ்சினாள் அவள்:

> பிதாஜீ, தயவுசெய்து யார் சொன்னாலும் பாடுவதை நிறுத்தாதீர்கள். இத்தனை நாளுக்கப்புறம் இன்றுதான் ஓரளவாவது எனக்கு மூச்சுவிட முடிகிறது...

பாடகர் அவளை நோக்கிக் கைகூப்பினார். பிறகு அவளையே குறுகுறுவென்று பார்த்தார். குனிந்த தலை நிமிராமலே அவள் தொடர்ந்தும் சொன்னாள்:

> நானும்தான் புருஷனைப் பறிகொடுத்திருக்கிறேன்...

இப்போது எதிர்பாராத ஒன்று நடந்தது. விறைப்பாக நின்றிருந்த இளைஞன்,

> பாபீ...

என்று கேவியவாறே தடாலென்று வீழ்ந்தான். அருகிலிருந்தவர்கள் பரபரவென்று விலகுவதும், யாரோ ஒருவர் தண்ணீர் சீசாவை நீட்டுவதுமாக ஓரிரு நிமிடங்கள் கழிந்தன.

அவன் மீண்டான். எழுந்து மேடையை நோக்கிக் கைகூப்பினான். பிறகு சபையின்புறம் திரும்பி வணங்கினான். அதே இடத்தில் அமர்ந்து கச்சேரி கேட்கத் தயாரானான். இதற்குள் அந்தப் பெண் இவனருகில் வந்து சேர்ந்திருந்தாள். அவளுடைய இடது கை கொழுந்தனின் முதுகை வருடுவதை என்னால் பார்க்க முடிந்தது...

> நண்பர்களே, பாதியில் விட்ட ஜோக் ராகத்தை இன்னொரு நாள் இன்னொரு மேடையில் தொடர்ந்துகொள்கிறேன்... இப்போது என் குழந்தைகளுக்காக தேஷ் பாடப்போகிறேன்...

என்று அறிவித்துவிட்டு, பாட ஆரம்பித்தார் ஸ்ரீ மிஸ்ரா. ஆதுரம் பொங்கும் அந்தக் குரலும், உணர்ச்சிமயமான அதன் பாணியும் ஒட்டுமொத்த அவையையும் தன் மடியில் போட்டுச் சீராட்ட ஆரம்பித்தன. அவ்வப்போது யதேச்சையாக முகத்தைத் திருப்பும்போது யாராவது ஒருவர் கண்ணைத் துடைத்துக்கொள்வது பார்வையில் பட்டபடி இருந்தது.

என்னால்தான் தொடர்ந்து கேட்க முடியவில்லை. எழுந்து அரவமில்லாமல் வெளியே வந்தேன்.

இரவுச் சாப்பாட்டை முடித்துவிட்டு, அறையில் வந்து படுத்தபோது, அவருடைய பெயர் நினைவு வந்தது. வெளியே வரும்போது பலகையில் பார்த்து மனத்தில் பதித்துக்கொண்ட பெயர் - ஸ்ரீ அதுல்ய மிஸ்ரா. இவருடைய கேஸட்டுகளோ குறுந்தகடுகளோ கிடைக்கிறதா என்று பார்க்க வேண்டும்...

பந்தலுக்குத் திரும்பிப் போனது என் மானசீகம். முழுக்க அமர்ந்து கேட்டிருக்கலாமோ? இல்லை, பொருந்தவில்லை என்றால் அகன்றுவிடுவதுதான் உத்தமம்... தொடர்ந்து, மனம் தன்னிச்சையாக ஓட ஆரம்பித்தது.

அவ்வளவு நடந்தும், சபை கொஞ்சம்கூடக் கலையவில்லையே. அவர்களுக்கு நம்பிக்கையும் தைரியமும் அளித்த அம்சம் எது? அல்லது, கச்சேரி கேட்க வந்த இடத்தில் இலவசமாய் நாடகமும் பார்க்கக் கிடைத்தது என்று களித்தார்களோ?

அண்ணியும் கொழுந்தனும் என்றால், ஒருவருக்கொருவர் தெரியாமலேவா ஒரே இடத்துக்கு வந்திருப்பார்கள்? அதிலும், கணவனை இழந்த ஒரே வாரத்தில் ஒரு பெண் பொது இடத்துக்குக் கலையை ரசிக்க வந்துசேர்வாளா என்ன? அவர்கள் சமூகத்தில் கொழுந்தனை அண்ணிமார்கள் சரளமாகத் தொடுவதும் வருடுவதும் நடைமுறைதானா?

அல்லது, இன்னொரு சூட்சுமமும் இருக்குமோ? மொத்த நேரமும், முன் வரிசையிலிருந்த நாலைந்துபேர் தங்கள் மடியில் வைத்த குறிப்பேடுகளில் வேகமாக ஏதோ எழுதிக்கொள்வதைப் பார்த்திருந்தேன் - பத்திரிகையாளர்கள் என்று நினைத்தேன். அப்படியானால், அப்படியானால்... இசைவிழாவுக்கு எதிரான கருத்துக்கள் பொதுமனத்தில் உருவாகிவிடக் கூடாது என்பதற்காக அமைப்பாளர்களே ஏற்பாடு செய்த நாடகமேதானா அந்தக் குறுக்கீடு? தெரிந்தேதான் திரு.அதுல்ய மிஸ்ரா இதில் பங்கெடுத்தாரா? அவர் பேசியவை அவருடைய சொந்த வசனங்கள் இல்லையா! பக்கவாத்தியமாக ஜனாப்.முனீர்கான் அமைந்ததுகூடத் தற்செயல் இல்லையா என்ன...

இந்த இடத்தில் விசித்திரமான இன்னொரு திருப்பத்தை என் எண்ணவோட்டம் எதிர்கொண்டது... யதேச்சையாக நடந்த ஒரு சம்பவத்தை நானாகவே வேறு கோணத்தில் நின்று திருகலாகப்

பார்க்கிறேனோ? முந்தின நாள் திரு.லால்சந்த் பேசிய வசனங்கள்தாம் இந்தமாதிரிக் கேள்விகளை எனக்குள் பிறப்பிக்கிறதோ? அந்த வசனங்கள் மட்டும் அவருக்குள்ளேயே உதித்தவையாக இருக்கக் கூடுமா என்ன? சற்றே விலகிச் செல்லும் பொதுமனத்தில் அந்தவிதமான எண்ணங்களை விதைப்பது யார், அல்லது எது?

தலை வலிக்கிற மாதிரி இருந்தது. எழுந்து விளக்கைப் போட்டேன். கைப்பைக்குள் துழாவி, மாத்திரையை எடுத்தேன். கழுத்து நீண்ட சுராயிலிருந்த தண்ணீரைச் சரித்துத் தம்ளரில் நிரப்பும்போது விநோதமாக ஒரு எண்ணம் உதித்தது...

ஐயோ, அந்தக் கணத்தில் எப்பேர்ப்பட்ட ஆறுதல் மனத்தில் ஊறியது என்கிறீர்கள்! பின்னே, முந்தின நாள் திரு.லால்சந்த் குறிப்பிட்ட மாதிரி, மனித குலத்தின் சரிபாதி சாத்வீகத்தில் நம்பிக்கை கொண்டிருக்கிறது என்பது சாதாரண விஷயமா என்ன!

காலச்சுவடு, மே 2021

திகைப்பு

முத்துராமன் சாரெ நான் கடேசியாப் பாத்து முப்பத்தஞ்சு வருசத்துக்கு மேலே ஆயிருச்சப்பா. மூஞ்சிகூட மறந்து போச்சு. ஆனா, அன்னைக்கி அவரு சொன்னது செஞ்சது எல்லாம் நேத்து மாதிரி நாவகம் இருக்கு. அடுத்த நாளே அவரு காலமானதுகூடக் காரணமா இருக்கலாம்.

என்றார் ஐராவதம். கைகள் லேசாக நடுங்கின. அறிமுகமாகி இந்த ஒன்றரை வருடத்தில், இதே வாசகத்தை ஏகப்பட்ட தடவை சொல்லியிருக்கிறார். ஒவ்வொரு முறையும் முத்துராமன் சாரைப் பற்றி ஏதாவது விநோதமாய்ச் சொல்வார்; ஆனால், இவ்வளவு உணர்ச்சிமயமாய்ச் சொன்னதில்லை. ஒருவேளை எனக்குத்தான் அப்படிப் பட்டதோ என்னவோ. உணர்ச்சிவசப்படாவிட்டால் கைகள் நடுங்குமா? அல்லது, இவ்வளவு நாள் நான்தான் ஊன்றிக் கவனித்ததில்லையோ - நானாக ஊசலாடிக்கொண்டிருக்க, இந்தமுறை ஐரா ரொம்ப விரிவாக விளக்கினார்...

அன்னைக்கி என்ன தேதின்னுகூட நாவகம் இருக்கப்பா. 1984 அக்டோபர் மாசம் முப்பத்தொண்ணாம் தேதி. இதே பெங்களூர்லெ ஒரு ட்ரெய்னிங் புரக்ராமு. முடிச்சிப்பிட்டு, முந்தின நா பஸ்ஸேறி, விடியக்காலையிலே ஊருக்குத் திரும்புனன். அன்னைக்கி ஆபீஸ் போக வேண்டியதில்லே. ஊளியரு பாவம், பிரயாணக் களைப்புலெ இருப்பாருல்ல ன்றது கம்பேனி நெனப்பு. சரி, சும்மாத்தானே இருக்கம்,

சாரெப் பாத்துட்டு வருவம்ன்னு போனேன். சுகுணா நானும் வரட்டுமா ன்னா. வேணாம் புள்ளெ, இன்னைக்கி நாம் மட்டும் போறேன்னு போயிட்டேன்.

ம்.

கொஞ்சம் முடியாமெத்தான் இருந்தாரு. கிட்டத்தட்டப் படுத்த படுக்கென்னு வையேன். ஆனாக்கெ, பீமூத்தரம் அள்ள வய்க்கலே யாரையும். சொந்தக்காரவுக போன் நம்பரு, விலாசம் குடுத்து வையிங்கன்னு டாக்டர் வீட்டுலெ கேட்டுப் பாத்துருக்காங்க. அதுக்கெல்லாம் அவசியப்படாதுங்கன்னு சொல்லீட்டாராம்.. இந்த மனுசன் அடங்குன அரெ மணிநேரத்துலே அவரு அண்ணந்தம்பி மக்க வந்து சேந்துட்டாங்க. சாதாரணமாக் கேட்டா, இதெல்லாம் சாதாரணமாத்தான் தெரியிம். ஒர்த்தன் இருந்தது மெற்றாஸ்லெ. ரெண்டுபேரு சேலத்துலெ. இன்னொர்த்தி வாக்கப்பட்டது நாகரோயில்லே. எல்லாருமே சாவுச் சேதி தெரிஞ்சுதான் வந்து சேந்தாங்க...

ஏதோ தர்க்கப் பிழை இருக்கிற மாதிரித் தோன்றியது எனக்கு. குறைந்தபட்சம் ஏழெட்டு மணிநேரப் பயணம் தேவைப்படும் தொலைவுகளிலிருந்து, முப்பதாவது நிமிஷத்தில் வந்து இறங்கினார்கள்; அதிலும் செய்தி தெரிந்து, என்றால்...? அதைவிட, முன்கூட்டியே செய்தி தெரிந்திருப்பவர்கள், மரணமடைந்த பிறகு வருவானேன்? உற்றவர்கள் என்றால் பதற மாட்டார்களா. ஐராவதம் என் முகத்தை உற்றுப் பார்த்தார். ஆச்சரியமோ அவநம்பிக்கையோ தென்பட்டிருக்க வேண்டும். தாமாகவே மேலும் விளக்கினார்:

சாகுறன்னைக்கிக் காலையிலே ஒர்த்தன்ட்டெ, சேலத்துக்காரனுககிட்டெ முந்தின நா, அந்தப் பிள்ளெகிட்டெ ரெண்டு நாளைக்கி மின்னாடின்னு தகவல் சொல்லி வச்சிருந்தாராம்... இன்ன தேதியிலெ இன்ன நேரத்துக்கு வந்து சேருன்னு மட்டும் சொல்லியிருப்பாரு போல. அவரு சொன்னா யாரும் தட்ட மாட்டாங்க...

எனக்குள் அவநம்பிக்கை கூடிக்கொண்டே போனது. ஐராவதம் தெளிந்த மனநிலையில்தான் இருக்கிறாரா என்றுகூடச் சந்தேகம் வந்தது.

அட என்னய்யா. கூட இருந்தவன் சொல்றேன், நம்பமாட்டன்றே? அவ்வளவு ஏன், எங்கிட்டயே சொன்னாரே. 'எலே ஐரா, நாளைக்கி இந்த நேரம் வந்தேன்னா, இப்பிடிப் பாத்துக்கிற மாட்டே. ஐயா, வாகனமேறிப் பொறப்புடத் தயாராயிருப்பாரு!'. நானும் ஒன்னெ மாதிரித்தான், சிரிச்சேன். 'அது ஏன் சார் அப்பிடியெல்லாம் சொல்றீங்க'ன்னு கேட்டேன். தமாசா ஏதோ சொல்றாருன்னு நம்புனேன். நெசம்னு ஒரு மூலெயிலே பட்ருந்தாக்கூட, அவரோடயே இருந்துருக்க மாட்டனா? ஆனா, அவரு என்னையப் பாத்து, 'போடா பைத்தாரா'ன்னு சிரிச்சு வச்சாரு...

தனது மரணத்தை முன்கூட்டியே அறிவித்தவர்கள் பற்றிய சம்பவங்கள் பலதும் கேட்டிருக்கிறேன். அதெல்லாம், இறந்தவர்கள் யதேச்சையாய்ச் சொன்ன வாசகங்களை மரணத்துடன் முடிச்சிட்டு மற்றவர்கள் பார்த்ததன் விளைவு என்று சந்தேகித்ததும் உண்டு. என் சொந்தப் பெரியப்பா ஒருத்தரே, வீட்டுக்கு வந்த குடும்ப மருத்துவரிடம்,

என்ன டாக்டர், வண்டி ரெம்ப நா ஓடாது போலருக்கே.

என்றாராம். அடுத்த வாரம் இறந்துபோனார். துக்கத்துக்கு வந்த மருத்துவர்,

அவருக்கு உள்ளூரத் தெரிஞ்சிருந்தது போல இருக்கே!

என்று வியந்தார். பெரியப்பாவுக்கு மட்டுமில்லை, எங்கள் எல்லாருக்குமே தெரிந்திருந்தது - அவருக்கு வந்திருந்த வியாதியின் வீரியம். வியந்த மருத்துவரும், டாக்டர் ஸ்ரீபாதராவ் மாதிரி ஆர் எம் ப்பீ தான்... இரண்டாமவரைப் பற்றி ஐராவதம் பலதடவை குறிப்பிட்டிருக்கிறார். தொடர்ந்து என் முகக்குறிப்பைப் பார்த்துக்கொண்டிருந்தவர், சற்று எரிச்சல் ஏறிய குரலில் சொன்னார்:

சரியப்பா. இன்னமும் ஒனக்கு நம்பிக்கெ வரலேன்னு தெரியிது. இன்னொரு விசயம் சொல்லட்டா?.

சொல்லு.

சாரெப் பாக்க நாம் போனது ஒம்பது ஒம்பதரை மணிக்கி. பத்து மணிக்கிச் சொல்றாரு. 'அடடா! இப்பிடி நடக்கும்ன்னு அந்தம்மா நெனைச்சே பாத்துருக்காதே.' ஆனா, அதுக்கு

மேலெ எதுவுமே சொல்லலே. எப்பவுமே அப்பிடித்தான். தன்னெ மறந்து ஒரு சொல்லு விட மாட்டாரு. நான் புரியாமெப் பாத்தேன் - சொல்றாரு: 'ஐராவதோம், எம்ஞ் சாரு பாட்டு நாவுகமிருக்கா? 'தோட்டம் காக்கப் போட்ட வேலி பயிரைத் தின்பதோ?' அதேதான் நடந்துருச்சு. வேலியே பயிரெப் போட்டுத் தள்ளீருச்சு.

எனக்குப் புரியவில்லை. என்ன சொல்ல வருகிறார் இந்த ஐராவதம்? போதாதத்துக்கு, அவருடைய கைகள் தொடர்ந்து நடுங்குவது வேறு எனக்குள் ஒருவித பீதியைக் கிளப்பியது. ஆனால், அவருடைய குரல் உறுதியாய்த்தான் இருந்தது:

வீட்டுக்கு வந்தா ரேடியோலெ சங்கீதம் டொய்ங் டொய்ங்ன்னு அளுது வடியுது. நடுநடுவுலெ நூஸ் சொல்றான் - மிஸஸ் காந்திக்கு இன்ன மாதிரி ஆயிப்போச்சுன்னு...

ஐராவதத்தின் கண்கள் சொருகியிருந்த விதம் எனக்குத் திகைப்பாய் இருந்தது. சுமார் நாற்பது வருடப் பழங்கதையைத் துலக்கமாகப் பார்ப்பதற்காக விழிகள் மேலெ சொருகியிருந்தன என்றே நினைத்தேன்.

ஆனா, அன்னைக்கி இன்னோண்ணும் சொன்னாரப்பா...

இதற்குள் வளாக வாசலில் அவருடைய மருமகள் தென்பட்டாள். அப்போதுதான் ஏற்றிக்கொண்ட சோடியம் வேப்பர் விளக்குகளின் ஒளியில், தானே ஒரு சுடர்போல அலுங்காமல் நடந்து வந்தாள். கிட்ட வந்ததும் அலுவலக அலுப்பையும் மீறி அவள் முகத்தில் தெரிந்த பிரகாசம்தான் எப்படி இருந்தது! புன்னகைத்தபடி எங்களை நெருங்கினாள்.

மேலெ வாங்களேன் அங்க்கிள். ஒரு சாய் குடிச்சிட்டுப் போலாமே.

ஐராவதம் ஆமோதிப்பாய்த் தலையாட்டினார்.

இன்னொரு நா வர்றம்மா. இன்னைக்கி வந்தே ரொம்ப நாளியாயிருச்சு.

என்று வாசலைப் பார்த்தேன். அன்றைக்கே அவர்களுடன் மாடிக்குப் போயிருக்கலாம்...

வீட்டை நோக்கி நடக்கும்போது, முத்துராமன் சாரைப் பற்றி ஐராவதம் உதிரி உதிரியாய்ச் சொன்ன பல சம்பவங்கள் நினைவில் வந்தன - அவருடைய வார்த்தைகளாகச் சிலவும், என்னுடைய மனப்பதிவுகளாகச் சிலவும். அப்போது தோன்றிய அதே கிரமத்தில் இல்லாவிட்டாலும், இப்போது தோன்றும்விதமாக அடுக்கிக் கொள்கிறது மனம். இன்றைக்கு லேசில் உறக்கம் வராது என்றுதான் தோன்றுகிறது...

ஓய்வுபெற்ற பிறகு, தெரிந்தவர்களுக்கு மட்டும் கைவைத்தியமாக பச்சிலைகள் சூரணம் என்று கொடுப்பாராம் சார். அதைவிட, நாடியைப் பிடித்தே உள்ளுறுப்பில் எது பலவீனமாகியிருக்கிறது என்று கண்டு சொல்வாராம். ஆச்சரியப்பட்டால்,

> அட, இதென்னப்பா பெரிய விசயம். வங்காளியிலேர்ந்து தமிளுக்கு வந்த நாவல் ஒண்ணு படிச்சன். நம்ப இஸ்கூலு லயிப்பரியிலே இருந்துச்சு. அப்பறம் எவனோ களவாண்டுட்டான். அதுலெ ஒரு வைத்தியன் வருவான்; ஆளுக நாடியைப் பிடிச்சுப் பாத்து இன்ன நாள் இன்ன கிளமை இன்ன நேரம் வரைக்கிம்தான் ஒனக்கு ஆயுசுன்னு கரைக்க்ட்டாச் சொல்லீருவான்...

என்றாராம். இதை ஐராவதம் விவரித்தபோது, என்னைமீறிப் பொங்கிய துடுக்குத்தனம் கேட்டது:

> அட, அடுத்த நிமிசமோ அடுத்த வருசமோ என்னா நடக்கும்ன்னு தெரிஞ்சு என்னா புண்ணியம் ஐரா. அவனவன் தலெவிதிய மாத்தீறவா முடியும்?

அவர் என்னைக் குறுகுறுவென்று பார்த்தார். அப்புறம் வீதியைப் பார்த்துக்கொண்டிருந்தார். அடுக்ககத்திலிருந்து வீதியை நோக்கி ஓடிவந்த குழந்தையை, துரத்திவந்த இளம் பெண்ணொருத்தி கைப்பிடியாய்ப் பிடித்துத் தூக்கினாள். அவர்கள் இருவரும் இருந்த சட்டகத்தில், அவசரமாய் நின்று மறுபடி கிளம்பிய சிவப்புநிறக் காரும் ஒரு விநாடி நேரம் இருந்து என்னைப் பதற வைத்தது. தனக்குள் அமிழ்ந்திருந்த ஐரா நிதானமாக பதில் சொன்னார்:

> சோமு. நீ கேக்குறதுலெ ஒரு நாயம் இருக்கு. ஆனா, விளுகப் போறம்ன்னு தெரிஞ்சு விளுறதுக்கும், தன்னையறியாமெ விளுறதுக்கும் வித்தியாசம் இருக்குதா, இல்லையா?

அவ்வளவுதான். பேச்சு வேறுபக்கம் திரும்பிவிட்டது. பொதுவாகவே, வாதம் புரிவதில் ஆர்வமில்லாதவர் ஐராவதம். தன் அபிப்பிராயங்களையோ பழக்கங்களையோ என்மீது திணிக்கவும் மாட்டார்...

ஒருநாள், அவர்கள் வீட்டுக்கு நான் போனபோது, முன்னறையில் சின்னச்சின்னப் பைகள் சுவரோரமாய்க் கிடந்தன. ஒவ்வொன்றிலும், பச்சை மையால் ஒவ்வொரு பெயர் எழுதியிருந்தது. சாமை, குதிரைவாலி, சோளம், கேழ்வரகு என்று நாலைந்து பெயர்கள் உடனடியாய் கவனத்தில் தங்கின. ஐராவதம் தனக்கு மட்டும் தனியாய்ச் சமையல் செய்துகொள்வார் என்று எனக்கு முன்னமே தெரியும். கிட்டத்தட்டப் பத்தியச் சாப்பாடு. புனிதவதிக்கு இதில் தீராத ஆற்றாமை இருந்தது. அவ்வப்போது சொல்லிப் புலம்பவும் செய்வாள். புன்னகை தவழும் முகத்துடன் கேட்டுக்கொண்டிருப்பார் மாமனார்.

அன்று காலைதான் ஊரிலிருந்து திரும்பியிருந்தார். தெற்கே சாத்தூர் தாண்டி ஏதோ ஒரு சிற்றூரில், தூரத்து உறவினர் வீட்டில், ஒரு விசேஷம். தலையைக் காட்டிவிட்டு வந்தாராம். சிறு தானியங்களுக்குப் பெயர்போன பிரதேசம் என்றார்.

தலைவலி கால்வலி என்றாலும் டாக்டரைத் தேடிப் போக மாட்டார். சொந்த வைத்தியம்தான். ஓமம் திப்பிலி அதிமதுரம் துளசிக் கஷாயம் அஷ்டசூரணப் பொடி என்று அது ஒரு தனிப் பட்டியல். ஆனால், நான் ஏதாவது உடல்நலக் குறைவைச் சொன்னால், 'மருந்து சொல்லட்டுமா?' என்று கேட்கக்கூட மாட்டார். 'அதெல்லாம் அவரவர் நம்பிக்கையைப் பொறுத்தது' என்று ஒரு தடவை சொன்னார். அறிகுறிகளைக் கேட்டுவிட்டு,

> கொடல்லே புண்ணு இருக்கும்போல.
> கணையம் வீங்கிருக்கோ என்னமோ.
> பித்தப்பையிலெ ஏதாச்சும் கோளாறு இருக்கும்.
> மூத்தரப் பையிலே கல்லு இருக்குதான்னு பாக்கணுமப்பா.

என்பதுபோல ஏதாவது சொல்வார். நான் பார்க்கச் செல்லும் அலோபதி மருத்துவர் அதே கோளாறுக்கு ஆங்கிலப் பெயர் சொல்லி, மருந்தும் கொடுப்பார். ஆச்சரியமாய் இருக்கும். அடுத்தமுறை ஏதாவது தொந்தரவு இருந்தால் ஐராவிடம் மருந்து

வாங்கிச் சாப்பிட வேண்டியதுதான் என்று நினைத்துக்கொள்வேன். உரிய தருணத்தில், தைரியம் வராது.

யோசித்துப் பார்த்தால், ப்ரேக் கட்டை தேய்ந்துவிட்டது, செயின் கழன்றிருக்கிறது, வால் ட்யூப் போய்விட்டதோ என்னவோ என்கிற மாதிரி, பழுதான சைக்கிளைப் பற்றிப் பேசும் அதே குரலில், உணர்ச்சியே வெளிப்படாமல், உடம்பைப் பற்றி அவர் பேசுவதில் எனக்கு ஒப்புதல் இல்லையோ என்று தோன்றுகிறது.

இந்த மாதிரிச் சின்னச் சின்ன விஷயங்களால், நாங்கள் இருவரும் ஒரே நூற்றாண்டில் வாழ்பவர்கள் இல்லை எனக்குத் தோன்றும்; ஒரே கோளில் வசிக்கவில்லையோ என்றுகூடப் பலமுறை தோன்றியிருக்கிறது. நமக்கு என்ன தோன்றுகிறது என்பதா முக்கியம்; பிரதிபலன் பாராத பேரன்பை ஒரு மனிதன் பொழிகிறானே, அது போதாதா என்று தானாய்த் திருத்திக்கொள்ளும் என் சிந்தனை.

மேற்சொன்ன அத்தனையும் போகட்டும்; ஐராவதம் பிடிவாதமாக, துணிவாங்கித் தைத்த கதர் பனியன் போட்டுக்கொள்வதையும், முரட்டுக் கதர் ஜிப்பா அணிவதையும் கூட விட்டுவிடலாம் - கேட்டால் முத்துராமன் சாரைப் பார்த்துப் பழகியது என்பார். அலுவலகப் பணிக்காக, பாண்ட்டுக்குள் சொருகிய சட்டையும் கழுத்துப் பட்டியும் ஷூக்களும் அணிந்து திரிந்தாலும், வீடு திரும்பி மேற்சொன்ன உடைக்குள் நுழைந்தால்தான் இயல்பாக மூச்சுவிடவே முடியும் தமக்கு என்பார். விலை உயர்ந்த மூன்றடுக்கு நான்றடுக்கு பிளேடுகள் புழங்கும் காலகட்டத்தில், நாவிதர்கள் பயன்படுத்தும் மடக்குக்கத்தியால் முகச்சவரம் செய்துகொள்வார்; அதுவும்கூட நான் சிறுபிராயத்தில், என் உறவினர்கள் சிலரிடமே பார்த்ததுதான். ஆனால், என்னால் புரிந்துகொள்ளவே முடியாத ஒரு சங்கதி இருந்தது.

பால்கனியில் எதிரெதிராக மாட்டிய கண்ணாடிகளுக்கிடையே நின்று, தமக்குத் தாமே நேர்த்தியாக முடிவெட்டிக்கொள்வார் ஐராவதம். கச்சிதமாக, தொழில்சுத்தமாக இருக்கும். தமாஷாக புனிதவதியிடம் அதை சுட்டிக் காட்டிச் சிரித்தபோது,

> அதுக்கென்னாங்க அங்க்கிள் பண்றது? மகன் வீட்டுலெ இருக்காரு. அவருக்குப் பிடிச்ச மாதிரி இருக்காரு. எங்களெ ஏதாவது ஒரு வார்த்தெ பேசுறாரா...

என்று புன்னகைத்தபடி பதில் சொன்னாள். மாமனாருக்கேற்ற மருமகள். 'நான் அவர் மீது புகார் சொல்லவில்லையே அம்மா' என்று ஒரு கணம் திகைக்கத்தான் செய்தேன்.

எனக்கும் ஐராவதத்துக்கும் ஒரே வயதுதான். எழுபது பிறந்தாயிற்று. இதுபோகவும் அநேக ஒற்றுமைகள் இருந்தன. அதனால்தானே நண்பர்கள் ஆனோம். விற்பனைத் துறையில் பணியாற்றி ஓய்வுபெற்றவர்கள். மனைவியை இழந்தவர்கள். பணி ஓய்வுக்குப் பிறகு மகன் வீட்டில் நிரந்தரமாய் வசிக்க வந்துவிட்டவர்கள். பெங்களூரில் குடியிருக்க நேர்ந்த தமிழ்நாட்டுக்காரரர்கள். ஆளுக்கொரு மகன் மட்டுமே கொண்டவர்கள். மகன்கள் ஒரே நிறுவனத்தில் வேலை பார்க்கிறார்கள். ஒரே வீதியின் எதிரெதிச் சிறகிலுள்ள வளாகங்களில் சொந்தமாக அடுக்கக வீடு வாங்கியவர்கள். ஆச்சரியமான இன்னொரு விஷயம், மருமகள்கள் இருவரும்கூட ஒரே துறையில்தான். நிறுவனங்கள் மட்டும் வெவ்வேறு!

எனக்கும் ஐராவதத்துக்கும் உள்ள இன்னொரு ஒற்றுமை, இருவருமே தெய்வ நம்பிக்கை உள்ளவர்கள். ஆனால், நம்பிக்கையின் உள்மடிப்புகளில் வெவ்வேறு தளத்தில் இருக்கிறோம். ஆமாம், ஐராவதத்துக்குச் சில பயிற்சிமுறைகள், சில பிரத்தியேகப் பழக்கங்கள் உண்டு. வெளிப்படையாகச் சொல்லமாட்டாரே தவிர, நானாக அனுமானித்து சில விஷயங்கள் கண்டுபிடித்திருந்தேன். ஓரிரண்டைக் குறிப்பிட்டுக் கேட்கும்போது, புன்னகைப்பார். அல்லது,

அட, விடப்பா. அதெல்லாம் என்னாத்துக்கு?

என்று இயல்பாக மழுப்புவார். நானும் பிடிவாதமாக பதில் கேட்க மாட்டேன். எழுபது வயதில், வெறும் ஒன்றரை வருஷப் பழக்கத்தில், ஒருமையில் அழைத்துக்கொள்ளும் அளவுக்கு ஆழமாகிவிட்ட சிநேகிதம் என்பதே எத்தனை அபூர்வமானது...

இன்னொரு வேற்றுமையையும் சொல்ல வேண்டும். என் தலை பஞ்சாக வெளுத்துவிட்டது. ஐராவுக்கு இப்போதுதான் நரை தட்டுப்பட ஆரம்பிக்கிறது. ஓய்வுபெறும் வயதுவரை, உடல் பற்றிய கரிசனமே இல்லாமல் இருந்துவிட்டவன் நான். சாப்பாடு, தூக்கம், நிம்மதி என்று எல்லாமே கெட்டதற்கு அதுவும் ஒரு காரணம் என்பது ஐராவதத்தைப் பார்த்த பிறகுதான் தெரியவந்தது.

கண்ணாடியில் பார்த்துக்கொள்ள எனக்கே கூச்சமாய் இருக்கும் -. சதைக் குவியலாகத் தோற்றமளிப்பேன். ஐராவதம், சாவிகொடுத்த மூங்கில் கழிபோல விசையாய் இருப்பார். நீவிவிட்ட மாதிரி சீரான உடம்பு.

தினசரி சந்தித்துவிடுவோம். அடாத மழை கொட்டினாலோ, மருமக்களில் எவரேனும் வீடு திரும்பத் தாமதமானாலோ, செல்ஃபோனில் தொடர்புகொண்டு, மற்றவரின் வீட்டில் சென்று உரையாடுவோம்.

மற்றபடி, சாயங்காலங்களில் நாள்தவறாமல் சந்தித்து நடக்கப் போவோம். திரும்பும்போது காய்கறி வாங்கிவருவோம். பார்க்கிறவர்களுக்கு, கால் முளைத்த சுரைக்காயும், முருங்கைக்காயும் நடந்து வருகிற மாதிரித் தோன்றியிருக்குமோ என்னவோ!

பேரம் பேசி வாங்குவதில் ஐராவதம் விற்பன்னர். கொத்தில்லா, சாக்கு, பேக்கு, எல்லி, எஷ்டு என்பது போன்ற பத்துப் பதினைந்து சொற்களில் அடங்கிவிடும் என் கன்னட ஞானம். அவரோ, கர்நாடகத்திலேயே பிறந்து வளர்ந்தவர் மாதிரி சரளமாய்க் கன்னடம் பேசுவார். கும்பகோணம் பகுதியில் ஏதோ ஒரு கிராமத்தின் பெயர் சொல்வார் - அதுதான் அவரது பூர்விகம்.

> இவுங்க தராட்டின்னா என்னப்பா. காலங்காலமா, எங்கூருக்கும் சேத்து ஓடுனவதானே காவேரி! தண்ணியிலேயே கொஞ்சம் கன்னடம் கலந்து வந்துருக்குமோ என்னமோ!

என்று சிரிப்பார்.

ஆனால், நிஜமான காரணம், பள்ளிப் படிப்பு முடித்து பணியில் சேர்ந்த பிறகும் பல வருடங்கள் அவர் வசித்த சிறுநகரில், இவர்கள் வீட்டுக்கு எதிரே இருந்த டாக்டர் குடும்பம். டாக்டர் ஸ்ரீபாதராவின் இரண்டாவது மகன் இவருடைய வகுப்புத்தோழன். பதிர்ப்பேணியும், மைசூர் ரசமும், போளியும் மட்டுமில்லாமல், கன்னடமும் அவன் வழியாகத்தான் பழகியது என்பார். என்ன, ஆங்கிலத்தைப் போலவே, கன்னடத்தையும் தமிழில் பேசுவார்...

ஸ்ரீபாதராவ் வீட்டு மாடியில் இருந்த ஒற்றையறையில்தான் முத்துராமன் சார் தங்கியிருந்தார். கட்டை பிரம்மச்சாரி. ஐராவதம் படித்த பள்ளியில் விஞ்ஞான ஆசிரியர். ராவுக்கு நெருங்கிய நண்பர்.

விசேஷ நாட்களில், கீழேயிருந்து சாப்பாடு போகும். அபூர்வமாகச் சில நாட்கள், கையில் ஜாதக நோட்டோடு டாக்டரே மாடியேறிப் போவார். கைமீறிய நிலையில் தம்மிடம் வரும் சில நோயாளிகளை,

> எதுக்கும் மாடியிலெ ஒருதடவெ பாத்துருங்கோ.

என்று அனுப்பிவைப்பாராம்.

பள்ளியில் முத்துராமன் சாருக்கு அதிகம் நண்பர்கள் கிடையாது. விருப்பப் பாடங்களாக தச்சுக்கலை, நெசவு, இவற்றுடன் விவசாயமும் இருந்த பள்ளி. செய்முறைப் பயிற்சிக்காக வளாகத்தின் பின்புறம் ஒரு ஏக்கர் நிலம் இருந்தது. முத்துராமன் சார் பாடவேளைகள் இல்லாதபோது, அந்த நிலத்தில்தான் பொழுதைக் கழிப்பாராம்.

> கோளி மாதிரி சும்மா தரையெக் கிளறிக்கிட்டு இருப்பாரு. இல்லாட்டி, தோட்டக்காரரு வீட்டு நாயிகிட்டயோ காக்கா குருவிகிட்டயோ பேசிக்கிட்டிருப்பாரு!

என்று சிரித்துக்கொண்டே ஒருமுறை சொன்னார் ஐராவதம். அறையில் இருக்கும்போது சார் என்ன செய்வார் என்று கேட்க நினைத்து, முழுங்கினேன். அதுவே தனக்குக் கேட்டுவிட்ட மாதிரி,

> ரூம்புலெயும் செலநேரம் தானாப் பேசிக்கிட்டு ஒக்காந்திருப்பாரு ம்பான் ரங்க ராவு!

பள்ளியில் ஆசிரியர் என்பதைத் தாண்டி, முத்துராமன் சாருடன் நெருக்கம் உண்டானது, ஐராவதத்தின் தகப்பனாருக்கு வியாதி முற்றியபோதுதான். ஸ்ரீபாதராவிடம் கொண்டு காட்டினார்கள். அவர் விதவிதமான சோதனைகளைச் செய்துகொண்டு வரச் சொன்னார்.

பயந்தபடியே ஆகிவிட்டது. குடலில் பிளவை. தீவிரமாய்ப் பரவியிருக்கிறது. வைத்தியத்தின் எல்லையைத் தாண்டிப் போய் நாளாகிவிட்டது. அந்த வியாதியின் பெயரை ஐராவதம் முன்னமே ஒருதடவை குறிப்பிட்டு, நான் விளக்கம் கேட்டுப் பெற்றிருக்கிறேன். மிகப் பிரபலமான ஒரு எழுத்தாளரின் பெயரைச் சொல்லி, அவருடைய மிகப் பிரசித்தி பெற்ற தொடர்கதையைக் குறிப்பிட்டு,

> அந்தாளு எளுதலெப்பா அதெ. முதுகுலெ ராசபிளவெ. வலி பின்னியெடுத்துரும். உக்கிரத்தெத் தாங்கமுடியாமெப்

> போயிச் சிக்குனெ போதெதான் அது. அதுனாலதான் படிக்கிறவனுக்கெல்லாம் போதையாயிருது...

என்று சிரிக்காமல் சொன்னார். இன்னும், வெரிக்கோஸ் வெயின்ஸை தொடைவாளை என்பார், பார்க்கின்ஸன் நோயை நடுக்குவாதம் என்பார். அல்சரை குன்மம் என்பார். இந்த ஒன்றரை வருடங்களில் அவருடைய சொற்பிரயோகத்துக்கும் அவ்வளவு பழகியிருக்கிறேன்... டாக்டருக்கு இயல்பாகவே கணீரென்ற குரல். ஆணியடிப்பது மாதிரி அழுத்தமாய்ச் சொன்னாராம்:

> வீணாச் செலவு செய்யப் பொறப்புடாதேங்கோ. எதுக்குமே கட்டுப்படாது இது. பகவானேகூடச் சரிசெய்ய முடியாத கோளாறு.

என்று ஐராவின் தாயாரிடம் நேருக்குநேராகச் சொல்லிவிட்டார். அம்மா ஒருவித இரும்புப் பெண்மணி என்றார் ஐராவதம். இல்லாவிட்டால், இப்படியொரு செய்தியைக் கேட்டதும், குமுறிவிட்டிருக்க மாட்டாளா எந்த மனைவியும்? செங்கமலம் அம்மாள் நிதானமாய்க் கேட்டாராம்:

> அது சரி டாக்டர். இப்பிடித்தான் போகணும், இன்ன வயசுலே போகணும்ங்குறதெல்லாம் முடிவு பண்ணினப் பெறகுட்டுத்தானே ஆத்தா வகுத்துலேர்ந்தே வெளியெ அனுப்புறான் பாவிப்பய. என் வூட்டுக்காரரு புளுபூச்சிக்குக்கூடத் தீங்கு நெனைக்காத மனுசன். அவரு வலியாலெ துடிக்கிறதெப் பாத்தா அடிவகுறு கலங்குது எனக்கு. அதுக்கு எதுனா வளி பண்ணக் கூடாதா...

மாடிக்குக் கைகாட்டினார் டாக்டர். கைகூப்பியபடி எழுந்த செங்கமலம் அம்மாளிடம்,

> ஃபீஸெல்லாம் வாண்டாம்மா. நாந்தான் வைத்தியம் ஒண்ணும் பண்ணல்லியே.

என்று பணிவாக மறுத்தார். வெளியில் காத்திருந்த கணவரிடம் வந்த அம்மா,

> இன்னம் பத்துநாளைக்கி வலி இருக்குமாம். அப்பறம் சரியாயிரும்ங்குறாரு. முத்துராமன் சார்ட்டெ சூரணம் வாங்கிக் குடுங்க, போதும்ங்குறாரு.

என்று சொல்லி, கைத்தாங்கலாக அழைத்துப் போனாராம்.

> டாக்டர் ரூம்புலெ பேசுறது வெளியெ தெளிவாக் கேக்கும்ப்பா. என்ன தகிரியத்துலெ அந்தப் பொம்பளெ அப்பிடிச் சொன்னாளோ. இந்த மனுசனும், அப்புடியே நம்புன மாதிரி எந்திரிச்சு நடந்தாரு. ஒனக்கெப்பிடித் தெரியும்ன்னு கேட்டுறாதே. நாந்தானே அவருக்குத் தொணைக்கி ஒக்காந்துருந்தேன்.

இந்த மாதிரி சந்தர்ப்பங்களில்தான் ஐராவதத்தின் உரையாடல் நுட்பம் வெளிப்படும். அந்த இடத்தில் தானும் இருந்ததை இவ்வளவு நேரம் சொல்லவில்லை அல்லவா! தவிர, டாக்டரும் தாயாரும் பேசுவது இவருக்குத் துல்லியமாய்க் கேட்கக் கண்டுதானே, அடிபிறழாமல் என்னிடம் சொன்னார். கூடவே இருந்த அப்பாவுக்குக் கேட்டதோ இல்லையோ என்கிற மாதிரி விவரிக்கிறார்...!

கணவரைக் கூட்டிப்போய் வீட்டில் விட்டுவிட்டு, ஐராவதத்தைத் துணைக்கு அழைத்துக்கொண்டு மாடியேறியிருக்கிறார் செங்கமலம் அம்மாள். அடுத்த கால்மணி நேரம் புலம்பித் தள்ளியிருக்கிறார். சார் பொறுமையாய்க் கேட்டாராம்.

> அவரு காக்கா பேசுறதையும் அதே பொறுமையோடதாம்ப்பா கேப்பாரு...

என்று அசந்தர்ப்பமாய்ச் சிரித்தார் ஐராவதம். ஆனால், எனக்குத்தான் புதிய கதை; அவருக்குள் பல பத்து வருடங்கள் திரும்பத் திரும்ப ஓடிய படம்தானே, என்று வழக்கம்போல நானாக சமாதானம் செய்துகொண்டேன்.

முத்துராமன் சார் கண்களை மூடி உட்கார்ந்திருந்தாராம். உடம்பு லேசாக விறைத்தது. தலையை ஓரிருமுறை ஆட்டிக்கொண்டார். மறுபடி திறந்த கண்கள் ரத்தப் பழமாகச் சிவந்திருந்தன. ஆனால், குரலில் குளுமை கூடியிருந்தது.

> அம்மா, நீங்களும் டாக்டரும் சொல்றதெ வச்சுப் பாக்கம்போது, நான் செய்யிறதுக்கு என்னம்மா இருக்கு...

டாக்டரிடம் பேசிய அதே வசனத்தை இவரிடமும் சொன்னாராம் தாயார். என்ன, அவரிடம் பேசும்போது புழு பூச்சியாய் இருந்தது முத்துராமன் சாரிடம் முறையிடும்போது ஈ எறும்பு ஆகியிருந்தது.

அவர் அப்படி இறைஞ்சவேண்டும் என்று காத்திருந்த மாதிரி, சட்டென்று எழுந்தாராம் முத்துராமன் சார். சுவரில் மாட்டிய படத்துக்கு அருகில் போனார். திரிதிரியாய்த் திரண்ட தலைமுடியும், புறாமுட்டை அளவு புடைத்த, முறைக்கும் கண்களும் கொண்ட சித்த புருஷரின் புகைப்படம் அது. பலகையில் அமர்ந்திருந்தார். பழுப்புத் தட்டிவிட்ட படத்தின் சட்டகத்தில் கீழ் ஓரங்களில் ஊதுபத்தி கரிந்த தடங்கள். படத்தின் கீழே சுவரில் பதித்த பலகையிலிருந்து பித்தளைச் சம்புடத்தை எடுத்தார். அருகிலிருந்த நாட்காட்டியிலிருந்து ஒரு தாளைக் கிழித்தார்.

> நாயத்துக்கிளமை ஒரே செக்கிண்டுலெ திங்கக்கிளமை ஆயிருச்சு!

என்று மறுபடியும் சிரித்தார் ஐராவதம். அன்றைக்கும் இப்படித்தான் சிரித்தாராம்.

> என்னா தம்பீ, கெளமெ மாறீருச்சேன்னு சிரிக்கிறயாக்கும்? திங்கக்கெளமெயெத் திரும்ப நாயிறு ஆக்குறது ஒண்ணும் பெரிய விசயமில்லே...

என்று சிறு இடைவெளி விட்டார். தாயாரும் மகனும் கண் அகற்றாமல் அவர் முகத்தையே பார்த்தார்கள் - ஏதோ ஒரு சூத்திரத்துக்காகக் காத்திருப்பவர்கள் மாதிரி. சார் சாவதானமாய்ச் சொன்னார்:

> ...என்னா, இன்னம் ஆறு நா காத்துருக்கணும்!...

மூவரும் சிரித்தார்கள்.

> ...அது போகுது களுதே. ஆறு நா என்னா, ஆறு வருசம்கூட ஆறு நிமிசமா ஓடீரும்!

என்று சொல்லியவாறே அவர் மடித்துக்கொடுத்தது வெறும் விபூதிதான்.

> கொண்டுபோயி வகுத்துலெ பூசுங்கம்மா. உள்ளுக்கும் கொஞ்சோண்டு முளுங்கச் சொல்லுங்க.

பவ்வியமாக வாங்கிக்கொண்டு நகர்ந்த செங்கமலம் அம்மாளிடம் அதட்டும் குரலில் சொன்னார்:

> அதென்னா, தச்சணெ வய்க்காமெ நகர்றீங்க? வந்த வேலெ பலிதமாக வேணாமா?

சுவரலமாரியில் இருந்த வெற்றிலை பாக்கை ஒரு தாம்பாளத்தில் வைத்து நீட்டினார். சுருக்குப்பையை இடுப்பிலிருந்து உருவிய செங்கமலம் அம்மாளிடம்,

> ஒர் ரூவா வய்ங்க போதும். தாம்பாளத்துலெ வச்சு சாமி முன்னாடி படச்சுருங்க.

என்றார்.

வெறும் விபூதியல்ல, கண்கண்ட மருந்து. இராவதத்தின் தந்தை அதன்பிறகு வலிக்கிறது என்ற வார்த்தையே சொல்லவில்லை. அது பெரிதல்ல, அதன் பிறகு மிகச்சரியாக ஆறு வருடங்கள் உயிரோடிருந்தாராம்...

> அன்னைக்கி ஒரு நா நாம பேசிக்கிட்ருந்தப்ப, புனிதா வந்துருச்சே.

என்றார் இராவதம். அப்போதுதான் உறைத்தது, கிட்டத்தட்ட அரைமணிநேரம் நடந்து வந்திருக்கிறோம். பரஸ்பரம் ஒரு வார்த்தைகூடப் பேசிக்கொள்ளவில்லை. மேலும் ஆச்சரியப்பட இடமளிக்காமல், இராவதம் தொடர்ந்தார்:

> கடோசியாப் பாத்தன்னைக்கி சாரு இன்னோண்ணு சொன்னாருன்னு சொல்லிக்கிட்ருந்தன்ல.

> ஆமா!

> ஏனோதானோன்னு கேட்டுக்கிட்டா இப்பிடித்தாம்ப்பா. நம்பு நம்பாமெப் போ. அது ஒன் விசயம். அக்கறையாக் கேக்கணுமுல்ல. அது சொல்லுறவன் விசயமால்லியா.

இராவதத்தின் கோபம் நியாயமானதுதானே. இடையில் இவ்வளவு நாட்கள் சந்தித்துக்கொண்டு இருந்திருக்கிறோம்; நான் கேட்டிருக்க வேண்டும். தவறுதான். அது சரி, இவ்வளவு நாளும் இவருக்கு ஏன் ஞாபகம் வரவில்லை... தலைகுனிந்தபடி, நின்றேன். தானும் நின்றார் இராவதம்.

> அட, நெசம்னே கலங்கீட்டியாப்பா! சும்மா வெளாட்டுக்குச் சொன்னேன்...

என்று குழந்தைபோலச் சிரித்தார்.

> ...மத்தவன் கேட்டா என்னா, கேக்காட்டி என்னா. சொல்லுறவன் தன்னோட திருப் திக்குத்தானே சொல்றான்!

என்று குதூகலமாய்ச் சொன்னார். கொஞ்சம் ஆசுவாசமானேன். அவருடைய முன்னங்கையை இறுக்கிப் பிடித்தேன். உளப்பூர்வமாய்ச் சொன்னேன்:

> ஸாரி ஐரா. ஸாரி.

அவர் என் முதுகில் தட்டினார்.

> என்னாப்பா இது, பச்சப்புள்ளெ கணக்கா. சரி வுடு, நானே சொல்றேன்... சார் சொல்லுறாரு, 'அடே ஐரா, முத்துராமன்னு மத்தவுங்க பேரு வச்ச இந்த ஒடம்புதாண்டா இல்லாமெப் போகும். நான் என்னைக்கும் இருப்பேன். பாத்தயா, நம்ப மாட்டேங்குறே. நீ போற எடத்துலெயெல்லாம் இருந்து காட்டட்டுமா! அப்பவாச்சும் நம்புவியா?!' சொல்லிப்புட்டு, கடகடன்னு சிரிக்கிறாரு...

நான் மறுபடியும் நின்றுவிட்டேன். ஐராவதத்தின் முகத்தையே பார்த்தேன்.

> ...எனக்கானா, கொளப்பமாயிருச்சு. அவரு இல்லாமெப் போயிருவாரேன்னு கலங்குறதா, அந்த வாக்குறுதியெ நெனச்சு சந்தோசப்படுறதா. இல்லே, இன்னைக்கி முளுக்கத் தமாசுதான்னு முடிவு கட்டிப்புட்டாரா...

முகத்தில் உணர்ச்சிகளைக் காட்டாமல் இருக்கும் பழக்கம் அப்போதிருந்துதான் உனக்கு ஆரம்பித்ததா ஐரா, என்று கேட்கத் தோன்றியது எனக்கு. ஆனால், வாய்விட்டு வேறு ஒரு கேள்வியைக் கேட்டேன்:

> அப்பறம் அவரெ எங்கயாச்சும் பாத்தியா?

> சொல்லத் தெரியலப்பா. ஆமான்னும் சொல்லலாம். இல்லேன்னும் சொல்லலாம்...

இப்போது நாங்கள் வழக்கமாய் உட்காரும் பூங்காவுக்குள் நுழைந்து, வழக்கமான சிமெண்ட்டுப் பெஞ்ச் அருகில் வந்திருந்தோம்.

...அவரு சாடெ உள்ள ஆளுகளெப் பாத்துருக்கேன். அவரு கொரல்லே பேசுற ஆளுக, அவரெ மாதிரியே நடக்குறவுக, அவரெ மாதிரிச் சிரிக்கிறவுக,,, இம்புட்டு ஏன், அவரெ மாதிரியே துன்னூறு பூசுற பொம்பளையாளு ஒண்ணெக்கூடப் பாத்துருக்கேன். ஆனா அவுக யாருகிட்டயாவது போயி, 'நீங்க முத்துராமன் சாருதானா' ன்னு கேக்க முடியுமா!...

என்றவர் ஏதோ ஞாபகம் வந்தவர் மாதிரி உடலைச் சொடுக்கிக்கொண்டார்.

ஒரு தபா, அவரெப் பாக்கவோ, கேக்கவோ செய்யலெ. ஆனா, அவரு இருக்காருன்னு தத்ரூபமாத் தெரிஞ்சது.

ம்.

திண்டுக்கல் போயிருக்கன். வளியிலெ பஸ்ஸு ரிப்பேரு. ராத்திரிப் பன்னண்டு மணிக்கித்தான் கொண்டுபோயி விட்டான். இன்ன காரியத்துக்காகப் போனேன்னு நாவுகமில்லே. எனக்கென்னா, நாப்பது வயசுக்கிட்டெ இருக்கும். இருட்டோடெ இருட்டா எங்க சித்தப்பாரு வூட்டப் பாத்து நடக்குறேன். ரயில்வே டேசன் தாண்டி அத்துவானத்துலே இருக்குற வூடு. இப்பப் போனா அடையாளமே தெரியாது - மொத்த திண்டுக்கல்லே ரயில்பாதைக்கி அந்தப்பக்கம் எடம் மாறீருச்சுன்னு தோணும். அப்ப, அங்கெல்லாம் ஒரே வனாந்தரம். இன்னம் பத்து நிமிசம் நடந்தா வீடு வந்துரும். டக்குன்னு எதுத்தாப்புலெ ஒரு ஆளு மொளைச்சான். கத்திய நீட்டிப்புட்டான். நம்ம கையிலே ஒண்ணுமில்லேன்னு நமக்குத்தானே தெரியும். ஒண்ணும் பேறலையேன்ற ஆத்தரத்திலே குத்திப்போட்டுப்பிட்டான்னா! அப்பத்தான் அது நடந்துச்சு...

இடைவெளி விட்டார். தம்மைத் தொகுத்துக்கொள்வதற்காக என்று இப்போது தோன்றுகிறது. உரத்த பெருமூச்சை வெளியேற்றியவர், படபடவென்று பேசினார்:

அவன்கிட்டெ நான் இன்னம் ஒரு வார்த்தைகூடப் பேசலே. படார்ன்னு சத்தம் கேட்டது. பொடனியிலெ அடிவாங்குன மாதிரித் திரும்பி ஓடுறான். அடி போட்டது முத்துராமன் சார்ன்னே தோணுச்சு எனக்கு. வீடு போயிச் சேர்றவரெ

> நடுக்கம் அடங்கலே. அன்னைக்கி அந்த எடத்துலே நெசமா என்ன நடந்துச்சுன்னு எனக்கே அத்தனெ தெளிவில்லே. ஆனா, சார்தான் என்னைக் காப்பாத்தினார்ன்னு உறுதியா நம்புனேன். அந்தவாட்டியும் பாரேன், காத்துக்கிட்டப் போயி, நீங்க முத்துராமன் சார்தானே ன்னு கேக்கவா முடியும்?

அந்த வாக்கியத்தை முடித்துவைத்த கேள்விக்குறி மாதிரி ஓர் இளைஞன் எங்களை நோக்கி வந்தான். லேசாகக் கூன் போட்டிருந்தான், நேரே ஐராவதம் எதிரில் நின்றான். கன்னடத்தில் ஏதோ சொன்னான். இவர் பதில் சொன்னார். மொத்தமாக ஆளுக்கு இரண்டு வாக்கியங்கள் பரிமாறிக்கொண்டிருப்பார்கள். வந்த வேலை முடிந்ததுபோல, வேகமாகப் பூங்கா வாசலை நோக்கி நடந்துபோன இளைஞனைப் பார்த்துக்கொண்டே இருந்தார் ஐராவதம். இப்போதும் அவருடைய கைகள் வெகுவாக நடுங்கின.

> வாப்பா, நேரமாச்சு.

என்றவாறு எழுந்து நடந்தார். பின் தொடர்ந்தேன். போகும்போது மாதிரியே, வீடு வந்து சேரும்வரை நாங்கள் ஒரு சொல்லும் பேசிக்கொள்ளவில்லை. ஆனால், இப்போது எங்களுக்கிடையில் நிலவிய மௌனம் கடுமையாய்க் கனத்துத் தெரிந்தது எனக்கு. ஐராவுமே இயல்பாக நடக்கிற மாதிரித் தெரியவில்லை. இடையில் ஒரு தடவை நின்றார்:

> பைத்தாரப் பய, எங்கிட்டே வந்து ஏன் அதைச் சொன்னான்?

என்றார். என்னிடம் கேட்கவில்லை; தமக்குள் உதித்ததை வாய்விட்டுப் பேசினார் என்றே பட்டது. ஏனென்றால், ஐராவின் பார்வை இலக்கற்று அலைந்தது அப்போது. ஆனால், அடுத்த வாக்கியத்தை என்னிடம்தான் சொல்ல முனைந்தார் என்றே பட்டது. என்ன நினைத்தாரோ, சொல்லாமல் விட்டுவிட்டார். கைகள் முன்பைவிட அதிகமாய் நடுங்குவதைக் கவனித்தேன்...

வளாகக் காவல்காரனான நேப்பாளி, வசவு வாங்குவதற்குப் பேர்போனவன். சதா செல்ஃபோனை வெறித்தபடி, கூண்டுக்குள் அமர்ந்திருப்பான். அருகில் இண்ட்டர்காம் ஒன்றும், வருகையாளர்

பதிவேடும் இருக்கும். மகத்தான சோம்பேறி என்பது பார்க்கும்போதே தெரியும்.

ஆனால், ஐராவதத்தைப் பார்க்கும்போதெல்லாம் துள்ளியெழுந்து சலாம் வைப்பான். இப்போதும் வைத்தான். அவனுடன் பேசிக்கொண்டிருந்த புனிதவதி,

> அங்க்கிள், இன்னைக்கி மேலெ வர்றீங்க. சாய் குடிக்கிறீங்க.

என்று கறாராய்ச் சொன்னாள் - புன்னகை மாறாமல்தான்.

போனபிறகுதான் தெரிந்தது, காரணமாய்த்தான் வற்புறுத்தியிருக்கிறாள். கடைசி மிடறைக் குடித்துவிட்டுக் கோப்பையை வைக்கக் காத்திருந்தவள் மாதிரி புலம்பத் தொடங்கினாள்.

> மாமாவுக்கு நீங்களாவது எடுத்துச் சொல்லுங்க அங்க்கிள். நாங்க சொன்னாக் கேக்க மாட்றாரு... நாலு நாளைக்கி ஒருவாட்டிதான் டாய்லெட் போகுதுன்றாரு... ஆஸ்பத்திரிக்கி வாங்கன்னாலும் மாட்டேன்றாரு. சும்மாச்சும்மா கஷாயம் குடிச்சா சரியாப்போகுமா சொல்லுங்க?

அவள் பேசும்போதே ஐராவதத்தின் தலை ஆடியது. கைகள் வேகமாக நடுங்கின. சமீபகாலமாய் அவரிடம் ஒரு பழக்கம் தொற்றியிருந்தது. பல்செட்டை நாக்கால் உந்தி முன்தள்ளி, இளிக்கும் குதிரை மாதிரி முன்னம்பற்களைக் காட்டுவார். அப்புறம் உள்ளே இழுத்துக்கொள்வார்... இப்போது, பற்கள் இன்னும் விகாரமாய் வெளியே வந்து, சில விநாடிகள் நிலைத்துவிட்டு, வாய்க்குள் மீண்டன. தன்னியல்பாய்ச் செய்கிறார் என்றல்லவா நினைத்திருந்தேன் - புனிதாவானால் தன்னைமீறிச் செய்கிறார் என்று கவலைப்படுகிறாள்?

> அதெவுட, காலையிலெ நான் எந்திரிச்சு வாரேன், 'சுகுணா, சுகுணா'ன்னு என்னெயெக் கூப்புடுறாரு. எனக்கு பக்குன்னு ஆயிருச்சு. ஆஃபீஸ் போற அவசரத்துலெ, ரமேசுக்குத் தலைசீவி வுடுங்க மாமான்னா, மெனக்கிட்டுப் போயி சவரக்கத்தியெ எடுத்தாராரு... ரெண்டு மணிநேரம் சாதாரணமா இருந்தா, ஒரு நிமிசம் நெனெப்புத் தட்டிப் போயிருது...

தொடர்ந்து ஐரா செய்யும் குளறுபடிகளை அடுக்கிக்கொண்டே போனாள். முகத்தில் விசித்திரமான திகைப்புப் படர்ந்திருந்தது.

அத்தனையையும் தொகுத்துச் சொல்ல எனக்கே பயமாய் இருக்கிறது.

நாங்கள் மாலைநடை போகும் வழியிலேயே ஒரு க்ளினிக் இருக்கிறது. டாக்டர் ஸ்ரீகாந்தராவ், நரம்பியல் நிபுணர் என்று பெயர்ப்பலகை இருக்கும். அங்கே கூட்டிச் செல்கிறேன் என்று தைரியம் சொன்னேன். சமர்த்துக் குழந்தைபோலக் கேட்டுக்கொண்டிருந்தார் ஐரா.

மறுநாள் சாயங்காலம் கூட்டிப் போனேன். பார்த்த மாத்திரத்தில் சொல்லிவிட்டான் அந்த இளைஞன்.

> இது பார்க்கின்ஸன்ஸ் சார். ஆரம்பநிலையைவிட்டுக் கொஞ்சம் முன்னேறியிருக்கிறது. மருந்து எழுதித் தருகிறேன்... ஒரு மாதம் சாப்பிடுங்கள். பிறகு ரிவ்யூ செய்யலாம்.

ஆங்கிலத்தில் சொன்னான். எங்கள் இருவருக்குமே கன்னடம் தெரியாது என்று நினைத்திருப்பான் போல. திடீரென்று ஐராவதம் கன்னடத்தில் ஒரு கேள்வி கேட்டார். திகைத்துவிட்டான் என்பது அவன் முகத்திலேயே தெரிந்தது... இருவரும் கன்னடத்திலேயே கொஞ்சநேரம் பேசிக்கொண்டிருந்தார்கள்.

திரும்பி வரும்போது, ஐராவதம் என்னிடம் வாய்திறந்தார். இப்போது அவருடைய முகம் முழுக்கத் திகைப்புப் படர்ந்திருந்தது.

> சோமு, ஆஸ்பத்திரி வராந்தாவுலெ ஒரு கிளவனார் ஃபோட்டோ மாட்டியிருந்துச்சே கெவுனிச்சியாப்பா?

> ஆமா. மாலையெல்லாம் போட்ருந்துச்சே.

> அவரு ஒங்களுக்கு என்னவேணும்னு கேட்டனா, என்னோட அம்மாவெப் பெத்த தாத்தாங்குறான் அந்த டாக்டரு...! புரியலேல்ல? நான் அடிக்கடி சொல்லுவனே, டாக்டர் ஸ்ரீபாதராவு, அவரு ஃபோட்டோதாம்ப்பா அது.

அட, உலகம்தான் எவ்வளவு குறுகலாய் இருக்கிறது என்று எனக்குள் ஒரு குமிழி உடைந்தது. ஆனால், ஐராவதம் உடனடியாய் வேறு திசைக்கு மாறினார்.

> அதெ வுடு, நேத்து நாம்ப பார்க்குலெ இருந்தப்ப ஒரு ஆளு வந்து எங்கிட்டெப் பேசுனானே...

ஆமா.

அவன் என்ன சொன்னான் தெரியுமா?

எனக்குத்தான் ஒரு எளவும் புரியலையே. நீ சொல்லுவேன்னு நெனைச்சேன். நீயானா அதுக்கப்பறம் பேசவே மாட்டேன்னுட்டே.

அந்தாளு, ஒங்க தாத்தனுக்கு வந்த வியாதி ஒனக்கும் வந்துருக்கப்பா. ஒடனடியா டாக்டரெப் போயிப் பாருன்னான். அதுனாலெதான் நீ சொன்னவொடனே கூட வந்துப்பிட்டேன். எங்க அப்பாவெப் பெத்த தாத்தாவுக்கு நடுக்குவாதம் இருந்துச்சா இல்லியா?

அட, அப்பிடியா சொன்னான்! அவனுக்கு எப்பிடித் தெரியுமாம்? நீ ஏற்கனவே அவனெப் பாத்துருக்கியா?

இல்லேன்றதுதான் நிசம். ஆனா, ஆமான்னும் சொல்லலாம். எங்கயோ பாத்துருக்கமேன்னு ராத்திரிப் பூரா நெனப்பு. இந்த டாக்டரு ஃபோட்டோவெப் பாத்தனா, டகால்னு நாவுகம் வந்துருச்சு... சாச்சாத் நம்ப முத்துராமன் சாரு மொகமேதாம்ப்பா அது...

திகைப்பது இப்போது என் முறை.

உயிர்மை, அக்டோபர் 2021

கனவுப் பலன்

அதிகாலைக் கனவு பலிக்கும் என்பதுதானே ஐதீகம். கனவுகள் கறுப்பு-வெள்ளையாகத்தான் இருக்கும் என்பார்கள்; அவை சில விநாடிகளுக்குமேல் நீடிப்பதில்லை என்றும்கூடச் சொல்வார்கள். இப்படித்தான் ஒவ்வொரு துறையிலும் ஏதாவது ஒன்றைக் கண்டுபிடித்து, அறுதியிட்டுச் சொல்கிறார்கள். நடைமுறையில் அதே சந்தர்ப்பத்தை நாம் எதிர்கொள்ளும்போது முழுக்க வேறுமாதிரியான அனுபவம் நேரிட்டுவிடுகிறது.

பல வருடங்கள் கழித்து, தெய்வாதீனமாக யாரோ ஒரு ஆய்வாளருக்கும் இதே மாதிரி நேர்ந்து, அல்லது இப்படியொரு சாத்தியம் குறித்த சந்தேகம் அவருக்குள் உதித்து, தரவுகளைச் சேர்க்கவும் கோக்கவும் தொடங்கி, 'ஆமாம், எங்கள் முன்னோர் சொன்னது தவறுதான்' என்று அவர்களுக்குள் மட்டுமே புழங்கும் மொழியில், ஏகப்பட்ட குறிகளையும் குழூஉக் குறிகளையும் பயன்படுத்தி விளக்கி, அது பாமரப் பொது அறிவுக்குள் நுழைவதற்குள் இன்னும் ஐம்பது நூறு ஆண்டுகள் ஓடித் தீர்ந்து... அதற்குள் ஆதி அனுபவத்தை அடைந்த நபர் இல்லாமலேகூடப் போயிருப்பார்.

நான் நள்ளிரவில் கண்ட கனவு ஒன்றைப் பற்றிச் சொல்கிறேன். கனவு முடிந்தவுடன் விதிர்த்து விழித்துக்கொண்டதால் வேளை தெரியவந்தது. அது பலித்துவிட்டது என்றால், ஆரம்ப வரி என்னைப்

பொறுத்தவரை உடனடியாய் ரத்து ஆகிவிடும். ஐதீகம் கிடக்கிறது ஐதீகம். அதற்கெல்லாம் புள்ளிவிவரப் பின்புலம் உண்டா என்ன.

நான் கண்ட கனவில் ஏகப்பட்ட நிறங்கள் தென்பட்டன என்பது இன்னொரு விசேஷம். இது அறிவியல் சொல்லும் உண்மைக்கு எதிரானது என்கிற மாதிரித் தெரிகிறது அல்லவா. ஆனால், கனவில் வந்த கோமதி நிஜத்தில்போலவே கறுப்பாய் இருந்தாள்; அவளுடன் வந்திருந்த பவித்ரா செக்கச்செவேலென்று இருந்தாள். சம்பத் சிரித்தபோது எப்போதும் போலவே அவனுடைய நேர்த்தியான வரிசைப் பற்கள் வெள்ளைவெளேரென்று பொலிந்தன. அதைவிட, பொங்கிப் பெருகிய அவனுடைய ரத்தம் தத்ரூபமாக ரத்தச் சிவப்பில் இருந்தது. இவ்வளவு ஏன், கோமதியின் கணவருடைய குடுமி அத்தனை கறுப்பாய் இருந்தது. என் தலையில் எஞ்சியிருக்கும் ஐம்பது அறுபது முடிகளில் முக்கால்வாசி வெள்ளையாய் இருக்கும்போது, என்னைவிட ஆறுவயது மூத்தவரான அவரது கேசம் கட்டுக் குலையாமல் இருந்ததும், அதில் கொஞ்சம்கூடச் சாம்பல் நிறம் சேரவில்லை என்பதும் எனக்கு மட்டும்தானே தெரியும்.

ஆனால், வேறொரு உண்மையை மறுக்க முடியாது - எவ்வளவு நேரம் அந்தக் கனவு நீடித்தது என்று உறுதியாய்ச் சொல்வதற்கில்லை. சொல்லிக்கொள்கிற மாதிரி ஏதும் நிகழ்ந்ததாகத் தெரியவில்லையே என்று மற்றவர்களுக்குத் தோன்றலாம் - அனுபவித்தவனுக்குத்தான் அதன் தீவிரமும், உள்ளர்த்தமும் தெரியும். எப்போதுதான் இது முடியுமோ என்று அப்போது நான் பதற்றமாய் இருந்ததும் உண்மைதான். கனவுக்குள் இருக்கும்போது, அது வெறும் கனவுதான் என்று உணர முடியுமா என்ன!

அடுத்த நூற்றாண்டில் இதை வாசிக்கிற ஒருத்தருக்கு, அதாவது அதுவரை இது எஞ்சியிருந்தால், ஒட்டுமொத்த அறிவியலுக்கும் எதிரான ஒரு செயல்பாடு ஒரு தனிமனித வாழ்க்கைக்குள் நிகழ்ந்தேறியது தெரிய வரலாம். யார் கண்டது, அந்த நாளில் அறிவியலும் இதே இடத்துக்கு வந்திருக்குமானால், ஜோசியம் ஆரூடம் ஈஎஸ்ப்பி இவற்றுக்கெல்லாம் புதிய கவனமும் புதிய ஆதரவாளர்களும் கிடைக்கவும் செய்யலாம் - முன்னுணர்வு என்ற சொல் நியூட்ரான் என்ற சொல்லுக்கு இணையாக அறிவியல் புலத்தில் புழங்க ஆரம்பித்திருக்கலாம்...

'அடேய், ராம்தாஸு, நீ என்னதான் சொல்லவருகிறாய், இப்படி வறட்டுத்தனமாய் வாக்கியங்கள் போய்க்கொண்டே இருந்தால் நம்பிப் படிக்க ஆரம்பித்தவர் எப்பேர்ப்பட்ட உளைச்சலுக்கு ஆளாவார்' என்றெல்லாம் எனக்கு நானே கேட்டுக்கொள்கிறேன். அவ்வளவு குழம்பியிருக்கிறேன். ஆனாலும், வெறும் நாட்குறிப்பு மாதிரித்தான் என்றாலும், என்றோ படிக்கவிருக்கிற யாரையோ உத்தேசிக்காமலா இவ்வளவு நாளும் எழுதி வந்திருக்கிறேன்... இவை என்னுடைய குறிப்புகள் என்பதால், கேட்கிற ஆளுக்கு, முதல் ஆள் சொல்லும் பதிலையும் நான்தானே சொல்லியாக வேண்டும்...

சிலநொடிக் கனவின் விதிர்ப்பு மறுநாள் அதிகாலைவரை தொடரும்போது, எல்லாரும் ஒரே மாதிரி எதிர்கொள்வார்களா என்ன.

பின்னே, ஒருத்தர் கடவுளிடம் ஓடுவார்; மற்றவர் அதிகாலையிலேயே குடிக்க ஆரம்பிக்கலாம். இன்னொருத்தர், விட்ட இடத்திலிருந்து மறுபடி தூங்க முயற்சிக்கலாம். நாலாவது நபர் ஓயாமல் சிகரெட் ஊதித் தள்ளலாம். என்னை மாதிரி ஆட்கள் வார்த்தைகளிடம் சரணடைகிறோம். அவற்றின் வழியே, வழிந்து தீரும் நிம்மதியின்மையிடம் மண்டியிட்டு மன்றாடுகிறோம் - அவ்வளவுதான். 'வாசிக்கிறவருக்கும் அது தொற்ற வாய்ப்பிருக்கிறதே' என்றால், கொஞ்சம் முரட்டுத்தனமாகத்தான் பதில் சொல்ல வேண்டி வரும்; வாசிப்பில் இன்பம் மட்டுமே கிடைக்கவேண்டுமென்றால் அவர்கள் வாசிக்கவேண்டியது வேறு சமாசாரங்களை.

பாசமலர் படத்தையோ, அன்றாடம் சாயங்கால தொலைக்காட்சித் தொடர்களையோ பார்த்துக் குடம்குடமாய்க் கண்ணீர்விடும் ஜனக்கூட்டம், இதுபோலப் பத்து வாக்கியம் வாசிப்பதால் சிரமப்படும் என்பதே சற்று தர்க்கவிரோதமான விஷயம்தான். ரே படங்களில், மிருணாள் சென், கௌதம் கோஸ் படங்களில் தெரியவரும் துயரங்களைப் பார்த்து இன்புறுகிறவர்களையும் சேர்த்துத்தான் சொல்கிறேன். இதைவிடக் கடினமான ஆங்கில வாக்கியங்களில் அந்நியதேசத்தவர்களை வாசிப்பதில் அவர்களுக்கு எந்தவிதமான மனத்தடையும் இருப்பதில்லை என்பதையும் பார்த்துக்கொண்டுதானே இருக்கிறேன். சரி விடுங்கள், சொல்ல வந்த விஷயத்துக்குப் போகலாம்...

தாம்பரம் ரயில் நிலையம். மின்ரயில்களுக்கான நடைமேடையில் நிற்கிறேன். பணியில் இருந்த காலத்திலேயே அந்த மேடைக்கெல்லாம் போகவேண்டிய அவசியம் நேர்ந்ததில்லை. முந்தின நிலையத்தில்தான் காலையிலும் மாலையிலும் நின்றிருப்பேன். வெளியூர்ப் பயணங்களையொட்டித் தாம்பரம் நிலையத்துக்குப் போனால் உண்டு. அதுவும்கூட, நிச்சயமாக அலுவலக நேரங்களில் அல்ல. அப்படியிருக்க, என் கனவில் சாயங்கால வேளையில், அந்த நடைமேடையில் நின்றிருந்தேன் என்பதே விநோதமாய்த்தான் இருந்தது.

அவரவர் கனவுக்கு மூலகாரணத்தை அவரவரும் தேடத்தானே செய்வார்கள். நானும் தேடுவதுதான் முறை. ஆனால், இப்போது அவகாசம் இல்லை. ஆழ்மனத்தின் சித்துவேலை அல்ல இந்தக் கனவு; அதற்கும் அப்பாலுள்ள ஏதோவொன்றின் முன்கணிப்பு என்பது கடைசிப்பகுதிக்கு வரும்போது வாசிப்பவருக்கே தெரிந்துவிடும்...

திடீரென்று, கோமதி என்னை நோக்கி வருவதைக் கவனித்தேன். அவள் கோமதி என்று புரிவதற்கு முன்னாலேயே கோமதிதான் அது என்று எனக்குத் தெரிந்துவிட்டது. தன் ஒல்லி உடம்பின் மேற்பகுதியை ஒயிலான பெண்டுலம்போலப் பக்கவாட்டில் அசைத்தபடி என்னை நெருங்கி வருகிறாள். தோகைவிரித்து ஆடும் மயில் என்று சொன்னால் இன்னும் பொருத்தமாய் இருக்குமோ. அலுவலகம் விட்டுக் கிளம்புவதற்கு முன்னால் அவள் மெலிதாகப் பூசிக்கொள்ளும் லாக்டோ காலமைன் மணம் என்னை எட்டுவதற்கு இன்னும் சில தப்படிகள் பாக்கி. அதற்குள்ளேயே என்னைப் பார்த்துப் புன்னகைத்துவிட்டாள். சிங்கப்பற்கள் லேசாக வெளித்தெரிந்து என்னைக் கிறுகிறுக்க வைக்கின்றன.

இதை விவரிக்கும்போதுதான் தெரிகிறது - நான் பார்த்த கோமதி திருமணத்துக்கு முன்னால் இருந்த எழிலரசி. திருமணமான மூன்றாவது மாதத்தில் அவளுடைய தோற்றத்தில் மேலும் மெருகேற ஆரம்பித்தது. திருச்சியில் போய் அவளைப் பார்த்த சந்தர்ப்பங்களில், என்னிடம் பிறவியிலேயே இல்லாமல் போய்விட்ட துணிச்சல் பற்றி அத்தனை ஏக்கமாய் இருந்தது.

ஆனால், அவள் கணவர் இறந்தபோது போயிருந்தேன் அல்லவா, அன்றாடம் பல் துலக்கி குச்சங்கள் தொய்ந்த பிரஷ்போல, பழைய

கோமதியின் தேய்ந்த வடிவம்தான் சடலத்தின் தலைமாட்டில் அமர்ந்திருந்தது. உயிரில்லாத கண்களுடன் என்னைப் பார்த்து, கண்ணாலேயே ஆமோதித்தாள். இழவு வீட்டில் 'வா' என்று சொல்வது மரபு இல்லை அல்லவா.

ஆக, கடைசியாய்ப் பார்த்த தோற்றம் இப்படியிருக்க, கனவில் என்னை நோக்கி நடந்துவந்த உருவம் அதற்குப் பல ஆண்டுகள் முன்னால் பார்த்த ஒன்று என்பதை என்னால் செரித்துக்கொள்ளவே முடியவில்லை.

ஆமாம், என்னை நோக்கி வந்த கோமதி முப்பத்தைந்து ஆண்டுகளுக்கு முந்தையவள். அப்போது ஒருநாள் சீண்டுவதற்காக, பொது இடத்தில் வைத்து, 'எங்கே, நிஜமாகவே என்மீது அபிமானம் இருந்தால், இங்கே வைத்து முத்தம் கொடு பார்ப்போம்' என்று நான் விடுத்த சவாலுக்கு, 'உனக்கில்லாமலா!' என்று உடனடியாக உதட்டில் முத்திய அதே கோமதி.

அலுவலகம் விட்டுத் திரும்புகிற பயணிகள், தோளில் தொங்கும் கோணியுடன் தண்டவாளத்தில் இறங்கிக் குப்பை பொறுக்கிய பெண்மணி, நாங்கள் வழக்கமாக நிற்கும் இடத்தில் அமர்ந்து தகர டப்பாவைத் தட்டி யாசகம் கேட்கும் ஊனர், இளநீலச் சேலையும் வெள்ளை ரவிக்கையும் கையில் பச்சைக்கொடியுமாய் நின்ற ரயில்வே ஊழியர், ஸேஃப்டி பின் கொத்தை வாங்கச்சொல்லி வாய் ஓயாமல் நச்சரித்த நரிக்குறவச் சிறுமி என ஏகப்பட்ட பேர் பார்க்க இது நடந்தது. அவரவர் ஈடுபாட்டில்கூட மூழ்கியிருந்திருக்கலாம்; என்றாலும் எல்லாரும் என்னையே பார்க்கிற மாதிரி என் உடல்முழுவதும் உணர்ந்தேன்.

மறுநாளிலிருந்து எழும்பூர் நிலையம் போவதைத் தவிர்த்துவிட்டேன். மெனக்கெட்டு நகரப் பேருந்து ஏறி, அடுத்த நிலையத்தில் ரயிலேற ஆரம்பித்தேன். எழும்பூரில் ஏறியவர்கள்தானே ரயிலுக்குள் இருந்திருப்பார்கள் என்று இப்போது தோன்றுகிறது. சரிதான், காதலோ அவமானமோ விசைகொள்ளும்போது, சுற்றுப்புறமென்ன, தர்க்கமென்ன. அதெல்லாம் சாவகாசமாய் இருக்கும்போது கவனத்தில் வருகிறவையல்லவா. ஆனால், நான்தான் அப்படிச் செய்தேன். கோமதி தொடர்ந்து எழும்பூரில் சென்றே ரயிலேறினாள்.

நானென்ன ஜேப்படியா பண்ணினேன்?

என்று சரளமாக பதில் சொல்லவும் செய்தாள். இதுதான் அவளுக்கும் எனக்கும் உள்ள அடிப்படை வேறுபாடு. எதிரில் நிற்பது யானையாகவே இருந்தாலும் சரிசமமாய் மல்லுக்கட்டத் துணிந்தவள் அவள். எனக்கானால், கொசுவத்திப் புகை இல்லாத இடத்தில் தூங்கக்கூட முடியாது. பொன்னேரி பதிவு அலுலவலகத்தில் போய்த் திருமணம் முடித்துக்கொண்டு, வடபழனியில் தாலிகட்டிக்கொள்ளலாம் என்று எவ்வளவோ சொன்னாளே. பிடிவாதமாய் மறுத்துவிட்டேன்...

என் சுபாவத்தை மாற்ற வேண்டும் என்றுதானோ என்னவோ, என்னை ஒரு வடக்கத்திப் பல்கலைக் கழகத்தில், பி ஏ ஸைக்காலஜி சேரச் சொன்னாள். எனக்கு அனுசரணையாக, தானும் சேர்ந்தாள். தபாலில் வரும் பாடங்களுக்கு அப்பால், கன்னிமாராவிலிருந்து சில நூல்கள் எடுத்து வந்து வாசிக்கத் தருவாள். அவளை இழந்த பிறகு, கராத்தே, சங்கீதம் இரண்டையும் தவிர, ஏகப்பட்ட விஷயங்களை தபால் வழியில் படித்துவிட்டேன். எதுவுமே நினைவில் இல்லை என்று வையுங்கள். ரெஸ்பான்ஸ் ஷீட் அனுப்பி அனுப்பி, பக்கம்பக்கமாக எழுதித்தள்ளும் பழக்கம் மட்டும் என்னுடன் தங்கிவிட்டது.

ஆரம்பத்தில், நான் எழுதிய கட்டுரைப் பீடிகையின் மூலகாரணம் ஒருவழியாய்ப் புரிந்திருக்குமே. இப்போதும், கத்தையாய்த் தாள்கள் கோத்த குறிப்பேடும், கைபேசியும் இல்லாதிருந்தால், என் வாழ்க்கை நரகமாய்த்தான் ஆகியிருக்கும். தோன்றுவதையெல்லாம் எழுதிவைப்பேன். என்றோ இதை வாசிக்கப்போகும் அந்தப் பாவப்பட்டவரை மனத்தில் பார்த்தவாறே, மனம்போல தமிழிலோ ஆங்கிலத்திலோ எழுதுவேன். இது நாட்குறிப்பு மாதிரித்தானே தவிர, நாட்குறிப்பே அல்ல என்று ஏற்கனவே சொன்னேனில்லையா.

இதெல்லாம் கிடக்கட்டும், மெனக்கெட்டும், தற்செயல் போலவும் ஒருவருக்கொருவர் உரசியவாறே நாங்கள் ரயில்நிலையம்வரை நடப்பது மேற்படி சம்பவத்தால், நின்றுபோனது. உபரியாக, அவ்வப்போது குமிழ்கள் உரசும் கிளுகிளுப்பும் இருவருக்கும் இல்லாமல் ஆனது.

மேற்சொன்ன நிலைமை பத்தே நாள்தான் நீடித்தது. ஜேப்படியைவிட மோசமான ஒரு செயல் நடந்துவிட்டதாக அலுவலகத்துக்கு யாரோ நலம்விரும்பி தெரிவித்துவிட்டார்.

> அதென்னாங்க, ஒரு மேலதிகாரின்ற மரியாதெகூட இல்லாமெ, வீம்பாப் பேசுது அந்தப் பொம்பளெ. அந்தாளு எவ்வளவு பணிவா பதில்சொன்னான்? என் மூஞ்சியெப் பாத்துப் பேசவே கூசுனான். அவனுக்காகத்தான் ட்ரான்ஸ்ஃபரோடெ நிறுத்துனேன். இல்லாட்டி, அந்தக் கழுதையெ சஸ்பெண்டே பண்ணீருப்பேன்.

என்று தம்மிடம் செல்வராஜ் சார் சொன்னதாக டீக்கடையில் வைத்து, என்னிடம் தெரிவித்த தலைமைக் கணக்கர் ராஜாங்கம், என் முகத்தையே உற்றுப் பார்த்தார். சாதாரண பாவத்தை முகத்தில் நிலைவைத்துக்கொள்ள எவ்வளவு சிரமப்பட்டேன் தெரியுமா. தவிர,

> அந்தாள் அநாவசியமா என்கிட்டெ நூல்விடுறான். ஒருநா செருப்படி வாங்கப்போறான் பார்.

என்று செல்வராஜ் பற்றி கோமதி என்னிடம் சொன்னதுவேறு உடனடியாய் நினைவு வந்து தொலைத்ததா, முகம் மாறாமல், புரையேறாமல் டீ குடிப்பது பெரும்பாடாகி விட்டது... பின்னாளில் ஒரு சட்டப் பட்டயம்கூடப் படித்தேன். முதல்வகுப்பில் தேறினேன். அலுவலகத்துக்கு வெளியில் நடந்த சம்பவத்துக்கு அலுவலகம் நடவடிக்கை எடுக்க முடியுமா என்பது பற்றி அதில் ஒரு கேஸ் ஸ்டடி இருந்தது. விளக்கம் மறந்துவிட்டது - இங்கேதான் சமாசாரம் முடிந்தே போயிருந்ததே...

ஆனால், கெட்டதிலும் ஒரு நல்லது என்கிற மாதிரி, அலுவலக மாற்றம் கோமதிக்கு சாதகமாகவே ஆனது. பெருங்களத்தூரிலிருந்து எழும்பூர் வந்து மேற்கொண்டு இருபது நிமிஷம் நடப்பது வசதியா, பரங்கிமலையில் இறங்கி பத்துநிமிஷம் ஷேர் ஆட்டோவில் போவது வசதியா. வீட்டைவிட்டு முக்கால்மணி நேரம் தாமதமாகக் கிளம்ப முடிகிறது என்று ஃபோனில் உற்சாகமாகத் தெரிவித்தாள்.

இப்படித்தான், அவளுடைய வாழ்க்கையில் எல்லாமே நல்லவிதமாக அமைந்து வந்தது. கேள்வி கேட்காத பெற்றோர், கேட்டதையெல்லாம் வாங்கித்தரும் உடன்பிறப்புகள், மத்திய அரசு உத்தியோகம் என்று. அவள் கேட்ட ஒரே ஒரு விஷயத்தை மட்டும் உறுதியாக மறுத்துவிட்டார்கள். வேறென்ன, என்னைத்தான். வேறுவேறு சாதியில் பிறந்திருந்தோம் என்பதால், உள்ளூர இருவருமே இதை எதிர்பார்த்திருந்தோம். என் தொடர்பாக அவளுக்கிருந்த

ஆவேசமும் இதன் காரணமாகவே இருந்திருக்கலாம். ஆனால், முழுக்கவே நாங்கள் எதிர்பார்த்திராத வேறொன்று நடந்துவிட்டது.

அபூர்வமான மனிதர் அவளுக்குக் கணவராக அமைந்தார். காந்தியின் காலத்தில், வார்தா ஆசிரமத்தில் இருந்திருக்க வேண்டிய சாத்வீகர், எல்லைஸியில் வேலைபார்ப்பார் என்று யார்தான் நினைத்திருப்பார்? என்னுடைய கண்ணேறே பட்டுவிடப் போகிறதே என்று ரொம்பநாள் புழுங்கிக்கொண்டிருந்தேன்...

இதையெல்லாம் விவரிக்கத்தான் இவ்வளவு நேரம் பிடிக்கிறது. கனவில் அவளைப் பார்த்தபோது இவ்வளவும் ஞாபகம்கூட வரவில்லைதான்; என்றாலும், மொட்டையாக 'கோமதி வந்தாள்' என்று சொன்னால், 'செவ்வாய்க்கு சீனா அனுப்பிய கலம் பத்திரமாகச் சென்று இறங்கியது' என்கிற மாதிரி தொனிக்காதா! அதை உத்தேசித்துத்தான் இவ்வளவும் சொன்னேன். தவிர, என்னை மாதிரி வருடக்கணக்காகப் படுத்தபடுக்கையாய் இருப்பவர்கள், எதையுமே கொஞ்சம் விரிவாக யோசிக்கத்தான் செய்வார்கள், யோசனையின் வழியாக எவ்வளவு தூரத்தையும் எவ்வளவு காலத்தையும் சமாளித்துவிட முடியும் என்பது அவர்களுக்குத் தெரியும். கேட்க எதிரில் ஆளிருந்தால் சொல்லவும் செய்வார்கள்... லாக்டோ காலமைன் மணம் நாசியில் மோதிய அதே வேளையில்,

பவியும் சம்பத்தும் பின்னாடி வர்றாங்க.

என்று தகவல் சொன்னாள் கோமதி. கனவில் மணம் தெரியுமா என்ற சந்தேகம் இப்போது வந்திருக்குமே! எனக்கும் வரத்தான் செய்கிறது. அதை அப்புறம் கவனிப்போம். கோமதி சொன்னவுடன், அவளுக்குப் பின்னால் எட்டிப் பார்த்தேன். துலக்கமாய்த் தெரியவில்லை. சட்டென்று தோள்பையைத் திறந்து கண்ணாடியை எடுத்துப் போட்டுக்கொண்டேன். சுமார் ஐம்பதடி தொலைவில் இருவரும் வந்துகொண்டிருந்தார்கள்.

இருங்கள், இந்த இடத்தில் இன்னொரு தடவை ஆச்சரியப்பட்டுக் கொள்கிறேன். கோமதி தொடர்பு அறுதியாக விட்டுப்போய், சுமார் இருபது வருடம் கழித்துத்தான் நான் பைஃபோகல் கண்ணாடி அணியவே ஆரம்பித்தேன். ஆக, நடைமேடையில் நான் இப்போதைய வயதிலும் கோமதி அப்போதைய வயதிலும் இருந்தது ஒரு ஆச்சரியம்; இன்னொன்றையும் சொல்லிவிடுகிறேன்.

> ஒரு இடத்தில் பத்துப் பேர் இருந்தால், பத்துப்பேர் கடியாரமும் ஒரே வேளையைக் காட்டும்தான்; அதற்காக, பத்துப்பேருக்கும் பொதுவான காலவுணர்வு இருக்கும் என்பதற்கு உத்தரவாதம் உண்டா.

என்று மைக்கேல் சார் சொன்னது, அவர் 'ரிலேட்டிவிட்டி தியரி' எடுக்கும்போதும் சரி, அதற்குப் பின்னாலும் சரி, புரியாமலே இருந்துவந்தது, இந்தக் கனவைப் பற்றி யோசிக்கும்போது, சட்டென்று ஒருவிதமாகப் பொருள்படுகிறது. சார் இன்னொன்றும் சொன்னார்:

> இங்கே நடப்பது எல்லாமே இணைப்பிரபஞ்சம் ஒன்றில் இதே வேளையில் நடந்துகொண்டிருக்கிறது என்றும், நடக்கிற எல்லாமே ஒரு சூட்சும வெளியில் இதேவிதமாகப் பதிவாகிக்கொண்டிருக்கிறது என்றும்கூடச் சொல்பவர்கள் இருக்கிறார்கள். ஆனால், நிரூபணம் இல்லாதவற்றை அறிவியலின் எந்தக் கிளையும் ஏற்றுக் கொள்ளாது...

அவர் சொன்ன இன்னும் எத்தனையோ விஷயங்கள் நினைவு வருகிறது. அதையெல்லாம் தனியாக இன்னொருநாள் பார்த்துக் கொள்ளலாம்...

இப்போதைக்கு, ஒரே நடைமேடையில், ஒரே வேளையில் நின்றிருந்த கோமதியும் நானும் ஆளுக்கொரு காலத் துகளைச் சுமந்து நின்றிருந்தோம் என்று சொன்னால் சரியாய் இருக்கும். நனவில் பாறாங்கல்போலக் கனக்கும் கடந்தகாலம், கனவில் தூசுபோல எடையற்று இருந்தது என்பதையும் சொல்லவேண்டும். தவிர, நிஜத்தில் எப்போதோ பதிவானதைத்தான் கனவில் மீட்டெடுத்துப் பார்த்தேனோ என்றும் தோன்றத்தான் செய்கிறது. பால்யத்தில் நடந்த கல்யாணத்தின் வீடியோ பதிவை வயோதிகத்தில் இன்னொரு தடவை பார்க்கிற மாதிரி.

ஆனால், இப்படியெல்லாம் விளக்க ஆரம்பித்தால் இதுவரை விவரித்த அத்தனையுமே துலங்குவதற்குப் பதில், மர்மமானதாய் ஆகிவிடும் வாய்ப்பிருக்கிறது. ஆகவே, நான் சொல்வதையெல்லாம் அதனதன் போக்கில் எடுத்துக்கொள்வதுதான் சரி; ஏனென்றால், மேலே சொன்னதைவிடப் பெரிய மர்மம் ஒன்று பின்னாலேயே வருகிறது...

ஆமாம், கண்ணாடி அணிந்தபின் பார்வைக்குத் துலங்கிய பவித்ராவும் சம்பத்தும்கூட, கோமதியின் காலத்திலேயே இருந்தார்கள். ஆக அவர்களெல்லாம் சுதந்திரமாக, விரும்பிய காலத்தில் இருக்கும்போது, கனவில்கூட நான் தற்போதைய காலத்தில் இருந்து வதைபடுகிறேனே என்ற வருத்தமும் எழத்தான் செய்கிறது. அப்புறம், இப்போதைய தாம்பரம் நிலையம் எப்படி இருக்கிறது என்றுகூட எனக்குத் தெரியாது. அதுதான் சொன்னேனே, கிட்டத்தட்ட ஆறுவருடமாய்ப் படுத்த படுக்கையாய்க் கிடக்கிறேன் அல்லவா. அதனால், கனவில் வந்த தாம்பரம் நிலையமும் அவர்களைப்போலவே பழமைக்குள் அமிழ்ந்து கிடந்தது...

கோமதியைப் பற்றி இவ்வளவு சொல்லிவிட்டு, பவித்ராவையும் சம்பத்தையும் பற்றி எதுவும் சொல்லாமல் இருப்பது மித்திரத் துரோகம்.

எனக்குக் கூடப் பிறந்தவர்கள் என்று யாரும் இல்லை. நான், சுசித்ரா, கெடு தேதிக்கு ஒரு மாதம் முன்பே பிறந்து, இன்றைக்குப் பிரமாதமான ஆகிருதியோடு இருக்கும் பாபு என்று மிகச் சிக்கனமான குடும்பம். எங்கள் வம்சத்திலேயே இப்படியொரு கோளாறு இருந்திருக்கிறது போல. சகோதர முறை சொல்லிக்கொள்ள இருந்தவர்கள் எல்லாருமே அவரவர் குடும்பத்துக்கு ஒற்றைக் குழந்தைகள். அதிலும் பெண்கள் அறவே இல்லை. சுசித்ரா தன்னையும் 'ஒற்றைக் குரங்கு' என்று சொல்லிக்கொள்வாள்.

சுசியின் கழுத்தில் நாத்தனார் முடிச்சுப் போட யாரைக் கேட்பது என்பதைக் கடைசிவரை யோசிக்காமலே இருந்துவிட்டோம். ஐயர் அவசரப்படுத்துகிறார். முகூர்த்தநேரம் தீரப் போகிறதாம். பவித்ரா சட்டென்று சுசியின் பின்னால் வந்து நின்றாள். முன்னமே என்னை 'அண்ணா' என்று கூப்பிடுகிறவள்தான். நிஜமாகவே அப்படிக் கருதுகிறாள் என்பதைத் தெரிவிக்கிற தருணமாய் ஆகிவிட்டது. என் கண்ணில் துளிர்த்த நீரை வெளித் தெரியாமல் அடக்கிக்கொள்ள அவ்வளவு சிரமப்பட்டேன். உதட்டை இறுக்கிக் கட்டுப்படுத்த முயல்கிறேன்; முதுகில் பரிவாய் ஒரு கை வருடியது - சட்டென்று உடைந்து விசித்துவிட்டேன். என்னைச் சுற்றிலும் நல்லவர்களாகப் பார்த்துப்பார்த்துப் பதியம் போட்டு வைத்திருக்கிறது வாழ்க்கை.

நானானால், வேரடியில் குழம்பிய சேற்றுடனே இருந்து தொலைத்திருக்கிறேன்...

வீடியோவில் பார்க்கும்போதுதான் தெரிந்தது - என்னை வருடியது கோமதியுடைய கணவரின் கை. ஐயோ, அந்த ஒரு கணத்தில் உலகம்தான் எவ்வளவு பிரகாசமாய் இருந்தது! சும்மா கடனேயென்று தபாலில் பத்திரிகை அனுப்பி வைத்ததற்கு, கணவரும் மனைவியும் நேரில் வந்து நிற்பார்கள் என்றே நான் எதிர்பார்க்கவில்லை. வெள்ளி விளக்கைக் கொடுத்து வாழ்த்தியது போதாதென்று, இதோ, ஆறுதலும் வழங்கியிருக்கிறார்.

முன்போல அவர்கள் வீட்டுக்குப் போகாமல் இருந்தது எப்பேர்ப்பட்ட தவறு என்று கூசியது. போகாமல் இருந்ததன் காரணத்தை நினைத்தபோது இன்னும் கூச்சமாய் இருந்தது.

அதற்கு முன்னால் சம்பத்தைப் பற்றியும் ஒரு வார்த்தை சொல்லிவிடுகிறேன். நண்பன் என்றால் அப்படி இருக்க வேண்டும். இதற்குமேல் ஏதும் சொன்னால் பிதற்ற ஆரம்பித்துவிடுவேன். ஒரேயொரு சம்பவத்தை மட்டும் சொல்லிவிடுகிறேன்.

என் கல்யாண வீடியோவைப் பார்க்கும்போதெல்லாம், அதில் பதிவாகாத ஒரு தருணம் எனக்குத் தவறாமல் நினைவுவரும். முதல் இரவு அறைக்கு என்னை முன்னாலேயே போய்க் காத்திருக்கச் சொன்னார்கள். நானும் போய்விட்டேன். அடுத்த ஐந்து நிமிடங்களில் சுசித்ராவும் வந்துவிட்டாள். அந்த இடைவெளிக்குள் என் மனம் முழுக்க நிரம்பியிருந்த காட்சி அத்தனை உத்தமமானதல்ல.

கோமதியின் திருமணத்தன்று இரவில் நான் சம்பத்துடன்தான் சென்று தங்கினேன். அவனுடைய தகப்பனார் ஓய்வுபெற்ற ராணுவ வீரர். மூச்சுவிடுவதற்கு நிகராகப் புகை பிடிப்பவர். சம்பத்துக்குத் திருமணமாகிவிட்டால் தேவைப்படும் என்று மாடியில் ஒரு போர்ஷன் எழும்பிவந்த நேரம். வாசலில் குவித்த மணலில் அவர்கள் குடும்பமும் நானும் உட்கார்ந்திருந்தோம். அக்கம்பக்கம் வீடுகள் அதிகம் வந்திராத புறநகர்ப்பகுதி. சம்பத்தின் அம்மா அவனைப் பாடச் சொன்னாள்.

அவன் அவ்வளவு நன்றாகப் பாடுவான் என்பதே அன்றைக்குத்தான் எனக்குத் தெரியும். பேசும் குரலுக்கும் பாடும் குரலுக்கும் சம்பந்தமேயில்லை - அதைத்தான் கள்ளக்குரல் என்பார்களோ.

உண்மையில், சம்பத் பேசுவதுதான் கள்ளக்குரல்; பாடுவது சொந்தக்குரல் என்று பட்டது எனக்கு. எம்க்கேட்டி பாகவதர், நாகூர் ஹனீஃபா பாடல்களை உரத்த குரலில் பாடினான். 'என் ஜீவப்ரியே... ஸ்யாமளா' என்று ஓங்கி எடுக்கிறான். நான் நடுங்கத் தொடங்கினேன். பொன்னு அங்க்கிள் என்னிடம் சிகரெட் பாக்கெட்டை நீட்டினார். நான் தயங்கினேன்.

> எடுத்துக்க தொரே. நீ ஸ்மோக்கர்ன்னு எங்க எல்லாத்துக்கும் தெரியும். சும்மா எடுத்துக்க.

என்றார். அந்தக் குரலும், பாடலின் பின்னணியும், அவசரமாய் வெளிவிட்டபோது கண்ணில் அடித்துவிட்ட சிகரெட் புகையும் என களகளவென்று கண்ணீர் வழிய ஆரம்பித்தது. நல்லவேளை, இருட்டு நன்கு கவிந்துவிட்டிருந்தது. அவர்களுக்கு முதுகைக் காட்டி உட்கார்ந்திருந்தேன்...

கோமதி தம்பதி திருச்சியில் குடியமர்ந்தார்கள். எனக்கு இன்னும் திருமணம் ஆகியிருக்கவில்லை. பெண் பார்க்கவென்று மதுரைக்கு ஒருமுறையும், திருநெல்வேலி ஒருமுறையும் போய்த் திரும்பியபோது, குடும்பத்தைவிட்டுப் பிரிந்து நான் மட்டும் திருச்சியில் ஒரு நடை இறங்கிவிட்டே சென்னை வந்தேன்.

அவர்கள் வீடு அத்தனை நறுவிசாக இருக்கும். நான் போய் நுழைந்ததிலிருந்து வெளியேறும்வரை கோமதி என்னோடு உட்கார்ந்து பேசிக்கொண்டே இருப்பாள். அவள் கணவர் சமையலறையில் நின்று எங்கள் மூவருக்கும் டிஃபன் தயார் செய்வார். இடையில் ஒருமுறை கொல்லைப்புறம் சென்று மாலைவேளைச் சடங்கு செய்துவிட்டு வருவார். சந்தியாவந்தனம் என்று பெயர் சொன்னாள் கோமதி. அவருடைய நல்லெண்ணம் என்னை முள்ளாய்க் குத்தும்.

ஊருக்குத் திரும்பி வரும்போது எனக்குள் எழும் ஆற்றாமையைத் தாங்கிக்கொள்ளவே முடியாது. அவளுடைய வாழ்க்கை நல்லவிதமாக அமைந்தது எனக்கு இவ்வளவு தொந்தரவாக மாறும் என்று நினைத்தே பார்த்ததில்லையா, என்மீது எனக்கே வெறுப்பு ஊறும். வாஸ்தவத்தில் இப்படியொரு ஈனப்பிறவியாய் இருப்பதால்தான் என் தேவதையைத் தவறவிட்டேன் என்று குமைவேன். இரண்டாம் முறை போனபோது, நெய்மணக்கும் மாலாடை என் கையில் அழுத்தி

சேதி சொன்னாள். சொல்லாவிட்டாலும் எனக்கே தெரிந்திருக்கும். அந்தமுறை, விரையும் ரயிலின் தனிமையில், புடைத்த வயிறு கண்முன் எழுந்து விரசமான சித்திரங்களை எனக்குள் பிதுக்கித் தள்ளியது…

அப்புறம் கோமதியை ஒரே முறைதான் சந்தித்தேன். என் திருமணத்தன்று. சம்பத் - பவித்ரா திருமணத்தின்போது, இல்லாத வேலை ஒன்றை முன்னிட்டு, தவிர்க்க முடியாமல் ஹைதராபாத் போவதாகச் சொல்லி, பொள்ளாச்சிக்குப் போய்விட்டேன்.

அதன்பிறகு, யாரும் காரணம் கேட்காமல், யாரிடமும் நானாகச் சொல்ல வேண்டிய அவசியமும் இல்லாமல் கோமதியிடமிருந்து நகர்ந்துவிட்டேன். அவளானால், இதோ கனவில் வந்து என்னைப் பார்த்துச் சிரிக்கிறாள்…

மூன்றுபேரும் ஆய்த எழுத்தின் புள்ளிகள் மாதிரி என்னைச் சூழ்ந்து நின்றார்கள். இன்னது பேசினோம் என்று நினைவில்லை. ஆனால், சிரித்துச்சிரித்துப் பேசுகிறோம். கோமதி அனாவசியமாய் என்னைத் தொட்டுத்தொட்டுப் பேசுகிறாள். மணமானவள் என்பதால் அவளைத் தொடத் தயக்கமாய் இருக்கிறது எனக்கு. சூட்சுமமாக அவள் கணவர் எங்கோ இருந்து பார்த்துக்கொண்டிருக்கிறார் என்று தோன்றுகிறது. பவித்ராவும் சம்பத்தும் ஒருவரையொருவர் உரசிக்கொண்டு நிற்பதைப் பார்க்கப் பொறாமையாய் இருக்கிறது. இருவர் வீட்டிலும் சம்மதித்துவிட்டார்கள் என்பதுவேறு தெரியுமா, பொறாமை இன்னமும் அதிகரிக்கிறது.

இதற்கிடையில் ரயில் கூவுகிறது. இப்போதுதான் கவனிக்கிறேன், அது செங்கல்பட்டு போகும் ரயில். நான் போகவேண்டியது எதிர்த்திசையில். கோமதியானால்,

தாஸு, நீ இந்தப் பெட்டிலெ ஏறிக்க.

என்றவாறு கிளம்புகிறாள். என் பார்வையில் தெரியும் கேள்வியைக் கவனித்தவள் மாதிரி,

எனக்கு இஞ்சின்லெதான் ரிஸர்வேஷன் கிடைச்சது.

என்று சொல்லியபடி, ஓட்ட நடையில் எஞ்சினை நோக்கி வேகமெடுக்கிறாள். ஆச்சரியங்கள் தேனீக்கூட்டம்போல

என்னை மொய்க்கின்றன. மின்சார ரயிலில் ரிஸர்வேஷன் ஏது? அதில் கரி எஞ்சின் ஏன் மாட்டியிருக்கிறது? பயணிகளை அதில் ஏற்றிக்கொள்வார்களா? எரியும் கரியின் உஷ்ணத்தை, கரிப் புகையை, எப்படித் தாங்குவாள் இவள்? ஏற்கனவே கறுப்பு, இன்னும் கறுத்துவிட மாட்டாளா? அனல் தகிக்குமே, பொசுங்கிவிடமாட்டாளா, பாவம்? சரி மற்ற இருவரும் என்ன செய்யப்போகிறார்கள்?

கனவில் திரும்பிப் பார்த்த அந்தக் கணத்தை இப்போது நினைத்தாலும் அடிவயிறு பதறுகிறது.

சம்பத் ரத்தக் குளத்தில் குப்புறக் கிடக்கிறான். ஒற்றைக்காலால் அவனைச் சுற்றிச்சுற்றி வந்து அலறுகிறாள் பவித்ரா.

அதைக் காணச் சகியாமலா, கோமதி ஓடிச் சென்று ஏறிவிட்டதாலா, ரயில் நகரத் தொடங்கிவிட்டதாலா, இவர்கள் இருவருக்கும் என்ன நடந்தது என்று நாளை யாராவது விசாரிக்க வந்தால், 'என்ன நடந்ததென்றே தெரியாது' என்று சொன்னால் நம்பமாட்டார்களே என்ற தவிப்பா - எதுவோ உந்தியதில், எனக்கு நேரே இருந்த பெட்டியில் சென்று தாவி ஏறினேன்.

ஆனால், கனவில் நிகழ்ந்த தினத்தின் ஆச்சரியங்கள் அத்தோடு முடியவில்லை.

ஒரேயொரு இருக்கைதான் காலியாய் இருக்கிறது. அவசரமாய் அதில் சென்று அமர்ந்தபிறகுதான் பார்க்கிறேன் - அருகில் இருப்பவர் ஹரிஹரன். கோமதியின் கணவரேதான். பக்கத்தில் இருப்பவரிடம்,

> தாஸ் சார் தங்கமான மனுஷன். என் ஒய்ஃபோட கொலீக். எனக்கு நல்ல ஃப்ரண்ட். இந்தப்பக்கம் ஈஸ்ட் தாம்பரத்திலே ஒரு வீடு கட்டியிருக்கார் பாருங்க, அதுமாதிரியெல்லாம் கட்டணும்னே யாருக்கும் தோணாது. அவ்வளவு அருமையான வீடு...

என்று பரிவோடு என் முதுகைத் தடவியபடி சொல்கிறார். தீப்பிழம்புபோல ஜொலிக்கும் நெற்றியில், குழைத்துப் பூசிய விபூதிக் கோடுகள். முன்னங்கைகளிலும்தான். அலுவலகம்விட்டு வருகிறவர் எப்படி இந்தக் கோலத்தில் இருக்கிறார்...

இந்த இடத்தில்தான் விழிப்புத் தட்டியது. அதன் தர்க்கம் பிடிபடவே

மாட்டேனென்கிறது. உயிர் நண்பன் செத்துக்கிடக்கும்போது வராத விழிப்பு, சாத்வீகமான ஒரு கணத்தில் ஏன் வந்தது?

வியர்த்து விறுவிறுத்து விழித்த பிறகும், எஞ்சினில் ஏறியவள் என்ன ஆனாள் என்ற கேள்வி திரும்பத்திரும்ப என்மீது மோதி, அல்லாடினேன். ஏதோ ஒரு கணத்தில் மூச்சும் மூத்திரமும் முட்டி, விழித்துவிட்டேன். தலைமாட்டில் வைத்திருந்த கைபேசியை எடுத்துப் பார்த்தேன், அட ஆண்டவனே, விடிவதற்கு இன்னும் ரொம்ப நேரம் இருக்கிறதே...

இவ்வளவும் சொல்லிவிட்டு, நான் ஏன் படுக்கையில் கிடக்கிறேன் என்பதைச் சொல்லாமல் விடலாமா. முதுகுத்தண்டில் அடிபட்டு, பிழைத்ததே மறுபிழைப்பு. இடுப்புக்குக் கீழே உணர்ச்சியே இல்லாமல் போய்விட்டது. சிறுநீரும் மலமும்கூட என் கட்டுப்பாட்டுக்கு அப்பாற்பட்டுத்தான் வெளியேறுகின்றன. சின்னக் குழந்தைகளுக்குப்போல, பெரியவர்களுக்கான டயப்பர் மாட்டிவிடுகிறாள் சுசித்ரா. தாயாய்த் தாரமாய்த் தாசியாய்த் தாதியாய் என்று யாரோ அடுக்குமொழிக் கவிஞர் எழுதியதை எப்போதோ வாசித்திருக்கிறேன். புளுகுகிறார் என்று சந்தேகமும் பட்டிருக்கிறேன். அந்தச் சொல்லடுக்கின் வாழும் சான்றுடன் வாழக் கிடைத்திருக்கிறது என்று சந்தோஷப்படுவதா, பட்ட மரம் மாதிரிச் சட்டடியாய் வீழ்ந்து கிடக்கிறேனே என்று வேதனைப்படுவதா.

ஆனால், எனக்காவது அடி மட்டும்தான். பவித்ராவுக்கு ஒரு காலை அகற்ற வேண்டியதாகிவிட்டது. சம்பத் உலகைவிட்டே போய்விட்டான். மூன்றுபேரும் ஒரே விபத்தில்தான் சிக்கினோம். இதில் துரதிர்ஷ்டம் என்னவென்றால், அதிலும் கோமதிக்குத் தொடர்புண்டு என்பதுதான். துரதிர்ஷ்டமா, விசித்திரமா...

ஒரு ஞாயிற்றுக்கிழமை காலை. எட்டு மணி இருக்கும். சம்பத்தின் கார் வாசலில் வந்து நின்றது. அவன் முகம் பரபரப்பாய் இருந்தது. தாவி மாடியேறி வந்தான்.

> தாஸு ஒடனெ கௌம்புடா.
>
> இர்றா இர்றா. ஏன் இவ்வளவு பதட்டம். இரு, டீ போடச் சொல்றேன். சுசீ, சுசீ... இங்கெ பாரு, யாரு வந்துருக்காங்க ன்னு...

முட்டாப் பயலே. ஒடனே கெளம்புடா. ஹரி தவறிட்டார்றா...

எனக்கு அந்தப் பெயர் சரியாக மனத்தில் ஊன்றவில்லை. அது வெளிப்படையாய்த் தெரிந்துவிட்டது போல.

ஏ லூஸு. நம்ம கோமதி புருசண்டா.

உடனடியாய் எனக்குள் எழுந்த உணர்வுக்கு அடையாளம் சொல்ல முடியாது. காருக்குள் காத்திருந்த பவித்ராவுக்கு என்னைப் பார்த்தவுடன் உதடு கோணி, கண் முட்டியது.

திருச்சியில் பார்த்ததைத்தான் ஏற்கனவே சொன்னேனே. இரண்டு முறை போயிருந்த வீடுதான் என்றாலும், வருஷக்கணக்காக ஆகிவிட்டதால், வீட்டின் முகப்பில் சென்று சேர்ந்தபிறகும்கூட அந்த வீடுதான் என்பது எனக்குத் தெரியவில்லை. கண்ணாடிப் பேழைக்குள் மல்லாந்து கிடந்த தீப்பிழம்பைப் பார்த்தபோது என் மனம் சுத்தமாக மரத்திருந்தது.

திரும்பி வரும்போது கிட்டத்தட்ட இரவாகிவிட்டது. ஏதேதோ பேசிக்கொண்டு வந்தோம். ஹரிஹரன், ராத்திரி தூங்கப்போனவர் காலையில் எழுந்திருக்கவில்லை என்பதைப் பற்றியும் பேச்சு வந்தது. அவருடைய சுபாவத்துக்கு மிகப் பொருத்தமாக சுமுகமான மரணம். என்ன, இன்னும் பத்திருபது வருடங்களுக்குப் பிறகு நடந்திருந்தால் இன்னும் பொருத்தமாய் இருந்திருக்கும்...

அவர்கள் இருவரும் முன்னாலும், நான் பின்னாலும் உட்கார்ந்திருந்தோம். ஏனென்றே தெரியாத மௌனம் காருக்குள் நிரம்பியது. அவரவருக்குள் நிரம்பியிருக்கும் ஹரிஹர பிம்பங்களின் சலனத்தைப் பார்த்துக்கொண்டிருந்தோமோ என்று இப்போது தோன்றுகிறது... திடீரென்று கனத்த குரலில் சம்பத் கூப்பிட்டான்:

தாஸு...

சொல்லுடா.

ஒண்ணு சொல்லட்டுமா?

சொல்லு.

ஷாக்காயிறக் கூடாது.

அட, சொல்லுடா. ரொம்பத்தான் பயம் காட்டுறே.

கோமதிக்கும் ஒனக்கும் இருந்த அஃபேர் விஷயம் ஹரிக்குத் தெரியும், தெரியுமா?

என்னடா சொல்றே!?

அதனாலதான் சொன்னேன், ஷாக்காயிறாதேன்னு. இந்தக் கூறுகெட்டவ ஹனிமூன் போனப்ப நம்மளெப் பத்தியெல்லாம் சொல்லியிருக்கா. ஒன்னைப் பத்தியும்தான். அந்த எக்மோர் சமாசாரத்தையும் சொன்னாளாம். அந்த மனுஷன் 'அடடே, அப்பிடியா நடந்துச்சு!'ன்னு சிரிச்சாராம்.

நான் பொசுங்கினால்கூடப் பரவாயில்லை; மல்லாந்து கிடந்த தீப்பிழம்பை அப்போதே ஆவி சேர்த்து அணைத்துக்கொள்ள வேண்டும் என்று ஆசையாய் இருந்தது. இரண்டு முறை திருச்சிக்குப் போனதும் மின்னல் வேகத்தில் எனக்குள் ஓடின. நான் சுசியின் கழுத்தில் தாலிகட்டிய தருணமும்தான்.

அப்பறம் இன்னோண்ணு...

இந்த இடத்தில் காரோட்டும் அவனது இடது கையை பவித்ரா இறுக்கிப் பிடிப்பது தெரிந்தது. எதையோ சொல்ல வேண்டாம் என்கிறாளோ. அவன் கேட்பதாய்த் தெரியவில்லை. எதிரில் வரும் வண்டிகளின் வெளிச்சத்தில் முகம் தீவிரமாகிவிட்டிருப்பது தெரிந்தது.

கட்டுன புருசன் பொறங்கையாலெ ஒதறித் தள்ளீட்டான். அந்தக் கூறுகெட்ட செல்வராஜ் எப்பிடிக் கேனத்தனமாப் பனிஷ் பண்ணுனான் பாத்தியா.

அதெச் சொல்லு! அவெங்கிட்டெப் போய் எவனோ ஒருத்தன் கோத்துவுட்ருக்காம் பாரு...

சொல்லிவிட்டு, வெளியில் விரையும் இருட்டை வெறித்தேன். அத்துடன் அந்த உரையாடல் முடிந்திருந்தால் எவ்வளவோ நன்றாய் இருந்திருக்கும். மூன்றுபேரின் தலையெழுத்து சம்பத்தின் நாக்கில் நாற்காலிபோட்டு அமர்ந்திருந்ததுபோல.

அந்த நாய் சிரிக்கும்னு நெனச்சு நாந்தாண்டா சொல்லித் தொலெச்சேன். கிறுக்குப்பய பளி வாங்கிட்டான். என்னத்தெச் சொல்லு, ஆஃபீஸர்த் தாயளி என்னைக்கும் ஆஃபீஸராத்தான் இருப்பான்.

அவன் கழுத்தைப் பின்னாலிருந்து இறுக்கி நெரிக்கவேண்டும் என்று ஆவேசம் மீறியது. வண்டியை நிறுத்தச் சொல்லி அந்த அத்துவானக் காட்டில் இறங்கிவிட வேண்டும் என்று வெறி ஏறியது. என்னிடமிருந்து பதில் வரவில்லையே என்று திரும்பினானோ, திடீரென்று மனம் எடையிழந்ததில் ஸ்டீயரிங்கிலிருந்து பிடி உழண்டதோ... படுவேகமாக எங்களை நெருங்கிய பிரகாசம் இடிபோல மோதியது... எங்கள் கார் அப்பளமாக நொறுங்கி சுமார் ஐம்பது மீட்டர் இழுபட்டது என்று செய்தித்தாளில் போட்டிருந்ததாம்...

படுக்கையிலேயேதான் பல் துலக்குவது. கொப்புளிக்க ஒரு குவளையும் துப்புவதற்கு ஒரு கோப்பையும் என்று வேலை முடியும்போது என் படுக்கைக்குக் கீழே குளியலறைத் தரைபோல ஈரமாகி விடும். அப்போது கைபேசி ஒலித்தது. பவித்ராவின் எண். ஆனால், பேசியது அவளில்லை; அவளுடைய மகன்.

குட் மாணிங். சொல்லுப்பா ராம்ஜீ.

அங்க்கிள், கோமதி ஆண்ட்டி நேத்து ராத்திரி காலமாயிட் டாங்க. அம்மா உங்ககிட்டெச் சொல்லச் சொன்னாங்க.

இன்னும் நாலைந்து வாக்கியம் விசாரிக்க ஆசையாய்த்தான் இருந்தது. இந்த நாள் இளைஞர்கள் என்னைப்போன்ற கிழவர்களிடம் அத்தனை ஆசையாய்ப் பேசுவதில்லை. அப்புறம், காரணம் தெரிந்து என்ன செய்துவிடப் போகிறேன். நாட்டங்குக் கால மரணம் வேறு; காரணத்தை யூகிப்பது கடினமா என்ன. அதிகம் அவஸ்தைப்படாமல் போயிருந்தால் சரிதான். எப்படியும், இன்றைக்கேவோ, இன்னொரு நாளோ பவித்ரா பேச வாய்ப்பிருக்கிறது. அவளிடம் கேட்டுக்கொள்ளலாம்...

ஆனால், கனவுகள் வெறும் கனவுகள் மட்டுமே அல்ல என்று அப்போது எனக்குத் தோன்றியதால்தான் இவ்வளவும் சொன்னேன்.

சொல்வனம், இணைய இதழ், அக்டோபர் 2022

வழிகாட்டி

வழி தவறிவிட்டேனோ என்ற சந்தேகம் என்னைத் தாக்கியபோது, சூரியன் சரியத் தொடங்கியிருந்தது. முன்னர் ஒருபோதும் அப்படி நடந்தது கிடையாது. ஆனாலும் நான் கலங்கவில்லை. மிகத் தீவிரமான இக்கட்டுகளிலோ விபத்துகளிலோ சிக்கிய சமயங்களில்கூட, கலங்கியதேயில்லை. ஒரு உதாரணம் சொன்னால் உடனே புரிந்துவிடும் - திருமணமான ஆறே மாதத்தில் என்னைவிட்டுப் பிரிந்துபோனாள் வனஜா. அன்றிரவு முழுக்க ஒரு விசித்திரமான உணர்வு என்னைப் பீடித்திருந்தது - மலையுச்சியிலிருந்து தள்ளிவிடப்பட்டு, தொடர்ந்து உருண்டுகொண்டேயிருக்கிற மாதிரி.

அன்றைக்கும் கலங்கவில்லை. நான் உருள்வதை நானே வெறுமனே வேடிக்கை பார்த்துக்கொண்டிருந்தேன். எதிர்பாராத அபாயப்பொறிகளில் மாட்டிக்கொள்ள நேர்ந்த வேளைகள் அனைத்திலும் என்னைக் காத்துவந்திருக்கும் அபயக் கரம்தான் காரணம். அது ஒருபோதும் என்னைக் கைவிடாது என்ற நம்பிக்கை என்னைக் கைவிட்டதேயில்லை!

வெறும் கரம் அல்ல அது; பல தலைமுறைகளுக்கு முந்தைய ஒரு முகத்தின் துல்லியமான சித்திரம். என் தாய்வழிப் பாட்டிவீட்டு பூஜையறையில் மாட்டியிருக்கும் அற்புதமான ஓவியம். பத்துப் பதினைந்து தலைமுறைகளுக்கு முன்னால், தாத்தாவின் வம்சத்தில் பிறந்து, பிரம்மச்சாரியாய் வாழ்ந்து, நடு வயதில் சந்நியாசி

ஆகிவிட்ட சித்தபுருஷரின் படம். தேக்குமரச் சட்டகத்தில் கண்ணாடிபோட்டு மாட்டியது. வலது கீழ் மூலையில் ஊதுபத்தி கொளுத்திய பழுப்புத்தடம் இருக்கும்.

வேறொரு விஷயத்தைச் சொன்னால், என் திடசித்தத்தின் தன்மை நன்றாய் விளங்கும். ஆமாம், வனஜா என்னைவிட்டுப் பிரிந்த பிறகுதான், இன்னும் ஆசையாகவும் ஆவேசமாகவும் மலையேற ஆரம்பித்தேன்!! மேற்படிச் சித்திரம் வழங்கிய தைரியம் அப்படிப்பட்டது. கிட்டத்தட்ட நாற்பது வருடங்கள்....

என்னைத் தெரிந்தவர்கள் யாரிடம் விசாரித்தாலும், 'தறிகெட்ட வாழ்க்கை வாழ்ந்தவன்' என்றுதான் அபிப்பிராயம் சொல்வார்கள். ஆனால், சமவெளி வாழ்க்கையில்போலவே, மலையேற்றத்திலும், உள்ளூர சில நியமங்கள் எனக்குள் படிந்துவிட்டிருந்தன. அவை இருந்தன என்பது சமீபகாலமாகத்தான் எனக்கே தெரிகிறது; வேற்று மனிதனின் தொலைவில் இருந்து பார்க்கும் யாருக்கும், அந்த ஆசாமியிடம் அலுவலகப் பணியில் மட்டும் அபாரமான சீர்மை நிலவியது எப்படி என்பது சுலபத்தில் புரிந்துவிடாது - எனக்குமே புரிந்ததில்லை.

மலையேறும் நாளில், இருள் பிரியுமுன் கிளம்பிவிடுவது; தோள்பையில் இருக்கும் பழச்சாறை அவ்வப்போது ஒரு மிடறு அருந்தியவாறு, சாவகாசமாக நடந்துகொண்டேயிருப்பது; தோன்றும் இடத்திலெல்லாம் நின்று, புகைப்படங்கள் எடுத்துத் தள்ளுவது; முழங்கால்கள் சோரும்போதோ, உச்சிவேளை தாண்டிய பிறகோ, எங்காவது உட்கார்ந்து, கையோடு கொண்டுவந்த சொற்ப உணவை முழுக்க உண்டு அரைவயிற்றை நிரப்புவது; அரைமணிநேரம் போல அதே இடத்தில் இருந்து, ஆசுவாசமடைந்தபின் இறங்கத் தொடங்கினால், கார் நிறுத்தியிருக்கும் இடத்துக்கு அஸ்தமன வேளையில் வந்து சேருவேன். பெரும்பாலும், தொழில்முறை மலையேற்றக்காரர்களுக்கான கூடாரங்கள் அமைந்த சுற்றுலாத்தலம்...

ஏறும்போதைவிட, இறங்கும்போது குறைவான சக்தியே தேவைப்படும்; சரிவின் சலுகையாக, வேகமும் வசப்பட்டுவிடும் என்றாலும், காலையிலிருந்து ஓயாமல் நடந்துகொண்டிருந்த கால்களில், விசை வெகுவாகக் குன்றியிருக்கும். நடுங்கும் முழங்கால் மூட்டுகளில் அதிகப்படி முன்னெச்சரிக்கையும் மந்தமும் ஏறியிருக்கும். ஒருவிதத்தில், வாலிபம் முடிந்து வயோதிகம் ஆரம்பிக்கிற

மாதிரி என்று வைத்துக்கொள்ளுங்களேன்! மெல்லமெல்ல, பகல் வெளிச்சத்தைப் பாதுகாப்பு எனக் கற்பித்துக்கொள்ளும் இடத்துக்கு வந்துசேர்ந்திருந்தேன்...

கோஸ்வாமியுடன் இணைந்து மலையேறிய நாட்களில், இரவையும் இருட்டையும் பொருட்படுத்தவே மாட்டோம். துளியும் தயக்கமின்றி, ஏதாவது ஒரு பாறைமீதோ, தலைவிரித்த மரத்தின் அடியிலோ படுத்துவிடுவோம். இயல்பாகவே, மலையிலிருக்கும்போது அதிகம் உரையாட மாட்டோம்; ஊறும் சக்தி விரயமாகாமல் தடுத்துவிட்டதாக ஒரு நினைப்பு - இருவருக்குமே. அநேக விஷயங்களில் எங்களுக்குள் ஒற்றுமை இருந்தது. இருவருமே சுருட்டுப் பிரியர்கள்; கோஸ்வாமியின் மனைவியும் இவரது மலையேற்ற சுபாவம் பிடிக்காமல் பிரிந்து போயிருந்தார் என்பது உட்பட. அஸ்ஸாமியரான பீஷ்ம கோஸ்வாமி ஒரு மலையேற்றத்தின்போதுதான் அறிமுகமானார். உடனடியாக நண்பரும், சகாவும் ஆனார்.

இருள் மண்டிய பிறகு மலைக்குள் இருப்பது விசித்திரமான உணர்வைத் தரும். சமவெளியில் தனியாய் வாழ்க்கை நடத்தும்போது எனக்குள் சதா ஊறி நிரம்பிவழியும் கருமையே மலைவெளியெங்கும் நிரவிவிட்ட மாதிரி; நானே இருளின் பகுதியாய் ஆகிவிட்ட மாதிரி; நிச்சயமின்மையை, மரணத்தை, நிராயுதபாணியாய் எதிர்கொள்ளும் வல்லமை வாய்த்துவிட்ட தீரனாக நான் உருவெடுத்துவிட்ட மாதிரி என விதவிதமான சித்திரங்கள் எனக்குள் ஓடி மறையும். உடன் ஒரு மலையேறி இருக்கிறார் என்பதையே உணராதவனாக என் தனிமைக்குள் அமிழ்ந்து கிடப்பேன்...

அந்த நாட்களில், விநோதமான பகல்கனவொன்று என்னைப் பீடித்திருந்தது. படப்பிடிப்பில் நடித்துக்கொண்டிருந்தபோது மாரடைப்பால் இறந்த ஹிந்தி நடிகர் பற்றிய செய்தியை வாசித்த நாளில் உதித்த கனவு. மலையின் அடிவயிற்றில் இருக்கும்போது, மரணம் என்னைத் தழுவ வேண்டும் - கவனிப்பாரற்று அழுகியோ, காட்டு விலங்குகளுக்கு இரையாகியோ என் உடல் அழிந்து விட வேண்டும். எனக்கு இருக்கும் ஒரு ஆர்வத்தை அளவுக்கு அதிகமாக ரொமாண்ட்டிசைஸ் பண்ணுகிறேன் என்று உங்களுக்குத் தோன்றலாம்; நான் உயிருக்குயிராக நேசித்த வனஜாவை என்னிடமிருந்து பிரித்ததே இந்த ஆர்வம்தான் என்பதை இன்னொருதடவை நினைவுறுத்துகிறேன்.

ஆனால், அந்தக் கனவெல்லாம் வெகுகாலத்துக்கு முன்பு. வாலிபத்தின் கொதிப்பு என் ரத்த ஓட்டத்தில் விரவியிருந்தபோது. இந்த நாட்களின் கதையே வேறு. சமவெளியில், என்னுடைய அடுக்ககக் குடியிருப்பில், குளிர்பதன அறையில், நிச்சிந்தையாய்த் தூங்கும்போது யாரோ போர்த்திவிடும் போர்வைபோல சாவு என்னை வந்து மூடினால் தேவலை என்று தோன்ற ஆரம்பித்திருக்கிறது. ஆமாம், திடீரென்று ஒருநாள் மலைகளின்மீதான என் காதல் ஓய்ந்தேபோனது. மலையேற்றத்தை அறுதியாக நிறுத்தியே பத்து வருடத்துக்கு மேலாகிறது.

எழுபது வயது என்பது மரணமடைவதற்கான வயதல்ல; அதிலும் என்னைப்போல மிகக் கச்சிதமாக உடல்நலம் பேணுகிறவனுக்கு வெகு சீக்கிரம் - என்று நினைக்குமளவு இந்தியச் சராசரி ஆயுள் நீண்டுவிட்டிருப்பது வாஸ்தவம்தான். இருக்கட்டுமே, நாளைக்கேவோ பத்துப் பதினைந்து வருடங்கள் கழித்தோ, எப்போது வந்தாலும், ஏற்கனவே குறிப்பிட்ட மாதிரி, நான் விரும்பும் விதமாக அது வந்துசேர வேண்டும்; முன்னறிவிப்பின்றி, தற்செயல்போல, சரளமாக, என்பதுதான் இப்போதைய என் விருப்பம். எதிர்கொண்டு தழுவுவதற்கான அவகாசம் எனக்கு இருந்துவிடக் கூடாது...

இன்னொரு வயிற்றெரிச்சலையும் சொல்லிவிடுகிறேன் - இளமையில் நான் கனவு கண்ட அதே மாதிரியான மரணம் கோஸ்வாமிக்கு வாய்த்தது. எலும்புக்கூட்டையும், தாறுமாறாகக் கிழிபட்ட முதுகுப் பையையும், அதனுள் தொகுதியாய் இருந்து அரை கிலோமீட்டர் வரை சிதறிக் கிடந்த பொருட்களையும் கண்டெடுத்த மலை யாத்திரைக்குழு ஊர்திரும்பித் தெரிவித்தபோதுதான் தகவலே தெரியவந்தது. அந்தச் செய்தி எனக்கு அளித்த அளவு அதிர்ச்சிகூட கோஸ்வாமியின் குடும்பம் அடையவில்லை...

வழிதவறிவிட்டதை உணர்ந்த முன்னந்தி வேளையில், மலைப்பகுதி முழுக்க உடனடியாய் இருட்டு மண்டிவிட்டதாக எனக்குத் தென்பட்டது வெறும் பிரமையா; அல்லது சட்டென்று அச்சம் முற்றியதால் என் கண்கள் இருட்டியதன் விளைவா என்பதைத் தெளிவாகச் சொல்ல முடியவில்லை.

படிக்கட்டு அமைக்கப்பட்ட குன்றுகளில் ஏறுவது, தார் வேய்ந்த மலைச்சாலைகளில் ஜீப்பில் விரைவது எல்லாம்

மலைக்கு இழைக்கும் அகௌரவம்.

என்று சொல்லிச் சிரித்தார் பீஷ்ம கோஸ்வாமி.

முழுக்க ஆடையணிந்த அந்நியப்பெண்ணைத் தழுவுகிற மாதிரி!

என்று மானசீகமாய்ச் சேர்த்துக்கொண்டேன்.

அவர் சொன்னமாத்திரத்தில் எனக்குப் புரிந்துவிட்டது. பதிலாக என்னுள் ஒலித்த வாக்கியம் தனக்குப் புரிந்தபோதுதான் வனஜா அந்த முடிவை எடுத்திருக்க வேண்டும். வாய்த்தகராறோ, முகச்சுளிப்போ இல்லாமல்,

காஃபி சாப்பிடுகிறீர்களா?

என்று கேட்கிற பாவனையுடன்,

நான் பிறந்தகத்துக்குப் போகிறேன்.

என்று அறிவித்தாள். சரி, ஒரு மாற்றம் வேண்டிப் போகிறாள் போல என்று நினைத்துக்கொண்டு அலுவலகம் போய்விட்டேன். சாயங்காலம் வீடு திரும்பினால், சாப்பாட்டு மேசையில் துண்டுச்சீட்டு, அழகான ஆங்கிலக் கையெழுத்துடன் வரவேற்கிறது:

இனி நாம் சேர்ந்து வாழ்வதற்கில்லை.

அதிர்ச்சி ஒருபக்கம். அவளுடைய கான்வெண்ட் கையெழுத்தும், ரத்தினச் சுருக்கமான குறிப்பும், இன்னும் அழகான... சரி, விடுங்கள். எல்லாம்தான் முடிந்தே போனதே.

மறுநாள், முன்பே திட்டமிட்டிருந்தபடி, ஹரித்வார் கிளம்பி விட்டேன். ஒரு வாரப் பயணம். அவள் போனபிறகு, மலையேறுவதில் முன்னமே இருந்த அதீத வேட்கை படுவேகமாக முற்றியது.

எங்களுக்குத் திருமணமாகி ஆறே மாதங்கள்தான் ஆகியிருந்தது என்றேனல்லவா. அதற்குள் இரண்டுமுறை தனியாக மலையேறப் போயிருந்தேன். இரண்டாவது முறையில், இடறி விழுந்து, முன்னங்கையில் முறிவு. என்னுடைய முரட்டுத்தனத்தின்மீது வனஜாவுக்குக் கடும் அதிருப்தி ஊறியிருந்தது. மலையேற்றத்துக்கு நிகரான சாகசங்களை அவளிடமும் பிரயோகித்திருப்பேன் போல - கிட்டத்தட்ட நாற்பது ஆண்டுகள் கழித்து, இதையெல்லாம்

யூகமாகத்தான் சொல்ல முடிகிறது. ஆனால், உறுதியாய்ச் சொல்ல முடிந்த வேறொரு விஷயம் உண்டு - வெவ்வேறு ஊர்களில் வெவ்வேறு பிராயங்களில் என்னுடன் தற்காலிகமாக இருக்கக் கிடைத்த பெண்கள் அனைவருக்குமே அப்படியொரு புகார் இருந்தது. என்னுடைய அணுகுமுறையில் கோளாறா, பெண்ணினத்தின் இயல்பிலேயே உள்ள சிக்கல் காரணமா என்ற குழப்பமும் இருக்கத்தான் செய்கிறது. ஜாம்பியாவில் கிடைத்த நயோமி விதிவிலக்கு. ஆனால், விதிவிலக்குகளை விதியாய்க் கொள்ள முடியுமா என்ன!

எத்தனையோ பிம்பங்கள் கல்வெட்டுப்போல எனக்குள் பதிந்திருக்கின்றன - முழுக்க உடுத்தியும் கொஞ்சம்கூட உடுத்தாமலும் அசைகிற பெண் சித்திரங்கள் உட்பட. ஆனாலும், நெருக்கடியில் மாட்டிக்கொள்ளும்போதெல்லாம் என்னுடன் துணையாய் வந்தது முன்பே குறிப்பிட்ட அந்தச் சித்திரத்தின் பிம்பம்தான்.

என் அன்பு மனைவி வைத்துப் போயிருந்த துண்டுச்சீட்டைப் பார்த்தபோது மட்டுமில்லை - முன்கோபியான ஐரோப்பிய மேலதிகாரி மேசை இழுப்பறையை விருட்டெனத் திறந்து எடுத்த கைத்துப்பாக்கியை என் நெஞ்சுக்கு நேரே நீட்டி மிரட்டியபோதும்; மலையேறும்போது குறுக்கிட்ட காட்டாற்றின் ஆழம் பற்றிய தவறான அனுமானத்தில், முட்டாள்தனமாய் இறங்கி, விசையாக இழுத்துச் செல்லப்பட்டபோதும் மேற்படி பிம்பம் எனக்குள்ளிருந்து உயர்ந்தது.

யாரோ கையை மறித்து இழுத்த மாதிரி, துப்பாக்கியைக் காட்டியவன் தானாகவே அதை மேசையில் வைத்துவிட்டு சுமுகமானது அல்ல; சுழற்றியடித்த காட்டாற்றுச் சுழல், மென்று தீர்த்த பேரீச்சைக் கொட்டையைப்போல என்னைக் கரைநோக்கித் துப்பியதுதான் பேராச்சரியம்...

இதிலும் சுவாரசியமானதொரு உள்முரண் உண்டு - மலையேற்றத்தில் நான் எதிர்கொண்ட மகத்தான நெருக்கடியிலிருந்து காப்பாற்றிய அதே பிரசன்னம்தான் அதன்பிறகு என்னை மலையேறவே விடாமல் செய்துவிட்டது!...

கோஸ்வாமியின் மறைவுக்குப் பிறகு, எப்போதுமே தனியாகத்தான் போவேன். ஆறு மாதத்துக்கு ஒருமுறை என கிட்டத்தட்ட

நாற்பது வருடம். இருபத்திச் சொச்சம் வயதில் தொடங்கிய சங்கதி. எந்நேரமும் தலைக்குள் பிறாண்டிக்கொண்டே இருக்கும் வேலைப்பளுவிடமிருந்து தற்காலிகமாகத் தப்பிக்கவும், அடுத்த ஆறுமாதத்துக்கான திராணியை ஈட்டிக்கொள்ளவும் மட்டுமல்ல; தனிக்கட்டையாய் வாழ்ந்து தீர்த்த வாழ்வின் பல்வேறு தருணங்களை மீட்டெடுத்துப் பார்க்கவும் அந்தப் பயணங்கள் உதவின.

உபரியாக, 'அட, அறுபத்தைந்து வயதா உங்களுக்கு! நம்பவே முடியவில்லை!!' என்று உயரும் புருவங்களை உள்ளூற ரசிக்கவும்தான்.

சேர்த்துவைக்க வேண்டிய அவசியமின்றிப் போனதால், கைகொள்ளாமல் சம்பாதித்த பணத்தை சூறைவிடுவதற்கு நல்லதொரு உபாயமாகவும் மலையேற்றம் அமைந்தது.

ஆரம்ப நாட்களில், பழையகால திசைமானி மட்டுமே வைத்திருப்பேன். தொழில்நுட்பம் வளரவளர, பேஜர், மொபைல் ஃபோன் என்று வழித்துணைகள் மாறிக்கொண்டே போயின. மனிதர்கள் அல்லாத துணைகள் இருப்பதுதான் எத்தனை ஆறுதலான சமாசாரம்!

முதன்முறையாக, அந்தமுறை என் உதவியாளர்கள் கைவிட்டார்கள். சற்று விலகி உள்ளடங்கிய பிராந்தியம் என்பதாலோ என்னவோ, மொபைல் ஃபோனுக்கு கோபுரம் கிடைக்கவில்லை; அதைவிட, காரணமே புரியாத வகையில், திசைமானி செயலிழந்துவிட்டது. வெறும் காந்தத் துண்டு செயலிழக்க வேண்டிய அவசியமென்ன என்று அடிமனத்தில் பீதி கிளம்பியது.

அத்தனை வருட மலையேற்றத்தில், எத்தனையோ அனுபவப் பாடங்கள் வாய்த்திருந்தன - சீரான கதியில் நடக்க வேண்டும்; அதற்கு, அடிமனத்தில் நிதானம் கூடியிருக்க வேண்டும்; புதிய பிராந்தியத்தில் நடமாடும்போதும், மலைக்குப் புதியவன்போல ஒருபோதும் உணரக்கூடாது; விநோதமான எதையாவது உணர்ந்தாலும் வெளிக்காட்டக் கூடாது; உடல்மொழியில் பதற்றம் தெரிந்துவிடாமல் காத்துக்கொள்ள வேண்டும். இந்தக் கடைசி ஷரத்து, யதேச்சையாய் எதிர்ப்படும் விலங்குகளுக்கு மட்டுமல்ல; மனிதர்களுக்கும் சேர்த்துத்தான். ஒரேயொரு வித்தியாசம், சிலைபோல நின்றுவிட்டால் கொடூரமான விலங்குகள்கூட, மோந்து பார்த்துவிட்டு, தாமாக விலகிப் போய்விடும். மனிதர்கள் நின்று விசாரிக்காமல் போகமாட்டார்கள்...

இவ்வளவு ஆணித்தரமாகச் சொல்வதற்குப் பின்புலமாக ஏகப்பட்ட சம்பவங்கள் வைத்திருக்கிறேன். அத்தனையையும் ஒன்றுவிடாமல் சொல்வதற்கு எனக்கே பொறுமை போதாது - கேட்கிறவர்களுக்கு எப்படி இருக்கும்? ஆனால், அத்தனை சம்பவங்களுக்கும் சேர்த்து ஒரு வாக்கியம் சொல்வேன் - அவற்றில் எதுவுமே அமானுஷ்யமானது அல்ல...

எப்படியோ, அவகாசம் கிடைக்கும்போதெல்லாம் மலையேறப் போய்விடுவேன் - சில நாட்கள் மட்டுமே வாய்த்தால், தமிழ்நாட்டுக்குள்ளேயோ அண்டை மாநிலங்களிலோ உள்ள குன்றுகள். ஒருவாரத்துக்கு அதிகமாக என்றால், தவறாமல் ஹிமாலயம். அதன் உடல்முழுவதும் பரந்திருக்கும் தனிமை, எனக்குள் நிரம்பிய தனிமைக்கு இதமான துணையாய் இருப்பதாகத் தோன்றும்.

ஜம்மு வழியாக, சிம்லா வழியாக, காங்டாக் வழியாக, ரிஷிகேஷ் வழியாக என்று ஹிமாலயத்தின் பல முனைகளிலும் கார்களும் ஜீப்களும் பேருந்துகளும் சுற்றுலாப் பயணிகளை ஏற்றிக்கொண்டு மேல்நோக்கித் திணறியேறும் சாலைகளிலிருந்து மிகவும் விலகி, ஆதிமனிதன்போலத் தனியாக நடந்தும் தொற்றியும் மேலேறுவேன்.

ஏறும்போதும் இறங்கும்போதும் எனக்குள் விரியும் மானசீகக் களத்தில், அதுநாள்வரையிலான என்னுடைய வாழ்க்கை திரைப்படம்போல ஓடியவாறிருக்கும். நிகழ்ந்த சம்பவங்கள், நிகழ சாத்தியமுள்ளவை, நிகழ்ந்துவிட்டால் தேவலையே என்று நான் ஆசைப்பட்டவை...

நிகழ்ந்துவிடக் கூடாதே என்று நான் அஞ்சியவை அநேகமாய் இல்லவே இல்லை.

குறிப்பாக, வழி தவற நேரும்போது என்ன செய்வது என்பதை யெல்லாம் யூகித்தே பார்த்ததில்லை.

போகட்டும், குறிப்பிட்ட சம்பவம் நடந்து இத்தனை ஆண்டுகள் கழித்து இதையெல்லாம் ஏன் நினைவுகூர்கிறேன் - சாதாரணமாக யாரிடமும் இதுவரை விவரிக்காதவற்றை. ஏன், எனக்கு நானேகூட இதையெல்லாம் அடுக்கிக்கொள்ள மாட்டேனே.

எல்லாப் பயணங்களும் நினைவில் இல்லை - அதெப்படி இருக்க

முடியும். தவிர, அந்தந்த வேளையில் கிடைக்கும் கிளுகிளுப்புக் காகத்தான் அவற்றை மேற்கொண்டேனே தவிர, துலக்கமான ஞாபக ஆல்பம் தயாரிப்பதற்காக அல்லவே! கடைசியாய் மலையேறிய சந்தர்ப்பம் என்பதால், அந்தப் பயணம் மட்டும் துல்லியமாய் நினைவிருக்கிறது. இத்தனைக்கும் அதை மறப்பதற்கே இத்தனை காலமும் முயன்று வந்திருக்கிறேன். ஆனால், நினைக்கிற விதமாக நிம்மதியாய் நம்மால் இருந்துவிட முடிகிறதா என்ன.

நேற்றிரவு என் மாமா பையன் தொலைபேசியில் தகவல் சொன்னான். எங்கள் பாட்டிவீட்டை விலைபேசிவிட்டார்களாம்.

> அதுல இருக்குற சாமான்கள்ளெ ஒனக்கு ஏதாவது வேணுமாடா சோம்பு?

என்று கேட்டான். அவனுக்கும் என் வயதுதான்; எழுபத்தைந்து வயதில் ஆசைகள் மட்டுமல்ல, தேவைகளுமே வெகுவாகச் சுருங்கிவிடும் என்பது அவனுக்கு எப்படித் தெரியாமல் போனது என்று ஆச்சரியப்பட்டேன்.

> சுவாமி அறையில் மாட்டியிருக்கும் அந்த சித்தர் படத்தை மட்டும் எனக்காக ஒதுக்கி வை.

என்று சொன்னேன். உண்மையில், நான்தான் அதைச் சொன்னேனா என்று திகைக்கும் அளவுக்கு, மின்னல் வேகத்தில், என் அனிச்சை பதில் சொல்லியிருக்க வேண்டும்.

படத்தைப் பற்றிப் பிறகு விவரிக்கிறேன். அதன் நகல்போலத் தென்பட்ட ஒன்று எனக்குள் எத்தகைய மண்சரிவை உருவாக்கியது என்பதை விவரிக்கத்தான் இவ்வளவு நேரமாக மெனக்கெடுகிறேன்... மற்றபடி, இமைப்பொழுதில் மனத்தில் உருவாகி மறையும் சித்திரங்கள் பற்றியோ; விரலிடுக்கில் வழியும் நீர்போல அவை சிந்திச் செல்லும் நினைவுகள் பற்றியோ; உணர்ச்சிபூர்வமாக யாரோ விவரிக்கும் அனுபவம் ஒரு நுண்தருணத்தில் கேட்பவர் அனுபவமாக ரசவாதம் கொள்வது பற்றியோ; அல்லது தாத்தா தன் சொந்த சம்பாத்தியத்தில் உழைத்துக் கட்டிய வீடு, சர்வ சகஜமாகப் பாட்டி வீடாக மாறிய சுவாரசியத்தையோ விரிவாய்ச் சொல்வதற்கு அல்ல!...

நிஜமாகவே வழி தவறியிருக்கிறேனா என்பதைக்கூட, எதை வைத்து

நிர்ணயிப்பது என்று குழம்பினேன் - உள்ளுணர்வில் ஏற்பட்டிருக்கும் உதறலைத் தவிர, துல்லியமான சான்றுகள் ஏதும் இல்லையே. ஒருவேளை, 'மலையேறியதெல்லாம் போதும்' என்று எந்நேரமும் எனக்குள் தொணதொணக்கக் கிளம்பியிருந்த சின்னஞ்சிறு ரகசியப் பகுதி, அந்தவேளையில் முழு மனமாய் மாறிவிட்டிருந்ததோ என்னவோ! சொன்னால் யாரும் நம்பமாட்டார்கள், மேற்படிப் பகுதிக்கு ஒரு குரலும் உண்டு - அந்தக் குரலுக்கு வனஜாவின் குரலுடைய சாயலும் உண்டு...

ஆனால், மேலேறும் பாதையை என் மனத்தில் பதிய வைக்கும் அனிச்சை, எப்போதும் செய்வதுபோல, தன்னியல்பாய்த் திருப்பிக் கூட்டிச்செல்ல முற்படவில்லையே? அதைவிட வேறு சான்று தேவையா என்ன?

அகலமான மரத் தண்டில் முதுகைச் சாய்த்து அமர்ந்திருந்தபோது, எப்போதும்போல இறந்தகால நினைவுகள் பீறிப் பெருகாமல், எதிர்காலம் பற்றிய குழப்பம் மனம் முழுக்க அடைத்திருந்தது. வரும் நாட்கள், வரும் ஆண்டுகள் என்று தொலைதூரக் கவலை இல்லை - இன்றைய இரவு, அதன் இருள் அடர்த்தி என்று உடனடிக் கரிசனங்கள். இரண்டு கேள்விகள் திரும்பத் திரும்ப ஊறி மூச்சை அடைத்தன.

1 இத்தனை பிரயாசைப்பட்டு இத்தனை ஆண்டுகள் மலையேறி, எனக்குக் கிடைத்ததுதான் என்ன?

2 எல்லாச் சமயங்களிலும் என்னுடன் இருந்து காத்து வந்திருக்கும் பிம்பத்துக்கு, இந்தமுறை நான் வழி தவறிய தகவல் போய்ச் சேர்ந்திருக்குமா?

கிட்டத்தட்ட ஒரு மணி நேரம் கடந்தும் எனக்குள் பிம்பம் உதிக்கும் சாத்தியமே தென்படவில்லை, பொழுதின் மேனியில் படரத் தொடங்கியிருந்த இளமஞ்சள் நிறம் எத்தனை அச்சுறுத்தியது தெரியுமா?

இன்னொரு விஷயத்தையும் சொல்லிவிடுகிறேன்.

இன்றைக்கு, இதை விவரிக்கும் எழுபத்தைந்தாவது வயதில், இளமை நினைவுகள் பலவும் தரும் குழப்பத்தின் பகுதி போலவே, அன்றைய தினத்தின்மீதும் சந்தேகம் வருகிறது. அப்படியொரு நாள் நிகழவே இல்லையோ; மதிய உணவுக்குப் பின் கிடைத்த மெல்லிய

இடைவெளியில், குடைபோல விரிந்து என்னை மூடிய இன்னொரு பகற்கனவுதானோ அது என்றுகூட சந்தேகம் எழுந்ததுண்டு. தனியாக மலையேறும்போது விதவிதமான கற்பனைகளும், கற்பிதங்களும் பொங்கிப் பொங்கி மறியத்தான் செய்யும். அதன் உபவிளைவாக, நிஜமாக நடந்தவையே வெறும் கற்பனைகள்தானோ என்றுகூட பிரமை தட்டும்.

உதாரணமாக, வனஜா என்ற ஒருத்தி என் வாழ்க்கையில் வந்ததே இல்லையோ, ஏதோவொரு நற்கனவு என்னுடைய முட்டாள்தனத்தால் திசைமாறி துர்க்கனவாக வடிவெடுத்ததுதானோ அது என்றுகூடக் குழம்பியிருக்கிறேன்...

செயலின்மையின் மனித வடிவமாக எவ்வளவு நேரம் ஒரே இடத்தில் அமர்ந்திருந்தேன் என்பதைச் சொல்லத் தெரியவில்லை. சும்மா சாய்ந்திருந்த முதுகு கொஞ்சம் மரத்துப்போயிருந்தது நினைவிருக்கிறது. நிலையை மாற்றி நிமிர்ந்த பிறகும், மரம் முதுகில் ஒட்டியிருந்தது போலவே உணர்ந்தேன்.

திடீரென்று, என் வலது தோளின் பின்புறம் வலுத்த ஓசையுடன் யாரோ வாயால் ஊதுவதுபோல இருந்தது. தனது இரைதானா என்று முகர்ந்து பார்க்கும் வன்மிருகமோ என்ற அச்சம் ஊற்றெடுத்த மனத்தின் ஒரு பாதி 'திரும்பிப் பார்க்காதே' என்று எச்சரிப்பதைப் பொருட்படுத்தாமல், ஆர்வத்தால் உந்தப்பட்ட மறுபாதி என் முகத்தைத் திருப்பியது. மேற்சொன்ன வாக்கியம் குழப்பமாக இருக்கிறதல்லவா. என் வாக்கியங்களில் உள்ள குழப்பத்துக்கு, எனக்குள்ளே நிலவுகிற தெளிவின்மைதான் காரணமோ என்று ஒருவேளை உங்களுக்குத் தோன்றியிருக்கலாம்; நிஜமான காரணமே வேறு. ஆரம்பத்திலேயே சொல்ல விட்டுப்போயிற்று - ஆங்கிலத்தில் யோசித்து, தாய்மொழியில் விவரிக்க முயல்வதால் விளையும் விபரீதம் இது. ஏதும் செய்வதற்கில்லை - பன்னாட்டு நிறுவனத்தில், கேந்திரமான பொறுப்பில், ஆண்டுக்கணக்காகக் குப்பைகொட்டியதில் எஞ்சிய பழக்கம்...

இன்னொன்றையும் விசாரித்து விடுகிறேன் - அச்சம் பீதி ஆனந்தம் போன்ற உணர்வுச்சங்களை உணர்வதுபோலவே, சட்டென்று பீடித்துத் தனக்குள் நிரம்பிவிடும் வெறுமையையும் மொழிவழிதான் உணர்கிறதா மனித மனம்?

விலங்கைப் போல மூச்சிரைத்ததே தவிர, மனித முகம்தான் அது. எங்கோ பார்த்த சாயலாய் இருந்தது. பீதியால் நிதானமிழந்திருந்த மனம், தொடர்ந்து இனம் காண முயலவேயில்லை என்பதுதான் இப்போதும் ஆச்சரியமாய் இருக்கிறது. நான் என்ன நினைக்கிறேன் என்றெல்லாம் கவலைப்படாமல், நெருங்கிய நண்பன் மாதிரி, பக்கவாட்டில் வந்து அமர்ந்தது அந்த உருவம்.

பரட்டைத் தலை; முகத்தின் அடையாளங்களைத் துல்லியமாய்த் தெரிந்துகொள்ள அனுமதிக்காத தாடி மீசை. நாசித்துவாரங்கள், காது மடல்களில்கூட அடர்ந்த ரோமம். அதிலும் அந்தப் புருவங்கள் - ஐயோ, அவர் பேசும்போது உயிருள்ள கம்பளிப்பூச்சிகள்போல அவை அசைந்த விதம்... ஆனால், அவருடைய உதடுகள் அசைவதைக் காண முடியவில்லை. ரோமப் புதருக்குள்ளிருந்து ஓசை மட்டும் வெளியேறுவது அமானுஷ்யமாய் தொனித்தது. குரலும் சற்றே கிசுகிசுப்பாய் இருந்தது:

என்ன ஆயிற்று? வழியை மறந்துவிட்டாயாக்கும்!

'ஆமாம்' என்று தலையாட்டினேன்.

இத்தனை ஆண்டுகள் கழித்து, வெகுவாகக் கலங்கியிருக்கும் நினைவுகள், சினையகத்தில் பசுவின்மீது முன்னங்கால்களை ஊன்றும் காளைபோல ஒன்றின்மீதொன்று தொற்றியேறி அழுத்தும்போது தகவல் குழப்பங்களும் மண்டுகின்றன - அந்த உருவத்தின் பிராயம் என்ன; அப்போதைய எனது தோராயமான மதிப்பீடு என்ன கூறியது, என் சம வயது என்றா, என்னைவிடச் சற்று மூத்தவர் என்றா. அடித்தொண்டையில் பேசக் காரணமென்ன - எனக்கு மட்டும் கேட்டால் போதும் என்பதா, வேறு யாருக்கும் கேட்டுவிடக் கூடாது என்பதா. அப்படியானால், எங்கள் இருவரைத் தவிர, மூன்றாவது ஜோடிக் காதுகளும் அந்த இடத்தில் இருந்தனவா.

அவர் என்னுடன் பேசியது எந்த மொழியில், வடக்கில் பரவலாகப் புழங்கும் ஹிந்தியிலா, என் அலுவல் மொழியான ஆங்கிலத்திலா, வீட்டுமொழி தமிழிலா. வாஸ்தவத்தில் எந்த மொழியாக இருந்ததோ, என் ஞாபகத்தில் பதிவாகியிருப்பது என் தாய்மொழியில். அல்லது, அந்த உருவத்தின் பேச்சைத் தமிழில்தான் புரிந்துகொண்டேன் என்றும் சொல்லலாம்.

கவலைப்படாதே, மலையில் வழிதவறினாலும் ஒரு ஆறுதல்

> இருக்கிறது. கீழ்நோக்கி இறங்கிக்கொண்டே போனால் போதும். பாதத்தை அடைந்துவிட்டால் போதாதா. பிறகு சகலமும் எளிதாகிவிடுமல்லவா.

ஆனால், என் வாகனத்தை மலையின் முழங்காலுக்கருகிலல்லவா நிறுத்திவிட்டு வந்திருக்கிறேன்? பதிலுக்காகக் காத்திருக்காமல், தொடர்ந்து பேசிக்கொண்டே போனார்; நான் புரிந்துகொண்டவிதமாக, என்னுடைய போக்கில் விவரிப்பதுதான் சரியாக இருக்கும்...

> உன்னை மாதிரித்தான். பல வருஷங்களுக்கு முன்னால், நானும் இப்படியொரு சிக்கலில் மாட்டிக்கொண்டேன். ஒரேயொரு வித்தியாசம், நீ இறங்கியாக வேண்டுமே என்று பதற்றமாய் இருக்கிறாய். நானானால், எப்படியாவது மேலே ஏறிப்போய்விட மாட்டோமா என்று கவலைப்பட்டேன்!

புன்னகைத்தார். அதாவது, அவரது கண்களில் முறுவல் தென்பட்டது.

...உச்சியை நோக்கிப் போய்க்கொண்டிருந்தவரின் பார்வையில் அந்தப் பிளவு தென்பட்டிருக்கிறது. வனாந்தரத்தின் தனிமையில், சுற்றிலும் மரங்கள் சூழ, முழு அம்மணமாக நின்றிருக்கும் பெண்ணின் தொடையிடுக்குபோலத் தோற்றமளித்ததாம். அதன் ஊடாகக் காணக் கிடைத்த அகாத ஆழத்தில், பால்நிறமாய்த் தொங்கிய அருவி, செங்குத்தான நீர்க்கோடு தரைதொடும் இடத்தில் மட்டும் சலனம் தென்பட்ட சிறு குளத்தின் நிர்மலமான நீலம், சுற்றிலுமிருந்த பாறைகளின் பளிங்குத் தூய்மை, நீர்விளிம்பின் ஓரத்தில் நின்று தவம் புரிந்த ஓரிரு வெண்பறவைகள்... அந்த இடத்தின் சாந்தம் தன்னை நோக்கி 'வா... வா...' என்று அரற்றுவதாக உணர்ந்தாராம்.

> யார் கண்டது, அது எனக்குள்ளிருந்தே ஒலித்த அழைப்புதானோ என்னவோ!

என்று மறுபடியும் கண்களால் புன்சிரித்தார். புதியவரின் அருகாமை எனக்குள் உருவாக்கியிருந்த விலகலை விரைவாகத் தணித்த முறுவல்...

விறுவிறுவென்று அருவியை நோக்கி இறங்கத் தொடங்கினார். சொல்லும்போது தொனிக்கும் வேகம், இறங்கும்போது இல்லை. கால் ஊன்றிய மாத்திரத்தில் பெயர்ந்து உருண்ட கூழாங்கற்கள்,

சிறு பாறைகள்; இறுகியிராத தரை; பற்றிக்கொள்ளப் புதர்கள், நீட்டிய முனைகள், பாறை விளிம்புகள், மர வேர்கள் என எதுவுமே புலப்படாதபோதிலும், தன் பிடியை விடாத ஆசை செலுத்திச் சென்றிருக்கிறது.

தலத்தை அடைந்தபோது, பிறவியின் இறுதியை எட்டியதுபோன்ற நிறைவு பூத்ததாம் இவருக்குள். அரையாடையும், அதனுள் இறுக்கிய கௌபீனமும் மாத்திரமே உடுத்தியிருந்தவர், அவற்றையும் களைந்துவிட்டு அருவியை நோக்கிப் போனார்.

> பிறவியின் இறுதியை எட்டிய மாத்திரத்தில், அப்போதுதான் பிறந்த குழந்தைபோல ஆகியிருந்தேன்!

தானாகக் கொஞ்சநேரம் சிரித்தார். எனது நெருக்கடியைப் புரிந்துகொள்ளாத, அசந்தர்ப்பமான சிரிப்பு என்று பட்டது. இந்தமுறை என்னை வசீகரிக்கவில்லை. ஆனாலும், கவனம் கொஞ்சமும் பிசகாமல் தொடர்ந்து கேட்டேன்.

நேரே குளத்தில் வீழ்ந்த அருவியின் ஒரு கிளை மட்டும் சற்றே திசைவிலகி, பாறையை நோக்கிப் பாய்ந்திறங்கி, பின்னர் குளத்தைநோக்கி வடிந்தது. அதைத் தமது தலைமீது ஏந்தினார்.

முதல் தடவை தீண்டிய மாத்திரத்தில் உடலையும் பிரக்ஞையையும் ஏன், உயிரையுமே உறைய வைத்த நீர். உருகும்போதே இறங்கிப் பாயும் பனிக்கட்டிபோலக் குளிர்ந்ததாம். உச்சந்தலையிலும், தோள்பட்டைகளிலும், பிடரியிலும் தண்ணீர் அறைய நின்ற சில கணங்களில், தன் அம்மணக் கோலத்தை ஒட்டுமொத்தப் பிரபஞ்சமும் வேடிக்கை பார்க்கிறது என்று பிரமை தட்டியதாம். அது பிரமையல்ல என்று தெரியக் கொஞ்ச நேரம் பிடித்தது.

> எவ்வளவு நேரம் அதே இடத்தில், அதே நீர்த் தொடுகையில் நின்றேன் என்பதைக் கணித்துச் சொல்லவே முடியாது. ஒருகணம், இப்போதுதானே வந்தேன் என்று தோன்றும்; மறுகணம், பிறந்ததிலிருந்து இதே இடத்தில் இதேவிதமாய் நின்றிருக்கிறேன் என்று படும். நான் பிறந்த கணமே இன்னும் முடிந்து தீரவில்லையோ என்றுகூடப் பட்டது...

'போதும்' என்ற குரல் ஒலித்தது. கீழே வரச்சொல்லி அழைத்த அதே குரல்தான் என்று உறுதியாய்த் தெரிந்ததாம். கௌபீனத்தையும் அரைவேட்டியையும் மீண்டும் உடுத்தியபோது கவனித்தார் - இங்கே

மரத்தடியில் என்னுடன் இருக்கும் இதே வேளைதான் அன்றும். இதே பொன்னிற வெளிச்சம். இருளை நோக்கி விரையும் அவசரம்.

பாறைப்பரப்பை நீங்கி, ஏறிப்போகும் பாதையில் முதல் தப்படி வைத்தவுடனே புரிந்துவிட்டதாம். இறங்கிவந்தது முட்டாள்தனம் என்றால், அதே பாதையில் ஏறிப்போக முனைவது இன்னும் பெரிய முட்டாள்தனம். ஒவ்வொரு எட்டுக்கும் உடல் மேலேறுவதற்கு பதிலாக, தரை சரிந்து இவரையும் இழுத்துக்கொண்டு இறங்குகிறது. ஓரிரு நாழிகைகள் இந்த விளையாட்டு தொடர்ந்ததாம்...

> விவரிக்கும்போது சாதாரணமாக இருக்கிறதே தவிர, ஒரு மாயப்படிக்கட்டில் பிடிவாதமாக ஏறி என் மரணத்தை நோக்கிப் போகிறேன் என்று உறுதியாய்த் தெரிந்தது அப்பனே.

என்று சிரித்தார்.

> சமவெளியில், சாமானியமாக வாழ்க்கை நடத்துகிறவனும் அதைத்தானே செய்கிறான் என்று கேட்டுவிடாதே. அவ்வளவு துலாம்பரமாகத் தெரிந்தா அதைச் செய்கிறான் என்று பதிலுக்குக் கேட்பேன்!

மகத்தான நகைச்சுவை என்பதுபோல வெடித்துச் சிரித்தார்.

ஆனால், இப்போதுபோல அன்றைக்கு நிச்சிந்தையாய் இருக்கவில்லை மனம்; பிடிமானம் அனைத்தையும் இழந்து, தலைதொங்கி நின்ற இறுதிக் கணத்தில், முதுகில் ஏதோ அழுந்துவதுபோல உணர்ச்சி தட்டியதாம்.

> உன்னை மாதிரித்தான், தயங்கித் தயங்கித் திரும்பிப் பார்த்தேன். என் முதுகில் கைகொடுத்துத் தாங்கிக்கொண்டு நின்றது ஓர் உருவம். எங்கிருந்து உதித்தது; என்மீது அதற்கென்ன அக்கறை என்பதெல்லாம், மேலே வந்துசேர்ந்து ஆசுவாசமடைந்த பிறகு எழுந்த கேள்விகள். அப்போதைக்கு, ஏதாவது செய்து மேலே வந்துவிட்டால் சரிதான் என்றே இருந்ததா, பாதத்தை உயர்த்திப் பதிக்கும் வேலையை மட்டும் விடாமல் செய்தால் போதும் என்று முன்னேறினேன். முதுகில் அண்டக் கொடுத்த கையால் உந்தி என்னை மேலேற வைத்த உருவம், தான் எப்படிப் பின்தொடர்கிறது என்றுகூடக் கவனிக்கவில்லை. சரியும் தரையில் அதன் கால்கள் மட்டும்

எப்படி ஸ்திரமாய் ஊன்றுகின்றன; அதன் கால்கள் தரையில் ஊன்றினவா என்றெல்லாம் கவனிக்குமளவு மனத்தில் நிதானம் இல்லை...

இறுகிப்போய் அமர்ந்திருந்தேன். பக்கத்தில் இருக்கும் உருவம் பற்றியும் எனக்குள் அதே கேள்விகள் உயர்வதையும்; அவர் இருந்த அதே கையறுநிலையைத்தான் நானும் அனுபவிக்கிறேன் என்பதையும்; முதுகில் கைகொடுத்துத் தாங்கவெல்லாம் வேண்டியதில்லை, சாவந்த்கார் கிராமத்துக்குப் போவதற்கான வழியை மட்டும் சொன்னால் போதும் என்றும் நினைத்துக்கொண்டேன்.

...மேலே வந்தபிறகு, இறுகக் கட்டிய என் வேஷ்டியின் விளிம்பில் சட்டென்று எதையோ செருகிவிட்டு வேகமாக அகன்றுவிட்டது அந்த உருவம். சற்றுத் தள்ளிவந்து என்ன அது என்று எடுத்துப் பார்த்தேன். ஒரு தாள்... அதில் ஒரு சித்திரம் இருந்தது. என்னை மேலேற்றியவரின் சித்திரமேதான். நீயே பாரேன், தத்ரூபமாய் இல்லை? பார்த்துக்கொண்டே இருந்தால், அந்தக் கண்கள் இமைக்கிற மாதிரிக்கூடத் தெரியும். ஓவியத்தின் துல்லியம் அல்ல, அதன் சாயல்தான் என்னை மிரள வைத்தது. தாளில் தெரிந்த உருவம், அந்நாள் வரை நான் கண்ணாடியில் பார்த்திருந்ததேதான். என் கண்களை என்னால் நம்பவே முடியவில்லை. சிக்கியதும் நான், மீட்டதும் நான் என்பது அல்ல - ஒரே சமயத்தில் இரண்டு வெவ்வேறு வியக்திகளாய் நானே இருந்து வருகிறேன் என்பதோடு, காலங்காலமாய் நான் மட்டுமேதான் பிறந்து வந்திருக்கிறேனோ என்றுகூட என்னையே கேட்டுக்கொண்டேன். அந்த மகானுபாவனை மீண்டும் ஒருதடவை பார்த்து உறுதி செய்துகொள்ளத் தோன்றியது. மீண்ட திருப்தியில் சொல்ல மறந்துவிட்ட நன்றியை நெஞ்சாரத் தெரிவிக்கவும் ஆசையாய் இருந்தது. அவர் போன திக்கிலேயே கொஞ்சதூரம் போனேன். அவருடைய நடையைவிட விசையாய்த்தான் நடந்து போனேன்; என்றாலும், எல்லாப் பக்கமும் திறந்து கிடக்கும் வனாந்தரத்தில், எந்தப் பாட்டையில் போனார் என்று எப்படிக் கண்டுபிடிப்பது? ஆனாலும், அவரைப் பார்க்காமல் விடுவதில்லை என்ற வைராக்கியம் எனக்குள் வேர் ஊன்றிவிட்டது. இதோ இன்றுவரை அலைந்து

திரிகிறேன்...

‘எவ்வளவு காலமாக’ என்று கேட்கவில்லை நான். ஏனென்றால், அதற்கு முன்பே பீதியின் உச்சத்தை எட்டியிருந்தேன். இரண்டு காரணங்கள். ஒன்று, கடைசியாய் அவரிடமிருந்து உதிர்ந்த வாக்கியம்:

> ...மரத்தண்டில் சாய்ந்து அமர்ந்திருக்கும் உன்னைக்கூட, அவராய் இருப்பாயோ என்ற சந்தேகத்தில்தான் முதுகுப்பக்கமாய் வந்து எட்டிப் பார்த்தேன்...

எனக்கு மூச்சடைத்தது.

இரண்டாவது காரணம், இன்னும் விசேஷமானது - பேச்சின் இடையில், 'சித்திரத்தைப் பார்' என்று அவர் என்னிடம் நீட்டிய தாள். தூய வெறுமையுடன் பொலிந்தது. அது நிஜமாகவே வெற்றுத்தாள்தானா, சாய்கோணத்தில் அதன்மீது படிந்த அந்திவெயிலோ, அப்போதைய பதற்றமோ என் பார்வையை முழுமையாகக் குழப்பியிருந்ததா; அந்த ஒரு கணத்தில் என் பார்வைத்திறன் முழுசாகப் பறிபோயிருந்ததா; சுபாவமாகவே எனக்கு சரியாய்ப் பார்க்கத் தெரியவில்லையா - அல்லது, அவருக்குத்தான் சித்த சுவாதீனமில்லையா.

தவறான நபருடன் அநாவசியமான உரையாடலில் ஈடுபட்டிருக்கி றேனோ என்று கவலைப்பட ஆரம்பித்த சமயத்தில் சடாரென எழுந்தார். என் கையைப் பற்றி இழுத்தார். பிடியை விடாமல் விறுவிறுவென நடக்கத் தொடங்கினார்.

விசுவாசமான வளர்ப்புப் பிராணிபோலப் பின் தொடர்ந்தேன். பிடியைவிட்டு விலகத் துணிச்சல் இல்லை எனக்கு என்பதும்; நடக்கிறேனா மிதக்கிறேனா என்று அறியவியலாதபடி லகுவாக, துரிதமாக இருந்தது என் நடை என்பதும் நன்றாக நினைவிருக்கிறது.

இடையில் என் கால் எதிலாவது இடறும்போது, திரும்பிப் பார்ப்பார். இந்த முகத்தை இதே அமைப்போடு முன்னமே பார்த்திருக்கிறேனோ என்று யூகிக்க முனையும்போதெல்லாம்,

> சாவந்த்காடுக்கு இன்னும் பத்துக் கல் இருக்கிறது. எட்டி நட, எட்டி நட.

என்று அதட்டுவார். தரதரவென்று இழுக்கிறார் என்று உணர்வேனா, தடுமாறாமல் பின்தொடர்வதில் கவனம் குவிந்துவிடும்.

அவ்வளவு நேரம், அவ்வளவு தூரம் நடந்தும், அந்திவெயிலின் பொன்னிறம் ஏன் மாறவேயில்லை என்ற வியப்பு இன்றுவரை அடங்கவில்லை எனக்கு. மழைக்கால வெல்வெட் பூச்சிபோன்ற ரத்தச் சிவப்பில் என் கார் நின்றிருந்த காட்சி கண்ணில் பட்ட அதே கணத்தில், என் வழிகாட்டி என்னுடன் இல்லை என்பது உறைத்தது. எப்போது பிடியை விட்டார், எந்த வழியாக அகன்றார் என்பதெல்லாம் நிஜமாக நடந்த மாயத்தின் பகுதியேதான்.

நல்லவேளை, அவரை மீண்டும் பார்க்கவேண்டும் என்று மலையை நோக்கித் திரும்பத் தோன்றவில்லை. பார்க்கப்போனால், அந்தச் சம்பவத்துக்குப் பிறகு, மலையேறவே துணியவில்லை.

மறுநாள் முற்பகலில், டெல்லி விமான நிலையம் நோக்கிப் புறப்பட்டேன். என்னுடைய வழக்கமான கார்ப் பயணம் போன்று இருக்கவில்லை அது. பரபரப்பே இல்லாத சாலையில் சாரதி ஏன் இத்தனை மெதுவாக ஓட்டுகிறார் என்று நினைத்தபடி வேகமானியைப் பார்த்தால், நூறு கிலோமீட்டர் வேகம் காட்டியது அது. தவிர, தேனடையில் கைவைத்துக் கலைத்துவிட்ட மாதிரி கேள்விகள் சுற்றிச் சுற்றி வந்து கொட்டித் தள்ளின. ராத்திரிதானே விமானம், அதுவரை இதே மாதிரி அவஸ்தையை எப்படித் தாங்கப்போகிறேன் என்று மிரட்சியாய் இருந்தது.

சாயங்காலமே விமானமேறியிருக்கலாமோ? ஆனால், என்னுடைய வழக்கம் அது இல்லை. எந்த ஊரிலுமே, இரவில் வானேறுவதும், இரவில் வந்து இறங்குவதுமே என் விருப்பம். எண்ணற்ற விளக்குகள் ஒளிர, நடைமுறை உலகத்தின்மீது போர்வைபோலக் கிடக்கும் மாய உலகத்தில் உலவக் கிடைத்தமாதிரி; ஒரு கனவிலிருந்து நேரடியாய் மற்றொரு கனவுக்குள் இறங்குகிற மாதிரி; விழித்திருக்கும்போதே ஒரு கனவுலகத்தில் வசிக்கக் கிடைத்த மாதிரி - இன்னும் அடுக்கிக்கொண்டே போகலாம். ஆனால், என்னைக் கொட்டித்தள்ளிய தேனீக்கள் பற்றியல்லவா சொல்லத் தொடங்கினேன்... நாலைந்து கேள்விகள்தாம், வரிசையாகவும் வரிசை குலைந்தும் திரும்பத் திரும்ப என்னை மொய்த்தன:

அத்துவானத்திலிருந்து உதித்த ஒருவர் என்னிடம் சொன்ன அனைத்தையும் நான் எதற்காக முழுக்க நம்பவேண்டும்? ஆனால், அப்படி வந்துசேர்ந்து அதேவிதமாய்க் காணாமல் போன ஒருவருக்கு, என்னிடம் புளுகுவதால் கிடைக்கும் நன்மை என்ன? சொல்லப்போனால், லாபத்தை அனுபவிப்பது யார்? நான்தானே சிக்கியிருந்த திகைப்பிலிருந்து மீண்டு, இதோ ஊர் திரும்பிக்கொண்டிருக்கிறேன். தம்முடைய மனக்குறளி ஒன்றைத்தான் அவர் விவரித்தார் என்றே வைத்துக்கொண்டாலும், நம்புவதும் நம்பாதிருப்பதும் என்னுடைய இஷ்டம்தானே. ஆனால், நெருக்கடியில் இருக்கும்போது நம்பத்தானே செய்தேன்? அப்போது நினைத்துப் பார்த்தேனா, கிட்டத்தட்ட அதே போன்ற சம்பவம்தான் எனக்கும் காத்திருக்கிறது என்று?

அன்றாட, வாராந்தர, மாதாந்தர, வருடாந்தரக் கூட்டத்தில் என் கீழுள்ள ஊழியர்கள் புளுகுவதை ஆனந்தமாய்க் கேட்டுப் பழக்கமுண்டு எனக்கு. அவற்றை வடிகட்டி, சில சமயம் அவர்களிடமே நிரூபித்து வெளிற வைப்பதில் மேலதிகமான, குரூர, ஆனந்தம் கிடைக்கும். சேர்ந்திருந்த ஒரு நாளில் பீஷ்ம கோஸ்வாமி ஒருமுறை சொன்னார்:

> தூய உண்மை என்பது, செம்பு கலக்காத தங்கம்போல நண்பரே. வெறுங்கையால் கையாள முடியாத நெருப்பு மாதிரி என்றுகூடச் சொல்லலாம்.

எந்தச் சந்தர்ப்பத்தில், எதை உணர்த்த, இதைச் சொன்னார் என்று நினைவில்லை. அந்த வயதில் எனக்கு ஓர் இழவும் புரியவும் இல்லை. ஆனால், நூறு சதவீத உண்மையை வைத்துக்கொண்டு ஏதும் செய்ய முடியாது என்று கற்றுக்கொடுத்திருக்கிறது தற்போதைய நடைமுறை வாழ்க்கை.

அது கிடக்கட்டும், அந்த மாயாவிக்கு, நான் போக வேண்டிய இடம் சாவந்த்கார் என்று எப்படித் தெரிந்திருந்தது? நான் புறப்பட்ட விநாடியிலிருந்தே என்னைக் கவனித்து வந்தாரா என்ன? என் ஊரில் இருக்கும்போதும் கவனிக்கிறாரோ? சந்தேகம் இன்னும் இன்னுமென்று பெருத்துக்கொண்டே போய், தாயின் வயிற்றுக்குள் நான் போய்ச் சேர்ந்த கணத்திலிருந்தும் அதற்கு முந்தைய காலகட்டத்திலிருந்தும்கூட என்னைக் கவனித்து வருகிறாரோ?

எதற்காக? என்றெல்லாம் தொடர்ந்த கேள்விகள் பின்னிருக்கையில் இருந்த என் நிம்மதியைக் கெடுத்துக்கொண்டே வந்தன.

முஸாஃபர் நகரைத் தாண்டும்போது, சட்டென்று ஆகாயம் இருட்டி, மூட்டம் போட்டது. பெருமழை பெய்யவிருக்கிறது என்று தோன்றியது. வலுத்த மின்னல் ஒன்று வெட்டியது - அந்தக் கணத்தில் சட்டென்று அவருடைய முகம் அடையாளம் தெரிந்துவிட்டது; பாட்டிவீட்டுப் படத்தில் இருந்த முகமேதான் அது. நெருக்கடியில் இருந்து முழுமையாய் விடுபட்ட கணத்திலிருந்து, ஜோசியக் கிளி மாதிரிப் பொறுமையாய்த் தேடத் தொடங்கியிருந்த மனம், அதுவரை சேகரித்து வைத்திருந்த படங்களின் தொகுப்பில், மிகச் சரியானதைக் கண்டு எடுத்தே விட்டது.

ஆனால், விந்தை அது அல்ல - மானசீகமாகக் காத்து வந்திருக்கும் உருவத்தை நேரில் பார்த்த பிறகு, அதனிடமிருந்து எனக்கு ஏற்பட்ட விலகலைத்தான் இதுவரை புரிந்துகொள்ளவே முடியவில்லை. என்னுடைய நெருக்கடிகளை மட்டுமல்ல, நான் செய்யும் சகல காரியங்களையும் அவர் பார்த்துக்கொண்டிருக்கிறார் என்பது உருவாக்கிய அசௌகரியமாய் இருக்கலாம்.

எப்படியோ, அவர் நேரில் வந்ததுதான் என் மலையேற்ற ஆர்வத்தைத் தடாலடியாய் நிறுத்தியிருக்க வேண்டும்; ஹிமாலய வாசிதானா, எல்லா மலைகளிலும் சஞ்சரிப்பவரா என்ற உபகேள்வி தந்த அதிர்ச்சிதான், அவர் பருவுருவில் நடமாடும் பிராந்தியத்துக்கு இனி ஒருபோதும் போகக்கூடாது என்ற எச்சரிக்கையை விதைத்திருக்க வேண்டும்.

பின்னே, மானசீகத்தில் இருக்கும்வரைதானே காவலர். நேரில் வர ஆரம்பித்து விட்டாரே, எப்போது என்ன செய்வார் என்று யாருக்குத் தெரியும்...

உயிர்மை, ஏப்ரல் 2022

போர்க் கலை

இஸ்மாயில் என்ற நண்பனைப் பற்றி என் எழுத்தில் குறிப்பிட்டு வெகுகாலம் ஆகிவிட்டது. பிணக்கு என்று எதுவும் இல்லை; பக்கத்து இருக்கையில் உட்கார்ந்து ஓயாமல் முழங்கையால் இடிப்பவருடன் எவ்வளவு தூரம்தான் பயணம் செய்வது என்ற சலிப்பும் இல்லை; அவன் சிந்தனையின் திசையிலும், நான் உணர்ச்சியின் திசையிலும் மேற்கொண்ட பயணம் இருவருமே எதிர்பார்த்திராத அளவு தீவிரமாக நீண்டுவிட்டதால் நேர்ந்த விலகலும் இல்லை; அவன் தன்னுடைய போக்கை 'அறிவுஜீவித் தேடல்' என்றும் நான் என்னுடையதை 'கலையார்வம்' என்றும் சொல்லிக்கொள்ள ஆரம்பித்ததால் வந்த வினை என்றும் தோன்றவில்லை. பின்னே என்னதான் காரணம் என்று நீங்கள் அலுத்துக்கொள்வது புரிகிறது. எனக்கும் அதே அலுப்புதான். அவனுக்கும்கூட இருக்கலாம்.

ஆனால், ஒரே வண்டியில் ஒரே சமயத்தில் அருகருகே அமர்ந்து பயணம் மேற்கொள்ளும் இருவர் வெவ்வேறு திக்கில் நகர்ந்துசெல்வது ஆச்சரியமாய் இருக்கிறது - அதாவது ஒரே பேருந்து, பாதை கவை பிரியும்போது தான் ஒன்றாக இருந்தபடியே இரண்டு பாதைகளிலும் ஒரே சமயத்தில் நகர்வதை அனுபவம் கொள்வது. அது சரி, அனுபவம் கொள்ளுமளவு எதையாவது விவரித்துவிட முடிகிறதா என்ன.

ஆனால், இஸ்மாயில் எனக்கு அளித்த சமாசாரங்களை ஒருபோதும் மறப்பதற்கில்லை. ‘உயிர்பிரியும் தறுவாயில் எண்ணங்களின் பிரவாகம் தாறுமாறாக இருக்கும்’ என்று ஒரு புத்தகத்தில் படித்தேன். After the Water has Flowed Away (நீரோடித் தீர்ந்த பிறகு) என்ற சிறு நூல். ஸ்பானிய எழுத்தாளர் ஹெர்னாண்டெஸ் எழுதியதன் ஆங்கில மொழிபெயர்ப்பு. ‘உன் கதையுலகத்துக்கு மிகவும் நெருக்கமாய் இருக்கிறது’ என்று சொல்லிக் கொடுத்தான். ‘வழக்கம்போலவே என்னைக் கேலி செய்திருக்கிறான் ராஸ்கல்’ என்று ஆத்திரம் பொங்கியது - வாசித்து முடித்தவுடன். இத்தனை வருடம் கழித்துத் திரும்பிப் பார்க்கும்போது, உபகாரமல்லவா செய்திருக்கிறான் என்று குற்றவுணர்வு படிகிறது; சரி விடு, முடிந்துபோன அத்தியாயத்தை மீண்டும் தொடங்குவானேன் என்று அலுப்பாகவும் இருக்கிறது.

'ஒரு ஆவியுடன் நிகழ்த்திய நீண்ட நேர்காணல்' என்ற உபதலைப்பு உள்ள புத்தகம் அது. பின்னட்டைக் குறிப்பு, 'இதையெல்லாம் நம்புகிறவர்களுக்காக மட்டுமே இந்த நூல்; நம்பாதவர்கள் அவரவரே அனுபவித்துத் தெரிந்துகொள்ளட்டும்; உறுதிப்படும் பட்சத்தில், பிறரிடம் சொல்ல விழைந்தால், அவர்களுக்கும் மீடியமாய் இருந்து உதவுவேன்.' என்று வாக்களிக்கிறது. இந்த நூலை எதற்காகக் குறிப்பிடுகிறேன் என்றால், நாங்கள் ஒருவரையொருவர் பார்த்துக்கொள்வதே நின்றுபோனாலும், பிரியவிருக்கும் நேரத்தில் எனக்குத் தென்படும் முகங்களில் இஸ்மாயிலுடையதும் இருக்கும் என்பதில் எனக்குத் துளியும் சந்தேகமில்லை.

எனக்கும் அவனுக்கும் முரண்பாடுகள் தொடங்க ஆரம்பித்த இடமும் புத்தகங்களேதானோ என்று அவ்வப்போது கேட்டுக்கொள்வேன். என்னவொரு நகைமுரண்!

> புஸ்தகங்களைப் பத்தி நீ எளுதுறதெப் படிக்கிற வாசகன், அட, இந்தக் கிருஷ்ணன் ரொம்பப் பெரிய படிப்பாளி போலருக்கேன்னு ஆச்சிரியப்பட்டே செத்துருவான்!

எனக்கு சுரீரென்றது.

நான் இஸ்மாயில் அளவுக்கோ, வேறு யார் அளவுக்குமோகூட அதிகப் புத்தகங்கள் வாசித்தவன் இல்லைதான். அகலமாக வாசிப்பதைவிட ஆழமாக வாசிப்பதில் நம்பிக்கை உடையவன்; வாசிப்பவரின் சிந்தனையுலகை ஓரிரு வரிகளில் கிளறிவிடும்

புத்தகங்களை மட்டுமே தேடிப் படிக்கிறவன்; நானாக யோசித்து சில வாக்கியங்களை, சில பார்வைகளை உருவாக்குமளவு வளர்ந்துவிட்ட பிறகு, வாசிப்பின் தேவை மிகவும் குறைந்துவிட்டது என்று உணர்கிறவன். இதையெல்லாம் விளக்கி சண்டை போட்டிருந்தால் அன்றைக்கே உறவு முறிந்திருக்கும். இவ்வளவு காலம் நீடித்ததுக்குக் காரணமே என் பொறுமைதான். ஆனால், நீடிக்கும் பாவனையில் உளுத்துக்கொண்டே வந்திருக்கிறது - இருவருக்குமே தெரியாமல்...

உண்மையில் நான் சொல்ல ஆரம்பித்தது, இஸ்மாயில் பரிந்துரைத்த இன்னும் இரண்டு நூல்கள் பற்றி.

> புனைவைவிடவும் தன்வரலாறு இலக்கியபூர்வமாக இருக்க முடியும் என்பதற்கு இன்னொரு உதாரணம் இந்தப் புத்தகம்.

என்று சொல்லி, சார்லி சாப்ளினின் 'எனது சுயசரிதை' யைப் படிக்கக் கொடுத்தான். ஆங்கிலத்தில்தான். இஸ்மாயில் கொடுத்து, நான் முழுசாகப் படிக்க முடிந்த வெகுசில புத்தகங்களில் ஒன்று அது.

தமது திரைப்படங்களுடைய நாயகனின் சாயலிலேயே அவரது சொந்த வாழ்க்கையும் அமைந்திருந்ததை நேர்த்தியாக எடுத்துக்காட்டிய நூல். வெற்றிகளை ஆழ்ந்த துயரத்தோடும், தோல்விகளை அபாரமான தன்னூக்கத்தோடும் எதிர்கொள்ளும் சாமான்ய மனிதனின் கதை. தன் இயல்பின் எந்த ஓர் அம்சத்திலும் சமரசம் செய்துகொள்ளாமலே, தன் காலத்தின் உச்சபட்ச நட்சத்திரமாய் உயர்ந்தவரின் கதை.

> மாறாக, அவருடைய நகலாக 'டோபி டெம்ப்பிள்' என்று ஒரு ஹாலிவுட் நகைச்சுவை நடிகனை உருவாக்கி ஸிட்னி ஷெல்டன் எழுதிய A Stranger in the Mirrorரையும் நீ படித்துப் பார்க்கலாம்; வெளிறிப்போன வணிகக் குப்பையாக அது இருப்பதையும் பார்க்கலாம்.

என்றவாறே என் முகத்தை ஏறிட்டுப் பார்த்தான் இஸ்மாயில். இவ்வளவு சொன்ன பிறகு வாசிக்க ஆர்வம் உண்டாகுமா!

இரண்டாவது, The Ground என்ற புத்தகம். போர்ச்சுகலைச் சேர்ந்த கால்பந்தாட்டக்காரர் ஜெரோனிமோ மேட்டோஸ் எழுதியது. விளையாட்டுப் பிரியர்களுக்கு, அதிலும் கால்பந்தாட்ட

விசிறிகளுக்கு, இந்தப் பெயரைக் கேட்டதும் மனத்தில் பிரியமான புன்முறுவல் தோன்றும். பீலே, மாரடோனா போல கால்பந்தாட்ட உலகின் நிரந்தரக் கதாநாயகர்களில் ஒருவரல்லவா மேட்டோஸ்...

சிங்கத்தின் பிடரி போன்ற செம்பட்டைக் கேசம் பறக்காமலிருக்கக் கட்டிய நெற்றிப்பட்டையும், செவ்விந்தியச் சாயலும், குழந்தைமை மிளிரும் பழுப்பு நிறக் கண்களும், நிமிர்த்தி ஊன்றிய கர்லாக்கட்டைபோலப் பெருத்து முழங்காலை நோக்கிச் சிறுத்து ஒடுங்கும் மகத்தான தொடைகளும், நிரம்பிய அரங்கத்தின் முன் சீருடைச் சட்டையைக் கழற்றி கரணைகரணையாய்த் திரண்ட வெற்றுடம்புடன் நின்று வேறு சட்டைக்கு மாறும் வெகுளித்தனமும் என்று ஆட்டத்தின் நேர்த்தியைவிட அதிகமாக நினைவில் தங்கிய எவ்வளவோ விஷயங்கள் ஞாபகம் வரும்.

ஒரு கால்பந்தாட்ட வீரனுக்குள் இத்தனை மொழித் திறனா, இவ்வளவு நேர்த்தியான அடுக்குமானமா, இத்தனை ஆழமான பார்வையா என்றெல்லாம் வியந்துகொண்டிருந்தேன்; பார்ப்பவரிடமெல்லாம் சிபாரிசு செய்துகொண்டிருந்தேன். உச்சமாக, என் நண்பர்களான இரண்டு பதிப்பாளர்களிடம் நூலைப் பற்றி விவரித்துவிட்டு, 'மொழிபெயர்த்துக் கொடுக்கிறேன்; வெளியிடுகிறீர்களா' என்று கேட்டபோது, இருவரும் ஒரே மாதிரி பதில் சொன்னது விந்தைதான்.

இதெல்லாம் தமிழ்லெ போட்டா விக்காது கிருஷ்ணன்!

சரிதான். எனக்கு நூலின் தரம் பற்றி மட்டும்தான் தெரியும்; விற்பனைச் சாத்தியங்கள் பற்றி அவர்களுக்குத்தானே தெரியும். சாப்ளின் தானே எழுதினார் என்றால், மேட்டோஸ் சொல்வதைப் பதிவு செய்து, தனது பாணியில் பெயர்த்து எழுதியவர் வேறொருவர்; புக்கர் பரிசு பெற்ற புனைகதை எழுத்தாளர். பெயர் மறந்துவிட்டது.

இதெல்லாம் சுமார் இருபது வருடங்கள் பழைய கதை.

இந்த மாதிரி நூல்கள்தாம் தன்வரலாறுகளில் எனக்கு ஆர்வம் உருவாக்கியவை. அதன் பிறகு எண்ணற்றவை வாசித்திருக்கிறேன். பிரம்மச்சாரிணியாய் வாழ்ந்தும் நாலைந்து காதல்களில் புதைந்தெழுந்த ஒடிஸ்ஸி நடனமணி, எழுபது வயதில் மார்பகப் புற்றுநோய் தாக்கிய ஆஸ்திரேலியக் குடும்பத் தலைவி, மனநிலை பிசகிய மனைவியை ஆண்டுக்கணக்கில் பராமரித்து மரணத்துக்குப் பறிகொடுத்த ஃப்ரெஞ்ச்சு ஓவியர், விலங்குகள்மீது கொண்ட

ஆர்வத்தால் தனியார் மிருகக் காட்சிசாலையைக் குத்தகைக்கு எடுத்து நடத்திய அமெரிக்கர், மதுவடிப்பு நிறுவனத்தில் ருசிப்பாளராகப் பணியாற்றி, ஆண்டுக்கணக்காக பியர் அருந்தி மரத்த ஹாலந்துக்காரர், மூழ்கிக்கொண்டிருக்கும் மோட்டார் நிறுவனத்தை உலகின் முன்னணி நிறுவனங்களில் ஒன்றாய் ஆக்கிக்காட்டிய ஜப்பானியர்...

வேறெங்கோ போய்விட்டேன். ஒரே பேருந்தில் பயணம் செய்யும் நண்பர்கள் என்ற படிமம் இன்னொரு படிமத்தை இழுத்து வருகிறது. ஒரே சதுரத்துக்குள் இருக்கும் இரண்டு எதிரிகள். வெறும் சொல்விளையாட்டு அல்ல; இன்னொரு விளையாட்டு வீரரின் தன்வரலாற்று நூலில் வாசிக்கக் கிடைத்தது. நைஜீரியாவில் பிறந்து அமெரிக்கக் குடியுரிமை பெற்ற குத்துச்சண்டை வீரரான கேப்ரியல் அக்பானி எழுதிய Winner Takes Nothing என்ற நூல்.

ஒரு மாதம் முன்பு, இணையத்தில் நேரடியாகப் படிக்கக் கிடைத்த புத்தகம். இணையமே, பதிப்பாளர்கள் எழுத்தாளர்கள் வாசகர்கள் இசைக் கலைஞர்கள் ரசிகர்கள் திரைக் கலைஞர்கள் திரைப்பட ஆர்வலர்கள் கருத்தாளர்கள் எதிர்க்கருத்தாளர்கள் என்று சகல தரப்புகளும் மோதிக்கொள்ளும் விளையாட்டு மைதானமாகவும், போர்க்களமாகவும் ஒரே சமயத்தில் விளங்குகிற தளம்தானே... மேற்படிப் புத்தகம், பிடிஎஃப் வடிவம். சுமார் முப்பது வருடங்களுக்கு முன்பு வெளியான நூலின் புகைப்பட நகல் பிரதி.

அச்சுநூல்களின் விற்பனை சுருங்கி, அரசு நூல்நிலையங்களேகூட மின்னணு நூல்களை வாசிக்கக் கொடுக்கும் காலகட்டமாகிவிட்டது. அபூர்வமான அச்சுப் புத்தகங்களை இரவல் கொடுத்த வாடகை நூல்நிலையமெல்லாம் இப்போது பழைய கதை. உலகத்தையே ஓரிரு வருடங்கள் மூடிவைத்திருந்த கண்ணுக்குத் தெரியாத கிருமி, மனித உயிர்களை மட்டுமா, எதையெல்லாம் காவு வாங்கிவிட்டிருக்கிறது! பார்க்கப்போனால், அது ஆட்டிப்படைத்த காலத்தில், ஒட்டுமொத்த உலகமே கண்ணுக்குத் தெரியாத யுத்தபூமி ஆகியிருந்ததே...

ஆரம்ப வருடங்களிலிருந்து தொடர்ந்து எனக்கு இருந்துவரும் பழக்கத்தின் பிரகாரம், வாசித்ததில் பிடித்த பகுதிகளையும், நூலைப்பற்றிய விபரங்களையும் குறிப்பெடுத்து வைத்திருக்கிறேன்,

தாளில்தான். நூலின் முன்னுரையே என்னை மிகமிக வசீகரித்தது. அதிலும், கீழ்வரும் பத்தி:

> புனைகதைகளைவிடவும், தன்வரலாறுகளின் வசீகரம் சற்றுக் கூடுதலானது என்றே தோன்றுகிறது. அவற்றில் நடைமுறை உலகத்தின் உடனடித் தன்மையும், புனைவுலகத்தின் கனவுத் தன்மையும் ஒருங்கே நிலவுவது முதல் காரணம். திருவுருக்களாகப் பொதுமனத்தில் பதிவுற்ற பிம்பங்கள் சிறுகச் சிறுகத் தரையிறங்க நேர்வதும் முக்கியமான காரணம்தான். பிரபலமானவர்களின் அந்தரங்கத்துக்குள் - அவர்கள் அனுமதிக்கும் அளவு மட்டுமே என்றாலும்கூட - எட்டிப்பார்ப்பது ஓர் உபரி சுவாரசியம்!
>
> சாமானியர்களாவே இருந்தாலும், அண்டை அயலாரின் ரகசியங்களைத் தெரிந்துகொள்வதில் இருக்கும் ஆர்வமும், சாகசமும், அபாயமும் எல்லாருக்கும் பொதுவானவைதானே! அதுவே, ஆபத்தோ குற்றவுணர்வோ இல்லாமல் இன்னொருவர் வாழ்க்கைக்குள் எட்டிப்பார்ப்பது எத்தனை ரம்மியமான விஷயம்!

ஆனால், தன்வரலாறுகள் அனைத்தையும் ஒரே சரட்டில் கோத்துவிடமுடியுமா என்ன?...

> தன்வரலாறுகளின் உள்ளோட்டமாக இருப்பது அவர்கள் எப்படி வாழ்ந்தார்கள் என்பது மாத்திரமல்ல - வாழ்க்கையை அவர்கள் என்னவாகப் பார்த்தார்கள் என்பதும்தான்.

என்று நானே முன்னொருமுறை எழுதியிருக்கிறேன்...

என் அபிமான எழுத்தாளர் ஹெமிங்வேயின் புத்தகத் தலைப்பையே கொண்டிருக்கிறதே இது என்றுதான் மௌளைை அழுத்தி புத்தகத்தைத் திறந்தேன். சமர்ப்பணக் குறிப்பே என்னை ஈர்த்துவிட்டது:

> இதைவிடப் பொருத்தமாக ஒரே வாக்கியத்தில் என் வாழ்க்கையை விவரித்துவிட முடியாது. வாசிக்குந்தோறும் புத்துணர்வு தருகிறவர் என்பதால் மட்டுமல்ல, இந்தத் தலைப்பை எனக்கு வழங்கியதற்காகவும், தாமே குத்துச்சண்டைப் பிரியர் என்பதாலும் அமரர் எர்னஸ்ட் ஹெமிங்வேயின் நினைவுக்கு இந்த நூலை அன்போடு சமர்ப்பிக்கிறேன்...

முதல் சில பக்கங்களுக்கு, குத்துச்சண்டைவீரர் முகம்மது அலியின் தன்வரலாறான 'ஜெயித்துக்கொண்டே இருப்பே'னை நினைவுபடுத்தத்தான் செய்தது. ஆனால், அந்த நூலில், ஒரு கறுப்பராகப் பிறந்த காரணத்தால் தாம் சந்திக்க நேர்ந்த அவமானங்கள் போன்ற சமூக நிர்ப்பந்தங்களையே பிரதானமாகப் பேசியிருப்பார் என்று ஞாபகம்.

இந்த நூல் வேறுபடும் இடம் அது. ஒரு தனிமனிதனாகத் தமது உணர்வுகள், வெற்றியிலும் தோல்வியிலும் தமது மனம் எதிர்வினையாற்றும் விதம், சக மனிதர்களுடனான உறவுச் சிக்கல்கள் என்று வேறு திக்கில் பயணப்படும் புத்தகம். கொஞ்சம் உளவியல், கொஞ்சம் சமூகவியல், கொஞ்சம் தத்துவ விசாரம் என்று கலந்து கட்டி அடித்த எழுத்து...

நாநூறு பக்கங்கள் கொண்ட புத்தகத்தின் நெடுகிலும் அற்புதமான பத்திகள். வெறும் வாழ்க்கைவரலாறாக இல்லாமல், இலக்கியத் தரமான நூலாக உணர வைத்தன. சில மிகமிகச் சிறப்பானவை. ஒவ்வொருவரும் வாசித்துத் துய்க்க வேண்டியவை. ஒவ்வொரு போட்டிக்கும் தயாராவதை, போட்டி நடக்கும்போது ஓடும் எண்ணங்களை, போட்டிக்குப் பிறகு உருவாகும் மறுபரிசீலனைகளை கிட்டத்தட்ட நாட்குறிப்பு போன்றே அக்பானி விவரிக்கும் பத்திகள்...

> மற்ற போட்டிகள் அனைத்தையும் விளையாட்டு என்று வகைப் படுத்திவிட முடியும்; மனிதர்களை மோதவிடுகிற மல்யுத்தம், குத்துச்சண்டை போன்றவற்றை போரின் குறுவடிவம் என்றுதான் சொல்ல வேண்டும். பண்டைய ரஷ்யாவின் டூயல்[1] முதல், புராதன ஜப்பானின் கராத்தே ஜூடோ, சுமோ, சீனத்தின் குங்ஃபூ, இத்தாலியின் நவீனகால வாள்ச்சண்டை என எல்லாமே தனிநபர் போர்க் கலைகள்தாம்...
>
> சமாதான காலத்தின் போர்க் கலை வீரன் நான். எத்தனை விதிகளும் நெறிமுறைகளும், தலைக்கவசங்களும், கை உறைகளும், பற்களில் கிட்டித்துக்கொள்ளும் தடைகளும் அறிமுகமான பிறகும், கொலைத்தொழிலுடன் நிகர்

1 'துவந்த யுத்தம்' என்று தூய தமிழில் விளக்குகிறது இணைய அகராதி!

வைக்கத்தக்க ஆட்டங்கள் எனது...

அடிமைகளை சக அடிமைகளுடனும், மூர்க்கமான வனவிலங்குகளுடனும் மோதவிட்ட ரோம சாம்ராஜ்ய கோலோஸியம்களின் சுருக்கப்பட்ட வடிவத்தில் நின்றுதான் இரண்டு மனிதர்கள் பொருதுகிறார்கள். அதற்கும் முந்தைய நூற்றாண்டுகளில் குகைகளில் வசித்த ஆதிமனங்களின் ரகசியத் தொடர்ச்சியே சுற்றிலும் அமர்ந்து வேடிக்கை பார்த்துக் களிக்கிறது... காட்சிப் பந்தயமாக மோதுபவர்களுக்குள் கொழுந்துவிட்டு எரிவதுவும் குகைமனிதனின் வன்மமேதான்... ஒரு பெரிய வித்தியாசம் என்னவென்றால், அவர்கள் அடிமைகள்; அதனால் செத்தார்கள். நாங்கள் சாமானியமாகச் சாக மாட்டோம்; சம்பாதிக்கவும் செய்வோம் - மில்லியன்களில்!

காலின்ஸ் என்ற அமெரிக்கருடன் நியூயார்க்கில் நிகழும் போட்டி பற்றி விரிவாகவும் துல்லியமாகவும் விவரிக்கிறார். எந்தச் சுற்றில் என்ன நடந்தது; தமக்குள் ஓடிய எண்ணங்கள் யாவை என்பது உள்பட. பதினான்கு சுற்றுகள் நீடிக்கும் போட்டிக்குப் பிறகு, அக்பானி வசமாகிறது வெற்றி.

...உண்மையில், என்னுடைய மூர்க்கமும் வெளிப்படையாய்த் தெரிந்த மமதையும் அவனுக்கு எரிச்சலூட்டியிருக்க வேண்டும். மல்லாந்து கிடந்து மூச்சிரைப்பவனின் உடல் அசைவுகளை வைத்து, அவனால் இன்னொரு சுற்று மோதிப் பார்க்க முடியும்; ஆனால், விரும்பவில்லை என்பதை அனுமானிக்க முடிந்தது. அவனோ எழுவதற்கு ஆர்வமேயில்லாத மாதிரிப் படுத்திருந்தான். நடுவர் உரத்த குரலில் எண்ணிக்கை அடுக்கிக் கொண்டிருந்தபோது, தோல்வியுற்ற மரணமே என் முன்னால் வீழ்ந்து கிடக்கிற மாதிரி இருந்தது. வெறுங்கையுடன் திரும்பும் எமதூதன்மீது அளப்பரிய பிரியம் ஊறிய தருணம் அது...

முடிவு அறிவிக்கப்பட்ட பிறகு, வீரர்கள் இருவரும் பரஸ்பரம் கோத்த கைகளை உயர்த்தி சபையை வணங்குகிறார்கள். அப்படியே சுழன்று, காலின்ஸை ஆரத் தழுவ முற்படுகிறார் இவர். நீளும் மறு

கையை இயல்பாகப் புறமொதுக்கிவிட்டு, விலகிப் போகிறார் அவர்.

> *காலின்ஸின் முகம் முழுக்க ரத்தம் திரைபோலப் படர்ந்திருந்ததால், அவனுடைய நிஜமான மனவோட்டம் என்ன என்பதை என்னால் அனுமானிக்க முடியவில்லை. இத்தனைக்கும் என்னுடைய முன்னாள் பயிற்சியாளரின் மாணவன்தான் அவன், இன்னமும். அதைவிட, நான் செலுத்திய குத்துகளைத் தீரமாக எதிர்கொண்ட ஒருவன், மனம் கசிந்து சொட்டிய ஒரு துளி அன்பைத் தாள முடியாமல் விலகிப்போவதைப் புரிந்துகொள்ளவே முடியவில்லை!*

உலக ஊடகங்களில் இந்த முனைப்பும் முறிவும் மிகப் பெரிய பேசுபொருளாகிறது. காலின்ஸ் வெள்ளையர் என்பதால் 'நிறவெறி' என்கிற அளவுக்கு ஊதிப் பெரிதாக்குகின்றன ஊடகங்கள். 'டைம்ஸ்' நாளிதழில் சிறப்புக்கட்டுரை வெளியாகிறது: தலைப்பு 'பாவமன்னிப்புக் கோருகிறவனை நிராகரித்த பாதிரி'. அடுத்த சில தினங்களில், அக்பானி மிகக் கடுமையான மனவுளைச்சலுக்கு ஆளாகிறார்...

> *காலின்ஸுக்கு மட்டுமல்ல, உலகம் முழுக்கப் பரந்த மனித சமுதாயத்துக்கே, அன்பின் வீரியத்தைத் தாள முடியவில்லை என்பதை அறிய நேர்ந்த கணத்தில் எனக்குள் ஊறிய வெறுப்பின் அளவை, கசப்பின் வீரியத்தை, உங்களுக்குப் புரியவைக்கவே முடியாது. 'உலகம் ஒரு நாடகமேடை' என்று சொன்னவனை முகத்தில் குத்த வேண்டும்; 'உலகம் ஒரு போர்க்களம்' என்றல்லவா சொல்லியிருக்க வேண்டும் அவன்?*

> *ஓட்டல் அறையில் இருந்த அத்தனை பொருட்களையும் தூக்கிப்போட்டு உடைத்து நொறுக்கும் வெறி ஏறியது. பிரயோசனமில்லை; உயிரைப் பணயம் வைத்து நான் சம்பாதித்த பணத்தை ஓட்டல்காரனுக்கு தண்டமாக அழவேண்டி வரும். மறுபடியும் எனது இன்னொரு பலவீனம் உலகம் முழுக்க தலைப்புச் செய்தியாகும் - எனக்குள்ளிருக்கும் போர்வீரனைத் தளரச் செய்யும்.*

ஆனால், விசித்திரமான விதத்தில் அதைச் சமாளிக்கிறார் அக்பானி. உடனடியாக ஓட்டுநரை வரச்சொல்லி, காரில் ஏறி, நகரத்தின் சேரிப்பகுதிக்கு விரைகிறார். போகும்போதே முன்னணி

மிருகவைத்தியர் ஒருவரையும் அவசரமாக வரவழைத்து, தன்னுடன் கூட்டிச் செல்கிறார். ஆட்களை வைத்து, தெருநாய் ஒன்றைப் பிடித்து - அது தன் பங்குக்கு அநியாயத்துக்குத் திமிறுகிறது - ஒட்டலுக்குக் கொண்டுவருகிறார்.

வைத்தியரின் உதவியால் நாயை சுத்தம் செய்து, தடுப்பூசிகள் ஏற்றி, ருசியாக உண்ணக்கொடுத்து, புகழ்பெற்ற நாய்ப் பயிற்சியாளரை வரவைத்து... அந்த ஒரு வாரத்தின் அவதிகள் அபார நகைச்சுவையுடன் நாலைந்து பக்கங்களுக்கு நீள்கின்றன. இத்தனையும் எதற்காக? தமக்கே தெரியவில்லை என்கிறார். அத்தியாயத்தின் இறுதிப் பகுதியில் மூன்று செய்திகள்.

ஒன்று, 'மனிதர்களைப்போல நாய்கள் அன்பை மறுப்பதில்லை.' என்ற மகாவாக்கியம். 'அடுத்த ஐந்தாண்டுகளுக்கு, பறக்கும் விமானத்தில் மாரடைத்து மரணமடையும்வரை, என்னை விட்டுப் பிரிய சம்மதித்ததில்லை என் தத்துப் புத்திரன். குத்துச்சண்டை வளையத்தில் மட்டும் அவனை அனுமதித்திருந்தால், என் போட்டியாளனைக் குதறியிருப்பான் குதறி!' என்று நெகிழ்கிறார்.

இரண்டாவது, 'நீங்கள் எவ்வளவு தவிர்க்க நினைத்தாலும், உங்களுக்கு விதிக்கப்பட்ட ஒன்று, வளர்ப்புப் பிராணியைப் போல உங்களைச் சுற்றிச்சுற்றி வரத்தான் செய்யும்!'

மூன்றாவது, விநோதமான சங்கதி. எவ்வளவோ ரகசியம் காத்தும் பயனற்றுப் போகிறது. மறுபடியும் தலைப்புச் செய்தியில் அடிபடுகிறார் அக்பானி. இந்தமுறையும் நிறவெறியில் தொடங்கி ஆழ்மனச் சிக்கல்கள்வரை உலக ஊடகங்கள் வரிந்துகட்டிக்கொண்டு விவாதிக்கின்றன. ஆம், ஒற்றனைப்போன்று வேவுபார்த்த பத்திரிகையாளன் ஒருவன் மோப்பம் பிடித்துவிட்டான்; உலகம் முழுக்கப் பரப்பிவிட்டான்; கணிசமான தொகை சம்பாதித்தும் விட்டான். வளர்ப்பு நாயை நடக்க இட்டுச் செல்லும் அக்பானியின் புகைப்படம் தொடர்பாக ஆச்சரியப்பட ஒன்றுமில்லை; பூர்விகத்தில் தெருநாயாக அது திரிந்த காலத்தில் எடுத்த பூர்விகப் புகைப்படத்தையும் செய்தியாக்கியிருந்தான்!

> ...சுவீகாரம் எடுத்திருக்கும் புதிய செல்லப்பிராணிக்கு காலின்ஸ் என்று பெயர் சூட்டியிருக்கிறார் கேப்ரியல் அக்பானி!!

இந்த முறை அக்பானிக்குள் பொங்கும் விவேகம் சூஃபி ஞானிக்கு நிகரானது.

என் தொழிலின் நிர்ப்பந்தம் எனக்கு; அவனுடையது அவனுக்கு!!!!

என்று அந்த அத்தியாயம் முடிகிறது.

பொதுவாக, வென்றவர்களின் வரலாறுகள் எழுதப்படும்போது, சுயமுன்னேற்றப் புத்தகங்களில் நிலவுகிற மாதிரியான பிளாஸ்டிக் தன்மை தவிர்க்க முடியாமல் வந்து கவியும் அல்லவா. அக்பானியின் நூலில் இது கவனமாகத் தவிர்க்கப்பட்டிருக்கிறது.

தன்னைத்தானே விலகி நின்று வேடிக்கை பார்க்கும் தத்துவவாதியின் மனோபாவமும், தற்காலத்தில் மிகப் பிரசித்திபெற்ற கலையாக விளங்கும் தனித்து நின்று சிரிப்பூட்டும் நகைச்சுவையாளர்களின் சுய எள்ளல் பாவனையும், அபாரமான குறும்பும் குமிழியிடும் எழுத்து. ஒவ்வொன்றுக்கும் உதாரணப் பத்திகள் தரவேண்டும் என்று ஆசையாய் இருக்கிறது. எவ்வளவைத்தான் சொல்வது! தானே கைப்பட எழுதிய தன்வரலாற்றில், மொழியழகின் வீச்சைச் சொல்லி மாளாது!

வெற்றி பெற்றவர்களின் வாழ்நாளில் ஒவ்வொரு தருணமும் முன்னுதாரணமானது என்று விதந்தோதும் வழக்கமும் இதுபோன்ற நூல்களில் உண்டுதானே! தமது திருவுருக்களின் மொழுமொழு முகத்தில் வெற்றியின் பெருமிதத்தையும், ஆரோக்கியமான தன்முனைப்பையும் மட்டுமே தரிசிக்கும் பாக்கியம் பெற்ற ரசிகர்களுக்கானவை அவை. மாறாக, தான் உச்ச நட்சத்திரமாய் மிளிர்கிற துறைமீது எவ்வளவு வெறுப்பும் கேலியும் தமக்கு இருந்தது என்பதையும், ஒவ்வொரு முறை ஆட்டக்களத்தில் நுழையும்போதும் தமக்குள் உயர்ந்தெழும் அச்சத்தை, கிலேசத்தையும் விவரிக்கிற அக்பானியின் புத்தகம் அதிர்ச்சியளிக்கிறது.

என்னை மாவீரன் என்று கொண்டாடுகிறார்கள். எனது நிஜமான உணர்வுகள் தெரியவந்தால், ரசிக உலகம் தனது பிரமையிலிருந்து ஒரே நொடியில் விடுபட்டுவிடும். ஆமாம், ஒவ்வொரு முறையும் படிக்கட்டுகளில் ஏறி, குத்துச்சண்டை வளையத்துக்குள் கால்வைக்கும்போது, சவப்பெட்டிக்குள் நுழைகிற மாதிரியே உணர்வேன்.

போட்டி மேடையிலேயே இல்லாவிட்டாலும், பின்வந்த

நாட்களில் குத்துக்காயத்தினால் உள்ளூர ரத்தம் கசிந்து இறந்தவர்கள் எத்தனைபேர்? சாகும்வரை பக்கவாதமோ, நரம்புத்தளர்ச்சியோ பீடித்துக் கிடந்தவர்கள் எத்தனைபேர்? ஆனானப்பட்ட முகம்மது அலியே பார்க்கின்ஸன் நோய்க்கு ஆட்படவில்லை? 'இந்த முறை ஜெயித்தேவிட்டாலும்கூட, இதுவே என் கடைசிப்போட்டி' என்று ஒவ்வொரு முறையும் சபதமெடுப்பேன். வென்றபிறகு, அறுதியாய் மறந்துபோயிருக்கும் - எனது பிற சபதங்கள் அனைத்தையும் போலவே!

எனக்குக் கொஞ்சமும் விரோதமில்லாத ஒருவனைத் தாக்கி வீழ்த்தவும், அவனால் வீழ்த்தப்படவுமாக நாடுநாடாகப் போய்க்கொண்டிருந்தேன் என்பதே எவ்வளவு பெரிய அபத்தம்! உண்மையில், குத்துச்சண்டை வளையத்துக்குள் நிற்கும்போது, வேறெந்த மனிதனையும்விட எனக்கு மிக அருகில் இருப்பவன் அவன்தான். பார்க்கப்போனால், அந்தப் போட்டியில் என் கபாலம் பிளந்தோ, விலாக்கூடு முறிந்தோ நான் இறக்கவும் வாய்ப்புண்டு அல்லவா? எனில், என் கடைசிக்கணத்தில், உலகில் எனக்கு எஞ்சவிருப்பவன் அவன் மட்டுமே. எனது எண்ணவோட்டத்தை என்னைவிட தீர்க்கமாகவும் துல்லியமாகவும் அளக்கக் கூடிய என் இனிய எதிரி. அப்படியானால், நட்பைவிடவும் விரோதம்தான் இரண்டு மனங்களைத் தீவிரமாக நெருங்க வைக்கும் வல்லமை கொண்டதா என்ன!

தமது பயிற்சியையும் உழைப்பையும் முனைப்பையும் பற்றித் துல்லியமாக விவரித்தாலும், உலகின் முதல்நிலை வீரராகத் தம்மை ஆக்கிய கடினமான போட்டியைத் தாம் வென்றதற்கு அவர் சொல்லும் காரணம் வித்தியாசமானது. முதல் சுற்றில் தோற்று, கயிற்று வேலியில் சாய்ந்து நின்ற தருணத்தில், தற்செயலாக வந்து நிரம்பிய ஒரு ஞாபகமே தமது தலையில் கிரீடம் சூட்டியது என்கிறார்:

ஓரிரு வருடங்களுக்கு முன் உலக அழகிப் பட்டம் வென்ற, கானாவைச் சேர்ந்த க்வாமியின் உருவமேதான் அது. 'அவளை அடைய வேண்டுமானால் இந்தப் போட்டியில் நான் வென்றே தீரவேண்டும்' என்று எனக்கு

> நானே சொல்லிக்கொண்டேன். அடுத்த சுற்றுக்கான மணி ஒலித்தபோது, எனது மூலையிலிருந்து நான் நகர்ந்த தீவிரமே வேறாக இருந்தது.
>
> எதிரியின் குத்துகளை ஒரு கையால் தடுத்தவாறே மறு கையால் குத்துகளை இடிபோல இறக்கிக்கொண்டும்; பாதங்களை முன்னும்பின்னுமாக மாறிமாறி ஊன்றிக்கொண்டும் துரிதமாக முன்னேறியபோது என் அசைவுகள் நடனம் போலவே தென்பட்டதாக அன்றைய போட்டிக்கு நேரில் வந்திருந்த நிறையப்பேர் சொன்னார்கள்; நானுமே அதை உணர்ந்திருந்தேன். எதிர்கொண்ட பழைய எதிரிக்கும், நான் பழைய எதிரியாய் இல்லை என்பது உடனே புரிந்துவிட்டது போல - கூட்டுக்குள் உள்வாங்கும் நத்தைபோல குத்துகளை வாங்கிக்கொண்டு சுருண்டான்!

பொதுவான நண்பர்கள் மூலம் க்வாமியின் அறிமுகம் கிடைக்கிறது. தொடர்ந்து கண்மூடித்தனமான காதல்.

உடலுறவுக்கான விழைவும், வெளிப்படையான கோரிக்கையும் மறு தரப்பிலிருந்து எழும்போதெல்லாம், ‘திருமணத்துக்குப் பிறகுதான்’ என்று கறாராக மறுக்கிறார் அக்பானி. ஒரே காரணம்தான் - ‘அவள் சிணுங்கும்போது, என் காதல் அதிகரித்தது’. மேலும், ‘நிமிடக்கணக்கில் நீடித்தாலும், காற்றுப் புக இடைவெளியின்றி உடல்கள் வெகுவாகப் பிணைந்திருந்தாலும், முத்தங்களை உடலுறவின் கணக்கில் சேர்க்க முடியாதில்லையா!’ என்கிறார்!!

விலையுயர்ந்த வைர அட்டியலை நிச்சயதார்த்தப் பரிசாக அளிப்பதுடன் அந்த அத்தியாயம் நிறைவுறுகிறது. கடைசிவாக்கியம் இப்படிச் சொல்கிறது:

> அந்த அட்டியல் எத்தனை குத்துகள் பெறுமானம் உள்ளது தெரியுமா!!!

அக்பானியுடைய எழுத்து, நிகழ்வுகளை விவரிப்பதிலும், தாண்டிச் செல்லும் வேகத்திலும், உலகின் முன்னணி எழுத்தாளர் எவருக்கும் நிகரானது. குறிப்பாக, தமிழில் ஆயிரம் பக்கங்களுக்குக் குறையாமல் ‘மைனர் நெரேட்டிவ்’ எழுதும் சாதனையாளர்கள் கவனிக்க

வேண்டிய அளவுக்கு, சுருக்கமான, பாயும் மொழிநடை கொண்டது.

வேறெந்த விளையாட்டையும் விட, குத்துச்சண்டையில் நிலவும் தனிமை அபூர்வமானது என்றும், ஏன் என்பதையும் விளக்குகிறார்...

> அரங்கில் ஆயிரக்கணக்கானவர்களும், வளையத்துக்குள் நீதியை நிலைநாட்டுவதற்காக நிற்கும் நடுவரும், கையுறை மாட்டி, கனலும் கண்களுடன் எதிரில் நிற்கும் மரணமும் என்று ஏகப்பட்ட பிரசன்னங்கள் இருந்தாலும், நான் மட்டுமே இருப்பதாக உணர்வேன். என்னுடைய மரணம் இதே மேடையில் நிகழும் பட்சத்தில், ஆறுதலாய் உடனிருக்கும் யாரும் இல்லாமலே புறப்பட்டுச் சென்றிருப்பேன் அல்லவா!

அக்பானியின் விளக்கத்தைப் படித்து முடித்ததும், பிற விளையாட்டு களைப் பற்றி, அவற்றில் போட்டியாளனின் அருகாமையைப் பற்றி, வெகுநேரம் அசைபோடத் தோன்றியது. இதைவிடவும் அதிகமான தனிமை கொண்ட விளையாட்டு ஒன்று இருக்கிறது. சதுரங்கம். எதிரில் தொட்டுவிடும் தூரத்தில் போட்டியாளன் இருந்தாலும், அவரவர் உலகங்களுள் ஆழ்ந்து மூழ்கியிருக்கும் சதுரங்க வீரர்கள் இருவரும் கொள்ளும் தனிமை அலாதியானது அல்லவா? மறுமுனையில், குத்துச் சண்டையிலோ மல்யுத்தத்திலோ ஒரு உடம்பை மறு உடம்பு தீண்டினாலும், பின்னிப் பிணைந்தாலும், அங்கே நிலவும் குரோதத்தின் அளவு என்ன!

இந்தத் தனிமை காரணமாகவே தன்னுடன் பெரும் பட்டாளத்தை அழைத்துச் செல்பவராக ஆகிறார் அக்பானி. இளவயதுப் பயிற்சியாளரான கில்பெர்ட், போட்டியாளனாக வந்து நண்பனாக மாறிய ஜாக், பாதிரியாக இருந்து வயலின் கலைஞராக உருவெடுத்த கார்லோஸ், உடன்பிறந்த சகோதரன் எஜைஃப், விமானி வேலையை உதறிவிட்டு இவருடைய சொந்தப் பயணத்துணையாக அமர்ந்த ஃப்ரான்ஸ்வா, இதே துறையின் மூத்த வீரரும், உணவுநெறியாளருமான ப்ராட் என்று ஏகப்பட்ட பேர்.

> உலக அளவில் ஒரேயொரு போட்டியில் வென்றால் போதும்; கிடைக்கும் பரிசுத்தொகையில் இவர்கள் அத்தனைபேரையும் ஒரு வருடம் பராமரிக்கலாம்; கணிசமான சம்பளமும் வழங்கலாம். ஆனால், க்வாமிக்கு இது கடைசிவரை புரியவில்லை...

என்று அலுத்துக்கொள்கிறார். தனது சொந்த சம்பாத்தியத்தின், புகழின், தொடர்புகளின் பிரபையில் மூழ்கி ஆனந்திக்கும் க்வாமிக்கு இன்னொரு ஆட்சேபமும் இருக்கிறது. பகல் பொழுதின் பெரும்பகுதியை மேற்படி அணியே சாப்பிட்டுவிடுகிறது. காதல் கணவனுடனான தனிமை நேரங்கள் மிகக் குறைவாகவே வாய்க்கின்றன.

அழைத்த இடத்துக்கெல்லாம் உடன் வரும் கணவன் விருப்பத்துடன் வருகிறானா, விருப்பமின்றியா என்பதைக் கவனிக்கும் அளவு நுட்பம் இல்லாதவராக இருக்கிறார். அவன் தனக்கேயான தனிமையை சதா சுமந்துகொண்டு திரிகிறான் என்பதைக் கவனிக்க இயலாதவராக. வரைமுறையற்றுக் கலவியில் ஈடுபடுவது, அவனது தொழில்வாழ்க்கையை எவ்வளவு சீர்குலைக்கும் என்று அறியாதவராக. தொழில்முறையாகக்கூட, தன் தொழிலில் உதவி புரியும் ஒப்பனைக் கலைஞர்கள், ஆடை வடிவமைப்பாளர்கள், விளம்பரப் பட இயக்குநர்கள் என்று சூழ இருக்கும் சக ஆண்களைத் தன் மனைவி தொட்டுப் பழகுவது சகிக்க இயலாததாலேயே கணவன் தன்மீது உளப்பூர்வமாகச் சாய்ந்து கிடக்க மறுக்கிறான் என்று தவறாகப் புரிந்துகொள்கிறார். தனிமையைத் தொலைப்பதற்காகக் கணவன் தன்னுடன் இருத்திக்கொள்ளும் பட்டாளத்தை ஒட்டுண்ணிகள் என்று சந்தேகிக்கிறார். அத்தனை வெற்றிகளுக்கு நடுவே, ஓரிரு போட்டிகளில் கணவன் அடையும் தோல்விகளுக்கு அவர்களே காரணம் என்று புகார் சொல்கிறார். உச்சமாக, கார்லோஸும் அக்பானியும் ஒருபால் உறவாளர்களோ என்று சந்தேகப்பட்டு, அதைக் கணவனிடமே புகாராகத் தெரிவிக்கிறார்...

> அவள் புட்டத்தை அசைத்து அசைத்து மார்புகள் குலுங்க நடக்கும் அழகை சில நிமிடங்கள் நேரில் பார்ப்பதற்கு நான் என் தொழிலை விட்டுவிட்டு தேசம்தேசமாய்ப் போகவேண்டுமாம்! 'அதைவிட அதிகமாக, நேரடியாக, நெருக்கமாக, திகட்டத் திகட்டப் பார்த்திருக்கிறேனே, போதாதா!' என்று கருத்துரைத்து, அவளுடைய முகச் சுளிப்பைப் பரிசாகப் பெற்றேன்!
>
> இப்படித்தான், குத்துச்சண்டை வளையத்தில் மட்டுமல்ல, நேர்ப் பேச்சிலும் அகாலத்திலிருந்து காலத்துக்கு இறங்கும் குத்துகள் ஏகப்பட்டதை என்னால் இறக்க முடியும். விரல்

முட்டிகளில் வலி உணராதவரை தாக்கிக்கொண்டே இருக்க முடியும்.

என்ன பிரயோசனம்? படுக்கையறையில் இருந்த விலை உயர்ந்த சீனப் பூச்சாடி க்வாமியின் ஆயுதமாக மாறி, இலக்கைத் தவறவிட்டு, உடைந்து சில்லுச் சில்லாய் நொறுங்கியதுதான் மிச்சம்!

இப்படியான பத்திகளைவிடவும், கொஞ்சமும் களங்கமில்லாத ஒப்புதல்களை வழங்கும் பத்திகள் இன்னும் அநேகம் இருக்கின்றன...

முதல் மனைவியின் பலவீனங்கள், தவறான அனுமானங்கள் பற்றியும், மணவிலக்கு கோருவதற்கான தம் தரப்பு நியாயங்களையும் விவரிக்கும் தமது நாட்குறிப்புகளை அவரிடமே கொடுத்து வாசிக்கச் சொல்லும் நேர்மை.

மிகவும் வெளிப்படையான விவரிப்பு. பாஸ்போர்ட்டில் தகிடுதத்தம் செய்துதான் நைஜீரியாவை விட்டு வெளியேறினார், அமரராகிவிட்ட தமது தகப்பன்; குத்துச்சண்டையில் உலகப்புகழ்பெற்றவனாக மகனை வளர்ப்பது மட்டுமே அவரது கனவு; தாய்க்கும் தந்தைவழிப் பாட்டிக்கும் நிரந்தர விரோதம் உண்டு - பாலகன் அக்பானி பள்ளிவிட்டு வந்ததும் எதிர்கொண்டு வரவேற்று, சீருடையைக் கழற்ற உதவிசெய்து, முதல்வேலையாய் அவன் குறியில் முத்தமிட்டுக் கொஞ்சும் பாட்டியை எவ்வளவு கண்டித்தும் பயனின்றிப் போகிறது; தாய்க்காரிக்கு மாமியாருடன் விரோதம் வளர்கிறது. தகப்பனுக்குத் தெரியாமல் காசுக்காகப் பந்தயம் கட்டி விளையாடிய குத்துச்சண்டைப் போட்டிகள், அவற்றில் தாம் கையாண்ட தந்திரங்கள், அவற்றை இவர் விளையாடக் காரணமாய் இருந்த, மிஷா என்ற செல்லப்பெயர் கொண்ட கன்றுக்காதலி.... என்று சகலத்தையும் பேசுகிறார்.

சட்டபூர்வ மணமுறிவுக்குப் பிறகு, முன்பைவிட அதிகப் போட்டிகளில் பங்கேற்க வேண்டியிருக்கிறது - அதுவரை சம்பாதித்த சகலத்தையும் ஜீவனாம்சமாகக் கொடுக்கவேண்டி வந்ததால்.

யார்மீது புகார் சொல்லி விலகினாளோ, அந்த அணியினர் அனைவரும் சுமார் ஒரு வருட காலம் இலவசமாகவே

என்னுடன் நீடித்தார்கள் என்பது எவ்வளவு சுவாரசியமான நகைமுரண்!

என்கிறார்.

தம்மைப்போலவே, இளம் வயதிலிருந்து தடகள வீராங்கனை ஆவதற்கென்றே தயார்செய்து வளர்க்கப்பட்டவரும், நானூறு மீட்டர் ஓட்டத்தில் ஒலிம்பிக் சாம்பியனுமான லிஸா மீது கவனம் செல்கிறது. அவர் குத்துச்சண்டை ரசிகர்; இவரை ஆராதிக்கிறவர் என்பது தெரியவரும்போது கவனம் ஆழமுறுகிறது.

ஆமாம், மணமுறிவுக்குப் பிறகு இவர் வெல்லும் உலகச் சாம்பியன் போட்டியை முதல் வரிசையில் அமர்ந்து கண்டு களிக்கிறார் லிஸா.

அடடா, பொத்திவைத்திருந்த முகம் நிரந்தரமாக அகன்றுவிட்டதே. இனி, போட்டிக்கான உத்வேகத்தை எந்த பிம்பத்திடமிருந்து பெறுவது என்று எனக்குள்ளேயே குமுறியது வானுலகம் வரை கேட்டிருக்கவேண்டும். நேரெதிரில் இருந்த வெண்கல முகத்தின் பளபளப்பு, முன்பைவிட அதிக உத்வேகம் வழங்கியது. வெற்றிக் கோப்பையுடன் அரங்கிலிருந்து இறங்கி, ஊடகப் புகைப்படக் கருவிகளிடமிருந்து விடுபட்டு, தங்குமிடத்துக்குப் போய்ச் சேர்ந்தபோது, அந்த முகம் முன்னதாகவே வந்து ஓட்டல் முகப்பில் காத்திருந்தது எனக்கான இரட்டை வரம்! வியர்வை அடங்காத முகத்தில் பதிந்த முதல் முத்தம், நேரடியாக வானுகிலிருந்து அனுப்பப்பட்டது என்பேன்!...

முதல் சந்திப்பிலேயே, சுமார் ஒரு மணிநேரம் உரையாடல் நீடிக்கிறது. அன்றே, முழு ஆவேசத்துடன் உடலுறவு கொள்கிறார்கள்...

என்னைப்போலவே, கசாப்புக்காகக் கொழுக்கக் கொழுக்க வளர்க்கப்பட்ட வெள்ளாடுதான் அவள் என்ற ஒரு காரணமே போதுமானதாய் இருந்தது, ஒரே படகில் ஏறி நாங்கள் பயணிப்பதற்கு...

வீராங்கனை, இவரைவிட ஏழுவயது மூத்தவர். கலப்பினத்தவர். கியூபத் தகப்பனுக்கும், மெக்ஸிகத் தாய்க்கும் பிறந்தவர். விளையாட்டிலிருந்து ஓய்வுபெறும் தறுவாயைக் கிட்டத்தட்ட எட்டியிருந்தவர்.

> அவளிடம் ஆண்மை கொஞ்சம் அதிகமாகத் தென்பட்டதற்கு, ஓயாத பயிற்சியில் ஈடுபட நிர்ப்பந்திக்கப்பட்டதே காரணமாய் இருக்க வேண்டும். என்னுடையவை போலவே மதர்த்த தோள்களும் புஜங்களும்; கிட்டத்தட்டத் தட்டையாக இருந்த மார்பகம் என்று, முன்னுதாரணப் பெண்மை அடையாளங்களை இழந்திருந்த உடல். ஆனால், அதனுள்ளிருந்து ஊறிய தாய்மை நயாகராவுக்கு நிகரானது. இத்தனைகால வாழ்க்கையில் நான் ஏங்கித் தேடியதைக் கிட்டத்தட்ட அடைந்தேவிட்டதாக உணர்ந்தேன். அடக்க முடியாத காதல் லிஸாமீது எனக்குப் பெருகியதற்கு, பால்ய நாட்களிலிருந்தே எனக்குள் சதா புதைந்திருந்து ஓயாமல் அன்புக்காக இறைஞ்சிக்கொண்டிருந்த பெண்மைதான் காரணமோ என்னவோ!

என்று அவர் எழுதுவதை வாசிக்கும்போது, எனக்கே அபரிமிதமான வாஞ்சை பெருகியது. நூலில் இடம்பெற்றிருக்கும் லிஸாவின் புகைப்படங்களில், அவருடைய தீர்க்கமான முகத்தில் நிரம்பியிருந்த கனிவு வெளிப்படையாய்த் தெரிந்தது.

அதன்பிறகு, லிஸாவிடம் அக்பானி கிறங்கிக் கிடப்பது; அவருடைய அபிமானத்தைத் தக்கவைத்துக்கொள்வதற்காகத் தாம் விளையாடிய நாடகங்கள், மேற்கொண்ட பாவனைகள் என்று விளையாட்டு உலகத்துக்கு வெளியில் இன்னொரு ஆட்டத்தின் நடைமுறையை விரிவாகவும் சுவாரசியமாகவும் சொல்கிறார்.

> உண்மையில், குத்துச்சண்டையைவிட சுவாரசியமானதாகவும், ஈர்ப்பு கொண்டதாகவும் விளங்கிய, இன்றுவரை நீடிக்கிற விளையாட்டு அது.

என்கிறார்.

> தந்திரமும் வஞ்சகமும் வன்முறையும் இல்லாது மிகமிக சுமுகமாக நிகழும் யுத்தமும் இருக்க முடியும் என்று நான் நம்பியே இருக்கமாட்டேன், என் பிரிய லிஸாவைச் சந்திக்காதிருந்தால்.

இன்னும் பத்து அத்தியாயங்கள் இருந்தன. மிச்சத்தையும் படித்து விடலாம் என்று, மூன்றாவது நாளாகக் கணினியை முடுக்கி இணையத்தில் புகுந்தால், 'காப்புரிமை மீறலால் அகற்றப்பட்டது' என்று கண்சிமிட்டுகிறது!

விளையாட்டு வீரனின் தன்வரலாறும், இஸ்மாயிலின் விலகலும் வேறொரு இடத்துக்கு இட்டுச் செல்கின்றன. உண்மையில், அவனுக்கு என் கதைகள் மீதிருந்த மிகப் பெரிய புகார் இதுவும்தான்: ஓரிடத்தில் குவிந்து கதைசொல்லத் தெரியவில்லை எனக்கு; கதையை நிகழ்த்துவதைவிட, சொல்வதில்தான் ஆர்வம் அதிகமாய் இருக்கிறது... என்ன செய்ய, இப்படியே எழுதிப் பழகிவிட்டேன்; எனக்கும் சரி, என்னை வாசிக்கும் கையளவு வாசகர்களுக்கும் சரி, இது பிடித்திருக்கிறது - போதாதா! தவிர, கோபம் பாசம் சிரிப்பு என்கிற மாதிரி தானாகக் கிளம்புவதல்லவா ஞாபகமும். கட்டுப்படுத்தலாம்; ஊறாமல் தடுக்க முடியுமா! அனிச்சையை யார்தான் என்ன செய்துவிட முடியும்!

இஸ்மாயில் கிடக்கிறான்; எனக்கு இப்போது நினைவு வருவதைச் சொல்கிறேன்.

வால்மீகி தெருவில் அடுக்ககத்தில் குடியிருந்தபோது எதிர்வீட்டிலிருந்த பையன். மூன்றாம் வகுப்புப் படித்தவன். துறுதுறுவென்று இருப்பான். வரதராஜன் என்று பெயர் - குஞ்சு என்று செல்லமாய்க் கூப்பிடுவார்கள். நாங்களும் அப்படியே அழைத்தோம்.

காலையில் எழுந்து ஆர்வமாய் பீம்ஸேன் ஜோஷியோ குமார் கந்தர்வாவோ கேட்டுக்கொண்டிருப்பேன். போர்ன்விட்டா தடம் மீசைபோலப் படிந்திருக்க, உள்ளே வருவான்.

என்ன அங்க்கிள், இதெப்போய்க் கேக்கிறீங்க!

என்று ஆட்சேபம் தெரிவிக்கும் குரலில் வியப்பான். உடனே அவனுடைய அபிமான ஏ ஆர் ரஹ்மான் குறுந்தகடைச் சுழலவிடுவேன். ஒரு பாட்டைக்கூட முழுசாகக் கேட்டிருக்க மாட்டான்; தானே சலிப்புற்றோ, தாயாரின் அழைப்பைக் கேட்டோ எழுந்து ஓடுவான். இதற்குள் ஜோஷி என்னைவிட்டு வெகுதூரம் சென்று விட்டிருப்பார்...

விடுமுறை நாட்களில், கைவேலையை அப்படியே விட்டுவிட்டு அவனுடன் கேரம் விளையாட அமர்வாள் பத்மினி. அவனுக்குப் பிடித்ததைச் சமைப்பாள். டிவியில் அவனுக்குப் பிடித்த நிகழ்ச்சியைப் பார்க்க வற்புறுத்துவாள். மொத்தத்தில், வாரம் முழுக்க

என்னிடமிருந்து வந்துசேரும் அழுத்தத்துக்கு அவள் கண்டுபிடித்த உபாயமே குஞ்சுவின் பாசமோ என்றுகூடத் தோன்றியிருக்கிறது - அந்தச் சமயத்தில் ஆலிவர் சாக்ஸின் ஏதோவொரு புத்தகம் படித்துக்கொண்டிருந்தேன் என்பதுகூட நினைவிருக்கிறது...

அடுத்த பகுதியில் சொந்தவீடு வாங்கிக்கொண்டு நாங்கள் இடம் பெயர்ந்த நாட்களில், சைக்கிள் ஓட்டிக்கொண்டு தனியாக எங்களைப் பார்க்க வரும் அளவு பெரியவனாகியிருந்தான் குஞ்சு. சில நாள், வந்து தங்கிவிட்டு மறுநாள் போவான். குஞ்சுவும் குழந்தைகளும் கட்டிலிலும், நானும் பத்மினியும் தரையிலும் படுத்துக்கொள்வோம்...

இருவரும் உட்கார்ந்து மணிக்கணக்கில் சதுரங்கம் விளையாடுவோம். பெரும்பாலும் அவனே ஜெயிக்கிறமாதிரிப் பார்த்துக்கொள்வேன். விதிவசமான ஒரு நாளில் - அன்றைக்கு நான் என்ன மனநிலையில் இருந்தேன் என்பதே ஞாபகமில்லை; அத்தனை உற்சாகமாக இல்லையோ என்றுகூடத் தோன்றுகிறது - ஆறே நகர்வுகளில் அவனைத் தோற்கடித்தேன். 'வீட்டுக்குப் போகணும்' என்று பந்துமாதிரி எழுந்து கிளம்பிவிட்டான்... அதற்கப்புறமே அவன் வருவது சிறுகச் சிறுகக் குறைந்துவிட்டது.

காலச்சுவடு, ஏப்ரல் 2023

கிருஷ்ண லீலை

1

சொன்னால் யாரும் நம்பமாட்டார்கள். ஏன், யாராவது என்னிடம் சொல்லியிருந்தால் நானுமே நம்பியிருக்க மாட்டேன். ஆனால், நம்பக்கூடியது மட்டும்தான் வாழ்க்கையில் நடக்க வேண்டும் என்று கட்டாயம் எதுவும் இருக்கிறதா என்ன!

பார்க்கப்போனால், கிருஷ்ணனை நான் முதன்முதலாக சந்தித்தபோது, நம்பிக்கை - நம்பிக்கையின்மை என்ற இரண்டு எல்லைகளை அறியாத பிராயத்தில் இருந்தேன். ஏழு அல்லது எட்டு வயது இருக்கலாம். நல்லது - கெட்டது, நியாயம் - அநியாயம் என்பதெல்லாம்கூடத் தெரியாத வயது. வேண்டியது - வேண்டாதது மட்டும் தெரியும். வேண்டியதின்மேல் ஆசையும், வேண்டாதது பற்றி அச்சமும் இருந்தது என்பதெல்லாம் இப்போது திரும்பிப்பார்த்தால் தெரிகிற சங்கதிகள்.

நான் சந்தித்தது நிஜமான கிருஷ்ணனை, அதிலும் கோகுலாஷ்டமி தினத்திலேயே என்றால் இவ்வளவு பீடிகைக்குக் காரணம் புரிந்துவிடும். காலில் கொலுசு, தலையில் சன்னமான கிரீடம், அதில் செருகிய மயிற்பீலி, கைகளில் கங்கணம், இரண்டு புஜங்களிலும் வங்கி என காலண்டரில் இருந்து இறங்கி வந்தவன் மாதிரியே இருந்தான். குஞ்சம் வைத்த புல்லாங்குழல்வேறு கையில்

வைத்திருந்தான். சுவரில் தொங்கும் பழைய காலண்டரையும் அவனையும் மாறிமாறிப் பார்த்தேன். படத்தில்போலவே அழகாகச் சிரித்தான். கொழுகொழுவென்று இருந்தான். ஒரேயொரு வித்தியாசம், காலண்டரில் நீல நிறமாய் இருந்தவன், நேரில் நல்ல கறுப்பு.

நான் என் அம்மா மாதிரி. நல்ல சிவப்பு நிறம். மற்றபடி, கண்ணாடியில் பார்க்கும்போது தெரியும் கண்ணன் மாதிரியே இருந்தான் அவன். நான் கைக்குழந்தையாய் இருக்கும்போது, அதாவது, அப்பா முழுநேரக் குடிகாரராய் ஆவதற்கு முன்பு, என்னைத் தன் கொடுங்கையில் அமரவைத்துக் காலண்டர் அருகில் தூக்கி உயர்த்துவாராம் - உப்பிய இரண்டு முகங்களும், அவற்றில் மலர்ந்த இரண்டு சிரிப்புகளும் ஒரேமாதிரி இருப்பதைப் பெருமையோடு காட்டுவதற்காக. எனக்குக் கண்ணன் என்று பெயர் வைத்ததே அதனால்தான்... கிருஷ்ணனின் குரலும் என்னுடையது மாதிரியே இருந்தது.

என்னைக் கைபிடித்து சமையல்கட்டுக்குள் அழைத்துப்போனான். இருள் மண்டிய இடம் அது. ஜன்னலே இல்லாத சிற்றறை. காலங்காலமாய்க் கரி அப்பி மண்டிய சுவர்கள். குண்டுபல்பைப் போட்டவுடன் பாயும் மங்கிய ஒளியில் இருட்டு இன்னும் ஜாஸ்தியாகிவிடும். ஆனால், அந்தப் பயல் நுழைந்ததும் பட்டப்பகல் மாதிரி, வெட்டவெளி மாதிரி, வெளிச்சமடைந்தது.

ஒரு எவர்சில்வர் சம்புடம் நிறைய வெல்லச் சீடை, மற்றொன்றில் உப்புச் சீடை, மூன்றாவதில் தேன்குழல் என்று செய்து வைத்துவிட்டு பெரியம்மா வீட்டுக்குப் போயிருந்தாள் அம்மா. பெரியம்மா உடம்பு முடியாதவள். அம்மாவின் பிறந்தவீட்டு உறவுகளில் தொடர்பு மிச்சமிருக்கும் ஒரே ஜீவன். அங்கே போய் பட்சண வகையறா செய்து தருவதற்காகப் போயிருந்தாள். இங்கிருந்தே செய்து கொண்டுபோகலாம்தான். ஆனால், இங்கே சமைத்தவற்றுக்கு அங்கே அனுமதி கிடையாது.

சமையல்கட்டுக்குள், சுட்ட எண்ணெயின் கமறல் மணம் இன்னும் மிச்சமிருந்தது. லேசாகப் புகையும் மண்டிய மாதிரிப் பட்டது. அங்கங்கே சிமெண்ட் பெயர்ந்த தரை. நான் மட்டும் பிறந்திருக்காவிட்டால், அவ்வளவு பட்சணம் செய்து வைத்திருக்க மாட்டாள் அம்மா என்றுதான் நினைக்கிறேன். அல்லது, தன் பழைய

குடும்பத்துடைய வழக்கத்தின் மீது, தன் பழைய அடையாளத்தின் மீது, ஆசையோ...

இந்தப் பயல் கூசாமல் ஒவ்வொரு சம்புடமாய்த் திறந்து பார்க்கிறான். 'தப்புக் காரியமாச்சே, நைவேத்தியம் ஆனபிறகு அம்மாவே கொடுப்பாளே' என்று லேசாக எனக்குள் அச்சம் படர்கிறது. அவசரமாக வெளியேறி, வெறுமனே சாத்தியிருக்கும் முதல் அறைக் கதவை ஓசையெழாமல் திறந்து பார்க்கிறேன். ஆழ்ந்த உறக்கத்தில் இருக்கிறாள் பாட்டி. கதவு திறக்கக் காத்திருந்த மாதிரி குறட்டைச் சத்தம் வெளியே பாய்கிறது. கூடவே, அந்த அறையில் நிரந்தரமாக மண்டியிருக்கும் பூண்டு மணமும்.

மறுபடியும் சமையலறைக்கு வந்தால், வெல்லச்சீடைச் சம்புடத்தைக் கவட்டில் வைத்துக்கொண்டு சட்டடியாய் உட்கார்ந்திருந்தான். எனக்கு ஒன்று எடுத்து நீட்டினான்.

தப்பு தப்பு. நேவித்தியம் ஆனதுக்கு அப்புறம்தான் திங்கணும்.

என்றேன். ஆனால், முழுமனசோடு சொல்லவில்லை என்று எனக்கே தெரிந்தது.

> அட, வாங்கிக்கடா. எனக்குத்தானே நேவித்தியம் பண்ணுவா. அதான் நான் ஒண்ணு தின்னுட்டனே!

புன்னகைத்தான். நியாயம் என்று பட்டது. தின்ன ஆரம்பித்தேன். கிட்டத்தட்ட ஐம்பது சீடைகள். அவக்அவக்கென்று தின்றேன். ஒரு கட்டத்தில் ருசி மரத்துவிட்டது. ஆனால், நிறுத்த முடியவில்லை. மொத்தச் சம்புடமும் காலியான பிறகு, பழையமாதிரியே இறுக மூடி, அதே இடத்தில் வைத்துவிட்டு, வெளியே வரும்போதுதான் கவனித்தேன். கிருஷ்ணனைக் காணோம். எப்போது போனானோ.

பாட்டியின் அறைக்குள்ளிருந்து குறட்டை இன்னும் கசிந்து கொண்டிருந்தது. தெருவில் சேக்காளிகளோடு விளையாடப் போய்விட்டேன். கொஞ்சநேரத்தில் அம்மா என்னைத் தாண்டிப் போனாள். போகும்போது என் தலையில் செல்லமாகத் தட்டிவிட்டுப் போனாள்.

திரும்பிவந்தபோது, வீட்டின் சூழ்நிலையில் கடும் இறுக்கம் சேர்ந்திருந்தது; இன்றைய வயதில் அப்படித்தான் தோன்றுகிறது... அம்மா பிரமை பிடித்த மாதிரி அமர்ந்திருந்தாள். பாட்டி தன்

கட்டிலில் உட்கார்ந்து நேர்ப்பார்வையாக அவளைப் பார்த்துக் கொண்டிருந்தாள்.

> ஏண்டா கண்ணா, வெல்லச்சீடையெ எடுத்தியா?
>
> அது பச்செப்புள்ள. அதெப்போயிக் கேக்குறியே, கூதறையாட்டம்? அறிவிருக்காடி ஒனக்கு?
>
> இருங்கோ. கேக்கத்தானே செய்யறேன், அதுகூடக் குத்தமா?
>
> என்னாத்தேக் கேக்குறேன், ...க்குறேன்னுக்கிட்டு.

என்று உறுமினாள் பாட்டி. பாட்டி பயன்படுத்தும் கெட்ட வார்த்தைகளில், ஆகக் குறைந்தபட்ச வீரியம் உள்ள சொல். அம்மா கைகளை விரித்து, காதுகளைப் பொத்திக்கொண்டாள்.

இது ஒரு பெரிய குழப்பம் இவர்களோடு. அம்மா 'பாட்டி' என்று கூப்பிடச் சொல்வாள். கிழவியானால், 'அவ்வா' என்று கூப்பிடச் சொல்லி அடிப்பாள்... பாட்டியின் கொச்சைப் பேச்சுக்கும் கெட்டவார்த்தைகளுக்கும், அப்பாவின் பெல்ட் அடிக்கும் ஈடுகொடுக்க முடியாமல் திணறுவாள் அம்மா. பாட்டியின் சொற்கள்மீது ஆர்வமும் கூச்சமும் எனக்குள் போட்டிபோடும்.

'இல்லை'யென்று தலையாட்டினேன். அம்மாவின் கண்களில் பிரமிப்பு அதிகமானது.

> அதானெ சொல்லுறன். நா இங்கிணயேதானெ இருந்தன். ஒரு நிமுசம் கண்ணு மூடலயே. நீ வர்றப்பத்தான் லேசா அசந்தன். கூப்பாடு போட்டு எளுப்பீட்ட... நீ போம்போது வெளாடப் போன புள்ளெ. இந்தா இப்பத்தான் உள்ளயே வருது.

எந்த ஒரு விஷயத்திலும், பாட்டிக்கு என்னை ஆதரிப்பது இல்லை - அம்மாவை மறுத்துச் சொல்வதுதான் நோக்கம் என்பது அந்த வயதிலேயே எனக்குப் புரிய ஆரம்பித்திருந்தது. பாட்டி உறுதியாய்த் தொடர்ந்தாள்:

> அப்பிடியே எடுத்துருந்தாலும், எதோ ஒண்ணு ரெண்டு திங்கிம். டப்பாவையேவா காலிசெய்யும் புள்ள? எங்குட்டுருந்துதான் இளுத்துட்டு வந்தானோ, இப்பிடி ஒரு கிறுக்கச்சியெ.

எப்போதாவது ஒரு தடவை,

> ஏன் இப்பிடில்லாம் சொல்றேள்? ரெண்டுபேரும் ஆசெப்பட்டுத்தானே கல்யாணம் செஞ்சிண்டோம்...

என்று அரற்றுவாள் அம்மா. சமீபகாலமாக அது நின்றுபோயிருந்தது. முன்பெல்லாம், நிரக்க பெல்ட் அடி வாங்கிவிட்டு, என்னை அணைத்தபடி படுத்திருக்கும்போது,

> என் தலையெழுத்து இப்பிடி ஆயிடுத்தேடி அம்மா... என்னெப் பெத்தவளே...

என்று புலம்புவாள். அதுவும் நின்றுபோயிருந்தது.

மறந்துபோனது நினைவுவந்தவள் மாதிரி, காலிச் சம்புடத்தை இன்னொரு தடவை திறந்து பார்த்தாள். அய்யோ, அந்தக் கண்களில்தான் என்னவொரு பீதி! அந்தச் சமயத்திலாவது நான் நடந்ததைச் சொல்லியிருக்கலாம். அதுதான் ஆரம்பத்திலேயே சொன்னேனே, எனக்கே அந்த விஷயம் கொஞ்சம் நம்பமுடியாமல் தான் இருந்தது. தவிர, இனிமேல் சொன்னால் சரிவராது என்றும் ஏனோ தோன்றியது...

ஆனால், அந்த கோகுலாஷ்டமியின் பின்விளைவாக இரண்டு சமாசாரங்கள் நடந்தன. மறுநாள் எனக்கு வயிற்றோட்டம் ஆரம்பித்து இரண்டு நாட்கள் ஆஸ்பத்திரிப் படுக்கையில் கிடக்க வேண்டியதானது; அப்போதுகூட, யாருக்குமே என்மீது சந்தேகம் வரவில்லை என்பதுதான், இன்றுவரை என்னோடு இருக்கும் துணிச்சலுக்கு விதையாக அமைந்திருக்க வேண்டும்.

இரண்டாவது, இன்னும் சங்கடமான சங்கதி. இருட்டைப் பார்த்து அஞ்சுகிறவளானாள் அம்மா. சமையல்கட்டுக்குள் நுழையவே நடுங்கினாள். அடித்தும் உதைத்தும் அவளை மீட்டெடுக்க முடியாத அப்பா, வேறு வழியில்லாமல் வீடு மாற்ற வேண்டி வந்தது. இரண்டு தெரு தள்ளி, மூன்றாவது மாடியில் இருந்த ஓரறைப் படுக்கையறைக் குடியிருப்பு. கீழ் மத்தியதர வகுப்புக்கு லிஃப்ட் வசதியெல்லாம் கிடைக்குமா. இடுப்பொடிய தண்ணீர்க் குடத்தைத் தூக்கிக்கொண்டு திரும்பத்திரும்பப் படியேறும் அம்மாவைப் பார்க்கும்போது மனத்தைப் பிசையும் எனக்கு. கருவாட்டு நாற்றமும் மீன் மணமும் போட்டிபோடும் தெரு.

அம்மா அடிக்கடி ஓங்கரித்து வாந்தியெடுப்பாள். 'சரி, அவள் தலையெழுத்து' என்று சமாதானப்பட்டுக்கொள்வேன்.

2

அம்மாவைக் காப்பாற்ற வேண்டிக் குறுக்கே போனவன், அப்பா உதைத்த வேகத்தில் மாடிப்படியில் உருண்டேன். இடது முழங்கால் மூட்டு பிசகிவிட்டது. அரசாங்க ஆஸ்பத்திரியில் மாவுக் கட்டுப் போட்டு, 'நடக்கக் கூடாது' என்று நிபந்தனை விதித்துவிட்டார்கள்.

அதற்காக, ப்ளஸ் டூ படிக்கிற பையன் சாயங்காலத்தை வீட்டில் கழிக்க முடியுமா? அம்மா சொல்லச் சொல்லக் கேட்காமல், சுரேஷின் சைக்கிளில் உட்கார்ந்து ரயில்வே கிரவுண்டுக்குப் போனேன். அவன் படுஜாக்கிரதையாக ஓட்டிச் சென்றான், பாவம். என்னைத் தோள்தாங்கி நடத்தி, சிமெண்ட் பெஞ்ச்சில் உட்கார வைத்துவிட்டு விளையாடப் போனான். பேசாமல் ஏதாவது பார்க்குக்குப் போயிருக்கலாம். இங்கே வந்ததால் என்னென்னவெல்லாம் நடந்துவிட்டது...

ரயில்வே கிரவுண்டின் சிறப்புகள் அலாதியானவை. ஒரு ஊர் அளவு விரிந்த, எல்லாப்புறமும் திறந்திருக்கிற திடல். குறைந்தது பத்துப் பனிரண்டு குழுக்கள் கிரிக்கெட் விளையாடலாம். இதுபோக, மாலை நடை வரும் கிழவர்கள், வீட்டுக்குத் தெரியாமல் கொஞ்சநேரம் சந்தித்துப் பிரியும் ஜோடிகள், கிட்டிப்புள், பம்பரம் என்று உதிரி விளையாட்டுக்கள் ஆடுகிற பையன்கள், உடற்பயிற்சி செய்யும் அண்ணன்கள், சைக்கிள் பழகும் சிறுவர்கள் என்று, நம்மோடு வந்தவர் யாரென்றே அடையாளம் மறக்கும் அளவு கூட்டம் இருக்கும்.

எங்கிருந்தோ பறந்துவந்த கிரிக்கெட் பந்து மிகச் சரியாக என் காலடியில் நின்றது. விலை உயர்ந்த பந்து. புத்தம் புதியது. குனிந்து எடுத்து, அது வந்த திசையிலேயே எறியும் உத்தேசத்தோடு நிமிர்ந்தவன், பெஞ்ச்சில் என் அருகே அமர்ந்திருக்கும் கிருஷ்ணனைக் கண்டேன். என்னைப்போலவே அரை ட்ரவுசர் அணிந்திருந்தான். பூனைமயிர் மினுங்கும் மேலுதடு. வாஞ்சையாய்ச் சிரித்தவன், அதே தொனியில் சொன்னான்:

> சும்மா ஒளிச்சு வச்சுக்கடா. அதுவாத்தானே ஒங்கிட்டெ வந்துருக்கு. நீயா போயி எடுத்தே?

சீச்சி. அது தப்பில்லே?

அடப் போடா கிறுக்கா. கிரிக்கெட் வெளையாட்டுலே பந்து தொலையிறது என்ன அபூர்வமா! நீயே எத்தனெ தொலைச்சிருக்கே? எவனாவது கொண்ணாந்து குடுத்துருக்கானா?

இந்தச் சமயத்தில் தரையைப் பார்த்தபடியே ஒரு சிறுவன் வந்தான். என் வயதுதான் இருக்கும். ஆனால்,

அண்ணா, இந்தப் பக்கம் பந்து வந்துச்சாண்ணா?

என்று கேட்டான். 'அண்ணா' என்று அழைக்காவிட்டால் ஒருவேளை கொடுத்திருப்பேனோ என்னவோ. உடனடியாய்ப் பந்தை ஒளிக்கத் தோன்றியது.

இல்ல்லெ.

என்று அழுத்தமாய்ச் சொல்லி, வெல்லச்சீடைக்கு அம்மாவிடம் ஆட்டியதுபோலவே தலையாட்டினேன். அவனும் போய்விட்டான். நம் ஆள் சொல்கிறான்:

பாத்தியா. இதுக்குப் போயிப் பெருசா அலட்டிக்கிட்டியே.

அநாவசியமாக நிறைய நேரம் சிரித்தான். உள்ளூர எனக்கும் சிரிப்புப் பொங்கியது. பந்தைத் தேடி வந்தவன் பலவீனமானவன் என்று நான் கணித்தது சரிதான்...

ஆனால், அத்தனையையும் யாரோ பார்த்திருக்கிறார்கள் என்பது எங்கள் இருவருக்குமே தெரியாமல் போயிற்று...

கண்ணம் பய வூடு இதுதான?

என்று குரல் கேட்டது - மறுநாள் காலை பத்துமணி சுமாருக்கு. கிட்டத்தட்ட என் பாட்டியின் குரல்போலவே இருந்தது. அம்மா எனக்கு இட்லி ஊட்டிக்கொண்டிருந்தாள். அடிபட்டிருந்தது காலில்தான்; என்னுடைய நடவடிக்கைகள் எதுவுமே குன்றிவிட வில்லை; என்றாலும், தாய்ப்பாசம் லேசுப்பட்டதா.

ஞாயிற்றுக்கிழமை என்பதால், தூக்கம் கலைந்தும் எழ மனசில்லாமல் புரண்டுகொண்டிருந்தார் அப்பா. விசையாய் விடும் மூச்சில், முந்தைய இரவின் போதை மிச்சமிருந்து வீடு முழுக்க நாறியது... பாட்டி வெளியில் போனாள். என்னிடம் விசாரிக்காமலே,

அப்பிடியெல்லாம் எங்க புள்ளெ எடுத்துட்டு வராது.

என்று கறாராய்ச் சொன்னாள். அந்த இடத்தில் முடிந்திருக்கவேண்டிய கதை. வந்த கிழவி இந்தக் கிழவிக்குச் சளைத்தவளில்லை. வரும்போதே எங்கள் பூர்விகத்தை அக்கம்பக்கத்தில் விசாரித்திருக்க வேண்டும். மாடியிறங்கத் திரும்பும்போது, சற்று உரத்தே சொன்னாள்:

பலவட்டறெக் குடும்பந்தானே. களவாங்க யோசிக்குமா?

என்னாடி சொன்னே? ...மவளே. ஒங்க வூடு மாரித் தேவிடியாக்குடின்னு நெனச்சியாக்கும்?

யாரென்றே தெரியாத பெண்பிள்ளையின் பூர்வோத்திரம் என் பாட்டியின் வாயிலிருந்து எச்சில்போலத் தெறித்து நாற ஆரம்பித்தது. அப்பப்பா, எத்தனை அபூர்வமான சொற்கள். மறைவுறுப்புகளின் எத்தனை வகைமாதிரிகள். ஆண்பெண் சேர்க்கையின் எத்தனை விதங்கள். எத்தனைமுறை காறித் துப்பினாள்! இறங்கிப் போன கிழவி, அரைமணி நேரத்தில் படையுடன் திரும்பி வந்தாள். கேவலம், ஒரு பந்தை முன்னிட்டு இரண்டு தெருக்கள் முழு வேகத்துடன் மோதிக்கொண்டன... இப்போது புரிகிறது - பந்து வெறும் சாக்குதான். இரண்டும் வெவ்வேறு சாதிகள் பெரும்பான்மையாய் வசிக்கும் தெருக்கள்.

அப்பாவிடம் பெல்ட் மட்டும்தான் இருக்கிறது என்று நினைத்திருந்தேன். அவர் சூரிக்கத்தியுடன் பாய்ந்தபோது, மொத்தக் கூட்டமும் மிரண்டுபோனது. அவரைத் தடுத்து நிறுத்த, பத்துப்பேர் வரை போராட வேண்டியதானது.

இத்தனை களேபரத்திலும் யாருமே என் அலமாரிக் கதவைத் திறந்து பார்க்கவில்லை என்பது ஒரு ஆறுதல். ஆனால், இன்னொரு வயிற்றெரிச்சலையும் சொல்ல வேண்டும்; மறுநாள் அதிகாலையில் மாரடைப்பால் இறந்துவிட்டாள் என் பாட்டி. கிழவி ஒருநாள் முன்னதாக இறந்திருந்தால் எவ்வளவோ நன்றாய் இருந்திருக்கும்...

3

அதன் பிறகு, கிருஷ்ணனை நிதானமாகச் சந்திக்கக் கிடைக்கவில்லை. நடைமுறை வாழ்க்கையைச் சமாளிக்க, என்னிடம் இயல்பாக

இருந்த கள்ளத்தனங்களே போதும் என்று நினைத்துவிட்டானோ என்னவோ. அப்படிச் சமாளித்து, வெற்றிபெற்றதாக நான் நம்பும் தருணங்களில், மின்னல்போலத் தோன்றி மறைவான். பிரமை என்று நினைத்துக்கொள்வேன். உடனடியாக, சீதோஷ்ணம் மாறி, வெற்றி என்று நான் நினைத்தது அவமானகரமாகத் திசை திரும்பும்...

ஒருவிதத்தில், அவனைச் சந்திக்காதது நல்லது என்றுகூடத் தோன்றும். வெறுமனே பார்க்கக் கிடைத்த சந்தர்ப்பங்களில்கூட, கிட்டத்தட்ட என்னைத் தெருவில் இழுத்துவிட்டிருக்கிறான்; நானே முனைந்து மீள வேண்டியதாகிவிடும். அநேக சம்பவங்கள் நினைவில் இல்லை; என்றாலும், ஒவ்வொரு முறையும் பெரிய பிரச்சினையாகி நான் மூச்சுத் திணறியது நினைவில் இருக்கிறது. ஏதோவொரு விதமாகத் தப்பித்து மீண்டுவிடுவேன்தான். ஆனாலும், தப்பித்து மீளும்வரை இருக்கும் மன உளைச்சல் இருக்கிறதே, தாளவே முடியாது.

இதனாலேயே, வந்து போகிறவன் கிருஷ்ணன்தானா, அந்த வேடத்தில் வரும் துர்தேவதையா என்றுகூடச் சிலசமயம் குழம்பியிருக்கிறேன்.

எனக்குத்தான் குழப்பம். சக ஊழியர் சாலமன் அடிக்கடி, 'சாத்தான் மாறுவேடத்தில் வந்து மனிதப் பிறவிகளை ஏமாற்றுவான்' என்பார். மிகத் தெளிவாகச் சொல்வார்: 'உங்கள் கடவுள்கள் எல்லாம் உங்களைக் காப்பதற்காக ஆயுதம் வைத்திருக்கவில்லை. மிகச் சரியான நேரத்தில் உங்கள்மேல் அவற்றைப் பிரயோகிப்பார்கள். அதற்கு முன்னால் உங்களை நீங்களே காத்துக்கொள்ளுங்கள்...' இவ்வளவு நல்ல தமிழில் பேசமாட்டார் - எனக்குத்தான் அவருடைய பேச்சுத் தமிழை நகலெடுக்கத் தெரியவில்லை.

ஆனால், இதற்கான பதிலை, வேறொரு பேச்சுமுறையில் வழங்குவார் ராமானுஜம். 'தெய்வசித்தப்படி நடக்கும் ஏதோவொரு காரியத்தை, மனுஷ்யர்கள் முனைந்து தடுத்துவிட முடியுமா' என்பார் அவர். நெற்றி நிறையத் திருமண்ணுடன் அவர் பக்கத்து இருக்கையில் இருப்பதே என்னைக் காப்பாற்றுவதற்காகத்தான் என்று தோன்றும். மதிய உணவின்போது அவர்கள் இருவரும் வாதம் செய்வதைப் பார்த்தால், இனி ஒருவருக்கொருவர் முகமுழியே இல்லாமல் போய்விடும் என்று நினைப்பேன். ஆனால், நாலுமணி சுமாருக்கு இரண்டு பேரும் சேர்ந்து டீ குடிக்கப் போவார்கள்.

ஒரு பலவீனமான நாளில் ராமானுஜம் மிக முக்கியமான ஆறுதலை எனக்கு வழங்கினார்: 'கடவுள் தீர்மானித்துத்தான் ஒருத்தரை இன்னாராகப் பிறக்க வைக்கிறார். இறப்புவரை அந்த நபரின் இருப்புக்குக் கடவுள்தான் பொறுப்பு. பகவானின் உத்தேசத்தை மாற்றியமைக்க யாருக்கும் உரிமை கிடையாது; யாராலும் முடியவும் முடியாது...' முழுக்கச் சரி என்று பட்டது.

> ஞாயித்துக்கெழமெ நம்ப வீட்டுக்கு வாங்களேன். இன்னும் நெறையப் பேசலாம்.

என்று ராமானுஜம் அழைத்தபோது, உடனடியாய்ச் சம்மதித்தேன்.

அழைத்தது அவரல்ல; 'நல்லது பொல்லது அத்தனையும் நான் செய்வதாக்கும்' என்று அறிவித்த மாயக்காரன் என்பது அந்த ஞாயிற்றுக்கிழமை மதியத்தில், ராமானுஜம் வீட்டிலிருந்து திரும்புவதற்காகக் கிளம்பியபோது உணரக் கிடைத்தது.

எனக்குக் கல்யாணம் ஆனதுவும் இரண்டு குழந்தைகள் பிறந்து இருவரும் உயர்நிலைப் பள்ளியை எட்டிவிட்டதுவும் ஊருக்கே தெரியும். ஆனால், பவானியைக் கைபிடிப்பதற்கு முன்னால் பிருந்தாவிடம் சொக்கிக் கிடந்தது எனக்கு மட்டும்தான் தெரியும். பிருந்தாவுக்குத் தெரியவந்த அதே கணத்தில் கருகி உதிர்ந்த பூ அது. அவளுடைய அருகாமை தந்த உத்வேகம்தான் நான் பல்கலைக்கழக அளவில் ராங்க் வாங்கியதற்குக் காரணம்.

அதன் காரணமாகவே அவளுடைய அப்பா என்னை மருமகனாக்கிக்கொள்வார் என்று நம்பியே அவளிடம் என் காதலைச் சொன்னேன். அடிவாங்கிய மாதிரிச் சுண்டியது அவள் முகம். மளுக்கென்று நிரம்பிய கண்களுடன் அவள் சொன்னது என்னை முழுசாக நொறுக்கிவிட்டது:

> இப்பிடி வெகுளியா இருக்கியே கண்ணா. இதுக்காகவே நான் உன்கூட வாழ்நாள் முழுக்க இருந்துருவேன். ஆனா...

என்றாள். நான் அதிர்ந்துபோய் அவளை வெறித்துப் பார்த்தேன். அடுத்த கணமே, கண்ணுக்கொன்றாக இரண்டு முத்துக்கள் உருண்டு இறங்கின.

> ...வேணாம் விடு. இந்த ஆசையெ இத்தோட விட்டுரு.

காரணம் தெரிந்துகொள்ளாமல் விட்டுவிட முடியுமா. இன்னும் எவ்வளவு கால வாழ்க்கை மிச்சமிருக்கிறது. இப்படியொரு உறுத்தலோடு எப்படி வாழ்ந்து தீர்ப்பது. அவளிடம் மன்றாடினேன். அவளும், எவ்வளவு நேரம்தான் தொடர்ந்து மறுக்க முடியும். கடைசியில் கொட்டினாள்:

எங்கப்பா ஒனக்கு என்ன பேரு வச்சிருக்காரு தெரியுமா? கேட்டா, அவரு மூஞ்சியிலெயே முளிக்க மாட்டே.

சொல்லு. சும்மாச் சொல்லு பிருந்தா. ப்ளீஸ்...

'களுதெப்புலி' ம்பாரு.

என் மூஞ்சியில் செருப்பாலடித்த மாதிரி இருந்தது. என் தாயும் தகப்பனும் வெவ்வேறு சாதி என்பதற்காக அப்படிச் சொல்கிறாராம்; விளக்கிவேறு தொலைத்தாள்... அவர்கள் வீட்டுக்குப் போகும்போதெல்லாம், முகம் மலர்ந்து,

வாப்பா. வாப்பா.

என்று பிரியமாய் வரவேற்று,

ப்ருந்தா, உன் ஃப்ரண்ட் வந்திருக்காம் பாரு. என்ன கண்ணா, அப்பாம்மால்லாம் சௌக்யமா இருக்காளா?

என்று கேட்கும் மனிதரா இப்படி. எனக்கு ஆறவேயில்லை. பிருந்தாவிடமே கேட்டேன். தன்னியல்பாக பதிலளித்தாள்:

நன்னாப் படிக்கற பையன். சரஸ்வதி கடாட்சம் இருக்கு. என்ன பிரயோசனம், சேத்துலேன்னா பொறந்திருக்கான், பாவம்...

என்று அடிக்கடி குறிப்பிடுவாராம்.

அவள் சொன்னதுக்கப்புறம்தான் இன்னொரு விஷயம் உறைத்தது: அவர்கள் எனக்கு எவர்சில்வர் தட்டில் எதுவுமே கொடுத்ததில்லை. பாக்குமட்டையோ, காகிதத் தட்டோதான். பீங்கான் கோப்பையில்தான் காஃபி தருவார்கள். ரோஜாப்பூ அச்சிட்ட, கைப்பிடிக்கருகில் சில்லு பெயர்ந்த, அதே வெள்ளைக் கோப்பைதான் எப்போதும். சட்டென்று அந்தக் குடும்பத்திடமிருந்து ஒரு விலகலை உணர்ந்தேன். ஆனால், ரொம்பகாலம் அதைப் பேண முடியவில்லை...

பெங்களூரில் ஒரு வங்கி ஊழியருக்கு வாழ்க்கைப்பட்டாள் பிருந்தா. என் திருமணத்துக்குக் கணவனோடு வந்து வாழ்த்தினாள். பெற்றோரும் வந்தார்கள். பரிசுப் பார்சலைக் கொடுத்து, புகைப்படத்துக்கு என்னோடு நின்றார்கள். கடனுக்குப் புன்னகைத்து வைத்தேன்.

ஒரு வருடம் போலக் கழிந்திருக்கும். யதேச்சையாக, பார்த்தசாரதி கோவில் வாசலில் பிருந்தாவின் அப்பாவைப் பார்க்க நேர்ந்தது. ஆள் சரிபாதியாய் இளைத்திருந்தார். மனைவியின் தோளைப் பிடித்துக்கொண்டு சோர்வாக நடந்துவந்தார். என்னைப் பார்த்தவுடன் அவருடைய கண்கள் மினுங்கிய விதம் எனக்கு ஆச்சரியமாய் இருந்தது. கைகளை இறுக்கிப் பிடித்துக்கொண்டார்.

என்ன கண்ணா, வீட்டுப் பக்கம் வரவே மாட்டேங்கறே?

வரணும் அங்க்கிள். எங்கே, ஆஃபீஸ் போறதுக்கும் வரதுக்குமே சரியா இருக்கு. அது சரி, ப்ருந்தா எப்பிடி இருக்கா?

அதெயேம்ப்பா கேக்கறே. கிளியெ வளத்துப் பூனை கையிலெ குடுத்துட்டோம்...

என்று மாமி சொன்னார். குரலில்தான் என்னவொரு துக்கம். வேறுபக்கம் பார்த்துக்கொண்டிருந்த பெரியவர் என்புறம் திரும்பி, தழைந்த குரலில் சொன்னார்:

ரொம்ப நாள் ஓடாதுப்பா. அன்னாடம் சித்ரவதைப்படறதுக்கு, தனியா இருந்து கழிச்சுடலாம்... மனுஷனா அவன்?

என்னுடைய வாழ்நாள் ஆசை நிறைவேறிய மாதிரி அத்தனை திருப்தியாய் இருந்தது. துக்கம் மண்டிய அந்த முகங்களைப் பார்ப்பதுதான் எவ்வளவு இதமாய் இருந்தது! சதிகாரக் கிருஷ்ணன் ஒருமுறை கண்முன் தோன்றி மறைந்தான்...

அப்படித்தான் மீண்டும் அவர்கள் வீட்டுக்குப் போக ஆரம்பித்தேன். முதல் தடவையே எவர்சில்வர் தம்ளரில் கள்ளிச்சொட்டாகக் காஃபி தந்தார் மாமி. அவர்களும் ஓரிரு தடவை தாம்பரத்தில் என்னுடைய ஃப்ளாட்டுக்கு வந்துபோனார்கள். என் குழந்தைகள் 'தாத்தா... பாட்டி...' என்று ஒட்டுதலாய்ப் பழகியது எனக்கு ஆச்சரியமில்லை; பவானி உடனடியாய் அவர்களை 'அம்மா, அப்பா' என்று கூப்பிட்டதில்தான் மலைத்துப்போனேன்.

நான் மட்டும்தான் யாருடனுமே ஒட்டாமல் இருக்கிறேனோ? உள்ளூர எனக்கு அளவில்லாத தாழ்வுணர்வு இருக்கிறது என்று ராமானுஜம் சொல்வது சரிதானோ. அவரை வீட்டில் சந்தித்த அந்த ஞாயிற்றுக்கிழமை இதை எத்தனை தடவை சொன்னார்...

திரும்பும் வழியில் கோடம்பாக்கத்தில் அவர்களைப் பார்த்துவிட்டுப் போகலாமே என்று தோன்றியது. காலையில் வீட்டிலிருந்து கிளம்பும்போது தோன்றாத எண்ணம் எனக்குள் திடீரென்று துளிர்விட்டதன் பொருள் இப்போதுவரை விளங்கவில்லை. லிஃப்டில் மாடியேறும்போது, சூட்சுமமாக யாரோ என்னுடன் இருப்பதுபோல உணர்ந்தேன். நிச்சயம் பிரமையாய்த்தான் இருக்க வேண்டும்...

அழைப்புமணியை அடித்தபோதுகூட நான் எதிர்பார்த்திருக்கவில்லை. கதவைத் திறந்தது பிருந்தா. பத்துப் பதினைந்து வருடங்களில் இன்னும் அழகாகியிருந்தாள். கழுத்தின் வெளுப்பு அதிகரித்து, சங்குபோலவே வழுவழுப்பாகத் தெரிந்தது. அதில் விளிம்பு கட்டியிருந்த கறுத்த மயிர்ச்சுருள்கள் வெண்மையை மேலும் ஒளிரச் செய்தன. பார்வையை அகற்ற முடியாமல் தவித்தேன். இரண்டு ஒற்றை சோஃபாக்கள் இருந்தும் நான் அமர்ந்த இரட்டை சோஃபாவிலேயே வந்து அமர்ந்தாள் சண்டாளி.

> அப்பிடியே இருக்கியே கண்ணா! யூனிவர்ஸிட்டிலே பாத்த மாதிரியே இருக்கே!!

என்று சொன்னபோது கண்கள் எப்படி மலர்ந்தன...!

அங்க்கிளும் ஆண்ட்டியும் திருப்பதி போயிருக்கிறார்கள். நல்லபடியாக விவாகரத்து ஆகி வீடு திரும்பிவிட்டால் அங்கிள் மொட்டை போட்டுக்கொள்வதாக வேண்டுதலாம்.

> கல்யாணம் ஆகணும்ன்னு வேண்டி அப்பொ ஒரு மொட்டை போட்டுக்கிட்டார். இப்போ இதுக்கு...!

என்று சிரித்தாள். நான் பதில் சொல்லத் தெரியாமல் திகைத்தேன். எங்கெங்கோ நகர்ந்த பேச்சின் ஒரு கட்டத்தில்,

> ...பேசாமெ நீ ஆசைப்பட்டபடி செஞ்சிருக்கலாம், கண்ணா. வீணா நான்தான் பயமுறுத்திட்டேன். இல்லே?

என்று கேட்டு என் கண்களையே உற்றுப் பார்த்தாள். பதினைந்து வருடப் பழைய விஷயமல்லவா. அந்தச் சமயத்தில் எனக்குள் ஓங்கியிருந்தது பயமா, அருவருப்பா, இரண்டையும் மீறி எழும்பும் வேறு ஏதோவொன்றா என்று யோசித்துப் பார்த்தால், தீர்மானிக்க முடியவில்லை - இப்போதுகூட...

அவளும் வேறு ஏதோ யோசித்தபடியேதான் என்னுடன் உரையாடியிருக்க வேண்டும். இல்லாவிட்டால், அடுத்த அரைமணி நேரத்தில் அத்தனை நெருக்கமாக, அத்தனை சரளமாக, அத்தனை வேகமாக நாங்கள் செயல்பட்டிருக்க வாய்ப்பில்லை.

அய்யோ, அவளுடைய புறங்கழுத்தின் மரிக்கொழுந்து மணத்தை என்னால் இன்றுவரை மறக்க முடியவில்லை. அதைவிட, லிஃப்ட் வரை என்னை வழியனுப்ப வந்தவள், பொத்தானை அமுக்கிவிட்டுக் காத்திருக்கும்போது என்னிடம் சொன்ன வார்த்தைகளை மரணத்துக்கு அப்புறம்கூட மறக்கமாட்டேன் என்றுதான் தோன்றுகிறது.

முகத்தில் கலக்கமேயின்றி, யாரிடமோ சொல்வதுபோலச் சொன்னாள், பழிகாரி. கோரிக்கை விடுக்கும் குரலில்,

கண்ணா...

என்றாள். ஒரு நொடியில் விதவிதமான கற்பனைகளும், எதிர்காலத் திட்டங்களும் ஊற,

என்ன?

என்று கேட்டபடி ஆவலுடன் அவள் முகத்தைப் பார்த்தேன்.

இன்னிமே இந்தப் பக்கம் வந்துராதே. என்ன?

என்று சொல்லிவிட்டு, வேகமாக வீட்டுக்குள் போகத் திரும்பினாள்.

கல்லூரி நாட்களை விடுங்கள், இப்போதுகூட வந்த நிமிடம் முதல் அவள் சொன்னதையோ, சொல்ல விரும்பியதையோ கேட்டுத்தானே நடந்திருக்கிறேன். சம்மதமாய்த் தலையாட்டினேன். அவள்தான் நின்று பார்க்கவில்லை. என் முதுகுக்குப் பின்னால், டமாரென்று அறைந்து சாத்திக்கொண்டது வீட்டுக் கதவு.

லிஃப்ட் திறந்தபோது இல்லாதவன், கதவு மூடிய மாத்திரத்தில் என்னுடன் இருந்தான். நாசமாய்ப்போன கிருஷ்ணனேதான்.

என்னைப் பார்த்துக் கண்ணடித்தான். கட்டைவிரலை உயர்த்தி வெற்றிமுத்திரை காட்டினான். வகிட்டை ஒட்டி தலைமுடி மேலேறி மெல்லிய வழுக்கை படிந்திருந்தது. சற்று தாராளமாகவே நரை பாய்ந்துவிட்ட கேசம். வசீகரத்துக்குக் குறைச்சலே இல்லை. ஆனால் அவனைப் பார்த்த கணத்தில், அப்படியே தரையில் தள்ளி நெஞ்சில் மிதிக்கவேண்டும் போல இருந்தது. மறுகணம், ஆரத்தழுவி இறுக்க வேண்டும் என்றும் தோன்றியது. இரண்டும் அடுத்தடுத்து ஒரே சமயத்தில் தோன்றியதில், மூச்சுமுட்டியது எனக்கு. ஆமாம், முதல் தடவையாக அவனைத் தொட்டு உணர ஆசையாய் இருந்தது.

அதைவிட, விசித்திரமான பழியுணர்ச்சி பொங்கிப் பெருகியது. இப்படியே மாடியேறித் திரும்ப வேண்டும். கதவைத் திறக்கும் பிருந்தாவை மூர்க்கமாகக் கட்டிலுக்குத் தள்ளிச் சென்று மூச்சுத் திணறத் திணற மறுபடியும்...

சட்டென்று நின்றது எண்ணவோட்டம். அவளை மனதார விரும்பிய நாட்களில் இப்படியெல்லாம் யோசித்திருப்பேனா. எவ்வளவு பவித்திரமாக நினைத்திருந்தேன் அவளை, அவளுடைய சிநேகிதத்தை. இந்தப் பயல் வந்துதான் என்னைக் கலக்கிவிட்டிருக்க வேண்டும்... என் எண்ணம் புரிந்தமாதிரி சிரித்தான். அவனுக்கென்ன, பதினாயிரம்பேருடன் சரசம் புரிந்தவன். சிரிக்கத்தான் செய்வான். நான் அப்படியா? அப்புறம், பவானிக்குத் தெரிந்தால் சும்மா விடுவாளா என்னை?

அது சரி, எப்போதும் கலகலப்பாகப் பேசுகிறவன்தானே இந்தப் பயல், இன்றைக்கு ஏன் பேசவே மாட்டேனென்கிறான்? ஒரு வார்த்தை சொல்லிவிட்டானென்றால், நானும் மனம் திறந்து கொட்டிவிடுவேனே. மனதார அவனைத் திட்டித் தீர்ப்பேன். குறைந்த பட்சம், மேலேறிப் போனபோதும் அவன் என்னுடன் வந்தானா என்றாவது விசாரித்துத் தெரிந்துகொள்வேன்...

ஏனோ, ஒரு சொல்லும் பேசவில்லை ராஸ்கல். ஆனால், என்னுடைய முகம் பேயறைந்த மாதிரி ஆகியிருக்க வேண்டும் - லிஃப்ட்டில் ஏறக் காத்திருந்த இளம் ஜோடி, என்னைப் பார்த்த பார்வையில் அப்படியொரு மிரட்சி இருந்தது.

4

எல்லாம் அரதப் பழைய கதைகள். எழுபத்திச் சொச்சம் வயதில், ஒருநாளும் இல்லாத திருநாளாக, இன்று வரிசையாய் அத்தனையும் நினைவு வருவதற்குக் காரணம் இல்லாமல் இல்லை. பால்கனியில் காயும் பிற்பகல் வெயிலையும், ஆர்ப்பாட்டமும் அபத்தமுமான நிறங்களை அள்ளித்தட்டும் தொலைக்காட்சியையும் மாறிமாறிப் பார்த்துக்கொண்டு ஸோஃபாவில் உட்கார்ந்திருந்தேன். தாண்டிப்போன ஏதோவொரு சானலில், கண்ணன் தொடர்பான பாட்டுக்களாகப் போடுகிறான். இன்று கோகுலாஷ்டமியல்லவா.

> கள்ளத்தனமே உருவாய்க் கொண்ட காவியக் கண்ணா வா...
> எங்கள் வீட்டில் எந்த நாளும் கண்ணன் பாட்டுத்தான்...
> கண்ணன்... என்ன சொன்னான் - மணிக் கிள்ளையே
> கண்ணீர் வர... காரணம் ஏன் கொடி முல்லையே...

என்று கறுப்பு-வெள்ளையும், வண்ணங்களும் மாறிமாறி வந்தவண்ணமிருந்தன. தொகுப்பாளர் ஞான சிகரம். 'கண்ணன்' என்ற சொல் வந்தாலே சேர்த்துக்கொள்ளுவார் போல. சம்பந்தமேயில்லாமல்,

> கண்ணா... நீயும் நானுமா?

என்று பாட்டுப் போட்டார். 'நீயும் சிவாஜி. நானும் சிவாஜி. ஆனால், இரண்டுபேருக்கும் ஒரு தலைமுறை வித்தியாசம்...' என்று நினைத்துக்கொண்டே பால்கனிப் பக்கம் பார்வையைத் திருப்பினேன் - அதிர்ந்துபோனேன்.

ஆமாம். கிருஷ்ணன் நின்றிருந்தான். எத்தனை வருடம் ஆகிவிட்டது. இன்னும் கறுத்திருந்தான். தளர்ந்திருந்தான். முகத்தின் புன்னகை மறைந்துவிட்டது. கேசம் முழுக்க நரைத்து, உச்சந்தலை முழுக்க வழுக்கை படர்ந்திருந்தது. பற்கள் உதிர்ந்ததாலோ என்னவோ, இரண்டு கன்னங்களிலும் டொக்கு விழுந்திருந்தது. பின்னங்கைகளை பால்கனிச் சுவரில் ஊன்றி, மல்லாக்கச் சாய்ந்திருந்தான். ஊன்றிய கைகள் லேசாக நடுங்குவதுபோலத் தென்பட்டது உண்மைதானா என்று எப்படித் தெரிந்துகொள்வது? எப்படியானாலும், அவன் கிருஷ்ணனேதான் என்பதில் எனக்குக் கொஞ்சமும் சந்தேகமில்லை.

என்னையே பார்த்துக்கொண்டிருந்த முகத்தில் இருந்த பாவனை

இன்னதென்று கணிக்க முடியவில்லை. இதற்குள், பின்னணி இசை துயரமாக ஒலிக்கத் தொடங்கியது. ரொம்பப் பரிச்சயமான பாட்டுத்தான்...

உடம்பு முழுக்க நீலப் பெயிண்ட்டும், உதட்டுக்குச் சிவப்புச்சாயமும் அடித்திருந்த என்ட்டி ராமராவ், சீர்காழியின் குரலுக்கு அற்புதமாக வாயசைத்தார்.

உள்ளத்தில் நல்ல உள்ளம்...

பால்கனிக் கிருஷ்ணனைத் திரும்பிப் பார்த்தேன். ராமராவ் ஜாடையில்லை. அதே படத்தில் கர்ணனிடம் யாசகம் கேட்க இந்திரன் வருவாரே, தொண்டு கிழமாக. அப்படியொரு பாவனை இருந்தது முகத்தில். கூனை மறைப்பதற்காகத்தான் பின்னால் சாய்ந்து நிற்கிறானோ...

எம்ஸீஸியில் இயற்பியல் பேராசிரியராய் இருக்கும் என் பேரன் பராசரன், தோளில் இடுக்கிய மொபைல் ஃபோனோடு அறைக்குள் வந்தான். அவர்கள் தலைமுறைக்குக் கவசகுண்டலம் மாதிரி. எந்நேரமும் தோள்பட்டையில் இறுக்கியிருப்பார்கள். பராசரனுக்கு கனத்த குரல். ஃபோன் இல்லாமலே மறுமுனைக்குக் கேட்கும். அன்றாடம் வகுப்பெடுத்துப் பழகியவன் இல்லையா,

கையில் பாவனையாய்ப் பிடித்த ரிமோட்டால் டிவியைச் சுட்டி, 'ஓசையைக் குறை' என்று சைகை செய்தான். ஒலியை முற்றிலுமாக நிறுத்தினேன். பீரோவைத் திறந்து எதையோ தேடிக்கொண்டே ஃபோன் உரையாடலைத் தொடர்ந்தான் அவன்.

பின்னணியாய் ஒலிக்கும் பராசரனின் பேச்சுக்குத் தொடர்பே யில்லாமல், மந்தகாச முகத்துடன் ராமராவ் வாயசைத்துக் கொண்டிருந்தார். பராசரனின் குரல்,

> அதெல்லாம் ரொம்ப மாறிப்போச்சு சார். ஒண்ணு, வேவாத் தெரியும்; இல்லேன்னா பார்ட்டிகிளாத் தெரியும்ன்றதெல்லாம் பழைய தியரி. ஹல்லோ... ஹல்லோ... கேக்கலையா. ஸிக்னல் சொதப்புதோ! என்னது, புரியலையா!! வேவ் சார்... வேவ். அலை. என்னது, பார்ட்டிக்கிளை என்னன்னு சொல்றதா?! குசும்பு சார் ஒங்குளுக்கு. பார்ட்டிக்கிள்ன்னா, பார்ட்டிக்கிள்ன்னா... என்னன்னு சொல்றது... துகள் ன்னு

வச்சிக்கலாம். அந்தத் தியரியெல்லாம், 'பரத்தை மறைத்தது பார்முதல் பூதம்' காலத்துது! பாக்குறவன் வேவாப் பாத்ததுனால வேவாத் தெரிஞ்சது; பார்ட்டிக்கிளாப் பாத்துருந்தான்னா பார்ட்டிக்கிளாத் தெரிஞ்சிருக்கும். அதாவது, இவனோட அந்தரங்க விருப்பப் பிரகாரம்தான் அது தெரியும்; தன்னளவுலெ இன்னதாத்தான் இருக்குன்னு அறுதியாச் சொல்லவே முடியாது. அதாவது, 'இவன் என்னவாப் பாக்க விரும்புறானோ, அப்பிடியேதான் தெரியும் அது'ன்ற முடிவுக்கு எப்பவோ வந்துருச்சு ஸையின்ஸு...

என்று சிரித்தது. தொடர்ந்து பேசிக்கொண்டே வெளியே போனான். பாட்டு முடிந்து, அந்த நிகழ்ச்சியும் முடிந்திருந்தது.

பால்கனியைப் பார்த்தேன். கிருஷ்ணன் நின்ற இடம் காலியாய் இருந்தது.

அரூ - இணைய இதழ் - மார்ச் 2022

முன்னுணர்தல்

கீழே நான்கும் மேலே நான்குமாய் எட்டுக் குடித்தனங்கள் இருந்தோம். தெருவை நோக்கிய, முதல் கீழ்ப் போர்ஷனில் வீட்டு உரிமையாளர். நாய்ப் பிரியர். இரண்டு பாமரேனியன், இரண்டு டாபர்மேன் எந்நேரமும் வளாகத்துக்குள் சுற்றித் திரியும். அவருடைய செல்ல லாப்ரடார், எந்நேரமும் அவர்கள் வராந்தாப் படியில் அமரிக்கையாய் உட்கார்ந்திருக்கும். நாயுருவம் எடுக்க நேர்ந்த மனிதப்பிறவியாக்கும் நான், பிற நாய்களை மேற்பார்வை செய்ய அமர்ந்திருக்கிறேன் என்கிற மாதிரி இருக்கும் அதன் தோரணை.

வளாகத்துக்குள், காற்றுக்கும் பின்கட்டில் இருக்கும் அகலமான மாட்டுத் தொழுவத்தின் சாண மணத்துக்கும் நிகராக, நாய்க்குரைப்பும் நிரம்பியிருக்கும். சிலவேளை, டாபர்மேனின் கனத்த அடித்தொண்டைக் குரலும், உச்சத்தில் அலறும் பாமரேனியனின் முற்றாத குரலும் மாறிமாறி டூயட்போல ஒலிக்கும். ஆனால், அத்தனை நாய்களுமே சாத்வீகமானவை. யாரையும் கடிக்க முயன்றதுகூட இல்லை. வருகிறவர்களுக்கு இந்த சூட்சுமம் தெரியாதில்லையா, வாசல் கதவுக்கு இரண்டடி அப்பால் நின்றுதான் கூப்பிடவே செய்வார்கள். குடிவருகிறவர்களுக்கு ஒரே வாரத்தில் பிடிபட்டுவிடும் என்பதால், சரளமாக நடமாடுவோம். சில சமயம் பாமரேனியனின் புசுபுசு ரோமத்தை வருடிக் கொஞ்சக்கூடச் செய்வோம். டாபர்மேன்களின் வாலை வெட்டிவிட்டிருப்பார்கள்;

வாலாடாத நாயின் பிரியத்தைப் புரிந்துகொள்ள கூடுதல் பிரயாசை தேவை.

இவ்வளவு நீளமாக நாய்த் தகவல்கள் சொன்னதற்கு ஒரு காரணம் இருக்கிறது. மாதவ ராவ். அவருக்கு நேரடித் தொடர்பு இருந்ததா என்று தெரியாவிட்டாலும், சில வேளை அத்தனை நாய்களும் ஒரே நேரத்தில் மௌனத்தில் ஆழ்வதும், எச் எம் வீ இலச்சினைபோலக் குத்திட்டு உட்கார்ந்து ஒரே திக்கில் வெறிப்பதும், எங்கள் வளாகமே இனம் புரியாத அமானுஷ்யத்தில் அமிழ்ந்துவிடுவதும் கடும் பீதி விளைவிக்கும். முதல் தடவை அப்படி நடந்ததை என்னால் மறக்கவே முடியாது. அடுத்தடுத்த தடவைகளில் பழகிவிட்ட காட்சிதான் என்றாலும், எப்போதுமே, ஆரம்பித்த மாத்திரத்தில் நிலைகுத்தத் தொடங்கும் முன்னங்கை ரோமங்கள், அடுத்த ஒருமணிநேரத்துக்கு நட்டமாய் நிற்கும்.

முதல் தடவை, வீட்டைக் காலிசெய்துவிட்டால் என்ன என்றுகூடத் தோன்றியது. அந்த முறை நடந்ததன் வீரியம் அப்படி. ஆனால், ரயில் நிலையத்துக்கும் பேருந்து நிலையத்துக்கும் கடைகண்ணிகள் மண்டிய காந்திவீதிக்கும் குழந்தைகளின் பள்ளிக்கூடத்துக்கும் அத்தனை அருகில் இருக்கும் வீடு கிடைப்பது கடினம்.

அதைவிடக் கடினம், நிரூபணங்கள் இல்லாமல் ரமாவை உடன்படச் செய்வது. தவிர, அத்தனை இடவசதியுள்ள வீடு, அத்தனை குறைவான வாடகைக்கு சென்னையில் எங்கேயுமே கிடைக்காது. நாய்கள் மட்டும் இல்லாவிட்டால், இன்னும் அதிக வாடகைக்கு விடலாமே என்று யாராவது பேச்சுவாக்கில் ஆலோசனை சொன்னால், வளர்ப்புப் பிராணிகள் அளவுக்கே குரைத்துத் தீர்த்துவிடுவார் உரிமையாளர் என்று அவருடைய மனைவி பெருமிதமாய்ச் சொல்வாள்.

கொஞ்சம் நீளமான முன்சுருக்கம்தான்; ஆனால், மாதவ ராவைப் பற்றிச் சொல்ல ஆரம்பித்தால், இத்தனையையும் சொல்லித்தான் ஆகவேண்டும். வரிசைக்கிரமமாகவே சொல்லப் பார்க்கிறேன்...

எங்களுக்கு நேர் மேலே இருந்த போர்ஷனில் வசித்தார் ராவ். எழுபத்திச் சொச்சம் வயது இருக்கலாம். ஆனால், அதைவிட அதிக வயதானவராகத் தெரிவார். முடி முழுக்கக் கொட்டிப் பளபளக்கும் வழுக்கை. நடு நெற்றியில் கறுப்பு நிறத்தில் வட்டப்

பொட்டு. அதற்கு அணைகட்டிய மாதிரியும், திறந்த உடலில் அங்கங்கேயும், ப வடிவத்தில் மேல்நோக்கிய சந்தனக் கீற்றுகள். அவர்களுடைய மாடிப் போர்ஷனின் முன்புற பால்கனியில், ஈஸிசேரில் அமிழ்ந்து, மடியில் உள்ள புத்தகத்தில் ஒரு கண்ணும் தெருவில் ஒரு கண்ணுமாய் இருப்பார். மொட்டைமாடியில் துணி உலர்த்துவதற்கு, அவரைத் தாண்டித்தான் போயாக வேண்டும்.

என் முதுகில் அவர் பார்வை முள்போல உறுத்துவதாய் உணர்ந்தேன். இல்லை, முள் இல்லை. துரப்பணம். என் உடம்பில் துளைபோட்டு மறுபுறம் பாயத் துடிக்கிறது அது. வலி இல்லையே தவிர, குடைந்து நகரும் எஃகுக் கம்பியை என்னால் உணர முடிகிறது. பின்னாட்களில் அதற்கும்கூடப் பழகிவிட்டேன். என்றாலும், முதல் தடவை ஏனோ அச்சமும் குடைந்தது.

இன்னொரு பிளாஸ்டிக் வாளி நிறைய ஈரத் துணியுடன் எனக்கு முன்னால் ஏறிப் போன ரமா, தனக்கு அப்படியொன்றும் தோன்றவில்லை என்று புறங்கையால் ஒதுக்கிவிட்டாள். ஆகவே, அடுத்தடுத்த தடவைகளில் உணர்ந்த உறுத்தலும்கூட என்னுடைய பிரமையாகவே இருக்கலாம் என்று சமாதானம் செய்துகொண்டேன்.

ராவுடைய இரண்டு கண்களையும் பற்றிச் சொன்னேனல்லவா, இரண்டு கைகளையும் சொல்ல வேண்டும். இடது கைச் சுட்டுவிரல், வாசிக்கும் வரிகளைத் தடவியவாறு மெல்ல நகர்ந்தது - விரலால் வாசிக்கிற மாதிரி. கடந்துசெல்லும்போது புத்தகத்தின் விரித்த பக்கங்கள் பார்வையில் பட்டன. தொட்டால் ஒடிந்துவிடும்போலப் பழமையின் மஞ்சளேறிய தாள்கள். கொட்டைகொட்டையான எழுத்துக்கள். கன்னட லிபியா, தெலுங்கா, அல்லது எனக்குத் தெரியாத வேறு ஏதேனும் மொழியா என்று குழம்பினேன். சமஸ்கிருதம் இல்லை - அது நிச்சயம். ஹிந்தி அல்லது சமஸ்கிருதம் என்றால், படுக்கைவசக் கோட்டைப் பிடித்துத் தொங்கும் வவ்வால்கள் காட்டித் தந்துவிடுமே.

வலது கையில் கோலிக்காயைவிடச் சற்றே சிறிய மணிகள் கோத்த துளசி மாலை. சில விநாடிகளுக்கொருமுறை கட்டைவிரல் ஒவ்வொரு மணியாகத் தடவி ஊர்ந்தது. உதடுகள் லேசாகப் பிரிந்து ஏதோ உச்சாடனத்தில் ஈடுபட்டிருந்தன. நான் பார்த்த அதே சமயத்தில் தெருவில் மெல்ல நகர்ந்த குப்பைலாரியின் மணத்துக்கு முகத்தைச் சுளித்தார் கிழவர்.

கைகள் துணி உலர்த்தியபோது, மனம் அவரையே சுற்றி வந்தது. குழப்பம் ஜாஸ்தியாகிக்கொண்டே போனது. அவர் வாசிக்கிறாரா, பராக்குப் பார்க்கிறாரா, சுலோகம் எதையும் மனப்பாடம் செய்கிறாரா, தானாய் அவ்வப்போது சிரித்துக்கொள்வது ஏன் - வீட்டுக்குள் டேப் ரிக்கார்டரில் சன்னமாய் ஒலிக்கும் வாத்திய இசை கேட்டுத்தான் அவர் தலை ஆடுகிறதா. இத்தனைக்கும் நடுவில் மணம் எப்படி உறைத்தது. ஒரே நேரத்தில் அத்தனை வேலைகள் செய்ய முடியுமா ஒரு மனிதப் பிறவியால். அல்லது, புலன்களைப் பிணைத்த சங்கிலியை அவிழ்த்து விட்டுவிட்டாரோ! அதிசயமாய் இருந்தது ஒரு கணம். வளாகத்துக்குள் நாய்கள் திரிவதுபோல அவரது புலன்கள் தனித்தனியாய்த் திரிவதாய்க் கற்பனை ஓடியது. ஆனால், அதைக் காட்சியாய் உருவகித்துக்கொள்ள இயலவில்லை.

ஒரே வேஷ்டியெ எவ்வளவு நேரம் உதறுவீங்க!

என்று ரமாவின் குரல் இழுத்துவராவிட்டால், அன்று முழுவதும் அந்த வாரம் முழுவதும் ஏன் இதை உங்களிடம் பகிர்ந்துகொள்ளும் இந்த நாள் வரைக்கும்கூட அதே வேஷ்டியை அதே நிலையில் உதறிக் கொண்டிருந்திருப்பேனோ என்னவோ. பின்னர் நடந்தவற்றையும் சேர்த்துப் பார்த்தால், அந்த வேஷ்டியில் இருந்த ஈரநைப்பும்கூட முழுக்க உதிராமலே இருந்திருக்க வாய்ப்புண்டு...

எப்படியோ, துணிகளை உலர்த்திவிட்டுக் கீழே வந்த பிறகும், வெகுநேரத்துக்கு என் கால்கள் நடுங்கிக்கொண்டிருந்தன.

அதற்குப் பிறகுதான் மாதவ ராவை சற்று உன்னிப்பாகக் கவனிக்க ஆரம்பித்தேன். இல்லை, அவர்தான் என்னைக் கவனிக்க ஆரம்பித்திருக்கிறார் என்று தோன்றுகிற மாதிரி ஒரு சம்பவம் நடந்தது.

குடிவந்த புதிதில், ஒரு இரவில், தூக்கம் வராமல் புரண்டு கொண்டிருக்கும்போது, ஜன்னல் வழியே தெரிந்த தெருவில் பட்டப்பகல் நிலவுவதைக் கண்டேன். ஆகாயத்திலிருந்து பால் பொழிந்துகொண்டிருந்தது. பார்வைக்குப் படும் சகலத்தின்மீதும் இனம்புரியாத தூய்மை சல்லாத்துணிபோலப் படிவது தெரிந்தது. அத்தனையுமே மிருதுவாகியிருந்தன.

சொல்லத் தெரியாத கிளர்ச்சி எனக்குள் ஊறியது. சிகரெட்டையும் தீப்பெட்டியையும் எடுத்துக்கொண்டு மொட்டைமாடிக்கு ஏறினேன். போயிருக்கக் கூடாது.

நட்ட நடு மாடியில் ராவ் உட்கார்ந்திருந்தார். அதற்குப் பின்னர் அவரைப் பார்க்க நேர்ந்த அசாதாரண சந்தர்ப்பங்களிலும்கூட, தாம் இருக்கும் இடத்தின் மையத்திலேயே அவர் இருப்பார். சட்டென்று, ஒட்டுமொத்தப் பிரபஞ்சத்தின் மைய அச்சே அவர்தான் என்றுகூடப் பித்துக்குளித்தனமாய்த் தோன்றியதுண்டு எனக்கு.

ஊன்றிய பலகைபோல அவரது முதுகுதான் எனக்குத் தெரிந்தது. செங்கோணத்தில் மூட்டிய இரண்டு பலகைகளை சிமெண்ட்டுத் தரையில் பதித்ததுபோல அவ்வளவு நேராக, அவ்வளவு விறைப்பாக, சம்மணமிட்டு அமர்ந்திருந்தார். தொலைக்காட்சி கோபுர வாணலிபோல ஆகாயத்தை நோக்கி உயர்ந்திருந்தது முகம். பவுர்ணமி நிலவுடன் ஏதோ உரையாடுகிற மாதிரி சன்னமாக அவர் குரல் முறுமுறுத்தது.

ஆனால், நிஜத்தில் அவர் என்னைத்தான் பார்த்துக்கொண்டிருக்கிறார் என்பது புரிந்தது. ஆமாம், அவருடைய முதுகிலிருந்த, உள்ளங்கைப் பரிமாணமுள்ள கண்கள் இரண்டும் என்னை உறுத்துப் பார்த்தன. 'அட, உருவெளித்தோற்றம்...' என்று சுலபமாய் உதறியிருப்பேன்; ஆனால், அந்தக் கண்களுக்கு இமைகள் இருந்தன. மூடிமூடித் திறக்க வேறு செய்தன.

மின்சாரம் தாக்கியதுபோன்று உணர்ந்தேன். பதறியடித்துக்கொண்டு படியிறங்கி, வீட்டுக்குள், படுக்கையறைக்குள், ஓடிச்சென்று படுத்தேன். சீராக மூச்சுவிட முடியவில்லை. சிறுநீர் முட்டியது. வேகமாகக் கழிவறைக்குள் சென்றேன். அடுத்து நடந்ததை என்னால் நம்பவே முடியவில்லை - பீப்பாய் பீப்பாயாகச் சிறுநீர் வெளியேறியது. உண்மையில், என் உடம்பு முழுவதும் பனிக்கட்டிபோல உருகி உறுப்பின் வழியாய்க் கொட்டுவதுபோல இருந்தது. இந்த உடம்பு தீர்ந்ததும் முந்தைய பிறவிகளில் கிடைத்த உடம்புகளும்கூடக் கரைந்து கொட்டுமோ என்று அச்சமாய் இருந்தது. எப்போது நின்றது எப்போது வெளியில் வந்தேன் எப்படித் தூங்கினேன் எதுவுமே துலக்கமாய் இல்லை.

அவ்வளவு பயத்துக்கு, தூக்கம் என்னைவிட்டு ஓடியிருக்க

வேண்டுமல்லவா. அதுதான் இல்லை. கனவுகள்கூட வராத, நிச்சிந்தையான உறக்கத்துக்குள் அமிழ்ந்து விட்டேன். அடுத்த நாள் காலையில் எழுந்தபோது அசாத்தியமான புத்துணர்வு எனக்குள் நிரம்பியிருந்தது.

உபரியாக இன்னொரு விநோதத்தையும் சொல்ல வேண்டும். ராவ் சம்பந்தமான மேற்படி விவகாரமெல்லாம் எனக்கும், எங்கள் வளாக நாய்களுக்கும் மட்டுமே தெரிந்திருந்தது. ரமா, குழந்தைகள் மட்டுமில்லை; பிற குடித்தனக்காரர்கள், உரிமையாளர் குடும்பம் என வேறு யாருக்குமே இதெல்லாம் உறைத்தமாதிரியே தெரியவில்லை...

ஒரு நாள் முன்னிரவில் தனியாக நின்று சிகரெட் புகைத்துக் கொண்டிருந்தேன். இல்லை இல்லை, தனியாக என்று சொன்னது பிசகு. என் காலடியில் நின்று சதா என்னை முகர்ந்து பார்த்துக் கொண்டிருந்தது டாலி. இடையில் ஒருதரம் தன் புசுபுசு உடலால் என் குதிரைச்சதையை உரசும். ஓரிரு அடிகள் நகர்ந்துவிட்டு, பழையபடி வந்து முகரும். ஏதோவொரு கட்டத்தில் பின்னங்காலில் ஒன்றைத் தூக்கி, என் முழங்காலில் மூத்திரம் அடித்துவிடுமோ என்று லேசாகத் தயக்கம் தட்டிய அதே சமயம், சட்டென்று உட்கார்ந்து ஒரே திக்கில் வெறிக்க ஆரம்பித்தது டாலி. அதன் வெண்ணிறத்தில் ஒளிர்வு கூடி, ரேடியம்போல மிளிர்ந்ததை வியக்கக்கூட அவகாசமில்லை எனக்கு. வீல் என்று ஒரு பெண் குரல் அலறுவது கேட்டது.

மாடியிலிருந்து வருகிறது, ராவுடைய மனைவியின் குரல் என்றெல்லாம் தெளிவுபடுவதற்கு முன்பே மாடிக்குப் போய்ச் சேர்ந்திருந்தேன்.

கூடத்தின் நடுவில் ராவ் மல்லாந்து கிடந்தார். கைகளும் கால்களும் வெட்டிவெட்டி இழுத்தன. விறைத்த கண்கள் விட்டத்தில் நிலைத்திருக்க, வாயோரம் நீர்க் கோடு இறங்கித் தரையில் சேகரமாகியிருந்தது. அவருடைய வலதுகையில் ஒரு சாவிக்கொத்தைத் திணித்துவிட்டு, அது விழுந்துவிடாதபடி தானும் பிடித்தவாறே, மறு கையால் கணவரின் நெஞ்சை நீவினார் அந்தப் பெண்மணி.

நான் வரும்போது இருந்த சூழ்நிலை, நிலைதாண்டி நுழைந்து

நான் அருகில் சென்ற மாத்திரத்தில் வெகுவாகச் சீர்பட்டது. கண்ணைத் திறந்தபடி உறங்குபவர்போல சமனப்பட்டார் ராவ். அந்த அம்மாளின் உடல்மொழியிலும் மெல்லிய ஆசுவாசம் படர்வதை என்னால் காண முடிந்தது. ராவ் இப்போது பேச ஆரம்பித்தார்:

> அடடே, ஆதித்த கரிகாலன் பொறப்புட்டுட்டானே. தம்பீ, போகாதப்பா. அந்த வேட்டையறைக்குள்ளே என்ன காத்திருக்குன்னு ஒனக்குத் தெரியாது. ஆளுக ஒளிஞ்சிருக்காங்கப்பா. அந்தப் பழிகாரி நந்தினி வேற ஒனக்காகக் காத்துருக்கா. ஒன்னெ அவ வரச்சொன்னதே இதுக்காகத்தான். அந்தப் பயகளோட ஆளு அவ. அவ எதுத்தாப்பிலெ நின்னா ஒனக்குக் கையும் ஓடாது காலும் ஓடாதுன்றது அவளுக்கும் தெரியும், அவன்களுக்கும் தெரியும். எவ்வளவு பெரிய மாவீரன் நீ. யுத்தகளத்திலே வீரமரணம் அடையவேண்டாமா? கேவலம், பொம்பளெ வெவகாரத்துலே முதுகுலெ குத்துவாங்கியா சாகுறது... அடே, சொன்னாக் கேளுடா. வயசுலெ மூத்தவன். நாஞ் சொல்றதை காதுலயாவது வாங்குடாய்யா... அடடே, வெளக்கும் அணஞ்சு போச்சே...

நிதானமான, ஒவ்வொரு சொல்லும் துல்லியமாய்க் கேட்கும் குரல். ஒரேயொரு வித்தியாசம், சாதாரணமாய்ப் பேசும்போது சற்றுக் கிரீச்சிட்ட தொனியில் தெலுங்கு மணக்கும் உச்சரிப்புடன் ஒலிப்பது, மிக நல்ல தமிழில் கேட்டது இப்போது. குரலும், பழைய ஓ ஏ கே தேவரின் குரல்.

எதுவுமே நடக்காத மாதிரி உறக்கத்தில் ஆழ்ந்துவிட்டார் ராவ். நன்றி சொல்கிற பாவனையில் எழுந்துநின்று என்னை நோக்கிக் கைகூப்பினார் அவரது மனைவி. மெல்லப் பின்வாங்கி நகர்ந்து கீழே இறங்கத் தலைப்பட்டேன்.

வளாகம் ஆழ்ந்த அமைதிக்குள் மூழ்கியிருந்தது. விசித்திரமான உணர்வு என்னைத் தாக்கியது. அந்த அம்மாள் அப்படி அலறியும், ஒரு போர்ஷனில்கூடச் சலனம் தென்படவில்லையே. எனக்கு மட்டும்தான் அந்தச் சப்தம் கேட்டதா! தொடர்ந்து இதே விதமாகச் சிந்தித்துக்கொண்டு போவது அத்தனை ஆரோக்கியமானதில்லை என்று தோன்றி, மனத்தை வேறுபுறம் திருப்ப முயன்றேன்.

பொன்னியின் செல்வனில் என் மனத்தைப் பிசைந்த துயரக் கட்டம் அது. காலங்காலமாகத் தீராத மர்மமும் இணைந்தே இருப்பது. ரகசியம் திறந்துவிடும் வாய்ப்பு கையருகில் வந்தும் சட்டென்று நழுவிவிட்டதே என்று ஒரு கணம் ஏக்கமாய் இருந்தது.

சரி, போய்த் தொலைகிறது, ராஜாங்கத்தின் உயர்மட்டத்தில் நிகழும் படுகொலைகளுக்கெல்லாம் நிஜமான காரணங்கள் தெரியவருவதோ, நிஜமான கொலையாளிகள் பிடிபடுவதோ எப்போதாவது நடந்திருக்கிறதா என்ன...

அடுத்த சிகரெட்டையும் முடித்து, படுக்கையறையில் சென்று படுத்தபோது இன்னொரு வியப்பு எழுந்தது. ஆமாம், அந்தத் தொடர்கதைக்கு மணியம் வரைந்த ஓவியங்கள் உண்டல்லவா, அவர் சித்தரித்த ஆழ்வார்க்கடியானின் சாயல் தத்ரூபமாய் இருந்தது மாதவ ராவுக்கு. தானாய் விதிர்த்தது எனக்குள்.

மறுநாள் காலையில் அந்த அம்மாள் எங்கள் போர்ஷனுக்கு வந்தார். நெய் தீர்ந்து விட்டதாம். ஒரு கரண்டி வாங்கிப் போக வந்தார். வாங்கிக்கொண்டு திரும்பியவர், ஏனோ, என் எதிரில் இருந்த நாற்காலியில் வந்து உட்கார்ந்தார். ஏதோ என்னிடம் பேச விழைவது முகக்குறிப்பில் தெரிந்தது. தழைந்த குரலில் சொன்னார்:

> நேத்து நெல்லவேள, சீக்ரமே முடிஞ்சிட்டாங்க. சில சமயம் மணிக்கணக்காக் கஸ்டப்படுவாங்க.

'அப்படியா' என்கிற மாதிரித் தலையாட்டினேன். அந்த அம்மாள் தொடர்ந்து பேசினார். முதன்முதல் தடவை ராவுக்கு மேற்படித் தாக்குதல் நேர்ந்தபோது, அவசரத்துக்கு இரும்புப் பொருள் எதுவும் அகப்படவில்லையாம். சமையல் மேடையில் இருந்த கத்தியைக் கணவரின் கையில் திணித்திருக்கிறார். மூடிய உள்ளங்கைக்குள் கத்தியின் வெட்டுப் புறம் சிக்கிவிட்டது. ராவ் சுமார் அரைமணி நேரம், ஆரஞ்சுப் பழம் பிழிகிற மாதிரி கத்தியை இறுக்கிப் பிடித்திருந்திருக்கிறார். விடுபட்ட பிறகு, உள்ளங்கைத் தோலில் சிறு கீறல்கூட இல்லையாம்...

இன்னொன்றும் சொன்னார் அந்த அம்மாள். என்னால் கிரகித்துக்கொள்ளவே முடியவில்லை. தேதி வருஷம் கிழமை வேளை உள்ளிட்ட சகலத்தையும் துல்லியமாய்ச் சொன்னார்.

ராவுக்கு அப்போது நாற்பத்திச் சொச்சம் வயது. இதேபோலப் பீடிப்பு நேர்ந்திருக்கிறது. இந்த அம்மாள் திகைத்துப்போய்ப் பக்கத்தில் உட்கார்ந்திருக்கிறார். ராவ் மன்றாடுகிறார்:

> ஸார், வேணாம் ஸார். இந்த எலக்ஸன் போனாப் போவுது ஸார். இன்னம் எவ்வளவோ காலம் இருக்கு. பாத்துக்கிறலாம் ஸார். சுத்திலும் கொலைகாரங்களா நிக்கிறாங்க ஸார். அந்தப் பிள்ளையக் கிட்ட வர விடாதீங்க ஸார். அய்யோ, அவ இடுப்புலெ என்ன கட்டியிருக்கான்னு ஒங்களுக்குத் தெரியாது ஸார். அய்யோ, கொஞ்சம் நில்லுங்க ஸார். இப்பிடிப் போய்க்கிட்டே இருக்கீங்களே ஸார். அய்யய்யோ, போய்ட்டீங்களே... அமுக்கிட்டாளே, வெடிச்சிருச்சே...

உடல் வெகுவாக முறுக்கியிருக்கிறது. நிலை மீண்ட பிறகு, கிட்டத்தட்ட அரைக்குடம் தண்ணீரை மாந்தினாராம்.

அடுத்த நாள் காலைத் தினசரிகளில், வெண்ணிற ஸ்போர்ட்ஸ் ஷூ அணிந்த கால் தனியாய்க் கிடக்க, குப்புற வீழ்ந்து கிடந்தவரின் முகம் சிதைந்திருந்ததும், சுற்றிலும் பரந்திருந்த ரத்தக் குளமும் கண்டு, ஒட்டுமொத்த இந்தியாவும், ஏன் உலகமே அதிர்ந்ததைச் சொல்லும்போது அந்த அம்மாளின் முகத்தில்தான் எவ்வளவு பீதி. எல்லாரையும் போலவே, புதிதாக அந்தப் படத்தையும் செய்தியையும் ராவ் பார்த்தார் என்று சொல்லும்போது பீதி பலமடங்கு அதிகரித்திருந்தது.

> பின்னே, இவருக்கு அது நடக்கம்போதே தெரியும்ன்னு வெளியெ தெரிஞ்சிருந்தா சும்மா விட்ருப்பாங்களா? ரண்டு பேரயும் தள்ளீட்டுப் போயி முட்டிக்கி முட்டி தட்டீருக்க மாட்டாங்க? ஆரு கண்டா, இன்னவரைக்கி ரண்டு பேரும் ஜயில்லெ கெடந்துருப்பமோ என்னமோ...

என்று பேசிக்கொண்டே எழுந்து போனார்.

அது சரி, இப்படி அடிக்கடி நடக்கும் விஷயம் என்றால், ஏன் அப்படி அலறினீர்கள் என்று கேட்கத் தோன்றியது; ஆனால், கேட்கவில்லை. விஷயங்கள் நமக்குப் பழக்கமாகிற மாதிரியே எல்லாருக்கும் ஆகுமா என்பது ஒன்று. இதுமாதிரி ஒரு பீடிப்பு வரும்போது எதுவரை போய் நிற்கும் என்று யாரால் சொல்ல முடியும் என்று எனக்கே இன்னொரு சமாதானமும் தோன்றியது.

வழக்கமாகப் பிடிக்கும் சிகரெட்தான். ஒவ்வொரு முறை புகை மணத்தோடு நான் வீட்டுக்குள் வரும்போதும் ரமா முகத்தைச் சுளிப்பதில்லை?

கிட்டத்தட்ட, ராவ் பேசிய அதே வாக்கியங்களை அதே ஏற்ற இறக்கத்துடன் ஒப்பித்தார் அந்த அம்மாள் என்றே பட்டது. பானுமதி குரல் அந்த அம்மாளுக்கு. பாடத் தெரியுமா என்று கேட்கவேண்டும். தெரியும் என்றால், 'ஆஹா நம் ஆசை நிறைவேறுமா' பாடச் சொல்லி வேண்ட வேண்டும்... தானாக வளர்த்துக்கொண்டு போன மனம், வேறு பக்கம் திரும்பியது.

செல்ஃபோனில் யாரிடமாவது பேசினால்கூட, என் பக்கத்தில் வந்து நின்று, 'யாரு' என்று பார்வையாலேயே துளைத்தெடுக்கும் ரமா, அந்த அம்மாள் என்னுடன் உரையாடுவதைப் பார்த்தும் எங்கள் பக்கமே வரவில்லை என்பது கொஞ்சம் அசாதாரணமாய்ப் பட்டது எனக்கு.

அதன்பிறகு பலதடவை அதேவிதமாய் நடந்தது. ராவுக்கு வலிப்பு வரும். அவர் மனைவி குரல் கொடுப்பார். நான் மட்டும் மாடிக்கு ஓடிச் செல்வேன். அட, நான் ஓடுவதையாவது யாரேனும் பார்த்துத் தொலைக்க மாட்டார்களா? மற்றவர்களெல்லாம் வேறு காலத்தில், வேறு வேகத்தில் இருக்கிற மாதிரியும், நான் ஓடுவது சாதாரண நடைமாதிரி அவர்களுக்குத் தெரிவதாகவும் அனுமானித்துக்கொள்வேன். வாய்விட்டு யாரிடமும் கேட்கத் தயக்கமாய் இருந்தது. குறிப்பாக, ரமாவிடம். ஆறுதலும் தைரியமும் சொல்வதற்கு பதிலாக, டாக்டரிடம் கூட்டிப் போகிறேன் என்று ஆரம்பித்துவிட்டால் என்ன செய்வது!

சிலசமயம், இது எதுவுமே நிஜத்தில் நடக்கவில்லை; நானாகக் கற்பனை செய்துகொள்கிறேன் என்று தோன்றும். அல்லது, தூக்கத்தில் நடக்கிற வியாதி இருக்கிறதோ. அதன் எதிர்ச் சிறகாக, விழித்திருக்கும்போதே கனவு காண்கிறேனோ. கனவில் நடப்பவற்றை நிஜம் என்று குழப்பிக்கொள்கிறேனோ...

இன்னொரு சந்தர்ப்பத்தைச் சொல்கிறேன்.

அந்த முறை, புதிதாக ஒரு அம்சம் சேர்ந்துகொண்டது. வழக்கமாக ராவின் குரலில் இருக்கும் நிதானம் கொஞ்சம்கூட இல்லை. சாதாரண

நிலையில்கூட அவரிடம் தென்படவே செய்யாத வன்மமும் குரோதமும் கிளுகிளுப்பும் அந்தக் குரலில் நிரம்பியிருந்ததை என்னால் நம்பவே முடியவில்லை. அவர் பேசிக்கொண்டே போனார்:

> அண்ணாச்சி, எம்புட்டுப் பேரு எம்புட்டுத் தடவெ எடுத்துச் சொன்னோம். கேட்டீயளா. எப்பயோ சுதாரிச்சிருக்கலாமல்ல. இப்பப் பாருங்க, வளைக்குள்ளெ எலி கணக்காப் போயிச் சிக்கிட்டீயளே! நீங்க சிக்குனது பத்தாதுன்னு, அந்தப் புள்ளைய வேறே... பாவம் நீங்க இளுத்த இளுப்புக்கெல்லாம் வந்துச்சு. இப்போ சாவெப் பாத்து இளுத்துட்டுப் போறிய. செரி, அதுதாம் எளவு ஒங்ககூடச் சேந்து இருந்துச்சு; சேந்து சாவுது. ஒங்க சேக்காளிக சாவுறதும் நாயந்தான். கொத்துக்கொத்தா சனங்களெப் போட்டுத் தள்ளுனவுகல்லெ? ஒங்குளுக்கு இதுவும் வேணும், இன்னமும் வேணும். ஆனாக்கே, சேக்காளிய வீட்டுப் பொம்பளையாளுக, அவுக பெத்தெடுத்த சின்னஞ்சிறுசுகஞ் அதுகல்லாம் என்னா பாவம் பண்ணுச்சுக, பாவம்?...

முதலில் ராவ் யாரிடம் பேசுகிறார், எந்தக் காட்சியைப் பார்த்துக்கொண்டிருக்கிறார் என்றெல்லாம் எதுவுமே புரியவில்லை. உண்மையில் மேற்படிச் சம்பவம் நிகழ்ந்து முடிந்த பிறகும் அந்த வசனங்கள் என்னைப் பல நாட்கள் பீடித்திருந்தன. முந்தைய சந்தர்ப்பம் ஒவ்வொன்றிலும் ஒவ்வொரு குரலில் பேசிவந்த மாதவ ராவ், இந்த முறை வீ க்கே ராமசாமி குரலில் பேசினார். எங்கள் தெருவில் மளிகைக்கடை போட்டிருந்த தெற்கத்திக்கார செவத்தையா அண்ணாச்சிபோல இருந்தது உச்சரிப்பு. தொனியில் இருந்த ஏளனத்துக்கும் இளக்காரத்துக்கும் உதாரணமே சொல்வதற்கில்லை.

> ...பச்சப் புள்ளையளுக்கு வெசத்தை வைக்கிறீயளேய்யா. சாகப் போற நேரத்துலெகூட அடுத்தவியளெ வாள வய்க்கணும்னு புத்தி போக மாட்டங்கே. அய்யோ, எஞ்சாமீ, எப்பிடித் துடிச்சு அடங்குது புள்ளைய... இன்னா டுப்பாக்கிய எடுத்திட்டீருல்லெ. போருமய்யா. போய்ச் சேரும். மனுச எனம் ஒரு கெட்ட கெனாக் கண்டு அதயும் மறந்துருச்சுன்னு ஆகட்டும்... போடு ஒக்காளி, குருதைய அமுக்கு. டொப்புனு குருவி கணக்கா ஒம்மையே சுட்டுக்கிட்டீரேய்யா...

இதுவரை அவர் விஜயம் செய்த அத்தனை தருணங்களுமே மரணத்தை விவரித்தன என்று மட்டும்தான் திரும்பத் திரும்பத் தோன்றியது. மற்றபடி, இந்தக் கடைசிச் சம்பவத்தை இனம் காண்பதற்கு ஒரு தடயமுமே கிடைக்கவில்லை. முதல் தடவையாக, மாதவ ராவ் தொடர்பாக அதிகப்படியான மர்மம் சேர்ந்துவிட்டதாய்த் தோன்றியது.

ஆனால், அவ்வளவு அதிகமாக நான் திகைத்துத் திணறியிருக்க வேண்டியதில்லை. ஓரிரு வாரங்கள் கழித்து, புதிர் தானாகவே அவிழ்ந்தது. மாதவ ராவ்மீது எனக்கு ஒருவித சந்தேகம் உதித்ததும் அப்போதுதான். ராவ் பலகுரல் கலைஞர்; தம் திறமையை சோதித்துப் பார்த்துக்கொள்ளப் பரிசோதனை எலியாக என்னைப் பயன்படுத்துகிறார்; அல்லது, தமது முதிய வயதின் விளையாட்டுப் பொருளாக. அவருடைய மனைவியும் இதற்கு உடந்தை என்றெல்லாம் எனக்குள்ளேயே அடுக்கிக்கொள்ள ஆரம்பித்தேன்.

ஏதோ, கொஞ்சம் கற்பனாசக்தி இருக்கிறது, அதற்கு அனுசரணையாக எளிதில் பயப்படும் மனமும் இருக்கிறது; அதற்காக என்னை முழுப் பைத்தியக்காரன் என்றோ, முழுமூடன் என்றோ நினைத்துக்கொண்டாரா இந்த ராவ்? ஆனால், இதை நேரடியாகச் சொல்லிச் சண்டை போட்டு விலக முடியாது. அப்புறம், மற்றவர்களும் என்னைப் பைத்தியம் என்றே முடிவுகட்ட வாய்ப்புண்டு; சான்றுகள் எதுவுமே இல்லையே... பொறுத்திருக்கலாம் என்று முடிவெடுத்தேன்.

இவ்வளவு பொருமலுக்கும் காரணமாய் அமைந்தது, என் அலுவலக நண்பர் சாஜன் கொடுத்த டிவிடி. *Downfall* என்ற படம். ஜெர்மனில் வேறேதோ பெயர். ஆங்கில சப் டைட்டில் கொண்டது. சும்மா சொல்லக்கூடாது, அதில் ஹிட்லராகப் பாத்திரம் வகித்தவர் மகா நடிகர். பின்புறம் கோத்த கைகள், வலது மணிக்கட்டுக்குக் கீழே சதா உதறிக்கொண்டே இருக்கும் உள்ளங்கை, சிடுசிடுத்த முகபாவனைகள், கீறிய குரல் என்று சகலமும் அசாத்திய நம்பகத்தன்மையுடன் இருந்தன.

ஆக, வீ க்கே ராமசாமி எனக்கு வர்ணித்தது பெர்லினில் இருந்த நிலவறை ஒன்றைத்தானா!

அடுத்து சுருளிராஜன் குரலிலோ, கவுண்டமணியின் குரலிலோ ஒரு வசனத்தை எதிர்நோக்கிக் காத்திருக்கத் தொடங்கினேன். அது வெறும் வசனம்தான்; இனியும் நான் ஏமாறுவதாய் இல்லை

என்று அந்தக் கிழத் தம்பதியிடம் ஆணித்தரமாகத் தெரிவிக்கப் போகிறேன்...

மேற்சொன்ன சம்பவத்துக்குப் பிறகு, இதுவரை நான் சொன்ன சம்பவங்கள் அத்தனைக்கும் ஒருவித நகைச்சுவைப் பரிமாணம் சேர்ந்துவிட்டது. எனக்கே உள்ளூற ஒரு விதமாய் சிரிப்புப் பொங்கிக்கொண்டுதான் இருந்தது.

ஆனால், இப்போது யோசித்தால் புரிகிறது; அவ்வளவு எளிமையான சமன்பாடுகளின் வழியாக வாழ்க்கை நகர்வதில்லை - குறைந்தபட்சம் என்னுடைய வாழ்க்கை. பின்னே, அடுத்த நாலாவது மாதத்தில் ஆவடிக்கு அருகில், அதாவது சென்னையின் மறு கோடி எல்லைக்கு, என் வசிப்பிடத்தை மாற்றுவேன்; பெரும்பாடு பட்டு, குழந்தைகளைப் பள்ளிக்கூடம் மாற்றுவேன்; யார்யார் காலிலோ விழுந்து ரமாவுக்கும் எனக்கும் பணி மாற்றல் வாங்கும்வரை இரண்டு மணிநேரம் பயணம் செய்து அலுவலகம் போய்வருவோம் என்றெல்லாம் கொஞ்சமாவது எதிர்பார்த்திருப்பேனா? அல்லது இவ்வளவு சிரமங்களையும் ஏன் மேற்கொண்டேன் என்பதையாவது மற்றவர்களிடம், குறிப்பாக ரமாவிடம், சொல்லிப் புரியவைக்க முடியுமா? வழக்கம்போலவே, காரணம் தெரியாத பிடிவாதத்துக்கு மடங்கினாள் அவள், பாவம்.

அந்த நாளும் தேதியும் பசுமையாய் நினைவிருக்கிறது. 2009 செப்டம்பர் 2-ம் தேதி. புதன்கிழமை.

அன்று காலையில் எழுந்ததிலிருந்தே அலுவலகம் செல்லவேண்டாம் என்று திரும்பத்திரும்பத் தோன்றிக்கொண்டிருந்தது. உடல் உபாதை என்றெல்லாம் ஏதும் இல்லை. ஏனோ, எனக்குள்ளிருந்து ஒரு குரல் ‘போகாதே, ப்ளீஸ், போகாதயேன்’ என்று இறைஞ்சிக் கொண்டிருந்தது. பள்ளி நாட்களில் பள்ளிக்கூடத்துக்கும், பட்டப்படிப்பு நாட்களில் கல்லூரிக்கும் போவதற்குக்கூட இப்படித்தான் அது முட்டுக்கட்டை போடும். அதை மீறித்தான் இதுநாள்வரை வண்டி ஓடியிருக்கிறது. அபூர்வமாக ஓரிரு நாட்கள் இசைந்துகொடுத்து வீட்டில் இருந்துவிட்டால், முற்பகல் பொழுதில் தொடங்கி, மறுநாள் பழைய நியமத்துக்குத் திரும்பும்வரை குற்றவுணர்வு ஓயாமல் பிறாண்டித் தள்ளும். அந்தக் கொடூர

வதைக்கு, கிளம்பிப் போய்விடுவதே உத்தமம் என்று தோன்றும்.

ஆனால் அன்றைக்கு வேறுமாதிரி முடிவெடுத்தேன். போதாக்குறைக்கு ரமாவையும் வற்புறுத்தி விடுப்பெடுக்க வைத்தேன்.

காலை ஒன்பதரை மணி இருக்கும். குழந்தைகள் பள்ளிக்கூடம் போய் விட்டார்கள். வயிறு நிறைய இட்டிலிகளை அடைத்துக்கொண்டு, சுற்றுச் சுவரையொட்டியிருந்த தென்னைமரத்தின் அருகில் நின்று புகைத்துக்கொண்டிருந்தேன். வழக்கத்தைவிட, நாய்களின் கும்மாளமும் ஓட்டமும் அதிகமாய் இருந்தது. ஒன்றையொன்று துரத்திவிளையாடும் மும்முரத்தில், ஓரிருமுறை என்மீதே வந்து மோதி விழுந்தன. தங்களில் ஒருவனாக என்னை நினைத்துக்கொள்கிறார்களோ என்று தோன்றி எனக்குள் சிரித்துக்கொண்டேன். இதை ரமாவிடம் சொல்ல வேண்டும் என்று தோன்றியது. சிகரெட்டில் இன்னும் இரண்டு இழுப்பு பாக்கி.

தென்னைமீது சரசரவென ஏறிப்போன மரப்பல்லிகள் இரண்டும் சடாரென நின்றன. அனிச்சையாக நாய்களைப் பார்க்கத் திரும்பினேன். தத்தமது இடத்தில் சிலைபோல அமர்ந்துவிட்டிருந்தன. ஒரே திக்கில் நோக்கின. மிகப் பரிச்சயமானதொரு உணர்வு என் முதுகுத்தண்டில் உதித்து மேலேறியது - உயிருள்ள பூச்சி ஊர்ந்து செல்கிற மாதிரி.

அடுத்த விநாடி நடந்ததை எளிதாக ஊகித்துவிட முடியும். வீலென்ற அலறல். என்னை மறந்து மாடிப்படிகளில் நான் தாவியேறுதல். நடுக்கூடத்தில் மல்லாந்து கிடக்கும் ராவ். உலகத்துத் துக்கம் அனைத்தையும் முகத்தில் ஏந்தி, புருஷனுக்குப் பணிவிடை செய்ய அருகில் அமர்ந்திருக்கும் அவர் மனைவி.

ஆனால், ராவ் ஏமாற்றிவிட்டார். முற்றிலும் பரிச்சயமற்ற குரலில் பேசினார் என்பதல்ல - முழுக்க முழுக்கத் தெலுங்கில் பேசினார். எச்சரிப்பதும் மன்றாடுவதும் தோல்வியின் நிராசையும் ஏமாற்றமும் விரக்தியும் என தொடர்ந்து இறங்குமுகமாகவே தொனித்த பாவங்கள் நன்றாக விளங்கின. ஆனால், வாசகங்கள் புரியவில்லை.

> ராஜசேகர்காரு... எலிகாப்டரு... நல்லமலா... துஃபானு.... ஐயய்யோ...

என்று சிற்சில சொற்கள் மட்டுமே வலைக்குத் தப்பிய மீன்கள்போல வெளியே குதித்து எனக்குள் சேர்ந்தன. தலைகுனிந்தபடி திரும்பிவிட்டேன்.

படியிறங்கும்போது ஒரு விஷயம் உறுதிப்பட்டது - அது ஏதோ தெலுங்கு நடிகரின் குரலாகக்கூட இருக்கலாம்; மிகச் சிறந்த குணச்சித்திரக் குரல் அது.

விடுமுறை நாள் முழுக்கவும் இனிதே கழிந்திருக்க வேண்டும். குழந்தைகள் இல்லாத தனிமையை நானும் ரமாவும் ஆனந்தமாய்க் கொண்டாடி முடித்த பிறகு, இதமான அலுப்புணர்வோடு தொலைக்காட்சி முன்னால் அமர்ந்து காஃபி குடிக்க ஆரம்பித்தோம். திடீரென்று, சிறப்புச் செய்தி ஓடத் தொடங்கியது.

ஆந்திர முதல்வர் பயணம் செய்த ஹெலிகாப்டர் நல்லமலைக் காடுகளில் காணாமல் போனதாம். மும்முரமாகத் தேடிவருகிறார்கள்.

அடடே...

என்று விசனம் தெரிவித்தாள் மனைவி.

அவளுக்குத் தொலைக்காட்சி சொல்லும் செய்தி மட்டும்தான் தெரியும்; எனக்கானால், அது காணாமல் போனபோதே தெரியும் என்பதை, மறுநாள் அதிகாரப்பூர்வ அறிவிப்பு என்ன சொல்லப் போகிறது என்பதுகூட இப்போதே தெரியும் என்பதை, அவளிடம் எப்படிச் சொல்வது?

சொல்வனம், இணைய இதழ், ஜூலை 2021

குமாரி ஆன்னி ஸ்மித்தின் காதல்கள்

1

இருபதாம் நூற்றாண்டு விடிந்த ஆறே நாளில் குமாரி ஆன்னி ஆர் ஸ்மித் பம்பாய்த் துறைமுகத்தில் வந்து இறங்கினார். அப்போது அவருக்குப் பத்தொன்பது வயது. தொண்ணூறு வயதுவரை உயிரோடிருந்தார். இரண்டு தகவல்கள் - ஒன்று, சாகும்வரை குமாரியாகவே வாழ்ந்தார். இரண்டு, அவருடைய இந்திய வாசம் முழுவதையும் ஸிம்லாவிலேயே கழித்தார். அதாவது, வந்திறங்கிய மூன்றாம் நாள் ஸிம்லாவை நோக்கி மலையேறியவர், இறுதிநாளில் அதைவிட மேலேறிச் சென்றாரே தவிர, சமவெளிக்கு இறங்கி வரவேயில்லை... 'முழுமையுறாத நாட்குறிப்பு'[2] என்ற தமது நூலின் முன்னுரையில் இவ்வாறு எழுதுகிறார்:

> முதலில் 'பத்தொன்பது முதல் தொண்ணூறு வரை' என்றுதான் தலைப்பிட எண்ணியிருந்தேன் - ஓசை நயம் கருதி. ஆனால், நினைவுகள் பற்றிய உறுதி தளரத் தொடங்கி, கண் முன்னால் பிரம்புத் தட்டில் இருப்பது ஆப்பிளா, ஆரஞ்சா; அன்றன்று விடியும் பொழுதுக்குப் பெயர் என்ன, செவ்வாயா, புதனா அல்லது ஞாயிறா என்கிற மாதிரிக் குழப்பங்கள் ஆரம்பித்த எண்பத்தாறாம் வயதில் நாட்குறிப்பு எழுதுவதை விட்டுவிட்டேன்.

---

2 'Incomplete Diary' என்று சித்தப்பா ஆங்கிலத்தில் குறிப்பிடும் இந்த நூல், அவரிடமிருந்து நான் எடுத்துவந்த நூல் தொகுப்பில் இல்லை. 'ரூபா & கோ என்ற இந்தியப் பதிப்பகம் வெளியிட்டது; தற்போது அச்சில் இல்லை' என்கிறது இணையக் குறிப்பு ஒன்று.

தவிர, தன்னிச்சையாக நினைவில் ஊறும் சம்பவங்கள் எனக்கு நேர்ந்தவைதானா, யாருக்கோ நடந்த செவிவழித் தகவல்களா என்ற குழப்பம் வேறு அடிக்கடி நேர்கிறது. ஒவ்வொரு நாளும் ஒவ்வொரு வரியையும், எழுதி முடிக்கும்போது, என்னைப் பற்றித்தான் எழுதினேனா எப்போதோ இருந்த யாரையோ பற்றியா என்கிற சந்தேகமும் எழுந்து திமிறுகிறது. இதுவெல்லாம் போகட்டும், எத்தனை வயதுவரை இருக்கப்போகிறேன் என்பதே தெரியாதபோது, அவ்வளவு உறுதியாகத் தலைப்பிட வேண்டியதில்லையே!

ஆனால், எழுதுவதை நிறுத்தியதன் நிஜமான காரணம், எத்தனைமுறை நாட்காட்டியைப் பார்த்த பிறகும், அதிலுள்ள எழுத்துக்களின் பொருள் புரிந்த பிறகும்கூட, கொஞ்ச நேரம் கழித்துப் பழைய குழப்பம் மேலோங்கி விடுகிறது. புதன்கிழமைகளில் ஒயினும், சனிக்கிழமைகளில் பிராந்தியும் மட்டுமே அருந்துவேன் என்று சபதம் மேற்கொண்டிருப்பதால், கிழமையின் பெயர் மறக்காமலிருப்பது மிகமிக முக்கியம்...

தவிர, நாட்குறிப்பெழுதும் செயலே, உச்சபட்ச வேகத்தில் விரையும் கப்பலை அக்கணமே நங்கூரமிட்டு நிறுத்த முயற்சிக்கிற காரியமாகப் படுகிறது...

'அவருடைய நாட்குறிப்புகள் மொத்தத்தையும் பதிப்பிப்பதென்றால், அது நூலாக இருக்காது - நூலகமாக இருக்கும். எனவே, ஒரு குழு அமைத்து, அவசியமான, சுவாரசியமான பகுதிகளை மட்டுமே தேர்ந்து பதிப்பிப்பது என்று முடிவெடுத்தோம். அது எத்தனை சிறப்பான முடிவு என்பதற்கு இந்த நூலே சான்று' என்று மேற்படி நூலின் பிரித்தானியப் பதிப்பில் திருவாளர். க்ராம்வெல் குறிப்பிடுகிறார். பதிப்புக் குழுவின் தலைவர் அவர்.

ஸிம்லாவை விட்டு இறங்கிச் சமவெளிக்கு குமாரி. ஸ்மித் வந்ததே இல்லை என்பதற்கு எத்தனையோ காரணங்கள் இருந்திருக்கலாம்; நமக்குத் தெரியவரும் தகவல்கள் மூலமாகச் சிலவற்றை நாம் அனுமானிக்க முடியும்.

கண்களுக்கு மறைப்பிட்ட குதிரைபோல, பம்பாயிலிருந்து நேரே ஸிம்லாவுக்கு, அங்கே பணியிலிருந்த சிற்றப்பன் வீட்டுக்குப் போய்ச் சேரவேண்டும் என்று குமாரி.ஆன்னியின் தகப்பனார் விதித்த கடும் நிபந்தனையிலிருந்தே அவற்றைத் தொகுக்கத் தொடங்கலாம். மேற்படி நிபந்தனையின் பின்புலம், இங்கிலாந்தின்

சீதள வெப்பநிலையிலிருந்து, சுட்டெரிக்கும் இந்திய வெயிலில் போய் இறங்கும் தன் செல்லப்பெண் வதங்கிவிடக்கூடாதே என்ற கரிசனமோ அக்கறையோ அல்ல.

ஆமாம், தன் பதின்மத்தின் கடைசிப் பகுதியில், தமது முதல் காதலை அடையாளம் கண்டிருந்தார் குமாரி.ஆன்னி...

மத்தியப் பிராயத்தை எட்டும்போது, அந்திம காலத்தில் தகப்பனார் இவர் பெயருக்கு எழுதிவைத்த சொத்து முழுவதையும் முகவர்கள் மூலம் விற்றுவிட்டு, இந்தியாவில் சொத்துக்கள் வாங்கிப் போட்டார். தாம் வசிக்கவென்று வாங்கிய வீட்டில், நிலவறை ஒன்று அமைக்கச் செய்தார்.

'மரப் படிக்கட்டும், தரைத்தளத்தின் அஸ்திவாரத்தையொட்டி, வலையடித்த பலகணியும் கொண்ட நிலவறையில், மரப் பீப்பாய்களில் மதுவகைகளை அடுக்கினார். நிலவறையை அமைத்து, பீப்பாய்களுக்கான படித்தளத்தையும் அமைத்துத் தந்த மேஸ்திரிக்கே குழப்பம் - அந்த வீட்டை வாங்கியதே மதுக்கூடம் அமைப்பதற்காகத்தானோ என்று!' என, இந்நூலில் சேர்க்கப்படாத ஒரு குறிப்பில் குமாரி. ஆன்னி எழுதியிருப்பதாகத் தமது முன்னுரையில் குறிப்பிடுகிறார் திருவாளர்.க்ராம்வெல்.

தமது சொந்த உபயோகத்துக்காகவே அவ்வளவு வாங்கி அடுக்கவிருக்கிறார் என்பது மேஸ்திரிக்கு மட்டுமல்ல, குமாரி. ஆன்னி ஸ்மித்துக்குப் பரிச்சயமான அநேகம் பேருக்குத் தெரியாது. நெருங்கிய உறவினர்களில், ஸிம்லாவில் வசித்த சிற்றப்பனைத் தவிர வேறு யாருக்கும்கூடத் தெரியாது என்கிறார். அத்தனை ரகசியமானது, குமாரியின் மதுப் பீடிப்பு...

ஆனால், அதை 'பீடிப்பு' என்று சொல்வதை விரும்பமாட்டார் குமாரி. ஆன்னி ஸ்மித். தமது 'முதல் காதல்' என்றே குறிப்பிடுகிறார்.

2

மொத்தத்தையும் எடுத்துண்டு போயிர்றேன், மன்னி.

என்று நான் ஒத்துக்கொண்டதற்கு, மேலோட்டமாக வாசித்த

மேற்படிப் பத்திதான் காரணம் என்று சொன்னபோது, என்னை ஏறிட்டுப் பார்த்த பத்மினியின் முகத்தில் நம்பிக்கையின் சுவடே இல்லை. போகட்டும், நான் அபூர்வமாக உதிர்க்கும் உண்மைகளை நம்பாமல் இருப்பதும், சரளமாகக் கொட்டும் பொய்களை எதிர்க்கேள்வியின்றி நம்புவதும் என அவளிடம் ஒரு பழக்கம் உண்டு. வாழ்க்கையை சுமுகமாக நடத்த அவள் தேர்ந்துகொண்ட நடைமுறை அது. என்னுடைய நடைமுறையைத்தான் சொன்னேனே...

ஆனால், பத்மினிக்குத் தெரியாது, ஏற்கெனவே இருக்கும் புத்தக மலையுடன் இந்த அட்டைப்பெட்டிகளில் இருப்பவற்றை அப்படியே சேர்த்துவிட மாட்டேன்; ஒரு வாரமோ ஒரு வருடமோ கவனமாக ஆலோசித்து, வேண்டியவற்றைத் தக்கவைத்துக்கொண்டு வேண்டாதவற்றை ஏதேனும் நூலகத்துக்கோ, பழைய பேப்பர்க் கடைக்கோ கொடுத்துவிடுவேன். சீனச் சமையல் புத்தகத்தையும், ரேடியோ ரிப்பேர் கற்றுத்தரும் நூலையும், மாடித்தோட்டம் அமைப்பது எப்படி என்ற செய்முறைக் குறிப்புகளையும் வைத்துக்கொண்டு நான் என்ன செய்வது?

பார்க்கப்போனால், திருவாளர்.க்ராம்வெல் செய்திருக்கும் வேலையும் அதுதானே... சுமார் அறுபத்திச் சொச்சம் ஆண்டுகாலக் குறிப்புகளில் தமக்கும் தமது குழுவுக்கும் உவப்பானவற்றை மட்டும் தேர்ந்து நூலாக்கியது. விஸ்வநாதன் சித்தப்பாவின் கட்டுரையும்கூட இதே அடிப்படையிலானதுதான். மேற்படி நூலின் பகுதிகளைக் கோத்து எழுதப்பட்டது.

குமாரி.ஆன்னி ஸ்மித்தைப் பற்றிப் பேசும் சந்தர்ப்பத்தில், என்னுடைய சித்தப்பாவைப் பற்றி எதற்கு இவ்வளவு விவரணை என்று யாருக்கும் தோன்றத்தான் செய்யும். இவர் இல்லாவிட்டால், அவரைப் பற்றித் தெரியவே வந்திருக்காதே! இரண்டாவது, அப்படித் தனியாக, மைதானத்தின் மத்தியில் நட்ட கழியாக, சுயம்புவாக இருக்கும் ஒரேயொரு கதையை எனக்குக் காட்டுங்கள் பார்ப்போம். தவிர, ஆழ்மனம் பிதுக்கி வெளியனுப்பும் தகவல்களில் மறைமுகமான தொடர்பு ஏதேனும்கூட ஒளிந்திருக்கலாம், யார் கண்டது.

விஸ்வநாதன் சித்தப்பா, சற்றுமுன் நான் குறிப்பிட்ட மைதிலி மன்னியின் மாமனார். சொந்த மாமனார் அல்ல, ஒன்றுவிட்ட மாமனார். இந்தியாவின் முன்னணி நிறுவனமொன்றில் விற்பனைப் பொது மேலாளராகப் பணிபுரிந்து, முப்பத்திச் சொச்சம்

ஆண்டுகளுக்கு முன் ஓய்வுபெற்றவர். கோவிட் 19ன் ஆரம்பகாலப் பலிகளில் ஒருவர். 'பாடியை மருத்துவமனைக்காரர்களே டிஸ்போஸ் செய்துவிடுவார்கள்; இரண்டாம் நாள் கல் ஊன்றுவதிலிருந்துதான் காரியங்கள் செய்வதாய் இருக்கிறோம். பத்தாம் நாளுக்குக்கூட நீ வரவேண்டுமா என்று யோசித்துக்கொள்' என்று மைதிலி மன்னியின் கணவரும், என் ஒன்று அல்லது இரண்டு அல்லது மூன்றுவிட்ட தமையனாருமான பொன்னு என்கிற ராமசாமி அண்ணா நடுங்கும் குரலில் தகவல் சொன்னார். அவருக்கே எழுபத்திச் சொச்சம் வயது.

விச்சன்னாச் சித்தப்பாவின் அந்திமக் காரியங்களில் ஒருநாளாவது நான் சென்று இருந்தாகவேண்டும் என்று என் மனம் வேகமெடுத்ததற்கு, பொன்னு அண்ணாவின் குரலில் தொனித்த விட்டேற்றியான பாவமோ, அமரராகிவிட்ட சித்தப்பாமீது எனக்கு உள்ள அபிமானமும் பிரியமுமோ மட்டும் காரணம் இல்லை; இதோ இருக்கும் மறைமலை நகரில்தான் அவர்கள் வசித்தார்கள் என்பதும்தான். அதிகாலையில் வாடகைக் காரை வரச்சொல்லிக் கிளம்பிப் போனால், சாயங்காலக் காஃபிக்கு வீடு திரும்பிவிடலாம். ஊரடங்குக் காலத்தில் நானுமே முடங்கித்தானே கிடந்தேன்... காரில் போனதால்தான் அட்டைப்பெட்டிகள் மூன்றையும் கொண்டுவர முடிந்தது.

சித்தப்பா எனக்கு எப்படிச் சித்தப்பா என்பது பற்றி எடுத்துச் சொல்ல எத்தனையோ முறை முயன்றிருக்கிறாள் அம்மா. அவள் விளக்க விளக்க, உறவுமுறையின் சிடுக்கு அதிகமாகிவந்தது என்றே சொல்ல வேண்டும். ஆனால், அவர்மீது எனக்கு அபிமானம் ஏற்பட்டதற்கு முக்கியமான காரணம், எங்கள் பங்காளி வகையறாவிலேயே உச்சபட்சப் பதவி வகித்து, உச்சபட்சம் சம்பாதித்தவர் அவர்தான் என்பது. அதிகபட்சம் படித்தவரும் அவர்தான். அந்தக் காலத்து பி ஏ ஹானர்ஸ். என்னுடைய அப்பா மூன்றாம் வகுப்பு. அம்மா ஐந்தாவதுடன் படிப்பை நிறுத்திக்கொண்டவள்.

> என்ன படிச்சு என்ன, நம்ப அப்பாவோட ஞானத்துக்கும் விவேகத்துக்கும் யோக்கியத்துக்கும் உறைபோடக் காணுமா?

என்று என் உடன்பிறந்தவர்கள் பேசிக்கொள்வார்கள். குடும்ப வட்டாரத்தில் அவர்மீது நிலவிய அதிருப்திக்கு வேறொரு காரணமும் உண்டு என்று என் அம்மா ஒரு தடவை சொன்னாள்.

பேரன் பேத்திகளோடு டெல்லியில் வாழ்க்கை நடத்தும் அம்புலி என்ற அம்மாளுவின்மீது ஆவல் கொண்டிருந்தாராம் இவர். ஏற்கனவே மணமாகி, இரண்டு குழந்தைகளும் பெற்றுவிட்ட, இவரைவிட சுமார் பதினைந்து வயது மூத்தவளான முறைப்பெண்ணை மோகித்தால் 'வேலைக்காகுமா?' என்று அம்மா கேட்டபோது, தானாய் எழுந்த சிரிப்பை அடக்கிக்கொண்டாளோ என்று சந்தேகமாய் இருந்தது. ஆனால், அவள்போக்கில் சென்றுதான் கேட்டுக்கொள்ள வேண்டும்; குறுக்கே ஏதாவது கேட்டால் முறுக்கிக்கொள்வாள்.

சித்தப்பாவின் பொழுதுபோக்குகள் அலாதியானவை. பற்ற வைத்த பைப்பைப் பல்லிடுக்கில் கடித்துக்கொண்டு சமையலறைக்குள் இறங்கினால், என்ன வேண்டுமானாலும் செய்வார். காஜு கத்லி முதல், காராசேவ் வரை. அபரிமிதமான வாசிப்பு உள்ளவர். சமையல் புத்தகங்கள் தவிர, பெரும்பாலும், ஆங்கில பல்ப் சமாசாரங்கள். எந்நேரமும் புத்தகமும் கையுமாய் இருப்பார். மறைமலை நகர் வீட்டின் முன்னறையில் சிறு மேஜைமீது இருக்கும் தபலாக்கள் வெறும் காட்சிப்பொருள் அல்ல - அவர் கற்றுக்கொள்வதற்காக வாங்கியவை. கடைசிவரை பிரம்மச்சாரியாகவே தேங்கிவிட்டது அவருடைய கிறுக்குத்தனங்களுக்கு உதவிகரமாய் இருந்தது. என்ன, முதுமை நெருக்கியபோது, தம்பி மகனின் குடும்பத்தை அண்டி வாழும் துர்ப்பாக்கியம் நேர்ந்துவிட்டது.

இருபத்தோராம் நூற்றாண்டின் தொடக்கத்தில், அவர் பணிபுரிந்த குழுமத்தின் வைரவிழாக் கொண்டாட்டத்தின் பகுதியாக, ஒரு சிறப்பு மலர் வெளியானது. சித்தப்பாவின் பணி ஓய்வுக்கு முந்தைய வருடம். நிறுவனத்தின் பொன்விழா ஸிம்லாவில் நடந்தது பற்றியும் அதில் தாம் பங்கேற்றது குறித்தும் நீண்ட கட்டுரை ஒன்று அதில் எழுதியிருந்தார். அதன் முதல் பகுதியைத்தான் ஆரம்பத்தில் கொடுத்திருக்கிறேன்.

அத்தனை சரளமாக, செட்டான வாக்கியங்களில், கட்டுரை முழுவதும் சீராக ஒலிக்கும் தொனியில் எழுதக்கூடியவர் அவர் என்பதே எனக்கு பிரமிப்புத்தான். சொன்னதேயில்லை கிழவர்... நயமான, வசீகரமான, கனத்த வார்த்தைகளால் பயமுறுத்தாத, இதமும் நட்புமான ஆங்கில நடை!

தேர்ந்தெடுத்த குறிப்புகளைப் பதிப்பித்த நூலில், சித்தப்பா தேர்ந்தெடுத்த பகுதிகள் கட்டுரையில் இடம்பெற்றிருக்கின்றன.

இவருடைய கருத்துக்களை சாதாரண எழுத்திலும், குமாரி.ஆன்னி ஸ்மித்தின் நூலிலிருந்து மேற்கோள்களைச் சாய்வெழுத்திலும் அச்சிட்டிருக்கிறார்கள்.

'ஆக, ஆன்னி ஸ்மித் கண்டறிந்த முதல் காதல் மனிதர்கள் மீதானது அல்ல - மதுவின்மீது!' என்று ஆரம்பித்தது, இரண்டாவது பத்தி.

உண்மையில், தன் ஒரே மகளை, தன் ஒரே தம்பியுடன் வசிக்க ஆணையிட்டு குமாரி.ஆன்னியின் தகப்பனார் அனுப்பக் காரணமே, அபரிமிதமான மதுப் பழக்கத்தில் அவள் சிக்கியிருந்ததுதான். கட்டுப்பாடுகளுக்கும் சிகிச்சை முறைகளுக்கும் கொஞ்சம்கூட வசப்படாமல், எந்நேரமும் குடித்துக்கொண்டேயிருக்கும் குடிநோயாளிக்கு இடமாற்றம் ஒருவேளை உதவக்கூடும் என்று அப்படியொரு ஏற்பாடு.

உண்மையில், மது என்ற ஒரு வஸ்துவே இல்லாத வேற்றுக் கிரகத்துக்கு அனுப்பினாலும் குணமாகிவிடாத அளவு பிணைப்பு அந்தப் பெண்ணுக்கு ஏற்பட்டிருந்தது என்பதை அவள் வந்துசேர்ந்த மறுநாளே அறிந்துகொண்டார் சிற்றப்பன். ஸிம்லாவின் நிர்வாகப் பொறுப்பில் இருந்த உயர் அதிகாரி அவர்.

> தாமே நன்கு குடிக்கக் கூடியவர் என்பதும்; அவரவர் விருப்பத்தை அவரவர் தொடர்வதற்கு உரிமை உண்டு என்ற ஜனநாயகபூர்வமான நம்பிக்கை கொண்டவர் என்பதும்; பூர்விகக் குடும்பத்துக்கு அள்ள அள்ளத் தீராத சொத்து இங்கிலாந்தில் இருந்தது என்பதும்; சிற்றப்பனாருக்குக் குழந்தைப் பேறு இல்லாதிருந்ததும் குமாரி. ஆன்னி ஸ்மித்தின் முதல் காதல் அமோகமாய்த் தொடர ஏதுவாய் அமைந்தன.

இந்தப் பத்தியைத் திரும்பத் திரும்பப் படித்தேன். நாலைந்து வரிகளில் எத்தனை அம்சங்களை அழுத்திச் சொல்கிறார் என் சித்தப்பா என்று ஆச்சரியமாய் இருந்தது. எத்தனை நேர்த்தியான ஆங்கிலம்!!

இரண்டாவது பகுதியில் இந்தப் பத்தியும், மேலும் ஒரிரு வாக்கியங்களும் மட்டுமே விச்சன்னாச் சித்தப்பாவுடையது; *மற்றபடி, முழுக்க முழுக்க குமாரி.ஆன்னி ஸ்மித் எழுதிய* குறிப்புகள்தாம். அடுத்துவரும் பகுதிகள் ஒவ்வொன்றுமே இதே ரீதியில் தொடர்கின்றன - இறுதிப் பகுதியைத் தவிர.

3

ஸிம்லாவுக்கு வந்து சேர்ந்தது, குமாரி. ஆன்னி ஸ்மித்துக்கு இரண்டாவது காதல் சித்திக்க உதவியது. முதலாவதைவிடத் தீவிரமானது இது என்றாலும், முதலாவதுக்கு எதிரானதாக அமையவில்லை என்பது அந்தச் சிறுபெண்ணின் பாக்கியமேதான். என்ன, முதலாவது பௌதிகமானது; இரண்டாவது சூட்சுமமானது. மேலும் மேலும் புதிர் எதற்கு - ஆன்னியின் இரண்டாவது காதல், தனிமை.

இதைக் கண்டறிவதில் பெரிய சிரமம் எதுவும் இல்லை - அவரது குறிப்புகளில் மிதமிஞ்சி விரவிக் கிடப்பது தனிமையுணர்வுதான். பார்க்கப்போனால், முதல் காதல் அனுபவங்களை அவ்வளவாகப் பகிர்ந்துகொள்வதில்லை அவர். அல்லது, திரு.க்ராம்வெல் குழுவினர் வடிகட்டிவிட்டார்களோ என்னவோ. ஆனால், இரண்டாவது காதலின் தாக்கம் ஆன்னியின் சொற்களில், எழுதும் விதத்தில், வெளிப்படையாய்த் தெரிகிறது. அவருடைய வார்த்தைகளிலேயே தொடர்கிறேன்:

> *இந்தப் பள்ளத்தாக்கு முழுவதும் நிரம்பியிருக்கும் செடி கொடிகள் அனைத்திலும் பச்சை நிறமாய்ப் போர்த்தியிருப்பது அவற்றின் தனிமையுணர்வே. சூரிய ஒளியை மதுவாக அருந்தி, தனிமையின் போதையைத் தமக்குள் ஏற்றிக்கொள்கின்றன. பள்ளத்தாக்கெங்கிலும் நிற்கும் ஊசியிலை மரங்கள் அத்தனையும் இலையுதிர்ப்பதும், மீண்டும் துளிர்ப்பதும், சுணங்கி நிற்பதும், புதுப் பொலிவு கொள்வதும் ஏககாலத்தில் நடப்பது என்றாலும், அவை ஒவ்வொன்றும் தனித்தனியாகவே நிற்கின்றன என்பது அநேகம்பேருக்குப் புரிவதில்லை...*
>
> *அண்ட சராசரமெங்கும் விரவியிருக்கும் கோள்களும் விண்மீன்களும் தொலைதூரப் பார்வைக்குக் கொத்துக்களாய்த் தென்பட்டாலும், தனித்தனியான பிறப்பும், சுற்றுப்பாதையும் கொண்டிருப்பதால்தான் ஒன்றுக்கொன்று மோதாமல் தன்னிச்சையான பயணத்தில் மிதக்கின்றன...*
>
> *மகரந்தச் சேர்க்கைக்கு ஆட்பட்டு, இனம்பெருக்க முனையும் ஒரு தருணத்தில் தவிர, ஒரே இனத்தைச் சேர்ந்த இரண்டு*

தாவரங்கள் இணைசேர்வதற்கான ஒரு காரணமும் இயற்கையில் இல்லையென்றே சொல்வேன்... காற்றோ, தற்செயலாய் வந்தமரும் பூச்சியின் பாதமோ தரும் ஸ்பரிசத்தின் ஒற்றைச் சிலிர்ப்பு போதுமானதாய் இருக்கிறது - ஒற்றைத் தனிமரம் தோப்பாக மாறும் விந்தைக்குள் நுழைவதற்கு...

இன்று ஒரு ஸிம்ஃபொனி இசைத்தட்டை ஒலிக்கவிட்டார் சிற்றப்பா. செல்லோவும் வயலினும் கித்தாரும் ட்ரம்ஸும் ஒருங்கிணைந்து உருவாக்கிய இசைக்கோவை என்னை ஆகாயத்துக்கு இட்டுச் சென்றது. உச்சபட்ச உயரத்தில் மிதக்கும்போது கவனித்தேன் - அவை ஒரே சமயத்தில் இசைத்தாலும், ஒன்றுக்கொன்று இசைந்தாலும், தமக்கேயான தனித்தனி ஸ்வரங்களைத்தான் ஒலிக்கின்றன; தனித்தனியாய்த் தான் ஒலிக்கின்றன. என்னையுமறியாமல் சிலிர்த்தது என் தேகம்...

பகல் முழுவதும், சாயங்காலங்களிலும், நள்ளிரவு வரைக்கும் கூட, எதிரிலிருக்கும் டீப்பாய்மீது மதுக் கோப்பைகளும், கிரமப்படி காலியாகும் சீசாக்களுமாக இந்தப் பெண் சதா குடித்தபடி அமர்ந்திருக்கிறதே என்று அடிக்கடி தன் கணவரிடம் கவலைப்படுகிறாள் சிற்றன்னை. எனக்குக் கேட்கவேண்டுமென்றே உரத்துப் புலம்புகிறாள். நான் அருந்துவது மதுவை அல்ல, என்னையேதான் என்று அவள் அறிவதற்கில்லை. என்னை அருந்தும்போது எனக்குள் மிதமிஞ்சி நிரம்பியிருக்கும் தனிமையையும் சேர்த்தே அருந்துகிறேன் என்பதை அறியாத அப்பாவிப் பெண்மணி...

கோடை மலரும்போது, மனித நடமாட்டம் மிகுந்துவிடுகிறது இந்தப் பிராந்தியத்தில். ஆண்டு முழுவதும் ஒலிக்கும் தனிமையின் சங்கீதத்தில் அபஸ்வரங்களாய் இடையிடுகின்றன வாகனங்களின் ஓசையும் பேச்சொலிகளும்... நல்லவேளை, குளிர் மிதப்பட்டாலும், மதுவின் வேகம் அதேவிதமாய்க் கிளர்த்துகிறது என்னை.

இவ்வாறு தனிமையின், மதுவின், மகத்துவத்தை விதந்தோதி நகரும் வரிகள், திடீரென்று வேறு பக்கமாய்த் திரும்புவதை அவதானிக்க முடிகிறது. உதாரணமாக, பிரித்தானியப் பதிப்பின் நூற்றியிருபத்தோராம் பக்கத்தில் தென்படும் ஒரு குறிப்பு:

ஒவ்வொருவருக்குள்ளும் கவிந்திருக்கும் தனிமை என்பது மாபெரும் காலிப் பாத்திரம் என்று தோன்றுகிறது. அதை நிரப்பவே எதிர் பாலினத்தைப் படைத்திருக்கிறது இயற்கை என்றும் சொல்வேன்...

இதை அறுதியாய்ச் சொல்வதற்கும் இல்லை; சப்ராஸி உத்தம் தாஸும், வாயிற்காவலன் விநாயக்ராமும் பிணைந்து கிடப்பதை நானே ஒருமுறை பார்க்க நேர்ந்தது. முந்தின பத்தியில் இடம்பெற்ற 'எதிர் பாலினம்' என்ற சொற்றொடரை, 'மற்றொரு உடல்' என்று மாற்றினால் பொருத்தமாய் இருக்குமோ!

முன்னூற்றி இரண்டாவது பக்கத்தில், திரு.க்ராம்வெல்லின் அடிக்குறிப்பு இவ்வாறு சொல்கிறது:

குமாரி.ஆன்னி ஸ்மித்துக்குக் கன்னியாஸ்திரீ ஆகும் விருப்பம் இருந்தது என்றும், தாமும் தமது மனைவியும் அதைத் தடுத்திருக்கக் கூடாது; எங்கள் மறுப்பு இத்தகைய விபரீதங்களுக்கு இட்டுச் செல்லும் என்று தெரிந்திருந்தால், மனப்பூர்வமாகச் சம்மதித்திருப்போமே என்றும் தம்பிக்கு எழுதிய கடிதத்தில் திரு.ஸ்மித் பிரலாபித்திருப்பதைக் குறிப்பிட விரும்புகிறேன்.

நூலின் பின்னிணைப்பாகச் சில ஆவணங்களைச் சேர்த்திருக்கிறது திரு.க்ராம்வெல் தலைமையிலான குழு. குமாரி.ஆன்னி ஸ்மித்தின் சேகரிப்பில் இருந்த உதிரித் தாள்களில் சிலவே அவை என்றும் குறிப்பிடுகிறது. நாட்குறிப்புகளின் அடியோட்டத்தை இன்னும் ஆழமாகப் புரிந்துகொள்ள வகை செய்யும் என்பதாலேயே, அவற்றில் சிலவற்றை இந்நூலில் கோத்திருப்பதாகச் சொல்கிறது. தமது சிநேகிதிக்கு எழுதி, தபாலில் சேர்க்காமல் விட்டுவிட்ட கடிதமொன்றும் இடம் பெற்றிருக்கிறது. அதில் இருக்கும் ஒரு பத்தி என் கவனத்தைக் கவர்ந்தது:

உரிய பருவங்களில் தவிர, பிற சமயங்களில் எதிர் பாலினத்தைத் தொடர்ந்து சென்று துன்புறுத்துவதில்லை விலங்குகள். ஓயாமல் என்னைப் பின்தொடர்ந்தும் சுற்றிவந்தும் மூச்சுத் திணறவைத்த பிராணி ஒன்றை அடித்துத் துரத்தினேன் இன்று.

ஆனால், இவற்றில் நிர்மாணம் பெறும் மனமும், அவருடைய நாற்பத்தைந்தாவது வயது நிறைவுற்ற பிறகு வேர்கொள்ளும் மனமும் முழுக்க வேறுவேறானவை என்பதற்கான சான்றுகள், குமாரி.ஸ்மித்தின் நாட்குறிப்புகளிலும், பிற ஆவணங்களிலும் தெரியவருவதாகவும், இந்த மாற்றமே இவற்றுக்கு ஒரு புனைகதையின் வசீகரத்தை அளித்து, இவை நூலாக்கம் பெறுவதற்கான நியாயத்தை வழங்குவதாகவும் மிகச் சரியாகக் குறிப்பிடுகிறார் திரு.க்ராம்வெல்.

4

குமாரி.ஆன்னி ஸ்மித்தின் நாற்பத்தாறாவது பிறந்தநாளை முன்னிட்டு, உள்ளூர்ப் பிரமுகர்களுக்கு வழங்கப்பட்ட மதுவிருந்து, குமாரி. ஆன்னி ஸ்மித்தின் வாழ்க்கையில் நேர்ந்த மிக முக்கியமான திருப்பம் என்று சொல்லலாம். அன்று ஒரு சிறு குழுவின் இசைக்கச்சேரி ஏற்பாடாகியிருந்தது. இசைக்குழுவின் உறுப்பினர்கள் அனைவருமே ஸிம்லா நகர மேல்தட்டைச் சேர்ந்தவர்கள். மாவட்ட நீதிபதி வயலின் இசைக்க, போலீஸ் அதிகாரி ஒருவர் ட்ரம்ஸ் வாசிக்க, அரசாங்க மருத்துவமனையின் தலைமை மருத்துவர் கிளாரிநெட்டும், ட்ரம்ப்பெட்டும் வாசித்திருக்கிறார். நகரசபைத் தலைவர் கித்தார். மதுவின் வகைகளும் இசையும் பொங்கிவழிந்த மாலை வேளை. அக்கார்டியன் வாசித்த இளைஞன் இவரது கவனத்தைக் கவர்ந்திருக்கிறான்.

> கழுத்தைக் கட்டிக்கொண்டு தொங்கும் காதலியைச் சீராட்டுவதுபோலத் தன் கருவியைக் கையாண்டான் அவன். அக்கார்டியனின் உலோகப் பித்தான்கள், மெழுகாலானவை போல அவனது இடக்கையின் அழுத்தத்துக்கு உடன்பட்டு, மிருதுவாக அழுந்தி மீண்டன. மறுபக்கப் பித்தான்களின் மூலம் அவன் இடும் ஆணைக்கேற்பச் சுருங்கி விரிந்த துருத்தி, என் சுவாசத்தை நிரப்புவதற்கான காற்றை அனுப்புகிற மாதிரிப் பட்டது. பீப்பாய் பீப்பாயாக ஸிங்கிள் மால்ட் விஸ்கியை அருந்தும் கிறக்கத்துடன், அவனுடைய இசையை மாந்திக்கொண்டிருந்தேன். உண்மையில், வாசிப்பைவிட அவன் தோற்றத்தின் கம்பீரமும், இசையின் ஏற்றத்தாழ்வுகளுக்கேற்ப அவன் முகத்தில் மாறும் பாவங்களும் என்னைப் பித்துப் பிடிக்க வைத்தன.

வாத்தியத்தில் வழுக்கி நகரும் விரல்கள் தன் உடம்பில் பதியாதா என்று ஏக்கமாய் இருந்ததாக எழுதுகிறார் ஆன்னி. 'இளம் ஐஸியெஸ் அதிகாரி அவன். சமீபத்தில்தான் மணமானவன். மனைவியுடன் வந்திருந்தான். என் வேண்டுகோளுக்கிணங்க, தனியாகவும் ஓரிரு மெட்டுகள் வாசித்தான்.' என்கிறார். அதைவிட, அவன் உயர்வர்க்கத்தவனாக இசைக்கலைஞனாக அல்லாது, மது பரிமாறும் பணியாளாக வந்திருந்தால்கூட தாம் இதேவிதமாய் உணர்ந்திருக்கக்கூடும் என்றும் பட்டதாம்.

இத்தனை காலமும் தனிமையில் அழுந்தியிருந்ததால் தமக்குள் தூர்ந்திருந்த சுனைகள் அனைத்தும் ஒவ்வொன்றாகத் திறந்துகொள்வதும், சிலவற்றில் கசிவும், சிலவற்றில் பொழிவும் என தன் உடல்முழுவதுமே திரவங்களால் நிரம்பி, தானே நீர்ச்சிற்பமாக மாறியதையும், மனத்தில் சாதாரணமாய்க் கிளர்ந்த ஆவல், மெல்லமெல்ல அளப்பரிய வேட்கையாக உருப்பெற்றதையும் நேர்த்தியாகவும், வெளிப்படையாகவும் பதிவு செய்கிறார்.

விருந்தினூடாக, இயல்பாகப் பேசுவதுபோல அவனை நெருங்கி, பிரமாதமான வாசிப்பு என்றும், டாலியா அவென்யூவில் தனியாகத்தான் வசிக்கிறேன், ஒருநாள் இரவு விருந்துக்கு என் இல்லம் வரமுடியுமா என்றும் உரையாடியபோது, தாம் ஸிம்லாவுக்கு வந்துசேர்ந்த நாட்களுக்குத் திரும்பிவிட்டதாகவே உணர்கிறார். தமக்கு நாற்பத்தைந்து வயது முடிந்துவிட்டிருந்தது என்பதோ, வெறும் பார்வைக்கே அந்த இசைக்கலைஞன் தம்மில் சரிபாதியையொட்டிய வயது உள்ளவன் என்பது தெரிந்தது என்பதோ அவரது மோகத்தின் அளவைக் கொஞ்சமும் பாதிக்கவில்லை.

> என் தனிமைக்கு மெருகேற்றும் வண்ணம் உரிய பிராயத்தில் அமரர் ஆகிவிட்ட சிற்றப்பா இதைக் கொஞ்சமும் ஆட்சேபித்திருக்க மாட்டார் என்றே எண்ணுகிறேன். கொஞ்சம் பழமைவாதியான சிற்றன்னை மட்டும் சிறு எதிர்ப்பை வெளிப்படுத்தியிருக்கலாம்.
>
> பார்க்கப்போனால், கிழவர்கள் இளம்பெண்களை இணை சேர்த்துக்கொள்ளும் பழக்கம் வரலாறு முழுவதும், உலகம் முழுவதும் விரவியிருக்கும்போது, கிழவியின் மனத்தில் நிகழும் தூண்டுதல் மட்டும் பிழையானதாகுமா என்ன!

> சதைக்கும் ஆன்மாவுக்குமான நுண் இடைவெளியில், மழைநீரின் பரப்பில் சிந்திப் பரவும் எண்ணெய்த் துளிபோல வானவில் நிறங்களை வெளிப்படுத்தியபடி, சமச்சீராக என் வேட்கை உடல் முழுவதும், ஏன், என் தனிமை முழுவதும் படர்கிறது.

ஆக, அவரது வாழ்வின் மூன்றாவது காதல் குமாரி.ஆன்னி ஸ்மித்தை ஆக்கிரமிக்கத் தொடங்கிவிட்டது போல...

5

இதன் பின்னர் இடம்பெறும் குறிப்புகளில், ஒருவித மர்மம் சேர்ந்துவிடுகிறது. சில விஷயங்களைப் பதிவு செய்யாமல் விட்டுவிடக்கூடாது என்ற அக்கறை; வெளிப்படையாய்ப் பதிவு செய்வதில் உள்ள தயக்கம்; இரண்டும் முதல் வாசிப்புக்கே தென்பட்டு விடுகின்றன. தமது இருபது பக்க முன்னுரையிலும் சரி, நாலுபக்கத்துக்கொரு தடவையாவது இடம்பெறும் அடிக்குறிப்புகளிலும் சரி, இந்த அம்சத்தை, அல்லது தர்மசங்கடத்தை, அல்லது பதிவுகளின் மொழியிலும் தொனியிலும் சேர்ந்துவிடும் பூடகத் தன்மையை தாமோ, தமது குழுவின் உறுப்பினர்களோ கண்டதாகவே காட்டிக்கொள்ளவில்லை திரு.க்ராம்வெல்.

ஆனால், என்றோ எங்கோ வாசிக்கவிருக்கும் யாரோ ஒருவரை உத்தேசித்து, ஒளிவுமறைவற்றதாய் இத்தனை காலமும் எழுதிவந்த விதத்துக்கு மாறாக, தமது வரிகளில் ரகசியம் சேர்த்துவிடுகிறார் குமாரி.ஆன்னி ஸ்மித் என்பது பாமர வாசிப்புக்கே புலப்பட்டுவிடக் கூடியதுதான். ஒருவேளை, வாசகர்கள் தத்தமது விருப்பப்படி அர்த்தம் கொள்ளட்டும் என்று பதிப்புக்குழு விட்டுவைத்ததோ என்னவோ.

ஓர் எளிய வாசகனாக எனக்கு அது முக்கியமானதாய்ப் படுகிறது - குமாரி.ஆன்னி ஸ்மித் தமது மனத்தை மூடிக்கொள்ளும் விதம். உதாரணமாய்ச் சில குறிப்புகள்:

> ஒரே ஒரு நபரின் வருகையால், மாளிகை முழுவதும் பிரகாசமடையக் கூடும் என்பதை என்னால் நம்பவே முடியவில்லை...

பங்களாவின் அலங்காரப் பொருளாக மட்டுமே இத்தனை காலமும் இருந்துவந்த பியானோ, இத்தனை அற்புதமாக ஒலியெழுப்பும் என்று நினைத்துக்கூடப் பார்த்ததில்லை. பியானோக் கட்டைகளின்மீது மல்லாந்து கிடந்து, பல்வேறு ஸ்வரஸ்தானங்கள்மீது பதிந்து விலகும் இரண்டு கை விரல்களுக்கு மனமுவந்து இடம்கொடுக்கும் ஆவல் கொள்கிறேன்...

பாலைவனத்தில் இருக்கிறீர்கள். வெம்மையை, வறட்சியை, தன்னியல்பாகக் கொண்ட நிலப்பரப்பை நீங்கள் என்றே உணர்கிறீர்கள். என்றோ அபூர்வமாக ஒரு மழைத்துளி சொட்டும்போது உங்கள் வறட்சி சட்டென்று பூதாகாரமாகிவிடுவதில்லை? இனி, உங்கள் பொழுதுகளும் பிரார்த்தனைகளும் தொடர்ந்து கொட்டவிருக்கும் மழையை நோக்கித் தவமிருக்கத் தொடங்கிவிடாதா?...

மழைநீரிடம் இந்த ஊருக்கானது அந்த ஊருக்கானது என்ற பேதமில்லை; எங்கு வேண்டுமானாலும் எப்போது வேண்டுமானாலும் பொழியும். உண்மையில் ஸிம்லாவில் நிலவும் குளிருக்கு, மழை தரும் வெதுவெதுப்பு மிகமிக இதமானது. இறகுகள் நிரப்பிய மெத்தைப்போர்வையை விடக் கதகதப்பு தருவது...

'மதுகர்' என்ற சொல்லுக்கு 'தேனீ' என்றும், 'காதலன்' என்றும் இரண்டு அர்த்தங்கள் உண்டாம் - சப்ராஸி உத்தம் தாஸிடம் கேட்டு அறிந்துகொண்டேன்...

நள்ளிரவுகளில் பிறரறியாமல் படுக்கையறைக்குள் வந்து சேரும் நாகம் எனக்குள் விட்டுச் செல்வது கிளுகிளுப்பின் அமுதத்தை மட்டுமல்ல, அச்சத்தின் விஷத்தையும்தான் என்று இன்று அறியக் கிடைத்தது...

அடுத்த சில மாதங்களுக்காவது பிராந்தி தவிர வேறு மது வகைகளைத் தொடுவதில்லை என்று தீர்மானித்திருக்கிறேன்...

இந்த நாட்களில் என் கவனம் முழுவதும் வயிற்றின்மீதே குவிந்திருக்கிறது. நான் செய்திருக்கும் காரியம் என்ன; இதன் விளைவு என்ன; யதேச்சையாய்க் கிடைத்த மூன்றாவது காதலுக்காக முதல் இரண்டு காதல்களையும் கைவிடுவது

நியாயம்தானா; அது என் இயல்புக்கு, இத்தனை வருட வாழ்க்கைக்குக் கொஞ்சமாவது பொருந்துமா என்றெல்லாம் சதா சிந்தித்துக்கொண்டிருக்கிறேன்...

எத்தனை வயதானால் என்ன, எனக்குள்ளிருக்கும் பூஞ்சை மனம் தன் குழந்தைமையை இழக்கவே இல்லை போலும். பணியாட்களின் உபசரணைக்கும், வேண்டியவர் செய்யும் பணிவிடைக்குமான வித்தியாசத்தைத் துல்லியமாய் உணர்வதோடு, இரண்டாவது கிடைத்த மாத்திரத்தில் எப்படிக் கும்மாளமிடுகிறது. ஆனால் ஆன்னி, என் பிரிய ஆன்னி, ஏமாந்துவிடாதே. ஒரே ஒரு வாக்கியத்துக்கு பதில் சொல்வதாய் நினைத்துக்கொண்டு எப்பேர்ப்பட்ட சபதம் செய்திருக்கிறாய் பார். புதன்கிழமைகளில் ஒயினும், சனிக்கிழமைகளில் பிராந்தியும் மட்டுமே அருந்துவேன் என்று வாக்களித்துவிட்டாயே, வார நாட்கள் அனைத்திலுமே விஸ்கியின் அருகாமையை இழக்க வேண்டி வருகிறதா இல்லையா...

ஐந்தாறு மாதங்கள் எனக்குத் துணையாய் இருப்பதற்காக ராஜஸ்தானிலிருந்து வந்திருந்த தாதி லீலாவதி இன்று கிளம்பிப் போனாள். வேறெந்தப் பணியாள் வேலையிலிருந்து அகன்றபோதும் இப்படி உணரவில்லை நான். உணர்வு பூர்வமாக ஒன்றுவதன் துர்விளைவுகளில் ஒன்று இது என்றே தோன்றுகிறது...

எப்போதோ ஒருமுறை பாலைவன உதாரணம் சொன்னது நினைவு வருகிறது. அது சரியில்லை. எந்தத் தாவரமும், தன் தேவைக்கு அதிகமாக நீரை மீந்து வைத்துக்கொள்ளாது. தாட்சண்யமின்றி வெளியேற்றிவிடும் - துளி உஷ்ணம் போதும் அதைச் செய்வதற்கு. நானும் அப்படியொரு முடிவைத்தான் எடுத்திருக்கிறேன்...

இந்த இடத்திலிருந்து, குறிப்புகள் பழைய மனநிலைக்கு, குறிப்பாக எதையும் சொல்லாமலே, ஆனால், வெளிப்படையாக, நகர ஆரம்பித்து விடுகின்றன. 'முழுமையுறாத நாட்குறிப்பு' நூலை, முழுமையுறாத மனத்துடனே வாசித்து முடித்தேன்.

எதனால் இந்த மாற்றம் நிகழ்ந்தது என்ற தகவலையும், மேலும் சில ஐயங்களையும் திரு.சார்லஸிடம் கேட்டுத் தெரிந்துகொள்ள

முடிந்திருக்கும். உதாரணமாக, திரு.க்ராம்வெல் குறிப்பிட்டிருக்கும் மதுக்கூட நிலவறை இன்னமும் இருக்கிறதா, பார்வையாளர்களுக்கு அங்கே அனுமதி உண்டா என்றுகூடக் கேட்டிருக்கலாம். ஆனால், ஊர் திரும்பியபின், சாவகாசமாக அந்தப் புத்தகத்தைப் படித்தபிறகுதானே அப்படியொன்று இருந்ததே தெரியவந்தது? திரு.சார்லஸ் அன்பளிப்பாகக் கொடுக்காவிட்டால், இந்த நூலை நான் வாசிக்கவே நேர்ந்திருக்காதே!

ஒரேயொரு நூல் பற்றிய விளக்கங்களுக்காக, ஸிம்லா வரை பயணம் செய்யும் ஆர்வம் எனக்கு இல்லாமல் போனது. தவிர, இந்த நூலில் இடம்பெற்றிருக்கும் மர்மங்கள் அல்லது ரகசியங்களைத் தெரிந்துகொள்வது எனக்கு எந்தவிதத்தில் உதவப் போகிறது? என்னை, என் வாழ்க்கைநிலையை, அதன் ஏற்ற இறக்கங்களைத் தனக்குள் இழுத்துக்கொள்ளாத எந்தப் புத்தகமும், வெறும் ஜனரஞ்சக எழுத்துத்தான் என்றே இன்றுவரை நம்பிவருகிறேன். பொழுதுபோக்காகப் படிக்கலாம்; தோய்வதற்கில்லை.

ஆனாலும், ஒரேயொரு தடவை எனக்கு வாய்த்த ஸிம்லா விஜயத்தை நினைக்கும்போதெல்லாம் இந்த நூலின் நினைவும் வந்துவிடும். மலருக்காகக் கட்டுரை கேட்டபோதும், உடனடியாக மேலெழுந்தது. வைரவிழா மலரில் எழுதவிருப்பவர்களில் அநேகர், நிறுவனத்தைப் பற்றி, இதனுடனான தமது உறவு பற்றி, இதன் வளர்ச்சியில் தமக்கிருந்த பங்கு பற்றித்தான் எழுதுவார்கள்.

வித்தியாசமாக இருக்கட்டும் என்று இந்த நூலைப் பற்றி எழுதினேன். வித்தியாசமான முயற்சிகளுக்கு நம் நிறுவனம் ஆதரவளித்து வந்திருப்பதைச் சுட்டுவதாகவும் இது அமையட்டுமே. கிரிக்கெட் நட்சத்திரங்களும், தடகள வீரர்களும், இசைக்கலைஞர்களும்கூட நம் நிறுவன ஊழியர்களாக இருந்திருக்கிறார்கள் / இருந்து வருகிறார்களே!

6

நிறுவனத்தின் பொன்விழாவுக்காக, இந்தியா முழுவதும் இருந்த விற்பனைப் பொதுமேலாளர்களை ஸிம்லாவில் குழும வைத்தது நிறுவனம். பெயிண்ட் நிறுவனத்துக்கும் சுற்றுலாத் தலத்துக்கும்

இடையிலான ஒரே இணைப்புக் கண்ணி, ஊழியர்கள்மீது நிறுவனத்துக்கு இருந்த அபிமானம் மட்டுமே. இன்றைய நிர்வாகத்துக்குச் சுட்டிக்காட்டுவதற்காகவோ, இப்போதைய பணியாளர்களின் ஆதங்கத்தைக் கூட்டுவதற்காகவோ இதைச் சொல்லவில்லை - இன்றுள்ளவர்கள் வாங்கும் ஊதியத்தில் எட்டில் ஒரு பங்கு மட்டுமே எங்கள் காலத்தவர் வாங்கினோம் என்பதையும் சொல்லத்தானே வேண்டும்! அந்த நாட்களின் நியதிகள் வேறு மாதிரியானவை.

எங்களைத் தங்க வைத்திருந்த நட்சத்திர ஓட்டல் வளாகத்துக்கு அடுத்ததாக இருந்த கட்டடமும், அதன் நிலைவாயில் முன்பு, புல்தரைப் பசுமையின் மத்தியில் நின்றிருந்த ஆளுயர மதுப் போத்தலும் என் கவனத்தை ஈர்த்தன. உபரியாய், வாசலில் இருந்த பெயர்ப்பலகை. ‘குமாரி.ஆன்னி ஸ்மித் நினைவு அருங்காட்சியகம்’ என்று அறிவித்தது.

ஆனால், கொண்டாட்டத்தின் ஊடாகவே, நிறுவனத்தின் தலைவர் உள்ளிட்ட உயர்மட்ட அதிகாரிகளுடன் சந்திப்பு, எதிர்காலத் திட்டங்கள் குறித்த விவாதம், செலவினங்களை ஈடுகட்டுவதும், லாப விகிதத்தை அதிகரிப்பதும் பற்றிய ஆலோசனைகள், தங்கியிருந்த நாட்களின் மாலைப் பொழுதுகளில் நிகழ்ந்த மகத்தான விருந்துகள், கழுத்து முட்டக் குடி என்று நாலு நாட்கள் ஓடியதே தெரியவில்லை.

கடைசிநாளுக்கு முந்தைய தினம், சகாக்கள் இன்னுமொருமுறை நகருக்குள் சுற்றிவிட்டுவரக் கிளம்பினர். நான் தனியாய் இருக்க விரும்பினேன். அந்த அருங்காட்சியகத்தைப் பார்க்கப் போவதும் என் திட்டம்.

நேபாளத்தவரான வாயிற்காவலர் நேக்கி, அருங்காட்சியகப் பொறுப்பாளரிடம் கொண்டு சேர்ப்பித்தார். காட்சியகம் தவிர, சிம்லா நகரில் குமாரி.ஆன்னி ஸ்மித்துக்குச் சொந்தமான கட்டடங்கள், புறநகர்ப் பகுதியில் இருக்கும் தோட்டங்கள் என அனைத்தையும் பராமரிப்பவரிடம். (ஒட்டுமொத்தமாக அவற்றை ’எஸ்டேட்’ என்றே பல தடவை குறிப்பிட்டார் திரு.சார்லஸ்).

நடுவயதினர். பழுப்பு நிறச் சிகை, ஆறடிக்குக் குறையாத உயரம், தடகள வீரன் போன்ற உடற்கட்டு, சற்று மங்கிய வெண்மை நிறம் கொண்ட சருமம் கொண்டவர். குளிர்ந்த, ஆழமான, ஆனால்

நிலைக்காமல் சலிக்கும் பூனைக்கண்கள் மட்டும் இல்லாதிருந்தால், அவரை ஆங்கிலோ இந்தியர் என்றே எண்ணியிருப்பேன். அடிக்கடி தொண்டையைச் செருமியவாறு என் கேள்விகளுக்கு பதிலும், தாமாகச் சில வாக்கியங்களும் எனப் பேசினார். ஆனால், இயற்கையான உரையாடல் அல்ல அது. உரிய பதில்கள் திணித்து வைக்கப்பட்ட எந்திர மனிதனுடன் பேசிய மாதிரித்தான் இருந்தது.

அருங்காட்சியகப் பொறுப்பாளர் பணிக்கு எப்படி வந்துசேர்ந்தார் என்று நான் கேட்டதற்கு, அவர் பதிலே சொல்லவில்லை என்பதையும் குறிப்பிட வேண்டும். முன்னுதாரணமான விற்பனையாளனாக்கும் நான், எதிராளிக்கு விருப்பமில்லை என்று தெரியும் விஷயத்தை அவசர அவசரமாகத் தாண்டிச் சென்றுவிடுவேன்!

தமக்கு முப்பத்தைந்து வயது என்று சொன்னார் திரு.சார்லஸ். ஆனால், முகத்தில் முதுமையின் சுருக்கங்கள் அழுத்தமாகப் படிந்துவிட்டிருந்தன. நிரந்தரமான துயரத்தை வெளிக்காட்டியபடி இருந்த முகம். எங்கள் உரையாடல் முழுவதிலும் அவர் புன்னகைக்கக்கூட இல்லை என்பது ஊர் திரும்பி வரும்போதுதான் எனக்கு உறைத்தது.

அவர் சொன்ன பதில்களின் நம்பகத்தன்மை பற்றியும் குழப்பம் இருக்கத்தான் செய்கிறது. உதாரணமாக, அவர் சொன்ன ஒரு தகவல். வாய்க்கு ருசியான சாப்பாட்டின் சகிக்க முடியாத அழுகிய வாடை போல, அவர் சொன்னது அவ்வப்போது நினைவில் வந்து போகிறது - இத்தனை ஆண்டுகள் கழித்தும்.

குமாரி.ஆன்னி ஸ்மித்தின் தொண்ணூறாவது வயது முடிய ஒரு வாரம் இருந்தது. தொண்ணூற்றொன்றாவது பிறந்த தினத்தைக் கொண்டாட எத்தனைபேர் வருவார்கள், அவர்களில் விருந்துவரை இருக்கப் போகிறவர்கள் எத்தனைபேர், கொண்டாட்டங்கள் முற்பகலிலா, முன்னிரவிலா என்பதுபோன்ற விஷயங்களை விவாதிப்பதற்காக, அப்போதைய சமையல் பெண்மணி திருமதி. ஸவீதா, கிழவியின் படுக்கையறை நோக்கி மாடியேறிப் போனாராம்.

அறைக்கதவு சாத்தியிருந்தது. கை வைத்ததும் திறந்துகொண்டது. திருமதி.ஸவீதாவின் அலறல் 'சிம்லா முழுவதும் கேட்டிருக்கும்' என்றார் திரு.சார்லஸ். அதைவிட, அவர் அடுத்துச் சொன்ன தகவல்தான் ருசிக்குறைவாக இருந்தது எனக்கு. நம்பக் கடினமாய்

இருந்தது என்பதைவிட, அந்தத் தகவலை நம்பப் பிடிக்கவில்லை எனக்கு என்றே சொல்லவேண்டும்...

கிழவியைக் காணவில்லை. மாறாக, அவருடைய படுக்கையில், போர்வைக்கடியில், தலையணையில் மூடிப்பகுதி அழுந்தியிருக்க, ஆளுயர மது சீசா கிடந்ததாம். லேபிள் எதுவும் ஒட்டாத, அடர்பச்சை நிறக் கண்ணாடி சீசா. உபரியாக, அதைத்தான் இறக்கிக் கொண்டுவந்து வாசலில் நிறுவியிருப்பதாகச் சொன்னார், திரு. சார்லஸ். அவருடைய சித்தசுவாதீனத்தின் மீது எனக்கு ஐயம் எழுந்தது.

7

உரையாடலில் சிறு தொய்வு விழுந்த இடைவெளியில் எழுந்து உள்பக்கம் போனார் திரு.சார்லஸ். ஏற்கனவே அருகில் சென்று பார்த்திருந்த பொருட்களை, அமர்ந்த இடத்திலிருந்தே மீண்டும் ஒருதடவை ஒவ்வொன்றாகப் பார்த்தேன்.

சுவரில் பதித்த கண்ணாடிப் பேழைகளுக்குள் எத்தனைவிதமான மதுக்கோப்பைகள்! தவம் புரியும் நாரைகள்போல, ஒற்றைக்காலில் நின்ற கண்ணாடிக்கோப்பைகளுக்கு இணையாக, காலி மது போத்தல்கள். ஒட்டகச் சிவிங்கிபோல நீண்ட கழுத்துள்ள ஒரு சீசா என் கவனத்தை வெகுவாகக் கவர்ந்தது. அதுபோக, கண்ணாடிச் சட்டமிட்டு, சுவரில் மாட்டிய புகைப்படங்கள். கிட்டத்தட்ட அத்தனையுமே பழுப்புத் தட்டியிருந்தன. குமாரி. ஆன்னி ஸ்மித் தாமே எடுத்த படங்கள் அவை. சட்டென்று அந்தப் புகைப்படங்களில் தென்பட்ட ஒற்றுமை என்னைத் திகைக்க வைத்தது - ஒன்றில்கூட மனித உருவம் இல்லை. அத்தனையும் மரங்கள். பெரும்பாலும் தனியாய் நிற்கும் மரங்கள்.

சற்றுத் தள்ளி, இசைக்கருவிகள் காட்சியில் இருந்தன. துளைகளுக்குப் பித்தான் மூடியிட்ட உலோகப் புல்லாங்குழல்கள், பளபளக்கும் கருநிறத்தில் கிளாரிநெட் ஒன்று, அதே ஜாடையில், மொசமொசவென்று உலோக வளையங்களும் பித்தான்களும் மண்டிய இன்னொரு வாத்தியம் - ஓபோ என்று பெயர்

சொன்னார் திரு.சார்லஸ் - சாக்ஸஃபோன் ஒன்று. இவற்றுடன் புத்தம்புதிதுபோலத் தெரிந்த அக்கார்டியன் ஒன்று.

திரும்பி வந்த திரு.சார்லஸ், 'முழுமையுறாத நாட்குறிப்பு' நூலின் பிரதியொன்றைக் கொடுத்தார். இந்தியப் பதிப்பும் வெளியாகியிருப்பதாகவும், வருகை தருபவர்களுக்கு இலவச அன்பளிப்பாக அதை வழங்குவதுதான் வழக்கம் என்றும், பிரதிகள் தீர்ந்துவிட்டதால் பிரித்தானியப் பதிப்பைப் பெறும் அதிர்ஷ்டக்காரன் நான் என்றும் சொன்னார். இரண்டு பதிப்புகளுக்கும் சில வேற்றுமைகள் இருக்கத்தான் செய்கின்றன, ஆனால், பொருட்படுத்தத்தக்கவை அல்ல என்றும் தெரிவித்தார்.

> *இவ்வளவு தகவல்கள் வைத்திருக்கிறீர்களே! எப்படி இதையெல்லாம் தெரிந்துகொண்டீர்கள்?*

என்று ஆச்சரியமாய்க் கேட்டேன். அவர் இயல்பாகச் சொன்னார்:

> *முக்கால்வாசி, என் வளர்ப்புத் தந்தை சொல்லித் தெரிந்தவைதாம்.*

> *அவருக்கு எப்படித் தெரியும்?*

அவர் முகம் சற்றுக் கூம்பி, உடனடியாய் இயல்புக்கு மீண்ட மாதிரிப் பட்டது. அவருடைய பார்வை, காட்சியகத்தின் தெற்குமூலைக்கு அவசரமாய்ச் சென்று திரும்பியது. அறையை மேற்பார்வை செய்யும் கம்பீரத்துடன் அங்கே வீற்றிருந்த அக்கார்டியன்மீது ஒரு கணம் நிலைத்து மீண்டது.

> *இதே ஊரில் அதிகாரியாய் இருந்தவர் அவர்...*

என்றார். பிறகு, தமக்குள்ளாகச் சொல்லிக்கொள்கிறவர் மாதிரி,

> *... அற்புதமான அக்கார்டியன் கலைஞர்.*

என்றவாறு எழுந்து நின்றார். என்னை நோக்கிக் கைநீட்டினார். அழுத்திப் பிடித்துக் குலுக்கிவிட்டு வெளியேறினேன்.

வாசலை எட்டியதும் அனிச்சையாக ஒருமுறை திரும்பிப் பார்த்தேன். என்னையே பார்த்தபடி, தனியாய் நின்றிருந்தது அந்த ஆளுயரக் கண்ணாடி பீசா.

நீலம், அக்டோபர் 2021

சிங்கத்தின் குகையில்

நெல்பேட்டையின் பரபரப்பான பின்மதியப் பொழுது. வாகனங்களும் மனிதர்களும் போட்டிபோட்டு விரையும் போக்குவரத்தின் குறுக்கே, சினைப்பன்றி போலப் பருத்த தோல்பையைத் தோளில் மாட்டிக்கொண்டு, எதிர்ச்சிறகிலிருந்து சாலையைக் கடந்துவருகிற மருந்துப் பிரதிநிதியின்மீது என் பார்வை படிந்தது. அந்த ஆளின் சாயலும் நடையும் மிகவும் பரிச்சயமானவையாய்த் தென்பட்டன. சிகரெட்டை இன்னொரு தடவை இழுத்துப் புகையை வெளியேற்றுவதற்குள் முகம் துலக்கமாய்த் தெரிந்துவிட்டது - பொன்னுச்சாமி! கடைசியாக அவனைப் பார்த்தது, கல்லூரி இறுதிநாளில். ஏழு வருடம் முன்பு.

அவனும் என்னை முகத்துக்கு நேர் பார்த்துவிட்டான். வேகமாக எட்டுவைத்து வந்து, என் கைகளைப் பற்றிக்கொண்டான்.

ஏ...! கிஸ்ணா... எம்புட்டு நாளாச்சு! எப்பிடிரா இருக்க!!

கையிலிருந்த சிகரெட்டை உரிமையாய்ப் பிடுங்கி, ஓர் இழுப்பு இழுத்துவிட்டுக் கொடுத்தான். நான் எச்சில் படாமல் புகைப்பவன். ஈரம் படிந்த சிகரெட்டை மறுபடியும் வாயில் வைக்கக் கூசியது. ஆனாலும், நண்பன் இல்லையா...

தோள்பையில் இருக்கும் பத்திரிகைக் கட்டில் ஒன்றை உருவி, பயலின் பெயர் எழுதிக் கொடுக்க வேண்டும். அவனுக்கு இன்னும் ஆகவில்லையாம்.

நம்மளெ மாதிரி ஊரு ஊராப்போயி மருந்து விக்கிறவனுக்கு எவண்டா பொண்ணு குடுப்பான்!

என்று சிரித்தான். ஓரமாய் நின்று ஓரிரு நிமிடங்கள் உரையாடினோம்.

ஏண்டா..., இப்பயும் எளுதுறியா!

என்று கேட்டான். ஆமாம் என்று தலையாட்டினேன்.

ஒனக்கென்னப்பா. படு சீரியஸான ஆளு.

என்று சிரித்தான். இது பாராட்டா, வசவா என்று ஒரு கணம் குழம்பினேன். பொன்னுச்சாமியும் எழுதுகிறவன்தான். புதிதாக உருவாகியிருந்த துணுக்கு எழுத்தாளர் சங்கத்தில் உறுப்பினன் - கல்லூரிக் காலத்திலேயே. பிரபல பத்திரிகைகளில், 'போடி. பொன்னு' என்ற பெயரில் நிறைய எழுதுவான். ஒரு பத்திரிகையில் 'பொண்ணு' என்று பிரசுரமானதை, நாங்கள் கேலி செய்தது நினைவு வந்தது. கல்லூரிநாள் நினைவு எழும்பியதும், மனம் குளுகுளுவென நிரம்பியது.

வாப்பு, ரூம்புக்குப் போவம். இங்கிணதாம். பக்கத்துலெ.

என்று கையைப் பிடித்து இழுத்துக்கொண்டு போனான். அப்போது எனக்குத் தெரியாது, நான் யாரைச் சந்திக்கப் போகிறேன் என்று...

விளக்குத்தூண் அருகே, ஒரேயொரு மாட்டுவண்டி போக மட்டுமே அகலம் கொண்ட, ஒரு முனை மட்டுமே திறந்திருந்த சந்தில், பரிதாபமாய் நின்ற கட்டடம். முந்தின நூற்றாண்டின் இறுதியில் கட்டியதாய் இருக்க வேண்டும். காறை அங்கங்கே உதிர்ந்து, செங்கல் கட்டு இளித்தது. மூன்றாவது மாடியில், மேற்குக் கோடி அறைக்கு இட்டுச் சென்றான். மாத வாடகைக்கு மட்டும்தான் விடுவார்களாம். வசிப்பவர்கள் எல்லாரும் சேர்ந்து ஓங்கித் தும்மினால் ஒரு தளமே இடிந்துவிடும்போலப் பலவீனமாய்க் காட்சியளித்த கட்டடம் முழுவதும் தாளமுடியாத ஒருவிதக் கவிச்சி நெடி. என் அசௌகரியத்தை பொன்னுச்சாமி கவனித்திருக்க வேண்டும்...

ஒத்தெக் கட்டெதானப்பா. வாடகெ கம்மி. இதுக்காக, போடியிலேர்ந்து நெதோமும் போயிப்போயி வரமுடியிமா! நாம பாக்கவேண்டிய டாக்ட்டர்க் கூதியானெல்லாம் இங்கிட்டுத் தெக்கெதான் கெடக்காங்ய.

அவர்களை எதற்காக அநாவசியமாய் வைகிறான் என்று சடைத்துக் கொண்டபடி அறைக்குள் புகுந்த மாத்திரத்தில் அதிர்ந்தேன்.

தாறுமாறாய்த் தூசி மண்டிய அறையில் எங்கெங்கும் பத்திரிகைகள். மிகச் சரியாக ஒரு ஆள் படுக்க மட்டுமே இடம்விட்டு, கட்டிலில்கூட மாதாந்தரி வாராந்தரிகள், தினத்தாள்களின் இலவச இணைப்புகள் இறைந்து கிடந்தன.

> என்னா பாக்குற? எல்லாம் நான் எளுதுன பத்திரிகைகதேன். என்னா, நாலு நாத் தள்ளி தபால்லெ வந்துசேரும். எதையும் காசு குடுத்து வாங்க வேணாமில்லே... பொளுதுபோக்கும் ஆச்சு. செல பயக அஞ்சோ பத்தோ மணியாடர் வேறெ அனுப்புவான்!

சிரித்தான்.

> அது போவட்டும்... கிஸ்ணா, அடுத்த ரூம்புலெ யாரு இருக்காக தெரியுமில்லே!

என்று கேட்டுவிட்டு அவன் உதிர்த்த பெயரில், இரண்டாம் தடவையாக அதிர்ந்தேன்.

கல்லூரி நூலகத்தில்தான் அந்த நூல் கிடைத்தது. புதுமைப்பித்தன் குபரா லாசரா என்று பித்துப் பிடிக்கவைத்த எழுத்தாளர்கள்; அசோகமித்திரன், கி ராஜநாராயணன் என நடைமுறை மொழியிலேயே அபாரக் கிளர்ச்சியை வழங்கும் மந்திரவாதிகள்; நவீன இலக்கியத்தின் சூசகமான சாயலை, அலங்காரமற்ற வெறும் செய்தித்தாள் தொனியிலேயே பிரமாதமாக உருவாக்கிவிட முடியும் என்று செய்துகாட்டிய கநாசு போன்றவர்கள்; அயல்நாடு, அயல் மாநிலங்களிலும் இதே மாதிரி அனுபவங்கள்தாம் நிகழமுடியும் என்று உறுதிப்படுத்திய மொழிபெயர்ப்பு நூல்கள் என்று எங்கள் நூலகம் ஒரு அபூர்வக் கருவூலம்.

மேற்சொன்ன வரிசையில், உபரிக் கிளர்ச்சியை எனக்கு அளித்த, ஆனால் பரவலாக அறியப்படாத ஒரு நாவலும் உண்டு. 'சிங்கத்தின் குகையில்'. உண்மையில், வனவாழ்க்கைக்கும் அந்த நாவலுக்கும் நேரடி சம்பந்தம் ஏதுமில்லை. ஆனால், வளர்ப்புமிருகங்கள்போல வனமிருகங்கள் உலவித் திரியும் நிலப்பகுதியில், விவசாயப் பண்ணையில் வசிக்க நேர்ந்த ஒருவர் எழுதியது. எழுதியவர் பெயரே நூதனமாக இருந்தது; புனைபெயரோ என்ற சந்தேகத்தையும் எழுப்பியது. 'ம கருத்திருமன்'. தமிழ்நாட்டுக்காரரர்தான். மதுரை

வட்டாரத்தைச் சேர்ந்தவர் என்று தெரிவித்தது சிறு முன்குறிப்பு.

ஆப்பிரிக்காவின் ஏதோ ஒரு குட்டி தேசத்தில் முன்னரே குடியமர்ந்திருந்த உறவினர் ஒருவர், ஒத்தாசையாக இருக்கட்டும் என்று இவரை அழைத்துச் சென்றாராம். ஏழெட்டு வருடங்கள் அங்கே தங்கியிருந்தபோது கிடைத்த அனுபவங்களை வைத்து, தாயகம் திரும்பியதும் எழுதப்பட்ட நாவல்.

இதில் சுவாரசியமான அம்சம், நாவலில் எங்குமே சிங்கம் வராது! கதாசிரியர் சிங்கம் என்று உருவகித்திருந்தது இளம்பிராயத்தவன் ஒருவனுக்குள் இயல்பாக எழுந்து பெருகும் காம வேட்கையை. பண்ணையில் வேலைபார்க்கும் அபிபா என்ற பெண்மீது கதைசொல்லிக்கு உருவாகும் ஈர்ப்பை. நாயகன் விலகும்போது அவளும், அவள் விலகும்போது இவனும் நெருங்கி நெருங்கிப் போய் அவமானப்பட்டுத் திரும்புவதும்; தனியாய் இருக்கும் வேளைகளில் அவளுடைய பிம்பம் இவனுக்குள் கொழுந்துவிட்டு எரிவதும்; தீயைத் தணிக்க இவன் மேற்கொள்ளும் பாடுகளும்; விளையாட்டாக, 'ஊர் திரும்பவிருக்கிறேன்' என்று இவன் சொன்ன ஒரு நாளில் அவள் கதறி அழுவதும்; அழுகையின் தொடர்ச்சியாக அன்றே ஒரு புதருக்குள் இருவரும் முயங்கித் தீர்வதும்; அவன் கூறியது விளையாட்டாகத்தான் என்று தெரிந்த மாத்திரத்தில், 'இனி நாம் சந்திக்கவே கூடாது' என்று சத்தியம் வாங்கிக்கொண்டு, அவள் வெகுதொலைவில் உள்ள வேறு பண்ணைக்கு இடம்பெயர்வதுமே நாவலின் கோட்டுவடிவம். அதிலும் அந்தப் புதர்க்காட்சி... ஐயோ!

'நாவலின் உச்ச வாக்கியமாக, 'சிங்கத்தின் குகைக்குள் நீ போனபிறகு, அதன் கருணையால் மட்டுமே நீ உயிர்தரிக்க முடியும். அதுவும் கொஞ்சகாலம் மட்டுமே. இறுதியில் இருவரில் ஒருவர்தான் எஞ்சியிருக்க முடியும் என்பதே விதியின் விதிமுறை' என்பதைக் குறிப்பிட்டுச் சொல்லலாம்...

காமத்தின் அழுத்தத்தை, பௌதிக ரீதியானதாகவும், ஆன்மிக உயரத்திலும் ஒரே சமயத்தில் விரித்துச் சொல்லும் நாவல். புற உலகின் துல்லியமான, நுட்பமான சித்தரிப்பு மட்டுமல்ல, வனப்பகுதியின் பருவங்கள் மற்றும் விந்நியாசங்களுடன் காம எழுச்சியை ஒப்பிடும் வாக்கியங்களும், இளம் மனங்களின் ஊடல் மற்றும் ரகசியக் காதல் தருணங்கள் ஒவ்வொன்றையும் விவரிக்கும் விதமும் சிறப்பான கலைத்தன்மையுடன் இலங்குகின்றன.

அதற்காக, ஆண்பெண் உறவை இவ்வளவு பட்டவர்த்தனமாக எழுத வேண்டுமா என்று ஆசார மனங்கள் கேட்கலாம்; என்ன செய்வது, தமிழ்ச் சூழலில் மட்டுமே எழுத்தாளன் இத்தகைய கேள்விகளை எதிர்கொள்ள வேண்டியிருக்கிறது. உலக இலக்கியப் பரிச்சயம் இல்லாத கிணற்றுத் தவளைகளிடம் இதைப் பற்றி விவாதிக்க இறங்குவது வீண்வேலை. என்னளவில், தி ஜானகிராமனின் 'மோகமுள்'ளுக்கு இணையான நாவல் இது; சில இடங்களில் அதை எளிதாகத் தாண்டிச் சென்றுவிடுகிறது என்றே சொல்வேன்' என்று க நா சு எழுதிய கட்டுரை வரிகளே என்னை வாசிக்கத் தூண்டியவை.

இவர் இன்னொரு கநாசு. வெளியுலகத்துக்கு அதிகம் தெரியவராதவர். கண்ணங்குடி நாகராஜன் சுப்பையா. ஒரேயொரு கட்டுரை மட்டும் இந்தப் பெயரில் எழுதியதாகவும், பிறர் அறிவுறுத்தியதன்பேரில் பெயரை மாற்றிக்கொண்டதாகவும் என் ஆங்கிலப் பேராசிரியர் ஒரு தனிப்பேச்சில் குறிப்பிட்டார். மாற்றிக்கொண்ட பெயர் என்ன என்று அவரும் சொல்லவில்லை; நானும் கேட்கவில்லை என்பதைப் பின்னாட்களில் பலதடவை நினைவுகூர்ந்திருக்கிறேன்.

இலக்கிய அக்கறை கிடக்கட்டும், 'வெளிப்படையான காமச் சித்தரிப்பு' என்ற சங்கதிதான் என் அன்றைய ஆர்வத்துக்குத் தூண்டுகோல்! சில பக்கங்களைத் திரும்பத் திரும்பப் படித்து மகிழ்ந்தேன். குறிப்பாக, 'அபிபாவின் முதுகில் ஒரு முள்ளும் முன்னால் ஒரு முள்ளும்' என்ற வரி...

நாவலின் முன்னுரையில், இந்த நாவலின் கையெழுத்துப் பிரதியைத் தூக்கிக்கொண்டு ஒவ்வொரு பிரசுர நிலையமாக தான் அலைந்ததாகவும், கிடைத்த எதிர்வினைகள் நாவல் தருவதைவிட அதிகமான அதிர்ச்சியைத் தந்தன என்றும், கோவில்களிலும் கோபுரங்களிலும் உள்ள சிற்பங்களில் அத்தனை தாராளத்தையும், திரைப்படங்களில் விவஸ்தையேயில்லாத காதல் நெருக்கத்தையும், ஜனத்தொகைப் பெருக்கத்தில் அபாரமான உத்வேகத்தையும் காட்டும் ஒரு சமூகம், எழுத்து என்று வரும்போது மட்டும் ஏன் இழுத்துப் போர்த்திக்கொள்கிறது என்பது புரியவே மாட்டேனென்கிறது என்றும் புலம்பித் தள்ளியிருப்பார் எங்கள் பேராசிரியர் திரு. ஜேம்ஸ் ஆசீர்வாதம். உச்சமாக, 'இந்த நாவல் இந்துநேசன்லெ தொடர்கதையா வந்துச்சாமா!' என்று கேட்டவரையும்

சந்திக்க நேர்ந்ததாம். 'அதெப்படி, ஒட்டுமொத்த ஜனசமூகமே முதிர்ச்சியடையாத சிசுக்களாலும், செயல்திறமிழந்த கிழவர்களாலும் நிரம்பியிருக்கிறது!' என்று வியந்திருப்பார்.

'எப்படியோ, தடைகள் அனைத்தையும் தகர்த்து, 'சிங்கத்தின் குகையில்' இன்று நூலாக வெளிவருகிறது என்பதில் எனக்கும், இதை எழுதியவருக்கும் மட்டுமல்ல; தமிழ் நவீன இலக்கியத்துக்கே பெருமை என்பதில் கொஞ்சமும் ஐயமில்லை' என்று எழுதியிருந்தார். கநாசுவின் கட்டுரை மாத்திரமல்ல, தனிப்பேச்சில் இந்த நாவல் பற்றிப் பேராசிரியர் குறிப்பிட்டதும் நூலகத்திலிருந்து நான் எடுத்துப் படிக்க முக்கியமான காரணம்.

'இனி எழுதுவதில்லை' என்று திரு. கருத்திருமன் முடிவெடுத்ததையும் இதேபோன்ற முத்தரப்பு சோகம் என்றே சொல்வேன்' என்று அந்த முன்னுரை முடியும்.

பக்கத்து அறைவாசி, 'சிங்கத்தின் குகையில்' நாவலை எழுதிய ம கருத்திருமன் என்று பொன்னுச்சாமி சொன்னபோது, வாழ்நாள் தருணம் ஒன்று சமீபித்துவிட்ட மாதிரிப் பரபரப்படைந்தேன்.

வாங்க. ஒக்காருங்க. இப்பிடி சன்னலோரமா ஒக்காருங்க. காத்து கொஞ்சம் பரவால்லாமெ வரும்.

என்றார் பெரியவர். மொசமொசவென்று நரைமுடி அடர்ந்த மார்பில், பழசாகிவிட்ட ஈரிழைத் துண்டை மேலோட்டமாகப் போர்த்தியிருந்தார். உடுத்தியிருந்த லுங்கி துண்டைவிடவும் பழையதாக, சாயம் போய் வெளிறியிருந்தது. கால்மேல் கால்போட்டு அமர்ந்திருந்த மர நாற்காலி அவரது பருத்த உடம்பு அசையும்போது கிரீச்சென்று முனகியது.

தாராளமாகத் துருவேறிய மடக்கு நாற்காலியில் நானும், மிருதுத்தன்மையை அறவே இழந்த மெத்தைமீது கட்டிலின் ஓரத்தில் பொன்னுச்சாமியும் உட்கார்ந்தோம். கட்டடம் முழுக்க நிரம்பிய கவிச்சியோடு, அறைக்குள் ஏற்றிவைக்கப்பட்டு, மரணத் தறுவாயில் இருந்த மட்டரக ஊதுபத்தியும் சேர்ந்து துன்புறுத்தியது. குமட்டலைச் சமாளிப்பது பெரும் அவஸ்தையாய் இருந்தது.

தம்பிதேன் கூட்டியாந்தாராக்கும். நம்ப பக்கத்து

ரும்புக்காரருதேன். அப்பப்ப பாத்துச் சிரிச்சிக்கிருவம். ஆனாக்கெ, நம்பளெப் பத்தி எதுவும் தெரியாதுன்னுல்ல நெனைச்சிக்கிட்ருந்தன். தெரிஞ்சி வச்சிருப்பாரு போல. அது சரி, ஒங்குளுக்குள்ற எப்பிடிப் பளக்கம்?

காலேஜ்லெ ஒண்ணாப் படிச்சோம்.

எந்தக் காலேசு?

சொன்னேன்.

அட, அங்கதேன் எம் பள்ளிக்கூடச் சேக்காளி வாத்தியாரா இருந்தான். நல்ல பய. பாவம், போகுற வயசா...

பேராசிரியர் ஜேம்ஸ் ஆசீர்வாதம் இரண்டு ஆண்டுகளுக்கு முன் கார் விபத்தில் இறந்து உள்ளூர்ச் செய்தித்தாள்களில் இடம்பெற்றது நினைவு வந்தது.

இந்தப் புஸ்தகம் வெளிவர்றதுக்கு என்னயவுட அவந்தேன் ரெம்ப ஆசெயும் கஸ்டமும் பட்டான். நீங்க படிச்சிருக்கீகளோ?

சுவர் அலமாரிப் பக்கம் கைசுட்டினார். இடையில் அவர் எழுந்துபோன சில நிமிடங்களில் நானும் எழுந்து அலமாரியை மேய்ந்தேன். சந்திப்பு நடந்து பல வருடங்கள் ஆகிவிட்டன என்பதால், மெல்லமெல்லத் துலக்கமிழந்து வரும் காட்சியில், என்னென்ன புத்தகங்கள் இருந்தன என்பது அத்தனை தெளிவாக இல்லை. ஹெமிங்வேயின் For Whom the Bell Tolls, கல்லூரியில் வாசித்த அதே பதிப்பு 'சிங்கத்தின் குகையில்', இவற்றுடன் பித்தன் பட்டறை வெளியீடான 'கண்டதும் கேட்டதும்' ஆகியவை இருந்தது நினைவு வருகிறது. 'அபிதான சிந்தாமணி' என்னும் தலையணையை முதன்முதலில் பார்த்ததும் அங்கேதான்...

அவருடைய கேள்வியைத் தொடர்ந்து, படபடக்க ஆரம்பித்தேன். நாவலில் என்னைக் கவர்ந்த இடங்கள், அந்தப் பெண்ணைப் பற்றிய வர்ணனைகள், சூழலின் ஒவ்வொரு அம்சத்தையும் அவர்கள் உறவுடன் மறைமுகமாக இணைவைத்துச் செல்வது என்று கொண்டாடித் தீர்த்தேன். இடையில், ஹெமிங்வேயின் நாவலில் நாயகி மரியாவைப் பற்றிய வர்ணனையாக வரும், small uplifted breasts என்ற வரியைக் குறிப்பிட்டு, இதற்கு நிகராக அவருடைய நாவலில் அபிபாவைப் பற்றி எழுதியிருந்த,

அத்தனை அழகான உடல் அமர்வதற்கு, அதைவிட அழகான புட்டங்கள் அமைவதற்கில்லை.

என்ற வரியைச் சொல்லி சிலாகித்தேன். முகத்தில் அபூர்வமான மலர்ச்சி ததும்பச் சிரித்தார்.

இன்னொரு தமாசு இருக்குங்க. அந்தப் பேரெ இங்லீஸ்லெ எளுதிப் பாருங்க. நம்ம 'விகடகவி' மாதிரி. திருப்பிப் படிச்சாலும் அதே உச்சரிப்புதேன் வரும். ஆனா, அவளோட நெசப் பேரில்லே அது. ஊரெச் சொன்னாலும் பேரெச் சொல்லக்கூடாதூண்டு பெரியவுக சொல்லி வச்சிருக்காகளா இல்லியா!...

மறுபடியும் சிரித்தார்.

...அது கெடக்கட்டும், இந்தப் புஸ்தகத்துலெ வர்ற எளந்தாரி நானேதாண்டு நெனைச்சீகளோ!

வசீகரமான குறும்பு மிளிர்ந்தது குரலில். ஆமாமென்று தலையசைத்தேன்.

அப்பிடிப் போடு. படிச்சவுகள்லெ அநயம்பேரு இதையேதான் சொன்னான்! என்னைய மாதிரி ஆளுகளுக்குக் கற்பனையெல்லாம் இருக்காதூண்டு நெனைப்பாக போல. அந்தக் கதையிலெ இம்புட்டுக்காண்டி நானும் இருக்கத்தேன் செய்யுறன். ஆனாக்கெ, எந்த நாவல்லையும், எளுதுறவனோட சொந்த அம்சம் கொஞ் சூண்டாவது இருக்கத்தேன் செய்யிம். அப்பத்தானே, ஆத்மார்த்தமா எளுத முடியும். படிக்கிறவனுக்கும் ஒரு ஒட்டுதல் ஏற்படும்!

கொஞ்சநேரம் மௌனமாய் இருந்தார். சட்டென்று நினைவுவந்தவர் மாதிரி, எழுந்து ஜன்னலை நோக்கி வந்தார். கம்பிகளுக்கிடையில் கைநீட்டி, உரத்துக் கைதட்டினார். ஒரு குறிப்பிட்ட திக்கைப் பார்த்து மூன்றுவிரல் காட்டினார். திரும்பிவந்து அமர்ந்தவர், வேகமாகத் தொடர்ந்தார்:

ஆமா. இருந்தன்... ஆப்பிரிக்காவுலெ கொஞ்ச வருசம், அரபியாவுலெ கொஞ்ச வருசம்ண்டு இருந்தவந்தேன். அதே சோட்டுலெ இன்னோரு புஸ்தகம் எளுதீரலாம்ண்டு

தோணவும் செஞ்சது....

அப்பறம் ஏன் எழுதலே?

சிரித்தார்.

ஒங்களெ மாருதித்தேன், ரெம்பப் பேரு கேட்டுப்புட்டாக. அதுலயும் சேம்ஸு என்னாமா மன்னாடுனான்! எல்லாத்துக்கும் ஒரே பதிலுதேன். குருட்டுப் பூனெ விட்டத்துலெ பாஞ்சது கணக்கா, என்னமோ நம்பளுக்குத் தோணுனதெ எளுதுனம். எல்லாருக்கும் பிடிச்சுப் போச்சு. அட, பிடிக்காட்டின்னாத்தேன் என்னா கெட்டுப்போச்சு...

பெருமூச்சு விட்டார்.

...இம்புட்டு ஏன், அரபியாவுலெ காரோட்டப் போனவென், அந்தூரு செயில்லெ ஆறு மாசம் கெடந்தனே, செயில் வாள்க்கையெ எளுதிப் பாத்துரணும்னுதானே ரோசிச்சிருந்தேன். என்னமோ நம்ப நேரம். அந்தாளெப் பாத்துப்புட்டேன். வண்டி கவுந்தே போச்சு!

சிரித்தார். 'எந்த ஆள்' என்று கேட்பதா வேண்டாமா என்று குழப்பமாய் இருந்தது. முதல் சந்திப்பில் எந்த அளவு சலுகை எடுத்துக்கொள்வது. 'இலக்கிய வாழ்க்கைக்கும் தனிப்பட்ட முடிவுகளுக்கும் நேரடித் தொடர்பு இருக்கிறதா' என்றாவது கேட்டுப் பார்க்கலாமா என்றெல்லாம் குழம்பினேன். சரி, அவருக்கு இதமானவற்றை மட்டும் பேசினால் போதும்; அவர் சொல்வதை மட்டும் கேட்டுக்கொண்டால் போதும் என்று நானாக சமாதானப் பட்டுக்கொண்டேன்.

தனக்கும் அந்த இடத்துக்கும் சம்பந்தமே கிடையாது என்கிற மாதிரி இறுகிய முகபாவனையுடன் அமர்ந்திருந்தான் பொன்னுச்சாமி. அல்லது, இந்த உரையாடலில் துணுக்கு ஏதும் தேறுமா என்று உன்னிப்பாய்க் கவனித்துக்கொண்டிருந்தானோ....

தம்பீ, சீனி போடாத காப்பியெ இங்கிட்டு வையி. அவுக ரெண்டுபேத்துக்கும் டீயெக் குடு.

என்று பையனைப் பார்த்துச் சொன்னவர், என்னை நோக்கித் திரும்பினார்:

மில்லுலெ வேல பாக்குறம். ஒடல் ஒளைப்புக்குக் கொறச்சலே யில்லே. ஆனாக்கூடி, சக்கரெ வியாதி வர்றதெ எதுவும் தடுத்துறலே பாருங்க. அப்பன் ஆத்தா ரெண்டுபேருக்கும் இருந்த சமாச்சாரம். நம்மளெ மட்டும் விட்டுருமா. நம்மளே அவுக ரெண்டுபேத்தோட சமாச்சாரம்தானே!

என்று சிரித்தார். நானும் சிரித்துவைத்தேன். என்னையே உற்றுப் பார்த்தவர்,

அதென்னா அப்பிடி நெளியிறீக? சீரெட்டுப் புடிக்கணுமாக்கும். ஒதட்டெப் பாத்தாலே தெரியிதே! சும்மா இங்கிணெயே புடிங்க. நானும் ஒரு காலத்துலெ பாக்கெட்டு பாக்கெட்டா ஊதித் தள்ளுனவந்தேன்! படீல்னு ஒரு நா நிறுத்திப்பிட்டேன். நமக்கு ஆரம்பத்துலெருந்தே அப்பிடித்தேன் பளக்கம். ஒருக்கா முடிவெடுத்தாச்சுண்டா, பின்னாடி திரும்பிப் பாக்கவே மாட்டன்!

மறுபடியும் ஜன்னல் பக்கம் பார்வையைத் திருப்பினார். உண்மையில், அவர் அமர்ந்திருந்த கோணத்தில், கீழே இருக்கும் சந்து தெரிவதற்கு வாய்ப்பில்லை; ஆகாயத்தில் ஏதோ காட்சி தெரிகிற மாதிரி உற்றுப் பார்த்தார். மெல்லமெல்லக் கறுத்துவரும் மிருதுவான நீலநிறத்தை கவனப்படுத்துகிற மாதிரி சிதறலாகக் கிடந்த வெண்மேகத் தீற்றல்கள் சாவகாசமாக நகர்ந்தன.

அந்தக் களுதெமுண்டே கைவிட்டதோட, பொம்பளெ சாவாசமே வேணாம்ண்டு வுட்டதும் அப்பிடித்தேன். என்ன, இந்தக் கிறுக்குத்தனம் இல்லாட்டி, கிளவி பேரம்பேத்தியெப் பாத்துப்புட்டுச் செத்துருக்கும். அதுவும் சாகந்தன்னியும் 'எவளையாச்சும் கட்டிக்கடா'ண்டு பொலம்பிக்கிட்டேதேன் இருந்துச்சு. எப்ப? காமராசர் செத்தன்னைக்கி, ஊரே எளவுவீடு மாதிரிக் கெடந்துச்சுல்ல? அன்னைக்கிச் சாயங்காலங்கூட சொல்லி அளுதுச்சு... மக்யாநாளு, கிளவியும் மண்டையப் போட்ருச்சு. எம்பத்தஞ்சு வயசு. எனக்கு நாப்பத்தொம்பது. கலியாணம் கட்டுற வயசா அது!...

இப்போதும் சிரித்தார். இதுவரை சிரித்த மாதிரி இல்லை இது என்று பட்டது. அல்லது நானாக அப்படி நினைத்துக்கொண்டேனோ என்னவோ. சிறு இடைவெளிக்குப் பின், பழைய மாதிரியே தொடர்ந்தார்:

...இப்ப அதையெல்லாம் ரோசிக்கக் கூடாதுங்க. அது கெடக்குது களுதெ. வேறென்னமோல்ல சொல்லிக்கிட்ருந்தன்...

யாரையோ பாத்ததுனாலெதான் ரெண்டாவது புஸ்தகமே எழுதலேன்னு சொன்னீங்க.

சபாஸ். கெட்டிக்காரப் புள்ளே. ஐயிரு வீட்டாளுகளோ!!

அந்தக் கேள்வி எனக்குப் பிடிக்கவில்லை. ஆனாலும் தலையாட்டி வைத்தேன்.

அவுரு வேறெ யாருமில்லேங்க. சேனாபதி கேள்விப்பட்ருக்கீ கல்லே?

யாரு, 'இன்றுவரை' எழுதின சேனாபதியா!

கற்பூரமா இருக்கீகளே தம்பீ! அவரேதேன். அதுலெ ஒரு ஒத்துமெ பாருங்க, ஒங்க சேக்காளியே, அதேன் இந்தாருக்காருல்ல, இந்தப் பொன்னுச்சாமியெ நீங்க பாத்த அதே லக்குலதேன் அந்தாளெப் பாத்தேன். எளுதுனதே ஒரு நாவலும், பத்துப் பதினஞ்சி சிறுகதையுந்தேன். ஆனாக்கெ, மொத்த எளுத்துலகத்தையும் பொரட்டிப் போட்ருச்சுல்லெ. இருங்க, இந்தா வந்தர்றேன்...

என்று எழுந்து, அறைகளுக்குப் பொதுவான தாழ்வாரத்தின் மறுகோடியில் இருந்த கழிப்பறை நோக்கிப் போனார். நான் எழுந்து சுவரலமாரியை ஆராயக் கிளம்பினேன். தன் உள்ளங்கைகளை முதல்தடவையாய்ப் பார்ப்பவன்போல வெறித்துப் பார்த்துக்கொண்டு அமர்ந்திருந்தான் பொன்னுச்சாமி.

நான் 'இன்றுவரை' நாவலைப் படித்திருக்கிறேன். தவறான வயதில் படித்ததனாலோ என்னவோ, நாலைந்து நாளைக்குக் குமட்டிக்கொண்டே இருந்தது. வாழ்க்கையை நம்பிப் பற்றிக்கொள்வதற்கு எந்தப் பிடிமானமும் இல்லை; எந்தக் காரணமும் இல்லை என்று உரத்துக் கூவும் நூல். எத்தனை எதிர்மறை நிகழ்வுகள்; அருவருப்பூட்டும் வர்ணனைகள்; பிறழ் உறவுகள்; துரோகங்கள். அப்புறம், வசவு வார்த்தைகள்! சர்வசகஜமாக கண்டாரளி, தாயளி இன்னும் இத்தனை காலம்

கழித்தும் நான் எழுதிக்காட்டத் தயங்கும் வசவுகள். கதாபாத்திரங்கள் ஒருவருக்கொருவர் வைதுகொள்வது போக, கதாசிரியரே சில இடங்களில் இதுமாதிரியான பிரயோகங்களில் ஈடுபட்டுவிடுவார்.

ஆனால், இப்போது இதையெல்லாம் இந்த அளவாவது நான் எழுதிக் காட்டுவதற்கு வழியேற்படுத்திக் கொடுத்தவர் அவர்தான்; 'பண்பாடு' என்ற பெயரில் எழுதுகிறவனுக்குப் பூட்டப்படும் நுட்பமான தளைகளைத் தெறிக்கச் செய்தவர் என்ற நன்றியுணர்வும் அபரிமிதமாய் இருக்கிறது எனக்கு... தமது மொழிநடை குறித்து, முன்னுரையில் அவர் கூறியிருந்த தர்க்கம் நினைவு வருகிறது - 'முடிந்த அளவு பேச்சுமொழியை ஒட்டி இருக்கவேண்டும் உரைநடை என்று இலக்கு நிர்ணயிக்கிற அதே வட்டாரம், தான் வடிகட்டித் தரும் வார்த்தைகளில்தான் அதை நிகழ்த்தவேண்டும் என்றும் வலியுறுத்துவது எந்தவிதத்தில் நியாயம்!'

இதே வார்த்தைகளிலா என்று நினைவில்லை; ஆனால், சாரம் இதுதான்.

லுங்கியை அவிழ்த்து உதறி மீண்டும் கட்டியபடி, விட்ட இடத்திலிருந்து பேசியவாறே அறைக்குள் நுழைந்தார்:

> ஆத்தாடி, அம்புட்டு இருட்டெ ஒருத்தர் எளுத்துலெயும் நாம் பாத்ததில்லேங்க. படிக்கப் படிக்க மனசு தொஞ் சுக்கிட்டே போவும். எம்புட்டு வசவு எளுத்துலெ. கெட்ட வார்த்தைகளெ வுடுங்க, ஒட்டுமொத்த மனுச கொலத்தையும் வஞ்சுக்கிட்டே இருக்குற எளுத்துல்லெ. யாவுகம் இருக்கா? சக்கரெ முத்தி ஒரு ஆளுக்குக் காலெ எடுக்குற மாதிரி ஆயிரும். நம்ம கூட்டாளிண்டா எப்பிடி எளுதுவம்? 'காலை அகற்ற வேண்டிவந்தது.' அந்தாள் எப்பிடி எளுதியிருக்காரு? 'விரலை வெட்டினார்கள்; மிகச் சரியாக இரண்டே மாதத்தில் காலையே வெட்டினார்கள்'. என்னமோ, டாக்டர்களெல்லாம் கசாப்புக்காரங்க மாதிரி, அருவாளைத் தூக்கி ஒரே போடாப் போட்ட மாதிரி! கொஞ்சங்கூட நயமில்லாத எளுத்து. என்னோட வரி ஒண்ணெச் சொன்னீகளே, அதுலகூடப் பாருங்க, நாசூக்காத்தான் எளுதியிருப்பேன். அந்தாளு காட்டுன வெறுப்பும் மொரட்டுத்தனமும் தகிரியமும்

> நம்பளுக்கு சுட்டுப்போட்டாலும் வராது. அதுக்கெல்லாம் பெறவியிலேயே நானியா இருக்கணும்; இல்லாட்டி, கிறுக்குப் புடிச்ச போக்கிரியா இருக்கணும். என்னா, ரெண்டையும் ஒரே தட்டுலெ வச்சுப் பேசுறானேண்டு பாக்குறீகளா. பின்னெ என்னாங்க...

மறுபடியும் ஆகாயம். இப்போது இருள் முன்னைவிட வலுவடைந்திருந்தது. இன்று நேரில் பார்த்து அழைப்பிதழ் தரவேண்டும் என்று திட்டமிட்டிருந்த பெயர்களும் முகங்களும் மின்னல்போல எனக்குள் ஓடித் தீர்ந்தன. போகட்டும், நாளை போய்க்கொள்ளலாம். இன்னொரு நாள் லீவு. அவ்வளவுதானே... தொண்டையைச் செருமினார்:

> ...மொதோத் தடவெ அவருகிட்டயே கேட்டுப்பிட்டன். சீரெட்டுப் பொகையே என் மூஞ்சியெப் பாத்து ஊதிப் பிட்டு, 'வாள்க்கெ அந்த லச்சணமாத்தானப்பா இருந்து தொலையிது!'ண்டு சொல்லி, பகபகபகண்டு சிரிச்சாரு. தாடியும் மீசையும் மண்டுன மூஞ்சி. ஒதடுக எங்கெ இருக்கூண்டு தேடித்தேன் பாக்கணும். பேய் கணக்காச் சிரிப்பு. 'அந்தப் புஸ்தகத்தெப் படிச்சுப்பிட்டு நேரா பாலிடாயில் வாங்கப் போயிரலாம்ண்டு தோணுச்சுரா'ண்டு கனகுப்பய சொன்னான். அவந்தேன், எஞ் சேக்காளி! இந்தா, இவரு ஒங்களெக் கூட்டியாந்தாருல்ல. இது மாதிரி அவந்தேன் சேனாபதியைப் பளக்கி விட்டான். என்னா, ஒருகாலத்துலெ எளுதுனவன்ங்குறதாலெ இவுரு எங்கிட்டெக் கூட்டியாந்தாரு. கனகுப்பய வேற விசயத்துலெ சேக்காளி சேனாபதிக்கி...!

கொஞ்சநேரம் சிரித்துக்கொண்டேயிருந்தார். பார்வை ஆகாயத்திலேயேதான் படிந்திருந்தது. அந்தச் சந்தர்ப்பத்தை நேரடியாகப் பார்க்கிறவர் மாதிரி முகத்தில் அத்தனை மலர்ச்சி. அத்தனை வசீகரம்!

> கனகென் நமக்கு குருநாதன் மாதிரி. சீரெட் பிடிக்கப் பளகுனதும் அவங்கிட்டெத்தேன். மில்லுலெ லந்து பண்ணுற சூப்ரவைசரெ சமாளிக்கக் கத்துக்குடுத்ததும் அவந்தேன். சோசியக்காரவுக, சாமியாருக, மாசாமாசம் ரூம்பெடுத்து லேகியம் விக்கிற வைத்தியருகண்டு ஏகப்பட்டபேரு சகவாசம். தொளில்காரிககிட்டெக் கூட்டீட்டுப் போறண்டும்

சொல்லுவான். நமக்கு ஒரு விருதாக் களுதெ குடுத்த புத்திமதி பத்தாதா! நம்ப வைராக்கியம் எப்பிடி! செத்தாலும் வரமாட்டண்டுட்டன். அவங்கூடப் போயி சேனாபதியெப் பாக்காமருந்தா அடுத்த புஸ்தகத்தையும் எளுதீருப்பனோ என்னமோ. போவட்டும். களுதெ நமக்கும் நஸ்டமில்லே. படிக்கிறவனுக்கும் நஸ்டமில்லே.

வழுக்கைத்தலையை அழுத்தித் தடவிக்கொண்டார். என்னைக் குறுகுறுவென்று பார்த்தார்.

'ஒரு ஆளெப் பாக்குறதுக்கும் எளுத நோங்குனதெ எளுதாமெ வுடுறதுக்கும் என்னாய்யா சம்பந்தம்?' ண்டு தோணுதால்லியா. இம்புட்டுச் சொன்னவென், அதெச் சொல்லாம விட்ருவனா!...

என்று புன்னகைத்தார். மஞ்சள் கறை படிந்த பல்வரிசை. அந்தக் கண்களிலும், முகபாவனையிலும் இருந்த வாஞ்சை என்னமோ செய்தது.

...நம்மாளு எப்பிடிண்டா, மூச்சுமுட்டக் குடிச்சுப்பிட்டு, அடுத்த சோலியெ ஆரம்பிப்பாரு. வெறுஞ் சீரெட்டுக் குடிக்கிறவரு இல்லேங்க; கனகுப் பயலுக்கும் அவருக்கும் இருந்த சிநேகிதமே அதெயிட்டுத்தானே! போலீசுக்காரன் முன்னாடியே கைமாத்திருவாக! இந்தாளு, பிளாட்பாரத்துலெ ஒக்காந்து என்னமோ பூசை பண்ணுற மாதிரி மொம்மரமா நடத்துவாரு. போயலெயெப் பூரா சூதானமா உருவியெடுத்துப்புட்டு, பொட்ணத்தெப் பிரிச்சு பதவாகமாக் கெட்டிப்பாரு. பெறகென்னா, ரெண்டு இளுப்புப் போனதும், காளிதாசன் கம்பன் பாரதி வள்ளலாருன்னு மனப்பாடமாக் கொட்டும். இங்லீசு எளுத்தாளரு பேருகளுந்தேன். நமக்கு அதெல்லாம் ஒண்ணும் பதிஞ்சுக்கிறாது. 'சரிய்யா, அவுகல்லாம் இப்பிடியா கெட்டளிஞ்சாக'ண்டு மூணாவது வாட்டியே கேட்டுப்பிட்டேன். அது ஒண்ணெச் சொல்லணும் - அவுரு எளுத்திலெ கொஞ்சமும் வெளியெ தெரியாத சிநேகிதம் நேர்ப்பேச்சிலெ அப்பிடிப் பொங்கும். நம்பளுக்கும் ஒருமாதிரி தகிரியம் வந்துரும். சேனாபதி என்னா பதில் சொன்னாருங்கிறீக? 'அட, கேணப்பயலே! அவிங்ய சொன்னதெத்தாண்டா பாக்கணும். மத்தபடி, அவன் ஒர்த்தியோட படுத்துக்கெடந்தா என்னா? வக்காளி, ஊருமேஞ்

சா நமக்கென்னா?' அதே சிரிப்பு. என்னதேன் சிரிச்சாலும் பிசாசு பிசாசுதானேங்க. என்னா சொல்றீக!...

இந்தமுறை பொன்னுச்சாமியைப் பார்த்துக் கேட்டார். மிகச் சரியாக அந்த நேரம் அவன் சம்பிரமமாகக் கொட்டாவி விட்டுக்கொண்டிருந்தான். அவசரமாக அதை ரத்துசெய்து, தர்மசங்கடமாகப் புன்னகைத்தான்.

...அடுத்த வாரம், வீட்டுக்கு வந்தே ஆகணும்ண்டு கையெப் பிடிச்சு இளுத்தாரு. என்னதான் சிநேகிதம்ண்டாலும் ஒரு வீட்டுக்கு மொதோத் தடவையாப் போறம்; நட்டநடு ராத்திரிலயா போறது. எம்புட்டோ மன்னாடிப் பாத்தன். நம்மாளு கேட்டாத்தானெ. ஆழ்வார்புரம் எறக்கத்துலெ சின்னச் சொப்பு மாதிரி வீடு. அங்குட்டு மொளையும்போதே பீ வீச்சம் ஆளெத் தூக்குது. வைகெக் கரையிலெ குடியிருக்குற அத்தனெ சனமும் அங்கிணெதானே ஒதுங்கும். என் நடை சொணங்குறதெப் பாத்துப்புட்டாரு போல. என் தோள்லெ தட்டுனாரு - 'தாளி இதெத்தானடா நான் எளுதிப் பாக்குறென்!' ண்டு இன்னொரு சிரிப்பு...

பெருமூச்சு விட்டார். கதை அநாவசியமாக நீள்கிற மாதிரி உணர்ந்தேன். ஆனால், அவராக முடிக்கும்வரை குறுக்கிடுவது சரியில்லை என்று மனத்தின் இன்னொரு பகுதி அறிவுரைத்தது...

...வீடு பூட்டியிருந்துச்சு. கதவெத் தட்டுனாரு. உள்ளாறே அரவமில்லே. சன்னலெத் தொட்டாத் தெறந்துக்கிருச்சு. அரையிருட்டுலெ, பார்வையாலெ தரையிலெ தேடி, இந்தா, இத்தாத்தண்டி கல்லு ஒண்ணெ எடுத்தாரு...

சாத்துக்குடி பருமனுக்கு வலது கையை விரித்துக் காட்டினார்.

...எனக்கு பகீர்ண்டுச்சு. கிறுக்கு மனுசன் என்னா செய்யப்போறான்? நல்லா ஓங்கி, சன்னல் வளியா வீசி எறிஞ் சாரு. வீட்டுக்குள்ற கண்ணாடிச்சாமான் ஒடஞ்ச மாதிரி சிலீர்ன்னு சத்தம். கதவெத் தொறக்குற சத்தம் கேட்டுச்சு...

ஒரு நிமிடம் முன்னால் என்மீது கவிந்த அலுப்பு, சட்டென்று விலகியமாதிரி உணர்ந்தேன்.

...அம்மிணி கண்ணக் கசக்கிக்கிட்டு நிக்கிது. மகாலச்சுமி

மாதிரி லச்சணமான மூஞ்சி. நல்ல ஓங்குதாங்கான பொம்பளெ. இந்த மனுசன் ஈர்க்குச்சி மாதிரி இருப்பாரு. அந்தம்மா வாயெத் தொறந்து எதும் கேக்கமுன்னயே, முளங்காலாலெ கவட்டையிலே ஒரு எத்து. அந்தமானைக்கி, வாசப்படியிலேயே சுருண்டு விளுந்துச்சு அந்தம்மா. புட்டத்துலெ ஓங்கி ஒரு ஒதெ. அதுக்குமேலெ அங்கிணெ நிக்ய முடியலே எனக்கு. ஒடம்பு நடுங்க ஆரமிச்சிருச்சு. திரும்பிப் பாக்காமெ ஓட்டம் பிடிச்சேன். வீட்டுக்கு வந்து படுக்கையிலெ வுளுற வரைக்கிம் நடுக்கம் அடங்கலே. அம்புட்டுத்தேன்; எனக்குள்ளாறெ அதுவரைக்கி பரபரண்டு இருந்த என்னமோ ஒண்ணு டகால்ண்டு நிண்டு போச்சு. ஏனோ, அந்த வாசப்படியிலே வுளுந்து கெடந்தது பொம்பளெ இல்லே. எளுத்துமேலெ எனக்கு இருந்த ஆசெண்டு தோணீருச்சு...

இதுவரை இருந்த துலக்கம் இல்லாமல் போனது எனக்கு. இந்த மனிதர் என்ன சொல்ல வருகிறார் என்று குழம்பினேன். குழப்பம் முகத்தில் வெளிப்படையாய்த் தெரிந்ததோ என்னவோ. என் மனத்தைப் படித்த மாதிரி அடுத்த வாக்கியம் சொன்னார்!

...ஆமா தம்பீ, இன்னைவரைக்கிம் எனக்கே புரியாத விசயம் அது. அந்தம்மா அப்பிடி அடி வாங்குறப்ப எனக்குள்ளாறெ என்னா ஓடிச்சூண்றீங்க. எனந் தெரியாத சந்தோசம்ங்க... சந்தோசம். பொங்கிப் பொங்கி வருது. இன்னொரு பக்கம், என் மொகரெயிலெ சகதி வாரி வீசிப்புட்டுப் போனாளே, அந்த முண்டையெ இதே மாதிரி இளுத்துவச்சு எத்தணும்ண்டு தோணுச்சுங்க. இப்பப் புரியுதா, ஏன் அம்புட்டு நடுக்கம் ண்டு...

உரத்துப் பெருமூச்சு விட்டார். எதையோ நினைத்தவர் மாதிரி, சிலிர்த்துக்கொண்டார்.

டக்குன்னு விடிஞ்சுப்புட்ட மாதிரி ஆயிருச்சு. பொருந்திப் படுக்க முடியாமெ, எந்திரிச்சு ஒக்காந்துட்டன். வேர்த்து வேர்த்துக் கொட்டுது. பின்னே என்னாங்க, எம்புட்டுப் படிச்சும் எம்புட்டு எளுதியும் கற்கால மனுசந்தேன் உள்ளுக்குள்றெ கெடப்பாண்டா என்னாத்துக்கு இம்புட்டுக் குப்பெயும்?...

வலது விரல்களைக் கூட்டிக் குவித்து இரண்டு மூன்றுதடவை உதறினார். எப்போதோ நடந்த சம்பவத்தை இந்த நிமிடத்தில் முழுசாக மானசீகத்தில் நிகழ்த்திப் பார்த்து அவஸ்தைப்படுகிறார் என்று தோன்றியது. எனக்குப் புரியவும் இல்லை; சும்மா வேடிக்கை பார்க்கவும் முடியவில்லை. கம்மிய குரலில் தொடர்ந்தார்:

...எளுத்து என்னாங்க எளுத்து. ஒரு மயித்துக்கும் புரோசனமில்லாத வெத்து பாவலா. நமக்கு நாமளே என்னமா இருக்கம்ன்றதெப் பாக்குறதெவிடவா எளுத்து முக்கியம்? அன்னைக்கி ராத்திரிப் பாக்க ஆரமிச்சவந்தேன், இன்னைய வரைக்கும் நிறுத்தலே. அந்தாளு நாவல் தலைப்புக்கே வந்து சேந்துட்டன் பாருங்க! என்னா, அதுக்கப்பறம் அவரெப் பாக்கணும்ண்டே தோணலே..

என் முகத்தில் ஏதோ தர்மசங்கடத்தைப் பார்த்திருக்க வேண்டும் அவர். மெல்ல மெல்ல முறுக்கிவந்திருந்த தொனி, சட்டென்று இளகியது.

...என்னாச்சு, இன்னூரு சீரெட்டுத் தேடுதாக்கும்! பிடிங்க, சும்மாப் பிடிங்க... நானும் இப்பிடிப் பிடிச்சவந்தேன்...

முகத்தின் இறுக்கம் வெகுவாகத் தளர்ந்து, நான் வந்தபோது இருந்த அதே சரளம் திரும்பியிருந்தது.

...கனகுப்பய இன்னொரு தபா, ஒரு சாமியாரு பேச்செக் கேக்கக் கூட்டிக்கிட்டுப் போனான். தங்க பிரேம் கண்ணாடி, மோவாய்க்கிட்டெ மாத்தரம் தாடிக்கிக் கறுப்புச்சாயம், காவி ஜிப்பா... அடேயப்பா, ஆன்மிகத்துக்கு எம்புட்டுப் பளபளப்பு பார்றாண்டு தெகைச்சுப் போனன்! என்னா சிரிக்கிறீங்க. எனக்குப் பட்டதெத்தானே சொல்றேன்?! ஆனாக்கெ, சாமியாரு பேச்சு அன்னைக்கிப் பிரமாதமா அமைஞ்சிருச்சு. பீடி போயலெ சீரெட்டு சாராயம்ண்டு ஆரமிச்சு, பிரியம் ஆத்தரம் ஏமாத்தம்ண்டு வாள்க்கையிலெ எல்லாமே லாகிரி வஸ்துதான்னு கொண்ணாந்து முடிச்சாரு. நம்ப சேனாபதி பொஞ்சாதியெ அடிக்கிறதும் அப்பிடித்தானோண்டு தோணுச்சு. அதுக்கப்பறம் பேச்சுலெ கவனம் பதியலே. இட்லி தோசெ காப்பி புதுத்துணி பொம்பளையெ மோந்து பாக்குறது ண்டு மனசுக்குள்ளே ஓயாமெ ஜாப்தா ஓடுது. எதுவெல்லாம்

நமக்குப் பிடிச்சிருக்கோ அது எல்லாமே வெறும் போதெதாம் போல ண்டு நெனைச்சுக்கிட்டேன். பேச்சு முடிஞ்சு கனகு வெளிய கூட்டியாந்தான். சட்டைப்பையிலெ இருந்த சீரெட்டு ரெண்டையும் வெளியெ எடுத்துக் கசக்கி எறிஞ்சன். அந்த நிமுசம், எளுத்தும் ஒரு லாகிரி வஸ்துதாண்டு பட்டுச்சு. சரிதான், நாம வுட்டது சரிதாண்டு உறுதிப்பட்ருச்சு.

எதையோ நினைத்து ஓரிரு நிமிடங்கள் சிரித்துக்கொண்டிருந்தார்.

...அதுலெ ஒரு கூத்தெப் பாருங்க, மக்யாநா அந்தச் சாமியாருகிட்ட ஆசீர்வாதம் வாங்கிட்டு வரலாம்டாண்டு கனகுப்பய கூட்டீட்டுப் போனான். சொகுசு நாற்காலியிலெ ஒக்காந்து சீரெட்டுப் பிடிச்சிக்கிட்ருந்தாரு அந்த மனுசன்! இருக்கட்டுமே, அவரு போக்கு அவருக்கு. நமக்குத் தோணுனதெ நாம செய்யிறம். என்னா சொல்றீங்க!

இயல்பாக எழுந்து நின்றான் பொன்னுச்சாமி. நானும் எழுந்தேன். கைகூப்பியபடி தாமும் எழுந்தார் பெரியவர்.

திரும்பும் வழியில், மதுரை வட்டாரத்தின் சாறுமிகுந்த பேச்சுமொழியில் அவர் வெளிப்படுத்திய வெகுளித்தனத்தை நினைத்து நினைத்து மாளவில்லை எனக்கு. அத்தனை வசீகரமான எழுத்துமொழியில் புழங்கியவர் இந்த மனிதரேதானா என்ற ஆச்சரியமும் அடங்கவில்லை...

ஏகப்பட்ட வருடங்கள் ஓடிவிட்டன. நேற்று எங்கள் திருமண நாளைக் கொண்டாடினோம். தன்னிச்சையாக ஓடி மறைந்த முப்பத்தைந்து வருட ஞாபகங்களில் கருத்திருமனும் வந்துபோனார். நினைவுகளின் புதைகுழிக்குள்ளிருந்து, அன்று வீடு திரும்பும்போது எழுந்த இரண்டு கேள்விகள், அதே வேகத்துடன் இப்போதும் எனக்குள் திமிறிக் கிளம்புகின்றன...

ஒன்று, என் கல்யாணத்துக்கு அவரை அழைத்திருக்கலாமே. அதைப் பற்றி அவரிடம் பேசக்கூட விடாமல் தடுத்தது எது? போகட்டும், அதுவாவது சொந்த விஷயம்... எழுதும் பதநிலைக்கு என்னை உந்திச் செலுத்தியவர்களில் அவரும் முக்கியமான ஒருவர் என்பதையாவது சொல்லியிருக்கலாமே. ஏன் சொல்லாமல் விட்டேன்?

நடை சுணங்கியது. ஒருகணம் தயங்கினேன். மனம் முழுக்க இனம்புரியாத சங்கடத்தை உணர்ந்தேன். இன்னொரு சிகரெட் தேவைப்பட்டது...

அன்று போலில்லை இன்று. தன்னிச்சையாக ஒரு சமாதானம் எழுகிறது. சொல்லியிருந்தாலும், 'அப்பிடியா சொல்றீக!' என்றோ, 'அது கெடக்குது களுதெ; ஒராளு எளுதுறதெ நிப்பாட்ட வச்சான்; இன்னொரு ஆளு எளுத வச்சான். அம்புட்டுத்தானே!' என்றோ சொல்லிச் சிரித்திருப்பார். அவ்வளவுதானே!

காலச்சுவடு, அக்டோபர் 2022

சூரியகாந்திப் பூ

ஏழாம் வகுப்பு அரைப்பரீட்சை விடுமுறை ஆரம்பிக்கும்போதே, விபரீதங்களின் சங்கிலியும் ஆரம்பித்தது. அப்போதைய என் சின்ன மனத்தில் இப்படியொரு கனத்த வாக்கியம் உருவாக வாய்ப்பில்லைதான்; ஆனால், அன்று எனக்குள் குடியேறிய நிரந்தர பீதி, எந்த வயதின் மொழியில் சொன்னாலும் பீதியேதான். என்ன, அன்றைக்குத் தோன்றாத சூட்சுமமெல்லாம் பின்னாட்களில் தோன்றி, நிகழ்வுகளை நான் அடுக்கிக்கொள்ளும் விதத்தினால்தான் இப்படியெல்லாம் அர்த்தமளிக்கிறதோ என்றும் வியந்திருக்கிறேன்.

எப்படியோ, நான் சிகிச்சைக்காக அணுகிய உளவியல் மருத்துவர்கள் மூன்று பேருமே என் பிரச்சினையின் தோற்றுவாயாக அந்த டிசம்பர் மாதத்தைத்தான் குறிப்பிடுவார்கள்.

இருக்கலாம். அடுத்த ஆறுமாதங்களையும்கூட அப்படிச் சொல்லலாம். அப்பாவின் மரணம், ஊரைவிட்டு வெளியேறியது, சுந்தரம் அண்ணாவின் வன்முகத்தை எனக்குப் பார்க்கக் கிடைத்தது, அம்மாவுடன் ஏற்பட்ட விலகல் என்று எந்தவகையிலும் நான் நினைவுகூர விரும்பாத நாட்கள் அவை. ஆனால், மனத்தின் தானியங்கித் தன்மை என்னைக் கேட்டுக்கொண்டா முடிவெடுக்கிறது?

எப்படியோ, நான் எழுதும் சிறுகதைகளில் அநேகம் அந்தக் காலகட்டம் சார்ந்தவை; அது எனக்குள் விதைத்த உணர்வின் விதவிதமான பதிவுகள். எனக்குள் இருந்துவந்த குழந்தைப்பயல்

சிறுவனாகவும் வாலிபனாகவும் விரிந்துகொண்டே போனதற்கு அந்த ஆறுமாதமே அடித்தளம் இட்டது என்றுகூடச் சொல்லலாம்தான்.

போகட்டும். ஆரம்பித்ததே தெரியாத ரணவேகத்தில் அந்த விடுமுறை முடிந்துபோனதைச் சொல்ல முயல்கிறேன். பெரும்பாலும், அந்த வயதின் நினைவுகள் பலவற்றையும் புனைகதைபோலக் கோத்து எழுதும்போது, 'நிஜமாகவே இப்படி நடந்ததா என்ன!' என்று எனக்கே சந்தேகம் தட்டுமளவு விவரணைகளைச் சேர்த்ததுண்டு. கதைக்குத் தேவையான வகையில் சிலவற்றை வளைக்கவும் செய்திருக்கிறேன்.

ஆனால், இது அப்படி அல்ல. நிஜமான மனிதர்கள்; நிஜமான சம்பவங்கள். ஒரு சதவீதம்கூடக் கற்பனை கலக்காத உண்மைகளின் தொகுப்பு. எழுத முற்படும்போது, சகலமும் இத்தனை துல்லியமாய் எனக்கு நினைவிருப்பதும், முன்னரே ஏற்பாடு செய்தமாதிரி கிரமமாக எண்ணவோட்டமும் வாக்கியங்களும் சுருள்விரிவதும் ஆச்சரியமாய் இருக்கிறது. மனத்தின் வேகத்துக்கு ஈடுகொடுத்து எழுத முடியவில்லையே என்று ஏக்கமாகவும் இருக்கிறது...

இருபத்து மூன்றாம் தேதி என் விடுமுறை தொடங்கியது. அன்று அதிகாலையிலேயே ஆச்சரியம் காத்திருந்தது. பள்ளிக்கூட நாட்களில் அம்மா எவ்வளவு எழுப்பினாலும் எழுந்திருக்க சோம்பல் படுகிறவனுக்கு, விடுமுறை ஆரம்பித்ததாலோ என்னவோ, அம்மாவுக்கு முன்பே விழிப்பு வந்துவிட்டது. அவள் நிறுத்தி நிதானமாகக் கோலம் போடுவதை வேடிக்கை பார்த்தபடி சின்னத் திண்ணையில் உட்கார்ந்திருந்தேன்.

ஆனால், அம்மாவின் மனம் அன்று ஸ்திரமாக இல்லை என்று இப்போது தோன்றுகிறது. அளவில் சற்றுப் பெரியதான, எட்டுப் புள்ளி எட்டுவரிசைக் கோலத்தை முடிக்கத் திணறினாள். புள்ளிகளை இணைப்பதில் ஏதோ தவறு நேர்ந்து, பிசகிய இடத்தை மட்டும் அழித்துஅழித்துப் போட்டாள். மார்கழி மாதம் என்பதால் வழக்கமான நட்சத்திரக் கோலம் போட்டு ஒப்பேற்ற அம்மாவுக்கு சம்மதமில்லை என்று யூகிக்கிறேன். முடிந்த கோலத்தின்மீது வைக்க சாண உருண்டைகளும் பூசணிப்பூக்களும் காத்திருந்தன. மேல்நாச்சிகுளம் வீரநாராயணப் பெருமாள் கோவிலில் திருப்பாவை இசைத்தட்டு முடியும் நேரத்தில், வாசலில் கார் வந்து நின்றது.

ரங்கசாமி மாமா, மாமி, உமா மூன்றுபேரும் சிரித்துக்கொண்டே இறங்கினார்கள். அம்மா ஆச்சரியம் தாளாமல் கோலப்பொடி டப்பாவை கோலத்தின் மத்தியில் லொட்டென்று வைக்க, பொடி கொஞ்சம் சிதறியது. கோலம் இன்னும் அசிங்கமாகியது.

> அதானே, காக்கா ஏன் அந்தக் கூப்பாடு போட்டது நேத்திக்கின்னு இந்தோ தெரிஞ்சுடுத்தே!

என்றபடியே, கோலப்பொடிக் கையால் மருமகளையும், இடது கையால் தம்பியையும் அணைத்துக்கொண்டாள். புன்னகைத்தபடி சற்று எட்ட நின்ற மாமி,

> ஆட்டும், காரெ ஸெட்டில் பண்ணி அனுப்பிடலாமா?

என்று நாசூக்காகக் கேட்டார். அக்காவின் பிடியிலிருந்து அவசரமாக விடுவித்துக் கொண்டு, திறந்து கிடந்த கார் டிக்கியைப் பார்த்துப் போனார் மாமா.

> இவன் ஏதுக்கு அத்தை இத்தனை சீக்கிரம் ஏந்து ஒக்காந்திருக்கான்!

என்று கேட்டவாறு, என்னைக் கட்டிக்கொண்டாள் உமா. செண்ட் மணந்தது.

ரங்கசாமி மாமா அம்மாவின் கடைசித் தம்பி. அக்காவைவிட, அவள் கணவரிடம் அபார மரியாதை. தனது குடும்பத்தில் நல்லது பொல்லது எதுவானாலும், அப்பாவிடம் சொல்லிவிட்டுத்தான் செய்வார். கல்யாணத்துக்கு முன்னால் அப்பாவிடம் கேட்டுவிட்டுத்தான் செய்வாராம். மாமி வந்தபிறகு, தகவல் சொல்லும் அளவில் வந்து நின்றுவிட்டது என்று அம்மா அலுத்துக்கொள்வாள். அப்பா புன்னகையுடன்,

> அவனுக்கு எத்தனை வயசானா, அவம் பெரியவனாயிட்டான்னு ஏத்துப்பே!

என்று கேலி செய்வார்...

கொசுவலைக்குள்ளிருந்து வெளியே வந்த அப்பா, பல் தேய்ப்பதற்கு வேப்பங்குச்சி ஒடிக்கப் போனவாறே,

என்னடா ரங்கா, திடீர்ன்னு!

என்றார்.

சொல்றேன், சொல்றேன். அதுக்குத்தானே வந்துருக்கோம்!
அக்கா, பால் வந்துருத்தோ?

என்றபடி, இரண்டு கைகளிலும் பெட்டிகளைத் தூக்கிக்கொண்டு வீட்டுக்குள் நுழைந்தார் மாமா. இத்தனை பெரிய பெட்டிகளுடன் வந்திருக்கிறார்கள் என்றால், நிறைய நாள் தங்கப்போகிறார்கள் என்றுதானே அர்த்தம் - என்று நினைத்தபடி, உமாவுடன் குதூகலமாக இழைந்துகொண்டே நானும் போனேன்.

உமாவுக்கு என் சின்னக்கா வயது. என்னைவிட எட்டு வயது மூத்தவள். மெற்றாஸில் பெண்கள் கல்லூரியில் படிக்கிறாள். அக்கா என்று கூப்பிடக்கூடாது என்று கறாராகச் சொல்லியிருக்கிறாள். மாமா, அம்மாவெல்லாம் அழைக்கும் செல்லப் பெயர், பப்பி. வயதில் பெரியவளை அப்படி அழைக்க எனக்கு அனுமதி மறுத்திருந்தாள் அம்மா. ஆக, நானும் சின்னக்காவும் மட்டும் அவளை 'உமா' என்று அழைப்போம். மற்ற உறவினர்கள் 'உமீ, உமிக்குட்டி' என்றெல்லாம் அழைப்பார்கள். அவளுக்கு எரிச்சலாய் இருக்காதா என்று இந்தமுறை கேட்க வேண்டும் என்று நினைத்துக்கொண்டேன்...

இந்த இடம்வரைதான் நிதானமாகச் சொல்ல முடிகிறது. இதற்கப்புறம் உணர்ச்சிகள் திமிறும் விதமும், நிகழ்வுகள் நடந்துமுடிந்த வேகமும் மனத்தில் ஒருவிதக் கொந்தளிப்பை உருவாக்குகின்றன.

அன்றையப் பகல் சாதாரணமாகவே கழிந்தது. தம்பிக்கு என்னவேண்டும் என்று கேட்டுக் கேட்டு சமையல் செய்தாள் அம்மா. பத்துமணிச் சாப்பாட்டுக்குப் பிறகு, என்னைக் கோனார் வீட்டில் போய், சாயங்காலப் பால் கூடுதலாக வேண்டும் என்று சொல்லிவிட்டு வரச் சொன்னாள்.

நான் வருவதற்காகக் காத்திருந்த மாதிரி, வளாகத்தின் பின்புறம் உள்ள தோப்புக்குள் கூட்டிப் போனாள் உமா. சின்னக்காவை 'வருகிறாயா' என்றுகூடக் கேட்கவில்லை.

சின்னக்காவுக்கும் அவளுக்கும் எப்போதுமே ஒத்துவராது. சமவயதுக்காரர்கள் என்றேன் அல்லவா; ஒருத்தி தலைநகரிலும், இன்னொருத்தி கடைக்கோடி கிராமத்திலும் வளர நேர்ந்ததால் இயல்பாகவே பரஸ்பரம் குரோதம் இருந்திருக்கலாம் என்று இப்போது தோன்றுகிறது. ஒரு உதாரணம் சொன்னால் சட்டென்று விளங்கிவிடும்.

எங்கிருந்தோ வந்த நாய்க்குட்டியொன்று, நாலைந்து நாளாக எங்கள் வளாகத்துக்குள் சுற்றித் திரிந்தது. பிஸ்கட் நிறத்தில் கொழுகொழுவென்று இருந்தது. நெற்றியிலும் கழுத்திலும் மட்டும் வெள்ளை நிறம். பெரியவளானபோது எடுத்த புகைப்படத்தில் நெற்றிச்சுட்டி நெக்லஸ் எல்லாம் போட்டுக்கொண்டு கைகள் இரண்டையும் தொங்கவிட்டு முன்பக்கம் கோத்துக்கொண்டு நிற்பாள் சின்னக்கா. இந்த ஒற்றுமையைச் சொன்னபோது சிடுசிடுத்தாள்.

என்னெ என்ன நாய்ங்கறியா?

இத்தனைக்கும் அந்தக் குட்டிக்குப் பால் வைப்பது, பிஸ்கட் ஒடித்துப்போடுவது என்று ஆசையாய்ப் பார்த்துக்கொள்வது அவள்தான்... உமா விஷயமே வேறு.

தோப்புக்குள் போகக் கிளம்பியவள், வாலாட்டிக்கொண்டு நிற்கும் குட்டியைப் பார்த்து உற்சாகமாகிவிட்டாள்.

அய்...! இது ஆர்றா கிஷ்ணா, புதூசா? ஒன் ஃப்ரண்டா!

என்று கேட்டபடி, முட்டிபோட்டு அமர்ந்தாள். இரண்டு கையாலும் தூக்கி, அதன் முகத்தைத் தன் மூக்கில் வைத்துத் தேய்த்துக்கொண்டாள்.

நீயும் பப்பி, நானும் பப்பி - நெனச்சுப் பாத்தா எல்லாரும் பப்பி...

என்று உல்லாசமாகப் பாடினாள்...

சின்னக்காவுக்கும் உமாவுக்கும் இருந்த இன்னொரு வித்தியாசம் இது. உமா பாடாத நேரம் குறைவு. 'போறுண்டீ, வரிதான் தெரியறது; சுதியும் இல்லே, ஸ்வரமும் இல்லே' - என்று அம்மா சொல்வாள். சின்னக்கா யாராவது கேட்டால் மட்டுமே பாடுவாள். அதிலும், சுசீலா பாட்டு மட்டுமே பாடுவாள்... ஆனால், உமாவைவிட மிகமிக நன்றாகப் பாடுவாள் என்பதையும் சொல்ல வேண்டும்.

இவர்களுக்கிடையிலான பிளவை மற்றவர்களும் கவனித்திருக்கலாம். ஆனால், யாரும் பொருட்படுத்திப் பார்த்ததில்லை நான்...

உமாவுக்குக் கரட்டுப்பட்டியில் பிடித்த இடங்கள் இரண்டு. ஒன்று முல்லையாற்றின் மறுகரையில், மேல்நாச்சிகுளம் இட்டுச் செல்லும் வண்டிப்பாதையையொட்டி இருக்கும் நாயக்கர் தோப்பு. எங்கள் வீட்டில் மட்டும்தான் அப்படிச் சொல்வார்கள் - ஊருக்குள் அதை மைனர் தோப்பு என்பதே வழக்கம். தோப்பில், இரண்டு கிணறுகள் உண்டு. புதிய கிணறு சதுர வடிவில் இருக்கும். கீழே இறங்கிச் செல்லக் கல் படிகளும், தரைமட்டத்தில் மோட்டாரும், பருமனான குழாயில் ஏறிப் பாயும் தண்ணீர் நிரம்புவதற்கு சிமெண்ட் தொட்டியும் உண்டு.

வட்டவடிவான பழைய கிணறு கிட்டத்தட்டத் தூர்ந்தே போயிருந்தது. நாயக்கர் தோட்டக் காவல்காரர் பொன்னுச்சாமியண்ணனிடம் ஒருமுறை கேட்டபோது,

> ஒரே மாசத்துலெ மூணு பொம்பளைக விளுந்து செத்துப் போச்சப்பா. அதுனாலதேன் நாய்க்கரு புதுக் கெணத்தையே தோண்டுனாரு...

என்று சொன்னார். அதில் ஒரு பெண், நாயக்கரின் மூன்றாம் தாரம்...

இரண்டாவது இடம், எங்கள் வளாகத்தின் பின்புறத் தென்னந்தோப்புக்கு மத்தியில் இருந்த சிறு மண்டபம். தரையிலிருந்து மூன்றடி உயரத்தில் இருப்பது. சின்னக்காவுக்கு அங்கே உட்கார்ந்து பூத்தொடுக்கப் பிடிக்கும். நான் துணைக்குப் போவேன். ஓடித் தொற்றியேறுவேன். அக்கா படிக்கட்டு வழியே பாந்தமாக ஏறுவாள்.

உமாவும் பின் கையை ஊன்றி, தொற்றித்தான் ஏறினாள்.

கொஞ்சநேரம் ஏதோ பேசிக்கொண்டிருந்தாள். அப்புறம் என்னைப் பார்த்துச் சொன்னாள்:

> கிஷ்ணா, ஒரு பந்தயம் வைப்பமா? நவ்வா மரத்தைப் போயித் தொட்டுட்டு வரணும். யாரு எத்தனை எண்ணறதுக்குள்ளே திரும்பறான்னு பாக்கணும். சரியா?
>
> *சரி.*

ஆனா, ஓடப்படாது. திரும்பிப் பாக்கப்படாது. வேகவேகமா நம்பர் சொல்லக் கூடாது. அதான் ரூல்ஸ். ஓக்கேவா!

ஓக்கே.

சின்னவாதான் மொதல்லெ போகணும்.

சரி.

என்று சொல்லிவிட்டு மெல்ல நடந்துபோனேன். ஓடினால் ஐம்பது எண்ணுவதற்குள் நவ்வா மரத்தைத் தொட்டுவிடலாம்...

உதிர்ந்து கிடந்த நாவல்பழங்கள் நாலைந்தைப் பொறுக்கிக்கொண்டு நான் நிமிர்ந்தபோது, கையில் இருந்த காகிதத்தை அவசரஅவசரமாகத் தன் ரவிக்கைக்குள் அவள் செருகிக்கொள்வது கண்ணில் பட்டது. குனிந்திருந்த நான் அவ்வளவு வேகமாக நிமிர்வேன் என்று எதிர்பார்த்திருக்க மாட்டாளோ என்னவோ.

அருகில் நெருங்கியபோது, ஒரு புதுப்பாடலை முனகிக் கொண்டிருந்தாள். சின்னக்காவும் அடிக்கடி முணுமுணுக்கும் பாட்டுத்தான் அது; இத்தனைக்கும் சுசீலா பாடியது இல்லை - ஜானகி பாடியது: 'உன்னிடத்தில் என்னைக் கொடுத்தேன்.' அந்த மெட்டில் இருக்கும் சொல்லத்தெரியாத ஏக்கம், இப்போது கேட்டாலும் என்னைத் தொற்றத்தான் செய்கிறது...

போனதுபோலவே மெல்ல நடந்து திரும்பி வந்தேன். நான் எண்ணியதே நூற்று அறுபத்து மூன்று ஆகிவிட்டது. அடுத்து அவள் கிளம்பப்போகிறாள் என்று நினைத்தவனிடம், சட்டென்று தன் இடதுபாதத்தை உயர்த்திக் காட்டினாள்.

சுண்டுவெரல் லேசா வீங்கியிருக்கோடா!

எனக்கு அப்படியொன்றும் தெரியவில்லை. சொன்னேன்.

ஆனா, விண்விண்ணுன்னு வலி தெறிக்கறதே...

சரி. நீ சாயங்காலமாப் போயித் தொட்டுட்டு வா.

என்று பெருந்தன்மையாய்ச் சொன்னேன். அப்புறமும் கொஞ்சநேரம் பேசிக்கொண்டிருந்தோம். காலையில் நினைத்த கேள்வியைக் கேட்டேன்:

ஒன்னெ எல்லாரும் உமி, உமீன்னு கூப்பிடறாளே, ஒனக்கு

எரிச்சலா இல்லியா?

உமீன்னா என்ன அர்த்தம் தெரியுமோடா?

நர்னே டெய்லி உமிக்கரிலெதானே பல் தேய்க்கறேன்!

அதான் விஷயம். நான் வெறும் உமிதான். அரிசி மெற்றாஸ்லயாக்கும் இருக்கு!

எனக்கு அந்த பதில் புரியவில்லை; அதைச் சொல்லும்போது அவள் கண்ணில் அத்தனை குறும்பும் வெளிச்சமும் ஏன் இருந்தது என்பதும் புரியவில்லை. ஆனால் புரியவில்லை என்று சொன்னால் என்னை 'சின்னப்பயல்' என்று நினைத்துவிட மாட்டாளா! அவளை மாதிரியே நானும் சிரித்தபடி தலையாட்டினேன். அந்த வயதிலும்கூட, அந்த பதிலுக்கும் அவள் மடித்து வைத்துக்கொண்ட தாளுக்கும் ஏதாவது தொடர்பு இருக்குமோ என்று ஒரு கணம் யோசனை ஓடியதை நினைத்தால், எவ்வளவு சீக்கிரம் வெம்பியிருந்தேன் என்று துணுக்குறுகிறது மனம்...

வழக்கமாக, அம்மாவின் வயிற்றில் கால் போட்டுக்கொண்டுதான் தூங்குவேன். அன்றைக்கு, சின்னக்காமேல் கால் போட்டுக்கொள்ளச் சொல்லிவிட்டாள் அம்மா. மட்டப்பாறை டூரிங் கொட்டாயில் பார்த்த **சாந்தி நிலையம்** கதை சொன்னாள் அக்கா. நானுமே பார்த்திருக்கும் படத்தின் கதையைக்கூட அக்கா சொல்லக் கேட்பது எனக்கு அவ்வளவு சந்தோஷமாய் இருக்கும். ஏதோ ஒரு கட்டத்தில் தூங்கிவிட்டிருந்தேன். என் நெஞ்சில் லேசாகத் தாளம் போட்டுக்கொண்டே, சன்னமான குரலில், 'கடவுள் ஒருநாள் உலகைக் காணத் தனியே வந்தாராம்' என்று சின்னக்கா பாடியது நினைவிருக்கிறது... அதற்கப்புறம்தான் நான் அயர்ந்திருக்க வேண்டும்.

திடீரென்று ஏதோ சத்தம் கேட்டு விழித்தேன். அல்லது, மூத்திரம் முட்டியதால் விழித்தவனுக்கு அந்தச் சத்தம் கேட்டிருக்கலாம். வாசல் திண்ணைகள் இரண்டிலும் பேச்சுக்குரல் கேட்கிறது. மாமி வேகமாகப் பேசுகிறாள். மற்ற பெரியவர்கள் மூவரும் தழைந்த குரலில் ஏதோ சொல்கிறார்கள். மாமாவின் குரல் வெகுவாகத் தழுதழுக்கிறது.

சின்னக்கா மறுபுறம் திரும்பிப் படுத்திருந்தாள். இப்போது யோசித்தால், அவள் நிஜமாகத் தூங்கவில்லை என்றே படுகிறது. ஏனென்றால், பகலில் எப்போதாவது அவள் தூங்கும்போது பார்த்திருக்கிறேன் - மல்லாந்து படுத்து, போர்வைக்கு வெளியே பாதங்களை ஓயாமல் ஆட்டிக்கொண்டிருப்பாள். அம்மா எவ்வளவு முயன்றும் நிறுத்த முடியாத பழக்கம் அது.

> படுக்கைலே இவன் ஒண்ணுக்குப் போறதைக்கூட நிறுத்திப்பிட்டேன். இவ பழக்கத்தை மாத்த முடியலே பாரேன். போறுண்டியம்மா, இதுகளுக்குப் பால்குடியை நிறுத்தக்கூட நான் இம்புட்டுக் கஷ்டப்படலே...

என்று அங்கலாய்ப்பாள்...

இப்போது சின்னக்காவின் கால்கள் ஆடவில்லை என்பதோடு, ஒருக்களித்தும் படுத்திருந்தாள். கவனம் வேறெங்கோ குவிந்திருக்க வேண்டும்; நான் எழுந்ததோ, வாசலைப் பார்த்து நடந்ததோ அவளுக்கு உறைக்கவில்லை.

நிதானமாய் நடந்து, பக்கவாட்டில் விரித்த இரண்டு கைகளாலும் வாசல் நிலையைப் பற்றிக்கொண்டு நின்றேன். பெரிய திண்ணையில் அப்பாவும் மாமாவும். அவர்களுக்கு நடுவில் உமா. சின்னத் திண்ணையில் அம்மா, மாமி... அம்மா என்னைப் பார்த்துவிட்டாள். பாய்ந்து எழுந்தாள்.

> என்னடா, என்ன வேணும்?

வலதுகை ஆள்காட்டி விரலை உயர்த்திக் காட்டினேன். திண்ணைகளின் இடைகழியில் என்னைக் கைபிடித்துக் கூட்டிப்போனாள். மூத்திரம் முடியும் தறுவாயில், முதுகுப்புறம் ஆவேசமான குரலும் பளார் பளார் என்ற சத்தமும் கேட்டன. நின்றுகொண்டிருந்த மாமியை மாமா இரண்டு கைகளாலும் தடுத்துப் பிடித்தார். மாமி திமிறினாள். அடிவாங்கியும் நிலைகுலையாத உமா அலுங்காமல் அமர்ந்திருந்தாள்.

படுக்கைக்கு என்னைத் தூக்கிப் போனாள் அம்மா. பல வருடங்களுக்குப் பிறகு தூக்கிக்கொள்கிறாள்...

மறுநாள், அடுக்களையில் தனியாய் இருந்த அம்மாவிடம் காஃபித் தம்ளரை வாங்கியபடி கேட்டேன்:

எதுக்கும்மா மாமி உமாவெ அடிச்சா?

யார்றா அடிச்சது? சொப்பனம் கிப்பனம் கண்டியா...? ஒழுங்காத் தூங்கினாத்தானே?

என்று முடித்துவிட்டாள் அம்மா. இல்லையே, நிஜமாகவே நான் பார்த்த காட்சிதானே அது என்று என்னை வற்புறுத்தவிடாத மூர்க்கம் அந்த பதிலில் இருந்தது.

அந்த வாரத்தில் இன்னொரு நாளும் அதே மாதிரி நடந்தது. என்ன, இரண்டாம் தடவை எழுந்து வந்தபோது, வாசலில் நடந்த உரையாடல் சட்டென்று நின்றது. நான் திரும்பப் படுக்கைக்குப் போகும்வரை காத்திருந்து, பிறகு தொடர்ந்தது.

இடையில் ஒருநாள், வேறொரு சங்கதியும் என் கவனத்தில் பதிந்தது. பெரிய திண்ணையின் மறுவிளிம்பில் இருக்கும் குளியலறையிலிருந்து உமாவின் குரல் கேட்டபோது, மர பீரோவிலிருந்து துண்டை எடுத்துக்கொண்டு போனாள் சின்னக்கா. இருவரும் முகத்தைப் பார்த்துப் பேசிக்கொண்டார்கள். சேர்ந்து உட்கார்ந்து காஃபி குடித்தார்கள். பெரியவர்கள் கவனிக்காதபோது உரையாடவும் செய்தார்கள்.

டிசம்பர் 30 வெள்ளிக்கிழமை. காலையிலிருந்தே வீட்டில் ஒருவிதப் பரபரப்பு நிலவியது. அப்பா ஓட்டலைத் திறக்கவில்லை. அம்மா புதிதாக நெய் காய்ச்சினாள். வாசலில் வந்து,

கேஸரியெ மட்டும் கிண்டி வச்சுரட்டுமா. பஜ்ஜியெ அவா வந்தப்பறம் போட்டுக்கலாம்.

என்றாள். கடந்த வாரம் முழுக்கவே என் கேள்விகள் எதற்கும் அவள் ஒழுங்காய் பதில் சொல்லவில்லை. துவைகல்லருகில் நின்று கொடியில் துணி உலர்த்திக்கொண்டிருந்த சின்னக்காவிடம் போனேன்.

யாருக்கா வரப்போறா?

அக்கா முகம் சுண்டினாள். அக்கம்பக்கம் பார்த்துவிட்டு,

நாஞ் சொன்னேன்னு யார்ட்டையும் சொல்லப்படாது. ப்ராமிஸ்?

என்றாள்.

காட் ப்ராமிஸ்.

திருச்சிலேர்ந்து சோமு மாமா ஃபேமிலி வரது. சாயங்காலம்.

எதுக்குக்கா?

அதெல்லாம் சீக்ரெட்.

அவர்களை நானும் பார்த்திருக்கிறேன். மாமியின் சொந்த அண்ணன் குடும்பம். அம்மா, அப்பா, ராமசாமி என்று ஒரு அண்ணா. துப்பாக்கித் தொழிற்சாலையில் வேலை பார்த்தார். பெரியவர்கள், 'சின்ன வயசிலேயே பெரிய போஸ்ட்ல இருக்கான்' என்று பெருமிதமாகப் பேசிக்கொள்வார்கள் ஏனோ, எனக்கு அந்த ராமசாமியைக் கண்டாலே பிடிக்காது.

இத்தனைக்கும், பார்ப்பதற்கு ஜெமினிகணேசன் மாதிரி இருப்பார். குரலும் அவரைப் போலவே. நல்ல நிறம். புருவம் தீட்டும் பென்சிலால் அழுத்தமாய்க் கோடு இழுத்ததுபோல மீசை. பாண்ட்டுக்குள் சொருகின முழுக்கைச் சட்டை. கழுத்தில் மைனர் செயின். சரளமாக ஆங்கில வார்த்தைகள் விரவின பேச்சு... மொத்தத்தில், மிருதுவான மனிதர். அந்த வயதிலேயே எனக்குள் இனம்புரியாத பொறாமை ஊறியிருக்க வேண்டும் - அவரை நினைத்தாலே ஒருவித எரிச்சல் எனக்குள் ஊறியதற்குக் காரணம் அதுவாய்த்தான் இருக்கும் என்று இப்போது தோன்றுகிறது...

அப்போது கிட்டத்தட்டப் பத்து மணி இருக்கும். நாங்கள் நின்றிருந்த இடத்துக்கு உமா வந்தாள்.

வரேளாடி, நாய்க்கர் தோப்புக்குப் போவமா?

அம்மா விடமாட்டா.

நான் கேக்கறேன் வா.

கேசரி கிளறும் அம்மாவின் கழுத்தைப் பின்புறமிருந்து கட்டிக்கொண்டாள் உமா.

என்னடீ, திடீர்ன்னு செல்லம் கொஞ்சறே.

அத்தே, எனக்கு போரடிக்கறது. இவா ரெண்டுபேரோடயும் நாய்க்கர் தோப்புக்குப் போய்ட்டு வரட்டுமா?

அங்கே என்னதான் வச்சுருக்கோடி ஒங்குளுக்கு.

என்றாள் அம்மா. கூடாது என்று சொல்லப்போகிறாள் என்றே நினைத்தேன். ஒரு கணம் தயங்கியவள், ஆச்சரியகரமாக,

சுருக்க வந்துறணும் சரியா. டாண்ணு ஒண்ணடிக்கும்போது இங்கெ இருக்கணும். என்ன?

என்று கண்டிப்பான குரலில் சொன்னாள். அம்மாவின் கன்னத்தில் இறுக்கி முத்தம் கொடுத்தாள் உமா.

நாங்கள் போய்ச்சேரும்போது, பொன்னுச்சாமியண்ணன் எதிரில் வந்தார். இடுப்பில் காசித்துண்டு கட்டியிருந்தார். தோளில் ஈரத்துணிகள். ஒரு கையில் சோப்பு டப்பா. மறு கையால் சைக்கிளைத் தள்ளிக்கொண்டு வந்தார். சின்னக்கா தலையைக் குனிந்துகொண்டு ஒதுங்கி வழிவிட்டாள். சைக்கிளின் பாதையில் குறுக்கே நின்றாள் உமா.

அண்ணா, எனக்கும் இந்தப் பயலுக்கும் நீச்சல் சொல்லித் தர்றீங்களா!

என்றாள். அவர் சிரித்துக்கொண்டே,

அதுக்கென்னா, சொல்லிக் குடுத்துட்டாப் போச்சு. நாளைக்கி இடுப்புக்கயிறு எடுத்தாரேன். ஆனாக்கெ, ஐயிரம்மா வஞ்சிச்சின்னா நீதாம் பொறுப்பு பாப்பா...!

என்றார்.

நாங்கள் மூன்றுபேரும் புதுக் கிணற்றின் கைப்பிடிச் சுவரையொட்டிக் கடந்து போனோம். தோப்பின் காம்ப்பவுண்டுச் சுவருக்கு மறுபுறம் பொட்டமடை வரை பரந்திருக்கும் வயல்வெளியைப் பார்த்துக்கொண்டு நின்றோம். என் கழுத்துவரை மட்டுமே உயரமுள்ள சுவர் அது.

பொங்கலுக்கு முந்தின வார அறுவடைக்காகக் காத்திருந்த நெற்பயிர்கள் பளு தாங்காமல் ஒருபக்கமாய்ச் சாயத் தொடங்கியிருந்தன. வரப்பையொட்டி ஒரேயொரு சூரியகாந்திச் செடி. அதன் உச்சியில் இருந்த ஒற்றைப்பூ, ராட்சச உள்ளங்கை மாதிரி மலர்ந்திருந்தது - கிழக்கில் மேலேறி வந்திருந்த சூரியனையே

பார்த்தபடி சாந்தமாய் நின்றிருந்தது. 'தீவிர யோசனையில் இருந்தமாதிரி' என்று இப்போதைய வாக்கியம் ஒன்று மேலெழுகிறது. இரண்டு பேருக்கும் பொதுவாகச் சொன்னாள் உமா:

> பாத்தியா, சுத்தி எத்தனைபேர் இருந்தா என்ன? சூரியனைத் தவுத்து வேறெ எதையும் பாக்கவே செய்யாது இது. அப்பிடியொரு பிடிவாதம். பின்னே, அது பெறந்ததே சூரியனைப் பாக்கறத்துக்காகத்தானே...

இதைச் சொல்லும்போது அவள் முகத்தில் இருந்த பாவம் எனக்கு என்றுமே மறக்காது. சின்னக்காவின் வயதுக்காரிபோல இல்லை - அம்மா, மாமி போல மிகமிக முதிர்ந்தவள் மாதிரித் தெரிந்தாள். முகத்தின் நிரந்தரப் புன்னகை விலகியிருந்தது.

> சும்மாயிருடி. வீணா என்னத்தையாவது உளறாதே.

என்றாள் அக்கா. உமா அவளைத் திரும்பிப் பார்த்தாள். சின்னக்கா தோப்பைப் பார்த்துத் திரும்பி நடந்தாள். தென்னைகளின் வேரில் பரப்புவதற்காக ஆற்றுமணல் வந்து இறங்கியிருந்தது. மணல்மேட்டில் அமர்ந்தோம். நடுவில் உமா. இருபுறமும் நாங்கள்.

என் தோள்மீது இடதுகையைப் போட்ட உமா வலதுகையை சின்னக்காவின்மீது போட்டுத் தன்னோடு இழுத்துக்கொண்டாள்.

> இத்தனை நாள்லெ நான் தப்பா ஏதாவது சொல்லியிருந்தா மன்னிச்சுர்றீ விசாலி.

என்றாள். சின்னக்கா சட்டென்று கண்கலங்கினாள்.

> அடிப் போடி பைத்தாரி. உன்கிட்டெ எனக்கென்னடி கோபம்? ஒண்ணு மட்டும் சொல்வேன், கேட்டுக்கோ பப்பீ. பெரியவா எது செஞ்சாலும் நம்ம நல்லதுக்குத்தான் செய்வா... பின்னாடி யோசிச்சுப்பாத்தா, இப்போப் படற வேதனையெல்லாம் நமக்கே வேடிக்கையாயிருக்கும்... தலைக்கி மேலே ஜலம் போறதுன்னு நீ பாட்டுக்கு சந்தோஷமா இரு....

எதற்கெடுத்தாலும் பதில் சொல்லும் உமா, ஏனோ மௌனமாய் இருந்தாள். அம்மாவுக்குக் கொடுத்த மாதிரியே, சின்னக்காவுக்கும் அழுத்தி முத்தம் கொடுத்தாள். இவள் அவளை உற்றுப் பார்த்தாள். திடீரென்று,

எனக்கு வயத்தெக் கலக்கறதுடீ. வா போலாம்.

என்றவாறு எழுந்தாள்.

அதுக்குள்ளயா? நீங்க போங்கோ. நான் சித்தநாழி இருந்துட்டு வரேன்.

சின்னக்காவின் நடைவேகத்துக்கு என்னால் ஈடுகொடுக்க முடியவில்லை. கிட்டத்தட்ட ஓடி வந்தேன். தோப்பு வாசலில் நின்று ஒருகணம் திரும்பிப் பார்த்தாள் சின்னக்கா. நானும் பார்த்தேன்.

கையில் பிடித்த தென்னோலையை உறுத்துப் பார்த்துக்கொண்டு அமர்ந்திருந்தாள் உமா. இன்றுவரை என்னைப் பீடித்திருக்கும் காட்சி அது.

அவளெ எங்கடீ?

பதற்றத்தோடு கேட்டாள் அம்மா.

கொஞ்ச நேரத்துலெ வரேன்னா. ஏம்மா சும்ம்ம்மா அலட்டறே?

என்று வெடுவெடுத்துவிட்டு, கழிப்பறைக்குள் நுழைந்தாள் சின்னக்கா. அடுத்த முக்கால் மணிநேரத்தில், அம்மாவின் பதற்றத்துக்கு நியாயம் கிடைத்துவிட்டது.

மலையான் சைக்கிளில் வேகமாய் வந்து இறங்கினான். மூச்சிரைத்தான்.

நாயக்கர் தோப்பை நோக்கி எல்லாரும் ஓடினார்கள். நானும் சின்னக்காவும் பின்னால் ஓடினோம். வீடு திறந்தே கிடந்தது யாருடைய கவனத்திலும் இல்லை என்று இப்போது உறைக்கிறது...

ஒரு கணத்தில் தணல் மாதிரி எனக்குள் நிரம்பியது அந்தச் சூழல். கத்தரிநிறப் பூக்கள் பதித்த வெள்ளைப்பாவாடை இளநீல தாவணி அணிந்து, கழற்றிய வண்டிச் சக்கரத்தில் கிடந்த உமாவின் பிம்பம்தான் இன்றுவரை துலக்கமாகப் பதிந்திருக்கிறது. உடைகள் முழுக்க ஈரமாய் இருக்க, நெற்றியின் குறுக்கே வசீகரமாக ஒரு கொத்து முடி ஒட்டியிருந்தது. முகத்தில் அப்படியொரு மலர்ச்சி. ஒரு சக்கரம் இழந்த இரட்டை மாட்டு வண்டி சற்று

எட்டத்தில் அலங்கோலமாய்ச் சரிந்திருந்தது... எழுந்து நின்ற பொன்னுச்சாமியண்ணன் உதட்டைப் பிதுக்கினார்.

மலையான் குளிக்க வந்துருக்கான் சாமி. இல்லேண்டா, எப்பப் பாத்துருப்பமோ, என்னமோ.

என்றார்.

நான் அங்குட்டுத்தானெ இருந்தன். சத்தம்கூடக் கேக்கலையே.

என்று தனக்குத்தானே சொல்வதுபோல உரத்து முனகிக்கொண்டே எழுந்து, சக்கரத்தை விட்டு விலகி நின்றார். மற்ற மூவரும் பிரமை பிடித்த மாதிரிப் பார்த்துக்கொண்டு நிற்க, மாமி இரண்டு கைகளாலும் நெஞ்சில் அறைந்துகொண்டாள்.

சண்டாளி சண்டாளி. இப்பிடியாகும்னு நான் நெனச்சே பாக்கலியே.

ஆமா. இப்பொச் சொல்லு.

என்று சொன்னார் மாமா. அவர் குரலில் நிரம்பியிருந்த அதிர்ச்சியும் கண்ணீரும் மறுகலும் எனக்குள் அப்படியே எஞ்சியிருக்கின்றன. சின்னக்காதான் முதலில் உமாவை நெருங்கினாள். அவளுடைய விலகியிருந்த தாவணியை நேர்செய்தாள். கை நடுங்கியது.

உள்ளூரில் அப்பாவுக்கு இருந்த நன்மதிப்பு காரணமாக, போலீஸ் வராமல் காரியங்கள் நடந்தேறின. உரிய நேரத்தில் வந்துசேர்ந்த ராமசாமி அண்ணா குடும்பம் துக்கத்தில் பங்கேற்கிற மாதிரி ஆனது. அவர்களுக்காக அம்மா கிண்டிய கேசரி, யாரும் தின்னாமல் வீணானது.

அடுத்த மூன்று நாட்களிலும் ரங்கசாமி மாமாவும் மாமியும் ஒரு வார்த்தைகூடப் பேசிக்கொள்ளவில்லை. மூன்றாவது நாள், சோழவந்தானிலிருந்து கார் வரவழைத்துக் கிளம்பிவிட்டார்கள். திண்டுக்கல் சென்று பஸ்ஸேறி மெற்றாஸ் திரும்புவதாகத் திட்டம். ஒரு பெட்டியை மட்டும் டிக்கியில் வைத்துவிட்டு, மாமா குமுறியது எனக்குள் அழுத்தமாக மீந்திருக்கிறது. அப்பா அவருடைய தோளில் தட்டினார். தாமும் தலைகுனிந்திருந்தார் அப்போது. வாசலுக்கு வந்திருந்த அம்மா, யாருடனும் பேசவில்லை; கல்லாக இறுகியிருந்த

அந்த முகத்தை நினைத்துப் பார்க்கவே பிடிக்கவில்லை எனக்கு.

காரோட்டிக்குப் பக்கத்தில் மாமாவும், பின்னிருக்கையில் மாமியும் ஏறி அமர்ந்தார்கள். ஒரே காரில் இரண்டு தனித்தனிப் பயணம் புறப்பட்டார்கள் என்று பின்னாளில் எனக்குத் தோன்றியிருக்கிறது...

உமாவின் பெட்டியை எடுத்துச் செல்ல விருப்பமில்லை என்று முன்னமே சொல்லியிருந்தாள் மாமி. அதில் இருந்த சகலத்தையும், வேண்டுமென்றால், சின்னக்கா பயன்படுத்திக்கொள்ளட்டும் என்றும் சொன்னாள்...

ஆனால், சின்னக்காவின் பாடுதான் நரகமாய் ஆகிவிட்டது. அந்தப் பெட்டியைத் தொடக்கூடாது என்று அம்மா விதித்த தடை மட்டுமில்லை; வீட்டு நிலையைத் தாண்டி வெளியில் வருவதே பெரும்பாடு ஆனது. ஆமாம், வீட்டில் இருந்து பூத்தொடுத்தால் போதும் என்று சொல்லிவிட்டாள் அம்மா. அதுவும் திண்ணையில் அமர்ந்து செய்ய அனுமதி இல்லை. பாட்டுப் பாடுவதுக்கும் தடை. முனகக்கூடக் கூடாது...

மாறிவிட்ட கரட்டுப்பட்டியில், எங்கே பார்த்தாலும் உமா தெரிந்துகொண்டிருந்தாள் எனக்கு. நல்லவேளை, அப்பா இறந்தாரோ, ஊரைவிட்டு வெளியேறினோமோ.

ஆனால், உமாவின் உருவம் நினைவில் எழும்போதெல்லாம், அவளுடைய கழுத்தின்மேல் முகத்துக்கு பதிலாக, முகமளவு பரந்த சூரியகாந்திப்பூ வந்து அமர்ந்துகொள்கிறது. அகலவே மறுக்கிறது.

அதைவிட, சின்னக்காவுக்குத் துணையாக நான் வீடு திரும்பாமல் இருந்திருந்தால், மறுநாளிலிருந்து உமா நீச்சல் பயிலத் தொடங்கியிருப்பாளோ என்ற எண்ணம்தான் பெரும் சங்கடம் தந்துவருகிறது...

இன்றுவரை.

ஆவநாழி, இணைய இதழ், பிப்ரவரி 2021

உருமாற்றம்

ஞாயிறு காலை ஏழு மணி இருக்கும். யாரோ கதவைத் தட்டும் சத்தம் கேட்டது. விரல் கணுவால் தட்டும் மெல்லிய சத்தம். அறுபது வீடுகள் உள்ள அடுக்ககக் குடியிருப்பு எங்களுடையது. பலத்த பாதுகாப்பு ஏற்பாடுகள் கொண்டது. அந்நியர் உள்ளே வருவது அத்தனை சுலபமில்லை. போகவிருக்கும் வீட்டின் எண் கேட்டு, தொலைபேசியில் அழைத்து உறுதி செய்தபின்னர்தான்மேலே அனுப்புவார் காவலாளி. அழைப்புமணியை அடிக்காமல், நேரடியாய்க் கதவில் தட்டுகிறார்கள் என்றால், குடியிருப்புவாசியாகத்தான் இருக்கவேண்டும்... நிச்சயம், வேண்டியவர்கள்தான்.

போயும்போயும் ஞாயிற்றுக்கிழமை இத்தனை சீக்கிரம் எழவேண்டியிருக்கிறதே என்று நொந்துகொண்டே, கதவருகே சுவரில் பொருத்திய சிறு திரையில் பார்த்தேன்.

நினைத்தது சரிதான். பூரண் அஹுஜா. வழக்கமான கம்பீரம் இன்றி, கால்களை மாற்றிமாற்றி வைத்தபடி நின்றார். குடியிருப்பின் நலச்சங்கச் செயலாளர். பொறுப்பு எதையும் வகிக்காத சாதாரண உறுப்பினனான என்னையும் தவறாமல் இணைத்துக்கொள்வார், பொது விஷயங்களில். இத்தனை சீக்கிரம் வந்திருக்கிறார் என்றால், அவசரப் பிரச்சினை எதுவோ வந்துவிட்டது போலிருக்கிறதே. ஞாயிற்றுக்கிழமை உருப்பட்ட மாதிரிதான்...

கதவைத் திறந்தேன். அஹூஜாவின் சிறப்பம்சம் அவரது மலர்ந்த சிரிப்பு. அவருடைய தொழில்வெற்றிக்கு அந்த நிரந்தரப் புன்னகைகூட ஒரு காரணம் என்று நானும் அனுவும் பேசிக்கொள்வோம். ஆனால், இப்போது கவலை தோய்ந்து கறுத்திருந்தது அவர் முகம்.

மிஸ்டர் ராம், என்னுடன் கொஞ்சம் வர முடியுமா?

என்று வழக்கம்போல, ஹிந்தி மணக்கும் ஆங்கிலத்தில் கேட்டார். வந்திருப்பது யார் என்று பார்க்க வந்த அனுவை நோக்கிப் புன்னகைத்தார். பலவீனமான புன்னகை.

உள்ளே போய் டி ஷர்ட்டைப் போட்டுக்கொண்டு, செல்பேசியை எடுத்துக் கொண்டு, மறுபடியும் ஹாலுக்கு வந்தேன். எப்போதும் சரளமாக என் வீட்டுக்குள் வரும் அஹூஜா, நிலைக்கு வெளியே, நின்ற இடத்திலேயே நின்றார்.

சி ப்ளாக்கின் ஆறாவது தளத்தில் அவர் வீடு. லிஃப்டுக்குப் போகும்போது கேட்டார்:

டாக்டர். செல்வராஜ் உங்கள் நண்பர்தானே. இப்போது அழைத்தால் வருவாரா?

குரலில் சற்று விசனம் இருந்தது. கைபேசியில் அவன் எண்ணைத்தேடியவாறே,

என்ன பிரச்சினை, மிஸ்டர் அஹூஜா?

என்றேன். சுருக்கமாகச் சொன்னார். இதற்குள் செல்வம் அழைப்பை எடுத்தான். என் பள்ளித்தோழன். நெருங்கிய நண்பன். நான் அழைத்து ஒருபோதும் தட்டியதில்லை. அஹூஜா சொன்னதை இன்னும் சுருக்கிச் சொன்னேன். 'உடனே வருகிறேன்' என்றான்.

லிஃப்டில் அமைதியாய்த் தலைகுனிந்து நின்றபடி வந்தார் அஹூஜா. நெற்றியில் வியர்வை துளிர்த்திருந்தது.

நகரின் முன்னணி வீட்டுபயோகப் பொருள் விற்பனையாளர் அவர். அஹூஜா அண்ட் ஸன்ஸ் கடையின் உரிமையாளர். மூன்று கார் வைத்திருப்பவர். எங்கள் குடியிருப்பின் முதல் பத்து செல்வந்தர்களில் முதலாமவர். பார்த்துப்பார்த்துத் தேர்ந்தெடுத்த பொருட்கள் நிரம்பி, செல்வச்செழிப்பும், அழகுணர்ச்சியும் போட்டிபோடும்

வீடு. பிரம்மாண்டமான மைய அறை, அருங்காட்சியகம்போலவே இருக்கும்.

அதன் நடுவே, மெத்தென்ற சிவப்புநிறக் காஷ்மீரிக் கம்பளத்தில், காலை அகட்டி சம்பிரமமாக அமர்ந்திருந்தாள் ஆக்யா. தொலைக்காட்சியில் ஓடிய பக்திச் சானல் எதையோ உன்னிப்பாகப் பார்த்துக்கொண்டிருந்தாள். அகலமான கண்களில் தூக்கம் கொஞ்சம்கூட மிச்சமில்லை. வாரப்படாத தலை கலைந்திருந்தது. என்னைப் பார்த்ததும்,

> பூரண், அந்நியர்களை அழைத்து வருவதென்றால், முதலிலேயே என்னிடம் சொல்ல வேண்டாமா?

என்று அதட்டலாகக் கேட்டபடி, கால்களை ஒடுக்கிக்கொண்டாள். ஏற்கனவே சரியாக இருந்த ஃப்ராக்கின் கீழ்முனையை கீழ்நோக்கி இழுத்துவிட்டாள்.

'அங்க்கிள்' என்ற சொல்லுக்கு மறுவார்த்தை பேசாத குழந்தை. ஆனால், என்னைத் திடுக்கிட வைத்தது, வேறொரு விஷயம் - அவள் குரல். ஆமாம், பேசியது எட்டுவயதுப் பெண் அல்ல. தொனியும், முதிர்ந்த இளம்பெண்ணுடையது. பூரணின் கவலை சட்டென்று எனக்குப் புரிந்துவிட்ட மாதிரிப் பட்டது....

> காலையிலிருந்து இப்படியே பேசுகிறாள் சார். டாக்டர் வந்துவிடுவார்தானே?

இவருடன் இருக்கும்போதுதானே பேசினேன்; செல்வராஜ் 'வருகிறேன்' என்றதை உடனே இவரிடம் சொன்னேனே... பூரணின் முகத்தைப் பார்க்கப் பாவமாய் இருந்தது.

அந்தச் சூழ்நிலையிலும், பூரணின் மனைவி தேநீர் கொண்டு வைத்தார். மைதாமாவு ரொட்டிபோல வட்டமான முகம் அந்தப் பெண்மணிக்கு. கணவரின் சிரிப்புக்கு நிகரான புன்னகையை எந்நேரமும் பூண்டிருப்பது. இப்போது கூம்பியிருப்பதைக் காணச் சகிக்கவில்லை... ஆக்யா எழுந்து உட்புறம் போனாள். ஐயோ, அந்த நடை! அதில் இருந்த நளினம்...

ஒருவருக்கொருவர் பேசிக்கொள்ளாமல் தேநீர் குடித்தோம்.

பூரண் அஹுஜாவின் ஒரே மகள் ஆக்யா. குடியிருப்பின் செல்லம். அத்தனை வீடுகளுக்குள்ளும் புகுந்து புறப்படுவாள். எங்கள்

வீட்டுக்கும் நினைத்த நேரம் வந்து போவாள். சமர்த்து என்றால் அப்படியொரு சமர்த்து. நம்மிடம் கேட்காமல் ஒரு பொருளையும் தொட மாட்டாள். அநேக வீடுகளில் அவளுக்கென்றே சாமான்கள் உண்டு. எங்கள் சமையலறை அலமாரியில்கூட அவளுக்கென்றே 'ஆக்யா தட்டு' இருக்கிறது; தின்பண்டங்கள் நிரம்பி வழிவது.

சிலநாள், என் அப்பாவுடன் உட்கார்ந்து சீரியல்கள் பார்ப்பாள். என் மகனுடன் இருந்து கிரிக்கெட் பார்ப்பதும் உண்டு. என் குழந்தைகள் இருவரும் செய்த சிறுவயது விஷமங்களை நினைவுகூர்ந்து ஒப்பிட்டு, நானும் அனுவும் ஆச்சரியப்படுவோம். 'ஆக்யா' என்றால், 'பணிவும் அடக்கமும் நிரம்பிய மகள்' என்று பூரண் பெருமிதத்துடன் அர்த்தம் சொல்வார். குழந்தையின் மழலை மண்டிய பஞ்சாபித் தமிழில் சொக்கிப் போவோம்...

அழைப்பு மணி ஒலித்தது. செல்வராஜ். அவசரமாகக் கிளம்பி வந்திருந்தான் போல. சட்டைப் பித்தான் ஓரிரண்டு விடுபட்டிருந்தது. கழுவின முகம்தான். என்றாலும், தூக்கம் முழுக்க அகலவில்லை. அவன் சோஃபாவில் அமர்வதற்காகக் காத்திருந்து,

> ஆக்யாவை அழைக்கட்டுமா?

என்று ஆங்கிலத்தில் கேட்டார் அஹுஜா. கையமர்த்திவிட்டு,

> குழந்தையிடம் மாற்றம் இருப்பதை எப்படிக் கண்டுபிடித்தீர்கள்?

என்று நிதானமாகக் கேட்டான்.

> ...காலையில் அப்பாவைத் தட்டியெழுப்பி 'ஏன் என்னை விட்டுவிட்டு வந்தீர்கள்?' என்று கேட்டாளாம். அப்போது ஆரம்பித்தது...

> ஓ. யாருடைய குரலாம் அது? உங்கள் அப்பாவுக்குத் தெரிந்ததா?

> தமது சகோதரியின் குரல் அது என்கிறார்... என்னுடைய சொந்த அத்தை.

என்றார் பூரண். கேட்டுக்கொண்டே வெளியில் வந்த பெரியவர்,

தலையாட்டி ஆமோதித்தார். ஒற்றை ஸோஃபாவில் உட்கார்ந்ததும் சட்டென்று அமிழ்ந்து பாதி உடல் காணாமல் போனார்.

குழந்தையைக் கூப்பிடுங்கள்.

என்றான் செல்வராஜ்.

நாடி பார்த்தான். இதயத் துடிப்பைக் கேட்டான். கண் இமைகளை அகட்டியும், வாயைத் திறக்கச் சொல்லியும் பார்த்தான். துயர முகத்துடன் நின்ற பூரணின் மனைவியிடம், 'இரவு என்ன சாப்பிட்டாள்' என்று விசாரித்தான். பாட்டியுடன்தான் தினசரி தூங்குவாளாம் குழந்தை. நிம்மதியாய்த் தூங்கினாளா என்று கேட்டான். முக்காட்டுக்குக் கீழே ஏகப்பட்ட சுருக்கங்களுடன் கோட்டுச் சித்திரம் மாதிரி நின்ற கிழவி, நிறைவோடு தலையாட்டினார். சட்டென்று, குழந்தையிடம் திரும்பி,

ஒரு ஊசி போட்டுக்கிறீங்களா, மேடம்!

என்றான். குரலில் கேலியோ விளையாட்டுத்தனமோ இல்லை. பெரியவர்களிடம் போல விநயமாகக் கேட்டான்.

ஓ.

என்று கனத்த குரலில் சொன்னார், ஆக்யா அம்மையார். மருத்துவப் பையிலிருந்து அவன் ஊசியை எடுத்துத் தயார் செய்ததும், இடது புஜத்தைத் துருத்தினார்...

முகம் சுளிக்காமல் போட்டுக்கொண்டு, படுக்கையறைக்குள் போனாள் குழந்தை. கட்டிலில் ஏறிப் படுத்தாள். நாங்கள் பார்த்துக்கொண்டிருக்கும்போதே, மிகச் சில நிமிடங்களில், தூங்கிவிட்டாள். ஆழ்ந்த உறக்கம் முகத்தை அவ்வளவு சாந்தமாகவும், நிச்சிந்தையாகவும் காட்டியது. ஏற்கனவே அளப்பரிய வசீகரம் கொண்ட முகம், இப்போது பேரழகாய்ப் பொலிந்தது.

ஹாலுக்குத் திரும்பினோம்.

பளீரென்ற வெண்ணிற இரவுடை அணிந்து, கிழப்பறவைபோல சோஃபாவில் முடங்கியிருந்த பெரியவரிடம் சிறு நேர்காணல் தொடங்கினான் செல்வராஜ். காதுக் கருவியை சரி செய்துகொண்டு,

சதா நடுங்கும் தலையுடன், விரிவாய்ச் சொன்னார் பெரிய அஹுஜா...

எல்லையை ஒட்டிய வட்டாரத்தில் வசித்த விவசாயக் குடும்பம் அவர்களுடையது. பிரிவினையை முன்னிட்டுக் கலவரம் வெடித்தபோது, அச்சத்தில் மூழ்கியது. அண்டை அயலார்களைப் பார்த்தே அச்சம் பீறிட்டது என்றார் பெரியவர். களேபரச் சூழ்நிலையை யார் எப்போது எப்படிப் பயன்படுத்திக்கொள்வார் என்று அனுமானிக்க முடியாமலிருந்ததாம்.

வடக்கைவிட்டே அகன்றுவிடலாம் என்று முடிவெடுத்தார்கள். தெற்கே போய்விடலாம். ராமேஸ்வரம் மதுரை என்று யாத்திரை போயிருக்கிறோமே - சுண்ணாம்புக் காளவாய்போல தகிக்கும் பஞ்சாப் மாதிரியா, அங்கெல்லாம் ஜனங்கள் எவ்வளவு நிம்மதியாய் வாழ்க்கை நடத்துகிறார்கள்; ஒருவருக்கொருவர் எத்தனை அனுசரணையாய் இருக்கிறார்கள். மெற்றாஸில் நம் இனத்தவரே ஏகப்பட்டபேர் வசிக்கிறார்கள்...

இவர்கள் பேசிக்கொண்டிருக்கும்போதே அண்டை கிராமத்தின் வானத்தில் கரும்புகை எழும்பியது. 'அடடே, இனி தாமதிக்க முடியாது' என்று பதட்டமாகச் சொன்னார் தாத்தா அஹுஜா.

உடனடியாய், தேவையான பொருட்களைக் கட்ட ஆரம்பித்தார்கள். நாலு மணிக்கு ஒரு ரயில் இருக்கிறது; அதில் ஏறித் தப்பிவிட வேண்டியதுதான்...

> அவ்வளவு அஞ்சியிருக்க வேண்டியதில்லை... நாங்கள் முஸல்மான்கள் இல்லை; எங்களுடையது முஸல்மான் கிராமமும் இல்லை. ஏழு குழந்தைகளை இழுத்துக்கொண்டு அவதியாய்ப் புறப்பட்டிருக்க வேண்டாம். சித்தப்பா குடும்பம் ஊரிலேயே தங்கியது. அவர்கள் இல்லையென்றால், அக்கா கிடைக்காமல் வெளியேறியிருக்க மாட்டோம். அடுத்த நாளும் ரயில் ஓடியதே. ஆனால், என் அப்பாவின் சுபாவம் அத்தகையது. ரொம்பவும் பயந்த மனிதர், பாவம்...

என்று அரற்றும் குரலில் சொன்னார் பெரியவர்.

தோழிகளோடு போயிருந்த ஆஷா, வீடுவந்து சேரவில்லை. இருந்த இரண்டு மணி நேர அவகாசத்தில் தேடிப் பார்த்திருக்கிறார்கள். வழக்கமாக அவள் போகும் இடம் எதிலும் அகப்படவில்லை.

தம்பியிடம் தகவல் தெரிவித்துவிட்டு, கிளம்பிவிட்டார்கள்...

ஒரே சமயத்தில் செல்வராஜும் நானும் குழந்தை உறங்கும் அறையின் திக்கில் வெறித்துப் பார்த்தோம்.

நம்பவே முடியவில்லை, இல்லையா!

என்று அங்கலாய்த்தான் செல்வராஜ்.

ஆமாம் சார். இதைவிட நம்ப முடியாத விஷயங்கள் நடந்த காலகட்டம் அது. இப்போதெல்லாம் அப்பாவுக்குக் காது வெகுவாக மந்தமாகிவிட்டது. இல்லையோ, இருபது கதைகளாவது சொல்லாமல் உங்களை விட்டிருக்க மாட்டார். ஒன்றைக்கூட நம்மால் நம்ப முடியாது...

என்றார் பூரண். வளாகத்தின் வெளியே நின்று மூவரும் புகைத்துக்கொண்டிருந்தோம். மூக்குவழியே புகையை வெளியேற்றியவாறு தொடர்ந்தார்.

இவர்களைப் போலவே அஞ்சி வெளியேறிய தோழியின் குடும்பத்தோடு ஆஷாவும் ஓடியிருக்கலாம் என்று சித்தப்பாவின் கடிதம் தெரிவித்தது. தாத்தா அஹுஜாவின் நம்பிக்கைக்குரிய தம்பி அவர். மெற்றாஸ் வசதியாய் இருக்கிறதா; இவர்களை நினைக்கும்போதே வீட்டில் அனைவருக்கும் கண்ணீர் பெருகுகிறது; இவர்கள் விட்டுவந்த வளர்ப்புநாயை மறுநாளிலிருந்தே காணவில்லை - என்றெல்லாம் அடுக்கிய ஆறுபக்கக் கடிதம்.

அடுத்த ஓரிரு மாதங்களில் கடிதங்கள் வருவது குறையத் தொடங்கி, அறுதியாய் நின்றே போனதாம். அடுத்த தலைமுறையுடன் தொடர்பும் தேய்ந்து அறுந்துவிட்டது...

மெற்றாஸில் தொழில் தொடங்கி, சிறுகச்சிறுக வளர்ந்த காலகட்டத்தில், ஒரு நாள்கூட இரவுணவு எடுத்துக்கொண்டதில் லையாம் தாத்தா. கயிற்றுக் கட்டிலில் தனியாக உட்கார்ந்து கண்ணீர் உகுத்துக்கொண்டிருப்பாராம். காணாமல்போன மகளை எண்ணிக் கரைந்த பாட்டி, நாலைந்து வருடங்களில் இறந்தே போனாள்...

நன்றாகத் தூங்கட்டும். எழுந்தபிறகு பார்க்கலாம்...

என்றான் செல்வம்.

தூங்கி எழுந்தபின்னும் எங்கள் அத்தையின் குரலில்தான் பேசுகிறாள்.

என்று கவலைப்பட்டார் பூரண். செல்பேசியின் மறுபுறம் சுணங்கியிருக்கும் முகத்தை என்னால் உருவகித்துக்கொள்ள முடிந்தது... குழந்தையும் தாத்தாவும் ஓயாமல் பேசிக்கொண்டிருக்கிறார்கள் - யார் எந்தத் தலைமுறை என்று தெரியாமல் போய்விடுகிறதாம். ஆக்யாவை 'அக்கா' என்று அழைக்கிறார் பெரியவர். தனது தாத்தாவை 'பல்பீர்' என்று செல்லமாய் அழைக்கிறாள் குழந்தை. மூன்றாம் தலைமுறை ஆட்களை, சம்பவங்களை, துல்லியமாய்ச் சொல்கிறாளாம். பலவும், கிழவர் அஹுஜாவுக்கே தெரியாத சங்கதிகள். அதைவிட, தன் பெற்றவர்களைச் சுட்டி, 'இவர்கள் யார்?' என்றாளாம்.

அவர்கள் கடைசியாய்ப் பார்த்துக்கொண்டபோது என் அப்பாவுக்குப் பத்து வயது சார். இப்போது எண்பத்திச் சொச்சம். அதே பையன்தான் இந்தக் கிழவர் என்று மட்டும் எப்படி அடையாளம் தெரிகிறது?

அஹுஜாவின் குரலில் நிரம்பியிருந்தது திகைப்பா துக்கமா என்று விளங்கவில்லை. அவருடன் பேசி முடித்த மாத்திரத்தில், எனக்கொரு அழைப்பு வந்தது. செல்வராஜ். ஆக்யாவைப் பற்றி விசாரிக்கத்தான் அழைத்திருக்கிறான். பூரணின் ஆதங்கத்தைச் சொன்னேன்.

சாதாரண நிலையின் தர்க்கம், விசேஷ நிலைக்குப் பொருந்தாதுராம். எனக்கென்னவோ பெரிதாக அலட்டிக்கொள்ள வேண்டியதில்லை என்றுதான் தோன்றுகிறது. வயலண்ட்டாக நடந்துகொள்ளவில்லை என்னும் பட்சத்தில், அவள் போக்குப்படியே விட்டுவிடச் சொல்.

என்றான். அப்புறமும் கொஞ்சநேரம் பேசிக்கொண்டிருந்தான்...

அப்போது பால்கனியில் அமர்ந்திருந்தேன். வழக்கத்தைவிட வேகமாக இருட்டிவிட்ட மாதிரி இருந்தது. ஆமாம், ஞாயிற்றுக்கிழமைப் பின்னந்திகளில் இருப்பதைவிட அதிகமான துக்கம் படிந்த இருட்டு; சற்று முன்னதாகவே இறங்கிவிட்டமாதிரிப் பட்டது.

வீட்டுக்குள் நிலவிய நிசப்தமுமே சற்று அசாதாரணமாகத்தான் தென்பட்டது. கணேஷ் தொலைக்காட்சியில் அமிழ்ந்திருந்தான்.

கார் ரேஸ் பார்க்கிறான். பந்தோ சக்கரமோ ஏதாவது உருண்டால் போதும் அவனுக்கு. என்னுடைய கவனம், கீழே ஓடிய சிவப்புப் பட்டியில் குவிந்தது. 'மும்பையிலிருந்து ஜம்மு போன விமானம் விபத்துக்குள்ளாகி, அத்தனை பயணிகளும் மரணம்.' இன்னொரு செய்தியாக அதைத் தாண்டிப் போனது மனம்.

சின்னவள் தரையில் படுத்து, ஸோஃபாவில் காலிரண்டையும் உயர்த்திப் போட்டு மல்லாந்திருந்தாள். கையில் காமிக்ஸ் புத்தகம். கவுன் முழுசாக வயிற்றைப் பார்த்து இறங்கி, பாண்ட்டீஸ் தெரிந்தது...

சமையலறையிலிருந்து கர்ணகடூரமாக மிக்ஸியின் ஓசை கேட்டது.

தூக்கம் லேசில் வரவில்லை. தொலைபேசியில் உரையாடியபோது செல்வராஜ் சொன்ன ஒரு செய்தி என்னைச் சுற்றிச்சுற்றி வந்து ரீங்கரித்தது.

ஆவிகளின் வருகை பற்றியும் அவர்களுடன் உரையாடுவது பற்றியும் உலகம் முழுவதுமே கேள்விகளும் ஆராய்ச்சிகளும் நடந்திருக்கிறது என்றான். இவற்றில் ஈடுபட்டுள்ளவர்கள் பற்றி உளவியல் துறையிலேயே நாலைந்து தரப்புகள் உள்ளனவாம். அத்தனையும் புளுகு என்பதில் தொடங்கி, 'ஆவிகளும் பிசாசுகளும் இருப்பதால்தான் இறைநம்பிக்கையைக் கொஞ்சமும் இழக்காதிருக்கிறது மனிதகுலம்' என்று அடித்துச் சொல்வதுவரை. 'ஏகப்பட்ட வெரைட்டி இருக்கப்பா' என்று சிரித்தான்.

ஆனால், 'சைல்ட் ப்ராடிஜி' என்று அழைக்கப்படும் கள்ளமறியாத இளங் கன்றுகள் கொடுக்கும் அதிர்ச்சியை சீர்பிரிப்பதுதான் கடினமாய் இருக்கிறதாம். உதாரணமாய், இரண்டு வயதில் நூற்றுக்கணக்கான ராகங்களைக் கண்டு சொல்பவர்கள், ஐந்து வயதில் எட்டு இலக்க எண்களை எட்டு இலக்க எண்களால் கணப்பொழுதில் மானசீகமாகப் பெருக்கி விடை சொல்லும் பாலகர்கள், முந்தின பிறவியின் வாலிப நினைவுகளைத் துல்லியமாய் விவரிப்பவர்கள் என்று எவ்வளவோ வகைகள்....

ஆனா, இந்தப் பிள்ளைக்கி வந்திருக்குறது ஏதோ டெம்ப்பரரி ஸெட்பேக்ன்னுதான் படுதுப்பா. தானாவே சரியாயிரும்ன்னு

தோணுது. பெரியவுங்க பேசுறதெக் கேட்டுக்கூட சில குழந்தைக இப்பிடி ரீயாக்ட் பண்ணும்!

என்றான்.

பாப்பம். தேவைப்பட்டா, என்னோட சீனியர் பஸவராஜ் சார்ட்டெக் காட்டலாம். ஆனா, அதுக்கெல்லாம் அவசியம் இருக்காதுன்னு நினைக்கிறேன்.

என்றவன், திடீரென்று உரத்துச் சிரிக்கும் ஒலி கேட்டது. சிரிப்பு அடங்கியதும்,

நம்ம ஸ்கூல்மேட் செந்தில் இருக்கான்ல்ல, அவனே ஒரு பிரபலமான மீடியம்ப்பா. ஆவிகளோடெ நேரடியாத் தொடர்பு உண்டாக்கிக் குடுத்துருவானாம்! நல்லாச் சம்பாதிக்கிறான்னு கேள்வி.

என்று மறுபடியும் சிரிக்கத் தொடங்கினான்...

மறுநாள் காந்தி ஜயந்தி. விடுமுறை நாட்களில் எட்டு எட்டரைக்கு முன் எழுந்திருக்கும் பழக்கம் இல்லாத நான், ஆறரைக்கெல்லாம் பூரணின் வீடு தேடிப்போனேன். நேற்று செல்வராஜ் தொலைபேசியில் விசாரித்ததையும், அவனுடைய ஆலோசனையில் உரிய பகுதிகளையும் தெரிவிக்க என்றுதான் சாக்கு - ஆனால், நிஜமான காரணம், ஆக்யாவை இன்னொருமுறை பார்க்கவேண்டும் என்று எழுந்த ஆவல்.

குழந்தை, நேற்றுக் காலையில் அமர்ந்திருந்த அதே இடத்தில், குத்திட்டு அமர்ந்து தந்தக் குச்சியால் பாப் தலையைக் கோதிக்கொண்டிருந்தாள் - குளித்து விட்டு வந்த இளம்பெண் மாதிரி. பூரணின் வீட்டில் பரிபூரண இறுக்கம் நிலவியது. அவருமே, நான் சொன்னதை இறுகின முகத்தோடுதான் கேட்டுக்கொண்டார். 'சிகரெட் பிடிப்போமா?' என்று சைகையால் கேட்டார். எங்கள் குடியிருப்பில் அநேகமாக யாருமே வீட்டிலோ, பால்கனியிலோ புகைப்பதில்லை - சொக்கலிங்கத்தைத் தவிர.

வெளியே வந்தோம். தெருவில் விடுமுறைநாள் மந்தம் படர்ந்திருந்தது. ஆளுக்கொன்று பற்றவைத்துக்கொண்டோம். தழைந்த குரலில் சொன்னார் பூரண்:

அப்பாவும் அம்மாவும் நொறுங்கிப் போயிருக்கிறார்கள் சார்.

பின்னே, பேரக்குழந்தை அவர்களுக்கு ரொம்பச் செல்லம் அல்லவா...

அதில்லை சார். நள்ளிரவில் ஃபோன் வந்தது.

என்ன?

நேற்று டிவியில் பார்த்தீர்களா? ஜம்மு ப்ளேன் க்ராஷ்...

ஆமாம்...!...

பூரண் அஹூஜாவின் பங்காளிக் குடும்ப இளைய மகன் விமானத்தில் இருந்தானாம். நேரடியாய் இன்ன உறவு என்று இவருக்கே கச்சிதமாக விளக்கத் தெரியவில்லை. சுற்றி வளைத்து முயன்றார். ஒருவேளை, பஞ்சாபி உறவுமுறையைக் குறிக்கும் ஒற்றைச்சொல் ஆங்கிலத்தில் இல்லையோ என்னவோ... மேற்படித் தகவலை சற்றுமுன்தான் தெரிவித்திருக்கிறார் முதியவர்களிடம். சிகரெட்டை முடித்துக் கீழேபோட்டுத் தேய்த்தார். எனக்கு என்ன சொல்வதென்று தெரியவில்லை. சற்றுத் தயங்கிய குரலில்,

அடுத்தடுத்து இடிவிழுந்தால், முதிய மனங்கள் கசங்கத்தானே செய்யும்.

என்றேன்.

அது இல்லை சார். சாயங்காலம் ஆக்யா ஒரு விஷயம் சொன்னாள். அதுதான் இன்னமும் பயமாய் இருக்கிறது... 'இன்னும் கொஞ்சநேரத்தில் நடக்கப் போகிறது. சின்னவன் கதி அவ்வளவுதான்' என்றாள். கொஞ்சம்கூடக் கலக்கமில்லாத குரலில் சொன்னாள் சார். சரியாக மூன்றே மணிநேரத்தில் ப்ரேக்கிங் ந்யூஸ் போட்டுவிட்டான்...

அடடே!

நானும் அதிர்ந்துபோனேன். செல்வராஜ் சொல்கிற அளவு எளிமையான விஷயம் இல்லையோ?...

நாங்கள் உள்ளே திரும்பும்போது ரத்தச்சிவப்பு நிற ஹோண்டா ஸிட்டி வெளியே வந்தது. ஓட்டுநர் இருக்கையில் சொக்கலிங்கம். எங்களைப் பார்த்ததும், வண்டியை நிறுத்தி, ஜன்னலை இறக்கினார்.

காந்தி ஜெயந்திக் கொண்டாட்டத்துக்குப் போகிறேன்.

என்று உற்சாகமாகச் சொன்னார். ஆர்வமேயில்லாமல் கேட்டேன்:

எங்கே?

வேறெங்கே, காரியாலயத்தில்தான்!

என்று சிரித்துக்கொண்டே சொல்லிவிட்டு வண்டியைக் கிளப்பினார். சாலைக்கு இறங்கி, கார் வேகமெடுத்ததைப் பார்த்த பிறகு, பூரண் என்னிடம் சொன்னார்:

மிஸ்டர்.ராம், ஒரு வேண்டுகோள்...

சொல்லுங்கள்.

ஆக்யா விஷயம் நமக்குள் இருக்கட்டும்.

நிச்சயமாக.

ஆனால், அனுவிடம் சொல்லாமல் இருக்க முடியவில்லை. பார்க்கப்போனால், 'நாம்' என்பதில் அவளும் அடக்கம்தானே. ஆனால், நான் சொல்லித் தொலைத்திருக்கக் கூடாது... ஈரக்கூந்தலைக் காசித்துண்டுக்குள் பொதிந்து கொண்டை போட்டிருந்த அனு, சட்டென்று பரபரப்பானாள்.

வெந்நீர் ரெடியா இருக்கு. உடனே குளிச்சுட்டு வாங்க.

என்றாள். பொதுவாக அவள் சொல்வதைத் தட்டுவதில்லை நான். குளிக்கப் போனேன்.

துவட்டியவாறு வெளியே வந்தபோது, படுக்கையறை அலமாரியைத் திறந்து நோட்டமிட்டபடி நின்றிருந்தாள் அனு. புதுப்புடவை ஒன்றைத் தேடி எடுத்தாள். கனிந்த தக்காளி நிறத்தில், அங்கங்கே சம்க்கிகள் வைத்துத் தைத்தது. வெற்றிலை, பாக்குப் பொட்டலம், மஞ்சள் குங்குமப் பொட்டலங்கள், ஒரு சீப்பு பழம், தேங்காய் என்று சகலத்தையும் சேகரித்து, கட்டைப்பிடி வைத்த சணல்பையில் போட்டாள்.

என்னோடெ வாங்க.

என்றாள், உத்தரவிடும் குரலில்.

ஆக்யாவின் வீட்டை நோக்கி விறுவிறுவென்று நடந்தாள். ஹாலில் தாத்தா அருகில் அமர்ந்து பேசிக்கொண்டிருந்தாள் குழந்தை. பார்வைக்கும் அசைவுகளிலும் ஆக்யா மாதிரியே தென்பட்டாள். எங்களை எதிர்பார்த்திராத பெற்றோர், அதிர்ச்சியடைந்தது வெளிப்படையாய்த் தெரிந்தது. அவர்களிடமே தாம்பாளம் வாங்கி, பையைக் காலி செய்தாள் அனு.

ஒரு சொல்லுமின்றி, ஆக்யா முன் வைத்து நமஸ்கரித்தாள். குழந்தை கையை உயர்த்தி ஆசீர்வதித்துவிடுவாளோ என்ற அச்சம் என் முதுகுத்தண்டில் ஏறி உயர்ந்தது. அவளானால், எங்களை யாரென்றே தெரியாதவள்மாதிரி வெறித்துப் பார்த்தாள். நல்லவேளை, அனு என்னையும் நமஸ்கரிக்கச் சொல்லவில்லை. செயலற்று, தர்மசங்கடமாய்ப் பார்த்துக்கொண்டிருந்தது அஹுஜா குடும்பம்... திரும்பி வரும்போது,

விஷயத்தை யாரிடமும் பகிரவேண்டாம்.

என்று அனுவிடம் ஆங்கிலத்தில் சொன்னேன். தழைந்த குரலில், ஒரு கோரிக்கை போலத்தான் சொன்னேன் - அதற்கே அவள் என்னை முறைத்தாள்.

சாப்பிடவே மனமின்றி, நாலு இட்லியை விண்டு விழுங்கியபோது. எனக்குள் சொக்கலிங்கத்தின் முகம் நிரம்பியிருந்தது... Think of the devil, and there he is என்பார்கள் அல்லவா? ஆமாம், கைகழுவ எழுந்தபோது சொக்கலிங்கத்திடமிருந்து வந்த வாட்ஸாப் செய்தியில், கதர் மாலை அணிந்த காந்தி படத்துக்கு முன்னால், சொக்கலிங்கமும் இன்னும் நாலைந்துபேரும் கைகூப்பி நிற்கும் புகைப்படம் வந்திருந்தது.

ஓ, அவர் குறிப்பிட்டது அவரது சொந்த அலுவலகத்தை இல்லையா - கட்சிக் காரியாலயத்தைக் குறிப்பிட்டார் போலிருக்கிறது... நாளைக்காலை தினசரியில் இந்தப் படம் வெளியாகக் கூடும்.

குடியிருப்பின் மூன்றாவது பெரும் பணக்காரர் அவர். ரியல் எஸ்டேட் அதிபர். எங்கள் தெருவின் மறுகோடியில் இருக்கும் அம்மன் கோவிலின் அறங்காவலர். குடியிருப்பு நலச்சங்கத்தின் நிர்வாக உறுப்பினர். நடப்புக்கணக்கில் சில லட்சங்கள் இருக்கும் பொதுநிதியிலிருந்து கணிசமான தொகையை அந்தக் கோவிலுக்கு

நன்கொடையாகத் தரவேண்டும்; குடியிருப்பில் ஒரு குண்டுசிகூடக் காணாமல் போகாத அளவு பாதுகாப்பது அவளேதான் என்று ஒவ்வொரு மாதக் கூட்டத்திலும் தகராறு செய்வார். நானும் பூரணும் தலைகீழாய் நின்று தடுத்து வருகிறோம்.

இதைவிடவும் பெரிய விவகாரம் ஒன்று போன கூட்டத்தில் எழும்பியது. வளாக முன்வாசலையொட்டி, சிறிய அளவில் ஒரு பிள்ளையார் கோவில் எழுப்ப வேண்டும் என்றும் போராடி வருகிறார் அவர். வேற்று மதத்தவர்களும் வசிக்கும் வளாகத்தை 'மொனாப்பலைஸ்' செய்வது நியாயமில்லை என்று பூரண் சொன்னார். அவர்களில் சிலரே தமது ஆலோசனையை வரவேற்கும்போது, ஒரு வெளிமாநிலத்தவர் இத்தனை கனத்த வார்த்தையை வீசியதைத் தாம் மன்னிக்க முடியாது என்று சொக்கலிங்கம் ஆவேசப்பட்டார். பூரணை அவரிடமிருந்து காப்பாற்றுவது பெரும்பாடாகிவிட்டது.

தேசியக்கட்சியில் வட்டாரப் பொறுப்பாளராக நியமனம் பெற்றிருக்கிறார் சொக்கலிங்கம். ஒரு தேர்தலிலும் நின்று ஜெயிக்காமலே, மத்திய மந்திரியாகிவிடும் வாய்ப்பு பிரகாசமாக இருக்கிறது; அவரை ராஜ்யசபா உறுப்பினராக்கும் திட்டம் கட்சிக்குள் நிலவுகிறது என்று தேசிய நாளிதழில் செய்தி வெளியாகியிருந்தது. செய்தி வரவைத்ததே இவர்தான் என்று பி ப்ளாக்கில் உள்ள ஒருவர் என்னிடம் ரகசியமாகத் தெரிவித்தார். தான் சொன்னதாக வெளியில் சொல்லிவிட வேண்டாம் என்றும் சொன்னார்.

சொல்லப்போனால், ஆக்யா விஷயமாக அனுவிடம் நான் கெஞ்சிக் கேட்டபோதும்கூட, சொக்கலிங்கம் முகமே எனக்குள் நிரம்பியிருந்தது.

பொதுவாகவே, கடவுள் விவகாரத்தில் அத்தனை ஆர்வம் காட்டாதவன் நான். பார்ப்பவர்களுக்கு நாத்திகன் என்றேகூடத் தோன்றலாம். ஆனால், உண்மை அது அல்ல. அனு கூப்பிடும் தலங்களுக்குப் போய், அவள் வணங்கும் இடங்களில் வணங்கி, அவள் சொல்லும் தொகையை உண்டியலில் போட்டு, அவள் கைகாட்டும் இடங்களில் கைகட்டி நின்று... பள்ளிக்கூடப் பையன் மாதிரியே என்னை உணர்வேன்.

ஆனால், எனக்குள் எப்போதும் ஒரு வெறுமை இருந்து என் செயல்களை வேடிக்கை பார்த்துக்கொண்டிருக்கும். அனைத்தையும் உணர்ந்த, அனைத்தும் இயன்ற, அனைத்தும் தெரிந்த சக்தி ஒன்று இருக்குமானால், என் தேவைகளையும் தேவையின்மைகளையும் தானே கையாளாதா அது என்று எனக்குள் கேட்டுக்கொள்வேன். ஒருமுறை செல்வராஜிடம் இதைக் குறிப்பிட்டுச் சொன்னபோது,

நிஜமான பக்தன் இப்படித்தான் நினைப்பான்!

என்று சொல்லிச் சிரித்தான். அவன் முழுமையான நாத்திகன். நகரின் முன்னணி உளவியலாளன். தன் துறையில், உலக அளவில், இன்றுவரை எட்டப்பட்டிருக்கும் உயரங்களை உள்ளங்கை மாதிரித் தெரிந்து வைத்திருப்பவன்.

மகப்பேறு மருத்துவரான அவன் மனைவி புஷ்பா, அனுவைவிடவும் பலமடங்கு அதிகமான பக்தை. திருக்கருகாவூரின் ஏதோவொரு வருடாந்தர வைபவத்துக்கான முழுச் செலவையும் தான் ஒருத்தியாகவே நின்று செய்பவள்...

தொடர்ந்து இரண்டாவது இரவாக, தூக்கம் சண்டித்தனம் செய்தது. அனு நிச்சிந்தையாய் உறங்கிக்கொண்டிருந்தாள். ஒரு சிகரெட் பிடித்தால் தேவலை என்று தோன்றியது. ஏழு கடல் ஏழு மலை தாண்டி வளாக வாசலுக்குப் போவதை நினைத்தால் அலுப்பாக இருந்தது. பால்கனியில் போய் நின்றேன். மேகங்களுக்கிடையே சோகையாய்க் கிடந்த நிலா, விருப்பமேயில்லாமல் இழுபடுவது மாதிரி ஒரு கணம் பிரமை தட்டியது; மறுகணம் மனம் சுதாரித்தது - இல்லை, நகர்வது நிலா அல்ல. மேகக் கொத்து.

படுக்கைக்குத் திரும்பினேன். விசித்திரமாக மனம் புரண்டது. சில குழப்பங்களை ஆக்யா மூலமாகத் தீர்த்துக்கொண்டால் என்ன?

பெயர்பெற்ற கட்டுமான நிறுவனத்தில் தலைமை என்ஜினீயருக்கு அடுத்த நிலையில் இருக்கிறேன். தாம்பரத்திலிருந்து பாரீஸ் கார்னர்வரை சாலையில் போனீர்களானால், நான் வடிவமைத்துக் கட்டிய கட்டடங்கள் ஏழெட்டைப் பார்க்க முடியும். ஆனால், ஒவ்வொரு தடவையும் நேர்முகத்துக்கு அழைக்கிறார்கள்; பதவி உயர்வு தருவதில்லை. நாலைந்து வருடமாக இப்படித்தான் நடந்து

வருகிறது... போட்டி நிறுவனத்தில் உயர்பதவிக்கு அழைக்கிறார்கள்; போவது உசிதம்தானா...

அனுவுக்குக் கருப்பையில் நாலைந்து சிறு கட்டிகள் இருக்கின்றன; அகற்றவேண்டுமென்று, புஷ்பா உள்ளிட்ட இரண்டு மருத்துவர்கள் சொல்லிவிட்டார்கள். அறுத்தெடுத்த கட்டிகளை ஆராய்ந்துதான் அபாயம் ஏதுமில்லை என்பதை உறுதிசெய்ய வேண்டுமாம். முடிவெடுக்க அச்சமாய் இருக்கிறது. அனு இல்லாவிட்டால் குடும்பம் நாறிப்போய்விடும்...

நாங்கள்தான் அத்தனை பிரயாசைப்படுகிறோம், கணேஷ் அவ்வளவாக ஆர்வமில்லாமல் இருக்கிறான்; உழைப்பு போதாது என்றே தோன்றுகிறது. இவ்வளவு செலவுக்கும் சிரமத்துக்கும் பிறகு, அவன் ஐஐட்டிக்குள் நுழையமாட்டானோ என்று கவலையாய் இருக்கிறது...

இளையவளுக்குப் பதினாலு முடியப்போகிறது, இன்னும் பருவமெய்தவில்லை;

பள்ளிக்கரணை மனையை விலைக்குக் கேட்கிறார்கள் - கொடுக்கலாமா; இன்னும் கொஞ்சநாள் போகட்டும் என்று விடலாமா...

எல்லாப்பக்கத்திலும் நெருக்கும் நிச்சயமின்மையின் பளு திடீரென்று அதிகரித்து மூச்சுத் திணற வைத்தது. சட்டென்று வேறொரு எண்ணம் தலைநீட்டியது: எதிர்காலத்துக்குள் எட்டிப்பார்க்கும் ஆசைக்கும், கடவுள் நம்பிக்கை அல்லது நம்பிக்கையின்மைக்கும் நேரடித் தொடர்பு இருக்கிறதோ...

பிடிவாதமாகத் தூங்க முயன்றேன். ஆனாலும், ஆக்யாவிடம் கேட்கவேண்டிய கேள்விகள் இன்னும் இன்னுமென்று வந்தபடியிருக்க, உறக்கத்தின் பாதையில் வழுக்கி நழுவிக்கொண்டிருந்தவன், ஏதோ ஒரு கேள்வியின்மீது மோதி விழுந்து கிறங்கியிருக்க வேண்டும்....

மறுநாள் ஸி ப்ளாக்கைத் தாண்டி வாசலை நோக்கி என் கார் போகும்போது, எதிர்காற்றுடன் போட்டிபோட்டு ஒரு கேள்வி என் முகத்தில் மோதியது. இனி ஆக்யா எங்கள் வீட்டுக்கு வருவாளா; வந்தாலும் அவளைக் குழந்தையாய்ப் பார்க்கவோ நடத்தவோ எங்களால் முடியுமா.

நேற்றிரவு என்னைப் பீடித்தவற்றைவிடக் கூர்மையாகவும், பீதியூட்டுவதாகவும் இருந்தது இந்தக்கேள்வி.

கத்திப்பாரா சந்திப்பை நெருங்கும்போது, வெறும் கேள்வி என்ற நிலையைத் தாண்டியது. இறைஞ்சலாக, பிரார்த்தனையாக மாறியது. அலுவலகம் சென்று சேரும் வரையிலும், அதன் பிறகும்கூட, என்னைப் பிறாண்டிக்கொண்டே இருந்தது. மனம் அரற்ற ஆரம்பித்தது.

ஆக்யா வரவேண்டும்; என் தொப்பையின்மேல் சாய்ந்து அமர்ந்து, தட்டில் இருக்கும் பண்டத்தைத் தின்ன வேண்டும்; இடையில் ஒரு வாய் எனக்கும் ஊட்ட வேண்டும். என் மூன்றாவது குழந்தையை எனக்குத் திருப்பித் தா தெய்வமே...

எதிர்பாராமல் வந்து விழுந்த கடைசி வாக்கியத்தில் உடல் விதிர்த்தது...

சாயங்காலம் வீடு திரும்பி வழக்கம்போலக் குளித்து முடித்ததும்,

வர்றியா. கோவிலுக்குப் போய்ட்டு வரலாம்.

என்றேன். முகத்தில் வெளிப்படையாய்த் தெரிந்த பேராச்சரியம் அடங்காமலே என்னுடன் கிளம்பினாள் அனு.

சதாசர்வ காலமும் காலடியில் வீழ்ந்து கிடக்கும் பக்தர்களைவிட, என்னைப் போன்றவர்களின் வேண்டுதலைத்தான் கடவுள் உடனடியாய் நிறைவேற்றுவார் போல. அவருக்கு மட்டும் தன் தரப்புக்கு ஆள் சேர்க்கும் விருப்பம் இருக்காதா!

ஆமாம், ஒரே வாரம். நடந்ததன் தடயமே இல்லாமல் ஆக்யா ஆகிவிட்டாள் ஆக்யா. ஆனால், அஹுஜா குடும்பத்தினர் யாராலும் பழைய இடத்துக்கு மீள முடியவில்லை என்பதுதான் மிகப்பெரிய துயரம்....

புரவி, ஏப்ரல் 2022

விண்கல்லைத் தேடி

1

பாமினியைப் பற்றி நான் முதன்முதலாகக் கேள்விப்பட்டது, ராமமூர்த்தி மாமாவிடமிருந்து. அந்தப் பெண்மணியைப் பற்றி வெளிவந்து, காணாமல் போன புத்தகத்தின் பெயரையும்தான். 'ஒளிர்ந்து மறைந்த விண்கல்'. ஐம்பதுகளின் கடைசியில் வெளிவந்த நூலாக இருக்க வேண்டும்; அந்த நாளிலேயே இத்தனை நவீனமான தலைப்பா என்று இப்போது ஆச்சரியம் எழுகிறது...

ராமமூர்த்தி மாமா, திண்டுக்கல் நாகல் நகரில், பாக்கியம் அத்தை வீட்டுக்கு அருகில் குடியிருந்தவர். என் தாய்வழிப் பாட்டி ஹைதராபாதில் காலமானதையொட்டி, ஒட்டுமொத்தக் குடும்பமும் அங்கே சென்று இரண்டு வாரங்கள் தங்கியது. கால் பரீட்சையில் இன்னும் இரண்டு தேர்வுகள் பாக்கி இருந்தது எனக்கு. அத்தை வீட்டில் விட்டுவிட்டுப் போனார்கள். அது ஒரு முடுக்குச் சந்து. நாங்கள் குடியிருந்த சேலாங்கேணி குறுக்குத்தெரு போன்று ஓரளவு சுத்தமான, மத்தியதரவாசிகளைக் கொண்ட தலம் அல்ல. விவரிப்பதற்காகச் சொல்கிறேன் - மதிப்பீடு என்று நினைத்து யாரும் சண்டைக்கு வந்துவிட வேண்டாம்.

பின்னாட்களில், அலுவலகப் பயிற்சியையொட்டி நான் பங்கேற்ற வகுப்பில், கோவர்த்தன ராவ் என்ற பயிற்சியாளர், Synchronicity

என்ற வகுப்பு எடுத்தார். அன்று முழுக்க ராமமூர்த்தி மாமாவும், பாமினியும், நாகல் நகர் சுப்பையா சந்தும், அங்குள்ள கழிவறையும் எனக்குள் நிரம்பி மூச்சுத் திணறினேன். வேறு ஏதோ யுகத்தில், **இப்போதே** நடப்பதுபோல விநோதமான கிளர்ச்சியையும் பரபரப்பையும் உணர்ந்தேன்.

வலதுபுறம் நிரந்தரமாகத் தொய்ந்தும், இடது புறம் உயர்ந்தும் தெரியும் முறுக்கு மீசை, தொண்டை கட்டிய காக்கைபோலக் குரல், உரையாற்றும்போது கைகளை வைத்துக்கொள்ளும் விதம், வகுப்பு மேடையில் இங்குமங்கும் நடக்கும்போது லேசாக விந்துவது என்று ராமமூர்த்தி மாமாவின் தத்ரூப நகல்போல ராவ் இருந்தார் என்பது மட்டுமல்ல காரணம் - அவர் நிகழ்த்திய உரையின் சாராம்சமும்தான்.

தனிப்பட்ட முறையில் நான் படும் அவஸ்தை புரியாமல், பேசிக்கொண்டே போனார். அனிச்சையாக நானும் குறிப்பெடுத்துக் கொண்டிருந்தேன். பாமினியின் பாடும் குரல் ஒரு காதிலும், கோவர்த்தன ராவின் உரை மற்றதிலும் என ஒரே சமயத்தில் ஒலித்த விசித்திரத்தை என்னாலேயே நம்ப முடியவில்லை. ஒருவித பீதி எழும்பியது - எனக்குத்தான் ஏதோ ஆகிவிட்டதோ என்று.

அன்று எடுத்த குறிப்புகளில், மூன்று உலகங்கள் பற்றிப் பேசுகிறார் ராவ். முதலாவது, நடப்பு உலகம். புலன்களால் அறிய இயல்வது. நிகழும்போதே புலப்படுவது. இரண்டாவது, சூட்சும உலகம். அதன் நிகழ்வுகளின் அழுத்தமும் பலாபலன்களும் முழுக்க நடந்து முடிந்தபின்னர்தான் தெரியவரும். நடக்கும்போது, நிகழ்வதை வேடிக்கை பார்க்க மட்டுமே முடியும்; அவற்றின்மீது நமக்கு ஒரு கட்டுப்பாடும் இருக்காது.

மூன்றாவது, நுண் உலகம். இதைப் பற்றி ராவ் என்ன சொன்னார் என்று எனக்கு நினைவில்லை. குறிப்பிலும், 'நுண் உலகம்' என்ற ஒற்றைச் சொற்றொடர் மட்டும்தான் இடம்பெற்றிருக்கிறது. ஆனால், புலன் எல்லைகளுக்கு வெளியிலிருந்து என் அனுபவத்துக்குள் எதையெதையோ அனுப்பிவைக்கும் பிராந்தியம் அது - என்று இப்போது அர்த்தம் கொள்கிறது மனம்.

கோவர்த்தன ராவ் முத்தாய்ப்பாகச் சொன்ன வாக்கியத்தை அடிக்கோடிட்டு எழுதிவைத்திருக்கிறேன்:

மானுடப் பிரக்ஞை எந்த நேரத்தில் எந்த உலகத்தை அனுபவம் கொள்ளும் என்பதற்கு உத்தரவாதமில்லை. ஆனால், ஒரே சமயத்தில் மூன்று உலகங்களிலும் இருக்கத்தான் செய்கிறோம். மூன்றும் ஒன்றுக்கொன்று விரோதமானவை என்று அவசரமாகப் புரிந்துகொள்ள வேண்டாம்! ஒன்றைச் சார்ந்தே மற்றொன்று இருப்பதற்கான புறச் சான்றுகளும் பதிவாகியுள்ளன!!

மீண்டும் ராமமூர்த்தி மாமாவிடம் வந்துவிடுகிறேன். பாக்கியம் அத்தை வசித்த சுப்பையா சந்து வறியவர்கள் நிரம்பியது என்றேனா. அத்தையே, ஓலைக்குடிசை ஒண்டுக்குடித்தனத்தில்தான் வசித்தாள். வருடம் 1970. சுமார் பத்து வயது எனக்கு. அக்கம்பக்கம் முழுக்க பராரிக் குடும்பங்கள். ரயில் நிலையத்தில் கூலியாட்களாக இருந்த ஓரிருவர், பேகம்பூர் தோல் தொழிலகங்களில் வேலை பார்த்தவர்கள், பூட்டுக் கம்பெனித் தொழிலாளி, கடைகடையாய் ஏறி சாம்பிராணி போடுகிறவர், சாணை பிடிக்கிறவர் - என்கிற மாதிரி.

அரசு மருத்துவமனையில் கடைநிலை ஊழியராய் இருந்தார் ராமமூர்த்தி மாமா. இரவு டூட்டி முடிந்து காலையில் எங்கள் வீட்டைத் தாண்டிச் செல்லும்போது மருந்துநெடி ஆளைத் தூக்கும். அத்தை கணவர் வாழை மண்டியில் கணக்கெழுதினார். அவ்வப்போது சிறுமலைப்பழங்கள் நாலைந்து கொண்டுவருவார். அந்தக் குடும்பத்தின் ஒரே செழுமை அது. மண்டி விடுமுறை நாட்களில், இவரும் ராமமூர்த்தி மாமாவும் சேர்ந்து சாராயம் குடிப்பார்களாம் - அத்தை சாதாரணமாய்ச் சொல்வாள்.

கிட்டத்தட்டப் பத்து வீடுகளுக்கு ஒரே கழிவறை. உலர் கழிவறை. காலையில் ஏழு மணி சுமாருக்கு நகராட்சி ஊழியையான தெலுங்குப் பெண்மணி வந்து சாம்பல் பரத்திய முறத்தில் அள்ளிய கழிவைத் துருப்பிடித்த தகரவாளியில் சேகரித்து, குடித்தனக்காரர்கள் முறை வைத்துக்கொண்டு நிரப்பும் தொட்டித் தண்ணீரால் தரையைக் கழுவிவிட்டுப் போவாள். சுத்தப்படுத்திய பிறகு முதல் ஆளாகப் பயன்படுத்த வேண்டிய குடும்பம் எது என்பதற்கும் முறை உண்டு - அன்றன்றைக்குத் தண்ணீர் ஊற்றுகிறவர்கள்தான்.

ஆனால், நான் சொல்லவந்தது என் இளமைக் காலத்தைப் பற்றி அல்ல. நடைமுறைபோலவே தென்பட்டு, புதைந்துபோய்விட்ட

ஒரு காலகட்டத்தைப் பற்றியும் அல்ல. நிச்சயமாக, கழிவறைகளைப் பற்றியும் அல்ல. காலைக் கடன் கழிக்க சென்று அமரும்போதெல்லாம் திகட்டத் திகட்ட ஒலித்த ஒரு குரலைப் பற்றி. ஐந்தாவது வகுப்புக் கால்பரீட்சை விடுமுறையின் ரம்மியமான பொழுதுகள் சிலவற்றை வடிவமைத்துத் தந்த, முகம் தெரியாத தேவதையைப் பற்றி.

பாடகியின் குரலையோ, பெயரையோ அங்கே வருமுன் நான் கேள்வியே பட்டதில்லை. அவருடைய குரலில் ராமமூர்த்தி மாமா சொக்கிக் கிடந்தது ஏன் என்று புரியவில்லை. மாமா ஒவ்வொரு சமயத்தில் ஒவ்வொரு மாதிரி நடந்துகொண்டது ஏன் என்பதும் தெரியாது. பின்னாட்களில் அந்தக் குரலைப் பற்றி, அதைச் சூழ்ந்திருக்கும் புதிர் பற்றி, அது புதைந்துபோன ஆழத்தைப் பற்றி, அத்தனை ஆழத்திலிருந்தும் பிடிவாதமாகத் தன் துளிரைக் காட்டியபடியே இருக்கும் மர்மம் பற்றி இவ்வளவெல்லாம் எழுதுவேன் என்பதோ, தெரியவே தெரியாது...

ராமமூர்த்தி மாமாவின் வீடு கழிவறையை ஒட்டி இருந்தது. இந்தப் பக்கம் பார்த்த ஜன்னல் மட்டும் கிடையாது. சந்தின் ஒரே மாடிவீடு. மாடிப்போர்ஷனில் குடியிருந்தது அவர் குடும்பம். ஆனாலும், பொதுக் கழிவறைக்குத்தான் வந்தாக வேண்டும். இத்தனைக்கும், கிராமஃபோன் வைத்துக்கொள்ளுமளவு வசதியானவர்கள். குடிசைக்குள் அரிக்கேன் விளக்கில் பாடம் படித்து வளர்ந்த நாட்களில், விபரம் புரியாமல், 'நமக்கே நமக்கென்று ரேடியோ வாங்க வேண்டும்' என்று அடம் பிடித்து தன் அப்பாவிடம் பெல்ட்டால் குமார் அடிவாங்கியதும், மகன் வாங்கிய அடிக்கு அத்தை உட்கார்ந்து குமுறி அழுததும் நேற்றுத்தான் நடந்த மாதிரி இருக்கிறது.

ராமமூர்த்தி மாமா திரையிசையின் மகா ரசிகர். 'சும்மா, வில்லால் பஞ்சு வெட்டுகிற மாதிரி டொய்ங் டொய்ங் கென்று ஓசையெழுப்பிக்கொண்டிருந்தால் எவன் கேட்பான்? பாட ஆரம்பித்தோமா, மூன்றாவது விநாடி வானத்தில் எழும்பினோமா, மூன்று அல்லது மூன்றரை நிமிஷம் கிறங்கிப் பறந்துவிட்டுத் தரையிறங்கினோமா என்று இருப்பதுதான் சங்கீதம்' என்ற அழுத்தமான அபிப்பிராயம் உள்ளவர். 'இதெல்லாம் அந்த வயதில் உனக்கெப்படித் தெரிந்தது' என்று யாராவது கெட்டிக்காரத்தனமாகக் கேட்கலாம்; ஒட்டுத்திண்ணையில் உட்கார்ந்து சாராயம்

குடிக்கிறவர்கள் ரகசியமாகவா பேசுவார்கள்! இதைச் சொன்ன நாளில்தான் அந்தப் புத்தகத்தின் பெயரையும் சொன்னார் மாமா. அதிலும், ராமமூர்த்தி மாமாவின் குரலை, சுப்பையா சந்தின் அடையாளம் என்று கேலியாய்ச் சொல்வார்கள். பிரதான தெருவரை கேட்கும் வலு கொண்டது.

மாமா தமது கோட்பாட்டை நிறுவிக்காட்டும் விதமாக ஓர் இசைத்தட்டு வைத்திருந்தார். 'கைம்பெண்ணின் காதல்' என்ற தலைப்புடன் **1953**-ல் படப்பிடிப்பும் பாடல் பதிவும் நடந்து, வெளிவராமலே போன படத்தில் இடம்பெற்ற பாடல்கள் கொண்டது. பக்கத்துக்கு ஒன்றாக இரண்டு பாடல்கள். இந்தத் தகவலேகூட, அந்த நாளில் தெரிந்தது அல்ல.

அதை விடுங்கள், மேற்படி இசைத்தட்டை, ஒரு நாளுக்கு ஒரு டஜன் தடவைக்குக் குறையாமல் கேட்பார் மாமா. அதாவது, நானறிய. அவர் கேட்ட ஆவேசத்தைப் பார்த்தபோது, நான் தேர்வெழுதச் சென்றிருந்த நேரங்களிலும் அதையே திருப்பித்திருப்பிக் கேட்டிருக்க வாய்ப்பிருக்கிறது. அப்படியானால், எண்ணிக்கை முப்பதைத் தாண்டிவிடக் கூடும். இதற்கும் ஒருவித நிரூபணம் இருக்கத்தான் செய்கிறது - விடுமுறை நாட்கள். கிராமஃபோன் ஊசி எத்தனை தடவை வாங்கினாரோ; இசைத்தட்டையே எத்தனை வாங்கினாரோ!

அன்றைய நினைவுகளிலிருந்து மீட்டெடுத்து பாமினியின் குரலை வெகுகாலம் கேட்டுவந்திருந்தேன். மிகமிக விநோதமாக, கோவர்த்தன ராவின் உரையைக் கேட்ட தினத்தோடு, எனக்குள் அந்தக் குரல் ஒலிப்பது அறுதியாய் நின்றுவிட்டது!

ஆனால், அதற்கு மிகச் சரியாக ஆறு மாதம் கழித்து, முடிவெட்டிக்கொள்ளப் போன இடத்தில், பழைய தேதி தினத்தாளின் வாராந்திர இணைப்பு கிடந்தது. அதில் பாமினி பற்றி ஒரு கட்டுரை. 'அலமாரியிலிருந்து' என்ற தலைப்பில், பழைய கட்டுரையொன்றின் சில பகுதிகளைக் கோத்து அளித்திருந்தார்கள். நாற்பதுகளின் கடைசியில் பிரசுரமான கட்டுரை அது. சலூன்காரரிடம் கேட்டு மேற்சொன்ன இதழை வாங்கிக் கொண்டுவந்து பத்திரப்படுத்தினேன். கட்டுரையின் ஒரு பகுதி:

மேற்கத்தியப் வாய்ப்பாட்டு சம்பிரதாயம் அறிந்தவர்கள்,

இரண்டு பாணிகள் பற்றியும் அறிந்திருக்கலாம். ஒன்று, vibrato. சங்கீதப் பிராப்தி இல்லாதவர்களுக்கு விளக்கவேண்டுமானால், கடும் குளிர்ஜுரத்தால் நடுங்குகிற மாதிரி குரலை அதிர வைத்துப் பாடுவது. அந்த வகை நடுக்கத்தை, சீராக எல்லா ஸ்தாயியிலும் ஏற்றிக்காட்டுவது அத்தனை சாமான்யமல்ல.

இன்னொரு பாணி, falsetto. கள்ளக்குரலில் பாடுவது என்று லகுவாக விளக்கம் அளிக்கிற, ஜதையைப் பறிகொடுத்த நரியின் துக்க ஊளைபோல அல்லவா இருக்கிறது என்று சந்தேகம் கேட்ட, மூடர்களை நேரிலேயே சந்தித்திருக்கிறேன். அந்த ஜாப்தா இப்போது அவசியமில்லை. தவிர, டொங்கு டொக்கு என்று தபலா, மிருதங்கம் அல்லது டோலக் மற்றும் ஜால்ரா வாத்தியங்களோடு பாட்டுக் கேட்டுப் பழகிய மரக் காதுகளின் பிரச்சினை அது.

நமது நாயகி பாமினியின் விசேஷம் மேற்சொன்ன இரண்டு அம்சங்கள் மட்டுமில்லை.

போலந்து தேசத்தில் கி பி நாலாம் நூற்றாண்டில் புழங்கிய இன்னும் இரண்டு தினுசுகள் பற்றி இந்தக் கட்டுரையாளர் கேள்விப்பட்டதுண்டு. ஒன்று, stiletto. கேட்பவரின் அடிவயிற்றில் சன்னமாய்க் கீறி நுழைந்து, குபுகுபுவெனக் குடல்வரை நீளும் பிச்சுவா மாதிரியான பாடும் முறை. அதாவது, நீங்கள் ஆனந்தமாகக் கேட்டுக்கொண்டிருப்பீர்கள் - குத்திய இடத்தில் குருதி பெருகுவது அறியாமல். நீங்களே அறியாதபடி, உங்கள் சதைக்குள் ஊடுருவி, துயரம் நிரப்பும் பாணி அது. துக்கம் தாள முடியாமல், சங்கீத சபையிலேயே மூச்சடைத்து விழுந்து மரித்த ரசிகர்கள் பற்றியும் தகவல்கள் இருக்கின்றன.

அடுத்தது, torpedo. இரண்டாம் உலகப்போரைத் தெரிந்தவர்களுக்கு, இந்த பாணி அந்நியமாய் இருப்பதற்கில்லை. அடிவயிற்றில் சொருகின கத்தி, அங்கேயே கரகரவனச் சுழன்று உங்கள் உள்ளுறுப்புகளை, குறிப்பாக குடல் சுருளை, மண்வெட்டியால் வாரிவாரி வெளித்தட்டுவது போன்றது இது. உவமானத்தை நேரடி அர்த்தத்தில் எடுத்துக்கொள்ள வேண்டியதில்லை. களகளவென வழியும்

கண்ணீராகவோ, நிறுத்தமுடியாத விதிர்ப்பாகவோ ரூபம் மாறிப் பொழியும் உங்கள் குடல்.

மேற்சொன்ன நான்கு வகைகளிலுமே வித்தகி என்பதால்தான், பாமினியை தமிழ் ஸினிமாவுலகம் சங்கீதப் பிரியர்களுக்கு வழங்கிய மாபெரும் வரம் என்கிறேன்...

வாசிக்கும்போதே எனக்குள் குழப்பம் மண்டியது. கட்டுரையாளர் விவரிக்கும் வகைமுறைகள் போலந்தில் நிஜமாகவே இருந்தனவா, இவர் கேலியாக உருவாக்கியவையா, பழங்காலத்தில் நிஜமாகப் புழங்கியவை என்றால் தற்காலத்தில் காணாமல் போனதேன்... அல்லது, மேற்கண்ட கட்டுரையே பாமினியைக் கிண்டல் செய்வதற்காக தமிழ்க் கட்டுரையாளர் உருவாக்கிய கேலிச் சித்திரமா. ஒரிஜினல் கட்டுரை வெளியான இதழ்வேறு, நகைச்சுவைக் கட்டுரைகளுக்கு, அதிலும் சங்கீத விஷயத்தில் நையாண்டிக்கு, பேர்போன இதழ்... யார் கண்டது, பாமினி இரண்டு பாடல்களோடு நிறுத்திக்கொண்டதற்கு இந்தக் கட்டுரையேகூட காரணச் சனியனாய் இருக்குமோ என்னவோ என்று நினைத்தேன்...

கட்டுரையில் இன்னும் கொஞ்சம் இருக்கிறது. ஆனால், அந்தப் பகுதி பாமினியைப் பற்றியது அல்ல. தமிழ்க் கட்டுரையாளர் வாசித்த, ஆனால், நமக்கு வாசிக்கக் கிடைக்காத இன்னொரு கட்டுரை மீதான அறச்சீற்றம். பாமினியின் பாடும் திறன் பற்றிப் பேசிய மேற்சொன்ன பகுதி பகடி என்று எனக்குப் பட்டதற்கு முதன்மையான காரணம், பின்வரும் பத்திகள்தாம்:

...அந்த வியாசத்தை வாசித்து முடித்தவுடன், ஞானமே இல்லாத பிறவியாய்ப் பிறந்து, வெறுமனே சங்கீதம் கேட்கும் பரமார்த்த சிஷ்யனாய் இத்தனை வருஷங்களை வீணடித்துவிட்டோமே என்று அவமானம் பொங்கியது எனக்குள். ஆனால், இந்த உணர்வு சிறுகச் சிறுக ஆக்ரோஷமாய் மாறும் என்று கொஞ் சமும் .அனுமானித்திருக்கவில்லை. அதுதான் குறிப்பிட வேண்டிய சங்கதி. எனது வயிற்றெரிச்சல் இதுதான்: எனக்கே பிடித்த ஒரு பாடகியைப் பற்றிய வியாசம், வாசித்து முடிக்கும்போது, அந்தப் பெண்மணிமீதே எனக்குப் பெரும் எரிச்சல் ஊறும் விதமாக முடிந்ததே என்பது...

ஒரு சங்கீத விதூஷியை ஒருவருக்குப் பிடித்திருக்கிறது; ரொம்ப அந்தரங்கமாகவே பிடித்திருக்கிறது என்றால், அதை யார் ஆட்சேபிக்க முடியும். அவர் சம்பந்தமாகத் தமக்குள் ததும்பும் ஆராதனையை வியாசமாகத் தொடுக்கிறார் என்பதிலும் நமக்கு என்ன ஆட்சேபணை. நாம் முன்பு கேட்டிராத சாரீரமாக இருக்கலாம்; வியாசமுமே, பிரத்தியேகமான எதையும் கண்டு வழங்காத நாராசமாக இருக்கலாம்; அங்குமிங்கும் கேட்ட சமாசாரங்களை, நிரூபணமேயில்லாத பரபரப்பை, திரட்டிக் கொடுத்த பாசாங்காகக்கூட இருக்கட்டுமே...

தமக்குப் பட்சமானவற்றை எழுதுவது விமர்சனகர்த்தாவின் உரிமை; பிரசுரம் செய்வது பத்திராதிபர் உரிமை. அவரவர் லட்சியம் அவரவருக்கு. மாசாமாசம் ஏழெட்டுப் பக்கங்கள் தாமாக நிரம்புவது எப்பேர்ப்பட்ட ஆசுவாசம்...! இது பற்றியெல்லாம் புகார் ஏதுமில்லாமல் வாசிப்பது அந்தந்தப் பத்திரிகையின் வாசகர்களுடைய உரிமை. நாம் தலையிட ஒன்றுமே இல்லை. ஜனநாயகம் என்பது மகோன்னதமான சங்கதி; ராஜரீகத்துக்கு மாத்திரமே அது செல்லுபடியாகும் என்று யாராவது சொல்லக் கூடுமா என்ன?!

ஆனால், ஸ்ரீ ராமசுந்தரத்தின் வியாசம், 'குமாரி. பாமினி மட்டும் தொடர்ந்து பாடியிருந்தால், மதறாஸ் மாகாண சங்கீத உலகத்தின் எம் எஸ் சுப்புலட்சுமிகளும் தட்சிண சினிமாவின் ஜிக்கிகளும் புதிதாய் வந்திருக்கும் பி சுசீலாக்களும் இருக்குமிடம் தெரியாமல் ஓடியிருப்பார்கள்' என்று கடைசிவரியில் எடுத்துரைப்பதுதான் பிரச்சினை.

மேற்படிப் பாடகிகளின் அபிமானிகளுக்கு ரத்தக் கொதிப்பு கூடத்தானே செய்யும்? 'ஜெயித்தவர்களெல்லாம் துரோகிகள்' என்ற அபிப்பிராயம் தோல்வி கண்டவருக்கு இருந்தால் நியாயம். வேடிக்கை பார்ப்பவருக்கு ஏனய்யா இருக்கவேண்டும் என்று கேட்கமாட்டார்களா? நல்லவேளை, இந்த வரிசையில் ஸ்ரீமதி டி கே பட்டம்மாளின் பெயர் இல்லை. ஆடிமாதக் கொடையில் காவடி எடுத்துப் போகிற ஸ்த்ரீகளுக்கு மாரியம்மன்மீது உள்ள பக்திக்குச் சமானமாக, ஸ்ரீமதி பட்டம்மாள்மீது விசுவாசம் கொண்டவர்கள் உண்டே. உம்முடையது தங்கக் கலயம்

என்பதற்காக மற்றவர்களைத் தாழ்த்தினீரானால், 'இல்லை ஐயா, நீர் வைத்திருப்பது முனிசிப்பாலிட்டிக் குப்பை வாளிதான்' என்று அவர்களது அபிமானிகள் கிளம்ப மாட்டார்களா...

எனக்கே, மேற்படி வியாசம் வழங்கிய அதிர்ச்சியிலிருந்து விடுபடவும், மறுபடியும் சங்கீதம் கேட்க முனையவும் சுமார் ஒருவாரம் பிடித்தது என்றால் பாருங்களேன்...

அந்த நாள் பத்திரிகைக் கட்டுரைகளுக்கு ஓர் எடுத்துக்காட்டு என்பதோடு, இரண்டே பாடல்களுடன் நிறுத்திக்கொண்ட பாடகிக்கு எப்படிப்பட்ட வரவேற்பு இருந்திருக்கிறது என்பதையும் மேற்சொன்ன கட்டுரை காட்டியது. யாரோ இரண்டுபேர் தமக்குள் இருந்த முன்விரோதத்தைத் தீர்த்துக்கொள்ளக்கூட இந்த அம்மாளைப் பயன்படுத்தியிருக்கலாம். ராமசுந்தரத்தின் கருத்துக்கு பதிலடி கொடுப்பதற்காக, பாமினியைப் பற்றி இழிவான வாக்கியத்தை எழுதியவரை மன்னிக்க முடியுமா? அந்த அம்மாளின் மனம் எவ்வளவு புண்பட்டிருக்கும்? இந்த ஒரு காரணம் போதாதா, மனம் குன்றி, ஒருவர் வெளியேறுவதற்கு?

எனக்குமே ஒரு வாரம் நமட்டிக்கொண்டிருந்தது அந்த உதாரணம். ஆனால், வேறுவிதமான காரணங்களும் இருந்திருக்க முடியும் என்பது தெரிய இன்னும் காத்திருக்க வேண்டியிருந்தது.

2

அந்தரங்கமான, நேர்மையான, சுயநலமற்ற ஆசை ஒன்று நமக்குள் இருக்குமானால், அதை நிறைவேற்றி வைக்க ஒட்டுமொத்தப் பிரபஞ்சமும் ஓயாமல் ஒழியாமல் வேலைபார்க்கும்...

என்று கோவர்த்தன ராவ் தமது உரையில் குறிப்பிட்டதாகக் குறிப்பெடுத்து வைத்திருக்கிறேன்.

அப்படியெல்லாம் எடுத்துக்கொள்ள வேண்டியதில்லை. தற்செயலாக நிறைவேறுகிறவற்றை, பிரபஞ்சம் வழங்கிய சலுகை என்று கொள்ளவேண்டுமா என்ன! நான் ஆசையே

படாமல் என் மடிமேல் வந்து விழும் கனிகளை எந்தக் கணக்கில் வைப்பது!! அப்புறம், ஆசைபற்றிய அந்த முன்னொட்டுகளில்தான் எத்தனை நிபந்தனைகள்! அதையெல்லாம் யார், எதை வைத்து, நிர்ணயம் செய்வது?

என்று சக ஊழியனும், மேற்படி வகுப்பில் எனக்கு அடுத்த இருக்கையில் இருந்தவனுமான தியோடர் அன்று சாயங்காலமே சொல்லிச் சிரித்ததையும்தான்...

ஆனால், நான் ராவின் பக்கத்தில் நிற்கத்தான் விரும்புவேன். இல்லாவிட்டால், மிகமிக யதேச்சையாக வாசிக்கக் கிடைத்த ஏதேதோ சந்தர்ப்பங்களில், பாமினி பற்றி மேற்கொண்டு தகவல்கள் கிடைத்திருக்குமா...

இணையம் பரவலான காலகட்டத்தில், ஒவ்வொரு தளத்துக்காகச் சென்று, இசைத்தொகுப்புகளைத் தேடித்தேடித் 'தரவிற'க்கும் வியாதி தொற்றியது என்னை. (டவுன்லோட் என்பதை அப்படித்தான் தமிழ்ப் படுத்துகிறார்கள்!). அதாவது, இலவசமாய்க் கிடைப்பவற்றை. தினசரி அதிகாலையில், கடமை தவறாமல் ஒவ்வொரு தளமாகப் போய் ஏமாறுவேன். பின்னே, தினசரியுமா ஏற்றி அனுப்புவார்கள்?! சோர்ந்தபிறகு, எந்தத் தளத்தையாவது திறந்து வாசிக்கத் தொடங்குவேன்...

நாள்தோறும் திறந்து பார்க்கவும் நியமம் தப்பாமல் ஏமாறவும், புதிதாக ஒரு தளம் கிடைத்தது. 'yaaro.in' என்பது தளத்தின் பெயர். அதில் எழுதுபவரின் பெயர் 'யாரோ'. புனைபெயராகத்தான் இருக்கும் என்று பட்டது. பின்னே, பெற்றவர்களா இப்படிப் பெயர் சூட்டுவார்கள்.

இசைத்தளங்கள் மாதிரித்தான். 'யாரோ'வும் தினசரி வலையேற்று வதில்லை. எதிர்பாராத நாளில் இடி மாதிரி வந்திறங்கும் ஒரு கட்டுரை. அவசரஅவசரமாய்ப் படிக்க வேண்டும் என்ற ஆவலும், அடடா படிக்கப் போகிறோமே என்ற பீதியும் ஒரே நேரத்தில் என் மனத்தினுள் இயங்க முடியும் என்று யாராவது சொல்லியிருந்தால் நம்பியேயிருக்க மாட்டேன். இப்போது நடைமுறை ஆகியிருந்தது.

ஆனாலும், கட்டுரை வெளியாகும் நாளில், அனிச்சையாகப் படித்து விடுவேன். எழுதுகிறவர் ஒரே நபர்தானா என்பதிலும் சந்தேகம்

இருந்தது. ஏனென்றால், நான் பார்க்க, ஐந்தாறு கட்டுரைகள் வந்தன. அவற்றை ஒரே நபர் எழுதியிருப்பதற்கான வாய்ப்புகள் குறைவு.

ஆனால், ஒரு நபர் ஒரே நபராக எப்போதும் இருக்க வேண்டிய கட்டாயம் இல்லையே. இயற்பியலையே எடுத்துக்கொள்ளுங்கள், ஒரே சுயம், விவாத வசதிக்காகத் தன்னைப் பலவாகப் பிரித்துக்கொண்டு பரஸ்பரம் உராய்ந்துகொள்கிறது; இயற்பியல் என்ற மாபெரும் தேடல்முறையின் ஒற்றைச் சுயம்தானே அது? புதிய கண்டுபிடிப்புகள் மற்றும் கோட்பாடுகளின்கீழ் தனிநபர்களின் பெயர் இருந்தாலும், வரவு வைக்கப்படுவது என்னவோ, இயற்பியல் என்ற பொதுத்தளத்தின் கணக்கில்தானே.

உதாரணமாக, இரண்டே நபர்கள் நிலாவில் இறங்கிய சமாசாரத்தை, மனித குலமே அங்கே போய் இறங்கி திருவிழாக்களும் தீர்த்தவாரிகளும் நிகழ்த்திவிட்டது போல உலகெங்கும் உற்சாகம் கரைபுரண்டு ஓடவில்லை? பல்வேறு பாடகர்களாகவும் கருவியிசைஞர்களாகவும் சிதறிக்கிடக்கும் தோற்றத்தில் ஒரே இசைமரபு ஓங்கி ஒலிக்கவில்லை? இன்னும் ஏகப்பட்ட உதாரணங்கள் கைவசம் உண்டு; அனைத்தையும் சொன்னால், அவற்றை மட்டும்தான் சொல்ல முடியும் என்பதால், இத்துடன் நிறுத்திக்கொள்கிறேன்.

இப்போது குறிப்பிட முற்பட்டது, 'யாரோ' தளத்தில் கிடைத்த ஒரு கட்டுரை பற்றி. இப்படிப் போனது அது...

> *...ரயில்கள் சம்பந்தமாக எனக்கு எப்போதுமே ஒருவித நெகிழ்ச்சி உண்டு. கிளம்பிச் சென்று மறையும் ரயிலைப் பார்க்கும்போதெல்லாம், ஏனோ, எனக்குள் ஒரு குமிழ் உடைகிற மாதிரி உணர்வேன். ஆமாம், போகும் ரயில் ஒவ்வொன்றும், என் கண்ணீர்த்துளி ஒன்றையும் சுமந்து கொண்டு செல்கிறது என்பது எனக்கு மட்டும்தான் தெரியும்.*
>
> *நான் பிறந்த கிராமத்தில் என் வீட்டின் பின்புறம் ஒரு மலை இருந்தது. சரியாகச் சொன்னால், குன்று.*
>
> *ஒருநாள் அந்திப் பொழுது. நாவல்களிலும், திரைப் படங்களிலும், கனவுகளிலும் மட்டுமே காணக் கிடைக்கும்*

பொன்னிற ஒளி. அதற்கு உபரிப் பளபளப்பு சேர்க்கும் மெல்லிய தூறல். மலையைப் பார்த்தபடி மொட்டை மாடியில் நின்றிருந்தேன். தொலைவில் ரயில் வரும் ஒலி கேட்டது. அதன் வீறலான குரலில் இனம்புரியாத துயரம் நிரம்பியிருந்தது. விறுவிறுவென்று படியிறங்கிப் போனேன்.

ஓசை நெருங்க நெருங்க என் கால்கள் வேகம் பிடித்தன. ஓடத் தொடங்கினேன். நான் ஓடும்போது, எனக்குள் சிந்தனையும் முடிவற்று ஓடிக்கொண்டேயிருந்தது. எனது ஓட்டத்தையும், என் சிந்தனையின் ஓட்டத்தையும் புதிரானதொரு மாயத் தளம் வேடிக்கை பார்க்கிறது என்ற எண்ணம் உதித்தது... அதன் வால்போல, விசித்திரமான ஆசையொன்றும் முளைத்தது.

இந்த முறை ரயில் என்னைக் கடந்து போகும்போது, ஒரு ஜன்னலில் தெரியும் ஒரு முகத்துக்காவது கையாட்டி விடை கொடுக்க வேண்டும் என்று எனக்குள் முடிவெடுத்துக்கொண்டேன். இதோ, ரயில் வண்டியின் முகம் தெரிகிறது. பிரிவின் ஆற்றாமையை எனக்குள் நிரப்ப வரும் அரக்கன்போல வேகமாக வருகிறது.

என்ஜின் என்னைத் தாண்டியபோது அந்த அதிர்ச்சியை உணர்ந்தேன். ஆமாம், வந்தது கூட்ஸ் ரயில். என்ன செய்ய, வாழ்க்கை அப்படித்தான் இருக்கிறது. என்றாலும், ஒரு ஆறுதல்; கடைசிப்பெட்டி இழுபட்டபோது, பச்சைக் கொடியுடனும், பாழ் நோக்கிய பார்வையுடனும் நின்ற வெள்ளுடை அலுவலர் என்னைப் பார்த்துப் புன்னகை புரிந்ததுபோல இருந்தது.

ரயில் சென்ற தடத்தில் கிடந்த கருங்கல் ஒன்றை எடுத்துப் பாக்கெட்டில் போட்டுக்கொண்டேன். அதன் கனம் என்னைப் பாதாளம் நோக்கி இழுத்துச் சென்றது.

அமெரிக்காவில், என் வீட்டின் எழுதுமேசையில், கம்ப்யூட்டர் அருகே, மர்மப் புன்னகையுடன் அந்தச் சிறு கல் உட்கார்ந்திருக்கிறது, சுமார் நாற்பது வருடமாக. என்னைவிட்டுப் போகவேயில்லை. நானும் என் முன்னிலையிலிருந்து அதை அகற்ற முயன்றதேயில்லை.

'மறைதலின் துயரம்' என்று தலைப்பிட்டிருந்த கட்டுரையைப் படித்தவுடன் எனக்குள் ஒரு செயலின்மையை உணர்ந்தேன். அதிலும், அந்தக் கடைசி வரி! மொத்தக் கட்டுரையும் பால்ய நாள் பற்றிய நினைவேக்கம் என்றால், அந்த ரயில்பாதைக் கல் ஒரு குறியீடாக மாறிவிடுகிறதல்லவா. எந்த ஞாபகத்தையாவது மெனக்கெட்டு அகற்றி, பொட்டலம் மடித்துவந்த தாள்போலக் கசக்கி, குப்பைக்கூடைக்குள் போட முடியுமா? சன்னமான துயர ரேகை ஓடுவதைத் தவிர, மேற்சொன்ன விஷயத்தில் அகற்ற வேண்டியதாக எந்த ஓர் அம்சமுமே பிடிபடவில்லையே?

இந்தக் குழப்பமெல்லாம் கிடக்கட்டும், தன்னளவில், இந்தக் கட்டுரை சொல்லவரும் செய்திதான் என்ன என்று கண்டுபிடிக்க சில நிமிடங்கள் போராடினேன். ஆனால், அதற்குள், என் பார்வை தன்னிச்சையாக இணையதளத்தின் பக்கவாட்டில் மேயத் தொடங்கியது.

பழைய கட்டுரைகளின் மாதவாரி, ஆண்டுவாரிப் பட்டியல் இருந்தது. 'பாமினி' (1) என்ற சொல்லை முதன்முதலாகக் கவனித்தேன். உடனடியாய் அதைச் சொடுக்கினேன். நான் யூகித்தது சரியேதான். முன் பின் குறிப்புகள் ஏதுமின்றி, இரண்டே இரண்டு பாடல்கள் மட்டும் முழுமையாய் இருந்தன. இரண்டுமே 'கைம்பெண்ணின் காதல்' படத்தில் இடம்பெற்றவை; இயற்றியவர் சஞ்சார கவி; இசையமைப்பு எஸ் வி வெங்கடராமன். என்ற தகவல்கள் மட்டும் அடைப்புக்குறிக்குள் இருந்தன. மேற்படி இசையமைப்பாளரைக் கேள்விப்பட்டிருந்தேன் - 'மீரா' உள்ளிட்ட புகழ்பெற்ற படங்களில் பணியாற்றியவர். சஞ்சார கவியின் பெயர் புதிது.

> புருஷ சிரேஷ்டரே - என்
> புண்ய மூர்த்தியே

என்று ஆரம்பிக்கும் ஆபோகி ராகப் பாடலை, தமிழ்ப் பாடல் என்று சத்தியம் செய்தாலும் இந்தத் தலைமுறை நம்பாது. அங்கங்கே தமிழ்ச் சொற்கள் விரவிய, சமஸ்கிருதப் பாடலேதான் அது.. இரண்டாவது பாடலில் பேராச்சரியம் இருந்தது! ஆமாம், முழுக்கத் தமிழில் எழுதப்பட்டது அது!!

> மறந்து சென்ற மன்னவனே - என்னைக்
> கவர்ந்து சென்றதும் ஏனோ?

இது சஹானாவில் அமைந்த, ஏக்கம் ததும்பும் மெட்டு. இரண்டு பாடல்களுமே என் பால்யத்தின் தொலைவிலிருந்து தத்ரூபமாக எனக்குள் ஒலித்தன. இத்தனை காலமும் உறங்கிக் கிடந்த மெட்டுகளுக்கு மீண்டும் உயிர் முளைத்ததை என்னால் நம்பவே முடியவில்லை. அந்தக் கணத்தில், நான் திண்டுக்கல் நாகல்நகர் சுப்பையா சந்தில், என் பத்தாவது வயதில் இருப்பதான பிரமை தட்டியதையும்தான்.

பாடல்களுக்குக் கீழே, அடர் எழுத்துக்களில் இன்னொரு குறிப்பும் இருந்தது. "ஒளிர்ந்து மறைந்த விண்கல்' என்ற நூலிலிருந்து எடுத்தவை' என்றது. ராமமூர்த்தி மாமாவின் நரைத்த மீசை என் கண்முன் ஆடியது...

பாமினி(2) என்றும் ஒன்று இருந்தது. சொடுக்கினேன். இது வேறொரு பாமினி. சுல்தான்களின் ஆட்சிக்குள் இருந்த தக்காணப் பகுதி பற்றிய வரலாற்றுக் குறிப்புகள் கொண்ட சிறு கட்டுரை.

3

பெண்களுக்கான பிரத்தியேகப் பத்திரிகைகளின் எண்ணிக்கை சடாரென்று அதிகரித்த நாட்கள். 'மாதர் திலகம்' இதழின் ஆராதகி என் மனைவி. மாதம் தவறாமல் வாங்குவாள். வழக்கமாக, அந்தப் பத்திரிகையைப் பொருட்படுத்த மாட்டேன்; சமையல் குறிப்புகள், பூத்தையல் நுட்பங்கள், கோல வகைககள், அழகுக் குறிப்புகள் என்று எந்தப் பக்கம் பார்த்தாலும் பெண்போலவே தெரியும் பத்திரிகை.

எதுவுமே செய்யப் பிடிக்காமல் இருந்த ஒரு நாளில், டீப்பாயில் கிடந்த சமீபத்திய இதழை அனிச்சையாக எடுத்துப் புரட்டினேன். 'பாடலின் பௌதிக வடிவே நாட்டியம்' என்ற தலைப்பு ஈர்த்தது.

அமெரிக்காவில் வசிக்கும் நடனமணி, பாகா என்ற பாக்கியலட்சுமியின் நேர்காணல் அது. அறிமுகக் குறிப்பு, 'இவர் பழையதலைமுறைப் பாடகி பாமினியின் பெண்வழிப் பேத்தியும் ஆவார்' என்று முடிந்தது. அதுதான் ஆகிவிட்டாரே, அப்புறம் ஏன் எதிர்கால ஒட்டு என்று தானாய் உதித்த கேலியைப் புறமொதுக்கிவிட்டு, பேட்டியை வாசிக்கத் தொடங்கினேன்...

ஒரு நீண்ட பத்தி என்னைக் கவர்ந்தது. அதை அப்படியே தருகிறேன்:

அன்று காலை குளிக்கப் போவதற்குமுன் ஒரு ரசிகரின் மின்னஞ்சலைப் பார்க்கக் கிடைத்தது. ஜப்பானிய எரிமலைகள் உமிழும் தீக்குழம்பில் உள்ள கனிமங்கள் மற்றும் கரிமங்களில் உறைந்திருக்கும் காலம் பற்றிய ஆராய்ச்சியில் பல்லாண்டு காலமாக ஈடுபட்டிருப்பவர். கிரேக்க இதிகாசங்களில் வரும் ஃபீனிக்ஸ் பறவையின் இனம் முழுக்க அழிந்துவிட்டதா; அல்லது, உலகெங்கும் உள்ள எரிமலைச் சாம்பல் குவியல்களில் அதன் தடயங்களோ, எஞ்சியிருக்கும் வாரிசுகளின் உயிர்மூலங்களோ புதைந்திருக்க வாய்ப்புகள் உண்டா என்ற ஆராய்ச்சியே தமது தனிப்பட்ட ஆர்வம் என்றும்; அதற்கான நேரடி வசதிவாய்ப்புகள் இன்னும் பெறாத நிலையில், தமது வருங்காலக் கண்டுபிடிப்பு தொடர்பான அனுமானங்களை மட்டுமே தற்போது எழுதி வருவதாகவும் தெரிவித்திருக்கிறார்.

என்னுடைய நடன அசைவுகள் சிலவற்றில் உடனடியாகத் தென்படும் புராதன அம்சங்கள் தம்மை ஈர்த்ததாகவும், தமது ஆராய்ச்சிப் பணியின்போது வெவ்வேறு நிலப்பரப்புகளில் காணக் கிடைத்த ஆழ்படிமங்கள் மற்றும் தொல்படிவங்களின் சாயல் உள்ள முத்திரைகள் பற்றி நேரில் விவாதிக்க விரும்புவதாகவும், சந்திக்க நேரம் ஒதுக்க முடியுமா என்றும் கேட்டிருந்தார்.

புதிய ரசிகர் எவராவது வந்து சேரும்போதெல்லாம் என் பாட்டியின் ஞாபகம் தவிர்க்க முடியாமல் எழுந்துவிடும் எனக்குள். என் சொந்தப் பாட்டியின் சொந்தத் தமக்கை. உண்மையில், அவருடைய மானசீக இருப்புதான் எனக்கான உந்துதல். தேவதாசி குலத்தில் தோன்றிய அன்னைக்கு மகளாகப் பிறந்ததால் தமக்குள்ளிருந்து இயல்பாகப் பீறிய கலைமேன்மையை, பாதியிலேயே நிறுத்திக்கொள்ள நேர்ந்த அபாக்கியவதி அவர். உடன்பிறந்த தங்கைக்கு வாய்க்காத கலைமனம் வாய்க்கப் பெற்றவர்.

பிரசித்தி பெற்ற வக்கீல், பெரும் செல்வந்தர், ராஜாங்கப் பதவிகள் கிடைக்கவும் வாய்ப்புள்ளவர், உயர்சாதிக்காரரர், வீடு தேடி வந்து கேட்கிறாரே என்று சம்மதித்திருக்கிறார் என் கொள்ளுப் பாட்டி. மூன்றாவது தாரமாகத்தான். ஆனால், திருமணத்துக்குப் பிறகு அதிர்ச்சி காத்திருந்தது. இனி, தமது மனைவி மேடையேறக்கூடாது என்று தடைவிதித்துவிட்டாராம் வக்கீல்.

முன்பே பதிவாகியிருந்த இரண்டு பாடல்களோடு சங்கீத ஊற்று தூர்ந்துவிட்டது. இதில் இன்றுவரை தீராத வலியாக இருக்கும் இரண்டு அம்சங்களையும் சொல்ல வேண்டும்: ஒன்று, மணமான நாலே மாதங்களில் வக்கீலய்யா அகால மரணமடைந்தது. மற்றொன்று, மூன்றாம் தாரமாக வாழ்க்கைப்பட்டிருந்தாலும், கைம்பெண் கோலத்தையும் தவவாழ்வையும் தனிமையையும் தயங்காமல் போர்த்திக்கொண்டார் என் பிரிய, அசட்டுப் பாட்டி. மேடையேறவும், பின்னணி பாடவும் தேடிவந்த வாய்ப்புகளை தீரமாக மறுத்துவிடுவாராம்...

அவரது அழுத்தமான நினைவுகளோடு குளிக்கப் போனேன்.

எங்கள் இல்லக் குளியலறையில், ஜன்னல்களுக்கு மாத்திரம் துல்லியமான கண்ணாடிக் கதவுகள் அமைத்திருக்கிறேன். பாட்டியின் ஞாபகார்த்தமாகத்தான். இயற்கையையொட்டிய வாழ்முறையை விட்டு மனிதகுலம் நீங்கியதே அதன் தற்போதைய அவலங்கள், பிணிகள் அனைத்துக்கும் காரணம் என்பதை எடுத்துரைக்காத தத்துவவாதியை நீங்கள் எந்த தேசத்தின் எந்த மொழிப் பிராந்தியத்திலும் பார்த்துவிடுவதற்கில்லை - அந்தந்த நாட்டு அரசாங்கங்கள் மேற்கொள்ளும் அத்தனைவிதமான சதிகளையும் மீறியே தத்துவம் தன் தொடர்ச்சியை இழக்காது எஞ்சியிருக்கிறது.

ஆக, குளிக்கும்போதுகூட இயற்கையைவிட்டு விலகியிருக்காத நிலைமை வேண்டியே துல்லியமான கண்ணாடிகள். வடிவங்கள் ஏதும் கீறப்படாத, சாம்பற்பூச்சு உள்ளிட்ட வர்ணம் எதையும் ஏற்காத கண்ணாடிகள் என்பதாலேயே துல்லியமானவை என்று குறிப்பிட்டேன். அவற்றின்வழி தெரியும் ஆகாயம் வெற்றுச் சதுரமல்ல; இயற்கை என்னும் பேருண்மையை, நீள அகல விளிம்புகள் அற்ற ஆழமெனப் பரந்திருக்கும் பெருநிலையை, அதன் தீராக் கருணையின் முதுகொட்டி இருக்கும் ஆறாக் குரூரத்தை, சதா நினைவூட்டியபடியே இருக்கும் மாபெரும் விகாசம் என்று ஒவ்வொரு முறையும் தோன்றும்..

> என் வீட்டுக் குளியலறையில் ஜன்னலே இல்லை; நீராடும்போது ஆகாயத்தை தரிசிக்கும் பாக்கியமும் எனக்கில்லை. எனில், நான் இயற்கையைவிட்டு விலகியிருக்கிறேன் என்று அர்த்தமா என்ன! குளிக்கப் பயனாகும் தண்ணீர் இயற்கையின் மூலகங்களில் ஒன்று இல்லையா!

என்று சக நடனமணியான சிநேகிதி கேட்டாள். 'ஐயங்களையும் அறிவிலிகளையும் ஒரே தட்டில் நிறுத்துப் பார்க்கும் மேற்கத்தியத் தத்துவ மரபு போன்றது அல்ல இந்திய மரபு' என்று பதில் சொன்னேன். உறவு முறிந்ததுதான் மிச்சம்.

உண்மையில் இந்திய சமூகம் மூடர்களுக்குக் கொடுத்திருக்கும் இடம் மேற்கத்திய மரபு அறிவுஜீவிகளுக்குக் கொடுக்கும் முக்கியத்துவத்துக்கு நிகரானது. இந்திய மொழிகள் பலவற்றிலும் வாசிக்கக் கிடைக்கும் உறுதியான சான்றுகள் பலவற்றையும் பரிசீலித்தே இதைச் சொல்கிறேன். பிமலேந்து சட்டோபாத்தியாயாவின் 'துயரம் என் இயல்பல்ல' என்ற நாவலை வாசிக்குமாறு, 'மாதர் திலகம்' வாசகியருக்குப் பரிந்துரைக்கிறேன். ஆற்றொழுக்கு போன்ற நடையில் எழுதப்பட்ட இந்திய ஆங்கில நாவல் அது.

ஸ்ரீ பிமலேந்து இருவேறு தருணங்களில் சொல்கிறார்:

> *குழாயில் கொட்டுவது என்று நிர்ப்பந்திக்கப்படும்போதே, தண்ணீர் தன் இயற்கைநிலையிலிருந்து வழுவிவிடுகிறது...*
>
> *கட்டுப்படுத்தப்பட்ட தண்ணீர் என்பது மட்டுப்படுத்தப்பட்ட சுதந்திரமே.*

இதே பொருள்படும் தெலுங்குச் சொலவடை ஒன்றும் இருப்பதை, பெருமைக்குரிய என் பாட்டி சொல்லிக் கேட்டிருக்கிறேன்.

பாட்டி தன் கைப்பட எழுதி, பல நூறு பக்கங்களுக்கு நீளும் தேதியற்ற நாட்குறிப்பு என்வசம் இருக்கிறது. உரிய விதத்தில் மொழிபெயர்க்க ஏற்பாடுகள் நடக்கின்றன. அடுத்த ஆண்டு இறுதியில், தெலுங்கு, ஆங்கிலப் பதிப்புகளோடு, முதன்முறையாகத் தமிழிலும் வெளியிடத் திட்டம்...

பாட்டியின் எழுத்துக்கு எடுத்துக்காட்டாக, ஒரேயொரு சிறு பத்தியை இங்கே தருகிறேன்:

> *ஜன்னல்வழி தெரியும் தோட்டத்தைப் பார்ப்பதில் அலாதி இன்பம் எனக்கு. தாவரங்களும் பறவைகளும் புழு பூச்சிகளும் மட்டும் நிரம்பிய உலகத்தில் வசிக்கக் கிடைத்தவள் மாதிரிக் கிளர்ச்சி கொள்வேன். கண்ணாடித் தடுப்புக்கு மறுபுறம் உயிரோட்டத்துடன் திகழும் அந்த உலகத்தில் ஓசையே இல்லாதிருப்பது என் தனிமைக்கு இனிமை சேர்க்கும்.*

ஜன்னல் காட்சி இன்று வேறொரு பாடம் புகட்டியது, அதிர்ந்தேன். கண்ணாடியின் மறுபக்கம் வயிறொட்டிப் படிந்திருந்தது ஒரு பல்லி. 'பெண்கள் குளிக்குமிடத்தில் உனக்கென்ன வேலை' என்று செல்லமாய்க் கடிந்தபடி, கண்ணாடியில் ஒட்டித் தெரிந்த வெளுத்த அடிவயிற்றை ஊன்றிக் கவனித்தேன்.

இன்னுமொரு தடவை அதிர்ந்தேன். ஆம், கடுகு பருமனுக்கு ஏழெட்டு முட்டைகள். அட, அவளும் பெண்ணேதான்! பெருமௌனத்தில் உறைந்து காத்திருந்த முட்டைகள், உயிர்பெருகும் விந்தையை எடுத்துரைத்ததுபோல உணர்ந்தேன்.

ஆமாம், யாரும் ஆணையிடாமலே தன்னைத்தானே பெருக்கிக்கொள்ளும் சூத்திரம் உயிர்க்குலம் முழுமைக்கும் சொந்தமானது. கடைசிவரை திறக்காமலே இருந்துவிட்ட என் அடிவயிறை ஒருமுறை தடவிப் பார்த்துக்கொண்டேன்...

உலகெங்கிலும் கலைஞர்களையும் கவிஞர்களையும் ஈர்த்த மிகப் பெரும் படிமம் அல்லவா பல்லி! உண்மையில், இந்த ஜீவராசிக்குச் சீனம் போன்ற புராதன மரபுகளில் வழங்கப்பட்டிருக்கும் இடம் மிகத் தனித்துவமானது என்றே சொல்லலாம். பல்லியின் பனியடர்கால மூதாதையான டிராகனை இந்த இடத்தில் நினைவுகூரலாம்...

மூலத்தில் எப்படியோ, பத்திரிகைக்காக மொழிபெயர்த்தவரின் சொல்லாட்சியும், சரளமும் என்னை மிகமிகக் கவர்ந்தன. உண்மையில், மேற்படிப் பத்தியை வாசித்த மாத்திரத்தில், ராமமூர்த்தி மாமாவின் வீட்டுச்சுவரையொட்டிப் பல்லிபோல நின்றிருந்து நான் கேட்ட பாட்டுகள் இரண்டும் மீண்டுமொருதடவை எனக்குள் ஒலித்தன.

4

வெகுகாலம் கழித்து இஸ்மாயில் வந்திருந்தான். பத்மினியும் அவனும் கண்ணீர் மல்கப் பரஸ்பரம் உரையாடி, பலகாரம் காஃபி உபசாரங்களும் முடிந்த பிறகு, முன்னமே எழுதிவைத்திருந்ததை வாசிக்கக் கொடுத்தேன்.

> இடையிலே வந்த சில சங்கதிகள் சுவாரசியமா இருந்துச்சு. குறிப்பா, அந்த இயற்பியல் சமாசாரம்.

'அட, இவனே பாராட்டுகிறானே' என்று வியந்து முடிக்கவில்லை - இயல்பு மாறாமல் அடுத்த வாக்கியம் உதிர்த்தான்:

> இதெ ஒரு கதைன்னுதானே பத்திரிகைக்கு அனுப்புவே? இப்போல்லாம் இணைய இதழ்கள்லெ வர்ற கதைகள் மாதிரியே இருக்கு... அவங்கதான் கைக்குக் கிடைச்சதையெல்லாம் அப்லோட் பண்ணிர்றாங்களே!

என்று சொல்லிவிட்டு, authorial intervention பற்றி உரையாற்ற ஆரம்பித்தான். வழக்கம்போல, அவனது வாக்கியங்கள் என் தலைக்குமேல் குறுக்குமறுக்காகப் பாய்ந்து பாய்ந்து பறந்தன.

உயிர்மை - ஜூலை 2023

உதிர்ந்தவன்

ப்ரபுத்தா இறந்துவிட்டான் என்ற செய்தி கிடைத்தபோது, ஆனந்தத்தின் உச்சியில் திளைத்துக்கொண்டிருந்தேன். காரணமற்ற மகிழ்ச்சி அல்ல; உச்சபட்ச சிகரத்தை நோக்கி முன்னேறும் மலையேறிக்கு ஒரு குட்டி முகட்டைத் தாண்டியபிறகு ஏற்படுவது போன்றது. ஆனால், முகட்டின் மறுபுறம் கிடுகிடுவென்ற சரிவு இருக்கத்தானே செய்யும். முன்னுணராதது என்னுடைய தவறேதான்.

'என்னவொரு அபத்தம்... என்னவொரு அபத்தம்...' என்று இப்போதுவரை மனம் அரற்றுகிறது. ஆனால், அவனது மரணச் செய்தி கிடைப்பதற்கு முந்தைய கணத்தில் நிரம்பியிருந்த ஆனந்தத்துக்குக் காரணமும் அவனேதான் என்பதில் மனிதவாழ்வின் மகத்தான நகைமுரண் ஒளிந்திருக்கிறது...

கிறுக்கன். அவன்தான் அவசரமாய்ப் புறப்பட்டுப் போய்விட்டான்; நமக்கு இன்னும் நிறைய அவகாசம் இருக்கிறது என்றுதானே நினைப்போம். நிதானமாகச் சொல்கிறேன்...

மிகப் பல ஆண்டுகளுக்கு முன், மத்திய அரசின் கலை நிறுவனமொன்று குண்டூரில் நடத்திய கவிதைக் கூட்டத்துக்கு அழைப்பு வந்தது. ஆந்திரத்தில் பிறந்தவரும், ஞானபீட

விருதுக்குத் திரும்பத்திரும்பப் பரிந்துரைக்கப்பட்டு, இறுதிவரை வழங்கப்படாதவரும், அது ஒன்றைத் தவித்து, பிராந்திய மொழி இலக்கியத்துக்கென இந்தியாவில் நிறுவப்பட்ட சகல விருதுகளையும் ஈட்டியவரும், ஓரிரு அயல்நாட்டு இலக்கிய விழாக்களில் இந்திய அரசின் சார்பாகப் பங்கேற்றவரும், தொண்ணூற்றோரு வயதுவரை 'பெருவாழ்வு' வாழ்ந்தவருமான (அழைப்பிதழில் இடம்பெற்ற வாழ்க்கைக்குறிப்பு அப்படித்தான் சொன்னது) மாச்சர்ல ஸ்ரீபாத ராவுவின் நூற்றாண்டையொட்டி நடந்த கவிதைவாசிப்பு நிகழ்வு அது.

'யானையைப் பேருயிர் என்றும், சிற்றெறும்பைச் சிற்றுயிர் என்றும் சொல்ல முடியுமா என்ன! அதேபோன்ற அபத்தம்தானே, ஒரு வாழ்வைப் பெருவாழ்வு என்பதும், மற்றதுக்கு 'அகால மரணம்' என்று தலைப்பிடுவதும்!' என்று அன்றைக்கு எனக்குள் ஒரு விசாரணை ஓடியதும், அது முடிவதற்குள்ளே நாகப்ரசாத் ரெட்டி கூறிய வாக்கியமும் நினைவுக்கு வருகிறது...

> அரசு மரியாதையுடன் தகனமானார் ராவு. முழுக்க எரிந்தடங்கிப் பத்து வருடங்கள் ஆகியும் அரசாங்கம் இவரை கௌரவிப்பது கொஞ்சமும் குறையவேயில்லை...

என்று சிகரெட் புகையை வேகமாக வெளியேற்றியவாறே அலுத்துக்கொண்டான். ஹைதராபாதின் உஸ்மானியா பல்கலைக் கழகத்தில் உதவிப்பேராசிரியராய் இருந்தான். பின்னாளில், அவனுடைய கவிதைகளின் ஆங்கிலப் பதிப்பு காணக் கிடைத்தது - ஆங்கிலத் திருட்டுப் புத்தகங்களின் சொர்க்கமான ஒரு வலைத்தளத்தில். 'தரவிறக்கி' வாசித்துப் பார்த்தேன். 'சரிதான், எல்லாத் தரப்பையும் திருப்திப்படுத்திகிற கவிதைகளை எழுத ஆரம்பித்துவிட்டான்' என்று தோன்றியது. அலுத்துக்கொள்வது என் முறை, இப்போது...

ரெட்டியின் சிகரெட் முடியும் தறுவாயில் இருந்தது. இறுதிக் கொத்து முழுசாக வெளியேறுவதற்கு முன்பே, இன்னொரு அபிப்பிராயமும் சொன்னான்:

> ...நெருக்கடிநிலை உட்பட, எந்த அரசாங்கத்தின் எந்த முன்னெடுப்பையும் ஆதரிக்காமல் விட்டவர் இல்லை. நியாயத்துக்கு, இவருக்கு பாரத ரத்னா கொடுத்திருக்க வேண்டும்!

சிகரெட்டையும் துடுக்கான அபிப்பிராயங்களையும் முன்னிட்டுக் குழுமியிருந்த நாலைந்துபேரும் அதிர்ந்து சிரித்தோம். அப்போதுதான் ப்ரபுத்தா வாய்மலர்ந்தான்:

> எளிதாகச் சிரித்துவிட்டோம். நம்மில் எத்தனை பாரத ரத்னாக்கள் ஒளிந்திருக்கிறோம் என்பது யாருக்குத் தெரியும்!

சட்டென்று அமைதி கவிந்தது. பின்னாளில் ரெட்டியின் நூலை வாசித்தபோது ப்ரபுத்தாவின் இந்த அபிப்பிராயமும் நினைவு வந்தது!

குதிரை லாடம்போல அரைவட்டமாய்ச் சூழ்ந்திருந்த அறைகளுக்கு மத்தியில் விரிந்த திடலின் விளிம்பில், சிமெண்ட் பெஞ்சுகளில் அமர்ந்து அரட்டை அடித்துக்கொண்டிருந்தோம். பின்புறம் வரவேற்புக் கூடத்தில் தொலைக்காட்சி அலறுவது ஓயாமல் கேட்டது. உலகக்கோப்பைக் கிரிக்கெட் பந்தயம். இந்தியா விளையாடும் தினம்.

பந்தயத்தில் முக்கியமான ஏதோ நடந்திருக்க வேண்டும். தொலைக்காட்சியிலிருந்தும், முன்னறையிலிருந்தும் பெரும் கூச்சல் எழுந்தது. கூச்சலிட்டவர்களில் ஒருவரான ஒரியக் கவியிடம் மறுநாள் காலையில் விசாரித்தேன். இளங்கவி புன்னகைத்துக்கொண்டே சொன்னார்:

> ஆமாம், கவிதை முக்கியமா கிரிக்கெட் முக்கியமா என்று பார்த்தால், கவிதை கிடக்கிறது; வருடம் முழுவதும்தான் அதனுடன் லோல்படுகிறோம். உலகக் கோப்பைக் கிரிக்கெட் அப்படியா! அதிலும் இந்தியா விளையாடும்போது...

இந்திய அணியில் வேகப்பந்து வீச்சாளனாக இடம்பெற்றிருந்த யாரோவொரு மொஹாந்த்தியோ மொஹபத்ராவோ மேற்படிக் கவிஞரின் தொலைதூர உறவினன் என்பது உபரித் தகவல்.

போகட்டும், பழைய இடத்துக்கு வந்துவிடுகிறேன். திடலின் விளிம்பில் எங்களுடன் சரிக்குச்சரியாகப் புகை பிடித்துக்கொண்டும், முன்னால் விழும் கூந்தலை அவ்வப்போது இடது கைவிரல்களால் ஒதுக்கிக்கொண்டும் அமர்ந்திருந்த ரத்னா என்ற ரத்னகுமாரி ஸின்ஹா, ப்ரபுத்தா அப்படிச் சொன்னதும் சட்டென்று எழுந்து போனாள். ஹிந்தியில் கவிதை எழுதும் பீஹாரி. தமிழில் வணிகப்

பத்திரிகைகளின் பொங்கல் தீபாவளி புத்தாண்டு மலர்களில், எழுபதுகளில், சந்தம் தவறாமல் வாழ்த்துக் கவிதைகள் எழுதும் கவிஞர்கள் இருந்தார்கள்; அவர்களின் சாயலில் ஹிந்திக் கவிதைகள் எழுதுகிறவள் என்று எனக்குத் தோன்றியது - மறுநாள் கவியரங்கத்தின் முதல் அமர்வில், ஒலிவாங்கி முன் விறைப்பாக நின்று அவள் முழங்கியபோது.

உடன்வந்திருந்த தமிழ்க் கவிஞர் ஹிந்தியிலும் வித்தகர். அவள் வாசிக்கவாசிக்க எனக்கு மொழிபெயர்த்து உதவினார்! அவர் முழுநேர மொழிபெயர்ப்பாளராகவே இருந்துவிட்டிருக்கலாமே என்று ஆதங்கமாய் இருந்தது எனக்கு - அவருடைய கவிதைகளின் கையெழுத்துப் பிரதியை வாசித்தபோது. மற்றபடி, ரத்னகுமாரியின் கவிதைகளில் தெறித்த தேசபக்திக்கு, பாரத ரத்னா இல்லாவிட்டாலும், பிற்காலத்தில் ஏதோவொரு மாநிலத்தில் ஆளுநராக வாய்ப்புண்டு என்று பட்டது.

அனைத்து மொழிக் கவிஞர்களுக்கும் அவளைத் தெரிந்திருந்தது என்பது ஆச்சரியம்தான். எனக்கு அவளைத் தெரிந்திராதது இன்னும் பெரிய ஆச்சரியம்! 'பாரத ரத்னா' என்ற சொற்றொடருக்கு எதிர்ப்புத் தெரிவிக்கிற விதமாகவே எழுந்துபோனாளோ என்று, ஊர்திரும்பிய பிறகு ப்ரபுத்தா தொலைபேசியில் உரையாடியபோதுதான் எனக்கு உறைத்தது. இத்தனைக்கும் அவள் இயல்பான குரலில், எல்லாருக்கும் பொதுவாக,

> கிரிக்கெட் பார்க்கப் போகிறேன்.

என்று சொல்லிவிட்டுத்தான் நகர்ந்தாள்.

மிகை ஒப்பனையுடன் வந்த ரத்னாவை முதன்முதலில் பார்த்தவுடனே, 'இவ்வளவு ஒப்பனை இல்லாவிட்டால், அவளுடைய நிஜமான வயது தெரிந்திருக்காது!' என்று ரகசியமாக என்னிடம் சொல்லிச் சிரித்தான் ப்ரபுத்தா. அவள் கிரிக்கெட்டை முன்னிட்டுப் போகவில்லை என்பது உறுதிப்பட, பின்னும் பத்து ஆண்டுகள் காத்திருக்க வேண்டியிருந்தது. ஆமாம், பத்தாண்டுகள் கழித்து, ஹிந்திக்கான மத்திய சாகித்திய அகாடமி விருது ரத்னகுமாரி ஸின்ஹாவுக்குக் கிடைத்தது. செய்தி வெளியான மறுநாள் ப்ரபுத்தா அழைத்தான்.

> நான் அப்போதே சொல்லவில்லை! அவள் வெறும் ரத்னா இல்லை; பாரத ரத்னாவேதான்!!

என்று கிளுகிளுத்துச் சிரித்தான்!

என்னை அந்த நிறுவனம் அழைத்தது ஒரே முறைதான்; அதுவும் கடைசிநேர அழைப்பு என்பதெல்லாம் அழுத்திச் சொல்லவேண்டிய உண்மைகள். மத்திய அரசு நிறுவனமல்லவா, தமிழில் எழுதும் அநேகம்பேரைத் தெரிந்தே இராது; அது பொருட்படுத்தும் அநேகம்பேரை, தமிழின் சீரிய வாசகர் கணக்கிலேயே எடுக்கமாட்டார் என்பதையெல்லாம் இன்னொரு தடவையும் நினைவுகூர்கிறேன்; மேற்படி அமைப்பின் பெரும்பாலான செயல்பாடுகள், பொருட்படுத்தத் தக்க தமிழ் எழுத்தாளர்கள் பலருக்கும் உவப்பானவை அல்ல என்பதையும்தான்.

மேற்சொன்ன கூட்டத்துக்கு என்னை அழைத்ததே, நிறுவனத்தின் உச்சநிலைப் பொறுப்பாளருடன் விமானப்பயணம் செய்த மூத்த தமிழ்க்கவிஞர் ஒருவரின் வலியுறுத்தலால்தான்.

கடைசி நேரத்தில் பெயர் நுழைக்கப்பட்டதால், அழைப்பிதழில் கையால் எழுதிச் சேர்த்திருந்தார்கள். குண்டூரில் முதன்முறையாய்ச் சந்திக்க வாய்த்த, தானாகவே முன்வந்து அறிமுகம் செய்துகொண்ட, ப்ரபுத்த சுந்தர் கர் என்ற புதியவன் அதுபற்றி விசாரித்தான். மேற்சொன்ன தகவலைச் சொல்லிப் புன்னகைத்தேன். குண்டூர் வந்துசேர்ந்த பிறகுதான் அச்சிட்ட அழைப்பிதழ் கைக்குக் கிடைத்ததாகவும், என் பெயரை தான் அடிக்கோடிட்டிருப்பதையும் என்னிடம் சொல்லிச் சிரித்தான். நானும் சிரித்துவைத்தேன்.

> ஆக, நான் இந்த விழாவுக்கு வந்திருப்பதே 'தொடர்பு இலக்கியம்' (ஆங்கிலத்தில் 'Contact Literature') அடிப்படையில்தான்!

என்றேன். அந்தச் சொற்றொடரைத் திரும்பத்திரும்பச் சொல்லிச் மகிழ்ந்தான்! திரிபுராவிலிருந்து வந்திருந்தான். வங்காளியில் தேர்ச்சி உள்ளவன். தன் பங்குக்கு இன்னும் சில சொற்றொடர்கள் சேர்த்தான்! பரஸ்பர இலக்கியம் (Mutual Literature - என்னை நீ பாராட்டு; உன்னை நான் பாராட்டுகிறேன் என்ற அடிப்படை கொண்டதாம்!) வணிகத் தீவிர இலக்கியம் (Commercially Serious Literature - நன்கு விற்கக்கூடிய புத்தகமே இலக்கிய மேன்மை கொண்டது என்று நம்புவது) என்றெல்லாம் பட்டாசு போட்டான். சுற்றியிருந்த

அனைவரும் சிரித்துக் குலுங்கினோம்.

அவனுடன் செலவழித்த வேளைகள் தவிர, பிற சமயங்களில், சக தமிழ்க்கவிஞரும் நானும் நிகழ்வுகளை வேடிக்கை பார்க்கவும், எங்களுக்குள் உரையாடிக்கொள்ளவுமாக நேரத்தைக் கழித்தோம். பேசாத பொழுதுகளில், ஆர்வமாகவும் ஆசையாகவும் குடித்தோம். ப்ரபுத்தாவுக்கானால், நிகழ்ச்சிக்கு வந்திருந்த அத்தனை மொழிக் கவிஞர்களிடமும் அறிமுகம் இருந்தது. கவனிக்கத்தக்கவர்களாக நான் உணர்ந்த இருவர், தெலுங்குக் கவிஞன் நாகப்ரசாத் ரெட்டியும், வடகிழக்கு இந்தியக் கவிஞன் இனாகவி காஷோவும்.

> முதலாமவன் இடதுசாரிக் கவிதைகளும், மற்றவன், இந்தியத் தொன்மங்களைப் பிரதானமாகக் கொண்ட நீள்கவிதைகளும் எழுதுபவர்கள்.

என்றான் ப்ரபுத்தா.

> நீ?

நானும் ஆங்கிலத்தில்தான் கேட்டேன் என்றாலும், உள்ளூர அவனை ஒருமையில் விளிக்கும் சுவாதீனம் நிறைந்திருந்தது.

> அவமரியாதைக் கவிதைகள் எழுதுவேன் - புரட்சியையும் கடவுளரையும் சரிசமமாக அவமதிக்கும் கவிதைகள்! சிலநேரம் இலக்கியத்தையும், ஏன், கவிதையையுமேகூட அவமதிப்பவை!!

என்று சிரித்தான். நல்லவேளை, பதிலுக்கு என்னைக் கேட்கவில்லை!

மூவரும் ஒரே சிகரெட்டைப் பகிர்ந்து புகைத்தார்கள். நாலாவதாக என்னையும் சேர்த்துக்கொண்டார்கள்.

அவர்களும் என்னைப்போலவே, முதன்முறையாகச் சந்திப்பவர்கள். ப்ரபுத்தா என்ற ஒருவன் இல்லாவிட்டால் மற்ற மூவரும் ஒருவரையொருவர் வேடிக்கை மட்டுமே பார்த்திருப்போம் - ஆயுட்கால நண்பர்கள்போல உரையாட வாய்த்திருக்காது.

மூவரையுமே ஒருமையில் குறிப்பிடக் காரணங்கள் உண்டு. என் சம வயதுக்காரர்கள், தோழமையை உணரத் தந்தவர்கள். ஒரேவிதமான குதர்க்க புத்தி உள்ளவர்கள்! தவிர, மேலே சொன்னமாதிரி, தொடர்புமொழியான ஆங்கிலத்தில் ஒருமைவிளிக்குச் சொற்கள்

இல்லாவிட்டால் என்ன, உறவுநிலையின் சம பாவத்தை உணர்வதற்கு மொழி அவசியமா?

அப்புறம், ப்ரபுத்தாவோடு சிலகாலம் ஈமெய்ல் தொடர்பு இருந்தது. பின்னர் அறுபட்டது. ஆண்டுகள் கழித்து மறுபடியும் துளிர்த்தது. அதுவரை, தன்னிச்சையான போக்கில் எனக்குள் எழுந்து எழுந்து அமிழ்கிறவன் என்றே அவனை நினைவில் வைத்திருந்தேன். மறுமுறை சந்திக்க வாய்த்த மாத்திரத்தில், விட்ட இடத்திலிருந்து உரையாடத் தொடங்கினோம். எனக்குள் அவன் அவ்வப்போது வந்துபோன மாதிரியே அவனுக்குள் நானும் போய்வந்திருக்கிறேன் என்பது, அவனே சொல்லிச் சிரித்தபோதுதான் எனக்குத் தெரியவந்தது! இயக்கம் - இயக்கமின்மை இரண்டும் இருவேறு செயல்பாடுகள் அல்ல என்பதும்தான்!

நாலைந்து ஆண்டுகள் கழித்து, அண்டை மாநிலத்தில் ஒரு இலக்கியக் கூடுகை. தனியார் அமைப்பின் அழைப்பு. அமைப்பாளர் அரசியலிலும் தீவிரமாக ஈடுபட்டிருப்பவர். முந்தைய தேர்தலில் தோற்றுவிட்டிருந்தார். 'அடுத்த தேர்தல்வரையிலான காலத்தை இலக்கியத்தில் முதலீடு செய்கிறார்' என்று ப்ரபுத்தா கண்டறிந்து சொன்னான். ஆமாம், அவனும் வந்திருந்தான்.

இந்தமுறை அழைப்பிதழில் என் பெயர் இருப்பதை என்னிடம் காட்டிச் சிரித்தான். இதையும் கைக்குக் கிடைத்த மாத்திரத்தில் அடிக்கோடிட்டிருந்தான்! அது அண்டை மாநிலமில்லை; அந்நிய இடமுமில்லை; என் சொந்த இடம் என்று உணரவைத்த சிரிப்பு அது. ஆனால், கவலை தந்த ஒரு விஷயமும் இருந்தது - ப்ரபுத்தா அடிக்கடி இருமியது. இருமும்போது, இரண்டு கைகளாலும் அடிவயிற்றை அழுத்திக்கொள்வான்.

ஆனால், இந்தமாதிரிக் கவலைகளில் ஈடுபட அவகாசமில்லாத அளவுக்கு நகைச்சுவை எங்களை ஆக்கிரமித்துக்கொண்டது! மூன்றுபேருக்கு ஒரு அறை என்று ஒதுக்கியிருந்தார்கள். மூன்றாமவர் குஜராத்திக் கவி.

மூன்றுநாள் கூடுகைக்கு அவர் கொண்டுவந்த பெட்டியின் பரிமாணத்தைப் பார்த்துத் திகைத்துப்போனேன். அயல்நாட்டில் குடியமரப் போகிறவர்கள் கொண்டுசெல்வது போன்ற ராட்சசப் பெட்டி. ப்ரபுத்தா வெளியே போயிருந்தான் - தன்னுடன்

சேர்ந்து வந்திருந்தவளும், முழு ஒரு ரூபாய் அளவுக்கு ஆரஞ்சுநிற ஒட்டுப்பொட்டு அணிந்தவளுமான அஸ்ஸாமியக் கவிதாயினிக்கு ஏதோ உடல்நலக் குறைவு என்று மருந்து வாங்குவதற்காக.

கு க வந்த மாத்திரத்தில் படபடவென்று என்னுடன் பேச ஆரம்பித்தார். நாலு வாக்கியங்கள் முடிந்தவுடன், தமது தோள்பையின் பக்கவாட்டு ஜிப்பைத் திறந்தார். ஒரு கத்தைத் தாள்களை எடுத்து என்னிடம் நீட்டினார்.

> இதெல்லாம் ஆங்கிலத்தில் மொழிபெயர்க்கப்பட்ட என்னுடைய கவிதைகள், நண்பரே. உங்கள் மொழியில் பெயர்த்துப் பிரசுரிக்க வேண்டியது உங்கள் பொறுப்பு. உங்கள் கவிதைகள் ஆங்கிலத்தில் இருந்தால் கொடுங்கள். குஜராத்தியில் கொண்டுவருவதற்கு நானாயிற்று...

இன்னும் அவருடைய ஒரு வரியைக்கூட நானோ, என்னுடையதை அவரோ மோந்தே பார்க்கவில்லை - அதற்குள் இப்படியொரு ஒப்பந்தம்! தமிழில் இந்த சமாசாரம் இருப்பது முன்னமே தெரியும் என்றாலும், அதுவொரு தேசிய நடைமுறை என்பது எனக்குள் சிறு விதிர்ப்பை விளைவித்தது. நல்லவேளை, கடைசி வாக்கியத்தை அவர் முடிக்கும்போது ப்ரபுத்தா அறைக்குள் நுழைந்தான்.

> உதீப்தியால் எழுந்திருக்கவே முடியவில்லை, பாவம்...

என்றவாறே, புதியவரைப் பார்த்தான். அப்புறம் என்னிடம் சாவதானமாகச் சொன்னான்:

> அதுவும் ஒரு விதத்தில் நல்லதுதான். மேடையேறிக் கவிதை வாசிக்க மாட்டாள். கவிதைக்கு எவ்வளவு பெரிய ஆறுதல் அது!!

விழுந்துவிழுந்து சிரித்தான். எனக்குத்தான் என்ன எதிர்வினை புரிவது என்று புரியவில்லை. அசட்டுத்தனமாகப் புன்னகைத்து வைத்தேன்.

இதுவொன்றும் காதிலேயே விழாத மாதிரி, தன் தோள்பையை இழுத்தார் புதியவர். ப்ரபுத்தாவையும் அவரையும் பரஸ்பரம் அறிமுகம் செய்துவைத்தேன். தோள்பையிலிருந்து அடுத்த கத்தை வெளிவந்தது. அதே ஒப்பந்த வாக்கியங்கள். ப்ரபுத்தா மிகவும் பவித்திரமான முகபாவனையுடன் வாங்கினான். முதல் கவிதையை

வெகுதீவிரமான முகத்துடன் வாசித்தான். அவன் முகத்தையே பார்த்தபடி இருவரும் காத்திருந்தோம். கு க வின் முகத்தில் சிறு பதற்றம் இருந்தமாதிரித் தெரிந்தது - அல்லது நானாக அப்படி நினைத்துக்கொண்டேன். நிமிர்ந்த ப்ரபுத்தா கனிந்த குரலில் கேட்டான்:

> எங்கள் மொழி இலக்கியச் சூழலுக்கு ஏற்றவிதமாக வெட்டித் திருத்தலாம் இல்லையா?...

அவர் கலவரமான முகத்துடன் வேகமாகத் தலையாட்டினார். அதற்குள் அடுத்த அம்பு பாய்ந்தது:

> ...சில சமயம், மொத்தமே ஓரிரு வரிகள்தான் தேறக்கூடும், ஒரு கவிதையில்.

அவர் அதிர்வது வெளிப்படையாய்த் தெரிந்தது. கவனிக்காதவன்போல முகத்தை நேருக்கு நேராக, கண்ணுக்குக் கண் பார்த்தபடி தொடர்ந்தான்:

> ...அதை மட்டும் எழுதிவிட்டு நிறுத்துவதற்கு தைரியம் வேண்டும். தனது மொழியின்மேலும், கவிதையின்மேலும், வாசிக்கிறவர்மீதும் கரிசனம் வேண்டும்...

இதெல்லாம் சாதாரணமாக நாங்கள் உரையாடும்போது உதிரக்கூடிய வாக்கியங்கள்தாம் - சிலவேளை, சீரிய தொனியில், சிலவேளை பரிகாசமாக. ஆனால், அப்போது அவன் முகத்திலிருந்த நையாண்டியை, குரலில் இருந்த சீற்றத்தை அதற்கு முன்போ பின்போ பார்த்ததேயில்லை. அடுத்த கவிதைக்கு நகராமலே, அவருடைய தாள்களைத் திருப்பிக் கொடுத்தான்.

வேறெங்கோ பார்த்துக்கொண்டு அவன் வீசிய கடைசி அம்பு இன்னும் கூர்மையானது. அதிவேகமாக இலக்கில் சென்று தைத்து ரணகாயம் உண்டாக்கிவிட்டது என்று கண்கூடாகத் தெரிந்தது.

> என்னுடைய கவிதைகளை குஜராத்தி தாங்காது... என் தாய்மொழியின் ரகசியச் சந்துகளில் உலவுகிறவை அவை. வேறு எந்த இந்திய மொழியுமே தாங்காது.

புன்னகைகூட இல்லாத முகத்துடன் சிகரெட் பற்றவைத்தான். எனக்கொன்று வழங்கினான். புதிய நண்பரிடமும் பாக்கெட்டை நீட்டினான். அவர் வேகமாகத் தலையாட்டினார் - மறுப்பாக.

பொல்லென்று வியர்த்திருந்தது அவருக்கு. அப்புறம், மிகவும் விநயமாக, தானும் வேறுபுறம் முகத்தைத் திருப்பிக்கொண்டார். காகிதக் கற்றையைத் தோள்பைக்குள் பதனமாக வைத்தார்.

அன்று சாயங்காலம் பேசிச் சிரிக்க எங்களுக்கு இன்னொரு விஷயம் கிடைத்தாயிற்று! இடையில் கொஞ்சம் அவகாசம் கிடைத்தபோது குஜராத்திக்காரரின் கவிதைகளை வாசித்துப் பார்த்திருந்தேன் - ப்ரபுத்தா எப்பேர்ப்பட்ட அசுரன் என்று ஆச்சரியமாய் இருந்தது. அதைவிட ஆச்சரியம், அவனுடைய தீர்க்கதரிசனம்...

அதன்பின் தொலைபேசியில் பேசும்போது அவரை ஸி எல் என்றே குறிப்பிடுவான். 'காண்டாக்ட் லிட்டரேரியன்' என்று பொருளாம்!

இந்தப் பயணத்திலும் அவனுக்குப் புதிய நண்பர்கள் கிடைத்தார்கள்.

பிறமொழி அழைப்புகளுக்கு உடன்பட்டுப் பயணம் மேற்கொள்வதை அந்த முறையுடன் நிறுத்திவிட்டேன். பெரும்பாலும், ஒரு மூன்றடுக்கு உபசாரம் அவற்றில் நிலவுவதை உணர்ந்ததுதான் காரணம். பிராந்திய மொழிப் படைப்பாளி, ஆங்கிலத்தில் எழுதும் உள்நாட்டுக்காரர், வெளிநாட்டவர்.

உள்ளூர்க் கவிஞனுக்கு சுமாரான அறைகள் கொண்ட விடுதி. ஒவ்வொரு அறையிலும் ஒன்றுக்கு மேற்பட்டவர்கள். உள்ளூர் ஆங்கில எழுத்துக்காரர்களுக்கு அதைவிடச் சற்று மேம்பட்ட தங்குமிடம். தனியறை. வெளிநாட்டவருக்கு நட்சத்திர விடுதி. நல்லவேளை, மதியமும் இரவிலும் வழங்கப்பட்ட உணவு ஒரே தரத்தில், ஒரே வகையான ப்ளாஸ்டிக் தட்டுகளில் இருந்தது. எத்தனை பெரிய ஆறுதல்! நிறுவனமே ஏற்பாடு செய்த குடிவிருந்திலும் ஒரே மாதிரியான மதுவகைகளும், சமாந்தரமான கோப்பைகளும் இருந்தது இன்னும் பெரிய ஆறுதல்.

எத்தனை உறுதியாக முடிவெடுத்தாலும், அதுமாதிரியான தீர்மானமெல்லாம் ஆயுட்காலத்துக்கு நீடிக்குமா என்ன!

2017-ல் வடகிழக்கு மாநிலமொன்றில் இலக்கியத் திருவிழா நடந்தது. மத்திய அரசு நிறுவனமும், அந்த மாநில அரசும் இணைந்து நடத்திய விழா. வழக்கம்போலவே, 'என்னுடைய பெயரை யார் பரிந்துரைத்திருப்பார்கள்' என்ற வியப்புடன் போய்ச் சேர்ந்தேன்.

(தன்னுடைய சிபாரிசுதான் என்று குறைந்தது மூன்றுபேர் உரிமை கோரினார்கள்! ஆனால், திரிபுரா மாநில எழுத்தாளரும், அந்த மாநில அரசில் மூத்த அதிகாரியும், என் நண்பருமான ரத்தன் சாஹாவைத்தான் நான் நம்புவேன்)

ப்ரபுத்தாவும் அழைக்கப்பட்டிருந்தான். மூன்றாம் முறையாக நேரில் சந்திக்கவும், சேர்ந்து இருக்கவும் வாய்த்தது. ஆரத் தழுவிக்கொண்டோம். செல்ஃபி எடுத்துக்கொண்டோம். ஃபேஸ்புக் முகவரிகளைப் பரிமாறிக்கொண்டோம்.

வெவ்வேறு வேளைகளில் மேடையேறிய பொழுதுகளைத் தவிர, மிச்சமிருந்த நேரம் முழுவதும் சேர்ந்தே இருந்தோம்; பேசிக்கொண்டே இருந்தோம். ரத்தன் தியாமின் நாடகங்களைப் பற்றி, குண்டூரில் நிகழ்ச்சி நடத்திய வெங்கடேஸ்வர ராவின் ஆட்டுத்தாடி அவரை நினைவூட்டியதைப் பற்றி, ரத்தன் சாஹாவின் எழுத்து நாளொரு மேனியும் பொழுதொரு வண்ணமுமாக வெளிறிக்கொண்டே போவது பற்றி, அஸ்ஸாம் கண பரிஷத் எப்படி ஒரு மாபெரும் நம்பிக்கையை விதைத்து, பின்னாளில் முழுக்கக் கரிந்து போனது என்பது பற்றி, வடகிழக்கு இந்தியர்களைக் குரங்குமூஞ்சி என்று அழைக்கும் டெல்லிவாசிகளின் திமிர் பற்றி, நாகர்கள் பற்றி, கோஹிமாவின் சாலையோரக் கசாப்புக்கடைகளில் தொங்கும் தோலுரித்த நாய் உடம்புகள் பற்றி,...

> பார்த்தாயா, அதைக் கேட்டவுடனே உன் விழிகளில் அருவருப்பு படர்கிறதே! இவ்வளவு மேட்டிமை மனோபாவம் உனக்குள் இருக்கும் என்று நான் எதிர்பார்க்கவே இல்லையே கிஸ்னோ. உன்னைக் கொண்டுபோய் சீனாவில் விடவேண்டும்!! நாலைந்து வேளையாவது கரப்பான் பூச்சியும் பல்லியும் தவளையும் சாப்பிட்டால்தான் இந்த மனவியாதி குணமாகும்!!

என்று சிரித்தான். என்னைவிடப் பலமடங்கு அதிகமாகப் புகைக்கக்கூடியவன் ப்ரபுத்தா. நான் ஃபில்ட்டர் சிகரெட் பற்றவைக்கும்போது, சாதாரண, விலை மலிவான சிகரெட் பிடிப்பான். தோள்பைக்குள் நாலைந்து பாக்கெட்டுகளும், நாலைந்து லைட்டர்களும் கிடக்கும். ஆனால், அவனுடைய மரணம் சிகரெட்டால் நேரவில்லை...

தான் ஒன்று பற்றவைத்துக்கொண்டு, என்னிடம் பாக்கெட்டை நீட்டினான். நான் பணிவாக மறுத்துவிட்டு, 'அறுதியாக நிறுத்திவிட்டேன் என்று காலையில் சந்தித்த மாத்திரத்திலேயே சொன்னேனே' என்று ஞாபகப்படுத்தினேன்.

> *அட, ஆமாம். மறந்தே போய்விட்டது. ஆனாலும், என்னால் நம்பவே முடியவில்லை - என் பிரிய கிஸ்னோ இவ்வளவு பயந்தாங்குள்ளியா!...*

என்று சொல்லி, அதிர்ந்து சிரித்தான்.

> *...போயும் போயும் சிகரெட்டையெல்லாமா நிறுத்துவார்கள்!!*

அத்தோடு நிறுத்தியிருக்கலாம்.

> *பயம் என்பதே மனிதப்பிறவிக்கு ஆறாவது விரல் மாதிரி - ஒரு பயன்பாடும் இல்லாத அங்கம். இதோ பார், எனக்குப் பின்னால் பார்த்தாயா?*

என்று தீவிரமான முகத்துடன் கேட்டான். எட்டிப் பார்த்தேன். அவன் சாய்ந்து அமர்ந்திருந்த நாற்காலியின் முதுகைத் தவிர வேறு எதுவுமே தெரியவில்லை. காண்ட்டீனை ஒட்டிய கூடாரம் என்பதால், சாப்பாட்டுச் சிதறல்களும், பயன்பாடு தீர்ந்த காகிதத் தட்டுகள் கோப்பைகளும் இறைந்து கிடந்தன.

> *என்ன இது, ஒரு கவி, உனக்கெல்லாம் கூர்மையான பார்வை வேண்டாமா! கனத்த எருமைமாடு மாதிரி மரணம் என் பின்னால் படுத்துக்கிடக்கிறதே, தெரியவில்லை? சவாரி வந்தவன் மாட்டைக் கிடக்க வைத்துவிட்டு காண்ட்டீனில் டீ குடிக்கப் போயிருக்கிறான். திரும்பிவந்தவுடன் ஒரு நிமிடம்கூடக் காத்திருக்க மாட்டான். மோசமான டீக்கும் சேர்த்து ஆவேசமாக என்னைக் கூட்டிக்கொண்டு போகப் போகிறான்...*

என்று சிரித்தான். அவசரமாக அவன் கையைப் பிடித்துக்கொண்டு,

> உளறாதே ப்ரபுத்தா.

என்று குழறினேன். முன்னைவிடத் தீவிரமான முகத்துடன் பேசிக்கொண்டே போனான்.

தனது கணையத்தில் விநோதமான சுகவீனம் உண்டாகி இருப்பதாகச் சொன்னான். விசித்திரமான ஆங்கிலப் பெயர் கொண்ட அபூர்வ

நோய். பல லட்சம் பேரில் ஒருவருக்குத்தான் வருமாம்.

> பல லட்சம் பேரில் ஒருத்தர்தானே நவீன கவியாவார்! அது மாதிரி!!

என்று சிரித்தான். முகத்தை எப்படி வைத்துக்கொள்ள வேண்டும் என்று தெரியவில்லை எனக்கு. என்ன பதில் சொல்ல வேண்டும் என்றும் புரியவில்லை... வேறு பக்கம் பார்வையைத் திருப்பிக் கொண்டேன். தானும் வேறுபுறம் பார்த்தபடி, சிகிச்சையை முன்னிட்டு தமிழ்நாட்டுக்கு வரப்போவதாகச் சொன்னான். வேலூருக்கு வரவும் செய்தான்.

வழக்கம்போல, எனக்குத்தான் ஏதேதோ பிடுங்கல்கள். போய்ப் பார்க்க இயலாமல் போனது. இனி, வாழ்நாள் முழுக்க என்னை நானே சபித்துக்கொள்ள வேண்டியதுதான். இப்படிப்பட்ட சந்தர்ப்பங்கள் எத்தனை சேகரித்து வைத்திருக்கிறேன்... அதற்கும் ஒருமுறை சபித்துக்கொள்கிறேன்.

வேலூர் அவனுக்குக் கைகொடுக்கவில்லை. பின்னால் படுத்திருந்த எருமைமாடு சளைக்காமல் அவனைப் பின்தொடர்ந்து சென்று, ஹைதராபாத் மருத்துவமனையிலிருந்து கைப்பற்றிச் சென்றதாம் - எட்டு மணிநேர அறுவை சிகிச்சையைத் தோல்வியுற வைத்துவிட்டு... கடைசியாய்ப் பார்த்த சந்தரப்பத்தில்,

> இவ்வளவு தூரம் வந்துவிட்டு காஸிரங்காவுக்குப் போகாமல் திரும்பலாமா.

என்று கேட்டு, தானே கார் அமர்த்தினான். மனைவிக்குத் தகவல் சொல்லிவிட்டு அப்படியே என்னோடு கிளம்பி வந்தான்.

பயணத்தில் மிகவும் அவதிப்பட்டான். பல்வேறு தருணங்களில் தன் உடல்நிலை பற்றியும், எடுத்துக்கொண்ட சிகிச்சைகள் பற்றியும் உதிரித் தகவல்களாகச் சொல்வான். உணர்ச்சி வறண்ட முகம். எழுச்சியற்ற மொழி. யாருக்கோ நடந்ததை விவரிக்கிற மாதிரி பாவம். எனக்குத்தான் என்ன எதிர்வினை அளிப்பது என்று கடைசிவரை புரியவில்லை.

எங்கள் இருவருக்கும் பிடித்த அஸ்ஸாமியக் கவி கணஷ்யாம் பரூவாவைப் பார்க்கக் கூட்டிப்போனான். அவர் வாசலில் நிற்கவைத்தே அனுப்பிவிட்டார் - அது குறித்து இரவு முழுவதும்

புலம்பிக்கொண்டே இருந்தான். உறக்கத்தில் ஆழத் தொடங்கியவனை உலுப்பி எழுப்பி,

கிஸ்னோ நீ புண்பட்டுவிடவில்லையே.

என்று விசாரித்தான். இதையெல்லாம்விட, இன்னொரு தருணம்தான் கனத்த பாறையாக எனக்குள் அடைத்துக் கிடக்கிறது. யானைச் சவாரிக்கு அழைத்துப் போனான். அங்கங்கே குத்துப்புதர்களும், இடையிடையே நீர்நிலைகளும் கொண்ட நிலப்பகுதியில் சவாரி. நம்மூரில் தெருநாய்கள் திரிகிற மாதிரி, காண்டாமிருகங்கள் சரளமாகவும் சகஜமாகவும் திரியும் வனப் பகுதி அது.

ஓரிடத்தில், புதர்களுக்கு மத்தியில் ஒரு சிறு திருப்பம். அங்கே சாவகாசமாகப் படுத்துக்கிடந்த காண்டாமிருகத்தை 'அருகில் சென்று காட்டுகிறேன்' என்று வழிகாட்டியும் பாகனுமாக இருந்தவன் யானையை முன்னே நடத்தினான். சலனமே இல்லாமல் படுத்திருந்த காண்டாமிருகம், ஒரு புள்ளியை யானை தாண்டிய விநாடியில் வேகமாக எழுந்து நின்றது. யானை படுவேகமாகப் பின்வாங்கியது. காண்டாமிருகம் நின்ற இடத்திலேயே நின்றது. நான் பதற்றமடைந்ததை, பக்கவாட்டில் அமர்ந்திருந்த ப்ரபுத்தா அறிந்திருக்க வேண்டும்.

கிஸ்னோ, இங்குள்ள சவாரியானைகளுக்கும் காண்டா மிருகங்களுக்கும் ரகசிய ஒப்பந்தம் உண்டு! ஒருவர் எல்லையை ஒருவர் தாண்டமாட்டார்கள். நீ கவலைப்படாதே.

என்று சொல்லிவிட்டு என் முகத்தைக் கூர்ந்து பார்த்தான். அப்புறம், சற்றே தழைந்த குரலில் சொன்னான்:

எனக்குப் பின்னால் கிடப்பது எருமைமாடு என்றேனில்லையா. அது தவறு. மெல்லமெல்லக் காண்டாமிருகமாகி வருகிறது. ஆனால், இது போலில்லை அது; எந்த நேரமும் எல்லை தாண்டி வந்து தாக்கிவிடக்கூடும் என்றே என் உள்ளுணர்வில் படுகிறது...

வேறுபுறம் பார்த்தபடி, அவன் கையைப் பிடித்து இறுக்கினேன்.

காஸிரங்காவில் ஓர் இரவு தங்கியபோது, ஆசையாய்க் குடித்தான். நிறைபோதையில் அவன் வாசிக்கக் கேட்ட 'தித்திக்கும் உப்பு' கவிதையின் ஒரு வரிகூட நினைவில் இல்லை. பார்க்கப்போனால்,

கவிதை வாசிப்பதற்கோ கேட்பதற்கோ உகந்த மனநிலை அன்று இல்லை எனக்கு. ஆனால், இன்று நினைவுகூரும்போதும் அலாதியான கரிப்பு எனக்குள் நிரம்புகிறது.

முதன்முறை அறிமுகமானதிலிருந்தே, மருத்துவத்துக்காக வடகிழக்கிலிருந்து வேலூருக்கோ சென்னைக்கோ வருகிற நண்பர்கள் உறவினர்களிடம் என் பெயரையும் தொலைபேசி எண்ணையும் கொடுத்துவிடுவான். சிலர் அவன் விசாரித்தான் என்று தொலைபேசியில் தெரிவிப்பார்கள்; மிகச் சிலர் வந்து சந்தித்தும் இருக்கிறார்கள். ஓரிருவர் என்னிடமிருந்து ஆங்கிலப் புத்தகம் எதையாவது எடுத்துப் போனதும் உண்டு. பிறகு தன்னியல்பாக மறந்தே போவார்கள். அந்தப் புத்தகங்களை ப்ரபுத்தாவுக்குக் கொடுத்ததாக சமாதானம் கொள்வேன். தொலைபேசியில் அவன் அழைத்துப் பேசும்போது, கவனமாக மறந்துவிடுவேன்.

பெருந்தொற்றுக் காலம் சுமத்திய உபரித் தனிமைக்கு ஒரு ஆசுவாசமாக, ப்ரபுத்தா ஒருநாள் அழைத்தான்.

ஆங்கிலத்தில் மொழிபெயர்க்கப்பட்ட என் கவிதைகள் ஏதும் இருந்தால் அனுப்பும்படிச் சொன்னான். என்னுடைய கவிதைகளையும், மலையாளக் கவி ஒருவரின் கவிதைகளையும் சேர்த்து அஸ்ஸாமியில் ஒரு தொகுப்பு கொண்டுவர ஆசைப்படுவதாகச் சொன்னான்.

அனுப்பினேன். புகைப்படமும், ஏதாவது ஒரு கவிதையை என் கையெழுத்திலும் அனுப்பக் கோரினான். செய்தேன்.

அப்புறம் இருவருமே அதைப் பற்றிப் பேசிக்கொள்ளவில்லை.

2022 ஃபிப்ரவரியில் மீண்டும் அழைத்தான். தன் மகளைப் பட்டப்படிப்புக்காக அனுப்புவது குறித்துப் பேசினான். தமிழ்நாட்டுக் கல்லூரிகள் ஓரிரண்டைப் பற்றி விசாரித்தான். தெரிந்த அளவு பதில் சொன்னேன். குழந்தை தமிழ்நாட்டுக்கு வரும் பட்சத்தில் உள்ளூர்ப் பொறுப்பாளனாக இருக்கிறேன் என்று உறுதியளித்தேன். ஏற்கனவே, மலையாளக் கவிஞர் டி பி ராஜீவனின் மகளுக்கு இருந்தேன். அவள், என்னைப் பற்றித் தன் தோழியிடம், 'எனக்கு இரண்டு அப்பா. என்னுடைய சென்னை

அப்பா இவர்' என்று அறிமுகப்படுத்தியதும், நான் கண்மல்கியதும் நினைவுவருகிறது. கடந்த நாலைந்து நாட்களாக, திரும்பவும் என் கண்கள் மல்கியவாறிருக்கின்றன. ஆமாம், என் பிரிய ராஜீவனும் தொடர்ந்து சிலகாலம் உடல்நலமின்றி இருந்து, திடீரென்று ஒரு நள்ளிரவில் காலமாகிவிட்டார்.

ப்ரபுத்தாவின் மகளுக்கு அந்தப் பொறுப்பை ஏற்றுக்கொள்ள வேண்டிய அவசியம் நேரவில்லை. தமிழ்நாட்டில் படிப்பதற்கு அவள் வராததுதான் காரணம் என்று நானாகக் கற்பிதம் செய்துகொள்கிறேன்.

அந்தக் குழந்தையின் பெயரையோ, தொலைபேசி எண்ணையோ கேட்டு வாங்கியிருக்கலாமே என்று இப்போது தலையில் அடித்துக்கொள்கிறேன். வெளிமாநில நண்பர்களிடம் மட்டுமாவது குடும்பம் பற்றிய விபரங்களைப் பரிவர்த்தனை செய்துகொண்டாக வேண்டும்...

நேற்றுக் காலையில் ஒரு மின்னஞ்சல் வந்தது. டாக்டர் ஆர்த்தி பிஸ்வாஸ் என்பவர் அனுப்பியிருந்தார். என்னுடைய கவிதைகளை ஆங்கிலத்திலிருந்து அஸ்ஸாமியில் தான் மொழிபெயர்த்திருப்பதாகவும், ப்ரபுத்தா அண்ணனும் தானும் சேர்ந்து முன்னெடுத்த முயற்சி; இடையில் அவருக்கு உடல்நலம் வெகுவாகச் சீர்கெட்டதால் தாமதமாகிவிட்டது என்றும், தற்போது அஸ்ஸாமியப் பதிப்பாளரிடமிருந்து செய்தி வந்திருக்கிறது; கூடியவிரைவில் நூல் வெளியாகிவிடும் என்றும் தெரிவித்திருந்தார்.

உடனடியாக எனக்குள் அலாதியான உற்சாகம் கிளர்ந்தது.

ஆரம்ப வரியில் குறிப்பிட்ட, அபரிமிதமான ஆனந்தத்தோடு உடனடியாக பதிலெழுதினேன் - நன்றி தெரிவித்து. கடிதத்தை ப்ரபுத்தாவுக்கும் இணைக்க முற்பட்டேன். ஏனோ, அப்படிச் செய்யவில்லை. அவனுக்கும் என் அன்பைத் தெரிவிக்குமாறு ஒரு வரி சேர்த்துவிட்டால் போகிறது என்று சேர்த்தும் விட்டேன்.

உள்ளுணர்வின் வலு அலாதியானது. அதன் வீரியத்தை ஒருபோதும் சாதாரண மனத்தால் உணர முடிவதில்லை...

ஐந்தே நிமிடங்களில், ஆர்த்தியிடமிருந்து பதில் வந்தது; நிலைகுலைய வைத்தது. ஜூலை மாதமே என் அன்பு ப்ரபுத்தா

விடைபெற்றுக்கொண்டு விட்டானாம். ஒரு மிகப்பெரிய அறுவை சிகிச்சைக்குப் பின்னர் மீளவில்லை என்றது அந்தக் குறுங்கடிதம். எட்டு மணிநேர அறுவைசிகிச்சை, ஹைதராபாதில் நடக்கவிருக்கிறது என்று ஃபேஸ்புக்கில் அவன் போட்ட நிலைத்தகவலில், விரைவில் நலம் பெற நான் வாழ்த்தியது நினைவு வருகிறது. அப்புறம் வழக்கம்போல அவரவர் மௌனத்தில் ஆழ்ந்துவிட்டிருக்கிறோம்... இரண்டு மௌனங்களுக்கும் இடையில்தான் எவ்வளவு தொலைவு...

அஸ்ஸாமியத் தொகுப்பு குறித்த அந்த மின்னஞ்சல் வந்திருக்க வேண்டாமே என்று இப்போது நெஞ்சை அடைக்கிறது. அந்த ஆனந்தத்தை இப்போது நினைத்தால் அசட்டுத்தனமாய்ப் படுகிறது. எனக்கு ஒரு அட்சரமும் வாசிக்க இயலாத மொழியில் என் கவிதைகள் தொகுப்பாக வெளிவருவதில், என் அகந்தைக்கு ஒரு தீனி என்பதைத் தாண்டி என்ன பொருள் இருக்கிறது....

அந்த மின்னஞ்சல் மட்டும் வராமல் இருந்திருந்தால், என்னளவில், ப்ரபுத்தா இருந்துகொண்டே இருந்திருப்பானே - 'கிஸ்னோ' என்ற அவனது விளி எனக்குள் இப்போதும் உயிரோடு ஒலிப்பதுபோல.

இதோ, இப்போது வேறுவிதமாகப் புரள்கிறது மனம். இன்னொரு மொழியில் என் நூல் வெளியாவதில் எனக்கேன் அவ்வளவு குதூகலம்? என் தாய்மொழியிலேயெ பிரபலமாவதற்கான கூறு எதுவுமே இல்லாத எழுத்து; மற்ற மொழியில் மட்டும் ஆயிரக்கணக்கில் விற்று, பணத்தையும் புகழையும் கொட்டப் போகிறதா என்ன. ஒரு ரகசியப் பூரிப்பு என்பதைத்தவிர வேறு அர்த்தம் ஏதாவது உண்டா - என்றெல்லாம் கேள்விகேட்டு, தானே கூசிக்கொண்டது...

ஆனால், இந்தக் கேள்வியெல்லாம் மார்க்வெஸுக்கும் போர்ஹேக்கும் எழுந்திருக்குமா என்ன! என் எழுத்தைப் பற்றிய உண்மையான சுயமதிப்பீடு எனக்குள்ளேயே நிலவுவதன் அறிகுறிதான் அந்தக் கூச்சம் என்று சமாதானம் கொண்டேன். இரண்டாவது கடிதம் எனக்குள் ஊறவைத்த கைப்புதான் எல்லாவற்றின்மீதும் கசப்பாகப் படிகிறது போல...

இது அஞ்சலிக் கட்டுரையா, சிறுகதையா என்று குழப்பம் வருகிறதில்லையா. கல்லூரிக் காலத்தில் நவீன இலக்கியத்துடனான அறிமுகத்தை எனக்கு ஏற்படுத்திய ஜெபமணி சார் ஒருமுறை

'மீட்சி' இதழை வாசிக்கக் கொடுத்தார். அதில் ஐராவதம் என்பவர் 'உதிர்ந்த நட்சத்திரம்' என்ற தலைப்பில் இரண்டு மூன்று பக்கங்கள் எழுதியிருந்தார். படைப்பின் நாயகனான சம்பத்தின் குணபாவங்களை, அளப்பரிய சுதந்திரம் கொண்ட மனநிலையை, அபாரமான நகைச்சுவையுணர்வை வெளிப்படுத்திய பிரமாதமான படைப்பு. மறுநாள் கல்லூரியில் சந்தித்தபோது,

ஐராவதம் எழுதின சிறுகதை பிரமாதமாய் இருந்துச்சு சார்!

என்று சிலாகித்தேன், ஜெபமணி சாரிடம். அவர் சிரித்துக்கொண்டே சொன்னார்:

> அட கிறுக்கா. சம்பத்னு ஒரு எழுத்தாளர் நெஜமாவே இருந்தார்றா. முக்கியமான எழுத்தாளர். 'இடைவெளி' ன்னு ஒரு நாவல் எழுதிருக்காரு. நாளைக்கிக் கொண்டாந்து தாரன். படிச்சுப் பாரு. ஒனக்குப் பிடிக்கும்னுதான் தோணுது.

என்றார்.

'பூமித்தலத்தின் சகல நிகழ்வுகளும், முன்னரே நடந்தவற்றின் பலவீன நகல்கள்தாம்' என்றொரு குறிப்பு எங்கோ வாசித்திருக்கிறேன்... ஆமாம், சம்பத்தின் சிறு நாவலும் மரணம் பற்றியதுதான் என்பதும், ஐராவதமும் ஜெபமணி சாரும்கூட இறந்துவிட்டார்கள் என்பதும் நினைவு வருகிறது. என்ன, அவர்களெல்லாம் இளம் வயதில் இறக்கவில்லை - சம்பத் மாதிரியே ப்ரபுத்தாவும் அவசரமாய்ப் போய்விட்டான்.

நேற்று முழுவதும் நான் பாலு போலவும், ப்ரபுத்தா ஜே ஜே போலவும் எனக்குள் பிரமை எழுந்து எழுந்து அடங்கிக்கொண்டிருந்தது. ஆனால், ஜே ஜேவுக்கும் ப்ரபுத்தாவுக்கும் இரண்டு வித்தியாசங்கள். ப்ரபுத்தா அவர்கள் பிராந்தியத்தில் மிகப் பரவலாக அறியப்பட்ட கவிஞன். ரத்தமும் சதையுமாக நிஜமாகவே வாழ்ந்து மறைந்தவன்...

மற்றபடி, நீங்கள் இதுவரை வாசித்தது முழுமையான கற்பனைக் கதை. சம்பவங்களும் உரையாடல்களும் முழுக்கமுழுக்கக் கற்பிதமானவை. ஆனாலும், இடம்பெற்றிருக்கும் பிரதான பாத்திரங்கள் மூவரும் நிஜமானவர்கள். சிலர் நிஜப் பாத்திரங்கள். பிரதானமான மூவரில், முதலாமவன் ப்ரபுத்த சுந்தர் கர், திரிபுராவைச் சேர்ந்தவன். வங்காளியிலும் ஆங்கிலத்திலும் கவிதை எழுதிவந்தவன்.

தொடர்ந்த உடல்நிலைக் கோளாறு காரணமாக ஜூலை, '22ல் அவசர மரணம் அடைந்தவன். இன்னொருவர், என் அருமை நண்பரும் மலையாளத்தின் பிரபல கவியுமான டி பி ராஜீவன். நவம்பர் '22ல் காலமானார்.

நண்பர்கள் இருவருக்கும் செலுத்தும் அஞ்சலியாக, அவர்களது அசல் பெயர்களையே கதையில் பயன்படுத்தியிருக்கிறேன் - பெயர்களை மட்டும். இருவருடைய நினைவுக்கும் இந்தக் கதை சமர்ப்பணம்.

அப்புறம், அந்த மூன்றாவது நபரைக் குறிப்பிட விட்டுவிட்டேனே.

கிருஷ்ணனேதான்.

காலச்சுவடு, ஏப்ரல் 2024

இருத்தலியல்

இது கதை அல்ல. நிஜமான நிகழ்வுகளைப் பேசுவதால், தற்காப்புணர்வும், முன் ஜாக்கிரதையும் நிரம்பி இருக்கும். சில இடங்களில் கட்டுரை நாற்றம் அடிக்கத்தான் செய்யும். சிறுகதை வாசிப்பதில் ஆர்வம் உள்ளவர் என்றால் இந்த இடத்தில் நீங்கள் நிறுத்திவிடுவது உத்தமம். உங்கள் நுண்ணுணர்வுக்கு என் வந்தனங்கள்.

எப்போதுமே தாறுமாறாகச் சுழலும் பழக்கம் உள்ள மனம், கடந்த சில நாட்களாக ஒரேவிதமாகச் சுழன்றுகொண்டிருக்கிறது. காரணம் மிக எளிமையானது, நேரடியானது - என்றுதான் நினைத்துக்கொண்டிருந்தேன். அப்படி இல்லை என்பது முந்தாநாள் சாயங்காலம் தெளிவானது. கதை என்றால் நினைத்த இடத்தில் ஆரம்பித்து நினைத்த இடத்தில் முடிக்கலாம்; முன்பின்னாகக் குழப்பியடிக்கலாம். அப்புறம் இலக்கிய வாதங்களை வைத்து நியாயம் கற்பிக்கலாம்.

இது கதை இல்லை என்று ஆரம்பத்திலேயே சொல்லிவிட்டேன். என்றாலும், வரிசைப்படி சொல்ல முயல்கிறேன். சொல்லாமலே விட்டாலும் தலை வெடித்துவிடாதுதான் - ஆனால், எதுவுமே பேசாமல் மௌனத்தில் அமிழ்ந்திருக்க நான் என்ன ஞானியா? தவிர, ஒன்று வாய்விட்டுப் பேச வேண்டும், அல்லது எனக்குள்ளேயே பேசிக்கொள்ள வேண்டும். பேச்சு நின்றுவிட்டால், நான் இருக்கிறேன் என்பதை எனக்கே நிரூபித்துக்கொள்வது எப்படி!

மற்றபடி, இது கதையுமில்லை, கட்டுரையுமில்லை, இரண்டுங் கெட்டான் என்றுகூட வைத்துக்கொள்ளலாம்... என்ன, முழுக்கமுழுக்க எனக்கு நானே பேசிக்கொள்வது என்றால் இவ்வளவு பீடிகை தேவைப்படாது.

சமீபத்தில் என்னுடைய கதையொன்று பிரசுரமானது. வருடத்தில் நாலைந்து பிரசுரமாவது வழக்கம்தான். இந்த முறை என்ன சிறப்பு என்றால், ஓரிரு நண்பர்கள் கூப்பிட்டுப் பேசினார்கள் - நல்லவிதமாகத்தான். ஒருவர் இப்படிச் சொன்னார்:

> உங்கள் கதைகளில் கெட்டவர்களைப் பார்க்க முடிவதேயில்லை.

உண்மையில் என் உலகம் கெட்டவர்களே இல்லாதது அல்ல; அதாவது என்னுடைய கண்ணுக்கு அப்படிப் படுகிறவர்களைச் சொல்கிறேன்.. முனைந்து நான் அவர்களைப் புறக்கணிப்பதும் இல்லை. அதுபோக, அப்படித் தனியாய் ஒரு வர்க்கம் இருப்பதாகவும் தெரியவில்லையே என்று பதில் சொன்னேன். தாம் கூறிய கருத்து ஒரு அவதானம் மட்டும்தான்; என்னைக் குறைகூறுவதற்காகச் சொல்லவில்லை என்று தெளிவுபடுத்தினார் நண்பர். உபரியாக, நான் நபர்களைப் பற்றி எழுதுவதேயில்லை; அவர்கள் பங்குபெறும் சந்தர்ப்பங்கள் பற்றித்தான் பேசுகிறேன் என்றும் தெரிவித்தார். ஒரு நபரையும் அவர் ஈடுபடும் சந்தர்ப்பத்தையும் தனித்தனியாய் வகிர்ந்து பார்க்க முடியுமா என்று எனக்குத் தோன்றியது - நண்பரிடம் வாதம் வளர்க்கவில்லை...

அதை விடுங்கள், இப்படியெல்லாம் யாராவது எடுத்துச் சொன்னால்தானே, இன்னது செய்கிறோம் என்றே பிடிபடுகிறது. வயிற்றெரிச்சல் என்னவென்றால், பிடிபட்ட மாத்திரத்திலேயே அது பிடிக்காமல் போய்விடும்; வேறேதாவது செய்து பார்க்கலாமே என்று குரங்குத்தனம் பண்ண ஆரம்பித்துவிடும் மனம்.

நண்பர் ரொம்பநேரம் பேசினார். கிட்டத்தட்ட அத்தனையுமே மறந்துவிட்டது. இப்படியொரு பிரமாதமான கதையை என்னிடம் அவர் எதிர்பார்க்கவில்லை என்பதுதான் அடிநாதம். நான் மட்டும் எதிர்பார்க்கவா செய்தேன்! கடைசியாய் ஒன்று சொன்னார்:

> உங்கள் கதைகள் பலவற்றிலும் இருக்கும் ஒரு சிக்கல் என்னவென்றால், கதையின் மையத்துக்கு வந்துசேர

ரொம்பநேரம் ஆகிவிடுகிறது. வந்து சேர்ந்தவுடனே கதை முடிந்துவிடுகிறது!

இரண்டுபேரும் மனம்விட்டுச் சிரித்தோம்.

ஆரம்பப் பத்தியில் இந்த எச்சரிக்கையையும் சேர்த்திருக்கலாம் - இந்த விவரிப்பிலும் அதே மாதிரி நடப்பதற்கு வாய்ப்பிருக்கிறது. ஆரம்பத்திலேயே குறிப்பிட்டேனே - பேசுவதில் ரொம்பப் பிரியமுள்ளவன் நான் என்று... இன்னொன்றும் இப்போதே சொல்லிவிடுகிறேன். கதை என்றே இல்லாவிட்டாலும் நான் எழுதும்போதெல்லாம் இப்படித்தான் ஆகிவிடுகிறது. சொல்லவருவதைச் சொல்வதற்கு முன்னால், தரையைக் கூட்டிப் பெருக்கி, சாணி மெழுகி அது காயக் காத்திருந்து, கோலம் போட்டு, ஜமுக்காளம் விரித்து என்று ஏகப்பட்ட வேலைகள் செய்ய வேண்டியிருக்கிறது. எல்லாரும் உட்கார்ந்து நாலு வார்த்தை பேசி, வெற்றிலைபாக்கை மாற்றிக்கொண்டவுடனே அத்தனையும் தேவையற்றதாக மாறிவிடுகின்றன...

வாசித்து முடிக்கும்போது உங்களுக்கே புரிந்துவிடும்; ஆரம்பத்திலேயே எச்சரித்தானே, அதைத் தீவிரமாக எடுத்துக் கொள்ளாதது தவறோ என்று விசனமாய்க்கூட இருக்கும். அதையும் என்னிடம் தாராளமாய்ச் சொல்லலாம். நிச்சயம் கா கியைப் போல நடந்துகொள்ள மாட்டேன் என்று உறுதியளிக்கிறேன்.

கா கி விஷயம் அப்புறம். நண்பருடைய கூற்று வெங்கடாசலம் மாமாவை நினைவுபடுத்தியது எனக்கு. இந்த மாதிரித் தன்னிச்சையாகவும் தர்க்கத்துக்கு விரோதமாகவும் ஞாபகம் வருபவற்றுக்குக் காரணம் கண்டுபிடிக்கும் வழக்கத்தை எப்போதோ விட்டுவிட்டேன்; அதையே உங்களுக்கும் பரிந்துரைக்கிறேன். 'யோசனை ஓடுகிறது; ஆகவே நாம் இருக்கிறோம்' என்பது மாதிரி யாரோ சொல்லவில்லை? நான் மட்டும் அவராக இருந்தால், ஒரு வார்த்தை சேர்த்துக்கொள்வேன் - 'இஷ்டம்போல' யோசனை ஓடுகிறது, எனவே நான் இருக்கிறேன்...

பாருங்கள், வெங்கடாசலம் மாமாவை விட்டுவிட்டோம். சேர்ந்து வாழ்ந்த காலம் முழுக்க அத்தையைப் புழுப்போல நடத்தியவர்; இன்னதுக்கு என்றில்லாமல் தோன்றியபோதெல்லாம் அவளை அடித்தும் உதைத்தும் பொது இடங்களில் கேவலப்படுத்தியும்

இழிவுசெய்தவர். அத்தையானால், பூமாதேவிபோலப் பொறுத்துக் கொள்வாள். முகஞ் சுளிக்கக்கூட மாட்டாள். ஒருதடவை தாங்கமாட்டாமல் கேட்ட உறவுக்காரப் பெண்மணியிடம்,

அவருக்குத் தெரிஞ்சாமாதிரி அவர் நடந்துக்கறார். எனக்குத் தெரிஞ்சாமாதிரி நான் நடந்துக்கறேன். இதுலெ என்ன இருக்கு? எல்லாரும் பண்றதுதானே இது. எல்லாத்துக்கும் சேத்துத்தானே கல்யாணம் செஞ்சி வச்சிருக்கா?

ஒன் கொணத்துக்கு எம்புட்டோ நல்ல புருஷன் வாச்சிருக்கலாம்டி சுப்பு.

அதெப்பிடி, நீங்களா ஒண்ணு சொல்வேளாக்கும்! இவர் முன்கோபிங்கறது ஊருக்கே தெரியும். நல்லவரா இல்லையான்றது எனக்கு மட்டும்தானே தெரியும்!

என்று அத்தை புன்சிரித்தபோது, அதில் பாசாங்கேயில்லை என்றுதான் எனக்குப் பட்டது. ஆனால், அந்த அம்மாளுக்கு இன்னமும் அடங்கவில்லை போலிருக்கிறது. கடைசி முத்து வரை உதிர்த்துவிட வேண்டும் என்று ஆவேசமாய் இருந்தார்.

இருந்தாலும், உன் இடத்திலே நான் இருந்திருந்தா...

முடிக்குமுன்பே அவசரமாய்க் குறுக்கிட்டாள் அத்தை.

உங்க இடத்திலே நான் இருந்திருப்பேன்! ஆனாக்கெ...

வேடிக்கை பார்த்துக்கொண்டிருந்த நாலைந்துபேரும், பேட்டி கண்ட பெண்மணியும் ஒரேமாதிரி ஆவலுடன் காத்திருந்தோம் அந்த வாக்கியத்தின் இறுதிப்பகுதிக்காக, என்று படுகிறது இப்போது. சுப்பு அத்தை இப்படி முடித்தாள்:

நீங்க கேக்கறா மாதிரி நான் ஒங்களைக் கேள்வியாக் கேட்டுத் தள்ளீருக்க மாட்டேன்.

தன்னை மறந்து அத்தனைபேருமே சிரித்துச் சமாளித்தார்கள். நானும்தான். ஆனாலும், சுப்பு அத்தை தி ஜானகிராமனின் கதையில் வரவேண்டியவளாயிற்றே, என் வாழ்க்கையில் எப்படி வந்து சேர்ந்தாள் என்ற ஆச்சரியம் ஒருபோதும் அடங்குவதற்கில்லை!

கேள்விகேட்ட, மேற்படிப் பெண்மணியும் எனக்கு ஒருவகையில் அத்தைதான். என்ன அந்த உறவுமுறையை விளக்க, இன்னும்

நாலைந்து பக்கங்கள் தேவைப்படலாம். அது எதற்கு இப்போது.

மேற்படி உரையாடலுக்கு ஒரு காவிய முடிவும் இருக்கிறது. அவர்கள் பேசிக் களித்த ஆறே மாதங்களில், இனம்புரியாத தொற்றுக்கு ஆளாகி சுப்பு அத்தை இறந்து போனாள். மறுநாள் பால் தெளிக்கக் காட்டுக்குப் போன மாமா, தலத்திலேயே நெஞ்சைப் பிடித்துக்கொண்டு சரிந்துவிட்டார். வீடுவரை தூக்கிக்கொண்டுவந்து சடங்குகளை முடித்து, மனைவியை எரித்த இடத்துக்கே மறுபடி தூக்கிச் செல்ல வேண்டியதானது.

ஒவ்வொரு நிமிஷமும் அவர்கள் இருவருக்குள்ளும் நடந்துவந்த யுத்தத்தில் யாருக்கு இறுதி வெற்றி என்று பார்ப்பதற்காகக் காத்திருந்த என்னைப் போன்றவர்கள், போட்டி சமனில் முடிந்தது பற்றி அடைந்த ஏமாற்றத்தைச் சொல்லி மாளாது. இதன் வெளிப்படையான சித்திரமாக, மேற்சொன்ன பேட்டி அத்தையின் முகம் அமைந்தது. துஷ்டி வீட்டின் நடு அறையில், சுவரில் சாய்ந்து, அடுத்தடுத்த நாட்களில் பிரேதங்கள் கிடத்தப்பட்ட இடத்தை வெறித்துப் பார்த்துக்கொண்டு அமர்ந்திருந்தவளின் முகத்தில், மரணம் விளைவித்த துக்கத்தைவிட, சுப்பு அத்தை தம்பதி விடுத்துச் சென்ற புதிரின் திகைப்புதான் ஓங்கியிருந்தது என்று எனக்குப் பட்டது. சரி, கதை எழுதுகிறவனுக்கு அப்படித்தானே தோன்றும்...

இந்தச் சம்பவத்தை நான் ஒரு கதையில் எழுதுகிறேன் என்று வையுங்கள், மேற்படி நண்பர் தமது கண்டுபிடிப்பை மறுபடியும் ஒருதடவை உறுதிப்படுத்தக் கூடும். ஆனால், அந்தப் பேட்டியின் முடிவு வாக்கியத்தின்போது சுப்பு அத்தையின் முகத்தில் இருந்தது வாஞ்சையா குரோதமா அலட்சியமா உதாசீனமா இளக்காரமா என்பதை நிர்ணயித்துச் சொல்வது யாருக்குமே சாத்தியமேயில்லை...

எங்கள் குடும்ப வட்டாரங்களில் ஒரு பழமொழி சொல்வார்கள்: ‘இந்த வேலையெல்லாம் திரவுபதிப் பாட்டிகூடச் செய்வா’. அவ்வளவு சுலபமான சமாசாரமாம். ’இதைப்போய்ப் பீற்றிக்கொள்கிறாயாக்கும்!’ என்று அர்த்தம். சீட்டு விளையாட்டில், முதல் சுற்றிலேயே அத்தனை சீட்டும் வாகாக வந்து சர்வசரளமாக ஜெயிப்பவர் முதல், யாரோ போட்டுவைத்த டிக்காக்ஷன், காய்ச்சி வைத்த பால் உதவியோடு அட்டகாசமான காஃபி கலக்கும் சிறுமி, யூட்யூபைப் பார்த்து

அவியல் செய்யும் புதுப்பெண், இரண்டு கைகளையும் விட்டு சைக்கிள் ஓட்டும் சின்னப்பயல் என்று யாரையுமே பெருமிதப்பட அனுமதிக்காத பழமொழி.

மூன்று பாடங்களில் நூறு சதவீதம் வாங்கி, மாவட்டத்தில் முதல்வனாக வந்த பேரக் குழந்தையை, அவனுடைய கணக்குத்தேர்வின் கேள்வித்தாளை முழுசாக வாசித்துப் பார்த்திருந்த கிழவனார் இப்படியேதான் சொன்னார். வேறு யாருமில்லை, நான் மேலே குறிப்பிட்ட வெங்கடாசலம் மாமாவேதான். தூக்கத்தில்கூட வெங்கடாசலமாகவே இருக்க அவர் படும் பிரயாசையைப் பார்க்க எனக்குப் பாவமாய் இருந்தது. இதில் இன்னொரு அடுக்கு, எனக்குத் தெரிந்தவரை, உற்றார் உறவினர் தெரிந்தவர்கள் ஊர்க்காரரர்கள் என்று எவ்வளவு யோசித்தாலும், எங்கள் வட்டாரத்தில் திரௌபதி என்ற பெயரில் யாரும் இருந்ததாய்த் தெரியவில்லை.

அபூர்வமாக, நான் மேலே குறிப்பிட்ட எனது கதை வெளியானவுடன் நாலைந்து தொலைபேசி அழைப்புகள் வந்து, பாராட்டவும் செய்தன அல்லவா, என் நடையில் சிறு கம்பீரம் சேர்ந்துவிட்டது எனக்கே தெரிந்தது. அதைப் போய்க் கட்டுப்படுத்துவானேன் என்று அப்படியே விட்டுவிட்டேன்.

போனவாரம் வெளியான கதைக்கு, இந்த வாரம் தொடங்குவதற்கு முன்பே இரண்டுபேர் கூப்பிட்டு வாழ்த்தியிருந்தார்கள். கருத்தொற்றுமையைப் பொறுத்தவரை இருவரும் எதிரெதிர்த் துருவங்கள் வேறு. ஆச்சரியத்தை அடக்கிக்கொள்ள முடியாமல் மனைவியிடம் சொன்னேன்:

> என்னையும் மீறி அந்தக் கதை அவ்வளவு நல்லா வந்துட்டது போலிருக்கு...

இதே வாக்கியம் இல்லை; இந்தமாதிரி தொனிப்பது. அவள் உடனடியாய் பதில் சொன்னாள்:

> இதுலெ ஆச்சரியப்பட என்ன இருக்கு? இருபத்நாலு மணிநேரமும் அதே வேலையா இருந்தா கை தேறத்தானே செய்யும்!

இதில், என்மீது மிகுந்த அபிமானமும் கரிசனமும் இருந்ததால்தான் திரௌபதிப் பாட்டியை மேற்கோள் காட்டவில்லை என்பதை

மெனக்கெட்டுச் சொல்ல வேண்டுமா! ஆனால், இதுமாதிரியான தருணங்கள் எங்கள் தாம்பத்தியத்தில் புதிதில்லை. இன்னொரு சந்தர்ப்பத்தைச் சொன்னால் எளிதாய் விளங்கிவிடும்.

இரண்டுபேருக்கும் ஏகப்பட்ட விஷயங்களில் பொருத்தம் இருக்கிறது என்று கண்டறிந்து திருமணம் செய்துவைத்தார்கள். ஆண்டுகள் ஓடஓட, பொருத்தங்களின் எண்ணிக்கையும் விகிதாசாரமும் அதிகரித்துக்கொண்டே போவதாக நம்புகிறேன். அவளும் அப்படியே உணர்வதாக நம்பத்தான் விரும்புகிறேன். ஆனால், நாங்கள் வெற்றிகரமான தம்பதி என்பதற்காக, நியூட்டன் புளுகிவிட்டார் என்று ஆகுமா! ஒவ்வொரு வினைக்கும் சமாந்தரமான விசைகொண்ட எதிர்வினை உண்டு என்கிற மாதிரி, ஒவ்வொரு பொருத்தத்துக்கும் உரியவிதத்திலான பொருத்தமின்மையும் இருக்கத்தானே வேண்டும். நாங்கள் பொருட்படுத்துவதில்லையோ என்னவோ. என்றாலும் கேலி, எள்ளல், விளையாட்டு ரூபத்தில் சில துளிகள் சிந்திவிடுவது வாடிக்கைதான்.

ஜாதகப் பொருத்தத்தின் பௌதிகச் சான்றுபோல, இருவருக்கும் ஒரே சமயத்தில் வெள்ளெழுத்து வந்தது. உயர்தரமான, அதிக விலை கொண்ட வாசிப்புக் கண்ணாடிகள் வாங்கிவந்தோம்.

யதேச்சையாய் ஒருநாள் பார்த்தேன் - அவளுடைய கண்ணாடியில் ஏகப்பட்ட சிராய்ப்புகள். விஷமக்காரப் பயல்கள் கையில் சிக்கிய ஆமைபோல அது எப்போதுமே மல்லாந்துதான் கிடக்கும் என்பதைப் பார்த்திருக்கிறேனே. சிரித்துக்கொண்டே கேட்டேன்.

> ஏம்மா, ரெண்டுபேரும் ஒண்ணாத்தானே வாங்கினோம். என்னோட கண்ணாடியெப் பாரு. ஒரு கோடாவது இருக்கா!
>
> அப்பிடித்தானெப்பா இருக்கும். வாங்கிண்டு வந்த நாள்லெர்ந்து அதைத் தொடைக்கறதைத் தவுர வேற ஒரு வேலையும் இல்லையே ஒங்குளுக்கு!
>
> நீ சொல்றதும் வாஸ்தவம்தான். ஆனா, எனக்குத் தெரிஞ்சு, கண்ணாடியை எடுத்தா உப்புத்தாள் வச்சுத் தேய்ச்சப்பறம்தான் போட்டுக்கவே செய்வேன்னு பிடிவாதம் பிடிக்கற ஒரே ஆள் நீதான்!!

ஆனந்தமாய் இருவரும் சிரித்ததோடு, கொஞ்சநாளைக்கு, பார்க்கிறவர்களிடமெல்லாம் இந்த உரையாடலைச் சொல்லி

மகிழ்ந்துகொண்டிருந்தோம்.

நவீனகாலக் கணவன்மார்கள் பகிர்ந்துகொள்ளும் அளவில் - குறிப்பாக என் மகன், மாப்பிள்ளை ஆகியோர் செய்வதில் - கால்வீதமாவது நான் வீட்டுவேலைகளில் எடுத்துக்கொண்டிருந்தால் இப்படிச் சொல்லியிருக்க மாட்டாள், பாவம். நானும் முயற்சி செய்யாமல் இல்லை. பாலை அடுப்பில் வைத்துவிட்டு, அடுப்பருகில் நின்றே புத்தகம் வாசித்தால், அவளுக்கு ஒன்றுக்கு இரண்டாக வேலை அதிகரித்துவிடுகிறதில்லையா. அடுப்பையும் மேடையையும் சுத்தம் செய்ய வேண்டும். இன்னொரு தடவை பால் காய்ச்சவும் வேண்டும் - அளவு கருதி.

> ஒருநாளைப்போல சமையல் கட்டிலெ நின்னு புழுங்கிப் பாத்தாத் தெரியும்.

என்பது அவள் அடிக்கடி சொல்லும் ஆப்த வாக்கியம். அதே தொனியில், அதே வேகத்தில், அதே பொருளில்,

> உக்காந்து ஒரு கதை எழுதிப் பாத்தாத் தெரியும்.

என்று நான் சொல்லிவிட முடியாது. இரண்டுக்கும் உள்ள பாரதூரமான வேறுபாடு எனக்கே தெரியாதா! 'நுரை தின்று பசியாறுமா!' என்று ஒரு சினிமாப்பாட்டில்கூட வருமே. தவிர, உருப்படியாய் ஒரு நாலிலக்கத் தொகையாவது எழுத்தால் சம்பாதித்திருந்தால் ஓரிரு சொற்கள் பேசிப் பார்க்கலாம். ஃபோன் கால் அளவிலேயே முடிந்துபோகும் பாராட்டுரைகள், என் காதில் மட்டும்தானே விழும்...

ஆக, 'இத்தனை வருடமாகத் தொடர்ந்து எழுதிவருகிறவனுக்கு, ஒரு கதை நன்றாக அமைந்துவிடுவதில் வியப்பென்ன?' என்றுதான் அவள் கேட்கிறாள். எளிமையான தர்க்கம் கொண்ட கேள்வி. ஆனால், ஆண்டாண்டுகாலமாகச் சமையல் செய்து, மிளகுக் குழம்பில் வித்தகியாய் ஆகிவிட்டிருக்கிறாள் என்பதற்காக, இன்றைக்குச் செய்துபோட்ட மி கு அமிர்தமாய் இருந்தது என்பதைச் சொல்லாமல் விட்டுவிட முடியுமா? இன்றைக்கில்லாவிட்டாலும், பலவீனமான ஒரு நாளில்,

> என்னத்தெ வடிச்சுக்கொட்டி என்ன? ஒரு நல்ல வார்த்தை தேறுமா உங்கப்பா கிட்டே?

என்று ஆள்வைத்து அடிக்க வாய்ப்பிருக்கிறதே.

மேற்சொன்ன தாம்பத்தியப் பத்தியை வாசிக்கிறவர்களுக்கு, பழைய துமிலன் எஸ்விவி தேவன் சாயல் அதிகமாய் இருக்கிறதே என்று தோன்றக்கூடும். அந்த விஷயத்தின் தன்மை அப்படி. இருக்கும்விதமாகவே எழுதினால் சுவாரசியமாய் இருக்காது; கொஞ்சம் மேலதிக வாசனை சேர்த்தால் செயற்கையாய்த் தெரியும். யார் கண்டது, எல்லா விஷயமுமே இப்படித்தானோ என்னவோ. கொஞ்சமும் மிகை தொனிக்காத யதார்த்தவாத எழுத்துகூட, மிகையான உழைப்பின் காரணமாக அப்படி விளைவதுதானே. தவிர, அவரவர் இருப்புக்கான நியாயத்தை அவரவரிடம் விசாரித்து அறிவதுதான் முறை...

இது தொடர்பாக இரண்டு செய்திகள் சொல்லிவிடுகிறேன். ஒன்று, மிளகுக் குழம்பு வழியாய் எனக்கு நினைவில் ஊறியதுதான். நான் முன்பே குறிப்பிட்ட, கா கி என்ற புனைபெயரில் எழுதும் முகநூல் பிரபலம் ஒருவருடைய கட்டுரை பற்றியது. (முகநூலை முகநூல் என்று சொல்வது சரிதானா என்பது பற்றிவேறு சர்வதேச அளவில் மாபெரும் விவாதம் நடந்து மொழியைக் காப்பாற்றினார்கள், சமீபத்தில். எனக்கு இப்படிச் சொல்வது பிடிக்காதுதான்; ஆனால் எல்லாவிதத்திலும் எல்லா இடத்திலும் அநாதையாய் இருப்பது அபாயகரமாய் உணரவைக்கிறது...)

கட்டுரையாளர் கா கி ஏதோ வடக்கத்தி மாநிலப் பல்கலைக்கழகத்தில் பேராசிரியராக வேறு இருக்கிறார், பாவம். அவருடைய கட்டுரைகள் அத்தனையுமே விபரீதமான கண்டுபிடிப்புகள் கொண்டவை. பிரமாதமான வாக்கியப் பிரயோகங்களும், அபூர்வமான வார்த்தைகளும் வழுக்கிச் செல்லும் மொழிநடையும் இவை போதாது என்று அவருக்கே படும் இடங்களில் அயல்நாட்டுத் தத்துவவாதிகள் மொழியியலாளர்கள் அறிவியலாளர்கள் போன்றவர்களின் மேற்கோள்களும் ஒன்றுகூடி, ஆக அபத்தமான ஒரு வாதத்தை நிறுவ முயலும். ஒரு கட்டுரையில் 'மரணத் தறுவாயில் எல்லாருமே குழந்தைகள் ஆகிவிடுவார்கள்' என்று எழுதியிருந்தார். 'முதுமை கவியும்போது' என்றால் எனக்குப் புரிந்திருக்கும்; ஓரளவு ஒப்புதல்கூட வந்திருக்கலாம்.

கட்டுரையைப் பார்த்ததற்கான அடையாளமாக லைக் குறியை அழுத்திவிட்டு, அவசரமாய் விலகிவிட்டேன். ஆராய்ச்சியாளர், இறந்தவர்கள் எத்தனைபேரைப் பேட்டி கண்டு இந்த முடிவுக்கு வந்தாரோ, நமக்கென்ன தெரியும். ஆனால் இப்போதைய கட்டுரை ஏனோ என்னை வழக்கத்தைவிட அதிகமாக எரிச்சலடையச் செய்தது.

'மிளகாயை அறவே புறக்கணித்துச் சமைக்கப்படும் மிளகுக் குழம்பில் மணப்பது துவையல் வாடையும், துவேஷமும் அன்றி வேறில்லை' என்று நுணுகி ஆராய்ந்து எழுதப்பட்ட கட்டுரை. மிளகின் பயன்பாடு உயர்ஜாதியினரிடமே அதிகம் உள்ளது என்று புள்ளிவிவரங்கள் சொல்கின்றன; ஆகவே ஜாதித் துவேஷம். மிளகாய் என்பதே மிலேச்சர்கள் கொண்டு வந்து இறக்கிய உணவுப்பொருள் என்பதால், இனத் துவேஷம். திரவியப் பொருட்கள் அனைத்துமே அதிக விலை கொண்டவை; மிளகும் விதிவிலக்கல்ல என்பதால், வர்க்கத் துவேஷம் என்று அடுக்கிக்கொண்டே போன கட்டுரை. சும்மா இல்லை, முழுசாக இருபத்தாறு பக்கங்கள்.

கட்டுரைக்குப் பின்புலமாக, அல்தூஸர், கால்டுவெல், மயிலை சீனி வெங்கடசாமி, நாம் சோம்ஸ்கி போன்றவர்களிடமிருந்து பிடுங்கியெடுத்த மேற்கோள்கள். இத்தனை நீண்ட கட்டுரையை, முகநூலில் படிக்க நேர்ந்தது இன்னொரு கொடுமை. ஆரம்பத்திலேயே விலகித் தொலைக்க வேண்டியதுதானே என்றால், முன்னமே சொன்னேனா என்று நினைவில்லை, பழக்கத்திலிருந்து விடுபடுவது அத்தனை சுலபமில்லை - குறைந்தபட்சம், எனக்கு. பிரதியை மேலேற்றி மேலேற்றிக் கட்டைவிரல் நொந்துவிட்டது. எப்போதும்போல, வாசித்ததோடும், லைக் அழுத்துவதோடும் நின்றிருக்கலாம். ஒருவரி 'பின்னூட்டம்' போட்டுத் தொலைத்தேன்:

> இரண்டு காதிலும் சைக்கிள் பம்ப்பை வைத்துக் காற்றடித்ததால் வீங்கிப்போன பலூன் மாதிரி உங்கள் தலை ஆகிவிட்டது கா கி. பக்கத்தில் குண்டூசி எதுவும் வந்துவிடாமல் பார்த்துக்கொள்ளுங்கள்.

நன்கு அறிமுகமானவர்தான். நேரில் ஒருதடவைகூடப் பார்த்ததில்லையே தவிர, வெகுநாளைய நண்பர். நிஜத்தில் அப்படிச் சொல்லிக்கொள்ள முடியாது என்றாலும், முகநூல் அப்படித்தானே வகைப்படுத்துகிறது என்ற தைரியத்தில் எழுதிவிட்டேன்.

இருபத்தாறு பக்கங்கள் செய்ய முடியாத பாதகத்தை மூன்றே வரிகள் செய்துவிடும் என்று என்னை உணர வைத்தார் கா கி. என் சாதியப் பின்புலம், மாதச்சம்பள உத்தியோகம் எனக்குள் உருவேற்றி வைத்திருக்கும் பொருளாதாரத் திமிர், வந்தேறிகளான என் முன்னோர் நடந்தே இந்தியாவுக்குள் நுழைந்த பாதையின் துல்லியமான வரைபடம், இடையில் நறுமணம் கூட்டுவதற்காகத் தெளித்த வசைச்சொற்கள் என்று மேற்சொன்ன கட்டுரைக்கு எந்தவிதத்திலும் தாழ்வில்லாத உழைப்பைக் கோரிய பதில் கட்டுரை - வாசிப்பதற்குச் சொல்கிறேன். நல்லவேளை, முகநூல் தளத்தில் ஒரு சிரிப்பான் மட்டும் போட்டுவிட்டு, இன்பாக்ஸில் நான் மட்டும் படிப்பதற்காக அனுப்பிவைத்தார்.

பொதுவெளியில் நான் அவமானப்படக்கூடாது என்ற அவரது அக்கறையில் கூசிப் போனேன். கருத்துப் பீடிப்பையும் நட்பையும் ஒரே தராசின் இரண்டு தட்டுகளில் வைத்து எடைபோட்டது என்னுடைய தவறுதானோ என்று புழுங்கினேன். தவிர, நான் பேசித் தீர்க்கிறேன் என்றால், இன்னொருத்தர் எழுதித் தீர்க்கிறார். மூன்றாமவர், சதா அஹிம்சை பற்றித் தொணதொணத்து இம்சை செய்கிறார் - அவரவர் விருப்பம், அவரவர் உரிமை அவரவர்க்கு...

இவ்வளவும் ஏன் சொன்னேன் என்றால், எழுத்தாளர் என்றால் ஒரேவிதமாகத்தான் ஊற்றெடுத்து நிரம்ப வேண்டும் என்கிற அவசியமில்லை என்பதற்காகத்தான். ஆனால், இதை மற்றவர்களிடம்தான் சொல்ல முடியும், கட்டிய மனைவியிடம் சொல்வதற்கு வாய்ப்பேயில்லை என்பது எத்தனை விசித்திரமான நிலைமை, பாருங்கள்!...

இரண்டாவது செய்தியில் இரண்டு கிளைகள் இருக்கின்றன. இரண்டிலுமே மரணம் சம்பந்தப்பட்டிருப்பது மிகத் தற்செயலானது - முந்தின பத்தியில் இடம் பெற்ற கா கி அடிக்கடி மேற்கோள் காட்டும் 'எழுத்தாளன் இறந்துவிட்டான்' என்ற வாசகத்தை முன்னிட்டு அல்ல.

முதல் கிளை, எங்கள் குடும்ப மருத்துவரும் இதய சிகிச்சை நிபுணருமான திரு. ரங்கபாஷ்யத்தின் மரணம். காலைநடை போகும்போது எதிரில் வந்த என்னைப் பார்த்துப் பிரியமாய்ப்

புன்னகைத்துப் போன மனிதர், வீட்டில் சென்று நாற்காலியில் அமர்ந்த மாத்திரத்தில் தலை தொய்ந்துவிட்டதாம். மீண்டும் நிமிரவில்லை. துஷ்டிக்கு வந்தவர்களில்,

> அதெப்பிடி, அவரே ஹார்ட்டு டாக்டர்தானே. தனக்கு ஹார்ட்டு ப்ராப்ளம் வந்துருக்குன்னு தெரியாமப் போகுமா!

என்று வியக்காதவர்கள் பாக்கியில்லை. அடுத்தவர்கள் சொல்வதை வைத்து அறிகுறிகளை 'அளக்கப்' படித்து வந்திருப்பார்; மேற்படி அறிகுறிகளை 'உணர்வது' எப்படி என்பதையெல்லாமா மருத்துவக் கல்லூரியில் கற்றுக்கொடுப்பார்கள்?

இந்தக் கேள்வியை, வீடு வந்து குளித்த பிறகு சாவகாசமாகப் பேசிக்கொண்டிருக்கும்போது என் மனைவியிடம் கேட்டேன்.

> அதெப்பிடி, எல்லா நேரமும் எழுத்தாளர் மாதிரியே பேச முடியறது!

என்று சிரித்துக்கொண்டுதான் சொன்னாள். ஆனால், அதன் பின்னணியில் ஒலித்தது சிரிப்பு இல்லை என்பது எனக்குத் தெரியாதா? அடக்க முடியாமல் பீறும் அதிர்ச்சியையும் துக்கத்தையும் கண்ணீர்த் துளிகளை வைத்துச் சமாளிக்கலாம்; கண்மூடிய மௌனத்தினாலும், சிலவேளை சொற்களை வைத்தும்கூடச் சமாளிக்கலாம் என்பதை எப்படி விளக்கிச் சொல்வேன்? கா கியை விட்டுக் கட்டுரை எழுதச் சொல்லவேண்டியதுதான்...

அடுத்த கிளை, தாம்பரம் சானட்டோரியம் ரயில் நிலையத்தில் நடந்த ஒரு விபத்து. நேற்றுப்போல நினைவிருக்கிறதே தவிர, நடந்து பத்து வருடங்களுக்குமேல் இருக்கும்...

அது நடந்த நேரத்தில் நானும் ரயிலுக்காகக் காத்திருந்தேன். எனக்கான ரயில் வருகிறதா என்று ஒரே திசையில் பார்த்துக்கொண்டிருந்தேன். திடீரென்று, என் முதுகுக்குப் பின்னால், நடைமேடையின் மறுகோடியில், ஓலம் எழுந்தது. ஒரே குரலுடையது அல்ல, ஒரே நேரத்தில் பல குரல்கள் உரத்து எழுந்ததால் கேட்ட ஓசை. அத்தனையும் ஒரே திக்கை நோக்கி, எதிர்ப் பாதையில் வரும் ரயிலைப் பார்த்து அலறுகின்றன. நிலையத்தை நெருங்கி வந்துவிட்ட ரயில், நடைமேடைக்குக் கொஞ்சம் முன்னாலேயே நின்றது.

ஆனாலும், விஷயம் அதற்குள் கைமீறிப் போயிருந்தது.

எல்லாரும் அந்தக் கோடியை நோக்கி ஓடினோம். மேடையிலிருந்து குதித்து ரயில் பாதையைத் தாண்டி மெனக்கெட்டுப் போய் அந்தக் காட்சியை நான் பார்த்திருக்க வேண்டியதேயில்லை. இன்றுவரை என் கனவுகளிலும், வேளைகெட்ட வேளைகளிலும் மேலெழுந்து வந்து மூச்சுத் திணறவைக்கும் சித்திரம் அது. கனவில் வரும்போது, சில நாட்கள் மிதந்து வருவாரா, மூத்திரம் முட்டி, தூக்கம் கலைந்துவிடும்.

என்னைவிடப் பத்து வயது அதிகமிருக்கலாம். குப்புற விழுந்து கிடந்தார். இடது கை உடலுக்கு அடியில் சிக்கியிருக்க, வலதுகை அநாதரவாய் நீண்டு கிடந்தது. அதன் பிடியில் இன்னமும் மாட்டியிருந்த மஞ்சள் பையிலிருந்து சில தாள்கள் வெளியே நீட்டியும் சிதறியும் தெரிந்தன. தண்டவாளத்துக்குக் கீழே பரப்பிய ஜல்லிக் கற்களில் சிந்திப் பரவியிருந்த ரத்தத்தைப் பார்க்க பகீரென்றது. ஆனால், அவருடைய முகத்தில் ஒருவிதமான சாந்தமும் விடுதலையுணர்வும்தான் தென்பட்டன - யதேச்சையாக அந்த இடத்தில், அந்தக் கோணத்தில் படுத்து உறங்க நேர்ந்தவர் மாதிரி. இது அத்தனையும் முதல் பார்வையில்.

வேறு சில விஷயங்களை அடுத்த கணத்தில் கவனித்தேன். இடுப்புக்கு மேலேதான் உடம்பே இருந்தது. கீழ்ப்பகுதி எஞ்சினுக்கோ அடுத்த பெட்டிக்கோ அடியில் கிடந்திருக்கலாம். பாதி உடம்பைப் பார்த்த அதிர்ச்சியில் இன்னும் மீளாமல் இருந்தபோதே, சற்றுத் தள்ளிக் கிடந்த ஹியரிங் எய்ட் என் கண்ணில் பட்டுத் தொலைத்துவிட்டது. இப்போது புரிகிறதா, அந்தச் சித்திரத்தின் கொடூரம்...

அன்று சாயங்காலம் மூர்த்தி அண்ணா வீட்டுக்குப் போகிற மாதிரி ஆனது. ஏற்கனவே சொன்ன வெங்கடாசலம் மாமாவின் ஒரே மகன் அவர். முந்தைய தலைமுறைக்காரர்கள் மறைந்தே கால் நூற்றாண்டு ஆகிவிட்டது. இருந்தும் எங்கள் தலைமுறையிலும் உறவு தொடர்ந்தது. நாலைந்து தலைமுறைக்குப் பிறகு எங்கள் வம்சங்கள் ஒன்றுக்கொன்று அந்நியமாகிவிடலாம். அதற்கான அறிகுறிகள் இப்போதே தெரியத்தான் செய்கின்றன.

எனக்கு மூர்த்தி அண்ணாவைப் பார்ப்பதில் விநோதமான ஒரு கிளர்ச்சி ஏற்படும் - வெங்கடாசலம் மாமாவின் ஒரே மகனான

அவர், மாமாவின் மறுபிறவிபோலத் தென்படுவார். சாயலில் மட்டுமல்ல, சுபாவத்திலும்தான். மாறியிருந்த ஒரே விஷயம், மனைவியை நடத்தும் விதம். மன்னிக்கு ஏற்கனவே புடைத்த விழிகள். சினம் ஏறும்போது, வெளியில் குதித்துவிடுவதுபோல இன்னும் பிதுங்கித் தெரியும். யாருக்குமே பீதி கிளம்பும்.

நாங்கள் போகவியலாத ஏதோ வைபவத்தைப் பற்றி விசாரிப்பதற்காகப் போனோம் என்று ஞாபகம். விசேஷத்தையொட்டித் தயார்செய்த பட்சணங்களை ஆளுக்கொரு தட்டில் வைத்து டீப்பாயில் கொண்டு வைத்தாள் மன்னி. தானும் எங்களுடன் அமர்ந்தாள். மூர்த்தி அண்ணா ரயில்வே துறையில் பணிபுரிந்து ஓய்வு பெற்றவர். தன் பேச்சுக்குத் தானே ரசித்துச் சிரிக்கும் கலையில் வித்தகர். ஏதேதோ பேசிவிட்டு, உரையாடல் முடிந்து நாங்கள் விடைபெறவிருந்த சமயத்தில், காலையில் பார்த்த விபத்து பற்றிப் பேச்சு வந்தது.

> *ஓ தெரியுமே. சபாபதி ஃபோன் பண்ணிச் சொன்னான். அடிபட்டவன் பேரு ராஜமன்னார். எங்க ஸ்டாஃப்தான். எலக்ட்ரிக் ட்ரெயின் ட்ரைவரா இருந்து ரிட்டையரானவன். என் சர்வீஸ்தான். ஆச்சு, நாங்கல்லாம் வெளீலெ வந்தே பத்துவருஷம் ஆச்சே...*
>
> *அதெப்பிடிண்ணா, தானே அந்த வேலைலே இருந்திருக்கார். ரயில் பாதையை ஒட்டி நடக்கக்கூடாதுன்னு தெரியாதா?*

என்று ஆதங்கப்பட்டேன். அண்ணன் சம்சாரம், உடனடியாய் வாய் திறந்தாள்:

> *ஊருக்கெல்லாம் குறி சொல்லுமாம் கவுளி; தான் விழுமாம் கழனிப் பானைக்குள்ளே. என்ன தெரிஞ்சிருந்து என்னப்பா, வேளை வரும்போது விதி கண்ணை மறைச்சுடாதா?*

அவள் விழிகள் தன்னிச்சையாய் உருள்வதைப் பார்க்க பயமாய் இருந்தது. அந்தப் பழமொழிக்கு அதுதான் அர்த்தமா என்று நான் குழம்பி முடிக்கவில்லை; மூர்த்தி அண்ணா திருவாய் மலர்ந்தார்:

> *தினசரி எத்தனை தடவை போய்ட்டுவந்த பாதை. பழைய ஞாபகத்துலெ, அது மேலெயே நடந்து போகப் பாத்துருப்பான்!*

தன்னுடைய நகைச்சுவைக்கு தானே விழுந்து விழுந்து சிரித்தார்.

காலையில் பார்த்த காட்சியைவிடவும் மிகமிகக் கொடூரமாய் எனக்குள் பதிந்தது அது.

இதுவரை சொல்லிவந்ததற்குச் சம்பந்தமேயில்லாமல் இன்னொரு விஷயம் நினைவு வருகிறது.

என்னுடைய சொந்தக்காரப் பெண் ஒருத்தி. ரேவதி என்று பெயர். கொஞ்சகாலம் என்னுடன் நெருக்கமாய் இருந்தவள். ஏனோ திடீரென்று தற்கொலை செய்துகொண்டாள். விக்கோ டர்மரிக் பூசுவாள். அப்பிக்கொள்வாள் என்பதுதான் சரி. தெருமுனையில் அவள் வரும்போதே வாசனை நம்மை எட்டிவிடும். அவளுடைய மரணத்துக்குப் பிறகு, அவளுடைய பெயரை நினைக்கும்போதே எனக்குள் அந்த மணம் எழும்ப ஆரம்பித்தது.

பின்னாட்களில், மஞ்சள் நிறமோ, பற்பசை ட்யூபோகூட அவள் நினைவைத் தூண்டிவிடத் தொடங்கின. நல்லவேளை, கொஞ்ச காலத்தில் தானாகவே ஓயவும் செய்தன.

முந்தாநாள் வேலை முடித்து வீடுதிரும்பும்போது, மின்சார ரயிலின் வியர்வை நெடிக்கு மத்தியில், எனக்குள் ஏதோ ஒரு ஆழத்திலிருந்து புகைபோல அந்த மணம் எழும்பியது. அதன்பிறகு அவள் முகமும் அவள் பெயரும்கூடத் தொடர்ந்து வந்தன. காரண காரியம் என்பது தலைகீழாக மாறி, காரிய - காரணம் என்று ஆன விந்தைதான் இந்தப் பொழிவைத் தொடங்கிவைத்தது. இப்போது தோன்றுகிறது, ரேவதியின் மணம் மட்டும் தானாக எழவில்லையென்றால், இந்த இடத்தில் இந்தப் பொழுதில் இந்த நெரிசலில் நான் இருக்கிறேன் என்பதே எனக்கு உறைத்திருக்காது. காற்றில் அலைக்கழியும் சருகு மாதிரித் தன்னியல்பாக அல்லாடிக்கொண்டு நின்றிருந்திருப்பேன்.

பாருங்கள், அந்தக் கதை பிரசுரமானதில் தொடங்கியது இத்தனையும் என்றுதான் நினைத்துக்கொண்டிருந்தேன். ஆரம்பத்தில் அப்படித்தானே சொல்லவும் செய்தேன். இவ்வளவு தூரம் கடந்தபின்னர்தான் உறைக்கிறது - நிஜமான காரணமே வேறு. எப்போதோ நடந்த கதையின் இரண்டாம் பகுதி முந்தாநாள் நிகழ்ந்ததுதான் இந்தப் பொழிவுக்கு, அல்லது மலைப்பாதையில் மண்சரிவதுபோல நினைவு சரிந்து தள்ளுவதற்கு, ஆரம்பப் புள்ளியாய் இருக்க வேண்டும்...

டீக்கடையில் கூட்டம் அதிகமில்லை. அலுவலகம் விட்டுக் கிளம்பும்போது அங்கே போய் அமர்ந்து ஒரு டீயும் ஒரு சிகரெட்டும் முடித்துவிட்டுப் புறப்படுவது அன்றாட வழக்கம். பகல்பொழுது முழுக்க ஈடுபட்டிருந்த வேலையின் முறுக்கு தளர்வதற்காகவா, அடுத்த ஒன்றரை மணிநேரம் ரயிலிலும் பேருந்திலுமாகப் பயணம் செய்து வீடுசேர்வதற்கான திராணியை ஈட்டிக்கொள்வதற்காகவா என்று சொல்லத் தெரியவில்லை.

சிரித்த முகத்தோடு உண்ணி என் மேசைமீது டீத் தம்ளரை வைத்துவிட்டுத் திரும்புகிறான், அவன் பிடரியில் இருந்த மகத்தான பாலுண்ணியை நீங்கி என் பார்வை நகர்கிறது, எதிர் இருக்கையில் ஒரு ஆள் வந்து அமர்ந்தார். உருமாலைக் கழற்றி முகத்தையும் வெற்றுடம்பையும் துடைத்தார். கறுத்த உடம்பு. கரணைகரணையாகத் திரண்ட, வைக்கோல் துகள்போல அங்கங்கே பொன்னிறத் தும்புகள் ஒட்டிய தசை. நன்கு படர்ந்து பளபளக்கும் வழுக்கை. முழுக்க நரைத்துத் தொய்ந்த மீசை. பக்கத்தில் மத்திய அரசின் சரக்குக் கிடங்கு இருக்கிறது. அங்கே கூலியாளாய் இருப்பவர் என்று யூகித்துக்கொண்டேன்... என் முகத்தை உற்றுப் பார்த்தார். சட்டென்று வெளிச்சம் பரவிய கண்களுடன்,

என்னெத் தெரியிதா சார்!

என்றார். அப்படியானால், அவருக்கு என்னைத் தெரிந்துவிட்டது என்றுதானே அர்த்தம்? எனக்குள் வியந்தவாறே,

தெரியலீங்களே...

என்று இழுத்தேன். அவர் அறிமுகப்படுத்திக்கொண்டார். என் திகைப்பு எல்லை மீறியது.

ஒரு பின்னிரவில், திருச்சியில், உய்யக்கொண்டான் பாலத்தருகே நானும் உறவினரும் போன ஆட்டோவை மறித்து பக்கத்திலிருந்த சுடுகாட்டுக்கு விடச்சொல்லிக் கத்தியைக் காட்டி மிரட்டி வழிப்பறி நடந்த சம்பவத்தை முன்னரே ஓரிரு தடவை எழுதிய நினைவிருக்கிறது. நிஜத்தில் என்னுடன் வந்தவரை, அந்தக் கதைகளில் யாரென்று சித்தரித்தேன் என்று நினைவில்லை.

சில மாதங்கள் கழித்து, வழிப்பறி செய்தவரைக் காவல் நிலையத்தில் சந்தித்ததையும் வேறொரு கதையில் எழுதியிருக்கிறேன். குற்றவாளியை அடையாளம் காட்டும் சடங்கை முன்னிட்டும்,

நீதிமன்றத்தில் நான் சொல்ல வேண்டிய பதில்களைக் கற்றுக் கொள்ளவும் என்னை வரச்சொல்லியிருந்தார்கள். எனதல்லாத மோதிரம் ஒன்றைக் காட்டி, அதன் அடையாளங்களை நன்கு மனத்தில் பதித்துக்கொள்ளச் சொன்னார், காவல் அதிகாரி. கையில் விலங்குடன், பரட்டைத்தலையுடன் காவலர் இட்டுவந்து நிறுத்திய நடுவயதுக்காரரை,

விட்ருங்க விட்ருங்கன்னு எம்புட்டுக் கெஞ்சினேன்...

என்று ஆதங்கமாகவும் அபத்தமாகவும் நான் கேட்டதையும், அவர் பதிலே சொல்லாமல் என்னைக் குறுகுறுவென்று பார்த்ததையும்கூட அந்தக் கதையில் எழுதிய ஞாபகம். அந்த நபர் தான்தானென்று அறிமுகப்படுத்திக்கொண்டார்.

சதுரங்கத்தின் அசட்டுக் கட்டங்களில் எதிரெதிராய் நாங்கள் இருவரும் டீ குடிக்க அமர்வோம் என்று நினைத்தாவது பார்த்திருப்பேனா. ஆனால், அசட்டுத்தனம் நிலவுவது கட்டங்களில் இல்லை; எனக்குள்தான் என்று இப்போது தோன்றும் விதமாக அவரிடம் கேட்டேன்:

அப்பறம் என்ன ஆச்சு?

சிரித்தார்.

ஆறு வருசம் உள்ளெ இருந்தன் சார்.

இதற்கு என்ன பதில் சொல்வது குழம்பினேன். நல்லவேளை, அவரே தொடர்ந்தார்:

ஒங்க கேஸு மத்தரமில்லெ சார். வேறெ அஞ்சாறு கேஸையும் எந் தலையிலெ எளுதிப்புட்டாங்க. 'மொதோத் தடவ செஞ்சவன்; இன்னமே ஒளுங்கா நடந்துக்குறேன்ங்கய்யா'ன்னு கெஞ்சுனா ஜட்ஜய்யா மன்னிச்சு விட்டாலும் விட்டுப்புடுவாரு; அப்பிடிச் செய்யிறது வளக்கம்தானப்பான்னு எங்க வக்கீலய்யா எடுத்துச் சொன்னாரு. தவுர, ரெம்ப நாளா இளுத்துக்கிட்டுருக்குற கேஸையெல்லாம் இப்பிடி யாரையாவது கையக்காட்டி முடிச்சுக்கிர்றதும் போலீசுக்காரவுக வளக்கம்தானாம்.... அவுகளுக்கும் வேற வளி கிடையாதுல்ல பாவம்... நல்லவேளெ, நம்ம தலையிலே தூக்கிவிட்ட எல்லாமே வளிப்பறிக் கேஸுகதான்.

என்று சிரித்தார். தர்மசங்கடமாகப் புன்னகைத்தேன்.

> ...ஆனா, விளுகுற அடிக்கிம் ஒதைக்கிம் போன செம்மத்துலெ கூடப் பண்ணாதது, செம்மசெம்மத்துக்கும் பண்ணவே மாட்டம்ங்குறதையெல்லாம் நம்மதான் செஞ்சம் ன்னு ஒத்துகிருவமில்லே!

என்று மேலும் சிரித்தார். இதற்குள் அவருடைய டீயைக் கொண்டுவைத்தான் உண்ணி. அவர் எடுத்துச் சுழற்றினார். நான் சிகரெட்டைப் பற்றவைத்தேன். ஏனோ, திடீரென்று ஓர் அசவுகரியம் தொற்றியது. சீக்கிரமாக எழுந்து வெளியில் போக வேண்டும் என்று தோன்றியது. ஆச்சரியகரமாக, எழுந்திருக்கக் கால்கள் முனையக்கூட இல்லை...

> அத்தனெ பேரு என்னைய அடையாளம் காட்டுனாக; இவனேதான்னு அடிச்சுச் சொன்னாக... அவுகல்லாம் வெளிய இருக்குறவக. அவுக சொல்றதுதானெ எடுபடும். நான் ஆப்புட்டுக்கிட்டவன். எனக்கும் நெசத்துக்கும் சம்பந்தம் எங்கெ இருக்கப் போகுதுன்னுதானே ஜஜ்ஜய்யா, சர்க்காரு வக்கீலு எல்லாருமே நெனைப்பாக. ஏன், எங்க வக்கீலுக்கேகூட அப்பிடியொரு சந்தேகம் இருக்கத்தான் செஞ் சிருக்கும்! ஆனா, எம் புள்ளைகமேல சத்தியமாச் சொல்றேஞ் சார், நாஞ் செஞ்ச மொதக் காரியம் ஒங்களுதுதான்... திரும்ப வெளியெ வர்றவரைக்கிம் புள்ளைகளெ வளக்க எம் பொஞ் சாதி எம்புட்டோ கஸ்டப்பட்டுட்டா, பாவம். பளைய வளிக்குப் போகாம சாக்கிரதையானதுக்கு அவளும் ஒரு காரணம். ஆனாலும்...

இதைச் சொல்லும்போது, கடைக்கு வெளியே அவர் பார்வை நிலைத்திருந்தது. அப்புறம் இயல்பாக என்னை நோக்கித் திரும்பினார். நான் பர்ஸைக் கையில் எடுத்திருந்தேன். என்ன நினைத்தாரோ,

> அதெல்லாம் வாங்க மாட்டேஞ் சார். உளைச்சாக்கக் காசு கெடைக்கிதுன்றதே எவ்வளவு பெரிய விசியம். பிள்ளைகள்ளாம் வளந்துருச்சுக. பெரியவன் ஒரு கம் பேனியிலெ கார் ஓட்டுறான். ஓட்டுனது போதும்ங்குது மனசு.

நான் பர்ஸை எடுத்தது டீக்குக் காசுகொடுக்கத்தான் என்று அவரிடம் விளக்கிச் சொல்ல வேண்டுமா என்ன.

ஒங்க டீக்கி நான் குடுத்துர்றேன்.

என்றேன். முகம் மலர்ந்து,

தாராளமாக் குடுங்க சார்.

என்றவர்,

அத்தினிபேரு 'இவந்தான், இவனேதான்'ன்னு அடையாளம் காட்டுனாகளே, ஒரு மூஞ்சிகூட யாவுகமில்லே. உள்ளாறெ இருக்கும்போது, ஒங்க மொகம் மட்டும் திரும்பத் திரும்ப யாவுகம் வந்துக்கிட்டேதான் இருக்குஞ் சார்.

எதுக்கு!

அப்பிடிக் கேட்டாரே அந்த மனுசன். அப்பேர்க்கொத்த அப்புராணிகிட்டப் போயிப் போணி செஞ்சமேன்னு நொந்துக்குருவேன். அன்னைக்கி அவுரு மன்னாடுன மாரி விட்ருந்தம்ன்னா இப்பிடியொரு நெலமெ வந்துருக்குமான்னு வேதனையா இருக்கும். காரியத்தெ நடத்துனப்ப, நம்மகிட்டெ ஒரு ஆளு கெஞ்சுது பாருன்னு மெதப்பு... ஆனா, அதுவும் ஒரு வகைக்கி நல்லதுதான் பாருங்க. வேற வலுத்த ஆளுகிட்டெக் கை நீட்டியிருந்தா, வேறெ என்னமுன்னாலும்கூட நடந்துருக்கும். அன்னைக்கி சரியான போதெ வேறெ. கூறுகெட்டதனமா நீட்டுன கத்தி பதம் பாத்துத் தொலச்சிருந்ததுன்னு வைங்க, இன்னைக்கி மூட்டெ தூக்கி ஒரு நல்ல வாழ்க்க வாள முடிஞ்சிருக்குமா! ஒங்க நெனப்பு வர்றப்பல்லாம் ஆண்டவன்தான் ஒங்களெ அனுப்புனாருன்னு தோணும் பாத்துக்கங்க...

முதல்தடவையாக ஆசுவாசமாக உணர்ந்தேன். சிகரெட்டை நிதானமாகக் குடித்திருக்கலாமே என்று தோன்றியது.

தமிழ்வெளி - ஜனவரி 2022

பொன்னிறத்தின் வாசனை

இரண்டு சிறகிலும் பூச்செடிகள் அலங்கரிக்கும் சிறைச்சாலைப் பாதையின் செம்மண் தரை ஒளிர்ந்தது. சற்று உக்கிரமான சிவப்பு. சிறைவாசலுக்கு வந்து சேர்வதற்கு முன்பு, ஆறு இடத்தில் பரிசோதிப்பார்கள். தேசத்தின் மறுகோடியிலிருந்து தலைநகரம்வரை பதினாறு மணிநேரம் பயணப்பட்டு வருவதே பெரிய சோதனைதான்.

நகருக்குள் நுழையுமிடத்தில் ஒரு தடவை. பிரதான சாலையின் தொடக்கத்தில் ஒரு தடவை. சிறைவளாகச் சுற்றுச்சுவர்க் கதவின் திட்டிவாசல் உட்புறம் ஒரு தடவை. உள்ளே நுழைந்து, சிறையறைகளின் வராந்தா ஆரம்பிக்குமிடத்தில் ஒரு தடவை.

ஆணோ பெண்ணோ, உடல் முழுக்கத் தடவியும் வருடியும் அமுக்கியும் பிதுக்கியும் பரிசோதனை நடக்கும். அப்போதெல்லாம் பெண்களையும் ஆண்களே சோதிக்கும் முறை அமலில் இருந்தது. தேசம் ஆங்கிலேயருக்கு அடிமைப்பட்டிருந்த காலத்திலிருந்து தொடர்ந்த சங்கதி. அதற்கெதிரான போராட்டத்தை முன்னெடுத்துத்தான் அரசியலில் நுழைந்தார் மூமு.

தவறான குற்றச்சாட்டை முன்னிட்டுச் சிறையில் அடைபட்டிருந்த தகப்பனைக் காணச்சென்ற மகளுக்குத் துணையாகப் போயிருந்தார். பக்கத்துத் தடுப்பிலிருந்து அந்த இளம்பெண் வீரிட்டலறும் சப்தம் கேட்டு வியர்த்துவிட்டதாம் இவருக்கு. ரத்தமாய்ச் சிவந்த கண்களும், தாரைதாரையாய் வழியும் கண்ணீருமாகத் தடுப்பைவிட்டு

வெளியில் வந்தவள், இவரிடம் ஒரு சொல்லும் பேசவில்லை. சிறைச்சாலையைவிட்டு வெளியேறிய பிறகும் மௌனமாக விசித்துக்கொண்டே வந்தாள். வீட்டில் கொண்டு சேர்த்துவிட்டு, வற்புறுத்திக் கேட்டபோது மேலோட்டமாக விவரித்தாள்...

சிறைச்சாலை முன்பு அத்தனை பெண்கள் கூடுவார்கள் என்று அரசாங்கம் எதிர்பார்க்கவில்லை. சிறிதும் நகராமல் அமர்ந்திருப்பார்கள்; மூன்று வார காலம் போராட்டம் நீளும்; நாளுக்குநாள் போராட்டக்காரர்களின் எண்ணிக்கையும், வீரியமும் அதிகரிக்கும் என்பதையெல்லாம்கூடத்தான். இதே கட்சியைச் சேர்ந்தவரானாலும், அந்த நாளில் பதவி வகித்த அதிபரிடம் மனிதாம்சம் கொஞ்சம் மிச்சமிருந்திருக்க வேண்டும் - சிறைச்சாலைச் சோதனையாளர்களாக பெண்களையும் நியமிக்க உத்தரவு பிறந்தது. ஆனால், அந்தச் சந்தர்ப்பத்திலிருந்தே மூமுவின் செயல்பாடுகளில் ரகசியமும் மர்மமும் சேர்ந்தன...

ஐந்தாவதுமுறைச் சோதனை, தனியறைகளுக்கான தாழ்வாரத்தின் நுழைவிடத்தில்.

கடைசிமுறை, சோதனை அல்ல. பறிமுதல். மூமுவின் தனியறைக்கு முன்பாக மூன்று அறைகள் காலியாக இருக்கும். முதலாவது காலி அறைக்கு முன்னால் ஒரு மேஜை நாற்காலி. ஒருவேளை. தான் வருவதை முன்னிட்டுப் போடப்படும் தற்காலிக ஏற்பாடோ என்று எம்மாவுக்குப் படும். எழுபதைக் கடந்த கிழவியால் என்ன ஆபத்து வந்துவிடப் போகிறது. ஆனாலும், அங்கே அமர்ந்திருக்கும் ஒரேயொரு காவலர், ஏற்கனவே ஐந்துமுறை சோதிக்கப்பட்ட கைப்பையை வாங்கி வைத்துக்கொள்வார் - பிறந்ததிலிருந்தே சிரித்தறியாதவர்போலக் கடுகடுப்பு மிளிரும் முகத்துடன்.

வெறுங்கையுடனும், வெறுமை நிறைந்த மனத்துடனும் மூமுவின் முன்னால் சென்று நிற்பாள். கம்பி அழிகளுக்குப் பின்னால் தரிசிக்கக் கிடைக்கும் முகத்தில் இருக்கும் அபாரமான மலர்ச்சியை எம்மாவால் நம்பவே முடிந்ததில்லை. கல்லூரிக் காலத்திலும் கல்யாண நாளிலும் கைது செய்யப்பட்டுப் போகும்போதும் இறுதித் தீர்ப்பு வழங்கப்பட்ட நாளிலும் இருந்த அதே மலர்ச்சி.

கிட்டத்தட்ட நாற்பதாண்டு கால மணவாழ்க்கை முழுவதுமே அந்த மலர்ச்சியின் பொன்னிறம் விரவியிருந்த மாதிரித்தான் படுகிறது. எப்பேர்ப்பட்ட புருஷன்!

இத்தனை தடுப்புகள், தணிக்கை இருந்தபோதிலும், சமிக்ஞைகள், நாற்பது வருடத் தாம்பத்தியம் உருவாக்கிவைத்த அந்தரங்கம் ஆகியவற்றின் வழி, மூமு வெளியுலகத்துக்குத் தகவல்கள் அனுப்பிக்கொண்டுதானிருந்தார், இவள் மூலமாக.

இப்படியொரு நிலைமையை முன்கூட்டியே எதிர்பார்த்தவர்போல, சிறைப்படுவதற்குப் பத்து வருடங்களுக்கு முன்பே இருவருக்கு மட்டுமேயான சங்கேதமொழியொன்றை உருவாக்கிக் கொண்டிருந்தார்கள். உதட்டுச் சுழிப்பும், புருவச் சுளிப்பும், கன்னத்தில் படியும் ஒற்றைச் சுட்டுவிரலும், கண் சிமிட்டலும், மோவாயைச் சொறிவதும்கூட சொற்களாக மாறும் ஜாலமும்; தனித்துவமான ஓர் அகராதி இருவருக்குமிடையில் மிதந்தவாறிருப்பதும் எம்மாவுக்கு விசேஷமான கிளுகிளுப்பைத் தரும். ஆதிமனித மனநிலையில் ஆட்சி நடத்துவோருக்கு எதிராக ஆதிமனித மொழியைப் பயன்படுத்துவதில் ஒரு தர்க்க நியாயம் இருக்கிறதுதானே!

இன்னொரு விஷயத்தையும் அமல்படுத்தியிருந்தார்கள் - மூமுவின் முன்யோசனைப் பிரகாரம்தான் - குழந்தைகள் பெற்றுக்கொள்வதில்லை, சுவீகாரம்கூட எடுத்துக்கொள்வதில்லை என்று.

> உனக்குத் தெரியாது எம்மா. என்போன்ற ஒருவன் குழந்தை பெறுவதும், பெறாதிருப்பதும்கூட அரசியல் செயல்பாடுகள்தாம்!

என்று அந்தரங்கமானதொரு பொழுதில் சொல்லிக் கன்னத்தை நிமிண்டினார். கண்ணீரோடு புன்சிரித்தாள் இவள். இன்னொரு சந்தர்ப்பத்தில்,

> ஒரு தேசத்தின் மக்கள் அத்தனைபேருக்கும் தாய்தகப்பனாய் இருப்பது எத்தனை பெரிய பேறு!

என்றார். கணவனை ஆரத் தழுவி முத்தமிட்டாள் எம்மா. பதிலுக்கு, இவளுடைய உடம்பில் அங்குலத்துக்கு ஒன்று வீதம் முத்தமழை பொழிந்தார் மூமு.

ஒவ்வொரு அங்குலமும், ஒவ்வொரு நொடியும் அவருக்கு முக்கியம். உச்சத்தை எட்டும் தருணங்களில் உச்சபட்ச ஆவேசத்துடன் முயங்குவார்.

> ஏன் இத்தனை வேகம்!

என்று குறுகுறுத்துச் சிரிப்பாள் எம்மா.

> பின்னே? இது எத்தனை நாளைக்கு வாய்க்கும் என்று யாரறிவார் பெண்ணே!

என்றவாறு வேகத்தை இன்னும் அதிகரிப்பார். ஆனால், இவர்கள் அஞ்சியபடி நடக்கவில்லை. இச்சை சிறுகச் சிறுகத் தேய்ந்து, வெறும் அருகாமையே இருவருக்கும் முழு நிறைவைத் தரும் பிராயத்தில்தான் ஓயி அதிபராகப் பதவியேற்றான். அடுத்த ஆறுமாதத்தில் மூமு சிறைக்குப் போனார். அறுபத்தாறாவது பிறந்த தினத்துக்கு மறுநாள்.

ஆரம்பத்தில், எம்மாவையும் அரசியலுக்குள் இழுக்க முயன்றார் மூமு - இவள் மறுத்துவிட்டாள். குலதெய்வ சொரூபத்தின் முன்பு சாம்பிராணி போடவும், வெண்ணெய் ஒன்றிலும், பழக்கூழ் மற்றொன்றிலும் தடவி ஒட்டிய ரொட்டித்துண்டுகளை நெருப்பில் பதமாக வாட்டவும், கத்தரிக்காயோ வான்கோழிக்கறியோ அமிர்தமாக ருசிக்கும்படி பக்குவப்படுத்தவும், பிரியப் புருஷனின் ஆடைகளை சலவை செய்து இஸ்திரி போட்டுவைக்கவும், அவனுடைய உடல்நலத்துக்காக ஒரு நாளுக்கு ஒரு மணிநேரமாவது மூமுவின் முன்னால் முழந்தாளிட்டுப் பிரார்த்திப்பதுமே போதுமானதாய் இருந்தது. எஞ்சிய நேரங்களில், அவருடைய பிரியத்தின் வெதுவெதுப்பில் குளிர்காய்வாள்.

மூமு சிறைப்பட்ட பிறகு, சீக்கிரமே விடுதலையாவதற்கும், அதைவிட முக்கியமாக, விடுதலைக் காலம்வரை அவர் உயிரோடு இருப்பதற்கும் என பிரார்த்தனைகளை மாற்றிக்கொண்டாள். இதில் சுவாரசியமான நகைமுரண், குலதெய்வத்தின் பெயர்தான் மூமு என்ற பட்டப்பெயரே!

> கொடுங்கோலாட்சியின் கரங்கள் கடவுளின் கரங்கள் அளவுக்கே நீளமானவை, எம்மா.

என்பார் மூமு. எம்மாவின் தந்தை இன்னொன்று சொல்வார். பழமொழிப் பிரியர் அவர்.

> கடவுளிடம் நாம் வைக்கும் பிரார்த்தனைகளை, மிக அருகில் நின்று சாத்தான் ஒட்டுக்கேட்பான் பேபி.

கடவுள் சற்றுக் கண்ணயரும் நேரத்தில், சாத்தான் சுறுசுறுப்பாகப் பணியைத் தொடங்குவானாம். வரிசையில் காத்து நிற்கும் பிரார்த்தனைகளை ஆனந்தமாக முறித்துத் தள்ளுவான். எம்மாவுக்கென்னவோ, நடைமுறை அனுபவத்தில், இருவருக்கும் ஒரு வித்தியாசமும் புலப்படவில்லையே என்று தோன்றும்.

ஆமாம், மிகச்சரியாக நாலே வருடங்களில் கடவுள் கண்ணயர நேர்ந்தது. சாத்தானின் சுறுசுறுப்பு அலாதியானது. மூமுவுக்கு மரண தண்டனை விதிக்கப்பட்டது. அடக்கிய துக்கத்துடன் சிறையில் கணவனைப் பார்க்க வந்தாள் எம்மா. ஆச்சரியம் காத்திருந்தது.

அரசியல் கைதிகளைச் சந்திப்பதற்கான கூடத்துக்கு மூமுவை அழைத்து வரவில்லை. அவர் இடம் மாற்றப்பட்டிருந்த தனிக்கொட்டடிக்கு இவளை அழைத்துச் சென்றார்கள். அது உலகின் மறுகோடியில் இருந்தது. ஆரோக்கியமானவர்களுக்கே முழங்கால் செத்துவிடும். எழுபது வயதுக் கிழவிக்குக் கேட்கவா வேண்டும். குமுறும் மனமும், நடுங்கும் கரங்களுமாகக் கம்பி அழியைப் பிடித்துக்கொண்டு நின்றாள். கால்கள் இரண்டும் துணிப் பிரியால் ஆனவைபோலத் துவண்டிருந்தன.

> தண்டனைதான் விதித்தாகிவிட்டதே. இப்படியொரு தனிநரகத்தை ஏன் தலையில் கட்ட வேண்டும்?

என்று கேட்டாள் எம்மா. அழுகை முட்டியது. அன்று கடுமையாக மோடம் போட்டிருந்தது. எப்போதுவேண்டுமானாலும் பொழியத் தயாராக கருமேகங்கள் வானம் முழுக்க அடர்ந்திருந்தன. காற்றில் வழக்கத்தைவிட அதிக வெக்கையும் புழுக்கமும். மூமு வழக்கமான நிதானத்துடன் சொன்னார்:

> அட அசடே. சாவைவிட, அதற்காகக் காத்திருக்க வைப்பதுதானே அதிகபட்சச் சித்திரவதை! காத்திருக்கும் ஒவ்வொரு நிமிடமும், மரணத்தைப்பற்றி மட்டுமே நினைக்கவைக்க வேண்டாமா!?
>
> ஐயோ.

கால்களின் நடுக்கம் இடுப்புவரை பரவியது. உடனடியாக யாராவது ஒரு முக்காலியைக் கொண்டுவந்து போட்டால் தேவலையே என்று ஆயாசம் பெருக்கெடுத்தது. அத்தனையும் எம்மாவுக்குத்தான்.

மூமுவின் முகம் அப்போதுதான் மலர்ந்த தாமரைபோல இருந்தது. புத்தம்புதிதாய் இருந்தார். மரணதண்டனைக் கைதி என்று, சத்தியம் செய்தாலும் யாரும் நம்பமாட்டார்கள்.

> ஆனால், இதற்காகவெல்லாம் என் முதுகெலும்பு வளைந்துவிடாது கண்ணே. என்னுடன் நான் இருக்கும்வரை என் தேசத்தின் சுபிட்சம் பற்றிய கனவுகள் இருந்துகொண்டிருக்கும். ஒவ்வொரு அங்குலமாக அவற்றை நிகழ்த்திப் பார்க்கும் ஆனந்தமும் இருந்துதான் தீரும்...

அந்த முகத்தில்தான் எத்தனை பெருமிதம்! கம்பிகளுக்கூடே நீண்டு மனைவியின் முகத்தை வருடிக் கண்ணீர் துடைத்த விரல்களில்தான் எத்தனை ஆதுரம்!

அருகில் நின்று இவர்களைக் கண்காணித்த காவலன், இந்தக் காட்சியையும் உரையாடலையும், அடிபிறழாமல் மேலிடத்துக்குச் சொல்லியிருக்க வேண்டும். இரண்டாவது வரிசைக் கம்பி அழி நிர்மாணிக்கப்பட்டது - இந்த அறைக்கு மட்டும். இரண்டு வரிசைகளுக்குமிடையே மூன்றடி இடைவெளி. தொட முடியாது என்பதோடு, உரத்துத்தான் பேசியாக வேண்டும்.

வயிற்றெரிச்சலாக இருந்தாலும், கணவனின் சமயோசிதம் பற்றிய பெருமிதம் எம்மாவுக்குள் ஊறியதும் அப்போதுதான். எத்தனை மதியூகம்! எப்போதோ தயாரித்திருந்த சங்கேத மொழி பயன்பாட்டுக்கு வந்தது; தொடுகை குறித்த ஏக்கமும்தான். இருவருக்குமே தொட்டுப் பேசும் பழக்கம் உண்டு. ஐந்து நிமிடத்துக்கொருமுறை மற்றவரை ஸ்பரிசித்தாக வேண்டும்.

> இணை நிஜமாகவே தன்முன் இருக்கிறது என்று உணர்வதற்காக நம் ஆழ்மனங்கள் கண்டுபிடித்த உபாயமோ என்னவோ!

என்று சிரித்தபடி தோளோடு சேர்த்துக்கொள்வார் மூமு.

ஆக, அருகிலேயே நின்று, கண்கொட்டாமல், கவனம் பிசகாமல், நேரடியாக வேவுபார்க்கும் காவலருக்குக்கூடத் தெரியாமல் இவர்களால் செய்திகளைப் பரிமாறிக்கொள்ள முடிந்தது. கொஞ் சங்கொஞ்சமாக உலகம் முழுவதும் அவற்றைப் பரப்ப முடிந்தது. அரசாங்கம் கொஞ்சநாள் தலையைப் பிய்த்துக்கொண்டது. கொஞ்ச நாள்தான். அப்புறம், எம்மா குடியமர வேண்டிய சிறுநகரம்

தேசத்தின் மறுகோடி என்று அரசாங்கம் முடிவெடுத்தது. அவ்வளவு தொலைவிலும், அவள் தனியாக வசிக்கும் வீடு ஆறு அடுக்குச் சோதனை வளையத்துக்குள் வந்தது. என்ன, இவளைச் சந்திக்க வரும் இளைஞர்களின் பாடுதான் மேலும் சிரமமாகிவிட்டது. காய்கறி வியாபாரியாக, சலவைக்காரராக, மின் ஊழியராக, தொலைபேசி சுத்தம் செய்யும் பெண்ணாக, மருத்துவராக, குலதெய்வச் சடங்கு நிகழ்த்தும் பூசாரியாக... எத்தனையெத்தனை வேஷங்கள்...

அந்த முறை, மிகமிக உல்லாசமாய் இருந்தார் மூமு. குரலிலும் சொற்களிலும் அபாரமான விடுதலையுணர்ச்சி புலப்பட்டது. புரியாமல் கேட்டாள் எம்மா. மூமு சொன்னார்.

> இன்ன தண்டனை என்று தெரியாமல் இருக்கும்வரை எனக்குள் பதற்றம் இருந்தது எம்மா. அது வெளியில் தெரியாமல் பாவனைசெய்ய வேண்டிய அழுத்தம்வேறு இருந்தது. இன்னதுதான் முடிவு என்று தெரிந்தபிறகு, மனம் நிச்சலனமாகிவிட்டது. மரணம் ஒன்றும் தவிர்க்க முடியாத சமாசாரம் அல்லவே. எழுபது வயது என்பதும் பால்யம் இல்லை... அது சரி, உனக்கொரு சமாசாரம் சொல்லட்டுமா!
>
> சொல்லுங்கள்...

ஒரேயொரு வார்த்தைதான். நெஞ்சிலிருந்து தொண்டைக்கு ஏறி வாய்வழியாய் உதிர்வதற்குள், பல யுகங்கள் தாண்டிவிட்டன...

> உனக்கு நினைவிருக்கிறதா? நான் எப்போதோ விவரித்தது. நமது நிலங்களில் ஒவ்வொரு போகத்தின் முதல்நாள் ஐதீகம்!?

மூமுவும் ஓயியும் கிராமத்தில் படித்து நகரக் கல்லூரிக்கு வந்தவர்கள்; அவர்களைப் போலின்றி, எம்மா நகரத்தில் பிறந்து வளர்ந்தவள்.

ஐதீகம் இதுதான்: முதல் விதையை ஊன்றும்போது அக்கம்பக்கம் யாரும் இருக்கக் கூடாது. கண்ணேறு பட்டுவிடும் என்பதற்காக இந்த ஏற்பாடாம். இத்தனைக்கும் அமாவாசை தினத்தில், முன்னிரவு அடர்ந்தபிறகுதான் விதையூன்றுதல் நடக்கும். அருகில் நிற்பவருக்கே மங்கலான அசைவுகள்தாம் புலப்படும். இருந்தாலும், வயலுக்கு ஒரு மைல் தொலைவுக்கு முன்பே எல்லாரும் நின்றுவிட வேண்டும்.

உரிமையாளன் தனியாக நடந்துசென்று விதையை ஊன்றிவிட்டு, மூன்று முறை ஊளையொலி எழுப்புவான். பிறகே, வெளியூர் விருந்தினர்கள் அங்கே சென்று சேர்வார்கள். அத்தனை பேரும் வயலில் இறங்கி, ஆளுக்கொரு விதையை நடுவார்கள். இதே நியமம் மற்ற வயல்களுக்கும் நடக்கும். மறுநாள் ஒட்டுமொத்த ஊரே திரளும். கிராமத்தின் அத்தனை வயல்களிலும் விதை தூவி முடிக்கும். ஒரே நாளில். அஸ்தமனத்துக்குள்.

அன்று முன்னிரவில் தொடங்கி, மிகப் பெரிய ஊர்விருந்து நடக்கும். பனங்கள்ளும் அன்னாசிச் சாராயமும் ஆறாக ஓடும். விதவிதமான மாமிச வகைகளும் கொஞ்சமே கொஞ்சம் மரக்கறியும் இடம்பெறுகிற விருந்து. அநேகமாக எல்லா வயல்களுக்குமே ஒரே நாளில் சடங்கு நடந்திருக்கும் என்பதால், ஒட்டுமொத்தக் கிராமமும் கொண்டாட்டத்தில் திமிறும். களியாட்டங்கள் நள்ளிரவில் தொடங்கி, மறுநாள் விடிகிறவரை தொடரும். விடிந்த மாத்திரத்தில் முடியும்.

> என்னதான் சொல்லு, ஜனங்கள் இரவையும் இருட்டையும்தான் விரும்புகிறார்கள் எம்மா. ஒளியின் சிறு ரேகையும் அவர்கள் கண்களைக் கூச வைத்து விடுகிறது. போகட்டும், இப்போது என்னை முதல் விதையாக ஊன்ற ஏற்பாடு செய்திருக்கிறான் ஓயி.

என்றார் மூமு. எம்மா குமுறத் தொடங்கினாள். கனத்த குரலில், இயல்பாகத் தொடர்ந்தார்:

> சும்மா விட்டிருந்தால், நானே செத்திருப்பேன் - அதிகபட்சம் பத்து ஆண்டுகளோ, பதினைந்தோ. இப்போது, ஒருபோதும் சாகாதவனாய் ஆக்கப்போகிறான் என்னை! அதுவும் ஒருவிதத்தில் நல்லதுதான். இறந்த பிறகு, இன்னும் அதிகமாக மக்கள் மனத்தில் நிரம்பியிருப்பேன். இவனைப் போன்ற இன்னொருத்தன் பதவிக்கு வந்தால், முதல்நாளே சுதாரித்துக்கொண்டு போராட ஆரம்பிப்பார்கள்...

நேரம் முடிந்துவிட்டது என்று சிறையின் ஆலாட்ச மணி அடித்தது. தான் நின்றிருப்பது சிறையிலா தேவாலயத்திலா என்று ஒரு நொடி பிரமை தட்டியது. எதுவானாலும், பாமர ஜனங்களின் நியாயவாதம் செல்லுபடியாகாத இடம்தானே என்று தோன்றியது. விசும்பிக்கொண்டே வெளியேறினாள் எம்மா.

அத்தனை விரோதமும் இவர்களுடைய பள்ளிக்காலத்திலேயே ஆரம்பித்துவிட்டதாம். இறுதித் தேர்வுக்கு மிகச்சரியாக மூன்று நாட்களுக்கு முன்னால், மூமுவின் நோட்டுப் புத்தகங்கள் இரண்டு காணாமல் போயின.

> ஐயய்யோ. அப்புறம் என்ன செய்தீர்கள்?
>
> கொஞ்சம் பதற்றமாய்த்தான் இருந்தது. ஆனால், காணாமல் போனது நோட்டுப்புத்தங்கள்தாமே. என்னுடைய மண்டை இல்லையே!

என்று சிரித்தார். மாநிலத்திலேயே முதலாவதாகத் தேறினார். ஒரேயொரு பாடம் தவிர பிற அனைத்திலும் தங்கப்பதக்கங்கள், விடுபட்ட பாடத்தில் வெள்ளிப்பதக்கம். தனது தோழன் ஓயி தோல்வியிடமிருந்து மயிரிழையில் தப்பிய ஆறுதலும் சேர்ந்தே கிடைத்தது.

வெற்றிக்காக வாழ்த்த வந்தபோது, நோட்டுகள் இரண்டையும் திருப்பிக்கொடுத்துப் பழிதீர்த்துக்கொண்டானாம், நண்பன்.

தேனிலவுக்காக அண்டைநாட்டின் சுற்றுலாநகரத்துக்குப் போயிருந்தார்கள். பழைய திரையரங்கமொன்றில், பழைய கால 'பென் ஹர்' திரையிட்டிருந்தார்கள். அரங்கத்தின் இருட்டு புதுத் தம்பதியின் சில்மிஷங்களுக்கு வசதியாய் இருக்கும் என்று சொல்லித்தான் கூட்டிப்போனார் மூமு! ஆனால், படம் இவர்களை முழுக்க ஈர்த்துவிட்டது. பூரணமான ஒழுக்கசீலர்களாக உட்கார்ந்து பார்த்து முடித்தார்கள்.

திரும்பும் வழியில் ஒரு நாகரிகமான உணவகத்துக்குள் நுழைந்தார்கள். அபாரமான சுவையுடன் இருந்த நன்னீர்மீன் வறுவலை இவள் ருசிக்க, தேங்காய்ப்பூ இனிப்பைத் தாம் சுவைத்தபடி சுவாரசியமாய்ப் பேசிக்கொண்டிருந்தார். ஆமாம், மூமு முழுமையான சாக பட்சிணி. இவளுடைய உணவுத் தேர்வில் ஒருபோதும் குறுக்கிட்டதில்லை.

அப்போதுதான் மேற்சொன்ன நோட்டுப் புத்தகக் கதையை விவரித்தார். படத்தின் நாயகனும் வில்லனும் தன்னையும் ஓயியையும் நினைவுபடுத்துவதாகச் சொல்லிச் சிரித்தார். பின்னர் இருவருமே அரசியலில் நுழைந்தாலும், நூலேணியில் வேகமாக ஏறி, இதோ தேசத்தின் அதிபர் ஆகியிருக்கிறான் அவன். ஓயியின் வேகத்துக்கு

மூமுவின் நிதானம் ஒருபோதும் நிகராக முடியாது. நாயகன் பென் ஹறைப் போலவே, ஜனங்களோடு இருந்த காரணத்துக்காக சிறைப்பட்டிருக்கிறார் இவர்...

ஒரு ஊர்க்காரர்களான வகுப்புத்தோழர்கள் இருவரும் ஒரே மதத்தின் இரண்டு வெவ்வேறு பிரிவுகளைச் சேர்ந்தவர்கள். பேருக்குத்தான் ஒரே மதம். பிரிவுகள் இரண்டும் பேணும் நம்பிக்கைகள், கடைப்பிடிக்கும் சம்பிரதாயங்கள், வழிபாட்டு முறைகள் என அனைத்துமே ஒன்றுக்கொன்று தொடர்பில்லாதவை. உதாரணமாக, பெண்கள் ருதுவாவதைப் பெரும்பான்மையினர் மிகப் பெரிய விழாவாகக் கொண்டாடுவார்கள்; மறுதரப்போ, அதை இறுக்கமான ரகசியமாய்ப் பேணும். இறந்தவர்களைப் புதைப்பது மூமு பிரிவின் வழக்கம். சிறுபான்மை எரித்துவிடும்.

ஓயி, சிறுபான்மையினன். கல்லூரிப் படிப்பு முடிந்த மாத்திரத்தில், ஆவணங்களைத் திருத்தி, அரசாங்கத்தில் மனுச்செய்து, தான் பெரும்பான்மையைச் சேர்ந்தவனேதான் என்று அரசாணை வாங்கினான். இவன் சார்ந்த கட்சியேதான் அப்போதும் ஆட்சியிலிருந்தது. எதிர்காலத் திட்டத்தை அத்தனை தெளிவாய் வைத்திருந்தான் அவன்.

ஆவணங்களைத் திருத்தினான் என்பதே மூமு போன்ற நெருங்கிய நண்பர்கள் ஓரிருவருக்குத்தான் தெரியும். ஆனால், அதை அரசியல் ஆயுதமாகப் பயன்படுத்துவதில்லை என்று மூமு ஏன் முடிவெடுத்தார் என்று எம்மாவுக்குப் புரிந்ததேயில்லை...

அன்று ஓயிக்காக ஆவணங்களும், போலியான மூல ஆவணங்களும் தயாரித்துக்கொடுத்த வழக்கறிஞன், ஓயியுடனே சேர்ந்து, நிகரான ஏணியில் தொற்றி உயர்ந்து, இன்றைக்கு உச்சநீதிமன்ற நீதிபதியாகியிருக்கிறான். ஆமாம், 'பாலியல் நீதிபதி' என்று மூமுவும் எம்மாவும் பரிபாஷையில் பேசிக்கொள்ளும் அதே நபர்.

தனிப்பட்ட விவரங்களையும் விவகாரங்களையும் அரசியல் ஆக்குவதில்லை - கொள்கைகளையும் செயல்திட்டங்களையும் உத்தேச முன்வரைவுகளையும் மட்டுமே ஜனங்களிடம் கொண்டு செல்லவேண்டும்; அவதூறுகளையோ தனிநபர்ப் பிறழ்வுகளையோ அல்ல என்ற மூமுவின் பிடிவாதம்தான், அவரை எதுவரை கொண்டுவந்து விட்டிருக்கிறது? அழுத்திக் கேட்டால்,

> அரசியல்வாதி மீது உனக்கு ஐயம் பிறக்கிறதா, ஆவணங்களை, தரவுகளை சேகரித்துக்கொண்டு நீதிமன்றம் போ. அதுதான் சரி...

என்று முடித்துவிடுவார். இன்னொரு சந்தரப்பத்தில் சொன்னார்:

> சித்தாந்தம் தேசபக்தி தர்க்க நியாயம் மானுட அறம் என்பன எல்லாமே கடைப்பிடிக்கும் தனிநபர்களைச் சார்ந்தவைதாம்.
>
> இரண்டு நம்பிக்கைகளும் ஒன்றுக்கொன்று முரணாய்ப் படுகிறதே?

என்று எம்மா கேட்டாள். வெகுநேரம், வெகுநீளமாக விளக்கினார் மூமு. அத்தனை வாக்கியங்களும் இவளுடைய தலைக்குமேலாக, கொசுக்கள்போல ரீங்கரித்துக்கொண்டு விரைந்ததுதான் மிச்சம்.

எப்படியோ, 'வழிபாட்டு முறைகளும், நீதிக்கான அளவுகோல்களும் கூட பிரயோகிக்கும் தனிநபர்களையொட்டியே பொருளேற்கின்றன' என்று மூமுவின் உதவியின்றி, தானே கண்டுபிடித்தாள்....

அந்த நீதிபதியின் பெயர்தான் மறந்துவிட்டிருந்தது - முகமும் அதன் அசட்டுக்களையும் பசுமையாய் நினைவிருந்தன. ஓயியுடன் ஏதோ தாவா ஏற்பட்டு, மூமுவின் கட்சியில் மாநிலப் பொறுப்பு வேண்டி வீட்டு வாசலில் வந்து நின்றான். இவர் உறுதியாக மறுத்துவிட்டார் - முதல் தவறு. அப்போதே அவன்மீது பாலியல் புகார்கள் இருந்தன. அதைக் காரணமாகச் சுட்டியது இரண்டாவதும் இன்னமும் பெரியதுமான தவறு.

ஆண்டுக்கணக்காக நடந்த வழக்கில், வக்கீல்களும் சாட்சிகளும் மாறிக்கொண்டே இருந்தார்கள். நீதிபதி மட்டும் மாறவேயில்லை. இருபதாயிரத்துக்கும் அதிகமான ஆவணங்கள் சமர்ப்பிக்கப்பட்டிருப்பதால், புதிதாக ஒருவர் பொறுப்பேற்றால் தேவையில்லாத தாமதம் நேரும் என்பது அரசாங்கத்தின் தர்க்கம்.

ஆவணங்களின் கதை இன்னும் சுவாரசியமானது. முதல்நாள் கைது செய்ய வந்த அதே அதிகாரி, மறுநாள் ஒரு அட்டைப்பெட்டியுடன் வந்தார். பெட்டியைத் தூக்கிவந்த இரண்டு பேரையும் பிற்பாடு அடிக்கடி சந்திக்க வேண்டியிருந்தது - சிறைக்கூடத்தின் பல்வேறு நிலைகளில். கொண்டுவந்தவற்றை அங்கங்கே வைத்து, புகைப்படம் எடுத்துக்கொண்டார்கள், தாங்கள் யாருமே

புகைப்படச் சட்டகத்தினுள் வந்துவிடாமல் பார்த்துக்கொண்டு. அத்தனைபேருமே கையுறைகள் அணிந்திருந்தது விசித்திரமாகப் பட்டது - காவல்துறையின் சீருடையில் கையுறைகள் கிடையாது. நகரசுத்தித் தொழிலாளர்களுக்கே வழங்கப்படவில்லை; மூமுவின் இரண்டாவது போராட்டம் அதை முன்னிட்டுத்தான். பொருளாதாரம் இடம்கொடுக்கவில்லை என்று அரசாங்கம் மறுத்துவிட்டது!...

மூமுவின் இளம் நண்பன், கைதுக்குப் பிறகு ஆறுதல் சொல்லவந்த போது, எம்மாவின் கையைப் பிடித்துக்கொண்டு சொன்னான்;

> நல்லவர்கள் ஒத்துப்போவதுதான் அபூர்வமாய் இருக்கிறது மேடம்; சதிகாரர்களுக்குள் அபாரமான கருத்தொற்றுமை ஏற்பட்டு விடுகிறது. செயலொற்றுமையும்தான்.

மூமுவின் தயாரிப்புகள் அத்தனைபேருமே யோசித்துப் பேசுகிறவர்கள்; நிதானம் தவறாதவர்கள்; கெட்டிக்காரர்கள்.

அடுத்த நாள் காலைத் தினசரிகளில், மேற்படிப் புகைப்படங்களும் கைப்பற்றப்பட்ட ஆவணங்களின் பட்டியலும் வெளியாகின. ஏழெட்டு இடங்களில் கைப்பற்றியிருக்கிறார்களாம். இவர்கள் இல்லத்தில் 'கண்டுபிடிக்கப்பட்டது' ஒரு பகுதிதான். அடப்பாவிகளா!

பொதுமக்களிடம் விநியோகிப்பதற்காக அச்சடித்து வைத்திருந்த துண்டறிக்கைகளும் பட்டியலில் அடக்கம். தொண்ணூறு சதவீதம் எழுதப் படிக்கத் தெரியாத ஜனங்கள் கொண்ட நாடு இது. இங்கே விநியோகிப்பதற்காகவாம்!

> அவற்றையெல்லாம் நானே நேரில் சென்று ஒவ்வொருவருக்காக வாசித்துக்காட்டி விளக்கினால் உண்டு!

சிறையில் பார்க்கப் போனபோது, சிரித்துக்கொண்டே சொன்னார் மூமு.

அரசியல் பொதுக்கூட்டங்களில் பேசுவதை, போராட்டங்களில் நேரடியாக ஈடுபடுவதை மூமு வெகுவாகக் குறைத்துக்கொண்ட பிறகுதான் கைது நடந்தது. ரகசியமாகச் சந்திக்க வரும் இளைஞர்களை ஊக்குவிப்பது, போராட்ட முறைகளை வகுத்துக்கொடுப்பது, ஒவ்வொரு முறையும் போராட்டம் நடப்பதற்கு வெகுகாலம் முன்பே தலைமறைவாகி, பல காலம் கழித்து வீடு திரும்புவது

என்றிருந்த வளையெலிக்கு இத்தனை முக்கியத்துவம் ஏன் கொடுக்கிறது அரசாங்கம் என்ற புதிர் அந்த வாரக் கடைசியிலேயே அவிழ்ந்தது. மரண தண்டனையையொட்டி, உலகெங்குமுள்ள பிரபல தினசரிகளில் தலைப்புச் செய்தியானார் மூமு. அதன்பிறகே, அயலகப் பத்திரிகைகளுக்கான உள்நாட்டுத் தடை பிறந்தது. அப்போதுதான், உலகளாவிய செல்வாக்கு அவருக்கு இருப்பது எம்மாவுக்குப் புரிந்தது. இத்தனை பிரசித்தி பெற்ற கணவனை ஆரத் தழுவி ஒரு முத்தத்தைப் பரிசளிக்கக்கூட வாய்ப்பில்லையே!

இந்தப் பிராந்தியத்தில் பரவியிருக்கும் பத்திருபது நாடுகளுக்கும் வேறு வழியில்லை - இந்த நாட்டை அண்டித்தான் பிழைத்தாக வேண்டும்; ஏனெனில் உச்சபட்ச விஸ்தீரணமும் மக்கள் தொகையும் படைபலமும் கொண்ட நாடு இது. தவிர, அக்கம்பக்க நாடுகளின் அதிபர்கள் ஜனநாயகத்தில் ஓரளவுக்கேனும் நம்பிக்கை கொண்டவர்கள்.

> ஜனநாயகம் என்ற பெயரில் உலகெங்கும் விரவியிருக்கும் கோழைத்தனத்தை இந்த மண்ணில் வேரூன்ற விடமாட்டேன். நாம் போர்க்குடிகள். அரசுக்கெதிராக நடக்கும் சதியை இரும்புக்கரம் கொண்டு அடக்காவிட்டால், இங்கே ஒரு அரசாங்கம் எதற்காக? வெறும் நிர்வாக சௌகரியத்துக்காக மட்டும்தான் எனில், அதிகாரிகளே போதுமே!

என்று ஊடகங்களிடம் சொல்லி, குழுமியிருந்த ஜால்ராக்களிடம் ஒயி கைதட்டல் வாங்கியது இவர்கள் வீட்டின் முன்வைத்துத்தான். வேறு வழியில்லாமல்தான் கணவரைக் கைதுசெய்ய வேண்டியிருந்தது என்று மனைவியிடம் வருத்தம் தெரிவிக்கத்தான் வீடுதேடி வந்திருந்தான். இருந்த நேரம் முழுக்க, 'மூமுவை அரசியல் வாழ்க்கையிலிருந்து விலகியிருக்கச் சொல்' என்று மிரட்டிக்கொண்டிருந்தான். வகுப்புத் தோழன் என்ற முறையிலேயே ஆலோசனை சொல்வதாகவும் தெரிவித்தான். கல்லூரிக்காலத்தில் இவளுமே அவர்களுடன் ஒரே வகுப்பில் படித்தவள்தானே. ஆனால், கடைசிவரை எம்மாவின் கண்ணைப் பார்த்து ஒரு சொல்லும் பேசவில்லை அவன்...

மணி ஒலித்தது. கையையும் முகத்தையும் தலையையும் ஆட்டி விடைகொடுத்தார் மூமு. அல்லது, விடைகொடுப்பது இப்போது தன் முறையோ. மனம் முழுக்க இனம்புரியாத ஏக்கம் நிரம்பி, மெல்லக் காலெடுத்து வாசலை நோக்கி நடந்தாள் எம்மா. திரும்பிப்

பார்க்கவேண்டும் என்று ஆசையாய் இருந்தது. பயனில்லை. பக்கவாட்டு அறையில் இருப்பவரை நேருக்கு நேர் நின்றால்தான் பார்க்க முடியும். இத்தனை நேரமும் ஒலித்துக்கொண்டிருந்த மணியோசை மெல்லத் தேய்ந்து ஓய்ந்து அடங்கியது.

'இறுதி மணி' என்று ஒரு வாக்கியம் அடிவயிற்றிலிருந்து கிளம்பி, நெஞ்சையும் தொண்டையையும் பாறாங்கல்போல அழுத்தியது. ஓங்கரித்து வந்தது. நுழைவாயில் அருகே இருந்த வாஷ்பேஸினை நோக்கி ஓடினாள்.

குடலே வெளியேறுகிற மாதிரி வாந்தியெடுத்து முடித்தபிறகு, தலை விண்விண்ணென்று தெறித்தது. பூச்செடிகளையொட்டிப் பதித்திருந்த சிமெண்ட் பெஞ்ச்சில் அமர்ந்து சரிந்தாள்...

போனவாரமே சொல்லிவிட்டார் தலைமை ஜெயிலர் - இறுதி வாரத்தில் பார்வையாளர்கள் சந்திக்க சிறைத்துறை விதிகள் அனுமதிக்காது. இன்னொன்றும் சொன்னார் - சிறுபான்மையோ, பெரும்பான்மையோ, தூக்குத்தண்டனைக் கைதிகளின் சடலத்தை உடமையாளர்களிடம் ஒப்படைப்பது வழக்கம். ஆனால், அரசியல் கைதிகளைப் பொறுத்தவரை அப்படிச் செய்வதில்லை. தகவல் மட்டுமே தெரிவிக்கப்படும். தவிர, அவர்கள் எந்த இனத்தைச் சேர்ந்தவர்கள் என்றாலும், புதைப்பதில்லை; எரிக்க மட்டுமே செய்வார்கள். அஸ்தியைக் கையளிப்பதும் கிடையாது. இதையும் மூமு முன்னரே சொல்லியிருந்தார்:

> நினைவுச் சின்னம் அமைப்பதற்கான சகல ஏற்பாடுகளையும் தடுத்துவிடுவார்கள். ஆனால், நினைவு தினத்தை ஒன்றும் செய்ய முடியாதே! ஆமாம், இடத்தில் இல்லாது, காலத்தில் நிலைபெறும் நினைவுச்சின்னத்தை யாரால் என்ன செய்துவிட முடியும்?

'நானே உங்களுக்கொரு நினைவுச்சின்னம்தானே மூமு...' என்று அரற்றியது மனம். எதிரிலுள்ள மரத்தில் உட்கார்ந்திருக்கும் இரட்டைவால் குருவி கீச் கீச்சென்று சீழ்க்கையடித்தது.

இன்று சந்திக்கும்போதாவது மூமுவிடம் சொல்லிவிட வேண்டும் என்று நினைத்திருந்ததைச் சொல்லாமல் விட்டது குறித்து ஆழமான

துக்கம் பெருகியது. வாலாட்டிக்குருவியுடன் மானசீகமாகப் பேசத் தொடங்கினாள்:

ஏனோ நீயும் பெண்தான் என்று எனக்குப் படுகிறது தோழீ. இந்தக் கதையைக் கொஞ்சம் கேள்: கடைசி வருடம் படிக்கும்போது, பெண்கள் விடுதிச் சுவரேறிக் குதித்து வந்தான் ஓயி. கையில் விரித்த புத்தகத்துடன் மரத்தடியில் அமர்ந்திருந்தேன். நேரே என்னிடம் வந்து நின்றான். என்னை உளமாரக் காதலிப்பதாகச் சொன்னான். நான் கணநேரம்கூடத் தாமதிக்கவில்லை. மூமுவின்மீது எனக்குள்ள காதலைத் தெரிவித்தேன். 'படிப்பு முடிந்தவுடன் மணமுடிக்கப் போகிறோம். நீ நேரில் வந்து எங்களை வாழ்த்தவேண்டும்' என்று சொன்னேன். தாங்க முடியாத ஏமாற்றத்தில் ஏதேதோ பிதற்றினான். என்னவெல்லாம் சொன்னான் என்று ஞாபகமில்லை.

எங்கள் திருமண வாரத்தில் அண்டைநாட்டுக்கு அரசியல்ரீதியாகப் போயிருந்தான்!

ஏனோ, எங்களை நிம்மதியாய் வாழ விடமாட்டான் என்று உள்ளுணர்வுக்குப் பட்டது. இதையெல்லாம் என்றாவது ஒரு நாள் மூமுவிடம் சொல்ல வேண்டும் என்று பல தடவை நினைத்திருக்கிறேன். துணிச்சல் இருந்ததில்லை. எங்களுடைய அதிர்ஷ்டமோ ஓயியின் துரதிர்ஷ்டமோ, அறுபதாவது வயதில்தான் அவனால் அதிபராக முடிந்தது. ஆனாலும், பழைய பகையை உதற முடியாமல் தவிக்கிறான்.

இத்தனை துக்கத்திலும், இன்று பார்க்கும்போபோதாவது இதை மூமுவிடம் சொல்லவேண்டும் என்று திட்டமிட்டிருந்தேன். அவர் தூக்குமேடையேறுவதற்கு நானுமே ஒரு காரணம் என்று சொல்லி மன்னிப்புக் கேட்கவேண்டும்.

ஆனால், ஒரு மாபெரும் போராளியை, அரசியல் வஞ் சகத்தால் சிறைப்பட்ட மகாமனிதனை, அவனுடைய வாழ்நாள் போராட்டத்தை, ஒரு முக்கோணக் காதலைச் சுட்டி மலினப்படுத்துவது நியாயமில்லை அல்லவா தோழீ..,

இதோ இந்தச் சாயங்காலம் பொன்னிறமாய் மின்னுகிறது. யார் செத்தால் என்ன யார் பிழைத்தால் என்ன, இந்த மானங்கெட்ட பொன்னிறத்துக்கு அழிவேயில்லை... தங்குதடையின்றி ஊறிப் பெருகும் கசப்பினூடாக, ஒரேயொரு துளி தித்திப்பு துளிர்ப்பதை நம்ப முடியாமல் உணர்ந்தாள் எம்மா - பீறியெழும் குமுறலைப் பிரயாசைப்பட்டு அடக்கியபடி இறுதியாகக் கையசைத்து விடைபெற்றபோது, மலர்ந்த முகத்துடன் மூமு வீசிய பறக்கும் முத்தத்தின் தித்திப்பு அது. இதோ இத்தனை துக்கத்திலும், தன் சருமம் பொன்னிறம் கொள்வதைக் கவனித்தாள். ஆமாம், மூமு தன் காதலைத் தெரிவித்த வேளையிலும் இதேபோலப் பொன்னிறம்தான் ஒளிர்ந்தது.

இத்தனை கால மணவாழ்க்கை முழுவதும் பொன்துகள்களால் வேயப்பட்டிருந்தது என்று தோன்றியது.

சுற்றிலுமிருந்த மலர்ச்செடிகளிலிருந்து கலவையான மணமொன்று வெளியேறி வருகிறது. காதலின் வாசனை அது என்று ஒருகணம் தோன்றியது. இல்லை, மரணத்தின் வாசனையோ? தலையை உலுக்கி அந்த எண்ணத்தை ரத்து செய்தாள் எம்மா.

அடச்சே, என்ன யோசிக்கிறேன்? மூமுவின் மனைவியல்லவா நான். வாழ்நாள் முழுக்க எங்களைப் பொதிந்து வைத்திருந்த பொன்னிறத்தின் வாசனையல்லவா இது!

வாலாட்டிக்குருவி ஆமோதிப்பாய் சீழ்க்கையடித்தது.

வனம், இதழ் *17*

இணை

சென்னைக்குக் குடிபெயர்ந்த புதிதில், முதன்முதலாக ஒரு அடுக்ககக் குடியிருப்பில் வசித்தோம். அதற்குமுன் பணிபுரிந்த சிறுநகரில், எங்களுக்குச் சொந்தமான தனிவீட்டில் வசித்திருந்தோமா, இங்கே மொசமொசவென்று முப்பத்திரண்டு வீட்டு மனிதர்களுக்கு மத்தியில் வசிப்பது, திறந்தவெளி மைதானத்தில் குடியிருப்பதுபோல உணரவைத்தது. அந்தரங்கம் என்ற ஒன்றே இல்லாமல் போன பிரமை. வளாகத்தின் ஓசை முற்றிலுமாய் அடங்குவதற்கு பதினோரு மணி ஆகிவிடும்; பனிரெண்டும் ஆகலாம். இத்தனைக்கும் அதிகாலையில் சுறுசுறுப்பாகிவிடுகிற வளாகம்.

இதிலும் ஒரு ஆச்சரியம் இருந்தது - முப்பத்திரண்டு வீடுகளிலும் முதலில் விளக்கணைத்து அமைதி பூணுவது, எங்களுக்கு நேர் கீழே இருந்த வீடுதான். நகரின் பிரபல ஜவுளி நிறுவனத்துக்கு எங்கள் பகுதியில் ஒரு கிளை உண்டு. ஊழியர்களுக்காக மேற்படி நிறுவனம் வாடகைக்கு எடுத்த வீடு அது. குடியிருந்த ஏழெட்டுப்பேரில் அனைவருமே தெற்கத்தி இளைஞர்கள் - ஒருவரைத் தவிர. அவருமே, முன்முதுமையை சமீபத்தில் கடந்தவராய் இருக்கலாம். தலையைச் சுற்றி விளிம்புகட்டிய மாதிரி நரைத்திருந்தது. முதல் மாடியிலிருந்து பார்க்கும்போது, ஒளிவட்டம் மாதிரித் தெரியும்...

புது ஊரில் நான் எதிர்கொண்ட முதல் சங்கடம், என் அன்றாடம் விரையும் வேகம். பழைய ஊரில், ஸ்கூட்டரை எடுத்த பத்தாவது

நிமிடம், வங்கியில் என்னுடைய கவுண்ட்டரில் அமர்ந்திருப்பேன். இங்கே அப்படியில்லை; வண்டியை மின்சார ரயில்நிலையத்தில் கொண்டு நிறுத்திவிட்டு, ரயிலேறி அரைமணிநேரப் பயணம். இறங்கி, நகரப்பேருந்தேறி ஒரு கால்மணி நேரம். ஆக, ஒவ்வொரு நாளும் காலைவேளையில் ஒன்றரைமணி நேரம்; சாயங்காலம் இன்னொரு ஒன்றரை மணி நேரம். ஒரு நாளின் மூன்று மணிநேரம் விரயமாகிற மாதிரி, என் பயன்பாட்டுக்கு வெளியே போய்விட்டமாதிரி, ஏக்கம் பிடுங்கும். பேசாமல் அலுவலகத்துக்கு அருகில் வீடு பார்த்திருக்கலாமோ என்று தோன்றும் - அப்போது, இப்போதைய வசிப்பிடத்தில் பாதிகூட வாய்த்திருக்காது; இரண்டுபேரில் ஒருவரின் முழுச் சம்பளமே விரயமாகியிருக்கும்!

ஊரிலிருந்து முன்னாள் சக ஊழியர் தொலைபேசியில் கேட்டார்:

என்னா தம்பூ, வாக்கப்பட்டுப் போன பூமி எப்பிடி இருக்கு!

மிகப் பெரிய நகைச்சுவையைக் கேட்ட மாதிரி விழுந்துவிழுந்து சிரித்துச் சமாளித்தேன்.

ஆனால், ஒரே வாரத்தில், மாநகரத்தின் சவுக்கு நுனியிடமிருந்து தப்பிப்பதற்கு, அல்லது, சவுக்கடிகளைப் போதுமான அளவு தாங்கத் தயாராவதற்கு, ஒரு வழி கிடைத்தது.

காலையில் காஃபித் தம்ளருடன் பால்கனியில் வந்து அமர்வேன். ஒரு அரைமணிநேரம் போல அங்கேயே இருப்பேன். இன்னொரு காஃபி குடித்துவிட்டு வீட்டுக்குள் வருவேன். மடியில் தி ஹிந்து விரிந்து கிடக்குமே தவிர, கவனமும் பார்வையும் தரைத்தளத்தை நோக்கியே இருக்கும். வளாகத்தில், கடைவீதிபோலப் பரபரப்பான நடமாட்டம் ஆரம்பித்திருக்கும். என்னைவிடவும் முன்னே கிளம்பி, என்னைவிடவும் அதிகத் தொலைவு பயணம் செய்து பணிக்குப் போவதற்காக, என்னைவிடப் பரபரப்பாக வெளியேறும் நபர்களையும்; தூக்கம் கலையாமலே சீருடை அணிந்து பள்ளிவாகனம் ஏற ஓடும் பிஞ்சுகளையும்; மூச்சு இரைக்கஇரைக்க உடன் ஓடும் தாய்மார்களையும் பார்க்கும்போது, நானாக நினைத்துக்கொள்கிற அளவு தனியாகவெல்லாம் இல்லை நான் என்ற ஆறுதல் தொற்றும்.

அத்தனை அமர்க்களத்தின் மத்தியில் எனக்கு இன்னுமொரு பெரிய ஆறுதலும் கிடைக்கும். வெங்கிடு. வளாகத்தின் பல வீடுகளில் பாத்திரம் தேய்க்க வரும் பேரிளம்பெண் கற்பகம் சொல்லித்

தெரியவந்த பெயர் அது. சுற்றிலும் நடக்கும் எதுவுமே தெரியாத பாவனையில், வளாகச் சுவரையொட்டி, தமது சைக்கிளைத் துடைத்துக்கொண்டு குத்தவைத்து அமர்ந்திருப்பார் வெங்கிடு. மூன்று விதமான துணிகள் அருகில் வைத்திருப்பார். எண்ணெய்ப் பிசுக்கின் கருமை படிந்த ஒன்று. பிளாஸ்டிக் வாளியில் நனைத்து நனைத்து ஈரமாகிய இன்னொன்று. முழுக்க உலர்ந்த மூன்றாவது துணி.

வெங்கிடுவையும் அவரது சாவதானத்தையும் பார்ப்பது ஒரே சமயத்தில் ஆறுதலாகவும் புதிராகவும் இருக்கும் எனக்கு. நான் வசிக்க வந்த ஊருக்குள் அவர் இன்னும் வந்தே சேரவில்லை என்று தோன்றும்.

சக்கரங்களின் ஒவ்வொரு கம்பியையும் ஈரத்துணியால் ஒருமுறை, உலர்துணியால் ஒரு தடவை என்று அநியாயத்துக்கு சுத்தம் செய்வார். தரையில் இருக்கும் கூர்மூக்குக் குப்பியால் உரிய இடங்களில் எண்ணெய் வார்த்துவிட்டு, ஒரு கையால் சைக்கிளை உயர்த்தி, சக்கரங்களைத் தனித்தனியாய்ச் சுழற்றுவார். கிர்ரென்று ஒரு பூச்சிபோல ரீங்கரித்தபடி அவை சுற்றுவதை உற்றுக் கவனிப்பார்.

வேலை முடிந்ததும், இரண்டடி தள்ளி நின்று, முதல்தடவையாய்ப் பார்க்கும் ஆர்வமும் உன்னிப்பும் தெரிய சைக்கிளை உற்றுப் பார்ப்பார். ஒருவகையில், என் காலைநேரங்களின் வெறுமையில் வெங்கிடு நிரம்புவது அலாதியான நிறைவைத் தந்தது. என்னை மாதிரியே, இந்த நகரின் சூட்சுமத் தார்க்குச்சிக்குத் தன்னளவில் எதிர்ப்புக் காட்டுகிறார் ஒரு மனிதர்! அதேசமயம் அவர் சம்பந்தமான புதிர் என்னைப் பிறாண்டிக்கொண்டே இருந்தது.

பின்னே, எவ்வளவு நேரம்தான் ஒருத்தர் சைக்கிள் துடைப்பார்? அதிலும், தினசரியுமா அப்படித் துடைக்கவேண்டும்!

இது என்னை எந்த அளவுக்குப் பீடித்திருந்தது என்றால், ஆரம்ப நாட்களில் எனக்கு வந்த ஒரு கனவில், அந்த அடர்பச்சைநிற சைக்கிளுக்குக் குதிரை மாதிரி நீண்ட வாலும், ஹாண்டில்பாரின் இரண்டு பிடிகளையும் கொம்புகளாகக் கொண்ட முகமும் இருந்தது. பேருக்குக்கூட சைக்கிளைத் தொடாமல் கை வீசிக்கொண்டு வெங்கிடு கம்பீரமாக நடந்துவர, அருகில் மிகுந்த பணிவுடன் ஊர்ந்து வந்தது.

விடிந்த பிறகு குழம்பினேன். குதிரைக்கு எப்படிக் கொம்பு முளைத்தது! நிஜமாகவே அந்த சைக்கிள் உயிருள்ள ஜீவன் ஆகியிருந்ததா; அல்லது, கொஞ்சமும் விளங்கிக்கொள்ள முடியாத கனவை இப்போது நான் அப்படி உருவகித்துக்கொள்கிறேனா!

பத்மினிக்கு என்னை மாதிரி பராக்குப் பார்க்க அவகாசம் கிடையாது. தான் அலுவலகம் போகத் தயாராகும்போதே குழந்தைகள் இருவரையும் பள்ளிக்கூடத்துக்குக் கிளப்ப வேண்டும். என்னையும் முடுக்க வேண்டும். கொஞ்சமும் அனுசரணையில்லாத அக்கம்பக்கம், நிர்த்தாட்சண்யமான அலுவலகம், பயணநேரம் முழுக்கப் படுத்தியெடுக்கப் போகும் நகர நெரிசல் பற்றிய பதற்றம். வீட்டைவிட்டு இறங்கும்போதே, மாதக்கணக்காக ஆஸ்பத்திரிப் படுக்கையில் கிடந்தவள் மாதிரி சோர்ந்து தெரிவாள். அதிலும் அவளுக்கென்று ஒரு மேலதிகாரி வாய்த்திருந்தார். ஏனென்றே தெரியவில்லை, இவளிடம் வெறுப்பைக் கக்குவாராம். உச்சபட்ச நெருக்கடியை உணர்ந்த ஒரு நாளில், ட்ரங்க் கால் போட்டு, தாயாரிடம் அழுதாள். அவர் சுலபமான தீர்வு சொன்னார்:

> சிவாமியெக் கொண்டு வச்சிக்கயேன் கொஞ்ச நா...

சொல்வதற்கும் கேட்பதற்கும் சுலபமே தவிர, நடைமுறைக்கு அவ்வளவு சுலபமானது இல்லை அது.

> ...அங்கதான், நங்கநல்லூர்லெ நம்ம சொர்ணா இருக்காளோல்லியோ, அவகூடத்தான் இருக்கா இப்போ. மாப்ளெயெப் போய்க் கூட்டிண்டு வரச் சொல்லு. நான் சொர்ணாவெக் கூப்புட்டு இன்னிக்கே சொல்லிடறேன்...

என்று முடித்தார்.

சொர்ணாவைப் பற்றியும் சில வார்த்தைகள் சொல்லவேண்டும் - அதாவது, பத்மினி என்னிடம் சொன்ன வார்த்தைகள். பத்மினியின் தாயார் வழியில், தொலைதூர உறவுகார அம்மணி. மூன்று குழந்தைகளுடன் பிறந்தவீடு திரும்பியவர். மூன்றாவது குழந்தையுடன் வசிக்கிறார். அந்தக் குழந்தைக்கே கிட்டத்தட்ட என் வயது. எழுபது வயதைத் தாண்டியவர். கணவரைப் பிரிந்து வந்தே சுமார் முப்பது வருடம் ஓடிவிட்டதாம்.

> எதுக்காக வந்தா, என்ன பிரச்சினைன்னு யார்க்குமே தெரியாது. கேட்டாலும் சொல்லமாட்டா. பூர்விகச் சொத்து இருந்ததாலே யாருக்கும் கஷ்டம் இல்லே. அண்ணாதம்பிகள்னா அப்பிடி இருக்கணும். நாலுபேரும் அவள்ட்டெ ஒரு வார்த்தெ கேக்கலையே...

என்று பரவசமாய்ச் சொல்லிவந்தவள்,

> 'இல்லே, கேட்டுத் தெரிஞ்சிண்டாளோ என்னமோ. பிறத்தியார்ட்டெ எதுக்காகச் சொல்லறதுன்னு அமுக்கமா இருந்தாலும் இருந்திருப்பானுக.' ம்பா எங்கம்மா.

என்று முடித்தாள். ஒரேயொரு தடவை யாரோ உறவினர் புறணி பேசியதைக் கேள்விப்பட்டு, ஒரு கல்யாண வீட்டில் வைத்து உரத்துச் சொன்னாராம் சொர்ணா:

> இந்தோ பாரு சௌந்தரீ. நான் பூவும் பொட்டும் வச்சிக்கறது எனக்காக. இன்னூர்த்தருக்காக இல்லே. கல்யாணத்துக்கு மின்னாடியே வச்சுண்டுதானே இருந்தேன்? எனக்குப் பிடிக்கறவரைக்கும் வச்சிக்கத்தான் சேவேன்...

அக்கம்பக்கத்தில் அசாத்தியமான அமைதி நிலவியதாம். உபரியாக ஒன்றும் சொல்லியிருக்கிறார்:

> அப்பிடியே அந்த மகானுபாவன் போய்ச்சேந்துட்டார்ன்னு சேதி வந்தாலும்கூட இந்த ரெண்டையும் விட்டுற மாட்டேன். மூக்குப் பொட்டெக்கூடக் கழட்ட மாட்டேன் பாத்துக்கோ.

இந்த வசனத்தைப் பத்மினிதான் என்னிடம் சொன்னாள், தனக்கேயான ஏற்ற இறக்கத்துடன்தான் சொன்னாள்; என்றாலும், என் மனக்கண்ணில் அந்த சொர்ணா மாமியின் முகம் தன்னிச்சையாய் எழுந்தது. பழைய ஒரு ரூபாய் நாணயத்தின் அகலம் கொண்ட ரத்தச் சிவப்புக் குங்குமப் பொட்டு; வகிட்டில் தொடர்ந்து குங்குமம் தீற்றிய இடத்தைச் சுற்றிப் படர்ந்த மஞ்சள் தவிர்த்துப் பிற இடங்களில் பஞ்சுவெண்மை கொண்ட அடர்த்தியான தலைமுடி: உளியால் செதுக்கியதுபோல அழுத்தமான வரிகள் கொண்ட நெற்றி; நாசிமுனையின் இரண்டு பக்கமும் அகலமான மூக்குத்தி என்று திரும்பத் திரும்பப் பார்க்கச் சொல்லும் முகம்.

இவ்வளவும் சொல்லிவிட்டு மிருதுளாவைப் பற்றிச் சொல்லாமல்

விடலாமா. அவளுடன்தான் சொர்ணவல்லி தற்போது வசிக்கிறார். ஏதோ ஒரு பொது வைபவத்தில் மிருதுளாவையும் என்னிடம் அறிமுகப்படுத்தினாள் பத்மினி. பேச்சிலும் பார்வைக்கும் மிருதுவாகவே தென்பட்ட அந்தப் பெண், உள்ளூரக் கருங்கல் மாதிரி என்றும் சொன்னாள் - திரும்பி வரும்போது.

மணமான மூன்றே மாதத்தில் மணவிலக்குக்கு விண்ணப்பித்து விட்டாளாம். நஷ்ட ஈடோ, ஜீவனாம்சமோ, எதுவும் தேவையில்லை என்று பெண்ணின் தரப்பு தெரிவித்ததால், உடனடியாய்ச் சம்மதம் தந்துவிட்டது மறுதரப்பு. இவள் அதற்குப் பிறகு சட்டக் கல்லூரியில் சேர்ந்து, பட்டம் பெற்று, இப்போது உயர்நீதிமன்றத்தில் ஆஜராகிறாள். விவாகரத்து வழக்குகளில் நிபுணி என்று பெயர் சம்பாதித்திருக்கிறாள். ராசியானவள் என்று பேர் வாங்கிவிட்டதால், வீட்டு வாசலில் எந்நேரமும் கூட்டம் அம்முமாம்...

> அது சரி, ஒரு ஆளெ முழுசாப் புரிஞ்சுக்கறதுக்கு மூணு மாசம் போறுமா என்ன!

என்று கேட்டேன். முகத்தில் அடித்த மாதிரி பதில் சொன்னாள்:

> மூணு நிமிஷம் போறும்...

எனக்குத் திருமணமாகிப் பத்து வருடத்துக்கு மேலாகிவிட்டது என்பதை மிக நிறைவாக உணர்ந்தேன்...

விட்ட இடத்துக்கு வந்துவிடுகிறேன்... யாருமே உறவுமுறை சொல்லி அழைக்காத அந்த 'சிவாமி'யை முதல் தடவை பார்த்தபோதே அந்த அதிர்ச்சியும் கிடைத்தது. 'எழுபது வயதுக் கிழவியை இப்படிக் குஞ்சுகுளுவான் எல்லாம் பேர்சொல்லிக் கூப்பிடுகிறதே' என்று கவலையாய்க் கேட்டபோது,

> மொறை சொல்லிக் கூப்பிட்டா, பழியாக் கோவம் வந்துரும் அவளுக்கு. என்னையே, ஒரு தடவெ, 'பெரீம்மா என்ன வேண்டிக் கெடக்கு, பெரீஈஈம்மா?' ன்னு உச்சந்தலைலே நறுக்குன்னு குட்டிட்டா. அம்மாடி, இத்தனெ வருஷம் கழிச்சும் அந்த வலி மறக்கலே!

என்று சிரித்தாள் பத்மினி. எல்லாரையும்போல அழைப்பதுதான் எனக்கும் நல்லது என்று அறிவுரைக்க வேறு செய்தாள். ஆனால்,

'போ, வா' என்று பேச முடியாது என்று உறுதியாக மறுத்துவிட்டேன். என்னையும் குட்டுகிறாரா பார்ப்போம்!

தொலைதூர உறவினர் என்று சொன்னாளே தவிர, இன்ன உறவு என்று விளக்குவதற்கு பத்மினியுமே சிரமப்படத்தான் செய்தாள். கொஞ்சம் சிடுக்கான கண்ணிகளால் பிணைக்கப்பட்ட உறவு முறை. மடிசார் உடுத்தியிருப்பார். காது மூக்கு கழுத்து என எல்லா இடமும் வெறுமையாக இருக்கும். விசித்திரமாக, நடு நெற்றியில், பொட்டு வைக்கும் இடத்தில் பொட்டின் அளவுக்கே வட்டமாகப் பச்சை குத்தியிருக்கும். சுளீரென்ற வெள்ளை நெற்றியில் வெளிறிய பச்சையே அடர்த்தியாய்த் தெரியும். சின்னஞ்சிறுமியாய் இருக்கும்போதே பெற்றவர்கள் குத்திவிட்டிருக்க வேண்டும் - குழந்தையின் பிற்காலத்தை முன்னுணர்ந்த மாதிரி.

நாலே நாளில் சிவகாமி வந்து சேர்ந்தார். பொது இடங்களில் பார்க்கக் கிடைத்த கிழவிபோல இல்லை அவர். அண்மையில் தென்பட்டவரிடம், புதிதாக ஏகப்பட்ட விஷயங்கள் தட்டுப்பட்டன - முன்னங்கையிலும் முகத்திலும் தெரிந்த சுருக்கங்கள் உட்பட. வந்த அன்றே முதல் அதிர்ச்சியை வழங்கினார்:

> இதென்னதுடீ பத்தூ, துணிமணி அடுக்கறா மாதிரி இம்முட்டுப் புஸ்தகம் அடுக்கி வச்சிருக்கு?
>
> அவருக்குப் படிக்கறத்துக்கு ரொம்பப் பிடிக்கும் சிவாமி.
>
> அதுக்கோசரம், காசுக்குப் பிடிச்ச கேடா?

வாஸ்தவத்தில், அவர் தொடர்ந்து உரையாடிய இரண்டே வாக்கியங்கள் இவைதான். மற்றபடி, யாரிடமும் பேசமாட்டார். அதற்காக, ஒரு நிமிடம்கூடப் பேசாமல் இருக்கவும் மாட்டார். அவருடைய பிரதான கூட்டாளி சமையலறை. தான் இருக்கும் வீட்டில், வேறு யாரும் சமைக்கச் சம்மதிக்க மாட்டாராம். அதிகாலையில், ஈரம் சொட்டச்சொட்ட வீட்டுக்குள் நடந்து பூஜைஅலமாரி முன் சென்று நிற்பார். உரத்த குரலில், ஒரேயொரு பிரார்த்தனை:

> பிள்ளையாரே, நீர்தான்...

அவசரமாக அந்த இடத்தைவிட்டு விலகுவார். அதன் பிறகு, சமையலறையில், ஓயாத, கிசுகிசுப்பான உரையாடல் தொடங்கும்.

அன்றைய சமையல், அதைச் செய்தாக வேண்டிய வரிசைக் கிரமம் என்று தனக்கே ஒப்பித்துக்கொள்வார் என்றாள் பத்மினி... இடையில், ஒரு தம்ளர் விழும் சப்தம் கேட்கும்.

> விழுங்கோ, எல்லாரும் விழுங்கோ. ஓர்த்தர் பாக்கியில்லாமெ விழுந்து தொலைங்கோ.

இதற்குள் குக்கர் விசிலடிக்கும்.

> ஒனக்கென்ன கொள்ளெ? இப்பிடி அவசரப்பட்டா? கத்திண்டே கெட.

கொடியில் கிடக்கும் துணிகளை,

> நீங்கள்ளாம் இன்னும் காயலையாக்கும்!

என்று வாஞ்சையுடன் விசாரித்துக்கொண்டே புரட்டிப் போடுவார்!

உபதகவல் ஒன்றும் உண்டு. சிவகாமியம்மாள் வந்த பிறகு, எங்கள் மாதாந்திரப் பலசரக்குச் செலவு இரண்டு மடங்காக உயர்ந்தது. அவருடைய சமையலில் ருசிக்குக் குறைவில்லை; ஆனால், திட்டமாகச் சமைக்கத் தெரியாது. கண்ணுக்குத் தெரியாத ஒரு பெருங்குடும்பத்துக்கும் சேர்த்துச் சமைக்கிறமாதிரி இருக்கும். அநேக நாட்களில் கற்பகத்துக்கோ, வளாகத்துக்கு வெளியில் வந்து நின்றிருக்கும் யாசகர்களுக்கோ, குப்பைத்தொட்டிக்கோ, கணிசமான சாப்பாடு போய்ச்சேரும்.

> போறது, கார்த்தாலெ நேரத்திலே கொஞ்சமாவது மூச்சு விட முடியறதே. நாம என்ன அவளுக்குச் சம்பளமா குடுக்கறோம். கூடக் கொஞ்சம் சாப்பிட்டாள்னு நெனைச்சிக்க வேண்டியதுதான்.

என்று தனியாய் இருக்கும்போது என்னிடம் சொன்னாள் பத்மினி. வாய்விட்டுச் சொல்கிறாளே தவிர, தனக்குத்தான் சொல்லிக்கொள்கிறாள் என்கிறமாதிரிப் புரிந்துகொண்டேன்.

சமையல் முடிந்தபிறகு வெளியே வரும் சிவகாமி, தானுண்டு; தன் க்ரோஷியா ஊசிகள், விதவிதமான நிறங்களில் நூல்கண்டுகள் உண்டு என்று உட்கார்ந்துவிடுவார். ஊசிகள், நூல்கண்டு வாங்கி வருவது என் பொறுப்பாயிற்று.

> மாப்ளே, சாயங்காலம் வரும்போது கத்திரிப்பூக் கலரும், எலைப்பச்சையும் ரெவ்வெண்டு கண்டு வாங்கிண்டு வாங்கோ. எட்டா நம்பர்ன்னு கேளுங்கோ.

பெரும்பாலும் தப்பான நிறங்களில் வாங்கிவருவேன். 'இருக்கட்டும்' என்று வைத்துக்கொண்டு, சரியான நிறங்களுக்கான மாதிரியை ஒவ்வொரு சாண் நீளம் என் கையில் கொடுத்தனுப்புவார் மறுநாள்.

விசாகப்பட்டினத்தில் ஒரு கப்பற்படை அதிகாரியின் குடும்பத்தோடு சில ஆண்டுகள் இருந்திருக்கிறார் - சமையல்வேலைக்கு. அப்போது கற்றதாம் மேற்படிக் கைவேலை. இது சலித்தால், இருக்கவே இருக்கிறது ஒயர்ப் பை பின்னுதல். 'ராஜாம்பா ரொம்ப நாளா ஒரு கறிகாப்பை வேணும்ன்னு கேட்டுண்டுருந்தா பாவம்.' என்கிற மாதிரி ஏதாவது அறிவித்துவிட்டு, பின்ன ஆரம்பித்துவிடுவார். கைப்பிடிக்குப் பிளாஸ்ட்டிக் குழாயும், குமிழ்களும் வாங்கி வருவேன்...

இன்னொரு விஷயம் எங்கே கற்றார் என்று தெரியவில்லை - பால்கனிக்கு வரும் காக்காய், குருவி, மைனாவுடன் ஏதோ பேசிக்கொண்டே இருப்பார். ஒருமுறை, பால்கனிக் கிராதியில் அமர்ந்து குரல்கொடுத்த காக்காயை எட்டிப் பார்த்துச் சொன்னார்:

> இரு இரு. நீ வெறும் வாகனம்தானே. என்னமோ நீயே சனீஸ்வரன் மாதிரி அலட்டிக்கறே? நேவித்தியம் ஆகட்டும். அப்பறம் ஒனக்கும் கொண்டு வைக்கறேன்.

சாயங்காலத்தில் உரையாடல் இடம் மாறிவிடும்.

தமிழுக்கென தொலைக்காட்சிச் சானல்கள் உதயமாகி, கண்ணீர் வரவழைக்கும் குடும்பக் கதைகளை நாள்தவறாமல் நிகழ்த்த ஆரம்பித்திருந்த சமயம். சிவகாமி அந்தக் குடும்பங்களின் உறுப்பினராகிவிடுவார்.

> இதென்னடாது, சொந்தத் தங்கையெப் போட்டு இப்பிடி வையறியே. நீ மட்டும் ரொம்ப யோக்கியமோ?
>
> போடீ போ. திமிராவா பேசறே, விடிஞ்சாத் தெரியறது ஒன் நாத்தம்...
>
> சரிதாண்டாப்பா, ஓம் மொகரெக்கட்டைக்கி ஒர்த்தி போறாதாக்கும்!

வயசான ஜென்மம், போட்டதைச் சாப்ட்டுண்டு கிஷ்ணா ராமான்னு இருக்க வணங்கறதோ?!

என்று, நேர்முக வர்ணனை பிரமாதப்படும்...!

சொல்ல விட்டுப் போயிற்று; எட்டு வயதில் மணமாகி, பத்து வயதில் கணவனை இழந்தவர் சிவகாமி. தகப்பனுடனான தகராறால் ஓடிப்போன பதினேழு வயதுக் கணவன், அப்புறம் வீடு திரும்பவேயில்லையாம்.

பத்மினிக்குத் தாயார் வழி உறவினர்கள் அநேகம். அவர்களைச் சார்ந்து சிவகாமியின் வண்டி ஓடியது. ஆனால், கோபக்கார மனுஷி. நாலைந்து மாதத்துக்குமேல் ஒரு வீட்டில் தரிக்க மாட்டார். ஏதாவது சில்லறைச் சண்டை வருமா, அவ்வளவுதான்.

இத்தோடெ எறங்கிக்கறேன்.

என்று கிளம்பிவிடுவார். அதிகபட்சமாக இருந்தது எங்களுடன்தானாம். ஆறு மாதம்.

எங்களிடம் அவருக்கு மனஸ்தாபம் என்று எதுவும் இல்லை. நிரந்தரமாய் எங்களுடனே இருக்க விருப்பம்கூட இருந்தது. அதை வெளிப்படையாய்த் தெரிவிக்கவும் செய்தார். அப்போது பத்மினி விதித்த சில நிபந்தனைகள் எனக்கே புதிதாய்ப் பட்டன.

1 *தாராளமா எங்ககூடயே இரு சிவாமி. ஆனாக்க, சமையல்கட்டெ எங்கிட்டெ விட்டுறணும். கூடமாட நீ ஒத்தாசை பண்ணினாப் போறும்.*

2 *ஒண்ணு விடாதெக்கி, சீரியல் பாக்கக் கூடாது. படிக்கற கொழந்தைகள் இருக்கற எடம். நீ டீவியெப் போட்ட வொடனே அதுகளும் வந்து ஒக்காந்துர்றதுகள் பாரு.*

3 *ஒரு நாளைக்கி முக்கா மணி ஒரு மணி நேரம்தான் டீவி பாக்கணும். கிரிக்கெட், டென்னிஸ் மேட்ச் இருக்கறன்னிக்கி இவரெப் பாக்க விடணும்.*

இவள் பேசப்பேச சிவகாமியின் முகம் மாறிக்கொண்டே போனது. ஒரே வார்த்தையில் பதில் சொல்லிவிட்டார்.

சரி. எறங்கிக்கறேன்.

இரண்டாவது விதியைப் பொறுத்தவரை எனக்குமே சற்று சங்கடம்தான். அந்தச் சமயத்தில் தமிழ்நாடு முழுக்கப் பீடித்திருந்த ஒரு தொடரை நானும் குழந்தைகளும், ஏன், பத்மினியுமே அன்றாடம் பார்த்துப் பழகியிருந்தோம். ஒருமுறை, சீரியல் நேரத்துக்கு வெளியூர்ப் பயணத்தில் இருக்க நேர்ந்தது. மறுநாள் காலை ரயிலைவிட்டு இறங்கியவுடனே பத்மினியை அழைத்து, சீரியலில் என்ன நடந்தது என்று கேட்டேன்... அவள் என்ன செய்வாள் பாவம். கொஞ்சம் சிடுசிடுத்துவிட்டு, நேற்றைய நிகழ்ச்சியைச் சொன்னாள்... படுக்கையறையில் கவலையாய்க் கேட்டேன்:

> *சிவாமி போயிட்டா நீ சமாளிக்கக் கஷ்டப்படுவியே?*
>
> *அதுக்காக? விடுங்கோ. எனக்கும் இந்த ஆறு மாசத்திலே ஊர் பழகிடுத்து. அந்த சூப்ரண்ட் கடங்காரனுக்கும் ட்ரான்ஸர் வரப்போறதுன்னு பேசிக்கறா.*

ஞாயிற்றுக்கிழமை சிவகாமி அம்மாளை ஸ்கூட்டரில் நங்கநல்லூர் ஆஞ்சநேயர் கோவில் அருகே இருந்த வக்கீல் மிருதுளா வீட்டில் இறக்கிவிட்டு, ஒரு கப் காஃபி குடித்துவிட்டு வந்தேன் - சிவாமி போட்ட காஃபிதான்...

ஆனால், இன்னொரு விஷயத்தைச் சொல்லியாக வேண்டும். வெங்கிடு சம்பந்தமாய் எனக்குள் இருந்த புதிர் அவிழக் காரணம் அந்த அம்மாளின் வருகைதான். இல்லை, அப்படி நேரடியாய்ச் சொல்லிவிடவும் முடியாது - தணிகாசலத்தின் ஒரு வாக்கியம்...

வெங்கிடுவை விட்டு வெகுதூரம் போய்விட்டேன் இல்லையா. நான் முன்னமே குறிப்பிட்ட ஜவுளிக்கடைக் கிளையில் கடைநிலை ஊழியராய் இருந்தார் அவர். நிறுவனம் வாடகைக்கு எடுத்த கீழ்வீட்டில் சக ஊழியர்கள் நாலைந்து பேருடன் தங்கியிருந்தார். சைக்கிள் துடைக்கும்போதே, யாராவது ஒரு இளைஞன், 'வெங்கிடு' என்று கூவுவது கேட்கும். அப்படியே விட்டுவிட்டு வீட்டுக்குள் ஓடுவார். அதே வேகத்தில் கடைநோக்கிப் போவார். வியர்க்க விறுவிறுக்க, கையில் ஒரு சிகரெட் பாக்கெட்டுடன் திரும்பி வருவார். மறுபடி சைக்கிள் துடைக்க அமர்வார். காலை ஒளியில், புத்தம் புதிதாக மினுங்கியபடி காத்திருக்கும் அது. விடுமுறை நாளாக

இருந்தால், நானும் காத்திருப்பேன்!

சிவபெருமான் என்ற மாத்திரத்தில், கேசத்தில் செருகிய பிறைநிலாவும், கழுத்தில் படமெடுக்கும் பாம்பும் மனத்தில் உதிக்கிற மாதிரி, வெங்கிடுவின் உருவம் அந்த சைக்கிளோடுதான் என் மனத்தில் பதிந்திருந்தது. எங்கள் பகுதியின் பல்வேறு தெருக்களில், பல்வேறு வேளைகளில் பார்த்திருக்கிறேன். ஆரம்பத்தில் அறிமுகப் புன்னகை பூப்பார். அப்புறம், வலது கையை ஹாண்டில்பாரிலிருந்து உயர்த்தி, சம்பிரமமாக 'குட்மாணிங்' சொல்வார்.

அத்தனை சுத்தமாக சைக்கிளைப் பராமரிக்கிற மனிதர், எந்நேரமும் அழுக்குவேட்டியும், கசங்கிய சட்டையுமாகத்தான் காட்சியளிப்பார். இத்தனைக்கும், சைக்கிள் துடைக்கும் நேரம் தவிர, பிற சமயங்களில் எங்கள் வளாகத்தில் பார்க்க நேரும்போது, அந்த இளைஞர்களின் துணிகளைக் காயப்போட்டுக்கொண்டோ, காய்ந்தவற்றை சேகரித்துக்கொண்டோ இருப்பவர்தான்.

தெருவிலும், வேறு இடங்களிலும் அவரைப் பல தடவை பார்த்திருக்கிறேன். சைக்கிளை உருட்டிக்கொண்டு நடப்பார். சிறுகச்சிறுக புதிரின் கனம் கூடிக்கொண்டே போனது - ஆமாம், வெங்கிடு சைக்கிளில் ஏறி ஓட்டி நான் பார்த்ததே இல்லை...

அவர்களுக்கு அடுத்த வீட்டில் தணிகாசலம் குடும்பத்துடன் வசித்தார். ரேஷன் கார்டு மாற்ற, வீட்டு வேலைக்குக் கற்பகத்தை அமர்த்த, குழந்தைகள் பள்ளி செல்ல ஆட்டோவும், அன்றாடம் பால், பேப்பர் போடவும் ஏற்பாடு செய்ய என்று மிகமிக உதவியாய் இருந்தவர். காலையில் நான் காஃபி குடிக்க ஆரம்பிக்கும்போது மேலே பார்த்துக் கையசைத்துவிட்டுக் கிளம்புகிறவர், நாங்கள் இரவுச் சாப்பாடு முடித்தபிறகுதான் வீடு திரும்புவார். மாநகரின் மறுகோடியில் பணிபுரிந்தார். என்னைவிடப் பல வயது மூத்தவர். 'ஸார்' என்று அழைப்பார். 'சும்மா பேர் சொல்லிக் கூப்புடுங்க' என்றேன். 'அதெப்பிடிங்க' என்று மறுத்துவிட்டார். எளிமையான காரணம் சொன்னார்: அவர் கூட்டுறவு வங்கியில் கடைநிலைப் பணியாளர்; நான் தேசிய வங்கியில் காசாளராம்! மானசீகமாகத் தலையில் அடித்துக்கொண்டேன்...

உண்மையில், வெங்கிடு எனக்குள் புதிராக மாறிப் பதிந்ததற்குக் காரணம், தணிகாசலமேதான். ஓங்குதாங்கான உருவம் கொண்ட

மனிதர். சிறுவர்கள் கையில் இருக்கும் கிட்டிக்கோல் மாதிரி, எந்நேரமும் கையில் குடை வைத்திருப்பார். அதை அவர் விரித்து நான் பார்த்ததேயில்லை. ஆனாலும், அடுத்த தெருவிலிருக்கும் மளிகைக்கடைக்கோ, கறிகாய்க்கடைக்கோகூட, குடையை எடுத்துக்கொள்ளாமல் போக மாட்டார். மடக்குக் குடையும் அல்ல - பழையகால நீளக் குடை. கிட்டத்தட்ட கைத்தடி நீளத்துக்குப் பிடி உடையது.

ரொம்பநாள் அவருடன் நட்பு நீடிக்கவில்லை. என்னிடமும் பிறரிடமும் அத்தனை பணிவாய்ப் பேசுகிறவர், தன் குடும்பத்துக்குள் அத்தனை சுமுகமாய் இருக்கமாட்டார் போலிருக்கிறது. கற்பகம் ஒருநாள் சொன்னார்:

> மனுசனாம்மா அவனெல்லாம். பொண்டாட்டியெப் போட்டு அந்த அடி அடிக்கிறான். கூறுகெட்ட பொம்பளே, அடிவாங்குறதுக்குன்னே வாக்கப்பட்ட மாரி, ஒரு வார்த்தெ எதுத்துக் கேக்க மாட்டங்குறா...

மூர்க்கமான தணிகாசலத்தை என்னால் யூகித்தே பார்க்க முடிய வில்லை. ஆனால், அதன்பிறகு அவர் முகத்தை ஏறிட்டுப் பார்த்து சரளமாகப் பேச இயலாமல் ஆனது. அவர் மனைவியையும்தான் - எதிர்கொள்ள நேர்ந்த சந்தர்ப்பங்களில் அந்தப் பெண்மணியின் முகத்தைப் பார்ப்பதைத் தவிர்க்கத் தொடங்கினேன்...

தணிகாசலத்துடன் நட்பாய் இருந்த காலத்தில், ஒரு விடுமுறைநாளில், சாவகாசமாய்ப் பேசிக்கொண்டிருந்தேன். எங்கள் குடியிருப்பின் பகல் காவலர் முத்துசாமிக்கு, மதிய உணவு கொண்டுவந்திருந்தார் அவரது மனைவி. பெரிய பெரிய உருண்டையாய் உருட்டிக் கணவர் கையில் கொடுப்பார். ஒரே தடவையில் வாய்க்குள் திணித்துவிடுவார் முத்து. ஒரு மனித வாய் அத்தனை அகலமாய்த் திறக்கும் என்பதை யாருமே கற்பனை செய்ய முடியாது! அவர்கள் சுவாரசியமான காட்சியாய் எனக்குத் தென்பட்டதற்கு இன்னொரு காரணமும் இருந்தது - அவர்கள் இருவரும் ஒரு வார்த்தைகூடப் பேசிக்கொண்டு நான் பார்த்ததில்லை...

தெருவையும் அவர்களையும் மாறிமாறிப் பார்த்துக்கொண்டு நின்றிருந்தோமா, தெருவின் தெற்கு முனையில் இருக்கும் அகலமான

சாலையில் வெங்கிடு சைக்கிளை உருட்டிக்கொண்டு போவது தென்பட்டது. தணிகாசலத்திடம் அவரை மோவாயால் சுட்டிக் காட்டி வியந்தேன்.

அவுரு சைக்கிள் ஓட்டி நான் பாத்ததே இல்லையேங்க!

தணிகாசலம் இயல்பான குரலில் சொன்னதைக் கேட்டு அதிர்ந்துபோனேன்.

என்னா சார் நீங்க, அவனெப் போயி அவுரு இவுருன்றீங்க!

என்று சிரித்தார். சிரிப்பில் தென்பட்ட விரசம்கூட அவருடனான எனது நட்பு தேயத் தொடங்கிய முதல் புள்ளியாய் இருக்கலாம்... இருந்தாலும், சமாளித்துக்கொண்டு, செயற்கையான சுமுகத்துடன் கேட்டேன்:

இல்லே, எப்பவுமே உருட்டிக்கிட்டுத்தானே போறாரு?

அட, அவனுக்கு சைக்கிள் ஓட்டத் தெரியாதுங்க சார்!

ஆனா, அவரெ சைக்கிள் இல்லாமெ நான் பாத்ததே யில்லையே?!...

இருட்டுலெ போம்போது செலபேரு பாட்டுப் படிச்சிக்கிட்டே போவாங்கள்லெ ஸார். அது கணக்காத்தான்!

என்று கண்சிமிட்டிச் சிரித்தார். ஏன் இந்தக் கேள்வி எனக்குள் எழுந்தது என்று தெரியவில்லை:

அவருக்குக் கல்யாணம் ஆகலையோ?

அப்போதுதான் சிவாமியையும் வெங்கிடுவையும் எளிதில் புலப்படாத நேர்கோட்டில் இணைக்கும் மகாவாக்கியத்தை உதிர்த்துவைத்தார்...

எதுக்கு சார்? அவன்தான் சைக்கிளைக் கல்யாணம் பண்ணீருக்கான்ல!

என்று கூடக்கொஞ்சம் சிரித்தார் தணிகாசலம். அசவுகரியமாய் உணர்ந்தேன்.

காலச்சுவடு, மே 2022

நீருக்குள் வாழ்வு

அந்த நாட்களில் கொஞ்சம் கதைகள் எழுதிப் பார்த்திருக்கிறேன் இருபது இருபத்தைந்து ஆண்டுகளுக்கு முன்பு. பெரும்பாலும், பிரபல பத்திரிகைகளில் பிரசுரமானவை. அவற்றில் ஒரு டஜன் கதைகளைத் தேர்ந்தெடுத்து, சொந்தச் செலவில் ஒரு தொகுப்பு வெளியிட்டேன். ஆயிரம் பிரதிகள் அச்சடிப்பதுதான் அப்போதைய வழக்கம். விற்பனையானவை, வெளிவராத மதிப்புரைக்காக இதழ்களுக்கு அனுப்பியவை, நைவேத்திய சுண்டல்போல இலவச விநியோகம் செய்தவை என ஒரு நூற்றிச்சொச்சம் போக, மீந்த பிரதிகள் அட்டைப் பெட்டிகளில், என் வீட்டுப் பரணில், பத்திரமாய் இருக்கின்றன. சிறுகச் சிறுக நான் எழுதுவதைக் குறைத்துக்கொண்டதற்கு, மேற்படிப் பெட்டிகளின் கனம் முதல் காரணம். இன்னொரு காரணமும் இருக்கிறது - கொஞ்ச நேரம் கழித்துச் சொல்கிறேன்.

அப்புறம், வேறொரு துறையிலும் ஆர்வம் உண்டு. குளியலறைக் குள்ளும், நெருங்கிய நண்பர்களுடனான குடி வைபவங்களிலும் பாடக்கூடியவன். பெரும்பாலும் சினிமாப்பாட்டுகள். அறுபது எழுபதுகளில் பிரசித்திபெற்றவை. அநேகமும், காதலை அல்லது காதல் தோல்வியை இசைத்தவை. எனது சிறப்பம்சம் என்னவென்றால், நானே எழுதி மெட்டமைத்து, வாயும் அசைத்ததுபோன்ற ஒருமையுணர்வுடன் பாடுவேன். அந்தப் பாடல்களின் நாயகன்

நானேதான்; நாயகிகள் மட்டும் அவ்வப்போது மாறுவார்கள். அபூர்வமாகச் சில சமயங்களில், அசலைவிட உணர்வுபூர்வமாக என் பாட்டு அமைந்துவிடுவதும் உண்டு; அப்போதைய நாயகியைப் பொறுத்தது அது. பாடும்போது எனக்கே தெரிந்துவிடும் அபஸ்வரங்களை, சுருதிப் பிறழ்வுகளை, உச்சஸ்தாயியில் நேரும் குரல் கீறல்களை மற்றவர்கள் பொருட்படுத்தாததற்கு இதுவே காரணமாய் இருக்கலாம். மற்றபடி, இசைஞானம் என்பது ஆளுக்காள் மாறுபடக் கூடியதுதானே...

இதுபோக, அநேகருக்குத் தெரியாத இன்னொரு சங்கதியும் உண்டு. ஓவியங்கள்மீது எனக்கிருந்த மிகப்பெரிய ஈடுபாடு. அதுவும் ஒரு சுபதினத்தில் அறுந்துபட்டது என்று வையுங்கள். ஆர்வம் இருந்த காலகட்டத்தில், பத்திரிகைகளில் வரும் கோட்டுச் சித்திரங்களைப் பார்த்து, அச்சுஅசலாகப் பிரதியெடுத்த மாதிரி வரையவும் செய்வேன். கோடுகளும் வளைகோடுகளும் புள்ளிகளும் உருவாக்கும் மாற்று உலகம் எப்போதுமே என்னை பிரமிக்க வைக்கும். வெறும் கோடுகளில் உதித்தெழும் மனிதாம்சம் கிறங்க வைக்கும். என்னையறியாமலே, நவீன ஓவியங்கள் பக்கமும் நகர்ந்திருந்தேன்.

ஓவியக் கண்காட்சிகளில், முதல் பார்வைக்கு மட்டுமின்றி, திரும்பத் திரும்பப் பார்த்தாலும், பார்த்துக்கொண்டே இருந்தாலும், ஆயுட்காலம் முழுக்கப் பார்த்தாலும் நேரடியான அர்த்தமெதையும் உருவாக்கிக்கொள்ள அனுமதிக்காத அரூப ஓவியங்கள் முன்பு திகைத்துப்போய் நெடுநேரம் நின்றிருப்பதைக் கண்டு சந்தேகப்பட்ட அமைப்பாளர்கள்,

> நீங்க யார் சார்? ஏன் இவ்வளவு நேரம் ஒரே இடத்திலெ நிக்கிறீங்க.

என்று விசாரித்து, வெளியேற்ற முயன்றதும் ஒரு தடவை நடந்தது. அன்றைக்கு வீட்டில் வந்து கண்ணாடியில் பார்த்துக்கொண்டேன் - திருடன் என்று தோன்றவைக்கும் அம்சம் ஏதாவது என்னிடம் தென்படுகிறதா என்று. ஓவியத்தின் முன்பு நின்றதுபோலவே திகைத்துப்போய் நெடுநேரம் நின்றேனே தவிர, அதுவும் எனக்குப் புரியவில்லை - மேற்படி ஓவியம்போலவே.

ஒரேயொரு தடவை, என் ஆர்வத்தைப் புரிந்துகொண்ட ஓவியர் ஒருவர், தமது தனி நபர்க் கண்காட்சியின் கடைசிநாளுக்கு என்னை

மறுபடியும் வரவழைத்து, பத்தாயிரக் கணக்கில் விலைபோகக் கூடிய ஒரு ஓவியத்தைப் பரிசளித்தார்.

என் சிறு வீட்டின் மைய அறையில் மாட்டி வைத்திருக்கிறேன். அந்தப் பெண் வந்தபோது அதைப் பற்றித்தான் வெகுநேரம் விசாரித்துக்கொண்டிருந்தாள். அது அப்புறம்.

ஆனால், குறிப்பிட்ட காலகட்டத்தோடு ஓய்ந்துவிட்ட என் கதைகளிலோ, கடிதங்களிலோ, நேர்ப்பேச்சிலோகூட ஓவிய ஆர்வம் பற்றி ஒரு சொல்லும் உதிர்த்ததில்லை. தெரியாததைப் பற்றிப் பேசுவானேன் என்றுதான். அம்மா அடிக்கடி சொல்வாள் - 'இரும்பெடுத்த கையும் அரிப்பெடுத்த கையும் சும்மா இருக்காது' என்று. அது சரிதான்; வெளிப்படையாக இல்லாவிட்டாலும், ஒரேயொரு கதையில் சிற்சில வரிகள் தாமாய்ச் சிந்திவிட்டன...

தனியார் காலரியொன்றில் நடைபெற்ற ஓவியக் கண்காட்சியில் என்னை தற்செயலாகச் சந்தித்த அந்தப் பெண், ஆரம்பத்தில் சொன்ன கதைத்தொகுப்பை வாசித்திருந்தாள் போல. எனக்கு ஆச்சரியம்தான்; அந்த நாள் மோஸ்தரில், முழுப் பின்னட்டையில் என் புகைப்படம் வெளியாகியிருந்தது. இத்தனை வருட காலத்தில் அதேவிதமாக என் முகம் நீடித்திருக்கிறது என்பது இன்னொரு ஆச்சரியம். ஆனால் இதைவிடவும் பிரமாதமான பேராச்சரியங்கள் பின்னால் வரவிருக்கின்றன என்பதால், இப்போதைக்கு இந்தத் தகவல் மட்டும் போதும்.

அந்தத் தொகுப்பை வாசித்திருந்ததால்தான் சந்தித்த மாத்திரத்தில் பேசத் தொடங்கியதாக, என் வீட்டுக்கு வந்தபோது சொன்னாள். அவள் இவள் என்கிறேனே என்று தவறாக நினைத்துவிட வேண்டாம்; கிட்டத்தட்ட என் சமவயதுப் பெண்ணைப் பன்மையில் குறிப்பிட்டால் செயற்கையாய் இருக்காதா. தவிர, ஒரேயொரு தடவை என்னை வீட்டில் சந்தித்தபிறகு, அவளுடைய மானசீக மொழியில் நானுமே ஒருமையில் திகழக்கூடும்.

என்ன ஒரு வயிற்றெரிச்சல், 'அந்தப் பெண்' என்றுதான் கடைசிவரை குறிப்பிட்டாக வேண்டும் - சொல்லி முடிக்கும்போது காரணம் புரிந்திருக்கும். மற்றபடி, சமவயது என்கிறேனே தவிர, என்னைவிடப் பலவயது இளையவள்போல அவள் தோற்றமளித்ததற்கு, வசீகரமான மெல்லிய ஒப்பனை மட்டுமல்ல; சம்பாத்தியத்தின் செழுமையும், தனியாக வாழ்வதும்கூடக் காரணமாய் இருக்கலாம்...

எழுத்தைச் சிறுகச் சிறுகக் குறைத்துக்கொண்டதற்கு இன்னொரு காரணம் இருக்கிறது என்றேனே - அதையும் சொல்லிவிடுகிறேன். என் அம்மா சொன்னதன் பிரகாரம், என்னையறியாமல் எழுதிவிட்ட சில வரிகளையும், அதன் எதிர்விளைவுகளையும் சொன்னால் புரிந்துவிடும்.

அந்தக் கதையில் என்ன எழுதினேன் என்பதைவிட, அது பிரசுரமான விபத்தைத்தான் முதலில் சொல்ல வேண்டும். அந்த நாள் மோஸ்தரில், ராமமூர்த்தி என்ற பெயரை 'மூர்த்தி ராம்' என்று மாற்றிப் புனைபெயராக வைத்துக்கொண்டேன். 'சைத்ரிகன்' என்று ஒரு பெயரையும் பரிசீலிக்கத்தான் செய்திருந்தேன். அப்புறம், வேண்டாமென்று விட்டு விட்டேன். ஆனால், பெயர் சூட்டிக்கொள்வதில் இருந்த கவனம் கதையில் இல்லாமல் போய்விட்டது. ஒரு ஓவியரைப் பற்றிய கதை அது.

> அவருடைய ஓவியத்தில், அழுத்தமான கோடுகளும் இளம் வண்ணங்களும் ஆணும் பெண்ணும்போலப் பிணைந்திருந்தன.

என்று ஒரு வரி வரும்.

வழக்கம்போல, லட்சக்கணக்கில் விற்றுக்கொண்டிருந்த வணிகப் பத்திரிகைக்குக் கொடுத்திருக்கலாம். யாருமே படிக்காமலோ, படித்தவர்கள் பொருட்படுத்தாமலோ அந்தக் கதை திரைமறைவுக்குப் போயிருக்கும். இருங்கள், இந்தத் திரை சமாசாரத்தைப் பற்றியும் சொல்வதற்கு இருக்கிறது - சற்றுக் கழித்துச் சொல்கிறேன்.

ஆயிற்றா, விநோதமான ஒரு தினவுக்கு ஆட்பட்டு, ஐந்நூறு பிரதிகள் அச்சாகி, ஐம்பத்திச் சொச்சம் மட்டுமே விற்பனையாவதாகப் புறணி பேசப்பட்ட இலக்கியச் சிறுபத்திரிகை ஒன்றுக்கு அனுப்பினேன். வழக்கமான குடும்பக் கதை இல்லை என்ற ஒரே காரணத்துக்காக, அல்லது, ஓவியம் பற்றிய சில அவதானங்கள் இருந்த காரணத்தை முன்னிட்டுப் பிரசுரித்தார்களோ என்று பிற்பாடு எனக்கே தோன்றியதுண்டு. பேசாமல் நிராகரித்துத் தொலைத்திருக்கலாம்.

அடுத்த இதழில், தமிழின் முன்னணிப் பெண்ணியவாதி ஆக்ரோஷமாகக் கடிதம் எழுதியிருந்தார்:

> ஆண் என்றால், அழுத்தமும் வீரமும் ஆவேசமும்; பெண் என்றால், மென்மையும் நளினமும் பொறுமையும் என்று எதிரிடைகளைக் கட்டமைத்திருக்கும் அரை வேக்காட்டு

> ஆண்மனத்தின் இன்னொரு அவதாரமே மேற்படிக் கதையை எழுதியிருக்க வேண்டும்...

என்ற வரிகளை ஆயுட்காலத்துக்கும் மறக்க மாட்டேன். அரை வேக்காட்டு ஆண்மனத்தின் வேலை இது என்றால், முழுவேக்காடு என்னவெல்லாம் செய்யும் என்று என் தர்க்க மனம் கேள்வி எழுப்பத்தான் செய்தது.

அந்த நாட்களில், ‘கட்டுடைப்பு’ என்ற புதிய வகை விமர்சனம் தமிழில் உதயமாகியிருந்தது. ‘எழுத்தை ஆராய்வதைவிட, எழுத்தாளனின் ஆழ்மனத்தை அலசி ஆராயும் முறை’ என்கிற மாதிரி என் நண்பன் ஒருவன் விளக்கினான். அவனுக்குத் தெரிந்தவரை சொல்லியிருக்கலாம், ஒருவேளை. விளக்கும்போது 'பகுப்பாய்வு' என்ற சொல்லையும் பயன்படுத்தினான். எழுதுவதை விட்டு இவ்வளவு காலம் ஆகிவிட்டாலும், இந்த மாதிரியான கலைச்சொற்கள் மறக்கவில்லை எனக்கு.

அந்தப் பெண்மணியின் கடிதத்துக்கு பதில் எழுதவில்லை. என்னத்தையாவது எழுதித் தொலைக்கப்போய், என் ஆழ்மனத்தில் ஊரும் விஷப்பாம்புகளை நானே எடுத்துக் காட்டிவிடுவேனோ என்று பயம்.

ஆனாலும், ஒரு ஆதங்கமும், ஒரு நிம்மதியும் இன்றுவரை நீடிக்கிறது. நிம்மதியை முதலில் சொல்கிறேன்: அந்தக் கதையில்,

> ...இரண்டாம் முறை பார்க்கத் தூண்டாத முகம் அவளுடையது...

என்று எழுயிருந்தேன். நல்லவேளை, அம்மணி இந்தவரியை ஊன்றிப் படிக்கவில்லை. ஒருவேளை, ‘...ஆனாலும், அந்தக் கண்கள்; அவற்றின் ஆழம்; ரகசியமாய் அவை புதைத்து வைத்திருந்த காந்தம்...’ என்று தொடர்ந்த வரிகளால் சலுகை வழங்கினாரோ என்னவோ.

ஆதங்கம் இதுதான்: கதையின் ஆரம்பத்தில், நாயகன் ஒரு ஞானியைச் சந்திப்பது பற்றி வரும். அவர் சொல்லியிருப்பார்:

> தம்பீ, திரையில் வீழும் பிம்பங்கள் எதுவுமே திரைக்குச் சொந்தமில்லை. அவை திரையின் பகுதியுமில்லை. விநோதம் என்னவென்றால், திரை இல்லாமல் அவை புலப்படவும் வாய்ப்பில்லை...

கதை முடியும் இடத்தில், மேற்சொன்ன வாக்கியங்களின் இன்னொரு பரிமாணத்தை எழுதியிருப்பேன்.

> ...தானே திரை என்று உணரும்போது மனித மனம் விமோசனம் அடைய வாய்ப்புண்டு.

பெண்ணியத்தம்மாள் இதையும் விட்டுவைக்கவில்லை. 'திரை' என்றால் curtain ஆ, screen ஆ என்று கேள்வியெழுப்பியதோடு, 'இந்த மாதிரியான அத்வைதப் பிலாக்கணங்களெல்லாம் அரதப் பழசு. நவீனயுகச் சிறுகதையில் இவற்றுக்கு இடமேயில்லை.' என்று குறிப்பிட்டிருந்தார்.

சத்தியமாக, நான் சொந்தமாக யோசித்து எழுதிய வரிகள்தாம் அவை. தவிர, 'அத்வைதம்' என்ற சொல் எனக்கு அறிமுகமானதே மேற்படிக் கடிதத்திலிருந்துதான். இதையெல்லாம் நிரூபிக்கவா முடியும்? எது எப்படியோ, 'போதும் போதும்; எழுத்தாவது, ... ஆவது' என்று ஒரு கணம் தோன்றியது. அசுர கணம் அது. சிறுகச் சிறுக வளர்ந்து உக்கிரமடைந்து, அறுதியான ஒரு தீர்மானத்தில் என்னைக் கொண்டு தள்ளியது.

அப்புறம் என்றோ ஒருநாள் தோன்றியது - இதைவிடவும் மோசமாக வசவு வாங்கியவர்கள் எல்லாம் தொடர்ந்து எழுதத்தானே செய்கிறார்கள்? உள்ளூர, வாகான ஒரு சாக்கு கிடைப்பதற்காகக் காத்திருந்தேனோ என்னவோ. பின்னே, நான் ஒன்றும் பிறவி எழுத்தாளன் இல்லையே...

நாலடிக்கு நாலடி பரிமாணமுள்ள சட்டகத்தில் இருந்த ஓவியம். வலது ஓரத்திலும் இடது ஓரத்திலும் அடர்த்தியான ஆரஞ்சு நிறம் தீட்டப்பட்டிருந்தது. செதில் போன்றும், வெட்டிப்போட்ட நகம் போன்றும் வளைவான குறுங்கோடுகள் ஆரஞ்சுப் பகுதியை நிறைத்திருந்தன. ஒன்றின்மேல் ஒன்றாகப் பதிந்த செதில்கள் மெல்ல மெல்ல வெளிறி ஓவியத்தின் மத்தியப் பகுதிக்கு வரும்போது எரிக்கும் வெண்ணிறமாய் மாறின. அரையடி தூரம் நீடித்துவிட்டு, மீண்டும் ஓவியத்தின் மறுகோடி நோக்கிப் போகும்போது சன்னஞ் சன்னமாய் ஆரஞ்சு நிறமேற்று, அடர்த்தி கூடி ஓய்ந்தன.

'புத்தகத்தைப் பார்த்து சிலம்பம் கற்றுக்கொள்வது போன்ற அபத்தம்தான், ஓவியத்தை விவரித்துப் புரியவைப்பது' என்று ஒரு

வாக்கியம் அனிச்சையாய் எனக்குள் கோத்துக்கொண்டது. அதை ஒருபோதும் எழுத மாட்டேன் என்று வையுங்கள். ஆனாலும், வாக்கியங்கள் உருவாகி உருவாகி அழிவது என்ற மனப்பழக்கம் மட்டும் வாழ்நாள் முழுக்க ஓயாது என்றே படுகிறது.

வங்காளத்தின் நவீன தலைமுறை ஓவியர் சம்பு மித்ரா வரைந்தது அந்த ஓவியம். சமீபத்தில்கூட செய்தியில் அடிபட்டார் - வேறு விவகாரத்துக்காக. ஓவியத்தின் கீழே ஒட்டப்பட்டிருந்த வாழ்க்கைக் குறிப்பில் தெரியவந்தது - கிட்டத்தட்ட என் வயதுடையவர்தான். 'Sun Travel' என்ற தலைப்பின் காரணமாக சிறு திறப்பு கிடைத்திராவிட்டால், இன்னும் திகைத்து நின்றிருப்பேன்.

திறந்த பிறகும், ஓவியத்தின் நுட்பங்கள் காரணமாக எனக்குள் பிரமித்துப்போய் நின்றிருந்தேன். முப்பரிமாண விந்தையைக் கொண்டிருந்த ஓவியம், இளம் பெண்ணின் ஒளிரும் கண்கள்போன்ற அபூர்வமான காந்தத் தன்மையுடன் இலங்கியது. தனக்குள் என்னை ஈர்த்துக்கொள்ள முற்படுகிற மாதிரி, நான் மெல்ல மெல்ல அந்த ஓவியத்தின் பகுதியாக ஆகி வருகிற மாதிரி, உணர்வு தட்டியது. இன்னும் ஓரிரு கணங்கள் போயிருந்தால், யார் கண்டது, ஓவியத்தின் உள்ளேயே போய்விட்டிருப்பேனோ என்னவோ.

ஸார், ஆர் யு மிஸ்டர் மூர்த்தி ராம்?

என்று என் முதுகுப்புறம் ஒரு குரல் கேட்டது. இனிமையான பெண்குரல். உடனடியாக ஓவியத்திலிருந்து என்னை வெளியே இழுத்துப்போட்டது.

அந்தப் பெண்ணை நேருக்குநேர் பார்த்தபோது எனக்குத் தூக்கிவாரிப் போட்டது. கண்முன்னால் தெரிந்த உருவத்தின்மீது, மானசீக பிம்பம் ஒன்று படிந்ததுதான் காரணம் என்று பிற்பாடு பலதடவை தோன்றியது - ஆமாம், சர்ச்சைக்குரிய கதையொன்று எழுதினேன் என்று சொன்னேனில்லையா, அந்தக் கதையில் வரும் பெண்ணுருவத்தை எனக்குள் எப்படிக் கற்பிதம் செய்திருந்தேனோ அதே மாதிரி எதிரே நின்றாள் அவள். ஒரேயொரு வித்தியாசம், திரும்பத் திரும்பப் பார்க்கத் தூண்டும் முகம் இது.

தமிழ்நாட்டைப் பூர்விகமாகக் கொண்டவள். 'கல்கத்தாவில் இயங்கிவரும் பிரபல விளம்பர நிறுவனத்தின் தலைமை காப்பி

ரைட்டராக இருக்கிறேன்' என்றாள். அதன் காரணமாக, இந்தியாவின் பிரசித்திபெற்ற ஓவியர்கள், சிற்பிகள், எழுத்தாளர்களுடன் தனக்கு நேரடித் தொடர்பு இருப்பதாகச் சொன்னாள்.

எனக்கு ஆங்கிலத்தில் அத்தனை பாண்டித்தியம் கிடையாது; அதை நேரடியாய்ச் சொல்வதற்குத் தயக்கமாய் இருந்தது. அவளுடைய பணி என்ன என்கிற மாதிரிப் பூடகமாய்க் கேட்டேன். வசீகரமான விளம்பர வாக்கியங்கள் எழுதுவதும், பிற மொழிகளில் எழுதப்படுபவற்றைத் தமிழில் மொழிபெயர்த்து அளிப்பதும் அவளுடைய வேலையாம். சர்வசரளமாகத் தன் சம்பளத்தைக் குறிப்பிட்டாள். குமாஸ்தாப் பணியில் நான் வாங்கும் சம்பளத்தைப்போலப் பலமடங்கு அதிகம்!

அருகில் இருந்த உயர்தர ஓட்டலுக்கு அழைத்துச் சென்றாள். நான் சாதாரணமாகப் போகும் இடங்களில் ஒரு முழுச் சாப்பாட்டுக்குக் கொடுக்கும் விலையை, ஒரு கோப்பைக் காப்பிக்கு வசூலிக்கும் உணவகம் அது. என்ன, ஒரே ஒரு காப்பி குடித்துவிட்டு நாள் முழுக்க அமர்ந்து பேசிக்கொண்டிருக்கலாம். என்னைப்போலவே, வாசிப்பிலும் இசையிலும் ஈடுபாடு உள்ளவள். ஓவியத்தில் உள்ள ஈடுபாட்டைக் கேட்கவே வேண்டாம் - அவளுடைய தகப்பனார் மிகப் பெரிய ஓவியராம். 'திறமைக்கேற்ற புகழ் கிடைக்காமலே வாழ்ந்து மறைந்துவிட்டார், பாவம்' என்று ஆங்கிலத்தில் அங்கலாய்த்தாள்.

எனக்கு அவர் பெயரைக் கேட்க ஆசைதான். அவள் அளவு நயமாக ஆங்கிலம் பேச வராது என்று ஏற்கனவே சொன்னேனே. இந்தக் கேள்வி பிரச்சினையில்லை - இதைத் தொடர்ந்து நாலு வாக்கியம் பேசவேண்டியிருந்தால் என்னாவேன்! நல்லவேளை, பின்னர் தமிழுக்கு மாறிவிட்டாள். என்ன, எனக்குத்தான் நான் கேட்க நினைத்த கேள்வி மறந்து போயிருந்தது.

மொபைல் ஃபோன் அறிமுகமாகிய ஆரம்ப நாட்கள். புகைப்படக் கருவிகளும் அவற்றில் பயன்படும் ஃபிலிம் ரோல்களும் இன்னமும் புழக்கத்திலிருந்தன. பத்திரிகைகளில் விளம்பரம் வரும்.

> பிம்பங்களைச் சாதாரணமாய் நினைக்காதீர்கள் - உங்கள் ஆழ்மனத்தின் கண்ணாடியே அவை...

என்ற தலைப்பு வாக்கியத்துடன் வெளியான, ஜப்பானிய ஃபிலிம் நிறுவன விளம்பரம் வெகு பிரபலம். அந்த வாக்கியம் இவள் சொந்தமாக எழுதியதேதானாம்.

தொடர்ந்து ஓவியம் பற்றி, வெளிநாட்டு அருங்காட்சியகங்களில் நேரில் பார்க்கக் கிடைத்த புகழ்பெற்ற ஓவியங்கள் பற்றி விவரித்துக்கொண்டு போனாள். ரெம்ப்ராண்ட், வான் கா, பிக்காஸோ என்கிற மாதிரி ஓரிரண்டைத் தவிர மற்றவை அத்தனையுமே நான் அறிந்திராத பெயர்கள். புரியாத வாக்கியங்களைக் கேட்டுக்கொண்டிருக்கும் நிர்ப்பந்தம் நேர்ந்தால் என்ன செய்வது? வேறு வழியின்றி அவளை உறுத்துப் பார்த்துக்கொண்டிருந்தேன் என்பதும், பார்வை முகத்தில் மட்டுமே பதிந்திருக்கவில்லை என்பதும் பின்னாட்களில் அவள் நினைவு வரும்போதெல்லாம் எனக்குள் ஊறிய அவளது பிம்பத்தின் வெவ்வேறு அங்கங்களில் கவனம் குவிந்தபோது உணரக் கிடைத்தது...

மூச்சைச் சற்று இறுக்கிப் பிடித்துக்கொண்டு, சுற்றுலாவாகச் சென்றுவந்த எல்லோரா, சித்தன்னவாசல் என்று நானும் அவ்வப்போது ஈடுகொடுத்து வந்தேன். ஓவியத்தைப் பேசும்போது சிற்பம் பற்றிப் பேசுவதிலும் தவறில்லையே - கஜுராஹோ பற்றிப் பேசும்போது என்னிடம் கொஞ்சம் உணர்ச்சிவேகம் அதிகமாய் இருந்ததோ என்று இப்போது உறுத்துகிறது.

புறப்படும்போது, தன் கைப்பையிலிருந்து ஒரு புத்தகத்தை எடுத்தாள். என்னிடம் நீட்டினாள் - 'உங்களுக்குத்தான்' என்று சொல்லியபடி.

அடுத்த ஆச்சரியம் அது.

பள்ளியிறுதி நாட்களில், என் கவனத்தை ஈர்த்த ஓவியர்கள் பெரும் பத்திரிகைகளில் தொடர்கதைகளுக்கு வரைந்தவர்கள்தாம். அதிலும், உடற்கூறியல் பற்றியெல்லாம் அலட்டிக்கொள்ளாமல், பெண் சித்திரங்களில் முலைகளை மட்டுமே பெரிது பெரிதாக வரைந்த ஓவியரிடம்தான் சொக்கிக் கிடந்தேன். அதாவது, அவரிடம் அல்ல. பெயரைச் சொல்வது சரியாய் இருக்காது - ஆண்பெயர் கொண்டவர் அல்ல என்று மட்டும் சொல்லலாம்.

கல்லூரி அளவுக்கு முதிர்ந்தபோது, பொன்னியின் செல்வனுக்கும், எனக்கு மிகவும் பிடித்த, பெயர் மறந்துவிட்ட, படக்கதை ஒன்றுக்கும் வினு என்பவர் வரைந்த ஓவியங்களின் மீது கவனம் பதிந்தது.

இரண்டாம் வருடம் பொருளியல் போதித்த வேலாயுதம் சார் வழியாக வேறுவிதமான ஓவியங்கள் பரிச்சயமாயின. உள்நாட்டு,

வெளிநாட்டு ஓவியர்கள் பலரின் பெயர்களும்தான். அநேகமாக அத்தனையும் மறந்தேபோன பிறகும், அம்ரிதா ஷேர்கில் என்ற பெயர் மட்டும் மறக்கவேயில்லை. அவர் வரைந்தவை என்று சார் எங்களுக்குக் காட்டிய நிர்வாணத் தன்னோவியங்களும்தான்.

தமக்கே பாடம் நடத்தும் ஆர்வம் இல்லாதபோதோ, பாடம் நடத்த முடியாத அளவுக்கு வகுப்பில் சலசலப்பு அதிகமாய் இருந்தாலோ, 'அடேய்!' என்று செல்லமாய் அதட்டி, ஓவியம் சினிமா என்று வேறுபக்கம் திசைதிரும்பி முக்கால்மணி நேரமும் எங்களை வசியப்படுத்தி வைத்திருப்பார்...

இந்த இடத்தில், எங்கள் அடுக்கக் குடியிருப்பில் எதிரிவீட்டில் இருந்த சகோ. தேவசகாயம் நினைவு வருகிறது. படு விஷமக்காரனான கீழ்வீட்டுப் பையனை, 'சரியான விரியன் குட்டியில்லா அது!' என்று குறிப்பிடுவார். மாவட்டத்தில் முதல் மாணவனாக அவன் வந்தபோதும், 'சரியான விரியன் குட்டியில்லா!' என்றுதான் சொன்னார்! ஆனால், இந்தமுறை, செல்லமாகச் சொன்னார். போதகம் மட்டுமின்றி, அவர்கள் சபையில் எலக்ட்ரிக் ஆர்கன் வாசிக்கவும் செய்கிறவர். கடும் இசை ஆராதகர். எம் ப்பி சுந்தரராமன் போன்ற சில கர்நாடக சங்கீதப் பெயர்கள், பாட்டியா சகோதரர்கள் என்று புகழ்பெற்ற வட இந்திய வித்வான்கள் போன்று சில பெயர்களை எனக்கு அறிமுகப்படுத்தியவர்.

தொடர்ந்து ஓரெழவும் புரியாமலே சாஸ்திரீய சங்கீதம் கேட்கும் பழக்கம் தொற்றியது என்னை. பெரும்பாலும் கருவியிசைதான். அபூர்வமாகச் சில நள்ளிரவுகளில் புல்லாங்குழல் இசையோ ஸித்தாரோ கேட்கும்போது எனக்குள் ஊதுபத்திப் புகை மாதிரிச் சுழன்றெழும் பெண்மோகத்தை இன்றுவரை புரிந்துகொள்ளவே முடியவில்லை. அந்த நேரத்தில் மனம் தானாய் உருவகித்துக்கொள்ளும் பெண்பிம்பங்கள் எதற்குமே முகம் இருந்ததில்லை என்பதும், அவை குறைந்தபட்ச உடைகூட உடுத்தியிருந்ததில்லை என்பதும் எனக்கு மட்டுமான குறளிகளா எல்லாருக்கும் அப்படித்தானா என்பதை உறுதிப்படுத்திக்கொள்ளவும் முயன்றதில்லை.

வேலாயுதம் சாரில் ஆரம்பித்தவன், என்னைப் பற்றிப் பேசக் கிளம்பிவிட்டேன் பாருங்கள். ஆனால், மனத்தின் இயல்பே இதுதான் என்று சார் சொல்லியிருக்கிறார்.

> மானசீகமாய் தான் கேட்கும் ஒலியைத்தானே சங்கீதக்காரன் எனக்கு வழங்குகிறான்... ஓவியனும் அப்படித்தான், உருவங்களையும் வடிவங்களையும் தான் என்னவாய்ப் பார்க்கிறானோ அதை இம்மிபிசகாமல் வரைய முனைகிறான்.

இந்த வாக்கியத்தை, தேநீர் குடித்துவிட்டுப் பேசிக்கொண்டிருந்த போதோ, என் வீட்டுக்கு அவள் வந்திருந்த ஒரே தடவையின்போதோ - சரியாய் நினைவில்லை - அந்தப் பெண்ணிடம் சொன்னேன். அவள் சிரித்துக்கொண்டே கேட்டாள்:

> ஆக, பெண்களும் பாடுகிறார்கள், வரைகிறார்கள் என்பது உங்கள் பேராசிரியருக்குத் தெரியாது போலிருக்கிறது!

எனக்கு அடிக்கடி தூக்கிவாரிப் போடும் என்று சொன்னேனோ...? இப்போதும் அதுவேதான் நடந்தது. அந்தப் பெண் கேட்ட கேள்வியில்லை - என் கதைக்கு எதிர்வினையாய், நிம்மதியைக் குலைத்த நீண்ட கடிதம் எழுதினாரே அந்தப் பெண்மணியின் தொனி அப்படியே அவள் குரலில் ஒலித்ததுதான் காரணம்.

ஆனாலும், பேராசிரியர் அறிமுகப்படுத்திய இரண்டு பெயர்களை அவளிடம் சொன்னேன். சில்பி, மனோகர் தேவதாஸ். சிற்பங்களையும் விக்கிரகங்களையும் கோபுரங்களையும் முன்னவர் தீட்டிய அதே நுட்பத்தோடு, துல்லியத்தோடு, கட்டடங்களையும் மரங்களையும் சிற்றுருவங்களையும் தீட்டிக் காட்டியவர் பின்னவர் என்று சொன்னேன். மேற்கத்திய ஓவியர் ஒருவரிடமும் இதே அம்சம் உண்டு என்று அவள் குறிப்பிட்ட பெயர், வழக்கம்போல எனக்கு மறந்துவிட்டது.

ஆனால், அந்தப் பெயர்களை நான் சொன்னபிறகுதான் அவள் புத்தகத்தை எடுத்து நீட்டினாள். அதனால், அந்த உரையாடல், தேநீர்ச் சந்திப்பில்தான் நிகழ்ந்திருக்க வேண்டும். 'அரூப்' என்ற பெயரில் இயங்கிய ஓவியரின் சித்திரங்களைத் தொகுத்த நூல். வழுவழுவென்ற உயர்தர ஆர்ட் காகிதத்தில் சுமார் இருநூற்றைம்பது ஓவியங்களைத் தொகுத்திருந்தது. நான்கு தனித்தனிப் பகுதிகளாய் இருந்தது.

> உங்களுக்குத்தான் இது. நிதானமாய்ப் பாருங்கள்.

என்று சொன்னவள்,

> *அடுத்த வியாழனன்று பொதுவிடுமுறை நாள்தானே, அன்று நாம் சந்திக்க முடியுமா!*

என்று கேட்டு, என் தொலைபேசி எண்ணையும் முகவரியையும் வாங்கிக்கொண்டு புறப்பட்டாள்.

உறவினர் வீட்டு விசேஷத்தை முன்னிட்டு, குழந்தைகளையும் கூட்டிக்கொண்டு தஞ்சாவூர் போகிறாள் என் மனைவி என்ற தகவலையெல்லாம் அவளிடம் சொல்வானேன் என்று எனக்குத் தோன்றியதைத் தவறு என்று சொல்ல முடியாது. ஏனென்றால், அப்புறம் அந்த விசேஷத்துக்கு நான் ஏன் போகவில்லை என்று சொல்ல வேண்டிவரும்; அவர்கள் வீட்டுப் பெண்ணொருத்தி என்மீது சுமத்திய அபாண்டப் பழியால், அவர்கள் பக்கமே நான் தலைவைத்துப் படுப்பதில்லை என்பதையும்தான்...

வியாழனன்று எங்கள் வீட்டுக்கு அவள் வந்ததை விவரிப்பதற்கு முன்னால் மூன்று செய்திகள் சொல்லிவிடுகிறேன். ஒன்று, வெற்று நெற்றியுடன், மேல் பித்தான்கள் திறந்து மார்ப்பிளவை லேசாகக் காட்டிய ஆண் சட்டையும், விரித்துப் போட்ட கூந்தலுமாக இருந்த அவளது தோற்றம்; மேற்சொன்ன ஒவ்வொரு சங்கதியுமே அவளுடைய சுதந்திர உணர்வின் குறியீடுகளாக எனக்குத் தோன்றியது. அடுத்தது, முதல் சந்திப்பிலேயே என்னுடைய புஜத்தையும் தோள்முனையையும்; உடன் நடந்தபோது முதுகையும் முன்னங்கையையும் அவள் சரளமாகத் தொட்டுப் பேசியது...

மேற்சொன்னவற்றைச் சொன்ன மாத்திரத்தில், இன்னும் இரண்டு விஷயங்களும் நினைவு வருகின்றன.

ஒன்று, பேச்சில் விழுந்த சிறு இடைவெளியை நிரப்புவதாக நினைத்துக்கொண்டு, நான் கேட்ட அசட்டுக் கேள்வி. '*உங்களுக்குத் திருமணம் ஆகிவிட்டதா!*'. அவள் தோளைக் குலுக்கிய விதத்தில், இந்தக் கேள்வியை அவள் ரசிக்கவில்லை என்று புரிந்தது. ஆனால், சிந்திய கேள்வியை என்ன செய்ய முடியும்? அது சும்மா ஒப்புக்குக் கேட்டதுதான் என்பதையும் விளக்கவா முடியும்? ஆனாலும், அவள் பதில் சொல்லத்தான் செய்தாள்:

> ஆகி, முறிவும் வாங்கியாகிவிட்டது.

அவளுடைய கீழ்த்தாடை இறுகியிருந்த விதம் ஏனோ எனக்கு பீதியூட்டியது. அதை விடுங்கள், இரண்டாவது விஷயத்தைச் சொல்கிறேன்.

அவள் பரிசளித்த புத்தகத்தை வீட்டுக்கு வந்து நிதானமாய்ப் பிரித்துப் பார்த்தேன். அத்தனையும் ஓவியங்கள். அவர் வரைந்தவற்றை, என் கல்லூரி நாட்களில், ஏதோ ஒரு பத்திரிகையின் தீபாவளி மலரில் பார்த்திருக்கிறேன் - வழுவழு தாளில் ஒளிர்ந்த நாலு ஓவியங்கள். கிட்டத்தட்ட சில்பி போன்றே வரைந்திருந்தார். ஒரு வித்தியாசம், சில்பியின் ஓவியங்கள் கறுப்புக் கோடுகளால் ஆனவை. இவருடையதில் வண்ணக் கோடுகளும் தாராளமாய் இருக்கும். அதாவது, விக்கிரகத்தின் உடை, ஆபரணங்கள், சிற்பத்தைச் சுற்றிலும் இருக்கும் திருவாட்சி, முன்னால் கிடத்தப்பட்ட பூஜைப் பொருட்கள் என எல்லாமே பல நிறக் கோடுகளால் ஆனவை; அடர்த்தியான கறுப்புக்கோடுகளால் ஆன விக்கிரகத்தை முன்னால் துருத்திக் காட்டுபவை.

அந்த ஓவியங்களும் இந்த நூலில் இருந்தன. ஓவியத்தின் இடதுகீழ் ஓரத்தில் ஓவியரின் முத்திரையாக 'அ' என்ற ஒற்றை அட்சரம் ஒளிர்நீலத்தில் இருந்தது. நான்கு பகுதிகளாய்ப் பகுக்கப்பட்ட நூலின் நாலாவது பகுதி சற்று வித்தியாசமானது. நீரிலிருந்து வெளியேறிக் கரணம் அடிக்கும் மீன் சித்திரங்கள். ஒவ்வொரு பக்கத்திலும் கீழே ஒரு வாக்கியம் அச்சாகியிருந்தது. எல்லாப் பக்கத்திலும் ஒரே வாக்கியம்தான்.

> நீரின் பகுதியல்ல என்றாலும், நீருக்கு வெளியில் வாழ்வில்லை மீனுக்கு.

முக்கியமான இன்னொரு விஷயமும் இருக்கிறது. நான் எழுதுவதை நிறுத்தக் காரணமாய் இருந்த கதையின் நாயகர், இந்த ஓவியரேதான்.

வியாழக்கிழமை முற்பகல் பதினொரு மணி சுமாருக்கு வந்தாள். காலையிலிருந்தே மோடம் போட்டிருந்தது. மந்தமான வெளிச்சத்துடனும், குளுமையுடனும் நகரும் பகல்பொழுது ஒரு பெண்ணின் அருகாமைபோல இதமாய் இருந்ததாகப் பட்டது. ஆணின் அருகாமை பெண்ணுக்கும் இதேபோலத்தான் இருக்குமா என்று எனக்குள்ளேயே விசாரித்துக்கொண்டிருந்தபோது, அழைப்பு மணி ஒலித்தது.

முந்தைய தடவை பார்த்ததைவிட இன்னும் நேர்த்தியாய் இருந்தாள். தளர்வாக உடுத்தியிருந்தாள். உபரியாக இன்னொரு

பித்தானையும் அவிழ்த்துவிட்டிருந்தாள் என்பது மாதிரி நினைவு. சகஜமாய் உள்ளே வந்து அமர்ந்தாள். படிப்பதற்கும் படுப்பதற்கும் தனித்தனி அறைகள் உள்ள மாளிகை அல்லவே. யாராவது வந்தால், படுக்கையறையில்தான் அமர்ந்து பேசவேண்டி வரும். பத்தடிக்குப் பத்தடி ஹாலில், குழந்தைகள் பரத்திப்போட்ட பொருட்கள் இறைந்து கிடக்கும். நான் கட்டிலிலும், அவள் ப்ளாஸ்ட்டிக் நாற்காலியில் எதிரேயும் அமர்ந்து பேசத் தொடங்கினோம்.

ஓவியப் புத்தகத்தைப் பார்த்தீர்களா!

என்றாள்.

ஆமாம். அவருடைய சித்திரங்களை என் கல்லூரிக் காலத்திலேயே பார்த்திருக்கிறேன்.

என்றேன். அவள் முகம் மலர்ந்த விதம் கண்கொள்ளாக் காட்சியாய்ப் பொலிந்தது.

அவளுடைய அப்பாவாம் அவர். ஆச்சரியம் பொங்கியது எனக்குள். அதைவிட, அதை அன்றைக்கே சொல்லாமல், நான் பார்த்து முடித்தபிறகு சொல்லும் சாமர்த்தியம் கூடுதலாய் வியப்பளித்தது. அவருடைய நீர்வண்ண ஓவியங்களில், அன்று கண்காட்சியில் பார்த்த சம்பு மித்ராவின் சாயல் இருந்தது என்று தெரிவித்தேன். அவள் முகம் ஏனோ ஒரு கணம் கூம்பி மீண்டது.

காஃபி கலந்து கொடுத்தேன். ருசித்துக் குடித்தாள். தொடர்ந்து பேச்சு எங்கெங்கோ அலைந்தது. இசை ஆர்வம் பற்றியும் பேச்சு வந்தது. என் பங்குக்கு நான், ஏற்கனவே குறிப்பிட்ட எம் ப்பி சுந்தரராமன், பாட்டியா சகோதரர்கள், இன்னும் நாலைந்து பேரைப் பற்றியெல்லாம் பேசிக்கொண்டிருந்தேன்.

அமைதியாய்க் கேட்டுக்கொண்டிருந்தாள். பிறகு, தனக்குக் குரலிசையைவிடவும் வாத்திய இசைதான் கேட்கப் பிடிக்கும் என்றாள். எனக்கும் அதேமாதிரி ரசனை இருப்பதைக் குறித்த ஆச்சரியத்தைத் தெரிவித்தேன். திடீரென்று, குறும்பான புன்னகையுடன்,

எல்லாருமே உங்கள் வயதுக்காரர்கள்...! அதுசரி, வித்வான்களை மட்டும்தான் கேட்பீர்களாக்கும்? வித்வாம்ஸினிகளைக் கேட்கப் பிடிக்காதோ!!

என்றாள். அட, இப்படி நான் யோசித்ததேயில்லையே! அசடு வழிந்தபடி,

ஏன், பி சுசீலாவை எனக்கு ரொம்பப் பிடிக்குமே.

என்றேன். தவிர, நானாகத் தேடிக் கேட்பவனில்லை; யாராவது சொன்னால் கேட்டுப் பார்ப்பேன். பிடித்திருந்தால் தொடர்ந்து கேட்பேன். அதுவும் முறையாகக் கேட்கிறேன் என்று சொல்ல முடியாது - அவ்வப்போதைய மனநிலையைப் பொறுத்துத்தான் என்றெல்லாம் விளக்கிக்கொண்டே போனேன். எதற்காக இவ்வளவு மன்றாடும் குரலில் சமாதானம் சொல்கிறோம் என்றும் தோன்றியது...

முதுகுக்குத் தலையணையை அண்டக்கொடுத்து வசதியாகக் கட்டில் மெத்தையில் நான் உட்கார்ந்திருக்க, மர நாற்காலியில் விறைப்பாக அமர்ந்து சிரமப்படுகிறாளே, பாவம் - என்று தோன்றியது. பேச்சுவாக்கில், என் அருகில் கையைத் தட்டி,

இங்கே வந்து உட்காரலாமே.

என்று சொன்னேன்.

அவ்வளவு அவசரமாகப் பேச்சு முடிந்து கிளம்பிவிடுவாள் என்று நினைத்தே பார்த்திருக்கவில்லை; ஆயுட்கால முள்ளாக எனக்குள் நிலைத்து உறுத்தப் போகிறாள் என்றும்தான். நான் உபசரித்ததில் தவறு ஏதும் இருந்ததாகவும் இன்றுவரை படவில்லை.

இறுதியாய்ச் சில விஷயங்களைச் சொல்லிவிடுகிறேன்.

அடுத்த ஆறு மாதங்களில், மத்திய அரசின் கலை மற்றும் பண்பாட்டுத் துறை சார்பான மூன்றுநாள் விழா சென்னையில் நடந்தது. அதையொட்டி ஏற்பாடான ஓவியக் கண்காட்சிக்குப் போனேன். அரங்கத்தில் நுழைந்து நாலைந்து ஓவியங்கள் பார்த்திருப்பேன் - எதிரில் அந்தப் பெண் வருகிறாள்!

தனியாகத்தான் வந்தாள். என்னை நேருக்கு நேர் பார்க்கவும் செய்தாள். பிரியமாய்ப் புன்னகைத்தேன். இன்னாரென்றே தெரியாதமாதிரி அவசரமாக என்னைக் கடந்துபோனாள்.

எனக்குப் புரியவேயில்லை. முகம் மறக்குமளவு காலம் ஓடிவிட வில்லையே; என் தோற்றத்திலும் திடீர் மாற்றமேதும் இல்லை.

எவ்வளவோ ஆண்டுகள் கழித்து, பின்னட்டை முகத்தை அடையாளம் கண்டவளா அப்படிச் செய்தாள்?

மனம் கனத்துவிட்டது. தொடர்ந்து ஓவியங்களில் மனம் செல்லவில்லை. வந்தது வீணாகக் கூடாதேயென்று கொஞ்சநேரம் சுற்றிவிட்டு, வெளியில் வந்து சிகரெட் பற்றவைத்தேன்.

அட! அவளும் இப்போதுதான் வெளியே வருகிறாள் போல. இரண்டாவது முறையாக, கண்ணுக்குக் கண் பார்த்தாள். உணர்ச்சியற்ற, வறண்ட பார்வை என்று அன்றைக்குப் பட்டது; இன்றைக்குக் குரோதம் என்று பொருள்படுகிறது. அதைத்தானே இவ்வளவு நீளமாய்ச் சொல்லிக்கொண்டிருக்கிறேன்...

இருபது வருடங்களுக்கு மேலாகிவிட்டது. எவ்வளவு சமாசாரங்கள் மறந்துபோய் விட்டன. அப்படித்தான், அப்படியொருத்தியைச் சந்தித்தேன் என்பதும் எனக்கு மறந்திருந்தது. அவள் முகம்கூடத் துலக்கமாக நினைவில் இல்லை. புத்தக அலமாரியின் பின்வரிசையில் இருக்கிறது அவள் அன்பளித்த புத்தகம். பெரும்பாலும் கண்ணில் படாது.

நேற்று ஃபேஸ்புக்கை மேய்ந்துகொண்டிருந்தேன். வெளிநாட்டுப் பெண்மணியின் பதிவு ஒன்றை யாரோ பகிர்ந்திருந்தார்கள்.

எம் ப்பி சுந்தரராமனிடம் சங்கீதம் பயில வந்தவராம் அவர். ஜெர்மானியர். பாதியிலேயே நிறுத்திவிட்டு சொந்த ஊர் திரும்பிவிட்டதாகவும், me too புகார்களின் வரிசையில் தன் சொந்த அனுபவத்தையும் சேர்த்துக்கொள்ளலாம் என்றும் தேதி நேரக் குறிப்புகளுடன் விலாவரியாய் எழுதியிருந்தார். 'தன்னியல்புபோல, சுவாதீனம்போலத் தென்பட்ட ஒவ்வொரு அசைவும், ஒவ்வொரு சொல்லும் ஒரே இலக்கை நோக்கி நகர்ந்து வந்தவை என்பதை உச்சியிலிருந்து எதிர்பாராமல் கீழே வீழ்ந்தபோதுதான் உணர முடிந்தது' என்று சொல்லியிருந்தார். 'கலை உன்னதமானதுதான்; யார் இல்லை என்றது. மனித விழுமியங்கள் அதைவிட உன்னதமானவை அல்லவா' என்று முடித்திருந்தார்.

ஏகப்பட்ட பின்னூட்டங்கள். பல்வேறு மாநிலங்கள், பல்வேறு காலகட்டங்கள், பல்வேறு துறைகள் சம்பந்தமான ஆண்கள்மீது புகார்கள் பீறிப் பெருகிய பின்னூட்டங்கள்.

சொன்னால் நம்பமாட்டீர்கள், சம்பு மித்ரா மட்டுமல்லாது, பாட்டியா சகோதரர்கள் உள்ளிட்டு, அன்றைக்கு நான் அவளிடம் குறிப்பிட்டுப் பேசிய பலரும் அவற்றில் வெளிப்பட்டு வெளிறியிருந்தார்கள். கரையோரம் நின்று வேடிக்கை பார்த்துக்கொண்டிருந்தவனை இனம்புரியாத கைகள் உந்தி சமுத்திரத்துக்குள் தள்ளி அழுத்துவதாக உணர்ந்தேன். மூச்சுத் திணறியது.

ஏனோ, பின்வரிசையில் ஒளிந்திருந்த ஓவிய நூலை எடுத்துப் பார்க்கத் தோன்றியது. அவசரமாய் நாலாவது பகுதிக்கு விரைந்தது என் அனிச்சை...

அந்தரத்தில் மிதந்த மீன்கள் அங்கேயே நிலைத்திருந்தன. புத்தகத்தில் மட்டும்தான். நிஜத்தில், சில கணங்கள் மட்டும்தானே அவை நீருக்கு வெளியே இருக்க முடியும் என்று தோன்றியது. இந்த மாதிரித் தானாக வாக்கியங்கள் உருவாவது எப்போதுதான் ஓயுமோ என்று கொஞ்சம் அலுப்பாகவும் இருந்தது.

இதையெல்லாம்கூட மறுபடியும் மறந்துவிடலாம். கட்டிலைத் தட்டிக்காட்டிய அந்தக் கணத்தில் நிஜமாகவே எனக்குள் என்னதான் நடந்தது என்பதை ஒருபோதும் நினைவுகூர முடியவில்லையே; இந்த ஏக்கத்தை என்ன செய்வது.

உயிர்மை, மார்ச் 2023

கண்ணாமூச்சி

தினமுமே, விடிந்தும் விடியாத நேரத்தில் விழிப்புத் தட்டிவிடும். அரைகுறையாய்த் திறந்த கண்களும், தூக்கம் முழுக்க அகலாத மனமுமாய், ஒரு அரைமணிநேரமாவது படுக்கையில் சோம்பிக் கிடப்பேன். அன்றாட வழக்கப்படி, முதல்வேலையாக செல்பேசியை முடுக்கினேன்.

அட, இன்று அக்டோபர் பத்தொன்பது அல்லவா. ராமு என்கிற, ராமமூர்த்தி என்கிற, ஜேம்ஸ் ராமமூர்த்தி அண்ணாவின் நினைவுநாள். என் ஒன்றுவிட்ட அண்ணா. திருமணத்துக்குப் பிறகு, அண்டை மாநிலத்தில் குடியமர்ந்தவர். அவருடைய திருமண நாளும் இதுவேதான், பாவம்.

எனக்கும் வேலை கிடைத்தபிறகு, ஓரிரு தடவை அவரைப் பார்க்கப் போயிருக்கிறேன். உறவினர்களிலேயே நான் மட்டும்தான் வருகிறேன் என்று பாதி பெருமிதமும், பாதி துயரமும் ததும்பும் குரலில் சொல்வாள் சம்பகாச் சித்தி. வெறுமை தொனிக்கும் முகத்துடன் அவளையே பார்த்துக்கொண்டிருப்பார் சித்தப்பா. எப்போதும்போலவே, குடுமியை ஒருமுறை அவிழ்த்து உதறிவிட்டு, மறுபடியும் முடிந்துகொள்வார். 'அவரோட சொந்தக்காராளும் வர்றதில்லேடா!' என்று அண்ணா சொன்னார், தனியாகப் பேசும்போது.

இன்று அண்ணாவின் முப்பத்தைந்தாவது நினைவுதினம் என்பதும் நினைவு வருகிறது. ஒவ்வொரு ஆண்டும், தேதியைப் பார்த்து நினைவு வந்த மாத்திரத்தில், அண்ணாவுடன் கழிந்த நாட்கள் என்னை ஆக்கிரமிக்கும்...

தாயம்மாப் பாட்டியின் சகோதரி மகள் சம்பகாச் சித்தி. ராமமூர்த்தி அண்ணா அவளுடைய ஒரே மகன். என்னைவிட எட்டு வயது பெரியவர். வங்கித் தேர்வுக்கான வயதுவரம்பு முடியவிருக்கிற வருடத்தில் அவருக்கு வேலை கிடைத்தது. வறிய குடும்பம், உடனடியாக நிமிர்ந்தது.

ஆனால் அதற்கு முந்தைய வருடத்தில் மிகப் பெரிய அதிர்ச்சியொன்றை எதிர்கொள்ள நேர்ந்தது. வேலைவாய்ப்புக்கான எழுத்துத் தேர்வுகள், நேர்காணல்கள், அவற்றுக்கான தயாரிப்புகள், இவைபோக, பரிதாபமான சம்பளத்துக்கு மதுரையில் ஒரு ஆடிட்டர் ஆஃபீஸில் பகுதிநேரக் குமாஸ்தா வேலை என்று பரபரப்பாக இயங்கிக்கொண்டிருந்த ராமமூர்த்தி அண்ணா, திடீரென்று ஒருநாள் காலை இடியை இறக்கினார்.

படுக்கையைவிட்டு எழ முடியவில்லை. இடுப்பை நகர்த்த முடியவில்லை. இன்னும் துல்லியமாகச் சொன்னால், கையை ஊன்றி எழுந்து உட்காரவே முடியவில்லை. பதற்றமான குரலில் மகன் அழைத்ததைக் கேட்டு தானும் பதறியபடி அறைக்குள் சென்றாளாம் சித்தி. பெருங்குரலெடுத்து அலறியிருக்கிறாள். பின்னே, நன்கு விளைந்த மகன் படுக்கையிலேயே சிறுநீரும் மலமும் கழித்திருந்தால்? அப்படியொன்று நடந்ததே தனக்குத் தெரியாதே என்று மலங்கமலங்க விழித்தார் அண்ணா...

விவரித்தபோது, இப்போதுதான் அது நடந்து முடிந்தமாதிரி பீதியும், கலக்கமும் சித்தியின் முகத்தில் இருந்தன. வசீகரமான முகம் அழுகையால் கோணும்போது, அழகு இன்னும் அதிகரிப்பதன் தாத்பரியம் எனக்கு விளங்கவேயில்லை. அப்போது பள்ளியிறுதி மாணவன். சித்தியின் முகத்தைவிட்டுப் பார்வையை அகற்ற முடியாமல் திணறியதை இப்போது நினைத்தாலும் அவமானமாய் இருக்கிறது... செய்தி கேள்விப்பட்டு, உடனடியாகக் கிளம்பிய அம்மா என்னைத் துணைக்கு அழைத்துப் போயிருந்தாள்.

சித்தப்பா மதுரையிலிருந்து இருபது கிலோமீட்டர் தொலைவிலுள்ள புராதனச் சிற்றூரில், தனியார் கோவிலில் அர்ச்சகராக இருந்தார். பாடல் பெற்ற ஸ்தலம் அது. நகரத்தார் அறக்கட்டளைக்கு பாத்தியப்பட்ட கோவில். அளவில் சற்றுப் பெரியது. கடவுளின் பொறுப்பு சித்தப்பா வசமும், கோவில் சுத்தத்தின் பொறுப்பு சித்தியிடமும் இருந்தன. பிரம்மாண்டமான கோவில்களில்கூட சிவனுக்கு அத்தனை அக்கறையும் வாஞ்சையும் உள்ள கவனிப்பு வாய்த்திருக்க முடியாது.

தாயாருடன் சேர்ந்து, வியர்க்கவிறுவிறுக்க, ராமமூர்த்தி அண்ணாவும் கோவிலைக் கழுவிவிடுவதைப் பல நாட்களில் பார்த்திருக்கிறேன். ஆமாம், கடவுள் தங்கள் குடும்பத்தில் ஒரு உறுப்பினர் என்கிற மாதிரியே மூவரும் நடந்துகொள்வார்கள். பேசும்போது, வார்த்தைக்கு வார்த்தை அவரும் வந்து போவார்.

அன்றாட நைவேத்தியமான வெண்பொங்கலோ, சுண்டலோ; விசேஷ நாட்களின் சர்க்கரைப்பொங்கலோ, பாயசமோ - நெய்யும் தேங்காயும் ஏலக்காயும் மணக்க, அதிருசியாக இருக்கும். சிவனாரின் விருப்பமா, அறங்காவலர்களின் தாராளமா, சித்தியின் கைமணமா என்று அறுதியாய்ச் சொல்வதற்கில்லை.

> படியளக்கற மகராஜனுக்கு, வாய்க்கு ருஜியாப் பண்ணிப்போடணமா வேணாமா!

என்று மிருதுவாகக் கேட்பாள் சித்தி. கொஞ்சம்கூடச் சதைப்பிடிப்பு இல்லாத உடம்புக்கேற்ற தீனக் குரல். பொருத்தமற்ற விகிதத்தில் அகலமான பொட்டு. அவள் முகத்தில் சதா மினுங்குவது நிறைவா, வாத்சல்யமா என்று சொல்வது சிரமம்.

நகர்ப்புறத்தில் இல்லாத கோவில் அல்லவா. சிவராத்திரிக்கும் மஹாளய அமாவாசைக்கும் பெரும் கூட்டம் சேரும். அதாவது, ஐம்பதுபேர் வரை தரிசனத்துக்கு வருவார்கள். அவ்வளவுதான். மற்றபடி பக்தர்கள் வரத்து அதிகமில்லாத தலம். ஆனாலும், சந்நிதியை, கல் பாவிய உள்பிரகாரங்களை, நாள்தவறாமல் கூட்டி அள்ளி, கழுவி விடுவாள் சித்தி. தட்டில் விழும் தட்சணை என்ற வருமானமே இல்லாவிட்டாலும், நடைமுறைத் தேவைகளுக்குப் போதுமான சம்பளம் கொடுத்தது அறக்கட்டளை. அதுபோக, அமிதமான நைவேத்தியப் பிரசாதம், குடும்பத்தின் வயிறை நிரப்பி வந்தது.

ராமமூர்த்தி அண்ணா கோவில் வேலைகளில் அக்கறையோடு பங்கெடுப்பார்தான். ஆனாலும், உள்ளூர வேறு கனவுகள் வைத்திருந்தார். படிக்க வேண்டும்; பெரிய பெரிய நிறுவனங்களில் வேலைக்குப் போக வேண்டும்; அலுவலகத்துக்கு தினசரி ஷூ போட்டுக்கொண்டு போகவேண்டும்; கைநிறையச் சம்பாதித்து, பெற்றோரையும் இடம்பெயர்த்து நகரவாசிகளாக்கிவிட வேண்டும், பேரழகியான ஒருத்தியைக் கல்யாணம் செய்துகொள்ள வேண்டும் என்கிற மாதிரி.

நீண்ட விடுமுறைக் காலங்களில் சித்திவீட்டுக்குப் போய்விடுவேன். ஊரை வகிர்ந்து செல்லும் தார்ச்சாலைக்கு மறுபுறம், பாதியளவு நீரும் மீதிப் பாதியில் மணலும் நிரம்பிய வைகையாற்றுப் படுகையில் உட்கார்ந்து தமது கனவுகளை விவரிப்பார் அண்ணா. கதை கேட்கிற மாதிரி ஆவலாய்க் கேட்டுக்கொண்டிருப்பேன். அண்ணாவுக்கு சிகரெட் பழக்கம் இருந்தது. ஒரு நாளைக்கு ஒன்றோ இரண்டோ புகைப்பார். அந்த அளவுதான் வசதி என்பதோடு, தனிமையும் அவகாசமும் அவ்வளவுதான் கிடைக்கும். எனக்கும் ஓரிரு இழுப்பு கொடுப்பார்.

எனக்கு அப்போதே சிகரெட்டின்மீதும் எழுத்தின்மீதும் ஆசை துளிர்விட்டிருந்தது. உள்ளூர் நூலகத்தில் அண்ணா உறுப்பினர். விதவிதமான புத்தகங்களை எடுத்துவந்து வாசிப்பார். கல்யாணத்துக்கப்புறம் அறுதியாக அந்தப் பழக்கம் நின்றுவிட்டது என்று செல்லமாக வருத்தப்படுவார், பின்னாட்களில். நான் தொடர்ந்து வாசிப்பதும், ஓரிரு மொழிபெயர்ப்புகள் செய்திருப்பதும் அறிந்து மிகவும் சந்தோஷம் அவருக்கு.

எழுதுவது கிடக்கட்டும், ஆரம்ப நாட்களில் மொழிபெயர்ப்பு நூல்களின்மீது என் கவனத்தைத் திருப்பியவர் ராமமூர்த்தி அண்ணா. நீலகண்டப் பறவையைத் தேடி, ஆரோக்கிய நிகேதனம், மண்ணும் மனிதரும், தர்பாரி ராகம் என்று பிரமாதமான, என் எழுத்தார்வத்துக்கு மிகப் பெரிய உரமாக அமைந்த புத்தகங்களை, முளைவிடும் பருவத்திலேயே வாசிக்கவைத்தவர்.

அண்ணா கொடுத்து வாசிக்கக் கிடைத்தவற்றில், வங்காளிக் கவிதைத் தொகுப்பு ஒன்றும் உண்டு. 'கடவுளுடன் கண்ணாமூச்சி ஆடுபவர்கள்'. மொழிபெயர்ப்பு அவ்வளவு சுகமில்லை. கவிதைகளுமேதான்.

ஆனால், சிறந்தவை மட்டும்தான் ஞாபகத்தில் பதிய வேண்டும்; வேளைகெட்ட வேளைகளில் கிளர்ந்து மேல்மட்டத்துக்கு வர வேண்டும் என்று கணக்கு ஏதும் உண்டா என்ன! அண்ணாவின் நினைவுநாள்தோறும் அந்தத் தலைப்பு எனக்குள் மீண்டும் எழும். ஒவ்வொரு முறை மேலெழும்போதும் கடவுளைப் பற்றியும், கண்ணாமூச்சியைப் பற்றியும் யோசனையைக் கிளப்பிவிடும்...

சித்தி குடும்பம் எதிர்கொண்ட அதிர்ச்சியைப் பற்றிச் சொல்ல ஆரம்பித்தவன் எங்கோ போய்விட்டேன்... அன்று அதிகாலையிலும், சொந்தக் காரைத் தானே ஓட்டிக்கொண்டு, தாய்தகப்பன் சகிதமாக வெளியூர்ப் பயணம் போகிறமாதிரிக் கனவு கண்டாராம் அண்ணா. நட்டநடு ரோட்டில் தலைவிரிகோலமாக நின்றிருந்த மரத்தில் படுவேகமாகச் சென்று மோதியிருக்கிறது கார். விதிர்த்து விழித்தால், இடுப்புக்குக் கீழே அசைக்கவே முடியவில்லை.

அடுத்த மூன்றுமாதங்களுக்கு அதே நிலைமை தொடர்ந்தது. குடும்பத்தின் சந்தோஷம் முழுக்க வடிந்துவிட்டது. சந்தோஷமென்ன சந்தோஷம், இயல்பு நிலையே குலைந்துவிட்டது... மதுரையில் பார்த்த மருத்துவர்கள் எல்லாருமே, தண்டுவடத்தின் கீழ்முனையருகே பிரச்சினை; உருவாகியிருக்கும் கட்டியை அகற்றாவிட்டால் இனி வாழ்நாள் முழுக்க நடக்கவே முடியாமல் போய்விடும்; மிகப் பெரிய அறுவை சிகிச்சை தேவை; மிகப் பெரும் செலவு பிடிக்கிற விஷயம் என்று சொன்னார்கள். நாளுக்குநாள் பீதி அதிகமானதும், சொற்பக் கையிருப்பு கடைசிப் பைசா வரை தீர்ந்ததும்தான் மிச்சம்.

அறங்காவலர்களைச் சொல்லிப் பிரயோசனமில்லை. ஆரம்பத்தில் ஓரளவு பண உதவி செய்யத்தான் செய்தார்கள் - 'ஆனால், அண்டியிருக்கும் ஒவ்வொருவரும் இப்படியொரு வேண்டுகோளோடு வந்து நிற்கத் தொடங்கினால், சிவனுக்கே சாப்பாட்டுக்குப் பிரச்சினை வந்துவிடாதா' என்று பெரிய லேனா கேட்டாராம்.

> நியாயம்தானே. வருஷம்பூராக் கைங்கர்யம் பண்ணியிருக்கோம். வாங்கிண்டவனுக்கே கண்ணில்லே. சம்பளம் குடுக்கறவா இவ்வளவு பண்ணினதே ஜாஸ்தி...

என்று வறண்ட முகத்துடன் சொன்னார் சித்தப்பா. இதேவேகத்தில் போனால், வெகு சீக்கிரமே நாத்திகர் ஆகிவிடுவார் என்று

தோன்றியது எனக்கு. ஆனால், அதற்கு இன்னும் பல வருடங்கள் இருந்தன...

மூன்றுமாதத்தில் நாலைந்துதடவை போய்ப் பார்த்தாள் அம்மா. சில சமயம், அடுத்தடுத்த நாட்களிலும் போவாள். சித்தியோடு உட்கார்ந்து பிழியப் பிழிய அழுதுவிட்டு வருவாள். ஓரிரு தடவை, என்னை மட்டும் போய்ப் பார்த்துவிட்டு வரச் சொன்னதும் உண்டு. அவ்வப்போது, சித்தியின் கையில் பத்தோ இருபதோ கொடுப்பாள்.. ஆனால், அதுவும் எத்தனைநாள் ஓடும் என்று தெரியவில்லை. எங்கள் குடும்பமுமே ஓஹோவென்று செழிப்பானது கிடையாதே...

அண்ணாவின் கால்கள் மெல்லமெல்ல கருநிற மூங்கில் மாதிரி ஆகிவந்தன. எலும்புக்கும் தோலுக்கும் இடையிலுள்ள சதை இறுகியும் கறுத்தும் வந்தது. முந்தின வருடமே, ஒரு விசேஷ வீட்டில் பார்த்தபோது, மேல்பாதங்கள் வீங்கியிருப்பதைக் கவனித்திருந்தேன்; கேட்கவும் செய்தேன்.

> பகல்லெ கொஞ்சங்கொஞ்சமா வீங்கறதுடா. தூங்கி எந்தா நன்னா வடிஞ்சுடறது...

என்று சொன்னார். சம்பவ நாளில் உறைந்தேவிட்டது போல. ஆமாம், பெரிதாக வீங்கிய கால்கள், உலக்கை மாதிரி இறுகிவிட்டிருந்தன.

> தெய்வம் மனுஷ ரூபேண...ன்னு சொல்லுவா. மனுஷா அம்புட்டுப் பேரும் கைவிட்டாச்சு. அப்பிடீன்னா தெய்வமும் கைவிட்டுருத்தூன்னுதானே அர்த்தம்...

என்று சித்தப்பா குமுறியதைக் கேட்டுவிட்டு மதுரைக்கு பஸ்ஸில் திரும்புகிறேன் - சமயநல்லூரில் பரணிதரன் ஏறிவருகிறான். இப்போது யோசித்தால், தெய்வம் மாதிரி வந்து சேர்ந்தான் என்று சொல்லத் தோன்றுகிறது. ஆனால், அவன் வெறும் தூதுவன்தான்; நிஜமான தெய்வம் வேறு இடத்தில் நிலைகொண்டிருந்தது என்பது பிறகுதான் தெரிந்தது. ஒரு மாதம் கழித்து...

புகுமுக வகுப்பில் என் கல்லூரித் தோழன் பரணி. பின்னாளில் நான் எங்கள் கல்லூரியிலேயே வணிகவியல் சேர்ந்தபோது, அவன் வேறு கல்லூரியில் விலங்கியல் படிக்கப் போனான். எப்படி நண்பர்களானோம் என்று இப்போது நினைவில்லை. மதுரைக்குள்

எங்காவது யதேச்சையாகச் சந்திக்கும்போது பிரியமாக ஒரு கோப்பை தேநீரும் பகிர்ந்த சிகரெட்டும் சாட்சியாக சில நிமிடங்கள் பேசிப் பிரிவோம்...

நல்லவேளை, எனக்குப் பக்கத்து இருக்கை காலியாக இருந்தது. வைகைப் பாலத்தை நெருங்குவதற்குள், ஆறுதல் வார்த்தைகளைச் சொல்லி முடித்திருந்தான். அவனுடைய ஒன்றுவிட்ட அண்ணன் சென்னையில் இருக்கிறார். அரசு மருத்துவமனையில், நரம்பியல் அறுவை சிகிச்சை மருத்துவர். இவன் பேரைச் சொன்னாலே போதும். பார்த்துக்கொள்வார். கண்ணீர் மல்க தொலைபேசி எண்ணை வாங்கிக்கொண்டேன். மதுரையில் இறங்கி, அடுத்த பேருந்தைப் பிடித்து வந்த வழியிலேயே திரும்பினேன்...

மறுவாரமே ராமமூர்த்தி அண்ணாவைச் சென்னைக்குத் தூக்கிச் சென்றார்கள். பாண்டியன் எக்ஸ்ப்ரஸ் அருகே காத்திருந்த மொத்தக் கூட்டமும், வாலிபனாக விளைந்த மகனைத் தோளில் சாய்த்துத் தூக்கிப் போகும் அய்யரையும் ட்ரங்க்குப் பெட்டியைத் தூக்கிக்கொண்டு கூடவே ஓடும் என்னையும் வேடிக்கை பார்த்தது. உரத்து சுலோகம் சொல்லிக்கொண்டே, சினைவயிறுபோலப் பெருத்த மஞ்சள் பையுடன் எங்களைப் பின்தொடர்ந்து ஓட்டநடை போட்ட சித்தியையும்தான். அத்தனை ஜோடிக் கண்களில் ஊறிய இரக்கத்துக்கும் பச்சாதாபத்துக்கும், அண்ணா அப்போதே நடக்க ஆரம்பித்திருக்க வேண்டும்...

சென்னையில் எங்கள் தொலைதூர உறவினர் வசித்தார். இவர்களுக்கு இடம் கொடுத்தார். ஆனால், சித்தப்பா ஒரு வாரத்தில் ஊர் திரும்ப வேண்டியிருந்தது. சித்தியின் கடிதம் குமுறியது:

> ஒறு வாறத்லெ ஜோலிக்குத் திறும்பலேன்னா வேறெ ஆள் போட்றுவோம்ங்கிரா நிற்வாகத்திலெ. கிச்சனை அப்பப்போ போய் சித்தப்பாவெப் பாத்துக்கச் சொல்லுக்கா...

வார இறுதியில் போனேன். வீடு களையிழந்து கிடந்தது. சித்தப்பா கோயிலில் இருந்தார். கோயிலுமே ஒளியிழந்து இருப்பதாகப் பட்டது. முகமற்ற சிவலிங்கமும் கொஞ்சம் சோர்ந்த மாதிரித் தெரிந்தது. உண்மையில், அந்தச் சிற்றூரே பொலிவிழந்துவிட்டதாக உணர்ந்தேன். தழைந்த குரலில் சொன்னார் சித்தப்பா.

டாக்டர் ஸாராலெ எதுவும் செய்ய முடியலே அம்பி.

> சீஃப் டாக்டர் அஞ்சாயிரத்தெ எடுத்து வெச்சாத்தான் தேட்டருக்குள்ளையே வர விடுவேங்கறாராம். அம்புட்டுக் காசுக்கு எங்க போறது....

குரல் வெகுவாகக் கமறியது. எண்பதுகளின் ஐந்தாயிரம்... மனம் தொய்ந்து திரும்பினேன்.

ஆனால், மூன்றே நாள்தான். பொதுத் தொலைபேசியிலிருந்து எங்கள் கீழ்வீட்டுக்கு அழைத்து, தொண்டையடைக்கும் குரலில் தகவல் சொன்னார் சித்தப்பா. அண்ணாவுக்கு அறுவை சிகிச்சை வெற்றிகரமாக நடந்துவிட்டது. தலைமை மருத்துவர் ஏதோ மருத்துவ மாநாட்டுக்குப் போயிருந்த வேளையில், 'நிலைமை கவலைக்கிடமாகிவிட்டது' என்று பொய்ப் பதற்றம் உருவாக்கி, எமர்ஜென்ஸி ஆப்பரேஷன் செய்துவிட்டாராம் சின்ன டாக்டர்...

சித்தியும் அண்ணாவும் ஊர்திரும்புவதற்கு ஒத்தாசையாக என்னை அனுப்பினார்கள். சங்கரலிங்கம் டாக்டரை நேரில் பார்த்து நன்றிசொல்ல வேண்டும் என்று தோன்றியது. ரவுண்ட்ஸ் போயிருந்தார். இரண்டு மணிநேரம் காத்திருந்துதான் சந்திக்க முடிந்தது. வயதுக்குப் பொருத்தமற்ற சாந்தம் நிரம்பிய முகம். கழுத்தில் ஒற்றை ருத்ராட்சம் வேறு. கைகூப்பி நின்றேன். கூசி நெளிந்தார். சித்தி அவரை வைத்துக்கொண்டே சொன்னாள்:

> எம்புள்ளைக்கி நான் ஒடம்பெத்தான் குடுத்தேன். உசிர் குடுத்த பகவான் டாக்டர் சார்தான்...
>
> அப்பிடியெல்லாம் சொல்லாதீங்கம்மா.

என்று கூடக் கொஞ்சம் கூசினார் கடவுள். புன்சிரித்தபடி தலைகுனிந்தார்.

முன்பே குறிப்பிட்ட வங்காளித் தொகுப்புக்கு சமீபத்தில் மறுபதிப்பு வந்திருக்கிறது. கவிதைகள் முன்பைவிட மங்கித் தெரிகின்றன இப்போது.

உபரியாக, இந்தப் பிராயக் காரணமொன்றும் தட்டுப்படுகிறது - அநேகக் கவிதைகள் கருத்தை முன்வைப்பவை; சிந்தனைத் தெறிப்புகள். நவீன கவிதை 'நிகழ்த்திக்' காட்ட ஆரம்பித்து எவ்வளவு

காலமாயிற்று? தவிர, உலகம் காட்சிகளால் நிரம்பியது அல்லவா; கருத்துகளா நிரப்பியிருக்கின்றன?!

ஆனால், வைகையாற்று மணலில் வைத்து மேற்படித் தலைப்பை மேற்கோள் காட்டி ராமமூர்த்தி அண்ணா பேசிய வாக்கியங்கள் மறக்கவே மறக்காது. வங்கி வேலை கிடைத்த செய்தி கேட்டு வாழ்த்தப் போயிருந்தேன். ஆமாம், ஒரே வருடத்தில் இரண்டு நல்ல காரியங்கள் நடந்திருந்தன அவருக்கு. அண்ணாவின் குரல் வெகுவாகக் கனிந்திருந்தது. அன்று அவர் பேசியது புதுசாக ஒரு கதவைத் திறந்துவிட்டது எனக்குள்:

> த பார்றா கிஷ்ணா. கவிதைகளெ விடு. அந்தத் தலைப்பு ரொம்ப முக்கியமானதுன்னு படறது எனக்கு. ஆக்கல் காத்தல் அழித்தல் ங்கற என்ற மூணு தொழில்களைத்தான் செய்யறார் கடவுள்; சகலமும் வல்லவர் ன்னுதானே பரவலா எல்லாரும் நம்பறா. அந்தச் சித்திரம் அவ்வளவு முழுசானது இல்லே; அபாரமான குழந்தைமனசும் விளையாட்டுப் புத்தியும் உள்ளவர் அவர்ன்னு ஆறதில்லையா! மெயின் வேலைகளெச் செஞ்சு செஞ்சு போரடிக்கும்போது, சின்னக் கொழந்தெ மாதிரி கண்ணாமூச்சி ஆட ஆரமிச்சிருவர் போல!...

மூக்குவழியாகப் புகையை வெளியேற்றியவாறே, பாதி சிகரெட்டை என்னை நோக்கி நீட்டினார்.

> ...என்னோட ஆடற கண்ணாமூச்சியிலே ரெண்டாவது தடவையும் பிடிபட்டுட்டார் பாரு!

அந்தமுறைதான் இதைச் சொன்னார் என்பதில் குழப்பமில்லை. மேற்படித் தலைப்பைப் பற்றியும் அந்தத் தடவைதான் சொன்னாரா என்பது குழப்பமாய் இருக்கிறது. போகட்டும், ஞாபகங்கள் மேலெழுந்து வருவது, நிஜத்தில் நிகழ்ந்த அதே வரிசைப்படிதானா என்ன? அவ்வப்போதைய சந்தர்ப்பத்தின் பிரகாரம் அடுக்குமானம் தீர்மானமாகிறது என்றே தோன்றுகிறது. பார்க்கப்போனால், வந்த கிரமப்படி அவற்றை அடுக்கிக்கொள்வதுகூட சிரமம்தான்...

கர்நாடகத்தின் ஒரு சிற்றூரில் சென்று குடியமர்ந்தது சம்பகாச் சித்தி குடும்பம். மன்னிக்கு மாண்டியா கிளைக்கு மாற்றல் கிடைத்தது. வேண்டி வாங்கிய மாற்றல்தான். கணவனும் மனைவியும் ஒரே கிளையில் பணிபுரியக் கூடாது என்ற விதியின் பிரகாரம்,

அருகாமையிலுள்ள சிற்றூர்க் கிளைக்கு மாற்றல் வாங்கிக்கொண்டார் அண்ணா. அவ்வப்போது கடிதம் எழுதுவார். முதல் கடிதத்திலேயே,

> ...இந்த ஊருக்கு வந்தது முதல், எங்கள் பூர்விக ஊரின் நினைவு வந்துகொண்டே இருக்கிறதுடா கிஷ்ணா. பேசும் பாஷை மட்டும்தான் வேறெ. வருஷம் முழுக்கத் ததும்பும் ஆறு, வயல்வெளிகள், விவசாயம் தவிர வேறு வேலையோ, பொழுதுபோக்கோ இல்லாத பகல்பொழுதுகள். பிறந்து வளர்ந்த நாள்முதல் எனக்குப் பரிச்சயமானவையாகவே இருக்கின்றன அத்தனையும்.
>
> ஜனங்களின் மனோபாவம்கூட நூறு சதவீதம் அதே மாதிரியானதுதான். ஒரேயொரு சலான் நிரப்பிக்கொடுத்தாலே ஆயுள்கால விசுவாசிகளாய் மாறிவிடுகிறார்கள். என்ன, இவ்வளவு பவ்யமும் அனுசரணையும் உள்ளூர பயமுறுத்துகிறது - ஒரேயொரு தப்படி மாற்றி வைத்தாலும் கடும் மூர்க்கமும் நிர்த்தாட்சண்யமும் எதிர்ப்பட்டுவிடுமோ என்று.
>
> இதைச் சொல்ல விட்டுப் போயிற்றே, இங்கேயும் அதேமாதிரி ஒரு சிவன்கோவில் இருக்கிறது. என்ன, அப்பா அந்தப் பக்கமே தலை வைக்க மாட்டேனென்கிறார். அம்மாவிடம், 'நம்மளெ வேணான்னவன்ட்டெ நமக்கென்ன வச்சுக் கிடக்கு' என்கிறார்.
>
> நீ ஒரு தடவை வாயேண்டா. நிறையப் பேசலாம்...

நண்பர்களுடன் சுற்றுலா போகிறேன் என்று மட்டும் சொல்லிவிட்டு, மாண்டியா போய்ச் சேர்ந்தேன் - நாலு நாள் விடுப்பு எடுத்திருந்தேன்.

இன்ன இடத்துக்குப் போகிறேன் என்று சொன்னால் வீட்டில் பெரும் கலவரம் வெடித்திருக்கும்.

சம்பகாச் சித்தி என் அம்மாவின் ஒன்றுவிட்ட சகோதரி என்றேனல்லவா. உடன்பிறந்தவர்களுடன் இருந்ததைவிட இந்தக் குடும்பத்துடன் அம்மாவுக்கு இருந்த நெருக்கம் ஆழமானது.

எங்கள் அம்மா வழிக் குடும்பத்தில் முதன்முதலாக வங்கிப் பணியில் சேர்ந்தவர் ராமமூர்த்தி அண்ணா. என் சொந்த அண்ணன்மாரெல்லாம்

அரசு வேலைக்குப் போயிருந்தார்கள். அவருக்கு மதுரையிலேயே நியமனம் கிடைத்தது இன்னும் பெரிய விஷயம். எல்லீஸ் நகரில் ஒரு மாடிப் போர்ஷனுக்குக் குடிபெயர்ந்தார்கள்.

சோழவந்தான்வரை நகரப்பேருந்து ஓடத் தொடங்கியிருந்தது. அதிகாலை முதல் வண்டியில் கிளம்பி, சிவ கைங்கரியத்துக்குப் போவார் சித்தப்பா. உச்சிகால பூஜை முடித்துவிட்டு மதுரை திரும்புவார். ஓரிரு மணிநேரம் ஓய்வெடுத்துவிட்டு, மீண்டும் புறப்பட்டுப் போவார். பள்ளியறை பூஜை முடித்துவிட்டு பத்து மணிக்கு வீடு வந்து சேருவார்.

> *வயசென்ன கொஞ்சமாவா ஆறது? ஏதுக்காக இப்பிடி அலையணும்?*

என்று அளவற்ற வாஞ்சையுடன், தழைந்த குரலில் ஒரு முறை கேட்டாள் அம்மா. பெயரோ விளியோ சேர்க்காமல் வாக்கியம் அமைத்துப் பேசுவாள் அவரிடம்! சித்தப்பா 'அக்கா' என்று அழைப்பார்.

> *அதெப்பிடிக்கா, நம்மளெக் காப்பாத்தறவனைப் பாத்துக்கறது நம்ம பொறுப்புதானே! எம்புட்டுத் தொலவு போனாலும், ராமு என்னெ விட்ருவனா!*

என்று சிரித்தார்.

வாரம் ஒரு தடவையாவது அம்மா அங்கே செல்வாள் - அல்லது சித்தி இங்கே வருவாள். சேர்ந்து கைமுறுக்குப் பிழிவார்கள். சீடை உருட்டுவார்கள். அப்பளமோ வடகமோ இடுவார்கள். ஓயாமல் பேசிக்கொண்டிருப்பார்கள். பிழியப் பிழிய அழுவார்கள். குலுங்கிக் குலுங்கிச் சிரிப்பார்கள். எவ்வளவோ கதைகள்.

கல்லூரி முடித்துவிட்டு, வேலை கிடைக்கக் காத்திருந்த எனக்கு, எப்போது நிம்மதி கெடும்; எப்போது மனம் முழுக்க நம்பிக்கையும் எதிர்பார்ப்பும் நிரம்பும் என்பதையெல்லாம் சொல்லவே முடியாது. பகல் கனவுகளும் வறண்டு மனம் தொய்யும் நாட்களில், அண்ணாவைப் பார்க்க அவருடைய கிளைக்கே போவேன். ஒரு முழு சிகரெட்டும் டீயும் வாங்கித் தருவார். ஏகப்பட்ட ஆறுதல் வாக்கியங்கள் சொல்வார். சிகரெட் மணம் தீரும்வரை தெருத்தெருவாகச் சுற்றிவிட்டு, வீட்டுக்குப் போகும்போது பழைய

ஆளாக மீண்டிருப்பேன்.

இந்தச் சமயத்தில்தான் இரண்டாவது இடியை இறக்கினார் அண்ணா. அம்மாவும் சுந்தரம் அண்ணாவும் கூடிக்கூடிப் பேசிவிட்டு, இறுக்கமான, சிவந்த முகங்களுடன் அறையைவிட்டு வெளியே வருவார்கள். இது அடிக்கடி நடந்தது. அண்ணாவின் முகம் எப்போதுமே கடுகடுத்தும், அம்மாவின் முகம் சில வேளைகளில் தர்மசங்கடமாகவும் இருக்கும்.

அவ்வளவுதான், ராமமூர்த்தி அண்ணாவின் திருமணத்துக்குப் பிறகு, போக்குவரத்து அடியோடு நின்றுவிட்டது. அதன் பிறகு, திருட்டுத்தனமாக மட்டுமே அவரைச் சந்திக்க முடியும் என்று ஆகிவிட்டது.

அடுத்த இருக்கையில் அமர்ந்து பணியாற்றிய, அழகான கிறிஸ்டியைத் திருமணம் செய்துகொண்டார் அண்ணா - மதம் மாறி, ஜேம்ஸ் ராமமூர்த்தி என்று அதிகாரபூர்வமாகப் பெயர் மாற்றிக்கொண்ட பிறகு.

நல்லவேளை, நான் வேலையில் சேர்ந்து, முதல் சம்பளத்தில் வீட்டிலுள்ள அனைவருக்கும் புதுத் துணிமணிகள் வாங்கிக் கொடுத்துக் குளிரவைத்திருந்த சமயம். குடும்பம் சற்றே அயர்ந்திருந்த சமயத்தில், ஒரு ஞாயிற்றுக் கிழமை காணாமல் போவதில் பெரிய ஆபத்து ஏதுமில்லை.

பாளையங்கோட்டை தேவாலயத்தில் கிறிஸ்டி மன்னியின் உறவினர்களும், மணமக்களின் சக ஊழியர்களும் நிறைந்திருந்தனர். நானும் சம்பகாச் சித்தியும், சித்தப்பாவும் மட்டுமே மணமகன் வீட்டு உறவினர்கள்.

சித்தியின் முகத்தில் அன்று இருந்த பாவம் எனக்கு மறக்கவேயில்லை. சாவு விசாரிக்க வந்தவள் மாதிரி அவ்வளவு துக்கம். சித்தப்பா மலர்ந்த முகத்தோடு இருந்தார். கோட்டும் சூட்டும் அணிந்த மகனைப் பெருமிதமாகப் பார்த்துக்கொண்டிருந்தார்.

மாண்டியாவில் இரண்டு பகல்களும் ஒரு இரவும் தங்கியிருந்தேன். சித்தியின் வீடு முழுக்கமுழுக்க வேறு இடம் ஆகியிருந்தது. குடும்பத்தில் எல்லாருமே மதம் மாறிவிட்டார்களோ என்று

திகைப்பாக இருந்தது. வீட்டில் பூஜைத்தலம் என்ற ஒன்றே இல்லை. சுவரிலும் சுவாமி படங்கள் ஏதும் இல்லை. சித்தப்பாவின் நெற்றி இவ்வளவு வெறுமையாக இருந்து நான் பார்த்ததேயில்லை. அண்ணாவின் திருமணத்துக்கு பட்டைபட்டையாக விபூதியும், பஞ்சகச்ச வேஷ்டியும் கட்டுக்குடுமியுமாக அவர் தேவாலயத்தில் அமர்ந்திருந்த தோற்றம் நினைவு வந்தது...

இப்போது, சலனமேயற்ற முகத்துடன், எந்நேரமும் தமக்குள் அமிழ்ந்து கிடந்தார். அலாதியான மௌனம் அவரை உறைபோல மூடியிருந்தது. யார்மீதும் விரோதமற்ற மௌனம் என்று கற்பித்துக்கொண்டேன். அல்லது, சகலர்மீதும், சகலத்தின்மீதும் உள்ள விரோதமோ?... ஆனால், காலையில் நான் வந்து சேர்ந்தவுடன், என் தோளை ஆசையாய்த் தொட்டு,

அம்பீ...!

என்று கூப்பிட்டபோது பழைய சித்தப்பாவின் நிழலுருவம் மங்கலாய்த் தென்பட்டது. பிறகு தன் ஓட்டுக்குள் ஒடுங்கிக்கொண்டார்.

சித்தியுமே பேருக்கு ஒரு புள்ளி சாந்துப்பொட்டு வைத்திருந்தாள் அவ்வளவுதான். மற்றபடி வழக்கம்போல இருந்தாள். வாய் ஓயாமல் பேசினாள். எங்கள் குடும்பத்தில், முதல்வட்டக் குடும்பங்களில் ஒவ்வொருவரையாய்ப் பேர்சொல்லி விசாரித்தாள். ஆசையாய்ச் சமைத்துப்போட்டாள். பேரக்குழந்தையை அத்தனை ஆசையாய் வைத்துக்கொண்டாள். நாள்பூரா அவனுடனே இருந்தாள். மடியைவிட்டு இறக்காமல் வைத்திருந்தாள்.

அண்ணா மொட்டைமாடிக்கு அழைத்துப்போனார். ஆளுக்கொரு சிகரெட் புகைத்தோம். அதே மணத்துடன் இறங்கிவந்து, சித்தி கொடுக்கும் காஃபியைக் குடித்தோம்.

ஆனாலும், இனம்புரியாத ஒரு இறுக்கம் வீட்டுக்குள் நிலவத்தான் செய்தது. அல்லது, அப்படி இருப்பதாக எனக்குப் பட்டது. அண்ணா புளியோதரையைப் புளிச்சோறு என்றும், மன்னி தயிர்சாதம் என்றும் உச்சரித்தபோது என் அனுமானம் வலுப்பட்ட மாதிரி உணர்வு.

முன்னிரவில், அண்ணாவுக்கும் எனக்குமாக ஒரு பிரம்புக்கூடை நிறைய சுட்ட அப்பளங்கள் கொடுத்து அனுப்பினாள் சித்தி. மொட்டைமாடியின் வெற்றிடத்துக்கு ஓர் ஒற்றை அறை

வழியாய்த்தான் போகவேண்டும். அறையிலிருந்த மடக்கு நாற்காலிகள் இரண்டையும் டீப்பாயையும் எடுத்து வெளியே போட்டுக்கொண்டோம். அண்ணா மட்டும் அறைக்குள் சென்று, குட்டி ஃப்ரிட்ஜிலிருந்து விஸ்கியும் சோடாவும் எடுத்து வந்தார்.

கண்ணாடித் தம்ளர்களை, அப்பளக்கூடையை கொண்டுவந்து வைத்தாள் கிறிஸ்டி மன்னி. என் உச்சந்தலையில் உள்ளங்கையைப் பதித்து பிரியமாய்ச் சிரித்துவிட்டுக் கீழே போனாள்.

மூன்றாவது சுற்றுக்குப் பிறகு, பழைய ராமமூர்த்தி அண்ணா வந்து சேர்ந்தார். நானும் சரளமாகியிருந்தேன். சித்தப்பாவின் அதீத மௌனம் பற்றிக் கேட்டேன்.

கிட்டத்தட்ட நாஸ்திகராவே ஆயிட்டார்டா.

என்றார். ஆச்சரியமாக அவர் முகத்தையே பார்த்தேன்.

பின்னெ என்னடா. அத்தனை ஆசையாப் பூஜை பண்ணினார். திடீர்ன்னு, இன்னிமே கோவில் பூஜைக்கி வரவேணாம்னுட்டா. உள்ளூர்லெயே இருந்து பாத்துக்கற குருக்கள்தான் வேணுமாம். சரி, மதுரையைக் காலிபண்ணிண்டு திரும்ப வந்துர்றோம்ன்னார் இவர். தர்மகர்த்தா சிரிச்சாராம். வேறெ ஆள் பாத்தாச்சு சாமி. நீங்க கஸ்டப்பட வேணாம். மகெங் கூட சந்தோசமா இருங்க ன்னு சொல்லிட்டாராம்...

அரைத் தம்ளரை வேகவேகமாய்க் காலி செய்தார்.

...எல்லாருக்கும் ஒரே காரணம்தான். புதுசா வேற என்ன இருக்க முடியும் சொல்லு? நாலு நாள் பித்துப் பிடிச்ச மாதிரி, மோட்டுவளையைப் பாத்துண்டு உக்காந்திருந்தார். அஞ்சா நாள் கார்த்தாலெ, சுவாமி படத்துக்கு விளக்கேத்திண்டிருந்த அம்மாவெ வெறிச்சுப் பாத்தார். டக்குன்னு பூணலை அவுத்து விட்டெறிஞ்சார். 'அந்தக் கோவில் என்னடி சம்பகா, இன்னிமே ஒரு கோயிலுக்கும் போக மாட்டேன் பாத்துக்கோ.'ன்னு சொன்னார். கொரல்லெ கொஞ்சமாவது கோவமோ துக்கமோ இருக்கணுமே! சின்ன வயசிலே, 'சரி சரி. தூங்கு' ன்னு என்னைச் சொல்ற மாதிரித்தான் தொனிச்சது. அதுகூடத் தப்பு, அம்மா சாதம் போடும்போது

'போறும்'ன்னு சொல்வாரே, அந்த பாவம்...

அது போகட்டும் விடு. அத்தனையும் பழங் குப்பை. ஒனக்குக் கல்யாணத்துக்குப் பாக்க ஆரமிச்சாச்சா? ஓங்க பேங்க்லெ ட்ரான்ஸர் கிடைக்கிறது கொஞ்சம் ஈஸிதான் இல்லே!

பேச்சை மாற்றுகிறார் என்று புரிந்து நானும் ஆட்பட்டேன். ஆனால், கடைசி மிடறைக் குடித்துவிட்டு, கடைசி சிகரெட்டைப் பற்றவைத்து முதல் கொத்துப் புகையை வெளிவிட்டபடி,

எப்பிடியோ, இன்னூரு தடவையும் கடவுளைப் பிடிச்சிட்டேண்டா கிஷ்ணா!

என்று அவர் சிரித்தது இப்போதுபோல இருக்கிறது.

'87 ஆகஸ்ட்டில் எனக்குத் திருமணம் நடந்தது. 'வெளிப்படையாக உங்களை அழைக்க முடியாத நிர்ப்பந்தம் நிலவுகிறது; மன்னித்து விடுங்கள்' என்று பத்திரிகையின் இணைப்பாக நான் வைத்திருந்த துண்டுச்சீட்டுக்கு அவரும் சுருக்கமான பதில் போட்டிருந்தார். 'நேரில் வராவிட்டால் என்னடா, எங்கே இருந்தாலும் என்னுடைய மனப்பூர்வமான ஆசிகள் உனக்கு உண்டு.'...

அக்டோபர் 17-ம் தேதி சாயங்காலம் ஏழு மணி சுமாருக்குத் தகவல் கிடைத்தது. உடனே மாண்டியா நோக்கிக் கிளம்பினேன்.

வழி நெடுக, திரும்பத் திரும்ப ஒரே வாக்கியம் எனக்குள் எழுந்து ஓயாமல் தொந்தரவு செய்தது.

'இந்தமுறை, கடவுள் ராமமூர்த்தி அண்ணாவைப் பிடித்துவிட்டார்'.

அதன் பின்னொட்டு போல, இன்னொரு வாக்கியமும் தவறாமல் தலைதூக்கும்:

மூணாவது வேலையையும் பாத்துட்டானே அந்த ஆசாமி...

அண்ணாவின் புன்னகைத்த முகம் மானசீகத்தில் உயர்ந்தபோது, தாள முடியாமல் வலித்தது. இருசக்கர வாகனத்தை அவர் ஓட்டும் வேகத்தை நினைத்து முதுகுத்தண்டில் சொடுக்கியது. அத்தனை நிதானமான மனிதர், தலைதெறிக்கும் வேகத்தில் பறப்பார் - புன்னகை மாறாத முகத்துடன். இடையில் சில மாதங்கள் படுத்த

படுக்கையாய்க் கிடந்தது அவருக்குள் நூதனமான வெறியைக் கிளப்பியிருக்க வேண்டும்.

> நீ அலையாதேன்னுதான் ஒங்க மன்னி சொல்றாடா. எனக்கு அவளோடெ தனியா இருக்கக் கிடைக்கற நேரத்தெ இழக்க மனசு வரலே!

என்று சொன்னபோதும் அதே புன்னகைதான். கிராமத்திலிருந்து மாண்டியாவரை தினசரி மனைவியைக் கொண்டுவிட்டுத் திரும்புவார் அண்ணா. சாயங்காலம் சென்று அழைத்துவருவார்.

அன்றைக்கு வெகுநேரம் காத்திருந்தாளாம் மன்னி. திருமண நாள் என்பதால் சீக்கிரமே வருவதாகச் சொல்லியிருந்தவர்; வரவேயில்லை. செய்திதான் வந்தது. சரக்கு லாரியில் அடிபட்டு, தலத்திலேயே மாண்டிருந்தார் அண்ணா...

கிடைத்த வண்டியிலெல்லாம் மாறி மாறிப் பயணம் செய்து, சென்று சேர்ந்தபோது மறுநாள் மத்தியானம் ஆகியிருந்தது. எல்லாம் முடிந்து, வீடு புதியதொரு வெறுமைக்குள் புகுந்திருந்தது. ஆரம்ப அழுகைக்குப் பிறகு, ஒருவருக்கொருவர் பேசிக்கொள்ளாமல் தலைகுனிந்து உட்கார்ந்திருந்தோம்...

திடீரென்று நினைவு வந்தவள் மாதிரி, எதையோ சொல்லி வாய்விட்டுப் புலம்பினாள் சித்தி. சொற்கள் குழறியதால், இன்னதென்று புரியவில்லை. தீனமான விலங்கின் குரல்போல ஒலித்தது. முன்வராந்தாவில் பொம்மை வைத்து விளையாடிக்கொண்டிருந்த இரண்டரைவயதுப் பேரப்பயல், எழுந்து ஓடிவந்தான். பாட்டியின் அருகில் வந்து நின்று, புடவையைப் பற்றி இழுத்தான்.

> பாட்டீ, ஏம் பாட்டி எப்பொப் பாத்தாலும் அழறே... தோசெ குடு பாட்டி...

வாய்விட்டு உரத்து வீறினாள் சித்தி.

> இப்பிடி எடுத்துக்கத்தான் குடுத்துத் தொலச்சியா பழிகாரா... ஒன்னோட ஆட்டத்துக்கு நானும் எம் புள்ளையும்தான் கிடைச்சோமா?
>
> இவன் கண்மண் தெரியாம ஓட்டினதுக்கு பகவான் என்னடி செய்வார். நாம சரியா வளக்கலே...

என்று லேசாக முன்னந்தலையில் அடித்துக்கொண்டார் தகப்பனார். அவர் கொஞ்சம் சீக்கிரமாகவே மீண்டுவிட்டார் என்று தோன்றியது. ஆனால், சித்தியின் முகம் இன்னமும் வெகுவாகக் கலங்கித்தான் இருந்தது. கணவரை நிமிர்ந்து பார்த்துவிட்டு,

பகவானாம் பகவான். கேடுகெட்ட....

என்று எங்கள் குடும்பங்களில் பெண்கள் மட்டுமே புழங்கும் வலுத்த வசவு வார்த்தையொன்றை வீசினாள். பெரியவர் நிதானமாகக் கேட்டார்:

> நாஸ்திகா மாதிரி வார்த்தெ வுடாதே சம்பகா. உன்னோட பகவான்தான் காப்பாத்தலே. உன் மாட்டுப்பொண்ணோடெ பகவானாவது இவனுக்கு புத்தி குடுத்துருக்கலாமே?

கோபமும் ஆற்றாமையும் தொனிக்கும் குரலில் கேட்டுவிட்டு, வாசலுக்குப் போக எழுந்தார். அவருடைய முதுகை முறைத்தபடி சித்தி ஆவேசமாகச் சொன்னாள்:

எல்லாக் கடவுளும் பழிகாரப் பசங்கதான்.

என்று குமுறினாள் தாயார்.

மௌனமாக வந்து அமர்ந்திருந்த கிறிஸ்டி மன்னி ஆமோதிக்கிற மாதிரித் தலையசைத்தாள். படிய வாரிய தலையும் கோணல் வகிடும் பவுடர் மணமும் நேர்த்தியாக முன் மடிப்புகள் வைத்துக் கட்டிய காட்டன் சேலையும் அதைத் தோளுடன் பிணைக்கும் அழகிய க்ளிப்புமாக எப்போதும் மிளிரும் கிறிஸ்டி மன்னியின் தற்போதைய தோற்றம் அதிர்ச்சி அளித்தது. கன்னாபின்னாவென்று கலைந்திருந்தாள்; கசங்கியிருந்தாள். அண்ணாவைப் பறித்துக் கொண்டது அல்ல, இவளை இப்படி மீத்துவைத்ததுதான் கடவுள் செய்த மாபெரும் துரோகம் என்று தோன்றியது...

கனத்த மனத்துடன் ஊர்திரும்பும்போது, வேறொரு சமாதானம் தோன்றியது. மனிதர்கள் மாதிரித்தானே கடவுளும், பாவம்? தம்மையறியாமல் சில கூறுகெட்ட வேலைகள் பார்த்துத் தொலைத்துவிடுகிறார் போல என்று நினைத்துக்கொண்டேன்.

பின்னே, எனக்கும் குடும்பம் குழந்தைகுட்டிகள் என்று ஆகிவிட்டது; நுட்பமான சிக்கல்களும், தப்பிக்கும் ஆர்வமும் இல்லாமல் போகுமா. அப்புறம் யாரிடம் போய் உதவிகேட்டு நிற்பது?

ஆரம்பித்த இடத்துக்கே வந்துவிடுகிறேன்... விவரிக்கத்தான் இவ்வளவு நேரம் பிடிக்கிறதே தவிர, தத்ரூபமான காட்சிகள் மனத்தில் மாறிமாறி விரைந்ததை அதேவிதமாக விவரிப்பதற்கு எந்த மொழிக்கும் வேகம் போதாது.

வலுக்கட்டாயமாக ராமமூர்த்தி அண்ணாவிடமிருந்து பிடுங்கிக்கொண்டு, செல்பேசியில் கவனத்தைப் பதித்தேன். ஃபேஸ்புக்கை வலதுகையால் நிமிண்டி நகர்த்திக்கொண்டே போனபோது, ஒரு சிறு குறிப்பின்மீது மனம் பதிந்து நின்றது. ஆங்கிலத்தில் யாரோ எழுதியதை, யாரோ பகிர்ந்திருந்ததன் சாரம் இது:

> ...ஊடகங்கள் சொல்கின்றன - மருத்துவமனைமீது இஸ்ரேல் குண்டு வீசியதில் நூற்றுக்கணக்கான குழந்தைகள் மரித்தனவாம்...
>
> சில வருடம் முன்னால், கடற்கரையில் அலையோரம் ஒதுங்கிக் கிடக்கும் பச்சிளம் பாலகனின் புகைப்படத்தைப் பார்த்தோம்.
>
> அதற்கும் பல வருடங்கள் முன்னால் குண்டுவீச்சுக்குத் தப்பி அம்மணமாக ஓடிவரும் ஒன்பது வயதுச் சிறுமியை...
>
> பசித்திருக்கும் கழுகுக்குச் சற்றுத் தொலைவில் உச்சபட்சச் சோர்வுடன் உட்கார்ந்திருக்கும் கறுப்பினக் குழந்தையையும் பார்த்திருக்கிறோம்.
>
> படைத்ததைவிட அதிக வேகத்தில் பறித்துக்கொள்கிறாரே கடவுள், யாரும் யாரும் ஆடுகிற விளையாட்டில் வெட்டுப்படும் காய்கள் இவை...

'என்ன இழவெடுத்த விளையாட்டு இது; கரிசனம் கொஞ்சம்கூட இல்லாத விளையாட்டு' என்று எரிச்சல் ஊறியது. அந்த ஆளுக்கும்தானாகட்டும், மிருதுவாக, பிரியமாகப் பற்றவே தெரியாதா... உள்ளூர ஒரு சித்திரம் எழும்பி மிதந்தது.

மூடிய கண்களுடன், முன்னோக்கி விரித்த கரங்களுடன், இறைஞ்சும் மனத்துடன் கடவுளை நான் தேடித்தேடிச் சரணடைந்த பலப்பல சந்தர்ப்பங்கள் தோன்றித் தோன்றி மறைந்தன. முதல்முறையாக, புதியதொரு அச்சம் உதித்தது.

கட்டி மூடிய கண்களுடன் அவர் என்னைத் தேடுகிறாரா என்று தெரியவில்லை. ஆனால், ஒருவேளை பிடித்துவிட்டார் என்றால் என்ன நடக்குமோ என்று பெரிய பீதி உயர்ந்தது...

உடனடியாய்ப் படுக்கையிலிருந்து எழுந்து பல்தேய்க்கப் போனேன்.

உயிர்மை, மார்ச் 2024

ஒன்றா, இரண்டா...?

வெளித்தெரியாத குருகுலத்தில் நான் பயிற்சி மேற்கொண்ட நாட்கள் அவை. எழுத ஆரம்பித்த காலகட்டத்தில், குருவின் அறிமுகம் உண்டானது; அல்லது, அவரது அறிமுகத்துக்குப் பிறகுதான் எழுத்தில் ஒரு பிடிப்பே ஏற்பட்டது. இன்னும் ஏகப்பட்ட இரட்டைத் தடங்கள் வரவிருக்கின்றன - அதற்கான முன்னோட்டமாய்க்கூட மேற்சொன்ன இரட்டை வாக்கியத்தைக் கொள்ளலாம்.

குருநாதர் என்னுடைய ஒரு வரியையும் சிலாகித்ததில்லை. ஆனாலும், அவருடைய சிந்தனாமுறைமீதும், அது எகிறிப்பாயும்போது கேட்பவருக்குக் கிடைக்கும் லாகிரியிலும் எனக்கு உள்ள மோகமும் பொறாமையும் கொஞ்சம்கூடக் குறைந்ததில்லை. என் கதைகள்மீது அவருடைய பொதுவான ஆதங்கம், அவை புனைகதையாவதற்கு ஒரு மாத்திரை முன்பாகவே நான் கடிவாளத்தை இழுத்துப் பிடிக்கிறேன் என்பது. ஒருமுறை, நான் 'தலையால் எழுதுகிறேன்' என்று சொன்னார். 'எல்லாருமே அப்படித்தானே' என்ற கேள்வியை அடக்கிக்கொண்டு, 'புரியலயே சார்.' என்று மாத்திரம் சொன்னேன்.

> மூளையால் எழுதுகிறாய். இதயத்தால் எழுதுவதுதான் இலக்கியமாகும். கலை என்பதே, இதயத்தின் வழியாக ஆன்மாவைத் தீண்டும் முயற்சிதான்.

என்று விளக்கினார்.

'அளவற்ற கெட்டிக்காரத்தனத்தை வைத்து, வாசிப்பவரின் உணர்ச்சிப் பலவீனத்தில் மர்மத்தாக்குதல் நடத்துவதைத்தான் அவர் குறிப்புணர்த்துகிறாரா' என்று கேட்க விரும்பினேன். மேலும் அவர் நாள்தவறாமல் போற்றிப் புகழும் எழுத்தாளரான போர்ஹேயைப் படித்து யாருக்காவது ஒரு துளி கண்ணீர் துளிர்த்திருக்க வாய்ப்புண்டா என்றும் கேட்க நினைத்தேன். இப்படித்தான், அவருடனான உரையாடல் எப்போதுமே இரண்டு பகுதிகளாக அமையும் - ஒன்று, வாய்விட்டு அவருடன் பேசுவது; மற்றது, எனக்குள் நானே பேசிக்கொள்வது.

எளிமையான வழி ஒன்றை யதேச்சையாகக் கண்டுபிடித்தேன். கட்டுரைத் தன்மை மிகுந்த கதைகள் என்றுதானே புகார் சொல்கிறார். கதைத் தன்மை மிகுந்த கட்டுரைகளை எழுதினால் போயிற்று.

ஆனால், கொஞ்சகாலம் கழித்து இன்னொரு விபத்து நேர்ந்தது. ஒரு நாளிதழின் தீபாவளி மலருக்கு என்னிடம் கட்டுரை கேட்டார்கள். அனுப்பிவைத்தேன். நாலாவது நாள் ஒரு பெண்குரல் தொலைபேசியில் அரற்றியது - சற்றுப் பதற்றமாக.

> சார், 'நாங்க கட்டுரை கேட்டிருந்தோம்; நீங்க கதை அனுப்பியிருக்கீங்களே'ன்னு எடிட்டர் கேக்கச் சொன்னாரு.

> அட, நான் இப்பல்லாம் இந்த மாதிரித்தாம்மா எழுதுறேன்.

என்று எளிமையான பதில் சொன்னேன். அவர்களும் சமாதானமாகிவிட்டார்கள் என்று வையுங்கள். இல்லாவிட்டால் அந்தக் கட்டுரை பிரசுரமாகியிருக்காதே. ஆனால், நான் சொல்லியிருக்க வேண்டிய, நேர்மையான, இரண்டாவது பதில்,

> அட, இப்பிடிப் பிரிக்கிற கோடெல்லாம் அழிஞ்சு ரொம்பகாலம் ஆச்சம்மா.

கவிதை என்ற பெயரிலேயே கட்டுரை எழுதுவதெல்லாம் தமிழில் நடைமுறைக்கு வந்து குறைந்தபட்சம் முப்பது வருடங்களுக்குமேல் ஆகிறது, இல்லையா!

தொலைபேசி உரையாடலை குருநாதரிடம் சொன்னேன். முகத்தை அண்ணாந்து வெகு ஆனந்தமாகச் சிரித்தார். சிரிப்பின் பின்னால் ஏதேனும் ஒளிந்திருக்கிறதா என்று பார்க்க முடியவில்லை - அவருடைய முகம்தான் ஆகாயத்தை நோக்கி இருந்ததே...

ஆக, இப்போது நான் நீங்கள் வாசிப்பதும் கதைக் கட்டுரைதான்; அல்லது, கட்டுரைக் கதை. முதல் பகுதியிலேயே தலைப்புக்கு நியாயம் சேர்ந்துவிடுவது எத்தனை அதிர்ஷ்டகரமான சங்கதி என்பது தொடர்ந்து எழுதிச் சிரமப்படுகிறவர்களுக்குத்தான் தெரியும்...

உண்மையில், இந்தக் கட்டுரை அல்லது கதை இரண்டு நூல்களைப் பற்றியது. வெவ்வேறு காலத்தவை. வெவ்வேறு தரப்பைச் சேர்ந்தவை. வெவ்வேறு மனோதளம் கொண்டவை. நேரடியான ஒப்பீடுகள் கொள்ளாதவை. ஆனாலும், அடிப்படையான ஒற்றுமைகள் நிறைய உள்ளவை. இரண்டுமே போர்ச்சூழலைக் களமாகக் கொண்டவை. பொதுநோக்கின் பார்வையில், எதிர்மறையானவை. மானுட அறத்தின் முன்னிலையில், தார்மீகமற்றவை. ஆனாலுமென்ன, எதிர்மறையுணர்வு வழங்கும் சுவாரசியத்துக்கும் வசீகரத்துக்கும் ஈடு உண்டா!

இரண்டு நூல்களின் நாயகர்களும் ஒருதலைப் பட்சமாகப் பேசியவர்கள். சமூகத்தின் பார்வையில் துரோகிகள். மரணத்துக்கு வெகு அருகில் நின்றவர்கள்; அதை முன்னிட்டே, தம்மைத் தீரர்களாகக் கருதிக்கொண்டவர்கள். கிட்டத்தட்டத் தலைமறைவு வாழ்க்கை நடத்தியவர்கள். புனைபெயரில் எழுதியவர்கள். அதன் காரணமாகவே, முழு உண்மையையும் சொல்வதாகத் தோற்றம் தருபவர்கள்.

ஒருவர் கொலைசெய்வதை முழுநேரப் பணியாய் மேற்கொண்டவர். மற்றவர், கொல்லப்பட வேண்டியவர்களை மோப்பசக்தியால் உணர்ந்து, ஆள் காட்டுவதை அயராமல் செய்துவந்தவர். முன்னவர் தொழில் தர்மத்தை உயர்வானதாய்க் கோருபவர்; அடுத்தவர், தேசபக்தியை.

ஆனால், இரண்டு மனங்களுமே, வாழ்நாளின் இரண்டாம் பகுதி முழுவதையும் நடித்தே கழிக்க வேண்டிய நிர்ப்பந்தத்தில் வீழ்ந்தவை. எந்த அளவுக்கு உண்மையை நேசித்தன, அதற்கான அவசியமோ சான்றுகளோ இருந்தனவா என்ற கேள்விகளும் எழத்தான் செய்கின்றன. இதுபோக, வாசிப்பவர் நல்லெண்ணத்தைச் சம்பாதிப்பதற்காகக் கலந்த பொய்கள் எவ்வளவோ...

இரண்டு நூல்களுக்குமான மிக முக்கியமான ஒற்றுமை ஒன்று

உண்டு. சிருஷ்டிகரம்! என்ன செய்ய, மொழியின் இயல்பு அது; இருபுறமும் கூர்மையான கத்தி. எழுத்தை அளக்க அது மிக முக்கியமான அளவுகோல் என்பதே ஒருவித இரண்டுங்கெட்டான் முரண்தான், இல்லையா! விழுமியங்கள் கிடக்கட்டும், அவை என்ன எல்லாக்காலத்திலும் ஒரேமாதிரியாகவா இருக்கின்றன!

ஆனால், மேற்சொன்ன அளவிலும்கூட, முதல் புத்தகம் இம்மி இழையில் வெற்றிவாகை சூடுகிறது - அதன் பின்னணியாக மலைகளும் வனாந்தரமும் பசுமையும் அத்துவானமும் நிறைந்திருப்பதும், மொழியில் அபாரமான கவித்துவம் மேவியிருப்பதும்கூடக் காரணமாய் இருக்கலாம்.

இன்னொன்றையும் சொல்லிவிடுகிறேன். முதலாவது நூல், ஆரம்பத்தில் சொன்ன குருநாதர் வாசிக்கத் தந்த காகிதப் புத்தகம். இரண்டாவது, இணையத்தில் வேறெதையோ துழாவும்போது சிக்கிய மின்னூல். (இதிலும்கூட ஒரு சிறு தயக்கம் எனக்குள் நிலவுகிறது - திருட்டுப் புத்தகத்தை இலவசமாய்க் கொடுக்கவென்றே செயல்படும் இணையத்தளங்களில் நேரடியாகவோ, 'தரவிறக்கி'யோ வாசிப்பது அறம்தானா? ஆனால், வாசிப்பின் ஆசையும் போதையும் மீறும்போது தார்மிகமாவது ஒண்ணாவது என்று நானே சமாதானமடைவது இன்னும் பெரிய வயிற்றெரிச்சல்). வாசித்த கிரமத்திலேயே, அதாவது, முதல் நூலைப் பற்றியே, முதலில் சொல்கிறேன். அதற்கு முன்னால், சிறு இடையீடு.

சண்முகநாதன் என்று சொன்னால் அநேகம்பேருக்குத் தெரியாது. 'ராஜாளி' என்றால் உடனே புருவம் உயரும்; புன்னகை மலரும். அவருடைய பேரைச் சொன்ன மாத்திரத்தில், மொழி எப்படி அலங்காரமாகிறது பாருங்கள்! திரைப்பாடல்களில் அளப்பரிய உச்சத்தை எட்டியவர். தேசிய விருதுபெற்ற,

கொக்கின் வெண்மையே - கோழி
யிறகின் மென்மையே
பாலின் புரதமே - என்
பகல்நேர விரதமே

என்ற பிரசித்திபெற்ற பாடலை எழுதி தேசியவிருது பெற்றவர். வழக்கம்போல, தன்னைப் பொருட்படுத்தாத பெண்ணுக்கு

நாயகன் நூல்விடும் பல்லவிதான். மெட்டமைத்த தெலுங்கு இசையமைப்பாளரின் உறவினர் மத்திய அமைச்சராய் இருந்ததாலும்; அவர் சார்ந்த கட்சி மத்திய அரசுக்கான ஆதரவைத் திரும்பப் பெறுவேன் என்று சதா மிரட்டிவந்ததாலும் இறைபட்ட நீர் தமிழ்ப்புல்லுக்கும் பொசிந்தது என்று புலனாய்வுப் பத்திரிகை ஒன்றில் பெட்டிச்செய்தி வந்தது. அதனாலென்ன, விருது விருதுதானே.

மேற்சொன்னதுபோன்ற, தளுக்கும் குலுக்குமான ஆயிரத்திச்சொச்சம் பாடல்கள் தவிர, கவிதை என்ற பெயரில் வண்டிவண்டியாய் எழுதிக் குவித்திருக்கிறார் ராஜாளி என்ற சண்முகநாதன். ஒரு வரிகூட என்னைக் கவர்ந்ததில்லை.

ஆனால், எனக்கு இதுவரை தெரிந்திராத இன்னொரு பிம்பத்தைக் காட்டிவிட்டார், சமீபத்தில். அளவில் சற்றுப் பெரியதான நூல் ஒன்றை எழுதியிருக்கிறார். நான் பேச உத்தேசித்த முதலாவது நூல் அல்ல இது; எதேச்சையாகக் குறுக்கிட்ட மூன்றாவது. மற்றபடி, அதுவும் சுயவரலாறுதான். அதாவது, அப்படியொரு ஜாடையில் வெளியாகியிருக்கும் சுயப்பிரதாபம். ராஜாளியின் நூலைப் பற்றி விரிவாகப் பேச ஒன்றுமே இல்லை எனக்கு. அதில் தவறுதலாக இடம்பெற்றதுபோலத் தென்பட்ட ஒரேயொரு அத்தியாயம் பற்றித்தான் ஓரிரு வரிகள்.

'மணலில் வீழ்ந்த மழைத்துளி' என்னும் அந்த நூலுக்கு 2006ல் நாலாம் பதிப்பு வந்தது. அப்புறம் வேறு வந்ததாகத் தெரியவில்லை; அவர் சார்ந்த கட்சி ஆட்சியிலிருந்து இறங்கியதா; அவருக்கே திரைத்துறையில் மவுசு குறைந்ததா; அல்லது கிசுகிசுக்கள் குறிப்பிடுகிற மாதிரி வேறு சுவாரசியங்களில் அவர் மூழ்கிவிட்டதா, எது காரணம் என்று தெரியவில்லை.

அதை விடுங்கள், மேற்சொன்ன அத்தியாயத்தில், நான் முன்னமே குறிப்பிட்ட குருநாதர் பற்றியும், நான் குறிப்பாகப் பேச விழைந்த முதலாவது நூலைப் பற்றியும் விரிவாகப் பதிவு செய்திருக்கிறார். ஒருவகையில், இதை நான் எழுதுவதற்குக்கூட அந்த அத்தியாயமே தூண்டுகோல். உவேசா, நாமக்கல் கவிஞருக்குப் பிறகு, தமிழில் என்னைக் கவர்ந்த சுயவரலாற்று அத்தியாயம் அது. இந்தப் பதினைந்து பக்கங்களில், சண்முகத்தின் மொழிநடை மட்டுமல்ல, விவரிக்கும் சம்பவங்களும் அவற்றின் வெளிப்படைத்தன்மையும்கூட அபாரம். உண்மையின் பலம் அது என்றுதான் கொள்ளவேண்டும்...

மேற்படி அத்தியாயம் இவ்வளவு தூரம் என்னை ஈர்த்ததற்கு நேரடியான இன்னொரு காரணம் உண்டு; குருநாதர் பற்றிய சண்முகத்தின் விவரிப்பு. இவரும் அவருடைய சீடர்தான். மூன்றாவது காரணமும் உண்டு; இந்தக் கட்டுரைக்கதையை வாசிக்கிறவரே கண்டுபிடித்துக்கொள்ள வேண்டியது...

2

...அவரைச் சந்தித்திராவிட்டால், ஒரு வரிகூட சொந்தமாக எழுதியிருக்க மாட்டேன். இத்தனைக்கும், தாம் ஒரு வரிகூட எழுதாதவர் அவர். 'எழுதலாமே' என்று எங்களைப்போன்ற சீடர்கள் வேண்டினால், 'அட போங்கய்யா, ஊதுபத்தி புகை விடுது; அதையெல்லாம் சேர்த்தா வைக்கிறோம்! எரியிறப்ப மணந்தாப் பத்தாதா.' என்று சிரிப்பார்.

இன்றுவரை நான் எழுதும் சகலமும் அவருக்குத்தான் சமர்ப்பணம் என்று மனம் கசிந்து சொல்லும்போதெல்லாம், 'அதெல்லாம் இல்லய்யா, ஒனக்குள்ளெ ஆர்வமும் சுனையும் இருந்துச்சு; சந்தர்ப்பம் கிடைச்சவொடனே பீச்சி அடிச்சிருச்சு. அவ்வளவுதான்' என்பார். அது அவரது பெருந்தன்மை. என் எழுத்துக்கள்மீது அவருக்குப் பெரிய மரியாதையோ அபிமானமோ கிடையாது என்பது எனக்கே தெரியும்; என்ன, முகத்துக்கு நேரே சொல்லமாட்டார். அதுவும் அவருடைய பெருந்தன்மைதான். ரிச்சர்டுக்கும் என் எழுத்துக்கள் பிடிக்காது. போகட்டும், தொழில் நிமித்தம் நான் எழுதும் வரிகளை நானே உயர்வாகக் கருதமாட்டேனே... அவை பெரும்பாலும் சிருங்காரக்கொச்சைகள்தாமே.

மூன்றுபேர் ஒரே சமயத்தில் அவரிடம் சென்று சேர்ந்தோம். ஒரே வருடத்தில் ஒருவர் அகன்றுவிட்டார் - அது பரவாயில்லை; அலுவலகம் விட்டதும், புது மாமனாரின் புரோட்டாக் கடை கல்லாவில் போய் அமர்ந்தார். 'அறிவுஜீவியா இருக்குறது அத்தனை சுலபமில்லீங்க. நாப்பது வயசைத் தாண்டியும் ஒருத்தனுக்கு சிந்தனைமேலெ பிடிப்பு இருந்ததுன்னா, தமிழ்ச்சூழல்லெ அது பேரதிசயம்' என்பார் எங்கள் ஆசிரியர்.

என்னுடைய ஆசையோ, உத்தேசமோ அறிவுஜீவி ஆவது இல்லை. 'கடந்து செல்லும் ஒவ்வொரு தருணமுமே ஒரு முழுக் கவிதை ஆகும் அருகதை கொண்டது; கவிதையாகவோ கதையாகவோ சொல்லும்போது கருத்துகளின் வறட்டுத்தன்மை மட்டுமல்ல, கூர்மையும், குரூரமும்கூடக் குறைந்து கனிய வாய்ப்புண்டு' என்று எண்ணுபவன்...

ரிச்சர்டுக்கு 'இந்தப் பயல் சரியாய் வேகாத உருளைக்கிழங்கு' என்று அபிப்பிராயம். எனக்கோ மற்ற ஆசாமி 'ஒரு கிளையில் நிச்சிந்தையாய் அமர முடியாத, மூலவியாதி பீடித்த குரங்கு' என்று எண்ணம். மாறி மாறிக் குதறிக்கொள்வோம். ஆசிரியர் வெற்றுப் பார்வையுடன் கவனித்துக்கொண்டிருப்பார். 'அட, நம்மை ஆதரிக்க வேண்டாம்; முகத்தையாவது தர்மசங்கடமாக வைத்துக்கொள்ளக் கூடாதா' என்பது என் ஆற்றாமை.

நான் ஆன்மிகம் பேசினால் ரிச்சர்டு இடது சித்தாந்தம் பேசுவார்; நான் ஊழியர் சங்கம் பற்றிப் பேச்செடுத்தால், அவர் சைவ மடங்கள் பற்றிப் பேசுவார். நான் மேஜிக்கல் ரியாலிசம் என்றால், அவர் சிலுவைப் போர் என்பார். நான் க்வாண்ட்டம் இயற்பியல் என்று பேச்செடுத்தால், அவர் சோழர் கால விவசாயம் என்று தாவுவார். நான் தயங்கிய குரலில் ஐய உணர்வோடு உதிர்க்கும் வாக்கியங்களை, கண்மூடித்தனமான ஆவேசத்துடன் மட்டையடியாய்த் தகர்த்தெறிவார். அவருடைய முழுநேர அக்கறை, எனக்கு எதிர்நிலை எடுப்பது மட்டுமே என்று உணர்ந்து நான் தணிந்தபோது, திரை அலுவல்களை முன்னிட்டு, தலைநகருக்கு இடம் பெயர்ந்திருந்தேன். ஓரளவு பெயரும் ஈட்டியிருந்தேன்.

ஊரை நீங்கிய நாட்களில், ஆசிரியரைத் தொலைபேசியில் அடிக்கடி அழைப்பேன். நெடுநேரம் பேசுவேன். பேருக்குக்கூட, ரிச்சர்டு பற்றி விசாரித்ததில்லை; ஆர்வமிருக்காது.

...ஊரிலிருந்த காலத்தில் ஒருநாள், நானும் ஆசிரியரும் தனியாக மாலைநடை போனோம்.

> அந்தாளு அவ்வளவு வன்மத்தோடெ தாக்குறாரு. நீங்க பேசாமெ இருக்கீங்களே?

என்று ஆதங்கமும் விசனமும் பொங்கும் தொனியில் கேட்டேன்.

> *அப்பிடியா! அதுக்குப் பேருதான் வன்மமா? நீ சொல்லித்தான் தெரியுதுப்பா!*

என்றார் மிருதுவாக. குரலில் குறும்போ, கரிசனமோ இல்லை. அத்தனை சகஜபாவத்துடன் இருந்த வெகுளியான முகத்தை எதிர்கொள்ள எனக்குத் தெரியவில்லை... நடை முடிந்து அவர் வீட்டு வாசலுக்கு வந்தபோது எனக்கொரு புத்தகம் தந்தார்.

ஆப்பிரிக்க நாடொன்றின் ராணுவ மற்றும் அரசியல் நிகழ்வுகளை விவரிக்கும் நூல். போலிப் பெயர்களில் கள்ளப் பாஸ்போர்ட் தாங்கிய முன்னாள் உலகப்போர் வீரர்களின் பட்டாலியன் ஒன்றை உருவாக்கி, ஜனநாயகம் கோரும் கொரில்லாப் படையை சமாளிக்க அனுப்புகிறது அரசாங்கம்.

எத்தனை கொடூரத்தையும் நியாயப்படுத்துவதற்கு பிரத்தியேக தர்க்கம் இருக்கத்தான் செய்யும் என்பதற்கு முன்னுதாரண நூல் அது. அழுத்தமான மனப்பதிவை உருவாக்கிய புத்தகத்தின் பெயரோ எழுதியவர் பெயரோ எனக்குக் கொஞ்சமும் நினைவில்லை என்பதே விசித்திரம்தான். ஆனால், கிட்டத்தட்ட முப்பது ஆண்டுகள் ஓடிவிட்டனவே... கேட்டு எழுதியவர் பெயரும், நேரடி அனுபவங்களை நேரில் பகிர்ந்துகொண்ட முன்னாள் போர்க் குற்றவாளியின் பெயரும்கூட நினைவில்லை. பின்னவருடையது, உச்சரிக்கக் கடினமான ஜெர்மானியப் பெயர் என்று நினைவு...

> ஒரு எதிர்மறையான ஆசையின் பிரகாரம் வாசித்து முடித்தேனே தவிர, மனப்பூர்வமாக அதனுடன் ஒன்ற முடியவில்லை என்னால்.

என்று ஆசிரியரிடம் நான் சொல்லும்போதுதான் அந்த நூலை ரிச்சர்டும் வாசித்திருக்கிறார் என்று தெரிந்தது. அவருடைய கருத்து இது:

> *ஆனால், வெளிப்படையாக உலகமே எதிர்த்துக் கரித்துக்கொட்டும் ஹிட்லர் மாதிரியான ஒரு மனிதனை, தாட்சண்யமில்லாமல் ஒரு இனத்தையே அழிக்கப் புறப்பட்ட ஒரு கோட்பாட்டை, பின்தொடர்வதும், அந்த மனிதனின் செயல்களை நியாயப்படுத்துவதும் நடைமுறை அரசியல்*

> சரித்தன்மைக்கு எத்தனை எதிரானது! அதைச் செய்ய எவ்வளவு துணிச்சல் வேண்டும்...

என்றார்! ரிச்சர்டின் ஆங்கிலத் திறன்மீது எனக்கு மோகமே உண்டு...

முன்னாள் சகாவும், இனிய விரோதியுமான ரிச்சர்டின் குடும்பத்தில் ஒருவர் மாண்ட செய்தி, ஒரு பொது நண்பர்மூலம் கிடைத்தது. அந்தக் கணத்தில் என் கண்களில் நீர் துளிர்த்தது. மேற்படி நூலைப் பற்றிப் பேசிக்கொண்டிருந்த நாள் மறுபடியும் நினைவில் எழுந்தது. புத்தகத்தைப் பற்றி விவாதித்த அன்று எங்கள் ஆசிரியர் சொன்னார்:

> நடைமுறையாய் வெளித்தெரியும் மனிதனுக்கு ஒரு அரசியல் சரித்தன்மை இருக்கிறது என்றால், பூடகமாக எல்லாருக்குள்ளேயும் இருக்கும் ஒரே மனிதனுக்கும் ஒருவித சரித்தன்மை இருக்கத்தான் செய்யும் போல. அதைத்தான் மானுட அறம் என்று சொல்கிறார்களோ?...

இப்படி அவர் சொல்லக் காரணம், அந்த நூலிலுள்ள இரண்டு தருணங்கள்.

குரூரமான போர்த்தந்திரங்களை வகுக்கிற, தாட்சண்யமின்றிச் சுட்டுத் தள்ளுகிற; தனக்கு எந்தவிதத்திலும் சம்பந்தமற்ற நாட்டின் சுதந்திரப் போராளிகளைக் கொத்துக்கொத்தாகக் கொல்கிற; மரணமடைந்த கொரில்லா உடல்களை செத்துப்போன கரப்பான்பூச்சிகளுக்கு நிகராக அவமதிக்கிற அந்த அதிகாரி கலங்கி நிற்கும் ஒரு சந்தர்ப்பம்.

இரண்டாம் உலகப்போர்க் காலம் முதல் தன்னுடன் தோளோடுதோள் நின்று போரிட்டுவரும் நெருங்கிய தோழன் கொல்லப்படும்போது நிலைகுலைந்து போவார். அதுவரையிலான சகலத்தையும் முரட்டுத்தனமான சொற்களில் விவரித்துவந்த மொழி சட்டென்று கனிந்துவிடும். கண்ணீரைக் கட்டுப்படுத்திக்கொள்ள சிரமப்படுவார். இதை நான் குறிப்பிட்டேன். ஆசிரியர் தொடர்ந்து பேசினார்:

> இறந்தவர்களைப் புனிதராக மதிப்பது எல்லாக்காலத்துக்குமான மானுட சுபாவம்தானே. அப்புறம், உறவு, நெருக்கம் என்று வரும்போது நிலைப்பாடுகளும் கோட்பாடுகளும் பிரயோசனமில்லாமல் போய்விடுகிறது பாருங்கள்!

நானும் ரிச்சர்டும் தலைகுனிந்து அமர்ந்திருந்தோம்...

இன்னொரு சந்தர்ப்பம், வெள்ளைக்கொடி ஏந்தி சரணடைய வரும் கொரில்லாப் போராளியை இவர்கள் அவமதிக்கும் இடம். அவனை முழு நிர்வாணமாக்கி, உடம்பு முழுக்க பயனெட்டாலும், கொளுத்திய சிகரெட் முனைகளாலும் துன்புறுத்துகிறார்கள். நாலாமவர் மட்டும் இதில் பங்கெடுக்க மனமின்றி தனியாய் அமர்ந்திருக்கிறார். அவரேதான்; மேலே ஒரு பத்தியில் இறந்துபட்டு, மேற்சொன்ன நூலின் நாயகரான அதிகாரியைக் கலங்க வைத்தவர். இவர்களுடைய சித்திரவதை எல்லை மீறும்போது, சட்டென்று எழுகிறார். இடுப்பில் செருகிய கைத்துப்பாக்கியை உருவி, வதைபடும் மனிதனை மூன்றுமுறை சுட்டுக் கொல்கிறார். உடனடியாக முழந்தாளிட்டு, தேவலோகத்தை நோக்கிக் கையுயர்த்திப் பிரார்த்திக்கிறார் - பாவமன்னிப்புக் கோருவதுபோல.

அதுவரை, மரணத்தை தண்டனையாக வழங்கிவந்த மனிதன், அதையே விடுதலையாக மாற்றிய தருணம் எனக்குள் புதிய குமிழி ஒன்றை உடைத்துத் திறந்தது.

ரிச்சர்டுமீது எனக்கிருந்த புகார் இன்னது என்றும் இப்போது புரிகிற மாதிரி இருந்தது. ஒரே கூட்டுக்குள் வசித்தாலும், ரிச்சர்டு என்னை நண்பனாய்க் கருதவில்லை என்ற ஆதங்கம்தானோ அது...

3

மேற்கண்ட அத்தியாயத்தின் சாராம்சம் அவ்வளவுதான். இதில் 'ரிச்சர்டு' என்ற புனைபெயரில் குறிக்கப்படும் நபர் நானேதான் என்பதைக் கண்டுபிடித்துவிட்டீர்கள் அல்லவா! அதனாலேயே மேற்சொன்ன அத்தியாயம் என்னை ஈர்த்தது என்பதையும் கண்டுபிடித்திருப்பீர்கள்!!... சண்முகம் குறிப்பிடும் 'மாண்டவர்' வேறு யாருமில்லை; தகப்பனார் மரணத்துக்குப் பிறகு என்னை வளர்த்த என் சொந்த அண்ணனேதான். அவருக்கும் எனக்கும் இருந்த விருப்பும் வெறுப்புமான உறவு ஊரறிந்த ரகசியம்...

அதை விடுங்கள், சண்முகநாதனின் மேற்சொன்ன அத்தியாயத்தை வாசித்தபோது எனக்குள் உயர்ந்த ஆச்சரியத்தைச் சொல்லி மாளாது. இப்படியொரு பணிவும், பார்வையும் உள்ள மனிதர் நேரில் ஒருமுறைகூட வெளிப்பட்டதேயில்லையே என்ற ஆச்சரியம்.

அதைவிட, நான் சொன்னவற்றைத் தான் சொன்னதாகவும், தான் சொன்னவற்றை நான் சொன்னதாகவும் மாற்றிச் சொல்கிறாரே, மறதிக் கோளாறா, சமத்காரமா என்ற ஐயம் வேறு உறுத்தியது...

போகட்டும், சண்முகநாதனையும் என்னையும் ஒருசேரக் கவர்ந்த அந்த நூலை முதன்முதலில் வாசித்தபோது, இனம் புரியாத ஒருவிதப் பரவசம் எனக்குள்ளும் திக்குமுக்காடியது. அந்த நேரத்தில், ஒரு சிறு மதிப்புரைபோல எழுதி வைத்திருந்தேன். அதிலுள்ள தகவல்களை இந்த இடத்தில் கொடுத்தால் பொருத்தமாய் இருக்கும் என்று தோன்றுகிறது.

சண்முகநாதன் குறிப்பிடும் நூலின் பெயர், Messenger of Death. ('யமதூதன்' என்று மொழிபெயர்க்கலாமா - வெளிவந்த காலத்துடன் பொருத்திப் பார்த்தால், மிகப் பொருத்தமாக இருக்கும்!) ஜோஸஃப் ஸிம்மர்மான் என்பவர் கூற, ராபர்ட் ஸ்மித் என்பவர் தொகுத்து எழுதியது. இரண்டாம் உலகப் போரின் முடிவில், போலந்தில் இருந்த ஜெர்மானியத் தளபதிகளில் ஒருவர் ஸிம்மர்மான். கூட்டுநாடுகளின் படையிடம் சரணடையும்படி மேலிடத்திலிருந்து உத்தரவு வருகிறது. அதற்கு ஓரிரு மணிநேரத்துக்கு முன்பே, நிகழவிருப்பதை அனுமானித்து, தப்பிச்செல்லும் நால்வரில் ஒருவர். மேற்சொன்ன நூல் அவர் விவரிக்கும் போர் அனுபவங்கள் பற்றியதே. 'நால்வர் பற்றிய விபரங்களைக் கேட்டு யாரும் தம்மை அணுக வேண்டாம்' என்று இந்நூலின் ஆசிரியரும் பத்திரிகையாளருமான ஸ்மித் கறாராகச் சொல்கிறார்.

வியட்நாம் யுத்தத்துக்கு எதிராக ஒட்டுமொத்த அமெரிக்காவும் திரண்டெழுந்தபோது, அதை சமனப்படுத்துவதற்காக அரசு முகமை ஒன்று வேண்டிக்கொண்டதற்கேற்ப, தினத்தாளில் எழுதப்பட்ட கட்டுரைத் தொடர் இது; பரவலான வாசக கவனத்தைக் கவரும் உத்தேசத்துடன், புனைவான தகவல்கள் சிலவற்றையும் சேர்த்திருப்பதாக, ஒருவிதப் பாவமன்னிப்புக் கோரும் தொனியில் தகவல் தெரிவிக்கிறார். இப்போது இந்தப் புத்தகத்தின் அடிப்படை பற்றியே வாசகருக்கு சந்தேகம் ஏற்படுவது இயல்புதானே!

பல்வேறு இடர்களுக்குத் தப்பி, போர்க்களத்தினளவு தீவிரமானதும், ஆனால் பலமடங்கு ரகசியமும் சதியும் கொண்டதுமான சிறு காலகட்டத்துக்குப் பிறகு, சகாக்கள் நால்வரும் ஆப்பிரிக்க தேசமொன்றில் தலைமறைவாகிறார்கள். மக்கள்

புரட்சியின் அறிகுறிகள் துளிரிட்டுவிட்ட, மும்முனை உரசல் நிகழ்ந்துகொண்டிருக்கும் சிறு தேசம். சர்வாதிகாரியான அதிபரின் தரப்பு, அவரின் ஆதரவு ராணுவம்; உரிய தருணத்தில் அரசைக் கவிழ்த்துவிட்டு, பதவியேற்கத் துடிக்கும் ராணுவ அதிகாரிகள் குழுவும், அவர்களது ஆதரவுத் துருப்புகளும்; இந்த இரண்டு தரப்புக்கும் எதிரான, மக்களாட்சியை நிறுவத் துடிக்கும் கொரில்லாப் படையினர். இதில், அபூர்வமான சுவாரசியம் ஒன்று ஒளிந்திருக்கிறது. மூன்று தரப்பும் ஒரே மதம் சார்ந்தது; ஒரே இனத்தவர்கள்; ஒரே மொழி பேசுகிறவர்கள். அவரவர் நியாயத்தின் பிரகாரம் மற்ற இரண்டு தரப்புடனும் ஓயாமல் சண்டை வளர்க்கிறார்கள்!

தலைமறைவான சகாக்கள் நால்வரும், பல்வேறு காய் நகர்த்தல்கள் மூலம், அதிபர் தரப்பின் காவலர்கள் ஆகிறார்கள். வேறு பெயர்கள்; வேறு அடையாளங்கள்; வேறு பாஸ்போர்ட்கள். ஸிம்மர்மானின் வார்த்தைகளில்,

> உலகப்போர் முடிவுக்கு வந்திருக்கலாம்; வேறு முனையில், வேறு எதிரிகளுடன், எங்கள் யுத்தம் தொடரவே செய்தது...

உள்நாட்டுப் போரில் ஈடுபட்டிருக்கும் கொரில்லாப்படையை ஸிம்மர்மானும் அவருடைய அணியும் எதிர்கொண்ட விதமே இந்த நூல். 'எதிர்மறை வீரத்தை விதந்தோதுவது' என்று சொல்லலாம். சிறுகச் சிறுக, இரண்டாம் உலகப்போரில் பங்கெடுத்த பல்வேறு நாடுகளைச் சேர்ந்த முன்னாள் வீரர்கள் மட்டுமே கொண்டதாகிறது அந்த அணி.

ஸிம்மர்மானின் நண்பர்கள் ஒவ்வொருவராகக் கொல்லப்படும்போது நூலின் தொனி, மொழி, நிகழ்வுகளை விவரிக்கும் கோணம் என்று எல்லாமே மாறிவிடுகிறது - மாவீரனின் மரணத்தைக் காவியங்கள் விவரிக்கும் தொனி சேர்கிறது - கொலைகாரர்களின் தர்க்கம் எவ்வளவு வேறுபட்டு இருக்க முடியும் என்பதற்கான உடனடிச் சான்றாக. மரணம்கூட ஒற்றைத்தன்மை கொண்டது அல்ல, விருப்புவெறுப்புகளின் அடிப்படையில் வேறுவேறாகத் தோற்றம் தருவது என்ற உண்மை வாசிப்பவரின் முகத்தில் அறைகிறது; ஒருவித ஆயாசத்தைத் தொற்ற வைக்கிறது. உண்மை என்பது வெளிச்சம் மட்டுமே அல்ல என்பது இன்னொரு முறை ருசுவாகிறது...

ஆனால், நேர்ப்பழக்கத்தில் எதிரெதிர்த் துருவங்களாக இருந்த சண்முகநாதனையும் என்னையும் ஒரேவிதமாகத் தொந்தரவு செய்த

சம்பவம் ஒன்றேதான் என்பது எனக்கு மட்டுமேயான கூடுதல் வியப்பு.

4

எத்தனை முறை அந்தப் புத்தகத்தைப் படித்திருப்பேன் என்று சொல்லவே முடியாது. மனம் சோர்வுறும்போது சில தடவை; பெரும் உற்சாகத்தில் பொங்கும்போது சில தடவை என்று வாசிக்கத் தொடங்கி, ஏழெட்டு முறை முழுசாகவே படித்திருக்கிறேன். 'அதெப்படி, இரண்டு எதிரெதிர் மனநிலைகளுக்கு உகந்ததாக ஒரே புத்தகம் இருக்க முடியும்?' என்று கேட்பவர்களுக்கு, வேறு புலத்திலிருந்துதான் உவமை சொல்ல வேண்டும் - சாமானிய மனிதன் கோவிலுக்குப் போவதை எண்ணிப் பாருங்கள்.

இந்த இடத்தில், இன்னொரு இடையீடு அவசியமாகிறது. அந்தப் புத்தகம் பற்றி நான் சொன்ன பெயர்கள் அனைத்துமே உண்மையானவை. இந்த இடத்தில் இதைச் சொல்ல இரண்டு காரணங்கள். 1. ஏற்கனவே என்னுடைய கதைகள் சிலவற்றில், புனைவான நூல்களின் பெயர்களை, எழுதியவர்கள் விவரங்களைத் தெரிவித்ததுண்டு. என் கதைகளைப் படிக்க நேர்ந்த அபூர்வ வாசகர்கள் மேற்படிப் புத்தகங்களை கூகிளில் தேடி ஏமாந்த சந்தர்ப்பங்களைப் பின்னாட்களில் என்னிடமே சொல்லிச் சிரித்திருக்கிறார்கள். 2. இந்தக் கதையில் உள்ள விபரங்களை நம்பி, 'ராஜாளி'யைப் பற்றிய அனுமானங்களில் இறங்கிவிட வேண்டாம். அவர் தொடர்பான அத்தனையையும் மாற்றியிருக்கிறேன் - எனது பெயரை 'ரிச்சர்டு' என்று அவர் மாற்றியதற்குப் பழிவாங்குகிறேன் என்று நினைத்துவிடாதீர்கள், தயவுசெய்து.

அல்லது, பிரமுகர் என்பதால். தமக்கு நினைவில்லை என்று சண்முகநாதன் வழுக்கிச் செல்லும் இடங்களை ஆணியடித்ததுபோன்ற தகவல்களால் நிரப்பிக் காட்டி அவர் முகத்தைக் கிழிப்பதற்காகவோ என்றும் நினைத்துவிட வேண்டாம்; நானே ஒருவேளை பிரமுகர் ஆனாலும், ஒருவிதமான அரசியல் சரித்தன்மைக்கு ஆளாகத்தான் வேண்டிவரும்... அதுதான் முன்னமே சொன்னேனே - சண்முகநாதனின் விவரிப்பில், அவர் பேசியதாக வரும் வாசகங்கள் அனைத்துமே நான் பேசியவை! ரிச்சர்டு கூறியதாக அவர் சொல்கிறவை, சாட்சாத் சண்முகநாதனின் வாதங்களேதான்!

'அத்தனை தடவை படித்த நூல் என்றால், கிட்டத்தட்ட மனப்பாடம் ஆகியிருக்குமே அய்யா; இதில் வியக்க என்ன இருக்கிறது' என்று ஒருவர் கேட்டாலும் நியாயம்தான். எனக்கு அப்படி மனனம் ஆகவில்லை; இதற்கும் வேறு புலத்திலிருந்துதான் பதில் சொல்ல வேண்டும். சாஸ்திரீய இசை கேட்பவர்களுக்குத் தெரியும்; ஒரு மணிநேர ராகம் தானம் பல்லவியைத் திரும்பத் திரும்பக் கேட்பதில்லை? சில இடங்களில் மனம் ஒட்டி நிலைக்கும்; மிகப் பல இடங்களில் மனம் தன்னிச்சையாய்ப் பறந்து திரியத் தொடங்கும். அந்த இடங்களை அடுத்த முறை கேட்கும்போது, புதிதாய்க் கேட்கிற மாதிரி இருக்காதா!

கடைசியில், புத்தகம் பற்றிய விவரிப்பு, புத்தகத்தைவிட நீளமாகிவிடுமோ என்று கவலையாய் இருக்கிறது!

இரண்டாவது நூல், Seasonal Deserter. 'தற்காலிக துரோகி' என்று தற்போதைக்கு மொழிபெயர்க்கலாமா! 1988ல் வெளிவந்தது. ஆசிரியர், அமெரிக்காவில் தஞ்சம் புகுந்தவர். மோஜிம்போ என்ற பெயரில் நூல் வெளியாகியிருக்கிறது - அது அவரது உண்மைப் பெயர் இல்லை என்று பதிப்பாளர் குறிப்பு சொல்கிறது.

பரம்பரை அதிபராட்சியின் சர்வாதிகாரம் தாளாமல் கிளர்ந்தெழும் ஜனசமூகம், தானறியாமலே, ராணுவத் தலைமையின் கொடுங்கோன்மையிடம் சரணடையும் நகைமுரண் விசித்திரமானது.

இரண்டு நூல்களும் வாசகருக்குள் உருவாக்கும் அதிர்வலைகள் வெகுகாலம் நீடிக்கக் கூடியவை. புத்தகங்களுக்கு வெளியில் விரிந்து கிடக்கும் நிஜ உலகத்தை பயங்கரமானதாக ஆக்கிக் காட்டக்கூடியவை.

நாகரிகமடைந்த ஒரு சமூகம் எவ்வளவு விரைவாக விரோதிகளை உருவாக்கிக்கொள்கிறது - அவர்களைப் பேணும் விதமாக எவ்வளவு குரோதத்தை ஓயாமல் வெளிப்படுத்துகிறது என்ற வியாகூலம் வாசிப்பவர்களுக்குள் மிகுவதற்கு வாய்ப்புண்டு. இந்த 'வியாகூலம்' என்ற சொல் எப்போதுமே எனக்குள் இருந்து வந்திருக்கிறதா, இந்தச் சந்தர்ப்பத்துக்காக என்று புதிதாக முளைத்து வந்ததா என்று வியப்பாய் இருக்கிறது...

தனிமனிதர்களைக் குற்றம் சொல்வது சுலபம். ஆனால், இது தனிமனித மனங்களைத் தாண்டி வெகுதூரம் ஆழச் செல்லும் சமாசாரம் என்றுதான் சொல்லவேண்டும். பரிணாமத்தின் பாதையில் பல படிகளை சர்வசாதாரணமாகக் கடந்து வந்திருக்கும் மனிதப் பிரக்ஞை, தனக்குத்தானே எதிர்நிலைகள் எடுத்து தன்னைத்தானே குதறிக்கொள்ளும் விந்தை, அதன் இரட்டைநிலை, ஒருபோதும் புரிந்துகொள்ளவியலாத புதிராக மாறிக்கொண்டே செல்கிறது.

நோய் தீர்க்கவும், ஆயுளை நீட்டிக்கவுமான ஆய்வுகளுக்கு அமைக்கப்படும் சோதனைச்சாலைகளுக்கு நிகராக, காரணமறியாத ஜனங்களைக் கொத்துக்கொத்தாக அழித்தொழிப்பதற்கு ஆயுதங்களைக் கண்டறியவும், வடிவமைக்கவும் ஓயாமல் இயங்குகிற சோதனைச்சாலைகளும் நிறுவப்படுகின்றன. உண்மையில் மனிதப் பிரக்ஞையைவிடத் தன்னை வருத்தி இன்புறும் (masochist என்ற ஆங்கிலச் சொல்லின் தமிழ்க் கருத்துரு) இன்னொரு வியக்தியைக் காண முடியும் என்று தோன்றவில்லை. மெய்யான பிரபஞ்ச ரகசியங்களில் ஒன்று அது.

கட்டுரை நெடியின் விகிதம் அதிகரித்துவிட்ட மாதிரி எனக்கே மூச்சுத் திணறுகிறது. மோஜிம்போவின் நூலிலிருந்து சில தகவல்களைச் சொல்கிறேன். புனைவுக்கு நிகரான வசீகரம் கொண்ட தகவல்கள் அவை...

கொரில்லா இயக்கத்தின் சிவில்சமூக உறுப்பினராக இருக்கிறார் மோஜிம்போ. அதேநேரம் அரசு ஊழியராகவும் இருக்கிறார். அரசாங்கத்தின் தகவல்தொழில்நுட்பத் துறையில் பணிபுரிகிறார். ரகசியத் தகவல்கள் பலவும் இவர்மூலமாகவே சங்கேத மொழிக்கு மாற்றமுறுகின்றன. உடனுக்குடன் கொரில்லாத் தலைமைக்கும் இடம்பெயர்கின்றன. இது பலகாலம் நடந்து வருகிறது. ஒரு இடத்தில் அவர் சொல்கிறார்:

> என் நாட்டு மக்கள் அனைவரும் நிச்சிந்தையாக உறங்கிக் கொண்டிருக்கும் நேரத்தில் நான் இரவு முழுக்க விழித்திருந்து, சங்கேத மொழிக்குப் பெயர்த்தவற்றை நடைமுறை மொழிக்கு மீண்டும் பெயர்த்துக்கொண்டிருப்பேன்... அந்த வேளைகளில் இறையுணர்வும், தேசத்தின்மீதான பற்றும் எனக்குள்

> அதிகரித்துக்கொண்டே போகும். அடுத்த அறையில், குறட்டைவிட்டு உறங்கும் என் அன்பு மனைவியின்மீதான காதலும்கூட அளவற்றுப் பெருகும்...

'மோஜிம்போ' என்றால் அவர்கள் மொழியில் 'ஆந்தை' என்று பொருள் என்பது உபரித் தகவல். சுவாரசியமான இன்னொரு தகவல், அந்தச் சொல்லுக்கு அதே தேசத்தின் இன்னொரு பிராந்தியப் பேச்சுவழக்கில் 'வவ்வால்' என்று பொருளாம்! இரண்டு சொல்லையும் 'இரவுப் பிராணி' என்ற பொதுப்பொருள் இணைக்கிறதோ என்பது என்னுடைய ஐயம்; நிரூபணம் கிடைக்காதது.

திடீர்த்தாக்குதல் நடத்த எப்போது போனாலும், முன்னமே தெரிந்திருந்தது போன்ற தயார்நிலையில் போராளிக்குழு இருப்பதும், கணநேரத்தில் விமரிசையான எதிர்த்தாக்குதலில் ஈடுபடுவதும் அரசுத் தரப்புக்கு விந்தையாய்ப் படுகிறது. நாளடைவில், இரு தரப்பு ஒற்றர் இன்னார்தான் என்று கண்டறிந்துவிடுகிறார்கள்.

அதிபர் அலுவலகத்திலிருந்து அழைப்பு என்ற மாத்திரத்தில், அச்சத்தின் பேரலை மோதி, திக்குமுக்காடுகிறார் மோஜிம்போ. மனைவியிடம் எச்சரிக்கையாய் இருக்கும்படி சொல்லிவிட்டு, அவருடைய வெளிறிய முகத்தைக் கண்மல்கப் பார்த்தபடி புறப்பட்டுப் போகிறார்.

நடுங்கிக்கொண்டே போன மனிதர், முகம் முழுக்கச் சிரிப்புடன் திரும்பி வருவதை நம்பமுடியாமல் பார்க்கிறார் மனைவி. அன்றிரவிலிருந்து மோஜிம்போவின் பணிச்சுமை இரட்டிப்பாகிறது. இரவுகளின் முதல் பாதியில் போராளித் தரப்புக்கும், இரண்டாம் பாதியில் அரசுத் தரப்புக்கும் உளவுவேலை செய்கிறார். ஆனால், முன்யோசனையாக, தன் மொத்தக் குடும்பத்தையும் சுற்றுலா மற்றும் கல்விக் காரணங்களை முன்னிட்டு, தாமே நாடு கடத்துகிறார்...

நூலின் கடைசி இரண்டு அத்தியாயங்களில் நம்பமுடியாத திருப்பங்கள் நிகழ்ந்தேறுகின்றன - ஒன்று, அரசுத் தரப்பும் போராளித் தரப்பும் தங்கள் பொது எதிரியை எதிர்கொள்ளும் பொருட்டு சமரசப் பேச்சுவார்த்தை நடத்துகின்றன. வல்லரசு ஒன்றின் ஆதரவுடன் ராணுவப் புரட்சி நடத்தி ஆட்சியைக் கைப்பற்றும் திட்டத்தில் ஈடுபட்டிருக்கும் அதிகாரிகளின் குழுவே அந்தப் பொது எதிரி.

பேச்சுவார்த்தையின்போது இன்னொரு ஒப்பந்தமும் போடப்படுகிறது - இரு தரப்பினரதும் உளவாளிகளை எதிர்த்தரப்பு வசம்

ஒப்படைக்கவேண்டும். இரண்டு பட்டியலிலும் மோஜிம்போவின் சொந்தப் பெயர் ஒரே முகவரியுடன் இருப்பது இரு தரப்புக்குமே ஆச்சரியம் விளைவிக்கிறது!

கடைசி அத்தியாயம் சற்று நீளமானது. அதில் இடம்பெறும் திருப்பங்களை உலகின் முன்னணி மர்மக் கதாசிரியர்கள்கூடக் கற்பனை செய்துவிட முடியாது..

மேற்படிப் பட்டியல்கள் இரண்டினதும் உள்ளடக்கம், மூன்றாம் தரப்புக்கு அப்போதே கிடைக்கிறது! 'எதிரிக்கு எதிரி நண்பன்' என்ற ஜகப்பிரசித்தமான பொதுவிதியின் பிரகாரம், மோஜிம்போவின் பாதுகாப்பைத் தன்வசம் எடுத்துக்கொள்கிறது, ராணுவப் புரட்சிக்குழு. பார்க்கப்போனால், மாற்றுத் தரப்புகள் இரண்டுக்குள்ளும் குழப்பத்தையும் சேதத்தையும் விளைவித்த தீரனல்லவா மோஜிம்போ!

அண்டை நாட்டுடனான வர்த்தகப் போக்குவரத்துக்குக் காவல் செல்லும் ராணுவக் கவச வண்டிக்குள் பத்திரமாக எல்லை தாண்டும் மோஜிம்போ, அங்கிருந்தே, மனைவிமக்களுக்கு அடைக்கலம் கொடுத்திருக்கும் வல்லரசு நோக்கி ஆகாய விமானத்தில் பறக்கிறார். சுபம்.

உபரியாக இரண்டு செய்திகள். ஒன்று, நிகழ்வுகளின் வேகத்தால் தலை கிறுகிறுத்து குறுக்கெழுத்துப் புதிரின் மையத்தில் சிக்கிய மாதிரித் திகைத்தேன். கடைசி நாலைந்து அத்தியாயங்களை இரண்டாவது தடவை படித்தே புரிந்துகொண்டேன்.

இரண்டாவது, அதிபர் மாளிகையின் அழைப்பு கிடைத்ததிலிருந்து, வல்லரசின் விமான நிலையத்தில் வந்து இறங்குவதுவரை, தமது மனத்தை முழுக்க நிரப்பியிருந்ததாக மோஜிம்போ குறிப்பிடும் ஓர் அம்சம்: அவருடைய ஆறாவது குழந்தையின் மழலைக் குரல். குடும்பத்தினரை யாராவது காட்டிக்கொடுத்துவிடுவார்களோ என்ற அச்சமும் இருந்துகொண்டே இருந்ததாம்...

தொகுக்கும் விதமாக சில விஷயங்களைச் சொல்லிவிடுகிறேன்.

நேருக்கு நேர் மோதுவதைத் தனது அறம் என்று கருதியவர் ஜோஸெஃப் ஸிம்மர்மான்.

காட்டிக்கொடுத்தலை அறமாக வரித்தவர் மோஜிம்போ.

அப்புறம், இரண்டு நூல்களுக்கும் இடையில் முப்பதாண்டு இடைவெளி இருந்தாலும், இரண்டும் ஒரே நாடு, ஒரே சூழலைப் பற்றியவையோ என்ற என் சந்தேகம். இரண்டு நூல்களிலும், இதை ருசுப்பிக்கும் எண்ணற்ற தகவல்கள் கொட்டிக்கிடக்கின்றன - சில இடங்கள் வெளிப்படையாக இல்லாவிட்டாலும், உணரமுடிகிற விதமாக தொனிக்கின்றன. இன்னமும் அதே சூழ்நிலை அங்கே நீடிக்க வாய்ப்பிருக்கிறது என்றும்கூடப் படுகிறது.

ஆனால், என் கவனம் சென்று ஊன்றிக்கொள்வது வேறொரு விஷயத்தில். பொதுச்சொற்களை உருவாக்கவும் பேணவும் புழங்கவும் மனிதப் பிரக்ஞை படும் பாடுதான் எத்தகையது! அதன் பலனாகத்தானே நான் கல் என்று சொன்னதும் எதிர் மனம் பாறையையோ மணல் துகளையோ அன்றி, தோராயமான பருமனும் வடிவமும் கொண்ட, ஒரு கல்லையே உருவகித்துக் கொள்கிறது. ஒருபோதும் தண்ணீரையோ மரத்தையோ கற்பிதம் செய்துகொள்வதில்லையே - எப்பேர்ப்பட்ட சீர்மை இது!

ஆனால், அதே பிரக்ஞையின் இன்னொரு பகுதி சொற்களை அர்த்தமிழக்க வைக்கும் முழுநேரப் பணியில் ஈடுபட்டிருக்கிறது. கருத்தாக்கமாக நிலைபெற்றுவிட்ட ஒற்றைச் சொற்களைப் பேரார்வத்துடன் அழித்து வருகிறது - தான் பிறப்பித்தவையேதாம் அவை என்றபோதிலும். எத்தனை உதாரணங்கள்! உண்மை, ஆன்மா, நீதி, அறம்! எல்லாருக்குமான பொது அறமோ, பொது நீதியோ எந்தக் காலத்திலாவது உருவாகவும், நிலைபெறவும் முடியுமா என்ன! இலக்கியமும், அதன் மையத் தாதுவான கவித்துவமும்கூட வெறும் வார்த்தையளவில் நின்றுவிடும்போது அதன் நடைமுறை சாத்தியங்களை நோக்கி நகரும் இன்னொரு தரப்பு ஆசைஆசையாய்க் களத்தில் இறங்கி செயல்படுகிறது...

உண்மையில், மேற்சொன்ன இரண்டு நூல்களையும் படித்து முடித்த மாத்திரத்தில், 'எல்லாருக்குமானது' என்று எதுவுமே எஞ்சாதோ என்று அச்சமாய் இருக்கிறது.

அல்லது, 'எல்லாரும்' என்ற ஒன்றே கிடையாதோ என்னவோ!

அகழ், இணைய இதழ், ஜூன் 1, 2024

நகுதற் பொருட்டு

சேலத்திலிருந்து மதுரை திரும்பிக்கொண்டிருந்தேன். சமீபத்தில் நடந்த மாதிரிச் சொல்கிறேனே தவிர, அது இருக்கும், பத்துப் பனிரண்டு வருடத்துக்கு மேல். வருடம் மாதம் தேதி எல்லாம் மறந்தது இருக்கட்டும், சேலத்தில் எந்தப் பகுதிக்குப் போனேன், எதற்காகப் போனேன் என்பதெல்லாம்கூடக் கொஞ்சமும் ஞாபகமில்லை. தேவராஜின் கடை இருந்த பகுதியின் பெயர்கூட நினைவிலில்லை. பிடிவாதமாக யோசித்துப் பார்த்தால், அவனுடைய அப்பா இறந்த துக்கத்தை விசாரிப்பதற்காகப் போனேனோ என்று தோன்றுகிறது. நல்ல மனிதர் பாவம். முதுமை வைத்த முற்றுப்புள்ளிதான் என்றாலும், செய்தி அறிந்தவுடன் மிகவும் சங்கடமாக இருந்தது. இரண்டு மூன்று வாரங்கள் கழித்து நேரில் விசாரித்துவரப் போன ஞாபகம். மற்றபடி, பெரியவரைக் கடைசியாக எப்போது பார்த்தேன் என்பதுகூட நினைவில்லை.

பொதுவாகவே, செல்பேசியின் வருகைக்குப் பிறகு, முகவரிகளையும், தொலைபேசி எண்களையும் நினைவில் பதித்துக்கொள்ளும் அவசியமோ, திறனோ இல்லாமல் போய்விட்டது அல்லவா. தொடர்விளைவாக, ஞாபகக் குறைவும் ஏற்படத்தானே செய்யும். என் விஷயத்தில், வயோதிகம் ஆரம்பித்துவிட்டது என்ற உபரிக் காரணத்தையும் சேர்த்துக்கொள்ளலாம்.

ஆக, ஞாபகமேயில்லாத சங்கதிகளைத்தான் சேர்த்துக்கூட்டிச் சொல்ல முயல்கிறேன். தகவல் பிழையோ காலப் பிழையோ

இருக்க வாய்ப்புண்டு. ஆழ்மனம் பிதுக்கி வெளித்தள்ளுகிறவற்றை அதே வரிசையில் தொகுத்துக்கொள்கிறேன் - மற்றபடி, எந்த ஒரு அம்சத்தின்மீதும் பிடிமானம் இல்லை. இந்த நேரத்தில் எண்ணவோட்டம் இந்தவிதமாகப் பாய்கிறது; அவ்வளவுதான்...

பேருந்து நிலையத்தில் சென்று இறங்கியது முதல், மறுபடி வண்டியேறும்வரை தேவராஜ் என்னுடன் இருந்தான். மெழுகுபோல வழுக்கி நகர்ந்தது அவனுடைய சொகுசுக் கார். முந்தைய மாதம்தான் வாங்கியிருந்தான்... மிக மிக விலை உயர்ந்த செல்பேசியில் அழைப்பு வரும்போது, இனிமையாகப் பறவைச் சத்தம் ஒலித்தது. மேலே சொன்ன பிரகாரம், செல்பேசியின் வருகை புகைப்படக் கருவி, கைக்கடிகாரம், முகவரிப் புத்தகம், டார்ச், அப்புறம், நினைவுத்திறன் என்று எதையெல்லாம் பறித்துவிட்டிருக்கிறது என்று அவனிடம் அன்று பிரலாபித்தபோது,

> நுகர்வு மனநிலையும் முதலாளியமும் இன்னம் எதையெல்லாம் நம்மகிட்டேர்ந்து பறிக்கப்போகுதுன்னு தெரியலப்பா.

என்று சொன்னான். நல்லவேளை, 'நம்ம' என்று தன்னையும் சேர்த்துக்கொண்டான்.

ஆச்சரியமாய் அவன் முகத்தை நிமிர்ந்து பார்த்தேன். 'அது தொழில்நுட்ப வளர்ச்சியின் விளைவு அல்லவா!' என்று எனக்குள் எழுந்த கேள்வி முற்றுப்பெறுவதற்கு முன்பே,

> என்னடா, இவனே மொதலாளியா இருந்துக்கிட்டு இப்பிடிப் பேசுறானேன்னு பாக்குறியா! கல்யாணம் கட்டீட்டம்; பிள்ளெகுட்டீன்னு ஆயிருச்சு. அப்பா கிளண்டுபோனாரு. தொளில யார் பாக்குறது? பூவாவுக்கு வளி வேணுமில்லே! அதுக்காக, நம்பிக்கைகள்லெ சமரசம் வந்துருமாப்பா!

சிரித்தான்.

எதற்கென்றே தெரியவில்லை, ஒரு பிரம்மாண்டத் துணிக்கடைக்கு என்னை அழைத்துப்போய், விலை உயர்ந்த டீ ஷர்ட் வாங்கிக்கொடுத்து பஸ்ஸேற்றிவிட்டான்... திரும்பும் வழி முழுக்க அவனுடைய நினைவாகவே இருந்தது...

ஆனால், மேலே சொன்ன வரிசையில், செல்பேசி தேவராஜையும் என்னிடமிருந்து பிரித்துவிட்டிருந்தது என்றுதான் இப்போது

தோன்றுகிறது - அவனுக்கு அத்தனை அழைப்புகள் வந்தன. இடையிடையில்தான் நாங்கள் பேசிக்கொள்ளவே முடிந்தது.

அந்தச் சந்திப்பில் தென்பட்ட இன்னொரு வித்தியாசமும்தான் - கல்லூரி நாட்களில் சதா சிரித்துக்கொண்டேயிருப்போம்; காரணத்தோடோ, காரணமேயில்லாமலோ. பார்க்கப்போனால், நாங்கள் சேர்ந்திருந்ததே வரம்பில்லாமல் சிரிப்பதற்காகத்தானோ என்றுகூடத் தோன்றுகிறது.

சேலத்தில், அவனுக்கு வந்த வணிக அழைப்புகளுக்கு இடையேதான் பேசக் கிடைத்தது. அதுகூடப் பெரிதில்லை; பேச்சின் இடையிலும், நிறைய மௌனம் கவிந்தது. சிரிப்பு? அநேகமாக இல்லை என்றே சொல்லலாம். இப்போது இன்னொன்றும் தோன்றுகிறது - துக்கம் கேட்கப் போன இடத்தில் சிரிப்பு எழும்புமா என்ன...

கல்லூரிக் காலத்தில் தேவராஜனுக்கு இன்னொரு பெயரும் இருந்தது; ஆண்டு மலர்களிலும், பரவலாகத் தெரியவராத ஓரிரு சாணித்தாள் பத்திரிகைகளிலும் 'இறையரசு'வாக இருந்தான். அவனும் சங்கரசுப்புவும் எனக்கு நெருக்கமான வகுப்புத் தோழர்கள். தேவராஜ் விடுதியில் தங்கிப் படித்தவன். சங்கர் திருநகரிலிருந்து நகர்ப்பேருந்தில் வந்துபோவான். இவனுடையது தொழில்குடும்பம். பழைய இரும்பு வியாபாரம். மற்றவனுடைய தகப்பனார், ஏதோவொரு தனியார் நிறுவனத்தில் கடைநிலை ஊழியராக இருந்தார்.

சங்கரும் தேவராஜுமே மிக நெருங்கிய நண்பர்கள். ஆனால், அவர்களுடைய நட்பு விநோதமானது. ஓயாத வாய்த்தகராறுகள் வழி அதைப் பேணினார்கள்! 'விவாதம்' என்று சொல்லிக்கொள்வார்கள்.

ஓகே தோழர், வீ அக்ரீ டு டிஸக்ரீ!

என்று சினம் முற்றிச் சிவந்த முகத்தோடு முடிப்பான் தேவராஜ். அவ்வளவு நேரமும் மாறாத புன்னகையோடு இவனைச் சமாளித்துவந்த சங்கரின் முகம் உடனடியாக இறுகும்.

இதெத்தாம்லா மொதவே சொன்னம்!

என்று முனகிக்கொள்வான்.

ஆனால், அடுத்த நிமிடமே, யாரையாவது எதையாவது கேலிசெய்து, அமர்க்களமாகச் சிரிக்க ஆரம்பித்துவிடுவார்கள். அருகில் இருக்கும் யாருக்கும் உடனடியாய்த் தொற்றிவிடக்கூடிய, அதிரடிச் சிரிப்பு. இருவருக்கும் இன்னொரு வேறுபாடும் இருந்தது. கடைசி செமஸ்டர் ஆரம்பித்த ஒரு வாரத்தில், கல்லூரியைவிட்டு நீங்கினான் தேவராஜ். வகுப்பின் இரண்டாவது மாணவனாகத் தேறிப் பூர்த்திசெய்தான் சங்கர்.

ஒருவிதத்தில் தேவராஜுக்கும் எனக்குமிடையிலான தொடர்பு தேய்ந்ததற்கே, சங்கரசுப்பு காணாமல் போனதுதான் காரணமோ என்று பலதடவை தோன்றியிருக்கிறது. சங்கர் இல்லாத மதுரை வெறிச்சென்று ஆகிவிட்டது. வெயில் அதிகரித்துவிட்ட மாதிரி உணர்ந்தேன். எனக்குள்ளிருந்தே ஊறும் புழுக்கம் அது என்று உணர்கிற சமயங்களில், அலுவலகத் தொலைபேசியிலிருந்து தேவராஜைக் கூப்பிடுவேன். பெரும்பாலான நேரங்களில்,

> ஏ, ஒரு முக்கியமான வேலையா இருக்கனப்பா. பொறவு கூப்புடவா?

என்று பிரியமாக வினவுவான். பரபரப்பான தொழிலதிபர் அல்லவா. அவகாசம் கிடைக்காது; அல்லது மறந்துவிடுவான் - அவனே சொன்னதுதான். ஒருமுறை, இன்னொரு காரணம் சொன்னான்:

> ஏ ஒங்கிட்டப் பேசுறதுன்னா, கொறஞ்சது ஒரு மணிநேரமாவது வேணுமில்லப்பா! நமக்கு எங்கெ ஒளியிது. ராத்திரிப் பன்னண்டு மணிக்கா கூப்புட்டுப் பேச முடியிம்!!

மறுமுனையில் வெகுநேரம் சிரித்துக்கொண்டிருந்தான். எனக்குச் சிரிப்பே வரவில்லை. ஆனால், தேய்மானம் அன்றிலிருந்தேகூடத் தொடங்கியிருக்கலாம். இதைச் சொல்லும்போது, சங்கர் ஞாபகம் வேகமாய் எழுகிறது. அவன் சொன்னதும்தான்:

> காலம் மாறும்போது, ஊரோட முகம் மார்றது மாதிரித்தான், தனிமனுசனோடெ வாழ்க்கையிலெயும், சமூகத்திலேயும் உண்டாகக்கூடிய மாத்தங்களும். எந்த ஒரு அரசாங்கமும், அரசியல் சித்தாந்தமும்கூட அந்தப் போக்கெத் தடுத்து நிறுத்திற முடியாது. வம்படியா ஒத்தி வேணும்னாப் போடலாம், அவ்வளவுதான். ஆனானப்பட்ட ஆன்மிகமே தோத்துப்போகுற இடம்லா அது!!

பட்டப்படிப்பை முடித்த பத்தாவது ஆண்டு நிறைவைக் கொண்டாட, கல்லூரி வளாகத்திலேயே நாங்கள் குழுமிய சந்தர்ப்பத்தில் இதைச் சொன்னான். சோவியத் யூனியனின் அங்கங்கள் தனித்தனியாய்க் கழண்டு ஆறு மாதங்கள் ஆகியிருந்தன. எங்களில் அநேகருக்குத் திருமணம் ஆகியிருந்தது. பெரும்பாலானவர்கள் மனைவியின் அருகிலேயே அமர்ந்திருந்தார்கள். நாங்கள் மூவரும் சிகரெட் பிடிக்க வெளியேறி, வழக்கமான எங்கள் மரத்தடியில் ஒதுங்கியிருந்தோம்.

இதுபோன்ற வசனங்கள் காதில் விழுந்ததும் உடனடியாக தாவாவில் இறங்கக்கூடிய தேவராஜ் அமைதி காத்தான். எனக்கு ஆச்சரியமாய் இருந்தது. அதைவிடப் பெரிய ஆச்சரியம் காத்திருந்தது அப்போது தெரியாது. ஆமாம், அதுவரையிலும் திருமணம் செய்துகொள்ளாதிருந்த சங்கரசுப்பு, மேற்படி சந்திப்பு நடந்த சில மாதங்களில் நிரந்தரமாய்க் காணாமல் போனான். மிகச் சரியாக ஓர் ஆண்டு கழித்து, அவன் தாயும் தந்தையும் ஊரைவிட்டுப் போய்விட்டனர். திருநெல்வேலிக்கே போய்விட்டார்கள் என்று கேள்வி..

ரிஷிகேசத்தில், யாசகர்போலத் தென்பட்ட துறவியின் முகத்தில் சங்கரசுப்புவின் சாயல் அழுத்தமாக இருந்தது. விசாரிக்க முற்பட்டேன். வன்மையாய் மறுத்துத் தலையாட்டிவிட்டு, ஹிந்தியில் ஏதோ முனகியபடி வேகமாய் விலகிப் போனார். பிற்பாடு நான் எழுதிய ஓரிரு கதைகளில் வெவ்வேறு புனைபெயர்களில் சங்கரைக் கொண்டு வந்திருக்கிறேன்... சங்கர், எங்கள் சங்கர்...

தேவராஜ் தொடர்பாக நாலைந்து சம்பவங்கள் நினைவில் இருக்கின்றன. பார்க்கப்போனால், எந்த உறவுக்கும் இதே கதிதானே. எனது பால்யத்தில் இறந்துபோன அப்பாவைப் பற்றி நாற்பது ஐம்பது சம்பவங்கள்; கூடவே இருந்து வாழ்க்கை நடத்தும் பத்மினி தொடர்பாக நூறு நூற்றைம்பது இருக்கலாம். உண்மையில், நான் என்பதே சம்பவங்களின் தொகுப்பு மட்டும்தானோ என்றுகூடத் தோன்றியிருக்கிறது. அதாவது, சம்பவங்கள் குறித்த ஞாபகங்களின் தொகுப்பு. ஆனால், யாரிடம் இதைப் பற்றிக் கேட்பது? இந்த மாதிரி விசாரங்களுக்குள் என்னைக் கோத்துவிட்ட சங்கரசுப்புவின் தடயமே தெரியவில்லையே...

போகட்டும், தேவராஜனுக்கு வந்துவிடுகிறேன். வகுப்புத்தோழனாக இருந்தவன், நண்பனாக ஆனது ஒரு சம்பவத்தையொட்டித்தான். நாங்கள் கல்லூரியில் சேர்ந்த ஓரிரு மாதங்களில் மாணவர் தேர்தல் வந்தது. கடுமையான ஜனநாயகத்தைக் கடைப்பிடிக்கும் கல்லூரி. வேட்பாளர்களை ஒரே மேடையில் கூட்டிப் பேசவைப்பார்கள். வேட்பாளர்களும் அரசியல்வாதிகள் மாதிரியே, ஒருபோதும் நிறைவேற்ற முடியாத வாக்குறுதிகள் தருவார்கள்; நேரடியாகவும் மறைமுகமாகவும் ஒருவரையொருவர் ஏசிக்கொள்வார்கள்! ஒவ்வொரு வேட்பாளரையும் ஒவ்வொரு பேச்சாளர் ஆதரித்துப் பேசலாம். தலைவர் பதவிக்குப் போட்டியிட்டவரை ஆதரித்து தேவராஜ் பேசியது எனக்குப் பெரிய ஆச்சரியம். மூன்றாம் வருட மாணவரை புகுமுக வகுப்பு மாணவனுக்கு எப்படித் தெரியும்!

ஆனால், இந்த மர்மம் தீர்வதற்கு, நான் பட்டப்படிப்பின் இரண்டாம் வருடக் கடைசிவரை காத்திருக்க வேண்டியிருந்தது. இடைக்காலத்தில், தேவராஜுடன் எனக்கு ஆழமான பிணைப்பு உருவாகியிருந்தது. சங்கரசுப்புவுடனும்தான். திரும்பிப் பார்க்கும்போது, அவர்கள் இருவரும் எதிரெதிர் முனைகளில் நின்று ஓயாமல் தகராறு வளர்ப்பதைக் கவனிப்பதில் எனக்கு ஏற்பட்ட சுவாரசியம்கூட அந்தப் பிணைப்பு உருவாகக் காரணமாய் இருந்திருக்கக் கூடும் என்று படுகிறது...

அன்று மேடையில் தேவராஜ் பேசிய பேச்சு கிட்டத்தட்ட மறந்தே போய்விட்டது; ஆனால், அவன் உதிர்த்த ஒரு வாக்கியம் இன்றுவரை மறக்கவில்லை - தலைவர் பதவிக்குப் போட்டியிட்டவர் சற்றுக் குள்ளமானவர்; அதைக் குறித்து எதிர்வேட்பாளர் குத்தலாக ஒரு மறைமுக வாக்கியம் பேசி, ஆதரவாளர்களிடம் அபாரமான கைதட்டல் வாங்கியிருந்தார். தேவராஜ் ஆவேசமாகச் சொன்னான்:

> ஆனால், தோழர்களே, ஒன்றை மட்டும் உறுதியாய்ச் சொல்வேன். சிறு நெருப்பும் சுடும்...

இப்போது மொத்தக் கூட்டமும் கைதட்டியது. நானும்தான். கைதட்டிய அத்தனை பேரும் ஓட்டுப்போட்டிருந்தால், எதிர்த்தரப்புக்கு ஒரு ஓட்டுகூட விழுந்திருக்கக் கூடாது; ஆனால், தேவராஜ் தரப்பு படுமோசமாய்த் தோல்வியடைந்தது. அது எனக்கு மர்மமாய் இல்லை; பொது அரசியலிலும் இதேதான் வழக்கம் என்பதைப் பார்த்துக்கொண்டிருந்தவன்தானே - சுமார் பத்து

வயதிலிருந்து தினசரிகளை வாசிக்கும் பழக்கம் உள்ளவன்.

மேலே சொன்ன மர்மத்தின் அடர்த்தி அதிகரிக்கிற விதமாக, வேறொன்றும் நடந்தது. எங்கள் வகுப்பின் ஒவ்வொரு மாணவனையும் தனித்தனியாய் அழைத்த துறைத்தலைவர் திரு ஸாமுவேல் வேதபாலன், இன்னாருக்கு ஓட்டுப் போடவேண்டும் என்று சொல்லவில்லை; இன்னாருக்குப் போட்டுவிடாதே என்று கிட்டத்தட்ட உத்தரவிடும் தொனியில் சொன்னார். சங்கரசுப்பு,

> இந்தாளு சொல்லிட்டாம்லா, எல்லாவனும் ஒங்காளுக்குத்தாம் ஓட்டுப்போடப் போகுதானுக பாரு!

என்று தேவராஜிடம் சொன்னான். கேண்ட்டீனில் தேநீர் என்ற பெயரில் வழங்கப்படும் வெந்நீரைக் குடித்தவாறு மூன்றுபேரும் அமர்ந்திருந்தோம். தேவராஜ் தரப்பின் வாக்குறுதிகளில் ஒன்று அது, கேண்டீன் நிர்வாகத்தைச் சீரமைத்து, உணவுப் பொருட்களின் தரத்தை மேம்படுத்துவது. கொதிக்கும் பசுமூத்திரத்தைவிட, துறைத்தலைவரின் கட்டளைக்கு வலிமை அதிகம் என்பதை மாணவர்கள் நிரூபித்தார்கள்.

சொல்ல மறந்துவிட்டதே, அந்தக் கூட்டம் முடிந்த மறுநாளே, மரத்தடியில் வைத்து தேவராஜிடம் சொன்னான் சங்கர்:

> அதென்னப்பா, பாரதியார் வரியோடெ இன்னொரு வர்ஷன்தானே!

சிரித்தான். நான் திகைத்தபோது,

> அட, அக்கினிக்குஞ்சு தெரியுமில்லே? அதைச் சொல்றாம்ப்பா!

என்று விளக்கிவிட்டு, தேவராஜும் சிரித்தான்... எனக்கும் சிரிப்பு வந்தது. ஆக, நாங்கள் மூவரும் நண்பர்களானதே சிரிப்பை முன்னிட்டுத்தான்!

ஜே கிருஷ்ணமூர்த்தி, ரமணர் என்று அவனும், ஜான் ரீட், ஃப்ரான்ஸ் ஃபனான் என்று இவனும் கொடுத்த புத்தகங்கள் எதையுமே என்னால் சரளமாக வாசிக்க முடியவில்லை என்று நான் புகார் சொன்னபோதும் இருவரும் சேர்ந்து சிரிக்கத்தான் செய்தார்கள். நானும் சிரித்துவைத்தேன்!

தேவராஜுக்குள் இருக்கும் இன்னொருவனை நான் தெரிந்துகொண்ட சந்தர்ப்பம் நூதனமானது.

அரசினர் ராஜாஜி மருத்துவமனை, எர்ஸ்கின் மருத்துவமனை என்ற பூர்விகப் பெயரிலேயே இயங்கிவந்த காலகட்டம். கல் கட்டடம் என்பது மிகப் பெரிய ஆறுதல். உள்ளே வெப்பம் அதிகம் தாக்காது; பரபரப்பான கோரிப்பாளையம் சந்தியின் இரைச்சல் அவ்வளவாகக் கேட்காது என்பதையெல்லாம் விடுங்கள், சுற்றுச் சுவரையொட்டி வாரத்துக்கு இரண்டுநாளாவது அங்கே நடக்கும் போராட்டங்களின் கோஷங்கள் நோயாளிகளைத் தீண்டாது என்பது எத்தனை அனுசரணையான விஷயம்.

வகுப்புக்கு டிமிக்கி கொடுத்துவிட்டு மினிப்பிரியா தியேட்டரில் மத்தியானக் காட்சி பார்க்க மூன்றுபேரும் போய்க்கொண்டிருந்தோம். என்ன படம் என்பது ஞாபகமில்லை. எர்ஸ்கின் நுழைவாயிலுக்கு இடதுபக்கம், தென்னோலைப் பந்தலுக்குள் பத்திருபது பேர் அமர்ந்திருக்க, கையில் பிடித்த மெகஃபோனில் ஆவேசமாகப் பேசிக்கொண்டிருந்தார் ஒருவர்.

திடீரென்று தேவராஜ் விசித்திரமாக நடந்துகொண்டான் - எங்கள் இருவரின் மறைப்பில் அவசரமாக எட்டுவைத்து நடந்தான். எங்களையும் வேகமாய் நடக்க உந்தினான்... ஷெனாய் நகரைத் தாண்டும்போது கேட்டேன்:

ஏண்டா அப்பிடிச் செஞ்சே?!

இல்லடா, தெரிஞ்சவுரு ஒரு ஆளு பந்தல்லெ ஒக்காந்துருந்தாரு. பாத்தா இளுத்து ஒக்கார வச்சிருவாரு. அதான்...

சங்கர் புன்னகைத்தான். நான் வழக்கம்போல விழித்தேன். ஏனோ மேற்கொண்டு விசாரிக்கத் தோன்றவில்லை. அடுத்த ஆண்டில், தானாகவே விளக்கம் கிடைக்கும் என்று அப்போது தெரியாது...

இரண்டாமாண்டுக் கடைசியில், மாணவர் வேலைநிறுத்தம் வன்முறையாக மாறியது. வளாகத்துக்குள் போலீஸ் நுழைந்தது கல்லூரியின் வரலாற்றிலேயே அதுதான் முதல்முறையாம். இரண்டு மாத காலத்துக்கு இழுத்து மூடிவிட்டார்கள். ஒவ்வொரு மாணவனையும் விசாரணைக்கு அழைத்தார்கள். பெற்றோருடன் வரவேண்டுமென்று தபால் வந்தது... நான் மன்னியுடன் போனேன்.

முதல்வர் என்னைக் கேட்டார்:

ஒங்க க்ளாஸ் தேவராஜோடெ ஒங்களுக்கு எப்பிடிப் பழக்கம் க்ரிஷ்ணன்?

சார், நாங்க க்ளாஸ்மேட்ஸ் இல்லையா சார்!

அதுமட்டும்தானா, வேறெதுவும் உண்டா?

எனக்குக் கேள்வி புரியவில்லை. அவர் மன்னி பக்கம் திரும்பினார்:

அந்தப் பையன் .... அமைப்போட ஆளுங்க. சரியா விசாரிக்காமெ ஸீட் குடுத்துட்டம். இவனெ மாதிரி அப்பாவிப் பசங்களெ ப்ரெய்ன்வாஷ் பண்ணிக் கலைச்சிர்றாங்க. இந்தப் பசங்களுக்கு ஃப்யூச்சரே போயிருது. பாதிப் படிப்புலெ டீஸியெக் குடுத்து அனுப்புனா, அப்பறம் எந்தக் காலேஜுலெ சேத்துப்பாங்க?

மன்னி கெட்டிக்காரி. உடனடியாகப் புரிந்துகொண்டு பணிவாக பதில் சொன்னாள்:

சேச்சே. எங்க பிள்ளெ அப்பிடியெல்லாம் போறவன் இல்லே. நல்லாப் படிக்கிறவன். தகப்பன் இல்லாமெ வளர்ற பிள்ளெ சார். பொறுப்பான பையன்.

ஆளுக்கொரு பெருமூச்சுடன் வெளியே வந்தோம். தேவராஜிடம் இதைப் பற்றிப் பேசுவதில்லை என்று உறுதியெடுத்துக்கொண்டேன். வீணாக அவனைப் புண்படுத்துவானேன்?

ஆனால், இறுதிவருடப் படிப்பின்போது வேறொரு விசாரணைக்குப் போகவேண்டி வந்தது. வேறு இடத்தில்.

மூன்றுபேரும் அமர்ந்திருந்த மரத்தடியில் காற்று பிரமாதமாய் வீசியது. அதை அனுபவிக்கும் மனநிலைதான் இல்லை - குறைந்தபட்சம், எனக்கு. தேவராஜின் அப்பா, தோள்துண்டால் அவ்வப்போது முகத்தை அழுத்தித் துடைத்துக்கொண்டார். கண்கள் வெகுவாகச் சிவந்திருந்தன. அவ்வப்போது செருமுவார். தேவராஜை நோக்கித் திரும்புவார். அப்புறம் தலையை ஆட்டிக்கொண்டு, வேறுபுறம் பார்ப்பார். வேதனை நிறைந்த பார்வை.

தகப்பனும் மகனும் முகத்துக்கு முகம் பேசியே நான் பார்த்ததில்லை. தொளதொள சட்டையை உயர்த்தி, வேஷ்டியைப் பிணைத்த பச்சைநிறக் கேன்வாஸ் பெல்ட்டின் பித்தான் மடிப்புக்குள்ளிருந்து பணத்தை எடுத்து எண்ணாமல் கொடுப்பார். அவர் முகத்தையே பார்க்காமல் இடது கையால் வாங்கி, கால்சட்டைப் பையில் செருகிக்கொள்வான் தேவராஜ். அதைப் பற்றி ஒருமுறை கேட்டபோது,

> என்னப்பா செய்றது. ஜன சமூகத்துக்கு சொரணை வந்து, புரட்சிக்கான பணத்தேவையெ அது ஈடுகட்டுற வரைக்கும், மொதலாளிமார்ட்டெத்தான் கைநீட்டியாகணும்...

என்று சிரித்தான்...

அந்தச் சிரிப்பு இப்போது இல்லை. வழக்கம்போலவே விறைப்பாய் நிமிர்ந்து அமர்ந்திருந்தான். ஆனால், நேரம் செல்லச் செல்ல சிறு தளர்ச்சி அவனிடம் கூடுவதைப் பார்த்தேன். முகமும் கூம்ப ஆரம்பித்தது. இலக்கேயில்லாமல் வெறித்துப் பார்த்துக்கொண்டிருந்தான். நான் அடிக்கடி வாசலைப் பார்த்தேன் - சங்கரசுப்பு வருவதாய்ச் சொல்லியிருந்தானே, ஆளைக் காணோமே என்று.

நடுவயதுத் தோற்றமும், அளப்பரிய தொந்தியும், விரசமான புன்னகையும் கொண்ட காவலர் வெளியே வந்து,

> அய்யா கூப்புடுறாரு.

என்றார். எழுந்தார்கள். நானும் எழுந்தேன். என்னைப் பார்த்து, 'ஒக்காரு' என்று சைகை காட்டினார். ஆனால், அதன் உண்மையான அர்த்தம், 'நீ ஒக்கார்றா நாயே' என்பதாக எனக்குப் பட்டது.

இவர்கள் இருவரும் 'அய்யா' முன்னால் நிற்பதும், மேஜையில் இடதுபுறம் இருந்த லத்தியை அவர் வலது பக்கம் மாற்றிக்கொள்வதும் தெரிந்தது. அவர்களுடைய குரல் கேட்க ஆரம்பிக்குமுன்பே, தூதுவந்த காவலர் ஜன்னல் கதவைச் சாத்தினார்.

கிட்டத்தட்ட அரைமணி நேரம் போனது. ஆனால், ஒரு முழுநாள் கழிந்த மாதிரி ஆயாசத்தை உணர்ந்தேன். அவர்கள் வெளியே வந்தபோது, ரத்தம் முழுக்க வடிந்துவிட்டதுபோல இருவர் முகங்களும் வெளிறியிருந்தன. மரத்தடியை நோக்கி அவர்கள்

வந்தபோது பாதி தூரம் உடன்வந்த மேற்படிக் காவலர், என்னை உள்ளே வரும்படி சைகை காட்டினார். எனக்கு மூத்திரம் முட்டியது.

அய்யாவுக்கு முரட்டுக் குரல். அதைவிட முரடான முகம். புஸ்தி மீசைக்கடியில் இருந்த சிரிப்பு நினைவுவரும்போதெல்லாம், 'இளிப்பு' என்று என் மனம் தானாகத் திருத்திக்கொள்ளும். 'விகாரமான இளிப்பு' என்று பின்னாட்களில் சேர்த்துக்கொண்டது...

ஓம் பேரு என்னாடா?

சொன்னேன்.

நீதானா அது? ஒன்னெய நாளைக்கிக் கூப்புட்டனுப்பணும்ண்டு இருந்தன்.

எதிரில் இருந்த கோப்பிலிருந்து என் முகவரியை அடிபிறழாமல் ஒப்பித்தார். ஆமோதிப்பாய்த் தலையாட்டினேன்.

த பார்றா. அய்யிரு வீட்டுப் பயதானே. ஒளுங்காப் படிச்சு முன்னேர்ற வளியப் பாரு. சமுதாயத்தெ ஒளுங்கு பண்ணுற வேலையெ நாங்க பாத்துக்கிருவம். என்னா?

நான் அவர்களுக்குத் துணைக்கு வந்ததால்தான் என்னை உள்ளே கூப்பிட்டார்கள் என்றல்லவா நினைத்தேன். என்னைப் பற்றிய தகவல்கள் அத்தனையும் வைத்திருக்கிறார்களே. முதுகுத்தண்டில் மின்சாரம் ஓடியது. கல்லூரி நிர்வாகத்தின் கைங்கரியமாய் இருக்குமோ? இன்னும் ஒரு ஸெமஸ்டர் பாக்கியிருக்கிறதே, தினசரி அங்கேதானே போய்த்தொலைய வேண்டும் என்று பீதியும் கிளம்பியது. ஆனால், விஷயம் அதைவிடப் பெரியது என்று ஆய்வாளர் குறிப்புணர்த்திவிட்டார்.

தேவராஜ் எனக்காக சந்தா கட்டி, தபாலில் வந்த சாணித்தாள் ஆங்கிலப் பத்திரிகையின் பெயரைச் சொல்லி,

கண்டது கடியதெ மேயாதெ. பாடத்தெ மட்டும் படி போதும். என்னா?

என்று அதட்டினார். அருகில் பவ்வியமாக நின்றிருந்த காவலரிடம்,

பாத்தா வெள்ளெலி மாதிரி இருந்துக்கிட்டு... ஒரு தட்டு தட்டுனாத் தாங்குவானா இவனெல்லாம்? தாளி, நம்ம உசுரெ வாங்குறானுக பாருய்யா...

என்றார். காவலர் சிரித்தார். தொந்தி குலுங்கியது. விரசமும் அதிகரித்துவிட்டிருந்தது. 'இதில் அவ்வளவு நகைச்சுவை இருக்கிறதா என்ன!' என்று எனக்குள் எழுந்த கேள்வி முடிவதற்குள்,

போ போ. டென்சன் பண்ணாமெப் போய்ச் சேரு.

என்று ஆசி கூறி அனுப்பினார் ஆய்வாளர்.

திரும்பி வரும் வழியில், மூவருமே எதுவும் பேசிக்கொள்ளவில்லை. ஆளரவம் மிகக் குறைவான பூங்காவைக் கடந்தபோது, திடீரென முடிவெடுத்தவர் மாதிரி உள்ளே நுழைந்தார் அப்பா. மறுபேச்சின்றிப் பின் தொடர்ந்தோம். தேவராஜ் ஆச்சரியப்படுவான், பார்வையால் என்னிடம் அதைப் பகிர்ந்துகொள்வான் என்று எதிர்பார்த்து, அவன் முகத்தையே கவனித்தபடி நடந்தேன். ம்ஹூம், என் பக்கமே திரும்பவில்லை அவன்.

சிமெண்ட் பெஞ்ச்சில் உஷ்ணம் மிச்சமிருந்தது. அழுத்தமான ஆரஞ்சுநிறம் சிவந்த ஆகாயம். மேல்வானத்தில் தயங்கி நகர்ந்த மேகத்துணுக்கின் விளிம்புகள் தீப் பிழம்புபோல ஒளிர்ந்தன. காற்றில் சலனமேயில்லை. மரங்களும் செடிகளும் துஷ்டிவீட்டில் காத்திருப்பதுபோலத் தலைகுனிந்து அமைதி காத்தன. சகாக்கள் யாருமின்றித் தனியாய் அமர்ந்திருந்த காக்கை எங்களை வெறித்தது. மற்றபடி அந்த வேளையில், பூங்காவின் அந்தப் பகுதியில், நாங்கள் மூவரும், அலாதியான நிசப்தமும் மட்டுமே இருந்தோம்.

சுற்றுச்சுவரையொட்டி வெளிப்புறம் இருந்த சின்னஞ்சிறு முருகன் கோவிலிலிருந்து அவ்வப்போது எழுந்த கைமணிச் சத்தம் ஆலாட்ச மணிபோலப் பெரிதாக ஒலித்தது. அட, இன்று வெள்ளிக்கிழமை - என்று அநாவசியமாக எனக்கு நினைவுவந்தது... அப்பா தொண்டையைச் செருமினார். என் முன்னங்கையில் துமிகள் தெறித்தன. இருவருக்கும் நடுவில் நான் அமர்ந்திருந்தேன்... அவர் பெரும்பாலும் என்னை, தரையை, தலையசைக்காமல் எதிரில் நின்ற பூவரச மரத்தை, ஒற்றைக் காக்கையை பார்த்தபடி பேசினார்:

நானும் காலேஜெல்லாம் படிச்சவன்தாம்ப்பா. தருமபுரி கவர்மெண்ட் காலேஜுலெ ஜூவாலஜி படிச்சேன். நான் வாங்குன மார்க்கு அப்பிடி. இங்லீசு சுட்டுப்போட்டாலும்

வராது. எங்க அப்பாரோடெ சொந்தத் தங்கச்சி அந்தூர்லெ குடியிருந்துச்சு. அவுக வீட்லெ தங்கித்தான் படிச்சேன். ராஜாராம்ன்னு எங்க அத்தெ மயென். என் வயசுதான். எங்க காலேஜுதான். பொருளாதாரம் படிச்சான். ரெம்ப வேகமான பய. திடீல் திடீல்னு காணாமெப் போவான். திரும்பி வருவான். நாங்கெல்லாம் திருட்டு சீரெட்டுப் பிடிப்பமா. அவம் பீடி பிடிப்பான். தானாச் சிரிச்சுக்கிருவான். ராத்திரி முளுக்கக் கண்ணு முளிச்சி படிச்சுக்கிட்ருப்பான். பாடத்தெ இல்லே. அப்பிடிப் படிக்கிறவன்கிட்டே ஏகப்பட்ட புஸ்தகம் இருந்துருக்கணுமில்லே. அதான் கிடையாது. யாரோ குடுப்பாங்க. படிச்சுப்புட்டு திருப்பிக் குடுப்பான். வேற புஸ்தகம் வாங்கியாருவான். மாமா ஒருக்கா என்னயத் தனியாக் கூப்ட்டு விசாரிச்சாரு - நீலமேகம், இந்தப் பய கஞ்சா கிஞ்சா பளகீருக்கானாப்பா? சேச்சே, அதெல்லாம் கெடையாது மாமா. சுத்தமான பய. பின்னே, அப்பிடித்தானே சொல்ல முடியும்? அவம் பீடி குடிக்கிறான்னு அவுத்துவுட்டா, ஏம் பளக்கமுமில்லே தெரிஞ்சு போகும்?!

இப்பிடித்தான், நாலஞ்சு நாளாப் பயலெக் காணம். வளக்கம்போல எங்கயோ போயிருக்கான்; இந்தா வந்துருவான், இந்தா வந்துருவான்னு காத்திருந்தம். தாயும் தகப்பனும் அலண்டு போனாக. பதினஞ்சு இருவது நாள் பொறுத்துப் பாத்துப்புட்டு, போலீசுக்குப் போனாக. நான் தொணைக்கிப் போனன். டேசன்லெ இருந்தவிங்ய சிரிச்சது கண்ணுக்குள்ளேயே இருக்கு தம்பீ.

ஒரு வாரம் களிச்சு, வீட்டுக்குப் போலீசு வந்துருக்கு. சோதனெ போடணும்ன்னாங்யளாம். ஒரு மண்ணும் கிடைக்கலே போல. அந்த ஆத்தரத்துலே நாலைஞ்சி சாமானெ ஒடெச்சுப் போட்டு, எங்க அத்தையையும் மாமாவையும் நாலு மிதி மிதிச்சுப்புட்டுப் போயிச்சேந்தாங்ய. அனுமாரெப் பாக்க நாங்க நாலஞ்சு சிநேகிதங்க நாமக்கல் போயிருந்தம். அதுனாலே நான் தப்பிச்சன். இல்லாட்டி எனக்கும் ரெண்டு மிதி வுளுந்துருக்கும்.

ஒரு வாரம் களிச்சு, ஒரு ஏட்டய்யா வந்து, போலீசுலெ கூப்புட்டு விட்டுருக்காங்யன்னாரு. உள்ளூர்க்காரரு.

மாமாவுக்குத் தெரிஞ்சவருதான். இவுக விளுந்தடிச்சு ஓடுனாக. நானும் கூட ஓடுனென்.

ஒரு பாலித்தீன் கவர்லெ கொஞ்சம் சாம்பலெக் குடுத்து, 'இந்தாப்பா ஓம் மயென்; பத்திரிகெ கச்சி ஆபீசுன்னு போயிராதீக; நிம்மதி ஒரேயடியாக் கெட்டுப் போயிரும்'ன்னு எச்சரிச்சு அனுப்பினாக. நடக்குறது எல்லாத்தையும் பாத்துக்கிட்டு அமைதியா ஒக்காந்துருந்தாரு ஒரு அதிகாரி. தோரணையெப் பாத்தா, பெரிய அதிகாரி போல. கிட்டப் போயிப் பேசுன போலீசெல்லாம் வலதுகையாலெ வாயப் பொத்துனாப்புலெ வச்சுக்கிட்டுத்தான் பேசுனாக. அந்தாளும் அவரு மீசையும்... இப்ப நெனைச்சாலும் கெதக்குங்குது. அதுலயும், பொட்டணத்தெக் குடுக்கும்போது, அந்தாள் மூஞ்சியிலே ஒரு சிரிப்பு பூத்துச்சு பாரு, படமெடுத்த பாம்பு மாதிரி... அய்யோ.

வாய்விட்டு அளக்கூட முடியாமெ கறுத்துப்போன மூஞ்சியோடெ வீட்டுக்கு வந்தாக. ஒரு சடங்கு இல்லெ. ஒரு சாங்கியம் இல்லெ.

மறு நாக் காலையிலே மாடியிலேர்ந்து எறங்கி வாரென், தாயும் தகப்பனும் வாய்முளுக்க நொரெ தள்ளி, ஆளுக்கொரு பக்கம் மல்லாந்து கெடக்காக. செத்ததுக்கப்பறமும் எங்கத்தெ மொகத்துலே வேதனெ மிச்சமிருந்த மாதிரித்தான் தோணுச்சு. போலீசு வந்துச்சு. ரெண்டுபேத்துக்கும் நடுவுலெ கெடந்த பூச்சி மருந்து சீசாவெ எடுத்துக்கிட்டுப் போச்சு..

போனவுக போய்ட்டாக தம்பி. நெசம்மாக் கெட்டுப் போனது என்னோட நிம்மதிதான். ரேசன் கடையிலெ நின்னுட்டிருப்பேன்; தெரியாம இடிக்கிற மாதிரி ஒரு ஆளு ஒரசிட்டுப் போகும். ஆஸ்பத்திரியிலெ காத்துருப்பேன்; டாக்டர் ரூமுக்குள்ளே நாம் போற வரைக்கி, என்னையே மொறைச்சுப் பாத்துக்கிட்டு ஒக்காந்துருக்குற ஆளு, நான் பாத்துட்டு வந்ததுக்குப் பெறகு தடால்னு உள்ள மொளைஞ்சு டாக்டரைப் பாக்க ஓடும். ஒரு சினிமாவுக்குப் போக முடியாது. ஓட்டல்ல ஒக்காந்து நிம்மதியாச் சாப்புட முடியாது. ஒறவுகாரன் வூட்டு விசேசத்துக்கு சாவகாசமாப் போயிட்டு வர முடியாது. அட சனியன்,

> முடிவெட்டிக்கிறக்கூட நிம்மதியாப் போய்க்கிற முடியாது. இந்தா, இத்தனெ வருசத்துக்கு அப்பறமும், இன்னமும் என் முதுகுக்குப் பின்னாடி யாரோ நின்னு உறுத்துப் பாக்குற மாதிரி இருக்கத்தான் செய்யிது.
>
> அதுலெர்ந்தெல்லாம் தப்பிக்கணும்ன்னுதான், 'படிப்பென்னடா படிப்பு, தலைய முளுகிட்டு வந்து சேரு. சேலத்துலே கடை போட்டுத்தாரேன்'னு எங்கப்பாரு கண்டுசனாச் சொல்லிப்புட்டாரு. அன்னைக்கெல்லாம் எங்கம்மா அளுத அளுகெ இருக்கே, அய்யோ, இப்ப நெனச்சாலும் உசிர் போயிருது தம்பீ...

பெருமூச்சு விட்டார்... அப்புறம் நடந்ததையெல்லாம்தான் ஏற்கனவே சொன்னேனே.

அன்று சேலத்திலிருந்து பஸ்ஸேறித் திரும்பும்போது, தேவராஜ் என்னை வெகுவாகப் பீடித்திருந்தான். நாள் முழுக்க, அவன் சிரிக்கவேயில்லை என்பதைவிட, முகத்தில் எந்நேரமும் இருக்கும் மலர்ச்சியைக்கூடக் காணவில்லை என்பது விசித்திரமான ஏக்கம் தந்தது. காவல் நிலையத்தில் காத்திருந்த வேளையில் இருந்த அதே தோற்றம் நிரந்தரமாக அவனிடம் பதிந்து விட்டிருந்த மாதிரிப் பட்டது. இத்தனைக்கும், காவல்நிலையத்தில்கூட, தகப்பனார் உடன் இல்லாமல் இருந்திருந்தால் எதையாவது சொல்லிச் சிரித்திருப்பான் என்றே நம்பிவந்திருந்தேன்...

அவ்வளவு ஏன், ஏற்கனவே சொன்ன மாதிரி, நாங்கள் சேர்ந்திருந்த காலம் முழுக்க ஏதாவது சாக்கு வைத்து, சிரித்துக்கொண்டேதானே இருந்தோம். சேர்ந்திருந்ததே அதற்காகத்தானே. அவரவர் வழியில் சிரிப்பைப் பறிகொடுத்து விட்டோமே என்ற ஏக்கம் பொங்கிப் பொங்கி வந்தது. இரவுப் பயணம்தான் என்பதால், ஓடும் பேருந்தில் துளிர்த்தவாறிருந்த கண்ணீரைப் பற்றிக் கூச்சம் கொள்ளும் அவசியமில்லை. சாவகாசமாக அழுதுகொண்டு வந்தேன்.

அளவற்ற சிரிப்பை எங்களுக்கு வழங்கிய அதே காலகட்டம்தான், போதுமென்று சொல்லிப் பறித்துக்கொண்டதோ? - என்று என் அடிமனம் குமுறியதை மறக்கவே மாட்டேன். அப்புறம், யாருடைய கேளிக்கைக்காக இப்படியெல்லாம் செய்கிறது ஒரு காலகட்டம்?

இன்னொரு காரணத்துக்காகவும் அந்தப் பயணத்தை மறக்க முடியாது. இரவு முழுவதும், என்னையறியாமல் தூக்கத்துக்குள் வழுக்கும்போதெல்லாம் யாரோ அதிர்ந்து சிரிக்கிற மாதிரி பிரமைதட்டி, பதறிப் பதறி விழிப்புக்கொண்டேன். இப்போது தோன்றுகிறது, அப்படிச் சிரித்து மிரட்டியதும்கூட அதே நாசமாய்ப் போன காலகட்டம்தானோ?...

அது கிடக்கட்டும்; எதற்காக ஆரம்பித்தேன், எதற்காக இவ்வளவும் சொன்னேன் என்பது எனக்கே கொஞ்சமும் புரியவில்லை. உங்களுக்கு ஏதாவது புரிகிறதா?

உயிர்மை, ஜூன் 2024

தோன்றுதலும் மறைதலும்

சற்று முன்தான் நடந்ததுபோலப் பசுமையாய் இருந்தாலும், நிஜமாக நடந்து பத்து வருடங்களுக்குமேல் ஆகிவிட்டது. தேதிகூடத் துல்லியமாக நினைவிருக்கிறது. ஆனால், அதெல்லாம் இப்போது சொல்லவிருக்கிற சம்பவத்துக்கு நேரடியாய்த் தேவைப்படாத விவரங்கள்...

> என்னடா இது, முடியெல்லாம் இப்பிடிக் கொட்டிப்போச்சு!
> கிழவனா ஆயிட்டியேடா!

என்று வியந்தபடி வரவேற்றார் வாஞ்சி மாமா. அவர் கேட்கலாம்; என்னைவிட முப்பது வயது பெரியவர். எண்பது வயதுக்கு, முழுசாக நரைத்துவிட்டதே தவிர, அடர்த்தி குறையவில்லை. ஆமாம், சிதையில் கிடக்கும்போதும் அதே அடர்த்தி...

> ரிட்டயராக ஏழு வருஷம்தான் இருக்கு. கிழவனாகாமெ
> இருக்க முடியுமா மாமா!

என்று பதில் சொன்னபடி, அனிச்சையாக சுண்டுவிரலால் நாசித்துவாரத்தைச் சுத்தம் செய்ய முற்பட்ட என் வலதுகையை, அனிச்சையாய்த் தட்டி இறக்கினாள் மனைவி.

வாஞ்சி மாமாவைப் பார்த்துப் பல வருடங்கள் ஆகியிருந்தது. பொதுவாகவே குடும்ப வைபவங்களுக்குப் போவதில்லை. முழுவீச்சுடன் எழுத்தில் ஈடுபட்ட பிறகு, அவகாசம் இல்லை

என்பது ஒருபுறம். மறுபுறம், முதல் ஒரு மணி நேரத்தில் வைபவமே முடிந்து விடும் எனக்கு. வேண்டியவர்கள் வேண்டாதவர்கள் என்று எல்லாரையும் பார்த்துக் குசலம் கேட்டதற்கும் முகத்தைத் திருப்பியதற்கும் பிறகு அந்த இடத்தில் என்ன வேலை, சொல்லுங்கள். நிகழ்ச்சி முடிந்து வீட்டுக்குக் கிளம்பும்வரை பெரும் அவஸ்தைதான்.. சிலசமயம் ஓரிரு நாட்கள் நீடிக்கும் விசேஷங்கள் சித்திரவதை.

அந்த முறை தவிர்க்க முடியவில்லை. என் உடன்பிறந்த அக்காவின் மூத்த பேத்திக்குக் கல்யாணம். ஆனால், எந்த இரண்டு நாளையும்போல அந்த இரண்டு நாள் இருக்கப் போவதில்லை என்று அப்போது எனக்குத் தெரியாது.

அக்கா பரவசமாய் இருந்தாள். கடந்த இருபது வருடங்களாக, காது சரியாய்க் கேட்பதில்லை - ஹியரிங் எய்ட் அணிந்துகொள்ள உறுதியாக மறுத்துவிட்டாள். இந்தக் குறைபாடு உள்ளவர்கள், மற்றவர்களின் உதடுகளை உன்னிப்பாய்க் கவனித்துப் புரிந்துகொள்ள முயல்வார்கள் அல்லவா. இவள் அதுவும் செய்ய மாட்டாள். தனக்கிருக்கும் பலவீனம் மற்றவர்களுக்குத் தெரிந்துவிடுமே என்ற கவலையோ என்னமோ. சம்பந்தாசம்பந்தமின்றி அவள் சொல்லும் பதில்கள் வழியாக யாருக்கும் தெரியத்தானே செய்யும். அக்கா அவ்வளவெல்லாம் யோசிக்கக் கூடியவள் இல்லை... ஒவ்வொருவரிடமாக அழைத்துச் சென்று,

இவன் யார்ன்னு தெரியறதா!

என்று கேட்டாள். அநேகம்பேருக்கு என்னைத் தெரியவில்லை; தெரிந்ததாய்ச் சொல்லிப் புன்னகைத்தவர்களை எனக்குத் தெரியவில்லை. இப்படித்தான், புடவையோடு சேர்த்துத் தொடையைச் சொறிந்துகொண்டிருந்த, நரைமுடியைப் பையன்கள் போலக் கிராப்பாக வெட்டியிருந்த முதியவள் ஒருத்தியிடம் கொண்டு நிறுத்தினாள். இவள் அளவுக்கே கிழவியாகத் தெரிந்தாள் அவள். இந்த முறை, என்னிடம் கேட்டாள்:

இது யார்ன்னு தெரியறதாடா!

என்றாள். அசட்டுத்தனமாகத் தலையாட்டினேன்.

தாராடா. நம்ம தாரா.

பார்க்கிற யாருக்கும், ஏன் இப்போது கேட்கிற உங்களுக்குமே,

நெருங்கிய ரத்த உறவு என்றோ, ஒன்றுவிட்ட இரண்டுவிட்ட தொலைவு கொண்டது என்றோ தோன்றியிருக்கும். கிராப்பம்மாளுக்கு என்னைத் தெரியவில்லை - அவளும் லேசாக உதடு பிரித்து அதைத்தான் சொன்னாள். அக்கா வேறு கிரகத்தில் இருந்தாளா,

அதானே. ஒனக்கு இவனெத் தெரியாமப் போகுமா!

என்று தானே வியந்து தானே அதிர்ந்து சிரிக்கவேறு செய்தாள்.

ஆனால், மேற்படி அந்நியளுக்கு என்னை அடையாளம் தெரியவில்லை என்பது பெரும் ஆறுதல். அது ஏன் என்பதைத்தான் சொல்ல முற்பட்டேன். அதைவிட, நான் அந்தரங்கமாய் வைத்துச் சீராட்டிக்கொண்டிருந்த ஒரு பிம்பத்தின் இடத்தில் புதிதாக ஒன்றைச் செருகி என் நிம்மதியைக் குலைத்துவிட்டாளே என் உடன்பிறந்த சகோதரி, அந்த வயிற்றெரிச்சலைக் கொட்டித் தீர்த்துக்கொள்ள....

*1980*களின் ஆரம்பத்தில், நாங்கள் மாடியில் குடியிருந்தபோது, கீழ்ப் போர்ஷனில் வசித்த பெண்மணி தாரா. என்னைவிட ஏழெட்டு வயது மூத்தவளாய் இருக்கலாம். வயது தெரியாத உடல்வாகு. முன்கோபியும் மூர்க்கனும் சந்தேகப் பிராணியுமான புருஷனுடன் வாழ்க்கை நடத்த நேர்ந்த துர்ப்பாக்கியவதி. ஆனால், எதையுமே பொருட்படுத்தாத நிதானம் அவளை உறைபோல மூடியிருக்கும்.

மூன்றாவது மகனைப் பெற்றெடுப்பதற்காகத் தாய்வீடு வந்திருந்த பெரியக்காவின் நெருங்கிய தோழியானாள். ஆனாலும், புருஷனைப் பற்றி ஒரு சொல்லும் உதிர்க்கமாட்டாள் என்பாள் அக்கா. ஆமாம், அப்படியொரு நபரே தன் வாழ்வில் கிடையாது என்கிற மாதிரித் தனியாக இருக்கிறாள் என்பது வெறும் பார்வைக்கே தெரியும்.

புருஷன் அலுவலகம் சென்ற பின், ஆறு வீடுகளுக்கும் பொதுவான முற்றத்தில் நின்று தலை கோத ஆரம்பிப்பாள். தாயம்மாப் பாட்டி கதையில் 'அளகபாரம்' என்று ஒரு சொல் வரும். ஆனால், அதை எழுதும்போது என் மனம் முழுக்க தாராதான் நிறைந்திருந்தாள். அபாரமான அடர்த்தியும் நீளமும் கொண்ட கூந்தல். அரைமணிநேரத்துக்குக் குறையாமல் அதைச் சீராட்டுவாள். சுளீரென்ற நிறம். கருகருவென்ற கேசம் முகத்தின் நிறத்தை இன்னும் அதிகரித்துக் காட்டும். அக்கா அடிக்கடி சொல்வாள்:

முன்னம்பக்கம் பவுர்ணமி. பின்னாடி அம்மாவாசெ.

நான் கல்லூரி கடைசி வருடம் படித்தேன். மாடியிலிருந்து தாராவைப் பார்த்துத் தீராது. தலையை அண்ணாந்து தலை கோதுவாளா, செதுக்கிய உடல் லேசாக முன்னோக்கித் துருத்தி இருக்கும். சிலவேளை அக்கா வந்து தலையில் செல்லமாகக் குட்டுவாள்:

அங்கெ என்ன பார்வெ!

தாள முடியாமல் போகும்போது, சைக்கிளை எடுத்துக்கொண்டு வெளியே போகும் சாக்கில், தரைத்தளத்துக்குப் போவேன். அவளைக் கடக்கும்போது, மஞ்சளும் தாழம்பூக் குங்குமமும் கலந்த மிருதுவான மணம் வருடும். சன்னமான குரலில் பாடிக்கொண்டே நிற்கும் சித்திரம் எனக்குள் இப்போதும் கிறுகிறுக்கிறது. அய்யோ, வடிவழகி! இவள் சம்பந்தமான பயம்தான் புருஷனைப் படுத்தியெடுக்கிறதோ என்று அப்போதே தோன்றியதுண்டு.

தாராவின் இன்னொரு சிறப்பம்சம், விநோதமான மழலை. *'மூச்சைப் பிடிச்சுண்டு', 'பல்லைக் கடிச்சுண்டு'* இரண்டையும் கலந்து *'மூச்சைக் கடிச்சிண்டு'* என்பாள்!

நான் கல்லூரி முடித்தபிறகு, அந்த வீட்டைக் காலி செய்து வேறு இடம் போனோம். பிறகு அவர்கள் என்னவானார்கள் என்று தகவல் இல்லை. ஆனால், கடைசி ஒருவாரம் வெளியில் தலை காட்டவேயில்லை தாரா. புருஷனின் குரல் ஓங்கியும் உரத்தும் அலறிக்கொண்டிருந்த முந்தைய இரவு இன்னமும் என் காதில் ஒலிக்கிறது.

விடைபெறுவதற்காக அவர்கள் வீட்டுக்குள் போன மன்னி, பேயறைந்த முகத்துடன் திரும்பினாள். புதுவீட்டுக்குப் போகும்வரை ஒரு சொல்லும் பேசவில்லை. நுழைந்த மாத்திரத்தில், நெஞ்சைப் பிடித்துக்கொண்டு தகவல் சொன்னாள். ஆண்களுடைய கிராப் மாதிரிக் குட்டை முடியுடன் தாரா உட்கார்ந்திருந்தாளாம். சீராக வெட்டப்படாத கிராப்.

என்னெப் பாத்துப் புஞ்சிரிப்பு வேறே...

என்று குமுறும் குரலில் சொன்னாள் மன்னி.

ஆனால், தலைகோதிக்கொண்டு நிற்கும் பிம்பம்தான் எனக்குள் நிரந்தரமாகப் படிந்துவிட்டிருந்தது. அதன் பிறகு, பார்க்கும் பெண்ணிலெல்லாம் தாராவைத் தேட ஆரம்பித்தேன். சும்மா இல்லை, சினிமாவில் புதுசாக ஒரு நடிகையைப் பார்க்கக் கிடைத்தால்கூட அவளுக்குள் கொஞ்சமாவது தாரா இருக்கிறாளா என்று உறுத்துப் பார்ப்பேன். பெரும்பாலும், தோல்விதான்...

கல்யாண வீட்டில், வெற்று நெற்றியும் உள்ளடங்கிய பல்லும் விட்டேற்றியான பார்வையுமாய் நின்ற பெண்மணி என்னைத் தெரியவில்லை என்று தலையாட்டிய அதே வேளையில் வேறொரு குழப்பம் எழுந்தது. அல்லது, ஆதங்கம். அல்லது ஆற்றாமை - இப்படிக் கசப்பு வழியும் சொல் எதைவெண்டுமானாலும் அந்தத் தருணத்துக்கு முன்னொட்டாக வைத்துக்கொள்ளலாம். பின்னே, தாராவிலேயே தாரா இல்லை என்பதை அல்லவா பார்த்திருக்கிறேன்?

பையன் வீட்டு சார்பாக வந்திருக்கிறாள் என்று அக்கா சொன்னது எங்கோ தொலைவில் ஒலித்தது.

மறுநாள் முகூர்த்தம் முடிந்தபிறகு காக்காய்க் கூட்டம் கலைகிற மாதிரி அவரவரும் கிளம்பினார்களா, இரண்டு நாளாக தன்னிச்சையாக நான் பார்வையால் பின்தொடர்ந்த தாராவும் புறப்பட்டாள். சுளீரென்ற குதிரைச்சதை தெரியப் புடவையை உயர்த்தி, மகன் ஓட்டிப்போகும் காரின் முன்னிருக்கையில் ஏறி அமர்ந்தாள். அதே வெறுமையான பார்வை.

மண்டபத்தைவிட்டு அல்ல, எனக்குள்ளிருந்துதான் வெளியேறிப் போகிறாள் என்று தோன்றியது. இல்லை இல்லை, நான்தான் இருந்த இடத்திலிருந்தே படுவேகமாகப் பின்வாங்கிக்கொண்டிருந்தேன்...

வருஷக்கணக்காக என்னுள் தேங்கியிருந்த பிம்பத்தின் விளிம்புகள் கலைந்து கரைவதை போதபூர்வமாகக் கவனிப்பது விசித்திரமான துக்கமாய் இருந்தது. அது பெரிதில்லை; இதெல்லாம் யாருக்கும் நடப்பதுதான். அது கவிதைக்குரிய கணம் என்று தோன்றியதும், இன்றுவரை அதைக் கவிதையாக எழுத இயலாமல் இருப்பதும்தான் இன்னும் பெரிய துக்கம் என்று தோன்றுகிறது.

கவிதையல்லாத கணம் என்று ஒன்றுகூடக் கிடையாது என்கிற மாதிரியோ அல்லது இந்த அர்த்தம் தொனிக்கிற மாதிரியோ எங்கோ எதிலோ படித்திருக்கிறேன். 'துக்கத்தைவிட ஆழமான

கவிதையை மனிதகுலம் இன்னும் கண்டடையவில்லை' என்றும் அதே இடத்தில் வாசித்த நினைவு. இன்னார் இன்ன இடத்தில் சொன்னது என்பதெல்லாம் மறக்கும் அளவு வயது முற்றிவிட்டது. அடிப்படைத் தேவைகள் சார்ந்த விஷயங்கள் மட்டும்தான் நினைவிருக்கின்றன. அன்றாடத்தைக் கழிப்பதற்கு இது போதாதா...

பிரச்சினை வேறொரு இடத்தில் இருக்கிறது. மேற்சொன்ன சமன்பாடுகளின் பிரகாரம், கடந்து செல்லும் ஒவ்வொரு கணமுமே துக்கமயமானது; சந்தோஷம் போலவே தென்பட்டாலும், துக்கமேதான் அது என்றல்லவா ஆகிறது?

ஆனால், ஆறுமுகம் வேறுமாதிரிச் சொல்வான்: தேநீரிலிருந்து உயரும் ஆவியை, தரைசேரும் மழைத்துளியை, சாணிபோடும் எருமை மாட்டை என்று எதை வேண்டுமானாலும் வியந்து தள்ளுகிறவன். ஆமாம், அவனைப் பொறுத்தவரை, கவிதை என்பது அற்புதங்களை நிகழ்த்தும் தளம்; கவிதைக்குள் நுழையும்போதே துக்கமும் மாய நிகழ்வு ஆகிவிடுகிறது என்பான்...

அற்புதமும் இல்லை மண்ணாங்கட்டியும் இல்லை.

என்றாள் ஆண்ரியா.

அதாவது, கொழகொழவென்ற அமெரிக்க ஆங்கிலத்தில் அவள் சொன்னதை தமிழில் நான் இப்படிப் புரிந்துகொண்டேன். எதை முன்னிட்டு இந்த வாக்கியம் உதிர்ந்தது என்று நினைவில்லை; கிட்டத்தட்ட மூன்று சிகரெட்டுகள் தீரும்வரை அவள் பொழிந்து தள்ளியதில் எனக்குள் எஞ்சியிருக்கும் சொட்டுகளில் ஒன்று இது. அத்தனைநாள் பேசாமடந்தையாய் இருந்தவள், அன்றைக்கு ஏன் அள்ளிக் கொட்டினாள் என்பதும் இப்போதுவரை புரியவில்லை. மூக்குவழியாகப் புகை விட்டபடி, மேலும் தொடர்ந்தாள்:

> அற்புதங்களின் வழி தன்னைத் தக்க வைத்துக்கொள்ள மதம் முயல்கிறது; ஒவ்வொரு அற்புதமாகக் கலைத்துப்போட அறிவியல் பாடுபடுகிறது. நம்மைப் போன்ற எழுத்தாளர்களுக்கு இரண்டுங்கெட்டான் நிலைமைதான்...

சொல்லிவிட்டு இருட்டின் தொலைவுக்குள் வெறித்தாள். ஓரிரு விநாடிகள் கழித்து,

> … மற்றபடி, வாழ்க்கை என்கிற சமாசாரமே, தன்னளவில், எதிர்மறையான புலம்தான். எதிர்பாராதவற்றை நம் தலையில் சதா கொட்டிக்கொண்டே இருக்கும் தீக்குண்டம். என்னதான் முயன்று அதை நேர்மறையாக்க முனைந்தாலும், நாய்வால் போல உடனடியாய்ச் சுருண்டுகொள்ளும்.

சொல்லிவிட்டு, பெருமூச்சு விட்டாள். பெரும்பாலும் ஒன்றுக்கொன்று தொடர்பற்ற வாக்கியங்கள் பேசுகிறவள். கோவையாகப் பேசிய ஒரே தருணம் அது.

தினசரியும் முன்னிரவில் தனியே அமர்ந்து பேசும் தொலைபேசி அழைப்புகளின் இடையிடையே ஆழ்ந்து பெருமூச்சு விடுவாள்… மறுமுனையில் யார்; அரையிருட்டில் இருந்தாலும் அவள் அவ்வப்போது கண்ணைத் துடைத்துக்கொள்வது தெரிகிறதே, நாள்தவறாமல் நீடிக்கும் பிரச்சினைதான் என்ன என்றெல்லாம் பாயக் கிளம்பும் மனத்தின் கடிவாளத்தை இழுத்து அடக்குவேன். அநாவசியமான கேள்விகளோ, அடுத்தவர் விஷயத்தில் மூக்கை நீட்டுவதோ கூடாது. வந்திருக்கும் இடம் அப்படி.

அண்டை மாநிலத்தில் நடந்த எழுத்தாளர் முகாமில் கலந்துகொள்ளப் போயிருந்தேன். போகும்போது மிகவும் குதூகலமாய் இருந்த என் மனம், முகாம் முடிந்து நடைமுறை வாழ்க்கைக்குள் திரும்பும்போது இன்னும் அதிகமான வெறுமை சுமந்திருந்தது. ஆண்ரியாவும் ஒரு காரணம்.

ஆஸ்திரியாவில் பிறந்து அமெரிக்காவில் குடியமர்ந்தவள். சச்சதுரமான உடற்கட்டு. பார்வையை உடனடியாய் ஈர்க்கும், சற்று அபரிமிதமான அரைக்கோளங்கள். மோவாயும் சதுரம்தான். பருத்த, இறுக மூடிய, உதடுகள். பார்த்த முதல் நாளிலேயே, வேற்று நாட்டிலிருந்து அல்ல, வேற்றுக் கிரகத்திலிருந்து வந்திருக்கிறவள் என்கிற மாதிரிப் பட்டது. தனிமை ஓர் உறைபோல அவளைச் சுற்றி மூடியிருந்தது. முதல் நாள் நடந்த அறிமுக நிகழ்வில் மட்டுமே உபரியாக நாலைந்து வாக்கியங்கள் பேசினாள்.

பயணத் திட்டம் என்று ஏதும் இல்லை. இங்கிருந்து கிளம்பியதும் எங்கே போகலாம் என்று இந்தியா பற்றி அறிந்த யாராவது சொல்லலாம்; அல்லது, இந்தியர்களான நானோ

ஜோத்ஸ்னாவோ[1] கூடப் பரிந்துரைக்கலாம் என்றாள். அபாரமான புகைஞி. வெளிப்படையாய்த் தெரியும் சுவாசம்போல, மூக்கிலிருந்து புகை வெளியேறும். வந்த அன்று அணிந்த ஜீன்ஸை நான் கிளம்புவரை மாற்றவில்லை என்று பட்டது. அறைக்கு நேரே கட்டிய கொடிக்கயிற்றில் உள்ளாடைகளை உலரப் போட்டிருப்பாள்.

இவ்வளவுதான். அதன் பிறகு அவளை அவதானிக்கக் கிடைக்கவில்லை. நான் கிளம்புவதற்கு முந்தின நாள் இரவு என்னோடு நின்று பேச ஆரம்பித்தாள். எனக்கானால், பேராச்சரியம்.

ஏனெனில், சாதாரணமாக, பொது முற்றத்திலிருந்து மற்றவர்கள் கலையும் தறுவாயில்தான் வந்து சேர்வாள். அல்லது, மற்றவர்கள் வந்து சேரும்போது எழுந்து செல்ல முனைவாள். பத்துப்பேரில் நாங்கள் மூவர் மட்டுமே புகைப்பவர்கள். ஜோத்ஸ்னாவுக்கு ஆண்ரியாவிடம் ஏனோ அத்தனை சுமுகம் இல்லை. பெரும்பாலான இரவுகளில் ஆண்ரியாவும் நானும் இருந்து புகைப்போம். ஓரிரு வார்த்தைகள் பேசுவதற்கு வாய்த்த வேளைகள்.

என்னுடன் நிமிடக்கணக்கில் பேசுவாள் என்று எதிர்பார்த்திருக்கவில்லையா, இன்னும் ஊன்றிக் கவனித்தேன். அப்போதுதான் அந்த அம்சம் தட்டுப்பட்டது. ஆண்ரியாவின் முகபாவம் எனக்குப் புதியதல்ல - ஆனால், அந்த மங்கல் ஒளியில் தெரிந்த பாவம் மேலதிகப் பரிச்சயம் கொண்டிருந்தது.

அந்தக் காலத்தில் தாரா என் அக்காவுடன் பேசும்போது காட்டும் அதே வெறுமை. இருந்தும் குளுமை குன்றாத முகம். தாராவைப் போலவே, வெறுமையைத் தாண்டி மிளிரும் வசீகரம். அவளைவிடப் பலமடங்கு அதிக வெளுப்பு. ஆனால், இவள் முகத்தில் அடிக்கடி ரத்தம் பாய்ந்து சிவக்கும். அபூர்வமாக ஒரு தடவை உடல் குலுங்கச் சிரித்தபோது, தளர்வான பனியனுக்குள் பொதிந்திருக்கும் தாராவேதான் அவள் என்று தோன்றியது. இன்னொரு வித்தியாசமும்தான் - இவள் கச்சு அணிந்ததற்கான

1 ஜோத்ஸ்னாவுடன் ஆழ்ந்த நட்பு எனக்கு உருவானதை, கிட்டத்தட்டப் பத்து நாட்கள் அவள் என்னுடன் நடத்திய நீண்ட உரையாடலை பல வருடங்கள் கழித்து ஒரு நாவலாக நான் எழுதி, இன்னும் பிரசுரிக்காமல் வைத்திருக்கிறேன். இதை ஒரு தகவலாக மட்டும் சொல்லிவைக்கிறேன். மற்றபடி, ஆண்ரியா போலவே இறுதிநாளில் என்னைத் தழுவி விடை கொடுத்தாள் ஜோத்ஸ்னா. ஆனால், ஆரத் தழுவி.

தடயம் இல்லை...

ஒரு மறு பரிசீலனையும் துளிர்விட்டது - உண்மையில், தாரா என்பது தாரா கிடையாதோ...

கிட்டத்தட்டப் பிரிவுபசாரம் போலவே கூடிப் பேசிக்கொண்டிருந்தோம். ஃபின்லாந்திலிருந்து வந்திருந்த ஐனா ஜாவோ பேசி முடிக்கப் போகும்போது அவசர அவசரமாக வந்து உட்கார்ந்தாள் ஆண்ரியா.

> மேடையில் நான் கவிதை வாசிக்கிறேன் என்றால் எங்கள் நாட்டு அதிபரே நேரில் வந்து கேட்பாராக்கும்! பொது வெளியில் செல்லும்போதெல்லாம் என்னைச் சுற்றிக் கூட்டம் கூடிவிடும். இந்த மூன்று வாரங்கள் இங்கே ஒரு அநாமதேயமாக இருக்க முடிந்தது எனக்கு மிகப் பெரிய ஆசுவாசம்...

என்று புன்னகைத்தார் ஐனா. எவ்வளவுதான் அடக்கிக்கொண்டாலும், பெருமிதம் ஓரிரு சொட்டுகள் சிந்தத்தான் செய்தது. யாரோ கேட்டார்கள்:

> ஃபின்னிஷ் மொழியில் ஐனா என்றால் என்ன பொருள்?!
>
> சந்தோஷம், நிரந்தரம் என்று பொருள்.

என்றார் ஐனா. அவரையே உறுத்துப் பார்த்தபடி, இறுகிய முகத்தோடு அமர்ந்திருந்தாள் ஆண்ரியா.

சற்றுக் கழித்து, அவரவரும் அறைக்குத் திரும்பிய பின்னர், முற்றத்துக்கு வெளியே பரந்திருந்த இருட்டுக்குள் நுழைந்தேன். ஒரு சிகரெட் பிடித்துவிட்டு அறைக்குப் போகலாம் என்று திட்டம். இருள் என் முதுகைத் தொட்டது. திரும்பினேன். ஆண்ரியா.

என் கையிலிருந்த லைட்டரை உரிமையாய் வாங்கிக்கொண்டாள். அடங்கிய குரலில் கேட்டாள்:

> கிஷேன், என்னுடைய பெயருக்கு என்ன பொருள் தெரியுமா!
>
> தெரியாதே.
>
> உறுதியானவள், ஆண்மை மிக்கவள்!

சொல்லிவிட்டு, ஒலியெழாமல் குலுங்கிச் சிரித்தாள். முற்றத்திலிருந்து கசிந்த மெல்லொளி இப்போது இருளின் அடர்த்தியை நன்கு தணித்திருந்தது. நிதானமாய்க் கேட்டாள்:

> ஐனா சொன்னதைக் கவனித்தாயா? எழுத்தாளர் எதற்காகப் பொதுவெளியில் தோன்ற வேண்டும். அதிலும் இந்தப் பெண்மணியின் ஒப்பனை என்னை என்னவோ செய்கிறது. அன்றைக்கு அவள் வாசித்த கவிதைகள் அனைத்திலுமே ஆண்கள்மீது எவ்வளவு புகார் இருந்தது. அப்படியானால் இத்தனை மிகையான ஒப்பனை யாருடைய கவனத்தை ஈர்ப்பதற்காக? சக பெண்களின் கவனத்தையா! அப்புறம், பொதுவெளியில் தோன்றும் ஆயத்தம் எப்போதுமே அவளிடம் இருக்கிறது பார்த்தாயா...

நான் மௌனமாய் இருந்தேன். ஆண்ரியா சொல்வது சரிதான். ஐனாவின் ஒப்பனை சற்று மிகையாகத்தான் எனக்கும் படும். இவளானால், தூக்கத்திலிருந்து நேரே வந்தவள் மாதிரி வெளிறி இருப்பாள், எந்நேரமும்.

இருந்தாலும், இரண்டு பெண்களுக்கிடையில் என்னவெல்லாம் ஓடும் என்று சொல்ல முடியுமா என்ன. நாளை மறுநாளிலிருந்து இருவருமே என் பார்வையிலிருந்தும் கவனத்திலிருந்தும் மறைந்துவிடப் போகிறார்கள்...

ஆனால், அப்படி அல்ல, ஆண்ரியா இன்றுவரை, இந்தப் பகுதியை எழுதும் இப்போதுவரை எனக்குள் நிரந்தரமாய் மீந்திருக்கப் போகிறாள் என்று தெரியாத மூடனாய் நின்றிருந்தேன். அவள் தொடர்ந்தாள்:

> ...எல்லா மொழியிலும் எமிலி டிக்கின்ஸன்கள் இருக்கத்தான் செய்வார்கள்; சிலருக்கு மட்டும் உலகப் புகழ் கிட்டுகிறது. ஆனால், தானே இறந்த பிறகு கிட்டினால் என்ன, கிட்டாவிட்டால் என்ன! என்ன சொல்கிறாய்!

அவள் என்னை ஒருமையில் அழைத்ததாகவேதான் நினைக்கிறேன். மறுநாள் நான் விடைபெற்றபோது அவளது செய்கை அதை உறுதி செய்தது.

வட இந்தியப் பேரிளம்பெண் ஜோத்ஸ்னாவுக்கு கைகுலுக்கி விடை தந்தவள், கழுத்தை இழுத்து என்னை அணைத்துக்கொண்டாள்.

கழுத்தை மட்டும். ஒன்றுக்கொன்று நிகராக நிறுத்திய யானைத் தந்தங்கள் போல, இடுப்பில் ஒடித்த அடைப்புக்குறிகள் போல, ஒரு கணம் நின்றோம். பிறகு என் கன்னத்தில் முத்தமிட்டாள். அதாவது, என் முகத்தைத் தன் முகத்தருகில் இழுத்து, கன்னத்தோடு கன்னம் வைத்து காது மடலருகே இச்சென்று ஒலி எழுப்பினாள்.

ஆண்ரியாவின் நினைவு ஒவ்வொரு முறை எழும்போதும், அந்த முகமும், அந்த ஒலியும் ஒரு கொத்துப் புகையோடு எனக்குள் எழுந்து, மெல்லக் கலையும்.... எமிலியின் நினைவு அவளுக்குள் வேறு எதையோ கிளறியிருந்திருக்க வேண்டும்.

> ஸில்வியா ப்ளாத் பற்றி அறிவாய்தானே? அகால மரணத்துக்குப் பிறகு கிடைக்கவிருக்கும் புகழ்பற்றி அவளுக்கு ஓர்மையிருந்தி ருக்காதா என்ன! கணவனும் புகழ்பெற்ற கவிஞன்.

அதற்கப்புறம் சொன்ன வாக்கியம்தான் இன்றுவரை அவளை மறக்கவிடாமல் என்னுள் இழுத்துப் பிடித்து வைத்திருக்கிறது.

> என்னுடைய மனைவியும்கூட கவிதை எழுதுகிறவள்தான். நான் நாட்டில் இல்லாத நேரத்தில், தனது கவிதைகளைத் தொகுத்து நூலாகக் கொண்டுவரும் ஒப்பந்தத்தில் கையெழுத்திட்டிருக்கிறாள். என்ன அவசரம்?

தூக்கிவாரிப் போட்டது. உடலுக்குள் விசித்திரமான அதிர்வை உணர்ந்தேன். இத்தனை நாளும் அவள் சம்பந்தமாக எனக்குள் சேகரமாகியிருந்த சகலமும் புதுவிதமாக ஒன்றோடொன்று கோத்துக்கொண்டன... என்ன பதில் சொல்வது, பதில் சொல்வதா வேண்டாமா என்றெல்லாம் குழம்பிக்கொண்டிருந்தபோது விருட்டென்று,

> பை.

என்று சொல்லிவிட்டுத் தன் அறையை நோக்கி வேகமாக நடந்தாள்.

கடைசியில் ஒரு முத்தமாக மட்டுமே எனக்குள் மீந்திருக்கிறாள் ஆண்ரியா. அதை முத்தம் என்றுகூடச் சொல்லக் கூடாது - காதோரம் ஒலித்த சிறு ஒலி. அந்தக் கணத்தில் எனக்குள் ஊறிய காரணம் தெரியாத கசப்பின் ஒலியேதான் அது.

முகாமுக்கு எங்களை அழைத்திருந்த அமைப்பிடமிருந்து, சில மாதங்கள் கழித்து எனக்கு ஒரு மின்மடல் வந்தது: ஊர்

திரும்பிய ஆண்ரியா தற்கொலை செய்துகொண்டுவிட்டாள் என்று தெரிவித்தது.

ஒரு மரணம் இன்னொன்றை இழுத்து வருகிறது. குறிப்பிட்ட வயதுவரை நடந்தவற்றில் எத்தனையோ சங்கதிகள் மறந்துவிட்டாலும், ஆறாத புண்கள் போல சிலவற்றை மட்டும் பிடிவாதமாக மனம் நினைவில் வைத்துப் பேணுவது ஏன் என்றே புரியவில்லை. அநாவசியமான தருணங்களில் பொறுப்பாக அவற்றை எடுத்துத் தரும் பொறுப்பை மேற்கொண்டிருப்பது யார்; அந்த மாயப் பிரகிருதியின் உள்நோக்கம் அல்லது துர்நோக்கம்தான் என்ன என்பதெல்லாம் ஒருபோதும் புரியாதோ என்னவோ.

ஞாபகங்களை எடுத்தெடுத்துத் தந்து மிரட்டுவது மட்டுமல்லாமல், இயல்பாகக் கடந்துசெல்லும் நாட்களை இயல்பாகக் கடந்துவிட முடியாதபடி நிகழ்வுகளைக் கோத்துத் தரும் விமரிசையைப் பார்த்தால், இவ்வளவு நாளும் நான் கடவுள் என்று ஆராதித்து வந்தது, நிஜமாகவே கடவுளைத்தானா அல்லது எதிர்த் துருவத்தில் இருக்கும் வேறொரு வியக்தியையா என்று குழப்பம் வந்துவிடுகிறது.

துயரமான இன்னொரு உள்மடிப்பும் இருக்கிறது. ஆழ்மனத்தின் புழுக்கம் தாளாமல் மூச்செடுக்க மேலே வரும் ஞாபகங்கள் அத்தனையுமே பெண்கள் சம்பந்தமானவை. மேலேறி வரும்போது தத்ரூபமாய் மீண்டும் நிகழ்பவை...

அப்பா ஓட்டல் நடத்தினார் என்றுதான் எத்தனையோ தடவை சொல்லியிருக்கிறேனே. அது உயர்வுநவிற்சி என்றும் சொல்லியிருக்கிறேன். அவரே தயார் செய்து அவரே பரிமாறி அவரே மேசை துடைத்து அவரே காசுவாங்கிப் போடும் ஆகச் சிறிய சாப்பாட்டுக்கடை.

ஒரு நாள் காலை. அக்னி நட்சத்திர வெயில் கனக்க ஆரம்பித்துவிட்ட வேளை. கடைவாசலில் அந்த இளம்பெண் வந்து நின்றாள். இடது தோளில் தொங்கும் டால்டா டப்பா. வலது தோளில், உலகின் அழுக்கு அனைத்தும் மண்டிய துணிப்பை. இடது முன்னங்கையில் வரிசையாய்த் தொங்கும் மணிமாலைகள். முகத்திலும் கழுத்திலும் முன்னங்கைகளிலும் தாரைதாரையாய் ஊற்றும் வியர்வை.

தனியாக வந்திருந்தாள் என்பதுதான் ஆச்சரியம். பொதுவாக, கூட்டமாகவோ நாலைந்து பேர் சேர்ந்தோ வருவார்கள். புலி நகம் நரிக்கொம்பு என்ற பெயரில் விற்கிற அத்தனையுமே மாட்டுக்கொம்பை இழைத்த பொருட்கள்; பவளம் என்று காட்டுவது வெறும் ப்ளாஸ்ட்டிக் என்றெல்லாம் கெட்டிக்கார உறவினர் ஒருவர் எப்போதோ சொல்லியிருந்தது நினைவு வந்தது. பணி ஓய்வின் பலன்களை ஒட்டுமொத்தமாய் ஒரு சீட்டுக் கம்பெனியில் முதலீடு செய்து, கம்பெனி கவிழ்ந்ததும் தெருவுக்கு வந்துவிட்டார் அவர்; ஓரிரு மாதங்களில் மாரடைப்பால் இறந்தார் என்பது இப்போது நினைவு வருகிறது.

வந்து நின்றவளிடமிருந்து வியர்வை நாற்றமும் இனம்புரியாத ஒருவிதக் கவிச்சியும் பீறிப் பெருகின. கடுமையான விலகல் உணர்வு எழுந்தது எனக்குள். ஆனாலும் அந்த இடத்தைவிட்டு நகரவோ, பார்வையை அகற்றவோ முடியவில்லை.

ஓட்டலையே வெறித்துக்கொண்டு நின்றாள். மேடை அடுப்பருகில் இருந்த அப்பா திரும்பிப் பார்த்த மாத்திரத்தில், மெல்லிய மாராப்பின் கீழ்ப்பகுதியை ஒதுக்கி, குழிந்த தொப்புளின்மேல் பளீர் பளீரென்று அறைந்துகொண்டாள். ஆலிலைபோலப் படிந்த வயிறு அதிர்ந்தது. அப்பா பதறினார்.

> ஏய், ஏய்... என்ன செய்யறே?
>
> பசிக்குது ஸாம்யோவ். நாலு நாளா எதூமே விக்யலே. பசி உஸிர் போவுது ஸாமீ...

மேலும் இரண்டு அறை. இதற்குள் அப்பா ஒரு இலையை எடுத்து மேசைமேல் போட்டிருந்தார். உட்கார்ந்தாள். உடலில் பூட்டிய எதையும் கழற்றி வைக்காமலே அவதி அவதியாக இட்டிலி தின்ன ஆரம்பித்தாள். மேலாடையின் மேல் பகுதி தாராளமாக விலகியிருந்தது.

முதன்முதலாகக் கிடைத்த தரிசனம் அது. பின்னாட்களில், எத்தனையோ பார்க்கக் கிடைத்துவிட்டது. ஆரம்பத்தில் நான் குறிப்பிட்ட என் சொந்த அக்கா, நான் எழுதும் கதைகளில் ஒன்றைக்கூடப் படிக்க மாட்டேன் என்று சபதமெடுத்ததற்கு ஒரே காரணம்தான் - தற்செயலாக அவள் படிக்கக் கிடைத்த முதல் கதையிலேயே நாலு இடத்தில் ஒரு சொல்லும், வர்ணனையும் விவரிப்பும் இருந்தது.

அவள் கிடக்கிறாள். உண்மையில், மாடியிலிருந்து தாராவைப் பார்க்கும்போது, சிலநேரம் கவனக்குறைவாய் இருப்பாளா, பின்னால் வளைந்து முன்னால் துருத்திய உடம்பில் என்னவெல்லாம் தெரியும் என்கிறீர்கள்... இப்போது யோசித்தால் நான் பார்த்தது தாராவை அல்ல, என் பால்யத்தில் பார்வைக்குள் வந்து மறைந்த நரிக்குறவப் பெண்ணைத்தான் என்று தோன்றுகிறது. அப்படிப் பார்த்தால், தாரா என்று தனியாக ஒன்றே கிடையாதோ என்றுகூடப் படுகிறது...

சாப்பிட்ட இலையைச் சுருட்டி, வெளியே இருந்த தகர டின்னில் வீசிவிட்டு, கழுவிய கையைக் குட்டைப்பாவாடையின் விளிம்பை உயர்த்தி, தானும் சற்றுக் குனிந்து துடைத்தபடி திரும்பினாள். இப்போது இன்னும் துல்லியமான தரிசனம்... அப்பாவைப் பார்த்துக் கைகூப்பினாள். கண் மல்கித் ததும்பியது.

ஏங்கிட்டெக் காஸு இல்லீங்கோ ஸாமீ...

அப்பா கையை உதறினார். வேறெங்கோ பார்த்தபடி,

அதெல்லாம் யார் கேட்டா? போ. போ. வயிறு ரொம்பிருச்சில்லே...

அவள் கண்கள் இன்னும் அதிகமாய்ச் சுரப்பதைக் கண்டேன். அப்பாவின் பாதத்தைத் தொடக் குனிந்து இன்னும் நெருங்கி வந்தாள்.

அப்பா இப்போதும் பதறினார். அவள் இருந்த நேரம் முழுவதும் அவளைப் பார்க்கவேயில்லை அவர் என்பதை இப்போது வேறுவிதமாகப் புரிந்துகொள்ள முடிகிறது...

சட்டென்று தன் ரவிக்கையின் முன்புறத்தில் கையை நுழைத்தாள். பளிங்கு கோலிக்காய் போன்ற வஸ்துவை எடுத்து நீட்டினாள். அப்பா முகத்தைச் சுளித்தார்.

அதெல்லாம் ஒண்ணும் வேணாம். நீ மொதல்லே கிளம்பு...

என்று அதட்டலாகச் சொன்னார். நீட்டிய கையை மடக்கவில்லை அவள்.

வாணா வாணா ஸொல்லாதே ஸாமி. இது ஸும்மா இல்லெ. குளிகெ ஸாமீ, குளிகெ... ஸத்துப் போனவுங்களெக் கூடோ உஸிராக்கிரும்...

அப்பா அந்த வஸ்துவை வெறித்தார். ஏதோ முடிவெடுத்தவர் மாதிரித் தலையை ஆட்டிக்கொண்டே எதிர் மேடையை நோக்கி நகர்ந்தார். கழுவிக் கவிழ்த்திருந்த காபி டபரா ஒன்றை எடுத்து அதில் கோலிக்காயை வாங்கினார். இன்னொரு தடவை கைகூப்பி வணங்கிவிட்டு, கொலுசொலியோடு ஊருக்குள் நடந்துபோனாள் அவள்.

பார்வைக்கு மறைந்த பிறகு, கல்லாவில் இருந்த இழுப்பறையில் கோலிக்காயைச் சரித்து உருளவிட்டார். டபராவை மறுபடியும் கழுவிக் கவிழ்த்தினார்.

அப்பாவைப் பார்க்கக் கடைக்குள் போகும்போதெல்லாம், அந்த இழுப்பறையை இழுத்துப் பார்ப்பேன். கோலிக்காய் முன்னோக்கி உருண்டு ஓடிவரும். சட்டென்று வியர்வைக் கவிச்சி உயர்வதாக பிரமை தட்டும். இழுப்பறையை மூடும்போது மறுபடி உருண்டு தன் இடத்துக்கு மீளும் ஒலி கேட்கும். இப்போதுகூடக் காதில் ஒலிக்கிறது.

இன்றுவரை வியப்பு மங்காத விஷயம் ஒன்றும் உண்டு.

ஒவ்வொரு முறை பார்க்கும்போது ஒவ்வொரு நிறத்தில் தென்படும் அது. குளுமையான வெளிர்நீலம், வசீகரமான ஊதா, பளபளக்கும் இளம் பச்சை, நிறமற்ற படிக நிறம் என்று. பார்வையை அகற்ற முடியாமல் தவிப்பேன். ஒரேயொரு தடவை, அம்மாவிடம் அடிவாங்கி, அப்பாவிடம் புகார் சொல்லப் போன சமயத்தில், எரிக்கும் சிவப்பு நிறமாய் தகித்தது.

அந்தப் பெண் வந்து போனது, 1972 மே மாதத்தில். ஜூலை மத்தியில் அப்பா இறந்துபோனார். அன்றைக்கு வீட்டில் இருந்த பரபரப்பு பசுமையாக நினைவிருக்கிறது. அவர் நிச்சலனமாகப் படுத்திருந்த காட்சி இப்போதும் கனக்கத்தான் செய்கிறது. கண்ணீராலும், ஆடைகலைந்து தலைவிரிகோலமான பெண்களாலும் நிரம்பியிருக்கும் காட்சி.

புதிதாகக் கட்டப்பட்ட ஏணியில் அப்பாவைக் கிடத்தி, எல்லாருமாகச் சேர்ந்து தூக்கிப்போனதும், என்னை சுந்தரம் அண்ணா கொடுங்கையில் ஏந்தித் தோளில் சாய்த்துக்கொண்டு

நடந்ததும், பெரியண்ணா அப்பாவின் நெஞ்சில் தணலைக் கொட்டிக் கவிழ்த்தியதும் பல தடவை நானே சொல்லியிருக்கிறேன்.

ஆனால், இத்தனை காலமும் சொல்லாது விடுபட்டிருந்த விஷயம் ஒன்று இருக்கிறது.

மகோதரம் வந்து அப்பா படுத்த படுக்கையானதும் ஓட்டலை இழுத்து மூடியாகிவிட்டது. சாப்பாட்டு மேஜைகளையும், டபரா தம்ளர்களையும், வாணலி, ஜாரணி, குறுப்பி, மைசூர்ப்பாக்கை கட்டடம் போல அவர் அடுக்கும் வட்டப் பலகை என்று எதையெதையோ யார்யாரோ வாங்கிக்கொண்டு போனார்கள். சதுர வடிவான ராட்சஸ ஆட்டுக்கல்லைக்கூட நகர்த்தி எடுத்துக்கொண்டு போனார் ஒருத்தர். கல்லாவாக இருந்த மரமேஜை மட்டும் எங்களுடனே தங்கிவிட்டது.

நோய் வசப்பட்டு அப்பா படுத்திருந்த அறையில் கட்டிலின் கால்மாட்டில் கிடந்தது. லிவ்52 ப்ரோட்டீனெக்ஸ் இன்னும் எனக்குப் பெயர் நினைவில்லாத ஏகப்பட்ட மருந்து மாத்திரைகள் அதன்மீதுதான் சிதறியிருக்கும். அதன் அருகிலேயே என்னைப் போகவிட மாட்டார்கள்.

பதிமூன்றாவது நாள் கிரியைகள் முடிந்து, வந்தவர்கள் எல்லாரும் போன பிறகு, ஒரு முற்பகல் வேளை. சின்னத் திண்ணையில் சிலை மாதிரி உட்கார்ந்திருந்தாள் அம்மா. அப்பா தனது அந்திம நாட்களில் நிரந்தரமாகப் படுத்திருந்த இடம் அது. இலக்கின்றி வெறித்த கண்களிலிருந்து கண்ணீர் வழிந்து இறங்கியது.

வளாகத்துக்குள் குரங்காட்டி ஒருவன் நுழைந்தான். கவுனும் காதில் தோடும் அணிந்த குரங்கு தோளில் அமர்ந்து அவன் தலையை ஆசையாய்க் கிளறிக்கொண்டிருந்தது.

மனம் படுவேகமாக இயங்க, வீட்டுக்குள் வேகமாகப் போனேன்.

சிந்திய மருந்துத் தடங்கள் மட்டுமே மீந்திருக்க, அதே இடத்தில் கிடந்தது மேஜை. அவசர அவசரமாக இழுப்பறையைத் திறந்து பார்த்தேன். சில்லறை போட்டு வைக்கும் எவர்சில்வர் கிண்ணம், ரூபாய்த் தாள்களுக்கான மர டப்பா, ஸேஃப்டி பின்கள் நாலைந்து, மைசூர்ப்பாக்கைக் கட்டிகளாக அறுக்க உதவும் மர ஸ்கேல், எவர்சில்வர் விபூதிச் சம்புடம், எண்ணெய்க் கறை படிந்த

தீப்பெட்டிகள் இரண்டு, நாலைந்து பத்திகள் மிச்சமிருக்கும் ஊதுபத்திக் குழல், அதிலிருந்து எழும் அழுத்தமான நறுமணம் என்று அப்படியே இருந்தது இழுப்பறை.

குளிகையைக் காணவில்லை.

ஐயோ. பத்துப் பதினைந்து நாளுக்கு முன்னால் இந்த ஞாபகம் வந்திருக்கக் கூடாதா என்று ஏக்கமாக இருந்தது.

பரவியிருந்த இருட்டுக்கும், சதா மூடியே கிடக்கும் அறையின் முடைநாற்றத்துக்கும் மத்தியில் தனியாக நின்று அழுதேன். கொஞ்ச நேரம்தான். பதினோரு வயதின் கொள்ளளவுக்கு அவ்வளவு துக்கம்தானே தாங்கும். எப்படியோ, தன்னியல்பாக வெளியே வந்திருப்பேன் என்று தோன்றுகிறது.

ஆனால், வேறொன்று நடந்தது. வெளியே வரவிடாமல், வெகுகாலத்துக்கு என்னைப் பீடித்திருந்த விஷயம். என் மானசீகத்தில் நிரம்பிய, உயிர் வளர்க்கும் அமுதம் ஊறும் இடம்...

வாசகசாலை - இணைய இதழ் - மார்ச் 2024

ரசவாதம்

1

கரட்டுப்பட்டியின் முதல் மூன்று குடும்பங்களில் ஒன்று ராமசாமிப் பத்தருடையது. அப்படித்தான் அப்பா சொன்னார். மற்ற இரண்டு, செல்லமுத்துப் பூசாரி குடும்பமும், காவல்கார மூக்கையா மாமாவுடையதும். ஆவலாகக் கதைகேட்கும் பிராயம் எனக்கு. ஆதாரங்களெல்லாம் கேட்கத் தெரியாது. ஆதாரபூர்வமாக முன்வைக்கப்படும் வரலாற்றுச் செய்திகளே நம்பத்தக்கவை அல்ல என்று சொல்கிறவர்களும் உண்டு, அல்லவா!

முதல் வாக்கியத்தை என்னிடம் சொல்லவில்லை அப்பா. அவர் அர்ச்சகராய் இருந்த சின்னஞ்சிறு பிள்ளையார்கோவில் முன்னால் பத்தடிக்குப் பத்தடி தகரக் கொட்டகை அமைத்துத் தருகிறோம் என்று வேண்டி வந்திருந்த சோழவந்தான்காரரிடம் சொன்னார். வந்தவருக்கு ஏதோ நேர்த்திக்கடனாம் - காலங்காலமாய்ப் பூசிக்கப்பட்டுத் தொன்மையேறிய பிள்ளையாருக்குக் கைங்கரியம் செய்வது என்று. பூரணமாக நரைத்த கொடுவாள் மீசை விநோதமாக அசைய,

> நம்ம வட்டாரத்திலேயே பளமையான விநாயகர் இவுருதானுங்களே.

என்றார். அப்பா தலையாட்டி ஆமோதித்தார். பிறகு, 'எதற்கும்,

அந்த மூன்று குடும்பங்களிடமும் ஒப்புதல் கேட்டுவிடுங்கள்' என்று சொன்னார். மீசைக்காரரர் சிரித்தபடி,

> அவுகல்லாம் யாருங்க? நம்ப கோயிலுக்கு தர்மகர்த்தா மாருங்களா!

என்றார். உடன்வந்திருந்த நாலைந்துபேர் சிரித்தார்கள். எனக்கு அந்தச் சொல்லின் பொருள் கொஞ்சமும் புரியவில்லை. ஆனாலும், அப்பாவை அந்த ஆள் சீண்டுகிறார் என்று புரிந்தது. அப்பாவானால், சற்றும் முகம் மாறாமல், தானும் சிரித்துக்கொண்டே பதில் சொன்னார்

> அட நீங்க வேறே. அவுங்களோட வச்சுப் பாத்தம்னா, பிள்ளையாரே இந்த ஊருக்கு வந்தேறிதாங்க!

அப்புறம், அந்தக் குடும்பங்கள் பற்றித் தமக்குத் தெரிந்தவற்றை, கதைபோல விவரித்தார், வந்தவர்களிடம்.

அவர்கள் போனபிறகு, எனக்கு இருந்த சந்தேகங்களை அப்பாவிடம் தெளிவித்துக்கொண்டேன்; அப்பாவுக்கு, பத்தருடன் நெருக்கமான நட்பு உண்டு. அவர்கள் பரம்பரையின் ஏழாவதோ எட்டாவதோ தலைமுறை ராமசாமி அவர். பரம்பரைத் தொழிலை அறவே ஏறக்கட்டிவிட்டு, சேவாங்கோயில் சுடுகாடு தாண்டி, பொட்டமடைக்கு அருகில் எங்களுக்கு இருந்த ஒன்றேகால் ஏக்கர் வயலை அடுத்த எட்டு ஏக்கர் நிலத்தில் வெற்றிகரமாக விவசாயம் செய்து வந்த குடும்பம். என்றாலும், பத்தர் வீடு என்றே ஊருக்குள் குறிப்பிடுவார்கள். தமது நண்பர் வாயாலேயே கேட்ட குடும்ப வரலாறுதான் அப்பா சொன்ன கதைக்கு அடிப்படை.

அவர் சோழவந்தான்காரரர்களிடம் சொன்னதையும் (அப்பா கதை சொல்லும்போது பேச்சு வழக்குக்கு மாறும் இடங்கள் தரும் ஆனந்தம் இப்போதுவரை இனிக்கிறது எனக்கு!) ஆத்மநண்பர் வேலுக்கோனார், தமிழாசிரியர் துரைசாமி நாயக்கர் ஆகியோருடனான உரையாடல்களில் அவ்வப்போது உதிர்த்தவற்றையும் ஒருவிதமாகக் கோத்து, எனக்குள் தொகுத்து வைத்திருக்கிறவற்றைத்தான் இப்போது சொல்கிறேன். பல இடங்களை எனக்கே நம்ப முடியவில்லை. ஆனால், அது என் சொந்த நம்பிக்கையின்மை மட்டுமா! இந்தக் காலகட்டத்தின் பொது உணர்வுக்கும் பெரிய பங்கு இருக்கிறதுதானே...

தாது வருஷப் பஞ்சம் கேள்விப்பட்டிருப்பீர்களே. 1870களின் மத்தியில் சென்னை மாகாணத்தை வெகுவாகப் பீடித்த பஞ்சம் அது. ஜனங்கள் கொத்துக்கொத்தாக மரித்தனர். எலும்பும் தோலுமாக எஞ்சியவர்கள், குடும்பம் குடும்பமாக, ஜில்லா ஜில்லாவாக சாப்பாட்டுக்கு வழி தேடி இடம் பெயர்ந்தனர். பத்தரின் குடும்பம் கரட்டுப்பட்டிக்கு வந்து சேர்ந்தது.

ஆனால், அப்போது கரட்டுப்பட்டி கிடையாது. கரடு மட்டும்தான் இருந்தது. ஜனங்கள் நிரந்தரமாக வசிக்கத் தொடங்கி, கிராமம் உருவெடுத்த பிறகு, நிலங்களை அளக்கவும் கிஸ்தி வாங்கவுமாக வந்துசேர்ந்த ஆங்கிலேய அரசாங்கப் பிரதிநிதிகள் இந்த ஊரை 'கரட்டுப்பட்டி' என்று பதிவுசெய்துகொண்டார்களாம். பத்தரின் முத்தாத்தாவுக்கு முத்தாத்தாவான ராமசாமிப் பத்தர், எவ்வளவோ கேட்டுப் பார்த்திருக்கிறார் - 'ராமசாமிபுரம்' என்று வைக்கச் சொல்லி. வந்த அதிகாரி, வடக்கத்தி ஆளாம்; துபாஷியாகப் பணிபுரிய வந்து மதறாஸ் மாகாணத்தில் குடியமர்ந்த பரம்பரையைச் சேர்ந்தவர். நக்கலாக பதில்சொன்னாராம்:

> *இப்பிடியெல்லாம் பேரு வய்க்கிறதுன்னா விளுப்புரத்துக்கு இந்தாண்ட இருக்குற அத்தனெ ஊருக்கும் மிஸ்ராபுரின்னிதான் வச்சிருக்கணும்!*

'சரி, வேண்டாமய்யா, கரட்டு மாநகர் என்றாவது வையுங்களேன். கிராமம் இப்படியே கிராமமாகவா இருந்துவிடப் போகிறது. முல்லையாற்றுப் பாசனத்தின் செழிப்பும், ஆயிரமாயிரம் குடும்பங்களும் திகழும் ஊராக வளரும்போது, 'பட்டி' என்ற பின்னொட்டு பொருத்தமாகவா இருக்கும்' என்று கிழவர் மன்றாடியிருக்கிறார். அருகில் நின்ற பூசாரியும், காவக்காரரும்கூடச் சேர்ந்து பேசியிருக்கிறார்கள்.

மேற்படி மிஸ்ரா கடும் பிடிவாதக்காரரர் போல. இப்போது யோசித்தால், தீர்க்கதரிசியும்கூட என்று படுகிறது. கிட்டத்தட்ட நூற்றைம்பது ஆண்டுகள் கடந்தும், நவீன யுகத்தின் சின்னங்களான தொலைக்காட்சியும், செல்பேசியும் சரளமாகப் புழங்கத் தொடங்கியும், கரட்டுப்பட்டியின் புறமும் அகமும் அப்படியேதானே இருக்கிறது! ஆனால், வெறும் வறட்டு மறுப்பு காட்டும் அதிகாரி இல்லையாம் அவர்.

உள்ளூர்க்காரர்கள் 'முல்லையாறு' என்று பெயர்சூட்டி அழைத்தாலும், அரசு ஆவணங்களில் 'முல்லைக் கால்வாய்' என்றே வழங்கப்படுகிற, வருடத்தில் ஒன்பது மாதங்கள் நீரும், மூன்று மாதங்கள் வெண்மணலும் ஓடுகிற வாய்க்காலை நோக்கி ஊர்க்காரர்களைத் தாமே நடத்திச் சென்றாராம்.

> இப்பிடித் தகிக்கிற மணலை நம்பி, ஆயிரமாயிரம் பேர் இங்கெ வந்து குடியேறுவாங்கன்னு நிசமாவே நம்புறீங்களாக்கும்?

என்று கேட்டிருக்கிறார்.

பத்தர் உட்பட அத்தனைபேரும் தலைகுனிந்திருக்கிறார்கள். ஆனால், பல ஆண்டுகள் கழித்து என்னைத் தேடி வந்தடைந்த திருமணப் பத்திரிகையில், 'கரட்டுமாநகர்' என்றே அச்சாகியிருந்தது. மணமகன், பத்தர் வம்சத்தின் புதுத் தலைமுறை ராமசாமி. ஆரம்பப் பள்ளியில் என் வகுப்புத்தோழன்...

பூர்விகப் பத்தரின் குடும்பம் எந்த ஊரிலிருந்து வெளியேறி வந்தது என்று தகவல் இல்லை; ஆனால், திண்டுக்கல் பக்கமிருந்து மதுரை நோக்கிப் போயிருக்கிறார்கள் என்பது உறுதி. அதிலும், இப்போது தங்கநாற்கரச் சாலை ஓடும் வாடிப்பட்டி மார்க்கத்தில் போகாமல், இந்தப் பக்கம் ஏன் வந்தார்கள் என்பதற்கு தர்க்கபூர்வமான காரணம் எதுவும் தட்டுப்படவில்லை...

முல்லையாறு வறண்டிருந்த பருவம். நெருப்புபோலக் காய்ந்த மணலில் முளைத்த புதர்க்குத்துகளுக்கிடையே, வாடிய காராமணிச் செடிகள் சிலவும் தட்டுப்பட்டனவாம். இரண்டு கைப்பிடி அளவுக்குப் பயிறு தேறியிருக்கிறது. அவித்து, ஆளுக்கொரு வாய் தின்றார்கள். உண்ட மயக்கம் தீர, தற்போதைய முனியாண்டி கோவிலின் பின்புற வளாகமாய் ஆகியிருக்கும் ஆலமரத்தடியில் படுத்திருக்கிறார்கள்... மூத்த பத்தருக்கு ஒரு கனவு வந்திருக்கிறது. குலதெய்வம் பிரத்தியட்சமாகி,

> இனி ஒரு அடியும் எடுத்துவைக்காதே ராமசாமி. உன்னை இங்கே கூட்டிவருவதுதான் என் திட்டம். நிரந்தரமாய் இருந்துவிடு. அமோகமாய் வருவாய். நானும் உன்னைவிட்டு அகல மாட்டேன்...

என்று சொன்னாளாம். பாளம் பாளமாய் வெடித்த தரையில் முந்தானையை விரித்து, விரிசல்விட்ட பாதங்களுடன் பக்கத்தில்

படுத்து உறங்கிய கர்ப்பிணி மனைவியை எழுப்பி, கனவை விவரித்தார். அந்த அம்மாள் கேட்டாளாம்:

> விடியக்காலையிலே வர்ற கனவுதானே பலிக்கும்ன்னு சொல்லுவாங்க. இப்பிடி மட்ட மத்தியானத்துலே வந்துச்சின்னா, அது பகல்கனவுதானே?
>
> ஏத்தா, இந்த எடத்துக்கு வந்துசேந்தோன நீ என்னா சொன்னே, யாவுகமிருக்கா?

அந்த வேணியம்மாள் யோசித்தாள். நினைவு வந்துவிட்டது. ஏகப்பட்ட விழுதுகளுக்கிடையே நிழலைப் பேணி வைத்திருந்த மரத்தடிக்குள் நுழைந்த மாத்திரத்தில்,

> யாத்தாடீ. மொளங்கால் சீவன் செத்தே போச்சு. இன்னமே ஒரு அடி எடுத்து வக்ய முடியாது சாமி.

என்று தான் சொன்னது ஞாபகம் வந்தவுடனே உடம்பு சிலிர்த்ததாம். ஆக, குலதெய்வ அம்மன் கனவில் வருவதற்கு முன்பாகவே, நேரில் நின்று இந்த வாக்கியத்தை உதிர்த்துவிட்டுத்தான் வியர்வையை முந்தானையால் துடைத்திருக்க வேண்டும் - என்பது பத்தர் வம்சத்தின் அசைக்க முடியாத நம்பிக்கை.

குழந்தைகள் நால்வர், கர்ப்பிணி மனைவி, முதுமையை எட்டிவிட்ட தாய் தகப்பன், துணிமணிகளும், நாலைந்து மண்பாண்டங்களும் இருந்த பிரம்புக் கூடைகள் சகிதம் ஆலமரத்தடிக்கு வந்து சேர்ந்திருந்த பத்தர், முல்லையாற்றுக் கரையின் உலர்ந்த காற்றில் மீண்டும் கண்ணயர்ந்தார்.

திடீரென்று நாய் குரைக்கும் சப்தம். அம்மையநாயக்கனூரிலிருந்து இவர்களைப் பின்தொடர்ந்து வந்த நாய் அது. மசித்த குப்பைக்கீரையையும், அவித்த காராமணிப் பயிறையும் பகிர்ந்துகொடுத்தபோது, நாய்க்கும் ஒரு பிடி வைத்திருக்கிறார் வேணியம்மாள்.

> நம்மளே இந்தப் பாடு படுறம், பாவம், வாயில்லா செம்மம் எங்கிட்டுப் போவும்?

என்று மாமியாரிடம் சமாதானம் சொன்னாராம். ஒரு கண்ணில் பூ விழுந்து, முழுசாகப் பார்வை பறிபோனதால் காக்காய்போலத்

தலைசாய்த்துப் பார்த்த கிழவி, மறு கண்ணில் நீர் ஊற, மருமகளின் உச்சந்தலையில் கைபதித்து வாழ்த்தியிருக்கிறார்...

அதுக்குத்தேன் நானு எப்பயுமே சொல்லுறது. வெறும் சாமி அருள் மட்டும் பத்தவே பத்தாது அய்யிரே. மூத்தவுக ஆசீர்வாதமும் இருந்தாத்தேன் பெளைக்க முடியும்.

என்பது பத்தர் அடிக்கடி சொல்லும் வாக்கியம்.

பெரிய அக்கா, கணவரைப் பற்றிச் சொல்லிக் கண்ணீர் விட்ட தினத்திலும், எனக்கு முன்னால் பிறந்து நாலைந்து வருடங்கள் இருந்துவிட்டு, வயிற்றில் கட்டி வந்து இறந்தவனும், முத்துராமலிங்கம் என்று பெயர் கொண்டவனுமான, நான் பார்க்கவே வாய்க்காத என் மூத்த சகோதரன் இறந்த அன்றும்,

மூத்தவா ஆசீர்வாதம் நமக்கு இல்லெ போல்ருக்கே பர்வதம்...

என்று தாம் அழுததாக அப்பா சொன்னபோது, கதைகேட்டவர்களின் கண்களும் கலங்கின...

ஆயிற்றா, நாய் சத்தம் கொடுக்கிறதே என்று விழித்துப் பார்த்தால், தரையில் ஒரே இடத்தைப் பார்த்துக் குதித்துக் குதித்துக் குரைத்துக்கொண்டிருந்ததாம் அது. ஆஹா, முன்னங்கைப் பருமன் உள்ள கண்ணாடி விரியன்!

இதற்குள், மரத்தடியைவிட்டுச் சற்று உயரத்தில் செல்லும் வண்டிப்பாதையில், இவர்களுக்கு நேரே வந்துசேர்ந்திருந்த இன்னொரு குடும்பத்தின் ஆண்பிள்ளை, வேகமாக இறங்கி வந்தார். கையில் வீச்சரிவாள் வைத்திருந்தார். நாயைத்தாண்டி எட்டிப் பார்த்தவர், ஒரே போடு போட்டார். தலையருகே இரண்டங்குலம் துண்டிக்கப்பட்ட பாம்பின் உடல், துள்ளித்துள்ளி அடங்கியதாம்...

அது யாரு சொல்லு பாப்பம்!

என்று கேட்டார் அப்பா. நான் கவனமாகக் கேட்கிறேனா என்பதைச் சோதிக்கவா, தான் எளிமையாகத்தான் சொல்கிறோமா என்று உறுதிப்படுத்திக்கொள்ளவா தெரியாது - இடையிடையே நிறுத்திக் கேள்விகள் கேட்பது அப்பாவின் பாணி.

நான் கொஞ்சம் யோசித்தேன். எங்கிருந்தென்றே தெரியாமல் உதித்த பதிலை அவசரமாகச் சொன்னேன்:

காவக்கார மாமாவோடெ முத்தாத்தாவா?

ஐயோ, வேதனையின் காரணமாக எந்நேரமும் சுருங்கியே இருக்கும் அப்பாவின் முகத்தில், சட்டென்று மலர்ந்த ஆனந்தத்தை எப்படி விவரிக்க! இறுக்கிக் கட்டிக்கொண்டார். மகோதர வயிறு நசுங்கியது. மாதக்கணக்காக நோய்ப்படுக்கையில் கிடப்பவரின் வாயிலிருந்து அசாதாரணமான நாற்றம் வீசும். பத்திருபது நாள் முள்த்தாடியின் உறுத்தல். இதையெல்லாம் தாண்டியும், அப்பா அழுத்திய முத்தம் என் கன்னத்தில் இன்றுவரை தித்திக்கத்தான் செய்கிறது...

அம்புலிமாமாவில் வரும் கதையை நேரிலேயே கேட்கிற மாதிரி இருந்தது எனக்கு. ஆனால், குறுக்கே பேசாமல் கேட்டேன். ஏனோ, இந்தக் கதை எதுவரை போகிறது என்று பார்க்கப் பெரும் ஆர்வம் கொண்டிருந்தேன். ஆனால், அப்பா ஏமாற்றிவிட்டார். இதற்குப் பிறகு கதை நீளவில்லை. பத்தர் அப்பாவுக்குச் சொன்னதே அவ்வளவுதானோ என்னவோ. அல்லது, சின்னஞ்சிறுவனுக்கும் முதன்முறையாய்ச் சந்திக்கும் அந்நியர்களுக்கும் இவ்வளவு போதும் என்று அப்பா நினைத்திருக்கலாம்...

வந்தவர்கள் கிளம்பிப் போனபிறகு, எனக்கு அவ்வையார் பாட்டு ஒன்று சொன்னார் அப்பா. பின்னாட்களில், மேற்படிக் கதையின் இன்னும் சில அலகுகள் கேட்கக் கிடைத்த சந்தர்ப்பங்களில், மேற்படிப் பாட்டும் முழுசாக நினைவுவரும்:

ஒன்றை நினைக்கின் அதுவொழிந்திட் டொன்றாகும்
அன்றி அதுவரினும் வந்தெய்தும் - ஒன்றை
நினையாத முன்வந்து நிற்பினும் நிற்கும்
எனையாளும் ஈசன் செயல்.

இப்படித்தான், ஏதாவது நினைவுவரும்போதெல்லாம், அப்பாமீதான பிரமிப்பு இன்னும் அதிகரிக்கும். இந்தப் பாட்டை அன்றைக்குச் சொன்னதால், அப்பாவுக்கு முழுக்கதையும் தெரிந்திருக்கலாம் என்றுகூடத் தோன்றியது, ஒருமுறை...

கல்லூரிக் காலத்தில், வாசிப்பதிலும் எழுதுவதிலும் ஆர்வம் உள்ளவரான ரசாயனத் துறைப் பேராசிரியர் திரு.ராமலிங்கம் அறிமுகமானார். தமது துறையைவிட, தமிழ்த்துறையில் அதிக நேரம் செலவழிப்பவர். முதல் சந்திப்பிலேயே,

பூ மலர்வதும் பொழுது புலர்வதும்
மூடிக் கிடந்த மர்மம் ஒன்றைத்
திறந்து காட்டவே.

என்கிற மாதிரித் தெலுங்கு சுலோகம் ஒன்றைச் சொன்னார்.

ஒங்க தாய்மொழி தெலுங்கா சார்?!

என்று ஆச்சரியப்பட்டேன்.

ஆமா, எர்நூறு வர்சத்துக்கு முன்னாடி, பஞ்சம் பிளைக்கிறதுக்காக, நெல்லூர்லேர்ந்து ஆற்காடுப் பக்கம் வந்து குடியேறியிருக்காங்க எங்க மூதாதெக. பொற்கொல்லர் வகையறா. ஆனா, ஆந்திராக்காரங்களுக்கு நாங்க பேசுறது தமாசா இருக்கும். அவுங்க பேசுற வேகத்துலெ எங்களுக்கு ஒரு மண்ணும் புரியாது!

என்று சிரித்தார்...

ஒருமுறை, விளையாட்டு மைதானத்தில் பரந்திருந்த இருட்டுக்குள் அமர்ந்திருந்தோம். எங்கெங்கோ நகர்ந்த உரையாடல், இடம்பெயர்தலில் வந்து நின்றது... ஆற்காட்டிலிருந்தும் தமது முன்னோரின் வம்சம் குடிபெயர நேர்ந்ததை விவரிக்க ஆரம்பித்தார். இரண்டாவது முறையும் பஞ்சத்தை முன்னிட்டுத்தான். தாது வருஷப் பஞ்சம்...

அது அப்பிடித்தாம்ப்பா. கலைடாஸ்கோப்லெ இருக்கிற வடிவம், ஒரே சொடக்குலெ முழுக்க வேறொண்ணா ஆயிர்ற மாதிரி, எல்லாமே மாறிப்போயிரும். 'காலம் ங்கிறதே, கிறுக்கனுக்கு லவிச்ச ரசவித்தைதான்'னு மகாகவி வேமன்னா எளுதி வச்சிருக்காரு...

வேமன்னாவின் ஒரு சொல்தான், மலைப்பாதையில் நிகழும் மண்சரிவுபோல, பேராசிரியருக்குள் நினைவுகளைக் கொட்டிக் கவிழ்த்திருக்க வேண்டும். தொடர்ந்து வரிசைகட்டிய தகவல்களின் பிரகாரம், பேராசிரியர் திரு. ராமலிங்கம், ராமசாமிப் பத்தரின் மகள் வழிப்பேரனாகிவிட்டார்! அவ்வளவுதான், அப்பா சொன்ன கதையின் விடுபட்ட கண்ணிகள் மாயம்போல சட்சட்டென்று கோத்துக்கொள்ளும் வேளை திறந்துவிட்டது!!

அதன்பிறகு, சந்திக்கும்போதெல்லாம் கரட்டுப்பட்டியைப் பற்றிப்

பேசி பரஸ்பரம் சிலிர்த்துக்கொள்வோம் - ஒரேயொரு ஆச்சரியத்தை மட்டும் இப்போதே சொல்லிவிடுகிறேன்.

திரு.ராமலிங்கம் பின்வரும் கதையை எனக்குச் சொல்லியது ஒரு முன்னிரவு வேளையில். அந்த நேரத்தில், எனக்கு மிகவும் பழக்கமான அந்த மைதானம், முற்றிலும் அந்நியமான இடமாக மாறியிருந்தது. தயங்கித் தயங்கிப் பின்வாங்கிய பின்னந்திப் பொழுதின் ஓசைகள் சகலத்திலும் மர்மம் கூடியிருந்தது.

இதைவிடப் பேராச்சரியம் ஒன்று உண்டு - பேராசிரியரிடம் கேட்டது மட்டுமல்ல - பத்தர் வம்சத்தின் கதையை அப்பாவிடம் நேரடியாகவோ, அதன் உபரித் தகவல்களை வேறு யாரிடமாவதோ எனக்குக் கேட்கக் கிடைத்த சந்தர்ப்பங்கள் அத்தனையுமே முன்னிரவுப் பொழுதுகள்! அதன் காரணமாகவேதானோ என்னவோ, பட்டப்பகலில் நடந்ததாக நான் கேள்விப்பட்ட சம்பவங்களில்கூட, முன்னிரவின் மசமசப்பு படர்ந்திருக்கும்!

மற்றபடி, அப்பாவைப்போலவே, பேராசிரியரிடமும் ஒரு தனிப் பாணி இருந்தது. கதைத் தருணங்களை விவரிக்கும்போது, அவை பற்றிய தமது அபிப்பிராயத்தையும் சேர்த்தே சொல்வது... இன்னும் குறிப்பிட வேண்டிய விஷயம், எப்போதும் தமிழாகவே இருக்கும் பேச்சுமொழி, நுட்பமான தருணங்களில் தெலுங்குபோலவே ஒலிப்பது...

2

நகைக்கடைக்காரர்களிடமிருந்து தங்கக் கட்டிகளை வாங்கிவந்து ஆபரணங்களாக்கிக் கொண்டுபோய்க் கொடுத்துக் கூலி வாங்கிக்கொள்வார் பத்தர். கூலியாகத் தங்கமே பெற்றுக்கொள்வார். அதை நகைகளாக்கி, உள்ளூர் வட்டாரத்தில் விற்பனை செய்வார்.

சொந்தமாக ஒரு ரேக்ளா வண்டி வைத்திருந்தார். மயிலக்காளையைப் பூட்டி அதிகாலையில் புறப்பட்டால், மதியச் சாப்பாட்டுக்கு இந்தப் பக்கம் மதுரையோ அந்தப் பக்கம் திருச்சியோ சென்று சேர்ந்துவிடுவார். ராத்தங்கிவிட்டு, மறுநாள் காலையில் கிளம்பி, கரட்டுப்பட்டி வந்து சேர்வார். வழித்துணையாக, காவக்காரர்

வீட்டுத் தலைமகன் உடன்வருவார். வண்டித்தட்டில் விரித்த கோணிச்சாக்கின் அடியில், நன்கு தீட்டப்பட்ட வீச்சரிவாளைக் கிடத்தியிருப்பாராம். வண்டியின் திசைக்கு எதிர்த்திசையைப் பார்த்து அமர்ந்திருக்கும் கூட்டாளியும், வண்டியோட்டும் பத்தரும் ஒருசொல்கூடப் பேசிக்கொள்ள மாட்டார்கள்...

இந்த இடத்தில், இன்னொரு செய்தி. ராமசாமிப் பத்தர் பொற்கொல்லர் மட்டுமில்லை; சித்த வைத்தியமும் கற்றவர். வேறு சில வேலைகளும் செய்கிறார் என்று ஊருக்குள் பேச்சு இருந்தது - ஆனால், அதற்கெல்லாம் சான்றுகள் கிடையாது.

தகப்பனாரிடம் தொழில் கற்றவர் அவர். நகைத்தொழில் மட்டுமல்ல. ஒரு குறிப்பிட்ட வித்தையை, நல்லநாள் பார்த்துப் பாடம் ஆரம்பிப்பதற்கு முன்னால், மகனை அமர்த்திவைத்துச் சில விஷயங்கள் சொன்னார் பெரியவர். விஷயங்கள் அல்ல; நிபந்தனைகள்.

1 எக்காரணம் கொண்டும் சொந்தத் தேவைக்கு வித்தையைப் பயன்படுத்தக்கூடாது.

2 முழுசாகக் கைவரப்பெற்ற மாத்திரத்தில், நாமே கடவுளுக்குச் சமம் என்கிற மாதிரித் திமிர் எழும், மனத்தில். அதற்கு இடம் கொடுக்கக் கூடாது. ஈஸ்வரன் இருக்கிறார் என்பதும், சகல லோகங்களையும் அவர்தான் பரிபாலிக்கிறார் என்பதும் சர்வசத்தியமான உண்மைகள்.

நம்முடைய வம்சத்திலேயே, சில தலைமுறைகளுக்கு முன்னால், ஒரு பாட்டனுக்கு வித்யாகர்வம் தலைக்கேறி விட்டது. அதைத் தாமே உணர்ந்த மறுகணம், குலதெய்வத்தைப் பிரார்த்தித்து, இரண்டு கைகளின் கட்டைவிரலையும் ஒரே சமயத்தில் ஊதுலைக் கணப்பில் தீய்த்துக்கொண்டுவிட்டார்...

வருடம் தவறாமல் குலதெய்வக் கோவிலுக்கு நேரில் போய், உரிய சாங்கியங்களைச் செய்வதில் குறைவைக்கக் கூடாது. பக்தி சிரத்தை குறையாமல் இருக்கும்வரைதான் இந்த மாதிரி வித்தையெல்லாம் பலிதமாகும்.

3 இப்படியொரு சமாசாரம் நமக்குத் தெரியும் என்கிற சந்தேகம்கூட மற்றவர்களுக்கு உதிக்கக்கூடாது. அதிலும்,

குடும்பத்தில் இருப்பவர்களுக்குத் தெரியவே கூடாது. சாப்பாட்டுக்கே வழியில்லாமல் போனால்கூட, இதை சொந்த உபயோகத்துக்காகச் செய்யக் கூடாது, என்று சொன்னேனில்லையா, குடும்பத்துக்குத் தெரியவரும் பட்சத்தில், நமக்கு மிகவும் ஆப்தமானவர்களைத்தான் முதலாவதாகக் காவு வாங்கும்.

4 'இவ்வளவு காலம் கழித்து ஏன் சொல்லித்தர வேண்டும்' என்று தோன்றுகிறதல்லவா? இரண்டு காரணங்கள். ஒன்று, இதற்கு நீ தகுதியானவன்தானா என்று, எனக்கே திருப்தியாகும்வரை காத்திருந்தேன். அடுத்தது, திருமணமாகி தான், தனது குழந்தைகள் என்று ஆனபிறகுதான், பொறுப்புணர்ச்சியும் பயமும் மிகுதிப்படும். ரகசியத்தைக் காக்காவிட்டால் இன்னின்னார் தலை உருண்டுவிடும் என்ற பீதிதானே முறையான அச்சத்தைத் தர வல்லது.

5 இதையெல்லாம்விட, போனவாரம்தான் எனக்கு உத்தரவு கிடைத்தது.

6 இப்போதுகூட ஏன் சொல்லித்தர வேண்டும் என்கிறாயா? இதுநாள்வரை, இன்ன வியாதிக்கு இன்ன மருந்து என்று மட்டும்தானே சொல்லிக் கொடுத்திருக்கிறேன். இனிமேல்தான் சில மருந்துகளைத் தயாரிக்கச் சொல்லித் தரப் போகிறேன். அப்போது தெரியும், எத்தனைவிதமாக இந்த வித்தை உபயோகப்படக் கூடும் என்று.

7 மருந்து தயாரிக்கும் சூட்சுமம் மாதிரியே, மூலப் பொருள் தயாரிக்கும் சூட்சுமமும் யாரிடமும் பகிர்ந்துகொள்ளக் கூடாதது. உனக்குப் பிறக்கும் மகன்களில்கூட ஒருத்தனுக்கு மட்டுமே சொல்லித்தரலாம் - இதையெல்லாம் கேட்டுக் கொள்ளும் யோக்கியதை யாருக்கு உண்டு என்று நினைக்கிறாயோ, அவனுக்கு மட்டும்.

8 மாயவித்தைக்காரன் உருவாக்குகிற வஸ்துக்கள் மாதிரி, மூணே முக்கால் நாழிகை மட்டுமே நிலைத்திருப்பது அல்ல, இந்த வித்தை தரக்கூடிய பலன். நிரந்தரமானது; செல்வத்தைக் குவிக்கக்கூடியது. அதனால்தான் இத்தனை நிபந்தனைகள்.

9 ஆக, தெய்வகாரியத்துக்கும், வைத்தியகாரியத்துக்கும் மட்டுமே உபயோகப்பட வேண்டிய ரகசியம் இது. வேறு லாபங்களுக்காகச் செயல்படுத்தினால், லட்சுமி சரஸ்வதி இரண்டு பேருமே சொல்லிக்கொள்ளாமல் கிளம்பிப் போய்விடுவார்கள். இன்னும் பெரிய ஆபத்தும் உண்டு - தவறாகப் பயன்படுத்த முனைந்தால், பிராணன்கூடப் போய்விடலாம். பார்த்து நடந்துகொள்.

என்று கறாரான குரலில் எடுத்துச் சொல்லி, கற்பூரம் ஏற்றிச் சத்தியம் வாங்கிய பிறகுதான், சுவடிக் கட்டைப் பிரிக்கவே செய்தார். வெறும் பார்வைக்கு வெற்றுச் சுவடியாகத் தென்பட்ட ஓலையில், தகப்பனார் வாசித்துச் சொல்லச்சொல்ல வரிகள் தோன்ற ஆரம்பித்தனவாம்.

அதைவிட, அவர் வாசிக்கும்போது ஒன்றாகக் காதில் விழுந்த வரிகள், தகப்பன் விளக்கவிளக்க வேறு பொருள் கொண்டன. ஒவ்வொரு சொல்லும் சூட்சுமமானது; வேறொரு அர்த்தம் கொண்டது. இத்தனைக்கும், அத்தனையும் தமிழ் வார்த்தைகள்தாம்.

மூத்த பத்தர் ஆபரண வேலைகள் செய்தது மட்டுமல்ல, சுயமாகவே கற்று, பயிற்சி செய்திருந்த சித்தவைத்தியத்திலும் விற்பன்னர். அது குறித்த சுவடிகளையும் பின்னவர் பார்த்திருக்கிறார். அவற்றைவிடக் கடினமான மொழி நடையும், அர்த்தச் செறிவும் கொண்ட சுவடிகள் இவை.

ராமசாமிப் பத்தரின் முனைப்பும் உழைப்பும் சாமானிய மனிதர்களுக்குக் கொஞ்சமும் கைகூட இயலாதவை. சாதாரணமாக அவரைத் தாண்டிப் போனாலே, ரசாயன நெடி மூக்கைத் துளைக்கும் - அதாவது, மாதத்தில் இரண்டுநாள் மட்டும். நிறை அமாவாசை, அல்லது பவுர்ணமி தினங்களில் மட்டுமே செய்முறைப் பயிற்சி மேற்கொள்வார். பிற நாட்களில், பகல்பொழுதில் பொன்வேலையும், இரவுகளில் ஊர் அடங்கிய பிறகு அகல் வெளிச்சத்தில் சுவடிகளை ஆராய்வதுமாக ஈடுபட்டிருப்பார்.

அநேகமாகப் பேச்சே கிடையாது. ஆமாம் இல்லை வேண்டும் வேண்டாம் ஓஹோ ம்ஹூம் என்கிற மாதிரி ஓரசைகளிலேயே உரையாடலை முடித்துவிடுவார். பிற நேரங்களில் தலையாட்டுவார், அவ்வளவுதான். ஊமைக்கோட்டானாக மாறிவிட்ட கணவனின் மனம் கோணாமல் நடந்துகொண்ட உத்தமியைப் பற்றிச் சொல்லவே

வேண்டாம். நல்லவேளை, ராமசாமிப் பத்தர் தமது ரத்தினச் சுருக்கத்தை, நகைத்தொழிலை முன்னிட்டுத் தம்மிடம் வரும் வாடிக்கையாளர்களிடம் செயல்படுத்தவில்லை. முதன்முறையாய் வருபவர்கள், 'இந்தாள் என்னா, சிரிக்கவே மாட்றான்; சரியான முசுடு போலவே!' என்று தங்களுக்குள் வியந்தபடி போய்ச்சேர்வார்கள். அபாரமான தொழில் திறனும், கை சுத்தமும், சகாய விலையும் இருந்ததால், திரும்பத்திரும்ப இவரிடமே வரவும் செய்வார்கள்...

தகப்பனார் ஜீவியவந்தராய் இருக்கும்போதே, வித்தையின் உச்சத்தை எட்டிவிட்டார் பத்தர். அதன்பிறகு, மௌனத்தின் வீரியம் இன்னும் அதிகரித்தது. எல்லாவிதத்திலும் நிதானமான மனிதர். ஒரு தடவை, இரண்டாம் பேர் அறியாமல் குலதெய்வக் கோவிலுக்குப் போனார். ஆற்காடு அருகே இருப்பது. அம்மன் சின்னஞ்சிறுமி. நின்றகோலத்தில், நீங்காத புன்னகையுடன் இருப்பவள். தங்கத்தில் பாவாடையும், மேல்சட்டையும், கிரீட முகப்பும் சாத்திவிட்டுத் திரும்பினார். வயிற்றெரிச்சல், அவளும்தான் பின்னொருநாள் கைவிட்டாள்.

> கண்ணுக்குத் தெரியாத விசை பிடரியில் கைவைத்துத் தள்ளும்போது, சாமானிய மனிதர்களால் என்ன செய்துவிட முடியும்? தெய்வங்களே தோற்கும் இடமல்லவா அது!

என்று பெருமூச்சு விட்டார் பேராசிரியர்...

இரண்டாம் உலகப்போரின் பின்னலைகள் ஓய்ந்திராத காலம். சகலத்துக்கும் தட்டுப்பாடு நிலவிய சூழ்நிலை. ஒரு நாள், உசிலம்பட்டியிலிருந்து ஒரு தம்பதி வந்தனர். திருமாங்கல்யத்துக்குப் பொன் உருக்க வேண்டுமாம். கைவசம் இருந்த கடைசித் துணுக்குவரை ஆபரணங்களாகச் செய்து, மதுரைக்கார முதலாளியிடம் கொண்டு கொடுத்தாகிவிட்டது.

> சுத்தத் தங்கம் இருப்பு தீர்ந்துருச்சே அப்பேன். அடுத்த வாரம் வந்து புதுத் தங்கம் வாங்கிக்கிட்டுப் போ. இன்னூரு தபா வர்றமேண்டு யோசிக்காதப்பு. அதுக்குத் தனியாக் கூலி தந்துர்றேன்!

என்று சொல்லியிருந்தார் மதுரைக்கார முதலாளி...

என்னாங்க இது, ஒங்களெ நம்பி மூர்த்தம் குறிச்சு, லக்கினப் பத்திரிகெ வேறெ அடிச்சிட்டம். இப்பொப் போயி இப்பிடிச் சொல்றீகளே...

என்று அங்கலாய்த்தார் உசிலம்பட்டிக்காரர்.

நம்பிப் போலாம்; அண்ணன்ட்டெ இல்லேண்ற பேச்சே இருக்காதுண்டுதானே ஊரே நம்புது. இன்னம் பதினஞ்சு நாத்தானே இருக்கு மூர்த்தத்துக்கு. இன்னமே எங்குட்டுப் போயி நிக்கிறது? ஒங்களெ மாரி ராசிக் கைய வேற எங்குட்டுப் போயித் தேட? சம்பந்தகாரவுகளெ என்னாண்டு நிமுந்து பாக்குறது ண்ணே?...

என்ற அவர் சம்சாரத்தின் கண்களில் நீர் முட்டி நின்றது.

...நீங்களே சொல்லுங்கண்ணே. ஒங்க மருமவ இல்லையா அவ. மாப்ளெ வீட்டுக்குத் தெரிஞ்சா சகுனத்தடெ அது இதுண்டு ஆவலாதி ஆயிராதா?

மூக்கை உறிஞ்சினாள். கண்ணில் திரண்ட துளி உருண்டு இறங்கியது. மூக்குத்தி நனைந்து பளபளத்தது. இவரிடம் வாங்கிய மூக்குத்திதான்...

இலக்கில்லாத தொலைவை வெறித்தார் பத்தர். வந்தவர்களின் தலைக்கு நேரே, தோளுயரத்தில், சுவரில் பொருத்திய மரப் பீடத்தில் வீற்றிருந்த குலதெய்வத்தை நோக்கிப் பார்வையைத் திருப்புகிறார், காலைப் பூசையின்போது போட்டிருந்த மல்லிகைச்சரம் சொத்தென்று கீழே விழுந்தது. நல்ல சகுனம் என்று நினைத்துக்கொண்டார் போல, பாவம். தலையை ஆட்டிக்கொண்டார்.

விடும்மா தங்கச்சி. ஏற்பாடு பண்ணீரலாம்.

அது மட்டுமல்ல, திருமாங்கல்யத்தை வாங்கிக்கொள்வதற்கு முன்னால், பத்தரின் கால்களில் விழுந்து வணங்கி எழுந்த தம்பதி,

எம்புட்டுத் தரணும்.

என்றபோது, வேகமாகத் தலையாட்டி,

சேச்சே, அதெல்லாம் ஒண்ணும் வேணாம். எம் மருமவளுக்காண்டி நாஞ் செஞ்ச சீருன்னு வச்சிக்கங்க.

என்று சொல்லி மூச்சிரைத்தாராம். கடந்த சில ஆண்டுகளில்

நீண்ட வாக்கியங்களாக அவர் பேசிய முதல் சந்தர்ப்பம் அது...

விருட்டென்று எழுந்தார். குலதெய்வப் பீடத்துக்கு நேர்கீழே மாட்டியிருந்த தகப்பனாரின் புகைப்படத்தை, சுவரைப் பார்த்துத் திருப்பி மாட்டினார். விறுவிறுவென்று வாசலுக்குப் போனார். வண்டித்தட்டில், கோணிச்சாக்குக்கு அடியில் கைவிட்டு, புத்தம்புதிய இரும்புக் கடையாணியை உருவியெடுத்தார். தட்டுவண்டிச் சக்கரத்துக்கு மாற்றுவதற்காக முந்தின நாள் மதுரையிலிருந்து வாங்கி வந்தது. எடுத்துக்கொண்டு வீட்டுக்குள் போனார். இத்தனையும் வந்திருந்தவர்கள் கண்பார்க்க நடந்தது, முதல் தவறு...

இரண்டாவது தவறு, கடையாணியின் கூர்முனையே பொன்துண்டாகப் பத்தரின் கையில் இருக்கிறது என்று வந்தவர்கள் அறியும் விதமாக, அவர்கள் முன்பாகவே அதை ஊதுலையில் கனன்ற கங்குகளில் இட்டு உருக்க முற்பட்டது.

> வெளித்தெரியாமல் செய்த மூன்றாவது தவறுதான் இன்னும் பெரியது என்று படுகிறது.

என்றார் பேராசிரியர். ஆமாம், மணப்பெண்ணைத் தமது சொந்த மருமகளாக ஆத்மார்த்தமாக வரித்துக்கொண்டதுதான் ஆகப்பெரும் தவறு...

சிரித்த முகத்தில் வியப்பும் படர்ந்திருக்க, திரும்பித்திரும்பிப் பார்த்துக்கொண்டே போனார்கள், பெண்ணைப் பெற்றவர்கள். பார்வைக்கு மறையும் வரை கண்ணெடுக்காமல் பார்த்துக்கொண்டு நின்றுவிட்டு, கொல்லைப்புறம் ஓடிச் சென்று, கிணற்றிலிருந்து வாளிவாளியாக நீர் சேந்தித் தலைமுழுகினாராம் பத்தர். அவ்வளவு நேரமும், உதடுகள் மட்டும் படுவேகமாக அசைய, ஓசை வெளிப்படாமல் ஏதோ உச்சாடனம் ஓடிக்கொண்டேயிருந்ததாம்...

அதன் பிறகு நடந்தவை அனைத்துமே பயங்கரமானவை. முன்னிரவில் பத்தருக்குக் கடும் காய்ச்சல் கண்டது. ஓயாமல் முனகத் தொடங்கினார். நள்ளிரவில் குரலெடுத்து அலறினார்.

> யப்பா. என்னெ மன்னிச்சுருங்க சாமீஈஈஈ...

விடிந்தபோது, காய்ச்சல் முழுமையாக விட்டிருந்தது. ஆனால், காது கேட்கவில்லை என்றார். நாச்சிகுளத்திலிருந்து வைத்தியரைக்

கூட்டிவந்தார்கள். அவர் நாடி பார்த்தார். நாக்கை நீட்டச் சொல்லிப் பார்த்தார். பத்தருடைய கண்ணிமைகளை ஒவ்வொன்றாக அகல விரித்துப் பார்த்தார். முந்தின இரவின் உறக்கமின்மை காரணமாக, விழிகள் கோவைப்பழமாகச் சிவந்திருந்தன...

> எல்லாமே சரியா இருக்கேம்மா. பயந்த கோளாறு மாதிரியில்ல தெரியிது. எதுக்கும் இந்தப் பொடியெக் கசாயம் காச்சி மூணுவேளெ குடு.

என்று சொல்லிவிட்டுப் புறப்பட்டார். வைத்தியக் கட்டணம் கொடுக்க முன்வந்தபோது,

> இல்லாத வியாதிக்கு, செய்யாத வைத்தியத்துக்கு, என்னாண்டு காசு வாங்குறது. ஒரு லோட்டா நீர்மோர் கரச்சுக் குடுத்தா.

என்று கேட்டுவாங்கிக் குடித்துவிட்டுப் போனார்.

முதல்வேளை கொடுத்த மாத்திரத்தில், கஷாயத்தின் கடைசித் துளிவரை ஓங்கரித்து ஓங்கரித்து வாந்தியெடுத்தார் பத்தர்.

அடுத்த பதினைந்து நாட்களுக்கு இதே நடைமுறை தொடர்ந்தது. பதினாறாவது நாள், காவக்காரரர் வந்தார். அவருடைய மகளை உசிலம்பட்டியில் கட்டிக்கொடுத்திருக்கிறது. மகள் வீட்டுக்குப் போயிருந்தவர், காலையில் வந்தவுடன் செய்தி கேள்விப்பட்டு, நண்பரைப் பார்க்க வந்தார்.

கோரைப்பாயில் படுத்திருந்த பத்தர் அதற்குள் அரை உடம்பாகி யிருப்பதைப் பார்த்துப் பதறினார். அவருக்கு இவர் ஆறுதல் சொல்கிற மாதிரி ஆனதாம்.

அப்புறம் கொஞ்சநேரம் பேசிக்கொண்டிருந்தார்கள். அதாவது, அவர் ஓங்கி ஓங்கி அலறியும், இவர் கிசுகிசுத்தும் நடந்த உரையாடல். முந்தின நாள் உசிலம்பட்டியில் கேள்விப்பட்ட ஒரு செய்தியைச் சொன்னார், காவக்காரரர் - பாதிக் கதறலும், பாதி சைகையுமாக.

ஒரு உள்ளூர்க் கலியாணம். முகூர்த்தம் முடிந்தவுடன், மாப்பிள்ளை ஊருக்கு வண்டியேறிக் கிளம்பியிருக்கிறார்கள். பெண்ணும் மாப்பிள்ளையும், ஏகப்பட்ட பூ அலங்காரம் செய்த தனி வண்டியில். விசையாகப் பாய்ந்த வண்டி, பத்தாவது மைலில் குடைசாய்ந்துவிட்டதாம். சக்கரத்தின் கடையாணியில் பின்னந்தலை மோதி, தலத்திலேயே மணமகன் இறந்துவிட்டான்.

இந்தா, இப்பிடி மல்லாந்து கிடந்துருக்கானப்பா. அப்பிடி அடிபடுறதுக்கு வாய்ப்பே இல்லே. எந்தவாக்குலெ எப்பிடி வுளுந்தானோ. போற நேரம் வந்துருச்சுண்டா எப்பிடிவேண்ணா உசுர் போகும்போல. அந்தக் களுதையும் பாரு, எந்த நேரத்துலே களுத்துலெ வாங்குச்சோ...

என்று உச்சுக்கொட்டினாராம்.

...மாங்கலிய ராசிதேன் ண்டு ஊரே பேசுதப்பா...

என்று முடித்தார். பத்தர் தலைகுனிந்திருந்தார். திடீரென்று ஆவேசமாக நிமிர்ந்தவர்,

யாரு தப்புக்கு யாரு சாகுறது?

என்று ஆத்திரமாகக் கேட்டார். யாருக்கோ எங்கோ நேர்ந்த துர்மரணத்துக்கு, தம்மிடம் ஏன் ஆவேசப்படுகிறார்; கேளாக் காதில் என்ன கேட்டுத் தொலைத்ததோ என்ற குழப்பத்தோடே கிளம்பிப்போன காவக்காரர், அடுத்த ஒரு மணிநேரத்தில் மறுபடியும் பதறி, ஓடி வருகிற மாதிரி ஆனது.

ஊர்க் கிணற்றில் நீர் சேந்த மனைவி புறப்பட்டுப் போனதும், தம்முடைய தொழில் அறை உத்தரத்தில் தூக்கு மாட்டிக்கொண்டார் பத்தர்.

குடும்பத்ல நகெத்தொளில் அத்தோடெ நின்னு போச்சு...

பேராசிரியர் பெருமூச்சு விட்டார்.

முன்னிரவு நன்கு முதிர்ந்திருந்தது. எப்போது இறங்கியதென்றே தெரியாத இருள், விளையாட்டு மைதானத்தைக் கறுப்புப் போர்வைபோலப் போர்த்தி மூடியிருந்தது. மைதானம் முழுக்க வெம்மை நிறைந்துவிட்ட மாதிரி உணர்ந்தேன். பொற்கொல்லர்களின் முன்னால், பீடத்தின்மேல், கங்குகள் நிரம்பிக் கனல்கிற அகலமான ஊதுலையின் சித்திரம் எனக்குள் வந்துபோனது.

பேராசிரியர் செருமினார். இருட்டுக்குள் கோட்டுச் சித்திரம்போலத் தெரிந்த அவரது முகத்தை நோக்கி,

இதெ நீங்க ஒரு கதையாவே எளுதலாம் சார்.

என்றேன்.

அட போப்பா. நான் எளுதினாத்தானா. நீ எளுது!

என்று சிரித்தார். இதோ எழுதிவிட்டேன். ஆனால், அந்த நாளில், கல்லூரி மலரில் பத்துப் பனிரண்டு வரிக் கவிதைகள் தவிர, உருப்படியாக எதுவுமே எழுதியிராதவன் நான். பின்னாளில் எழுத்தாளனாவேன் என்று அவர் எப்படி யூகித்தார்?!...

அன்றைக்குத் தோன்றாத ஐயமொன்று, அவர் காலமான பிறகு ஒருநாள் எழுந்தது. அத்தனை நிபந்தனைகள் சுமந்த, யாருக்குமே தெரியவியலாத அந்தரங்கமான கதையை, தலைமுறைகள் தாண்டி இவ்வளவு துல்லியமாக விவரித்தாரே பேராசிரியர், இதில் அவருடைய சொந்தச் சரக்கு எவ்வளவு சேர்ந்திருக்கும்? இருக்கட்டுமே, என்னுடைய முன்னோர்கள் தொடர்பாகக்கூட, இதேவிதமான தொல்கதைகள் எத்தனையோ இருக்கின்றன. சொல்லக் கிளம்பினால், சொந்தச் சங்கதிகள் ஏதாவது ஒன்றிரண்டு சேர்ந்துவிடாதா! அதைவிட, கதையென்பதே, உண்மையும் பொய்யும் இரண்டறக் கலக்கும் மாயம் நிகழ்கிற தலம்தானே!?

3

கரட்டுப்பட்டியைவிட்டு நாங்கள் வெளியேறியது, '70களின் ஆரம்பத்தில் - அப்பா இறந்ததுதான் காரணம். புத்தாயிரமாண்டு பிறக்கும்வரை அடிக்கடி அங்கே போய்க்கொண்டிருந்தேன். சென்னைக்குக் குடிபெயர்ந்த பிறகு, வெகுவாகக் குறைந்துவிட்டது. ஆனாலும், மதுரைக்குப் போகும்போதெல்லாம் பேராசிரியரைச் சென்று பார்ப்பது வழக்கம். அழகப்பன் நகரில் வசித்தார் அவர். எண்பதுகளிலேயே, நிரந்தர மதுரைவாசியானவர்.

கரட்டுப்பட்டியைப் பற்றி ஆசையாய்ப் பேசிக்கொள்வோம். இடையில் ஒருமுறை, பேச்சுவாக்கில், தங்களுக்கு அங்கே இருந்த நிலபுலன்களை மொத்தமாகக் கிரயம் செய்துவிட்டதாகச் சொன்னார். அவருடைய தாய்மாமன் கிளையொன்று கிராமத்திலேயே இருந்து விவசாயம் பார்த்துக்கொண்டிருந்ததே என்று கேட்டேன். அவர்கள் கோயம்புத்தூருக்குப் பெயர்ந்துவிட்டார்களாம்...

முனியாண்டி கோவிலின் வருடாந்தர சாமிகும்பிடு பற்றி

ஊர்க்கூட்டம் நடந்திருக்கிறது. ஏதோவொரு தீர்மானத்தைப் பற்றி விவாதம். இவர்கள் வகையறாவைச் சேர்ந்தவர் எழுந்து, ஆட்சேபம் தெரிவித்திருக்கிறார். இளந்தாரி ஒருவன்,

வந்தேறிகல்லாம் அதைப் பத்திப் பேசக்கூடாது.

என்றானாம். அவனுடைய சகாக்கள் நாலைந்துபேர் சத்தமாகச் சிரித்திருக்கிறார்கள்.

அந்த ஒரு வார்த்தெ பத்தாதா கிஸ்ணா!

என்று பலவீனமாகப் புன்னகைத்தார் பேராசிரியர்.

2015-ல், எண்பத்தியோராம் வயதில் நிறைவாழ்வு வாழ்ந்து காலமானார். அதற்கு மிகச் சரியாக இரண்டு மாதம் கழித்து மதுரை போக நேர்ந்தது. பேராசிரியருடைய ஆன்மாவின் சார்பாகவும் கிராமத்தைப் பார்த்துவரலாம் என்று போனேன்.

கடந்து சென்ற அத்தனையுமே தெரியாத முகங்கள். 'வெளியூர்க்காரன் மாதிரி இருக்கிறான்; இங்கே என்ன செய்கிறான்!' என்ற திகைப்பு வெளீப்படையாய்த் தெரிய, ஒரு கணம் தயங்கித் தாண்டிப் போயின.

முல்லையாறும் பிள்ளையாரும் தவிர எனக்குத் தெரிந்த அம்சம் எதுவுமே அங்கே இல்லை என்பது முதல்முறையாக உறைத்தது. காற்றில் திறந்து வைத்த கற்பூரம் மாதிரிக் கரைந்துவிட்டதே கரட்டுப்பட்டி என்று ஒருவித ஆதங்கம் எழுந்தது. இல்லை இல்லை, ஊர் இருக்கத்தான் செய்கிறது; எனக்குள் இருந்த பிம்பம்தான் ஆவியாகித் தீர்ந்திருக்கிறது...

முல்லையாற்றுப் பாலத்தில் நடந்தேன். கிழக்கே அடிவானத்தை யொட்டிய ரயில் பாதையில், மதுரையிலிருந்து எதிர்த் திசை நோக்கிப் போகிற சரக்கு ரயில் ஊர்ந்தது. ஏகப்பட்ட பெட்டிகளோடு, அத்தனை மந்தமாக நகர்ந்தது. முழுக்க மறையும்வரை பாலச் சுவரில் கைகளை ஊன்றி நின்றேன். ரயில் காலியான அடிவானத்தைக் காணப் பிடிக்காமல் எதிர்ப்புறம் திரும்பினேன். மேற்கு வானத்தின் ஆரஞ்சு நிறம், தணல் பரப்பியமாதிரி ரத்தச் சிவப்பாகப் பழுத்திருந்தது. அதில் ஓரிரு சொட்டுகள் கறுப்பும் விழுந்தமாதிரி பிரமை தட்டியது

பகல் இரவாவதும் இரவு பகலாவதும்
விதை செடியாவதும் செடி மரமாவதும்

பிறந்தோர் இறப்பதும் இறந்தோர் பிறப்பதும்
பிரபஞ்சத்தின் திறந்த ரகசியம், மகனே.
ஆனால், உனதும் எனதும் அற்ற ரசவித்தையை
நடத்துவது யார்? எதற்காக?

என்று பேராசிரியர் திரு. ராமலிங்கம் எப்போதோ ஒருமுறை மேற்கோள் காட்டினார். பழங்காலத் தெலுங்குக் கவி யாரோ எழுதியது என்றார். அல்லது, வேமன்னா என்றேதான் சொன்னாரோ? எப்படியோ, முல்லையாற்றுப் பாலத்தில் என்னோடு தாமும் நின்றன அந்த வரிகள்.

நகர்ந்தேன். முனியாண்டி கோவிலின் பின்புற ஆலமரம் எண்ணற்ற விழுதுகளை ஊன்றி பிரம்மாண்டமான பச்சைக்குடையாய் நின்றிருந்தது. கூடு திரும்பிய பறவைகளின் கெச்சட்டம் பெரும் ஆர்ப்பாட்டமாய் ஒலித்தது. பெரும்பான்மையும் கிளிகள்.

திடீரென்று ஒரு கேள்வி உதித்தது. நாங்கள் வசித்த காலத்துக் கிளிகளின் கொள்ளுப் பேர, எள்ளுப் பேர வாரிசுகளாயிருக்குமோ. அத்தனையுமே உள்ளூர்க் கிளிகளா, வெளியூரிலிருந்து வந்தவையும் இருக்குமா!

மனத்தின் அடியாழத்திலிருந்து சிரிப்புப் பொங்கியது.

வல்லினம் இணைய இதழ், நவம்பர் 2023

ஆசிரியரின் பிற நூல்கள்

நாவல்

குள்ளச்சித்தன் சரித்திரம் (2002)
பகடையாட்டம் (2004)
கானல் நதி (2006)
வெளியேற்றம் (2009)
பயணக்கதை (2011)
நினைவுதிர் காலம் (2013)
ஊர்சுற்றி (2016)
வேதாளம் சொன்ன கதை (2019)
எண்கோண மனிதன் (2021)
எதிர்க்கரை (2023)
ஆறு தாரகைகள் (2024)

சிறுகதை

ஒளிவிலகல் (2001)
ஏற்கனவே (2003)
கடல் கொண்ட நிலம் (2009)
நீர்ப்பறவைகளின் தியானம் (2009)
ஏமாறும் கலை (2012)
ஒற்றறிதல் (2017)
கடலில் எறிந்தவை (2021)
சரிசெய்ய முடியாத சிறு தவறுகள் (2023)
ரசவாதம் (2024)

குறுங்கதை

மணற்கேணி (2008)
தலைப்பில்லாதவை (2021)

கவிதை

ஒற்றை உலகம் (1996)
வேறொரு உலகம் (1999)
புகைச்சுவருக்கு அப்பால் (2002)
கைமறதியாய் வைத்த நாள் (2005)
தோற்றப் பிழை (2009)
தீராப் பகல் (முழுத் தொகுப்பு)
(முதல் இரண்டு தொகுப்புகளும் ‘முதல் 74 கவிதைகள்’ என ஒரே நூலாக 2005இல் வெளிவந்துள்ளன.)
இதுவும்தான், அதுவும்தான் (2023)

மொழிபெயர்ப்பு

பெயரற்ற யாத்ரீகன் - ஜென் கவிதைகள் (2003)
ஜிம் கார்பெட் ‘எனது இந்தியா’ (2005)
குதிரை வேட்டை (2013)
பொம்மை அறை (2015)
கூட்டுவிழிகள் கொண்ட மனிதன் (2019)
நிழல் - மொழியாக்கக் கதைகள் (2023)
இஸ்ஸாவும் பூஸனும் - இரு ஜென் கவிகள் (2025)

கட்டுரை

நிலவைச் சுட்டும் விரல் (2023)
செவிமொழியும் மனமொழியும் (2024)

www.ingramcontent.com/pod-product-compliance
Lightning Source LLC
LaVergne TN
LVHW040017051026
849525LV00003B/888
* 9 7 8 9 3 4 7 2 0 6 9 8 6 *